AF840000

വിപ്ലവത്തിന്റെ വീരപുത്രന്മാർ

(പിരപ്പൻകോടിന്റെ രാഷ്ട്രീയനാടകങ്ങൾ)

viplavathinte veeraputhranmar

•

pirappancode murali

•

first edition
january 2017

•

published
chintha publishers, thiruvananthapuram

•

typesetting
star communications, thiruvananthapuram

•

•

cover
vinod

•

വിതരണം

ദേശാഭിമാനി ബുക്ക് ഹൗസ്

H O തിരുവനന്തപുരം-695 035
Ph: 0471-2303026, 6063020
www.chinthapublishers.com
chinthapublishers@gmail.com

ബ്രാഞ്ചുകൾ

ഹെഡ്ഡാഫീസ് ബ്രാഞ്ച് കുന്നുകുഴി • സ്റ്റാച്യു തിരുവനന്തപുരം • കെ എസ് ആർ ടി സി ബസ് സ്റ്റേഷൻ ആലപ്പുഴ • കെ എസ് ആർ ടി സി ബസ് സ്റ്റേഷൻ എറണാകുളം • മച്ചിങ്ങൽ ലെയ്ൻ തൃശൂർ • ഐ ജി റോഡ് കോഴിക്കോട് • മാവൂർ റോഡ് കോഴിക്കോട് • എൻ ജി ഒ യൂണിയൻ ബിൽഡിങ് കണ്ണൂർ • സെൻട്രൽ ബസ് ടെർമിനൽ കോംപ്ലക്സ് താവക്കര കണ്ണൂർ

CO - 2449 / 4051
ISBN - 978-93-86364-23-4

വിപ്ലവത്തിന്റെ വീരപുത്രന്മാർ

(പിരപ്പൻകോടിന്റെ രാഷ്ട്രീയനാടകങ്ങൾ)

പിരപ്പൻകോട് മുരളി

ചിന്ത പബ്ലിഷേഴ്സ്
തിരുവനന്തപുരം-695 035
വില : ₹ 570

പിരപ്പൻകോട് മുരളി

തിരുവനന്തപുരം ജില്ലയിലെ പിരപ്പൻകോട് 1943 ജൂൺ 12 ന് ജനിച്ചു. അച്ഛൻ: എൻ ശങ്കരനാരായണക്കുറുപ്പ്. അമ്മ: എൻ ഭാരതി അമ്മ.

കവി, ഗാനരചയിതാവ്, നാടകകൃത്ത്, നാടകസംവിധായകൻ, പ്രഭാഷകൻ രാഷ്ട്രീയ പ്രവർത്തകൻ, അദ്ധ്യാപകൻ, ഗ്രന്ഥശാലാ പ്രവർത്തകൻ എന്നീ നിലകളിൽ പ്രസിദ്ധൻ.

കേരള യൂണിവേഴ്സിറ്റി സെനറ്റ് അംഗം, കാലടി ശ്രീശങ്കരാസംസ്കൃത സർവ്വകലാശാലാ സിൻഡിക്കേറ്റ് അംഗം, കേരള ഗ്രന്ഥശാലാ സംഘം ജില്ലാ സെക്രട്ടറി, കേരള ഗ്രന്ഥശാലാ സംഘം കൺട്രോൾ ബോർഡ് അംഗം, കേരളാ സ്റ്റേറ്റ് ലൈബ്രറി കൗൺസിൽ എക്സി. കമ്മിറ്റി അംഗം, ഗ്രന്ഥാലോകം ചീഫ് എഡിറ്റർ, കേരള സംഗീത നാടക അക്കാദമി എക്സി. കമ്മിറ്റി അംഗം.

കേളി പത്രാധിപസമിതി അംഗം, ആഹ്വാനം, പത്രാധിപർ, കേരള സാക്ഷരതാ മിഷൻ എക്സി. കമ്മിറ്റി അംഗം എന്നീ നിലകളിൽ പ്രവർത്തിച്ചിരുന്നു.

മാണിക്കൽ പഞ്ചായത്തു പ്രസിഡന്റ്, തിരുവനന്തപുരം ജില്ലാ കൗൺസിൽ അംഗം, വാമനപുരം നിയോജകമണ്ഡലത്തിൽനിന്ന് കേരള നിയമസഭയിലേക്ക് രണ്ടുതവണ തിരഞ്ഞെടുക്കപ്പെട്ടിട്ടുണ്ട്.

കെ എസ് വൈ എഫ് സംസ്ഥാന സെക്രട്ടറി, സി പി ഐ (എം) തിരുവനന്തപുരം ജില്ലാ സെക്രട്ടറി എന്നീ നിലകളിൽ പ്രവർത്തിച്ചിരുന്നു. ഇപ്പോൾ പുരോഗമന കലാസാഹിത്യ സംഘ് എക്സിക്യൂട്ടീവ് കമ്മിറ്റിയിലും, കേരള കർഷക സംഘം സംസ്ഥാന കമ്മിറ്റിയിലും സി പി ഐ (എം) സംസ്ഥാന കമ്മിറ്റിയിലും അംഗമാണ്.

രക്തപുഷ്പങ്ങൾ, അഗ്നിപുഷ്പങ്ങൾ, ഉണർത്തു പാട്ടുകൾ, സംഘഗാഥ തോറ്റം തുടങ്ങിയ ഗാന സമാഹാരങ്ങളും *സ്വാതിതിരുനാൾ, സഖാവ്, സഖാവ് ഇ എം എസ്, എ കെ ജി വിപ്ലവത്തിന്റെ രക്തനക്ഷത്രം, ജനനായകൻ, ഭഗത് സിങ്, മലയപ്പുലയനും ഇ എം എസും, വേലുത്തമ്പി, പഴശ്ശിരാജ, മുത്തശ്ശി സുഭദ്ര സൂര്യപുത്രി, ഓമനത്തിങ്കൾ, വരരുചി ഇരുപത്തിയൊന്നാം നൂറ്റാണ്ടിൽ, ഉദ്യോഗ്യ, രമണൻ, കളിത്തോഴി* തുടങ്ങിയ നാടകങ്ങളും *ഭഗത്സിങ്ങിന്റെ കനൽവഴികൾ* എന്ന ജീവചരിത്ര കൃതിയും പ്രസിദ്ധീകരിച്ചിട്ടുണ്ട്. *സ്നേഹിച്ചു തീരാത്ത ഗന്ധർവ്വൻ, സ്വപ്നം വിതച്ചവൻ, ഇന്ദുലേഖ, ജാതവേദസ്സേ മിഴി തുറക്കൂ!, മുദ്രമോതിരം, ചന്ദനക്കൊട്ടാരം* തുടങ്ങിയ 25 ലേറെ നാടകങ്ങൾ രംഗത്തവതരിപ്പിച്ചിട്ടുണ്ട്.

നാടകാവതരണം, സംവിധാനം, ഗാനരചന – എന്നിവയ്ക്കുള്ള സംസ്ഥാന അവാർഡുകളും നാടകരചനയ്ക്ക് കേരള സാഹിത്യ അക്കാദമി അവാർഡ്, അബുദാബി ശക്തി അവാർഡ്, പാട്യം ഗോപാലൻ അവാർഡ്, എ പി കളയ്ക്കാട് അവാർഡ് വയലാ വാസുദേവൻപിള്ള അവാർഡ്, നാനാ അവാർഡ്, വെഞ്ഞാറമ്മൂട് രാമചന്ദ്രൻ അവാർഡ്, സംസ്ഥാനത്തെ നല്ല ഗ്രന്ഥശാലാപ്രവർത്തകനുള്ള പി എൻ പണിക്കർ അവാർഡും ലഭിച്ചിട്ടുണ്ട്.

ഭാര്യ : പി രാധാദേവി
മകൾ : സ്മിതാ മുരളി
വിലാസം : അക്ഷരകല
ഗൗരീശപട്ടം, തിരുവനന്തപുരം.

ഉള്ളടക്കം

പ്രസാധകക്കുറിപ്പ്

പ്രശസ്ത ഗ്രന്ഥകാരനും നാടകകൃത്തും സംഘാടകനുമായ പിരപ്പൻകോടു മുരളിയുടെ 6 നാടകങ്ങളുടെ സമാഹാരമാണിത് *സഖാവ്, സഖാവ് ഇ എം എസ്, എ കെ ജി വിപ്ലവത്തിന്റെ രക്തനക്ഷത്രം, ജനനായകൻ, മലയപ്പുലയനും ഇ എം എസും, ഭഗത് സിങ്* എന്നിവയാണ് നാടകങ്ങൾ. ആറെണ്ണവും ചരിത്രപുരുഷന്മാരുടെ ജീവിതകഥയെ ആസ്പദമാക്കിയുള്ളവയാണ്. കേരളത്തിലെ തൊഴിലാളിവർഗ്ഗ പ്രസ്ഥാനത്തിന്റെ സ്ഥാപകനേതാക്കളും ജനനായകന്മാരുമാണ് ഇതിൽ നാലുപേർ. ഇ എം എസിനെ സംബന്ധിക്കുന്ന ഒരെണ്ണം കൂടിയുണ്ട്. *മലയപ്പുലയനും ഇ എം എസും* എന്ന ഈ നാടകം 1957 ലെ കമ്യൂണിസ്റ്റുമന്ത്രിസഭയോടെ അടിയാളന് പ്രതികരണശേഷി പകർന്നുനല്കുന്ന ചരിത്രമുഹൂർത്തങ്ങൾകൊണ്ട് അവിസ്മരണീയമാണ്. 6-ാമത്തേത് *ഭഗത് സിങ്* - ധീരതയുടെയും വീരത്വത്തിന്റെയും ഒരു പോരാട്ടവ്യക്തിത്വം. ഇത് ഭഗത്സിങ്ങിന്റെയും ചന്ദ്രശേഖർ ആസാദിന്റെയും ഒപ്പം മറ്റു വിപ്ലവകാരികളുടെയും അവരുടെ കാലഘട്ടത്തിന്റെയും കൂടി കഥകളാണ്.

നീക്കുപോക്കില്ലാത്ത ചരിത്ര വസ്തുതകളുടെയും വായനക്കാർക്കു പോലും ഓർമ്മയുള്ള സംഭവങ്ങളുടെയും ഇന്നും ഊർജ്ജസ്വലമായി മുന്നേറുന്ന പ്രസ്ഥാനത്തിന്റെ സജീവ സങ്കല്പനങ്ങളുടെയും ശില്പചാതുരി പ്രകടിപ്പിക്കുക എന്നത് കടുത്ത വെല്ലുവിളിയായിരുന്നു. ആ വെല്ലുവിളിയെ വിജയകരമായി നേരിട്ടുകൊണ്ടാണ് പിരപ്പൻകോട് മുരളി ഈ 6 നാടകങ്ങളും രചിച്ചിരിക്കുന്നത്. രസകരമായി വായിച്ച് അറിയാനും രംഗത്ത് അവതരിപ്പിക്കാനും ഏറ്റവും ഉചിതമാണെന്നു തെളിയിക്കപ്പെട്ടവയാണ് ഈ നാടകങ്ങൾ. ഈ സമാഹാരം ഒരു മുതൽക്കൂട്ടായിരിക്കും.

തികഞ്ഞ ആത്മവിശ്വാസത്തോടെ ഞങ്ങൾ ഈ മഹദ്സമാഹാരം അവതരിപ്പിക്കുന്നു. സ്വീകരിച്ചാലും

ചിന്ത പബ്ലിഷേഴ്സ്

ഈ നാടകങ്ങളെക്കുറിച്ച് ഒന്നു പറഞ്ഞോട്ടെ!

പിരപ്പൻകോട് മുരളി

***വി**പ്ലവത്തിന്റെ വീരപുത്രന്മാർ* എന്റെ രാഷ്ട്രീയ (കമ്യൂണിസ്റ്റ്) നാടകങ്ങളുടെ സമാഹാരമാണ്. എന്റെ രാഷ്ട്രീയ പ്രവർത്തനത്തിന്റെ ഭാഗമാണ് എന്റെ നാടകങ്ങളും കവിതകളും. കോളേജു വിദ്യാർത്ഥിയായിരുന്ന കാലത്താണ് ഞാൻ ആദ്യമായി ഒരു നാടകം എഴുതിയത്. 1960 ൽ എന്റെ ഗ്രാമത്തിൽ എന്റെ കൺമുന്നിൽ നടന്ന ഒരു കുടിയിറക്കായിരുന്നു നാടക വിഷയം. *ദാഹിക്കുന്ന മണ്ണ്* ആ സ്ക്രിപ്റ്റ് ഇന്നെന്റെ കൈയിലില്ല. തുടർന്ന് നാടകരംഗത്ത് ഉറച്ചുനില്ക്കാൻ ഞാൻ മുതിർന്നില്ല. അന്നെന്റെ ശ്രദ്ധ കവിത എഴുത്തിലായിരുന്നു.

നാടക പ്രതിഭയായ പി കെ വേണുകുട്ടൻ നായരുമായുള്ള ബന്ധവും ദേശാഭിമാനി സ്റ്റഡി സർക്കിളിലെയും പുരോഗമന കലാസാഹിത്യ സംഘത്തിന്റെയും നാടക ചർച്ചകളും അമേചർ തിയേറ്റർ ഇടപെടലുകളും നാടകത്തെക്കുറിച്ച് കൂടുതൽ പഠിക്കാനും പ്രവർത്തിക്കാനുമുള്ള പ്രേരണയായി. പുരോഗമന കലാ സാഹിത്യ സംഘം തിരുവനന്തപുരം ജില്ലാക്കമ്മിറ്റി എന്റെ നേതൃത്വത്തിൽ 'സംഘശക്തി' എന്നൊരു തിയേറ്റർ ഗ്രൂപ്പിനു രൂപംനല്കി. അതിനുവേണ്ടി ലഘു നാടകങ്ങൾ എഴുതി അവതരിപ്പിച്ചു കൊണ്ടാണ് 1980 കളിൽ നാടക രംഗത്തേക്കു വീണ്ടും കടന്നുവന്നത്.

മലയാള പ്രൊഫഷണൽ നാടക വേദി വാണിജ്യ നാടക വേദിയായി തരം താണപ്പോൾ ഒരു തിരുത്തൽ ശക്തിയായി പി കെ വേണുക്കുട്ടൻ നായരുടെ നേതൃത്വത്തിൽ ആരംഭിച്ച പുരോഗമന ജനകീയ നാടകവേദിക്ക് രംഗ പാഠം എഴുതാനുള്ള അവസരം എനിക്കു ലഭിച്ചു. ഈ ഘട്ടത്തിലാണ് നാടകാചാര്യനായ പ്രൊഫ. എൻ കൃഷ്ണപിള്ള സാറിന്റെ വാത്സല്യപൂർണ്ണമായ പ്രോത്സാഹനവും എന്റെ തട്ടകം നാടകമാണെന്ന അദ്ദേഹത്തിന്റെ പ്രവചനവുമാണ് നാടകരംഗത്ത് ഉറച്ചുനില്ക്കാനുള്ള

എന്റെ ആത്മവിശ്വാസത്തിന് ആഴം വർദ്ധിപ്പിച്ചത്. അങ്ങനെ ഞാൻ ലക്ഷ്യ ബോധവും കലാമൂല്യവുമുള്ള നാടകങ്ങൾ എഴുതുവാൻ തുടങ്ങി.

ഈ സമാഹാരത്തിൽ എന്റെ ആറു കമ്യൂണിസ്റ്റു നാടകങ്ങളാണ്. എക്കാലത്തേയും വിപ്ലവ യുവത്വത്തിന്റെ ഉജ്ജ്വല പ്രതീകമായ 'ഭഗത്സിങ്, കേരളത്തിലെ കമ്യൂണിസ്റ്റു പ്രസ്ഥാനത്തിന്റെ സ്ഥാപക നേതാവായ സഖാവ് പി കൃഷ്ണപിള്ള, കേരളത്തിലെ എല്ലാ പുരോഗമന പ്രസ്ഥാനങ്ങളുടെയും തുടക്കക്കാരനായ സഖാവ്, ഇ എം എസ്, പാവങ്ങളുടെ പടത്തലവനായ സ. എ കെ ജി, ജനനായകനായ സഖാവ് ഇ കെ നായനാർ എന്നീ അനശ്വര വിപ്ലവകാരികളിലൂടെ നാട്ടിൽ നടന്ന സാമൂഹ്യ വിപ്ലവത്തിന്റെ ചരിത്രം വരച്ചുകാട്ടാനാണ് ഞാൻ ശ്രമിച്ചിട്ടുള്ളത്.

ഭഗത്സിങ്ങിന്റെ ജന്മശതാബ്ദി വർഷത്തിൽ (2007 ൽ) ആ അനശ്വര വിപ്ലവകാരിയിലൂടെ ഇന്ത്യൻ ദേശീയ പ്രസ്ഥാനത്തിന്റെ വികാരനിർഭരമായ ഒരു സമരമുഖം രംഗവേദിയിലൂടെ പരിചയപ്പെടുത്താനുള്ള എന്റെ എളിയ ശ്രമമാണ് *ഭഗത്സിങ്*. സഖാക്കളുടെ സഖാവായ പി കൃഷ്ണപിള്ളയെ ഞാൻ കണ്ടിട്ടില്ല. അദ്ദേഹം മരിക്കുമ്പോൾ എനിക്ക് അഞ്ചു വയസ്സാണ്. പക്ഷേ, സഖാവിനെക്കുറിച്ചു ധാരാളം വായിച്ചു നേടിയ അറിവും സഖാവിന്റെ പ്രാണസുഹൃത്തായ ഇ എം എസ്, സഖാവിന്റെ ശിഷ്യന്മാരായ സഖാക്കൾ വി എസ് അച്യുതാനന്ദൻ, ഇ ബാലാനന്ദൻ, ടി കെ രാമകൃഷ്ണൻ, പി ഗോവിന്ദപിള്ള, എസ് എൽ പുരം സദാനന്ദൻ, കെ എം ശ്രീധർ, തങ്കമ്മച്ചേച്ചിയെ നേരിട്ടു പരിചയമുള്ള സ. ദേവകീ വാര്യർ, സഹപാഠിയായ കല്യാണിക്കുട്ടിയമ്മ ടീച്ചർ എന്നിവരിൽ നിന്നു പകർന്നു കിട്ടിയ ഹൃദയ സ്പൃക്കായ അനുഭവങ്ങളും സംഭവങ്ങളും ഉപയോഗിച്ചാണ് ഞാൻ *സഖാവ്* എഴുതിയത്.

സഖാക്കൾ ഇ എം എസും, എ കെ ജിയും ഇ കെ നായനാരും എനിക്ക് അടുത്തറിയുന്നവരാണ്. അവരെ ഞാൻ തൊട്ടുനിന്നിട്ടുണ്ട്. അവരുടെ സ്നേഹവാത്സല്യങ്ങളും അവരിൽനിന്നു നേടിയ അറിവും അനുഭവ സമ്പത്തുമാണ് നാടക രചനയ്ക്കുള്ള എന്റെ മൂലധനം. മഹാകവി ചങ്ങമ്പുഴയുടെ *വാഴക്കുല* എന്ന പ്രശസ്ത കവിതയുടെ പശ്ചാത്തലത്തിൽ ആദ്യ കമ്യൂണിസ്റ്റു ഗവൺമെന്റ് വന്ന വഴികളെ രംഗവേദിയിലൂടെ പരിചയപ്പെടുത്തുന്നതാണ് *മലയപ്പുലയനും ഇ എം എസും* എന്ന നാടകം.

കണ്ണൂർ സംഘചേതന, ആറ്റിങ്ങൽ ദേശാഭിമാനി, പെരുമ്പാവൂർ സംഘവേദി, തിരുവനന്തപുരം ജനസംസ്കൃതി എന്നീ പ്രശസ്ത നാടക സംഘങ്ങളിലെ അനുഗൃഹീത കലാകാരന്മാരിലൂടെ കേരളത്തിലുടനീളം നൂറുകണക്കിന് രംഗവേദികളിൽ അവതരിപ്പിച്ച് ജനകീയ അംഗീകാരം നേടിയവയാണ് ഈ കമ്യൂണിസ്റ്റ് നാടകങ്ങൾ.

കേരളത്തിലെ കമ്യൂണിസ്റ്റു പാർട്ടിയുടെ ചരിത്രവും ജാതി-ജന്മി മേധാവിത്വത്തിനുകീഴിൽ അടിമ സമാനമായ ജീവിതം നയിച്ച കേരളത്തിലെ മർദ്ദിത ജനതയെ മനുഷ്യരാക്കി മാറ്റുന്നതിൽ കമ്യൂണിസ്റ്റു പാർട്ടിയും

അതിന്റെ ത്യാഗധനന്മാരായ നേതാക്കളും വഹിച്ച പങ്കിനെയും വിശ്വാസ യോഗ്യമായി ആവിഷ്കരിച്ചിട്ടുള്ള ഈ നാടകങ്ങൾ നമ്മുടെ ചരിത്രത്തിന്റെ ഭാഗം തന്നെയാണെന്ന് ഏതു നിഷ്പക്ഷമതിയും അംഗീകരിക്കും എന്നാണ് എന്റെ വിശ്വാസം.

ഈ നാടകത്തെക്കുറിച്ചും സഖാക്കൾ ഇ എം എസ്, വി എസ് അച്യുതാനന്ദൻ, പി ഗോവിന്ദപ്പിള്ള, മഹാകവി ഒ എൻ വി, ഡോ. കെ എൻ പണിക്കർ, ഡോ. ബാലമോഹൻ തമ്പി എന്നിവർ എഴുതിയിട്ടുള്ള വില യേറിയ പഠനക്കുറിപ്പുകൾ അനുബന്ധമായി ചേർത്തിട്ടുണ്ട്.

ഇത്തരത്തിൽ ഒരു നാടക സമാഹാരം പ്രസിദ്ധീകരിക്കാൻ മുൻകൈ എടുത്ത ചിന്ത പബ്ലിഷേഴ്സിനോടും എഡിറ്റർ എന്റെ സുഹൃത്ത് പ്രശസ്തകവി സ. സി പി അബൂബക്കറോടും വ്യക്തിപരമായി എനിക്കുള്ള നന്ദി കൂടി ഞാനിവിടെ രേഖപ്പെടുത്തുന്നു.

തിരുവനന്തപുരം
- - 2016

ഭഗത് സിങ്

ഭഗത്സിങ്

ദൃശ്യം - ഒന്ന്

ലാഹോറിലെ തെരുവ്. സമയം സന്ധ്യയോടടുക്കുന്നു. രംഗത്ത് വെളിച്ചം എത്തുമ്പോൾ തെരുവിന്റെ ഒരു ഭാഗത്ത് ഒരു മുക്കാലിയിൽ കൈകൾ മേലോട്ടു ചേർത്ത് കെട്ടിയ ചെറുപ്പക്കാരനെ ഒരു പൊലീസുകാരൻ ചാട്ടവാറുകൊണ്ടടിക്കുന്നു. അയാൾ അർദ്ധനഗ്നനാണ്. പൈജാമ മാത്രമേ ധരിച്ചിട്ടുള്ളു. തെരുവിൽക്കൂടി മൂന്നു ചെറുപ്പക്കാർ അർദ്ധനഗ്നരായി ഇഴഞ്ഞുനീങ്ങുന്നു. ഇഴയുന്നവർ തല ഉയർത്തുമ്പോൾ ചാട്ടവാറുകൊണ്ട് പൊലീസുകാർ ആഞ്ഞടിക്കുന്നു. ഒരു ബ്രിട്ടീഷ് പൊലീസ് ഓഫീസറും നാല് ഇന്ത്യൻ പൊലീസുകാരും നാലു ചെറുപ്പക്കാരുമാണ് രംഗത്ത്. ഓരോ അടിയുമേറ്റ് പുളയുമ്പോൾ ചെറുപ്പക്കാർ വീറോടെ "വന്ദേ മാതരം ... വന്ദേമാതരം ...." എന്നലറി വിളിക്കുകയാണ്. ചെറുപ്പക്കാരുടെ ആവേശകരമായ മുദ്രാവാക്യം വിളികേൾക്കുമ്പോൾ അതിലേറെ അരിശത്തോടെ ബ്രിട്ടീഷ് ഓഫീസർ

ബ്രിട്ടീഷ് ഓഫീസർ : യൂ ബ്ലഡി ഇന്ത്യൻ സ്കൗണ്ട്റൽസ് ഷട്ട് അപ് യുവർ മൗത്ത് സ്റ്റോപ്പ് യുവർ ബ്ലഡി സ്ലോഗൻസ്.

ചെറുപ്പക്കാർ : *(കുറേക്കൂടി ആവേശത്തോടെ)* "വന്ദേമാതരം.... വന്ദേമാതരം...."

ഇന്ത്യൻ പൊലീസുകാരിലൊരാൾ : നിർത്തിനെടാ കഴുവേറി മക്കളേ

നിന്റെയൊക്കെ അമ്മേടെ മാതരം. മര്യാദയ്ക്കു സായപ്പേമാന്റെ കാലു പിടിച്ചാൽ നിന ക്കൊക്കെ നേരേ ചൊവ്വെ വീട്ടിൽ പോകാം.

ചെറുപ്പക്കാരിലൊരാൾ : ഇല്ലെങ്കിലോ ....

മറ്റൊരു ഇന്ത്യൻ പൊലീസുകാരൻ : നിന്നെയൊക്കെ ഈ തെരുവോരത്തെ മരച്ചി ല്ലയിൽ കെട്ടിത്തൂക്കി വെടിവച്ചു കൊല്ലും.

മറ്റൊരു ചെറുപ്പക്കാരൻ : പെറ്റമ്മയോടും പിറന്ന നാടിനോടും കൂറി ല്ലാത്ത എച്ചിൽ പട്ടികളേ, നീയൊക്കെ അതു ചെയ്തില്ലെങ്കിലേ ഞങ്ങൾക്കത്ഭുതമുള്ളൂ.

(ചെറുപ്പക്കാരന്റെ തലയ്ക്ക് പൊലീസുകാരൻ തോക്കിന്റെ പാത്തി കൊണ്ടിടിക്കുന്നു.)

ചെറുപ്പക്കാർ (ഒരുമിച്ച്) "വന്ദേമാതരം" എന്ന മുദ്രാവാക്യം വിളി ക്കുന്നു.

മൂന്നാമത്തെ ഇന്ത്യൻ പൊലീസുകാരൻ : വിപ്ലവകാരികൾ വിപ്ലവകാരികൾ, എടാ തെമ്മാ ടികളേ... സൂര്യൻ അസ്തമിക്കാത്ത ബ്രിട്ടീഷ് സാമ്രാജ്യത്തെ തോല്പിച്ച് ഒരു സ്വതന്ത്ര ഭാര തമുണ്ടാക്കാമെന്നാണോ നിങ്ങളുടെ വിചാരം. നടപ്പില്ല മക്കളേ... ഈ ജന്മം അതു നടപ്പില്ല.

ഒരു ചെറുപ്പക്കാരൻ : സായിപ്പിന്റെ കാവൽപ്പട്ടികളേ, ആ നില്ക്കുന്ന സായിപ്പു പറഞ്ഞാൽ ഞങ്ങൾക്കു മനസ്സിലാ കും. കച്ചവടത്തിനു വേണ്ടി പാത്തും പതു ങ്ങിയും വന്ന് നമ്മുടെ സഹോദരങ്ങളെ തമ്മിൽ തല്ലിച്ച് അധികാരം കൈവശപ്പെടു ത്തിയ ആ കൊള്ളക്കാരന്റെ ഭാഷയിൽ ഒരു ഭാരതീയ സ്ത്രീ പ്രസവിച്ച തന്നെപ്പോലുള്ള കാവൽപ്പട്ടികൾ കുരയ്ക്കുന്നതു ഞങ്ങൾക്കു മനസ്സിലാവില്ല.

ബ്രിട്ടീഷ് ഓഫീസർ : ഹാവ് യൂ റിമെമ്പർ മിസ്റ്റർ കത്താർസിങ് സരാഭാ ... വാട്ട് ഹാപ്പെൻഡ് ഹിം?

ചെറുപ്പക്കാർ : ഹേ! വെള്ളക്കാരാ.... ഞങ്ങൾക്കറിയാം പതി നെട്ടാം വയസ്സിൽ നാടിനുവേണ്ടി തൂക്കു മര ത്തിലേറിയ ആ ഉജ്ജ്വല വിപ്ലവകാരിയെ. ആ ധീരരക്തസാക്ഷികളുടെ പേരിൽ ഞങ്ങൾ അഭി മാനം കൊള്ളുന്നു. ഞങ്ങളുടെ വഴികാട്ടി യാണാ രക്തസാക്ഷി.

ബ്രിട്ടീഷ് ഓഫീസർ : *(അലറുന്നു)* ചാർജ്ജ്....

ചെറുപ്പക്കാർ : *(ഉച്ചത്തിൽ)* വന്ദേമാതരം....വന്ദേമാതരം.... രക്തസാക്ഷി കത്താർസിങ് സരാഭാ നീണാൾ വാഴട്ടെ....

(മാറത്തടക്കിപ്പിടിച്ച പുസ്കക്കെട്ടുമായി ഒരു ബാലൻ കടന്നുവരുന്നു. രംഗം കണ്ട് അമ്പരപ്പോടെ നില്ക്കുന്നു... പെട്ടെന്ന്.. അമ്പരപ്പ് രോഷമായി മാറുന്നു)

അകലെനിന്ന് ... ഒരു പുരുഷശബ്ദം ഭഗത്..ഭഗത്.. മോനേ ഭഗത്.. നീയെവിടെയാണ് (ശബ്ദം കേട്ട് കുട്ടി പെട്ടെന്ന് തിരിഞ്ഞുനോക്കുന്നു) ഭഗത്...ഭഗത്... എന്നു വിളിച്ചുകൊണ്ട് ഒരു മദ്ധ്യവയസ്കൻ രംഗത്തേക്കു വരുന്നു)

മദ്ധ്യവയസ്കൻ : (ഭഗത്സിങ്ങിന്റെ പിതാവ് കിഷൻ സിങ് രംഗം കണ്ട് അന്ധാളിച്ച്) മകനേ നീയിവിടെ..

ഭഗത്സിങ് : (വികാരതീവ്രതയോടെ) അച്ഛാ, ദാ കണ്ടില്ലേ, ഇന്ത്യാക്കാരെ ഇന്ത്യാക്കാർ തല്ലുന്നു.

ചെറുപ്പക്കാർ- (കൂടുതൽ ഉച്ചത്തിൽ) വന്ദേമാതരം.....

ഭഗത് (മുഷ്ടിചുരുട്ടി) : വന്ദേമാതരം..... *(പെട്ടെന്ന് പൊലീസുകാരുടെ ശ്രദ്ധ കുട്ടിയിലേക്ക് തിരിയുന്നു. അച്ഛൻ മകനെ ബലം പ്രയോഗിച്ച് പിടിച്ചുകൊണ്ടു പോകുന്നു.)*

(രംഗദീപം പൊലിയുന്നു)

ദൃശ്യം - രണ്ട്

വേദിയിൽ ഒരു വെളുത്ത കർട്ടൻ

ജാലിയൻവാലാബാഗ് മൈതാനം കൂട്ടക്കൊലയ്ക്കുശേഷം ഒരാഴ്ച കഴിഞ്ഞ ഒരു ദിവസം.... സമയം സായാഹ്നത്തോടടുക്കുന്നു. അസ്തമയ സൂര്യന്റെ ചെങ്കിരണങ്ങളിൽ കുളിച്ച മൈതാനം. മൈതാനം ഏകാന്തവും നിശ്ശബ്ദവും പേടിപ്പെടുത്തുന്ന കാറ്റിന്റെ സീൽക്കാരം. വിദൂരതയിൽ കാലൻ കോഴികളുടെ ശബ്ദം. രംഗദീപം തെളിയുമ്പോൾ, കൈയിൽ പുസ്തകസഞ്ചിയുമായി, നടന്നുക്ഷീണിച്ച മുഖഭാവത്തോടെ ബാലനായ ഭഗത് സിങ് കടന്നുവരുന്നു. വേദിയിൽ അങ്ങോട്ടും ഇങ്ങോട്ടും നടന്ന്... വികാരപരവശനായി അവിടെയും ഇവിടെയും കുനിഞ്ഞുനോക്കുന്നു. ഇനിയുള്ള രംഗം നിഴൽനാടകമായി അവതരിപ്പിക്കണം. പശ്ചാത്തലത്തിൽ ഒരു മഹാ

സമ്മേളനത്തിന്റെ ഇരമ്പം.......)

ജനങ്ങൾ : വന്ദേമാതരം.... വന്ദേമാതരം....വന്ദേമാതരം....

നേതാവ് : പ്രിയപ്പെട്ട സഹോദരീ സഹോദരന്മാരേ, പഞ്ചാബികളുടെ വിളവെടുപ്പ് ഉത്സവമായ വൈശാഖിദിനത്തിൽ ഈ ജാലിയൻവാലാ ബാഗ് മൈതാനത്തിൽ നാം ഒത്തുകൂടുന്നതു പോലും കലാപം കൂട്ടാനാണെന്നാണ് വെള്ളക്കാരൻ സർക്കാരിന്റെ ഭാഷ്യം. നമ്മോടൊപ്പം ഉത്സവം ആഘോഷിക്കാൻ വന്ന ഡോ.സെയ്ഫുദീൻ കിച്ചിലുവിനെയും സത്യാപാലിനെയും വഴിയിൽവച്ച് അവർ അറസ്റ്റു ചെയ്തു കൊണ്ടുപോയിരിക്കുന്നു. ഇതെന്തുന്യായമാണ്.
ഇംഗ്ലണ്ടിൽ നിന്നും കച്ചവടത്തിനായി ഇവിടെയെത്തിയ വെള്ളക്കാർക്ക് നമ്മെ ഭരിക്കാൻ എന്താണാവകാശം. വെള്ളക്കാരുടെ കൊള്ളരുതായ്മകൾക്കെതിരെ വിരൽ ചൂണ്ടിയാൽ ചാട്ടവാറും ലാത്തിയും തോക്കും കൊണ്ടവർ നേരിടുന്നു. നിരപരാധികളായ ഈ അമ്മമാരും സഹോദരിമാരും കുട്ടികളും എന്തു കലാപം കൂട്ടാനാണ്. നിരായുധരായ ഈ ജനക്കൂട്ടം നിയമവിരുദ്ധമാണെന്നാണ് ബ്രിഗേഡിയർ ഡയറിന്റെ കല്പന. ഇതനുസരിക്കാൻ നമ്മുടെ ആത്മാഭിമാനം നമ്മെ അനുവദിക്കുന്നില്ല. ഈ ധിക്കാരം ചെറുത്തു തോല്പിച്ചേ കഴിയൂ.

ജനക്കൂട്ടം : *(ഭയവിഹ്വലരായി)* പട്ടാളം...പട്ടാളം

നേതാവ് : *(ഉച്ചത്തിൽ)* ആരും ഓടരുത്. ആരും ഓടരുത്. തറയിൽ കമിഴ്ന്നുകിടക്കുവിൻ.

'ജനങ്ങൾ' 'വന്ദേമാതരം' 'വന്ദേമാതരം' എന്നുച്ചത്തിൽ വിളിക്കുന്നു.
ചിലർ എന്തിനും തയ്യാറായി നില്ക്കുന്നു.
ചിലർ നിലവിളിച്ചു കൊണ്ടോടുന്നു.

- കുതിരപ്പട്ടാളത്തിന്റെ കാലൊച്ച
- ഭയവിഹ്വലരായ ജനങ്ങളുടെ ആരവം.
- ജനറൽ ഡയറിന്റെ വെടിവയ്ക്കാനുള്ള ആജ്ഞ.
- ജനങ്ങളുടെ നിലവിളി

നിമിഷനേരം കൊണ്ട് എല്ലാം നിലയ്ക്കുന്നു. എല്ലാം ശൂന്യം...നി

ശ്ചലം. വെളിച്ചം കുട്ടിയായ ഭഗത് സിങ്ങിൽ കേന്ദ്രീകരിക്കുന്നു.

ഭഗത് : ഇവിടെ മാതൃഭൂമിക്കായി സർവ്വസ്വവും ബലി കഴിച്ച അറിയപ്പെടാത്ത ആയിരങ്ങളുടെ ജീവ രക്തത്തിൽ കുതിർന്ന ഈ മൺതരികൾ സാക്ഷി. അവർ തുടങ്ങിവച്ച ജോലിപൂർത്തി യായിട്ടില്ല. പകുതിവഴിപോലും എത്തിയിട്ടില്ല. അവരുടെ ഏറ്റവും പ്രിയങ്കരമായ സ്വപ്നം സാക്ഷാല്ക്കരിക്കാൻ അവർക്കു സാദ്ധ്യമല്ല. അവരുടെ ത്യാഗ പ്രതിജ്ഞ നിറവേറ്റാനാകും ഇനിയെന്റെ പ്രയത്നം... അവർ തുടങ്ങിവച്ച മഹായജ്ഞം പൂർത്തിയാക്കാൻ ഞാൻ ഉശി രോടെ മുന്നേറും. അതിനു കഴിഞ്ഞില്ലെങ്കിൽ ആ സമരത്തിൽ ഞാനെന്റെ ജീവൻ ബലി യർപ്പിക്കും. ഒരു നാൾ പ്രിയപ്പെട്ട റാവീനദി... ഞാനെന്റെ നെഞ്ചിലെ ചോരകൊണ്ട് നിന്നെ ചുവപ്പിക്കും. *(മൈതാനത്തുനിന്നു രക്തം കുതിർന്ന മണ്ണുവാരിക്കൊണ്ടു.... കൈനീട്ടി)* ഇതു സത്യം...സത്യം...സത്യം... *(സംഘഗാനം പോലെ...)*

വന്ദേമാതരം.....വന്ദേമാതരം....

രംഗദീപം പൊലിയുന്നു.

ദൃശ്യം - മൂന്ന്

ഭഗത്സിങ്ങിന്റെ വീടിന്റെ ഉള്ളിലെ ഒരു ഹാൾ സാമാന്യം ഭേദപ്പെട്ട ഒരു വീടിന്റെ ഹാൾ... സമയം സന്ധ്യ.

(പശ്ചാത്തലത്തിൽ എരുമകളുടെ അമറൽ)

കിഷൻസിങ് ഭഗത്സിങ്ങിന്റെ അച്ഛൻ- മദ്ധ്യവയസ്കനായ ഒരു സ്വാതന്ത്ര്യപോരാളി, കൃഷിക്കാരൻ. വിദ്യാവതി - ഭഗത്സിങ്ങിന്റെ അമ്മ. കുലീനയായ ഒരു വീട്ടമ്മ. ഹന്നാ - കിഷൻസിങ്ങിന്റെ അനു ജൻ, അജിത്സിങ്ങിന്റെ ഭാര്യ.

രംഗദീപം തെളിയുമ്പോൾ.....

കിഷൻസിങ്, വിദ്യാവതി, ഹന്ന എന്നിവർ ആരുടെയോ വരവും

പ്രതീക്ഷിച്ചു നില്ക്കുകയാണ്. വിദ്യാവതി ഏറെ ഉൽക്കണ്ഠാകുലയാണ്. ഉൽക്കണ്ഠ തീരെ അടക്കാൻ കഴിയാതെ.

വിദ്യാവതി : (എല്ലാവരോടുമായി) ഭഗത്തിനെ കണ്ടില്ലല്ലോ. സ്കൂൾ വിട്ടിട്ട് നേരം ഏറെയായി.

കിഷൻ സിങ് : *(ഉൽക്കണ്ഠ മനസ്സിലൊതുക്കി)* പേടിക്കാനൊന്നുമില്ല മോൻ ഇപ്പോഴിങ്ങെത്തും

വിദ്യാവതി : അങ്ങേക്കൊന്നുപോയി നോക്കിക്കൂടേ.

കിഷൻ : അതിന്റെ ആവശ്യമില്ല. തന്നെയുമല്ല ലാലാജി വരേണ്ട സമയമായി. അദ്ദേഹം വരുമ്പോൾ ഞാൻ വീട്ടിൽ ഇല്ലാതിരിക്കുന്നത് ശരിയാണോ?

ഹന്ന : എന്നാൽ, ഞാനും ഏടത്തിയും കൂടി ഒന്നന്വേഷിച്ചിട്ടു വന്നാലോ?

കിഷൻ : *(ചിരിച്ചുകൊണ്ട്)* എവിടെയെന്നു പറഞ്ഞാ അന്വേഷിക്കുക? നിങ്ങൾ ഒരു ഭാഗത്തുകൂടെ അന്വേഷിച്ചുപോകും. ഭഗത് മറ്റൊരു ഭാഗത്തുകൂടെ വീട്ടിലേക്കു വരും.

വിദ്യാവതി : എന്റെ കുട്ടിക്കു വല്ല ആപത്തും....

കിഷൻ : *(ചിരിച്ചുകൊണ്ട്)* ആപത്തോ? ഭഗത്തിനോ?.. അറിയാതെ ഒരാപത്തും അയാൾക്കുണ്ടാവില്ല. അറിഞ്ഞുകൊണ്ട് എന്തെങ്കിലും ആപത്ത് ക്ഷണിച്ചു വരുത്തിയിട്ടുണ്ടോ എന്നേ നോക്കേണ്ടൂ. ഭഗത് ഒരു സാധാരണ കുട്ടിയല്ല. പുരാണത്തിലെ അഭിമന്യുവിന്റെ ജാതിയാണ്.

വിദ്യാവതി : സത്ശ്രീ അകാൽ...

(പുറത്തുനിന്ന് ലാലാ ലജ്പത് റായി കടന്നുവരുന്നു) ലാലാ ലജ്പത് റായി — വാർദ്ധക്യത്തോടടുത്ത അരോഗദൃഢഗാത്രനായ ഒരു സുമുഖൻ. തലക്കെട്ട്, വെള്ള ജുബ്ബ, പൈജാമ, ഓവർകോട്ട്, കൈയിൽ വാക്കിങ് സ്റ്റിക്ക്.

കിഷൻസിങ് : *(അദ്ദേഹത്തെ കണ്ടതായി നടിച്ചുകൊണ്ട് മുന്നോട്ടുചെന്ന് കൂപ്പു കൈയോടെ)* വരണം.... സ്വാഗതം ..... സ്വാഗതം....

ലാലാജി : *(പ്രവേശിക്കുന്നു)* കിഷൻസിങ്ങും, വിദ്യാവതിയും, ഹന്നാമും, ലാലാജിയുടെ കാൽ തൊട്ടു വന്ദിക്കുന്നു. ലാലാജി അവരെ ആശീർവദിക്കുന്നു)

ലാലാജി : കിഷൻ ജി... സൗഖ്യം തന്നെയല്ലേ. *(ഹന്നാമിനെ ചൂണ്ടിക്കാട്ടി)* ഇത് നമ്മുടെ അജിത്

സിങ്ങിന്റെ പത്നിയല്ലേ. ഇങ്ങടുത്തുവരൂ മകളേ. ജയിലിൽ നിന്ന് അയാളുടെ കത്തുകൾ വരുന്നില്ലേ?

ഹന്ന : *(അറിയാതെ കരഞ്ഞുപോകുന്നു)*

ലാലാജി : കരയാതെ മകളേ... ഒരു സ്വാതന്ത്ര്യ സമരഭടന്റെ ഭാര്യയാകാൻ കഴിഞ്ഞത് ഒരു മഹാഭാഗ്യമാണെന്നു കരുതൂ.

കിഷൻജി : മാണ്ഡാലായാ ജയിലിൽ ആദ്യം പോയത് നമ്മുടെ ലാലാജി ആയിരുന്നു ഹന്നാം. പിന്നെ എത്രയോ കഴിഞ്ഞാണ് നിന്റെ ഭർത്താവ് അജിത് പോയത്. ഇന്നല്ലെങ്കിൽ നാളെ ഈ നാട് സ്വതന്ത്രമാകും. ഒരു ദിവസം അവൻ ഈ വീട്ടിൽ തിരിച്ചെത്തും.

ഹന്ന : *(അടക്കാനാവാത്ത സങ്കടത്തോടെ)* പത്തുദിവസം പോലും സന്തോഷത്തോടെ ഞങ്ങൾക്കൊരുമിച്ചു കഴിയാനായില്ല. കല്യാണ രാത്രിയിൽ അദ്ദേഹത്തെ പൊലീസ് കൊണ്ടുപോയതാണ്. മൂന്നാം മാസം പൊലീസ് കസ്റ്റഡിയിൽ നിന്ന് വീട്ടിൽ വന്നു. അടുത്ത ദിവസം .. മറ്റൊരു കേസിൽ പൊലീസ് പിടിച്ചുകൊണ്ടുപോയി. കേസു തീരും വരെ ജയിലിൽ.. ബർമ്മയിലെ മാണ്ഡാലയാ ജയിലിലേക്കു ജീവപര്യന്തം തടവിനു ശിക്ഷ....

ലാലാജി : കരയാതെ മകളേ...കരയാതെ....ഇതെല്ലാം ഈശ്വരൻ കാണുന്നുണ്ട്.

ഹന്ന : ഈശ്വരൻ ... പലപ്പോഴും കാണേണ്ടതൊന്നും കാണുന്നില്ല ബാബുജി. ഇഷ്ടമില്ലാത്ത കാഴ്ചകൾ വരുമ്പോൾ അദ്ദേഹം അങ്ങു കണ്ണടച്ചുകളയുന്നു... കണ്ടില്ലെന്നു പറയാമല്ലോ.

ലാലാജി : നിന്നെ എനിക്കു മനസ്സിലാകും. പക്ഷേ, ഈശ്വരനിന്ദ പാടില്ല.

ഹന്ന : ഞാൻ ഈശ്വരനെ നിന്ദിക്കുന്നില്ല ബാബുജി. പക്ഷേ, ഞാനെന്തു ചെയ്യണം. കല്യാണം കഴിഞ്ഞ ആറാം മാസത്തിൽ കൈവിലങ്ങുമണിഞ്ഞ് പതിനഞ്ചുവർഷത്തേക്ക് വിദൂരമായ ബർമ്മയിലെ മാണ്ഡാലയാ ജയിലിലേക്ക് യാത്ര ചോദിക്കാനെത്തുന്ന ഭർത്താവിനെ ഞാനെങ്ങനെ സമാധാനിപ്പിക്കും... ഞാനെങ്ങനെ സമാശ്വസിക്കും.

ലാലാജി : ഇത് ജീവിതമാണ്. എന്തും സഹിച്ചേ കഴിയൂ.... *(ഹന്ന ഏങ്ങലടിച്ചുകൊണ്ട്)* എട്ടും പൊട്ടും തിരിയാത്ത ഞങ്ങളുടെ പൊന്നുമോൻ ഭഗത്..... അദ്ദേഹത്തിന്റെമേൽ ഉരുണ്ടു കയറി മുത്തം വച്ചതും, അദ്ദേഹം വിളിച്ചുകൊടുത്ത വന്ദേമാതരം ഏറ്റു വിളിച്ചതും... എനിക്കിന്നും മറക്കാനാവില്ല.

അജിത് : *(പശ്ചാത്തലത്തിൽ)* – അജിത്ചിറ്റപ്പന്റെ പുന്നാരമോനെ.... ഭഗത്.. നീ... നിന്റെ ചിറ്റയുടെ കണ്ണുനീർ തുടച്ചുകൊടുക്കണം....

ഭഗത് : ഈ ഇംഗ്ലീഷുകാരെയൊക്കെ തകർത്ത് ജയിലിലടിച്ച് ഞാനെന്റെ ചിറ്റപ്പനെ കൊണ്ടുവന്ന് ചിറ്റയുടെ കണ്ണുനീർ തുടയ്ക്കും.

അജിത് : വന്ദേ...

ഭഗത് : മാതരം...

(മൂന്നുപ്രാവശ്യം ആവർത്തിക്കുന്നു)

ഹന്ന : *(വിങ്ങിപ്പൊട്ടി)* എനിക്ക് സഹിക്കാനാവുന്നില്ല...

(അകത്തേക്കോടുന്നു)

വിദ്യാവതി : പാവം പെണ്ണ്. കഴിഞ്ഞ ഏഴുവർഷമായി... ഇതാണാവസ്ഥ... കല്യാണംകഴിഞ്ഞ് ഒരു ദിവസം പോലും സുഖമായി ഒരുമിച്ചു കഴിയാൻ അവർക്കായില്ല.

കിഷൻ : ഭഗത്മോൻ മാത്രമാണ് അവരുടെ ഏക ആശ്വാസം.

ലാലാജി : കിഷൻജി നിങ്ങളൊരു സാധാരണ കുടുംബമല്ല. ദേശാഭിമാനികളുടെ കുടുംബമാണ്. നിങ്ങളുടെ അച്ഛൻ സർദാർ അർജ്ജുൻജി എന്നോടൊപ്പം നിരവധി തവണ ജയിലിൽ കിടന്നിട്ടുള്ള ദേശാഭിമാനിയാണ്. നിങ്ങളുടെ നേരെ അനുജൻ, വൈസ്രോയിയുടെ കോപത്തിനു ഇരയായി ഇപ്പോൾ മാണ്ഡാലയാ ജയിലിൽ... ഏറ്റവും ഇളയ അനുജൻ സ്വരൺ സിങ് കഴിഞ്ഞ ഏഴുവർഷം മുൻപ് ജയിലിൽ കിടന്നു മരിച്ചു.

വിദ്യാവതി : ഞാൻ ഭഗത്തിനെ ഗർഭം ധരിച്ചതിന്റെ അടുത്ത മാസം ഇദ്ദേഹം ജയിലിലായി. ശിക്ഷ കഴിഞ്ഞ്

ജയിലിൽ നിന്ന് വീട്ടിൽ വന്നു കയറുമ്പോൾ ... കൈകാൽ കുടഞ്ഞ് ഞങ്ങളുടെ ഭഗത്തും ഈ ഭൂമിയിലേക്കു വന്നു... 'ഭാഗ്യവും കൊണ്ടു വന്ന കുട്ടി' എന്ന അർഥത്തിലാണ് അവന്റെ മുത്തശ്ശി അവന് 'ഭഗത്' എന്നു പേരിട്ടത്.

ലാലാജി : എവിടെ ആ ചുണക്കുട്ടൻ. ഇങ്ങു വിളിക്കൂ.

വിദ്യാവതി : *(ഓർത്തിട്ടെന്ന പോലെ)* അയ്യോ അതു മറന്നു പോയി. അവൻ സ്കൂളിൽ നിന്ന് ഇനിയും മടങ്ങി എത്തീട്ടില്ല.

കിഷൻ : അങ്ങു വരേണ്ട സമയമായതുകൊണ്ട് മോനെ ത്തേടി ഞാൻ പുറത്തേക്കു പോയതുമില്ല.

ലാലാജി : *(ചിരിച്ചുകൊണ്ട്)* സാരമില്ല അയാളെ ആരും തേടേണ്ട. ആരുടെ കൂട്ടും വേണ്ട. തീക്കട്ടയെ ഒരു ഉറുമ്പിനും അരിക്കാനാവില്ല. അയാൾ തനിയെ ഇങ്ങെത്തും.

വിദ്യാവതി : ഞാനൊന്നു പുറത്തിറങ്ങി അന്വേഷിച്ചാലോ?

കിഷൻ : വേണ്ട. അയാളിങ്ങുവരും. ലാലാജി വന്ന കാര്യം പറഞ്ഞില്ലല്ലോ?

ലാലാജി : ഈ വരുന്ന പതിനഞ്ചിന് ആര്യസമാജത്തിന്റെ വിപുലമായ ഒരു സമ്മേളനമുണ്ട്. കിഷൻജി നിർബ്ബന്ധമായും പങ്കെടുക്കണം.

കിഷൻ : എന്താണാവോ വിശേഷിച്ച്?

ലാലാജി : നാട്ടിലാകെ അസ്വസ്ഥതയാണ്. വെള്ളക്കാ രെന്നുവച്ചാൽ നാട്ടുകാരോട് കണ്ണിൽ ചോര യില്ലാതെയാണ് പെരുമാറുന്നത്.

കിഷൻ : അതുകൊണ്ട് എന്തു ചെയ്യാമെന്നാണ്

ലാലാജി : നമ്മൾ പഞ്ചാബികൾ പൊതുവിൽ കുറെ ചൂടന്മാരാണ്. ആയുധമെടുത്തു പോരാടി ജയി ച്ചുകളയാമെന്നാണ് നമ്മുടെ കൂട്ടരുടെ വാദം. വിശേഷിച്ചും ചെറുപ്പക്കാരുടെ. എന്നാൽ, നിയ മലംഘനത്തിലൂടെ വൈസ്രോയിയെയും കൂട്ടരെയും വരുതിക്കുനിർത്തി സന്ധിചെയ്യി ക്കാമെന്നാണ് ഗാന്ധിജിയുടെ വിചാരം.

കിഷൻ : ഗാന്ധിജിയുടെ മനസ്സിലിരുപ്പ് നടപ്പാക്കാൻ ജനം കാത്തുനില്ക്കുമെന്നു തോന്നുന്നില്ല.

ലാലാജി : അതുതന്നെയാണ് പ്രശ്നം. ബോംബും തോക്കും കൊണ്ട് ഗവൺമെന്റിനെ നേരിടാൻ ആരെങ്കിലും തയ്യാറായാൽ മുൻപിൻ ആലോ ചിക്കാതെ ജനമതിന്റെ പുറകിൽ കൂടും. അതാ

പത്താകും.

കിഷൻ : അപ്പോൾ പിന്നെ.

ലാലാജി : അതാണ് ഗൗരവപൂർവ്വം ആലോചിക്കേണ്ട വിഷയം. ആര്യസമാജത്തിൽ എല്ലാവരുമുണ്ട ല്ലോ. പുരോഗമനവാദികളായ സിക്കുകാരും ഹിന്ദുക്കളും കോൺഗ്രസുകാരും തീവ്രവാദി കളുമൊക്കെ... നമുക്കെന്തുവേണമെന്നാലോചി ക്കാം. വോട്ടെടുപ്പുവന്നാൽ കിഷൻ ജി എന്റെ കൂടെനില്ക്കണം.

കിഷൻ : അതിനെന്താ സംശയം. ഞങ്ങൾ എപ്പോഴും അങ്ങയോടൊപ്പം തന്നെ.

(ഈ സമയം ഭഗത്സിങ്) കടന്നുവരുന്നു. ഭയന്നു വിറച്ചല്ല. ധീര മായ എന്തോ ചില നിലപാട് എടുത്തപോലെ പുസ്തകസ ഞ്ചിയുംതൂക്കി രംഗത്തേക്ക് വരുന്നു)

കിഷൻ : *(അകത്തേക്കുനോക്കി....)* വിദ്യാവതി ... ഭഗത്ത് വന്നു... നമ്മുടെ മോൻ വന്നു.

(വിദ്യാവതിയും, ഹന്നാമും പുറത്തേക്കുവരുന്നു. ഭഗത്ത് അകത്തേ ക്കും. ഭഗത്ത് ലാലാജിയെ കണ്ട്)

ഭഗത് : *(ലാലാജിയുടെ കാലിൽ തൊട്ടുതൊഴുതുകൊ ണ്ട്)* നമസ്തേ ബാബുജി.

ലാലാജി : വീരപുത്രാ, നിനക്കു സർവ്വമംഗളങ്ങളും ഭവി ക്കട്ടെ

വിദ്യാവതി : ഭഗത് നീ ഇത്ര ഇരുട്ടുംവരെ എവിടെയായി രുന്നു മോനേ.

ഭഗത് : *(സാധാരണമട്ടിൽ)* ജാലിയൻ വാലാബാഗിൽ.

ലാലാജി : ജാലിയൻ വാലാബാഗിലോ?

ഭഗത് : അതെ.

ലാലാജി : മോൻ ഒറ്റയ്ക്കാണോ അവിടെ പോയത്.

ഭഗത് : അല്ല. എന്റെ ഗുരുവും സ്നേഹിതനും എന്നോ ടൊപ്പമുണ്ടായിരുന്നു.

ലാലാജി : ആരാ മോന്റെ ഗുരു.

ഭഗത് : *(പോക്കറ്റിൽ നിന്ന് കത്താർസിങ് സരാഭയുടെ ചിത്രം എടുത്തുകൊടുത്തുകൊണ്ട്)* ഇതാ ണെന്റെ ഗുരു .. ഇതാണെന്റെ സ്നേഹിതൻ.

ലാലാജി : *(ചിത്രം കണ്ട് അമ്പരപ്പോടെ)* കത്താർസിങ് സരാഭ ഇതാണോ മോന്റെ ഗുരു..... കത്താർ സിങ് ആരാണെന്നു മോനറിയാമോ?

ഭഗത് : അതെ. അറിയാം. ഇംഗ്ലീഷുകാരിൽനിന്ന്

ഇന്ത്യയെ മോചിപ്പിക്കാൻ നടത്തിയ പോരാട്ടത്തിന് 18 -ാം വയസ്സിൽ വെള്ളക്കാർ തൂക്കിലേറ്റിയ ഗദർ വിപ്ലവകാരി.

ലാലാജി : അപ്പോൾ ഗുരുവിന്റെ വഴി പിൻതുടരുമെന്നാണോ?

ഭഗത് : *(നിർഭയം)* എന്താ സംശയം. ഇന്ത്യയെ മോചിപ്പിക്കാനുള്ള പോരാട്ടത്തിൽ വേണ്ടിവന്നാൽ തൂക്കിലേറാനും എനിക്കു സന്തോഷമാണ്.

ലാലാജി : മോനേ ഭഗത്ത്.. വീരപുത്രാ... നീ നാടിന്റെ മാണിക്യമാണ്. നിന്നെ ഞങ്ങൾക്കു വേണം. നീ അങ്ങനെ ബലിദാനമാകേണ്ടവനല്ല. -

മറ്റുള്ളവർ : മോനേ ഭഗത്... അറം പറ്റുന്ന വാക്കുകൾ പറയരുത് മോനേ.

ഭഗത് : *(നിസ്സങ്കോചം)* പിന്നെ എങ്ങനെ പറയണം. വെള്ളക്കാരന്റെ തുപ്പും തൊഴിയുമേറ്റു കഴിഞ്ഞുകൊള്ളാമെന്നോ? ഇതാണോ ഗുരു ഗോവിന്ദസിങ് നമ്മളെ പഠിപ്പിച്ചത്

ലാലാജി : *(ഭഗത്തിന്റെ തലയിൽ കൈവച്ച് അനുഗ്രഹിച്ചുകൊണ്ട്)* നല്ലതുവരട്ടെ. കിഷൻ ജീ ഞാനിറങ്ങുന്നു.

കിഷൻ : ഞാനും വരാം....

(എല്ലാവരെയും തൊഴുതുകൊണ്ട് ലാലാജിയും, പിന്നാലെ കിഷൻസിങ്ങും പുറത്തുപോകുന്നു) (അമ്മയും ഇളയമ്മയും ദുഃഖമടക്കാതെ കരയുന്നു)

ഭഗത് : അമ്മയും, ചിറ്റമ്മയും എന്തിനാ ഇങ്ങനെ കരയുന്നത്?

അമ്മ : വലുതാകുമ്പോൾ നീ ഞങ്ങളെ ഉപേക്ഷിച്ചു പോകുമെന്നല്ലേ പറഞ്ഞത്. അപ്പോൾ നിനക്ക് അമ്മയോട് സ്നേഹമില്ലെന്നല്ലേ.

ഭഗത് : ആരുപറഞ്ഞു അമ്മയോട് സ്നേഹമില്ലെന്ന്. അമ്മയോടുള്ള അത്രതന്നെ സ്നേഹം എനിക്ക് ചിറ്റമ്മയോടുമുണ്ട്. പക്ഷേ, ഒരു കാര്യം, നമ്മുടെയെല്ലാം പെറ്റമ്മയായ ഭാരതാംബയുണ്ടല്ലോ.... അവരോടാണ് എനിക്ക് ഏറെ സ്നേഹം.

ഹന്ന : ഭാരതാംബയെ സ്നേഹിച്ചുകൊള്ളൂ. പക്ഷേ, അതിന് തൂക്കുമരത്തിലേറണമോ?

ഭഗത് : ചിറ്റമ്മേ അജിത് ചിറ്റപ്പനെ പുറത്തുകൊണ്ടു

വരണ്ടേ? അതിന് ഇംഗ്ലീഷുകാരോട് യുദ്ധം ചെയ്യണ്ടേ? ഭാരതാംബയെ സ്വതന്ത്രയാക്കണ്ടേ? അതു പറഞ്ഞതിനാണോ നിങ്ങളിങ്ങനെ കരയുന്നത്?

വിദ്യാവതി : എന്റെ ഉണ്ണീ നീ ഒരു യുദ്ധവും ചെയ്യേണ്ട. എന്നും ഞങ്ങൾക്കൊപ്പം ഉണ്ടാവണം.

ഭഗത് : ഇത് സ്വാർത്ഥതയാണമ്മേ. ഈ സ്വാർത്ഥതയാണ് ഈ നാടിനെ വെള്ളക്കാരന്റെ അടിമയാക്കിയത്. നാടിനുവേണ്ടി പൊരുതണം.. പൊരുതി ജയിക്കണം.. തോറ്റാൽ വീരമരണം തന്നെ. അതിലൊട്ടും ദുഃഖിക്കരുത്.. *(ജാലിയൻ വാലാബാഗിൽ നിന്നെടുത്ത രക്തം പുരണ്ട മണ്ണു നിറച്ച കുപ്പി കാണിച്ചുകൊണ്ട്)* ഇതു കണ്ടോ? ജാലിയൻ വാലാബാഗിൽ മരിച്ചു വീണ ദേശാഭിമാനികളുടെ ചോരയിൽ കുതിർന്ന മണ്ണാണ്. *(മണ്ണു നിറച്ച കുപ്പി വേദിയുടെ മദ്ധ്യത്ത് ഒരു പീഠത്തിൽ കൊണ്ടുവച്ച ശേഷം)* കുമ്പിട്ടു തൊഴുതുകൊണ്ട് വന്ദേമാതരം എന്നു പറയുന്നു. *(പശ്ചാത്തലത്തിൽ ഒരു സംഘഗാനം പോലെ വന്ദേമാതരം ഉയരുന്നു)*

(രംഗദീപം പൊലിയുന്നു)

അതേ ദൃശ്യം.

രംഗദീപം തെളിയുന്നു.

സമയം പ്രഭാതം. പശ്ചാത്തലത്തിൽ എരുമകൾ അമറുന്ന ശബ്ദം.

പുറത്തുനിന്ന് : ഏയ് ഭഗത്..ഭഗത്.. നീ റെഡിയായില്ലേ? (അകത്തു നിന്ന്)

വിദ്യാവതി : ആരാണത്? സുഖദേവാണോ? അകത്തു കയറി വാ മോനേ. ഭഗത് വേഷം മാറുകയാണ്. ഇപ്പോൾ വരും. *(സുഖദേവ് -സുമുഖനായ ഒരു യുവാവ്. 18 വയസ്സോളം പ്രായം വരും. വെളുത്ത ജുബ്ബയും പൈജാമയും പൈജാമയ്ക്കു പുറത്ത് ഒരു ബ്രൗൺ നിറത്തിലുള്ള ഓവർകോട്ട്)*

സുഖദേവ് : *(അകത്തേക്കുകടന്നുവരുന്നു)* ഇവനെന്തൊരൊരുക്കമാണ്? സമയത്ത് കോളേജിൽ പോകണ്ടേ. എടാ ഭഗത്തേ പെട്ടെന്നിറങ്ങി വാ.

ഭഗത് : *(അകത്തു നിന്നുകൊണ്ട്)* നിന്റെ തിരക്കെനി

ക്കറിയാം. എടാ പതിനൊന്നു മണിക്കേ പരിപാടിയുള്ളൂ. ഭഗത് മുന്നിലും വിദ്യാവതി പുറകിലുമായി രംഗത്തേക്കു വരുന്നു.)

ഭഗത് : *(വെളുത്ത ജൂബ്ബയും ചുവന്ന ഓവർകോട്ടും വെളുത്ത പൈജാമയും തലയിൽ വാലിട്ട ഒരു കെട്ടും. രംഗത്തേക്കു വരുന്നു. പിന്നാലെ അമ്മയും സുഖദേവിനെ നോക്കി ചിരിച്ചുകൊണ്ട്)* ഇന്നു നിന്റെ വേഷം ഗംഭീരമായിട്ടുണ്ട് നിനക്കു വെള്ള ഹാഫ്കൈ ഷർട്ടിനേക്കാൾ ഈ ജൂബ്ബയാണ് ചേർച്ച അല്ലേ അമ്മേ.

വിദ്യാവതി : മുഖശ്രീയുള്ള കുട്ടികൾ എന്തു വേഷമിട്ടാലെന്താ .. എല്ലാം അവർക്കു യോജിക്കും.

സുഖദേവ് : അമ്മയുടെ മകനെപ്പോലെ സുന്ദരക്കുട്ടനൊന്നുമല്ലല്ലോ ഞാൻ. ഇവൻ നടന്നു പോകുമ്പോൾ കോളേജിലെ പെൺകുട്ടികളെല്ലാം കണ്ണിമവെട്ടാതെ നോക്കിനിന്ന് നെടുവീർപ്പിടുന്നത് ഞാൻ കണ്ടിട്ടുണ്ട്.

വിദ്യാവതി : *(ഒന്നും മിണ്ടാതെ സ്വയം ചിരിക്കുന്നു)*

ഭഗത് : ഇവനു ജീവിതത്തിൽ ഒരേ ഒരു കാര്യമേയുള്ളൂ. എന്തു പറഞ്ഞാലും പെൺകുട്ടികളും പ്രണയവും.

സുഖദേവ് : എന്താടാ! അതൊരു മോശം കാര്യമാണോ? നമ്മളൊക്കെ നാളെ സന്ന്യസിക്കാൻ പോകയാണോ?

ഭഗത് : സന്ന്യാസിയേക്കാൾ മേലെയാണെടാ ഒരു വിപ്ലവകാരിയുടെ ജീവിതം.

സുഖദേവ് : അപ്പോൾ വിപ്ലവകാരിക്ക് പ്രേമിക്കാൻ പാടില്ലെന്നെവിടെയാ പറഞ്ഞിട്ടുള്ളത്.

ഭഗത് : ആർക്കും ആരെയും പ്രേമിക്കാം. മര്യാദയ്ക്ക്... കല്യാണവും കഴിക്കാം. സുഖമായി ജീവിക്കാം... എന്നാൽ, സ്വന്തം നാട്ടിലെ ലക്ഷോപലക്ഷം ജനങ്ങൾ ഒരു നേരത്തെ ആഹാരത്തിനു വകയില്ലാതെ ഉടുതുണിക്കു മറുതുണിയില്ലാതെ കഷ്ടപ്പെടുമ്പോൾ അവരെ രാജ്യദ്രോഹികളാക്കി അടിമകളാക്കി വയ്ക്കുന്ന ഭരണകൂടത്തിനെതിരെ പൊരുതുന്നവൻ ഇതൊന്നും മോഹിക്കരുത്. അവന്റെ ജീവൻ ഉള്ളം കൈയിലാണ്. അധികാരികളുടെ വെടിയുണ്ടയ്ക്കോ ഒറ്റുകാരുടെ കഠാരമുനയ്ക്കോ

ഭരണക്കാരുടെ തൂക്കു കയറിനോ അതു കുത്തിപ്പൊട്ടിക്കാം അതു മറക്കേണ്ട.

സുഖദേവ് : തുടങ്ങി അവന്റെ വേദാന്തം. അമ്മേ ഇവനു ഭ്രാന്താണ്.

ഭഗത് : ഞാനും നിനക്കൊപ്പം പഞ്ചാരയടിച്ച് വിടുവായും പറഞ്ഞു നടന്നാൽ മാന്യനാകും ഇല്ലേ?

വിദ്യാവതി : തുടങ്ങിയോ രണ്ടും കൂടി. എന്തൊരു സ്നേഹമാണ് രണ്ടിനും ... പക്ഷേ, വായ തുറന്നാൽ കീരിയും പാമ്പും.

സുഖദേവ് : *(ചിരിച്ചുകൊണ്ട്)* ഇതൊക്കെ വെറുതേയല്ലേ അമ്മേ ഇവനെ ചൂടാക്കാൻ. ആത്മാർത്ഥത വേണം പക്ഷേ, അന്ധമായ ആത്മാർത്ഥത ഒന്നിനും കൊള്ളില്ല. എത്ര പറഞ്ഞാലും ഇവനതു മനസ്സിലാകുന്നില്ല.

ഭഗത് : *(ഹാസ്യമായി)* ശരി മേലാൽ ഞാനവിടുത്തോടു ശിഷ്യപ്പെട്ടുകൊള്ളാം.

വിദ്യാവതി : ഇന്നെന്താ കോളേജിലെന്തെങ്കിലും പരിപാടിയുണ്ടോ?

സുഖദേവ് : ലാഹോർ നാഷണൽ കോളെജിന്റെ സ്ഥാപകരിൽ ഒരാളായ ലാലാജി... ഇന്ന് കോളേജിൽ ഒരു പ്രഭാഷണം നടത്തുന്നുണ്ട്.

ഭഗത് : പ്രഭാഷണം...കാരണവര് വന്നുവന്ന് ഒരു തണുപ്പനായിട്ടുണ്ട്, തലയിൽ വെണ്ണ വച്ച് അതുരുകി കണ്ണിൽ വീഴുമ്പോൾ പക്ഷിയെപ്പിടിക്കാമെന്ന നിസ്സഹകരണത്തിന്റെ ലൈനിലാണദ്ദേഹവും. അദ്ദേഹമായതുകൊണ്ട് എതിർക്കാനും വയ്യ. എതിർക്കാതിരിക്കാനും വയ്യ.

സുഖദേവ് : ഭഗത്തേ നീ ഉടക്കാനൊന്നും പോകേണ്ട. അദ്ദേഹം പറയാനുള്ളത് പറഞ്ഞിട്ട് പൊയ്ക്കോട്ടെ.

ഭഗത് : അപ്പോൾ നാഷണൽ കോളേജിലെ വിദ്യാർത്ഥികളും ഉണ്ണാവ്രതക്കാരുടെ പട്ടികയിൽ പെടില്ലേ ചങ്ങാതീ.

സുഖദേവ് : അതിനാണല്ലോ നമ്മുടെ ഡ്രാമ ക്ലബ്ബിന്റെ പരിപാടി.

ഭഗത് : അതിന് ആ 'ബലിദാനം' എന്ന നാടകം ചെയ്യാൻ നിങ്ങളൊക്കെക്കൂടി സമ്മതിച്ചില്ലല്ലോ.

സുഖദേവ് : അതുവേണ്ട ഭഗത്തേ.... അതു കുറച്ചു പ്രകടമായിപ്പോകും. നിന്റെ പാട്ടും ആ സംഘനൃത്തവുമൊക്കെ മതി മനസ്സിലാകേണ്ടവർക്കൊക്കെ

കാര്യങ്ങൾ മനസ്സിലായിക്കൊള്ളും.

ഭഗത് : എന്നാലാവട്ടെ! നമുക്കിറങ്ങാം. അമ്മേ ഞങ്ങളിറങ്ങുന്നു.

വിദ്യാവതി : മോനേ ഭഗത് കുഴപ്പങ്ങളൊന്നുമുണ്ടാക്കരുതേ. *(രണ്ടുപേരും കാൽതൊട്ടു വന്ദിക്കുന്നു. പുറത്തേക്കു പോകുന്നു.)*

രംഗദീപം പൊലിയുന്നു.

ദൃശ്യം - നാല്

ലാഹോർ നാഷണൽ കോളേജ് ദിനം.

'ലാലാലജ്പത് റോയിക്കു സ്വാഗതം' എന്നെഴുതിയ ബാനർ പതിപ്പിച്ചിട്ടുള്ള വേദി.

(രംഗദീപം തെളിയുമ്പോൾ പശ്ചാത്തലത്തിൽ വിദ്യാർത്ഥികളുടെ മുദ്രാവാക്യം വിളി.

വന്ദേമാതരം വന്ദേമാതരം
സ്വതന്ത്രഭാരതം നമ്മുടെ ലക്ഷ്യം
ലാലാജിബാബു നമ്മെനയിക്കും
രക്തസാക്ഷികൾ നമ്മുടെ വഴികാട്ടികൾ.
വന്ദേമാതരം വന്ദേമാതരം

മുന്നിൽ ലാലാലജ്പത് റായി തൊട്ടു പിറകിൽ പ്രൊഫസർ ജയചന്ദ്രവിദ്യാലങ്കാർ (ബംഗാളിയെപ്പോലെ മുണ്ടുടുത്ത, വെളുത്ത ജുബ്ബയും, സെറ്ററുമിട്ട കണ്ണടവച്ച മദ്ധ്യവയസ്കൻ) പിന്നിൽ ഭഗത്സിങ്, സുഖദേവ് തുടങ്ങി ആറേഴു വിദ്യാർത്ഥികൾ രംഗത്തേക്കുവരുന്നു. രംഗത്ത് രണ്ടു കസേരകൾ മാത്രം. ലാലാജി രംഗത്തുവന്ന് സദസ്സിനെ തൊഴുന്നു. സദസ്സ് എഴുന്നേറ്റുനിന്ന് കരഘോഷം മുഴക്കുന്നു. ഭഗത്സിങ് ഒഴികെയുള്ള വിദ്യാർത്ഥികൾ പുറത്തേക്കുപോകുന്നു.

ഭഗത് സിങ്
മുന്നോട്ടുവന്ന് : നാഷണൽ കോളേജ് ദിനാഘോഷപരിപാടികളുടെ ഈ ഉദ്ഘാടനയോഗത്തിൽ അദ്ധ്യക്ഷത വഹിക്കാൻ ബഹു. ഹിസ്റ്ററി പ്രൊഫസർ ജയചന്ദ്രവിദ്യാലങ്കാർ അവർകളെ സാദരം ക്ഷണിച്ചുകൊള്ളുന്നു. *(കരഘോഷം)*

വിദ്യാലങ്കാർ : ഈ സമ്മേളനത്തിന് സ്വാഗതം ആശംസി

ക്കാൻ ഈ കലാലയത്തിലെ ആർട്സ് ക്ലബ് സെക്രട്ടറി ഭഗത് സിങ്ങിനെ ക്ഷണിച്ചുകൊള്ളുന്നു.

ഭഗത് : ഇന്ത്യയിൽ ഇന്ന് ജീവിച്ചിരിപ്പുള്ള ഏറ്റവും മഹാനായ സ്വാതന്ത്ര്യസമരസേനാനി, പൂജ്യപാദനായ ലാലാലജ്പത് റായി അവർകളെ നമ്മുടെ കലാലയത്തിലെ ചരിത്രവിഭാഗത്തിന്റെ തലവൻ, പുരോഗമനവാദിയും വിദ്യാഭ്യാസ വിചക്ഷണനുമായ ബഹുമാനപ്പെട്ട ശ്രീ ജയചന്ദ്ര വിദ്യാലങ്കാർ അവർകളെ ബഹുമാന്യരായ ഗുരുജനങ്ങളെ, വിശിഷ്ടാതിഥികളെ, എല്ലാ അർത്ഥത്തിലും നമുക്കിന്നു സുദിനമാണ്. ഈ കലാലയത്തിന്റെ സ്ഥാപകരിൽ പ്രമുഖനായ ലാലാലജ്പത് റായി അവർകൾ ഇന്ന് നമ്മോടൊപ്പമുണ്ട്. അദ്ദേഹമാണ് കോളേജ് ദിനാഘോഷ പരിപാടികൾ ഉദ്ഘാടനം ചെയ്യുന്നത്. അതിൽ കവിഞ്ഞ് നമുക്കെന്താണൊരു ഭാഗ്യം. ഇന്ത്യയിലെ വിപ്ലവകാരികളേയും സത്യഗ്രഹികളേയും ഒരുപോലെ കാണാനും സ്വാതന്ത്ര്യപോരാട്ടത്തിന്റെ എല്ലാ കൈവഴികളെയും ഒരുമിച്ചു ചേർക്കാനും ഇന്നാർക്കെങ്കിലും കഴിയുമെങ്കിൽ അദ്ദേഹത്തിനാണ് കഴിയുക. ഇക്കാര്യത്തിൽ ഇന്ത്യൻ യുവത്വത്തെ അദ്ദേഹം നിരാശപ്പെടുത്തില്ലെന്നു ഞാൻ പ്രതീക്ഷിക്കുന്നു. നിങ്ങളുടെ എല്ലാംപേരിൽ ഞാനദ്ദേഹത്തിന് വിനയപൂർവ്വം സ്വാഗതം അർപ്പിക്കുന്നു. *(സുഖദേവ് ഒരു ഷാൾ അദ്ദേഹത്തെ പുതപ്പിക്കുന്നു. കരഘോഷം)* ഇനി നമ്മുടെ അദ്ധ്യക്ഷനാണ് സ്വാഗതം പറയേണ്ടത്. കരിക്കുലത്തിനും സിലബസിനും പുറത്തുള്ള വിശാലമായ അക്ഷരങ്ങളുടെ ലോകത്തേക്ക് വിദ്യാർത്ഥികളെ കൂട്ടിക്കൊണ്ടുപോകുന്ന, മാക്യവല്ലിയും അർത്ഥശാസ്ത്രവും, ദസ്ക്യാപിറ്റലും വിദ്യാർത്ഥികളുടെ മുന്നിൽ തുറന്നുവയ്ക്കുന്ന ആ മഹാ പ്രതിഭയേയും ഞാൻ നിങ്ങളുടെ പേരിൽ സ്വാഗതം ചെയ്യുന്നു. നിങ്ങൾക്കോരോരുത്തർക്കും സ്വാഗതം ആശംസിച്ചുകൊണ്ട് ഞാനെന്റെ സ്വാഗത ഭാഷണം ഉപസംഹരിക്കുന്നു. വന്ദേമാതരം.

(സദസ്യർ ഏറ്റുചൊല്ലുന്നു)

അദ്ധ്യക്ഷൻ : ആദരണീയനായ ലാലാജി, പ്രിയപ്പെട്ട സഹ പ്രവർത്തകരേ, വിദ്യാർത്ഥി സുഹൃത്തുക്കളേ, നമ്മുടെ പ്രിയപ്പെട്ട ഭഗത് പറഞ്ഞതുപോലെ നമ്മൾ ഭാഗ്യവാന്മാരാണ്. എന്തുകൊണ്ടെന്നാൽ ഇന്ത്യൻ ദേശാഭിമാനത്തിന്റെ ഉജ്ജ്വല മൂർത്തിയായ ലാലാജി ഇന്നു നമ്മോടൊപ്പമാണ്. അദ്ദേഹത്തെ ഉദ്ഘാടന പ്രസംഗത്തിനു ക്ഷണിക്കുന്നതിനുമുൻപ് ഒരു വാക്ക് എന്റെ പ്രിയപ്പെട്ട ശിഷ്യൻ നിങ്ങളുടെ പ്രിയ സുഹൃത്ത് ഭഗത്തിനെക്കുറിച്ചു തന്നെ. എനിക്ക് മുഖസ്തുതി ഇഷ്ടമല്ല. പക്ഷേ, നമ്മോടൊപ്പമുള്ള ഒരു ചെറുപ്പക്കാരന്റെ മഹത്ത്വം നമ്മളെങ്കിലുമറിയണ്ടേ. അതിനു മാത്രം. ഭഗത് വെറുമൊരു വിദ്യാർത്ഥിയല്ല. ഭാവിയിൽ എല്ലാ രംഗത്തും ഈ ചെറുപ്പക്കാരൻ ഇന്ത്യയ്ക്ക് ഒരു വാഗ്ദാനമാവും. വിജ്ഞാനദാഹിയായ ഈ ചെറുപ്പക്കാരനെ കൈയിൽ ഒരു പുസ്തകവും ചുണ്ടിൽ ഒരു ചോദ്യവും ഇല്ലാതെ ഞാൻ കണ്ടിട്ടില്ല. ലാലാജി, അങ്ങു സ്ഥാപിച്ച ദ്വാരകാദാസ് ലൈബ്രറിയിൽ ഭഗത്തിനുവായിക്കാൻ ഇനി പുസ്തകങ്ങളുണ്ടോ? എന്നു സംശയമാണ്. ഈ ആളൊരു പുസ്തകപ്പുഴുവല്ല. എടുത്തുചാട്ടക്കാരനല്ല. ഒന്നാംതരം എഴുത്തുകാരനും ഗായകനും അഭിനേതാവുമാണ്. ഇന്നിവിടെ അവതരിപ്പിക്കാൻ തീരുമാനിച്ചിരുന്ന ഭഗത്തിന്റെ 'ബലിദാനം' എന്ന ലഘുനാടകത്തിന്റെ സ്ക്രിപ്റ്റ് ഞാൻ കണ്ടതാണ്. എത്ര ശക്തിയുള്ള രചന. ആദ്യത്തെ രക്തസാക്ഷി മംഗൽ പാണ്ഡെയെക്കുറിച്ചാണ് ആ നാടകം. ചില സാങ്കേതിക കാരണങ്ങളാൽ അത് അവതരിപ്പിക്കേണ്ടതില്ലെന്ന് തീരുമാനിച്ചു. പക്ഷേ, ഭഗത്ത് തയ്യാറാക്കിയ 'ചന്ദ്രഗുപ്തമൗര്യൻ' എന്ന നാടകം ഇന്നിവിടെ അവതരിപ്പിക്കുന്നുണ്ട്. ചന്ദ്രഗുപ്തമൗര്യനായി ഭഗത് നടത്തുന്ന അഭിനയം എത്ര തന്മയത്വമുള്ളതാണെന്ന് കണ്ടു ബോധ്യപ്പെടുക. ക്ഷമിക്കൂ. സ്വന്തം കുട്ടികളെ ഓമനിക്കുമ്പോൾ സമയം പോകുന്നത

റിയില്ല. ആദരണീയനായ ലാലാജി, ഉദ്ഘാടനപ്രസംഗത്തിനായി ഞാൻ അങ്ങയെ ക്ഷണിക്കുന്നു.

ലാലാജി : പ്രിയപ്പെട്ട അദ്ധ്യക്ഷൻ ജയചന്ദ്രവിദ്യാലങ്കാർജി, നിങ്ങളുടെ സെക്രട്ടറി പ്രിയപ്പെട്ട ഭഗത്, പ്രിയ സ്നേഹിതന്മാരേ, എന്നെ നിങ്ങൾ ക്ഷണിക്കുകയും, ആദരിക്കുകയും ചെയ്തതിൽ എനിക്കേറെ സന്തോഷം. വിശേഷിച്ച് ഭഗത്ത് എന്നെ ക്ഷണിച്ചാൽ എനിക്കു വരാതിരിക്കാൻ കഴിയില്ല. അയാളുടെ മുത്തച്ഛൻ അർജ്ജുൻസിങ്ങും, ഞാനും സുഹൃത്തുക്കളാണ്. ഞങ്ങളൊരുമിച്ച് ഏറെക്കാലം ഒരേ ജയിലിൽ കഴിഞ്ഞിട്ടുണ്ട്. ഇപ്പോൾ നമ്മൾ വല്ലാത്തൊരു ദശാസന്ധിയിലാണ്. ഗാന്ധിജി ബംഗാളിൽ പോയിരുന്നു. അവിടത്തെ വിപ്ലവകാരികളെ കണ്ടു. അവരോട് ഒരു വർഷക്കാലത്തേക്ക് ആയുധം താഴെവയ്ക്കണമെന്നഭ്യർത്ഥിച്ചിരിക്കുകയാണ്. ഒരു വർഷത്തിനകം ഇന്ത്യയ്ക്കു സ്വരാജ് നേടിത്തരാമെന്നാണദ്ദേഹം പറയുന്നത്.

സദസ്യരിൽ നിന്ന് : *(നടക്കാത്ത കാര്യം. ഗാന്ധിജി ഇത്ര ശുദ്ധനായിപ്പോയല്ലോ. അദ്ധ്യക്ഷൻ (എഴുന്നേറ്റ്) ഈ അസഹിഷ്ണുത നാഷണൽ കോളേജ് വിദ്യാർത്ഥികൾക്ക് ചേർന്നതല്ല. (നിശ്ശബ്ദം)*

ലാലാജി : *(ചിരിച്ചുകൊണ്ട്)* എനിക്കത്ഭുതമില്ല. ഇതുതന്നെയാണ് നമ്മുടെ മുന്നിലെ പ്രശ്നം.... ഞാൻ വിപ്ലവകാരികളെ അവഗണിക്കുന്നതിനെ തിരാണ്. എന്നാൽ, എനിക്കവരോട് ഒരു യോജിപ്പുമില്ല. ജാതിയും മതവും വേണ്ടെന്നുപറയുന്ന കൂട്ടരെ അംഗീകരിക്കാൻ ബുദ്ധിമുട്ടാണ്. ബ്രിട്ടീഷുകാർക്കെതിരെ തോക്കും ബോംബും കൊണ്ട് പൊരുതി ജയിക്കാമെന്നും ഞാൻ കരുതുന്നില്ല. അത് ഭീകര പ്രവർത്തനമാണ്. ഞാനതിൽ വിശ്വസിക്കുന്നില്ല. ഭഗത്ത് മിടുക്കനാണ്. മിടുമിടുക്കനാണ്. ബോംബിനേക്കാൾ മൂർച്ചയുള്ളതാണ് അയാളുടെ നാക്കും തൂലികയും. ചരിത്രനാടകങ്ങളുടെ മറവിൽ അദ്ദേഹം നടത്തുന്നത് വർത്തമാനകാല രാഷ്ട്രീയ വിമർശനങ്ങളാണ്. ബലിദാനം പ്രത്യക്ഷത്തിൽ മംഗൽ

പാണ്ഡെയുടെ കഥയാണ് പറയുന്നത്. എന്നാൽ, സ്ക്രിപ്റ്റിലൂടെ കടന്നുപോകുമ്പോൾ നമ്മൾ കാണുന്നത് കർത്താർ സിങ് സരാഭയെയാണ്. അയാളുടെ ഭീകരപ്രവർത്തനത്തെ ന്യായീകരിക്കുന്ന രീതിയാണ്. അയാളെ വിപ്ലവകാരിയായി ഉയർത്തിക്കാട്ടുകയാണ് ചെയ്തിരിക്കുന്നത്. ഇന്നത്തെ സാഹചര്യത്തിൽ അത് വളരെ പ്രകോപനകരമായ അവസ്ഥ സൃഷ്ടിക്കും. ഭഗത്തിന്റെ ഡ്രാമാക്ലബ്ബിനും അംഗങ്ങൾക്കുമൊക്കെ അത് ദോഷം ചെയ്യും. അതുകൊണ്ട് ഞാനാണ് അത് അവതരിപ്പിക്കേണ്ടതില്ലെന്ന് വിദ്യാലങ്കാറിനെ അറിയിച്ചത്. ഈ വൃദ്ധന്റെ സ്വാർത്ഥതയ്ക്ക് വാത്സല്യത്തിന്റെ പേരിൽ മാപ്പു നല്കുക. നിങ്ങളുടെ കോളേജ് ദിനാഘോഷപരിപാടികൾ ഉദ്ഘാടനം ചെയ്തതായി പ്രഖ്യാപിക്കുന്നു.

സദസിൽ നിന്ന് : അങ്ങയിൽ നിന്ന് ഞങ്ങളിത് പ്രതീക്ഷിച്ചില്ല.

അദ്ധ്യക്ഷൻ : എല്ലാവർക്കും നന്ദി. യോഗം ഇവിടെ അവസാനിക്കുന്നു. തുടർന്ന് കലാപരിപാടികൾ അരങ്ങേറും.

രംഗദീപം പൊലിയുന്നു.

പശ്ചാത്തലത്തിൽ അനൗൺസ്മെന്റ്.

സ്വാതന്ത്ര്യസമരസേനാനികൾക്ക് അഭിവാദ്യമർപ്പിച്ചുകൊണ്ട് നാഷണൽ കോളേജ് ഡ്രാമാക്ലബ്ബ് അവതരിപ്പിക്കുന്ന ഒരു സംഘനൃത്തം.

രംഗദീപം തെളിയുമ്പോൾ രംഗത്തിന്റെ ഇരുവശത്തുനിന്നും യുവാക്കൾ പ്രവേശിച്ച് നൃത്തം വയ്ക്കുന്നു.

വന്ദേമാതരം വന്ദേമാതരം വന്ദേമാതരം
ചോരതുളുമ്പും യുവാക്കളേ,
രണധീരത തൻ ഇടിവാളുകളേ,
വീരകരങ്ങളിലായുധമേന്തി
ധീരപദങ്ങൾ പതറാതെ
ഉണരുക, പൊരുതുക, സ്വാതന്ത്ര്യത്തിനു
നമ്മുടെ പ്രാണൻ ബലിദാനം.....
ബലിദാനം...ബലിദാനം...ബലിദാനം....
ജാതിമതങ്ങളുടെ ദുർഭൂതങ്ങൾ

ചൂഷകമർദ്ദക നിയമങ്ങൾ
എല്ലാമെല്ലാം മാറ്റണമതിനായ്
രണഭൂമികളുടെ ബലിശിലയിൽ
യുവാക്കളേ, പ്രിയസഖാക്കളേ,
നമുക്കു നമ്മെ സമർപ്പിക്കാം.
സമർപ്പിക്കാം സമർപ്പിക്കാം
നമുക്കു നമ്മെ സമർപ്പിക്കാം.
നാടിനുവേണ്ടി പൊരുതിമരിച്ചവർ
നമ്മുടെ പൂർവ്വ പിതാക്കന്മാർ
അവരുടെ കാല്പാടുകളുടെ കനലുകൾ
വിരിയും ചരിത്രവീഥികളിൽ
ഒഴുകും കുരുതിച്ചോരയിൽ മുക്കി
എഴുതാം നമുക്കു വന്ദേമാതരം..
വന്ദേമാതരം... വന്ദേമാതരം...
പുതിയൊരു വന്ദേമാതരം
വന്ദേമാതരം... വന്ദേമാതരം...വന്ദേമാതരം...

രംഗദീപം പൊലിയുന്നു.

ദൃശ്യം അഞ്ച്

വിപ്ലവകാരികളുടെ ഒളിത്താവളം. അകത്തെ ഒരു ഹാൾ.. പിൻ ചുമരിൽ പകുതിതുറന്ന ഒരു അലമാര. അലമാരിയിൽ റിവോൾവറുകളും കഠാരയും. ചുമരിന്റെ ഒരു മൂലയിൽ ചാരിവച്ചിരിക്കുന്ന നാടൻ തോക്കുകൾ. മറ്റൊരു മൂലയിൽ കുറുവടികൾ. ചുമരിന്റെ മദ്ധ്യഭാഗത്ത് വാളും പരിചയും... മുറിയുടെ മദ്ധ്യഭാഗത്ത് കനലെരിയുന്ന ഒരു നെരിപ്പോട്. ഈ രംഗം വളരെ കുറഞ്ഞ വെളിച്ചത്തിൽ വേണം ക്രമീകരിക്കാൻ. എല്ലാവരേയും കാണണം. എന്നാൽ, വ്യക്തമായി കാണേണ്ടതില്ല. രംഗദീപം തെളിയുമ്പോൾ.

രംഗത്ത്....

ഇരിപ്പിടത്തിൽ ബംഗാളിയായ സചീന്ദ്രനാഥ്സന്യാൽ... ഒരു കൈത്തോക്ക് തുടച്ചുകൊണ്ട് ചന്ദ്രശേഖർ ആസാദ് വെളുത്തു തടിച്ച് സുമുഖനും മറ്റ നോട്ടത്തിൽ തന്നെ ഗംഭീരനുമായ ഒരു യുവാവ്.

ആസാദ് : സചീന്ദ്രാ ഇങ്ങനെ പോകാൻ പറ്റില്ല. കുറച്ചു നാടൻ തോക്കും, ഈ കൈത്തോക്കുകളും കൊണ്ട് ഒന്നുമാവില്ല. നമ്മുടെ സൈന്യത്തിന്റെ

ബലം കൂട്ടണം. കൂടുതൽ പ്രഹരശേഷിയുള്ള ആയുധങ്ങൾ സംഘടിപ്പിക്കണം.

സചീന്ദ്രനാഥ് : ആസാദ്ജീ നിങ്ങളുദ്ദേശിക്കുന്നത്

ആസാദ് : ബോംബ് നിർമ്മാണം തുടങ്ങണമെന്നു തന്നെയാണ്.

സചീന്ദ്രനാഥ് : ആസാദ്ജീ നിങ്ങൾ പറഞ്ഞത് പകുതി ശരിയാണ്. ബോംബ് വിലയ്ക്കു വാങ്ങി നമുക്കു പ്രയോഗിക്കാനാവില്ല. പക്ഷേ, ബോംബുണ്ടാക്കുന്നതിനു മുമ്പ് അതുപയോഗിക്കാനുള്ള വിപ്ലവകാരികളെ നമുക്ക് റിക്രൂട്ട് ചെയ്യണം.

ആസാദ് : സമ്മതിച്ചു. നാടുരുകി തിളച്ചു നില്ക്കുകയാണ്. നമ്മൾ ഒരാഹ്വാനം കൊടുത്താൽ നൂറു കണക്കിനു ചെറുപ്പക്കാർ നമ്മോടൊപ്പം വരും.

സചീന്ദ്രനാഥ് : യുവത്വത്തിന്റെ പ്രസരിപ്പുകൊണ്ട് അതി സാഹസികതയിലേക്ക് ആരും എടുത്തു ചാടും. ഒരു ചെറിയ തിരിച്ചടി വന്നാൽ അവരൊക്കെ പിന്തിരിയും. മറു ക്യാമ്പിലെത്തും. പ്രസ്ഥാനത്തെ ഒറ്റു കൊടുക്കുകയും ചെയ്യും.

ആസാദ് : സചീന്ദ്രാ താങ്കൾ പറഞ്ഞതു ശരിയാണ്. വിപ്ലവകാരികളെ പരീക്ഷിച്ചേ തെരഞ്ഞെടുക്കാവൂ.

സചീന്ദ്രനാഥ് : ഇനി അമാന്തിച്ചുകൂടാ. നമ്മുടെ ഹിന്ദുസ്ഥാൻ ആർമിയെ സജീവമാക്കണം. ആളും ആയുധവും കൊണ്ട് സമ്പുഷ്ടമാക്കണം.

(പുറത്തുനിന്ന് ബി കെ ദത്ത് കടന്നു വന്ന് സല്യൂട്ട് ചെയ്യുന്നു)

ആസാദ് : എന്താണ് സ. ദത്ത്.
ആസാദ്ജീ രണ്ടുപേർ കാണാൻ പുറത്തു കാത്തു നില്ക്കുന്നു.

ആസാദ് : അവർ എവിടെനിന്നു വരുന്നു?

ദത്ത് : കാൺപൂരിൽ നിന്ന്.

ആസാദ് : അടയാള വാക്യം?

ദത്ത് : 1917

ആസാദ് : പേരു പറഞ്ഞോ?

ദത്ത് : വൺ മിസ്റ്റർ ജോഗേഷ് ചന്ദ്ര ചാറ്റർജി ആൻഡ് ഭഗത് സിങ് .... എ ഹാൻഡ്സം ബ്രേവ് യൂത്ത്

സചീന്ദ്രനാഥ് : ജോഗേഷ് ചന്ദ്രനോ?

ആസാദ് : വരാൻ പറയൂ. *(ദത്ത് പുറത്തേക്ക് പോകുന്നു)*

സചീന്ദ്രനാഥ് : ഭഗത് സിങ്! ഞാൻ കേട്ടിരിക്കുന്നു. നാഷണൽ കോളേജിൽ നിന്ന് ഈ അടുത്ത കാലത്ത്

പാസായി ഇറങ്ങിയ വിദ്യാർത്ഥിയാണല്ലേ അയാൾ.

ആസാദ് : അതെ. ഭഗത് സിങ്ങിനെ കിട്ടിയാൽ അയാൾ മാത്രമല്ല അയാൾക്കൊപ്പം ചെറുപ്പക്കാരുടെ ഒരു നല്ല സംഘം ഉണ്ട്.

സചീന്ദ്രനാഥ് : ആളെങ്ങനെ?

ആസാദ് : എന്തിലും ഉറച്ചു നില്ക്കുന്നവനാണെന്നാണ് കേട്ടിട്ടുള്ളത്. നന്നായെഴുതും. പ്രസംഗിക്കും, വായിക്കും

(ബട്കേശ്വർ ദത്തിനു പിന്നാലെ ജോഗേഷ് ചന്ദ്രനും ബംഗാളി വേഷത്തിൽ, ഭഗത് സിങ് (കോളറുള്ള അരക്കൈ ഷർട്ടും പൈജാമയും) പ്രവേശിക്കുന്നു. എല്ലാവരും മുഷ്ടി ചുരുട്ടി അഭിവാദ്യം ചെയ്യുന്നു) (ഭഗത്സിങ് ആസാദിനു മുന്നിൽ വന്ന്)

ഭഗത് : ആസാദ്ജീ ഞാൻ ഭഗത്സിങ് *(ചന്ദ്രശേഖരനെ അഭിവാദ്യം ചെയ്യുന്നു. ചന്ദ്രശേഖർ പ്രത്യഭിവാദനം ചെയ്തുവെങ്കിലും നിസ്സംഗനായി നില്ക്കുന്നു.*

ജോഗേഷ് : *(ഭഗത് സിങ്ങിനോട് സചീന്ദ്രനെ ചൂണ്ടിക്കാട്ടി)* ഇതു ബംഗാളിലെ പ്രശസ്ത വിപ്ലവകാരി സചീന്ദ്രനാഥ് സന്യാൽ.

ആസാദ് : *(തല ഉയർത്തി ഭഗത്തിനെ നോക്കി)* താനെന്തിനാ ഇങ്ങോട്ടു വന്നത്.

ഭഗത് : പണ്ഡിറ്റ്ജിയെ കാണാൻ.

ആസാദ് : എന്താ വിശേഷിച്ച്.

ഭഗത് : വിപ്ലവസംഘത്തിൽ ചേരാൻ.

ആസാദ് : *(കളിയാക്കി ചിരിച്ചുകൊണ്ട്)* എന്താ! ഇതു കുടിപ്പള്ളിക്കൂടമോ, സത്യഗ്രഹികളുടെ ആശ്രമമോ ആണെന്നു ധരിച്ചിട്ടുവന്നതാണോ.

ഭഗത് : അല്ല! ആയുധമേന്തിയ പോരാട്ടത്തിന് എന്നു കരുതിതന്നെ.

ആസാദ് : ആയുധങ്ങൾ എന്തെങ്കിലും കൈകാര്യം ചെയ്യാൻ പഠിച്ചിട്ടുണ്ടോ?

ഭഗത് : ഇല്ല. പഠിക്കാം.

ആസാദ് : പൊലീസുകാരന്റെ ബൂട്ടിട്ടകാലുകൊണ്ട് നാഭിക്കൊരുതൊഴിയും, ചൂരലുകൊണ്ട് ചന്തിക്കുനാലുതല്ലും കിട്ടുമ്പോൾ .... ഇട്ടെറിഞ്ഞുപോവില്ലെന്നുറപ്പുണ്ടോ?

ഭഗത് : മരിച്ചാലും കൂറുമാറില്ല. വെടിയുണ്ടയുടെയും,

തൂക്കുമരത്തിന്റെയും മുന്നിൽ പതറില്ല.... *(നെരിപ്പോടിനടുത്തേക്കുവന്ന് കൈ അതിൽ കാണിച്ച്)* ഇതു സത്യം ..... സത്യം ....സത്യം.... കൈ പിൻവലിക്കാതെ അങ്ങനെ നില്ക്കുന്നു.

ആസാദ് : *(കുറെനേരം നോക്കി നിന്നിട്ട് അടുത്തുചെന്ന് കൈ തട്ടിമാറ്റി ആലിംഗനം ചെയ്തുകൊണ്ട്)* ഭഗത്... ഇനി നമ്മൾ അന്യരല്ല. നിങ്ങളെന്റെ ഉടപ്പിറപ്പാണ്. ജീവിതത്തിലും, മരണത്തിലും ഇനി നമ്മൾ ഒന്നിച്ചാണ്. നമ്മളീനാടിന്റെ മോചന പോരാട്ടത്തിന് നേതൃത്വം കൊടുക്കും. മരണത്തിനും നമ്മളെ തോല്പിക്കാനാവില്ല.

(അവർ പരസ്പരം കൈകൾ കോർത്തു മേലോട്ടുയർത്തി ഉച്ചത്തിൽ വിളിച്ചു) "ഇൻക്വിലാബ് സിന്ദാബാദ്"

രംഗദീപം പൊലിയുന്നു.

ദൃശ്യം - ആറ്

നൗജവാൻ ഭാരത് സഭാ രൂപീകരണം ബ്രാഡ്‌ലാഹാൾ 1926 -മാർച്ച് എന്നെഴുതിയ ബാനർ പതിച്ച വേദി. ചുമരിൽ രക്തസാക്ഷി കത്താർ സിങ് സരാഭയുടെ ഒരു രേഖാചിത്രം. വേദിയിൽ ഭഗത് സിങ്, സുഖദേവ്, ഭഗവതീചരൺ, ദുർഗ്ഗാദേവി, രാംകിഷൻ - എന്നിവർ.

രംഗം തെളിയുമ്പോൾ എല്ലാവരും വേദിയിൽ ഇരിക്കുന്നതായാണ് കാണപ്പെടുന്നത്.

ഭഗത് സിങ് : *(ഇരിപ്പിടത്തിൽ നിന്ന് എഴുന്നേറ്റ്)* സുഹൃത്തുക്കളേ; നൗ ജവാൻ ഭാരത് സഭാ രൂപീകരണ സമ്മേളനം ആരംഭിക്കുകയാണ്. ഈ സമ്മേളനം നിയന്ത്രിക്കാൻ അദ്ധ്യക്ഷസ്ഥാനത്തേക്ക് ഞാൻ നമ്മുടെ സുഹൃത്ത് രാംകിഷനെ ക്ഷണിക്കുന്നു. (സദസ്സിൽ കയ്യടി)

രാംകിഷൻ (എഴുന്നേറ്റ്) പ്രിയപ്പെട്ട സുഹൃത്തുക്കളേ ഞാൻ കാര്യപരിപാടി വായിക്കാം.

(1) രക്തസാക്ഷി വന്ദനം -ദുർഗ്ഗാദേവി
(2) യോഗോദ്ദേശ്യവിവരണം - ഭഗത്സിങ്
(3) പരിപാടി അവതരണവും അംഗീകാരവും - ഭഗവതി ചരൺവോറ
(4) ഭാരവാഹികളെ തിരഞ്ഞെടുക്കൽ-

(5) സഭയുടെ മാനിഫെസ്റ്റോ അവതരണം - ഭഗത്സിങ്
(6) ഉപസംഹാരം - അദ്ധ്യക്ഷൻ
കാര്യപരിപാടി അംഗീകരിക്കുന്നുവെങ്കിൽ കൈയടിച്ചു പാസാക്കണം.
(സദസ്സ് കൈയടിക്കുന്നു) ഞാൻ ഒരു ഉപക്രമ പ്രസംഗത്തിന് ഇപ്പോൾ മുതിരുന്നില്ല. കാര്യ പരിപാടിയിലെ ആദ്യത്തെ ഇനമായ രക്ത സാക്ഷി വന്ദനത്തിലേക്ക് കടക്കുകയാണ്. അതിലേക്കായി സഖാവ് ദുർഗ്ഗാദേവിയെ ക്ഷണിക്കുന്നു. *(ചുവന്ന ബ്ലൗസും, ചുവന്ന കരയുള്ള വെള്ള സാരിയും, നെറ്റിയിൽ ചുവന്ന പൊട്ടും ധരിച്ച യുവതി)*

ദുർഗ്ഗാദേവി : സഖാക്കളേ, നമ്മുടെ അനശ്വര രക്തസാക്ഷി കത്താർസിങ് സരാഭയെ രക്തതിലകം ചാർത്തി ആദരിക്കട്ടെ (ഒരു കഠാരത്തുമ്പു കൊണ്ട് ഇടതുകൈയിലെ കൈവിരലിൽ വരയുന്നു. പൊടിഞ്ഞുവരുന്ന രക്തം വലതു കൈയിലെ വിരലിൽ തൊട്ടു ചിത്രത്തിന്റെ നെറ്റിയിൽ ചാർത്തുന്നു. *(സദസ്യർ വന്ദേമാതരം, വന്ദേമാതരം എന്ന് ഉച്ചത്തിൽ വിളിക്കുന്നു)* *(ദുർഗ്ഗ മുഷ്ടി ചുരുട്ടി അഭിവാദ്യം ചെയ്യുന്നു)*

അദ്ധ്യക്ഷൻ : ഇനി ഭഗത്സിങ് നിങ്ങളെ അഭിസംബോധന ചെയ്യും.

ഭഗത്സിങ് : *(വെള്ളഫുൾക്കൈഷർട്ടും, വെള്ള പൈജാമയും വെള്ളനിറത്തിലെ തലക്കെട്ടും)* പ്രിയസഹോദരങ്ങളേ, ഇന്ത്യൻ സ്വാതന്ത്ര്യസമരപ്രസ്ഥാനത്തിന്റെ ചരിത്രം തിരുത്തുന്ന ഒരു മഹാസംഭവത്തിന് നാമിന്നു തുടക്കം കുറിക്കുകയാണ്. സഹകരണവും നിസ്സഹകരണവും സ്വരാജും ഗഡാമിനിയൻ പദവിയും പറഞ്ഞ് നമ്മുടെ ദേശീയനേതാക്കൾ ഇന്ന് ഇന്ത്യൻ സ്വാതന്ത്ര്യസമരത്തെ അവ്യക്തതയുടെ ഇരുളടഞ്ഞ വഴികളിലേക്ക് നയിക്കുകയാണ്. സ്വരാജിസ്റ്റുകളുടെ പാർലമെന്ററി രാഷ്ട്രീയവും യാഥാസ്ഥിതികരുടെ ക്രിയാത്മകപരിപാടിയും ഫലത്തിൽ ബ്രിട്ടീഷ്‌രാജിനെ ബലപ്പെടുത്തുകയാണ്. ഇതിനു ബദലായി ഒരു വിപ്ലവപ്രസ്ഥാനം ഉണ്ടായേ കഴിയൂ. ഹിന്ദുസ്ഥാൻ റിപ്പ

ബ്ലിക്കൻ അസോസിയേഷന്റെ പൂർത്തീകരിക്കപ്പെടാത്ത ദൗത്യം സഫലീകരിക്കാൻ യുവജനങ്ങൾക്ക് ഒരു സംഘടനവേണം. അതിനാണ് 'നൗജവാൻ ഭാരത് സഭ' നാം രൂപീകരിക്കുന്നത്. ഈ സംഘടന വിപ്ലവകാരികളെ റിക്രൂട്ട് ചെയ്യാനുള്ള ഒരു കേന്ദ്രമായി പ്രവർത്തിക്കും. ഇതിന്റെ ഉദ്ദേശ്യലക്ഷ്യങ്ങളും പരിപാടിയും മാനിഫെസ്റ്റോയും പിന്നാലെ അവതരിപ്പിക്കുന്നുണ്ട്. സമാനമനസ്കരായ എല്ലാ സുഹൃത്തുക്കളേയും നേരിട്ട് ഞങ്ങൾ അറിയിച്ചിട്ടുണ്ട്. ഇതൊരു സെമി യൂജി സമ്മേളനമാണ്. ഇവിടെ അഴകൊഴമ്പൻ ചർച്ചകളോ വാദപ്രതിവാദങ്ങളോ പാടില്ല. ഭേദഗതികൾ എഴുതിത്തരിക, വേണ്ടവിധത്തിൽ പരിഗണിക്കപ്പെടും. ഉരുക്കു പോലെ ഉറച്ച അച്ചടക്കം. അതാണ് ഒരു വിപ്ലവ സംഘടനയുടെ വിജയത്തിന്റെ ആധാരശില. അതൊരിക്കലും മറക്കാതിരിക്കുക.

അധ്യക്ഷൻ : നൗ ജവാൻ ഭാരത് സഭയുടെ പരിപാടി 'ഭഗവതി ചരൺവോറ' അവതരിപ്പിക്കും.

ഭഗവതിചരൺ : (വെളുത്ത ബംഗാളി ജുബ്ബ, പൈജാമ, കണ്ണട, മുടി രണ്ടായി വകഞ്ഞുകോതിയിരിക്കുന്നു, യുവാവ്)

ഭഗവതി : നിങ്ങൾ അയച്ചുതന്ന ഭേദഗതികൾ ഉൾപ്പെടെ പരിശോധിച്ചശേഷം താഴെപ്പറയുന്ന പരിപാടി അംഗീകരിച്ചതായി അറിയിക്കുന്നു.

1. ഇന്ത്യയിലെ മുഴുവൻ തൊഴിലാളികളുടെയും കൃഷിക്കാരുടെയും ഒരു സമ്പൂർണ്ണറിപ്പബ്ലിക് സ്ഥാപിക്കുക.
2. ഒരു ഏകീകൃത ഇന്ത്യൻ രാഷ്ട്രം സ്ഥാപിക്കാൻ രാജ്യത്തെ യുവമനസ്സുകളിൽ ദേശാഭിമാനബോധം വളർത്തുക.
3. സാമ്പത്തിക വ്യാവസായിക സാമൂഹ്യപ്രസ്ഥാനങ്ങളെ സഹായിക്കുകയും അവയോട് അനുഭാവം പ്രകടിപ്പിക്കുകയും ചെയ്യുക. വർഗ്ഗീയ വികാരത്തിൽ നിന്ന് മുക്തമായ ഈ പ്രസ്ഥാനങ്ങൾ തൊഴിലാളികളുടെയും കൃഷിക്കാരുടെയും സമ്പൂർണ്ണ സ്വതന്ത്രറിപ്പബ്ലിക് സ്ഥാപിക്കുക എന്ന നമ്മുടെ ലക്ഷ്യത്തോടു നമ്മെ അടുപ്പിക്കും.

4. തൊഴിലാളികളെയും, കൃഷിക്കാരെയും സംഘടിപ്പിക്കുക. അംഗീകാരം നല്കാൻ അഭ്യർത്ഥിക്കുന്നു (സദസ്സ് കൈയടിച്ച് പാസ്സാക്കുന്നു)

അധ്യക്ഷൻ : പരിപാടി അംഗീകരിച്ചതായി പ്രഖ്യാപിക്കുന്നു. ഇനി സംഘത്തിന്റെ ഭാരവാഹികളെക്കുറിച്ചുള്ള നിർദ്ദേശം അവതരിപ്പിക്കാൻ സുഖദേവിനെ ക്ഷണിക്കുന്നു.

സുഖദേവ് : *(വെള്ള ഹാഫ്കൈഷർട്ടും, പൈജാമയും).* നമ്മളൊരു രഹസ്യസ്വഭാവമുള്ള വിപ്ലവസംഘടനയാണ്. അതുകൊണ്ട് അതിന്റെ ഭാരവാഹികളുടെ പേര് പുറത്തറിയാൻ പാടില്ല. വേദിയിൽ ഉള്ള അഞ്ചുപേർക്ക് പുറമേ നാലുപേരെ കൂടി കോ - ഓപ്റ്റു ചെയ്ത് ഒൻപതുപേരുള്ള ഒരു കേന്ദ്രകമ്മിറ്റിയും, കമ്മറ്റിയിൽനിന്നും രാംകിഷൻ പ്രസിഡന്റും, ഭഗത്സിങ് സെക്രട്ടറിയും, ഭഗവതിചരൺ പ്രചാരണ സെക്രട്ടറിയുമായി പ്രവർത്തിക്കണം എന്നാണ് നിർദ്ദേശം. *(സദസ്സ് കൈയടിച്ച് പാസാക്കുന്നു)*

അദ്ധ്യക്ഷൻ : ഭാരവാഹികളുടെ നിർദ്ദേശം അംഗീകരിച്ചതായി പ്രഖ്യാപിക്കുന്നു. ഇനി ഈ സമ്മേളനത്തിന്റെ പരമപ്രധാനമായ ഭാഗത്തേക്ക് കടക്കുകയാണ്. നൗ ജവാൻ ഭാരത് സഭയുടെ മാനിഫെസ്റ്റോ ഭഗത്സിങ് അവതരിപ്പിക്കും.

ഭഗത് : ഞാൻ നേരത്തെ സൂചിപ്പിച്ചുവല്ലോ നൗ ജവാൻ ഭാരത് സഭ ഒരു വിപ്ലവയുവജനപ്രസ്ഥാനമാണ്. അതിനാൽ എല്ലാ കാര്യങ്ങളും തുറന്നു പ്രഖ്യാപിക്കാനാവില്ല. അത് ശത്രുക്കളുടെ വായിലകപ്പെടലാവും. എന്നാൽ, ഇന്നിവിടെ അവതരിപ്പിക്കുന്ന നമ്മുടെ മാനിഫെസ്റ്റോ പരസ്യമായി പ്രസിദ്ധീകരിക്കാനുദ്ദേശിച്ചിട്ടുള്ളതാണ്. വിദേശഭരണകൂടത്തിനെതിരെയുള്ള ശക്തമായ ഒരു പ്രചരണ ആയുധം. ഇന്ത്യൻ യുവജനങ്ങളെ തട്ടിയുണർത്താനുള്ള ഒരു മൃതസഞ്ജീവനി അഭിമാനത്തോടെ ഞാനവതരിപ്പിക്കുന്നു. നമ്മുടെ രാജ്യം ഗുരുതരമായ ഒരു ഘട്ടത്തിലാണിപ്പോൾ. വിശ്വാസരാഹിത്യവും നിരാശാബോധവുമാണ് എല്ലായിടത്തും കാണാൻ കഴിയുന്നത്. മഹാന്മാരായ നേതാക്കൾക്ക് ലക്ഷ്യബോധവും വിശ്വാസവും നഷ്ടപ്പെട്ടിരി

ക്കുന്നു. അവരിൽ ബഹുഭൂരിപക്ഷവും ബഹു ജനവിശ്വാസം നേടാൻ കഴിയാത്ത സ്ഥിതിയിലാണ്. ഭാരതസ്വാതന്ത്ര്യത്തിന്റെ കർമ്മധീരരായ നേതാക്കൾക്ക് പരിപാടി ഇല്ല. അവരിലെ ആവേശം പോലും കെട്ടടങ്ങിയിരിക്കുന്നു. ഇനിയുള്ള ഏകപ്രതീക്ഷ യുവാക്കളിലാണ്. മനുഷ്യരാശിയുടെ പുരോഗതിയുടെ ചരിത്രമാകെ എഴുതിയിട്ടുള്ളത് 'യുവതീയുവാക്ക'ളുടെ ചോരകൊണ്ടാണ്. റഷ്യയുടെ മോചനത്തിന് ജീവൻ ബലിയർപ്പിച്ചത് യുവാക്കളായിരുന്നില്ലേ? പതിനായിരക്കണക്കിന് റഷ്യൻ യുവാക്കളെ സൈബീരിയയിലേക്ക് നാടുകടത്തി. അവർ ഭീകര മർദ്ദനങ്ങൾക്കെതിരെ നിരന്തരം പോരാടി. അവർ സാറിസ്റ്റു റഷ്യയെ ഒരു സോഷ്യലിസ്റ്റ് റഷ്യയാക്കി ഉയർത്തി. നാം ലോകത്തിന്റെ മോചനം ഇന്ന് റഷ്യയിൽ ദർശിക്കുന്നു. അടിമത്തത്തിൽ നിന്ന് നമ്മെ മോചിപ്പിക്കുവാൻ ദൈവികമായ സഹായമോ അത്ഭുതസംഭവങ്ങളോ സിദ്ധിവിശേഷമുള്ള മഹാത്മാക്കളോ വന്നെത്തുമെന്നു കരുതി കാത്തിരിക്കേണ്ട. സ്വാതന്ത്ര്യം ആഗ്രഹിക്കുന്നവർ തന്നെ അതു നേടിയെടുക്കണം. യുവാക്കളേ ഉണരൂ.... എഴുന്നേല്ക്കൂ.... നിദ്രയിൽ നിന്നുണരൂ......... *(വമ്പിച്ച കരഘോഷവും, വന്ദേമാതരവിളികളും ഉയരുന്നു.)*

രംഗദീപം പൊലിയുന്നു.

ദൃശ്യം - ഏഴ്

ഭഗത് സിങ്ങിന്റെ വീട്, സമയം പ്രഭാതം. ഉൽക്കണ്ഠയോടെ അമ്മ പുറത്തേക്കു നോക്കി ആരെയോ കാത്തുനില്ക്കുന്നു.

വിദ്യാവതി : അവനിന്നെങ്കിലും വരുമെന്നാണ് കരുതിയത്. റെയിൽവേ സ്റ്റേഷനിൽ പോയ അവന്റെ അച്ഛനേയും കാണുന്നില്ല. *(പ്രത്യാശയോടെ)* ദേ! അവന്റെ അച്ഛൻ വരുന്നല്ലോ. *(പെട്ടെന്ന് നിരാശയോടെ)* കൂടെ ആരുമില്ലല്ലോ. അവനിന്നും വന്നില്ലേ. അതോ കൂട്ടുകാരെ ആരെയെങ്കിലും കാണാൻ വഴിയിൽ ഇറങ്ങിയതാവുമോ? *(ഗ്ലാ*

നമായ മുഖത്തോടെ കിഷൻ സിങ് കടന്നുവരുന്നു)

വിദ്യാവതി : ലാഹോർ മെയിൽ വന്നില്ലേ?

കിഷൻ : *(താല്പര്യമില്ലാതെ) (വെറുപ്പോടെ)* വന്നല്ലോ.

വിദ്യാവതി : പിന്നെ, ഭഗത്തെവിടെ?

കിഷൻ : ഭഗത്തോ! അവൻ ഇന്ന് ലാഹോർ മെയിലിൽ വരുമെന്ന് നിന്നോടു പറഞ്ഞിരുന്നോ?

വിദ്യാവതി : എന്തു സംഭവിച്ചു. അവനിന്നും വന്നില്ലേ?

കിഷൻ : എനിക്കും ചോദിക്കാനുള്ളത് അതാണ്. പ്രായമാകുന്നതുവരെയല്ലേ അച്ഛനും അമ്മയും വേണ്ടതുള്ളൂ. ഇപ്പോൾ അവൻ പ്രമാണിയല്ലേ.

വിദ്യാവതി : എത്ര വലിയ പ്രമാണി ആയാലും ഭഗത് നമ്മുടെ മോനല്ലേ.

കിഷൻ : ആ വിചാരം ഭഗത്തിനും വേണ്ടേ?

വിദ്യാവതി : എന്തുവന്നാലും ഇനി അവനെ അങ്ങനെ വെറുതെ വിട്ടുകൂട. പിടിച്ചു കല്യാണം കഴിപ്പിക്കണം. അയൽഗ്രാമത്തിലെ ഗ്രാമത്തലവന്റെ മകൾ 'അമൃത' നല്ല കുട്ടിയാണ്. പെരുത്തു പണമുണ്ട്. തൊഴുത്തിൽ കറക്കുന്ന നാല് എരുമകളാണ്. കുറെ ഗോതമ്പുപാടവും, കരിമ്പിൻ പാടങ്ങൾ വേറെയും, ഒറ്റമകളേ ഉള്ളൂ.

കിഷൻ : *(ദേഷ്യത്തിൽ)* എന്നോടും അയാളതു സൂചിപ്പിച്ചു. പക്ഷേ, നമ്മുടെ സന്താനത്തെ ഒന്നു കൈയിൽ കിട്ടിയിട്ടു വേണ്ടേ പിടിച്ചുകെട്ടിക്കാൻ.

വിദ്യാവതി : അവനൊന്ന് ഇങ്ങുവന്നോട്ടെ. ഞാൻ ആ പെൺകുട്ടിയെ ആരുമറിയാതെ ഇവിടെ വിളിച്ചുകൊണ്ടുവരും. അവളെ ഒരിക്കൽ കണ്ടാൽ പിന്നെ അവനവളെ വിട്ടുമാറുകയില്ല.

കിഷൻ : ഭഗത്തിന്റെ പോക്ക് വളരെ അപകടം പിടിച്ചവഴിക്കാണ്. എവിടെയോ ഉത്സവത്തിന് ലഘുലേഖ വില്ക്കാൻ പോയെന്നോ, ആരോ ബോംബെറിഞ്ഞെന്നോ അതുമായി ബന്ധപ്പെട്ട് ഭഗത്തിന്റെ പേരിൽ ജില്ലാ മജിസ്ട്രേറ്റ് അറസ്റ്റുവാറണ്ട് പുറപ്പെടുവിച്ചെന്നോ ഒക്കെയാണ് കേൾവി.

വിദ്യാവതി : അതിന് ഭഗത്തിപ്പോൾ എവടെയുണ്ട്?

കിഷൻ : ആർക്കറിയാം? അയാൾ ലാഹോറിൽ നിന്ന് കാൺപൂരിലേക്കുപോയെന്നോ, കാൺപൂരിൽ നി

ന്ന് കൽക്കത്തയിലെത്തിയെന്നോ, അവിടെ നിന്ന് ദില്ലിവഴി ആഗ്രയ്ക്കു പോയെന്നോ ഒക്കെയാണ് കേൾക്കുന്നത്. കാറ്റുപോലെ അങ്ങനെ നടക്കുകയാണ്. 'ലോകമേ തറവാട്.'

വിദ്യാവതി : ഏതായാലും ഒരു കല്യാണം കഴിപ്പിച്ച് എവിടെയെങ്കിലും കുരുക്കിയിട്ടില്ലെങ്കിൽ നമ്മുടെ മോനെ നമുക്കു നഷ്ടപ്പെടും.

കിഷൻ : അതിനാണ് സാദ്ധ്യത.

വിദ്യാവതി : സുഖദേവിനോടോ യശ്പാലിനോടോ പറഞ്ഞ്, അവനോട് ഒന്നു വീടുവരെ വന്നിട്ടുപോകാൻ പറഞ്ഞാലോ.

കിഷൻ : കൊള്ളാം, അവരൊക്കെ ഇവനേക്കാൾ ത്രികാലവീരന്മാരല്ലേ. ഞങ്ങളും സ്വാതന്ത്ര്യപ്പോരാളികളായിരുന്നു. പക്ഷേ, ഇവരെപ്പോലെയല്ല. ഞങ്ങൾ അഹിംസാവാദികളായിരുന്നു. ഇവരങ്ങനെയല്ല 'ചോരയ്ക്കുചോര'യാണ് ഇവരുടെ പരിപാടി. അതുകുറച്ച് കടുപ്പമാണ്. ആരോടും ഒരു ഉത്തരവാദിത്വമില്ലാത്തവർ. കുടുംബത്തോടുപോലും സ്നേഹമില്ലാത്തവർ.

വിദ്യാവതി : എങ്ങനെയും നമ്മുടെ മകനെ അതിൽ നിന്ന് പിന്മാറ്റണം. *(എന്തോ ആലോചിച്ച് ഒരു പുതിയ കാര്യം കിട്ടിയതുപോലെ)* ഞാനൊരു കാര്യം പറഞ്ഞാൽ എന്നോടുദേഷ്യപ്പെടുമോ?

കിഷൻ : ഇല്ല, പറഞ്ഞോളു.

വിദ്യാവതി : അവന് ഒരു പെൺകുട്ടിയെ നോക്കിവച്ചിരിക്കുന്നു. പെണ്ണുകാണാൻ ഇത്രേടം വരെ ഒന്നു വന്നുപോകണം. ഇഷ്ടമില്ലെങ്കിൽ കല്യാണം കഴിക്കേണ്ട എന്നും പറഞ്ഞ് ഒരു കത്തെഴുതിയാലോ?

കിഷൻ : *(ദേഷ്യത്തിൽ)* അതിന്റെ കുറവൊന്നുമുണ്ടായിട്ടില്ല. നിന്നോട് ആലോചിച്ചില്ലെങ്കിലും ഞാനൊരു കത്തെഴുതി. അതിന്റെ മറുപടി കാണണ്ടേ?

(കിഷൻ സിങ് പോക്കറ്റിൽ നിന്ന് ഒരു കത്തെ ടുക്കുന്നു.)

യശ്പാൽ : *(പാന്റ്, കളർഷർട്ട്, കണ്ണട, ചെറുപ്പക്കാരൻ കടന്നുവരുന്നു.)*

(യശ്പാൽ ചിരിച്ചുകൊണ്ടാണ് വരവ്)

വിദ്യാവതി : ആര് യാൾപാലോ? എന്താ പോരാത്ത വഴി.

യശ്പാൽ : അമ്മേ സുഖം തന്നെയല്ലേ? അങ്കിൾ എന്തൊക്കെയുണ്ട് വിശേഷങ്ങൾ?

കിഷൻ : വിശേഷങ്ങളല്ലേയുള്ളു. ഇതാ നിന്റെ കൂട്ടുകാരന്റെ ഒരു കത്തുണ്ട്. കണ്ണടയില്ല. ഒന്നുറക്കെ വായിക്കു. ഞങ്ങൾ രണ്ടാളും കേൾക്കട്ടെ. *(യാശ്പാലിനെ രൂക്ഷമായി നോക്കുന്നു)*

(യശ്പാൽ എന്തോ അപകടമുണ്ടെന്നു മനസ്സിലാക്കിയിട്ടും സാധാരണനില കൈവരിച്ച് കത്ത് വാങ്ങുന്നു.)

യശ്പാൽ : കവർ പൊട്ടിച്ചിരിക്കുന്നല്ലോ?

കിഷൻ : *(ഒന്നുമറിയാത്തപോലെ)* കവർ പൊട്ടിച്ചോ? സാരമില്ല. വായിക്കൂ.

യശ്പാൽ : പൂജ്യ പിതാജി ഇപ്പോൾ എനിക്ക് വിവാഹത്തിന് യോഗ്യമായ സമയമല്ല. മാതൃഭൂമി എന്നെ മാടി വിളിക്കുന്നു. മനസ്സുകൊണ്ടും ശരീരം കൊണ്ടും സമ്പത്തുകൊണ്ടും മാതൃഭൂമിയെ സേവിക്കാൻ ഞാൻ ഉറച്ചുകഴിഞ്ഞു. നമുക്കതു പുത്തരിയല്ലല്ലോ. ഞാൻ ജനിച്ച് ഏതാനും വർഷം കഴിഞ്ഞപ്പോൾ ഇളയച്ഛൻ ജയിലിൽ കിടന്ന് അന്ത്യശ്വാസം വലിച്ചു. മറ്റൊരു ഇളയച്ഛൻ നാടുകടത്തപ്പെട്ട് പ്രവാസിയായി അലയുന്നു. കാരാഗൃഹവാസം അച്ഛനും കുറച്ചൊക്കെ അനുഭവിച്ചിട്ടുണ്ടല്ലോ. ഞാനും അങ്ങയുടെ പാദമുദ്രകൾ പിന്തുടരും. ദയവായി എന്നെ വിവാഹബന്ധത്തിൽ കുടുക്കാൻ യത്നിക്കരുത്. എന്റെ ആദർശങ്ങൾ സാക്ഷാൽക്കരിക്കാനുള്ള ഉദ്യമത്തിന് എന്നെ ആശീർവദിച്ചാലും

സ്വന്തം ഭഗത്.

വിദ്യാവതി : യശ്പാലെ എന്താ ഇങ്ങനെ ?

യശ്പാൽ : എനിക്ക് ഒന്നും മനസ്സിലാകുന്നില്ല.

കിഷൻ : *(ക്ഷുഭിതനായി)* പിന്നെ ആർക്കാ മനസ്സിലാകുക.

വിദ്യാവതി : നിങ്ങളെല്ലാം കൂടി എന്റെ കുട്ടിയെ

കിഷൻ : അവൻ ഇപ്പോൾ എവിടെയുണ്ടെന്നുപറ. കോളറിൽ തൂക്കി അവനെ ഞാനിവിടെ എത്തിക്കും. എന്നിട്ട് അവന്റെ കല്യാണം

ഞാനങ്ങു നടത്തും.

യശ്പാൽ : സത്യമായിട്ടും എനിക്കറിയില്ല.

കിഷൻ : *(സൗമ്യമായി)* യാശ്പാലെ. എന്നെ ദേഷ്യം പിടിപ്പിക്കരുത്. നീയും സുഖദേവുമറിയാതെ ഭഗത്ത് എവിടെ പോകാനാണ്?

വിദ്യാ : *(കൊഞ്ചുന്നപോലെ)* പറയൂ മോനെ. ഭഗത്ത് എവിടെയുണ്ട് ഒന്നുകണ്ടാൽ മതി. പിന്നെ അവന്റെ ഇഷ്ടം പോലെ നടന്നോട്ടെ.

കിഷൻ : നിനക്കു ഭഗത്തിനെ പറഞ്ഞു മനസ്സിലാക്കിക്കൂടെ. അവനെന്താ കല്യാണം കഴിക്കാതെ വലിയ വിപ്ലവകാരിയായി നടക്കാനാണോ ഭാവം?

യശ്പാൽ : അവൻ കല്യാണത്തിനൊന്നുമെതിരല്ല. കുറച്ചു കൂടി പഠിക്കണമെന്നാഗ്രഹമുണ്ട്. അതുകഴിഞ്ഞിട്ടാവാമെന്നാണ്.

വിദ്യാവതി : പഠിക്കണമെന്നുണ്ടെങ്കിൽ കല്യാണം കഴിഞ്ഞാലും പഠിക്കാമല്ലോ. മോനെ നീ അവനെയൊന്നുപദേശിക്കണം.

യശ്പാൽ : *(ചിരിച്ചുകൊണ്ട്)* ഞാനോ. അവനെയോ. അവനാണ് ഞങ്ങളെയൊക്കെ ഉപദേശിക്കുന്നത്. എന്നാൽ ഞാനിറങ്ങട്ടെ.

കിഷൻ : *(ആജ്ഞാസ്വരത്തിൽ)* ഒരു കാര്യം ഞാൻ പറയാം. നാളെ ഇരുളുന്നതിനുമുമ്പ് ഭഗത്തിനെ ഇവിടെ എത്തിക്കണം. ഇല്ലെങ്കിൽ നിന്നെയും സുഖദേവിനെയും ഞാൻ കിടത്തിപൊറുപ്പിക്കില്ല.

ഭഗത്സിങ് : *(പ്രവേശിച്ചുകൊണ്ട്)* എന്നെത്തേടി ആരും നടക്കണ്ട. ഞാനിവിടെയുണ്ട്. *(ഒരു ദീർഘ യാത്ര കഴിഞ്ഞു വരുന്ന വേഷം. കൈയിൽ ഒരു സ്യൂട്ട് കേസ്)*

(എല്ലാവരും ഒരു മിനിട്ട് സ്തംഭിച്ചു നില്ക്കുന്നു.)

യശ്പാൽ : ഭഗത്ത് നീ ഇപ്പോൾ

ഭഗത് : ദൽഹിയിൽ നിന്നാണ്

യാശ്പാൽ : ഞാനിറങ്ങട്ടെ.

ഭഗത് : ഒ കെ

കിഷൻ : യശ്പാൽ പോകാൻ വരട്ടെ. നമ്മൾ സംസാരിച്ചുകൊണ്ടിരുന്ന കാര്യത്തിന് ഒരു തീർച്ച മൂർച്ചയുണ്ടാക്കിയിട്ടു പോയാൽ മതി.

ഭഗത് : എന്തുകാര്യം?

വിദ്യാവതി : നിന്റെ വിവാഹക്കാര്യം

ഭഗത് : അതിന് അയാളെന്തിനാ? നമ്മുടെ കുടുംബ കാര്യമല്ലേ. അത് നമുക്കു തീരുമാനിക്കാം.

വിദ്യാവതി : അതാ അതിന്റെ ശരി.

കിഷൻ : ഭഗത്തേ, ഞങ്ങളെ കണ്ണിൽ മണ്ണിട്ടുമുങ്ങാമെന്നൊന്നും കരുതേണ്ട. ഇക്കുറി വിവാഹം കഴിഞ്ഞേ നിന്നെവിടൂ.

യശ്പാൽ : നീ എത്രദിവസം ഇവിടെ ഉണ്ടാകും.

വിദ്യാവതി : കല്യാണം കഴിയുന്നതുവരെ. ഇടയ്ക്ക് അലോസരമുണ്ടാക്കാൻ കൂട്ടുകാരാന്നു പറഞ്ഞ് ഇങ്ങോട്ടാരും വലിഞ്ഞുകയറി വന്നേക്കരുത്.

(യശ്പാലും ഭഗത്തും ചിരിക്കുന്നു) (യശ്പാൽ പുറത്തേക്കു പോകുന്നു.)

വിദ്യാവതി : മോനെ നിനക്കു നല്ല ഒരു പെണ്ണിനെ കണ്ടുവച്ചിട്ടുണ്ട്. ഗ്രാമത്തലവന്റെ മകളാണ്. നല്ല സുന്ദരിക്കുട്ടി. അവളെ ഒന്നു കണ്ടാൽ പിന്നെ നീ വേണ്ടെന്നു പറയില്ല. നല്ല ഭൂസ്വത്തുള്ള ഒരു പ്രഭുവിന്റെ ഏകമകൾ.

ഭഗത് : ശരി! കുട്ടി ഏതുവരെ പഠിച്ചിട്ടുണ്ട് ?

വിദ്യാവതി : സ്കൂളിൽ പോയിട്ടില്ല. അതുകൊണ്ട് ഇപ്പോഴത്തെ പരിഷ്കാരിപെമ്പിള്ളാരുടെ ഒരു ദുശ്ശീലവും അവളെ ബാധിച്ചിട്ടുമില്ല.

ഭഗത് : അമ്മേ പറയുമ്പോൾ മുഷിയരുത്. പഠിപ്പുള്ള ഒരു പെൺകുട്ടിയെ എനിക്ക് ഭാര്യയായി കിട്ടില്ലേ.

കിഷൻ : അപ്പോൾ പഠിപ്പുള്ള കുട്ടിയെയേ നീ കെട്ടൂ.

ഭഗത് : അതെ.

കിഷൻ : *(ദേഷ്യത്തിൽ)* എന്താ പഠിപ്പുള്ളവൾ പഠിപ്പുള്ള കുട്ടിയെ പ്രസവിക്കുമോ?

ഭഗത് : അങ്ങനെ ചോദിച്ചാൽ. ഉത്തരം പറയുമ്പോൾ നിഷേധിയാണെന്നു കരുതരുത്. ഞാനൊന്നു ചോദിക്കട്ടെ. എന്തിനാണിത്ര ധൃതി. എനിക്കത്ര പ്രായമെന്നുമായിട്ടില്ലല്ലോ. ചെറിയ പ്രായമല്ലേ.

കിഷൻ : ഓ അതുശരി. അപ്പോൾ മറ്റെല്ലാകാര്യത്തിനും നിനക്കുപ്രായമുണ്ട്. കല്യാണത്തിനുമാത്രം പ്രായ മായിട്ടില്ല. അല്ലേ?

വിദ്യാവതി : വെറുതെ വഴക്കുകൂടണ്ട. മോനേ ഒന്നു ചോദി

ച്ചോട്ടെ. പഠിപ്പുള്ള ഒരു പെൺകുട്ടിയെ ഞങ്ങൾ കണ്ടുവച്ചാൽ നീ കല്യാണം കഴിക്കുമോ?

ഭഗത് : ആലോചിക്കാം.

വിദ്യാവതി : ഉറപ്പാണെ.

ഭഗത് : ശരി

കിഷൻ : എന്തു ശരി! അവനുദ്ദേശിച്ചതേ നടക്കു!

വിദ്യാവതി : അതുമിതും പറഞ്ഞ് തെറ്റണ്ട. ഭഗത് അവന്റെ അച്ഛനെയും അമ്മയെയും അനുസരിക്കും. അല്ലേ മോനെ

ഭഗത് : അതേ. അമ്മേ ഞാൻ വന്ന കാലിൽ നില്ക്കുകയാണ്. ഒന്നുകുളിച്ച് ആഹാരം കഴിച്ച് കുറച്ചുറങ്ങിയിട്ട് പോരെ കല്യാണമൊക്കെ.

കിഷൻ : കണ്ടോ അവന്റെ പരിഹാസം.

വിദ്യാവതി : എന്തുപരിഹാസം. നിങ്ങൾ വെറുതെ അവനെ ശുണ്ഠിപിടിപ്പിക്കരുത്. മറ്റുകാര്യങ്ങളൊക്കെ നാളെ സംസാരിക്കാം.

(രംഗദീപം പൊലിയുന്നു)

അതേദൃശ്യം...

(രംഗദീപം തെളിയുമ്പോൾ)

ഒരു വെള്ളിഗ്ലാസിൽ പാലുമായി ഭഗത്, ഭഗത് എന്നുവിളിച്ചു കൊണ്ട് അമ്മ വേദിയിലേക്കുവരുന്നു. (ഉറക്കത്തിൽ നിന്നുണർന്ന പോലെ)

കിഷൻ : നീയെന്തിനുവെറുതെ തൊള്ളതുറക്കുന്നു. ഇന്നു വെളുക്കും മുമ്പ് അവൻ എവിടെയോ പോയി. ഇതാ കത്ത്

(അമ്മയുടെ കൈയിലിരുന്ന ടംബ്ലർ താഴെവീഴുന്നു. കത്തു നിവർത്തി നോക്കുന്നു) (ഭഗത് സിങ്ങിന്റെ ശബ്ദത്തിൽ)

പ്രിയപ്പെട്ട അച്ഛാ, അമ്മേ എന്നോടുക്ഷമിക്കു. ഈ ജന്മത്തിൽ അനുരാഗത്തെയോ, വിവാഹത്തെയോ കുറിച്ച് ആലോചിക്കാൻപോലും എനിക്കുവയ്യ. എന്റെ ജീവിതം ഭാരതത്തിന്റെ സ്വാതന്ത്ര്യം എന്ന ഉന്നത ലക്ഷ്യത്തിനായി അർപ്പിച്ചുകഴിഞ്ഞു. അതിനാൽ ഇന്ന് ഈ ജീവിതത്തിൽ സുഖമോ, വിശ്രാന്തിയോ,

ലൗകികമോഹങ്ങളോ എന്നെ തെല്ലും തീണ്ടുകയില്ല. അടിമഭാരതത്തിൽ വച്ച് ഞാൻ വിവാഹിതനാകുന്നപക്ഷം മൃത്യുവായിരിക്കും എന്റെ വധു. എന്റെ അച്ഛനും അമ്മയും എന്നോടുക്ഷമിക്കണം.
സ്വന്തം ഭഗത്,

(ഈ കത്ത് വായിച്ചുതുടങ്ങുമ്പോൾ നേർത്ത ദുഃഖസംഗീതം... ആരംഭിക്കണം. കത്തവസാനി ക്കുമ്പോൾ അത് ഉച്ചസ്ഥായിയിൽ എത്തണം.... ഹമ്മിങ് ഇതോടൊപ്പം ചേർക്കാം.)

(രംഗദീപം പൊലിയുന്നു)

ദൃശ്യം എട്ട്

1928 സെപ്തംബർ 7, 8

ഫിറോസ്ഷാകോട്ല (കോട്ടമൈതാനം) ദില്ലി

മരങ്ങൾ ഇടതൂർന്ന ഒരു തോട്ടത്തിൽ ഒരു വലിയ മരച്ചുവട്ടിൽ ഏഴെട്ടുചെറുപ്പക്കാർ വട്ടമിട്ടിരിക്കുന്നു. രംഗദീപം ഉയരുമ്പോൾ യോഗം നടന്നുകൊണ്ടിരിക്കുന്ന പ്രതീതിയുണ്ടാകണം.

ഭഗത് : ഇത് പരമപ്രധാനമായ ഒരു രഹസ്യ യോഗമാണ്. അതിന്റെ ഗൗരവവും അച്ചടക്കവും എല്ലാവരും പാലിക്കണം. ഇന്ന് നിർജ്ജീവമായിക്കഴിഞ്ഞ ഹിന്ദുസ്ഥാൻ റിപ്പബ്ലിക്കൻ അസോസിയേഷനെ പുതിയ രൂപത്തിൽ പുനഃസംഘടിപ്പിക്കേണ്ടത് എങ്ങനെയായിരിക്കണം എന്നതിനെക്കുറിച്ച് ആലോചിക്കാനാണ് ഈ യോഗം. ഈ യോഗം നിയന്ത്രിക്കാൻ സഖാവ് ശിവവർമ്മയോട് അഭ്യർത്ഥിക്കുന്നു.

ശിവവർമ്മ : ആദ്യം നമുക്ക് ഓരോരുത്തർക്കായി പരിചയപ്പെടാം. ഞാൻ ശിവവർമ്മ, ഭഗത്സിങ്, സുഖദേവ്, ഫണീന്ദ്രനാഥ്ഘോഷ്, ബിജൊയ്കുമാർ സിൻഹ, കുന്ദൻലാൽ, ജയ്ഗോപാൽ

ശിവവർമ്മ : പ്രധാനപ്പെട്ട ഒരു കാര്യം നിങ്ങളെ അറിയിക്കേണ്ടതുണ്ട്. ചന്ദ്രശേഖർ ആസാദ് സുരക്ഷാകാരണങ്ങളാൽ ഈ യോഗത്തിന് എത്തിച്ചേ

രുകയില്ല. ഭഗത്സിങ്ങും, ഞാനും സുഖദേവും അദ്ദേഹവുമായി ചർച്ച ചെയ്തിട്ടാണ് ഇവിടെ അവതരിപ്പിക്കുന്ന കാര്യങ്ങൾ തീരുമാനിച്ചിട്ടുള്ളത്. അജയകുമാർ ഘോഷ്, സചീന്ദ്രനാഥ് സനാൽ, ഗയാപ്രസാദ്, ലളിത് കൃഷ്ണാ മുഖർജി എന്നിവർ പങ്കെടുക്കാൻ കഴിയില്ലെന്നറിയിച്ചിട്ടുണ്ട്. തുടർന്നുള്ള പ്രവർത്തനങ്ങളിൽ നാം ഇന്നെടുക്കുന്ന തീരുമാനങ്ങളനുസരിച്ച് പ്രവർത്തിക്കാമെന്നുമറിയിച്ചിട്ടുണ്ട്. ബംഗാൾ ഘടകം പങ്കെടുത്തിട്ടില്ല. അവർക്കു ചില അഭിപ്രായവ്യത്യാസങ്ങളുണ്ട്. സമ്മേളനത്തിനുശേഷം ഭഗത് കൽക്കത്തയ്ക്കുപോയി പ്രശ്നം പരിഹരിക്കാമെന്നാണ് കരുതുന്നത്. നിർദ്ദേശങ്ങൾ സമർപ്പിക്കാൻ ഭഗത്സിങ്ങിനെ ക്ഷണിക്കുന്നു.

ഭഗത് : നമ്മുടെ സംഘടനയ്ക്ക് ഒരു ലക്ഷ്യം ഉണ്ടാകണം. ആ ലക്ഷ്യം സോഷ്യലിസമായിരിക്കണം. നമ്മുടെ സംഘടനയുടെ പേര് മേലിൽ ഹിന്ദുസ്ഥാൻ സോഷ്യലിസ്റ്റു റിപ്പബ്ലിക്ക് അസോസിയേഷൻ എന്നായിരിക്കും. ഇക്കാര്യത്തിൽ വ്യത്യസ്ത അഭിപ്രായമുള്ളവർക്കു പറയാം.

ഫണീന്ദ്രനാഥ് : ഞാനതിനെ എതിർക്കുന്നു. പാർട്ടിയുടെ പേരിനോട് സോഷ്യലിസം എന്നു ചേർത്താൽ അതിന്റെ ദേശീയ സ്വഭാവം നഷ്ടപ്പെടും. സോവിയറ്റ് റഷ്യയുടെ വാലായി അതു ചിത്രീകരിക്കപ്പെടും. അതുമൂലം സ്വാതന്ത്ര്യ സമരത്തിന് ദേശീയ ബുർഷ്വാസിയുടെ പിന്തുണയും നഷ്ടപ്പെടും.

ഭഗത് : മറ്റാർക്കെങ്കിലും എതിർപ്പുണ്ടോ?

മറ്റുള്ളവർ : ഇല്ല. ഭഗത്സിങ്ങിന്റെ നിർദ്ദേശങ്ങൾ അംഗീകരിക്കുന്നു.

ഭഗത് : ഫണീന്ദ്രാ

താൻ ഉൽക്കണ്ഠപ്പെടേണ്ടതില്ല. സോഷ്യലിസം റഷ്യയുടെ മാത്രം കുത്തകയല്ല. ഒരു സാമൂഹ്യ വ്യവസ്ഥയാണ്. ദാരിദ്ര്യം ഉച്ചാടനം ചെയ്യുകയും എല്ലാം പൊതുസ്വത്താക്കുകയും എല്ലാവർക്കും ജോലി ലഭിക്കുകയും അദ്ധ്വാനത്തിനനുസരിച്ച് പ്രതിഫലം ലഭിക്കുകയും

ചെയ്യുന്ന ഒരു സാമൂഹ്യ വ്യവസ്ഥ ഏതായാലും നമുക്കതംഗീകരിക്കാം. അപ്പോൾ ഇനി മുതൽ നമ്മുടെ സംഘം അറിയപ്പെടുന്നത് ഹിന്ദുസ്ഥാൻ സോഷ്യലിസ്റ്റു റിപ്പബ്ലിക്ക് അസോസിയേഷൻ എന്നായിരിക്കും. മറ്റൊരു കാര്യം ഈ അസ്സോസിയേഷനു കീഴിൽ ഒരു സായുധ സേനാവിഭാഗം കൂടി ഉണ്ടാവും. അതറിയപ്പെടുന്നത് ഹിന്ദുസ്ഥാൻ സോഷ്യലിസ്റ്റ് റിപ്പബ്ലിക്കൻ ആർമി എന്ന പേരിലായിരിക്കും. തർക്കമില്ലല്ലോ.

എല്ലാവരും : ഇല്ല. അംഗീകരിക്കുന്നു.

ശിവവർമ്മ : പാർട്ടി അടിയന്തരമായി നടപ്പിൽ വരുത്തേണ്ട പരിപാടികൾ സുഖദേവ് അവതരിപ്പിക്കും.

സുഖദേവ് : ബംഗാളിൽനിന്ന് പരിചയസമ്പന്നരായ സഖാക്കളുടെ സഹായത്തോടെ കൽക്കത്ത, ആഗ്ര, സഹറൺപൂർ, ലാഹോർ എന്നിവിടങ്ങളിൽ ബോംബു നിർമ്മാണ ഫാക്ടറികൾ ആരംഭിക്കുക, സൈമൺ കമീഷൻ സഞ്ചരിക്കുന്ന തീവണ്ടിക്കു ബോംബെറിയുക, കാക്കോരി കേസിലെ ഒറ്റുകാരെ വധിക്കുക. ആ കേസിൽ പിടിക്കപ്പെട്ട് ജയിലിൽ കഴിയുന്ന ജോഗേഷ് ചന്ദ്രചാറ്റർജിയെ മോചിപ്പിക്കുക ഇക്കാര്യങ്ങൾ ഇന്നേക്ക് മൂന്നുമാസത്തിനകം നടപ്പിൽ വരുത്താൻ നാം പ്രവർത്തനരംഗത്ത് ഇറങ്ങേണ്ടതുണ്ട്.

ശിവവർമ്മ : നമ്മുടെ സംഘടനയെ നയിക്കാൻ താല്ക്കാലികമായി ഏഴ് അംഗങ്ങളുള്ള ഒരു കേന്ദ്ര കമ്മിറ്റിയുടെ നിർദ്ദേശം ജയ്ഗോപാൽ അവതരിപ്പിക്കും.

ജയഗോപാൽ : ചന്ദ്രശേഖർ ആസാദ്, ഭഗത്സിങ്, സുഖദേവ്, ബിജയകുമാർ സിൻഹ, ഫണീന്ദ്രനാഥ് ഘോഷ്, കുന്ദൻലാൽ, ശിവവർമ്മ

ശിവവർമ്മ : ഹിന്ദുസ്ഥാൻ സോഷ്യലിസ്റ്റ് റിപ്പബ്ലിക്കൻ ആർമിയുടെ "കമാൻഡർ ഇൻ ചീഫായി" ചന്ദ്രശേഖർ ആസാദ് പ്രവർത്തിക്കും. *(എല്ലാവരും അംഗീകരിക്കുന്നു.)*

ശിവവർമ്മ : ഇനി നാം ബഹുജന സമക്ഷം അവതരിപ്പിക്കാൻ പോകുന്ന മാനിഫെസ്റ്റോയുടെ രത്നച്ചുരുക്കം ഭഗത്സിങ് അവതരിപ്പിക്കും.

ഭഗത് : സംഘടിതമായ സായുധ സമരത്തിലൂടെ ഇന്ത്യയെ മോചിപ്പിക്കാനുള്ള വിപ്ലവ പ്രവർത്തനത്തിനു വേണ്ടിയാണ് ഈ അസോസിയേഷൻ നിലകൊള്ളുന്നത്. ഇപ്പോഴത്തെ സ്ഥിതിയിൽ രഹസ്യമായ പ്രചാരണങ്ങളും ഒരുക്കങ്ങളും അതിനു വേണ്ടിവരും. യാഥാസ്ഥിതിക ചിന്തകളും മുൻവിധികളുമുള്ള മനുഷ്യന് സ്വാഭാവികമായി വിപ്ലവത്തെക്കുറിച്ച് ഭീതി ഉണ്ടാകും. അധികാരവും അവകാശ സൗകര്യങ്ങളും അനുഭവിക്കുന്നവർക്ക് കലാപങ്ങളും വിപ്ലവങ്ങളും പേടി ഉണ്ടാക്കും.

(ഈ സമയം തോട്ടം കാവൽക്കാരനായ ഒരു വൃദ്ധൻ സമ്മേളന സ്ഥലത്തേക്ക് കടന്നുവരുന്നു. ഭഗത്സിങ് അതു കാണുന്നില്ല.)

മറ്റുള്ളവർ : ഭഗത്, ഭഗത്, നിർത്ത് നിർത്ത്, ഇങ്ങോട്ടാരോ കടന്നു വരുന്നു.

ഭഗത് : സാരമില്ല. തോട്ടം കാവൽക്കാരനായ ആ വൃദ്ധനാണ്.

സുഖദേവ് : അയാൾക്കെന്തോ സംശയം തോന്നിയിരിക്കും. നിങ്ങൾ പരിഭ്രമിക്കേണ്ട. എല്ലാം ഞാൻ നോക്കിക്കൊള്ളാം. (അയാൾ അടുത്തെത്തിയതോടെ) എന്താണമ്മാവാ വിശേഷിച്ച്.

വൃദ്ധൻ : നിങ്ങൾ ആരാണു കുട്ടികളേ. നിങ്ങൾ ഇന്നലെയുമിന്നുമായി ഇവിടെ എന്താണു ചെയ്യുന്നത്? പൊലീസുകാർ എന്നെ വിളിച്ചന്വേഷിച്ചിരിക്കുന്നു. നിങ്ങൾ വല്ല വിപ്ലവകാരികളുമാണോ?

ഭഗത് : *(ചിരിച്ചുകൊണ്ട്)* വിപ്ലവകാരികളോ? ഞങ്ങളോ?... അമ്മാവന് കണ്ടിട്ടങ്ങനെ തോന്നിയോ? ഞങ്ങൾ വിദ്യാർത്ഥികളാണ്. പരീക്ഷയ്ക്കു വരാവുന്ന ചോദ്യങ്ങളെക്കുറിച്ച് ചർച്ച ചെയ്യുകയായിരുന്നു. സംശയം ഉണ്ടെങ്കിൽ പൊലീസിനെ വിളിക്കൂ.

വൃദ്ധൻ : അയ്യോ! പൊല്ലാപ്പിനൊന്നും ഞാനില്ല. ദയവു ചെയ്ത് ഉടനെ ഒന്നു സ്ഥലം ഒഴിഞ്ഞു തരുമോ.

ഭഗത് : പൊലീസിനെ വിളിക്കൂ. എന്നിട്ടേ ഞങ്ങൾ പോകുന്നുള്ളൂ.

വൃദ്ധൻ : കുഞ്ഞുങ്ങളേ ഈ വൃദ്ധനെ കഷ്ടത്തിലാക്കരുത്. ദയവായി ഒന്നു പുറത്തുപോകൂ.

ഭഗത് : അമ്മാവൻ പറഞ്ഞതുകൊണ്ട് ഞങ്ങൾ പോകുന്നു. ഹേ നമുക്കു പോകാം. നമ്മൾ കാരണം അമ്മാവൻ കഷ്ടത്തിലാകരുത്.

രംഗദീപം പൊലിയുന്നു

ദൃശ്യം ഒൻപത്

ലാഹോർ റയിൽവേസ്റ്റേഷനിലേക്ക് പോകുന്ന തെരുവ്. തെരുവ് അവസാനിക്കുന്നേടത്ത് റയിൽവേ ഫെൻസിങ് തുടങ്ങുന്നു. സമയം രാവിലെ പത്തുമണി. രംഗദീപമുയരുമ്പോൾ മെഗാഫോണിലൂടെ ഒരു ചെറുപ്പക്കാരന്റെ അനൗൺസ്മെന്റ്. ദേശാഭിമാനികളായ നാട്ടുകാരേ, ഇന്നു പതിനൊന്നു മണിക്ക് ലാഹോർ റയിൽവേ സ്റ്റേഷനിൽ പ്രത്യേക തീവണ്ടിയിൽ വന്നെത്തുന്ന സൈമൺ കമീഷനെതിരെയുള്ള പ്രതിഷേധ പ്രകടനത്തിൽ പങ്കെടുക്കാൻ നാട്ടിലെ ആബാലവൃദ്ധം ജനങ്ങളെയും ഞങ്ങൾ ആദരപൂർവ്വം ക്ഷണിക്കുന്നു. ഭാരത് നൗ ജവാൻ സഭ ആഹ്വാനംചെയ്ത ഈ പ്രതിഷേധ പ്രകടനം ഭാരതത്തിലെ സമുന്നത ദേശീയ നായകൻ പഞ്ചാബ് കേസരി ലാലാ ലജപത് റായി നയിക്കും. പ്രതിഷേധ സൂചകമായ കരിങ്കൊടികളുമേന്തി ഇപ്പോൾത്തന്നെ ചെറു ചെറു പ്രകടനങ്ങളായി ലാഹോർ നിവാസികൾ റയിൽവേസ്റ്റേഷൻ മൈതാനത്തിലേക്ക് മാർച്ച് ആരംഭിച്ചിട്ടുണ്ട്. എല്ലാവരും മൈതാനത്തിലെത്തുക.

(പശ്ചാത്തലത്തിൽ സൈമൺകമീഷൻ ഗോബാക്ക്, ഇന്ത്യാക്കാരുടെ ഭാവി ഇന്ത്യാക്കാർ തീരുമാനിക്കും. ചലോ ചലോ റയിൽവേസ്റ്റേഷൻ. (ഈ മുദ്രാവാക്യങ്ങൾ ഇടവിട്ടിടവിട്ട് കേൾക്കുന്നു.) മെഗാഫോൺ അനൗൺസ്മെന്റ് പശ്ചാത്തലത്തിൽ കേൾക്കുന്നു. രംഗത്ത് - രണ്ടും മൂന്നും പേരടങ്ങിയ ഒന്നിലധികം ഗ്രൂപ്പുകൾ കരിങ്കൊടിയുമേന്തി മുദ്രാവാക്യം വിളിച്ച് മൈതാനത്തേക്കു പോകുന്നു. വീണ്ടും അനൗൺസ്മെന്റ് രംഗത്ത്. ഏതാനും നിമിഷങ്ങൾ കൂടി കഴിയുമ്പോൾ മൈതാനം കരിങ്കൊടികളേന്തിയ ഒരു ജനസാഗരമായിമാറും. സൈമൺകമീഷനോടുള്ള പ്രതിഷേധത്തിന്റെ ഒരു കരിങ്കടലായി അലയടിക്കും.

(സൈമൺകമീഷൻ ഗോബാക്ക് എന്ന ബാനറുമായി ഒരു സംഘം ജാഥയായി മുദ്രാവാക്യം വിളിച്ച് തെരുവിലൂടെ മുന്നേറുന്നു.)

സൈമൺ കമീഷൻ ഗോബാക്ക്
ഇന്ത്യയുടെ ഭാവി ഇന്ത്യാക്കാർ തീരുമാനിക്കും.
ചലോ ചലോ റയിൽവേ സ്റ്റേഷൻ
(ഈ മുദ്രാവാക്യങ്ങൾ ഇടവിട്ടിടവിട്ട് കേൾക്കുന്നു.)

മെഗാഫോൺ അനൗൺസ്മെന്റ് പശ്ചാത്തലത്തിൽ കേൾക്കുന്നു.

രംഗത്ത് രണ്ടും മൂന്നും പേരടങ്ങിയ ഒന്നിലധികം ഗ്രൂപ്പുകൾ കരിങ്കൊടിയുമേന്തി മുദ്രാവാക്യം വിളിച്ച് മൈതാനത്തേക്കു പോകുന്നു.

വീണ്ടും അനൗൺസ്മെന്റ്: രംഗത്ത് ഏതാനും നിമിഷങ്ങൾകൂടി കഴിയുമ്പോൾ മൈതാനം കരിങ്കൊടികളേന്തിയ ഒരു ജനസാഗരമായി മാറും. സൈമൺകമീഷനോടുള്ള പ്രതിഷേധത്തിന്റെ ഒരു കരിങ്കടലായി. അലയടിക്കും. സൈമൺകമീഷൻ ഗോബാക്ക് എന്ന ബാനറുമായി ഒരു സംഘം ജാഥയായി മുദ്രാവാക്യം വിളിച്ച് തെരുവിലൂടെ മുന്നേറുന്നു.

സൈമൺ കമീഷൻ ഗോബാക്ക്.
ഇന്ത്യയുടെ ഭാവി ഇന്ത്യാക്കാർ തീരുമാനിക്കും.
ചലോ ചലോ റയിൽവേസ്റ്റേഷൻ

ജാഥ രംഗത്തുനിന്ന് മറയുന്നു.
അല്പനേരത്തേക്ക് തെരുവ് ശൂന്യം.
പശ്ചാത്തലത്തിൽ മുദ്രാവാക്യം വിളി ഉച്ചസ്ഥായിയിൽ
അനൗൺസ്മെന്റ്
ലാലാജി ബാബു സിന്ദാബാദ്
പഞ്ചാബ് സിംഹം സിന്ദാബാദ്
വന്ദേമാതരം..... വന്ദേമാതരം...
അനൗൺസ്മെന്റ്

ലാലാജിബാബുവിന് മുന്നോട്ടു പോകാൻ വഴികൊടുക്കണം ആ കിഴക്കുഭാഗത്തു നില്ക്കുന്നവർ അല്പം മാറി നില്ക്കു ലാലാജി സ്റ്റേഷനു മുന്നിലേക്കു പോകട്ടെ. ലാലാജി ബാബു സിന്ദാബാദ് പഞ്ചാബ് സിംഹം സിന്ദാബാദ് അപ്പോഴും മുദ്രാവാക്യം വിളി ഉച്ചത്തിൽത്തന്നെ.

പശ്ചാത്തലത്തിൽ...

ഭഗത്സിങ്ങിന്റെ ശബ്ദം : മുദ്രാവാക്യംവിളി അവസാനിപ്പിക്കണം. ലാലാജിബാബുവിന് നമ്മളോട് ചിലത് സംസാരിക്കാനുണ്ട്.

(വീണ്ടും ഒറ്റപ്പെട്ട ചില മുദ്രാവാക്യംവിളികൾ)

ഭഗത് : ദയവായി മുദ്രാവാക്യംവിളി അവസാനിപ്പിക്കണം. പൂർണ്ണ നിശ്ശബ്ദത പാലിച്ചാലേ ലാലാജി സംസാരിക്കൂ. *(പരിപൂർണ്ണ നിശ്ശബ്ദത)*

ലാലാജി : നാടിന്റെ അഭിമാനഭാജനങ്ങളായ ദേശാഭിമാനികളെ കമീഷനുമുമ്പിൽ നമ്മുടെ പ്രതിഷേധം പ്രകടിപ്പിക്കാനാണ് നാം ഇവിടെ എത്തിച്ചേർന്നിട്ടുള്ളത്. പൊലീസുകാർ ചിലപ്പോൾ നമ്മളെ പ്രകോപിപ്പിച്ചേക്കാം. എന്തു പ്രകോപനം ഉണ്ടായാലും നമ്മൾ നിന്ന സ്ഥലത്തു തന്നെ നിന്ന് മുദ്രാവാക്യം വിളിക്കുകയല്ലാതെ മറ്റൊന്നും ചെയ്യരുത്. മറിച്ചു സംഭവിച്ചാൽ ഞാൻ നിങ്ങൾക്കൊപ്പം ഉണ്ടാവില്ല. സമ്മതമാണെങ്കിൽ കൈയടിക്കണം. *(എല്ലാവരും കൈയടിക്കുന്നു.)*

ട്രെയിൻ വരുന്ന വിസിൽ ദൂരെനിന്നു കേൾക്കുന്നു. എഞ്ചിന്റെ ശബ്ദം അടുത്തടുത്തു വരുന്നു..... തീവണ്ടി സ്റ്റേഷനിൽ നില്ക്കുന്നു.)

മുദ്രാവാക്യം : *സർ സൈമൺ ഗോബാക്ക്*
സൈമൺ കമീഷൻ ഗോബാക്ക്
കുറെ ആളുകൾ ട്രെയിനിൽ നിന്ന് ചാടി ഇറങ്ങുന്ന ബൂട്ടുകളുടെ ശബ്ദം.)

രംഗത്ത് : മൈതാനത്തുനിന്ന് ഓടിക്കിതച്ചെത്തിയ രണ്ടുപേർ

ഒന്നാമൻ : വെടിവയ്പു നടക്കുമെന്നാണ് എനിക്കു തോന്നുന്നത്.

രണ്ടാമൻ : ലാലാജി ഉള്ളതുകൊണ്ട് അതൊന്നുമുണ്ടാവില്ല.

ഒന്നാമൻ : മൂപ്പരു വിചാരിച്ചാൽ എന്തു ചെയ്യാനാ. മൂപ്പർക്ക് ഒന്നു മാറിനില്ക്കണമെന്നു വിചാരിച്ചാപോലും നടക്കില്ല. അദ്ദേഹത്തിന്റെ ചുറ്റിലും നില്ക്കുന്നതാരാണെന്നറിയാമോ. ഭഗത്സിങ്ങും, സുഖദേവും, ഭഗവതിചരണും, യശ്പാലുമൊക്കെയാണ്. അവരെയും ജനക്കൂട്ടത്തെയും തള്ളിമാറ്റിയിട്ടെങ്ങോട്ടോടാൻ. പൊലീസ് വെറുതെ നില്ക്കുമെന്നാണോ? പൊലീസ് എന്തെങ്കിലും ചെയ്താൽ ചെറുപ്പക്കാർ കൈയും കെട്ടി നോക്കി നില്ക്കുമോ? കടുത്ത ഒരേറ്റുമുട്ടൽ നടക്കും.

ഭഗത് : സഹോദരന്മാരേ മുദ്രാവാക്യംവിളി അവസാനിപ്പിക്കണം. അഭിവന്ദ്യനായ ലാലാജി നിങ്ങളോടു സംസാരിക്കും.

ലാലാജി : മിസ്റ്റർ സർ ജോൺ സൈമൺ നിങ്ങളുടെ നേതൃത്വത്തിലുള്ള കമീഷൻ ഞങ്ങൾക്കു സ്വീകാര്യമല്ല. ഇന്ത്യയുടെ ഭാവി നിർണ്ണയിക്കാൻ നിങ്ങളുടെ ഗവൺമെന്റ് നിയമിച്ചിട്ടുള്ള ഏഴംഗകമീഷനിൽ പേരിന് ഒരു ഇന്ത്യാക്കാരനെപ്പോലും ഉൾപ്പെടുത്താത്തത് ജനാധിപത്യവിരുദ്ധമാണ്. അങ്ങേയറ്റം പ്രതിഷേധാർഹമാണ്. അതുകൊണ്ട് ഞങ്ങളീ കമീഷൻ ബഹിഷ്കരിക്കുന്നു. കമീഷൻ തിരിച്ചു പോകണമെന്ന് ശക്തമായി ആവശ്യപ്പെടുന്നു.

ജനങ്ങൾ മുദ്രാവാക്യം വിളിക്കുന്നു.

സൈമൺകമീഷൻ ഗോബാക്ക്
ഇന്ത്യയുടെ ഭാവി ഇന്ത്യാക്കാർ തീരുമാനിക്കും.

സൈമൺ : വാട്ട് നോൺസൻസ് ഹീ ഇസ് ടോക്കിങ്. ഡിസ്പ്പേഴ്സ് ഇമ്മീഡിയറ്റ്ലി. ദി അൺറൂളി... മോബ്...

സ്കോട്ട് : ഈ കൂട്ടംചേരൽ നിയമവിരുദ്ധമാണ്. പിരിഞ്ഞു പോകണം.

(മൂന്നുപ്രാവശ്യം അനൗൺസ് ചെയ്യുന്നു. ജനങ്ങൾ ആവേശത്തോടെ മുദ്രാവാക്യം വിളിക്കുന്നു.

സ്കോട്ട് : ചാർജ്ജ്. *(ലാത്തിച്ചാർജ്ജാരംഭിക്കുന്നു. ജനങ്ങളുടെ നിലവിളിയും വെല്ലുവിളിയും)*

ഭഗത്സിങ്ങിന്റെ ശബ്ദം മി. സാൻഡേഴ്സൺ ലാലാജിയെ തൊട്ടുപോകരുത്.

ലാലാജി : ആരും തിരിച്ചടിക്കണ്ട. വന്ദേമാതരം... വന്ദേമാതരം... ജനങ്ങൾ ഏറ്റുവിളിക്കുന്നു.

ലാലാജി : മിസ്റ്റർ സാൻഡേഴ്സൺ നിങ്ങൾ പൊലീസിനെ പിൻവലിക്കൂ. *(ലാലാജിയെ തെരഞ്ഞു പിടിച്ചടിക്കുന്നു)*

ജനങ്ങൾ : ലാലാജി ഇപ്പോൾ വീഴും. അദ്ദേഹത്തെ പിടിച്ചു കൊള്ളൂ... പിടിച്ചുകൊള്ളൂ. *(അടി നടക്കുന്നതിനിടയിൽ ചിലർ തെരുവിലേക്ക് ചാടി രക്ഷപ്പെടുന്നു.)*

ഒരാൾ : അയ്യോ... എന്തൊരടി... തല പൊട്ടിയെന്നാ തോന്നുന്നത് *(രക്തം ഒലിക്കുന്നു. തല തുടയ്ക്കുന്നു.)*

രണ്ടാമൻ : ലാലാജിയെ അവർ ശരിക്കു തല്ലി. തല തല്ലിപ്പൊളിച്ചൂന്നാ തോന്നുന്നത്.

മൂന്നാമൻ : അയ്യോ എന്റെ കാലേ... എന്റെ കാലേ... *(എന്നു വിളിച്ച് ഓടി വരുന്നു.)*

ഒന്നാമൻ : *(മൂന്നാമനോട്)* ലാലാജി ബാബുവിന്റെ സ്ഥിതി എന്താ?...

മൂന്നാമൻ - തല തല്ലിപ്പൊളിച്ചൂന്നാ തോന്നുന്നത്. മൂപ്പരു ജീവിക്കുമെന്നു തോന്നുന്നില്ല ഭഗത്സിങ്. എത്ര ശ്രമിച്ചിട്ടും സാൻഡേഴ്സൺ ലാലാജിയെ തെരഞ്ഞു പിടിച്ചുതല്ലി. തിരിച്ചുകൊടുക്കാൻ മൂപ്പരു സമ്മതിക്കത്തുമില്ല. അല്ലെങ്കിൽ ആ യുവജനസഭക്കാർ കുറെ പൊലീസുകാരെ ഇന്നു ശരിപ്പെടുത്തിയേനെ. *(അകലെ നിന്ന് ഒരു മുദ്രാവാക്യം വിളികേൾക്കുന്നു. തെരുവിലേക്ക് ഒരു പ്രതിഷേധജാഥ.)*

ചോരയ്ക്കു ചോര...
ജീവനു ജീവൻ...
ലാലാജിയെ തല്ലിയ
സാൻഡേഴ്സന്റെ തല ഞങ്ങൾ എടുക്കും.
ഭാരത് നൗ ജവാൻ സഭ സിന്ദാബാദ്.
(തലപ്പാവും, കണ്ണടയും നഷ്ടപ്പെട്ട്...
ചോരകൊണ്ട് വികൃതമായമുഖവും, കുപ്പായവുമിട്ട ലാലാജിയെ താങ്ങിപ്പിടിച്ച്
ഭഗത്സിങ്, സുഖദേവ്, ഭഗവതി ചരൺ
ഇവർ മുമ്പിലും, ഒരു സംഘം ചെറുപ്പക്കാർ
പിന്നിലുമായി തെരുവിലൂടെ കടന്നു പോകുന്നു.)

രംഗദീപം പൊലിയുന്നു.

ദൃശ്യം പത്ത്

ബോംബുഫാക്ടറി.

ഒരു ബംഗ്ലാവിന്റെ നിലവറ. പൊതുവിൽ ഇരുട്ടുനിറഞ്ഞമുറി. മുറിയുടെ മദ്ധ്യത്ത് കത്തിച്ചുവച്ച ഒരു പന്തം. ചുമരിനോടുചേർന്ന് നിര

വധി ടെസ്റ്റ്യൂബുകളും, കണ്ണാടി ജാറുകളും വച്ചിട്ടുള്ള മൂന്നു തട്ടുള്ള ഒരു സ്റ്റാൻഡ്. സദസ്സിനഭിമുഖമായി.

ഭഗത്സിങ്, ജതീന്ദ്രനാഥ്, ചന്ദ്രശേഖർ ആസാദ്. അവർക്കുചുറ്റുമായി സുഖദേവ്, ഭഗവതിചരൺ, രാജ്ഗുരു, ശിവവർമ്മ, യശ്പാൽ, ബി കെ ദത്ത്, ദുർഗ്ഗാദേവി എന്നിവർ ബോംബുണ്ടാക്കുന്ന പ്രായോഗിക പരിശീലനം നടക്കുന്നതിനിടെയാണ് രംഗം ആരംഭിക്കുന്നത്.

രംഗദീപം തെളിയുമ്പോൾ

ഭഗത് : ആസാദ്ജി... സക്സസ്, നമ്മൾ സ്വന്തമായി ബോംബുണ്ടാക്കിയിരിക്കുന്നു.

ആസാദ് : അങ്ങനെ നമ്മുടെ ഒരു സ്വപ്നം കൂടി പൂവണിയുന്നു. ഭഗത്തേ നിന്നെ ഞാൻ അനുമോദിക്കുന്നു. *(ജതീന്ദ്രനാഥിനെ ചൂണ്ടി)* കൽക്കത്തെയിൽ പോയി നീ ജതീന്ദ്രനെ തപ്പിയെടുത്തു കൊണ്ടുവന്നില്ലെങ്കിൽ ഹിന്ദുസ്ഥാൻ സോഷ്യലിസ്റ്റ് ആർമി എത്ര പ്രമേയം പാസാക്കിയാലും ബോംബും, ബോംബു ഫാക്ടറിയും കടലാസിൽതന്നെ കിടക്കുമായിരുന്നു.

യശ്പാൽ : അപ്പോൾ ശ്രീനഗർവരെ പോയി പ്രൊഫ. ദേവദത്തനെ കണ്ട് പിക്രിക് ആസിഡ് ഉണ്ടാക്കേണ്ട ഫോർമുല ചോർത്തിക്കൊണ്ടു വന്ന എനിക്കൊരു പങ്കുമില്ലേ? ബോംബു നിർമ്മാണത്തിനാവശ്യമായ കൂട്ടുകൾ അരച്ചുണ്ടാക്കാൻ പാടുപെട്ട ഭഗവതിചരണിനേയും മറന്നോ?

ആസാദ് : *(ചിരിച്ചുകൊണ്ട്)* സഖാക്കളെ ഞാൻ നിങ്ങളെ ആരെയും മറന്നിട്ടില്ല. പക്ഷേ, ബോംബു നിർമ്മാണത്തിന്റെ സാങ്കേതിക വിദ്യ അറിയാവുന്ന ഒരാളെ കിട്ടിയാലല്ലെ നമുക്ക് ബോംബു ഫാക്ടറി യാഥാർത്ഥ്യമാക്കാനാകു. അതിനു പറ്റിയ ഒരാളെ കണ്ടെത്താൻ കൽക്കട്ടാ വിപ്ലവകാരികളുടെ പിന്നാലെ നടന്ന് ജതീന്ദ്രനാഥനെ കണ്ടെത്തിയ ഭഗത്തിന്റെ സാമർത്ഥ്യത്തെ അഭിനന്ദിച്ചുവെന്നേയുള്ളു.

ജതീന്ദ്രൻ : എനിക്കു സന്തോഷമായി. ഞാനിവിടെ വരുമ്പോൾ ബോംബെന്ന പേരല്ലാതെ അതെങ്ങനെയിരിക്കുമെന്നോ എന്തുകൊണ്ടാണ് ഉണ്ടാക്കുന്നതെന്നോ അറിയുന്നവർ ഒന്നോ രണ്ടോ പേർ മാത്രം.

ഭഗത് : ഇപ്പോൾ സ്വന്തമായി ബോംബുണ്ടാക്കാനും പ്രയോഗിക്കാനും എല്ലാവർക്കും അറിയാം.

ജതീന്ദ്രൻ : ഇതു പഠിക്കാനും, മറക്കാനും വളരെ എളുപ്പമാണ്. ബോംബുഷെല്ലിൽ മരുന്നു നിറയ്ക്കുന്നതിലാണ് ഏറ്റവും ശ്രദ്ധിക്കേണ്ടത്. ലായനിയുടെ അളവ് തെറ്റുകയോ, ബോംബിന്റെ ഓപ്പറേഷനുള്ള ട്രിഗർ ലൂസാവുകയോ ചെയ്താൽ നിർമ്മാതാവിനെത്തന്നെ അവൻ തകർക്കും. അതെപ്പോഴും ഓർമ്മവേണം.

ഭഗവതി : നമ്മൾ ഉണ്ടാക്കിയ ബോംബ് ഫലപ്രദമാണെന്ന് പരീക്ഷിച്ചുനോക്കിയപ്പോൾ തന്നെ നമുക്കു മനസ്സിലായല്ലോ?

ജതീന്ദ്രൻ : ഏതായാലും ദുർഗ്ഗേടത്തി ഒറ്റയ്ക്ക് ബോംബുണ്ടാക്കേണ്ട എന്നാണ് എന്റെ അഭിപ്രായം.

സുഖദേവ് : അതിനെന്താ. ഭഗവതിചരണും, ദുർഗ്ഗേടത്തിയും ഒരുമിച്ചാകട്ടെ നിർമ്മാണം. അതല്ലേ അഭികാമ്യം.

ദുർഗ്ഗ : ജതീന്ദ്ര നിങ്ങൾ അങ്ങനെ എന്നെ മോശക്കാരിയാക്കേണ്ട. ബോംബു നിർമ്മാണത്തിന്റെ എല്ലാവശങ്ങളും ഞാനും പഠിച്ചു കഴിഞ്ഞു. ഞാനൊറ്റയ്ക്ക് ബോംബുണ്ടാക്കി കാണിച്ചു തരാം. സുഖദേവേ, തന്റെ മുനവച്ച വർത്തമാനം മനസ്സിലായില്ല എന്നു കരുതേണ്ട.

ജതീന്ദ്രൻ : അതെന്തായേടത്തി അങ്ങനെ.

ദുർഗ്ഗാദേവി : സഖാവ് പുതിയ ആളായതുകൊണ്ടാ മനസ്സിലാകാത്തത്. വിപ്ലവകാരികൾ കല്യാണം കഴിക്കാൻ പാടില്ലെന്നാണല്ലോ ധാരണ. ഈ വിപ്ലവ സംഘത്തിൽ ഭാര്യാഭർത്താക്കന്മാരായി ഞങ്ങൾ മാത്രമേയുള്ളു. ഞാനും, ഭഗവതി ചരണും. ഞങ്ങൾ സംഘത്തിൽ വരും മുമ്പേ കല്യാണം കഴിക്കാൻ തീരുമാനിച്ചവരാണ്. ഒന്നു ചോദിച്ചോട്ടേ. ഞങ്ങൾ എപ്പോഴെങ്കിലും ഈ സംഘത്തിന് ബാദ്ധ്യതയായിട്ടുണ്ടോ? വിശേഷിച്ച് ഞാൻ.

യശ്പാൽ : സാരമില്ല ദുർഗ്ഗേടത്തി. ഈ സുഖദേവ് പണ്ടേ ഒരു ഞരമ്പുരോഗിയാ. പുള്ളിക്കാരന് എന്തോ ഒരു നിരാശയുണ്ട്. പ്രേമഭംഗം. അതിന്റെ തികട്ടലാണ്.

സുഖദേവ് : താൻ സന്ന്യാസി ചമയണ്ട. എനിക്കും അറിയാം. തന്റെ പ്രേമവും ചുറ്റിക്കളിയും.

ആസാദ് : *(ഒരാജ്ഞപോലെ)* നിർത്ത്. കരുത്തനായ ഒരു ശത്രുവിനെതിരെ കടുത്തപ്രഹരം ഏല്പിക്കാൻ ആയുധവും നിർമ്മിച്ച് മുന്നിൽ വച്ചിട്ടാണോ കോളേജുകുട്ടികളെപ്പോലെ വെറും പഞ്ചാര വർത്തമാനം.

സുഖദേവ് : ആസാദ്ജി ക്ഷമിക്കണം. ഇനി ഞാൻ സന്ദർഭമറിയാതെ സംസാരിക്കില്ല.

ആസാദ് : ഭഗവതീ! നാം ഏറ്റവും ഒടുവിൽ നിർമ്മിച്ച ബോംബിന്റെ പ്രഹരശക്തി ഒന്നു പരീക്ഷിച്ചറിയണം. ജതീന്ദ്രനും നിങ്ങളും മറ്റു സഖാക്കളും കൂടി ഒന്നുപോയി വരൂ. ഞാനും ഭഗത്തും രാജ്ഗുരുവും സുഖദേവും ഇവിടെ ഉണ്ടാകും. ജയ്ഗോപാൽ വന്നാൽ സാൻഡേഴ്സന്റെ കാര്യം ഇന്നുതന്നെ തീരുമാനിക്കണം.

ഭഗവതി ചരൺ : *(അകത്തുപോയി ഒരു സ്യൂട്ട്കേസുമായി പുറത്തു വരുന്നു.)*
ഒ കെ കോമ്രേഡ്സ്.

ഭഗത് : ഒ കെ *(ചിരിച്ചുകൊണ്ട്)* വിഷ് യു എ ഹാപ്പി ജേർണ്ണി. *(ആസാദ്, ഭഗത്സിങ്, സുഖദേവ്, രാജ്ഗുരു എന്നിവരൊഴികെ മറ്റുള്ളവർ പുറത്തു പോകുന്നു.)*

ഭഗത് : ലാലാജി മരിച്ചിട്ട് ഡിസംബർ 17 ന് ഒരു മാസം പൂർത്തിയാകും. ഇനിയും അദ്ദേഹത്തിന്റെ ഘാതകൻ ജീവിച്ചിരിക്കുന്നതു ശരിയല്ല.

ആസാദ് : അതെ. മറ്റെന്നാൾ തന്നെ ഓപ്പറേഷൻ നടത്തണം. *(ജയഗോപാൽ കടന്നുവരുന്നു. കൈയിൽ ഒരു പേപ്പർ ചുരുളുമുണ്ട്)*

സുഖദേവ് : എന്തൊക്കെയാണെടാ വിവരങ്ങൾ

ജയഗോപാൽ : അയ്യോ എന്തൊരു സെക്യൂരിറ്റി. സൂപ്രണ്ടാഫീസിനുമുന്നിലൂടെ ഒരീച്ചയെ പോലും അടുക്കാൻ അനുവദിക്കുന്നില്ല.

ആസാദ് : അതു റിപ്പോർട്ട് ചെയ്യാനാണോ താൻ രണ്ടു ദിവസം ചെലവിട്ടത്.

ജയഗോപാൽ : അല്ല. പണ്ഡിറ്റ്ജി. പറഞ്ഞെന്നേയുള്ളു. എല്ലാ വിവരങ്ങളും ശേഖരിച്ചിട്ടുണ്ട്.

ഭഗത് : പറയൂ. കേൾക്കട്ടെ.

ജയഗോപാൽ : അയാൾ കോർക്കേഴ്സിൽ നിന്ന് പതിവായി 10 മണിക്ക് ഒരു ചുവന്ന മോട്ടോർ സൈക്കിളിലാണ് സൂപ്രണ്ടാഫീസിലെത്തുന്നത്.

ഓഫീസിനകത്തു കയറിയാൽ നാലു മണിക്കേ ഓഫീസിൽ നിന്ന് പുറത്തു വരികയുള്ളു.

ആസാദ് : ശരി.

സുഖദേവ് : അങ്ങനെയെങ്കിൽ ഓഫീസിൽ അയാളുടെ മുറിയിൽ കയറിച്ചെന്ന് വെടിവച്ചാലോ അപ്രതീക്ഷിതമായി വെടിവച്ചാൽ പ്രതിരോധിക്കാൻ കഴിഞ്ഞെന്നുവരില്ല.

ആസാദ് : എടോ സുഖദേവേ, വായനശാലയിലേക്കല്ല പൊലീസ് സൂപ്രണ്ടാഫീസിലേക്കാണ് പോകേണ്ടത്. അവിടെ നിറതോക്കേന്തിയ പൊലീസ് കാവലുണ്ട്. ഒരപരിചിതൻ എങ്ങനെയാണ് അതിനകത്തു കടക്കുക. വിഡ്ഢിത്തം പറയാതിരിക്കൂ.

ഭഗത് : രാവിലെ ഓഫീസിലേക്ക് വരുമ്പോൾ നേരിടുന്നത് ബുദ്ധിയല്ല. തിരിച്ചുപോകുമ്പോഴായിരിക്കും സൗകര്യം ജയ്ഗോപാൽ, സാൻഡേഴ്സന്റെ മോട്ടോർ സൈക്കിൾ എവിടെയാ സൂക്ഷിക്കുന്നത്.

ജയ്ഗോപാൽ : ഓഫീസിന്റെ പിന്നിലെ ഷെഡ്ഡിൽ.

ഭഗത് : നന്നായി. അയാൾ ഓഫീസിൽ നിന്നിറങ്ങി മോട്ടോർ സൈക്കിളിൽ കയറി സ്റ്റാർട്ടാക്കുമ്പോൾ പണി ഒപ്പിക്കണം.

ആസാദ് : ഭഗത് പറഞ്ഞതാണ് പ്രായോഗികം.

സുഖദേവ് : ആരൊക്കെ പങ്കെടുക്കണമെന്ന് തീരുമാനിച്ചില്ല. ഏതായാലും ഞാനുണ്ടാവും എന്നെ ഒഴിവാക്കരുത്.

രാജ്ഗുരു : ആദ്യത്തെ വെടി ഞാൻ വയ്ക്കും.

ആസാദ് : എന്താ തന്റെ കൈയിലെ പേപ്പർ ചുരുൾ?

ജയ്ഗോപാൽ : പൊലീസ് സൂപ്രണ്ടാഫീസിന്റെയും, പരിസരത്തിന്റെയും സ്കെച്ചാണ്.

ഭഗത് : കൊള്ളാം. അത് കൈയിൽ ചുരുട്ടിപ്പിടിച്ചിട്ട് എന്താ ഗുണം? ഇങ്ങു തരൂ. കാണട്ടെ. *(ജയഗോപാൽ കടലാസ് ഭഗത്തിനെ ഏല്പിക്കുന്നു. ഭഗത്ത് കടലാസുകൾ നിവർത്തി ആസാദിന്റെ അടുത്തേക്ക് ചെന്നിട്ട്)* ആസാദ്ജി, ഇത് ഡി എ വി പി കോളേജു മതിലും, ഗേറ്റും. പിന്നിൽ കോളേജിന്റെ സസ്യശാസ്ത്രത്തോട്ടം. ഇത് പൊലീസ് സൂപ്രണ്ടാഫീസിന്റെ മുന്നിലുള്ള റോഡ്. ഇത് ഓഫീ

സിൽ നിന്ന് പുറത്തേക്കു വരുന്ന ഗേറ്റ്. ഇത് സൂപ്രണ്ടാഫീസ് ബിൽഡിങ്ങിന്റെ അങ്ങേയറ്റം. അതിന്റെ പുറകിൽ ഷെഡ്ഡ്.

ആസാദ് : ശരി. അപ്പോ കാര്യങ്ങളെല്ലാം വ്യക്തമായി. ഭഗത്സിങ്ങും രാജ്ഗുരുവും സുഖദേവും ഈ ഓപ്പറേഷനിൽ പങ്കെടുക്കണം. ഞാനുമുണ്ടാകും.

രാജ്ഗോപാൽ : അപ്പോൾ ഞാനോ?

ആസാദ് : പൈലറ്റായി മുമ്പിലുണ്ടാവണം.

രാജഗുരു : എന്റെയാണ് ആദ്യത്തെ വെടി

ആസാദ് : എന്താ കുട്ടിക്കളിമാറിയില്ലേ? കുറച്ചുകൂടി ഗൗരവം പാലിക്കൂ. *(ചിരിച്ചുകൊണ്ട്)* എന്താ ഇത് ദീപാവലി പടക്കമല്ല. ഗൗരവമുള്ള വിപ്ലവ പ്രവർത്തനമാണ്.

ഭഗത് : ആസാദ്ജി വ്യക്തമായ ഒരു പ്ലാൻ ഉണ്ടാവണം.

ആസാദ് : അതെ. നാളെ കൃത്യം നാലു മണിക്ക് സാൻഡേഴ്സന്റെ കഥ കഴിക്കണം. രണ്ടു മണിക്കു മുമ്പു തന്നെ ജയ്ഗോപാൽ സ്ഥലത്തു പോകണം. സൂപ്രണ്ടാഫീസ് കാണത്തക്ക വിധം ഒരു മരത്തിന്റെ മറവിൽ നില്ക്കണം. രണ്ടു മണിയോടെ ഭഗത്തും, രാജ് ഗുരുവും, സുഖദേവും സ്ഥലത്തെത്തണം. ആരുടേയും ശ്രദ്ധയിൽപ്പെടാതെ സൂപ്രണ്ടാഫീസ് പരിസരത്തു നില്ക്കണം. കൃത്യം നാലുമണിക്ക് സാൻഡേഴ്സൺ ഇറങ്ങുമ്പോൾ അതുറപ്പു വരുത്താൻ ജയഗോപാൽ റോഡിൽ ഒരു വെള്ളത്തൂവാല ഉയർത്തിക്കാട്ടി താഴേക്കിടണം. ബൈക്ക് സ്റ്റാർട്ട് ചെയ്താലുടൻ രാജഗുരു മുമ്പിലൂടെ ചെന്ന് സാൻഡേഴ്സന്റെ നേരെ വെടിവയ്ക്കണം. ഭഗത്ത് പിന്നിലൂടെ അയാൾ രക്ഷപ്പെടാതിരിക്കാൻ വെടിവയ്ക്കണം. വെടിവച്ചാൽ പിന്നെ ഒരുനിമിഷം നില്ക്കരുത്. കോളേജു ഗ്രൗണ്ടിൽ കയറി രക്ഷപ്പെട്ടോണം. മറ്റുകാര്യങ്ങൾ ഞാനും, സുഖദേവും നോക്കിക്കൊള്ളാം. അതേ സമയംതന്നെ നഗരത്തിൽ മുഴുവൻ സാൻഡേഴ്സനെ സോഷ്യലിസ്റ്റു റിപ്പബ്ലിക്കൻ ആർമി വധിച്ചു എന്ന പോസ്റ്റർ പതിക്കണം.

ഭഗത് : ഇന്നു തന്നെ പോസ്റ്റർ എഴുതി എല്ലായിടത്തും ഏല്പിക്കാം.

ജയഗോപാൽ : ഭഗത്തിന്റെ കൈയക്ഷരം മനോഹരമാണല്ലോ.

ആസാദ് : എല്ലാം പറഞ്ഞപോലെ.

ഭഗത് : നമ്മൾ ജീവിച്ചിരിക്കുമെങ്കിൽ നമ്മുടെ രാഷ്ട്രീയ ഗുരുനാഥനെക്കൊന്ന കൊലയാളിയുടെ മേലുള്ള ഹിന്ദുസ്ഥാൻ സോഷ്യലിസ്റ്റ് ആർമിയുടെ ശിക്ഷ ഡിസംബർ 17 ന് 4 മണിക്ക് നാം നടപ്പിലാക്കും. *(എല്ലാവരും മുഷ്ടി ചുരുട്ടി പ്രതിജ്ഞയെടുക്കുന്നു.)*

വന്ദേമാതരം..... വന്ദേമാതരം.....വന്ദേമാതരം.

(രംഗദീപം പൊലിയുന്നു)

ദൃശ്യം പതിനൊന്ന്

ലാഹോർ പൊലീസ് സൂപ്രണ്ടാഫീസ്. ഓഫീസ് കെട്ടിട സമുച്ചയം. 'പൊലീസ് സൂപ്രണ്ടാഫീസ്, ലാഹോർ' എന്നെഴുതിയ ഒരു ആർച്ചു വാതിൽ. അതിനകത്താണ് പൊലീസ് സൂപ്രണ്ടാഫീസ്.

(രംഗദീപം തെളിയുമ്പോൾ)

സമയം ഉച്ചകഴിഞ്ഞ് 3 മണി. ഓഫീസ് ഗേറ്റിലൂടെ തോക്കേന്തിയ പൊലീസുകാർ അകത്തേക്കും പുറത്തേക്കും വരികയും പോകുകയും ചെയ്യുന്നു. ഈ രംഗത്ത് ക്ലോക്കിന്റെ സമയം നീങ്ങുന്നത് പ്രേക്ഷകരെ ബോദ്ധ്യപ്പെടുത്താൻ ക്ലോക്കിന്റെ ടിക് ടിക് ശബ്ദം കേൾപ്പിച്ചു കൊണ്ടിരിക്കണം.

ജയ്ഗോപാൽ : *(രംഗത്തുവന്ന്)* പരിസരമാകെ .... ഒന്നു കണ്ണോടിച്ച്... ഒന്നുമറിയാത്തമട്ടിൽ മറയുന്നു.

ഭഗത് : പതുക്കെ രംഗത്തേക്കുവരുന്നു. മുഖം തൂവാല കൊണ്ട്... മറച്ചിട്ടുണ്ട്. രംഗനിരീക്ഷണം നടത്തി... പതുക്കെമറയുന്നു. കൈ ഹാഫ് ട്രൗസറിന്റെ പോക്കറ്റിൽ.

രാജ്ഗുരു : രംഗനിരീക്ഷണം നടത്തി മറ്റൊരു ഭാഗത്തേക്ക് മറയുന്നു. ക്ലോക്കിൽ മണി നാലായ ശബ്ദം കേൾക്കുന്നു.

സാൻഡേഴ്സൺ : ഡപ്യൂട്ടി സൂപ്രണ്ട് ഓഫ് പൊലീസ്... സുമുഖനും ദൃഢകായനുമായ ഒരു ബ്രിട്ടീഷ് ഓഫീസർ. മുഖത്ത് കനത്ത മീശയും, കത്രിച്ച മോടിപിടിപ്പിച്ച വെള്ളത്താടിയും, വെള്ള

ഹാറ്റും... രണ്ടു പൊലീസുകാരുടെ അകമ്പടിയോടെ പുറത്തേക്കു വരുന്നു. ഗേറ്റിനു മുന്നിൽ പൊലീസുകാർ സല്യൂട്ടു ചെയ്യുന്നു. സല്യൂട്ടു സ്വീകരിക്കാൻ സാൻഡേഴ്സൺ തിരിയുന്നു. പൊലീസുകാർ അകത്തേക്കു പോകുന്നു. സാൻഡേഴ്സൺ സല്യൂട്ടു സ്വീകരിക്കാൻ തിരിയുന്ന സന്ദർഭത്തിൽ ജയ്ഗോപാൽ വെള്ളത്തൂവാല വീശി തറയിലിടുന്നു. നാലുപാടുമൊന്നു നോക്കി ഘനഗംഭീരനായി സാൻഡേഴ്സൺ ഉറച്ച കാലടിവച്ചു നീങ്ങുന്നു.

(സാൻഡേഴ്സൺ ഓഫീസിൽ നിന്നിറങ്ങിയസമയം മുതൽ പശ്ചാത്തലത്തിൽ അപായ സൂചന ഉണർത്തുന്ന സംഗീതം.) സാൻഡേഴ്സൺ നടന്നു നീങ്ങുന്നതിനു പിന്നാലെ തോക്കും ചൂണ്ടി സാവധാനം ശബ്ദം ഉണ്ടാക്കാതെ ഭഗത്സിങ് കൂടുന്നു. സാൻഡേഴ്സൺ ഓഫീസ് സമുച്ചയത്തിന്റെ പിന്നിലേക്ക് പോകുന്നു.

(പശ്ചാത്തലത്തിൽ)

മോട്ടോർ സൈക്കിൾ സ്റ്റാർട്ട് ചെയ്യുന്ന ശബ്ദം.
മോട്ടോർ സൈക്കിൾ മുന്നോട്ടു നീങ്ങുന്ന ശബ്ദം.
ആദ്യത്തെ വെടി ശബ്ദം... തുടർന്ന് സാൻഡേഴ്സന്റെ അലർച്ച.
ഓ...മൈ ഗോഡ്..... ഹെൽപ്പ് മീ..... ഹെൽപ്പ് മീ.....
രണ്ടാമത്തെ വെടിയുടെ ശബ്ദം...
വീണ്ടും അലർച്ച

നിരവധി ബൂട്ടുകളുടെയും വെടിയുടെയും ശബ്ദം. പെട്ടെന്ന് രംഗത്ത്

ജയ്ഗോപാൽ : സാൻഡേഴ്സനെ കൊന്നു. സാൻഡേഴ്സനെ കൊന്നു എന്ന് ഭ്രാന്തമായി വിളിച്ചുകൊണ്ട് ഓടിമറയുന്നു. ഭഗത്സിങ്, രാജ്ഗുരു എന്നിവർ നീട്ടിപ്പിടിച്ച റിവോൾവറുമായി ഓടിമറയുന്നു. ആസാദ്, സുഖദേവ് എന്നിവർ റിവോൾവറും നീട്ടിപ്പിടിച്ച് രംഗത്തേക്ക് കയറുന്നു തോക്കുംചൂണ്ടി വിപ്ലവകാരികൾക്കു പിന്നാലെ ഓടിയെത്തിയ ഒരിന്ത്യൻ പൊലീസുകാരനോട്

ആസാദ് : നിനക്ക് ജീവൻ വേണമെങ്കിൽ തിരിച്ചു പൊയ്ക്കോ. നീ ഭാരതത്തിന്റെ സന്തതിയാണ്. നിന്നെ ഞാൻ വെടിവയ്ക്കില്ല.

(അയാൾ തന്റെ കൈയിലെ തോക്കിന്റെ കാഞ്ചിവലിക്കാൻ തുടങ്ങുമ്പോൾ)

ആസാദ് : നന്ദികെട്ടവനെ... വെള്ളക്കാരന്റെ ചോറ്റുപട്ടീ ... നീ ജീവിക്കാൻ പാടില്ല. *(അയാളുടെ നെഞ്ചിലേക്ക് വെടിവക്കുന്നു. അയാൾ നിലത്ത് കമിഴ്ന്നു വീഴുന്നു.)* തോക്കേന്തിയ പോലീസുകാർ ഒന്നിനു പുറകേ ഒന്നായി വരുന്നു. രണ്ടുപേർ രംഗത്ത് എത്തിയതോടെ

ആസാദ് : സുഖദേവേ ഓടിക്കോ... ഓടിക്കോ... എന്നു പറഞ്ഞോടുന്നു... നിരവധി ബൂട്ടുകളുടെയും വെടിയുടെയും ശബ്ദം പശ്ചാത്തലത്തിൽ കേൾക്കുന്നു.

രംഗദീപം പൊലിയുന്നു.

ദൃശ്യം പന്ത്രണ്ട്

പ്രതിമാശില്പി രുദ്രനാരായണന്റെ സ്റ്റുഡിയോ. കുമ്പിൾത്തടിയിൽ തീർത്ത ഒരുകൊയ്ത്തുകാരിയുടെ ശില്പം ചുവരിൽ ചേർത്തു വച്ചിരിക്കുന്നു. ഒരു അപൂർണ്ണശില്പം ചുവരിൽ ചാരിവച്ചിട്ടുണ്ട്. ഒന്നുരണ്ടു കഷണം തടികൾ വേറെയും ചുവരിൽ ചാരിവച്ചിട്ടുണ്ട്. രുദ്രനാരായണൻ (മെലിഞ്ഞുനീണ്ട ഒരു ചെറുപ്പക്കാരൻ. നീട്ടിവളർത്തിയ മുടി പിന്നിൽ കെട്ടിവച്ചിട്ടുണ്ട്. ഊശാംതാടി, കണ്ണട.)

അരുണ : *(രുദ്രനാരായണന്റെ ഭാര്യ. അരുണയുടെ നൃത്തം നടന്നുകൊണ്ടിരിക്കുന്ന രീതിയിലാണ് രംഗം തുടങ്ങുന്നത്. രംഗത്ത് കാഴ്ചക്കാരനായി ചന്ദ്രശേഖർ ആസാദ് മാത്രം. രംഗദീപം തെളിയുന്നു. അരുണ നൃത്തം ചെയ്യുന്നു. രുദ്രനാരായണൻ കൈകൊണ്ടു താളമിടുന്നു. ചന്ദ്രശേഖർ ആസാദ് നൃത്തത്തിൽ രസിച്ചങ്ങനെ ഇരിക്കുന്നു.*

സാഗരകന്യകൾ കോർത്തണിയിച്ചൊരു-
സപ്തസ്വരമണിമുത്തുകിലുക്കി
ശിരസ്സിൽ ഹിമഗിരി മകുടംചൂടി
അണിയൂ ഭാരത പൂജിത ജനനി
അമ്മേ തവതിരുചേവടിചൂടി
പാടട്ടേ, ഞാൻ വന്ദേമാതരം

വ്യാസകാളിദാസകവികുലസേവിതേ
സിന്ധുഗംഗാബ്രഹ്മപുത്ര പരിസേവിതേ
നിൻപ്രിയമക്കൾക്കായിരം വേഷങ്ങൾ
അമൃതോപമമവർക്കായിരംഭാഷകൾ
അമ്മേയവരുടെ ഏകതാരയിൽ
പാടട്ടേ, ഞാൻ വന്ദേമാതരം

കാലപ്രളയ പയോധിയിലാദിയിൽ
നാഭീനളിന മനോഹരകലികയിൽ
സ്വാതന്ത്ര്യാമൃത കലശവുമായ് ജന
രഞ്ജിനി ദുർഗ്ഗാരൂപിണിയായ് വരും
ഭാരത ജനനീപ്രസീദ
നിൻതുയിൽ പാടാം വന്ദേമാതരം

(നൃത്തം അവസാനിക്കുന്നു.)

അരുണ *(ചന്ദ്രശേഖർ ആസാദിനോട്)* എങ്ങനെയുണ്ട് ആസാദ്ജി നൃത്തം ഇഷ്ടപ്പെട്ടോ ആവോ?

ആസാദ് : അരുണേ നൃത്തം എനിക്ക് ഇഷ്ടമായി മുഖസ്തുതി പറയുകയല്ല. വളരെ വളരെ നന്നായി. രുദ്രനാരായണൻ നിങ്ങളൊക്കെ എന്നെ കളിയാക്കില്ലേ. ഞാനൊരു മൊരടനാണ്, തീറ്റിപ്പണ്ടാരമാണ്. ഗൗരവക്കാരനാണ് എന്നൊക്കെ. ഇപ്പോൾ മനസ്സിലായോ എനിക്കും കല ആസ്വദിക്കാനറിയാമെന്ന്

അരുണ : ഞാൻ നൃത്തം വയ്ക്കുമ്പോൾ ശ്രദ്ധിച്ചതു മുഴുവൻ പണ്ഡിറ്റ്ജിയുടെ കണ്ണുകളിലാണ്. ഏകാഗ്രതയോടെ നൃത്തത്തിൽത്തന്നെ ശ്രദ്ധിച്ചിരിക്കുന്നത് എനിക്ക് ഒരു വലിയ അത്ഭുതമായി തോന്നി.

അരുണ : മാസ്റ്ററുടെ രചനയാണ്. സാഹിത്യം തരക്കേടില്ലല്ലോ.

ആസാദ് : അതൊന്നും പറയാൻ ഞാനാളല്ല. അത് ആ ഭഗത്സിങ്ങായിരുന്നെങ്കിൽ പറയുമായിരുന്നു. ഞാനാലോചിക്കുകയായിരുന്നു.

അരുണ : എന്താണ് എന്താണ് പറയണം.

ആസാദ് : എത്ര മനോഹരമാണ് നിങ്ങളുടെ ജീവിതം. നൃത്തവും സംഗീതവും കവിതയും ശില്പക

ലയും ഞാനസൂയപ്പെടുന്നില്ല. എങ്കിലും.

അരുണ : അങ്ങു മുഷിയരുത്. എന്നോട് വെറുപ്പും തോന്നരുത്. ഞാനൊന്നുചോദിച്ചോട്ടെ! അങ്ങേക്കൊരു കല്യാണം കഴിച്ചുകൂടെ.

ആസാദ് : ഞാനോ? ഞാനാരാണെന്ന് അരുണയ്ക്കറിയില്ല. രുദ്രനാരായണൻ പറഞ്ഞുതരും.

രുദ്രനാരായണൻ : ക്ഷമിക്കണം. പണ്ഡിറ്റ്ജി. ഞാനെല്ലാം അവളോട് പറഞ്ഞിട്ടുണ്ട്. ഇല്ലെങ്കിൽ അതാപത്താകും.

ആസാദ് : *(ഉൽക്കണ്ഠയോടെ)* അത് വേണമായിരുന്നോ?

അരുണ : *(ആവേശത്തോടെ)* അങ്ങെന്നെ സംശയിക്കേണ്ട. ഞാൻ സ്ത്രീയാണ്. ചെറുപ്പമാണ്. അതുകൊണ്ട് പോലീസുകാർ വന്ന് കണ്ണുരുട്ടിയാൽ ഞാനെല്ലാം കിളി പറയുംപോലെ പറഞ്ഞുകളയും എന്നല്ലേ?

ആസാദ് : എന്നു ഞാൻ പറഞ്ഞില്ല.

അരുണ : ഒരു സ്ത്രീയുടെ ഏറ്റവും വലിയ സ്വത്ത് അവളുടെ ചാരിത്ര്യമാണ്. അതു തകർക്കുമെന്ന് ഭീഷണിപ്പെടുത്തിയാൽപ്പോലും ഉടലിൽ ഉയിരുള്ളിടത്തോളം ഞാൻ അങ്ങയെ സംബന്ധിച്ച ഒരു രഹസ്യവും പുറത്തു പറയില്ല. പണവും സ്വർണ്ണവും വാരിത്തന്നാലും എത്ര മർദ്ദനമേറ്റാലും ജയിലിൽ നരക യാതന അനുഭവിക്കേണ്ടിവന്നാലും ഞാനങ്ങയെ ഒറ്റുകൊടുക്കില്ല. എന്റെ അമ്മ പ്രസവിക്കാത്ത ഉടപ്പിറപ്പായി ഞാനങ്ങയെ കാത്തുസൂക്ഷിക്കും.

രുദ്രനാരായണൻ : വിപ്ലവസംഘത്തിന്റെ ഒളിവുനിയമം തെറ്റിച്ചിട്ടുണ്ടെങ്കിൽ ഞാനതിനു മാപ്പുചോദിക്കുന്നു.

ആസാദ് : നിങ്ങളെ ഞാൻ ഒരിക്കലും തെറ്റിദ്ധരിച്ചിട്ടില്ല. എന്റെ അനുഭവങ്ങൾ മറിച്ചാണ്. ഞാൻ കൈപിടിച്ചു വളർത്തി വലുതാക്കിയവർ ചിരിച്ചുകൊണ്ട് എന്റെ കുതികാലു വെട്ടാൻ നടക്കുന്നു. എന്നെ ഒറ്റു കൊടുത്ത് സ്ഥാനമാനങ്ങൾ നേടി വിരാജിക്കുന്നു. അതുകൊണ്ട് പറഞ്ഞുപോയതാണ്.

അരുണ : ഞാൻ പറഞ്ഞതിനുത്തരം കിട്ടിയില്ല.

ആസാദ് : എന്നെപ്പോലെ ഒരു പരുക്കൻ മനുഷ്യനെ സഹിക്കാൻ കഴിയുന്ന ഒരു സ്ത്രീയെ കിട്ടണ്ടേ അരുണേ ? അതു വളരെ പ്രയാസമാണ്.

അരുണ : അങ്ങയുടെ സങ്കല്പത്തിലെ ഭാര്യ എങ്ങനെയുള്ള ആളായിരിക്കണം.

ആസാദ് : *(ചിരിച്ചുകൊണ്ട്)* ചില പത്രക്കാരുടെ ചോദ്യം പോലെ ഉണ്ടല്ലോ ഇത്.

അരുണ : വിഷയം മാറ്റേണ്ട. പറയണം.

ആസാദ് : കോൺഗ്രസുകാർ ഇംഗ്ലീഷുകാരുമായി ധാരണയിലെത്താൻ നടക്കുകയാണ്. എന്നെ സംബന്ധിച്ചിടത്തോളം ഇംഗ്ലീഷുകാരെ പുറത്താക്കുകയല്ലാതെ, മറ്റൊരു കുറുക്കുവഴിയും കാണുന്നില്ല. കോൺഗ്രസുകാർ ഇംഗ്ലീഷുകാരുമായി ഒത്തുകൂടാൻ തീരുമാനിച്ചാൽ ഞാൻ അതിർത്തി കടന്നു പോകും.

അരുണ : അതുകൊണ്ട് എന്തുവേണമെന്നാണ്.

ആസാദ് : എന്നോടൊപ്പം അതിർത്തി കടന്ന് വെളിയിൽ പോകാൻ തയ്യാറുള്ളവളായിരിക്കണം എന്റെ ഭാര്യ.

രുദ്രനാരായണൻ : സമ്മതിച്ചു. അത്രയല്ലേ ഉള്ളൂ.

ആസാദ് : തീർന്നില്ല. ഞങ്ങളുടെ രണ്ടുപേരുടെയും തോളിൽ റൈഫിളുകളുണ്ടായിരിക്കണം. ഒപ്പം ഓരോ ചാക്ക് വെടിമരുന്നും. ശത്രുക്കൾ വളഞ്ഞാൽ അവൾ തോക്കു നിറച്ചുതന്നുകൊണ്ടിരിക്കണം. ഞാൻ ചട പടാന്ന് വെടിവച്ചുകൊണ്ടിരിക്കും.

അരുണ : ശരി സമ്മതിച്ചു. അങ്ങനെ ഒരാളെ ഞാൻ കണ്ടു പിടിക്കട്ടെ.

ആസാദ് : കണ്ടുപിടിക്കു.

അരുണ : അപ്പോൾ വാക്കുമാറരുത്.

ആസാദ് : ഇല്ല.

അരുണ : കൈയിലടിച്ച് സത്യം ചെയ്യു *(കൈ നീട്ടുന്നു)*

ആസാദ് : *(കൈ നീട്ടിയിട്ട് പെട്ടെന്ന് പിൻവലിച്ച്)* അതൊന്നും വേണ്ട അരുണേ. അതൊന്നും നടക്കില്ല.

രുദ്രനാരായണൻ : അതെന്താ.

ആസാദ് : ഉള്ളം കൈയിൽ ജീവനും കൊണ്ടോടുന്ന ഞങ്ങളൊക്കെ കല്യാണം കഴിച്ചിട്ട് എന്തെടുക്കാനാ. ഏതു നിമിഷത്തിലാണ് ശത്രുവിന്റേയോ, ഒറ്റുകാരന്റേയോ വെടി നെഞ്ചിൽ തുളച്ചുകയറുന്നതെന്നറിയാത്ത ജീവിതം അതിനിടയിൽ മറ്റൊരു ബന്ധം കൂടി. (പുറത്തു നിന്ന്) മേ ഐ കമിൻ മി: രുദ്രനാരായണൻ.

രുദ്രനാരായണൻ	:	*(പരിഭ്രമിച്ച്)* പണ്ഡിറ്റ്ജി അകത്തേക്കുപൊയ്ക്കൊള്ളു.
അരുണ	:	വേണ്ട. പണ്ഡിറ്റ്ജി ഇവിടെത്തന്നെ ഉണ്ടാവട്ടെ. ഞാൻ കൈകാര്യം ചെയ്തുകൊള്ളാം.
അരുണ	:	യെസ്. കമിൻ. *(യശ്പാൽ അകത്തേക്കു വരുന്നു)*
രുദ്രനാരായണൻ	:	ഹലോ. ഓ. യു ആർ.... യശ്പാൽ കമിൻ. *(ആസാദ് ഒന്നും മിണ്ടാതെ നില്ക്കുന്നു. മുഖത്ത് ഒരല്പം ദേഷ്യഭാവമുണ്ട്.)*
അരുണ	:	പണ്ഡിറ്റ്ജി ഞങ്ങൾ ഒന്നു പുറത്തു പോയി വരട്ടെ. നിങ്ങൾ രണ്ടാളുണ്ടല്ലോ..... ഉടനെ തിരിച്ചുവരാം. *(അരുണയും, രുദ്രനാരായണനും പുറത്തേക്കു പോകുന്നു.)* ആസാദ് *(ഒന്നും മിണ്ടുന്നില്ല)*
യശ്പാൽ	:	ഞാൻ പരസ്യമായി ഇവിടെ വരാൻ പാടില്ലായിരുന്നു. അല്ലേ?
ആസാദ്	:	ഇപ്പോൾ എവിടെനിന്നുദിച്ചു ഈ വിവേകം.
യശ്പാൽ	:	അടിയന്തരമായി ഈ ക്യാമ്പുമാറണം. അല്ലെങ്കിൽ ആപത്താണ്.
ആസാദ്	:	ആരു പറഞ്ഞു?
യശ്പാൽ	:	ഞങ്ങൾക്കു കിട്ടിയ ഇൻഫർമേഷൻ അതാണ്.
ആസാദ്	:	എന്താ അടിസ്ഥാനം.
യശ്പാൽ	:	അരുണയ്ക്ക് സമൂഹത്തിലെ പല ഉന്നതരുമായും ബന്ധമുണ്ട്.
ആസാദ്	:	അതേ. അതറിയാം. അറിഞ്ഞുകൊണ്ടുതന്നെ.
യശ്പാൽ	:	അതിൽ ഉയർന്ന പോലീസ് ഉദ്യോഗസ്ഥരും പെടും.
ആസാദ്	:	പെട്ടേക്കാം...... അതിന്.
യശ്പാൽ	:	പണ്ഡിറ്റ്ജിയുടെ തലയ്ക്ക് വലിയ വിലയാണ് വൈസ്രോയി പ്രഖ്യാപിച്ചിട്ടുള്ളത്.
ആസാദ്	:	ഇതൊരു പുതിയ വാർത്തയല്ലല്ലോ. സഖാവേ, ഇതുപറയാൻ ഇത്രയും ദൂരം നടന്ന് മിനക്കെടണമായിരുന്നോ?
യശ്പാൽ	:	മനുഷ്യന്റെ മനസ്സാണ്. എപ്പോഴാണ് അതു മാറുന്ന തെന്നറിയില്ല.
ആസാദ്	:	*(ചിരിച്ചുകൊണ്ട്)* പക്ഷേ,.... അരുണ രാഷ്ട്രീയ പ്രവർത്തകയല്ല. എന്നെ തകർത്തതുകൊണ്ട് പുതിയ ഒരു പദവിയും അവർക്ക് കിട്ടാൻ

പോകുന്നില്ല.

യശ്പാൽ : ദേഷ്യപ്പെടുരുത്. അവരുടെ സ്വഭാവം ശരിയല്ല. അവർക്ക് പലരുമായും ബന്ധമുണ്ട്.

ആസാദ് : നിങ്ങൾക്കെങ്ങനെ അറിയാം.

യശ്പാൽ : അവർ കാണാൻ കൊള്ളാവുന്ന സ്ത്രീയാണ്. ചെറിയ പ്രായവും. പോരെങ്കിൽ കലാകാരിയും.

ആസാദ് : അതുകൊണ്ട്?

യശ്പാൽ : അവരെ വിശ്വസിക്കരുത്.

ആസാദ് : ചെറിയ പ്രായവും സൗന്ദര്യവും ഉള്ളവരെ വിശ്വസിക്കരുതെന്നാണോ? അപ്പോൾ പ്രകാശവതിയെ നിങ്ങളെങ്ങനെ വിശ്വസിച്ചു.

യശ്പാൽ : ഞാനവരെ ഭാര്യയായി സ്വീകരിക്കാൻ തീരുമാനിച്ചു.

ആസാദ് : നല്ലത്. അരുണ എന്റെ സ്നേഹിതൻ രുദ്രനാരായണന്റെ ഭാര്യയാണ്. സ്വഭാവശുദ്ധിയുള്ള സ്ത്രീയാണ്. വിശ്വസ്തയാണ്.

യശ്പാൽ : അരുണയെയും, അങ്ങയെയും ചേർത്ത് പലരും അപവാദങ്ങൾ പറയുന്നു.

ആസാദ് : സാരമില്ല. എനിക്ക് എന്നെ അറിയാം. എന്നിൽ നല്ല വിശ്വാസവുമുണ്ട്. ഈ അപവാദം പറയുന്നതാരാ. നിങ്ങളും സുഖദേവുമൊക്കെയല്ലേ. ഭഗത്സിങ്ങിനെ പേടിപ്പിക്കുംപോലെ എന്നെ പേടിപ്പിക്കേണ്ട. സുഖദേവിനോടും പറഞ്ഞേക്കൂ.

യശ്പാൽ : അപ്പോൾ....

ആസാദ് : സഖാവിനു പോകാം. *(മുഷ്ടി ചുരുട്ടി അഭിവാദ്യം ചെയ്തു പോകുന്നു.)*

ആസാദ് : *(ആത്മഗതം)* എന്തു ചെയ്യാം. ജീവനെടുത്ത് ഉള്ളംകൈയിൽ വച്ചോണ്ടുപോകുമ്പോഴും കുശുമ്പും, കുന്നായ്മയും കുതികാൽ വെട്ടും *(പുറത്ത് ആരോമുട്ടുന്ന ശബ്ദം. രുദ്രനാരായണൻജി.... രുദ്രനാരായണൻജി.... ഞാനൊന്നു വന്നോട്ടെ)*

ആസാദ് : *(യാതൊരു പരിഭ്രമവും കാണിക്കാതെ)* അവരിവിടെ ഇല്ല. എന്നാലും വന്നോളൂ. *(സി ഐ ഡി ഓഫീസർ, ബൽറാം ത്രിപാഠി-ജുബ്ബയും, പാളത്താറും, മദ്ധ്യ വയസ്കൻ, കാതിൽ കടുക്കൻ, നെറ്റിയിൽ പാളക്കുറി, തടിച്ചു വീർത്ത പോക്കറ്റ്...) ത്രിപാഠി (പ്രവേശിച്ചു)* റാം, റാം,

ജയ് ശ്രീറാം. മനസ്സിലായില്ല. *(പരസ്പരം അഭിവാദ്യം ചെയ്യുന്നു)*

ആസാദ് : എനിക്കും മനസ്സിലായില്ല.

ത്രിപാഠി : ഞാൻ സി ഐ ഡി ഓഫീസർ ബൽറാം ത്രിപാഠി. സ്പെഷ്യൽ ഡ്യൂട്ടിയിലാണ്. ചന്ദ്രശേഖർ ആസാദ് എന്നൊരാളെ കേട്ടിട്ടുണ്ടോ? ഒരു തികഞ്ഞ തിരുമാലിയാണ്. കൊള്ളയും കൊലയുമാണ് തൊഴിൽ. അയാൾ ഈ പ്രദേശത്തുണ്ടെന്നാണ് അറിവ്. ഞങ്ങൾ പൊലീസുകാർ അയാളെ അന്വേഷിച്ചു നടക്കുമ്പോൾ അയാൾ ഞങ്ങളുടെ പിന്നാലെ തെരുവുകൾ തോറും അലഞ്ഞു നടക്കുകയാണ്. എന്തു ചെയ്യാം കലികാലവിശേഷം. അല്ല നമ്മൾ ആരാണെന്നു പറഞ്ഞില്ലല്ലോ?

ആസാദ് : എന്റെ പെങ്ങളാണ് രുദ്രനാരായണൻ മാസ്റ്ററുടെ ഭാര്യ 'അരുണ'. ശിവറാം എന്നാണു പേര്. റയിൽവേയിൽ ക്ലാർക്കാണ്.

ത്രിപാഠി : അപ്പോൾ ഉദ്യോഗസ്ഥനാണ്. കണ്ടാൽ തന്നെ അറിയാം പരമയോഗ്യൻ. ആട്ടെ റയിൽവേയിൽ ഇപ്പോൾ എന്തു കിട്ടും?

ആസാദ് : എന്തു പറയാനാ സ്വാമി. ഞങ്ങളൊക്കെ കീഴുദ്യോഗസ്ഥരല്ലേ. മാസം അറുപതു രൂപയാണ് ശമ്പളം.

ത്രിപാഠി : അപ്പോൾ കിമ്പളം വേറെയും കിട്ടുമല്ലോ.... അതുമതി.... അതുമതി. പിന്നെ പ്രമോഷൻ.. അതുമതി... അതുമതി

ആസാദ് : ഈ ചന്ദ്രശേഖർ ആസാദ് എവിടത്തുകാരനാ, വയസ്സനോ ചെറുപ്പക്കാരനോ?

സി ഐ ഡി : നല്ല ഇരട്ടക്കരളു വച്ച ചെറുപ്പക്കാരൻ. നാടും വീടും ഒന്നും അറിയില്ല. കാശി വിദ്യാപീഠത്തിൽ പഠിക്കുമ്പോൾ ബ്രിട്ടീഷ് ഗവൺമെന്റിനെതിരെ എടുത്തുചാടിയതാത്രേ. പന്ത്രണ്ടാം വയസ്സിൽ അറസ്റ്റിലായി. ജയിലിലിടാൻ നിവൃത്തി ഇല്ലാത്തതുകൊണ്ട് ചൂരൽ വെള്ളത്തിൽ മുക്കി പൃഷ്ഠത്തിൽ പന്ത്രണ്ടടി കൊടുത്ത് വിട്ടയയ്ക്കാൻ മജിസ്ട്രേറ്റ് കല്പിച്ചു. പിന്നീടങ്ങോട്ട് കോൺഗ്രസ് കളിച്ചു. ഇപ്പോൾ ഭീകര സംഘത്തിലാ.... കാക്കോരീ ട്രെയിൻ കവർച്ച ക്കേസിൽ മുങ്ങിയ ആൾ ഇതേവരെ പൊന്തി

യിട്ടില്ല. എവിടെ കൊള്ളയും കൊലയുമുണ്ടോ അവിടെ ചന്ദ്രശേഖറുമുണ്ട്. മഹാ ഇന്ദ്രജാല ക്കാരൻ. സായിപ്പന്മാരെന്നു പറഞ്ഞാൽ അയാൾ ഈറ്റപ്പുലിയെപ്പോലെ ചീറ്റി അടുക്കും. *(പുറത്തുനിന്ന് രുദ്രനാരായണനും അരുണയും അകത്തേക്കു വരുന്നു.)*

അരുണ : *(ഒന്നും സംഭവിക്കാത്തതുപോലെ ചിരിച്ച് കുഴഞ്ഞ്)* സ്വാമി എന്റെ ആങ്ങളയെ പരിചയപ്പെട്ടോ.

ത്രിപാഠി : പരിചയപ്പെട്ടോന്നോ? പരിചയപ്പെട്ടു. എത്ര പരമയോഗ്യൻ. ഒന്നുമില്ലെങ്കിലും ഒരു സർക്കാരുദ്യോഗസ്ഥൻ. ആങ്ങളയെയും പെങ്ങളെയും കണ്ടാൽ ദോഷം പറയരുത്... ഒരച്ചിലിട്ട് വാർത്തതെന്നേ പറയൂ. ദൈവത്തിന്റെ ഓരോ വികൃതികളേ.

രുദ്രനാരായണൻ : സ്വാമീ ഞങ്ങൾക്കു ഭക്ഷണം കഴിക്കാൻ സമയമായി. സ്വാമി ഞങ്ങളോടൊപ്പം കൂടുന്നോ?

ത്രിപാഠി : ക്ഷമിക്കണേ.... പ്രയാസം തോന്നരുത്. ഞാൻ കീഴ് ജാതിക്കാരുണ്ടാക്കുന്ന ഭക്ഷണം കഴിക്കാറില്ല. എന്തെങ്കിലും പഴങ്ങളോ മറ്റോ ഉണ്ടെങ്കിൽ...

അരുണ : അയ്യോ പഴവുംമറ്റും ഇരിപ്പില്ലല്ലോ. സ്വാമീ വരുമെന്നറിഞ്ഞിരുന്നുവെങ്കിൽ...

ത്രിപാഠി : സാരമില്ല... സാരമില്ല... മറ്റൊരു ദിവസമാകാം. പിന്നെ ഒരു കാര്യം തിരുമാലി ഇവിടെ എങ്ങാനുമുണ്ടെന്നറിഞ്ഞാൽ എന്നെ രഹസ്യമായി അറിയിക്കണം. വലിയ പ്രതിഫലവും പ്രമോഷനും കിട്ടുന്ന കാര്യമാണ്. നിങ്ങളെല്ലാം കൂടി എന്നെ സഹായിക്കണം. എന്നെ സഹായിച്ചാൽ അതിന്റെ ഗുണം നിങ്ങൾക്കുമുണ്ടാകും. എന്നാൽ, ഞാൻ ഇറങ്ങട്ടെ. റാം... റാം.... ജയ് ശ്രീറാം... എന്നു പറഞ്ഞ് പുറത്തേക്കു പോകുന്നു.

ആസാദ് : പാവം സ്വാമി. *(എല്ലാവരും ചിരിക്കുന്നു.)*

(രംഗദീപം പൊലിയുന്നു.)

ദൃശ്യം പതിമൂന്ന്

വിപ്ലവകാരികളുടെ ഒളിത്താവളം.
സമയം - രാത്രി

ആസാദ്, സുഖദേവ്, ഭഗവതിചരൺ, രാജ്ഗുരു, ബി കെ ദത്ത്, ദുർഗ്ഗ, യശ്പാൽ എന്നിവർ. ഗൗരവതരമായ ഒരു രാഷ്ട്രീയ ചർച്ച നടക്കുന്നതിനിടയിലാണ് രംഗദീപം തെളിയുന്നത്.

ആസാദ് : ഭഗത്തിനെ കണ്ടില്ലല്ലോ.... എന്തുപറ്റി. സമയം തെറ്റിക്കുന്ന ആളല്ല.

യശ്പാൽ : എന്തുപറ്റാൻ. പുള്ളിക്കാരൻ വരുന്നവഴിയിൽ വശക്കേടായി വല്ല സി ഐ ഡി മാരും നില്പുണ്ടാകും. ഈ അസത്തുക്കളെ ഒഴിവാക്കിയല്ലേ അവനു വരാൻ പറ്റൂ.

ഭഗവതി : വഴിമാറ്റൽ ബുദ്ധികൊണ്ടാണെങ്കിൽ വേണ്ടില്ല.

സുഖദേവ് : റിവോൾവർ കൊണ്ടാവാനാണ് സാദ്ധ്യത.

ദുർഗ്ഗ : ഒരു കാര്യം ഞാൻ പറയാം. ഇത്ര യുക്തിയും, ബുദ്ധിയും ഉപയോഗിച്ച് വിപ്ലവപ്രവർത്തനം നടത്തുന്ന ഒരാൾ നമ്മുടെ കൂട്ടത്തിലില്ല.

സുഖദേവ് : അത്ര പെരുപ്പിച്ചൊന്നും പറയണ്ട. പുള്ളിക്കാരൻ ഒരു വികാരജീവിയാണ്.

ആസാദ് : ഭഗത്തിനെക്കുറിച്ച് എന്തുപറഞ്ഞാലും താനെന്തിനാ ഏറ്റുപിടിക്കുന്നത്.

സുഖദേവ് : പണ്ഡിറ്റ്ജി ഞങ്ങൾ ഒരു ഗ്രാമത്തിൽ ഒന്നിച്ചുവളർന്നവരാണ്. എനിക്കയാളെ അറിയും പോലെ നിങ്ങൾക്കാർക്കുമവനെ അറിയില്ല.

ദുർഗ്ഗ : സുഖദേവേ, താനെത്ര അസൂയപ്പെട്ടാലും താൻ ഭഗത്സിങ്ങിനൊപ്പമാവില്ല. ആ അസൂയയും, കുശുമ്പുമൊന്നും നമ്മുടെ ഇടയിൽ വേണ്ട. ജീവൻ പണയംവച്ചു നടത്തുന്ന ഈ ഗെയിമിൽ ഫൗൾ തീരെ പാടില്ല. പരസ്പരധാരണയും, മാനസിക ഐക്യവുമാണ് നമ്മുടെ ശക്തി.

രാജ് ഗുരു : എടോ ദുർഗ്ഗേടത്തി പറയുന്നത് മനസ്സിലാക്ക്. താനെത്ര വളർന്നിട്ടും ചെറുപ്പത്തിലെന്താ ഏതോ കളിയിൽ ഭഗത്സിങ്ങിനോട് തോറ്റതിന്റെ ക്ഷീണം തീർക്കാൻ കിട്ടുന്ന ഏതവസരവും ഉപയോഗിക്കരുത്.

ബി കെ ദത്ത് : ദുർഗ്ഗേടത്തി ഭഗത്തിനെ എപ്പോഴും പുകഴ്ത്തുന്നു. ഭഗത് ദുർഗ്ഗേടത്തിയോട് കൂടുതൽ സ്വാതന്ത്ര്യം കാണിക്കുന്നു. എന്നൊക്കെയാണ് സുഖദേവിന്റെ പരാതി. സുഖദേവേ, തന്റെ മനസ്സിൽ എന്തെങ്കിലും അഴുക്കുണ്ടെങ്കിൽ അത് കഴുകികളഞ്ഞേക്ക്. ഭഗത് അത്തരക്കാരനല്ല.

തങ്കമാണെടാ തനിത്തങ്കം.

ആസാദ് : ഞാൻ പറയാൻ ഉദ്ദേശിച്ചത് ദത്തു പറഞ്ഞു കഴിഞ്ഞു. ഒരു കാര്യം ഇത്രയും ഉന്നതമായ ലക്ഷ്യത്തോടെ പ്രവർത്തിക്കുന്ന വിപ്ലവ സംഘത്തിൽ ഏതെങ്കിലും ചിലരുടെ മനോ വൈകല്യംമൂലം സംശയത്തിന്റെ വിഷം കലർത്താനിടയാക്കരുത്.

ഭഗവതി : സ്ത്രീകൾ എന്നുമൊരു പ്രശ്നമാണ്. തന്നെ സ്വയം നിയന്ത്രിക്കാൻ കഴിയാത്ത പുരുഷ ന്മാർക്ക് സ്ത്രീകളെ കുഴപ്പക്കാരായേ കാണാൻ കഴിയൂ. എല്ലാവരും അവരെപ്പോലെയാണെന്ന് തോന്നുകയും ചെയ്യും. ദുർഗ്ഗയെ എനിക്കറി യാം. എന്റെ ഭാര്യമാത്രമല്ല; അവരൊരു വിപ്ല വകാരിയാണ്. ഭഗത്തിനേയും എനിക്ക് നന്നാ യി അറിയാം. നമ്മുടെ പ്രസ്ഥാനത്തിനു കിട്ടിയ നിധിയാണ് അയാൾ. അയാളെക്കുറിച്ച് എന്തെ ങ്കിലും പറയാൻ യോഗ്യത നമ്മളിൽ ആർക്കു മില്ല എന്നു ഞാൻ തീർത്തും പറയുന്നു.

സുഖദേവ് : എന്നോടു ക്ഷമിക്കണം. ഞാനൊന്നും ഉദ്ദേശി ച്ചിട്ടില്ല. ദുർഗ്ഗേടത്തിയെ ഒന്നു ചൊടിപ്പിക്കാൻ വേണ്ടി ചിലത് പറഞ്ഞു എന്നു മാത്രം. തെറ്റി ദ്ധരിച്ചാണ് ചർച്ച. ഞാൻ മാപ്പു ചോദിക്കുന്നു, മേലിൽ ആവർത്തിക്കുകയില്ല.

ആസാദ് : നന്നായി, നന്നായി ഇത് ഒരടഞ്ഞ അദ്ധ്യായ മാവട്ടെ. ഭഗത് കൂടെ വരട്ടെ എന്നിട്ട് ഗൗരവത രമായ ഒരു കാര്യം ആലോചിക്കേണ്ടതുണ്ട്.

രാജ് ഗുരു : ഭഗത്തിനെ കഴിയുന്നതും വേഗം ലാഹോറിനു പുറത്തു കടത്തണം. ഇപ്പോൾ തന്നെ പൊലീസ് അയാൾക്കുവേണ്ടി വലവിരിച്ചിരിക്കു കയാണ്. വേണ്ടതിലധികം കേസുകളുണ്ട്. സാൻഡേഴ്സൺ വധത്തിനു പിന്നിലും ഭഗ ത്സിങ് ഉണ്ടാവുമെന്നവർക്കറിയാം.

(പുറത്തുനിന്ന് തനി യൂറോപ്യൻ വേഷത്തിൽ - കോട്ട്, സൂട്ട്, ഹാറ്റ് ധരിച്ച് - ഭഗത്സിങ് എത്തുന്നു. എല്ലാവരും ഒരുനിമിഷം അമ്പര ന്നുനില്ക്കുന്നു.)

ആസാദ് : ദുർഗ്ഗേടത്തി ആളെ പിടികിട്ടിയോ?

ദുർഗ്ഗേടത്തി : ഇല്ല, പക്ഷേ ആ ചിരികണ്ടപ്പോൾ... എവിടെ യൊ വച്ച് കണ്ടിട്ടുള്ളതുപോലെ.

സുഖദേവ് : ഭഗത്തേ നീ എന്തുവേഷം കെട്ടിയാലും ഞാൻ അറിയും.

ഭഗവതി : അല്ലെങ്കിലും ഭഗത് അടിസ്ഥാനപരമായി നാടകക്കാരനാണല്ലോ. അപ്പോൾ ഈ വേഷം കെട്ടൽ പുതുമയല്ല.

ആസാദ് : എന്തുണ്ടായി ഭഗത്തേ?

ഭഗത് : ആസാദ് ജി ഞാനൊരു മോട്ടോർ സൈക്കിളിൽ വരികയായിരുന്നു. അപ്പോഴുണ്ട് പൊലീസ് എല്ലാവാഹനങ്ങളും തടഞ്ഞുനിർത്തി പരിശോധിക്കുന്നു. ഞാൻ വല്ല വിധത്തിലും രക്ഷപ്പെട്ടു. ഒരല്പസമയം മേക്കപ്പിനെടുത്തു. ഒരു പരിചയക്കാരന്റെ ജഡ്കയിൽ ഞാനിവിടെ എത്തി എന്നു പറഞ്ഞാൽ മതിയല്ലോ?

യശ്പാൽ : ഭഗത്തെ സാൻഡേഴ്സൺ ഓപ്പറേഷനുശേഷം തന്നെ കാണാനേ ഇല്ലായിരുന്നല്ലോ.... എവിടെയായിരുന്നു?

ആസാദ് : ഏതെങ്കിലും സിനിമാതിയേറ്ററിലെ മുൻനിരയിലാവും താമസം.

സുഖദേവ് : എത്ര സിനിമ കണ്ടെടാ....?

യശ്പാൽ : പണ്ഡിറ്റ് ജി ദേഷ്യപ്പെടരുത്. അല്പം തമാശ പറഞ്ഞോട്ടെ.

ആസാദ് : *(ചിരിച്ചുകൊണ്ട്)* എന്താണ് പറഞ്ഞോളൂ?

യശ്പാൽ : നമ്മൾ ഇപ്പോൾ നടത്തുന്നതും നടത്താനുദ്ദേശിക്കുന്നതുമായ പരിപാടികൾ അത്ര മര്യാദയും, മാന്യതയും ഉള്ളതല്ലല്ലോ.

ഭഗത് : എന്നാരു പറഞ്ഞു?

യശ്പാൽ : ഭഗത്തേ നീ ഇടപെടരുത്. പണ്ഡിറ്റ് ജിയുടെ അനുവാദത്തോടെയാണ്. നീ മിണ്ടാതെ ഒരു ഭാഗത്ത് ഇരുന്നോളണം. പറയുന്നത് കേട്ടാൽ മതി.

ആസാദ് : ഭഗത്തേ ഇടപെടേണ്ട. പറഞ്ഞുതുലയ്ക്കട്ടെ.

യശ്പാൽ : ഏതായാലും ഒരു ദിവസം പൊലീസ് നമ്മളെയൊക്കെ പിടിക്കുമല്ലോ. അപ്പോൾ ഓരോരുത്തരെയും എങ്ങനെയൊക്കെ പിടിക്കുമെന്നാണ് നിങ്ങളുടെ ധാരണ. ഞാൻ പറയാം ഈ രാജ്ഗുരുവിനെ എങ്ങനെ പിടിക്കുമെന്നാ നിങ്ങടെ ഊഹം.

സുഖദേവ് : ഈ മാന്യൻ ഉറക്കത്തിൽ പിടിക്കപ്പെടും. ഇയാൾ നടക്കുമ്പോഴും ഉറങ്ങുകയായിരിക്കും.

ജയിലിലെത്തിയശേഷമേ കണ്ണുതുറക്കുകയുള്ളു. അപ്പോൾ പാറാവുകാരനോടു ചോദിക്കും. വാസ്തവത്തിൽ ഞാൻ പിടിക്കപ്പെട്ടിരിക്കുകയാണോ ചങ്ങാതി?

യശ്പാൽ : കറക്റ്റ് *(എല്ലാവരും ചിരിക്കുന്നു)* ബി കെ ദത്തിനെ എങ്ങനെ പിടിക്കുമെന്നു പറയാമോ?

ദുർഗ : നിലാവുള്ള രാത്രി പാർക്കിൽ ചന്ദ്രനെ കണ്ടുകൊണ്ടിരിക്കുമ്പോൾ പിടിക്കപ്പെടും. അപ്പോൾ പൊലീസുകാരോടു പറയും. സാരമില്ല. പിടിച്ചെങ്കിലെന്ത്? പക്ഷേ, ചന്ദ്രനെത്രമനോഹരം.

യശ്പാൽ : എക്സാക്റ്റ് *(എല്ലാവരും ചിരിക്കുന്നു)* നമ്മുടെ ഭഗത്സിങ്ങിന്റെ കാര്യം ആർക്കുപറയാം.

ആസാദ് : *(കുലുങ്ങിച്ചിരിച്ചുകൊണ്ട്)* ഞാൻ പറയാം, ഞാൻ പറയാം.

യശ്പാൽ : പറയൂ.

ആസാദ് : ഭഗത് ഏതെങ്കിലും സിനിമാഹാളിൽ വച്ച് പിടിക്കപ്പെടും. പിടിക്കപ്പെട്ടുകഴിയുമ്പോൾ പൊലീസിനോടു പറയും അതേ പിടിച്ചെങ്കിലെന്ത്? സിനിമ മുഴുവൻ കണ്ടുകൊള്ളട്ടെ. എന്നിട്ടു വരാം. പോരേ സർ. *(എല്ലാവരും പൊട്ടിച്ചിരിക്കുന്നു)*

യശ്പാൽ : പണ്ഡിറ്റ്ജിയെ എങ്ങനെയാണ് പിടിക്കുക എന്നറിയാമോ? ഝാൻസിയിലെ പർവ്വതനിരകളിൽ നായാട്ടു നടത്തിക്കൊണ്ടിരിക്കുമ്പോൾ നമ്മുടെ സർവ്വസൈന്യാധിപൻ ഏതെങ്കിലും ഒറ്റുകാരൻ പറഞ്ഞയച്ച പൊലീസുകാരോട് ഏറ്റുമുട്ടി പിടിക്കപ്പെടും. വനത്തിൽ നിന്ന് നേരെ ഝാൻസിയിലെ ആശുപത്രിയിലേക്ക് അയയ്ക്കും. അവിടെവച്ചു ബോധം തെളിയുമ്പോൾ താൻ പിടിക്കപ്പെട്ടിരിക്കുന്നു എന്നു മനസ്സിലാക്കും. ശിക്ഷ 121-ാം വകുപ്പനുസരിച്ച് തൂക്കിലേറ്റൽ.

ഭഗത്സിങ്ങ് : പണ്ഡിറ്റ്ജിയെ തൂക്കിക്കൊല്ലാൻ രണ്ടുകയർ വേണ്ടിവരും. ഒന്നദ്ദേഹത്തിന്റെ കഴുത്തിനും, മറ്റൊന്ന് കുടവയറിനും *(എല്ലാവരും പൊട്ടിച്ചിരിക്കുന്നു)*

ആസാദ് : *(ചിരിച്ചുകൊണ്ട്)* നോക്കൂ. എനിക്ക് തൂക്കുമരത്തിലേറാൻ മോഹമില്ല. ഭഗത്തേ ആ സമ്മാനം നിനക്കുതന്നെ ഇരിക്കട്ടെ. എന്റെ കൈയിൽ

ഈ മോഡ്സർ പിസ്റ്റൾ ഉള്ളിടത്തോളം കാലം എന്നെ ജീവനോടെ അറസ്റ്റ് ചെയ്യാൻ ആർക്കുമാകില്ല.

ഭഗത് : പണ്ഡിറ്റ്ജി. നമ്മുടെ ഓരോ നിമിഷത്തിനും വിലയുണ്ട്. നാം വിജയകരമായി തോക്കുപയോഗിച്ചു ഇനി ബോംബിന്റെ ഊഴമാണ്.

ആസാദ് : സാൻഡേഴ്സൺ വധം അവർക്ക് ഒരു ഞെട്ടലുണ്ടാക്കിയിട്ടുണ്ട്. പൊലീസ് വേട്ട ആരംഭിച്ചിട്ടുണ്ട്. നമ്മുടെ ഭാഗത്തുനിന്ന് തുടർനടപടി ഉണ്ടായില്ലെങ്കിൽ ജനങ്ങൾ നിരാശരാകും.

ഭഗത് : അതെ! ഒരുവർഷത്തിനകം ഡൊമിനിയൻ പദവി അംഗീകരിച്ചില്ലെങ്കിൽ പൂർണ്ണ സ്വരാജ് പ്രഖ്യാപിക്കുമെന്ന ഭീഷണിയുമായി കോൺഗ്രസ് കാത്തിരിക്കുകയാണ്.

ആസാദ് : അപ്പോൾ പൂർണ്ണ സ്വരാജ് അവരുടെ ലക്ഷ്യമല്ല എന്നല്ലേ?

ഭഗത് : എന്താ സംശയം. അതവരുടെ കാര്യം. തൊഴിലാളികൾ നാടൊട്ടുക്ക് പണിമുടക്കിലാണ്. ബോംബെ ഇളകിമറിയുന്നു. ജനങ്ങളുടെ പോരാട്ടം നാടാകെ ശക്തി പ്രാപിക്കുന്നു. ഇതിനെ തച്ചുതകർക്കാൻ ബ്രിട്ടീഷ് ഗവൺമെന്റ് പാർലമെന്റിൽ രണ്ടുകരിനിയമങ്ങൾ കൊണ്ടുവരാൻ പോകുന്നു എന്നാണ് കേട്ടത്. തൊഴിൽത്തർക്കനിയമവും, പൊതുസുരക്ഷാനിയമവും.

ആസാദ് : ജനങ്ങളെ അണിനിരത്തി ഇതിനെ ചെറുക്കണം. ചെറുത്തേ മുന്നോട്ടു പോകാനാകൂ.

യശ്പാൽ : നമ്മളൊരു പ്രസ്താവന കൊടുത്താൽപോലും പത്രങ്ങൾ പ്രസിദ്ധീകരിക്കില്ല. അവരെ പരസ്യത്തിന്റെ അപ്പക്കഷണം കാട്ടി സർക്കാർ ചൊല്പടിക്കുനിർത്തിയിരിക്കുകയാണ്. നമ്മുടെ ആഹ്വാനം ജനങ്ങൾ എങ്ങനെ അറിയും.

ഭഗവതി : പിന്നെ നമ്മളെങ്ങനെ ജനശ്രദ്ധ ആകർഷിക്കും?

ഭഗത് : വഴിയുണ്ട്. ഞാൻ പറയുന്നത് മുഴുവൻ കേട്ടിട്ടേ എന്താണുവേണ്ടതെന്ന് തീരുമാനിക്കാവൂ.

ആസാദ് : പറയു....

ഭഗത് : ഈ രണ്ടു കരിനിയമങ്ങളും പാസാക്കുന്ന ദിവസം ദില്ലിയിലെ സെൻട്രൽ അസംബ്ലി ഹാളിൽ ബോംബെറിഞ്ഞ് പ്രതിഷേധം പ്രക

ടിപ്പിക്കണം. ബോംബെറിയുകയേ ചെയ്യാവൂ. ആരേയും കൊല്ലാൻ പാടില്ല. ഭരണകൂടത്തിന് ഒരു മുന്നറിയിപ്പ്. അത്രമാത്രം. അസംബ്ലിയിൽ ബോംബെറിയാൻ പോകുന്നവർ രക്ഷപ്പെടാൻ ശ്രമിക്കരുത്. പൊലീസിനുകീഴടങ്ങണം. കേസ് വിചാരണവേളയെ പാർട്ടിയുടെ ആശയ പ്രചാരണവേദിയായി ഉപയോഗിക്കണം. എന്തുപറയുന്നു.

സുഖദേവ് : അസംബ്ലിയിൽ ബോംബെറിയുന്നതിനോട് ഞാൻ യോജിക്കുന്നു. പക്ഷേ, ബോംബെറിയുന്നവർ പിടി കൊടുക്കണം. പൊലീസിനു കീഴടങ്ങണം എന്നുപറയുന്നത് ശരിയല്ല. എന്തുവില കൊടുത്തും നമുക്കവരുടെ ജീവൻ രക്ഷിക്കണം.

ഭഗത് : എന്തു വിലകൊടുത്തും ജീവൻ രക്ഷിക്കണമെന്നത് നമ്മുടെ നയമല്ല. അതു ചാരുകസാല രാഷ്ട്രീയക്കാരുടെ അവസരവാദനയമാണ്. അത് നമുക്ക് സ്വീകരിക്കാനാകില്ല.

ആസാദ് : ഇപ്പോഴത്തെ രാഷ്ട്രീയകാലാവസ്ഥയിൽ ഇന്ത്യൻ ജനതയെ ആവേശം കൊള്ളിക്കാനും (*മുഴുമിക്കുന്നതിന് മുൻപെ*)

ഭഗത് : ബ്രിട്ടീഷ് ഭരണാധികാരികളുടെ ബധിരകർണ്ണങ്ങൾ തുറപ്പിക്കാനും ഈ ബോംബേറ് ഏറെ പ്രയോജനം ചെയ്യും.

ആസാദ് : അംഗീകരിക്കുന്നു. ആക്ഷനിൽ പങ്കെടുക്കുന്നതാരാ. ഒരു നിർദ്ദേശം. ഞാനും, ഭഗതും ഒഴികെ നമ്മളിൽ നിന്ന് രണ്ടുപേർ തയ്യാറാകണം. ആരൊക്കെ.... തയ്യാറുള്ളവർ കൈപൊക്കൂ... (*ഭഗത്സിങ് അടക്കം എല്ലാവരും കൈപൊക്കുന്നു*)

ഭഗത് : ആസാദ് ജി ഒഴിയുന്നത് മനസ്സിലാകും. അങ്ങയുടെ ഭാഷയിൽ പറഞ്ഞാൽ കോടതിയിൽ കയറി കുരങ്ങച്ചനെപ്പോലെ ഓഛാനിച്ചു നില്ക്കാൻ അങ്ങേക്കാവില്ല.

സുഖദേവ് : ഭഗത്സിങ് എന്തായാലും ഉണ്ടാവണം. പാർടിയുടെ നയങ്ങൾ കോടതിയിൽ ഇംഗ്ലീഷിൽ വിശദീകരിക്കാൻ നമ്മളിൽ ആരേക്കാൾ സമർത്ഥൻ ഭഗത്സിങ് തന്നെ. അതുകൊണ്ട് ഭഗത്സിങ്ങിനെ ഒഴിവാക്കിക്കൂട.

ആസാദ് : വിഡ്ഢിത്തം പറയാതിരിക്കൂ. സാൻഡേർസൺ വധവുമായി ഭഗത്സിങ്ങിനുള്ള ബന്ധം ഇന്നല്ലെങ്കിൽ നാളെ പൊലീസുമറിയും. ഭഗത്സിങ് ഒരിക്കൽ ജയിലിലായാൽ പിന്നെ തൂക്കുമരത്തിലേ അവസാനിക്കൂ.

ഭഗത് : *(ചിരിച്ചുകൊണ്ട്)* ഈ ദൗത്യം ഏറ്റെടുക്കാൻ എന്തുകൊണ്ടും ഞാനാണ് സർവ്വഥാ യോഗ്യൻ. എന്നോടൊപ്പം ബി കെ ദത്തുകൂടി പോരട്ടെ.

ബി കെ ദത്ത് : ഞാനപ്പോഴേ തയ്യാർ.

ആസാദ് : *(ഇടറിയ കണ്ഠത്തോടെ)* ഭഗത്...

ഭഗത് : ചിരി കൊണ്ട് യാത്രയാക്കേണ്ട സർവ്വസൈന്യാധിപൻ *(ഭഗത്സിങ്ങിനെ കെട്ടിപ്പുണർന്നുകൊണ്ട്)*

ആസാദ് : ഇൻക്വിലാബ്... സിന്ദാബാദ്.

എല്ലാവരും ഏറ്റുവിളിക്കുന്നു.
പരസ്പരം കെട്ടിപ്പിടിക്കുന്നു.

രംഗദീപം പൊലിയുന്നു.

ദൃശ്യം - പതിനാല്

ബോംബ് ഫാക്ടറി
സമയം - രാവിലെ 9 മണി

ആസാദ്, ഭഗവതിചരൺ, യശ്പാൽ എന്നിവർ വേദിയിൽ രംഗദീപം തെളിയുമ്പോൾ.

ആസാദ് : ഇന്നലത്തെ പാർലമെന്റിലെ ബോംബുസംഭവം. ഇന്ത്യ മുഴുവനും ഒരു വാർത്തയായിട്ടുണ്ട്. ഇന്നത്തെ പത്രങ്ങളിലെ മുഖ്യവാർത്ത അതുതന്നെയാണ്.

യശ്പാൽ : അവരെ ദില്ലിപൊലീസ് സ്റ്റേഷനിലേക്കും, അവിടെനിന്ന് സബ്ജയിലിലേക്കും കൊണ്ടുപോയെന്നാണ് കിട്ടിയവിവരം.

ഭഗവതിചരൺ : കേസ് എടുത്തു വിസ്താരം തുടങ്ങിയതിനു മുമ്പ് നമുക്ക് സഖാക്കളെ ജയിലിൽ നിന്ന് രക്ഷിക്കണം *(പുറത്തുനിന്ന് ജയ്ഗോപാൽ ഒരു ഇംഗ്ലീഷ് പത്രവും നീട്ടിപ്പിടിച്ച് കടന്ന് വരുന്നു)*

ജയ് ജോപാൽ : ഇന്നത്തെ *ഹിന്ദുസ്ഥാൻ ടൈംസിൽ* നമ്മുടെ എല്ലാ വാർത്തയുമുണ്ട്. ഭഗത്സിങ്ങിന്റെ ഫോട്ടോയും പ്രാധാന്യത്തോടെ കൊടുത്തിട്ടു

ണ്ട്. *(ഭഗവതിചരൺ പത്രത്തിനുകൈനീട്ടുന്നു. ജയ് ഗോപാൽ പത്രം ഭഗവതീചരണിനുകൊടുക്കുന്നു.)*

ആസാദ് : ഭഗവതി ഉറക്കെവായിക്കു കേൾക്കട്ടെ!

ഭഗവതി : അസംബ്ലിയിൽ ബോംബേറ്. ഭഗത്സിങ്ങും, ബി കെ ദത്തും ചെറുത്തുനില്ക്കാതെ പൊലീസിനു കീഴടങ്ങി. ബധിരകർണ്ണങ്ങൾ തുറപ്പിക്കാനെന്ന് ഹിന്ദുസ്ഥാൻ സോഷ്യലിസ്റ്റ് ആർമി കമാൻഡർ ഇൻചീഫ്. ഏപ്രിൽ - 8 ചരിത്രത്തിലാദ്യമായി ഇന്ത്യൻ പാർലമെന്റിൽ ഹിന്ദുസ്ഥാൻ സോഷ്യലിസ്റ്റ് ആർമിയുടെ രണ്ടുചെറുപ്പക്കാർ ബോംബെറിഞ്ഞു. ആരെയും കൊല്ലണമെന്ന ഉദ്ദ്യേശത്തോടുകൂടിയല്ല ബോംബെറിഞ്ഞതെന്ന് അവർ വിതരണം ചെയ്ത പ്രസ്താവനയിൽ പ്രഖ്യാപിച്ചിട്ടുണ്ട്. തൊഴിലാളികൾക്ക് ദ്രോഹകരമായ ഭേയിഡ് ഡിസ്പ്യൂട്ട് ബില്ലും, പബ്ലിക് സേഫ്റ്റിബില്ലും പാസാക്കുന്നതിൽ തങ്ങൾക്കുള്ള എതിർപ്പ് പ്രകടമാക്കാനാണ് അസംബ്ലിയിൽ ബോംബെറിഞ്ഞതെന്ന് ബോംബേറിനുശേഷം ഭഗത്സിങ് ഉച്ചത്തിൽ വിളിച്ചു പറയുന്നുണ്ടായിരുന്നു. ചർച്ചകഴിഞ്ഞ് ബിൽ വോട്ടിനിട്ട് ഫലം പ്രഖ്യാപിക്കുന്ന ഘട്ടത്തിലാണ് ആളൊഴിഞ്ഞ ഒരു ഭാഗത്തേയ്ക്ക് സന്ദർശകഗ്യാലറിയിൽനിന്ന് ബോംബുകൾ എറിഞ്ഞത്. കാക്കിയുടുപ്പും ട്രൗസറും ഇളം നീലഓവർകോട്ടും ധരിച്ച 20 നടുത്ത് പ്രായം തോന്നിക്കുന്ന ചെറുപ്പക്കാരായ ഭഗത്സിങ്ങും, ബി കെ ദത്തുമാണ് ബോംബുകൾ എറിഞ്ഞത്. ബോംബെറിഞ്ഞ ഉടനേതന്നെ അവർ 'ഇൻക്വിലാബ് സിന്ദാബാദ്' എന്ന മുദ്രാവാക്യം വിളിക്കുകയും, തങ്ങൾ തയ്യാറാക്കിക്കൊണ്ടു വന്ന ചുവന്ന മഷിയിൽ അച്ചടിച്ച നോട്ടീസ് പാർലമെന്റുഹാളിലേക്ക് വലിച്ചെറിയുകയും ചെയ്തു. ബോംബുവീണശബ്ദം കേട്ട ഉടനെ സഭാവാസികൾ ചിതറി ഓടി. എന്തുചെയ്യണമെന്നറിയാതെ നോക്കിനിന്ന പൊലീസുകാരെ അക്ഷോഭ്യരായി, മന്ദസ്മിതത്തോടെയാണ് ബോംബെറിഞ്ഞ യുവാക്കൾ നേരിട്ടത്. പേടിച്ചുപേടിച്ചാണ് സഭാസർജന്റും, ട്രാഫിക് ഇൻസ്പെ

ക്ടറും കൂടി തങ്ങൾക്കുനേരെ നീട്ടിയ യുവാക്കളുടെ കൈയിൽ വിലങ്ങു വച്ചത്. അവരെ നേരെ ദില്ലി പൊലീസ് സ്റ്റേഷനിലേക്ക് കൊണ്ടുപോയി. പണ്ഡിറ്റ് ജി ബധിരകർണ്ണങ്ങൾ തുറപ്പിക്കാൻ എന്ന നമ്മുടെ പ്രസ്താവനയുടെ പൂർണ്ണരൂപവും പത്രത്തിൽ കൊടുത്തിട്ടുണ്ട്.

ആസാദ് : ഏതായാലും പരിപാടിയുടെ ആദ്യഘട്ടം വിജയകരമായി പൂർത്തിയാക്കി. ഇനി ജയിലഴികൾക്കുള്ളിൽ നിന്ന് ഭഗത്തിനെയും ദത്തിനെയും രക്ഷിക്കണം.

യശ്പാൽ : ഹംസരാജ് എന്നൊരാൾ ഒരു വാതകം ഉണ്ടാക്കിയിട്ടുണ്ടത്രേ. അതു തുറന്നുവിട്ടാൽ ബോധക്ഷയം ഉണ്ടാകും. അതുകിട്ടിയാൽ ഭഗത്തും ദത്തും കിടക്കുന്ന ജയിലിൽ സന്ദർശകരായി ചെന്ന് ജയിലറന്മാരെ ബോധം കെടുത്തി ജയിലിന്റെ പൂട്ടുതകർത്ത് നമ്മുടെ സഖാക്കളെ നമുക്ക് മോചിപ്പിക്കാം.

ഭഗവതി : തനിക്ക് ഹംസരാജിനെ നേരിട്ടു പരിചയമുണ്ടോ?

യശ്പാൽ : ഇല്ല. ഇന്ദ്രപാലിന്റെ കൂട്ടുകാരനാണ് ഹംസരാജ്. അയാൾ പറഞ്ഞതാണ്. ഒന്നുപരീക്ഷിച്ചു നോക്കിയാലോ.

ആസാദ് : *(ചിരിച്ചുകൊണ്ട്)* താനിത്ര വിഡ്ഢിയായിപ്പോയല്ലോ. മേലിൽ ഇത്തരം പൊട്ടത്തരങ്ങൾ പറഞ്ഞു നടക്കരുത്.

യശ്പാൽ : വേണ്ടെങ്കിൽ വേണ്ട. എന്റെ ശ്രദ്ധയിൽപ്പെട്ടത് പറഞ്ഞു എന്നുമാത്രം.

ജയ്ഗോപാൽ : നമുക്ക് നാലഞ്ചാളുകൾക്ക് ഒരുമിച്ച് ചെന്ന് ജയിലാക്രമിച്ചാലോ.

ആസാദ് : എങ്ങനെ.

ജയ്ഗോപാൽ : ഗാർഡുകളെ വെടിവച്ചുകൊല്ലണം. എന്നിട്ട് അവരെ ജയിലിൽ നിന്നിറക്കിക്കൊണ്ടുവരണം.

ആസാദ് : എന്താ താൻ കഥ പറയുകയാണോ? ജയിൽ കവാടത്തിലേ, സായുധപൊലീസാണ് കാവൽ... നിങ്ങൾ വെടിവയ്ക്കുമ്പോൾ അവർ വെടികൊള്ളാൻ പാകത്തിന് കൈയും കെട്ടിനോക്കി നില്ക്കും. അല്ലേ. വെറുതെ തമാശ പറയാൻ കണ്ടനേരം.

യശ്പാൽ : എന്തെങ്കിലും അടിയന്തരമായി ചെയ്യണം.

അല്ലെങ്കിൽ അറസ്റ്റുചെയ്യപ്പെടുന്ന ആരെങ്കിലും കൂറുമാറിയാൽ ഭഗത് സാൻഡേഴ്സൺ കൊല യിൽ പ്രതി തന്നെ.

ഭഗവതി : എനിക്കു തോന്നുന്നത് ജയിലിനകത്തുകൂടി വിവരം കൊടുത്തശേഷം ഒരു സംഘം ജയി ലിന്റെ മുമ്പിൽ ബോംബെറിഞ്ഞ് പൊലീ സിന്റെ ശ്രദ്ധ തിരിക്കണം. മറ്റൊരു സംഘം ജയിലിനകത്തുകേറി ഗാർഡുകളെ നേരിടണം. മൂന്നാമതൊരു സംഘം ജയിലഴികൾ തുറന്നു ഭഗത്തിനെയും, ദത്തിനെയും മോചിപ്പിച്ച് വാഹ നത്തിൽ വിദൂര സ്ഥലത്തേക്ക് കൊണ്ടു പോ കണം.

ആസാദ് : പറഞ്ഞപ്പോൾ എല്ലാമായി. എന്തായാലും ഭഗ വതി പറഞ്ഞകാര്യം വിശദമായി ആലോചിക്കേ ണ്ടതുണ്ട്. അവരെ ഏതുജയിലിലാണു അട യ്ക്കുന്നതെന്ന് നോക്കാം. എന്നിട്ടാവാം മറ്റുപ രിപാടികൾ. ഞാൻ ഇന്നുതന്നെ ഇവിടം വിടു കയാണ്. *(ആസാദ് പുറത്തേക്ക് പോകുന്നു)*

ഭഗവതി : ഞാനും യശ്പാലും പുറത്തേക്കുപോകുന്നു. രാജ്ഗുരുവും ജയ്ഗോപാലും ഇവിടെ ഉണ്ടാ കണം. ഞങ്ങൾ രാത്രിയോടെ ഇവിടെ എത്തും. ദുർഗ്ഗ വന്നാൽ ഇവിടെ കാണണമെന്നുപറ ഞ്ഞേക്കു.

(രണ്ടുപേരും പുറത്തേക്കുപോകുന്നു) (അല്പം കഴിഞ്ഞ്) സുഖ ദേവ് പ്രവേശിക്കുന്നു.

സുഖദേവ് : പണ്ഡിറ്റ്ജി പോയോ

ജയ്ഗോപാൽ : പോയി.

സുഖദേവ് : അപ്പോൾ ഭഗത്തിനെ മോചിപ്പിക്കാനുള്ള കാര്യ മൊന്നും ആലോചിച്ചില്ലേ.

രാജ് ഗുരു : പ്രാഥമിക ചർച്ച നടത്തി. ശേഷം രാത്രിയിലേ ക്കുമാറ്റി.

സുഖദേവ് : രാത്രിയിൽ പണ്ഡിറ്റ് ജി ഉണ്ടാകുമോ?

ജയ്ഗോപാൽ : കാണാനിടയില്ല. ഇന്നുതന്നെ സ്ഥലം വിടുമെ ന്നാണ് പറഞ്ഞത്.

സുഖദേവ് : *(അരിശത്തിൽ)* അപ്പോൾ ഭഗത് സിങ്ങും, ബി കെ ദത്തും ജയിലിൽ കിടന്ന് നരകിക്കട്ടെ എന്നാണല്ലേ. എങ്ങനെയോ അങ്ങനെ *(പുറത്ത് ബൂട്ടുകളുടെ ശബ്ദം)*

(പൊലീസ് വിസിൽ, ആകെയൊരു ഭീകരത)

സുഖദേവ് : പുറത്ത് പൊലീസാണെന്നു തോന്നുന്നു. റിവോൾവറുകൾ... *(പറഞ്ഞുതീരും മുമ്പ് നാലു പൊലീസുകാർ അകത്തുകയറി.. തോക്കുചൂണ്ടി.)*

പൊലീസ് : ഹാൻസ് അപ്പ്... ഇല്ലെങ്കിൽ എല്ലാറ്റിനേയും ചുട്ടുകളയും *(നാലുപേരും അനങ്ങാനാവാതെ കൈ പൊക്കിനില്ക്കുന്നു) (സുഖദേവിനോട്)*

പൊലീസുകാരൻ : തന്റെ പേരെന്താ.

സുഖദേവ് : സുഖദേവ്.

പൊലീസുകാരൻ : താനാണോ ഈ ബോംബുഫാക്ടറിയുടെ ഉടമ.

സുഖദേവ് : അതെ.... *(നാലുപേരുടെയും കൈപുറകേ കെട്ടുന്നു)* നടക്ക്...

(തോക്കിന്റെ പാത്തികൊണ്ടിടിക്കുന്നു)

വന്ദേമാതരം, വന്ദേമാതരം എന്നുറക്കെ വിളിക്കുന്നു.

(രംഗദീപം പൊലിയുന്നു)

ദൃശ്യം - പതിനഞ്ച്

ലാഹോർ സെൻട്രൽ ജയിൽ.

സെൻട്രൽജയിലിലെ ഒരുമുറി

സമയം - പ്രഭാതം

രംഗദീപം ഉയരുമ്പോൾ....

മുറിയുടെ അകത്ത് ഒരു കസേര, മറ്റൊരു ഭാഗത്ത് തടവുകാരുടെ കൈ മേൽപോട്ടുകെട്ടി മർദ്ദിക്കാനുപയോഗിക്കുന്ന മുക്കാലി-

ചെറിയ ഒരു കെയ്നും പിടിച്ച് ജയിൽ സൂപ്രണ്ട് അസ്വസ്ഥനായി ഉലാത്തുന്നു. അല്പസമയം കഴിഞ്ഞ് രണ്ടു വാർഡന്മാരാൽ അകമ്പടി സേവിക്കപ്പെട്ട് ഭഗത്സിങ്ങിനെ കൊണ്ടുവരുന്നു. കൈയിലും കാലിലും ചങ്ങല. കാലിൽനിന്നുള്ള ചങ്ങല കഴുത്തിലെ വളയത്തിൽ കൊളുത്തിയിരിക്കുന്നു. (ഹാഫ് ട്രൗസറും, ഹാഫ് കൈവട്ടക്കഴുത്തുള്ള ഷർട്ടും, വെള്ളത്തൊപ്പിയും ജയിൽ വേഷത്തിലാണ് ഭഗത്സിങ്ങ്)

ജയിൽ സൂപ്രണ്ട് : ഗുഡ് മോണിങ് മി: ഭഗത്സിങ്, ഞാൻ

ലാഹോർ സെൻട്രൽ ജയിൽ സൂപ്രണ്ട്.

ഭഗത് : ഗുഡ് മോണിങ് - മി: സൂപ്രണ്ട്.

ജയിൽ സൂപ്രണ്ട് : നിങ്ങൾ പഞ്ചാബ് ജയിൽ ഐ ജി അവർകൾക്കയച്ചിരുന്ന കത്ത് എനിക്ക് ഫോർവേഡ് ചെയ്തിരിക്കുന്നു. എന്താണ് നിങ്ങൾക്കു പറയാനുള്ളത്.

ഭഗത് : എനിക്കു പറയാനുള്ളതെല്ലാം ആ കത്തിൽ വിശദമായി എഴുതിയിട്ടുണ്ട്.

സൂപ്രണ്ട് : നിങ്ങളുമായി വിശദമായി ഡിസ്കസ് ചെയ്ത് കാര്യങ്ങൾ സെറ്റിൽ ചെയ്യാനാണ് ഐ ജി അവർകൾ എന്നെ ചുമതലപ്പെടുത്തിയിട്ടുള്ളത്. എന്തൊക്കെയാണ് നിങ്ങളുടെ ആവശ്യങ്ങൾ. കമോൺ. പ്ലീസ് ടെൽമി.

ഭഗത് : മി. സൂപ്രണ്ട്. ഞാനടക്കം ഞങ്ങൾ 16 രാഷ്ട്രീയത്തടവുകാരുണ്ട് ഈ ജയിലിൽ. ഞങ്ങളാരും ക്രിമിനൽ പുള്ളികളല്ല. ഞങ്ങൾ രാഷ്ട്രീയത്തടവുകാരാണ്.

സൂപ്രണ്ട് : കൊള്ളാമല്ലോ. കൊള്ളയും കൊലയും നടത്തുന്നവരാണോ രാഷ്ട്രീയത്തടവുകാർ, അസംബ്ലിക്കകത്ത് ബോംബെറിയുകയും, പൊലീസ് ആഫീസർമാരെ വെടിവച്ചുകൊല്ലുകയും ചെയ്യുന്നതാണോ രാഷ്ട്രീയപ്രവർത്തനം. *(പല്ലിറുമ്മി)* ഷട്ട് അപ് യൂ ക്രിമിനൽ. *(കൈയും ചുരുട്ടി അടുത്തേക്കുചെല്ലുന്നു)*

ഭഗത് : *(ചങ്ങലയ്ക്കിട്ട കൈയുയർത്തി)* ഭീഷണി വേണ്ട. ഉത്തരവാദിത്വപ്പെട്ട ഒരു പൊലീസ് ഉദ്യോഗസ്ഥനോട് സംസാരിക്കാനാണ് ഞാൻ വന്നത്. ഒരു മൂന്നാംകിടഗുണ്ടയോട് ഗുസ്തി പിടിക്കാനല്ല.

സൂപ്രണ്ട് : *(സമനില പാലിച്ച്)* കൂൾഡൗൺ കൂൾഡൗൺ മി: ഭഗത് സിങ്. ഞാനതിർവിട്ട് എന്തെങ്കിലും പറഞ്ഞിട്ടുണ്ടെങ്കിൽ ക്ഷമിക്കുക. 'ഐ അപ്പോളജൈസ് യു'. അപ്പോൾ നിങ്ങളുടെ ആവശ്യം നിങ്ങളെയൊക്കെ പൊളിറ്റിക്കൽ പ്രിസണേഴ്സായി അംഗീകരിക്കണം എന്നല്ലേ. അത്രയല്ലേ ഉള്ളു.

ഭഗത് : അല്ല അതുസംബന്ധിച്ച് നിങ്ങളുടെ തീരുമാനം പറയൂ. എന്നിട്ടാവാം മറ്റു കാര്യങ്ങൾ.

സൂപ്രണ്ട് : മി: ഭഗത്സിങ് ഞാനൊന്നുചോദിക്കട്ടെ! നിങ്ങ

ളിൽ നേതാക്കളായ ഒന്നോ രണ്ടോ പേരെ പൊളിറ്റിക്കൽ പ്രിസണേഴ്സായി അംഗീകരിച്ചാൽ അത് നിങ്ങൾക്ക് സ്വീകാര്യമാകുമോ?

ഭഗത് : മി: സൂപ്രണ്ട് ഞങ്ങളെ ഭിന്നിപ്പിക്കാൻ നോക്കേണ്ട. ഞങ്ങൾക്കത് സ്വീകാര്യമല്ല. ഞങ്ങളെല്ലാം രാഷ്ട്രീയപ്രവർത്തകരാണ്. ഞങ്ങൾക്കിടയിൽ മഹാത്മാവും, സാദായും വേറെ വേറെ ഇല്ല.

സൂപ്രണ്ട് : മി: ഭഗത് സിങ്. പറയാനുള്ള മറ്റു കാര്യങ്ങൾ കൂടി പറയൂ. എല്ലാം കേട്ടശേഷം നമുക്കൊരു തീരുമാനത്തിലെത്താം.

ഭഗത് : മി: സൂപ്രണ്ട് ജയിലിലെ ഭക്ഷണം അങ്ങേയറ്റം മോശമാണ്. പുഴു അരിച്ച ഗോതമ്പുകൊണ്ടുള്ള റൊട്ടിയാണ് പലപ്പോഴും തിന്നാൻ തരിക. അതും വിശപ്പടക്കാൻ തക്ക അളവിൽ തരുന്നില്ല.

സൂപ്രണ്ട് : മി: ഭഗത് സിങ് അതുകൊണ്ടെന്താ വേണ്ടത്.

ഭഗത് : ഞാൻ പറഞ്ഞുവല്ലോ, ഞങ്ങളെ രാഷ്ട്രീയത്തടവുകാരായി പരിഗണിക്കണം. രാഷ്ട്രീയത്തടവുകാർക്കു കൊടുക്കുന്ന ചോറ്, തൈര്, പാല്, വെണ്ണ, എന്നിവ ശരിയായ അളവിൽ ഞങ്ങൾക്കു തരണം. സോപ്പ്, എണ്ണ, മുഖക്ഷൗരത്തിനുള്ള സൗകര്യം എന്നിവ അനുവദിക്കണം. വായിക്കാൻ ഒരു പത്രമെങ്കിലും വേണം. നിർബ്ബന്ധമായി വേലയെടുക്കുന്നതിൽനിന്നും ഞങ്ങളെ ഒഴിവാക്കണം.

സൂപ്രണ്ട് : മി: ഭഗത് സിങ് ഇനി ഒരു ഡിമാന്റുമില്ലല്ലോ.

ഭഗത് : എസ് ക്യൂസ് മി സർ. ഒരുകാര്യം കൂടി. ഞങ്ങൾ പല സെല്ലുകളിലാണ് ഇപ്പോൾ കഴിയുന്നത്. കേസിനെക്കുറിച്ച് പരസ്പരം ആലോചിക്കാൻ കഴിയും വിധം ഞങ്ങളെ എല്ലാം ഒരുമുറിയിൽ പാർപ്പിക്കണം.

സൂപ്രണ്ട് : ഓ കെ. തീരുമാനം ഇപ്പോൾതന്നെ അറിയണമോ? അതോ പിന്നീടറിയിച്ചാൽ മതിയോ?

ഭഗത് : അതു താങ്കൾ തന്നെ തീരുമാനിക്കുക.

സൂപ്രണ്ട് : *(പെട്ടെന്ന് ടോൺ മാറ്റി)* നിങ്ങൾ പറഞ്ഞതൊക്കെ ശരിയാണ്. രാഷ്ട്രീയത്തടവുകാർക്ക് നിങ്ങൾ പറഞ്ഞ എല്ലാ ആനുകൂല്യത്തിനും അർഹതയുണ്ട്. പക്ഷേ.... യൂ... ഇഡിയറ്റ് യൂ ആർ ലൂട്ടേഴ്സ് ആൻഡ് ക്രിമിനൽസ്. നിങ്ങ

ൾക്ക് ഒരു ആനുകൂല്യവും തരാൻ നിശ്ചയിച്ചിട്ടില്ല. ഇതിനെതിരെ ലഹളകൂട്ടിയാൽ ഈ സെല്ലിനകത്തിട്ട് പട്ടികളെപ്പോലെ നിന്നെയൊക്കെ വെടിവച്ചുകൊല്ലും. അണ്ടർസ്റ്റാൻഡ്.

ഭഗത് : ചങ്ങലകൊണ്ട് കെട്ടിപ്പൂട്ടി ഇരുമ്പഴിക്കുള്ളിൽ തള്ളിയിട്ട് വെടിവച്ചുകൊല്ലുന്നത് ധീരതയല്ല. ഭീരുത്വമാണ്. കാട്ടാളത്തമാണ്. നിങ്ങളിൽനിന്ന് മറ്റൊന്നും ഞങ്ങൾ പ്രതീക്ഷിക്കുന്നില്ല. ഞങ്ങളുടെ ജീവനുള്ളിടത്തോളം.... ഇതിനെതിരെ ഞങ്ങൾ പോരാടും. അവകാശങ്ങൾ അനുവദിക്കുംവരെ ഇന്നു മുതൽ ഞങ്ങൾ നിരാഹാര സമരത്തിലായിരിക്കുമെന്ന് ഇതാ താങ്കളെ അറിയിക്കുന്നു.

സൂപ്രണ്ട് : ധിക്കാരി.... *(കൈവലിച്ച് അടിക്കാൻ ഓങ്ങുന്നു)*

ഭഗത് : തൊട്ടുപോകരുത്. *(ചങ്ങലയിട്ട കൈകൊണ്ട് തടുക്കുന്നു)*

(രംഗദീപം പൊലിയുന്നു)

രംഗദീപം തെളിയുന്നു.

അതേ ദൃശ്യം. അതേ ജയിൽമുറി. ജയിൽ സൂപ്രണ്ട് മുറിയിൽ ഉലാത്തുന്നു. (കൈവിലങ്ങു വച്ച ഫണീന്ദ്രനാഥ്ഘോഷിനെകൊണ്ടു വരുന്നു. പിന്നിൽ രണ്ടു വാർഡന്മാർ.) (പേടിച്ചുവിറച്ചാണ് വരുന്നത്.)

സൂപ്രണ്ട് : എന്താ തന്റെ പേര്.

ഫണീന്ദ്രൻ : ഫൺ, ഫണി, ഫണീന്ദ്രൻ

സൂപ്രണ്ട് : *(അടുത്തുചെന്ന്) (കഴുത്തിനുപിടിച്ചുകൊണ്ട്)* - മുഴുവൻ പേരു പറയെടോ?

ഫണീന്ദ്രൻ : ഫണീന്ദ്രനാഥ് ഘോഷ്.

സൂപ്രണ്ട് : *(വാർഡന്മാരോട്)* ഈയാളുടെ കൈകൾ മുക്കാലിയിൽ കൊളുത്തി ഇടൂ.

വാർഡന്മാർ : *(ഫണീന്ദ്രന്റെ മുതുകത്ത് കൈചുരുട്ടി ഇടിക്കുന്നു)* നടക്കെടോ. *(ഉന്തിത്തള്ളി മുക്കാലിക്കടുത്തു നിർത്തുന്നു)* കൈ ഉയർത്തെടോ... *(കൈ ഉയർത്തുന്നു) (കൈ മുക്കാലിയിൽ കൊളുത്തുന്നു)*

സൂപ്രണ്ട് : ഇവനുകൊടുക്കേണ്ട സമ്മാനം എന്താന്നുവച്ചാ ആയിക്കോ.

വാർഡൻ : *(ചാട്ടവാറുകൊണ്ട് ആഞ്ഞടിക്കുന്നു) (അടി*

കൊണ്ട് പുളയുന്നു). എന്നെ കൊല്ലല്ലേ.... എനിക്കൊന്നുമറിയില്ലേ.... എനിക്കൊന്നുമറിയില്ലേ.

സൂപ്രണ്ട് : നിനക്കെന്തറിയാമെന്ന് ചോദിച്ചില്ലല്ലോ.... നിനക്കൊന്നുമറിയില്ലല്ലോ *(വാർഡന്മാരോട്)* - നമുക്കിവനെ തലക്കീഴായി കെട്ടിത്തൂക്കാം... അപ്പോൾ അറിവെല്ലാം പുറത്തുവരും.

വാർഡന്മാർ : യേമാനേ, ഇവനെ തലകീഴായി കെട്ടിത്തൂക്കട്ടോ. (അടി നിർത്തുന്നു)

മറ്റേ വാർഡൻ : *(മുക്കാലിയിൽ നിന്ന് കെട്ടഴിക്കുന്നു. ഫണീന്ദ്രൻ സ്വതന്ത്രനായ ഉടനെ ഓടിച്ചെന്ന് സൂപ്രണ്ടിന്റെ കാലിൽ വീഴുന്നു.)*

ഫണീന്ദ്രൻ : *(സൂപ്രണ്ടിന്റെ കാലുപിടിച്ചുകൊണ്ട്)* പെന്നേമാനേ എന്നെ കൊല്ലരുത്. ഞാനെല്ലാം പറയാം. എനിക്കെല്ലാമറിയാം.

സൂപ്രണ്ട് : *(പരിഹാസച്ചിരിയോടെ)* ഇതങ്ങു ആദ്യമേ ചെയ്താൽ പോരായിരുന്നോ. എഴുന്നേല്ക്കു. *(പേടിച്ചു വിറച്ച് എഴുന്നേറ്റുനില്ക്കുന്നു)* പറയൂ... എല്ലാം തുറന്നുപറയണം. താൻ വിപ്ലവ സംഘത്തിലെ ആരായിരുന്നു?

ഫണീന്ദ്രൻ : സെൻട്രൽ കമ്മിറ്റി മെമ്പർ.

സൂപ്രണ്ട് : തന്നെപ്പോലെയുള്ള പേടിത്തൊണ്ടന്മാർ എങ്ങനെയാടോ വിപ്ലവസംഘത്തിന്റെ സെൻട്രൽ കമ്മിറ്റിയിൽ കടന്നുകൂടിയത്.

ഫണീന്ദ്രൻ : പരസ്യമായി പറയാൻ ബുദ്ധിമുട്ടാണേ. പേപ്പറും പെൻസിലും തന്നാൽ ഞാൻ ഇവിടെയിരുന്ന് എല്ലാം എഴുതിത്തരാം.

സൂപ്രണ്ട് : ശരി. കോടതിയിൽ ഭഗത്സിങ്ങിനും കൂട്ടർക്കുമെതിരെ പരസ്യമായി സാക്ഷിപറയാമോ?

ഫണീന്ദ്രൻ : പറയാമേ.

സൂപ്രണ്ട് : കോടതിയിൽ മൊഴിമാറ്റി പറഞ്ഞാൽ... അന്നേ ദിവസം രാത്രി താൻ സെല്ലിനകത്ത് തൂങ്ങിനില്ക്കും. ആത്മഹത്യ.... തന്നെ ഞങ്ങൾ ആത്മഹത്യചെയ്യിക്കും എന്നർത്ഥം. കാര്യമെല്ലാം പിടികിട്ടിയല്ലോ.

ഫണീന്ദ്രൻ : അതുണ്ടാവില്ല, അതുണ്ടാവില്ല. അമ്മയാണെ സത്യം.

സൂപ്രണ്ട് : *(ഒരു വാർഡനോട്)* കുറച്ചു പേപ്പറും പേനയും കൊണ്ടുകൊടുക്കു. ഇയാൾ ഇവിടെയിരുന്നു തന്നെ എഴുതട്ടെ! അടുത്തയാളെകൊണ്ടുവരൂ.

വാർഡൻ : ജയഗോപാലിനെയാണോ ഏമാനേ... *(ഫണീന്ദ്രൻ ഞെട്ടുന്നു)*

സൂപ്രണ്ട് : അതേ. *(മറ്റൊരു വാർഡൻ പേപ്പറും പേനയും കൊണ്ടുവരുന്നു. ഫണീന്ദ്രനു കൊടുത്ത ശേഷം പുറത്തേക്കു പോകുന്നു)*

ഫണീന്ദ്രൻ : *(പേടിച്ചു പേടിച്ചു)* ഏമാനേ...

സൂപ്രണ്ട് : എന്താടോ.. എഴുത്തുവരുന്നില്ലേ

ഫണീന്ദ്രൻ : ഞാനെന്റെ സെല്ലിൽ പോയിരുന്ന് എഴുതിക്കൊണ്ടു വന്നാൽ പോരേ.

സൂപ്രണ്ട് : പോരാ. ഇവിടെ ഇരുന്നുതന്നെ എഴുതണം... എന്താ ജയഗോപാലെന്നു കേട്ടപ്പോൾ പേടിയാകുന്നോ?

ഫണീന്ദ്രൻ : അതൊന്നുമല്ല. കേസിന്റെ വിധിക്കുമുമ്പ് ഞാൻ കൂറുമാറിയെന്നറിഞ്ഞാൽ അവരെന്നെ കൊല്ലും.

സൂപ്രണ്ട് : അല്ലെങ്കിലും താൻ ഇപ്പോൾത്തന്നെ മരിച്ചില്ലേ. ഇനിയെന്തുമരണം. താൻ പേടിക്കേണ്ട. തന്നെ ഞാൻ നോക്കിക്കൊള്ളാം. താനെഴുതിക്കോ.

(ഗത്യന്തരമില്ലാതെ ഫണീന്ദ്രൻ എഴുത്തു തുടരുന്നു) (കൈയിൽ വിലങ്ങുവച്ച് ജയ്ഗോപാലിനെ രണ്ടു വാർഡന്മാർ കൂടിക്കൊണ്ടു വന്ന് സൂപ്രണ്ടിന്റെ മുന്നിലെത്തിക്കുന്നു. വാർഡന്മാർ ജയ്ഗോപാലിന്റെ പിന്നിലേക്കുമാറുന്നു)

സൂപ്രണ്ട് : *(ജയഗോപാലിനടുത്ത് ചെന്ന്)* എന്താ തന്റെ പേര്.

ജയ്ഗോപാൽ : *(പരിഭ്രമത്തോടെ)* ജയ്ഗോപാൽ.

സൂപ്രണ്ട് : ഭഗത്സിങ്ങിനെ അറിയാമോ

ജയ്ഗോപാൽ : അറിയാം.

സൂപ്രണ്ട് : എങ്ങനെ അറിയാം.

ജയ്ഗോപാൽ : ഞങ്ങൾ വിപ്ലവസംഘത്തിലെ പ്രവർത്തകരാണ്.

സൂപ്രണ്ട് : എത്രകാലമായി അറിയാം.

ജയ്ഗോപാൽ : ആറേഴുവർഷങ്ങളായി അറിയാം.

സൂപ്രണ്ട് : ചന്ദ്രശേഖർ ആസാദിനെ അറിയാമോ?

ജയ്ഗോപാൽ : അറിയാം. കണ്ടിട്ടുണ്ട്.

സൂപ്രണ്ട് : എന്നുപറഞ്ഞാൽ.

ജയ്ഗോപാൽ : അറിയാമെന്നേയുള്ളു. അത്ര അടുപ്പമില്ല.

സൂപ്രണ്ട് : അയാൾ ഇപ്പോൾ എവിടെയുണ്ട്

ജയ്ഗോപാൽ : (മൗനം)

സൂപ്രണ്ട് : *(നാഭിക്കിട്ടൊരുതൊഴി)* – റാസ്കൽ കള്ളം പറയുന്നോ? സത്യം പറയുന്നതാണ് നല്ലത്. ഇല്ലെങ്കിൽ ഈ മുക്കാലിയിൽ തലകീഴായികെട്ടി തൂക്കും. എല്ലാ സത്യവും പറയിക്കും.

ജയ്ഗോപാൽ : *(ദയനീയമായി മുക്കാലിയിൽ നോക്കുന്നു)* സത്യമായും ചന്ദ്രശേഖർ ആസാദ് എവിടെയുണ്ടെന്നെനിക്കറിയില്ല.

സൂപ്രണ്ട് : അസംബ്ലിയിൽ ബോംബെറിയുന്നതിനെക്കുറിച്ച് ആലോചിക്കുന്ന യോഗത്തിൽ താനുമുണ്ടായിരുന്നോ?

ജയ്ഗോപാൽ : *(മിണ്ടുന്നില്ല)*

സൂപ്രണ്ട് : ലാഹോർ പൊലീസ് ഡെപ്യൂട്ടി സൂപ്രണ്ട് സാൻഡേഴ്സനെ വെടിവയ്ക്കാൻ പോയവരുടെ കൂട്ടത്തിൽ താനുമുണ്ടായിരുന്നോ.

ജയ്ഗോപാൽ : *(മിണ്ടുന്നില്ല)*

സൂപ്രണ്ട് : പൊലീസ് ഡെപ്യൂട്ടി സൂപ്രണ്ട് സാൻഡേഴ്സൺ വധിക്കപ്പെട്ടിരിക്കുന്നു. *('എച്ച് എസ് ആർ എ' എന്ന മഷികൊണ്ടെഴുതിയ പോസ്റ്റർ നിവർത്തി കാണിച്ചുകൊണ്ട്)* ഇതാരുടെ കൈയക്ഷരമാണ്..

ജയ്ഗോപാൽ : *(മൗനം) (സൂപ്രണ്ട് ജയ്ഗോപാലിന്റെ പിന്നിലൂടെ ചെന്ന്)* റാസ്കൽ. എന്നെ വിഡ്ഢിയാക്കുന്നോ. *(പുറകിൽ നിന്ന് ചവിട്ടുന്നു ജയ്ഗോപാൽ കമഴ്ന്നടിച്ചു വീഴുന്നു. മുതുകിൽ ബൂട്ടിട്ടകാലുകൊണ്ട്.. സത്യം പറ. ഇതാരുടെ കൈയക്ഷരം)* ജയ്ഗോപാൽ എന്നെ കൊല്ലല്ലേ, കൊല്ലല്ലേ എന്ന് നിലവിളിക്കുന്നു.

സൂപ്രണ്ട് : *(വാർഡന്മാരോട്)* ഇവനെ തലകീഴായി കെട്ടിത്തൂക്കു. സത്യം പറയുമോ എന്നറിയണമല്ലോ. *(സൂപ്രണ്ടു പിന്മാറുന്നു. വാർഡന്മാർ ജയഗോപാലിനെ എടുത്തു പൊക്കുന്നു)*

ജയ്ഗോൽ : *(നിലവിളിച്ചുകൊണ്ട്)* എന്നെ കൊല്ലരുത്. ഞാനെല്ലാം തുറന്നു പറയാം.

സൂപ്രണ്ട് : സത്യം പറഞ്ഞാൽ നിന്നെ രക്ഷിക്കാം. ഈ പോസ്റ്റർ ആരുടെ കൈയക്ഷരമാണ്.

ജയ്ഗോപാൽ : ഭഗത്സിങ്ങിന്റെ

സൂപ്രണ്ട് : അങ്ങനെ വഴിക്കുവാ. വിപ്ലവസംഘത്തിന്റെ എല്ലാകൊള്ളയിലും, കൊലയിലും പങ്കെടുത്തവനാണു നീ... ഭഗത്സിങ്ങിനും കൂട്ടർക്കുമെ

	തിരെ നീ കോടതിയിൽ സാക്ഷിപറയുമോ?
ജയ്ഗോപാൽ	: പറഞ്ഞുകൊള്ളാമേ.
സൂപ്രണ്ട്	: തല്ക്കാലം ഇവനേയും സെല്ലിലേക്കയക്കണ്ട. ഇവനും പേപ്പറും പേനയും കൊടുക്കു. എല്ലാം എഴുതിത്തരട്ടെ. ഇവിടെ ഇരുന്ന്. *(ഫണീന്ദ്രനും ജയ്ഗോപാലും പരസ്പരം ഭീതിയോടെ നോക്കുന്നു)*

(രംഗദീപം പൊലിയുന്നു)

(രംഗദീപം ഉയരുന്നു)

അതേദൃശ്യം

(ജയിലിലെ മറ്റൊരുമുറി. മുറിയുടെ മദ്ധ്യത്ത് - ഭഗത്സിങ് ഒരു ബഞ്ചിൽ ക്ഷീണിച്ച് കിടക്കുന്നു. ചുറ്റും ജയിൽ സൂപ്രണ്ടും, രണ്ടു മൂന്ന് ജയിൽ വാർഡന്മാരും.)

ജയിൽ സൂപ്രണ്ട്	: മി: ഭഗത്സിങ് മര്യാദയ്ക്ക് ഈ പാലെടുത്തു കുടിക്കു. ഇല്ലെങ്കിൽ ബലം പ്രയോഗിച്ച് നിങ്ങളെക്കൊണ്ട് കുടിപ്പിക്കേണ്ടിവരും.
ഭഗത്	: ബലം പ്രയോഗിച്ച് കുടിപ്പിക്കും അല്ലേ. അതു തന്നെ കാണട്ടെ. ന്യായമായ ആവശ്യങ്ങൾക്കുവേണ്ടി ഞങ്ങൾ നിരാഹാരം തുടങ്ങിയിട്ട് ദിവസങ്ങളായി. ഞങ്ങളുടെ പ്രിയപ്പെട്ട സഖാവ് ജതീന്ദ്രനാഥ് രക്തസാക്ഷിയായി.... എന്നിട്ടും അനങ്ങാത്ത ജയിലധികാരികൾക്ക് എന്നോട് ഒരു സ്നേഹം. എന്നെ രക്ഷിക്കാൻ പാലുമായി എത്തിയിരിക്കുന്നു. പോകൂപുറത്ത്. ഞാനിവിടെ കിടന്ന് മരിച്ചുകൊള്ളാം.
സൂപ്രണ്ട്	: മി: ഭഗത് ഒരിക്കൽകൂടി ഞാൻ ആജ്ഞാപിക്കുന്നു. നിങ്ങൾ ഈ പാലുകുടിക്കണം. അല്ലെങ്കിൽ ഞങ്ങൾ കുടിപ്പിക്കും.
ഭഗത്	: എന്നാലതുതന്നെ കാണട്ടെ. മര്യാദയ്ക്കു പുറത്തു പോകൂ. എന്നെ കൊന്നോളൂ. എന്നാലും ഞാൻ ഈ പാലു കുടിക്കില്ല.
സൂപ്രണ്ട്	: അനുസരിക്കൂ അതാണ് നല്ലത്. അനുസരിച്ചില്ലെങ്കിൽ ഞാൻ അനുസരിപ്പിക്കും.
ഭഗത്	: എന്നാലതുതന്നെ നടക്കട്ടെ. *(വാർഡന്മാർ ഭഗത്സിങ്ങിനെ പിടിച്ചുവയ്ക്കുന്നു. സൂപ്രണ്ട് ഗ്ലാസ് ഭഗത്സിങ്ങിന്റെ ചുണ്ടോടടുപ്പിക്കുന്നു. ഭഗത്സിങ് തട്ടിയെറിയുന്നു. സൂപ്രണ്ടും*

വാർഡന്മാരും ഭഗത്സിങ്ങിനെ വളഞ്ഞിട്ടുതല്ലു ന്നു) ഭഗത്സിങ് ഉച്ചത്തിൽ 'വന്ദേമാതരം, വന്ദേ മാതരം' എന്ന മുദ്രാവാക്യം വിളിക്കുന്നു. ഉച്ചസ്ഥായിയിൽ -

രംഗദീപം പൊലിയുന്നു.

ദൃശ്യം - പതിനാറ്

ലാഹോർ സെൻട്രൽ ജയിൽ വളപ്പിലെ സ്പെഷ്യൽ കോടതി മദ്ധ്യ ത്ത് ജഡ്ജിയുടെ ഡയസ്. ഒരു ഭാഗത്ത് വാദികളുടെ കൂട്. മറുഭാ ഗത്ത് സാക്ഷിക്കൂട്. രംഗദീപം തെളിയുന്നു.

കോടതി ഗ്യാലറിയിൽ ഉദ്യോഗസ്ഥരും പത്രക്കാരും ഉണ്ടെന്ന ധാ രണയിൽ സർക്കാർ ഭാഗം വക്കീൽ വന്ന് എല്ലാവർക്കും 'ഗുഡ്മോർ ണിങ്' പറയുന്നു. കോടതിയുടെ ക്ലോക്കിൽ 10 മണിയുടെ അലാറം മുഴങ്ങുന്നു. ജഡ്ജ് കയറിവരുന്നു. ശിരസ്സുകുനിച്ച് ഡയസിലേക്കു കയറുന്നു. എല്ലാവരും ഗുഡ്മോണിങ് പറയുന്നു.

ജഡ്ജ് : *(ബഞ്ചുക്ലാർക്കിനോട്)* പ്രതികളെ കൊണ്ടുവ രാൻ പറയൂ.

ക്ലർക്ക് : *(വെളിയിൽ നോക്കി)* പ്രതികളെ ഹാജരാക്കൂ

(അകലെ നിന്ന് ഇൻക്വിലാബ് സിന്ദാബാദ് എന്ന മുദ്രാവാക്യം വിളി ഉയരുന്നു. മുദ്രാവാക്യം അടുത്തടുത്തു വരുന്നു. സായുധ പൊലീ സിന്റെ അകമ്പടിയോടെ ഭഗത്സിങ്, സുഖദേവ്, രാജ്ഗുരു, പ്രേം ദത്ത്... തുടങ്ങിയവർ ജയിൽ വേഷത്തിൽ മുദ്രാവാക്യം വിളിച്ചു കൊണ്ട് പ്രതിക്കൂട്ടിലേക്ക് കയറിനില്ക്കുന്നു.

ജഡ്ജ് : *(ചുറ്റികകൊണ്ട് ഡയസിൽ തട്ടിക്കൊണ്ടു ഉച്ച ത്തിൽ)* ഓഡർ, ഓഡർ, ഇതുകോടതിയാണ്. ലാഹോർ തെരുവല്ല. *(പ്രതികൾ ഉച്ചത്തിൽ മുദ്രാവാക്യം വിളിക്കുന്നു)*

ജഡ്ജ് : നിങ്ങൾ കോടതിയുമായി സഹകരിച്ചില്ലെങ്കിൽ ഞാൻ കോടതി നിർത്തി വയ്ക്കാൻ നിർബ്ബന്ധിത നാകും

ഭഗത് : ബഹുമാനപ്പെട്ട ജഡ്ജ്. ഞങ്ങളെങ്ങനെ സഹ കരിക്കണമെന്നാണ് അങ്ങുപറയുന്നത്. ഞങ്ങളെ കോടതിയിലേക്കു കൊണ്ടുവരു മ്പോൾ പൊലീസുകാരും ജയിലിനകത്തുവച്ച്

വാർദ്ധന്മാരും തല്ലിച്ചതയ്ക്കുകയാണ്. പലർക്കും എഴുന്നേറ്റുനില്ക്കാൻ പോലും നിവൃത്തിയില്ല. മരുന്നില്ല, ഡോക്ടർ പരിശോധനയില്ല. നരകയാതനയാണ്. നിങ്ങളുടെ ജൂറിസ്പ്രൂഡൻസ് അനുസരിച്ച് തന്നെ ഞങ്ങൾ ഇപ്പോൾ കുറ്റാരോപിതരാണ്. കുറ്റവാളികളല്ല. എന്നാൽ, കുറ്റവാളികളെപ്പോലെയാണ് ഞങ്ങളോട് പെരുമാറുന്നത്.

ജഡ്ജി : പ്രോസിക്യൂഷന് ഇതേക്കുറിച്ച് എന്താപറയാനുള്ളത്.

പ്രോസിക്യൂട്ടർ : ഇത് പച്ചനുണയാണ് സർ.

ഭഗത് : ഇത്തരം പച്ചനുണയന്മാരെ നിലയ്ക്കുനിർത്തണം സർ. ഈ കോടതിക്കുമുമ്പാകെ ഇത്തരം പച്ചക്കള്ളം പറയുന്ന ഒരാൾ രൂപപ്പെടുത്തുന്ന കേസിന്റെ സ്വഭാവം എന്തായിരിക്കുമെന്ന് പ്രത്യേകിച്ച് പറയേണ്ടതില്ലല്ലോ?

ജഡ്ജ് : മി: ഭഗത്സിങ് നിങ്ങൾക്കു പരാതിയുണ്ടെങ്കിൽ കോടതി പിരിയുമ്പോൾ എഴുതിക്കൊടുത്തേക്കു. ഐ ഷാൽ എക്സാമിൻ... മി: പ്രോസിക്യൂട്ടർ... യൂ ക്യാൻ പ്രൊസീഡ്.

പ്രോസിക്യൂട്ടർ : മി ലോഡ് വിശദമായ കുറ്റപത്രം നല്കിയിട്ടും പ്രതികൾ കൗണ്ടർ തരികയോ, തങ്ങളുടെ സാക്ഷിപ്പട്ടിക ഹാജരാക്കുകയോ ചെയ്യാത്ത സാഹചര്യത്തിൽ അവർ കോടതിയോട് നിസ്സഹകരിക്കുന്നു എന്നുവേണം അനുമാനിക്കാൻ.

ജഡ്ജി : മി: ഭഗത്സിങ് എന്താ നിങ്ങൾക്കെന്തെങ്കിലും ഇതേക്കുറിച്ച് പറയാനുണ്ടോ?

ഭഗത് : സോറി, യുവർ ഓണർ. ചില കേട്ടുകേൾവികളും, പണം കൊടുത്തും ഭീഷണിപ്പെടുത്തിയും കൂറുമാറ്റിയ ചില ഭീരുക്കൾ പറഞ്ഞുകൊടുത്ത കള്ളക്കഥകളും മർദ്ദകവീരന്മാരായ ചില പൊലീസ് ഓഫീസർമാരുടെ സ്ഥിരം വചോവിലാസങ്ങളും കൂട്ടിക്കെട്ടിയ കുറെ പീറക്കടലാസുകളുമാണ് കുറ്റപത്രമെന്ന പേരിൽ മരണവീട്ടിലെ രാമായണവായനപോലെ പ്രോസിക്യൂട്ടർ കഴിഞ്ഞ ദിവസം കോടതിയിൽ അവതരിപ്പിച്ചത്. അതിന്റെ അറ്റസ്റ്റഡ് കോപ്പി

യോ, സർക്കാർ സാക്ഷിപ്പട്ടികയോ പോലും ഞങ്ങൾക്കു തന്നിട്ടില്ല. അതുകൊണ്ട് ഈ കേസ് ഈ രീതിയിൽ വാദം തുടരുന്നത് നിർത്തിവയ്ക്കണം എന്ന് ബഹുമാനപ്പെട്ട കോടതിയോടു ഞാനപേക്ഷിക്കുന്നു.

ജഡ്ജ് : മി: പ്രോസിക്യൂട്ടർ - ഇതേക്കുറിച്ച് നിങ്ങൾക്ക് എന്താണ് പറയാനുള്ളത്.

പ്രോസിക്യൂട്ടർ : പ്രതികൾ ബോധപൂർവ്വം ഈ കേസ് നീട്ടിക്കൊണ്ടു പോകാനുള്ള രാഷ്ട്രീയം കളിക്കുകയാണ് സർ. അവർ സാക്ഷിപ്പട്ടിക തരാത്ത സാഹചര്യത്തിൽ പ്രോസിക്യൂഷൻ സാക്ഷികളെ വിസ്തരിക്കാൻ അനുവദിക്കണം എന്നാണ് എന്റെ അപേക്ഷ.

ജഡ്ജ് : മി: ഭഗത്സിങ് യുവർ ഒബ്ജക്ഷൻ ഈസ് റിജക്ടഡ്. മി: പ്രോസിക്യൂട്ടർ യൂ ക്യാൻ പ്രൊസീഡ്.

പ്രോസിക്യൂട്ടർ : മിലോഡ് ഇന്ന് മൂന്നു സാക്ഷികളെ വിസ്തരിക്കാമെന്നാണ് കരുതുന്നത്. വൺ മിസ്റ്റർ ജയ്ഗോപാൽ - പ്രതിക്കൂട്ടിൽ നിന്ന് കമന്റ് "കൊള്ളാമെടാ ചതിയാ" *(ഭഗത് സിങ് രൂക്ഷമായി എല്ലാവരെയും നോക്കുന്നു. പ്രതികൾ നിശ്ശബ്ദരാകുന്നു.)*

ജഡ്ജ് : ഓർഡർ, ഓർഡർ. മി: പ്രോസിക്യൂട്ടർ പ്രൊസീഡ്

പ്രോസിക്യൂട്ടർ : സെക്കന്റ് മി: ഫണീന്ദ്രനാഥ് ഘോഷ്, ദി തേഡ് ലാഹോർ പൊലീസ് ഹെഡ് ക്വാർട്ടേർസിലെ സീനിയർ സൂപ്രണ്ട്.

ബഞ്ചു ക്ലാർക്ക് : പ്രോസിക്യൂഷൻ സാക്ഷി മദൻ ഗോപാൽ ജയഗോപാൽ... വയസ്സ് 22. ലാഹോർ *(ശിപായി ഏറ്റുവിളിക്കുന്നു)* തലകുനിച്ച് ജയഗോപാൽ പേടിച്ചുവിറച്ച് സാക്ഷിക്കൂട്ടിൽ കയറുന്നു.

(പ്രതിക്കൂട്ടിൽ നിന്നാരോ.. എടാമോനേ.. തല ഒന്നുയർത്തിനോക്കെടാ.. നാണമില്ലാത്തവനേ പേടിത്തൊണ്ടാ.)

ജഡ്ജ് : ഓർഡർ, ഓർഡർ.. ഇതു കോടതിയാണ്. ഇവിടെ ശല്യമുണ്ടാക്കിയാൽ

മറ്റൊരു പ്രതി : പിടിച്ചു ജയിലിലിടുമായിരിക്കും. *(എല്ലാവരും ചിരിക്കുന്നു)*

ജഡ്ജ് : ഓർഡർ... ഓർഡർ. സയലൻസ് പ്ലീസ്. *(ഭഗ*

ത്സിങ്ങ് എല്ലാവരോടും നിശ്ശബ്ദരാകാൻ ആംഗ്യം കാട്ടുന്നു) (ബഞ്ചുക്ലർക്ക് ജയ്ഗോപാലിനടുത്തുചെന്ന് രാമായണം കാണിച്ചു)

ക്ലർക്ക് : ഞാൻ ദൈവവിശ്വാസിയാണെന്നും ജയ്ഗോപാൽ *(ഏറ്റു ചൊല്ലുന്നു)* ഞാൻ ദൈവവിശ്വാസിയാണെന്നും.

പ്രതികളിലാരോ : പച്ചക്കള്ളമാണ് ജഡ്ജി സാറെ... കോവിലിലെ പണപ്പെട്ടി അടിച്ചുമാറ്റുന്ന പാർട്ടിയാ.

ജഡ്ജ് : ഇതുകോടതിയാണ്. കുട്ടിക്കളിയായിക്കാണരുത്. ഞാൻ പൊലീസിനെ വിളിക്കും.

മറ്റൊരു പ്രതി : അറ്റ്ലീസ്റ്റ് പട്ടാളത്തിനെ വിളിക്കുമെന്നെങ്കിലും പറയൂ ജഡ്ജിസാറേ. അല്ലാതെ ഞങ്ങളെ എങ്ങനെ പേടിപ്പിക്കാൻ. വെടിക്കെട്ടുകാരന്റെ മക്കളെയല്ലേ ഉടുക്കുകൊട്ടി പേടിപ്പിക്കുന്നത്.

ഭഗത്സിങ് : സഹോദരങ്ങളെ! ദയവായി അച്ചടക്കം പാലിക്കൂ. നമ്മുടെ ചങ്ങാതിക്ക് എന്തുപറയാനുണ്ടെന്ന് നമുക്ക് കേൾക്കാമല്ലോ?

പ്രതികൾ : എന്നാലങ്ങനെയാവട്ടെ.

ക്ലർക്ക് : കോടതിയിൽ സത്യമല്ലാതെ വേറൊന്നും ബോധിപ്പിക്കുകയില്ലെന്ന്.

ജയ്ഗോപാൽ : കോടതിയിൽ സത്യമല്ലാതെ വേറൊന്നും ബോധിപ്പിക്കുകയില്ലെന്ന്.

ക്ലർക്ക് : ദൈവം സാക്ഷിയായി സത്യം ചെയ്യുന്നു.

ജയ്ഗോപാൽ : ദൈവം സാക്ഷിയായി സത്യം ചെയ്യുന്നു.

പ്രോസിക്യൂട്ടർ : ഈ നില്ക്കുന്ന പ്രതികളെ അറിയാമോ?

ജയ്ഗോപാൽ : അറിയാം.

പ്രേം ദത്ത് : എങ്ങനെ അറിയാം. തലയും കുമ്പിട്ടുനിന്നാൽ എങ്ങനെ പ്രതികളെ കാണാം. കാണാതെ എങ്ങനെ അറിയും. നേരെ നോക്കൂ. ഈ പ്രേം ദത്തിനെ ശരിക്കും അറിയാമോ?

ജയ്ഗോപാൽ : *(മെല്ലെ തല ഉയർത്തി)*

പ്രതികൾ : ആ. അങ്ങനെ. കുറച്ചുകൂടി മുഖം ഉയർത്തു.

പ്രോസിക്യൂട്ടർ : പ്രതിക്കൂട്ടിൽ നില്ക്കുന്നവരിൽ ഭഗത്സിങ് ഉണ്ടോ?

രാജ്ഗോപാൽ : ഉണ്ട്.

പ്രോസിക്യൂട്ടർ : എവിടെ നില്ക്കുന്നു.

ജയ്ഗോപാൽ (അറച്ചറച്ച്) പ്രതികളുടെ കൂട്ടത്തിൽ ഒന്നാം നിര

യിൽ മദ്ധ്യത്തുനില്ക്കുന്ന ആൾ. (ഭഗത്സിങ് മന്ദഹസിക്കുന്നു)

പ്രതികൾ : എടാ നീചാ...

പ്രോസിക്യൂട്ടർ : *(സാൻഡേഴ്സണെ കൊലചെയ്തു എന്നെഴുതിയ പോസ്റ്റർ കാണിച്ചുകൊണ്ട്)* ഈ പോസ്റ്റർ എപ്പോഴാണ് എഴുതിയത്?

ജയ്ഗോപാൽ : സാൻഡേഴ്സണെ കൊല്ലുന്നതിന്റെ തലേദിവസം.

പ്രോസിക്യൂട്ടർ : ആരാണെഴുതിയതെന്നറിയാമോ?

ജയ്ഗോപാൽ : അറിയാം, ഭഗത്സിങ്. *(പറഞ്ഞ് തീരുംമുമ്പ് 'എടാ ചെറ്റേ' എന്നട്ടഹസിച്ചുകൊണ്ട് പ്രേം ദത്ത് പ്രതിക്കൂട്ടിൽനിന്നു ചാടി ജയ്ഗോപാലിനെ വലിച്ച് താഴത്തിട്ട് ചവിട്ടാൻ തുടങ്ങുന്നു.)*

ജഡ്ജ് : പൊലീസ് പൊലീസ്. നിങ്ങളെന്താ കൈയും കെട്ടി നോക്കി നില്ക്കുന്നോ? (പൊലീസും പ്രതികളും തമ്മിൽ പൊരിഞ്ഞ അടി....)

ജഡ്ജി : കോർട്ട് അഡ്ജേണ്ട്.

(രംഗദീപം പൊലിയുന്നു)

(അതേ രംഗം കോടതി നടക്കുന്നതിനിടയിലാണ് രംഗം ആരംഭിക്കുന്നത്. ജഡ്ജി ഡയസിൽ. പ്രതികൾ പ്രതിക്കൂട്ടിൽ. ബഞ്ചുക്ലർക്ക്, പ്രോസിക്യൂട്ടർ എന്നിവർ യഥാസ്ഥാനങ്ങളിൽ രംഗദീപം തെളിയുന്നു.)

പ്രോസിക്യൂട്ടർ : മി: ഭഗത്സിങ് നിങ്ങൾ എന്തുകൊണ്ടാണ് ഈ കേസിൽ അഭിഭാഷകരെ വച്ച് വാദിക്കുകയോ, സാക്ഷിപ്പട്ടിക നല്കുകയോ ചെയ്യാതിരുന്നത്.

ഭഗത്(ചിരിച്ചുകൊണ്ട്) : പ്രയോജനമില്ലാത്തതു കൊണ്ടുതന്നെ. വിധി പ്രഖ്യാപനം എഴുതി ഭദ്രമായി സേഫിൽ വച്ചിട്ടല്ലേ അങ്ങ് വിചാരണപ്രഹസനം ആരംഭിച്ചത്. നീതി ലഭിക്കുമെങ്കിലല്ലേ വാദമുഖങ്ങൾക്ക് സ്ഥാനമുള്ളു.

ജഡ്ജ് : മി: ഭഗത് സിങ് നിങ്ങൾ നീതിയെക്കുറിച്ച് ധാരാളം പറയുന്നുണ്ടല്ലോ. അങ്ങനെയുള്ള ഒരാൾ ജനാധിപത്യത്തിന്റെ പരമോന്നതസ്ഥാപനമായ പാർലമെന്റിലേക്ക് എന്തിനാ ബോംബു വലിച്ചെറിഞ്ഞത്. ആദരണീയരായ അധികാരികളെയും, ജനനേതാക്കളെയും കൊല്ലാനല്ലേ.

ഭഗത് : മി ലോഡ് അങ്ങ് ഒന്നുകിൽ തെറ്റിദ്ധരിച്ചിരിക്കുന്നു. അല്ലെങ്കിൽ ലോകത്തെ തെറ്റുദ്ധരിപ്പിക്കാൻ ആഗ്രഹിക്കുന്നു. ഞങ്ങൾക്ക് ആരെയും കൊല്ലണമെന്നുണ്ടായിരുന്നില്ല. ഇന്ത്യയിലെ സാധാരണമനുഷ്യന്റെ ശബ്ദം കേൾക്കാത്ത അധികാരത്തിന്റെ ബധിരകർണ്ണങ്ങളെ തുറപ്പിക്കണമെന്നുമാത്രമേ ബോംബെറിയൽകൊണ്ട് ഞങ്ങളുദ്ദേശിച്ചിരുന്നുള്ളൂ.

പ്രോസിക്യൂട്ടർ : കൊല്ലാനല്ലെങ്കിൽ അസംബ്ലിഹാളിലേക്കു നിങ്ങൾ ബോംബെറിഞ്ഞതെന്തിനാണ്. ഇംഗ്ലീഷ് അധികാരികളെ തെരഞ്ഞുപിടിച്ചു കൊല്ലൽ നിങ്ങളുടെ പ്രത്യേക അജണ്ടയായിരുന്നില്ലേ.

ഭഗത് : ഐ ഒബ്ജക്ട് യുവർ ഓണർ. പ്രോസിക്യൂട്ടർ കോടതിയെ മനഃപൂർവ്വം തെറ്റിദ്ധരിപ്പിക്കുകയാണ്. ആരെയെങ്കിലും കൊല്ലാനുദ്ദേശിച്ചാണെങ്കിൽ ഇത്ര പ്രഹരശേഷി കുറഞ്ഞ ബോംബ് ഞങ്ങൾ എറിയുമായിരുന്നോ? ഈ സംഭവം ഏതെങ്കിലും വ്യക്തിയുടെ നേർക്കുള്ള ആക്രമണമല്ലെന്നും, വ്യവസ്ഥാപിത സംവിധാനത്തിനെതിരായുള്ള ആക്രമണമാണെന്നും, ഇരുസഭകളുടേയും സമ്മേളനത്തെ അഭിസംബോധനചെയ്ത വൈസ്രോയി ഇർവ്വിൻ പ്രഭു തന്നെ പ്രസ്താവിച്ചില്ലേ. പ്രോസിക്യൂട്ടർ പറയുംപോലെ ഇംഗ്ലീഷ് അധികാരികളെ കൊല്ലാൻ വേണ്ടി മാത്രമാണ് ബോംബുപ്രയോഗിച്ചതെങ്കിൽ അവർ മാത്രമല്ലല്ലോ പാർലമെന്റിൽ ഉണ്ടായിരുന്നത്. ഇന്ത്യയുടെ സർവ്വാരാദ്ധ്യരായ മോത്തിലാൽ നെഹ്റുവും, കെൽക്കറും ജയക്കറും ജിന്നയും ഒക്കെ അവിടെ ഇല്ലായിരുന്നോ?

പ്രോസിക്യൂട്ടർ : അസംബ്ലിയിൽ ബോംബെറിഞ്ഞകേസിൽതന്നെ നിങ്ങൾക്ക് ക്യാപിറ്റൽ പണിഷ്മെന്റ് തരേണ്ടതായിരുന്നു.

ഭഗത് : ഞാനൊരു കാര്യം ഈ ബഹുമാനപ്പെട്ട കോടതിയെ ഓർമ്മിപ്പിക്കുന്നു. നിസ്സാരമായ ഞങ്ങൾ രണ്ടാളുകളെ നശിപ്പിച്ചതുകൊണ്ട് ഒരു

രാഷ്ട്രത്തെയാകെ തകർത്തുകളയാമെന്ന് നിങ്ങൾ വ്യാമോഹിക്കേണ്ട. രാജകീയ രഹസ്യ ഉത്തരവുകൾക്കോ ബാസ്റ്റൈൻ തടവറയ്ക്കോ ഫ്രാൻസിലെ വിപ്ലവത്തെ തകർക്കാനായില്ല. തൂക്കുമരങ്ങൾക്കോ, സൈബീരിയൻ മഞ്ഞു മലകൾക്കോ റഷ്യൻ വിപ്ലവത്തെ കെടുത്താനായില്ല. ഈ ചരിത്രപാഠം ഞാൻ നിങ്ങളെ ഓർമ്മിപ്പിക്കുന്നു.

ജഡ്ജി : മി. ഭഗത്സിങ് ഭരണകൂടത്തോട് താത്ത്വികമായി എതിർപ്പു പ്രകടിപ്പിക്കുന്ന നിങ്ങൾ പിന്നെ എന്തിനാണ് ഒരു നിരപരാധിയായ പൊലീസ് ഓഫീസറെ വെടിവച്ചുകൊന്നത്?

ഭഗത്(ചിരിച്ചുകൊണ്ട്) : വളരെ സാമർത്ഥ്യപൂർവ്വം അങ്ങെന്നിൽ ഒരു കൊലപാതകം ആരോപിക്കുകയാണ്. വിധിപറയേണ്ട ആൾതന്നെ കുറ്റം ആരോപിക്കുകയാണ്. സാരമില്ല ഇതാണല്ലോ വെള്ളക്കാരന്റെ നീതി.

ജഡ്ജ് : നോ.. നോ.. മി. ഭഗത്സിങ് വിസ്താരവും സാക്ഷിമൊഴിയും കേട്ടതിന്റെ അടിസ്ഥാനത്തിൽ ഞാൻ ചോദിച്ചതാണ്. വേണമെങ്കിൽ നിങ്ങൾക്കു നിഷേധിക്കാം.

ഭഗത് : നോ... മി ലോഡ്. ഐ ആം നോട്ട് ഒബ്ജക്ടിങ് യുവർ സ്റ്റേറ്റ്മെന്റ്.

ജഡ്ജ് : എങ്കിൽ പറയൂ. അതുശരിയായിരുന്നോ?

ഭഗത് : ഐ ക്യാൻ ഓണസ്റ്റ്ലി അക്സപ്റ്റ് യുവർ ചാർജ്ജ്. എന്തിനാണയാളെ കൊന്നതെന്നല്ലേ... പറയാം. വന്ദ്യവയോധികനായ ലാലാലജപത് റായിയെ തലതല്ലിപ്പൊളിച്ചുകൊന്നതിന്. ലാലാലജ്പത് റായിയുടെ തലയ്ക്കല്ല ഇന്ത്യൻ ദേശീയതയുടെ തലയ്ക്കാണ് സാൻഡേഴ്സന്റെ പ്രഹരം... ഇന്ത്യൻ ദേശീയതയുടെ ശിരസ്സിൽ പതിച്ച ആ പ്രഹരം ഇന്ത്യൻ യുവത്വത്തോടും പൗരുഷത്തോടും ഉള്ള വെല്ലുവിളിയാണു സാർ. ആ വെല്ലുവിളി ഏറ്റെടുക്കാതെ അഭിമാനമുള്ള ഒരിന്ത്യാക്കാരന് മുന്നോട്ടു പോകാനാവില്ല. ദാറ്റ്സ് ഓൾ... പക്ഷേ, ഒരു മനുഷ്യന്റെ രക്തം ചിന്തേണ്ടിവന്നതിൽ ഞങ്ങൾക്ക് ദുഖമുണ്ട്. അതു മർദ്ദകവീരനായ

സാൻഡേഴ്സന്റെ ആയാൽപ്പോലും.

ജഡ്ജി : മി: ഭഗത്സിങ് വൺ മോർ ക്വസ്റ്റ്യൻ.

ഭഗത് : യു ക്യാൻ ആസ്ക് മി എനിക്വസ്റ്റ്യൻ ഓർ നമ്പർ ഓഫ് ക്വസ്റ്റ്യൻസ്.

ജഡ്ജ് : മി: ഭഗത്സിങ് വാട്ടീസ് ദി മീനിങ്ങ് ഓഫ് യുവർ ബ്ലഡി സ്ലോഗൻ 'ഇങ്ക്വിലാബ്'

ഭഗത് : ഐ ആസ്ക് യൂ സർ. പ്ലീസ് കറക്റ്റ് യുവർ സ്റ്റേറ്റ്മെന്റ്. ഇൻക്വിലാബ് ഈസ് നോട്ട് എ ബ്ലഡി സ്ലോഗൻ. ഇറ്റ് ഈസ് എ റിച്ച്, മീനിങ്ഫുൾ വാല്യുബൾ സ്ലോഗൻ ഓഫ് ദി വർക്കിങ് പീപ്പിൾ ഓഫ് ആൾ ഓവർ ദി വേൾഡ്. ഇൻക്വിലാബ് മീൻസ് റെവലൂഷൻ, വിപ്ലവം. അനീതിയിൽ അധിഷ്ഠിതമായ നിലവിലുള്ള വ്യവസ്ഥയെ അടിമുടി മാറ്റുന്ന സാമൂഹ്യ പ്രക്രിയ.

ജഡ്ജ് : എനിമോർ ക്വസ്റ്റ്യൻ മി: പ്രോസിക്യൂട്ടർ.

പ്രോസിക്യൂട്ടർ : ഇല്ല. ഗവൺമെന്റിന്റെ ഭാഗത്തുനിന്ന് കോടതിയിൽ സമർപ്പിക്കാനുള്ളതെല്ലാം സമർപ്പിച്ചു കഴിഞ്ഞു. ഇനി ഫൈനൽ കുറ്റപത്രം നല്കാവുന്നതാണ്.

ഭഗത് : ഐ ഒബ്ജക്ട് ദി സ്റ്റേറ്റ്മെന്റ്. സർ പ്രതികളിൽ ഒരാളായ അജയകുമാർ ഘോഷ് സാക്ഷിമൊഴികളുടെ പകർപ്പാവശ്യപ്പെട്ടുകൊണ്ട് കോടതിക്കു നല്കിയ അപേക്ഷ ഇതുവരെ പരിഗണിക്കുകയോ, തള്ളിക്കളയുകയോ ചെയ്തിട്ടില്ല.

ജഡ്ജി : വാട്ട് ഈസ് യുവർ ഒപ്പീനിയൻ മി: പ്രോസിക്യൂട്ടർ.

പ്രോസിക്യൂട്ടർ : ഇറ്റ് ഈസ് ഇംപോസിബിൾ.

ഭഗത് : സർ പ്രോസിക്യൂഷൻ സാക്ഷികളെ എതിർവിസ്താരം ചെയ്യാൻ അനുവദിക്കണമെന്നാവശ്യപ്പെട്ടുകൊണ്ട് ഞാൻ നല്കിയ അപേക്ഷയിലും തീരുമാനമായിട്ടില്ല.

ജഡ്ജി : മി: പ്രോസിക്യൂട്ടർ വാട്ട്സ് യുവർ സ്റ്റാൻഡ്?

പ്രോസിക്യൂട്ടർ : മി ലോഡ് ഈ കേസ് ബോധപൂർവ്വം നീട്ടികൊണ്ടു പോകാനും, പ്രതികളുടെ രാഷ്ട്രീയ നിലപാട് കോടതി വിചാരണയിലൂടെ പബ്ലിക്കിനെ അറിയിക്കാനുമുള്ള തന്ത്രമാണ്. ഇത്

അംഗീകരിക്കാൻ ഗവൺ മെന്റിനാവില്ല.

ജഡ്ജ് : ഐ ഒബ്ജക്ട് യുവർ റിക്വസ്റ്റ് മി: ഭഗത്സിങ്.

ഭഗത് : സാർ ഈ കോടതിയുടെ നടപടികളെല്ലാം പ്രോസിക്യൂഷന്റെ അമിതമായ കൈകടത്തിലിനു വിധേയമാണ്. പ്രതികൾക്ക് അവരുടെ ന്യായം പറയാൻ പോലും അവസരം നല്കുന്നില്ല. ഇത് നീതിനിഷേധമാണ്. സർക്കാരിനു ഞങ്ങളെ തൂക്കിക്കൊല്ലണം. സർക്കാരിന്റെ ആഗ്രഹം അതാണെങ്കിൽ അതുതന്നെ നടക്കട്ടെ. നിങ്ങൾ ഈ വിചാരണ പ്രഹസനം തുടർന്നുകൊള്ളു. ഈ പ്രഹസനത്തിൽ പങ്കെടുക്കാൻ ഞങ്ങൾ ഇനിമേലിൽ കോടതിയിലേക്കില്ല. ഇങ്ക്വിലാബ് സിന്ദാബാദ്. *(എല്ലാവരും ചേർന്ന് മുദ്രാവാക്യം വിളിച്ച് കോടതിക്ക് പുറത്തേക്കിറങ്ങാൻ തുടങ്ങുന്നു.)*

ജഡ്ജ് : പൊലീസ് അറസ്റ്റ് ദെം. *(പൊലീസ് ഓടിവരുന്ന ശബ്ദം, അതിനുമുയരെ മുദ്രാവാക്യം വിളി)*

(രംഗദീപം പൊലിയുന്നു)

അതേ ദൃശ്യം
അതേ കോടതി
രംഗദീപം തെളിയുമ്പോൾ ക്ലോക്ക് പത്തടിച്ചു.
കോടതിമുറിയിൽ–
പ്രോസിക്യൂട്ടറും, ബഞ്ചുക്ലർക്കും മാത്രം. ജഡ്ജ് വന്നു പരസ്പരം ഗുഡ്മോർണിങ് പറഞ്ഞു.

പ്രോസിക്യൂട്ടർ : മി ലോഡ് പ്രതികളാരും ഹാജരായിട്ടില്ല. അവർ കോടതി ബഹിഷ്കരിക്കുമെന്ന് പരസ്യമായി പറഞ്ഞിട്ടാണ് കോടതിവിട്ടുപോയത്.

ജഡ്ജ് : *(ബഞ്ചു ക്ലാർക്കിനോട്)* നിയമം നിയമത്തിന്റെ വഴിക്കുപോകട്ടെ. അവരുടെ പേർ വിളിക്കു.

ബഞ്ചുക്ലാർക്ക് : ഭഗത്സിങ് ലാഹോർ

ശിപായി : ഭഗത്സിങ് ലാഹോർ ഹാജരുണ്ടോ?

ബഞ്ചുക്ലാർക്ക് : ഇല്ല സാർ.

ശിപായി : സുഖദേവ് ഹാജരുണ്ടോ?

ബഞ്ചുക്ലാർക്ക് : ഇല്ല സാർ.

ബഞ്ചുക്ലാർക്ക് : ശിവറാം രാജ്ഗുരു.

ശിപായി : ശിവറാം രാജ്ഗുരു ഉണ്ടോ?

ബഞ്ചുക്ലാർക്ക് : ഇല്ല സാർ.
ക്ലാർക്ക് : ശിവവർമ്മ
ശിപായി : ശിവവർമ്മ ഹാജരുണ്ടോ?
ക്ലാർക്ക് : ഇല്ല സാർ.
ക്ലാർക്ക് : കിശോരിലാൽ
ശിപായി : കിശോരിലാൽ ഹാജരുണ്ടോ?
ക്ലാർക്ക് : ഇല്ല സാർ.
ക്ലാർക്ക് : ഗയാപ്രസാദ്
ശിപായി : ഗയാപ്രസാദ് ഹാജരുണ്ടോ?
ക്ലാർക്ക് : ഇല്ല സാർ.
ക്ലാർക്ക് : ജയ്ദേവ്കപൂർ
ശിപായി : ജയ്ദേവ്കപൂർ ഹാജരുണ്ടോ?
ക്ലാർക്ക് : ഇല്ല സാർ.
ക്ലാർക്ക് : വിജയകുമാർ സിൻഹ
ശിപായി : വിജയകുമാർ സിൻഹ ഹാജരുണ്ടോ?
ക്ലാർക്ക് : ഇല്ല സാർ.
ക്ലാർക്ക് : മഹാവീർസിങ്.
ശിപായി : മഹാവീർസിങ്ങ് ഹാജരുണ്ടോ?
ക്ലാർക്ക് : ഇല്ല സാർ.
ക്ലാർക്ക് : കമൽനാഥ് തിവാരി.
ശിപായി : കമൽനാഥ് തിവാരി ഹാജരുണ്ടോ?
ക്ലാർക്ക് : ഇല്ല സാർ.
ക്ലാർക്ക് : കുന്ദൻലാൽ.
ശിപായി : കുന്ദൻലാൽ ഹാജരുണ്ടോ?
ക്ലാർക്ക് : ഇല്ല സാർ.
ക്ലാർക്ക് : അജയകുമാർ ഘോഷ്
ശിപായി : അജയകുമാർ ഘോഷ് ഹാജരുണ്ടോ?
ക്ലാർക്ക് : ഇല്ല സാർ.
ജഡ്ജ് : വാട്ടീസ് ദി നെക്സ്റ്റ് പ്രൊസീഡീയർ മി: പ്രോസിക്യൂട്ടർ.
പ്രോസിക്യൂട്ടർ : ബഹു: വൈസ്രോയിയുടെ ലാഹോർ ഗൂഢാലോചനാകേസ് ഓർഡിനൻസ് പ്രകാരം സ്പെഷ്യൽ ട്രൈബ്യൂണലിന് പ്രതികളുടേയോ അവരുടെ അഭിഭാഷകരുടെയോ സാക്ഷികളുടെയോ അഭാവത്തിൽ വിചാരണയും വാദവും നടത്തി വിധി പ്രസ്താവിക്കാൻ അധികാരം നല്കിയിട്ടുണ്ട്. ആയതിനാൽ വിചാരണ പൂർ

ത്തിയായതായി കണക്കാക്കി വിധി പ്രസ്താവനത്തിനുള്ള തീയതി നിശ്ചയിച്ച് ഇന്ന് കോടതി പിരിയാവുന്നതാണ്.

ജഡ്ജ് : പ്രോസിക്യൂഷന് കൂടുതലൊന്നും സപ്ലിമെന്റ് ചെയ്യാനില്ലേ.

പ്രോസിക്യൂട്ടർ : യുവർ ഓണർ ഭഗത് സിങ്ങിന്റെ നേതൃത്വത്തിൽ നടത്തിയ കൊലപാതകത്തിന്റെയും ഗൂഢാലോചനയുടേയും എല്ലാ തെളിവുകളും തൊണ്ടിയും സാക്ഷിമൊഴിസഹിതം കോടതി മുമ്പാകെ സമർപ്പിച്ചിട്ടുണ്ട്. കോടതിനടപടികൾ വൃഥാ വലിച്ചുനീട്ടാനുള്ള പ്രതികളുടെ തന്ത്രത്തിൽ ഗവൺമെന്റ് കടുത്ത നീരസമുണ്ട്. അതുകൊണ്ട് വിധിപറയാൻ തീയതി നിശ്ചയിച്ച് കോടതി പിരിയണമെന്നാണ് ഗവൺമെന്റിനുവേണ്ടി എനിക്കു ബോധിപ്പിക്കാനുള്ളത്.

ജഡ്ജ് : യെസ്. ഈ കേസ് വിധിപറയാൻ 1930 ഒക്ടോബർ 7-ാം തീയതിയിലേക്ക് മാറ്റിയിരിക്കുന്നു. വിവരത്തിന് പ്രത്യേകം നോട്ടീസ് പ്രതികൾക്ക് ജയിലിൽ നല്കണമെന്നും ഈ കോടതി ഉത്തരവിടുന്നു.

'രംഗദീപം പൊലിയുന്നു'

അതേ ദൃശ്യം
അതേ കോടതിമുറി.
രംഗദീപം തെളിയുമ്പോൾ
ജഡ്ജി ഡയസിലുണ്ട്.
ബഞ്ചുക്ലാർക്ക്, ശിപായി, പ്രോസിക്യൂട്ടർ എന്നിവർ യഥാസ്ഥാനങ്ങളിൽ.
ക്ലോക്കിൽ 10 മണിയായ ശബ്ദം.
ഒരു ദേശസ്നേഹഗാനവും പാടി ഭഗത്സിങ്ങും സഖാക്കളും കോടതിമുറിയിലേക്ക് പോലീസ് അകമ്പടിയോടെ വന്നുചേരുന്നു.

കൽത്തുറങ്കുകൾ തട്ടിനിരത്താൻ.
കഴുകുമരങ്ങൾ പിഴുതെറിയാൻ
വരുന്നു ഞങ്ങൾ വരുന്നു ഞങ്ങൾ
ഭാരതവിപ്ലവ യുവശക്തി

ഞങ്ങടെയന്ത്യശ്വാസമുയർത്തും
കാറ്റിൽ പുതിയ കൊടുംകാറ്റിൽ
തകർന്നുവീഴും സാമ്രാജ്യത്വം
കെട്ടിപ്പൊക്കിയ ദുർഗ്ഗങ്ങൾ
വരുന്നു ഞങ്ങൾ വരുന്നു ഞങ്ങൾ
ഭാരത വിപ്ലവ യുവശക്തി
ജനനീ ജന്മഭൂമി നിൻകൈ-
ച്ചങ്ങല വെട്ടിപ്പൊട്ടിക്കാൻ
ചോരപ്പുഴകൾ നീന്തിക്കയറി
വരുന്നു ഞങ്ങൾ യുവശക്തി
വരുന്നു ഞങ്ങൾ വരുന്നു ഞങ്ങൾ
ഭാരതവിപ്ലവ യുവശക്തി.

ജഡ്ജ് : ഓർഡർ, ഓർഡർ. കോടതി ഒരു സുപ്രധാന കർത്തവ്യത്തിലേക്ക് കടക്കുകയാണ്. ദയവായി കോടതിയോട് സഹകരിക്കണം. ലാഹോർ രണ്ടാം ഗൂഢാലോചന കേസിന്റെ വിധി പ്രഖ്യാപിക്കുകയാണ്. വ്യവസ്ഥാപിതമായ ഇന്ത്യാ ഗവൺമെന്റിനെ അട്ടിമറിക്കാനായി ബോംബും മറ്റ് ആയുധങ്ങളും നിർമ്മിക്കുക, സർക്കാർ ഉദ്യോഗസ്ഥരെ കൊല ചെയ്യുക, ബ്രിട്ടീഷ് സിംഹാസനത്തിനെതിരെ യുദ്ധം ചെയ്യുക തുടങ്ങിയ രാജ്യദ്രോഹക്കുറ്റത്തിന് ഭഗത്സിങ് തുടങ്ങിയവരുടെ പേരിൽ ബ്രിട്ടീഷ് ഗവൺമെന്റിനുവേണ്ടി ലാഹോർ രണ്ടാം ഗൂഢാലോചനാ കേസ് വിചാരണ ചെയ്ത സ്പെഷ്യൽ ട്രൈബ്യൂണൽ മുമ്പാകെ ഫയൽ ചെയ്ത കേസിൽ പറഞ്ഞിട്ടുള്ള കുറ്റങ്ങൾ സംശയാതീതമായി തെളിയിക്കപ്പെട്ടതിനാൽ ടി. ട്രൈബ്യൂണിൽ ഓരോരുത്തർക്കും കുറ്റത്തിന്റെ അളവനുസരിച്ച് താഴെ പറയും വിധം ശിക്ഷ വിധിക്കുന്നു. കിഷൻസിങ്ങിന്റെ മകനും, ലാഹോർ ഗൂഢാലോചനക്കേസിലെ മുഖ്യപ്രതിയുമായ ഭഗത് സിങ് ഇന്ത്യൻ ശിക്ഷാനിയമത്തിലെ 121, 302 വകുപ്പുകൾ പ്രകാരമുള്ള കുറ്റങ്ങളും സ്ഫോടക വസ്തു നിയമത്തിലെ 4(ബി) വകുപ്പിനോടൊപ്പം ചേർന്ന ഇന്ത്യൻ ശിക്ഷാനിയമ

ത്തിലെ 120 (എഫ്) വകുപ്പും ചേർന്നുള്ള നിയമ വ്യവസ്ഥകളനുസരിച്ചുള്ള കുറ്റങ്ങളും ചെയ്തതായി സംശയാതീതമായി തെളിയിച്ചിരിക്കുന്നതിനാൽ അയാളെ മരിക്കുന്നതുവരെ തൂക്കിലിടാൻ വിധിച്ചിരിക്കുന്നു. ഇതേ കുറ്റങ്ങൾ ചെയ്തിട്ടുള്ള സുഖദേവ്, രാജ് ഗുരു എന്നിവരേയും മരിക്കുന്നതുവരെ തൂക്കിലിടാൻ വിധിച്ചിരിക്കുന്നു. കിഷോരിലാൽ, മഹാബീർസിങ്, വിജയകുമാർസിൻഹ, ശിവവർമ്മ, ഗയാപ്രസാദ്, ജയദേവ് കപൂർ, കമൽനാഥ് തിവാരി, എന്നീ നാലു മുതൽ പത്തുവരെ പ്രതികളെ നാടുകടത്തി ജീവപര്യന്തത്തിനു ശിക്ഷിക്കുന്നു. കുന്ദൻലാലിനെ ഏഴു വർഷവും, പ്രേംദത്ത് വർമ്മയെ അഞ്ചു വർഷവും കഠിനതടവും ശിക്ഷിക്കുന്നു. അജയ്കുമാർ ഘോഷ്, ജിതേ ന്ദ്രനാഥ് സന്യാൽ, ദേശ്രാജ് എന്നീ 11 മുതൽ 13 വരെ പ്രതികൾക്കെതിരെ പ്രോസിക്യൂഷന് സംശയാതീതമായി കുറ്റം തെളിയിക്കാൻ കഴിയാത്തതിനാൽ ഈ പ്രതികളെ വെറുതെ വിടാനും ഈ കോടതി വിധിക്കുന്നു.

വിധിപ്രഖ്യാപനം കേൾക്കുമ്പോൾ തന്നെ പ്രതികൾ ഇൻകിലാബ് സിന്ദാബാദ് ഉച്ചത്തിൽ വിളിക്കുന്നു.

(മുദ്രാവാക്യം അവസാനിക്കുമ്പോൾ)

ജഡ്ജ് : വിധിയെക്കുറിച്ച് പ്രതികൾക്ക് വല്ല ആക്ഷേപമോ, അപേക്ഷയോ ഉണ്ടെങ്കിൽ ബോധിപ്പിക്കാം.

ഭഗത് : ബഹുമാനപ്പെട്ട ട്രിബ്യൂണൽ ജഡ്ജി അവർകളേ, നിങ്ങൾ ഞങ്ങളെ തൂക്കിക്കൊല്ലാൻ വിധിച്ചിരിക്കുന്നു. ഞങ്ങൾ ചെയ്തകുറ്റം ബ്രിട്ടീഷ് ഭരണകൂടത്തിനെതിരെ യുദ്ധം ചെയ്തു എന്നതാണ്. ഇത് ഞങ്ങളെക്കുറിച്ചുള്ള കോടതിയുടെയും ബ്രിട്ടീഷ് ഗവൺമെന്റിന്റെയും അതിർകവിഞ്ഞ പ്രശംസയായി ഞങ്ങൾ സ്വീകരിക്കുന്നു. നിങ്ങളുടെ വിധി പ്രസ്താവനയിൽ വിട്ടുപോയ ഒരു കാര്യം കൂടി ചേർക്കാൻ സന്മനസ്സുണ്ടാകണമെന്ന് അപേക്ഷിക്കുന്നു.

നാടുവാഴിത്തവും മുതലാളിത്തവും സമൂഹത്തിലെ ഏതാനും ദിവസത്തെ വിരുന്നുകാരാണ്. അതില്ലാതാക്കാനുള്ള യുദ്ധത്തിൽകൂടി ഞങ്ങൾ ഏർപ്പെട്ടിരിക്കുന്നു. അതിനു ശിക്ഷ വിധിച്ചുകണ്ടില്ല. അത് വിനീതമായി ഓർമ്മപ്പെടുത്തുന്നു. ഈ കേസിന്റെ വിചാരണസമയത്ത് ഞങ്ങൾ നിങ്ങളോട് യാതൊരു ദയയ്ക്കും അഭ്യർത്ഥിച്ചിരുന്നില്ല. എന്നാൽ, ഇപ്പോൾ ഒരഭ്യർത്ഥന മാത്രം. നിങ്ങളുടെ വിധിയിൽ നിങ്ങൾക്ക് ആത്മാർത്ഥതയുണ്ടെങ്കിൽ യുദ്ധക്കുറ്റവാളികളായ ഞങ്ങളെ വെടിവച്ചുകൊല്ലാനുള്ള കല്പന കൊടുക്കണം. യുദ്ധക്കുറ്റവാളികളെ തൂക്കിയല്ല വെടിവച്ചാണ് കൊല്ലേണ്ടത്. അതാണ് യുദ്ധമര്യാദ. അത്രയും മര്യാദയെങ്കിലും നിങ്ങൾ ഞങ്ങളോട് കാട്ടുമെന്നു പ്രതീക്ഷിക്കുന്നു. *(എല്ലാവരും)*

ലാൽ സലാം.
ഇൻക്വിലാബ് സിന്ദാബാദ്
വിപ്ലവം നീണാൾ വാഴട്ടെ
സാമ്രാജ്യത്വം തുലയട്ടെ

'രംഗദീപം പൊലിയുന്നു'

ദൃശ്യം - പതിനേഴ്

അലഹബാദിലെ ആൽഫ്രഡ് പാർക്ക്. പാർക്കിന്റെ മദ്ധ്യത്ത് ഒരു വലിയ മരം. മരത്തിനുചുറ്റും കൽത്തറ കെട്ടിയിട്ടുണ്ട്. കിളികളുടെ ശബ്ദം. സമയം സായാഹ്നം. രംഗദീപം തെളിയുമ്പോൾ.

പാർക്കിന്റെ മുന്നിലൂടെ ചന്ദ്രശേഖർ ആസാദ്, യശ്പാൽ, സുരേന്ദ്ര പാണ്ഡെ എന്നിവർ സംസാരിച്ചുകൊണ്ട് പ്രവേശിക്കുന്നു.

ആസാദ് : യശ്പാൽ ഇന്നു തന്നെ നിങ്ങൾ പണ്ഡിറ്റ് നെഹ്റുവിനെ കാണണം. ഭഗത് സിങ്ങിന്റെ ജീവൻ രക്ഷിക്കാൻ ഒരവസാന ശ്രമം കൂടി നടത്താൻ പറയണം.

യശ്പാൽ : പണ്ഡിറ്റ്ജി അതുനടക്കുമെന്നുതോന്നുന്നില്ല. നെഹ്റുവിന് ഭഗത്തിന്റെ കാര്യത്തിൽ ഇടപെ

ടണമെന്നുണ്ട്. പക്ഷേ, അതുപറഞ്ഞ് ബാപ്പുവുമായി തെറ്റാൻ അദ്ദേഹം ഒരുക്കമല്ല. നിങ്ങളെയും, ഭഗതിനെയും നെഹ്റുവിന് വലിയ ബഹുമാനമാണ്. റഷ്യയിലോ വിദേശത്തോ പോകാൻ നിങ്ങൾക്കെത്ര പണം വേണമെങ്കിലും ഉണ്ടാക്കിത്തരാമെന്നാണ് അദ്ദേഹം പറയുന്നത്. എങ്ങനെയും നിങ്ങളെങ്കിലും രക്ഷപ്പെടണമെന്നാണ് നെഹ്റുവിന്റെ ആഗ്രഹം.

ആസാദ് : *(അത്ഭുതത്തോടെ)* പിന്നെ എന്തിനാണ് അങ്ങേരെന്നെ ഫാസിസ്റ്റ് എന്നു വിളിച്ചത്.

സുരേന്ദ്രൻ : ആസാദ്ജി അതുസാരമാക്കേണ്ട വിപ്ലവപ്രവർത്തനമെന്നാൽ ഭീകര പ്രവർത്തനമെന്നാണ് ഈ ബൂർഷ്വാനേതാക്കളുടെയൊക്കെ ധാരണ.

യശ്പാൽ : നെഹ്റുവിനോട് നമ്മുടെ പരിപാടികൾ ഞാൻ വിശദീകരിച്ച് കൊടുത്തപ്പോൾ ആശ്ചര്യത്തോടെ അദ്ദേഹം എന്നോടു ചോദിക്കുകയാണ്. ഓ! അങ്ങനെയാണോ യശ്പാൽ, ഞങ്ങളെക്കെ ധരിച്ചു വച്ചിരിക്കുന്നത് നിങ്ങളെക്കെ വെറും ബോംബ് രാഷ്ട്രീയക്കാരെന്നാണ്.

സുരേന്ദ്രൻ : ഭഗത്സിങ് പറയാറുള്ളതുപോലെ ഇവരൊക്കെ ജനങ്ങളെ എന്തറിഞ്ഞു. മോട്ടോർ കാർ എത്തുന്നതുവരെ ചെന്ന് ആൾക്കൂട്ടത്തെ കാണും. അവർ ചൊരിയുന്ന പ്രശംസവചസുകൾ കേട്ട് സ്വയം മഹാന്മാരായി തെറ്റിദ്ധരിക്കും. ദരിദ്രനാരായണന്മാരുടെ കഷ്ടപ്പാടിനെക്കുറിച്ച് വാചാലമായി സംസാരിക്കും. എന്നിട്ട് ഏതെങ്കിലും സമ്പന്നന്റെ വീട്ടിൽ അതിഥിയായി അത്താഴമുണ്ട് അന്തിയുറങ്ങും. ഇതൊക്കെയല്ലെ നമ്മുടെ ശരാശരി ജനനേതാക്കളുടെ ത്യാഗം.

യശ്പാൽ : അല്ലാത്തവന് എന്തു മാന്യത. കണ്ടില്ലേ ഭഗത്സിങ് ജയിലിൽ. ആസാദ് ഒളിവിൽ.

ആസാദ് : എടോ അതുമിതും പറഞ്ഞ് സമയം കളയണ്ട. ഇന്നു രാത്രിതന്നെ പുറപ്പെടണം. അതിർത്തിയിൽ എല്ലാം ഏർപ്പാടാക്കിയിട്ടുണ്ട്. റഷ്യയിൽ എത്തിയാൽ ചെയ്യേണ്ടതൊക്കെ ഓർമ്മയുണ്ടല്ലോ.

യശ്പാൽ : അത് പ്രത്യേകം പറയണമോ. *(തമാശയായി)*

സാക്ഷാൽ സ്റ്റാലിനോടുതന്നെ പറയും പണ്ഡിറ്റ്ജിയെ ഒരന്തർവാഹിനി അയച്ച് കൂട്ടിക്കൊണ്ട് വരാൻ.

ആസാദ് : ഇതാണ്. തനിക്കൊരു വകതിരിവുമില്ല. എന്തു പറഞ്ഞാലും ഒരു കളിതമാശയാണ്.

യശ്പാൽ : നമ്മുടെയൊക്കെ ജീവിതത്തിൽ ഇതൊക്കെയല്ലാതെ മറ്റെന്താണുള്ളത് പണ്ഡിറ്റ്ജി.

ആസാദ് : പർവ്വതപ്രദേശത്തുകൂടി പോകുമ്പോൾ ധാരാളം സുഖക്കേടുകൾ പിടിപെടാം. അതുകൊണ്ട് ആവശ്യമായ മരുന്നുകൾകൂടി കരുതിക്കൊള്ളണം.

സുരേന്ദ്രൻ : ഈ പണ്ഡിറ്റ്ജിയെക്കൊണ്ടു തോറ്റു. എനിക്കൊരു മുത്തശ്ശിയുണ്ട്. ഇതുപോലെ എന്തിനും ഉപദേശം തരാൻ.

യശ്പാൽ : പണ്ഡിറ്റ് ജി ഇനി എന്താണ് പ്ലാൻ.

ആസാദ് : ഒരാളെ കാണണം. ആൽഫ്രഡ് പാർക്കിൽ വൈകിട്ട് ആറുമണിക്ക് കാണണമെന്നാണ് കരാർ.

യശ്പാൽ : ആരാണാവോ?

ആസാദ് : വന്നിട്ടു പറയാം.

യശ്പാൽ : എനിക്കറിയാം. ദില്ലിയിൽ നിന്നു വന്ന ആ പഞ്ചാബിയല്ലേ; സ. സ്റ്റാലിന്റെ ദൂതൻ നാല്പത്തി ഒന്നു സഖാക്കളെ ഗറില്ലാ ട്രയിനിങ്ങിന് റഷ്യയിൽ അയയ്ക്കാനുള്ള പരിപാടി ചർച്ച ചെയ്യാൻ.

ആസാദ് : *(ചിരിച്ചുകൊണ്ട്)* ഈ യശ്പാലിന്റെ ഓരോ കുസൃതിത്തരങ്ങളേ.

സുരേന്ദ്രനാഥ് : പണ്ഡിറ്റ്ജി 5.50 കഴിഞ്ഞു.

ആസാദ് : ശരിയാ. ഞാൻ പാർക്കിലേക്ക് പോകുന്നു. *(പാർക്കിലേക്ക് പോകാൻ ശ്രമിക്കുന്നു)*

യശ്പാൽ : പണ്ഡിറ്റ്ജി കോൺഗ്രസുകാരും, ഇംഗ്ലീഷുകാരും തമ്മിൽ ധാരണയാവുകയാണെങ്കിൽ.. പെഷവാർ വഴി താങ്കളും അങ്ങ് റഷ്യയിലെത്തണം. പോരുമ്പോൾ എന്റെ പ്രകാശ്വതിയെ ക്കൂടി കൂട്ടാൻ മറക്കേണ്ട. *(എല്ലാവരും ചിരിക്കുന്നു. യശ്പാലും സുരേന്ദ്രപാണ്ഡെയും രംഗത്തുനിന്ന് പോകുന്നു.)*

ആസാദ് : *(പതുക്കെ പതുക്കെ നടന്ന് വൃക്ഷച്ചുവട്ടിലെ കൽത്തറയിൽ ഇരിക്കുന്നു. പക്ഷികൾ ശണ്ഠ കൂടുന്ന ശബ്ദം. അല്പനേരം കഴിഞ്ഞിട്ടും പ്രതീക്ഷിച്ച ആളെകാണാനില്ല. അക്ഷമനായി എഴുന്നേറ്റ് ഉലാത്തുന്നു. വീണ്ടും കൽത്തറയിലിരിക്കുന്നു. തൊട്ടകലെ പൊലീസ് ബൂട്ടുകളുടെ ശബ്ദം. ആസാദ് പിസ്റ്റൾ കൈയിലെടുക്കുന്നു. എഴുന്നേല്ക്കുന്നു. ഒരു വെടിയുണ്ട ചീറിപ്പാഞ്ഞ് ആസാദിന്റെ തുടയിൽ കൊള്ളുന്നു. തോക്ക് ചൂണ്ടി പൊലീസ് വളയുന്നു. ആസാദ് പിസ്റ്റളിൽനിന്നും വെടി ഉതിർക്കുന്നു. പൊലീസ് പിന്മാറുന്നു. തുരുതുരെ വെടിയുടെ ശബ്ദം. ഒടുവിൽ പിസ്റ്റളിൽ ഒരു ഉണ്ടമാത്രം അവശേഷിക്കുന്നു. മരത്തിൽ ചാരിയിരുന്ന് വന്ദേമാതരം എന്ന് ഉച്ചത്തിൽ അലറിക്കൊണ്ട്.... പിസ്റ്റൾ ഉപയോഗിച്ച് സ്വന്തം ചെവിക്കു പിന്നിൽ വെടിവയ്ക്കുന്നു. ഒരു ഞരക്കത്തോടെ... മരിച്ച് മരത്തിൽ ചാരിയിരിക്കുന്നു. വലതു കൈയിൽ പിസ്റ്റൾ. ഒരു ബ്രിട്ടീഷ് ഓഫീസർ നേതൃത്വം കൊടുത്ത് തോക്ക് ചൂണ്ടി ചന്ദ്രശേഖർ ആസാദിനെ പൊലീസ് വളയുന്നു.)*

ഓഫീസർ : റ്റേക് ദി ഗൺ. *(ആസാദിന്റെ തോക്ക് തട്ടിയിടുന്നു.)*

ഓഫീസർ : യെസ്, ഹീ ഈസ് നോ മോർ.

അത്യുച്ചത്തിൽ അപകടസൂചന നല്കുന്ന സംഗീതം.

രംഗദീപം പൊലിയുന്നു.

ദൃശ്യം - പതിനെട്ട്

കണ്ടംഡ് സെൽ.

കരിങ്കല്ലുകൊണ്ടു കെട്ടിയ കറുത്ത ഭിത്തി. മദ്ധ്യത്ത് ഇരുമ്പഴി കൊണ്ടുള്ള ഒരു വാതിൽ. വാതിലിനു മുകളിൽ ഇംഗ്ലീഷിൽ സെൽ എന്നെഴുതിയ ബോർഡ്.

രംഗദീപം തെളിയുമ്പോൾ

സെല്ലിനകത്ത് തറയിൽ കുനിഞ്ഞിരുന്ന് ധൃതിയിൽ എഴുതിക്കൊണ്ടിരിക്കുന്ന ഭഗത്സിങ്. ഒരു നേർത്ത വെളിച്ചത്തിൽ ആദ്യം ഭഗത്സിങ്ങിനെയും, പിന്നെ സെല്ലിന്റെ വാതിലും, ഏറ്റവുമൊടുവിൽ രംഗമാകെയും ദൃശ്യമാകത്തക്കവിധം വെളിച്ചം ക്രമീകരിക്കണം. പശ്ചാത്തലത്തിൽ വിഷാദാത്മകമായ സംഗീതം... ഈ രംഗത്ത് ഉടനീളം പതിഞ്ഞടോണിൽ ഉണ്ടാവണം. അല്പസമയം കഴിഞ്ഞ് മദ്ധ്യവയസ്സുകഴിഞ്ഞ ഛത്താർസിങ് എന്ന ഹെഡ് വാർഡൻ പതിയെ പതിയെ സെല്ലിന്റെ അടുത്തേക്ക് വരുന്നു. ഭഗത്സിങ് അപ്പോഴും എഴുത്തിലാണ്. ഒരു നിമിഷം അതു നോക്കി നിന്ന് ദീർഘശ്വാസം വിടുന്നു.

ഛത്താർ : മോനേ ഭഗത്.

ഭഗത് : ഛത്താർ അങ്കിളോ? *(എഴുന്നേറ്റ് ഇരുമ്പഴിക്കു സമീപം വരുന്നു)*

ഛത്താർ : മോൻ എന്താ ഇങ്ങനെ എഴുതിക്കൂട്ടുന്നത്.

ഭഗത് : ആത്മകഥ. ഇനി ഒരദ്ധ്യായം കൂടിയുണ്ട്. അതിന്നു പൂർത്തിയാക്കണം. എപ്പോഴാണെന്നറിയില്ലല്ലോ വിളിവരുന്നത്.

ഛത്താർ : ഇന്ന് മാർച്ച് 22. ഇനി രണ്ടുദിവസം കൂടിയല്ലേയുള്ളു *(ദീർഘശ്വാസം വിടുന്നു)*

ഭഗത് : ആരുകണ്ടു. അവർക്കുതോന്നുംപോലെ തന്നെ ഒരു മണിക്കൂർ മുമ്പ് വന്നുപറഞ്ഞാലും ഞാൻ റെഡിയായിരിക്കണമല്ലോ *(ചിരിക്കുന്നു) (ഛത്താർ മുഖം കുനിക്കുന്നു)*

ഛത്താർ : ഇന്നലെ സെല്ലിൽ വന്ന് മോനെ കണ്ടിട്ട് തിരിച്ചു പോകുമ്പോൾ പണ്ഡിറ്റ് നെഹ്റു തൂവാലകൊണ്ട് കണ്ണുതുടയ്ക്കുന്നതു കണ്ടു.

ഭഗത് : *(നിസ്സംഗനായി ചിരിക്കുന്നു)* ഛത്താർ അങ്കിൾ എന്താ വിശേഷിച്ച്.

ഛത്താർ : വിസിറ്റേഴ്സ് വന്നിട്ടുണ്ട്.

ഭഗത് : *(സാധാരണമട്ടിൽ)* വിസിറ്റേഴ്സോ. വിസിറ്റേഴ്സിനെകാണാൻ അനുവദിച്ചോ. *(ഛത്താർ പോകുന്നു)*

രണ്ടു വാർഡന്മാരുടെ അകമ്പടിയോടെ ദുർഗ്ഗാദേവി കടന്നുവരുന്നു.... സെല്ലിന്റെ അഴിക്കടുത്തെത്തുമ്പോൾ.

ഭഗത് : *(ആശ്ചര്യത്തോടെ)* ആര്? ദുർഗ്ഗേടത്തിയോ?

ദുർഗ്ഗ : *(നാലുപാടും നോക്കി ഭഗതിനെ ഒരു കുറിപ്പ്*

ഏല്പിക്കുന്നു ശബ്ദം താഴ്ത്തി) സഹതടവുകാരായ നമ്മുടെ സഖാക്കളുടെ കുറിപ്പാണ്. അവർ അടുത്ത സെല്ലുകളിൽ തന്നെയുണ്ട്. ഇന്നുരാത്രി ജയിലഴികൾ തകർത്ത് സഖാവിനെ തൂക്കുമരത്തിൽ നിന്നു മോചിപ്പിക്കുവാൻ അവർ തീരുമാനിച്ചിരിക്കുന്നു. *(പൊട്ടിക്കരഞ്ഞുകൊണ്ട്)* എതിരൊന്നും പറയരുത്.

ഭഗത് : *(കുറിപ്പ് നിവർത്തി നോക്കി അല്പനേരത്തെ മൗനത്തിനുശേഷം വികാരാവേശത്തോടെ)* വേണ്ട ദുർഗ്ഗേടത്തി. അതുവേണ്ട... തൂക്കുമരത്തിൽനിന്ന് ഒരു ഭീരുവിനെപ്പോലെ ഒളിച്ചോടാൻ ഞാൻ തയ്യാറല്ല. ചിരിച്ചുകൊണ്ട് ഞാൻ തൂക്കുമരത്തിലേറും. അത് ഇന്ത്യയിലെ മാതാപിതാക്കളെ ആവേശം കൊള്ളിക്കും. അവരുടെ കുഞ്ഞുങ്ങളും ഭഗത്സിങ്ങുമാർ ആകണമെന്ന് അവർ അഭിലഷിക്കും. അങ്ങനെ സ്വാതന്ത്ര്യത്തിനുവേണ്ടി ജീവൻ ത്യജിക്കാൻ ആയിരക്കണക്കിനു യുവാക്കൾ മുന്നോട്ടുവരും. വിപ്ലവത്തിന്റെ ആ വേലിയേറ്റത്തിൽ സാമ്രാജ്യത്വത്തിന്റെ സിംഹാസനങ്ങൾ മുങ്ങിത്താഴും.

ദുർഗ : *(ഗദ്ഗദകണ്ഠയായി)* നമ്മുടെ ആസാദ്ജിയും രക്തസാക്ഷിയായി. ഒറ്റുകാർ അദ്ദേഹത്തെയും വെറുതെ വിട്ടില്ല.

ഭഗത് : അറിഞ്ഞു. ശത്രുവിനോടേറ്റുമുട്ടി വീരമൃത്യുവരിച്ച ആ അനശ്വര വിപ്ലവകാരിക്ക്, എന്റെ ഉടപ്പിറപ്പിന് ഈ അനുജന്റെ വീരപ്രണാമങ്ങൾ *(മുഷ്ടിചുരുട്ടി)* ലാൽ സലാം.

ദുർഗ : *(കണ്ണീരോടെ)* ലാൽ സലാം. *(വാർഡന്മാർ ദുർഗ്ഗയെക്കൂട്ടി പുറത്തുപോകുന്നു.)*

(തോക്കുധാരികളായ രണ്ടു വാർഡന്മാർക്കൊപ്പം കിഷൻ സിങ് കടന്നുവരുന്നു. പ്രായവും ദുഃഖവും അദ്ദേഹത്തെ വല്ലാതെ തളർത്തിയിട്ടുണ്ട്.)

കിഷൻ : *(ഇരുമ്പഴിക്കടുത്തു വന്ന് ഭഗതിനെ നോക്കി)* മോനേ... ഈ അച്ഛനു മാപ്പുതരൂ. നിന്നെ എനിക്ക് ഇനിയും മനസ്സിലാക്കാൻ കഴിയുന്നില്ല. നിന്നെക്കുറിച്ചുള്ള അതിസ്നേഹംകൊണ്ട്

ഞാനെന്തെങ്കിലും അവിവേകം കാണിച്ചിട്ടുണ്ടെങ്കിൽ.

ഭഗത് : *(ഇരുമ്പഴികൾക്കു പുറത്ത് കൈനീട്ടി അച്ഛന്റെ മുഖം തലോടിക്കൊണ്ട് സമചിത്തത കൈവിടാതെ)* എന്താ അച്ഛാ ഇങ്ങനെ. എനിക്കു ധൈര്യം പകരേണ്ട ആൾ എന്നെ കരയിക്കാനാണോ ഭാവം. ഒരു പിതാവിന്റെ വികാരങ്ങളും വിഷമങ്ങളും എനിക്കു മനസ്സിലാകും. ഞാൻ അച്ഛനോടു മാപ്പു ചോദിക്കുന്നു.

കിഷൻ : എങ്കിലും ഭഗത് നീ ആ പ്രിവികൗൺസിലിനുള്ള ദയാ ഹർജിയിൽ ഒപ്പുവയ്ക്കാൻ കൂട്ടാക്കാത്തത് കഷ്ടമായിപ്പോയി *(വിങ്ങിപ്പൊട്ടുന്നു).*

ഭഗത് : അച്ഛൻ ക്ഷമിക്കണം. നിയമത്തിന്റെ പഴുതുകൾ നോക്കിയും, കോടതിയിൽ യുദ്ധം നടത്തിയും സ്വയം സംരക്ഷണത്തിനു പോകാതെ കഠിന ശിക്ഷ ഏറ്റുവാങ്ങി ജനങ്ങൾക്കു മാതൃകയാകേണ്ടവനാണ് വിപ്ലവകാരി. ഞാനതിൽ ഉറച്ചു നില്ക്കുന്നു.

ഭഗത് : അച്ഛൻ വിഷമിക്കേണ്ട. നടക്കേണ്ടതു നടക്കും.

കിഷൻ : അമ്മയും അനുജൻ കുൽത്താറും വന്നിട്ടുണ്ട്.

(വാർഡന്മാർ - "സമയമായി തിരികെപ്പോകാം")

കിഷൻ : *(ഇരുമ്പഴിക്കകത്ത് ഭഗതിന്റെ മുഖം തടവിക്കൊണ്ട്)* എന്റെ മോനേ *(എന്നു നിലവിളിക്കുന്നു. വാർഡന്മാർ ബലം പ്രയോഗിച്ച് കിഷൻ സിങ്ങിനെ കൊണ്ടുപോകുന്നു) (അല്പം കഴിഞ്ഞ് അമ്മ വിദ്യാവതിയും അനുജൻ കുൽത്താർ സിങ്ങും വാർഡന്മാരാൽ സേവിതരായി എത്തുന്നു)*

വിദ്യാവതി : *(സെല്ലിനടുത്ത് വന്ന് ഭഗത്സിങ്ങിന്റെ കൈകൾ കൂട്ടിപ്പിടിച്ച് പൊട്ടിക്കരയുന്നു)(കുൽത്താർ സിങ് നിന്നു വിതുമ്പുന്നു)*

വിദ്യാവതി : മോനേ! നീ ഞങ്ങളെയൊക്കെ... *(പൊട്ടിക്കരയുന്നു)*

ഭഗത് : *(അമ്മയുടെ കണ്ണുനീർതുടച്ചുകൊണ്ട്) (നിരുദ്ധകണ്ഠനായി)* അമ്മ കരയുകയാണോ? നാണ

ക്കേടല്ലേ... ഭഗത്സിങ്ങിന്റെ അമ്മ കരയുകയാണെന്നാക്ഷേപിക്കില്ലേ... അമ്മേ.... കരയരുത്.... കരയരുത്... കുൽത്താറെ, നീയും കരയുകയാണോ? നീയല്ലേ എന്റെ സ്ഥാനത്തുനിന്ന് അമ്മയെ ആശ്വസിപ്പിക്കാൻ.

ഭഗത് : *(മുഖം തിരിച്ച്)* കുൽത്താർ അമ്മയെ വിളിച്ചുകൊണ്ടുപോകു.

വിദ്യാവതി : മോനെ ഭഗത് *(ആ വിളി ജയിലിൽ മുഴുവൻ ഇരമ്പുന്നു)*

രംഗദീപം പൊലിയുന്നു

അതേ ദൃശ്യം
അതേ മുറി.

രംഗദീപം തെളിയുമ്പോൾ

ഭഗത് സിങ് പേപ്പറുകളും, പുസ്തകങ്ങളും അടുക്കിവയ്ക്കുന്നു. ഛത്താർ സിങ് സെല്ലിനുപുറത്ത് വന്നുനില്ക്കുകയാണ്.

ഭഗത് : *(ഛത്താർ സിങ്ങിനെക്കൊണ്ട് മന്ദഹാസത്തോടെ)* നാളെ വെളുപ്പിന് താമസം മാറുകയാണല്ലോ. എല്ലാം ഒന്ന് ഒരുക്കി വയ്ക്കുകയാണ്.

ഛത്താർ : *(മുഖം പൊത്തിക്കരയുന്നു) (പതുക്കെ മുഖമുയർത്തി കുപ്പായത്തിനടിയിൽ പട്ടിൽ പൊതിഞ്ഞ ഒരു ചെറിയ പൊതി ജയിലഴികൾക്കിടയിലൂടെ ഭഗത് സിങ്ങിനു കൊടുക്കുന്നു)* ഞാനൊരു ജയിലുദ്യോഗസ്ഥനാണ്. ചെയ്യാൻ പാടില്ലാത്തതാണ് എങ്കിലും *(ഭഗത്സിങ് ഉൽക്കണ്ഠയോടെ പൊതിതുറന്നു നോക്കുന്നു. ഒരു നിമിഷം പുസ്തകത്തിൽ നോക്കി നില്ക്കുന്നു)*

ഛത്താർ സിങ് : *(കൃതാർത്ഥതയോടെ)* ഗുരു ഗ്രന്ഥാസാഹിബ്ബാണ്. ആത്മസംതൃപ്തിയോടെ മരണത്തിലേക്കു പോകാൻ ഇതിലെ സൂക്തങ്ങൾ ഉരുവിട്ടാൽ മതിയാകും... ഇത് ഛത്താർ സിങ്ങിന്റെ എളിയ അപേക്ഷ. കഴിഞ്ഞ ജന്മം അങ്ങ് എന്റെ ആരോ ആയിരുന്നതുപോലെ.

ഭഗത് : *(പൊട്ടിച്ചിരിച്ചുകൊണ്ട് പുസ്തകം തിരികെ കൊടുക്കുന്നു)* അങ്ങേക്ക് എന്നോടുള്ള

ആത്മാർത്ഥതയേയും വാത്സല്യത്തേയും ഞാൻ മനസ്സിലാക്കുന്നു. അങ്ങയെ ഞാൻ അപമാനിച്ചു എന്ന് കരുതരുത്. ജീവിതത്തിലിന്നോളം ഞാൻ പ്രാർത്ഥിച്ചിട്ടില്ല. മതസൂക്തങ്ങൾ ഉരുവിട്ടിട്ടില്ല. ഇനിയുള്ള കാലവും അങ്ങനെതന്നെ കഴിഞ്ഞ് ഈ ലോകം വെടിയാൻ സാധിച്ചാൽ അതായിരിക്കും നല്ലത്. *(താഴെ നിന്ന് ഒരു പുസ്തകമെടുത്ത് ഛത്താർ സിങ്ങിനെ കാണിച്ചുകൊണ്ട്)* ഞാനിപ്പോൾ വായിക്കുന്നത് ഈ പുസ്തകമാണ്. *ലെനിന്റെ ജീവചരിത്രം.* ഇനി ഏതാനും പേജുകൾ കൂടി വായിച്ചു തീർക്കാനുണ്ട്.

ഛത്താർ സിങ്ങ് : ഈ വൃദ്ധനു മാപ്പുതരൂ! ഭാരതത്തിന്റെ വീര പുരുഷനേ നിന്നെ ഞങ്ങളാരും ഇന്നേവരെ മനസ്സിലാക്കിയില്ലല്ലോ.

ഭഗത് : ഛത്താർ അങ്കിളിനോടുള്ള അടുപ്പം കൊണ്ടു പറയുകയാണ് ബുദ്ധിമുട്ടാവില്ലെങ്കിൽ സഹായിക്കണം.

ഛത്താർ : എന്റെ ജീവൻ ചോദിച്ചാലും കുഞ്ഞിനു ഞാനതെടുത്തുതരും.

ഭഗത് : നാലു പുസ്തകങ്ങൾക്കുള്ള കൈയെഴുത്തു പ്രതികൾ ഞാൻ ഇവിടെ തയ്യാറാക്കിവച്ചിട്ടുണ്ട്. *സോഷ്യലിസമെന്ന ആശയം, ഇന്ത്യൻ വിപ്ലവ പ്രസ്ഥാനത്തിന്റെ ചരിത്രം, മരണത്തിന്റെ പടിവാതിൽക്കൽ' ആത്മകഥ* - ഈ സ്ക്രിപ്റ്റുകൾ ജയിലധികാരികളുടെ കണ്ണിൽപ്പെട്ടാൽ അവർ തീയിലിടും. എന്നെ തൂക്കുമരത്തിലേക്കുകൊണ്ടുപോകുന്ന സന്ദർഭത്തിൽ അതു ഇവിടെനിന്നെടുത്ത് ആരുമറിയാതെ വെളിയിലുള്ള സഖാക്കളെ ഏല്പിക്കണം.

ഛത്താർ : തീർച്ചയായും.

ഭഗത് : ഗുഡ്ബൈ.

(ഛത്താർസിങ് പൊട്ടിക്കരയുന്നു)

'രംഗദീപം പൊലിയുന്നു'

അതേ ദൃശ്യം.
അതേമുറി ജയിൽ മണി അടിക്കുന്ന ശബ്ദം

ജയിലിൽ ഏഴു പ്രാവശ്യം മണിമുഴങ്ങുന്നു.
ജയിൽ സൂപ്രണ്ടും, തോക്കുധാരികളായ മൂന്നുവാർഡന്മാരുമായി....
ഭഗത്സിങ്ങിന്റെ സെല്ലിന്റെ മുന്നിലെത്തുന്നു.

ഭഗത്സിങ് പുസ്തകത്തിന്റെ താളുകൾ മറിച്ചു മറിച്ചു വായിക്കുന്നു.

സൂപ്രണ്ട് : മി: ഭഗത്സിങ്

ഭഗത് : *(ലെനിന്റെ ജീവിതചരിത്ര പുസ്തകവുമായി എഴുന്നേറ്റു വന്നു നോക്കുന്നു)*

സൂപ്രണ്ട് : സോറി മി: ഭഗത്സിങ്. യൂ പ്ലീസ് പ്രിപ്പയർ യുവർ ലാസ്റ്റ് ജേർണി.

ഭഗത് : പാർഡൻ മി ലോഡ്. ഒരു വിപ്ലവകാരി മറ്റൊരു വിപ്ലവകാരിയെ കണ്ടെത്തുന്ന ഈ ചരിത്രമുഹൂർത്തത്തിന് ദയവായി അങ്ങ് തടസ്സം നില്ക്കരുത്. ഞാൻ ലെനിനെ കണ്ടെത്തുകയാണ്. ഇനി ഈ പുസ്തകത്തിൽ ഒരു പാരഗ്രാഫു കൂടിയുണ്ട് വായിച്ചു തീർക്കാൻ അതു കഴിഞ്ഞാൽ ഞാൻ റെഡി.

സൂപ്രണ്ട് : ഓകെ. ഞങ്ങൾ അടുത്ത സെല്ലിൽ പോയിട്ടു തിരിച്ചുവരാം *(അവർ പുറത്തേക്ക് പോകുന്നു)*

ഭഗത് : *(അല്പം കഴിഞ്ഞ്)* എസ് ഓകെ എല്ലാം കഴിഞ്ഞു *(പുസ്തകത്തെ ചുംബിച്ചുകൊണ്ട്)* എനിക്കീജീവിതത്തിൽ ഒരു ദുഃഖമേ ഉള്ളു. അല്ലയോ മഹാനായ ലെനിൻ എനിക്കങ്ങയെ നേരത്തെ ഇത്ര അടുത്തു പരിചയപ്പെടാൻ കഴിഞ്ഞില്ലല്ലോ എന്ന ദു:ഖം *(പുസ്തകം മടക്കി താഴെ വയ്ക്കുന്നു) (സൂപ്രണ്ടും സംഘവും തിരിച്ചെത്തുന്നു.)*

സൂപ്രണ്ട് : ഓപ്പൺ ദി സെൽ.

വാർഡൻ : ഇരുമ്പഴി തുറക്കുന്നു.

മറ്റൊരുവാർഡൻ : ഭഗത് സിങ്ങിനെ ഇരുമ്പഴിക്ക് പുറത്തേക്ക് കൊണ്ടു വരുന്നു.

(സുഖദേവിനെയും, രാജ്ഗുരുവിനെയും അവിടേക്കുകൂട്ടിക്കൊണ്ടു വരുന്നു. അവർ പരസ്പരം കെട്ടിപ്പിടിക്കുന്നു)

(ഒരു ദേശസ്നേഹ ഗാനമാലപിച്ചുകൊണ്ട് സെല്ലിന്റെ മുന്നിൽ നിന്ന് ഭഗത് സിങ്ങും, സുഖദേവ്, രാജ്ഗുരുവും തൂക്കുമരത്തിലേക്ക് നീങ്ങുന്നു....... പിന്നാലെ ജയിൽ സൂപ്രണ്ട്, വാർഡന്മാർ)

തൂക്കുമരങ്ങൾ പൂമാലയുമായ്
ഞങ്ങളെ മാടിവിളിക്കുന്നു.
അമ്മേ ഞങ്ങളെ അനുഗ്രഹിക്കു
പ്രാണൻ ബലിയർപ്പിക്കാൻ
പ്രിയനാടിനു പ്രാണൻ നേദിക്കാൻ.

നാടിതു വിദേശ ശക്തിക്കടിയറ-
വയ്ക്കും ദേശ ദ്രോഹികളെ!
നിങ്ങളെ നാളെച്ചരിത്ര ശക്തികൾ
ചോദ്യം ചെയ്യും ശിക്ഷിക്കും
നിങ്ങളെ നാളെ ചോദ്യം ചെയ്യും ശിക്ഷിക്കും

(മൂന്നുപേരും തൂക്കുമരത്തിലേക്ക് കയറുന്നു ചുവടുവച്ച് ആരാച്ചാർ അവരുടെ അടുത്തേക്ക് വരുന്നു. കറുത്ത തൊപ്പികൾ നീട്ടുന്നു. തൊപ്പികൾ തട്ടിയെറിഞ്ഞുകൊണ്ട്)

ഭഗത്സിങ്... കൊണ്ടുപോകൂ നിങ്ങളുടെ കറുത്തതൊപ്പികൾ.
വിപ്ലവകാരികൾ മരണത്തെ ഭയക്കുന്നവരല്ല,
ഈ മനോഹരമായ നാടുകണ്ടുകൊണ്ടുവേണം ഞങ്ങൾക്കുമരിക്കാൻ.

(കൊലക്കയറുകൾ ചുംബിച്ചു കഴുത്തിലിടുന്നു.)

ഇവിടെക്കഴുകുമരത്തിൽ ഞങ്ങടെ
ഉടലുകൾ നിന്നു പിടഞ്ഞാലും
ഇല്ലാ ഇല്ല മരിക്കില്ലാ യുവ
വിപ്ലവശക്തി മരിക്കില്ലാ.... ജന
മോചന സമരം തോല്ക്കില്ല
ഇൻക്വിലാബ് സിന്ദാബാദ്
ഇൻക്വിലാബ് സിന്ദാബാദ്.....

(ആരാച്ചാർ തൂക്കുമരത്തിന്റെ ലിവറുവലിക്കുന്നു. ലിവറിന്റെ ശബ്ദത്തിനുമുയരെ

ഇൻക്വിലാബ് സിന്ദാബാദ്
സാമ്രാജ്യത്വം തുലയട്ടെ.
സോഷ്യലിസം പുലരട്ടെ.

(ജയിലിനകത്ത് ആയിരം കണ്ഠങ്ങളിൽനിന്ന് ആ മുദ്രാവാക്യം ഏറ്റുവിളിക്കപ്പെടുന്നു.)
(അവസാനമായി യവനിക മന്ദം മന്ദം താഴുന്നു. ഒപ്പം മുദ്രാവാക്യം വിളി ഉച്ചസ്ഥായിയിലാകുന്നു.)

സഖാവ്

സഖാവ്

നാന്ദി

എല്ലാവരും: സഖാവിനെ പാമ്പു കടിച്ചു.

(ഒരുനിമിഷം മൗനമായി നില്ക്കുന്നു. പശ്ചാത്തലത്തിൽ -"സഖാവിനെ പാമ്പു കടിച്ചു ... സഖാവിനെ പാമ്പു കടിച്ചു." ചെറിയ ശബ്ദത്തിൽ തുടങ്ങി ക്രമേണ ഉച്ചസ്ഥായിയിലേക്ക് ഉയരുന്നു. ഉച്ചസ്ഥായിയിൽ നിന്ന് ക്രമേണ നേർത്ത് ... നേർത്ത് ഇല്ലാതാകുന്നു. ഒരു സ്ത്രീയുടെ ദുഃഖപൂർണ്ണമായ ശബ്ദം- "സഖാവിനെ പാമ്പു കടിച്ചു...")

മറ്റൊരു സ്ത്രീശബ്ദം: ഏതു സഖാവിനെ?

ഒന്നാമൻ : സഖാക്കൾ പലരുമുണ്ട്. പക്ഷേ "സഖാവ്" ഒന്നേയുള്ളൂ ... നമ്മുടെ എല്ലാമെല്ലാമായ സഖാവ് *(പൊട്ടിക്കരഞ്ഞു കൊണ്ട്)* സഖാവിനെ പാമ്പു കടിച്ചു.

വൈദ്യൻ : നാഡിമിടിപ്പുണ്ട് പക്ഷേ ....

ഒന്നാമൻ : നമുക്ക് നാരായണൻവൈദ്യരെ കാണിച്ചാലോ...?

രണ്ടാമൻ : കൃഷ്ണൻവൈദ്യരാ മെച്ചം.

മൂന്നാമൻ : തർക്കിച്ചു താമസിക്കണ്ട, എടുക്കൂ ...

മറ്റൊരാൾ : വൈദ്യരേ ... *(വൈദ്യന്മാർ നിസ്സഹായത പ്രകടിപ്പിക്കുന്നു)*

ഒന്നാമൻ : എങ്ങനെയും രക്ഷപ്പെടുത്തണം.

എല്ലാവരും : എങ്ങനെയും രക്ഷപ്പെടുത്തണം.

(നടീനടന്മാർ ഒരു പ്രത്യേക ഫോർമേഷനാകുന്നു. സംഘഗാനം ആരംഭിക്കുന്നു)

അരുതു നിലയ്ക്കരുതീ ഹൃദയത്തിൻ
ജീവൽസ്പന്ദന ചലനം ...
ഇതുമലനാടിൻ മാനവകോടി-
ക്കാവേശത്തിൻ മന്ത്രം ...
ഇതു നാടിൻ മോചനമന്ത്രം ...
ലെനിന്റെ ചിരിയുടെ മുത്തുവിളഞ്ഞൊരു
സമുദ്രമാണീ ഹൃദയം .....
ലോകത്തൊഴിലാളികളുടെ സൗഹൃദ-
സംഗീതത്തിൻ നിലയം ....
ഇതു വിപ്ലവ സൗഹൃദ ദുർഗ്ഗം ......
ഇതു വിപ്ലവസൗഹൃദ ദുർഗ്ഗം ......
(അരുതു നിലയ്ക്കരുതീ)
പാരീസ് കമ്യൂൺ കൊടിയുടെ ചോര-
ച്ചുവപ്പലിഞ്ഞൊരു ഹൃദയം ....
കയ്യൂർ കരിവെള്ളൂരിനു ധീരത .....
പകർന്നു നല്കിയ ഹൃദയം .....
യുഗ സംഘാടക ഹൃദയം ... നാടിൻ
യുഗ സംഘാടക ഹൃദയം ...
(അരുതുനിലയ്ക്കരുതീ ....)

(രംഗദീപം പൊലിയുന്നു)

ദൃശ്യം ഒന്ന്

ജാതിയും ജന്മിയും നാട്ടിലാകെ
ചെങ്കോൽ പിടിച്ചു ഞെളിഞ്ഞകാലം,
കൊല്ലും കൊലയും കുലാധികാരം
ചൊല്ലിയീനാടു മുടിച്ചകാലം ......
ഇരുകാലിമാടുകൾപോലെ മണ്ണിൽ-
പണിയുന്ന മക്കളെ കണ്ടകാലം
പാവങ്ങൾ മണ്ണു കിളച്ചൊരുക്കി
പാടങ്ങളാകെ വിതച്ചൊരുക്കി
വലിയോന്റെ പത്തായക്കെട്ടുകളിൽ
നെന്മണി കോരി നിറച്ചുകൂട്ടി.
അടിയാന്റെ മണ്ണിനും പെൺമണിക്കും
ജന്മിക്കു ജന്മാവകാശമത്രേ.
അരുതെന്നു ചൊല്ലുവാൻ നാവെടുത്താൽ
ആ നാവു രണ്ടായ് നിലത്തു വീഴും.
വെയിലും വിശപ്പും വിയർപ്പുമേല്ക്കെ
മേനി കറുത്ത മനുഷ്യരാകെ,
ദൃഷ്ടിയിൽ പെട്ടാലും ദോഷമുള്ള
തൊട്ടുകൂടാത്തവരായിപോലും.
സ്വാർത്ഥതേ നീ തീർത്ത ധർമ്മസൂക്തം.
പ്രാകൃത സാമൂഹ്യ നീതിശാസ്ത്രം.

(പ്രതാപിയായ ഒരു ജന്മിയുടെ ഭവനം. മദ്ധ്യവയസ്സു കഴിഞ്ഞ വെളുത്തു സുമുഖനായ, കുടുമയും വില്ലുകടുക്കനും മീശയുമുള്ള ഒരു സവർണ്ണ ജന്മി)

ജന്മി : അച്യുതാ....

കാര്യസ്ഥൻ : (പ്രവേശിച്ച്) റാൻ .....

ജന്മി : ആ നിഷേധിയെ കൊണ്ടുവന്നിട്ടില്ലേ .....

കാര്യ : റാൻ .... കൊണ്ടുവന്നിട്ടുണ്ടേ ....

ജന്മി : ഓനെ ഇങ്ങട്ട് കൊണ്ടുവരട്ടെ .....

കാര്യ : അമ്പു ഇല്ലേ അവിടെ. ആ പാട്ടക്കാരൻ "ചോയീനേ" ഇങ്ങട്ട് കൊണ്ടുവരിക.

(പാട്ടക്കാരൻ ചോയി പ്രവേശിക്കുന്നു)

ജന്മി : ഇവനാണോ? ധിക്കാരി. നീ പാട്ടം കൊടുക്കില്ല അല്ലേ? .... വിള കൊയ്യാൻ വന്നാ തടുക്കും ഇല്ലേ.

ചോയി : തമ്പ്രാനെ സങ്കടമൊണ്ട്. അടിയൻ പാട്ടം അളന്നതാണേ.

കാര്യ : (ഇടയ്ക്കു കയറി) എടാ ..... എടാ.... കള്ളം പറയുന്നോ? പാട്ടം തരാത്തതോ പോട്ടെ എന്നിട്ടു കള്ളം പറഞ്ഞു രക്ഷപ്പെടാമെന്നോ...?

ചോയി : അടിയന്റെ സങ്കടം ഒന്നു കേട്ടിട്ട് അവിടുന്ന് വേണെങ്കി അടിയനെ കൊന്നാലും വേണ്ടീല്ലാ ...

ജന്മി : ഓഹോ ... നീ അത്ര വലിയ സങ്കടക്കാരനാണോ .... പറഞ്ഞോളൂ ...

കാര്യ : വെറുതെ കള്ളം പറയാനാ ... എടാ ... എടാ ... കള്ളം പറഞ്ഞാലേ, നിന്റെ നാവ് പിഴുതെടുക്കും.

ജന്മി : എന്തായാലും പറഞ്ഞോളൂ...

ചോയി : ഇത്തവണ വിളവ് തീരെ മോശമായിരുന്നിട്ടും

കാര്യ : (ഇടയ്ക്കുകയറി) അതൊന്നും ഇവിടെ അറിയേണ്ട. പാട്ടത്തിനു നിലം തന്നാൽ കൃത്യമായി പാട്ടം അളക്കണം. അല്ലെങ്കിൽ ഇതിനെക്കാൾ കൂടുതൽ പാട്ടത്തിനു നിലമെടുക്കാൻ വേറെ ആളുണ്ട്.

ചോയി : (എന്തും വരട്ടെ എന്ന മട്ടിൽ)
അടിയൻ പാട്ടം അളന്നതാണേ. ഇതൊക്കെ കാര്യസ്ഥൻ തമ്പ്രാന്റെ കുത്തിത്തിരിപ്പാണേ.

(കാര്യസ്ഥൻ രൂക്ഷമായി നോക്കുന്നു. ചോയി പരുങ്ങുന്നു)

ജന്മി : നമ്മുടെ കാര്യസ്ഥൻ കള്ളം പറഞ്ഞൂന്നാ ...

ചോയി : ആണേ ...

ജന്മി : എന്നുവച്ചാൽ നീ പാട്ടം അളന്നിട്ടും അളന്നില്ലെന്നു പറയ്ക എന്നാണോ...?

ചോയി : ആണേ

(കാര്യസ്ഥൻ ചോയിയെ ചവിട്ടുന്നു. ചോയി നിലംപതിക്കുന്നു. ചോയിയെ പിടിച്ചെഴുന്നേല്പിച്ച് പുറത്തേക്കു തള്ളുന്നു.)

ജന്മി : ഓനെ മുക്കാലിയിൽ കെട്ടിയിട്ട് ഇരുപത്തഞ്ചടി അങ്ങ് കൊടുത്തേക്കുക.

(അണിയറയിൽ ചോയി നിലവിളിക്കുന്ന ശബ്ദം. അയ്യോ ... എന്നെ കൊല്ലല്ലേ ... കൊല്ലല്ലേ ... ജന്മിയും കാര്യസ്ഥനും ആസ്വദിക്കുന്നു.)

കാര്യ : തിരുമുൽക്കാഴ്ചയുമായി പാട്ടക്കാരെല്ലാവരും വന്നിട്ടുണ്ടേ ...

ജന്മി : ഓഹോ ... അവരോട് അറപ്പുരനടയിൽ വരാൻ പറയ്ക. നാം നമ്മുടെ വെള്ളിച്ചെല്ലം എടുത്തോണ്ടു വരട്ടെ. വിഷുക്കൈനീട്ടം കൊടുക്കണല്ലോ ... വെള്ളിപ്പണം തന്നെയാവാം ... എന്താ ...

കാര്യ : അവിടുത്തെ തിരുവുള്ളം പോലെ.

(ജന്മി അകത്തേക്കു പോകുന്നു. അല്പം കഴിഞ്ഞ് "ഗുരുവായൂരപ്പാ ... നമ്മുടെ വെള്ളിച്ചെല്ലം കാണുന്നില്ലാലോ ... നിറയെ വെള്ളിപ്പണായിരുന്നു;" തിടുക്കത്തിൽ പുറത്തേക്കു വന്നുകൊണ്ട്)

ജന്മി : അച്യുതാ നമ്മുടെ പാചകക്കാരൻ ശുപ്പുസ്വാമിയെ ഒന്നിങ്ങ് വിളിക്യാ ... കള്ളൻ ആ പട്ടരല്ലാതെ നമ്മുടെ അറയിൽ ആരും കേറില്ല്യാ. കള്ളൻ.

(കാര്യസ്ഥൻ പുറത്തേക്കു പോകുന്നു. നമ്പൂതിരി ദേഷ്യം കൊണ്ട് അങ്ങോട്ടുമിങ്ങോട്ടും ഉലാത്തുന്നു.)

അയാളിങ്ങു വരട്ടെ നീലമന നമ്പൂതിരിയെ ആ ഏഭ്യനറിയില്ല്യ.

(പാളത്താറുടുത്തു പിൻകുടുമ വച്ച ശുപ്പുസ്വാമിയും കാര്യസ്ഥനും പ്രവേശിക്കുന്നു)

ജന്മി : എടോ പട്ടരേ ... താൻ നമ്മുടെ അറയിൽ കയറിയോ?

ശുപ്പു : അയ്യോ ... പൊന്നുതിരുമേനി നാൻ ദൈവത്താണേ കേറിയില്ല ...

ജന്മി : എടോ... കള്ളം പറയരുത്. താനെടുത്ത ആ വെള്ളിച്ചെല്ലമെവിടെ?

ശുപ്പു : ഏതു വെള്ളിച്ചെല്ലം? ... അമ്മാവാണേ ... അപ്പാവാണേ ... ഏൻ കുളന്തകളാണേ നാൻ കാണവേയില്ലേ ...

കാര്യ : സ്വാമി ബുദ്ധിമോശംകൊണ്ട് എടുത്തതാണെങ്കിൽ അങ്ങ് തിരിച്ചുകൊടുക്കണം. തമ്പുരാൻ ക്ഷമിക്കും.

ശുപ്പു : അച്യുതൻപിള്ളേ ... അനാവശ്യം പേശ്റ്ത്. നാൻ ഒരു കാലവും കളവു ശെയ്യമാട്ടേ ...

ജന്മി : ശുപ്പു സത്യം പറഞ്ഞോളൂ ... ഇല്ലെങ്കിൽ നാം നിന്നെ മാതൃകാപരമായി ശിക്ഷിക്കും.

ശുപ്പു : *(പൂണൂലിൽ പിടിച്ച്)* ഈ ബ്രഹ്മമാണേ അടിയൻ അവിടുത്തെ ശെല്ലം കണ്ടിട്ടേയില്ലേ ...

ജന്മി : ഓഹോ ... അങ്ങനെയാണോ ...?

കാര്യ : അടിയൻ ... തിരുമേനി അതു വിശ്വസിക്കണ്ട. ശുപ്പുസ്വാമിക്കു മാത്രമേ ഇവിടുത്തെ അറയുടെ ഇടപോക്ക് അറിയൂ ...

ജന്മി : അച്യുതാ ... അയാൾ ഒരു ബ്രാഹ്മണനാണ്. ബ്രഹ്മത്തെ തൊട്ട് അസത്യം പറയില്ല.

ശുപ്പു : *(ധൈര്യം സംഭരിച്ച്)* അന്ത ശെല്ലത്തെ നാൻ പാക്കറതില്ലേ ... ആനാൽ ഉങ്കളുടെ ശന്തു അറയിലേ നിന്റു പോകിറതു നാൻ പാത്തേൻ.

കാര്യ : സ്വാമീ ഇല്ലാത്തതു പറയരുത്.

ശുപ്പു : നെജമാ നാൻ ശൊല്ലറേൻ. അന്ത ശന്തുപോറതു നാൻ പാത്തേൻ.

ജന്മി : അങ്ങനെ വരട്ടെ, ഏഭ്യൻ, വഷളൻ, അവൻ തന്നെയാവും. അച്യുതാ അവനെ ഇങ്ങട്ട് കൂട്ടിക്കൊണ്ട് വരിക.

(കാര്യസ്ഥൻ പോകുന്നു)

ശുപ്പു : അവൻ റെമ്പ കട്ടിക്കാരൻ പയല്താൻ. കാലയിലേ അവങ്ങ് അങ്കേ ഇങ്കേ എല്ലാം വട്ടമിട്ട് നിക്ക്റത് നാൻ പത്തേൻ.

ജന്മി : സ്വാമി പൊയ്കൊള്ളൂ ...

സ്വാമി : ഓം ... സ്വാഹാ ... *(പോകുന്നു)*

(കാര്യസ്ഥൻ ചന്തുവിനെയും കൊണ്ടുവരുന്നു)

ജന്മി : എടാ ... ഏഭ്യാ ... ഇങ്ങട്ട് മാറിനില്ക്കാ ...

(ചന്തു പേടിച്ചു വിറച്ച് നീങ്ങിനില്ക്കുന്നു)

ജന്മി : നീ നമ്മുടെ അറയിൽ കേറ്യോ ...?

ചന്തു : പരദൈവങ്ങളാണെ അടിയൻ കേറിയില്ലേ ...

ജന്മി : ഏഭ്യാ ... കളവു പറയുന്നോ ... എവിടെടാ നമ്മുടെ വെള്ളിച്ചെല്ലം. ഉയിര് വേണേങ്കി ഉടനെ പറഞ്ഞോ. ഇല്ലെങ്കിൽ നിന്നെ നാമിവിടെ കെട്ടിത്തൂക്കും.

ചന്തു : അയ്യോ ...എന്റെ കുട്ടികളാണേ ... കാവിലെ ഭഗവതി യാണേ ഉദിച്ചു പൊങ്ങണ ആദിത്യഭഗവാനാണേ അടി യൻ ചെല്ലം കണ്ടില്ലേ ...

കാര്യ : അപ്പൊ നമ്മുടെ ശുപ്പുസ്വാമി കള്ളം പറഞ്ഞോ ...?

ജന്മി : ഹേയ് ... അങ്ങനെയുണ്ടാവില്ല. അയാൾ ഒരു ബ്രാഹ്മണ നാണ്. ബ്രഹ്മത്തെ തൊട്ടു സത്യം ചെയ്തതല്ലേ ... ഇവൻ തന്നെയാവും.

ചന്തു : അയ്യോ ... അടിയനെടുത്തില്ലേ ... പൊന്നുതമ്പുരാനേ അടിയനെ രക്ഷിക്കണം.

ജന്മി : *(കാര്യസ്ഥനോട്)* എന്താടാ കണ്ടുനില്ക്കുന്നോ ... ഇവൻ കുറ്റം ഏല്ക്കുന്നതുവരെ ആ മുക്കാലിയിൽ കെട്ടിയിട്ട് അങ്ങട്ട് പ്രഹരിക്ക്യാ ...

(കാര്യസ്ഥൻ ചന്തുവിനെ പിടിച്ചുകൊണ്ടു പോകുന്നു. അടിയുടെ ശബ്ദം. അയ്യോ ... അയ്യോ ... എന്നെക്കൊല്ലല്ലേ എന്നെക്കൊല്ലല്ലേ... ചന്തുവിന്റെ നിലവിളി ഉയരുന്നു)

ജന്മി : നിർത്താൻ ... ആ ഏഭ്യനെ ഇങ്ങട്ട് കൊണ്ടുവരിക.

(അടികൊണ്ട് ചോര പൊട്ടി ഒലിക്കുന്ന ചന്തു ജന്മിയുടെ മുന്നിൽ വീഴുന്നു)

ജന്മി : കള്ളാ ... നീ ആ ചെല്ലമെടുത്തോ ...?

ചന്തു : എടുത്തേ ...

ജന്മി : എന്നിട്ടെന്തു ചെയ്തു

ചന്തു : പൊന്നു തമ്പുരാനെ അടിയനത് ... അടിയനത് മന

		യ്ക്കലെ കുളത്തിൽ കൊണ്ടിട്ടേ ...
ജന്മി	:	അച്യുതാ ഈ സത്വത്തെ ആ കുളത്തിൽ കൊണ്ട് മുക്കാ. ചെല്ലം എടുത്തു തന്നില്ലെങ്കിൽ ഈ ജന്തൂനെ ആ ചെളിയിൽ അങ്ങട് ചവിട്ടി താഴ്ത്തുക ...
ചന്തു	:	പൊന്നു തമ്പുരാനെ അടിയനെ കൊല്ലല്ലേ ... അടിയനെ കൊല്ലല്ലേ ... *(നിലത്ത് കുഴഞ്ഞുവീഴുന്നു)*

(ജന്മിനമ്പൂതിരിയുടെ മകൻ പ്രവേശിക്കുന്നു. അരയിൽ ഒറ്റമുണ്ടുടുത്ത കൊഴുത്ത ചെറുപ്പക്കാരൻ)

ഉണ്ണി	:	അച്ഛാ... അച്ഛാ ... മനയ്ക്കലെ തളിപ്പുകാരി പെണ്ണുങ്ങൾക്കൊക്കെ വിഷുക്കൈനീട്ടം കൊടുത്തു. അവർ പറയുവാ ... വല്യമ്പ്രാനേക്കാൾ ഉണ്ണിത്തമ്പ്രാൻ സ്നേഹോള്ളവനാണെന്ന്. അതേയൊ അച്ഛാ ...
ജന്മി	:	ഉണ്ണീ അതിനു നിനക്ക് എവിടുന്നാ പണം.
ഉണ്ണി	:	അച്ഛന്റെ വെള്ളിച്ചെല്ലത്തീന്ന്.
ജന്മി	:	ഉണ്ണീ നീ നമ്മെ മുടിക്കും. ങാ ... ഇതെവിടുന്നാ എടുത്തേന്ന്ച്ചാ അവിട്ത്തന്നെ കൊണ്ട് വെച്ചേക്കുക.
ഉണ്ണി	:	*(ചന്തുവിനെ ചൂണ്ടി)* ഇതിന്റെ പുറത്തെ തോലാരാ അടിച്ചുപൊളിച്ചേ...?
ജന്മി	:	അശ്രീകരം. അച്യുതാ ഈ ശവത്തെ അങ്ങ്ട് മാറ്റിക്കളയ്യാ...

(അച്യുതൻ ചന്തുവിനെ എടുത്ത് പുറത്തേക്ക് പോകുന്നു. അല്പം കഴിഞ്ഞ് കാര്യസ്ഥൻ പ്രവേശിക്കുന്നു.)

കാര്യ	:	ഇവിടുത്തെ കുളം തൊട്ടശുദ്ധമാക്കിയ ആ പുലയച്ചെറുക്കനെ കൊണ്ടുവന്നിട്ടുണ്ടേ ...
ജന്മി	:	ആ ചണ്ഡാലനെ ഇങ്ങട്ട് കൊണ്ടുവരിക ...

(നനഞ്ഞൊലിച്ച് വിറച്ചുകൊണ്ടു നില്ക്കുന്ന ഒരു പുലച്ചെറുമനെ രണ്ടു വാല്യക്കാർ പിടിച്ചുകൊണ്ടു വരുന്നു)

ജന്മി	:	എടാ ചണ്ഡാലാ നീ എന്ത് അഹമ്മതിയാടാ കാണിച്ചത്. ദേവപൂജാദികൾ ചെയ്യുന്ന ബ്രാഹ്മണർക്കു കുളിക്കാനുള്ള കുളം തൊട്ടശുദ്ധമാക്കാൻ നിനക്കെങ്ങനെ തോന്നി ...
ചെറുമൻ	:	ഏഴര വെളുപ്പിന് ശംഖനാദം കേട്ടപ്പോൾ അടിയന്റെ ഉള്ളിന്റെ ഉള്ളിലും അതു മുഴങ്ങിയേ. കുളിച്ചീറൻ ചുറ്റി

ഭഗവതിയുടെ നടയിൽ ഒരു കീർത്തനം ചൊല്ലാൻ അടിയന്റെ മനസ്സും വല്ലാതെ പെടച്ചേ.

ജന്മി : എടാ ... നീയൊരു പുലച്ചെറുമനല്ലേ നിനക്കെന്തു കീർത്തനവും ഭക്തിയും.

ചെറുമൻ : ഇവിടുത്തെ ഭഗവതീടെ നടയിൽ സ്ഥിരമായി ഏഴരവെളുപ്പിനു കുളിച്ചുതൊഴുത് കീർത്തനം പാടുന്ന പരമേശ്വര ഭാഗവതരുടെ ശിഷ്യനാണേ അടിയൻ.

ജന്മി : അഹങ്കാരി, നിന്നെ പരമേശ്വര ഭാഗവതർ സംഗീതം പഠിപ്പിച്ചെന്നോ ...?

ചെറുമൻ : പഠിപ്പിച്ചതല്ലേ. അടിയൻ കേട്ടു പഠിച്ചതാണേ. കഴുത്തറ്റം വെള്ളത്തിൽ ഇറങ്ങിനിന്ന് അദ്ദേഹം സ്വരസാധകം ചെയ്യുന്നത് അടിയൻ കേട്ടിട്ടുണ്ടേ ...

ജന്മി : ഓഹോ ... അങ്ങനെയാണോ...?

ചെറുമൻ : പൊന്നുതമ്പുരാനേ, അടിയന് അടിയന്റെ ഗുരുവിനെപ്പോലെയാകണമെന്നാണ് മോഹം.

ജന്മി : അതിനാണോ നീ നമ്മുടെ കുളം തീണ്ടിയത്.

ചെറുമൻ : അടിയൻ കുളം തീണ്ടിയില്ലേ. കഴുത്തറ്റം വെള്ളത്തിൽ ഇറങ്ങിനിന്ന് ഒരു കീർത്തനം ചൊല്ലുകയേ ചെയ്തുള്ളൂ.

ജന്മി : ആരാ അവിടെ. നോക്കി നില്ക്കുന്നോ ... ഈ ചണ്ഡാലൻ കുളം തീണ്ടുക മാത്രമല്ല അക്ഷരവും പഠിച്ചിരിക്കുന്നു. മേലാൽ ഇവൻ പാടരുത്.

(യുവാവിന്റെ മേൽ ശേവുകക്കാർ ചാടിവീഴുന്നു. ക്രൂരമായി തല്ലുന്നതിന്റെ ശബ്ദം ... ചെറുമന്റെ കീർത്തനം.)

ജന്മി : അവന്റെ നാക്ക് പിഴ്തെടുക്കാൻ

(കീർത്തനം പെട്ടെന്ന് നില്ക്കുന്നു)

കാര്യസ്ഥൻ : *(പ്രവേശിച്ച്)* ആ ചെറുമൻ ചത്തൂന്നാ തോന്നണേ.

ജന്മി : നന്നായി, ഒരു കാര്യം ചെയ്യൂ ... ഏതെങ്കിലും പൊട്ടക്കുളത്തിൽ കൊണ്ടിട്ടേക്കൂ ... വെള്ളത്തിൽ മുങ്ങിയാലല്ലേ അവനു സംഗീതം വരൂ. അവിടെ കെടന്നു പാടട്ടെ. അവന്റെ ഒടുക്കത്തെയൊരു സംഗീതം.

(പൈശാചികമായി പൊട്ടിച്ചിരിക്കുന്നു)

(രംഗദീപം പൊലിയുന്നു)

ദൃശ്യം രണ്ട്

(നിലാവുള്ള ഒരു രാത്രി. സ്ഥലം ഒരു പാറക്കെട്ട്. ചിരുതയും കേളുവും- നവദമ്പതിമാർ)

കേളു : ചിരുതേ ...

ചിരുത : ഓ ...

കേളു : നീ ഇങ്ങനെ ഒരു രാത്രി പ്രതീക്ഷിച്ചാരുന്നാ ...

ചിരുത : പിന്നില്യേ ... നിങ്ങളാവഴി പണിക്കുപോകുമ്പോഴൊക്കെ അപ്പൻ അമ്മയോട് പറയാറുണ്ട് നിങ്ങളെക്കൊണ്ട് എന്നെ കെട്ടിക്കണംന്ന്.

കേളു : ഓഹോ... അപ്പൊ നെനക്കെന്നെ ഇഷ്ടായിരുന്നോ.

ചിരുത : (നാണത്തോടെ) ങാ ... ഏന് ... നിങ്ങളെക്കണ്ട കാലം തൊട്ടേ ഇഷ്ടായിരുന്നു.

കേളു : എന്നിട്ടെന്തേ അന്നു പറഞ്ഞില്ല

ചിരുത : എന്ന്

കേളു : നമ്മൾ പലപ്പോഴും പാടവരമ്പത്തും പുഴക്കരയിലും ഒക്കെ വച്ചു കണ്ടപ്പോ ... നീ ഒരു പരിചയഭാവം പോലും കാണിച്ചില്ലാലോ.

ചിരുത : അയ്യോ ... ഏൻ പേടിച്ചിട്ടാ ... നിങ്ങളൊരു കൗരവക്കാരനല്ലേ. പെൺകുട്ടികളുടെ മുഖത്തുപോലും നോക്കാത്ത ഒരു കണിശക്കാരൻ.

കേളു : അപ്പൊ ... ഏൻ കാണ്ണ പെങ്കുട്ട്യോളൊക്കെ നോക്കിച്ചിരിച്ചു നടക്കണില്ലെന്നാ പരാതി. ശരി എനി ഞാൻ ആ പരാതി ഉണ്ടാക്കാതെ നോക്കാം ...

ചിരുത : ങാ ... മനസ്സിലിരിപ്പു കൊള്ളാം. ഇനീപ്പോ അതൊന്നും വേണ്ടാ ...

കേളു : ചിരുതേ എനിക്കൊരു പാട്ടു പാടാൻ തോന്ന്ണ്. നീ കൂടെ പാടുമോ?

ചിരുത : അയ്യോ ... അതിനെനിക്ക് പാട്ടറിയില്ലല്ലോ.

കേളു : ഏനും അറിയില്ല ... നമുക്ക് അറിയാവുന്നതു പോലെ പാടാം കൂടെ പാടുമോ.

ചിരുത : നിങ്ങ പാടുമെങ്കീ ഏനും പാടാം.
മേലേപ്പാടത്തു നെല്ലുവിതച്ചൂ
കീഴേപ്പാടത്തു എള്ളു വിതച്ചൂ
നെല്ലുവിതക്കാൻ ചെന്നപ്പോഴേനെൻ

കൺമണിപെണ്ണിൽ മോഹം ജനിച്ചു
ഏനെന്റെ മോഹവും വാരിവിതച്ചു
നെല്ലിൽ കുരുത്തതു നെല്ലോലാ ...
എള്ളിൽ കുരുത്തത് എള്ളോല
മാരൻ വിതച്ചിട്ട മോഹങ്ങളൊക്കെ
പൊട്ടിക്കിളിർത്തപ്പപ്പൊന്നോല
ഏന് കന്നിക്കിനാവിന്റെ പൊന്നോല
എള്ളും കൊയ്യാം നെല്ലും കൊയ്യാം
ഉള്ളിന്റെയുള്ളിലെ പൊന്നും കൊയ്യാം
എന്നെയും കാണാം നിന്നെയും കാണാം
ഒന്നാം പടിയറ തുമ്പിയും തുള്ളാം
താലോലം കിളി താലോലം നിന്റെ
നെഞ്ചിലെച്ചൂടണിഞ്ഞാലോലം

(പാട്ട് തീരുമ്പോൾ ചിരുത ഞെട്ടി എഴുന്നേല്ക്കുന്നു)

കേളു : ചിരുതേ ... ചിരുതേ

ചിരുത : ങേ ... ഏന് പേടിയാവ്ണ്. ഏനൊന്ന് ചോയിച്ചാ-നേര് പറയുമോ...?

കേളു : ചോയിക്ക്

ചിരുത : നമ്മുടെ തൊട്ടയലത്തെ മാതുവമ്മ പറയ്കാ അടിയാന്റെ കുടീലെ കിടാത്തന്മാര് പെണ്ണ് കെട്ടിയാ ആദ്യത്തെ ദെവസം കെട്ട്യോളെ ജന്മിക്ക് കാഴ്ചവയ്ക്കണമെന്ന് (ഉൽക്കണ്ഠയോടെ) ഇത് നേരാണോ...?

കേളു : (നിശ്ശബ്ദനായി നിശ്വസിക്കുന്നു)

ചിരുത : ഏൻ ചോദിച്ചത് കേട്ടില്ലെ ...

കേളു : കേട്ടു.

ചിരുത : പിന്നെന്താ ഒന്നും മുണ്ടാത്തെ

കേളു : എന്തു മുണ്ടാൻ

ചിരുത : അപ്പോൾ ... അപ്പോൾ ... നേരാണല്ലേ ...

കേളു : അതെ ...

ചിരുത : അപ്പോ ... ഏനെ നിങ്ങൾ

കേളു : ഇല്ല ... ഇല്ല

ചിരുത : ഏന് പേടിയാവ്ണ്

കേളു : നീ അതുമിതുമാലോചിച്ച് വെറുതെ വിഷമിക്കാണ്ടിരിക്ക്

ചിരുത : നമുക്ക് കുടീലോട്ട് പൂവ്വാം ...

കേളു : എന്റെ ചക്കരപ്പെണ്ണേ ... ഈ മാനോം ... ഈ നിലാവും. ഈ രാത്രി വാ ... നമുക്കിവിടെ കഴിയാം... വാ ... വാ (കൈ പിടിക്കുന്നു)

(ഉണ്ണി നമ്പൂതിരിയും രണ്ടു ചട്ടമ്പിമാരും പ്രവേശിക്കുന്നു)

ഉണ്ണി : ഛീ ഏഭ്യാ ... ശൃംഗരിക്കാൻ കണ്ട ഒരു സ്ഥലം.

(കേളു ഞെട്ടിപ്പിടഞ്ഞെഴുന്നേല്ക്കുന്നു. പേടിച്ചുവിറച്ച ചിരുത കേളുവിനടുത്തേക്ക് നീങ്ങിനില്ക്കുന്നു. ഉണ്ണിയുടെ അനുചരന്മാർ ചെവിയിലെന്തോ മന്ത്രിക്കുന്നു)

ഉണ്ണി : പിടിച്ചുകെട്ടവനെ.

(കേളുവിനെ അനുചരന്മാർ പിടിച്ചുകെട്ടുന്നു)

ചിരുത : (ഉണ്ണിയോട്) അയ്യോ ... ഒന്നും ചെയ്യല്ലേ കൊച്ചമ്പ്രാ ... ഒന്നും ചെയ്യല്ലേ.

(ഒരു അനുചരൻ ചിരുതയെ പിടിക്കാനായി ഓടുന്നു. ചിരുത പിടി കൊടുക്കാതെ ഓടി കൊക്കയിലേക്ക് ചാടുന്നു. അനുചരൻ തിരിച്ചുവന്നു.)

അവൾ ആ കൊക്കയിൽ ചാടി.

ഉണ്ണി : ഛെ ... രസംകൊല്ലി ശവം.

അനുച : ഇവനെ എന്തു ചെയ്യണം.

ഉണ്ണി : ഇവനെയും ആ കൊക്കയിലേക്ക് തള്ളിയേക്കൂ ...

(രംഗദീപം പൊലിയുന്നു)

ദൃശ്യം മൂന്ന്

ഇവിടെ ജനകോടിതന്നസ്ഥിഖണ്ഡങ്ങളാൽ
കോട്ടകൾ തീർത്തതിന്നധിപതികളായവർ
കൊട്ടാരഗോപുരച്ചുവരിലെ പ്രതിമയായ്
നാടിൻചരിത്രം വരഞ്ഞിട്ടിരുന്നവർ
ജാതിമത ശക്തിതൻ ചങ്ങലക്കണ്ണിയാൽ
പ്രാകൃതസാമൂഹ്യനീതി ശാസ്ത്രങ്ങളാൽ
നിത്യം വരിഞ്ഞുമുറുക്കും മനുഷ്യന്റെ

നെഞ്ചിലെ സ്വാതന്ത്ര്യബോധമാം തീക്കനൽ
സംഘബോധത്തിന്റെ സൂര്യമന്ത്രം കൊണ്ടു
കത്തിജ്ജ്വലിപ്പിച്ചു തീപ്പന്തമാക്കിയ
കാലാതിവർത്തിയാം നാടിന്റെ നായകാ
നിന്റെ കഥ വീരകഥ പാടട്ടെയിന്നു ഞാൻ.

(മദ്ധ്യതിരുവിതാംകൂറിലെ ഒരു ദരിദ്ര നായർതറവാട്. സമയം രാത്രി. മുനിഞ്ഞു കത്തുന്ന ഒരു നിലവിളക്ക് വീടിന്റെ ഇറയത്ത്. മുപ്പതിനുതാഴെ പ്രായമുള്ള വിവാഹിതയായ ഒരു സ്ത്രീ ആരെയോ കാത്തിരിക്കുന്നു. അണിയറയിൽ നിന്നും ഒരു പുരുഷശബ്ദം.)

നേരം പാതിരാവായല്ലോ ... നിന്റെ ഒടപ്പെറന്നോൻ കൃഷ്ണപിള്ളകാരണവർ ഇനിയും എത്തിയില്ലേ. നീ വന്നു കിടന്നുറങ്ങുന്നുണ്ടോ ...? ഓ ... കാരണവരെയും കാത്തൊരിരിപ്പ്.

പാപ്പ : എന്തു ചെയ്യാനാ. അവനിപ്പൊഴും കുട്ടിക്കളി മാറിയിട്ടില്ല.

ശബ്ദം : അവനേതോ നാടകക്കമ്പനിയിൽ കൂടിയിട്ടുണ്ട്. തറവാട്ടു ഭരണം കിട്ടാത്തതായിരുന്നു ഒരു തകരാറ്. ഇപ്പോ കിട്ടിയിട്ടോ ...

വല്ല കാര്യവുമുണ്ടായിരുന്നോ ആ കാരണവരെ വെറുപ്പിച്ചിട്ട്. ഒന്നുമില്ലെങ്കിലും ശ്രീ പത്മനാഭന്റെ പത്തുചക്രം വാങ്ങുന്ന ഒരു പൊലീസേമാനല്ലേ ...

പാപ്പ : ഒന്നു ചുമ്മാതിരിക്കുന്നുണ്ടോ ... അവൻ അഭിമാനിയാ ... അവൻ നാടകത്തിനും മറ്റും പോകേല ... ഇതെങ്ങാൻ കേട്ടുകൊണ്ടു വന്നാൽ അതു മതി.

ശബ്ദം : നമ്മളാരാ ... ഇതൊക്കെ പറയാൻ അല്ലേ ... ആങ്ങളയായി പെങ്ങളായി. നിങ്ങടെ ഇഷ്ടം.

പാപ്പ : *(സ്വഗതം)* അവൻ മനസ്സുവെച്ചാ അതു നടത്തും. അതാ പ്രകൃതം. കുടുംബഭരണം ഏറ്റെടുക്കാമെന്ന് ഇങ്ങോട്ടു പറഞ്ഞിട്ടാ. അടിച്ചേല്പിച്ചതല്ല. അപ്പൊ അവനെന്തെങ്കിലും മനസ്സിൽ കണ്ടിരിക്കും. എന്തായാലും ഇന്നിങ്ങു വരട്ടെ. കുറച്ചുകൂടി ചുമതലാബോധം കാണിക്കാൻ പറയണം.

(ഇരുന്ന ഇരുപ്പിൽ പതുക്കെ ഉറങ്ങാൻ തുടങ്ങുന്നു. അൽപ്പം കഴിഞ്ഞ് ഒരു കറുത്ത യുവാവ് (ഇരുപത് വയസ്സിനോടടുപ്പമുള്ള പ്രായം, കാതിൽ കടുക്കൻ, തലയിൽ കുടുമ) രംഗത്ത് പ്രവേശി

ക്കുന്നു. ഉറങ്ങുന്ന പെങ്ങളെക്കണ്ട് അപരാധബോധത്തോടെ അറച്ചറച്ച് വിളിക്കുന്നു.)

കൃഷ്ണൻ : പാപ്പാ ... പാപ്പാ,

പാപ്പ : *(കണ്ണുതിരുമ്മി)* കൃഷ്ണാ ... നീ എവിടെയായിരുന്നു? നേരമെത്രയായി? ഇങ്ങനെയാണോ തറവാട് ഭരിക്കുന്നത്?

കൃഷ്ണൻ : *(ചിരിച്ചുകൊണ്ട്)* അതെന്താ പാപ്പാ അങ്ങനെ ചോദിക്കുന്നത്. പാപ്പയ്ക്ക് ഉറങ്ങാമായിരുന്നില്ലേ? അളിയൻ വന്നോ ...?

പാപ്പ : വന്ന് ഊണും കഴിഞ്ഞ് മൂന്നുറക്കവുമായിട്ടുണ്ട്.

കൃഷ്ണൻ : നാളെ നമുക്കീ പറമ്പൊന്നു കിളപ്പിക്കണം. തെങ്ങിൽ മുള്ളും കെട്ടണം.

പാപ്പ : വേണോ. അമ്മാവനെന്തു തോന്നും.

കൃഷ്ണൻ : അമ്മാവനെന്തു തോന്നാൻ. നമ്മുടെ ഓഹരി നമുക്ക് വിട്ടുതന്നതല്ലേ. അതിൽ പണിയെടുപ്പിക്കേണ്ടത് നമ്മുടെ കടമയല്ലേ.

പാപ്പ : എന്നാലും അമ്മാവനോട് ചോദിച്ചിട്ടു മതിയായിരുന്നു.

കൃഷ്ണൻ : എന്നാൽ, പിന്നെ പഴയതുപോലെ അമ്മാവനെ ഏല്പിച്ചിട്ട് അമ്മാവനളന്നു തരുന്നതും കഴിച്ചങ്ങു കെടന്നാ പോരായിരുന്നോ?

പാപ്പ : അതാ നാട്ടുനടപ്പ്.

കൃഷ്ണൻ : പിന്നെന്തിനു ഓഹരി വാങ്ങിച്ചു?

പാപ്പ : നീ പറഞ്ഞതുകൊണ്ട്.

കൃഷ്ണൻ : പാപ്പാ ... പാപ്പയ്ക്കെന്നെ വിശ്വാസമില്ലേ?

പാപ്പ : ഉണ്ട് ... എന്നാലും.

കൃഷ്ണൻ : നമ്മുടെ കാര്യം നമ്മള് നോക്കണം. പാപ്പ നോക്കിക്കൊ ഞാനുമൊന്നു ഭരിച്ചുകാണിച്ചുതരാം.

പാപ്പ : എനിക്കൊന്നുമറിയില്ല. ഒക്കെ നീ തന്നെ നോക്കിക്കോ ള്ളൂ.

കൃഷ്ണൻ : ശരി നമുക്കു നോക്കാം.

പാപ്പ : നേരം ഏറെയായി. വല്ലതും കഴിക്കേണ്ടേ?

കൃഷ്ണൻ : പാപ്പ വിളമ്പൂ. ഞാനൊന്നു കാലും മുഖവും കഴുകീട്ടു വരാം.

(രംഗദീപം പൊലിയുന്നു)

ദൃശ്യം നാല്

(അതേ രംഗം. നേരം പ്രഭാതം. രണ്ടുപേർ രംഗത്തേക്ക് വരുന്നു. ഒരാൾ തോളത്ത് ഒരു തൂമ്പ തൂക്കിയിട്ടുണ്ട്. മറ്റെയാൾ തലയിൽ ഒരു ത്ളാപ്പും എളിയിൽ തേങ്ങാവെട്ടാനുള്ള ഒരു വെട്ടുകത്തിയും തിരുകിയിട്ടുണ്ട്. മദ്ധ്യവയസ്സിനോടടുത്ത പ്രായം. രണ്ടുപേരും ഓച്ഛാനിച്ച് തറവാടിന്റെ മുറ്റത്ത് വന്നുനില്ക്കുന്നു. ആരെയും കാണുന്നില്ല.)

കോന്നൻ : തമ്പ്രാ ... തമ്പ്രാ ... കൊച്ചമ്പ്രാ ...

പാപ്പ : *(അകത്തു നിന്ന്)* ആരാ മുറ്റത്ത്.

രണ്ടുപേരും : എങ്ങളാന്നേ ...

പാപ്പ : *(പ്രവേശിച്ച്)* ഓ ... കോന്നനും കൊച്ചുരാമനുമോ ... കൃഷ്ണൻ എഴുന്നേറ്റേയുള്ളു. ഇപ്പോ വരും.

(അകത്തേക്ക് പോകുന്നു.)

കൃഷ്ണൻ : *(പ്രവേശിച്ച്)* നിങ്ങളൊത്തിരിനേരായോ വന്നിട്ട്.

കോന്നൻ : അടിയങ്ങള് ഇപ്പ ഇങ്ങട്ട് എത്തിയതേയുള്ളൂ.

കൊച്ചുരാമൻ : കൊച്ചമ്പ്രാൻ ഉണരട്ടേന്ന് നിരീച്ച്.

കൃഷ്ണൻ : *(ഹാസ്യമായി)* കൊച്ചമ്പ്രാൻ. ഉഴക്ക് മണ്ണും ഒരു കളിമൺ കൊട്ടാരവും വിളിക്കാനാളുമുണ്ടെങ്കിൽ ഞാനും തമ്പുരാൻ തന്നെ. ങാ ... നിങ്ങളെന്താ അവിടെയങ്ങു നിന്നുകളഞ്ഞത്? ഇങ്ങു കേറിവരൂ ...

രണ്ടുപേരും : അയ്യോ ... വേണ്ടായേ ... ഞാള് ഇവിടെ നിന്നോളാം.

കൃഷ്ണൻ : അതെന്താ നിങ്ങൾക്കകത്ത് കയറിക്കൂടെ?

കോന്നൻ : ഞാള് തീണ്ടൽ ചാതിക്കാരാണ്.

കൃഷ്ണൻ : ഓ ... എന്നത്. അപ്പൊ നിങ്ങളകത്ത് കയറില്ല.

കൊച്ചുരാമൻ : അത് വലിയ കുറ്റമാണേ ...

കൃഷ്ണൻ : ആരു പറഞ്ഞു?

കോണൻ : തമ്പ്രാന്മാര്

കൃഷ്ണൻ : നിങ്ങളെന്നേം തമ്പ്രാൻ എന്നല്ലേ വിളിച്ചത്.

കൊച്ചുരാമൻ : അയ്യോ ... പിന്നല്ല്യോ ...

കൃഷ്ണൻ : അപ്പൊ തമ്പ്രാന്മാരാ ഈ നേമൊക്കെ ഉണ്ടാക്കണത് അല്ലേ?

കോന്നൻ : ആന്നേ ...

കൃഷ്ണൻ : എന്നാൽ, ഈ തമ്പ്രാൻ പറയ്ന്ന് നിങ്ങൾ അകത്ത് വന്നിരിക്കാൻ

കൊച്ചുരാമൻ : അയ്യോ ... തൈവദോയം കിട്ടുമേ ...

കൃഷ്ണൻ : തമ്പ്രാൻ പറഞ്ഞാൽ അനുസരിക്കേണ്ടെ.

കോന്നൻ : ഇങ്ങനെയൊക്കെപ്പറഞ്ഞാ അടൃങ്ങള് വലഞ്ഞുപോവുമേ...

കൃഷ്ണൻ : *(ചിരിച്ചുകൊണ്ട് അവരുടെ അടുത്തേക്കു നീങ്ങുന്നു. അവർ പിറകോട്ട് പിറകോട്ട് മാറുന്നു)* ഇതെന്തു കളിയാ നമ്മളൊക്കെ കൂടപ്പിറപ്പുകളാ, മനുഷ്യർ. ഈ ജാതീം മതോം ഒക്കെ മനുഷ്യരുണ്ടാക്കിയതാ. മനുഷ്യരിൽ ചിലരുടെ ആവശ്യത്തിനു വേണ്ടി ... വരൂ അകത്തുകയറിയിരിക്കൂ ...

കൊച്ചുരാമൻ : അയ്യോ ... മൂത്തമ്പ്രാനറിഞ്ഞാൽ.

കൃഷ്ണൻ : പേടിക്കേണ്ട ... അമ്മാവനിപ്പം ഇവിടെയല്ലാ. ഇപ്പോ ഞാനാണിവിടുത്തെ കാരണവർ.

(അവർ പേടിച്ച് പേടിച്ച് ഇറയത്ത് കയറിയിരിക്കുന്നു)

കൃഷ്ണൻ : നിങ്ങളെന്തു കഴിച്ചു?

(കോന്നനും കൊച്ചുരാമനും മുഖത്തോടുമുഖം നോക്കുന്നു. മൗനം)

കൃഷ്ണൻ : *(ചിരിച്ചുകൊണ്ട്)* ഒന്നും കഴിച്ചില്ല അല്ലേ ... പാപ്പാ ... പാപ്പാ ...

(അകത്തേക്കു നീട്ടിവിളിക്കുന്നു. പാപ്പ രംഗത്തേക്കു വരുന്നു. കോന്നനും കൊച്ചുരാമനും ഇറയത്തിരിക്കുന്നതു കണ്ട് ഇടിവെട്ടേറ്റതുപോലെ ഞെട്ടി സ്തംഭിച്ചു നില്ക്കുന്നു)

പാപ്പ : *(ദേഷ്യവും, സങ്കടവും ഉൽക്കണ്ഠയും കലർന്ന സ്വരത്തിൽ)* കൃഷ്ണാ ... എന്താടാ ഞാനീ കാണുന്നത്. അമ്മാവനറിഞ്ഞാൽ.

(കോന്നനും കൊച്ചുരാമനും പേടിച്ച് പുറത്തിറങ്ങാൻ തുടങ്ങുന്നു)

കൃഷ്ണൻ : *(ഒന്നും സംഭവിക്കാത്ത മട്ടിൽ കോന്നനോടും കൊച്ചുരാമനോടും)* അവിടിരിക്കൂ.
(പാപ്പയോട്) പാപ്പയ്ക്കെന്തുപറ്റീ ...?

പാപ്പ : *(ദേഷ്യത്തിൽ)* എന്തു പറ്റിയെന്ന്. ഇനിയെന്തു പറ്റാൻ. ഇങ്ങനെയാണോ നിന്റെ ഭരണം.

(സൂത്രത്തിൽ കോന്നനും കൊച്ചുരാമനും പുറത്തേക്കു പോകുന്നു)

കൃഷ്ണൻ : അതേ തുടങ്ങിയിട്ടുള്ളൂ. ഇവരും മനുഷ്യരാണ്. ഇവരെ അന്യരായി കാണാൻ എനിക്ക് കഴിയില്ല.

പാപ്പ : നിന്റെ അളിയൻ ഇതു കണ്ടുകൊണ്ടുവന്നാൽ.

കൃഷ്ണൻ : പാപ്പ കണ്ടില്ലെ? അതുതന്നെ അളിയനും കാണും.

പാപ്പ : കുഞ്ഞേ നീ മിടുക്കൻതന്നെ. പക്ഷേ, നാട്ടുനടപ്പും മാമൂലുമൊക്കെ തെറ്റിച്ചാൽ

കൃഷ്ണൻ : (അനുനയത്തിൽ) പാപ്പ സമാധാനിക്കു......പലതും തെറ്റിച്ചേ കഴിയൂ.

പാപ്പ : എന്റെ കുഞ്ഞേ നീ എന്നെ തീ തീറ്റിക്കരുത്. മാനം മര്യാദയ്ക്ക് നമുക്ക് കഴിഞ്ഞുകൂടണം. ഇപ്പൊത്തന്നെ അമ്മാവനും പ്രമാണിമാർക്കും നമ്മോടു വെറുപ്പാണ്.

കൃഷ്ണൻ : പ്രമാണിമാർ. പോകാൻ പറയൂ. അവരല്ലല്ലോ നമുക്ക് ചെലവിനു തരുന്നത്.

പാപ്പ : എന്നാലും ഇതു വേണ്ടായിരുന്നു കുഞ്ഞേ.

കൃഷ്ണൻ : അതൊക്കെ നമുക്കാലോചിക്കാം. പാപ്പാ എനിക്കു വെച്ചിട്ടുള്ള പഴംകഞ്ഞി ഇവർക്കു രണ്ടുപേർക്കും കൊടുക്കൂ...കോന്നാ....കൊച്ചുരാമാ.....

(കോന്നനും കൊച്ചുരാമനും പ്രവേശിച്ചു പേടിച്ചു നില്ക്കുന്നു)

കൃഷ്ണൻ : നിങ്ങൾ പോയി പഴംകഞ്ഞി കുടിക്കൂ.

രണ്ടുപേരും : അടൃങ്ങക്കു വേണ്ടയേ....

കൃഷ്ണൻ : അതു നിങ്ങളല്ല തീരുമാനിക്കേണ്ടത്....ങ്ങും.....

(കോന്നനും കൊച്ചുരാമനും പാപ്പയുടെ മുന്നിലൂടെ അകത്തു പോകുന്നു. കൃഷ്ണൻ ഒന്നുരണ്ടു ചുവടുനടന്നു മുന്നോട്ടു കയറുന്നു. വെളിച്ചം കൃഷ്ണനിൽ മാത്രം)

(രംഗദീപം പൊലിയുന്നു.)

ദൃശ്യം അഞ്ച്

(അമ്മാവന്റെ വീട് അമ്മാവനെ കാണാൻ അറച്ചറച്ച് പാപ്പ ചെല്ലുന്നു. വെളിച്ചം വരുമ്പോൾ അമ്മാവൻ മന്ത്രം ചൊല്ലിക്കൊണ്ട് രംഗത്തു വരുന്നു. രംഗമദ്ധ്യത്തിൽ നിന്ന്)

അമ്മാവൻ : അർക്കസൂര്യ ദിവാകരാ
ഭുവനത്രയത്തിനു നായകാ
ഉൾക്കുരുന്നിലുദിക്കനിൻ കൃപ
എപ്പൊഴും മമ ദൈവമേ.....

(പ്രാർത്ഥന കഴിഞ്ഞു തിരിഞ്ഞുനോക്കുമ്പോൾ പാപ്പയെ കാണുന്നു)

അമ്മാവൻ : *(ദേഷ്യത്തിൽ)* എന്താടീ ഗൗരീ പോരാത്തവഴി

പാപ്പ : *(അറച്ചറച്ച്)* അമ്മാവനോട് ഒരു സങ്കടം പറയാനുണ്ട്.

അമ്മാ : എന്താണാവോ സങ്കടം. പറഞ്ഞോളൂ.

പാപ്പ : കൃഷ്ണൻ......

അമ്മാവൻ : *(പൊട്ടിത്തെറിച്ചപോലെ)* എനിക്ക് ആ നിഷേധിയുടെ കാര്യം കേൾക്കേണ്ട.

പാപ്പ : അമ്മാവൻ അവനെ വിളിച്ചൊന്ന് ഗുണദോഷിക്കണം.

അമ്മാ : *(ഹാസ്യമായി)* അത്രയേയുള്ളൂ. ഇനി അവനെന്റെ മുഖത്തു നോക്കി കൂടി അനാവശ്യം പറയണം. അപ്പോ നിനക്ക് തൃപ്തിയാകും അല്ലേ......

പാപ്പ : അമ്മാവൻ അങ്ങനെ പറഞ്ഞാൽ പിന്നെ ഞങ്ങൾക്കാരുണ്ട്.

അമ്മാ : കുടുംബഭരണം ഞാൻ നടത്തിക്കളയുന്നു എന്നായിരുന്നല്ലോ പരാതി. ഇപ്പൊഴോ.... ആങ്ങളയുടെ ഭരണം ഇത്ര വേഗം മടുത്തോ...

പാപ്പ : അവൻ തീണ്ടൽ....

അമ്മാ : ഒന്നും പറയണ്ട. ഒക്കെ ഞാനറിഞ്ഞു. കണ്ട പൊലേനേം, തണ്ടാനേം ഒക്കെ വീട്ടിനകത്തുവലിച്ചു കയറ്റുവല്ലേ ഇവനെന്തോ ഭാവിച്ചിട്ടാ. ഇരിക്കട്ടെ നിന്റെ സമ്മന്തക്കാരനിതൊക്കെ ഇഷ്ടാണോ?

പാപ്പ : അതാ ഞാനിങ്ങോട്ടു വന്നേ. കൃഷ്ണൻ ഇങ്ങനെയൊക്കെ തുടങ്ങിയാ അങ്ങേര് എന്നെ വിട്ട് പോകുമത്രെ.....

അമ്മാ : അതും കൂടിയാകട്ടെ. അപ്പൊ അവനു തൃപ്തിയാകുമല്ലോ.....

പാപ്പ : എനിക്കതല്ലമ്മാവാ സങ്കടം. അവൻ കുടുമേംമുറിച്ച് കടുക്കനും ഊരി തനി പൊലേന്മാരെപ്പോലെ നടക്കുവാ. ഇനി നമ്മളെങ്ങനെ നായന്മാരാന്ന് പറയും.

അമ്മാ : ഓഹോ....അത്രവരെയായോ.....അവനെയങ്ങ്

ഇറക്കിവിടുക. അത്രതന്നെ.

പാപ്പ : *(തേങ്ങിക്കരഞ്ഞുകൊണ്ട്)* ഞങ്ങള് ഒരേ ഉടലിൽ പിറന്നവരല്ലേ........ ഞാനെങ്ങനെ ഇറക്കിവിടും.

അമ്മാ : *(കാര്യമായി)* നീയൊരു കാര്യം ചെയ്യ്. അവന് കൊടുക്കാനുള്ളത് എന്താന്ന് വെച്ചാൽ അതങ്ങ് കൊടുത്ത് അവനെ വീട്ടിൽ നിന്നങ്ങട്ട് ഇറക്കിവിടൂ. അവനും നിനക്കും അതാ നല്ലത്.

പാപ്പാ : ശരി അമ്മാവൻ പറഞ്ഞതുപോലെ ചെയ്യാം.

(രംഗദീപം പൊലിയുന്നു)

ദൃശ്യം ആറ്

പുതിയ കാലത്തിന്റെ മാറ്റത്തിൻ കാറ്റേറ്റു
തറവാടു പലതും പകച്ചുനിൽക്കേ.
കുടുമമുറിച്ചു, കടുക്കനൂരി, പുതിയൊരു
ജീവിത ശൈലി പാകീ.......
ജീർണ്ണതയ്ക്കിടിവാളുപോലെ നാട്ടിൽ
പൊരുതും യുവത്വമേ നീയുണർന്നു..

(കൃഷ്ണപിള്ളയുടെ തറവാട്. പാപ്പ വിഷാദമൂകയായി ആങ്ങളയെ കാത്തിരിക്കുന്നു. കൃഷ്ണപിള്ള പ്രവേശിക്കുന്നു)

പാപ്പ : കൃഷ്ണാ ഇങ്ങനെയായാൽ പറ്റില്ല. വീട്ടിൽ നിന്നിറങ്ങീട്ട് എത്ര ദിവസമായെന്നറിയാമോ? ആണുങ്ങളായാൽ കുറച്ച് ഉത്തരവാദിത്വമൊക്കെ വേണം.

കൃഷ്ണൻ : *(സംയമനത്തോടെ ചിരിച്ചുകൊണ്ട്)* ഞാനെന്തു വേണമെന്നാ പാപ്പ പറയുന്നത്.

പാപ്പ : നീ നിന്റെ കാര്യം നോക്കണം.

കൃഷ്ണൻ : ശരി അങ്ങനെയാവട്ടെ.

പാപ്പ : നമുക്ക് നമ്മുടെ തറവാട് ഭാഗം വയ്ക്കണം.

കൃഷ്ണൻ : ഭാഗം വയ്ക്കാൻവേണ്ടി വല്ലതും ഇവിടെയുണ്ടോ....?

പാപ്പ : ഉള്ളതെന്താന്നുവെച്ചാ അതുമതി.

കൃഷ്ണൻ : അപ്പോൾ ഭാഗം വെച്ച് തമ്മിൽ പിരിയണം അല്ലേ.

പാപ്പ : എന്നൊന്നും ഞാൻ പറഞ്ഞില്ല. പക്ഷേ, നീയിക്കാണിക്കുന്നതൊക്കെ നെറിയാണോ...?

കൃഷ്ണൻ : ഞാനെന്തു നെറികേടുകാണിച്ചെന്നാ പാപ്പ പറയുന്നത്?

പാപ്പ : നീ കുടുമ മുറിച്ചില്ലേ, കടുക്കനൂരിയില്ലേ. കണ്ട പൊലേനേം തണ്ടാനേമൊക്കെ വിളിച്ച് വീട്ടിൽ കയറ്റീല്ലേ. ഇത് നായന്മാർക്ക് ചേർന്നതാണോ?

കൃഷ്ണൻ : അതു ശരി, അപ്പോൾ ഞാനീ വീട്ടിൽ താമസിക്കുന്നത് ഗൗരി പാപ്പയ്ക്ക് ബുദ്ധിമുട്ടാണല്ലേ. അളിയൻ വല്ലതും പറഞ്ഞോ?

പാപ്പ : അങ്ങേരെന്തു പറയാൻ? നീ ഒരുത്തൻ ഇങ്ങനെ തലതിരിഞ്ഞാൽ. ഇനി എന്റെ പേടി വൈക്കം ക്ഷേത്രപ്പടിക്കലെ സത്യഗ്രഹത്തിനുംകൂടി പോകുമോന്നാ....

കൃഷ്ണൻ : ഞാനിതുവരെ പോയില്ല. ഒരു ദിവസം സത്യഗ്രഹം കണ്ടു. പോയാലോ എന്നാലോചിക്കാതെയുമിരുന്നില്ല. ദൈവം എല്ലാവർക്കുമുള്ളതല്ലേ പാപ്പാ...അയിത്തജാതിക്കാരും മനുഷ്യരെല്ലേ? അവർ അമ്പലനടയിൽക്കൂടി നടന്നാൽ ദൈവം സന്തോഷിക്കുകയല്ലേ ഉള്ളൂ.

പാപ്പ : അയിത്തജാതിക്കാർ നീചന്മാരാ.... അവർ അമ്പലനടയിലൂടെ നടന്നാൽ ക്ഷേത്രം അശുദ്ധമാവും.

കൃഷ്ണൻ : ചക്കാത്തിൽ കിട്ടുന്ന ശാപ്പാടടിച്ച് മാളികയ്ക്കകത്തിരിക്കുന്ന നമ്പൂതിരിമാരും നായർ പ്രമാണിമാരും നടന്നാൽ ക്ഷേത്രം അശുദ്ധമാവില്ല. അവരെ തീറ്റിപ്പോറ്റാൻ പണിയെടുക്കുന്ന പാവപ്പെട്ടവർ നടന്നാൽ അശുദ്ധമാവും. അപ്പോൾ ദൈവവും കൊള്ളാമല്ലോ? ഇതൊന്നും ദൈവം പറഞ്ഞിട്ടു നടത്തുന്ന കാര്യമല്ല പാപ്പാ.... ഇണ്ടത്തുരുത്തിൽ നമ്പ്യാതിരി ദൈവത്തിന്റെ കല്പനയാണ്.

പാപ്പ : കളിച്ചുകളിച്ചു വല്ലാത്ത കളിക്കൊന്നും ഇറങ്ങിത്തിരിക്കണ്ട. നമ്പ്യാതിരി അങ്ങത്തയെതൊട്ടുകളിക്കണ്ട. അങ്ങേര് കൊല്ലും കൊലയ്ക്കും അധികാരമുള്ളയാളാ....

കൃഷ്ണൻ : കൊല്ലും കൊലയ്ക്കും അധികാരമുള്ളയാളോ.. തല്ലു കൊണ്ടാൽ അയാൾക്കും നോവും.

പാപ്പ : കൃഷ്ണാ, നീ വേണ്ടത്തതിനൊന്നും പുറപ്പെടണ്ട.

കൃഷ്ണൻ : ഞാനൊക്കെ തീരുമാനിച്ചിട്ടുണ്ട്. പാപ്പ പറഞ്ഞാലും എനിക്കീ തറവാട്ടുഭരണം ആവില്ല. വെറുതെ കാരണവർ ചമഞ്ഞ് കള്ളച്ചോറുണ്ണാൻ ഞാനില്ല. എന്തെങ്കിലും പണിയെടുത്ത് ജീവിക്കണം.

"എല്ലുമുറിയെ അദ്ധ്വാനിച്ച് അതുകൊണ്ട് ജീവിക്കണം"

(പശ്ചാത്തലത്തിൽ ഈ വാക്കുകൾ ആവർത്തിച്ചു മുഴങ്ങുന്നു. വെളിച്ചം കൃഷ്ണനിൽ കേന്ദ്രീകരിക്കുന്നു.)

(രംഗദീപം പൊലിയുന്നു)

ദൃശ്യം ഏഴ്

(വൈക്കം ക്ഷേത്രത്തിനു സമീപം ഒരു ചായക്കട)

ചായക്കടയിൽ ചായയും പലഹാരവും നല്കുന്ന ജോലിക്കാരൻ (കൃഷ്ണൻ രണ്ടു തൊഴിലാളികളെ ചായക്കടയിലേയ്ക്ക് ക്ഷണി ക്കുന്നു. പിടിച്ചിരുത്തികൊണ്ട്)

കൃഷ്ണൻ : എന്തെങ്കിലും കഴിച്ചിട്ടു പോയാൽ മതി.

(കൃഷ്ണൻ അകത്തുപോയി ഒരു ഇലയിൽ പലഹാരം കൊണ്ടു വന്ന് അവർക്കു കൊടുക്കുന്നു. അവർ കഴിച്ചു തുടങ്ങുന്നു, രണ്ടു പ്രമാണിമാർ പ്രവേശിച്ച്)

ഒന്നാം പ്രമാണി :കൃഷ്ണപിള്ളേ ഇത്? കണ്ട പൊലയനെയും പറയനെയും ചായക്കടയ്ക്കകെത്ത് വിളിച്ചുകേറ്റിയോ? സ്വന്തം കട പൂട്ടിയതല്ലേ.... എന്നിട്ടും മതിയായില്ലേ.....

രണ്ടാംപ്രമാണി : കൃഷ്ണാ താനിപ്പൊ ഒരു മുതലാളിയുടെ കീഴിലല്ലേ. ഇവിടെയും വേണോ?

കൃഷ്ണൻ : നിങ്ങൾ മാന്യന്മാരുടെ പണത്തിനേക്കാൾ ഞാൻ വില കല്പിക്കുന്നത് പുലയന്റെയും പറയന്റെയും പണത്തിനാണ്. അവരുടെ പണം അവർ അദ്ധ്വാനിച്ചുണ്ടാക്കുന്നതാണ്.

തൊഴിലാളികൾ: ഞങ്ങൾ കുടീലോട്ടു പോവുകയാ.

കൃഷ്ണൻ : കഴിച്ചില്ലേ....? എന്നാൽ പോയ്ക്കോളൂ.

(പോകുന്നു)

ഒന്നാം പ്രമാണി : ഇയാളെ ഉപദേശിച്ചതുകൊണ്ടൊന്നും കാര്യമില്ല. ഉടമസ്ഥൻ വന്ന് അടിച്ചിറക്കിയാലേ ഇയാൾക്കു മനസ്സിലാകൂ.

രണ്ടാം പ്രമാണി : ഓഹരി വിറ്റുകിട്ടിയ കാശുകൊണ്ടു നടത്തിയ സ്വന്തം ചായക്കട പൂട്ടി. സൈക്കിൾ ഷാപ്പിൽ നിന്നും പറഞ്ഞുവിട്ടു. കൃഷ്ണാ ഇനിയെങ്കിലും ഒന്ന് അടങ്ങി

ഒതുങ്ങിനിന്നുകൂടേ ആരോടാ.....ഈ പ്രതിഷേധം.

(പിന്നിൽനിന്നും 'അയ്യോ....എന്നെ കൊല്ലുന്നേ കൊല്ലുന്നേ' എന്ന ദീനമായ ഒരു നിലവിളി....കൃഷണൻ എല്ലാം മറന്ന് പുറത്തേക്കോടുന്നു, ചായക്കടയിൽ ഇരിക്കുന്നവർ അന്തംവിട്ട് പരസ്പരം നോക്കുന്നു. നിമിഷങ്ങൾക്കകം കൃഷ്ണൻ തിരിച്ചുവന്ന്)

കൃഷ്ണൻ : ഒരു സത്യഗ്രഹിയെ നമ്പ്യാതിരിയുടെ ഗുണ്ടകൾ പിടിച്ചോണ്ടു പോകുന്നു. ഈ തെമ്മാടിത്തം അനുവദിച്ചുകൂടാ.

(ഒന്നാമൻ കൃഷ്ണന്റെ കൂടെ പോകാൻ ഭാവിക്കുന്നു)

കൃഷ്ണൻ : *(മറ്റേയാളോട്)* നിങ്ങളെന്താ നോക്കി നില്ക്കുന്നത്.

രണ്ടാംപ്രമാണി : *ഇണ്ടത്തുരുത്തിൽ നമ്പ്യാതിരിയുമായി ഇടയാൻ ഞങ്ങളില്ല.*

(കൃഷ്ണൻ നിർബ്ബന്ധിക്കുന്നു. മനസ്സില്ലാമനസോടെ രണ്ടുപേരും കൂടെ പോകുന്നു. അണിയറയിൽ കൃഷ്ണൻ ആ പാവത്തിനെ വിടിനെടാ പട്ടികളെ' നിമിഷങ്ങൾ കഴിഞ്ഞ് കൃഷ്ണപിള്ളയും മറ്റു രണ്ടുപേരും അടികൊണ്ട് അവശനായ ഒരു സത്യഗ്രഹിയെ താങ്ങി എടുത്തു രംഗത്തു കൊണ്ടുവരുന്നു. കൃഷ്ണപിള്ള ഒരു ഗ്ലാസ് ചായകൊണ്ടുവന്നു സത്യഗ്രഹിയെ കുടിപ്പിക്കുന്നു. ആർത്തിയോടെ ചായ കുടിച്ചശേഷം സത്യഗ്രഹി കരയാൻ തുടങ്ങുന്നു.)

കൃഷ്ണൻ : എടോ മോങ്ങാതെ. തെമ്മാടിത്തം കാണിച്ചാൽ തല കുനിക്കയല്ല വേണ്ടത്. തിരിച്ചു കൊടുക്കണം. മനസ്സിലായോ

സത്യഗ്രഹി : സഹോദരാ....ഞാനൊരു ഗാന്ധിശിഷ്യനാണ് സഹന സമരമാണ് ഞങ്ങളുടെ മാർഗ്ഗം.

കൃഷ്ണൻ : അങ്ങനെയാണെങ്കിൽ കിട്ടുന്നതു വാങ്ങിച്ചോ. നമുക്കവരെ വിട്ടുകൂടാ. രണ്ടു കൊടുക്കണം.

സത്യഗ്രഹി : ങേ.................

(രംഗദീപം പൊലിയുന്നു)

ദൃശ്യം എട്ട്

(ചായക്കട തന്നെ. ശുഭ്രവസ്ത്രധാരിയായ ഒരാൾ കടന്നു വരുന്നു. കൈയിൽ ഹിന്ദി പുസ്തകങ്ങൾ ഉണ്ട്)

ഹിന്ദിപ്രചാരകൻ: സുഹൃത്തേ, ഒരു പാലുംവെള്ളം തരൂ.

കൃഷ്ണൻ : പാലില്ലല്ലോ. ഒരു കട്ടൻ തരട്ടെ?

ഹിന്ദി : നന്ദി. വേണ്ട.

കൃഷ്ണൻ : മനസ്സിലായില്ല. ഇവിടെയെങ്ങും അധികം കണ്ടിട്ടില്ലല്ലോ.......

ഹിന്ദി : ഇല്ല. ഞാനിവിടത്തുകാരനല്ല.

കൃഷ്ണൻ : എന്താ, സഞ്ചിയിൽ?

ഹിന്ദി : പുസ്തകങ്ങൾ. എന്താ പുസ്തകങ്ങൾ ഇഷ്ടമാണോ?

കൃഷ്ണൻ : ഇഷ്ടമാണോ എന്നോ.....എനിക്കു പഠിക്കാൻ കഴിഞ്ഞിട്ടില്ല. ഞാൻ അഞ്ചാം തരം വരേയേ പഠിച്ചിട്ടുള്ളൂ.

ഹിന്ദി : അതിനെന്താ.......ഇനിയും സമയമുണ്ടല്ലോ. വായിക്കാനറിയില്ലേ ഇതാ ഈ പുസ്തകങ്ങൾ നോക്കൂ.

(പുസ്തകങ്ങൾ കൊടുക്കുന്നു)

കൃഷ്ണൻ : ഇത് ഹിന്ദിയല്ലേ. ഇതെങ്ങിനെ വായിക്കും.

ഹിന്ദി : വായിക്കാം.

കൃഷ്ണൻ : എങ്ങനെ.

ഹിന്ദി : പഠിക്കണം

കൃഷ്ണൻ : നടക്കുന്ന കാര്യം തന്നെ. അല്ലെങ്കിൽത്തന്നെ ഇതു പഠിച്ചിട്ടെന്താകാര്യം? ചുറ്റും നടക്കുന്നതു കാണുമ്പോൾ.......

ഹിന്ദി : എന്താണു ചുറ്റും?

കൃഷ്ണ : ....കാണുന്നില്ലേ. അക്രമവും അനീതിയും

ഹിന്ദി : അതിന് ഹിന്ദി പഠിക്കൂ, ധാരാളം പുസ്തകങ്ങൾ വായിക്കൂ. വഴികണ്ടെത്താം.

കൃഷ്ണൻ : എന്താ ഹിന്ദിക്കു വല്ല ദിവ്യശക്തിയുണ്ടോ?

ഹിന്ദി : ഉണ്ട്. ഹിന്ദി ഭാഷയിലൂടെ ഭാരതഹൃദയം കണ്ടെത്താം. വിശ്വചിന്തകന്മാരുമായി പരിചയപ്പെടാം. പിന്നെ ഹിന്ദി നമ്മുടെ ദേശീയ ഭാഷയാണ്. ഗാന്ധി എന്നൊരാളെപ്പറ്റി കേട്ടിട്ടുണ്ടോ?

കൃഷ്ണൻ : ഉണ്ടല്ലോ.

ഹിന്ദി : അദ്ദേഹത്തിന്റെ നേതൃത്വത്തിൽ നാട്ടിലെ അനീതിക്കെതിരെ ചിലതൊക്കെ നടക്കുന്നുണ്ട്.

കൃഷ്ണൻ : എന്നിട്ടും ഹിന്ദിയുടെ പ്രധാന്യം മനസ്സിലായില്ല.

ഹിന്ദി : അലഹബാദ് കേന്ദ്രീകരിച്ചാണ് കാര്യങ്ങളൊക്കെ

നടക്കുന്നത്. ദേശീയസ്വാതന്ത്ര്യത്തിന്റെ പേരിൽ ജനങ്ങളെയൊക്കെ കൂട്ടിയോജിപ്പിക്കാൻ ഹിന്ദി ഭാഷയെയാണ് അവർ ചരടാക്കിയിട്ടുള്ളത്.

കൃഷ്ണൻ : അപ്പോൾ ഹിന്ദി പഠിച്ചാൽ?

ഹിന്ദി : ഇന്ത്യയെ കണ്ടെത്താം. വിശ്വചിന്തകൾ ഗ്രഹിക്കാം. പഠിക്കുന്നോ....................?

കൃഷ്ണൻ : ശ്രമിക്കാം.

(രംഗദീപം പൊലിയുന്നു)

ദൃശ്യം ഒൻപത്

(ഒരു റാന്തൽ വിളക്കിന്റെ പ്രകാശത്തിൽ കൃഷ്ണനും ഹിന്ദിപ്രചാരകനും)

ഹിന്ദി : ഞാൻ പ്രതീക്ഷിച്ചതിലും നന്നായി പഠിത്തം നടക്കുന്നുണ്ട്. ഇങ്ങനെ പോയാൽ വളരെ വേഗം നിങ്ങൾക്ക് ഹിന്ദിയിൽ പ്രാവീണ്യം നേടാം. ങാ... ഇന്നലെ ഞാൻ കുറെ വാക്കുകൾ തന്നില്ലേ അതുപയോഗിച്ച് ഹിന്ദിയിൽ ഖണ്ഡിക തയ്യാറാക്കിയോ?

കൃഷ്ണൻ : മലയാളത്തിൽ ഒന്നു തയ്യാറാക്കി. അതു ഹിന്ദിയിലേക്ക് പരിഭാഷപ്പെടുത്താൻ ശ്രമിക്കുകയാണ്. ശരിയായോ എന്നറിയില്ല.

ഹിന്ദി : ആ മലയാളം ഖണ്ഡിക ഇങ്ങുതരൂ..........ഇനി ഞാൻ ഓരോ വാചകമായി വായിക്കാം. അപ്പോൾ കൃഷ്ണപിള്ള തയ്യാറാക്കിയ ഹിന്ദി പരിഭാഷ എന്നെ കേൾപ്പിച്ചാൽ മതി.

(കൃഷ്ണപിള്ള മലയാളം ഖണ്ഡിക കൊടുക്കുന്നു)

ഹിന്ദി : കലപ്പയും മൺവെട്ടിയും ഭൂമിയെ ഒട്ടും തന്നെ പോറലേല്പിക്കുന്നില്ല.

കൃഷ്ണൻ : ഹൽ ഔർ ഫാവടാ ധർത്തി പർ കോയീ രേഖാ നഹി പഹുംചാത്താഹേ.....

ഹിന്ദി : മറിച്ച് ഭൂമിമാതാവിനെ പുളകംകൊള്ളിക്കുകയാണ്.

കൃഷ്ണൻ : ബൽ കീ മാ ധർത്തികൊ രോമാഞ്ച് പൈദാ കർനേ വാലേ ഹെ.......

ഹിന്ദി : ആ പുളകമാണ് ധാന്യങ്ങളായും കായ് കനികളായും വിളയുന്നത്.

കൃഷ്ണൻ : യഹ് രോമാഞ്ച് ഹി ധാൻ ഔർ ഫൽ മൂൽ കെ രൂപ് മേ പൈദാ ഹൊ ജാത്താഹെ.

ഹിന്ദി : ഇതാകട്ടെ, ഭൂമിയിൽ അദ്ധ്വാനിക്കുന്നവന് ഭൂമിമാതാവിന്റെ പാരിതോഷികവുമാണ്.

കൃഷ്ണൻ : ഏക്തോ ധർത്തി പർ കാം കർനെ വാലോം കേ ലിയേ.......

ഹിന്ദി : കാം നഹി മേഹനത്ത്.

കൃഷ്ണ : മേഹനത്ത്....ഏക് തോ ധർത്തി പർ മേഹനത്ത് കർനെ വാലോം കേ ലിയേ ധർത്തി മാതാ കീ ഭേംഡ് ഹി ഹെ.

ഹിന്ദി : ഇടയിൽ കയറി ഇതു പിടിച്ചുപറ്റാൻ ശ്രമിക്കുന്നത് കൊടിയ ചതിയാണ്. ചൂഷണമാണ്.

കൃഷ്ണ : ബീച്ച് മെ ആക്കർ ഉസേ ചീൻ ലേനെ കേലിയേ കോശിഷ് കർനാ കഠോർ ധോഖാ ഹൈ ശോഷൻ ഹെ.......

ഹിന്ദി : അച്ഛാ.........!

(രംഗദീപം പൊലിയുന്നു.)

ദൃശ്യം പത്ത്

(അലഹബാദ് സ്ട്രീറ്റ്-രണ്ട് ഹിന്ദിക്കാർ എന്തോ സംസാരിച്ചുകൊണ്ട് നടന്നുപോകുന്നു. കൃഷ്ണപിള്ള അവരോട് എന്തോ ചോദിക്കുന്നു. അവർ തിരിഞ്ഞുനോക്കാതെ നടന്നു മറയുന്നു. അല്പം കഴിഞ്ഞ് മറ്റൊരാൾ നടന്നു വരുന്നു)

കൃഷ്ണൻ : *(എതിരേ വരുന്ന ഒരാളോട്)*സാഹിത്യസമ്മേളൻ വാലോം കി ഹിന്ദി വിദ്യാലയ് കിധർ ഹെ?

അപരൻ : ദേഖൊ ഭായ് യഹാം സേ ജാനേ പർ ഏക് ചൌരഹ് ഹെ വഹാം സെ ദെഖ്നെ.

കൃഷ്ണൻ : ശുക്രിയ....*(നടന്നു നീങ്ങുന്നു)*

അപരൻ : നില്ക്കണെ.... നിങ്ങൾ ഒരു മലയാളിയാണ് അല്ലേ?

കൃഷ്ണൻ : എങ്ങനെ മനസ്സിലായി.

അപരൻ : അലഹബാദിൽ മലയാളികൾ വളരെ കുറവാണ്. കണ്ടാൽ തിരിച്ചറിയാൻ എളുപ്പം.

കൃഷ്ണൻ : താങ്കൾ ഇവിടെ......

അപരൻ : ഞാൻ ഹിന്ദി പഠിക്കാൻ വന്നതാണ്. എന്റെ പഠിത്തം തീരാറായി-ഹിന്ദി പ്രചാരസഭക്കാർ എന്നെ ഇങ്ങോട്ടയച്ചതാ. നിങ്ങളോ.

കൃഷ്ണൻ : എനിക്കും ഹിന്ദി പഠിക്കണം. പക്ഷേ അതു മാത്രമല്ല എന്റെ യാത്രാ ഉദ്ദേശം. പുതിയ രാഷ്ട്രീയ പ്രസ്ഥാനങ്ങളുമായി പരിചയപ്പെടാനും അവരുടെ പ്രവർത്തനങ്ങളെപ്പറ്റി മനസിലാക്കാനും കൂടിയാണ്.

അപരൻ : അതിനു ഇവിടം പറ്റിയ സ്ഥലം തന്നെ. അക്കാര്യത്തിൽ ചില സഹായങ്ങളൊക്കെ എനിക്ക് ചെയ്തുതരുവാൻ കഴിയും.....പക്ഷേ....താമസത്തിനും മറ്റും.....

കൃഷ്ണൻ : അതിനു സഹായിക്കണമെന്നില്ല. നാട്ടിൽ നിന്നും അല്പം കാശ് കൊണ്ടുവന്നിട്ടുണ്ട്. അതുകൊണ്ടു കഷ്ടിച്ചു കഴിഞ്ഞുകൂടാം.

അപരൻ : ശരി എങ്കിൽ വിദ്യാലയത്തിലേക്ക് ഞാൻ കൊണ്ടുപോകാം. കൂട്ടത്തിൽ ചിലരെ പരിചയപ്പെടുകയും ചെയ്യാം.

(രംഗദീപം പൊലിയുന്നു)

ദൃശ്യം പതിനൊന്ന്

ഹിന്ദിയുടെ മൊഴിയിലൂടിന്ത്യയെക്കാണുവാൻ,
ഇന്ത്യയുടെ ഹൃദയത്തിൽ നീന്തിത്തുടിക്കുവാൻ,
പമ്പയുടെ തീരത്തു നിന്നിതാ വിജ്ഞാന
ദാഹിയായി വീണ്ടുമൊരു മലയാളയൗവ്വനം.
(മൈമിങ്ങിലൂടെ)
ഇക്കർമ്മചാരിയുടെ മൊഴികളും വഴികളും
അക്ഷരത്തിന്നഗ്നിനാളങ്ങൾ തേടുന്നു.
ഗാന്ധിയെ, മാർക്സിനെ, പ്രേംചന്ദിനെ,
വാക്ക് തോക്കാക്കി മാറ്റിയോരാ ഭഗത്സിങ്ങിനെ
സ്വന്തം മനസ്സോടു ചേർക്കുന്നു, ചിന്തയുടെ
ചെപ്പുകൾ നിറയ്ക്കുന്നു, പിന്നെയും പിന്നെയും.
പലജാതി, പലമതഭാഷകൾ, ചിന്തകൾ.
ചിതറിക്കിടക്കുന്ന ചെറുനാട്ടുരാജ്യങ്ങൾ.
രക്തം വിയർപ്പാക്കി മണ്ണിനെ പൊന്നാക്കി
മാറ്റുന്നു മക്കളുടെ തീരാത്ത ദുഃഖങ്ങൾ-

കടലേഴിനക്കരെ നിന്നിവിടെയെത്തിയ
കഴുകന്റെ നിർദ്ദയ നിഷ്ഠുരനീതികൾ-
ഉച്ചനീചത്വങ്ങളെങ്ങും വിതയ്ക്കുന്ന
വർണ്ണാശ്രമ ധർമ്മ കിങ്കരന്മാരുടെ
കാലടിപ്പാടുകൾ തൊട്ടു വന്ദിക്കുന്ന മേലാളർ.
പോറ്റുന്ന ശുദ്ധ ദേശീയത
ഒക്കെയും കൂടികുഴഞ്ഞിവിടെ നാടിന്റെ
മോചനമെങ്ങോ മരീചികയാകവേ,
മാർക്സും എംഗൽസും തെളിക്കുന്ന ചിന്തയുടെ
വീഥിയിൽ കേട്ടൂ ലെനിന്റെ തേരൊച്ചകൾ:

(ഈ വരികൾ പശ്ചാത്തലത്തിൽ മുഴങ്ങുമ്പോൾ ഇതിന്റെ ആശയം വ്യത്യസ്ത ചിന്തകരായ കഥാപാത്രങ്ങളിലൂടെ കൃഷ്ണപിള്ളയെ കേന്ദ്രമാക്കി രംഗത്തവതരിക്കണം)

(രംഗദീപം പൊലിയുന്നു)

ദൃശ്യം പന്ത്രണ്ട്

(അലഹബാദ് സ്ട്രീറ്റ് നേരത്തെ പരിചയപ്പെട്ട അതേ ആൾ തന്നെ)

അപരൻ : ങാ.......ഞാൻ നാട്ടിലേക്കു മടങ്ങുകയാ. യാത്ര ചോദിക്കാൻ വന്നതാണ്. അപ്പോൾ താങ്കളുടെ പരിപാടി?

കൃഷ്ണൻ : ഞാൻ ആഗ്രഹിച്ചത് മുഴുവൻ ഗ്രഹിക്കാനായില്ല. പക്ഷേ ഒരു ലക്ഷ്യബോധമൊക്കെ കിട്ടിയിട്ടുണ്ട്.

അപരൻ : അത്രയ്ക്ക് കടന്ന് ചിന്തിക്കാതിരിക്കുന്നതാണ് നല്ലത്. എന്റെ ലക്ഷ്യം ഞാൻ എളുപ്പം നേടി. ഇനി നേരെ പോകുന്നത് ഹിന്ദി പ്രചാരസഭയുടെ കീഴിൽ പ്രചാരകനായിട്ടാ.....

കൃഷ്ണൻ : ഞാനും ഒരു വേള ആ വഴിതന്നെ സ്വീകരിച്ചേക്കും..... പക്ഷേ, അതിനിടയിൽ ഇവിടെ.....

അപരൻ : ശരി. എങ്കിൽ നമുക്ക് നാട്ടിൽ വെച്ചു കാണാം.

(രംഗദീപം പൊലിയുന്നു.)

ദൃശ്യം പതിമൂന്ന്

(കോഴിക്കോട്ടെ ഒരു പൊതു വീഥി. ഹിന്ദി പ്രചാരകനായി മാറിയ കൃഷ്ണപിള്ളയും, സുഹൃത്ത് ഹിന്ദി പ്രചാരകൻ വാസുദേവൻ നായരും)

വാസുദേവൻ : കൃഷ്ണപിള്ളയെന്താ കൊച്ചിയിൽ നിന്നു കോഴിക്കോട്ടേക്കു പോന്നത്.

കൃഷ്ണൻ : കോൺഗ്രസ് ഓഫീസുമായി കൂടുതൽ ബന്ധം വെക്കണം. എങ്കിലേ കൂടുതൽ പ്രദേശങ്ങളിൽ ഹിന്ദി പ്രചരിപ്പിക്കാൻ കഴിയൂ.

വാസു : നിങ്ങൾ ആവശ്യമില്ലാത്ത പൊല്ലാപ്പിനൊന്നും പോകണ്ട. നമുക്ക് അത്യാവശ്യം ജീവിക്കാനുള്ള പണം കിട്ടുന്നുണ്ട്. അതൊക്കെ മതി. ഹിന്ദി നാട്ടിൽ മുഴുവൻ പ്രചരിപ്പിച്ചുകൊള്ളാമെന്ന് നമ്മൾ ആർക്കും വാക്കൊന്നും കൊടുത്തിട്ടില്ല.

കൃഷ്ണൻ : ഹിന്ദി പ്രചരിപ്പിക്കുന്നത് മറ്റാർക്കും വേണ്ടിയല്ല നമുക്കു വേണ്ടിത്തന്നെ.

വാസു : നിങ്ങൾ എന്തു ഭ്രാന്താ പറയുന്നത്? തല്ക്കാലം നമ്മുടെ ചോറ്റിനൊരു വഴി അല്ലാതെന്താ?

കൃഷ്ണൻ : അതു ശരി. ഹിന്ദി നിങ്ങൾക്ക് ചോറ്റിന്റെ വഴി മാത്രമായിരിക്കാം.

വാസു : നിങ്ങൾക്കോ........?

കൃഷ്ണൻ : ഞാനതിനെ എന്റെ നാടിന്റെ സ്വാതന്ത്ര്യത്തിനുള്ള വഴിയായിട്ടാണ് കാണുന്നത്.

വാസു : എന്നാൽ, പിന്നെ താനിങ്ങനെ ഹിന്ദിയും പഠിപ്പിച്ചുകൊണ്ട് നടക്കാതെ കോൺഗ്രസിൽ കൂടാത്തതെന്താ? ചക്കാത്തിൽ സർക്കാർ ഭക്ഷണമെങ്കിലും കിട്ടുമല്ലോ.

കൃഷ്ണൻ : കുറച്ചു ദിവസമായി എന്റെ ആലോചന ആ വഴിക്കു തന്നെയാണ്.

വാസു : *(മയപ്പെടുത്താൻ വേണ്ടി)* ചങ്ങാതീ, ഞാൻ സ്നേഹം കൊണ്ട് പറയുകയാണ് വേണ്ടാത്തതിലൊന്നും തലയിടേണ്ട ഈ സ്വാതന്ത്ര്യമൊക്കെ വലിയ ആളുകളുടെ കാര്യമാണ്. കോൺഗ്രസാവാൻ താൻ വക്കീലും പ്രമാണിയുമൊന്നുമല്ലല്ലോ?

കൃഷ്ണൻ : വക്കീലും പ്രമാണിയുമല്ലെങ്കിൽ കോൺഗ്രസിൽ ചേർന്നുകൂടെ?

വാസു : വക്കീലോ പ്രമാണിയോ ആയാൽ പ്രയോജനമുണ്ട്. ഒന്നുമില്ലെങ്കിലും നേതാവെങ്കിലുമാകാം. താനൊക്കെപ്പോയാൽ എന്താകാനാ. വല്ല വെള്ളംകോരിയോ വിറകുവെട്ടിയോ ആകും. അത്ര തന്നെ.

കൃഷ്ണൻ : എനിക്ക് നേതാവാകണ്ട മാതൃഭൂമിക്കുവേണ്ടി പ്രവർത്തിച്ചാൽ മതി. എന്തെങ്കിലും പ്രയോജനമുള്ളതു ചെയ്യണം. തടിയനങ്ങാതെ ഇങ്ങനെ കണ്ഠക്ഷോഭം ചെയ്തു നടക്കാൻ പറ്റില്ല. കോടിക്കണക്കിന് പാവപ്പെട്ടവരുടെ കണ്ണീരൊപ്പാൻ എന്തെങ്കിലും ചെയ്തേ പറ്റൂ.

വാസു : ഗാന്ധി വിചാരിച്ചിട്ടു നടക്കാത്ത കാര്യം. ഇനിയിപ്പൊ തന്റെ ഒരു കുറവേയുള്ളു. ഗാന്ധിയോ- അദ്ദേഹം ബുദ്ധിമാനാ, തടിവെടക്കാക്കുന്ന പരിപാടിയൊന്നും മൂപ്പരെടുക്കില്ല. താനെന്നു വെച്ചാൽ ശുദ്ധനാ. വെട്ടൊന്ന് കണ്ടംരണ്ട്. രാഷ്ട്രീയത്തിനതു പറ്റൂല. താൻ തന്റെ പണിനോക്ക്. മാനമ്മര്യാദയ്ക്ക് ജീവിക്കാം.

കൃഷ്ണൻ : ഈ നാടിനു വേണ്ടിയല്ലെങ്കിൽ പിന്നെ നമ്മൾ എന്തിനു ജീവിക്കണം? ഞാൻ ഹിന്ദി പഠിച്ചത് ഇന്ത്യയെ കണ്ടറിയാനാണ്. ഇന്ത്യൻ ജനതയുടെ ഹൃദയത്തുടിപ്പു വായിച്ചറിയാനാണ്. വാസു......ഈ ബ്രിട്ടീഷ് ഭരണം പോയാലല്ലാതെ നാടിനു രക്ഷയില്ല.

വാസു : നീ കൊച്ചിയിൽ പോയി ഹിന്ദി പഠിപ്പിച്ചിട്ടെന്തായി. അവിടെയുള്ള ജനമെല്ലാം നേരെയായോ.......?

കൃഷ്ണൻ : എന്തായാലും ഗാന്ധിയോടും കോൺഗ്രസിനോടും അനുഭാവമുള്ള കുറെ ചെറുപ്പക്കാർ അവിടെയുണ്ടായി. ഗ്രാമംതോറും ഹിന്ദി ക്ലാസുകൾ തുടങ്ങാൻ ഒരു സംഘവും അവിടെയുണ്ടായി.

വാസു : പിന്നെന്തിനാ ഈ ഗുലുമാലിൽ എടുത്തു ചാടാൻ ഇങ്ങോട്ടു പുറപ്പെട്ടത്.

കൃഷ്ണൻ : എനിക്കവിടെ നിന്നിട്ട് ഒരു സമാധാനവുമില്ല. കോഴിക്കോട്ടു നിന്നു പയ്യന്നൂരിലേക്ക് ഒരു ഉപ്പുസത്യഗ്രഹ ജാഥ തിരിക്കുന്നുണ്ടുപോലും. തരപ്പെട്ടാൽ എനിക്കും ഒരു സത്യഗ്രഹിയാകണം.

വാസു : ചങ്ങാതീ. ഞാൻ പറയുന്നതു കേൾക്കൂ. നീ എടുത്തു ചാടരുത്. ഒരു പണിയുടെ ബുദ്ധിമുട്ട് തനിക്ക് നല്ല

വണ്ണം അറിയില്ലേ ഒന്നുരണ്ടുകൊല്ലം കൂടി കഴിഞ്ഞാൽ പ്രമോഷനാകും. ഒരുനല്ല തുക ശമ്പളം കിട്ടും. ഉയർച്ചയ്ക്കു ധാരാളം സാദ്ധ്യതയുണ്ട്. കല്യാണം കഴിച്ച് സുഖമായി കഴിയാം. സത്യഗ്രഹി ആയാൽ എന്തു കിട്ടാനാ. പൊലീസും ഗുണ്ടകളും ചേർന്ന് തല്ലി എല്ലൊടിക്കും. ആരോരുമില്ലാതെ ക്ഷയരോഗിയായി വല്ല കടത്തിണ്ണയിലും കിടന്ന് ചുമച്ചുചുമച്ച് മരിക്കേണ്ടി വരും.

കൃഷ്ണൻ : സാരമില്ല പെറ്റ നാടിനുവേണ്ടി അത്രയെങ്കിലും ചെയ്യാമല്ലോ. ഞാനും ഒരു ജാഥാംഗമാകും (രംഗവെളിച്ചം അണയുന്നു. വീണ്ടും തെളിയുമ്പോൾ)

(ഒരു മെഗാഫോൺ അനൗൺസ്മെന്റ്)

ദേശാഭിമാനികളായ നാട്ടുകാരേ, അമ്മമാരേ, സഹോദരിമാരേ, പയ്യന്നൂർ കടപ്പുറത്ത് നിയമം ലംഘിച്ച് ഉപ്പു കുറുക്കുവാനുള്ള കേളപ്പൻ നായരുടെ നേതൃത്വത്തിലുള്ള കോൺഗ്രസ് ധർമ്മഭടന്മാരുടെ ജാഥ ഇതാ മുന്നേറിക്കൊണ്ടിരിക്കുന്നു. ഈ ജാഥയെ സ്വീകരിക്കാനും അനുഗ്രഹിക്കാനും ആബാലവൃദ്ധം ജനങ്ങളെയും ഞങ്ങൾ ഈ മഹാവീഥിയിലേക്ക് ക്ഷണിക്കുന്നു.

അനൗൺസ്മെന്റ് തീരുന്നതോടെ പശ്ചാത്തലത്തിൽ നിന്ന്

മഹാത്മാഗാന്ധി കീ ജയ്, ഇന്ത്യൻ നാഷണൽ കോൺഗ്രസ് കീ ജയ്, ഉപ്പു സത്യഗ്രഹം വിജയിക്കട്ടെ, നിയമ ലംഘനസമരം വിജയിക്കട്ടെ എന്നീ മുദ്രാവാക്യങ്ങളും കേൾക്കുന്നു. *ജാഥാ അംഗങ്ങൾക്കൊപ്പം കൃഷ്ണപിള്ള* തലയിൽ ഗാന്ധിത്തൊപ്പി. കൈയിൽ ത്രിവർണ്ണപതാക.

കൃഷ്ണൻ : ബോലോ ഭാരത് മാതാ കീ

എല്ലാവരും : ജയ്.......

കൃഷ്ണൻ : ഇനി ഞാനൊരു പാട്ടുപാടാം. നിങ്ങൾ അതേറ്റു പാടണം.

എല്ലാവരും : അങ്ങനെയാവട്ടെ.

കൃഷ്ണൻ : വരിക വരിക സഹജരേ.....

സഹനസമരസമയമായ്.
കരളുറച്ച് കൈകൾ കോർത്തു
കാൽനടയ്ക്കു പോക നാം.

കൺതുറന്നു നോക്കുവിൻ
കൈകൾ കോർത്തിറങ്ങുവിൻ
കപടകുടിലഭരണകൂട മി-
*ക്ഷണം തകർക്കണം." **
(രംഗത്തു നിന്നും എല്ലാപേരും മറയുന്നു)

(രംഗദീപം പൊലിയുന്നു.)

ദൃശ്യം പതിനാല്

(സത്യഗ്രഹപ്പന്തൽ. സമയം പ്രഭാതം. രണ്ടുമൂന്ന് അന്തേവാസികൾ കൂടിയിരുന്ന് മൃദുസ്വരത്തിൽ പാടുന്നു)

ഗാന്ധിത്താതാ, ഗാന്ധിത്താതാ....
എങ്കൾ കൺമണി താതാ....താതാ...
സ്വാതന്ത്ര്യത്തെ വാങ്കിത്താതാ.....

(ഈ പാട്ട് ആവർത്തിക്കുന്നു. അല്പനേരം ഇതു കേട്ടുകൊണ്ട് പിന്നിൽനിന്ന് കൃഷ്ണപിള്ള പ്രവേശിക്കുന്നു)

കൃഷ്ണപിള്ള : അച്ഛനോട് കുട്ടികൾ മിഠായി വാങ്ങിത്തരുവാൻവേണ്ടി കരയുന്നതുപോലെ നിങ്ങളെന്താ സ്വാതന്ത്ര്യത്തിനു വേണ്ടി ഗാന്ധിത്താതനോട് കരയുകയാണോ? കുട്ടികളേ, നിലവിളിച്ചതുകൊണ്ട് കാര്യമില്ല. പോരാടി വാങ്ങേണ്ടതാണ് സ്വാതന്ത്ര്യം.

ഒന്നാം സത്യഗ്രഹി: ഞങ്ങൾക്കുതന്ന പരിപാടി അനുസരിച്ച് ഞങ്ങൾ പ്രവർത്തിക്കുന്നു എന്നേയുള്ളൂ. എന്താ പുതിയ പരിപാടി വല്ലതുമുണ്ടോ....?

കൃഷ്ണപിള്ള : കോഴിക്കോട് കടപ്പുറത്ത് ഇന്ന് ഉപ്പു കുറുക്കൽ എന്റെ നേതൃത്വത്തിലാണ്

രണ്ടാംസത്യഗ്രഹി: പൊരിഞ്ഞ അടി നടക്കും.

കൃഷ്ണപിള്ള : എങ്ങനെ മനസ്സിലായി?

മൂന്നാം സത്യഗ്രഹി: ഇന്നലെ ഒരു സി ഐ ഡി ഇവിടെ വന്നിരുന്നു. കടപ്പുറത്താകെ നിരോധനാജ്ഞയാത്രേ. അതിക്രമിച്ചു കടന്നാൽ എല്ലു പൊടിയാക്കുമെന്നാ അയാൾ പറഞ്ഞിട്ടുപോയത്.

---

* (രചന: അംശി നാരായണപിള്ള)

കൃഷ്ണപിള്ള : തനിക്ക് അയാളെ കണ്ടാലറിയുമോ?

ഒന്നാംസത്യഗ്രഹി: ഒരു കപ്പടാ മീശക്കാരൻ, കൃഷ്ണനെന്നോ മറ്റൊ ആണ് പേര്.

കൃഷ്ണപിള്ള: ഓ.....അയാളാണോ. മഹാ മുട്ടാളനാ.

രണ്ടാംസത്യഗ്രഹി: കൂടെക്കൂടെ ഇവിടെ വന്ന് ഞങ്ങളെ ഭീഷണിപ്പെടുത്താറുണ്ട്.

കൃഷ്ണപിള്ള : ശരി, ഇനി വരുമ്പോൾ എന്നെക്കൂടി ഒന്നറിയിക്കണം.

മൂന്നാംസത്യഗ്രഹി: ദാ.......ആ വരുന്നത് അയാൾ തന്നെയല്ലേ ഇങ്ങോട്ടുതന്നെയാ വരുന്നത്.

കൃഷ്ണപിള്ള : ഇപ്പോൾ നമുക്കൊരു പണി ഒപ്പിക്കാം. ഞാൻ മാറി നില്ക്കാം. അയാൾ എന്തൊക്കെ പറയുമെന്നറിയാമല്ലോ.

(കൃഷ്ണപിള്ള രംഗത്തുനിന്നും ഒഴിയുന്നു. സത്യഗ്രഹികൾ ഉൽക്കണ്ഠയോടെ നോക്കിനില്ക്കുന്നു)

സി ഐ ഡി : *(പ്രവേശിച്ച്)* എന്താടാ പന്തം കണ്ട പെരുച്ചാഴിയെപ്പോലെ-മറ്റവനിവിടെയില്ലേ? ആ തിരുവിതാംകൂറുകാരൻ കറുമ്പൻ ചട്ടമ്പി?

സത്യഗ്രഹികൾ: ഞങ്ങൾ കണ്ടില്ല.

സി ഐ ഡി : ഇന്നാരാ നിയമം ലംഘിക്കുന്നത്.

ഒന്നാംസത്യഗ്രഹികൾ: പിള്ളച്ചേട്ടനായിരിക്കും.

സി ഐ ഡി : *(ഹാസ്യമായി)* പിള്ളച്ചേട്ടൻ........നിങ്ങളുടെ പിള്ളച്ചേട്ടൻ ഉപ്പുകുറുക്കുമോ? അല്ല ആരെങ്കിലും ഉപ്പുകുറുക്കുമോ? അല്ല ആരെങ്കിലും ഉപ്പുകുറുക്കിയിട്ടുണ്ടോ? അങ്ങാടിയിൽ നിന്നും ഉപ്പു വാങ്ങി വീടുവീടാന്തരം വിറ്റാൽ അതെങ്ങനെ നിയമലംഘനമാകും. ഉപ്പുകുറുക്കിയാലേ, കുറുക്കുന്നവന്റെ നട്ടെല്ലു ഞാൻ കുറുക്കും.

രണ്ടാംസത്യഗ്രഹി: എന്നാ ഇന്നു നമുക്കു കാണാമല്ലോ, ഇന്നു പിള്ളച്ചേട്ടൻ

സി ഐ ഡി : *(ഇടയ്ക്കുകയറി)* ഫൂ.......ഒരു പിള്ളച്ചേട്ടൻ, പിള്ളയെന്നു പറഞ്ഞാ മതി. ചേട്ടനെന്നു പറയണ്ട. എന്താ മനസ്സിലായോ...? റാസ്കൽസ്. ചാക്കു കുപ്പായവുമിട്ടോണ്ടു നടക്കുന്നു.

മൂന്നാംസത്യഗ്രഹി: താങ്കൾ എന്തിനാ ഞങ്ങളോട് കോപിക്കുന്നത്.

സി ഐ ഡി : *(ഹാസ്യമായി)* കാരണം ബോധിപ്പിക്കണോ?

ഒന്നാം സത്യഗ്രഹി: നിങ്ങൾ നിങ്ങളുടെ ജോലി നോക്കുന്നു. ഞങ്ങൾ ഞങ്ങളുടെ ജോലി നോക്കുന്നു. നമ്മൾ തമ്മിൽ എന്തിനാ ശണ്ഠ?

സി ഐ ഡി : ഹൊ ഒരു തത്ത്വവാദി. നിർത്തെടാ. നിന്നോട് ചോദിച്ചോ? ഞാനൊരു കാര്യം അന്വേഷിക്കാൻ വന്നതാ.

സത്യഗ്രഹികൾ: എന്താണാവോ.....

സി ഐ ഡി : ഒരു പെറ്റിക്കേസുണ്ട്

സത്യഗ്രഹികൾ: ആരുടെ പേരിലാണാവോ

സി ഐ ഡി : അവന്റെ പേരിൽത്തന്നെ. ആ തിരുവിതാംകൂറുകാരൻ ചട്ടമ്പിയുടെ

ഒന്നാം സത്യഗ്രഹി : പിള്ളച്ചേട്ടന്റെ....പേരിൽ കേസോ?

സി ഐ ഡി : അയാൾ സത്യഗ്രഹികളോട് തെമ്മാടിത്തം കാട്ടാറുണ്ട് അല്ലേ....?

രണ്ടാം സത്യഗ്രഹി : ഇല്ലല്ലോ. അങ്ങനെ ഏതെങ്കിലും സത്യഗ്രഹി പരാതിപ്പെട്ടിട്ടുണ്ടോ.

(സി ഐ ഡി സത്യഗ്രഹിയുടെ മുണ്ടിന്റെ കുത്തിനു നോക്കി പിടിക്കുന്നു. പെട്ടെന്നു കൃഷ്ണപിള്ള ചാടിവീണു)

കൃഷ്ണപിള്ള : വിടടോ....

(അതൊരാജ്ഞയായിരുന്നു. ഓർക്കാപ്പുറത്തുള്ള കൃഷ്ണപിള്ളയുടെ വരവ് സി ഐ ഡി തീരെ പ്രതീക്ഷിച്ചില്ല. അയാൾ പിടിവിട്ട് ഒരു നിമിഷം എന്തു പറയണമെന്നറിയാതെ നിന്നു. എന്നിട്ടു കരുതിക്കൂട്ടി ഗൗരവം വരുത്തി പ്രതിപക്ഷ ബഹുമാനത്തോടെ)

സി ഐ ഡി : എന്താ കൃഷ്ണപിള്ളേ. ക്യാമ്പിലെ വളണ്ടിയർമാരോട് തെമ്മാടിത്തം കാട്ടാറുണ്ട്, അല്ലേ.....

കൃഷ്ണപിള്ള : *(അവജ്ഞയോടെ, കനത്ത സ്വരത്തിൽ)* നീയാരാടാ അത് ചോദിക്കാൻ. നീ വന്നാൽ നിന്നോടും കാണിക്കും, ങും.....ഇറങ്ങ് പുറത്ത്.

(എന്തും സംഭവിക്കാവുന്ന ഒരന്തരീക്ഷം. ഏറ്റുമുട്ടൽ സുനിശ്ചിതമാണെന്നു തോന്നി സത്യഗ്രഹികൾ നിന്നു വിറയ്ക്കുന്നു. സി ഐ ഡി തലയും താഴ്ത്തി ഒന്നും സംഭവിക്കാത്ത പോലെ പോകുന്നു.)

കൃഷ്ണപിള്ള : ഇനി അവന്റെ സുഖക്കേട് ഇളകില്ല. തെറ്റിയാൽ ഒരുത്തനേം കൂട്ടാക്കേണ്ട ആവശ്യമില്ല. സത്യഗ്രഹി

യെന്നാൽ ഭീരുവല്ല. ഒരു പടയാളിയാണ്. നാളെ കോഴിക്കോട് കടപ്പുറത്ത് നമുക്കത് തെളിയിക്കണം. ആരൊക്കെയുണ്ട് എന്റെ കൂടെ?

സത്യഗ്രഹികൾ: ഞാനുണ്ട്....ഞാനുണ്ട്. ഞാനുമുണ്ട്

(രംഗദീപം പൊലിയുന്നു)

ദൃശ്യം പതിനഞ്ച്

(രംഗം കോഴിക്കോടു കടൽപ്പുറം)

*(**പൊലീസ് സൂപ്രണ്ട്**: ആമു സാഹിബ് പ്രവേശിക്കുന്നു. ആളുകളെ വിരട്ടിയോടിക്കുന്നു. പോലീസുകാർ മാർച്ച് ചെയ്തുകൊണ്ട് കടന്നുവരുന്നു. സ്റ്റേജിന്റെ മദ്ധ്യഭാഗത്ത് എത്തുമ്പോൾ സൂപ്രണ്ട് ഹോൾട്ട് പറയുന്നു. പൊലീസുകാർ സല്യൂട്ട് ചെയ്ത് നില്ക്കുന്നു.)*

ആമു : ഉപ്പു കുറുക്കുംപോലും. ഇന്ന് ഉപ്പ് കുറുക്കാൻ വരുന്ന ഒരുത്തനേയും ഈ കടൽപ്പുറത്ത് കാലുകുത്താൻ അനുവദിക്കരുത്. വന്നാൽ അടിച്ച് എല്ലൊടിക്കണം.

(പൊലീസുകാർ മാർച്ചു ചെയ്തുപോകുന്നു. സൂപ്രണ്ട് ഒരു വശത്തേക്ക് നീങ്ങുന്നു)

(രംഗദീപം പൊലിയുന്നു)

ദൃശ്യം പതിനാറ്

(കോഴിക്കോട് ഖിലാഫത്ത് കടപ്പുറം. സമയം രാവിലെ 10 മണി. കൃഷ്ണപിള്ളയും രണ്ടുമൂന്ന് വളണ്ടിയർമാരും രംഗത്ത് കുടത്തിൽ ഉപ്പുവെള്ളം കൊണ്ടുവരുന്നു. കൃഷ്ണപിള്ള കൈയിൽ ത്രിവർണ്ണ പതാകയുമായി ഓടിവരുന്നു)

പശ്ചാത്തലത്തിൽ :

"പൊലീസ് സൂപ്രണ്ട് ആമുസാഹിബ് പ്രഖ്യാപിക്കുന്നതെന്തെന്നാൽ ഈ കടലിൽനിന്നും വെള്ളമെടുക്കുന്നതും വെള്ളമെടുത്ത് ഉപ്പ് കുറുക്കുന്നതും സിവിൽ

നിയമം 182 അനുസരിച്ച് ബഹുമാനപ്പെട്ട ബ്രിട്ടീഷ് ഗവൺമെന്റ് നിയമവിരുദ്ധമാണെന്ന് പ്രഖ്യാപിച്ചിട്ടുള്ള തിനാൽ ഉപ്പു കുറുക്കുകയോ അതിനു തുണയ്ക്കായി കൂട്ടം കൂടുകയോ ചെയ്യുന്നത് നിയമവിരുദ്ധമാണ്. ഉടനടി ജനക്കൂട്ടം പിരിഞ്ഞുപോകണം. ഈ ജനക്കൂട്ടം നിയമവിരുദ്ധമാണ്. ഉടനടി പിരിഞ്ഞുപോകണം. ഉടനടി പിരിഞ്ഞു പോകണം."

(തുടർന്നു പൊലീസ് വിസിൽ. കുതിരക്കുളമ്പടി ശബ്ദം. ജനക്കൂട്ടത്തിന്റെയും ആർത്തനാദത്തിന്റെ ശബ്ദം. ക്രമേണ ആ ശബ്ദം അകന്ന് അകന്നു പോകുന്നു. ബഹളം കേട്ട് പുറത്തുപോയ കൃഷ്ണപിള്ള ഓടി പ്രവേശിച്ച്)

കൃഷ്ണപിള്ള : പൊലീസ് എല്ലാവരേയും വിരട്ടി ഓടിച്ചെന്നു തോന്നുന്നു. എന്തു വന്നാലും നമുക്കീ ഉപ്പ് കുറുക്കി യെടുക്കണം. അടിച്ചാലും ഓടരുത്.

(വീണ്ടും അവർ ഉപ്പ് കുറുക്കാനുള്ള ശ്രമത്തിലാണ്. ആമുസാഹിബ് ചാർജ്ജ് എന്ന് പറയുന്നു. പൊലീസ് രംഗത്ത് വന്ന് എല്ലാവരെയും മർദ്ദിക്കുന്നു. ചിലർ അടികൊണ്ടു നിലത്തുവീണു. രണ്ടു പൊലീസുകാർ ചേർന്നു കൃഷ്ണപിള്ളയെ തല്ലുന്നു. പശ്ചാത്തലത്തിൽ അടിയും ആർത്തനാദവും കേൾക്കാം. അപ്പൊഴും കൃഷ്ണപിള്ള പതാകയിലെ പിടിവിടാതെ വേദന കടിച്ചമർത്തി ഒരു ഭാവഭേദവും പ്രകടിപ്പിക്കാതെ നില്ക്കുന്നു. അടിച്ചു തളർന്ന പൊലീസുകാർ കൃഷ്ണപിള്ളയുടെ മുഖത്ത് അത്ഭുതത്തോടെ നോക്കുന്നു. തലപൊട്ടി ചോരയൊലിക്കുന്ന കൃഷ്ണപിള്ള അപ്പോഴും പതാകയിലെ പിടി വിടുന്നില്ല.)

(രംഗദീപം പൊലിയുന്നു)

ദൃശ്യം പതിനേഴ്

ഇവിടെ മലനാടിന്റെ ഇതിഹാസവീഥിയുടെ
നെഞ്ചിൽ ജ്വലിക്കുന്ന തീയും തിരിയുമായ്
നാടിന്റെ സമരാങ്കണങ്ങൾക്കു ശക്തിയുടെ
രക്തനക്ഷത്രമായ് കത്തിജ്ജ്വലിക്കുന്നു.
ഇതുവരെ കേരളം കേട്ടശബ്ദത്തിനു-
മുയരെയൊരു ശബ്ദത്തിനുടമയാം നായകൻ

ഉപ്പു സത്യഗ്രഹസമരാഗ്നിയിൽ ജ്ഞാന-
സ്നാനവും ചെയ്തുവന്നെത്തുമൊരു നായകൻ.

(ഗുരുവായൂർ ക്ഷേത്രസോപാനം. സമയം പ്രഭാതം. കൃഷ്ണപിള്ള പതുക്കെ സോപാനത്തിലേക്ക് കയറുന്നു. ഇതു കണ്ടുകൊണ്ടു വന്ന തിരുമേനി അരിശംകൊണ്ട്)

തിരുമേനി : ഏഭ്യാ....എന്തായീ കാട്ടണേ.... നീ ആരാ?

കൃഷ്ണപിള്ള : തിരുമേനി നിന്നു തുള്ളണ്ട. ഞാനൊരു സത്യഗ്രഹി.

തിരുമേനി : *(നെഞ്ചത്തടിച്ചുകൊണ്ട്)*അയ്യോ ഗുരുവായൂരപ്പാ....ചതിച്ചോ....എടോ....നീചാ....നീ എന്തു ജാതിയാ. ചണ്ഡാലൻ ചണ്ഡാലൻ.

കൃഷ്ണപിള്ള : തിരുമേനി നിന്നു തുള്ളണ്ട ഞാനുമൊരു ഭക്തനാ...

തിരുമേനി : അസംബന്ധം. നീ എന്തീനാ മണ്ഡപത്തിൽ കേറി അശുദ്ധമാക്കിയത്

കൃഷ്ണപിള്ള : മണിയടിച്ചു തൊഴാൻ.

തിരുമേനി : അക്രമം....അക്രമം....ഇവിടെ ആരുമില്ലേ? ഓടിവരിൻ ഓടിവരിൻ ഒരു ചണ്ഡാലൻ ക്ഷേത്രം തൊട്ടശുദ്ധമാക്കണ്. ഓടിവരിൻ ഓടിവരിൻ.

(കാവൽക്കാർ പ്രവേശിക്കുന്നു കൃഷ്ണപിള്ള മണിയടിക്കുന്നു കാവൽക്കാർ കൃഷ്ണപിള്ളയെ വലിക്കുകയും പുറത്തടിക്കുകയും ചെയ്യുന്നു)

കൃഷ്ണപിള്ള : *(അക്ഷോഭ്യനായി)* ഉശിരുള്ള നായർ മണിയടിക്കും. എച്ചിൽപെറുക്കിനായർ അവന്റെ പുറത്തടിക്കും.

(രംഗദീപം പൊലിയുന്നു)

ദൃശ്യം പതിനെട്ട്

(ഗുരുവായൂർ അമ്പലം തന്നെ രംഗം. എ കെ ഗോപാലൻ നമ്പ്യാരുടെ നേതൃത്വത്തിൽ ഭജനസംഘം കടന്നുവരുന്നു)

കൃഷ്ണ കൃഷ്ണാ മുകുന്ദാ ജനാർദ്ദനാ
സച്ചിദാനന്ദ മൂർത്തേ നമോസ്തുതേ.
ശ്രീ ഗുരുവായൂർ മന്ദിരേ വാഴുന്ന
മേഘവർണ്ണരേ പാഹിമാം പാഹിമാം.
ഭക്തവത്സലൻ കൃഷ്ണന്നുമർത്ത്യരിൽ

ഭേദചിന്തയോ ചിന്തിക്കവയ്യല്ലോ.
ആപൽ ബാന്ധവൻ കൃഷ്ണന്നു മാനവ-
സോദരന്മാരൊരുപോലെയല്ലയോ.
കംസചാണൂരദുഷ്ടവിമർദ്ദകാ
നിന്നെയെന്താക്കി മാറ്റിയീ മേലാളർ
കരുണാവാരിധേ നീ കാൺമതില്ലയോ
തിരുനടയിലെ ഭക്തരുടെ സങ്കടം.
ഹരിജനങ്ങൾക്കവർണ്ണർക്കുവേണ്ടി നിൻ
നടതുറക്കുവാൻ ഇനിയെന്തു താമസം.

(ജാഥ ക്ഷേത്രനടയിലേക്കെത്താൻ തുടങ്ങുമ്പോൾ ഗുണ്ടകൾ ചാടിവീഴുന്നു. ഭജനക്കാരെ തല്ലി ഓടിക്കുന്നു. ഭജനനേതാവിനെ മൃഗീയമായി വളഞ്ഞിട്ടടിക്കുന്നു. ഇതു കണ്ടുകൊണ്ട് ഒരു കൊടുങ്കാറ്റുപോലെ കൃഷ്ണപിള്ള ചാടിവീഴുന്നു. 'ഓടിനെടാ പട്ടികളേ' എന്ന കൃഷ്ണപിള്ളയുടെ വിളി കേട്ടതോടെ ഗുണ്ടകൾ ഓടുന്നു. കൃഷ്ണപിള്ള ഭജനനേതാവിനെ പിടിച്ചെഴുന്നേല്പ് നെഞ്ചോടു ചേർക്കുന്നു. കൃഷ്ണപിള്ള 'ഗോപാലൻമാഷേ...... ഗോപാലൻ മാഷേ' എന്നു വിളിക്കുന്നു. രക്തത്തിൽ കുളിച്ച ഗോപാലൻ മാഷ് പതുക്കെ കണ്ണുതുറക്കുന്നു)

പശ്ചാത്തലത്തിൽ:
എങ്ങെങ്ങനാചാരമന്ധവിശ്വാസങ്ങൾ
ചങ്ങലച്ചുറ്റിനാൽ മർദ്ദിച്ചു മർത്ത്യനെ
മണ്ണിൽ പുഴുക്കളായ് മാറ്റുന്നതവിടവിടെ
രക്ഷകനായോടിയെത്തുമൊരുനായകൻ-
മർദ്ദനംകൊണ്ടു കൂസാത്ത മഹാരഥൻ
പാവങ്ങൾതൻ പടത്തലവനീ നായകൻ....

കൃഷ്ണപിള്ള : ഗോപാലൻമാഷേ.....കണ്ടോത്തു നിന്നു കിട്ടിയ അടിയുടെ മുറിവുണങ്ങിയിട്ടില്ലല്ലോ?

ഗോ: മാ : *(പുഞ്ചിരിച്ച്)* സഖാവിന് കോഴിക്കോട്ടു കടപ്പുറത്തു നിന്നും കിട്ടിയ അടിയുടെ......

(തുടർന്ന് രണ്ടുപേരും ചിരിക്കുന്നു. അതൊരു പൊട്ടിച്ചിരിയായി ഉയരുന്നു)

(രംഗദീപം പൊലിയുന്നു)

ദൃശ്യം പത്തൊൻപത്

(കണ്ണൂർ ജയിൽ)

നിഷ്ഠുരനീതിയുടെ മുടിചൂടിയാംഗല-
സാമ്രാജ്യഭരണമേ നിന്റെ ബീഭത്സമാം
മുഖമാർന്ന കണ്ണൂർ ജയിൽക്കോട്ട നില്ക്കുന്നു...
കാലത്തിനെന്നുമുണങ്ങാത്ത മുറിവുപോൽ...
താളങ്ങൾ തെറ്റിയ ജീവിതങ്ങൾ പുതിയ
താളങ്ങൾ മോഹിച്ച ജീവിതങ്ങൾ...
ഇവിടെയീ കൽത്തുറുങ്കിലായിരം സ്വപ്നങ്ങൾ
ഹോമിച്ചു മരവിച്ച മർത്ത്യമനസ്സുകൾ.....
സാമൂഹ്യനീതിയുടെ നിർദ്ദയത്വംകൊണ്ടു
കൈയിൽ കൊലക്കത്തിയേന്തിയ പാവങ്ങൾ....
തുള്ളിവെളിച്ചവും കാണാതെ കാർമുകിൽ
മോഹിച്ച വേഴാമ്പൽപോലെ കേണീടവേ....
കാലം പ്രമിത്യൂസിനെപ്പോലെയഗ്നിയുടെ
സത്യമാജയിലറയ്ക്കുള്ളിലുണർത്തുന്നു.....

(ജീവപര്യന്തക്കാരായ ക്രിമിനൽ പുള്ളികൾ പണിചെയ്തു നില്ക്കുന്ന ബ്ലോക്ക്)

വാർഡൻ : എടോ നന്നായി പണിയെടുത്തോളു... ഇല്ലെങ്കിൽ ഇന്നുച്ചയ്ക്ക് കഞ്ഞിയുണ്ടാവില്ല...

ഒന്നാം തടവുപുള്ളി : തന്റെ സൗജന്യമല്ല. പോടോ.... താൻ തന്റെ പണി നോക്ക്...

വാർഡൻ : നാവെടുക്കേണ്ട *(ലാത്തി ഓങ്ങി)* പണിയെടുത്തോളൂ.... ഇല്ലെങ്കിൽ ഞാൻ നിന്റെ തല തല്ലിപ്പൊളിക്കും.

രണ്ടാം തടവുപുള്ളി : എന്നാപിന്നെ അതൊന്നു കണ്ടിട്ടുതന്നെ...

വാർഡൻ : നിയാരാടാ വക്കാലത്തു പറയാൻ...

(വാർഡൻ തടവുപുള്ളിയോടടുക്കുന്നു. തടവുപുള്ളി കൈയിലുള്ള പണിയായുധം ഉയർത്തി ചെറുക്കാൻ ഓങ്ങുന്നു. പുതിയ ഒരു തടവുകാരനെയും-കൃഷ്ണപിള്ള-കൊണ്ടു മറ്റൊരു വാർഡൻ പ്രവേശിക്കുന്നു.)

രണ്ടാംവാർഡൻ : ഇതാ ഒരുത്തനും കൂടിയുണ്ട്. *(മറ്റു പുള്ളികൾ പുതിയ ആളെ തുറിച്ചുനോക്കുന്നു.)* എടാ തനിക്ക് ഇവിടമാണ് പറ്റിയ സ്ഥലം. ഈ ക്രിമിനൽ പുള്ളികൾക്കൊപ്പം നിന്ന്

ഇവനും പണിയെടുക്കട്ടെ....

ഒന്നാംവാർഡൻ : എടോ. തനിക്കാത്തോട്ടത്തിലാ പണി.

(വാർഡർമാർ രണ്ടുപേരും മറ്റെന്തോ സംസാരിച്ചുകൊണ്ടു പോകുന്നു)

രണ്ടാംതടവുപുള്ളി : താനാരെ കൊന്നിട്ടാ ഇതിനകത്തു വന്നത്?

കൃഷ്ണപിള്ള : *(വശ്യമായി പുഞ്ചിരിച്ചുകൊണ്ട്)* ഞാനാരെയും കൊന്നിട്ടില്ല.

രണ്ടാംതടവുപുള്ളി : പിന്നെ?

കൃഷ്ണപിള്ള : ഞാനൊരു രാഷ്ട്രീയത്തടവുകാരനാണ്. നിയമം ലംഘിച്ച് ഉപ്പു കുറുക്കിയതിന്ന് അവർ ഇവിടെ കൊണ്ടുവന്നു.

മൂന്നാം തടവുപുള്ളി : ഉപ്പു കുറുക്കിയാൽ എന്തോ കിട്ടും?

കൃഷ്ണപിള്ള : ജയിൽ.

രണ്ടാം തടവുപുള്ളി : ഉപ്പു കുറുക്കുന്നതെന്തിനാ?

കൃഷ്ണപിള്ള : സ്വാതന്ത്ര്യം കിട്ടാൻ.

മൂന്നാം തടവുപുള്ളി : ഉപ്പുകുറുക്കിയാൽ സ്വാതന്ത്ര്യം കിട്ടുമോ?

കൃഷ്ണപിള്ള : കിട്ടുമെന്നാണ്. സ്വാതന്ത്ര്യസമരം ശക്തിപ്പെടുത്താനുള്ള പലവഴികളിലൊന്ന്.

മൂന്നാം തടവുപുള്ളി : എന്തോ...?

കൃഷ്ണപിള്ള : നിങ്ങളൊക്കെ എങ്ങിനെയാ ഇവിടെ എത്തിയത്.

മൂന്നാം തടവുപുള്ളി : ഞങ്ങളൊക്കെ കൊലപ്പുള്ളികളാ.

കൃഷ്ണപിള്ള : *(രണ്ടാമനോട്)* നിങ്ങളെങ്ങനയാ ഇവിടെയെത്തിയത്.

രണ്ടാംതടവുപുള്ളി : അതിനി പറഞ്ഞിട്ടെന്താ കാര്യം. എനിക്കങ്ങനെ വേണ്ടിവന്നു.

കൃഷ്ണപിള്ള : എന്നുവെച്ചാൽ.

രണ്ടാംതടവുപുള്ളി: എനിക്കാരെയും കൊല്ലണമെന്നുണ്ടായിരുന്നില്ല.

കൃഷ്ണപിള്ള : പിന്നെ?

രണ്ടാംതടവുപുള്ളി : ഞാൻ തെക്കേപ്പാട്ടെ യശമാനന്റെ പാട്ടക്കാരനായിരുന്നു. പാട്ടം ഒരു മണി നെല്ലൊഴിയാതെ അളക്കുകയും ചെയ്തിരുന്നു. എന്നിട്ടും...

കൃഷ്ണപിള്ള : എന്നിട്ടെന്തുണ്ടായി?

രണ്ടാംതടവുപുള്ളി : എന്റെ വിള ഞാൻ കൊയ്യുംമുമ്പ് എശമാനൻ അവറാൻ മാപ്പിളയ്ക്ക് കൂടുതൽ പാട്ടത്തിനു കൊടുത്തു. ഞാൻ നോക്കിനില്ക്കുമ്പം അവർ എന്റെ വിള കൊയ്തു. എനിക്കതു സഹിക്കാൻ കഴിഞ്ഞില്ല. ഒരു

നിമിഷം, എന്റെ കണ്ണിൽ ഇരുട്ടുകയറി. എന്റെ കണ്ട ത്തിലിറങ്ങിയവന്റെ കഴുത്ത് ഞാനറിഞ്ഞു. ജന്മീനെ കിട്ടിയില്ല. അവന്റെ വാല്യക്കാരനാണ് പിടഞ്ഞു വീണു മരിച്ചത്. ഓർക്കുമ്പൊ എനിക്കു സങ്കടം തോന്ന്ണ്.

കൃഷ്ണപിള്ള : *(മൂന്നാമനോട്)* നിങ്ങൾ ഏതു ജന്മിയെയാ കൊന്നത്...?

മൂന്നാം തടവുപുള്ളി : ജന്മിയെയല്ല....ജന്മിയുടെ കാര്യസ്ഥനെ.

കൃഷ്ണപിള്ള : അതെന്തിനാ?

മൂന്നാംതടവുപുള്ളി : എൻ കളം കാക്കാൻ പോയ രാത്രീല് കാര്യസ്ഥൻ തമ്പ്രാൻ...

കൃഷ്ണപിള്ള : മനസ്സിലായി.

മൂന്നാം തടവുപുള്ളി : അല്ല മുഴുവൻ കേൾക്കണം. പാതിരാമഞ്ഞത്ത് പനിച്ച് വെറച്ച് കുടീച്ചെന്നപ്പൊ അകത്ത് എന്റെ കെട്ട്യോളുടേം അവന്റേം കളീം ചിരീം കേക്കണ്. ഏന് പിന്നെ നില്പുറച്ചില്ല. ചെറ്റ തള്ളിത്തുറന്ന് കൊടുവാളെടുത്ത് ഒറ്റ വെട്ടിന് രണ്ടിനേം തീർത്തു. എനിക്ക് സങ്കടൂല്ല. ഇന്നും ഏന് സങ്കടൂല്ല. അത്രയ്ക്ക് ദുഷ്ടനായിരുന്നു ആ കാര്യസ്ഥൻ തമ്പ്രാൻ. എന്നിട്ടും അവൾ......എന്നിട്ടും അവൾ...

(കരഞ്ഞുകൊണ്ട് സഖാവിന്റെ തോളിൽ പിടിക്കുന്നു.)

കൃഷ്ണപിള്ള : പോട്ടെ... അതൊക്കെ മറക്കൂ...

കൃഷ്ണപിള്ള : *(നാലാമനോട്)* താൻ എങ്ങനെ ഇവിടെ വന്നുപെട്ടു?

നാലാമൻ : *(ചെവിയിൽ എന്തൊക്കെയോ കരഞ്ഞുകൊണ്ടു പറയുന്നു.)*

കൃഷ്ണപിള്ള : ഓഹോ അങ്ങനെയാണോ?

കൃഷ്ണപിള്ള :*(അഞ്ചാമത്തെ തടവുകാരനെ നോക്കി)*തന്റെ പേരെന്താ?

അഞ്ചാമൻ : ഗോവിന്ദൻ.

കൃഷ്ണപിള്ള : ഗോവിന്ദൻ ആരെ കൊന്നിട്ടാ ഇങ്ങോട്ടുവന്നത്?

അഞ്ചാമൻ : ജന്മീന്റെ മോനെ....കുടിയാന്മാർ പെണ്ണുകെട്ടിയാ ആദ്യത്തെ ദിവസം ജന്മീനു കാഴ്ചവെക്കണം പോലും. ഞാനതു ചെയ്തില്ല. *(സങ്കടത്തോടെ)* അവളെന്റെ മുറപ്പെണ്ണാ. ഞങ്ങള് സ്നേഹിച്ചാ കല്യാണം കഴിച്ചത്.

കൃഷ്ണപിള്ള : അയാൾ ഗോവിന്ദന്റെ ഭാര്യയെ ഉപദ്രവിച്ചോ?

അഞ്ചാമൻ : ഞാൻ വീട്ടിൽ ചെല്ലുമ്പോൾ വയസ്സായ അച്ഛനെ തെങ്ങിൽ കയറോണ്ട് വരിഞ്ഞുകെട്ടിയിരിക്കണ്. ദേഹം

മുഴുവൻ അടികൊണ്ട് ചോരപൊട്ടിയൊലിക്കുന്ന അവർ വാവിട്ടു വിളിച്ചു പറഞ്ഞു. നമ്മടെ ചീതേന അവര് കൊണ്ടുപോയടാ മക്കളേന്ന്. അന്നും പിറ്റേന്നും അവളെ കണ്ടില്ല. മൂന്നാം ദിവസം കാര്യങ്കോട് പുഴയുടെ തീരത്ത് കാക്ക കൊത്തിവലിക്കണ അവളുടെ ശവമാണ് ഏൻ കണ്ടത്. ഞാനന്നു വീടുവിട്ടു.

കൃഷ്ണപിള്ള : വീടുവിട്ടെവിടെപ്പോയി?

അഞ്ചാമൻ : ഞാനെങ്ങും പോയില്ല... അവിടൊക്കെ പാത്തും പതുങ്ങിയും നടന്നു. എനിക്കൊരു ലക്ഷ്യമേ ഉണ്ടായിരുന്നുള്ളു....ജന്മിന്റെ മകൻ...ആ പെൺവേട്ടക്കാരനെ അവന്റെ പതിവുസ്ഥലത്തുവെച്ച് ഞാൻ പിടിച്ച് ഈറ വെട്ടുന്ന കത്തികൊണ്ട് കണ്ടം തുണ്ടം വെട്ടി. അവനെ ഞാൻ കൊന്നു. ഞാനൊരു കൊലാളിയാണോ?

കൃഷ്ണപിള്ള : അല്ല *(ഒന്നാമനോട്)* നിങ്ങളുടെ പേരെന്താ? എങ്ങനെ ഇവിടെ വന്നു?

ഒന്നാമൻ : *(വിതുമ്പിക്കരയുകയല്ലാതെ ഒന്നും പറയുന്നില്ല.)*

കൃഷ്ണപിള്ള : എന്തിനാകരയുന്നത്...നിങ്ങൾക്കിഷ്ടമില്ലെങ്കിൽ പറയണ്ട.

അഞ്ചാമൻ : അയാളങ്ങനെയാ ആരെങ്കിലും എന്തെങ്കിലും ചോദിച്ചാൽ പൊട്ടി പൊട്ടിക്കരയും.

കൃഷ്ണപിള്ള : സാഖക്കളെ, നിങ്ങളാരും കുറ്റക്കാരല്ല. ജീവിതത്തിലെ ചില ദുർബ്ബലനിമിഷങ്ങളിൽ മറ്റൊരു വഴിയും കാണാത്തതുകൊണ്ട് നിങ്ങൾ അരുതാത്തതു ചെയ്തു. ഈ സമൂഹമാണ് അതിനുത്തരവാദി.

രണ്ടാമൻ : എന്റെ വിള കൊയ്യാൻ വന്നവനെ കൊന്നാൽ അതു തെറ്റാണോ?

കൃഷ്ണപിള്ള: അതെ തെറ്റു തന്നെ.

മൂന്നാമൻ : അതെങ്ങനെ.

കൃഷ്ണപിള്ള : ഞാൻ ചോദിക്കട്ടെ ജന്മിയെ കൊന്നാൽ എന്തുണ്ടാവും.

രണ്ടാമൻ : എന്നെ ജയിലിലടയ്ക്കും. എന്റെ കുടുംബം കുളം കോരും.

കൃഷ്ണപിള്ള : നിങ്ങൾ കൃഷി ചെയ്ത കണ്ടമോ...?

രണ്ടാമൻ : ജന്മീടെ മകൻ മറ്റൊരുത്തനു പാട്ടത്തിന്നു കൊടുക്കും.

കൃഷ്ണപിള്ള : അതാണ് ഞാൻ പറഞ്ഞത് ഒരു ജന്മിയെ കൊന്നാൽ ജന്മിത്തം അവസാനിക്കുകയില്ല. ജന്മിയെന്ന വ്യക്തിയല്ല നമ്മുടെ ശത്രു. ജന്മിത്തമാണ്. ഈ സാമൂഹ്യ

വ്യവസ്ഥിതിയാണ്. ജന്മിത്തമില്ലാതാകണം. ഈ സാമൂഹ്യവ്യവസ്ഥ അവസാനിപ്പിക്കണം.

നാലാമൻ : അതിന് നമ്മളെന്താ ഇപ്പൊ ചെയ്യുക.

കൃഷ്ണപിള്ള : ഞാൻ പറഞ്ഞുതരാം.

(എല്ലാവരെയും പിടിച്ച് തനിക്കഭിമുഖമായി ഇരുത്തി ഒരു സ്റ്റഡി ക്ലാസ്. പശ്ചാത്തലത്തിൽ കവിത)

പുതിയസംഘാടകശക്തികൾക്കാവേശ
ഭരിതമാമാശയക്കവചമേകി
കാരാഗൃഹത്തിന്റെയുള്ളിലും നവനവ-
കർമ്മ പരിപാടികൾക്കുശിരുനല്കി
അരുതാത്ത കൃത്യങ്ങൾ ചെയ്തു ജയിലിൽ
വഴിതെറ്റിയെത്തിയ സഹജർ പോലും.
അക്കർമ്മയോഗിയുടെ വാക്കിൽ പ്രവൃത്തിയിൽ
ദേശാഭിമാന പ്രബുദ്ധരായി.
ഹിന്ദിയും ഗാന്ധിയും മാർക്സും മഹത്തായ
റഷ്യാ ചരിത്രവും മാറി മാറി
കേട്ടു കേട്ടാ ജയിൽക്കെട്ടിലെ മർദ്ദിത-
മർത്ത്യർ സ്വയമൊരു കോട്ടയായി...
(കവിത അവസാനിക്കുമ്പോൾ)

ഒന്നാമൻ : ഞാൻ പുറത്തിറങ്ങിയാൽ കർഷകസംഘത്തിൽ ചേരും, പ്രവർത്തിക്കും.

രണ്ടാമൻ : ഏനും....

മൂന്നാമൻ : ഞാനും...

നാലാമൻ : ഞാനും...

(രംഗദീപം പൊലിയുന്നു.)

ദൃശ്യം ഇരുപത്

(രംഗം ജയിലിലെ ഒഴിഞ്ഞ ഒരു സ്ഥലം. കവിത ആരംഭിക്കുമ്പോൾ ബംഗാളിലെ അനുശീലൻ സംഘത്തിൽപ്പെട്ട ഒരാളുമായി സ: കൃഷ്ണപിള്ള വാഗ്വാദത്തിലേർപ്പെടുന്നതിന്റെ മൈമിങ്)

അവിടേക്കു നോക്കുക കാരാഗൃഹത്തിന്റെ
യിരുളിലതാ രണ്ടു വിപ്ലവകാരികൾ.
പഴശ്ശിയുടെ നാട്ടിലെ പുതിയ പടവാളൊരാൾ

അപരനോ വംഗഭൂവിൻ പ്രിയപുത്രനും
വിപ്ലവകാരികൾ, ദേശാഭിമാനികൾ.
വിശ്വം ജയിക്കാൻ കുതിക്കും മനസ്സുകൾ
പലവേഷ-ഭാഷകൾ ചിന്തകൾ നാടിന്റെ
മോചനം ജീവിതലക്ഷ്യമായ് കണ്ടവർ
ഈ മഹാഭാരതസ്വാതന്ത്ര്യമൊന്നിനായ്
പൊരുതുവാൻ പൊരുതി മുന്നേറാൻ ജനിച്ചവർ
തുള്ളിവെളിച്ചവും ഉള്ളിൽകടക്കാതെ
കെട്ടിപ്പടുത്തൊരിക്കാരാഗൃഹങ്ങളിൽ
തങ്ങളുടെ നെഞ്ചിലെ സ്വാതന്ത്ര്യബോധമാം
തീക്കനലൂതി ജ്വലിപ്പിച്ചുണർത്തുന്നു,
അനുഭവസഞ്ചയനിധി തുറന്നാരണ്ടു-
വിപ്ലവകാരികൾ പിന്നെയും പിന്നെയും
തങ്ങളിൽ ചൊല്ലുന്നു തർക്കിച്ചു നില്ക്കുന്നു
വാക്കുകൾക്കപ്പുറം വഴിതേടി നില്ക്കുന്നു
രണ്ടാൾക്കു രണ്ടുവഴി ഇത്രനാൾ ഇനിയുമോ?
കണ്ടെത്തണമവർക്കെന്നേക്കുമൊരുവഴി.
അനുശീലൻ നേതാവ്:
ഇസ്‌ലിയേ ദോസ്തോ ഹംകോ കസംഘാനി
ഹോഗി കി അഭിസേ ലേക്കർ ഹം ലഡായി കേ
മൈദാൻ മേം ഉതംരേംഗേ. അംഗ്രേസോം കേ
തോപോം കാ സാമ്നാ കരേംഗേ. ജോ ധരംഗേ
വോ മരേംഗേ. ഹം പർവ്വതോ കോ രാഹോം മേം
ബദലേം ഗേ ധീരജ്സേഹം രുകേംഗേ. ദുശ്മനോം
കോ പൽടായേംഗെ. ഹം കഭി രുകേംഗേ നഹി.
ജബ് തക് ഹം മേം ആംഘരി ദം ഹെ തബ് തക്
അഗ്രേസോം കൊ ഹം സബക്സിഖാതെ ജായേംഗേ
ആസാദീഭീഘ് നഹി ഹെ, ഹമാരാ ഹക്ഹെ.
വഹ് ലേകേർ ഹി രഹേംഗെ.

(രംഗദീപം പൊലിയുന്നു)

ദൃശ്യം ഇരുപത്തിയൊന്ന്

(കണ്ണൂർ ജയിലിലെ ഒരിടനാഴി. സഖാവ് അസ്വസ്ഥനാണ്. ചിന്താമഗ്നനും. എ കെ ജി കടന്നുവരുന്നു.)

എ കെ ഗോപാലൻ : എന്താ സഖാവേ, മുഖത്തൊരു വല്ലായ്മ?

കൃഷ്ണപിള്ള : ഞാൻ വലിയ ചിന്താക്കുഴപ്പത്തിലാണ്. ഇന്ന് ഉത്തരേന്ത്യയിലെ ചില തടവുകാരുമായി ബന്ധപ്പെട്ടു. ഒരു വിലിയ തർക്കത്തിലേർപ്പെടേണ്ടി വന്നു. നിയമം ലംഘിച്ച് ഉപ്പുവാരിയ കാര്യം പറഞ്ഞപ്പോൾ "എന്താ ഖജനാവു വാരാൻ മേലായിരുന്നോ" എന്നായിരുന്നു അവരുടെ ചോദ്യം. മഴക്കാലത്ത് നിയമലംഘനവും വേനൽക്കാലത്ത് പിൻവലിക്കലും നടത്തുന്ന ഗാന്ധിയന്മാരുടെ തണുപ്പൻസമരം കൊണ്ടുനടക്കുന്നതിനെ അവർ കളിയാക്കി, ശരിയാണ് ഞായറാഴ്ച വക്കീലന്മാർക്കു മാത്രം ചേരുന്ന പണി. സ്വാതന്ത്ര്യം നേടണമെങ്കിൽ അതിനു വേറെ പണി നോക്കിയേ പറ്റൂ എന്ന് തോന്നിപ്പോകുന്നു.

എ കെ ഗോപാലൻ : നിയമലംഘനം പിൻവലിച്ചതോടെ അവർക്കൊരു പരിപാടിയും ഇല്ലാതെ നില്ക്കുകയാ... പുറത്തു കടക്കട്ടെ... എന്തെങ്കിലും പരിപാടികൾ ഉണ്ടാക്കാം.

കൃഷ്ണപിള്ള : ഈ തണുപ്പൻ കോൺഗ്രസിനോടൊത്തു നിന്നോ... അതു നടക്കുമെന്നു തോന്നുന്നില്ല.

എ കെ ഗോപാലൻ : എന്താ പുതിയ വഴി വല്ലതും തോന്നിയോ?

കൃഷ്ണപിള്ള : അനുശീലൻകാർ പറയുന്നതിൽ ശരിയില്ലേ... എന്നൊരുസംശയം. അവരോടു തർക്കിച്ചെങ്കിലും ഒരു കാര്യം എനിക്ക് വ്യക്തമായി. വെള്ളക്കാരെ വിരട്ടാൻ നല്ലത് ടെററിസം തന്നെ. പക്ഷേ, ഒരു സമരമാർഗ്ഗമായി അതു സ്വീകരിക്കാനും കഴിയുന്നില്ല.

എ കെ ഗോപാലൻ : ആലോചിക്കേണ്ട കാര്യമാണ്. പക്ഷേ, സംഘടനയ്ക്കകത്തു നിന്നുകൊണ്ട് സമരത്തിന് ഉശിരുണ്ടാകുമെന്ന്, കോഴിക്കോട്ടും ഗുരുവായൂരും തെളിയിച്ചതല്ലേ. പുറത്തിറങ്ങട്ടെ വഴി താനെ തുറന്നുകൊള്ളും.

(രംഗദീപം പൊലിയുന്നു.)

ദൃശ്യം ഇരുപത്തിരണ്ട്

(കണ്ണൂർ ജയിൽ തന്നെരംഗം. ഇ എം എസ് കൈയിൽ പുസ്തകവുമായി നടക്കുമ്പോൾ)

പശ്ചാത്തലത്തിൽ :

കൊല്ലും, കൊലയ്ക്കും കുലാധികാരം കൊണ്ടോ-
രേലം കുളം മനത്തമ്പുരാനോ
അക്ഷരങ്ങൾക്കഗ്നിനാളവും നാടിന്റെ
മോചനത്തിൽ കൊടുങ്കാറ്റിനു ചിറകുമായി
പൂണൂൽ മുറിച്ചീ മഹായുഗ സന്ധ്യയ്ക്കു
സംക്രമ ദീപമായ് കത്തിജ്ജ്വലിക്കുന്നു.

(ജയിൽ പുള്ളികളെ വാർഡൻ മുറിക്കുള്ളിലേക്കു കയറ്റി വിടുന്നു. കൃഷ്ണപിള്ളമാത്രം ഒതുങ്ങിനിന്ന് ഇ എം എസിനോട് സംസാരിക്കുന്നു. ബാക്കിയുള്ളവരും വാർഡനും പശ്ചാത്തലത്തിൽ മറയുന്നു)

കൃഷ്ണപിള്ള : കുറിപ്പും പുസ്തകങ്ങളും കിട്ടി. വായിച്ചുനോക്കി. എന്നിട്ടും എനിക്ക് ബോദ്ധ്യമാകുന്നില്ല.

ഇ എം എസ് : *(ചിരിച്ചുകൊണ്ട്)* എന്തുകൊണ്ട് ?

കൃഷ്ണപിള്ള : അനുശീലൻസംഘക്കാർ പറയുന്നത് അങ്ങനെ തള്ളിക്കളയാമോ? ... ഒരല്പം ടെററിസമില്ലാതെ ഈ നിയമവിരുദ്ധവാഴ്ചയെ നിലയ്ക്കു നിർത്താനാകുമോ? ഉപ്പു കുറുക്കിയും നിയമം ലംഘിച്ചുമൊന്നും വെള്ളക്കാരെ ഭയപ്പെടുത്താമെന്ന് നോക്കണ്ട. ബോംബിന്റെ ഭാഷയേ അവർക്കു മനസ്സിലാകൂ.

ഇ എം എസ് : അതു അനുഭവത്തിൽ തെറ്റാണെന്ന് ബോദ്ധ്യപ്പെട്ട ഭഗത്സിങ്ങിന്റെ ഗ്രൂപ്പിൽപ്പെട്ട ആളാണ് തിവാരി. അവരുടെ അനുഭവം നമുക്കും വഴികാട്ടിയാകേണ്ടേ?

കൃഷ്ണപിള്ള : എന്തോ ; എനിക്കറിയില്ല. എന്തായാലും നമുക്കിങ്ങനെ പോകാൻ പറ്റില്ല. ഈ ചാലപ്പുറം ഗ്യാങ്ങിന്റെ നേതൃത്വത്തിൽ ഇവിടെ ഒന്നും ചെയ്യാനാവില്ല. ശനിയാഴ്ചവരെ കോടതി. ഞായറാഴ്ച കോൺഗ്രസ്. ഈ ഞായറാഴ്ച കോൺഗ്രസിനെകൊണ്ടും ഒരു സമരവും പറ്റില്ല. ജനങ്ങളെ ഒഴിച്ചു നിർത്തി എങ്ങനെ സമരം നടത്തും. ജനങ്ങളെ പങ്കെടുപ്പിക്കാൻ എന്താ ചെയ്യുക?

ഇ എം : കൃഷിക്കാരെയും തൊഴിലാളികളെയും സംഘടിപ്പിക്കണം.

കൃഷ്ണപിള്ള: കൃഷിക്കാരെയും തൊഴിലാളികളെയും സംഘടിപ്പിക്കുന്നതു നല്ലതുതന്നെ. പക്ഷേ, അയിത്തവും ഉപ്പു കുറുക്കലും മാത്രമായി നടക്കുന്ന കോൺഗ്രസ് കൃഷിക്കാരുടെയും തൊഴിലാളികളുടെയും അവകാശങ്ങൾ അംഗീകരിക്കുമോ? അതിനുള്ള സമരത്തിന് അംഗീകാരം

തരുമോ...?

ഇ എം : വേണ്ട, അവരുടെ അനുവാദത്തിനു നില്ക്കണ്ട. നമുക്കു കർഷകസംഘവും തൊഴിലാളിയൂണിയനും സംഘടിപ്പിക്കണം. എന്നിട്ടതിലൂടെ അവരുടെ സാമ്പത്തിക സമരങ്ങൾക്ക് നേതൃത്വം കൊടുക്കണം.

കൃഷ്ണപിള്ള : അപ്പോൾ കോൺഗ്രസ്?

ഇ. എം : എതിർത്തേക്കും. എന്തായാലും പണിയെടുക്കുന്നവരുടെ സാമ്പത്തികാവശ്യങ്ങൾ ഏറ്റെടുത്തുകൊണ്ടും അതിനു പരിഹാരം കണ്ടുകൊണ്ടും മാത്രമേ സ്വാതന്ത്ര്യസമരം ശക്തിപ്പെടുത്താനാവുകയുള്ളൂ.

കൃഷ്ണപിള്ള : അതുശരിയാ. സ്വാതന്ത്ര്യസമരത്തെ ഒരു ബഹുജന സമരമാക്കണം. നമുക്ക് മഹിളകളെയും വിദ്യാർത്ഥികളെയും കൂടി സംഘടിപ്പിച്ചാലോ...?

ഇ എം : അതെ. എന്നാൽമാത്രമെ, സ്വാതന്ത്ര്യസമരം ഒരു ബഹുജന സമരമാകൂ.

കൃഷ്ണപിള്ള : നമ്മുടെ എ കെ ജി യും കെ പി ആറുമൊക്കെ പരിപാടിക്കുവേണ്ടി ദാഹിച്ചിരിക്കുകയാണ്. ഞാൻ ഉടനെ തന്നെ അവരെക്കണ്ട് ഇതൊക്കെ പ്ലാൻ ചെയ്യാം.

ഇ എം : ജയപ്രകാശ് നാരായൺ ബന്ധപ്പെട്ടിരുന്നു. നമ്മൾ പ്ലാൻ ചെയ്തപോലെത്തന്നെ കോൺഗ്രസിനകത്തുനിന്നുകൊണ്ട് ഒരു അഖിലേന്ത്യാ സോഷ്യലിസ്റ്റു പാർട്ടി ഉണ്ടാക്കാനാണ് അദ്ദേഹത്തിന്റെ പരിപാടി.

കൃഷ്ണപിള്ള : എന്നാൽ നമുക്കും അതിന്റെ ഭാഗമായിനിന്നു പ്രവർത്തിച്ചുകൂടെ ?

ഇ എം : തീർച്ചയായും. ഉടനെ ഒരു അഖിലേന്ത്യാ സമ്മേളനം. വിളിക്കുന്നുണ്ട്.

കൃഷ്ണപിള്ള : എന്നാൽ ഇ എം അതിൽ പങ്കെടുക്കണം തിരിച്ചുവന്നിട്ട് നമുക്ക് വിപുലമായ ഒരു സമ്മേളനം വിളിച്ചുകൂട്ടണം.

ഇ എം : അങ്ങനെയാവാം...

(രംഗദീപം പൊലിയുന്നു)

ദൃശ്യം ഇരുപത്തിമൂന്ന്

(സഖാവും എ കെ ജിയും)

കൃഷ്ണപിള്ള : ഒരു കാര്യം പറയാനുണ്ട്. ഞാൻ ഇ എം എസിനെ കണ്ടു

ചർച്ച ചെയ്തിട്ടാണ് വരുന്നത്. നമുക്ക് കൃഷിക്കാരെ സംഘടിപ്പിക്കണം. തൊഴിലാളി യൂണിയൻ പ്രവർത്തനം കാര്യക്ഷമമാക്കണം അവരെയൊക്കെ കോൺഗ്രസിന്റെ ഭാഗമാക്കുകയും വേണം.

എ കെ ജി : മലബാറിൽ കൃഷിക്കാർ സംഘടിതരാണ്. അവരുടെ പ്രവർത്തനത്തിന്റെ സ്വഭാവം ശക്തമാക്കിയാൽ മതി. ഞാനാരംഗത്തു പ്രവർത്തിച്ചു തുടങ്ങി.

കൃഷ്ണപിള്ള : നന്നായി. തൊഴിലാളികളെ സംഘടിപ്പിക്കാൻ എൻ സി നീക്കമാരംഭിച്ചിട്ടുണ്ട്

എ കെ ജി : ദാമോദരൻ കർഷകരെ സംഘടിപ്പിക്കട്ടെ.

കൃഷ്ണപിള്ള : കരിവെള്ളൂരിൽ നമുക്കു പുതിയ ഒരാളെ കിട്ടിയിട്ടുണ്ട് പൊക്കം കുറഞ്ഞിട്ട് ഒരു മെലിഞ്ഞ മനുഷ്യൻ

എ കെ ജി : എ വി കുഞ്ഞമ്പു. എന്റെ ശ്രദ്ധയിൽപ്പെട്ടതാണ്. നല്ല പ്രവർത്തകൻ. മിടുക്കൻ.

കൃഷ്ണപിള്ള : ഒരു കാര്യം കൂടി പറയാനുണ്ട്.

എ കെ ജി : എന്താ രഹസ്യമാണോ?

കൃഷ്ണപിള്ള : അല്ല പരസ്യമാക്കേണ്ട കാര്യംതന്നെ.

എ കെ ജി : എന്താ?

കൃഷ്ണപിള്ള : നമ്മൾ ഒരു പുതിയ പാർട്ടിയുണ്ടാക്കുന്നു.

എ കെ ജി : അപ്പോൾ കോൺഗ്രസ്. അത് ചാലപ്പുറം ഗ്യാങ്ങിനു വിട്ടുകൊടുക്കാമെന്നോ?

കൃഷ്ണപിള്ള : അല്ല നമ്മൾ കോൺഗ്രസ് വിടുന്നില്ല. കോൺഗ്രസിൽ തുടരും. പക്ഷേ, കോൺഗ്രസിനു പാവപ്പെട്ട കൃഷിക്കാരുടെയും തൊഴിലാളികളുടെയും പ്രശ്നങ്ങൾക്കു വേണ്ടി മിനക്കെടാൻ വയ്യ. അതിന്റെ പ്രവർത്തനം കോൺഗ്രസിൽ നിന്നുകൊണ്ടുതന്നെ നടത്തണം.

എ കെ ജി : എങ്ങിനെ. കോൺഗ്രസിനകത്തു തന്നെയൊരു...

കൃഷ്ണപിള്ള : കോൺഗ്രസ് സോഷ്യലിസ്റ്റ് പാട്ടിയുണ്ടാക്കണം.

എ കെ ജി : അത് കോൺഗ്രസിനെതിരാവില്ലേ? സ്വാതന്ത്ര്യസമരത്തെ ക്ഷീണിപ്പിക്കില്ലേ?

കൃഷ്ണപിള്ള : ഇല്ല. ശക്തിപ്പെടുത്തുകയേയുള്ളൂ. കോൺഗ്രസ് ഈ നിലയ്ക്കു പോയാൽ ബഹുജനങ്ങൾ അതിൽ നിന്നും വേഗം അകലും. നമുക്ക് കൃഷിക്കാർ, തൊഴിലാളികൾ, വിദ്യാർത്ഥികൾ, മഹിളകൾ ഇവരെയൊക്കെ സംഘടിപ്പിച്ച് സ്വാതന്ത്ര്യസമരം ഒരു ബഹുജനസമരമാക്കി ഉയർത്തണം.

എ കെ ജി : വഴികണ്ടെത്തിയില്ലേ? ഇനി പരിപാടികൾക്ക് ബുദ്ധിമുട്ടുണ്ടാവില്ല.

(രംഗദീപം പൊലിയുന്നു)

ദൃശ്യം ഇരുപത്തിനാല്

(തൊഴിലാളികളെയും കർഷകരെയും സംഘടിപ്പിക്കുന്നു. മൈമിങ്)

മണ്ണിലെ മഞ്ചാടി മുത്തുവാരി,
ഒരു ചോരച്ചരടിൽ കൊരുത്തപോലെ.
പൊരുതുന്ന മർദ്ദിത മർത്ത്യരാകെ,
ഒരു കൊടിക്കീഴിലന്നൊത്തുചേർന്നു.
ഇതുവരെ പുഴുവായിഴഞ്ഞ മർത്ത്യൻ
സംഘമന്ത്രം കേട്ടു കൺതുറന്നു.
ശുദ്ധദേശീയ പ്രഭുത്വമമ്പേ ...
അതുകണ്ടു കോമരം തുള്ളിനിന്നു.
ഇരുനാഴി മണ്ണിനായ് ജീവകാലം
ഇരുകാലി മാടായ് കഴിച്ചുകൂട്ടാൻ
ആവില്ല തങ്ങൾക്കെന്നങ്ങുമിങ്ങും
ഇവിടെ കൃഷിക്കാർ പറഞ്ഞകാലം.
കലികൊണ്ട് ഖദറിട്ട തമ്പുരാന്മാർ
വെളിപാടുകൊണ്ടു നടന്നകാലം
വീറുള്ള തൊഴിലാളി ഒത്തുചേർന്നു
കൂറോടെ കർഷകരണിനിരന്നു
വിദ്യാർത്ഥി - മഹിളകൾ - യുവജനങ്ങൾ
അണിചേർന്നു പുതിയൊരാവേശമാർന്നു
ഇവരെ നയിക്കാൻ ചരിത്രശക്തി
പുതിയൊരു പ്രസ്ഥാനക്കൊടിയുയർത്തി
അനുപമ സ്വാതന്ത്ര്യ മന്ത്രമോതി
കേരളം കോരിത്തരിച്ചു നിന്നു.
പൊരുതുന്ന മർദ്ദിതവർഗ്ഗമാകെ
സമരാങ്കണങ്ങളിൽ ഒത്തുചേർന്നു.
ഇവരെ നയിക്കാൻ ചരിത്രശക്തി
പുതിയൊരു പ്രസ്ഥാനക്കൊടിയുയർത്തി.

(രംഗദീപം പൊലിയുന്നു)

ദൃശ്യം ഇരുപത്തിയഞ്ച്

(തൊഴിലാളി യൂണിയൻ ഓഫീസ്. കൃഷ്ണപിള്ളയും കുറെ സഖാക്കളും ഒരു മീറ്റിങ്ങിൽ. കൃഷ്ണപിള്ള സംസാരിക്കുന്നു.)

കൃഷ്ണപിള്ള : അതുകൊണ്ട് സോഷ്യലിസ്റ്റ് ആശയങ്ങളോട് ചായ്‌വുള്ള കോൺഗ്രസിലെ ഇടതുപക്ഷക്കാരെ മുഴുവൻ ചേർത്ത് ഒരു കോൺഗ്രസ് സോഷ്യലിസ്റ്റ് പാർട്ടി രൂപീകരിക്കാനാണ് നമ്മുടെ പരിപാടികൾ. ഇ എം എസും കെ ദാമോദരനും എൻ സി ശേഖറുമൊക്കെ ആ അഭിപ്രായക്കാരാണ്.

കോരൻ : (വീറോടെ) എന്നാൽ, സോഷ്യലിസ്റ്റ് പാർട്ടി എന്നു മാത്രം പോരെ, ഈ മുടിഞ്ഞ കോൺഗ്രസിന്റെ പേരു കൂടി വേണോ?

കൃഷ്ണപിള്ള : അതു ശരിയല്ല. ദേശീയ പ്രസ്ഥാനത്തിന്റെ പ്രതീകം എന്ന നിലയ്ക്കാണ് ജനങ്ങൾ ഇന്നും കോൺഗ്രസിനെ കാണുന്നത്. അതുകൊണ്ട് ഇപ്പോൾ കോൺഗ്രസിനെ തള്ളിപ്പറഞ്ഞാൽ നമ്മളെ ഒറ്റപ്പെടുത്താൻ വലതുപക്ഷക്കാർ അതൊരായുധമാക്കും.

ശങ്കരൻ : പുതിയ പാർട്ടിയുണ്ടാക്കിയാൽ അവരിങ്ങനെ ചെയ്യില്ലെന്നാണോ?

കൃഷ്ണപിള്ള : ചെയ്തേക്കാം. എന്നാൽ, നമ്മൾ എന്താണ് പറയുക. കോൺഗ്രസിനെ കൂടുതൽ ശക്തിപ്പെടുത്താൻ വേണ്ടി കോൺഗ്രസിലെ പുരോഗമനവാദികൾ ഒരു കോൺഗ്രസ് സോഷ്യലിസ്റ്റ് പാർട്ടി ഉണ്ടാക്കുന്നു എന്നായിരിക്കും നമ്മുടെ പരസ്യപ്രഖ്യാപനം. നമ്മളെല്ലാം കോൺഗ്രസിൽ തുടരുകയും ചെയ്യും.

നാരായണൻ : കേരളത്തിൽമാത്രം ഒരു സോഷ്യലിസ്റ്റു പാർട്ടി രൂപീകരിക്കുന്നതുകൊണ്ട് എന്താ പ്രയോജനം.

കൃഷ്ണപിള്ള : ആ ചോദ്യം പ്രസക്തമാണ്. ഒരു കാര്യം മനസ്സിലാക്കൂ. അഖിലേന്ത്യാടിസ്ഥാനത്തിൽ കോൺഗ്രസിലെ പുരോഗമനവാദികളുടെ ഒരു അഖിലേന്ത്യാ സോഷ്യലിസ്റ്റു പാർട്ടി രൂപീകരിക്കപ്പെടുകയാണ്. അതിന്റെ സമുന്നത നേതാക്കന്മാരിലൊരാളായ ജയപ്രകാശ് നാരായണൻ, കേരളത്തിൽ വന്നപ്പോൾ ഞാനും ഇ എം എസും അദ്ദേഹവുമായി ചർച്ചകൾ നടത്തിയിരുന്നു.

പ്രായമുള്ള ഒരാൾ : നിങ്ങൾ രണ്ടുപേരും കൂടി ചേർന്നൊരു തീരുമാന

മെടുത്താൽ അതിൽ പിഴവുണ്ടാവില്ലെന്ന് ഞങ്ങൾക്കറി യാം. ഇവർ ഉൽക്കണ്ഠകൊണ്ട് ചോദിച്ചുപോയതാണ്.

കൃഷ്ണപിള്ള : നമ്മുടെ ആശയങ്ങൾ ജനങ്ങളിലെത്തിക്കാൻ ഒരു പത്രം തുടങ്ങേണ്ടിയിരിക്കുന്നു.

കോരൻ : ഉടനെ ഒരു ദിനപത്രം പറ്റുമോ ...?

സഖാവ് : വേണ്ട. ഒരു വാരിക ആയിക്കോട്ടെ. അതുതന്നെയാണ് ഞങ്ങൾ തീരുമാനിച്ചത്. മാത്രവുമല്ല ആ വാരികയുടെ ചുമതല ഇ എം എസ് ഏല്ക്കാമെന്ന് സമ്മതിക്കുകയും ചെയ്തു.

നാരായണൻ : വാരികയ്ക്കെന്താ പേരു നിശ്ചയിച്ചിട്ടുള്ളത്.

കൃഷ്ണപിള്ള : അതും ഇ എം എസ് തന്നെ നിശ്ചയിച്ചിട്ടുണ്ട്. പ്രഭാതം. സ്വാതന്ത്ര്യത്തിന്റെ പുതിയ പ്രഭാതം.

(എഴുന്നേറ്റ് എല്ലാവരും ഉച്ചത്തിൽ) *സാമൂഹ്യവ്യവസ്ഥയുടെ പുതിയ പ്രഭാതം.*

(രംഗദീപം പൊലിയുന്നു.)

ദൃശ്യം ഇരുപത്തിയാറ്

(പശ്ചാത്തലത്തിൽ)

ഗ്രാമങ്ങൾ നഗരങ്ങളുണരുന്നു. കേരളം സ്വാതന്ത്ര്യസമരത്തിൻ കാഹളമൂതുന്നു. തൊഴിലാളി കർഷക സംഘങ്ങളുയരുന്നു. മർദ്ദിതർ നാടിനൊരു കോട്ടയായുയരുന്നു. മർദ്ദിതർക്കിടിവാളുപോലെ രണഭൂമിയിൽ പണിയാളർ മോചനം തേടിവന്നെത്തുന്നു.

(തിരുവണ്ണൂർ കോട്ടൻമില്ലിന്റെ മുൻവശം. സമയം വൈകുന്നേരം അഞ്ചുമണി. ഫാക്ടറിവിട്ട് തൊഴിലാളികൾ പുറത്തുവരുന്നു. കൃഷ്ണപിള്ളയും ഒന്നുരണ്ടു സഖാക്കളും ഗേറ്റിനുമുന്നിൽ നില്ക്കുന്നു. ഇറങ്ങി വരുന്നവരുടെ കൈയിൽ ചില ലഘുലേഖകൾ ഏല്പിക്കുന്നു. പലരും വാങ്ങാൻ വിസമ്മതിക്കുന്നു. ചിലർ വാങ്ങുന്നു)

കൃഷ്ണപിള്ള : *(പ്രസംഗിച്ചു തുടങ്ങുന്നു)* സഖാക്കളെ, സഹോദര ന്മാരെ. ഈ ഫാക്ടറിയിലെ തൊഴിലാളികളായ നിങ്ങ ളാണ് വാസ്തവത്തിൽ ഈ ഫാക്ടറിയുടെ ജീവൻ. നിങ്ങളറിയണം ഈ കൂറ്റൻ യന്ത്രങ്ങളും പരുക്കൻ പരു

ത്തിയും ചേർന്നാൽ നൂലാവുകയില്ല. തുണിയുമാവുക യില്ല. ഈ യന്ത്രങ്ങളെയും ഈ പരുത്തിയേയും കൂട്ടി യോജിപ്പിച്ച് നൂലാക്കുന്നത്..... തുണിയാക്കുന്നത് നിങ്ങളാണ് നിങ്ങളുടെ അദ്ധ്വാനമാണ്. മനസ്സിലായി ല്ലെന്നുവെച്ചാ ചോദിക്കണം......മനസ്സിലായോ? ജീവിത കാലം മുഴുവൻ നിങ്ങളുടെ ആരോഗ്യത്തെ കെടു ത്തുന്ന അദ്ധ്വാനം. മുതലാളി ദിവസംതോറും ആയിര ക്കണക്കിനു രൂപ ലാഭമുണ്ടാക്കുന്നു. നിങ്ങളോ? ഓരോ ദിവസം ചെല്ലുന്തോറും കൂടുതൽ കൂടുതൽ പട്ടിണിക്കാ രാവുന്നു. നിങ്ങൾക്ക് കിട്ടുന്ന പട്ടിണിക്കൂലികൊണ്ട് നിങ്ങൾക്ക് നിങ്ങളുടെ കുടുംബം പുലർത്താൻ കഴിയു ന്നുണ്ടോ.......? ഒരു നേരമെങ്കിലും വയറുനിറച്ച് ആഹാരം കഴിക്കാൻ കഴിയുന്നുണ്ടോ? നമ്മൾ ഇങ്ങനെ ജീവിച്ചാൽ മതിയോ? പോരാ, നമുക്ക് മാന്യമായി ജീവിക്കണം. അതുകൊണ്ട് സഖാക്കളെ, സഹോദര ന്മാരെ നമുക്ക് സംഘടിക്കാം. നമുക്ക് തൊഴിലാളി കൾക്ക് ഒരു യൂണിയൻവേണം. ആ യൂണിയൻ, മുത ലാളിമാരെ നിലയ്ക്ക് നിർത്തും. വെട്ടിക്കുറച്ച കൂലി തിരിച്ചു തരുവിക്കും. പട്ടിണി കൂലിയിൽനിന്നും രക്ഷ നേടാൻ അറച്ചു നില്ക്കാതെ എല്ലാവരും യൂണിയനിൽ അംഗമാകൂ.

തൊഴിലാളി : സഖാവെ, ഞങ്ങൾ യൂണിയനിൽ ചേർന്നാൽ ഞങ്ങളെ മുതലാളി പിരിച്ചു വിടില്ലേ.

കൃഷ്ണപിള്ള: പിരിച്ചു വിട്ടാൽ അവരെക്കൊണ്ട് നമ്മൾ തിരിച്ചെ ടുപ്പിക്കും.

രണ്ടാം തൊഴിലാളി: അതെങ്ങനെ? യൂണിയനിൽ ഞങ്ങൾ കുറച്ചു പേരല്ലേയുള്ളൂ?

കൃഷ്ണപിള്ള : സാരമില്ല. ഇന്നു നിങ്ങൾ ന്യൂനപക്ഷമാണ്. എന്നാൽ, തൊഴിലാളികളുടെ ന്യായമായ ഒരാവശ്യത്തിനുവേണ്ടി സമരം ചെയ്തു പുറത്തായാൽ മറ്റു തൊഴിലാളികൾ യൂണിയനിൽ ഇല്ലാത്ത തൊഴിലാളികളായാലും കൈയും കെട്ടി നോക്കി നില്ക്കില്ല.

ഒന്നാം തൊഴിലാളി: ഫറോക്കിലെ ഓട്ടുകമ്പനിത്തൊഴിലാളികളൊക്കെ നമ്മുടെ യൂണിയനിലാ, അല്ലേ, സഖാവേ?

കൃഷ്ണപിള്ള : ഫാറോക്കിൽ മാത്രമല്ല. കണ്ണൂർ സാമുവെൽ ആറോൻ മില്ലിലെ തൊഴിലാളികളും തൃശൂരിലെ ലേബർ ബ്രദർ ഹുഡ് പ്രസ്ഥാനത്തിലെ തൊഴിലാളികളും ആലപ്പുഴ

യിലെ കയർത്തൊഴിലാളികളും ഒക്കെ നമ്മുടെ യൂണിയനിലാണ്.

രണ്ടാം തൊഴിലാളി: നമ്മൾ ശക്തിപ്പെട്ടുവരികയാണ്, അല്ലേ, സഖാവെ?

കൃഷ്ണപിള്ള: തൊഴിലാളികൾ ഇന്നനുഭവിക്കുന്ന നരകയാതനകൾക്ക് പരിഹാരം കാണാൻ നമ്മുടെ യൂണിയനേ കഴിയൂ.

(രംഗദീപം പൊലിയുന്നു)

ദൃശ്യം ഇരുപത്തിയേഴ്

(രംഗം ഒരു തെരുവ്. കോട്ടൻമില്ലിലേക്കുള്ള തൊഴിലാളിജാഥ. സഖാവ് കൃഷ്ണപിള്ളയാണ് ജാഥ നയിക്കുന്നത്)

പിരിച്ചുവിട്ട തൊഴിലാളികളെ തിരിച്ചെടുക്കുക.
മാനേജ്മെന്റ് നീതി പാലിക്കുക.
കോട്ടൻമിൽ തൊഴിലാളിയൂണിയനെ അംഗീകരിക്കുക.
തൊഴിലാളി പ്രശ്നങ്ങൾക്ക് പരിഹാരമുണ്ടാക്കുക.
(എല്ലാവരും നടന്നു ക്ഷീണിച്ചവരാണ് അവരെ ഉശിര് പിടിപ്പിക്കാൻ)
സഖാവ്: സഖാക്കളെ നിങ്ങളിലാർക്ക് പാടാനറിയാം?
ജാഥാലീഡർ: ഞങ്ങൾക്ക് പാട്ടറിയില്ല.

സഖാവ് : എന്നാൽ, ഞാൻ പാടാം നല്ല ഉശിരോടു കൂടി അതേറ്റു പാടണം. തെരുവീഥികൾ കിടിലം കൊള്ളണം.

(സഖാവ് പാടുന്നു മറ്റുള്ളവർ ഏറ്റുപാടുന്നു)

ഭാരമേറും ജീവിതത്തിൽ ഭാരം പേറിത്തളർന്നിട്ടും
ഘോര ദാരിദ്ര്യാഗ്നിയിൽ നാം വെന്തെരിഞ്ഞിട്ടും,
എന്നാലും നാം പിന്നോട്ടില്ല എന്നാലും നാം തോല്ക്കാനില്ല.
പുതിയ കാലത്തിൻ ചക്രം തിരിക്കുവോർ നാം
അടങ്ങുകില്ലിനി നമ്മൾ അടിമകളല്ല നമ്മൾ
അടരാടാൻ ജനിച്ചവർ പണിയാളന്മാർ
നമ്മളുടെ ചോരകൊണ്ടു നമ്മളുടെ വേർപ്പുകൊണ്ട്
നെയ്തെടുത്തൊരുരുപ്പടി വിറ്റു കാശാക്കി
മടിശ്ശീല നിറയ്ക്കുന്ന മുതലാളിത്തമേ നിന്റെ
അന്ത്യകാലമടുത്തുപോയ് ഉണർന്നു ഞങ്ങൾ
ഒട്ടിയോരീവയറിൽ നിന്നുയരുന്ന തീജ്ജ്വാലയാൽ
വെന്തെരിയും നിങ്ങളുടെ സിംഹാസനങ്ങൾ.

(ജാഥ മറയുന്നു)

(രംഗദീപം പൊലിയുന്നു)

ദൃശ്യം ഇരുപത്തിയെട്ട്

(ആലപ്പുഴയിലെ ഒരു കയർത്തൊഴിലാളി കുടിൽ. സമയം രാത്രി അരണ്ടവെളിച്ചത്തിൽ ഔസേപ്പച്ചനും, മറിയാമ്മച്ചേട്ടത്തിയും)

മറിയാമ്മ : ഇതിയാൻ എന്തേ ഇത്രേ താമസിച്ചേ......?

ഔസേപ്പ് : എന്നാ പറയാനാ മറിയാമ്മേ. ഫാക്ടറിയിലാകെ കുഴപ്പമാണ്. കൂലിക്കൂടുതൽ അംഗീകരിക്കാതെ തൊഴിലാളികൾ പിന്നോട്ടില്ല.

മറിയാമ്മ : നമ്മുടെ സഖാക്കളൊക്കെ എങ്ങനെ.

ഔസേപ്പ് : ഉഷാർ തന്നെ.

മറിയാമ്മ : നേരം പാതിരയായി. ഞാൻ കെടക്കാൻ പോവുകാ....

(പുറത്തുനിന്നും തലയിൽ മുണ്ടുമിട്ടുകൊണ്ട് കക്ഷത്തു ചില പത്രങ്ങളുമായി കൃഷ്ണപിള്ള കുടിലിന്റെ വാതിലിൽ മുട്ടിവിളിക്കുന്നു)

കൃഷ്ണപിള്ള : ഔസേപ്പച്ചാ..... ഔസേപ്പച്ചാ.......

ഔസേപ്പ് : ആരാത്......*(സംശയത്തോടെ നോക്കി നില്ക്കുന്നു) കൃഷ്ണപിള്ള തലക്കെട്ടു മാറ്റുന്നു.*

ഔസേപ്പ് : *(അമ്പരപ്പോടെ)* അല്ല ഇതാര്, സഖാവോ....? മറിയാമ്മേ ....മറിയാമ്മേ......എന്നതാ ഒരു മുന്നറിയിപ്പുമില്ലാതെ.

കൃഷ്ണപിള്ള: നിലത്തു നില്ക്കാൻ വയ്യ. എവിടെയും പൊലീസിന്റെ ശല്യം. എല്ലാ സ്ഥലത്തും വാറണ്ടാ......

ഔസേപ്പ് : സുഗതൻ സാറിനെയും, പത്രോസുചേട്ടനെയുമൊക്കെ പൊലീസുകാർ ഇവിടെയും തിരക്കി നടക്കുന്നുണ്ട്.

കൃഷ്ണപിള്ള: ഔസേപ്പച്ചാ....നാളെത്തന്നെ എനിക്ക് കെ സി യെയും സുഗതനെയും പത്രോസിനെയും ബന്ധപ്പെടാൻ സൗകര്യമുണ്ടാക്കണം.

ഔസേപ്പ് : ശരിയാക്കാം സഖാവേ....മറിയാമ്മേ.....*(അകത്തേക്കു നീട്ടി വിളിക്കുന്നു,)* മറിയാമ്മേ.....

മറിയാമ്മ : *(ഉറക്കച്ചടവോടെ വരുന്നു)* അല്ലേ...... ഇതാര് സഖാവോ. ...... സഖാവ് നന്നേ ചടച്ചുപോയല്ലോ......

ഔസേപ്പ് : നീ മേനി പറഞ്ഞോണ്ടിരിക്കാതെ....വല്ലതുമുണ്ടെങ്കി വെളമ്പി കൊണ്ടുവാ....പെണ്ണുമ്പിള്ളേ.

മറിയാമ്മ : അയ്യോ......ആ കാര്യം ഞാനങ്ങു മറന്നു.

സഖാവ് : എനിക്കൊന്നും വേണ്ട, ഞാൻ കഴിച്ചതാ.

മറിയാമ്മ : വെശന്നു പ്രാണൻ പോയാലും സഖാവ് അങ്ങനെയല്ലാണ്ട് പറയുവോ. ഇത്തിരി പഴംകഞ്ഞീം കപ്പപ്പുഴുക്കുമുണ്ട്. അതു കഴിച്ചോണ്ട് കെടന്നാ മതി.

സഖാവ് ; എന്നെ സൽക്കരിച്ചിട്ട് നാളെ കുട്ടികളെ വെറും വയറ്റിൽ പള്ളിക്കൂടത്തിലേക്ക് അയയ്ക്കും അല്ലേ?

മറിയാമ്മ : അവർക്ക് കാപ്പി അനത്തി കൊടുക്കാൻ ചക്കര കരുതിയിട്ടുണ്ട്.

സഖാവ് : മറിയാമ്മചേട്ടത്തീടെ സൽക്കാരമല്ലേ, വേണ്ടെന്നു പറയുന്നില്ല. ങാ....പിന്നെ എങ്ങനെയുണ്ട് നമ്മുടെ കയർ ഫാക്ടറി തൊഴിലാളി യുണിയൻ?

ഔസേപ്പ് : സംഗതി ഉഷാറാ. ഒരുപാടുപേരെ പിരിച്ചുവിട്ടിട്ടുണ്ട്. പിരിച്ചുവിടുംതോറും തൊഴിലാളിക്കു വീറാ. നമ്മുടെ യൂണിയൻ പ്രവർത്തനം ബലപ്പെട്ടു തുടങ്ങിയതോടെ മുതലാളിമാരുടെ ശല്യം വളരെ കൂടിയിരിക്കയാ.... യൂണിയന്റെ ആളുകളാന്നറിഞ്ഞാ എന്തു പ്രതികാരത്തിനും അവർ മടിക്കില്ല.

സഖാവ് : എന്നുവെച്ചാൽ?

ഔസേപ്പ് : നമ്മുടെ പ്രധാനപ്പെട്ട പ്രവർത്തകരെ കൊല്ലാൻവരെ അവർ ഗുണ്ടകളെ സംഘടിപ്പിക്കുന്നു. മേസ്ത്രിപ്പണിക്കു തെരഞ്ഞെടുത്തിരിക്കുന്നവരൊക്കെ അവരുടെ ഗുണ്ടകളാ....ഇതൊന്നുമല്ല സഖാവേ നമ്മുടെ സ്ത്രീ തൊഴിലാളികൾക്കാ ഏറെ ബുദ്ധിമുട്ട്....മാനം കരുതി അവർ പുറത്തു പറയുന്നില്ല എന്നേയുള്ളു....

സഖാവ് : എന്നിട്ട് നമ്മൾ ഇതെല്ലാം കണ്ട് കൈയും കെട്ടി നോക്കിയിരിക്കുകയാണോ?

ഔസേപ്പ് : അല്ല നമ്മുടെ ശ്രദ്ധയിൽപ്പെട്ട....

(മാനഭംഗത്തിനു വിധേയയായ ഒരു തൊഴിലാളിസ്ത്രീയെ മറ്റൊരു പുരുഷത്തൊഴിലാളി കൂട്ടിക്കൊണ്ടുവരുന്നു)

തൊഴിലാളി : ഔസേപ്പച്ചാ....ഔസേപ്പച്ചാ....

സഖാവ് : ആരാണീ കടുംകൈ ചെയ്തത്? ഇവരേതാ?

സ്ത്രീ : *(ഭ്രാന്തിയെപ്പോലെ)* എന്നെ വിടൂ.... എന്നെ വിടൂ....എനിക്ക് മരിച്ചാ മതി....

തൊഴിലാളി : ഫിലിപ്പോസ് മുതലാളിയുടെ ഫാക്ടറിയിലെ തൊഴിലാളിയാ....

സഖാവ് : കരയാതിരിക്കൂ.... നമുക്കീ തെമ്മാടിത്തത്തിനു പകരം ചോദിക്കണം. ഇതെങ്ങനെ സംഭവിച്ചു?

സ്ത്രീ : മുതലാളി എന്നോട് മുറിയിൽ ചെല്ലാൻ പറഞ്ഞു. ഞാൻ പോയില്ല.

തൊഴിലാളി : ആ അരിശം തീർക്കാൻ മുതലാളിയുടെ ഗുണ്ടകൾ സന്ധ്യകഴിഞ്ഞ് ഇവരുടെ കൂരയിൽ വന്ന് ബലാല്ക്കാരമായി പൊക്കി എടുത്തോണ്ടു പോയി.

സ്ത്രീ : എന്നെ വിട്ടേക്കൂ.... എല്ലാം നശിച്ചു.... ഞാനിനി ജീവിച്ചിട്ടു കാര്യമില്ല.

സഖാവ് : പെങ്ങളെ, മരണം ഒരു പ്രതിവിധിയല്ല. നമുക്ക് നഷ്ടപ്പെട്ടതെല്ലാം വീണ്ടെടുക്കണം. മറിയാമ്മച്ചേട്ടത്തി ഇവരെ അകത്തുകൊണ്ടുപോയിക്കിടത്തൂ. *(തൊഴിലാളിയോട്)* നിങ്ങൾ പോയി ഡോക്ടറെ വിളിച്ചോണ്ടു വരൂ.

(ചെവിയിൽ എന്തോ പറയുന്നു) *എന്റെ പേര് പറഞ്ഞാ മതി, ഞാനിവിടെ ഉണ്ടെന്നു പറയൂ.*

(തൊഴിലാളി പോകുന്നു)

സഖാവ് : ഒരു കാര്യം......ആ ഫിലിപ്പോസ് ചെയ്ത പണിക്ക് കൂലി കടമിടരുത്, നാളെത്തന്നെകൊടുക്കണം. എന്താ?...

ഔസേപ്പ് : സംശയിക്കണ്ട. മറ്റന്നാളാവില്ല.

(രംഗദീപം പൊലിയുന്നു)

ദൃശ്യം ഇരുപത്തിയൊൻപത്

(പാർട്ടി ഓഫീസ്. സഖാവ് കൃഷ്ണപിള്ള എന്തോ വായിച്ചുകൊണ്ടിരിക്കുന്നു. അടുത്തുതന്നെ മറ്റൊരാൾ-ബാലൻ- കൂടിയുണ്ട്)

ബാലൻ : സഖാവ് കണ്ണൂരിൽനിന്നും നേരിട്ടുവരുന്നതല്ലേ..... സഖാവ് കെ പി ഗോപാലനുമായി ബന്ധപ്പെട്ടിരുന്നോ...

(ഒരു കൃഷിക്കാരൻ വളരെ പാരവശ്യത്തോടെ സഖാവെ, സഖാവെ എന്നു വിളിച്ചുകൊണ്ടു വരുന്നു)

സഖാവ് : എന്താണ്; എന്തുണ്ടായി.....?

കൃഷിക്കാരൻ: അവരിപ്പോ എന്റെ വിള കൊയ്തു കൊണ്ടുപോവും.

സഖാവ് : ആരാ?

കൃഷിക്കാരൻ: ജന്മിയും ഗുണ്ടകളും

സഖാവ് : ഏതു ജന്മിയാ?

കൃഷിക്കാരൻ: കോലോത്തെ തമ്പുരാൻ.

സഖാവ് : ഇരിക്കൂ. നിങ്ങൾക്ക് പാട്ടകുടിശ്ശികയുണ്ടോ?

കൃഷിക്കാരൻ: ഇല്ല ഒരു മണി നെല്ലുമില്ല.

ബാലൻ : എ വിയും കൂട്ടരും ഇവരുടെ ഗ്രാമത്തിൽ ചെന്നിരുന്നു. ഈ സഖാവിന്റെ വീട്ടിൽവെച്ചാ കൃഷിക്കാരുടെ യോഗം ചേർന്നത്.

സഖാവ് : ഓ.... അതാണ്. അവിടെ കർഷകസംഘം ഉണ്ടാക്കിയോ.....?

കൃഷിക്കാരൻ: ഉണ്ടാക്കി.

സഖാവ് : പിന്നെന്തിനു ഭയപ്പെടണം?

കൃഷിക്കാരൻ: ഞങ്ങൾ വിചാരിച്ചാൽ എന്തു ചെയ്യാനാ....?

സഖാവ് : നിങ്ങൾ വിചാരിച്ചാലേ എന്തെങ്കിലും ചെയ്യാൻ കഴിയൂ. എ വി കുഞ്ഞമ്പുവല്ലെ നിങ്ങളെ സംഘടിപ്പിച്ചത്?

കൃഷി : അതെ.

സഖാവ് : നിങ്ങൾ കർഷക സംഘം ഓഫീസിൽ പോയോ? കുഞ്ഞമ്പുവിനെ കണ്ടോ?

കൃഷി : ഞാൻ പോയില്ല. സംഘത്തിൽപ്പെട്ട മറ്റു ചിലർ പോയിട്ടുണ്ട്.

സഖാവ് : നിങ്ങൾ ഭയപ്പെടേണ്ട. നിങ്ങളുടെ വിള ആരും കൊയ്യില്ല. കുഞ്ഞമ്പുവും നമ്മുടെ കർഷകസംഘം വാളണ്ടിയർമാരും ഇപ്പോൾ അവിടെ എത്തിയിട്ടുണ്ടാവും. നിങ്ങൾ ധൈര്യമായി ചെല്ലൂ....

കൃഷി : കർഷകസംഘക്കാർ എത്തിയില്ലെങ്കിൽ അവർ എന്നെ കൊല്ലും.

സഖാവ് : ഭയക്കണ്ട. *(ചിരിച്ചുകൊണ്ട്)* നിങ്ങൾ ജന്മിയെ കൊല്ലാതിരുന്നാൽ മതി. ധൈര്യമായി പൊയ്ക്കൊള്ളൂ.

കൃഷി : എന്നാൽ ഞാനിറങ്ങട്ടെ.

(പറഞ്ഞതിൽ അത്ര വിശ്വാസമില്ലാത്തമട്ടിൽ പുറത്തേക്കു പോകുന്നു.)

ബാലൻ : പുതിയ സഖാവാ....അതാ ഈ ബേജാറ്. അവിടെ

ഇപ്പോൾ കാര്യങ്ങളൊക്കെ ശരിയാക്കിയിരിക്കും.

സഖാവ് : ബാലൻ ഒരു കാര്യം ചെയ്യൂ.... അവിടെ ഒന്നുപോയി എന്താ കാര്യങ്ങൾ എന്നു നോക്കി വരൂ.

ബാലൻ : ശരി *(പോകുന്നു)*

(ഒരു പാവപ്പെട്ട മുസ്ലിം യുവതി പ്രവേശിച്ച്)

പാത്തുമ്മ : ശകാവേ, ശകാവേ.

സഖാവ് : അല്ല, ഇതാര്? പാത്തുമ്മയോ? എന്താ പോരാത്ത വഴി?

പാത്തുമ്മ : ഞമ്മളെ പുയ്യാപ്ലേനക്കൂടി ഇങ്ങളെ ശംങ്കത്തീ ചേർക്കണം.

സഖാവ് : അതിനെന്താ ചേർക്കാമല്ലോ. ആരെങ്കിലും ചേർക്കില്ലെന്നു പറഞ്ഞോ....?

പാത്തുമ്മ : ഓല് ചെയ്യാൻ പാടില്ലാത്തത് ശെയ്തു പോയി.

സഖാവ് : എന്നുവെച്ചാൽ?

പാത്തുമ്മ : കുഞ്ഞിച്ചോയിത്തീയന്റെ കണ്ടം ഒയിപ്പിച്ചാ നീലമന നമ്പൂരിച്ചൻ ഞാക്ക് പാട്ടത്തിനു തന്നത്. അതു ബേങ്ങല്ലേന്ന് ശങ്കക്കാര് പറഞ്ഞതാ. പുത്തിമോശം. ഞമ്മളെ കുട്ട്യോളുടെ ബാപ്പ അതു കേട്ടില്ല.

സഖാവ് : അതു വേണ്ടായിരുന്നു. കുഞ്ഞിച്ചോയിം നിങ്ങളെപ്പോലെ പാവപ്പെട്ടവനല്ലേ? പോട്ടെ. അതൊക്കെ കഴിഞ്ഞില്ലേ? ഇപ്പോഴെങ്കിലും അതു മോശമായിപ്പോയി എന്നു തോന്നുന്നല്ലോ? അതു മതി. എവിടെ ബീരാൻകുട്ടി?

പാത്തു : *(വിതുമ്പികൊണ്ട്)* ഒളിവിലാ. കുടീന്നിറങ്ങീട്ട് ഏഴായി..... നമ്പൂര്യച്ചന്റെ വാല്യക്കാര് തെരക്കി നടക്കാ. കണ്ടാ മയ്യത്താക്കുന്നാ.... ഇന്നലെ ഞമ്മളെ കുടീല് ബന്ന് കത്തികാണിച്ചിറ്റാ പോയേ....നേരം ഇരുട്ടിയാ ഒരു ശമാതാനോം ഇല്ല.... ഞമ്മളും കുട്ട്യോളും പേടിച്ചാ കഴിയുന്നേ....

സഖാവ് : അതെന്താ ഇപ്പോ അങ്ങനെ?

പാത്തുമ്മ : ഞമ്മള് ബിത്തിട്ട് ബിളകേറ്റിയ കണ്ടം കാര്യസ്ഥൻ ലാമൻ നായർക്ക് ഒയിഞ്ഞു കൊടുക്കാൻ പറഞ്ഞു. 'അതു ശരിയല്ലേ നായരേ....' എന്ന് ഞമ്മളെ കെട്ട്യോൻ ശോയിച്ചപ്പം കാല് മടക്കി ഒറ്റ ശവിട്ട്. നാട്ടിൽ കണ്ടു പോകരുതെന്നാ പറഞ്ഞെ....

സഖാവ് : ഓഹോ സംഗതികൾ അത്രടം വരെയായോ?

പാത്തുമ്മ : ശങ്കത്തി ചേർന്നാ ഞമ്മളെ കണ്ടം മടക്കി കിട്ടൂന്നാ എല്ലാരും പറയുന്നേ.... പൊന്നു ശകാവേ.... കണ്ടം കിട്ടില്ലെങ്കിലും വേണ്ടൂല്ലാ.... ഞമ്മന്റെ കെട്ട്യോനെ തിരിച്ചു കിട്ടാൻ ന്തേലും ശെയ്തു തരണം. ഇല്ലെങ്കി ഞമ്മളും നാല് കുട്ട്യോളും ബയ്യാതാരായിപ്പോവും.

സഖാവ് : കരയാതിരിക്കൂ. എന്തെങ്കിലും പരിഹാരമുണ്ടാക്കാം. നിങ്ങൾ വല്ലതും കഴിച്ചതാണോ. *(പോക്കറ്റിൽ നിന്നും രണ്ടണ തുട്ടെടുത്തു നീട്ടി)* ഇതാ ചായപ്പീടികയിൽ ചെന്ന് എന്തെങ്കിലും കഴിച്ചിട്ടു വരൂ.

പാത്തുമ്മ : ബേണ്ട. ഞമ്മന്റെ കുട്ട്യോള് കുടീല് ബെശന്നിരിക്ക്യാ. ഓല്ക്ക് കൊടുക്കാതെ ഞമ്മക്കൊന്നും എറങ്ങൂല.

സഖാവ് : അത്രേയുള്ളോ. ഇതുകൂടി വെച്ചോളൂ. എന്തെങ്കിലും കഴിക്കാനുള്ളതു വാങ്ങി കുടീകൊണ്ടുപോയി കുട്ടികൾക്ക് കൊടുക്കൂ. നിങ്ങളുടെ കണ്ടവും തിരിച്ചെടുക്കാം. കെട്ട്യോനെയും കൊണ്ടത്തരാം.

പാത്തുമ്മ : അയ്യോ നേരാണോ പറേണെ.

സഖാവ് : അതേന്ന് നിങ്ങൾ സന്തോഷമായി വീട്ടിൽ പൊയ്ക്കോളൂ....

പാത്തുമ്മ : എന്റെ ബദരീങ്ങളെ ഈ നാക്ക് പൊന്നായിരിക്കട്ടെ. ഞമ്മള് ബരട്ടേ.... *(പോകുന്നു)*

(ഒരു വിദ്യാർത്ഥി കടന്നുവരുന്നു)

സഖാവ് : എന്തായി?

വിദ്യാർത്ഥി : പൂർണ്ണവിജയം. കോളേജിലെ മുഴുവൻ വിദ്യാർത്ഥികളും പഠിപ്പുമുടക്കി.

സഖാവ് : അറസ്റ്റൊന്നും നടന്നില്ലേ?

വിദ്യാർത്ഥി : ഇന്നത്തെ പ്രകടനത്തിനിടയിൽ നിന്ന് അത്ര എളുപ്പം ആരേയും അറസ്റ്റ് ചെയ്യാൻ കഴിയുമായിരുന്നില്ല. ആരെയെങ്കിലും അറസ്റ്റ് ചെയ്തിരുന്നുവെങ്കിൽ അതൊരു വെടിവെപ്പിൽ കലാശിച്ചേനേ.

സഖാവ് : സൂക്ഷിക്കണം. ഗോപി അവരുടെ നോട്ടപ്പുള്ളിയാണ്.

വിദ്യാർത്ഥി : എനിക്കറിയാം. ങ....സഖാവ് പറഞ്ഞ കാര്യം ഏർപ്പാടാക്കിയിട്ടുണ്ട്.

സഖാവ് : എത്ര മണിക്കാ?

വിദ്യാർത്ഥി : സഖാവിന്റെ സമയം.

സഖാവ് : ഒരു പത്തുമണി കഴിഞ്ഞല്ലേ നല്ലത്?

വിദ്യാർത്ഥി : ഓ..... അതുമതി.

സഖാവ് : എവിടെവച്ചാ?

വിദ്യാർത്ഥി : സ്റ്റുഡൻസ് ഹോസ്റ്റലിൽതന്നെയാവാം.

സഖാവ് : അതു ബുദ്ധിയാണോ....?

വിദ്യാർത്ഥി : കുഴപ്പമില്ല.

സഖാവ് : എത്ര പേരുണ്ടാകും?

വിദ്യാർത്ഥി : ഏഴുപേരെയേ വിളിച്ചിട്ടുള്ളു.

സഖാവ് : ആ കവിത എഴുതുന്ന ചെറുപ്പക്കാരനെ വിളിച്ചിട്ടുണ്ടോ.?

വിദ്യാർത്ഥി : ഇല്ല. അവനെ വിളിച്ചിട്ടില്ല. അവനെല്ലാറ്റിനും ഒരു സംശയമാണ്.

സഖാവ് : സാരമില്ല. ഞാൻ നിർത്തിത്തരാം. അയാളെക്കൂടി വിളിക്കണം. എഴുത്തുകാരും കലാകാരന്മാരുമൊക്കെ നമുക്കുണ്ടാവണം.

വിദ്യാർത്ഥി : എനിക്കെതിരില്ല. പക്ഷേ....

സഖാവ് : എന്താ പറയൂ?

വിദ്യാർത്ഥി : നമ്മുടെ നേതാക്കളിൽ പലരും പറയുന്നത് ഇക്കൂട്ടരെ വിശ്വസിക്കരുതെന്നാ..

സഖാവ് : അത് കലയുടെ പ്രാധാന്യത്തെക്കുറിച്ചുള്ള നമ്മുടെ അവിശ്വാസമാണ്. നമ്മുടേതുപോലുള്ള ഒരു വിപ്ലവ പ്രസ്ഥാനത്തിന് കലാകാരന്മാരും എഴുത്തുകാരും കൂടിയേ കഴിയൂ....

വിദ്യാർത്ഥി : *(ചിരിച്ചുകൊണ്ട്)* എനിക്കഭിപ്രായ വ്യത്യാസമില്ല.

(രംഗദീപം പൊലിയുന്നു)

ദൃശ്യം മുപ്പത്

(ഒരു കർഷകസംഘം ജാഥ. ഇരുവശങ്ങളിൽ നിന്നും പിന്നിൽ നിന്നും ജാഥ. മദ്ധ്യത്തിൽ കൃഷ്ണപിള്ള)

കർഷകസംഘം സിന്ദാബാദ്.

മര്യാദപ്പാട്ടം നിശ്ചയിക്കുക.

വാശി, നുരി, ശീലക്കാശ് വെച്ചുകാണൽ

അവസാനിപ്പിക്കുക

വിലക്കയറ്റം തടയുക
കർഷകസംഘം സിന്ദാബാദ്

(രംഗദീപം പൊലിയുന്നു.)

ദൃശ്യം മുപ്പത്തിയൊന്ന്

(ആലപ്പുഴയിൽ ഔസേപ്പച്ചന്റെ വീട്. സമയം രാവിലെ പത്തുമണി. സഖാവ് ഒരു ബഞ്ചിൽ ഉറങ്ങുന്നു. പശ്ചാത്തലത്തിൽ അതിസാരം പിടിപെട്ട് അയ്യോ അമ്മച്ചി, അയ്യോ.....എന്ന് വിളിച്ചു കരയുന്ന കുഞ്ഞുങ്ങൾ. ഈശോയെ ഞാനെന്നാ ചെയ്യാനാ എന്നു നിലവിളിക്കുന്ന മറിയാമ്മ)

സഖാവ് : *(ഉണർന്ന്)* മറിയാമ്മച്ചേട്ടത്തി. *(മറിയാമ്മ കടന്നുവരുന്നു)* എന്താണ് ചേട്ടത്തി ഒന്നും മിണ്ടാത്തത്?

മറിയാമ്മ : സഖാവിന് ഒരു ചട്ടി ചക്കരകാപ്പിപോലും അനത്തിത്തരാൻ കഴിഞ്ഞില്ല. കുട്ടികളെല്ലാം കിടപ്പിലാ. അതിയാൻ സമരത്തിനു പോയിട്ടിന്നാറായി.

സഖാവ് : കരയാതിരിക്കൂ.... ഔസേപ്പച്ചൻ ഒളിവിലാണോ? എങ്കിൽ എന്നോടെന്താ ആ വിവരം പറയാതിരുന്നത്?

മറിയാമ്മ : സഖാവിന്റെ തലയ്ക്കുവേണ്ടി പൊലീസ്കാർ പരക്കം പായുവാ....സഖാവ് വന്നുകേറുമ്പം നേരം വെളുത്തു പോയില്ലേ? പകൽ പിന്നെ എവിടെ പോകും? അതുകൊണ്ടാ ഞാൻ പറയാതിരുന്നേ.

സഖാവ് : അതിനു സാരമില്ല. ആദ്യം കുഞ്ഞുങ്ങൾക്കെന്തെങ്കിലും ആഹാരം ഉണ്ടാക്കണം. എന്നിട്ടു മരുന്നു വാങ്ങിപ്പിക്കണം. ഔസേപ്പച്ചനെ ഇവിടെ വരെ ഒന്നു വന്നു പോകാനും സൗകര്യമുണ്ടാക്കണം. ഒക്കെ ഞാനേറ്റു. ചേട്ടത്തി ധൈര്യമായിരിക്കൂ.

(പശ്ചാത്തലത്തിൽ പണിമുടക്കു സമരം സിന്ദാബാദ്. പണുമുടക്കു സമരം പതിനഞ്ചാം ദിവസം - പൊലീസ് അനൗൺസ്മെന്റ്, ലാത്തിച്ചാർജ്ജും വെടിവെപ്പും. ജനക്കൂട്ടം നിലവിളിച്ചുകൊണ്ട് ഓടുന്ന ശബ്ദം.)

മറിയാമ്മ : സഖാവേ, വെടിവെപ്പു നടക്കുന്നെന്നാ തോന്നുന്നത്. എന്റെ കുഞ്ഞുങ്ങളുടെ അപ്പന് എന്തു പറ്റിയോ ആവോ.... (നെഞ്ചത്തടിച്ച് നിലവിളിക്കുന്നു).

സഖാവ് : *(തികഞ്ഞ ഗൗരവത്തോടെ)* മറിയാമ്മ ചേട്ടത്തി ഇങ്ങനെ കൊച്ചുകുഞ്ഞുങ്ങളെപ്പോലെ നിലവിളിക്കരുത്. നമ്മളിന്നൊരു സമരമുഖത്താണ്. എന്തും നടക്കാം. എന്തുവന്നാലും സഹിക്കണം. നിങ്ങൾ ഒറ്റയ്ക്കല്ല. ഈ തൊഴിലാളികൾ മുഴുവൻ നിങ്ങളുടെ കൂടെയുണ്ട്.

മറിയാമ്മ : എങ്കിലും എന്റെ സഖാവേ, അതിയാനെവിടെയാണെന്ന് അറിയാൻ പോലും കഴിഞ്ഞില്ലല്ലോ? എന്റെ കുട്ടികൾ കിടന്നു പിടയ്ക്കുന്നു. മരിച്ചുപോകത്തേയുള്ളു.

സഖാവ് : ഞാനൊന്നു പുറത്തിറങ്ങട്ടെ. ഇവർക്ക് മരുന്നും ആഹാരവും കൊണ്ടുവരാം.

മറിയാമ്മ : ഇവിടെയൊക്കെ ഒറ്റുകാരുണ്ട്. സഖാവിനെ കണ്ടാൽ പൊലീസ് റാഞ്ചിയെടുക്കും.

സഖാവ് : സാരമില്ല എന്നെ പൊലീസ് പിടിക്കില്ല. ഞാൻ നമ്മുടെ ഏതെങ്കിലും സഖാവിനെ കണ്ടുപിടിച്ച് കാര്യങ്ങൾ ഏർപ്പാടാക്കാം.

(സഖാവ് പുറത്തേക്കു പോകുന്നു. മറിയാമ്മ നിശ്ചലയായി നില്ക്കുന്നു. പശ്ചാത്തലത്തിൽ കുട്ടികളുടെ കരച്ചിൽ)

(രംഗദീപം പൊലിയുന്നു)

ദൃശ്യം മുപ്പത്തിരണ്ട്

(ഔസേപ്പച്ചന്റെ വീടിന്റെ മുറ്റം. സി ഐ ഡിയും മറ്റൊരു എസ് ഐയും സംസാരിച്ചുകൊണ്ട് നിൽക്കുന്നു.)

എസ് ഐ : ആളെ കണ്ടാലറിയുമോ?

സി ഐ ഡി : അറിയാമെന്നോ? സി ഐ ഡി കൃഷ്ണനെന്നു കേട്ടാൽ കൃഷ്ണപിള്ള കിടുകിടാന്നു വിറയ്ക്കും. പണ്ട് ഉപ്പു സത്യഗ്രഹക്കാലത്ത് ഞാനൊന്നു വിരട്ടി. മഹാശല്യമെന്നേ....സത്യഗ്രഹികളെയൊക്കെ വലിയ വിരട്ടാ. പാവങ്ങൾ. ഞാനൊരു ദിവസം സത്യാഗ്രഹപ്പന്തലിലങ്ങു ചെന്നു പുള്ളിക്കാരനെ കണ്ടു. ഞാൻ പറഞ്ഞു. നേതാവു ചമയുന്നതൊക്കെ കൊള്ളാം. വേണ്ടാതനം ഒന്നും കാണിക്കരുത്. കാണിച്ചാൽ ഞാൻ എല്ലു ചവിട്ടിതൂത്തുകളയും എന്ന്.

എസ് ഐ : എന്നിട്ട്?

സി ഐ ഡി : എന്നിട്ടെന്താ.... അങ്ങത്തെ എന്നൊരു വിളിയും ഒരു തൊഴലും. പിന്നെ അവനെ അവിടെ കണ്ടിട്ടില്ല.

എസ് ഐ : നിങ്ങൾ ഏതു കൃഷ്ണപിള്ളയുടെ കാര്യമാണ് പറയുന്നത്.

സി ഐ ഡി : സംശയമെന്താ.... സഖാവ് കൃഷ്ണപിള്ളയെക്കുറിച്ചു തന്നെ. നമ്മൾ പിടിക്കാൻ വന്ന പി കൃഷ്ണപിള്ളയുടെ കാര്യം തന്നെ.

എസ് ഐ : *(സംശയത്തോടെ)* നിങ്ങൾ കൃഷ്ണപിള്ളയെ വിരട്ടിയോ....

സി ഐ ഡി : ഞാനാരാണെന്നറിയാമോ? നിങ്ങളെപ്പോലെ നാട്ടുരാജാവിന്റെ പൊലീസല്ല. ബ്രിട്ടീഷ് ചക്രവർത്തിയുടെ പൊലീസാ. കൃഷ്ണപിള്ളയെ അല്ല സാക്ഷാൽ മഹാത്മാഗാന്ധിയെ ആയാലും ഞാൻ വിരട്ടും.

എസ് ഐ : ഞാൻ കേട്ടിട്ടുള്ളത് അങ്ങനെയല്ലല്ലോ....കൃഷ്ണപിള്ള ധീരനാണ് എന്നാണല്ലോ....

സി ഐ ഡി : ധീരത. അതു സാദാ പൊലീസിന്റെ മുന്നിൽ. ഞാൻ സ്പെഷ്യലാ.

എസ് ഐ : ആട്ടെ നിങ്ങൾക്കാരാ വിവരം തന്നത്. കൃഷ്ണപിള്ള ഇവിടെയുണ്ടെന്ന്?

സി ഐ ഡി : അതോ. ആലപ്പുഴ കയർത്തൊഴിലാളികൾ പണിമുടക്കത്തിലല്ലേ? എവിടെയെല്ലാം പണിമുടക്കം നടക്കുന്നുവോ അവിടെയെല്ലാം കൃഷ്ണപിള്ളയും കാണും. ഉറപ്പാ.

എസ് ഐ : അതു ശരി. പക്ഷേ, ക്രിസ്ത്യാനിക്കുടിക്കു മുമ്പിൽ കൃഷ്ണപിള്ളയെ കാത്തു നിന്നിട്ടെന്താ കാര്യം.

സി ഐ ഡി : കാര്യംണ്ട്. ഇവിടം അവരുടെ ഒരു തൊഴിലാളി നേതാവിന്റെ വീടാ. നേതാവ് ജയിലിലാ. കുട്ടികൾ അവശരായി കിടപ്പും. കൃഷ്ണപിള്ള ഇവിടെ വന്നിട്ടുപോയതായി വിവരം കിട്ടി. അതാ ഞാൻ പറഞ്ഞത് ഈ വീടിനു ചുറ്റും അങ്ങ് നെറ്റിടാൻ. അങ്ങേർക്ക് ജീവനുണ്ടെങ്കിൽ മരുന്നു കൊണ്ടിവിടെയെത്തും. അതാ പുള്ളി....

എസ് ഐ : കണ്ടാലെങ്ങനെ?

സി ഐ ഡി : നല്ല അഹങ്കാരമാ. എടുത്തു പിടിച്ചപോലെ തലയും നല്ല പ്രകാശമുള്ള കണ്ണുകളും വിരിഞ്ഞ മാറുമുള്ള ഒരു കറുമ്പൻ. കണ്ടാലറിയും അതാ കൃഷ്ണപിള്ള എന്ന്.

സഖാവ് : *(മരുന്നുമായി പ്രവേശിക്കുന്നു തലയിൽ കെട്ടി അല്പം കുനിഞ്ഞ് സംസാരശൈലി മാറ്റിയാണ് പറയുന്നത്)*

ചേട്ടത്തിയേ. ചേട്ടത്തിയേ റോട്ടിലെന്തേയൊരു ബഹളം. ആരെയൊക്കെയോ പൊലീസ് തെരയണ്. വല്ല കൊലപാതകവും നടന്നാ.....ഇന്നാ മരുന്നുംണ്ട് ഭക്ഷണംണ്ട്. (മറിയാമ്മ സഖാവിന്റെ വായ പൊത്തുന്നു. സഖാവ് സാരമില്ല എന്ന് ആംഗ്യം കാട്ടുന്നു.)

മറിയാമ്മ : നീ അതൊന്നും നോക്കണ്ട വണ്ടി വരാറായി. വേഗം പൊയ്ക്കോ.......

(കൃഷ്ണപിള്ള പോകുന്നു)

എസ് ഐ : *(അപ്പോഴാണ് എസ് ഐക്ക് മരുന്നാണ് അയാൾ കൊണ്ടുവന്നതെന്ന് ബോദ്ധ്യമായത്. പെട്ടെന്ന്)* മരുന്നല്ലേ അയാൾ കൊണ്ടുവന്നത്? കൃഷ്ണപിള്ള?

സി ഐ ഡി : എ എവിടെ എവിടെ.

എസ് ഐ : ആ വന്നത് കൃഷ്ണപിള്ളയാണോ....?

സി ഐ ഡി : ഏയ് അതു കൃഷ്ണപിള്ളയല്ല. കൃഷ്ണപിള്ളയെ എനിക്കറിയാം. വന്നാൽ ഞാൻ എടുത്തോളാം. നിങ്ങളു വിഷമിക്കണ്ട.

(രംഗദീപം പൊലിയുന്നു)

ദൃശ്യം മുപ്പത്തിമൂന്ന്

(കൊയ്തുകഴിഞ്ഞ കുട്ടനാടൻ പാടശേഖരത്തിന്റെ തലപ്പറമ്പിൽ ഒരു കുടിലിന്റെ മുറ്റത്ത് കൊയ്ത്തുത്സവം ആഘോഷിക്കാൻ ഒത്തുകൂടിയിരിക്കുന്ന കർഷകത്തൊഴിലാളികളായ പുലയൻ)

നീലമ്പി : ഏനങ്ങു തുടങ്ങാൻ പോവുകയാ.... ഇന്ന് കൊയ്തു തീർന്ന ദെവസം പൊലയന്റെ ഉത്സവമാ...

കണ്ണൻ : എടീ നീലിയേ മൂപ്പിലേക്ക് ഇപ്പളേ കള്ള് തലയ്ക്ക് പിടിച്ച മട്ടാണല്ലോ....

നീലമ്പി : ഫാ.... കൊച്ചുതെമ്മാടി നിന്റെ പണി അറിയില്ലന്നാ.

കോരൻ : എന്നാ അറിയാനാ, ഓൻ ഓളെ കെട്ടാൻ പോകുവല്ലേ.

നീലമ്പി : ഉം...കെട്ടണ്. ആ പീലിപ്പോസ് കൊച്ചമ്പ്രാൻ ഓളെയങ്ങു വിട്ടുകൊടുക്കോ.....?

നീലി : ദേ....ദേ....വേണ്ടാതനം പറയരുത്.

കുറുമ്പി : കാളക്കുട്ടന്മാരെപ്പോലെ ഈ കൊച്ചമ്പ്രാന്മാര് പെങ്കുട്ട്യോളുടെ പുറകെ നടക്കും. ഐനും കുറ്റക്കാരു പെങ്കുട്ട്യോളു തന്നെ. അതെങ്ങനാ ഇപ്പോ.

കണ്ണൻ : അതെയതെ. ചോരയും നീരുമുള്ള പെമ്പിള്ളേരെ കാണുമ്പോ കൊച്ചമ്പ്രാന്മാർക്കൊരു വെപ്രാളം.

കോരൻ : അതിനു നീ ഇപ്പം എന്നാ ചെയ്യാൻ പോവ്വാ?

നീലി : എന്നാ ചെയ്താലും കൊള്ളാം ഏന്റെ ദേഹത്തു തൊട്ടാലേ അരിവാളിന്റെ മൂർച്ച അങ്ങേരറിയും.

ചാത്തൻ : എടി നീലിയെ.... നീയിപ്പം യൂണിയൻകാരെപ്പോലെ യാണല്ലോ സംസാരിക്കണെ.... നീ യൂണിയത്തി ചേർ ന്നോടീ?

കോരൻ : അവളു ചേരുന്നതെന്തിനാ.... അവളെ കെട്ടാൻ പോണ പെലയൻ ചേർന്നാപ്പോരേ?

ചാത്തൻ : ഏനും ചേരും.... ഇല്ല്യോ....

കുറുമ്പി : പിന്നെ ഏന് ചേർന്നാലെന്താ? ഒന്നൂല്ലേലും പിന്നാലെ മണത്തു നടക്കുന്ന കൊച്ചമ്പ്രാന്മാരെ ശല്യമെങ്കിലും തീരുമല്ലോ....

നീലമ്പി : എടി പെണ്ണേ....ആമ്പിള്ളേരെ കൊല്ലിക്കണ വർത്തമാനം പറയാതെ. ഇതൊക്കെ കുട്ടനാടിന്റെ നടപ്പാ....കൊച്ച മ്പ്രാന്മാരെ പെണക്കരുത്. ഓരിക്ക് വേണ്ടതങ്ങ് കൊടു ത്തേക്കണം.

നീലി : ഫാ....ഈ കെളവന്മാരാ കൊച്ചമ്പ്രാന്മാർക്ക് എളുപ്പം വെച്ചു കൊടുക്കണത്.

കുറുമ്പി : അതെന്നെ ആണാന്നും പറഞ്ഞ് നടക്കണ്. കൊച്ചമ്പ്രാ ന്മാര് പൊറകെ നടന്ന് വല്ലതും പറയുമ്പം കണ്ടാലും കണ്ടില്ലെന്ന് നടിച്ച് മിണ്ടാതങ്ങ് നടക്കും.

കണ്ണൻ : ഞാൻ യൂണിയനിൽ ചേരാൻ പോവുകാ.

ചാത്തൻ : ആലപ്പുഴല് കയറ് പിരിക്കാൻ യൂണിയൻ ഉണ്ടാക്കിയതു പോലെ നമ്മളും ഉണ്ടാക്കണംന്നാ അങ്ങേരു പറഞ്ഞേ.

കോരൻ : ആരു പറഞ്ഞൂന്നാ....

ചാത്തൻ : ഇന്നാളു ഇവിടെവന്ന് നമ്മളോടൊക്കെ വർത്താനം പറ ഞ്ഞില്ലേ, അങ്ങേര്. ആ ബടക്കുനിന്നും വന്ന തകാവ്.

നീലമ്പി : അതിന് മേലാളർ സമ്മതിക്ക്വോ....?

കണ്ണൻ : അയീനിപ്പം മേലാളരുടെ സമ്മതം മേടിച്ചിട്ടാ. നമ്മുടെ യൂണിയൻ?

നീലമ്പി : എന്തിനാടാ യൂനിയൻ?

കണ്ണൻ : നമ്മളു പണിയെടുത്താ പട്ടിണി തീരാൻ കൂലി തരുന്നു ണ്ടോ...?

നീലമ്പി : കൂലിയൊക്കെ തമ്പ്രാന്മാര് നിശ്ചയിക്കും. അവര് തരണത് രണ്ടുകൈയും നീട്ടി അങ്ങു വാങ്ങിക്കും.

ചാത്തൻ : പച്ചേങ്കില് അതും വേടിച്ചോന്റെ കുടീച്ചെന്നാ എന്തിനെങ്കിലും തെകയോ മൂപ്പാ?...

കണ്ണൻ : അതാ പറഞ്ഞത് യൂനിയത്തിച്ചേരണന്ന്.

നീലമ്പി : ങ്ഹാ. യൂണിയൻ കൂലിവാങ്ങിച്ചുതരും!

നീലി : ആ യൂണിയൻ തമ്പ്രാക്കന്മാരിൽനിന്ന് കൂലി വാങ്ങിച്ചു തരും അല്ല്യോ?

കോരൻ : ചോയിക്കണ കൂലി എപ്പോളെങ്കിലും നമുക്ക് കിട്ടീട്ടുണ്ടോ....?

ചാത്തൻ : ചോയിച്ചാ കിട്ടണത് അടിയാ.

കണ്ണൻ : അയിനാ പറഞ്ഞത് നമ്മള് ഒറ്റക്കെട്ടായി നിക്കണംന്ന്. എന്നിട്ട് തമ്പ്രാക്കന്മാരോട് ഉറച്ചു ചോദിക്കണം.

നീലമ്പി : ങ്ഹാ.... അവര് കെട്ടിവെച്ചങ്ങ് തല്ലും. *(പുറം കാണിച്ചുകൊണ്ട്)* ഇതെന്താന്നറിയാമോ? അടിയുടെ തയമ്പാ... ഓര് വിചാരിച്ചാ വിചാരിച്ചതു നടത്തും.

കോരൻ : ശരിയാ. ഓര് വിചാരിച്ചതേ നടക്കൂ.

കണ്ണൻ : അത് പണ്ട്. ഇനി അങ്ങനെയാവില്ല നമ്മെളെല്ലാവരും കൂടി ഒത്തു നിന്നാ നമുക്കു പലതും നേടാം.

നീലമ്പി : നീ എന്തവാടാ ഈ പറയുന്നേ?

കോരൻ : ശരിയാ, ഈ കുട്ടനാട്ടിൽ മണ്ണുണ്ടാക്കിയതാരാ?

ചാത്തൻ : നമ്മള്.

കോരൻ : എന്നിട്ടും ഒരു പിടി മണ്ണുണ്ടോ നമുക്ക് സ്വന്തമായിട്ട്?

കുറുമ്പി : ഇന്നാള് എന്റെ അപ്പൻ ചത്തപ്പം കുയിച്ചിടാൻ മണ്ണില്ലാഞ്ഞിട്ട് കായലിൽ കെട്ടിത്താഴ്ത്തുകയാ ചെയ്തത്.

കോരൻ : ഇതൊക്കെ മാറുമെന്നാണോടാ നീയി പറയുന്നേ?

കണ്ണൻ : അതേടാ.... ഈ പറമ്പിൽ നമുക്ക് വേണ്ടപ്പെട്ടവരുടെ ശവമെങ്കിലും കുഴിച്ചിടണം.

ചാത്തൻ : നടക്ക്വോ.....നടക്ക്വങ്കി നല്ല കാര്യം തന്നെ.

നീലമ്പി : നടക്വന്ന് ഏന് തോന്ന്ണില്ല.

കോരൻ : അപ്പൊ കണ്ണാ നമുക്കെല്ലാവർക്കും യൂനിയനിൽ ചേർന്നാലോ.

നീലമ്പി : എടാ....എടാ....പറഞ്ഞ് പറഞ്ഞ് ഏറിപ്പോണ്. ഉള്ള കള്ളും മോന്തി ചെറ്റേചെന്ന് പാളേലെ കഞ്ഞീം കുടിച്ച് അങ്ങ് കിടക്കാം.

കണ്ണൻ : എന്തിനാ പാളേന്ന്. പാത്രിത്തീക്കഞ്ഞിമോന്ത്യാ എറ ങ്ങൂല്ലേ? തമ്പ്രാന്മാർക്ക് മാത്രേമേ പാത്രം പറഞ്ഞിട്ടു ള്ളോ?

നീലമ്പി : അതാ നാട്ടുനടപ്പ്

കണ്ണൻ : ആ നാട്ടുനടപ്പാ മാറേണ്ടത്.

നീലി : ഇന്ന് അന്തിക്കല്ലയോ ... നമ്മടെ യൂനിയൻ ....തകാവ്

കണ്ണൻ : ശ്...ശ്....ശ്

നീലമ്പി : അതെന്നതാടോ ഒരു ഒളിച്ചുകളി.

ചാത്തൻ : ഞങ്ങളുമറിയട്ടെ.

എല്ലാവരും : ഞങ്ങളുമറിയട്ടെ.

(എല്ലാവരും കൂടി കണ്ണനെ വളയുന്നു)

കണ്ണൻ : നമ്മളെല്ലാവരും യൂനിയനിൽ ചേരാൻ പോവ്വാ.... എല്ലാ നാട്ടുനടപ്പും തെറ്റിക്കും. ങാ ഏതായാലും ഒരു നാട്ടു നടപ്പ് തെറ്റിക്കേണ്ട. ഇന്നു ഉത്സവമല്ലേ. കൊയ്തു തീർന്നാലത്തെ കുട്ടനാടൻ പെലയന്റെ ഉത്സവം.

കോരൻ : അയിന്റെ പാട്ടും.

കുറുമ്പി : ആട്ടോം.

ചാത്തൻ : ആയിക്കളയാം.

(പാട്ടും നൃത്തവും ആരംഭിക്കുന്നു)

** തത്തമ്മേ പെണ്ണാളേ താളത്തിൽ ചുവടുവെച്ച്*
നൃത്തം ചവിട്ടു പെണ്ണേ താമര കണ്ണാളേ.
പുന്നെല്ലിൻ കതിരുകൊത്തി വണ്ണാത്തിക്കിളി പറന്നേ
ഇന്നല്ലേ കന്നിട്ടപാടത്തിൻ കരളാകെ കുളിരണിഞ്ഞെ
മരം കോച്ചണമഞ്ഞത്ത് മനമാകെ തരിക്കുമ്പോൾ
ചെളിയുറയണ വരമ്പത്ത് കാവൽ കെടന്നേ....
കാവൽ കെടന്നേ ഏങ്ങള് കാവൽ കെടന്നേ....
കാവൽകെടന്നേ ഏങ്ങള് കാവൽ കെടന്നേ
ചിറച്ചാളയിലടിയാത്തി തഴപ്പായില് തുടിക്കുമ്പം
വിറച്ചോണ്ടും, കരഞ്ഞോണ്ടും കാവൽ കെടന്നേ
വിറച്ചോണ്ടും, കരഞ്ഞോണ്ടും കാവൽ കെടന്നേ
-തത്തമ്മേപെണ്ണാളേ
വിളയേറ്റിയ വയലിന്റെ വേർപ്പുവീണ വയലിന്റെ
വകയാണിത് പൊന്നിന്റെ കതിർകറ്റകൾ

കതിരല്ലേ കരളാണേ കതിർക്കറ്റകൾ
വരമ്പത്ത് ചോരയെത്ര നനഞ്ഞാലും ചൊരിഞ്ഞാലും
വയലാണേ പൊലയന്റെ അമ്മ തൈവം
വയലാണേ പൊലയന്റെ അമ്മ തൈവം
തത്തമ്മേ പെണ്ണാളേ

(പാട്ടിന്റെ അവസാനം ഒരു ജന്മിയും കാര്യസ്ഥനും കള്ളും കുടിച്ച് ആടിക്കൊണ്ട് വരുന്നു)

ജന്മി : ഛി, നിർത്തിനെടാ പെലയാടി മക്കളെ..., കള്ളുംകുടിച്ച് പെലയികള് അഴിഞ്ഞാട്ണാ....

കാര്യസ്ഥൻ : നിർത്തെട പെലയന്റെ മക്കളെ.

ജന്മി : നിർത്തിനെടാ. നാണോം മാനോം ഇല്ലാതെ പെലയികള്....ഫാ....പുലയാടികളെ തലേകെട്ടഴിക്കടാ....

കാര്യസ്ഥൻ : തമ്പ്രാൻ പറഞ്ഞത് കേട്ടില്ലെടാ?

കണ്ണൻ : എടുത്തില്ലെങ്കിലോ?

ജന്മി : ഉം....എടുത്തില്ലെങ്കിലോ....നിന്റെ തല വെട്ടി താഴത്തിടും *(കാര്യസ്ഥനോട്)* പിടിച്ചുകെട്ടടാ അവനെ.

കാര്യസ്ഥൻ : എടാ.... നീ ഇങ്ങോട്ടടുത്തുവാടാ.....നിന്നെ ഞാനൊന്നു പിടിച്ചുകെട്ടട്ടെ.

കണ്ണൻ : തൊട്ടുപോകരുത്.

കോരൻ : ഉയിരുവേണെങ്കി ഓടിക്കോ....

കാര്യസ്ഥൻ : *(ജന്മിയുടെ അടുത്തുചെന്ന്)* തമ്പ്രാനെ നമുക്ക് സ്ഥലം വിടാം. എവന്മാര് യൂനിയത്തി ചേർന്നെന്നാ തോന്നണെ. ഇവിടെ ഇനി നില്ക്കുന്നതു പന്തിയാവില്ല.

(കാര്യസ്ഥൻ നിർബ്ബന്ധിച്ച് ജന്മിയെ തള്ളിക്കൊണ്ടുപോകുന്നു)

നീലമ്പി : പാമ്പിനെയാ നോവിച്ചു വിട്ടേക്ക്ണ്. സൂക്ഷിക്കണം.

കണ്ണൻ : *(മുൻപോട്ടുവന്ന്)* എന്തോന്ന് ശൂക്ഷിക്കാൻ.

കോരൻ : വരുന്നതുവരട്ടെ.

(രംഗദീപം പൊലിയുന്നു)

ദൃശ്യം മുപ്പത്തിനാല്

(കാലം 1937. സ്ഥലം ഒരിടുങ്ങിയ ലോഡ്ജുമുറി. അരണ്ടവെളിച്ചത്തിൽ സഖാക്കൾ പി കൃഷ്ണപിള്ള, ഇ എം എസ്, കെ ദാമോദരൻ, എൻ സി ശേഖർ എന്നിവർ ഇരിക്കുന്നു. ഗൗരവവമുള്ള ഏതോ കാര്യോാലോചനയിലാണവർ. രംഗത്തെ പ്രകാശം തെളിയുമ്പോൾ- മെല്ലിച്ച കണ്ണട വച്ച ഒരാൾ കടന്നു വരുന്നു. എല്ലാവരും എഴുന്നേറ്റ് ഉപചരിക്കുന്നു.)

സഖാവ് കൃഷ്ണപിള്ള: സ: ഘാട്ടെ *(ഘാട്ടെ നാലുപേർക്കും ഹസ്തദാനം ചെയ്യുന്നു)*

(എല്ലാവരും ഇരിക്കുന്നു)

കൃഷ്ണപിള്ള : നമ്മൾ ഇന്നുമുതൽ കേരളം ഇതുവരെ കണ്ടിട്ടില്ലാത്ത ഒരു പാർട്ടിക്കു......എല്ലാ അർത്ഥത്തിലും പുതിയൊരു പാർട്ടിക്കു രൂപം കൊടുക്കുകയാണ്. പറയുന്നതുപോലെ പ്രവർത്തിക്കുകയും പ്രവർത്തിക്കാവുന്നതുമാത്രം പറയുകയും ചെയ്യുന്ന ഒരു പാർട്ടി.

ദാമോദരൻ : തൊഴിലാളികളെയും കൃഷിക്കാരെയും മറ്റദ്ധ്വാനിക്കുന്ന ജനങ്ങളെയും ഏകീകരിച്ച്

എൻ സി : തൊഴിലാളി വർഗ്ഗത്തിന്റെ നേതൃത്വത്തിൻ കീഴിൽ സമര സന്നദ്ധരാക്കുന്ന,

ഇ എം : തൊഴിലാളി വർഗ്ഗത്തിന്റെ മുന്നണിപ്പടയായ കമ്യൂണിസ്റ്റ് പാർട്ടി.....

പി കൃഷ്ണപിള്ള: കൂടുതൽ കഷ്ടതകളും, ത്യാഗങ്ങളും പ്രതീക്ഷിച്ചുകൊണ്ട് സഖാക്കളെ ഇന്നുമുതൽ നമ്മൾ കമ്യൂണിസ്റ്റു പാർട്ടി ഓഫ് ഇന്ത്യയുടെ കേരളഘടകമായി പ്രവർത്തനം ആരംഭിക്കുന്നു. പ്രതിബന്ധങ്ങൾ തകർത്തു നമുക്കു മുന്നേറാം.

(എല്ലാവരും എഴുന്നേറ്റ് പട്ടാളച്ചിട്ടയിൽ)

'റെഡ് സല്യൂട്ട്!'

(രംഗദീപം പൊലിയുന്നു)

പശ്ചാത്തലത്തിൽ:

ഗ്രാമങ്ങൾ തെരുവുകൾ നഗരങ്ങളുണരുന്നു
മർദ്ദിത മനുഷ്യന്റെ സംഘങ്ങളുയരുന്നു

മരണത്തിനോരോ മുഖത്തും ചവിട്ടി
രണഭൂമികൾ ചെങ്കൊടികൾ നീളെപ്പറത്തുന്നു.
നൂറുരണഭൂമികൾക്കാവേശമേകിടും ധീരത-
യുയർത്തും കരുത്താർന്ന മുഷ്ടിയായ്....
എല്ലാം മനുഷ്യന്റെ നന്മയ്ക്ക് ഹോമിച്ച-
നേതൃഹൃദയത്തിലെ സിന്ദൂരപുഷ്പമായ്
തൊഴിലാളികർഷക പടയാളികൾക്കാകെ,
നേതൃത്വമേകുമൊരു പാർട്ടി ജനിക്കുന്നു....

(ഫോർമേഷൻ റെഡ് സല്യൂട്ട്)

ഇവിടെയൊരുഷസ്സിൻ ചരിത്രം രചിക്കുവാൻ....
മാർക്സിസത്തിനുദയ സൂര്യൻ ജനിക്കുന്നു....
അവശജനകോടികൾക്കാവേശമായ്....
മണ്ണിൽ മർദ്ദിതർക്കാകെയൊരു വഴികാട്ടിയായ്-
ഭൂഗോളമാകെ ചുവപ്പിച്ച മാർക്സിന്റെ
ചിന്തയുടെ പന്തം കൊളുത്തുന്നു കേരളം

(രംഗദീപം പൊലിയുന്നു)

ദൃശ്യം മുപ്പത്തിയഞ്ച്

(പിണറായിയിലെ ഒരു വായനശാലാഹാൾ. സഖാവ് കൃഷ്ണപിള്ള പ്രസംഗിച്ചുകൊണ്ടു നില്ക്കുന്നു. ചുറ്റും ധാരാളം പ്രവർത്തകരിരിക്കുന്നു.... ഒരു രഹസ്യസമ്മേളനത്തിന്റെ പ്രതീതി)

(അനൗൺസ്മെന്റ്)

1939 ഡിസംബർ. തലശ്ശേരിക്കടുത്ത പിണറായി എന്ന കൊച്ചുഗ്രാമത്തിലെ പാറപ്പുറം. കേരളത്തിന്റെ ചരിത്രം തിരുത്തിയ കമ്യൂണിസ്റ്റ് പാർട്ടിയുടെ രൂപീകരണത്തിനു സാക്ഷ്യം വഹിച്ചു. കേരളത്തിലെ ത്യാഗധനന്മാരായ തൊണ്ണൂറോളം നേതാക്കൾ അവിടെ ഒത്തുചേർന്നു. സഖാക്കൾ പി കൃഷ്ണപിള്ള ഇ എം എസ്, എ കെ ജി, കെ ദാമോദരൻ, എൻ സി ശേഖർ, കെ പി ആർ, സി എച്ച് കണാരൻ, എ വി കുഞ്ഞമ്പു, മൊയാരത്ത് ശങ്കരൻ, കേരളീയൻ, കെ പി ഗോപാലൻ, കുണ്ടാഞ്ചേരി.....

സഖാവ് : (പ്രസംഗത്തിന്റെ തുടർച്ച എന്ന നിലയിൽ) കോൺഗ്രസിന്റെയും കോൺഗ്രസ് സോഷ്യലിസ്റ്റ് പാർട്ടിയുടെയും നേതൃത്വങ്ങൾ ഇന്ത്യയുടെ സ്വാതന്ത്ര്യസമരത്തെ ശക്തിപ്പെടുത്തുന്നതിൽ പരാജയപ്പെട്ടിരിക്കുന്നു. ജനങ്ങളെ വഞ്ചിച്ചിരിക്കുന്നു. കേരളത്തിലൊരു കമ്യൂണിസ്റ്റ് പാർട്ടി സ്ഥാപിക്കേണ്ടത് ആവശ്യമായി വന്നിരിക്കുന്നു. യുദ്ധത്തിനെതിരാണെന്ന് കാണിച്ച് അധഃകൃതർക്ക് കാർഡയയ്ക്കണമെന്ന സമരതന്ത്രമാണ് സോഷ്യലിസ്റ്റ് പാർട്ടി സ്വീകരിച്ചിട്ടുള്ളത്. ഇതു സമരവുമല്ല, തന്ത്രവുമല്ല. കമ്യൂണിസ്റ്റ് പാർട്ടിക്ക് മാത്രമേ യുദ്ധത്തെ ഫലപ്രദമായി എതിർക്കാനുള്ള പരിപാടിയുള്ളു. നമ്മുടെ ഭാവി കമ്യൂണിസ്റ്റ് പാർട്ടിയുടെ കൂടെയാണ്. കൂടുതൽ കഷ്ടതകളും ത്യാഗങ്ങളും സഹിക്കാൻ നാം തയ്യാറാകണം. അതുകൊണ്ട് സഖാക്കളെ ഇതുവരെ കോൺഗ്രസ് സോഷ്യലിസ്റ്റ് പാർട്ടിക്കാരായിരുന്ന നമ്മൾ ഇന്നുമുതൽ കമ്യൂണിസ്റ്റ് പാർട്ടി ഓഫ് ഇന്ത്യയുടെ കേരളഘടകത്തിലെ അംഗങ്ങളാവുകയാണ്. കമ്യൂണിസ്റ്റാകുന്ന ഓരോ വ്യക്തിയും ഒരു പ്രതിജ്ഞ എടുക്കേണ്ടതുണ്ട്. ഞാനതു ചൊല്ലാം. നിങ്ങൾ ഏറ്റുചൊല്ലണം.

ഞാൻ കമ്യൂണിസ്റ്റാദർശത്തിനനനുസരിച്ച് ജീവിക്കാൻ ശ്രമിക്കുകയും തൊഴിലാളി വർഗ്ഗത്തെയും അദ്ധ്വാനിക്കുന്ന ബഹുജനങ്ങളെയും രാജ്യത്തെയും നിസ്വാർത്ഥമായി സേവിക്കുകയും എല്ലായ്പ്പോഴും പാർട്ടിയുടെയും ജനങ്ങളുടെയും താല്പര്യങ്ങളെ സ്വന്തം താല്പര്യങ്ങൾക്കുപരിയായി കണക്കാക്കുകയും ചെയ്യുന്നതാണ് എന്ന് എന്റെ ആത്മാഭിമാനത്തെ മുൻനിർത്തി പ്രതിജ്ഞ ചെയ്യുന്നു.

പ്രതിജ്ഞ....പ്രതിജ്ഞ.....പ്രതിജ്ഞ കമ്യൂണിസ്റ്റ് പാർട്ടി സിന്ദാബാദ്. ഇൻക്വിലാബ് സിന്ദാബാദ്. കമ്യൂണിസ്റ്റ് വിപ്ലവംകണ്ട് സാമ്രാജ്യത്വം കിടിലം കൊള്ളട്ടെ.

സഖാക്കളെ മുന്നോട്ട്

(ഓരോ സഖാവും രണ്ടു കൈകളിലുമായി ചെങ്കൊടികൾ ഉയർത്തിപ്പിടിപ്പിക്കുന്നു.)

(രംഗദീപം പൊലിയുന്നു)

ദൃശ്യം മുപ്പത്തിയാറ്

(സഖാവ് കയ്യൂരിൽ സ: അബുബക്കറുടെ ഉമ്മയുടെ വീട്ടിൽ)

ഉമ്മ : മോൻ ചിരുകണ്ടന്റെയും അപ്പൂന്റെയും. കുഞ്ഞമ്പുന്റേം ഒക്കെ കുടീപ്പോയിന?

സഖാവ് : ചിരുകണ്ടന്റെ വീട്ടിൽപോയി. അപ്പൂന്റെയും കുഞ്ഞമ്പുവിന്റെയും വീട്ടിൽക്കൂടി പോകണം.

ഉമ്മ : ചിരുകണ്ടനും അബുവും, ഞമ്മക്ക് എരട്ടപെറ്റ പോലെയാ....ഉമ്മാ ഉമ്മാ എന്നു വിളിച്ചുകൊണ്ട് ഓൻ എപ്പളു നോക്കിയാലും ഇവിടെ ഉണ്ടാകും.

സഖാവ് : ജയിലിലും അവർ അങ്ങനെതന്നെ. ഒരമ്മയുടെ മക്കളെ പ്പോലെ.

ഉമ്മ : പൊലീസിനു പിടികൊടുക്കാമ്പോകുവാണെന്നും പറഞ്ഞ് ഒരു പാതിരാക്ക് ഓര് രണ്ടുപേരുംകൂടി കുടീവന്ന്. കണ്ണും തലേം മാത്രമുണ്ട്. പട്ടിണികിടന്ന് അത്ര പരവേശമായിട്ടാ വന്നത്. ഉള്ള പയഞ്ചോറും പുയ്ക്കും ഞമ്മള് ഒരു പാത്രത്തീ വെളമ്പി രണ്ടു പേർക്കുംകൂടി കൊടുത്തു. ആർത്തിയോടെ അവർ അതു ബാരിത്തിന്നു *(വിതുമ്പികരഞ്ഞുകൊണ്ട്)* പിന്നെ ഞമ്മള് ഞമ്മളെ കുട്ട്യോളെ കണ്ടിട്ട്യേയില്ല. മോനെ, കയൂരിന്റെ ചൊണ ക്കുട്ടികളെ എനി തിരിച്ചുകിട്ട്യോ.

സഖാവ് : *(ദൃഢനിശ്ചയത്തോടെ)* കിട്ടിയേ മതിയാകൂ. നമ്മൾ കേസു നടത്താൻ നല്ല വക്കീലന്മാരെ ഏർപ്പാടാക്കിയി ട്ടുണ്ട്.

ഉമ്മ : പൊന്നു ബദരീങ്ങളെ ഓര് ഒരു കുറ്റോം ചെയ്തവ രല്ലേ.... ആ സുബ്ബയ്യൻ പൊലീസ് കള്ളും മോന്തി പൊയേച്ചാടി വെള്ളം കുടിച്ച് മയ്യത്തായതിന് മീസ മൊളക്കാത്ത എത്ര കുട്ടികളെയാ എം എസ് പിക്കാര് പിടിച്ചോണ്ടുപോയി തല്ലിച്ചതച്ചത്.

സഖാവ് : സാരമില്ലുമ്മ....ഇതിനൊക്കെ ഒരിക്കൽ അവർ മറുപടി പറയേണ്ടിവരും.

ഉമ്മ : മക്കൾക്കറിയോ?.... ഇബിടെ ഒരു കുടീം അവരൊഴി ച്ചിട്ടില്ല, സുബ്ബയ്യൻ പൊലീസ് മയ്യത്തായതിന്റെ പിറ്റേ ന്നുമുതൽ മലവെള്ളം പോലയാ പൊലീസ് വന്നുകേ റിയത്. ആണുങ്ങളെല്ലാം തൊട്ടടുത്തകരയിലേക്ക്

ഒഴിഞ്ഞുപോയി. കുടീ കുട്ടികളും പെണ്ണുങ്ങളും മാത്രം.

സഖാവ് : അവർ നടത്തിയ ഭീകരവാഴ്ച ശരിക്കും ഞങ്ങളറിഞ്ഞു.

ഉമ്മ : ഇവിടുത്തെ പെങ്കുട്ട്യോളെ അവരു പെടുത്തിയ പാട്. അമ്മയും പെങ്ങളുമുള്ള മനുസ്സേരു ചെയ്യാനറയ്ക്കുന്ന തെല്ലാം അവർ ചെയ്തു. ആ ശൈത്താന്റെ സന്തതികൾ വയസ്സികളെപ്പോലും വെറുതെ വിട്ടില്ല. എന്തൊക്കെ ശെയ്തൂന്നു ഞമ്മക്കറില്ലേ.... അതുകണ്ട് സഹിക്കാൻ വയ്യാഞ്ഞാണ് ഞമ്മളെ കുട്ട്യോള് പൊലീസി പിടികൊടുത്തത്.

സഖാവ് : ഇനി അതൊന്നും ഓർത്തു വിഷമിക്കണ്ട. അബുവും, അപ്പുവും ചിരുകണ്ടനുമൊക്കെ നമ്മുടെ നാട്ടിനു വേണ്ടിയാണുമ്മാ ഇന്നു ജയിലിൽ കിടക്കുന്നത്. അതൊക്കെ നാട്ടുകാർകാണുന്നുണ്ട്. അവർ വെറുതെയിരിക്കില്ല. ഈ നരവേട്ടക്കാരെ ജനങ്ങൾ പിടിച്ചു നിർത്തുന്നകാലം അധികം ദൂരെയല്ല.

ഉമ്മ : എന്തു ചെയ്തും നമ്മുടെ കുട്ടികളെ രക്ഷിക്കണം. ആ ചെറുബാല്യക്കാരൻ കൃഷ്ണന്റെ കാര്യമോർത്ത് ഓന്റെമ്മ ഇപ്പളും ഉറങ്ങുന്നില്ല.

സഖാവ് : ഞാനവിടെയും പോകുന്നുണ്ട്. ഉമ്മ ഒന്നുകൊണ്ടും വിഷമിക്കരുത്. എന്തുവന്നാലും ഉമ്മയ്ക്ക് ഞങ്ങളുണ്ട്.... *(പോകാൻ തുടങ്ങുന്നു)*

ഉമ്മ : മോനേ, *(കരയാൻ തുടങ്ങുന്നു)*

സഖാവ് : അബൂബക്കർ വിപ്ലവകാരിയാണ്. വിപ്ലവകാരിയുടെ ഉമ്മ കരയാൻ പാടില്ല. ഉമ്മ കരയുമോ...?

ഉമ്മ : *(കണ്ണീർ തുടച്ചുകൊണ്ട്)* ഞമ്മ കരയത്തില്ല. മോൻപോയി ബാ.

സഖാവ് : നമുക്ക് വീണ്ടും കാണാം.

(രംഗദീപം പൊലിയുന്നു)

ദൃശ്യം മുപ്പത്തിയേഴ്

(ഒരു തെരുവീഥി. തലയിൽ കെട്ടി കൈയിൽ കുറുവടിയുമായി രണ്ടു ഗുണ്ടകൾ പാത്തും പതുങ്ങിയും നടക്കുന്നു)

ഒന്നാം ഗുണ്ട : തനിക്ക് ആളെ കണ്ടാലറിയുമോ?

രണ്ടാം ഗുണ്ട : അറിയാം, എനിക്കറിയാം ഞാൻ കാണിച്ചു തരാം.

(ദൂരെ നോക്കിക്കൊണ്ട് ചൂണ്ടിക്കാണിക്കുന്നു)

അതാ വരുന്നുണ്ട്

ഒന്നാം ഗുണ്ട : കൂടെ ആളുണ്ടെന്നുതോന്നുന്നു.

രണ്ടാം ഗുണ്ട: സാരമില്ല. ആളുകളൊഴിയുന്നതുവരെ നമുക്കിവിടെ കാത്തിരിക്കാം. *(മറയുന്നു)*

(കൃഷ്ണപിള്ളയും മൂന്നുനാല് തൊഴിലാളികളുംകൂടി വരുന്നു)

സഖാവ് : ഇനി നിങ്ങൾ പൊയ്ക്കൊള്ളു.

തൊഴിലാളി : സഖാവേ, സൂക്ഷിക്കണം. ഇവിടെയൊക്കെ അറോന്റെ ഗുണ്ടകളുണ്ട്.

സഖാവ് : സാരമില്ല. നിങ്ങൾ പൊയ്ക്കോളൂ....

(തൊഴിലാളികൾ പോകുന്നു)

ഒന്നാം ഗുണ്ട : നില്ക്കവിടെ, നീയാണോ സഖാവ് കൃഷ്ണപിള്ള?

സഖാവ് : അതെ, നിങ്ങൾക്കെന്തുവേണം?

ഒന്നാംഗുണ്ട : നീ ഗാന്ധിയെ ചീത്തപറയുമോ....?

സഖാവ് : ഓഹോ, ഗാന്ധിയെ രക്ഷിക്കാൻ വന്നതാണോ? നിങ്ങൾക്കെന്തുവേണം?

ഗുണ്ട : മേലാൽ നിന്നെ ഇവിടെ കണ്ടുപോകരുത്.

സഖാവ് : നീയാരാടാ, പട്ടി, അതു പറയാൻ?

(രണ്ടാം ഗുണ്ട പിന്നിൽനിന്നും കുറുവടികൊണ്ട് തലയ്ക്കടിക്കുന്നു. സഖാവ് പിന്നിലേക്ക് ചായുന്നു. വീണ്ടും അടിക്കാൻ ഓങ്ങുമ്പോൾ തൊഴിലാളികൾ ഓടിനെടാ പട്ടികളെ എന്നു വിളിച്ചുകൊണ്ട് ഓടി വരുന്നു. ഗുണ്ടകൾ ഇരുട്ടിൽ ഓടി മറയുന്നു)

തൊഴിലാളി : സഖാവേ.....സഖാവേ......

സഖാവ് : സാരമില്ല. ഇങ്ങനെയൊക്കെ ഇല്ലെങ്കിൽ പിന്നെന്തു ജീവിതം?

തൊഴിലാളി : ഇനി ഞങ്ങൾക്കൂടി വരാം.

(രംഗദീപം പൊലിയുന്നു)

ദൃശ്യം മുപ്പത്തിയെട്ട്

(കാവുമ്പായി സമരക്യാമ്പിൽ സഖാവും എ കുഞ്ഞിക്കണ്ണനും)

സഖാവ് : നിങ്ങൾ എത്ര വാളണ്ടിയർമാർക്ക് പരിശീലനം നല്കുന്നുണ്ട്?

കുഞ്ഞിക്കണ്ണൻ: നാല് ബാച്ച് പരിശീലനം നേടിക്കഴിഞ്ഞു. നാല് ബാച്ചിലും കൂടി നൂറു പേരുണ്ട്. ഇപ്പോൾ അഞ്ചാമത്തെ ബാച്ചിന്റെ പരിശീലനം നടക്കുകയാണ്.

(പിന്നരങ്ങിലൂടെ ഒരു സംഘം മാർച്ച് ചെയ്തു പോകുന്നു)

സഖാവ് : കുഞ്ഞിക്കണ്ണൻ, ഇവിടെ ജന്മിയുടെ സ്ഥിതി എങ്ങനെ?

കുഞ്ഞിക്കണ്ണൻ: സഹിക്കവയ്യ. ദിവസവും കള്ളക്കേസാണ്. പാവപ്പെട്ട പലരേയും പിടിച്ചുകൊണ്ടുപോയി എം എസ് പി ക്കാർ മൃഗീയമായി തല്ലുന്നു.

സഖാവ് : നിങ്ങൾക്ക് ചെറുക്കാൻ പറ്റുന്നില്ല?

കുഞ്ഞിക്കണ്ണൻ: ജന്മിയോട് സങ്കടം പറഞ്ഞാൽ രക്ഷ കിട്ടുമെന്ന് കരുതുന്ന പാവങ്ങളാ അധികവും തല്ലുകൊള്ളുന്നത്. നമ്മുടെ സംഘത്തിൽപ്പെട്ട ആരെയും പൊലീസ് അന്വേഷിച്ചുവന്നാൽ അയയ്ക്കുന്നില്ല.

സഖാവ് : അപ്പോൾ ഒരേറ്റുമുട്ടൽ ആസന്നമാണെന്നർത്ഥം.

കുഞ്ഞിക്കണ്ണൻ: അതെ, ഒരു ഏറ്റുമുട്ടൽ ഏതു നിമിഷവും സംഭവിക്കാം.

സഖാവ് : പിടിച്ചു നില്ക്കാനാകുമോ...?

കുഞ്ഞിക്കണ്ണൻ: സഖാവേ, മറ്റെങ്ങുമില്ലാത്ത ഒരു സൗകര്യം ഞങ്ങൾക്കുണ്ട്. ഞങ്ങൾക്കു ജന്മിമാർ തന്നെ നാടൻ തോക്കുകൾ തന്നിട്ടുണ്ട്. പന്നിയെയും നരിയെയും വെടിവെക്കാനാണ്. അങ്ങനെ പത്തമ്പതു തോക്കുകൾ ഞങ്ങളുടെ കൈവശം ഉണ്ട്.

സഖാവ് : വളരെ നല്ലത്. സ്വയരക്ഷയ്ക്കാവാം. അക്രമത്തിനുപയോഗിക്കരുത്.

(പിന്നരങ്ങിലൂടെ ഒരു സംഘം റൈഫിളുമായി മാർച്ച് ചെയ്തു വരുന്നു.)

കുഞ്ഞിക്കണ്ണൻ: ഹാൾട്ട്, സഖാവ്,

ക്യാപ്റ്റൻ : റെഡ് സല്യൂട്ട്, *(മാർച്ച് ചെയ്യുന്നവർ സല്യൂട്ട് ചെയ്യുന്നു)*

കുഞ്ഞിക്കണ്ണൻ: ഏതായാലും ഞങ്ങൾ റൈഫിൾ പരിശീലനവും നടത്തുന്നുണ്ട്.

(രംഗദീപം പൊലിയുന്നു)

ദൃശ്യം മുപ്പത്തിയൊൻപത്

(ഒരു ഷെൽട്ടറിൽ സഖാവ് ആരെയോ പ്രതീക്ഷിച്ചു നില്ക്കുന്നു. അല്പനേരം കഴിഞ്ഞ് സാമാന്യം നല്ല രീതിയിൽ വസ്ത്രം ധരിച്ച സുമുഖനായ ഒരു ചെറുപ്പക്കാരൻ കടന്നു വരുന്നു.)

സുരേന്ദ്രൻ : ലാൽസലാം *(സഖാവ് ഒന്നും മിണ്ടുന്നില്ല)*

സുരേന്ദ്രൻ : സഖാവ് എന്നെ തെറ്റിദ്ധരിച്ചിരിക്കുന്നു. ങാ; അല്ലെങ്കിലും നേതാക്കന്മാർക്ക് നുണ പറയുന്നവരോടാണല്ലോ....?

സഖാവ് : *(ചിരിച്ചുകൊണ്ട്)* സുരേന്ദ്രാ, കുറച്ചുകൂടി ആലോചിച്ച് സംസാരിക്കൂ.

സുരേന്ദ്രൻ : എനിക്കെന്താലോചിക്കാൻ.

സഖാവ് : ഒന്നുമില്ല, അല്ലേ? താൻ കാണിച്ചതെല്ലാം ശരിയാണെന്നോ?

സുരേന്ദ്രൻ : സഖാവെ, അതൊക്കെ എന്നോടുള്ള അസൂയയാ. ഞാൻ കോളേജിൽ പഠിച്ച് ഡിഗ്രി എടുത്തുപോയി. അതുകൊണ്ട് ഞാൻ ബൂർഷ്വാ ആണത്രേ.

സഖാവ് : നീ കോളേജിൽ പഠിച്ചതുകൊണ്ട് ബൂർഷ്വാ ആണെന്ന് ആരു പറഞ്ഞു?

സുരേന്ദ്രൻ : പിന്നെ ഞാനൊരു പെണ്ണിനെ സ്നേഹിച്ചതാണോ കുറ്റം?

സഖാവ് : എന്നാരെങ്കിലും പറഞ്ഞോ ...?

സുരേന്ദ്രൻ : പിന്നെ എന്തിനെന്നെ യൂണിയൻ സെക്രട്ടറിസ്ഥാനത്തു നിന്നും മാറ്റി?

സഖാവ് : തന്നെ അതിനു കൊള്ളാത്തതുകൊണ്ട്.

സുരേന്ദ്രൻ : ആരു പറഞ്ഞു?

സഖാവ് : കൂടെ പ്രവർത്തിക്കുന്നവർ. താനെന്തിനാ കമ്മറ്റിയിൽ നിന്നൊഴിഞ്ഞത്?

സുരേന്ദ്രൻ : ഞാൻ സെക്രട്ടറിയാകാൻ കൊള്ളില്ലെങ്കിൽ പിന്നെന്തിനു കമ്മിറ്റിയിൽ ഇരിക്കണം?

സഖാവ് : അത് പാർട്ടിതീരുമാനമാണെന്ന് അറിഞ്ഞുകൂടേ?

സുരേന്ദ്രൻ : അങ്ങനെ പാർട്ടി, പാർട്ടി എന്നു പറഞ്ഞ് എന്തും അടിച്ചേല്പിക്കാൻ നോക്കണ്ട.

സഖാവ് : അപ്പോൾ താൻ പാർട്ടിക്കും അതീതനാണോ?

സുരേന്ദ്രൻ : ചില കാര്യങ്ങളിൽ എനിക്ക് എന്റെ വ്യക്തിത്വം നോക്കണം.

സഖാവ് : എടോ, ഒരു പാർട്ടിസഖാവിന് ഒരിക്കലും പാർട്ടിയേക്കാൾ വലിയ വ്യക്തിത്വം വേണ്ട. പാർട്ടി കമ്മറ്റിയിലുള്ളവരും മനുഷ്യരാ. ചിലപ്പോൾ അവർക്കും തെറ്റുപറ്റാം. ആദ്യം അനുസരിക്കണം. എന്നിട്ട് തെറ്റുണ്ടെങ്കിൽ ബോദ്ധ്യപ്പെടുത്തി തിരുത്താൻ ശ്രമിക്കണം.

സുരേന്ദ്രൻ : ഞാനങ്ങ് ഒഴിഞ്ഞുനില്ക്കാം. പിന്നെ എന്റെ ശല്യമില്ലല്ലോ.

സഖാവ് : എടോ, ഇത് ഭീരുക്കളുടെയും തൻപ്രമാണിമാരുടെയും സിദ്ധാന്തമാണ്. നിർണ്ണായകമായ ഒരു ഘട്ടത്തിൽ പാർട്ടി ബഹുജനസമരത്തിന്റെ മുന്നിൽ നില്ക്കുമ്പോൾ ഒളിച്ചോടുന്നത് ഭീരുത്വമാണ്. അതല്ല, അറിഞ്ഞുകൊണ്ടാണെങ്കിൽ അത് വഞ്ചനയാണ്.

സുരേന്ദ്രൻ : *(ഇടറുന്ന കണ്ഠത്തോടെ)* ഞാനെന്തു ചെയ്യണമെന്നാണ് സഖാവ് പറയുന്നത്?

സഖാവ് : താൻ തന്റെ പാർട്ടി കമ്മിറ്റിയിൽ പങ്കെടുത്ത് തന്റെ തെറ്റ് ഏറ്റുപറയണം. സ്റ്റാലിൻ പറയാറുള്ളതുപോലെ തെറ്റു പറ്റാത്തവർ ഒരു കൂട്ടരേയുള്ളൂ. ഒന്നും ചെയ്യാത്തവർ.

സുരേന്ദ്രൻ : എന്നെ അവർ അംഗീകരിച്ചില്ലെങ്കിലോ?

സഖാവ് : എങ്കിൽ അത് പാർട്ടിഘടകമായിരിക്കില്ല. എടോ, പാർട്ടി എല്ലാം പൊറുക്കുന്ന ഒരമ്മയാണെടോ. പക്ഷേ ഒന്നുണ്ട്, സുരേന്ദ്രാ. കമ്യൂണിസ്റ്റുകാരായ നമുക്ക് എന്തു തന്നെ ആദർശമുണ്ടെങ്കിലും നമ്മൾ ഇന്നു ജീവിക്കുന്നത് മുതലാളിത്തസമുദായത്തിലാണ്. ഇതിൽനിന്ന് രക്ഷപ്പെടാൻ സാദ്ധ്യമല്ല. പണത്തിനുള്ള ദുര ഈ പരിതഃസ്ഥിതിയിൽ നിന്നും നമുക്കു കിട്ടുന്ന ഒരു സ്വഭാവദൂഷ്യമാണ്. ഇത് നമ്മുടെ പ്രവർത്തനരീതിയെത്തന്നെ എന്നെന്നേക്കുമായി നശിപ്പിക്കുന്നു. അധികാരമോഹം; അതിൽ നിന്നും രക്ഷകിട്ടാനാണ് അധികം ഞെരുക്കം. പക്ഷേ, പണത്തിനുള്ള ദുരയും അധികാരഭ്രമവും തമ്മിൽ യാതൊരു വ്യത്യാസവുമില്ല. രണ്ടും ഒരേ പരിതഃസ്ഥിതിയിൽ ഇന്നത്തെ സമുദായത്തിൽ നിന്നുളവായ ദൂഷ്യങ്ങളാണ്.

സുരേന്ദ്രൻ : സഖാവേ, എന്നോട് ക്ഷമിക്കണം. ഇനി ഒരിക്കലും എന്നിൽ നിന്നും ഇത്തരം ചാപല്യങ്ങൾ ഉണ്ടാവില്ല.

എനിക്കൊരു നല്ല കമ്യൂണിസ്റ്റാകണം. ഞാനതിനു ശ്രമിക്കും.

സഖാവ് : *(ചിരിച്ചുകൊണ്ട്)* ശരി ശ്രമിക്കൂ.

(രംഗദീപം പൊലിയുന്നു)

ദൃശ്യം നാല്പത്

(വയലാറിലെ ഒരു ക്യാമ്പ്. രണ്ടു വാളണ്ടിയർമാർ കൈയിൽ വാരിക്കുന്തവുമായി സ്റ്റേജിന്റെ ഒരറ്റത്തു നിന്നും മറ്റേ അറ്റം വരെ നടക്കുന്നു. ഇതിനിടയിൽ ദൂരെനിന്നും ആരെങ്കിലും വരുന്നുണ്ടോ എന്നു നോക്കുന്നു)

ഒന്നാം വാളണ്ടിയർ : ആരോ ഒരാൾ വരുന്നുണ്ട്. വല്ല ഒറ്റുകാരനുമാകുമോ?

രണ്ടാം വാളണ്ടിയർ : വയലാർ ക്യാമ്പിലേക്കോ. അതിനു തന്റേടമുള്ളവനാരുണ്ട്?

ഒന്നാമൻ : ജീവനിൽ ഭയമില്ലാത്ത ഒറ്റുകാരനോ ...?

രണ്ടാമൻ : കൂലിപ്പട്ടാളത്തിനു കൂലികിട്ടിയാൽ മതി. ജീവൻ കളയാൻ അവൻ തയ്യാറാകില്ല.

ഒന്നാമൻ : കേന്ദ്രകമ്മറ്റി ആഫീസിൽ നിന്നു വരുന്ന ആളാവും.

രണ്ടാമൻ : സഖാവാണല്ലോ സാധാരണ വരാറ്.

ഒന്നാമൻ : ചേലായി പൊലീസ് നിലത്തു മുഴുവൻ വലവിരിച്ചിരിക്കയാ.

രണ്ടാമൻ : വലവിരിച്ചാലെന്താ പുള്ളിക്കാരൻ ഇവിടെയൊക്കെതന്നെയുണ്ടാവും. തോളിൽതട്ടി 'എന്താ പദ്മനാഭാ, സുഖമല്ലേ' എന്നു ചോദിക്കുമ്പോഴേ നമ്മളറിയൂ ...

ഒന്നാമൻ : ആ ചിരി ഒരു പ്രത്യേകത തന്നെ

രണ്ടാമൻ : എടോ ഇങ്ങെത്തിയല്ലോ?

ഒന്നാമൻ : കണ്ടിട്ടു പരിചയമില്ല.

രണ്ടാമൻ : *(ആഗതനെ നോക്കി)* സ്റ്റോപ്പ്. ഹു ഗോസ് ദേർ. ഫ്രെണ്ട് ഓർ ഫോ ...?

ആഗതൻ : കോമ്രേഡ്. *(പദ്മനാഭന്റെ തോളിൽ തട്ടിക്കൊണ്ട്)* എന്താ പദ്മനാഭാ സുഖമാണോ?

(കൃഷ്ണപിള്ള ക്യാമ്പിനകത്തേക്കു പോകുന്നു)

(വാരിക്കുന്തം മാറ്റിക്കൊടുക്കുന്നു)

രണ്ടാമൻ : *(അത്ഭുതത്തോടെ)* സഖാവ്

(രംഗദീപം പൊലിയുന്നു)

ദൃശ്യം നാല്പത്തിയൊന്ന്

വയലാർ ക്യാമ്പിൽ.
വാളണ്ടിയർ മാർച്ച്
വാരിക്കുന്തവുമായുള്ള പരിശീലനം

(രംഗദീപം പൊലിയുന്നു)

(പശ്ചാത്തലത്തിൽ അനൗൺസ്മെന്റ്)

ജോലിക്കും കൂലിക്കും ഭക്ഷണത്തിനും ഉത്തരവാദഭരണത്തിനും വേണ്ടി സംഘടിക്കുകയും മുദ്രാവാക്യം വിളിക്കുകയും ചെയ്ത കുറ്റത്തിന്. അമ്പലപ്പുഴ ചേർത്തലത്താലൂക്കിലെ പണിയെടുക്കുന്ന പാവപ്പെട്ട മനുഷ്യന് ഏകാധിപതിയായ തിരുവിതാംകൂർ ദിവാൻ സർ സി പി എല്ലാ അവകാശങ്ങളും നിഷേധിച്ചിരിക്കുന്നു. നമ്മുടെ അമ്മ പെങ്ങമ്മാരെ കുടിലുകളിൽ കയറി സി പി യുടെ അഞ്ചു രൂപാ പൊലീസും പട്ടാളവും അപമാനിക്കുന്നു. പാവപ്പെട്ട നൂറുകണക്കിന് തൊഴിലാളികളെ പിരിച്ചുവിടുകയും ലോക്കപ്പിലിട്ട് തല്ലിച്ചതയ്ക്കുകയും ചെയ്യുന്നു. അമ്പലപ്പുഴ ചേർത്തലതാലൂക്കിലെ സംഘടിത തൊഴിലാളിവർഗ്ഗം അമേരിക്കൻ മോഡലിനെതിരായും ഉത്തരവാദഭരണത്തിനു വേണ്ടിയും ഇതാ മാർച്ച് ചെയ്യുന്നു. പുന്നപ്ര പൊലീസ് ക്യാമ്പ് പിരിച്ചുവിടുവിക്കാനുള്ള ഈ മാർച്ചിൽ പങ്കെടുക്കുന്ന ഓരോ സഖാവും മരണംവരെ പിന്തിരിയുകയില്ല എന്ന് പ്രതിജ്ഞ ചെയ്തുകൊണ്ട് ഇതാ മുന്നേറുന്നു.

ദൃശ്യം നാല്പത്തിരണ്ട്

(കൈയിൽ വാരിക്കുന്തവുമായി അടങ്ങാത്ത രോഷത്തോടെ വളണ്ടിയർമാർ പുന്നപ്ര ലക്ഷ്യമാക്കി നീങ്ങുന്നു. കുറച്ചു കഴിഞ്ഞ് "വെട്ടെടാ അവന്റെ കഴുത്ത്" എന്നു പറയുന്നു. തുടർന്ന് "ഫയർ" എന്ന ശബ്ദവും വെടിശബ്ദവും. 'അയ്യോ അമ്മേ' തുടങ്ങിയ ആർത്തനാദവും അവസാനം കുറെ വളണ്ടിയർമാർ വെടികൊണ്ട്

രംഗത്ത് വന്നുവീഴുന്നു. വെടിയേറ്റു വീണവരിൽ മൂന്നുപേർ ഇഴഞ്ഞ് നടുവിൽ എത്തി കിടന്ന കിടപ്പിൽതന്നെ മൂന്നുപേരും ഒരുമിച്ച് കൈകൾ ഉയർത്തി "ഇൻക്വിലാബ് സിന്ദാബാദ്, കമ്യൂണിസ്റ്റ് പാർട്ടി സിന്ദാബാദ്" എന്ന് വിളിച്ചുപറയുന്നു)

(രംഗദീപം പൊലിയുന്നു)

പശ്ചാത്തലത്തിൽ

ഉരുക്കും മനുഷ്യമാംസവും തമ്മിലേറ്റു മുട്ടിയ ഐതിഹാസികമായ പുന്നപ്രവയലാർ സമരത്തെ തുടർന്നു ശ്മശാനമൂകമാകപ്പെട്ട അമ്പലപ്പുഴ ചേർത്തല താലൂക്കുകളിൽ സർ സി പി യുടെ പട്ടാള പീരങ്കികളുടെ മുഖത്തു ചവിട്ടിക്കൊണ്ട് ആശയുടെയും ആവേശത്തിന്റെയും കൊടുങ്കാറ്റുയർത്തി സഖാവ് കൃഷ്ണപിള്ള പാഞ്ഞെത്തി കാരിരുമ്പഴിക്കുള്ളിൽ കൊല്ലാകൊലയ്ക്ക് വിധേയനായി മരണത്തെ മുഖാമുഖം കണ്ടുകൊണ്ട് നിമിഷങ്ങൾ എണ്ണിയെണ്ണി കഴിയുന്നു. പുന്നപ്ര സമരസേനാനി സ: വി എസ് അച്യുതാനന്ദൻ, വയലാർ സ്റ്റാലിൻ, സി കെ കുമാരപ്പണിക്കർ തുടങ്ങിയ എണ്ണമറ്റ നേതാക്കൾക്കും വീർപ്പടക്കി നിന്ന കുടിലുകൾക്കും പുതുജീവൻ നല്കിക്കൊണ്ട് ആ കൊടുങ്കാറ്റ് കേരളമാകെ ചുറ്റിയടിച്ചു, ആ വിപ്ലവ കൊടുങ്കാറ്റിൽ അധികാരമോഹിയും കിരാതവുമായ സർ സി പി യുടെ സിംഹാസനവും സ്വേച്ഛാധികാരദുർഗ്ഗവും മണൽക്കോട്ട പോലെ തകർന്നടിഞ്ഞു. ആലപ്പുഴയിലെ തൊഴിലാളിവർഗ്ഗവും അതിന്റെ മുന്നണിപ്പടയാളിയായ കമ്യൂണിസ്റ്റ് പാർട്ടിയും തിരുവിതാംകൂറിന്റെ പൂമുഖത്ത് സ്വന്തം ചോരകൊണ്ട് നെയ്തെടുത്ത രാഷ്ട്രീയസ്വാതന്ത്ര്യത്തിന്റെ കർമ്മപതാക വലിച്ചുയർത്തി.

ദൃശ്യം നാല്പത്തിമൂന്ന്

(ഒരു ഷെൽട്ടർ. സമയം രാത്രി. അരണ്ടവെളിച്ചത്തിൽ ഇ എം എസ് എന്തോ വായിച്ചിരിക്കുന്നു-വായിച്ച് നോട്ട് കുറിക്കുന്നു. ചില പുസ്തകങ്ങൾ മറിച്ചുനോക്കുന്നു. പെട്ടെന്ന് വാച്ച് നോക്കുന്നു. എന്നിട്ട് പുറത്തേക്ക് നോക്കുന്നു. നിമിഷങ്ങൾക്കകം ഒരു കാലൊച്ച. കൃഷ്ണപിള്ള കടന്നുവരുന്നു.)

ഇ എം : ങാ ... ഇരിക്ക്യാ ... ഇരിക്ക്യാ...

കൃഷ്ണപിള്ള : എപ്പോ എത്തി?

ഇ എം : ഇന്നലെത്തന്നെ എത്തിയിരിക്കുന്നു.

കൃഷ്ണപിള്ള : എന്തൊക്കെയാണ് സംഭവവികാസങ്ങൾ? സി സി യുടെ സർക്കുലർ കിട്ടി. നമ്മുടെ ചെറുത്തുനില്പിന് ശക്തിപോരെന്നു തോന്നുന്നു അല്ലേ?

ഇ എം : ബോംബെയിലും കൽക്കത്തയിലുമൊക്കെ കമ്യൂണിസ്റ്റ് വേട്ടയാണ്.

കൃഷ്ണപിള്ള : ഇവിടെയും സ്ഥിതി ഒട്ടും മോശമല്ല. കണ്ണൂരിൽ നമ്മുടെ ചില സഖാക്കളെ കസ്റ്റഡിയിലെടുത്തു.

ഇ എം : സി എച്ച് ...

കൃഷ്ണപിള്ള : പുറത്തുണ്ട്. കെ സി യും എമ്മെന്നും സഖാവിനെ കാണാനെത്തും.

ഇ എം : ഇന്നോ ...?

കൃഷ്ണപിള്ള : അല്ല, നാളെ രാത്രി.

ഇ എം : ശരി. എ കെ ജി ജയിലിൽ നിരാഹാരമാണല്ലേ?

കൃഷ്ണപിള്ള : അതെ. എ കെ ജി യെ വിടുവിക്കാൻ പുറത്തു പലതും നടക്കുന്നുണ്ട്.

ഇ എം : അതു നന്നായി

കൃഷ്ണപിള്ള : പാർട്ടി സഖാക്കൾ ചിന്താക്കുഴപ്പത്തിലാണ്. ഒരു സ്റ്റഡി ക്ലാസ് അറേഞ്ച് ചെയ്തിട്ടുണ്ട്. സഖാവ് അത് മീറ്റു ചെയ്യണം. കൽക്കത്തതിസീസിന്റെ പേരിൽ നമ്മെ ജന ങ്ങളിൽ നിന്ന് ഒറ്റപ്പെടുത്താനാണ് കോൺഗ്രസിന്റെ പരിപാടി. അത് നമുക്ക് പൊളിക്കണം.

ഇ എം : നോക്കാം

കൃഷ്ണപിള്ള : ഞാനിറങ്ങട്ടെ, തോണി ഏർപ്പാടാക്കിയിട്ടുണ്ട്. നാളെ കൊച്ചിയിലെത്തണം.

ഇ എം : സഖാവേ, സൂക്ഷിക്കണം. നിങ്ങളുടെ ജീവൻ പാർട്ടി ക്കും ജനങ്ങൾക്കും വിലപ്പെട്ടതാണ്. ഈ യാത്ര യൊക്കെ ഒന്നു പരിമിതപ്പെടുത്തണം.

കൃഷ്ണപിള്ള : സാരമില്ല ...ഞാനല്ലേ? എന്നെയാര് തിരിച്ചറിയാൻ, എനിക്കൊന്നും പറ്റില്ല. പോട്ടെ. ലാൽസലാം ...

ഇ എം : ലാൽസലാം ...

(കൃഷ്ണപിള്ള പോകുന്നു)

(രംഗദീപം പൊലിയുന്നു)

ദൃശ്യം നാല്പത്തിനാല്

(രാഗം മുഹമ്മയിലെ കണ്ണർക്കാട്ട് ചെല്ലിക്കണ്ടത്തിലെ നാണുവിന്റെ കുടിൽ)

(സഖാവ് എന്തോ ധൃതിയിൽ എഴുതുന്നു. എഴുതിയത് വെട്ടുന്നു. പിന്നെയും എഴുതുന്നു. വൃദ്ധയായ ഒരു അമ്മ ചട്ടിയിൽ ചക്കരക്കാപ്പിയുമായി വരുന്നു)

അമ്മ : മോനെ...മോൻ വളരെ ക്ഷീണിച്ചല്ലോ. വന്ന ദിവസം മുതൽ എഴുത്താണല്ലോ... ഈ കാപ്പി കുടിക്കൂ...

(കാപ്പിവാങ്ങി കുടിക്കുന്നു)

അമ്മ : ഇത്രയ്ക്കും വേണ്ടി എഴുതാനെന്താ...?

സഖാവ് : ഒരുപാട് കാര്യമുണ്ടമ്മേ...സംസ്ഥാന കമ്മിറ്റിക്കുള്ള റിപ്പോർട്ടാ...

അമ്മ : സ്വാതന്ത്ര്യം കിട്ടീന്നാ ആളുകളൊക്കെ പറയുന്നത്. എന്നിട്ടും അതിനുവേണ്ടി പണിയെടുക്കുകയും അടി കൊള്ളുകയും ചെയ്ത മക്കളെപ്പോലുള്ളവർക്ക് ഇപ്പോഴും നാട്ടിലിറങ്ങിക്കൂടാ...

സഖാവ് : സാരമില്ല... ബ്രിട്ടീഷുകാർ പരാജയപ്പെട്ടിടത്ത് കോൺഗ്രസുകാർ എത്രകാലം...

അമ്മ : *(ചട്ടിയെടുത്തുകൊണ്ടുപോകുന്നു)* മോന്റെ പണി ഞാൻ മുടക്കില്ല.

(സഖാവ് വീണ്ടും എഴുതാനാരംഭിക്കുന്നു. അമ്മ വീണ്ടും പ്രവേശിക്കുന്നു)

അമ്മ : നമ്മുടെ വാസു വന്നു നില്ക്കുന്നു. വരാൻ പറയട്ടെ...

സഖാവ് : ങാ... വാസു വന്നോട്ടെ.

(എഴുത്തു തുടരുന്നു. വാസു വന്നുനില്ക്കുന്നു.)

വാസു : സഖാവേ, അടുത്ത ഷെൽട്ടറിലേക്കുള്ള എല്ലാ ഏർപ്പാടുകളും ശരിയാക്കിയിട്ടുണ്ട്. സഖാവിനെ അങ്ങോട്ട് നയിക്കാനുള്ള ഉത്തരവാദിത്വം എനിക്കാണ്.

സഖാവ് : പരിപാടി അനുസരിച്ച് ഇന്നു ഞാൻ ഇവിടുന്നു പോകണ്ടതാണ്. കുമാരനോടു പറയൂ... ഇന്ന് ഞാൻ വരുന്നില്ലെന്ന്. പിന്നെ ഒരു പത്തുരൂപയും സ്റ്റാലിന്റെ കലക്ട

ഡ്വർക്സും ഉടനെ എനിക്ക് എത്തിക്കാൻ പറയണം.

വാസു : എന്നാൽ, ഞാൻ... *(കൈയുയർത്തി അഭിവാദ്യം ചെയ്യുന്നു.)*

(വീണ്ടും എഴുത്ത് തുടരുന്നു. എഴുതിയ റിപ്പോർട്ടുകടലാസുകൾ അടുക്കിവെച്ച് പതിഞ്ഞ ശബ്ദത്തിൽ വായിക്കുന്നു. വായനയുടെ ഒരു ഘട്ടത്തിൽ ശബ്ദം മെല്ലെ ഉയരുന്നു;)

ബഹുജന സംഘടനകളില്ലാതെ ബൂർഷ്വാ പാർട്ടികൾക്ക് വളരാം. എന്നാൽ, ബഹുജന സംഘടനകൾ വളർത്തിക്കൊണ്ടല്ലാതെ കമ്യൂണിസ്റ്റ് പാർട്ടിക്ക് വളരാനാവില്ല

(പെട്ടെന്ന്, കൈയിൽ എന്തോ കടിച്ചതുപോലെ കൈ വലിച്ചുകുടയുന്നു. ഒരു മൂർഖൻ പാമ്പ്.ദുരെ ചെന്ന് വീഴുന്നു. അതുകണ്ട് ഒന്നുഞെട്ടി. എന്നിട്ട് സ്വയം ശാന്തമാകാൻ ശ്രമിച്ചു. പക്ഷേ, കടുത്ത തരിപ്പ്. അദ്ദേഹം അമ്മേ.....എന്ന് നീട്ടി വിളിച്ചു. ആ ശബ്ദത്തിന്റെ ചിലമ്പൽകേട്ട് അമ്മ ഓടി എത്തുന്നു.)

അമ്മ : എന്താ മക്കളേ.

സഖാവ് : *(കടുത്ത വേദനയിലും പുഞ്ചിരിക്കാൻ ശ്രമിച്ച്)* എന്നെ ഒരു ചേര കടിച്ചു.

അമ്മ : ചേരയോ...എവിടെ...?

(അമ്മ പുറത്തേക്കു നോക്കുന്നു. പത്തിവിടർത്തി ആടി പോകുന്ന പാമ്പിനെകണ്ട പ്രതീതി)

അമ്മ : അയ്യോ, അതു ചേരയല്ല മക്കളെ, മൂർഖനാ... എന്റെ മക്കളെ പാമ്പുകടിച്ചേ ഒന്നു ഓടിവരണേ. *(നിലവിളിച്ചു കൊണ്ട് അമ്മ പുറത്തേക്കോടുന്നു.)*

സഖാവ് : *(എഴുതിക്കൊണ്ടിരുന്ന കടലാസിൽ വിറയ്ക്കുന്ന കൈകളോടെ പറഞ്ഞ് പറഞ്ഞ് എഴുതുന്നു)*

വിമർശനമുണ്ട്. സ്വയം വിമർശനമില്ല.
എന്റെ കണ്ണിൽ ഇരുൾ വ്യാപിച്ചു തുടങ്ങി
എന്റെ ശരീരമാകെ തളരുകയാണ്.
എന്തു സംഭവിക്കുമെന്നെനിക്കറിയാം
സഖാക്കളേ, മുന്നോട്ട്...ലാൽസലാം...

(സഖാവിന്റെ ശരീരം തളർന്നുവീഴാൻ തുടങ്ങുമ്പോൾ പുറത്തു നിന്നും ഒരു സഖാവ് ഓടിയെത്തി അദ്ദേഹത്തെ താങ്ങി നിർത്തി.... സഖാവേ....സഖാവേ. എന്നു വിളിക്കുന്നു. പിന്നീട് വാസൂ... എന്ന് പുറത്തേക്ക് നീട്ടി വിളിക്കുന്നു വാസു ഓടി വന്ന് സഖാവേ,

സഖാവേ എന്നു വിളിച്ചു രണ്ടുപേരും സഖാവിന്റെ ശരീരം താങ്ങി യെടുക്കുന്നു.)

(രംഗദീപം പൊലിയുന്നു)

ദൃശ്യം നാല്പത്തിയഞ്ച്

(ഒരു കട്ടിലിൽ സഖാവിന്റെ മൃതശരീരം കൊണ്ടു കിടത്തുന്നു. ചുറ്റും കുറെ ആളുകൾ വട്ടമിട്ടു നോക്കി നില്ക്കുന്നു. ഉൽക്കണ്ഠ നിറഞ്ഞ നിമിഷങ്ങൾ. ദുഃഖാകുലമായ മുഖങ്ങൾ. പശ്ചാത്തല ത്തിൽ "സഖാവിനെ പാമ്പു കടിച്ചു" "സഖാവിനെ പാമ്പു കടിച്ചു" സഖാവിനെ പാമ്പു കടിച്ചു എന്നിങ്ങനെ ആർത്തനാദം മുഴങ്ങുന്നു. ഒരാൾ മുന്നോട്ടു വന്നു. "ആ സ്പന്ദനം..." മറ്റൊരാൾ... "ഇല്ല... ആ സ്പന്ദനം നിലയ്ക്കരുത്." മറ്റൊരാൾ... "ആ സ്പന്ദനം നിലയ്ക്കുകയില്ല.")

(സഖാക്കൾ അണിചേരുന്നു. അവർ വേദിയിൽ രണ്ടുനിരയായി പുതിയൊരു രീതിയിൽ വിന്യസിക്കുന്നു)

(രംഗദീപം പൊലിയുന്നു)

**അമർന്നു കത്തും ചിതയിൽ നിന്നു കൊളുത്തിയ പന്തങ്ങൾ.
ആയിരമായിമായിട്ടാളിപ്പടർന്ന പന്തങ്ങൾ.
ചോരക്കുഴലുകൾ മുറിഞ്ഞു മണ്ണിൽ പിടഞ്ഞ നേരത്തും
പാടീ ഞങ്ങൾ വിമോചനത്തിന് സംഘമഹാഗീതം
സഖാക്കളേ, സഖാക്കളേ, സഖാക്കളേ മുന്നോട്ട്.
ഉരുക്കു മനുഷ്യമാംസത്തെച്ചുട്ടെരിച്ച നേരത്തും
ഉയർത്തി ഞങ്ങൾ ചെറുത്തു നില്പിൻ വാരിക്കുന്തങ്ങൾ
കടുത്ത നോവുകൾ കറുത്ത നേരുകൾ കഴുത്തു ഞെക്കുമ്പോൾ
കരുത്തു കാട്ടി പിടിച്ചുനില്ക്കാൻ ചുണ്ടിലിതേമന്ത്രം.
സഖാക്കളേ, സഖാക്കളേ, സഖാക്കളേ മുന്നോട്ട്.
പതച്ചുതീരത്തിരച്ചുകയറിക്കുതിച്ചു പായുന്നു.
ഒരിക്കലും തോറ്റടങ്ങുകില്ലെന്നുറച്ചൊരീ ശക്തി
പിടിച്ചടക്കാൻ അസ്ഥികൾ കെട്ടിപ്പടുത്തൊരീദുർഗ്ഗം
ഉയർത്തിടാൻ വന്നണഞ്ഞ ഞങ്ങളെങ്ങും ചെങ്കൊടികൾ.
ഉറക്കെയലറും വിമോചനത്തിൻ സംഘമഹാഗീതം
സഖാക്കളേ, സഖാക്കളേ, സഖാക്കളേ മുന്നോട്ട്.*

---

* കരിവള്ളൂർ മുരളി

സഖാവ് ഇ എം എസ്

സഖാവ് ഇ എം എസ്

നാന്ദി

വിരുത്തം
ആരൊരാൾ ഋഗ്വേദത്തിൽ മന്ത്രശാലയിൽ നിന്നു-
മക്ഷരം അരണിയായ് കടഞ്ഞതീയും കൊണ്ട്
മർദ്ദിതലക്ഷങ്ങളെ കൈപിടിച്ചുയർത്തിയോ
ആ മഹാ ജ്യോതിസ്സിനു കാലത്തിൻ പ്രണാമങ്ങൾ
...... യുഗചേതനയുടെ വിപ്ലവപ്രണാമങ്ങൾ
ഈയെമ്മസ് ഈയെമ്മസ് ഈയെമ്മസ്..

ഈ നൂറ്റാണ്ടിനു കേരളമേകിയ
വിശിഷ്ടമായൊരു വരദാനം
മാർക്സിസമെന്ന മഹാതത്ത്വത്തിൽ
ഭാരതപൗരുഷമണിമന്ത്രം

പാടുക പടഹമടിക്കുക നാടിൻ
വിപ്ലവസത്യാന്വേഷികളേ
കാലുപ്പെരുവഴി തോറുമുയർത്തുക
നമ്മുടെ സംഘമഹാശക്തി

കൊല്ലും കൊലയും കുലാധികാരം
കൊണ്ടൊരുമനയിൽ
ഏലംകുളം മനയിൽ

നാലാം മുറയായ് ജനിച്ച തമ്പ്രാൻ
നാടിൻനായകനായ കഥ
വിപ്ലവനായകനായ കഥ

പാടുക പടഹമടിക്കുക നാടിൻ
വിപ്ലവ സത്യാമ്പേഷികളെ
കാലപ്പെരുവഴി തോറുമുയർത്തുക
നമ്മുടെ സംഘ മഹാശക്തി
ബ്രാഹ്മണ്യത്തിൻ പൂണൂൽചരടുകൾ
പൊട്ടിച്ചന്നൊരുനാളിൽ
കോഴിക്കോട്ടെ കടപ്പുറത്തെ
പ്പോരിനു പോയൊരു യാത്ര!
കൈയിൽ ചങ്ങല മുന്നിലിരുമ്പഴി
അത്ഭുത ജൈത്രയാത്ര
ഇന്ത്യൻ വിപ്ലവവീഥികൾ തേടി
ഒരുജ്ജ്വല സഹയാത്ര
ഒരു വിപ്ലവ ജൈത്രയാത്ര
ഈയെമ്മസ്.. ഈയെമ്മസ്. ഈയെമ്മസ്
ഈ നൂറ്റാണ്ടിനു കേരളമേകിയ
വരിഷ്ടമായൊരു വരദാനം
ഒരു നവ ഭാരത സംസ്കാരത്തിൻ
ശംഖധ്വനിയുയരട്ടെ
ഈയെമ്മസ്സീ നാടിൻ വിപ്ലവ
മന്ത്രധ്വനിയായുരട്ടെ!
ഉയരട്ടെ ഉയരട്ടെ ഉയരട്ടെ
നാടിൻ വിപ്ലവ മന്ത്രധ്വനിയായ് ഉയരട്ടെ!

ദൃശ്യം ഒന്ന്

സ്ഥലം: ഏലംകുളം മന. സമയം: സന്ധ്യ

(പ്രതാപഐശ്വര്യങ്ങളോടുകൂടിയ ഒരു നമ്പൂതിരി ജന്മിത്തറവാട്. പടിഞ്ഞാറ് ഒരു കൂറ്റൻ പത്തായപ്പുര വലിയ ഊട്ടുപുരകൾ. നടുമുറ്റവും നാലുകെട്ടും. നാലുകെട്ടിനകത്ത് ദുർഗ്ഗ, ശ്രീരാമൻ, ശിവലിംഗപ്രതിഷ്ഠകൾ, നാലുകെട്ടിനുപുറത്തെ പൂമുഖത്ത് ഒരു ഭഗവതി പ്രതിഷ്ഠ. നടുമുറ്റത്തിന് പടിഞ്ഞാറ് ഒരു ഇരുനില കെട്ടിടം.

ഇരുനില കെട്ടിടത്തിനു മുകളിലും ഒരു ഭഗവതി വിഗ്രഹം... 'മാളികയിൽ ഭഗവതി'

മനയുടെ കിഴക്ക് തൊട്ടടുത്തായി ഒരു ശിവക്ഷേത്രം

കിഴക്കു പടിഞ്ഞാറായി ഒഴുകുന്ന കുന്തിപ്പുഴ

കുന്തിപ്പുഴയുടെ അതിരിൽ ഒരു ശ്രീരാമക്ഷേത്രം.
ആകെ നോക്കിയാൽ പടിഞ്ഞാറു മുഖംതിരിച്ചു നില്ക്കുന്ന ഒരു മാളിക സമുച്ചയം.
നിശ്ശബ്ദതയിൽ..... ഒരു ശംഖനാദം....
അതവസാനിക്കുമ്പോൾ തംബുരു ശ്രുതി..
തംബുരു ശ്രുതിയുടെ പശ്ചാത്തലത്തിൽ..
രംഗത്ത് ക്രമേണ വെളിച്ചം പടരുന്നു..
ഏലംകുളം മനയുടെ ഒരു പൊതുദൃശ്യം...
അസ്പഷ്ടതയിൽ നിന്ന് സ്പഷ്ടതയിലേക്ക് എന്ന രൂപത്തിൽ ഏതാണ്ട് മുപ്പതുസെക്കന്റുകൊണ്ട് ഇതു കഴിയണം. തുടർന്ന് വെളിച്ചം മങ്ങുകയും.. ചെണ്ടമേളം ഉയരുകയും ചെയ്യുന്നു. ചെണ്ടമേളത്തിന്റെ ഉച്ചസ്ഥായിയിൽ വേദിയിലെ വെളിച്ചം വീണ്ടും തെളി

യുന്നു. അപ്പോൾ വേദിയിൽ - പൂമുഖത്തു ഭഗവതിയുടെ മുമ്പിൽ ഒരു പുരുഷനും സ്ത്രീയും നന്തുണി മീട്ടി ഭഗവതി കീർത്തനം ആലപിക്കുന്നു....
കീർത്തനത്തിന്റെ അന്ത്യത്തിൽ വെളിച്ചപ്പാട് പട്ടുടുത്ത്.... തലയിൽ പട്ടുകെട്ടി.... ചിലമ്പണിഞ്ഞ് വാളു കുലുക്കി ഭഗവതിക്കുമുമ്പിൽ തുള്ളുന്നു. തുള്ളിയുറയുമ്പോൾ.. വേദിയിലേക്ക് ഒരമ്മ.. ബാലനേയും പിടിച്ച് വെളിച്ചപ്പാടിന്റെ അടുത്തേക്ക് വരുന്നു. അമ്മ തൊഴുന്നു. പിന്നാലെ ബന്ധുക്കളും വാല്യക്കാരും.)

അമ്മ : കുഞ്ചു.. ഭഗവതീടെ കാല്ക്കൽ അങ്ങട് നമസ്കരിച്ചോളൂ..

(ബാലൻ വീണു നമസ്കരിക്കുന്നു. മെല്ലെ എഴുന്നേല്ക്കുന്നു) (വെളിച്ചപ്പാട് ഉണ്ണിയുടെ മുഖത്ത് ഭസ്മം എറിയുന്നു)

ഭഗോതീ... ന്റെ ഉണ്ണീയെ എനിക്ക് ജീവനോടെ തരണേ.. ഏലംകുളത്ത് ഇല്ലത്ത് നാലാമ്പ്രാൻ വാഴാറില്ല. നാലാമത് ആണായിട്ട് ഉണ്ണി പിറക്കാറുമില്ല *(കുഞ്ചുവിനെ മാറോട് ചേർത്തു നിർത്തിക്കൊണ്ട്)*... ന്റെ കുഞ്ചുവിനെ.. എനിക്ക് തരണേ.. അമ്മേ മഹാമായേ.. ഭഗോതീ.. *(അമ്മ കുമ്പിട്ട് തൊഴുന്നു)*

വെളിച്ചപ്പാട് : *(അനുകമ്പയോടെ ഉണ്ണീടെ തലയിൽ കൈവച്ചുകൊണ്ട്)* മകളേ.. വിഷ്ണുദത്തേ.. നീ ദുഃഖിക്കേണ്ട.. പൂമുഖത്തു ഭഗവതിയാണു പറയുന്നത്. നിന്റെ മകന് ഒരാപത്തും വരില്യാ.. ഓൻ ലോകവിശ്രുതനാകും..

(എന്നു പറഞ്ഞിട്ട് വെളിച്ചപ്പാട് ഉറഞ്ഞു തുള്ളുന്നു. വീഴാൻ തുടങ്ങുന്നു. അടുത്തുള്ളവർ പിടിക്കുന്നു. രംഗദീപം പൊടുന്നനെ പൊലിയുന്നു.

വീണ്ടും വെളിച്ചം തെളിയുമ്പോൾ.. ഏലംകുളം മനയുടെ ദൃശ്യം സമയം രാത്രി. ഒരു രാപ്പാടിയുടെ ശബ്ദമൊഴിച്ചാൽ പരിസരമാകെ മൗനം. ചിലമ്പൊലിയുടെയും അരമണികളുടെയും ശബ്ദം. ആദ്യം അകലെ നിന്ന് നേർത്ത രൂപത്തിൽ, പിന്നെ ആ ശബ്ദം അടുത്തടുത്തുവരുന്നു. പൊടുന്നനെ പ്രചണ്ഡമായൊരു ചെണ്ടയുടെ ശബ്ദം ഒപ്പം സ്രീശബ്ദത്തിൽ ഒരലർച്ചയും. അട്ടഹാസച്ചിരിയും- കൊടുങ്കാറ്റിന്റെ ശബ്ദവും. വീണ്ടും ചിലമ്പൊലിയും അരമണി ഒച്ചയും വേദിയുടെ ഒരറ്റത്ത് പട്ടുടുത്ത് മറ്റൊരു പട്ടുകൊണ്ട് മൂടി.. വടിയുമൂന്നി കൂനിക്കൂടി പല്ലില്ലാത്ത മോണ കാട്ടിച്ചിരിച്ചുകൊണ്ട് ഒരു മുത്തശ്ശി പ്രത്യക്ഷപ്പെടുന്നു. സാവകാശം നടന്ന് മുന്നേറുന്നു. ആ മാളികയെ പ്രദക്ഷിണം വയ്ക്കുകയാണെന്ന് തോന്നുംവിധം പതുക്കെ നടന്നുമറയുന്നു. വേദി ഇരുളുന്നു)

രംഗം തെളിയുമ്പോൾ (സമയം പ്രഭാതം - സ്ഥലം ഏലംകുളം മനയുടെ അരികിലൂടെ ഒഴുകുന്ന കുന്തിപ്പുഴയുടെ കുളിക്കടവ്. കടവിലെ കല്പടവിൽ തറ്റുടുത്ത് - പൂണൂലിട്ട് - കുടുമകെട്ടിയ ബാലനായ കുഞ്ചു. സൂര്യാഭിമുഖം നോക്കി. സൂര്യഗായത്രി ചൊല്ലുന്നു.

"ഓം ഭുർ ഭുവ: സുവ:
തത് സവിതുർ വരേണ്യം
ഭർഗോ ദേവസ്യ ധീമഹി
ധീയോ യോന
പ്രചോദയാത് ഓം..."

(ഇത് ആവർത്തിക്കുന്നു. ആദ്യം സ്ഫുടമായി ഉച്ചത്തിൽ. പിന്നെ ശബ്ദം താഴ്ത്തി.. ഒടുവിൽ ചുണ്ടു ചലിപ്പിക്കൽ മാത്രം... ഈ ശ്ലോകം നൂറ്റിയൊന്ന് ആവർത്തിക്കുന്നു എന്നാണ് വിവക്ഷ)

രംഗദീപം പൊലിയുന്നു

വീണ്ടും രംഗദീപം തെളിയുമ്പോൾ

(ഏലംകുളം മനയുടെ പൂമുഖം. പീഠത്തിൽ ഗുരുനാഥൻ അഗ്നിത്രാതൻ നമ്പൂതിരിപ്പാട് ഇരിക്കുന്നു. ഒറ്റമുണ്ട് മുട്ടിനുതാഴെവരെ മാത്രം വച്ചുടുത്ത്, പൂണൂലിട്ട്, കുടുമകെട്ടിയ ഒരു മദ്ധ്യവയസ്കൻ തോളത്ത് രണ്ടാം മുണ്ട്. നെഞ്ചിലും കൈയിലും നെറ്റിയിലും ഭസ്മവും, അതിനു മുകളിൽ ചന്ദനവും. കാതിൽ വില്ലുവച്ച കമ്മൽ.. നെറ്റിയിൽ ചന്ദനത്തിനകത്ത് ഒരു സിന്ദൂരപ്പൊട്ട്. പൊതുവിൽ ഗൗരവവും ഐശ്വര്യവും കലർന്ന രൂപം. തറയിൽ പുൽപ്പായയിൽ ഒറ്റത്തോർത്ത് തറ്റുമുടുത്ത് ചമ്രം പടിഞ്ഞിരുന്ന് വേദം ചൊല്ലുന്ന കുഞ്ചു)

കുഞ്ചു : "അഗ്നിമീളേ പുരോഹിതം
യ ജ്ഞസ്യ ദേവ മൃത്വിജം
ഹോ താരാം രത്നധാതമം."

ഗുരു : ഇപ്പോ ഋക്ക് എന്താന്ന് കുഞ്ചൂന് അങ്ങട് മനസ്സിലായിലോ..

കുഞ്ചു : (വിക്കിന്റെ ആധിക്യമുള്ളതുകൊണ്ട് വേഗത്തിൽ) മനസ്സിലായി..

ഗുരു : ഇനി അങ്ങട്.. ഈ ഋക്കുതന്നെ ഉദാത്ത, അനുദാത്ത, അനുസ്വാരരീതിയിൽ അങ്ങട് ശീലിക്കണം. ലേശം ബുദ്ധിമുട്ടുണ്ടാവും.. എന്താ നോക്ക്യേ.. ല്ല്..!

കുഞ്ചു : ആവാം..

ഗുരു : അമ്മേടേം, ഏട്ടന്റേമൊക്കെ ആഗ്രഹം കുഞ്ചൂനെ

വല്യ ഒരോത്തനാക്കണ്ന്നാ.. ഏലംകുളം മനയ്ക്കൽ ശങ്കരൻ നമ്പൂതിരിപ്പാട്! വലിയ ഒരു ഓത്തനായിത്തീരുന്നതു കണ്ടിട്ടുവേണം ഈ ഗുരുനാഥന് ഭഗവൽപ്പാദങ്ങളിൽ ലയിക്കാൻ.

കുഞ്ചു : *(ഒന്നും മിണ്ടുന്നില്ല)*

ഗുരു : എന്നാൽ തൊടങ്ങുകയല്ലേ..!

(ഗുരുനാഥൻ കുഞ്ചുവിന്റെ തലപിടിച്ച് - ആദ്യം കുനിക്കുന്നു. പിന്നെ നിവർത്തുന്നു പിന്നെ വശത്തേക്ക് ഒരു വെട്ടിക്കൽ)

ഇങ്ങനെയാണ് ഉദാത്ത, അനുദാത്ത, അനുസ്വാര പരിശീലനം തലയിങ്ങനെ ആട്ടിക്കൊണ്ട് ഋക്ക് അങ്ങട് ചൊല്ലുക. ആദ്യോക്കെ ബുദ്ധിട്ടാകും.. പിന്നൊക്കെ ശരിയായിക്കൊള്ളും. ഉം.. തൊടങ്ങാം..

കുഞ്ചു : *(തലകുനിക്കുന്നു. നിവർത്തുന്നു. ഇടത്തോട്ട് വെട്ടിക്കുന്നു)*

ഗുരു : *(ചിരിച്ചുകൊണ്ട്)* ദെന്താ.. ഒരൂട്ടം തലയാട്ടം കളിയോ! കുഞ്ചു ഋക് ചൊല്ലീലാല്ലോ?

കുഞ്ചു : *(തെറ്റ് സമ്മതിക്കുന്ന ഭാവത്തിൽ "അഗ്നിമീളേ പുരോഹിതം" എന്ന ഋക് ചൊല്ലുകയും പരിശീലനം നടത്തുകയും ചെയ്യുന്നു)*

ഗുരു : ഇതങ്ങട് നൂറ്റൊന്നുരുട്ടുറുപ്പിക്കുക. എന്നിട്ടു നാളെ.. അടുത്തതു തൊടങ്ങാം. *(ഗുരുനാഥൻ പുറത്തേക്ക് പോകുന്നു)*

കുഞ്ചു : *("അഗ്നിമീളേ പുരോഹിതം" എന്നാവർത്തിക്കുന്നു. അകത്ത് 'ട്യൂട്ടർ' ഏട്ടനെ ഇംഗ്ലീഷ് പഠിപ്പിക്കുന്നത് അറിയാതെ ശ്രദ്ധിക്കുന്നു)*

പശ്ചാത്തലത്തിൽ

ട്യൂട്ടർ : "രാമാ ഈസ് അവർ ഗ്രേറ്റസ്റ്റ് ഗോഡ്" പറയ്യാ. എന്താ അർത്ഥം.

ഏട്ടൻ : രാമൻ നമ്മുടെ ഏറ്റവും ശ്രേഷ്ഠനായ ദൈവമാകുന്നു.

ട്യൂട്ടർ : ഹൂ ഈസ് അവർ ഗ്രേറ്റസ്റ്റ് ഗോഡ്..

ഏട്ടൻ : രാമാ.. ഈസ് അവർ ഗ്രേറ്റസ്റ്റ് ഗോഡ്..

ട്യൂട്ടർ : യെസ്... യു പ്ലീസ് റീഡ് ദി പാസേജ്..

ഏട്ടൻ : *(ഒരു ഇംഗ്ലീഷ് പാസേജ് വായിക്കുന്നു. ആദ്യം ഉച്ചത്തിൽ പിന്നീട് ശബ്ദം താഴ്ത്തി)*

(ഈ സമയമെല്ലാം ഓത്തു ചൊല്ലൽ നിർത്തിവച്ച് ഇംഗ്ലീഷ് പഠിപ്പിക്കുന്നതിൽ ശ്രദ്ധിച്ചിരിക്കുകയായിരുന്നു കുഞ്ചു. ബോധപൂർവ്വം അതനുകരിക്കാൻ ശ്രമിക്കുന്നു)

കുഞ്ചു : രാ.. മാ.. ഈസ്.. അവർ ഗ്രേറ്റസ്റ്റ്... ഗോഡ്.. യെസ്.. തിലകൻ.. ഈസ്.. രാമാ.. ഈസ്.. തിലകൻ.. ഈസ്.. അവർ ഗോഡ്.. അവർ ലീഡർ.. *(സന്തോഷത്തോടെ)* തിലകൻ ഈസ് അവർ ഗ്രേറ്റസ്റ്റ് ലീഡർ...*(സ്വയം)* ഹു ഈസ് അവർ ഗ്രേറ്റസ്റ്റ് ലീഡർ.. തിലകൻ ഈസ് അവർ ഗ്രേറ്റസ്റ്റ് ലീഡർ... *(ആവർത്തിക്കുന്നു)* തുള്ളിച്ചാടുന്നു. ഇതു കണ്ടുകൊണ്ട് അമ്മ വിഷ്ണുദത്ത പ്രവേശിക്കുന്നു. മദ്ധ്യവയസ്സു കഴിഞ്ഞ പ്രായം കുലീനത്വമുള്ള ഒരു നമ്പൂതിരി വിധവയുടെ ശുഭ്ര വേഷം)

വിഷ്ണുദത്ത : എന്തൂട്ടാ കുഞ്ചു.. ഈ കാട്ടണേ..! ഇങ്കിരീസ്സിലോ.. ഇപ്പൊ ഓത്തുചൊല്ലൽ.. ആരാണാവോ ഈ തിലകൻ...

(കുഞ്ചു സ്നേഹത്തോടെ അമ്മയെ നോക്കി വശ്യമായി ചിരിക്കുന്നു) (വിഷ്ണുദത്ത ചിരിച്ചുകൊണ്ട് വാത്സല്യത്തോടെ) കുഞ്ചൂന് കുറുമ്പ് ഇസ്ശി കൂടൊന്നൊണ്ട്..

രംഗദീപം പൊലിയുന്നു

രംഗദീപം തെളിയുമ്പോൾ

(ഏലംകുളം മനയുടെ പൂമുഖം. മദ്ധ്യാഹ്നം കഴിഞ്ഞ സമയം. മേച്ചേരി നാരായണൻ നമ്പൂതിരിപ്പാട് - ഇ എം എസിന്റെ അച്ഛൻ സഹോദരീ പുത്രൻ. യുവാവ്. അദ്ദേഹമാണ് ഇപ്പോൾ ഏലം കുളം മനയുടെ കാര്യവിചാരക്കാരൻ. സാമാന്യം ഇംഗ്ലീഷറിയാം. ഒറ്റമുണ്ട്.. പൂണൂൽ.. കുടുമ.. പള്ളിശ്ശേരിയും മേച്ചേരിയും സംസാരിച്ചു കൊണ്ടിരിക്കുമ്പോൾ രംഗദീപം തെളിയുന്നു. കുഞ്ചു പൂമുഖത്ത് തൂണും ചാരി നില്ക്കുന്നു)

മേച്ചേരി : പള്ളിശ്ശേരി അവിടുന്നറിഞ്ഞോ..? നമ്മുടെ കുഞ്ഞൂന്റെ അമ്മേടെ ഓപ്പയുണ്ടല്ലോ ശ്രീധരൻ നമ്പൂതിരിപ്പാട്.. അങ്ങേര് യോഗക്ഷേമ സഭാ സെക്രട്ടറിയായി അത്രേ..?

പള്ളിശ്ശേരി : അങ്ങിനിയാ.. അപ്പോ എന്തോ നിരീച്ചിട്ടുണ്ടാവും..

മേച്ചേരി : ഈ നമ്പൂരാര് ഇങ്ങ്ണെ ഓത്തും ചൊല്ലി നടന്നിട്ട് കാര്യല്ലാന്നാ.. മൂപ്പരെ അഭിപ്രായം.

പള്ളിശ്ശേരി : അപ്പോ നമ്പൂരാര്... ഓത്തും ആചാരോമൊക്കെ കളേണോന്നാ.. എന്നിട്ട് മ്ലേച്ഛന്മാരെപ്പോലെ കോട്ടും തൊപ്പീം വച്ച് നടക്കേ..?

മേച്ചേരി : എന്നങ്ങട് പറയണില്ല്യാ... പക്ഷേല് നമ്പൂരി

കുട്ട്യോള്ക്ക് പുതിയ ഇംഗ്ലീഷ് വിദ്യാഭ്യാസം വേണം ന്നാ..

പള്ളിശ്ശേരി : അപ്പൊ എങ്ങണ്ട ജാതിക്കാരേം പഠിപ്പിക്കണ സ്കൂളില് നമ്പൂതിരി കുട്ട്യോളും പോയി പഠിക്കട്ടെ ന്നോ..

മേച്ചേരി : അതല്ലേ മൂപ്പര് എടുക്കുന്നീല്.. നമ്പൂരിക്കുട്ട്യോളെ ഇംഗ്ലീഷ് പഠിപ്പിക്കാൻ ഒരു വിദ്യാലയം അങ്ങട് സ്ഥാപിച്ചത്. കുറൂരെ രാമോരൻ തിരുമേനീം, നീലാ ണ്ഠൻ തിരുമേനീം ഒക്കെ ഉത്സാഹികളാ..

പള്ളിശ്ശേരി : അതിനെക്കുറിച്ച് ആഢ്യൻ നമ്പൂരാർക്ക് വല്യ ആക്ഷേപാന്നാണല്ലോ കേട്ടത്.

മേച്ചേരി : ആക്ഷേപം.. പോയി പാടുനോക്കാൻ പറയ്ക. ഇംഗ്ലീഷ് പഠിച്ചാൽ നമ്പൂരാർക്ക് വല്യ ആളാവാം. പള്ളിശ്ശേരി നമ്പൂരി കേട്ടിട്ടില്ലേ - തിലഹനെന്ന മഹാ ബ്രാഹ്മണനെക്കുറിച്ച്. മഹാ പണ്ഡിതൻ. ഇംഗ്ലീഷ് പഠിച്ചില്ലേ.. സമരം ചെയ്തില്ലേ. ജയിലിപ്പോയില്ലേ.. എന്നിട്ടെന്തുണ്ടായി..?

(ഏന്തിവലിച്ച് പുതുമന ശങ്കരൻ നമ്പൂതിരി പ്രവേശിക്കുന്നു. മുപ്പ തുവയസ്സുകഴിഞ്ഞ പ്രായം. വെളുത്തു തടിച്ച രൂപം. അധികം പൊക്കമില്ല. നല്ല കുടവയർ. വയറിനു മീതെ വച്ച് മുണ്ടുടുത്തിട്ടു ണ്ട്. മുണ്ട് മുട്ടിനുതൊട്ടുതാഴെവരെ. തോളിൽ രണ്ടാംമുണ്ട് കക്ഷത്ത് ശീലക്കുട. ഒരു കൈയിൽ ഹിന്ദുപത്രം. മറു കൈയിൽ വിശറി. പൂണൂൽ കുടുമ ഒരല്പം മുടന്ത്. എപ്പോഴും മുറുക്കുന്ന സ്വഭാവം വായനിറച്ച് മുറുക്കാനുമിട്ടുകൊണ്ട് - കൊഴ കൊഴാന്നാണ് വർത്ത മാനം)

പുതുമന : എന്തുണ്ടായി എന്ന് നോം പറയാം. ഇന്നത്തെ ഹിന്ദു-പേയ്പ്പറിലിങ്ങ് - തിലഹൻ - ഈസ്.. നോ.. മോർ.. ഹീ ഈസ് ഡെഡ് *(കക്ഷത്തെ കുട വീഴാതെ പത്രം നിവർത്തിക്കാണിക്കാൻ പാടുപെടുന്നു)*

പള്ളിശ്ശേരി : പുതുമന നമ്പൂരി.. ആ കൊട ഒന്നു താഴെവെച്ചോ ളൂ. *(പുതുമന നിഷേധാർത്ഥത്തിൽ തലയാട്ടുന്നു. വീണ്ടും പത്രം നിവർത്താൻ സാഹസപ്പെടുന്നു. കുഞ്ചു മുഖം പൊത്തി ചിരിക്കുന്നു)*

മേച്ചേരി : ഹേയ്.. അതാവില്ലാലോ.. പുതമന ശങ്കരൻ നമ്പൂതി രിപ്പാടിനെ പ്രസവിച്ചതുതന്നെ.. ഈ കൊടയോട് കൂടി യാണ്. കർണ്ണനെ കവചകുണ്ഡലങ്ങളോടെ പ്രസവി ച്ചതുപോലെ.

(പുതുമന പൊട്ടിച്ചിരിക്കുന്നു. തുപ്പൽ തെറിക്കുന്നു. മറ്റുള്ളവർ

വെറുപ്പോടെ പുതുമനയെ നോക്കുന്നു. അതൊന്നും ശ്രദ്ധിക്കാതെ)

പുതുമന : മേച്ചേരി നാരായണൻ നമ്പൂരി.. നിരീച്ചക്കൂട്ടത്തിലല്ലാലോ.. ഫലിതക്കാരനാണല്ലോ. ഈ കൊട തറേ വയ്ക്കാത്തതിനേ.. ഒരു രഹസ്യമുണ്ട്.. അതെന്താന്നറിയാവോ.. അതൊരു തമാശയാ.. നൊമ്മുടെ ആ സംബന്ധവീടുണ്ടല്ലോ.. ആദ്യത്തെ അല്ല.. രണ്ടാമത്തെ ആ മൂപ്പിൽ നായരുടെ മരുമോളുണ്ടല്ലോ. അവളൊരു മഹാ രസികത്തിയാ.. മുഷിയില്യാ... കളിക്കും കാര്യത്തിനും ഒക്കെ എന്തൊരു സാമർത്ഥ്യാ.. ഒന്നടുത്തുപെരുമാറി നോക്കണം.

മേച്ചേരി : *(വിഷയം മാറ്റാൻ)* ആ കടലാസിങ്ങോട്ടു തരിക *(പത്രം പിടിച്ചു വാങ്ങുന്നു)*

പുതുമന : *(തന്റെ കഥ മുറിഞ്ഞതിലെ വിഷാദത്തോടെ)* രസംകൊല്ലി *(ഒരു ഉപദേശം പോലെ)* നമ്പൂരാരായാൽ കൊറച്ചു ശൃംഗാരോം രസികത്തോം ഒക്കെ വേണം. ഇരിക്കട്ടെ തനിക്ക് ഇംഗ്ലീഷ് അറിയുമോ.

മേച്ചേരി : നന്നായിട്ടില്യാ. കഷ്ടി പിഷ്ടി.

പുതുമന : എന്നാ ഇങ്ങട്താ.. നോം വായിച്ച് അതിന്റെ അർത്ഥം അങ്ങട് പറഞ്ഞുതരാം.. *(പേപ്പർ പിടിച്ചുവാങ്ങി നോക്കിക്കൊണ്ട്)* ആരാ തിലഹൻ.. അസ്സൽ ബ്രാഹ്മണനല്ലേ.. ഇന്ത്യൻ നാഷണൽ കോൺഗ്രസിനെ രക്ഷിച്ചത് അദ്ദേഹമല്ലേ?

പള്ളിശ്ശേരി : എങ്ങനെ?

പുതുമന : തളർവാതം പിടിച്ചുകെടന്ന കോൺഗ്രസിനെ 'സ്വദേശി' മന്ത്രം ചൊല്ലിയല്ലേ - മൂപ്പര് കെടന്ന കെടപ്പീന്നെണിപ്പിച്ചത്.

പള്ളിശ്ശേരി : ഓഹോ അങ്ങനെയാണ്.. അപ്പോ അദ്ദേഹം ജേലി പോയിട്ടുണ്ടെന്ന് പറേണതോ?

പുതുമന : എങ്ങനെ ജേലിക്കേറ്റാതിരിക്കും. അത്രയ്ക്ക് ശക്തിയല്ലേ മൂപ്പരുടെ പേനയ്ക്ക്. "സ്വരാജ്യം എന്റെ ജന്മാവകാശം... അത് നേടിയെടുക്കും" എന്ന് ബ്രഹ്മാണ്ഡം കിടുങ്ങുമാറല്ലേ അദ്ദേഹം ഗർജ്ജിച്ചത്. എന്നിട്ട് നെഞ്ചും വിരിച്ച് വെള്ളപ്പട്ടാളത്തിന്റെ നേരെ ഒരു പോക്കാ.. പിന്നെ അവരെന്താ ചെയ്ക.. അവരു പിടിച്ച് ജയിലിലിട്ടു. മൂപ്പരുണ്ടോ പിന്മാറുന്നു. ജേലെങ്കിൽ ജേൽ.

മേച്ചേരി : ജേലിപ്പോയാ ബ്രാഹ്മണർക്ക് ഭ്രഷ്ടാവില്ലേ.. നൊമ്മുടെ കുറൂരെ നീലാണ്ടേട്ടനും മോഴിക്കുന്നത്തിനും ഒക്കെ വന്നപോലെ...

പുതുമന : *(ആവേശത്തിൽ)* എന്തു ഭ്രഷ്ട്. രാജ്യത്തിനുവേണ്ടി മരിക്കുന്നതുപോലും ഒരാണത്തമല്ലേ.. തിലഹൻ മരിച്ചതെങ്ങനെയെന്നറിയാമോ..
"യദാ യദാഹി ധർമ്മസ്യ
ഗ്ലാനിർഭവതി ഭാരതാ.." എന്ന ഗീതാശ്ലോകം ചൊല്ലിക്കൊണ്ടായിരുന്നേ പരമ ഭാഗ്യവാൻ. ഇങ്ങനെ മരിക്കാൻ പള്ളിശ്ശേരിക്കു പറ്റിട്ടൂണ്ടോ?

പള്ളിശ്ശേരി : നാരായണ.... നാരായണ.... അപ്പോൾ അദ്ദേഹം വല്യ ഒരാൾ തന്നെയായിരുന്നു.

(ഒരു നിമിഷം വെളിച്ചം കുഞ്ചുവിൽ കേന്ദ്രീകരിക്കുന്നു. മറ്റുള്ളവർ ഇരുട്ടിൽ.

പശ്ചാത്തലത്തിൽ

"സ്വരാജ്യം എന്റെ ജന്മാവകാശം..,
ബോലോ ഭാരത് മാതാ കീ ജയ്..
ലോകമാന്യ ഗംഗാധരതിലകൻ കീ ജയ്.."
എന്നീ മുദ്രാവാക്യങ്ങൾ കേൾക്കുന്നു. കുഞ്ചുവിൽ കേന്ദ്രീകരിച്ച വെളിച്ചം രംഗത്താകെ പരക്കുന്നു)

പുതുമന : പള്ളിശ്ശേരി വായിച്ചിട്ടുണ്ടോ..? തിലഹൻ ഗീതയ്ക്ക് ഒരു ഭാഷ്യം എഴുതീട്ടുണ്ട്.

പള്ളിശ്ശേരി : *(കൂപ്പുകൈയോടെ)* അപാരം.. അപാരം... എന്തായി കേക്കണത്.

(അകത്തുനിന്ന് വിഷ്ണുദത്ത)

വിഷ്ണുദത്ത : കുഞ്ചു സംസ്കൃതത്തിന് നേരായില്യേ... എന്താ ഗുരുനാഥൻ അവിടെ ഇല്ലാ എന്നുണ്ടോ? (എല്ലാവരും ഞെട്ടുന്നു. പരിസരബോധം വന്ന്)

പള്ളിശ്ശേരി : കുഞ്ചു കുമാരസംഭവമല്ലേ.. എടുത്തുവന്നോളൂ..

(കുഞ്ചു അകത്തേക്ക് പോകാൻ തുടങ്ങുന്നു)

രംഗദീപം പൊലിയുന്നു.

രംഗദീപം തെളിയുമ്പോൾ

(കൈയിൽ കുമാരസംഭവ കാവ്യവുമായി കുഞ്ചു പീഠത്തിൽ ഗുരു)

പള്ളിശ്ശേരി : കുഞ്ചു ഇന്നലെ എത്ര ശ്ലോകമായി.

കുഞ്ചു : ഒൻപതു കഴിഞ്ഞിരിക്കുന്നു

പള്ളിശ്ശേരി : ഓരോന്നും പദംപിരിച്ച് അർത്ഥം പറയാൻ അറിയാലോ.. ശ്ലോകങ്ങളൊക്കെ ഹൃദിസ്ഥാക്കിയില്ലേ. കാളി

ദാസരുടെ ഏറ്റവും ഭംഗീള്ള ശ്ലോകങ്ങൾ കുമാരസം ഭവത്തിലേയാണെന്നു തോന്നും അതു വായിക്കുമ്പോൾ.

“മേഘദൂതോ” അതു വായിക്കുമ്പം.. അതാന്നു തോന്നും.. ശ്രീരാമോദന്തവും, ശ്രീകൃഷ്ണവിലാസോം കഴിഞ്ഞ് കാളിദാസരിലേക്ക് വന്നാപ്പോ കണ്ടില്ലേ. അതിന്റെ മാറ്റം എന്നാൽ കേട്ടോളൂ.

“ഉദ്വേ ജയ ത്വംഗുലി പാർഷ്ണി ഭാഗാൻ
മാർഗ്ഗേ ശിലി ഭൂതഹിമേപിയത്ര
ന ദുർ വഹ ശ്രോണി പയോധരാർത്താ
ഭിരുന്തി മന്ദാം ഗതി മശ്വ മുക്യ”

യത്ര ശിലി ഭൂത ഹിമേ
യാതൊരുവനിലെ കല്ലിച്ച മഞ്ഞുപര
ന്നത് വഴി-“ശിലിഭൂതം” കല്ലിച്ച
‘അംഗുലിപാർഷ്ണി ഭാഗാൻ ഉദ്വേജയതി അപി - കാൽ വിരലുകളെയും മടമ്പിനെയും നോവിക്കുമ്പോൾ കൂടി
‘അശ്വമുഖ്യ’ കിന്നരസ്ത്രീകൾ
‘ദുർവഹ ശ്രോണി പയോധരാർത്താ’
ചുമക്കാൻ പണിയുള്ള നിതംബത്താലും സ്തനത്താലും ആടൽപെട്ട്
‘മന്ദാം ഗതീം’- തങ്ങളുടെ മന്ദഗതിയെ
നം ഭിരുന്തി മാറ്റുന്നില്ല
ഇവിടെ ‘ശ്രോണി’ എന്നുവച്ചാൽ സ്ത്രീകളുടെ അരക്കെട്ടിന്റെ പിൻഭാഗം.
പയോധരം - കുചം. സുന്ദരികളായ സ്ത്രീകളുടെ നടത്തം മന്ദഗതിയിലാവാൻ കാരണം, അവരുടെ നിതംബത്തിന്റെയും കുചങ്ങളുടെയും ഭാരം കൊണ്ടാണെന്ന് കവി സങ്കല്പം.

വനേചരാണാം വനിതാസഖാനാം
ദരി ഗൃഹോത്സംഗ നിഷിക്ക ഭാസ:
ഭവന്തിയാത്രൌഷ ധയോര ജന്യാ
മ തൈല പുരാ സുരതപ്രദീപാ:

യത്ര രജന്യാം - യാതൊരുവനിൽ രാത്രിയിൽ - ‘ഇവിടെ യാതൊരുവൻ’ എന്നുദ്ദേശിക്കുന്നത് ഹിമവാനെയാണ്

ദരീ ഗൃഹോത്സംഗ നിഷക്ക ഭാസ:
ഭവന്തിയാത്രൌഷ ധയോര ജന്യ
മതൈല പുരാ: സുരതപ്രദിചാ:

യത്രരജന്യം - യാതൊരുവനിൽ രാത്രിയിൽ. 'ഇവിടെ യാതൊരുവൻ' എന്നുദ്ദേശിക്കുന്നത് ഹിമവാനെയാണ്.
ദരീസ്യൃഹോത്സംഗനിഷിക്ക. (ഭാസ: ഓഷധയാ:)
ഗുഹാ ഗൃഹത്തിനകത്തേക്ക് വെളിച്ചം തട്ടിക്കുന്ന ഔഷധികൾ വനിതാസഖാനാം
വനേചരാണമാം - പെണ്ണാളുകളോടൊത്ത വനചരന്മാർക്ക്
അതൈലപൂരാ - എണ്ണ പകരേണ്ടാത്ത
സുരതപ്രദീപാ - രതി ദീപങ്ങളായി
ഭവന്തി - ഭവിക്കുന്നു, ചമയുന്നു

പള്ളിശ്ശേരി : എന്താ മനസ്സിലായോ?

കുഞ്ചു : *(ചോദ്യരൂപത്തിൽ ഗുരുവിനെ നോക്കുന്നു)*

പള്ളിശ്ശേരി : എന്താ മനസ്സിലാകായ്ക ഉണ്ടല്ലോ? ചോദിച്ചോളൂ..

കുഞ്ചു : എന്താണാവോ.. ഈ സുരതപ്രദീപം.. ച്ചാൽ.. ഈ അഷ്ടമംഗല്യദീപം യജ്ഞദീപം എന്നൊക്കെ മാതിരിയാ..

പള്ളിശ്ശേരി : (അല്പം ആലോചിച്ച്) നാഗരികർ അവരുടെ രതിവേളകൾ കൂടുതൽ ആസ്വാദ്യകരമാക്കാൻ ദീപങ്ങൾ കൊളുത്തിവയ്ക്കാറുണ്ട്. വനത്തിലെ അപരിഷ്കൃതർക്കാകട്ടെ അവരുടെ രതിക്രിയകളെ ആസ്വാദ്യകരമാക്കാൻ ഹിമവാൻതന്നെ എണ്ണ ഒഴിക്കാത്ത ദീപങ്ങൾ കത്തിച്ചുവച്ച പോലെ സ്വയം പ്രകാശിക്കുന്ന ചില ചെടികളെ ദീപങ്ങൾക്കു പകരം നല്കിയിരിക്കുന്നു. സുരതപ്രദീപം - അതായത് മൈഥുനക്രിയാവേളയിൽ ഉപയോഗിക്കുന്ന ദീപം.

കുഞ്ചു : പിന്നെയും സംശയമായി.

പള്ളിശ്ശേരി : *(ചിരിച്ചുകൊണ്ട്)* എല്ലാം ഇപ്പോൾ മനസ്സിലാക്കേണ്ട. ചിലതൊക്കെ കാലക്രമത്തിൽ അനുഭവിച്ചുമനസ്സിലാക്കേണ്ടതാണ്.

കുഞ്ചു : ശരി.

പള്ളിശ്ശേരി : എന്നാൽ, വായിച്ച് പദം പിരിച്ച് അർത്ഥം പറയ്ക.

കുഞ്ചു : ഉദ്വേജയത്യാംഗുലി പാർഷ്ണി ഭാഗാൻ
മാർഗ്ഗേ ശിലിഭൂതഹിമോപിയത്ര..

രംഗദീപം സാവധാനം പൊലിയുന്നു

രംഗദീപം തെളിയുമ്പോൾ

(വിഷ്ണുദത്ത, മൂത്തമകൻ രാമൻനമ്പൂതിരിപ്പാടിനോട് എന്തോ ഗൗരവമുള്ള കാര്യം സംസാരിച്ചുകൊണ്ടു നില്ക്കുന്നു)

വിഷ്ണുദത്ത : എന്റെ മകൾ പ്രിയദത്ത പെൺകൊട കഴിഞ്ഞ് മൂന്നാമത്തെ ഏകാദശിക്കു മരിച്ചിട്ടും ഞാൻ പിടിച്ചു നിന്നു. ഇതെനിക്കു സഹിക്കാനാവുന്നില്യാ..

രാമൻനമ്പൂതിരിപ്പാട്: അമ്മ വെറുതെ വ്യസനിക്കുവാണ്. കുഞ്ചു മഹാ ശാഠ്യക്കാരനാ.. നമ്മൾ ഗൗനിക്കേണ്ട.

വിഷ്ണുദത്ത : രാമനതു പറയാം. ഞാൻ പെറ്റ ആദ്യത്തെ രണ്ടാൺ കുട്ട്യോളേം ദൈവം എനിക്കു ജീവനോടെ തന്നില്യാ. പിന്നെ പെറ്റതു രണ്ടും പെണ്ണും. എന്നിട്ടു കിട്ടിയതോ ബുദ്ധിയുറയ്ക്കാത്ത പാവം പരമേശ്വരനെ. അതിനു ശേഷം ആറ്റുനോറ്റു കിട്ടിയതാ കുഞ്ചൂനെ..

രാമൻനമ്പൂതിരിപ്പാട്: അമ്മേ കുഞ്ചൂനെക്കുറിച്ച് ഇനിക്കു സ്നേഹമില്യാന്നാ. ഞാൻ കിടന്നത് ഈ വയറ്റിലല്ല. പക്ഷേ, അമ്മേ എന്റേം കുഞ്ചൂന്റേം ഞരമ്പിലോടുന്ന ചോര ഒന്നാണ്. ഒരച്ഛന്റെ മക്കൾ.. ഞാനും ബ്രഹ്മദത്തനും കക്കാട്ടെ ദേവകിയുടെ മക്കൾ. വിഷ്ണുദത്തയും ദേവകിയും രണ്ടാണോ അമ്മേ..!

വിഷ്ണുദത്ത : എല്ലാറ്റിലും മീതെ എനിക്കെന്റെ കുഞ്ചുതന്ന്യാ.

രാമൻനമ്പൂതിരിപ്പാട്: ഞങ്ങൾക്കും.

(മേച്ചേരി കടന്നുവരുന്നു)

മേച്ചേരി : എന്തിനാ അമ്മയും മോനും കൂടി ഈ പഴംപുരാണങ്ങളൊക്കെ. ഞാനിപ്പോ കുഞ്ചുവിനെ കൂട്ടിക്കൊണ്ടു വരാല്ലോ.

വിഷ്ണുദത്ത : ഹേയ്! അയാൾ വരില്യ. വലിയ വാശിക്കാരനാ! ഇന്നലെ രാത്രി മുതൽ ആഹാരം കഴിക്കുന്നില്യാ. പത്തായപ്പുരയിൽ പുസ്തകങ്ങളും ഭക്ഷിച്ച് ഒരേ ഇരിപ്പ്

മേച്ചേരി : അതു സാരല്യാ. വാശിക്കുള്ള കാര്യം പരിഗണിക്കുമ്പോ വാശീം തീരൂല്ലോ?

വിഷ്ണുദത്ത : എന്നുവച്ചാൽ?

മേച്ചേരി : കുഞ്ചൂനെ സ്കൂളിലയയ്ക്കണം. അയാൾക്ക് ഇംഗ്ലീഷ് പഠിക്കണ്ണെന്നും വലിയ ആളാകണമെന്നുമാ മോഹം.

വിഷ്ണുദത്ത : കുഞ്ചു സ്കൂളിൽ പോകണമെന്ന് വാശിപിടിക്കുന്നത് എന്തിനാണെന്നറിയാവോ നാരേണന്.

മേച്ചേരി : *(അറിയില്ലാ എന്ന് ആംഗ്യം കാണിക്കുന്നു)*

വിഷ്ണു ദത്ത : തിലകനെപ്പോലെ ജയിലിപ്പോവാൻ.

മേച്ചേരി : ജയിലിൽപ്പോകാനോ?

വിഷ്ണുദത്ത : അതേന്ന്.

മേച്ചേരി : ആരു പറഞ്ഞു?

വിഷ്ണുദത്ത : കുഞ്ചു തന്നെ. നാരേണോ ആരാ ഈ തിലഹൻ

രാമൻനമ്പൂതിരിപ്പാട്: ഉത്തരേന്ത്യയിലങ്ങാണ്ടൊള്ള ഒരു കോൺഗ്രസുകാരൻ.

(പള്ളിശ്ശേരിയും കുഞ്ചുവും പ്രവേശിക്കുന്നു)

പള്ളിശ്ശേരി : അല്ല വലിയ ഒരു രാജ്യസ്നേഹി. പണ്ഡിതനായ ഒരു ബ്രാഹ്മണൻ. ഗീതയ്ക്കു പുതിയ ഭാഷ്യം നല്കിയ മഹാമനീഷി

വിഷ്ണുദത്ത : അദ്ദേഹം ജേലിൽ പോയിട്ടുണ്ടോ?

പള്ളിശ്ശേരി : ഉണ്ടല്ലോ.

വിഷ്ണുദത്ത : ബ്രാഹ്മണൻ ജയിലിൽ പോയാ ഭ്രഷ്ടനാവില്ലേ.

പള്ളിശ്ശേരി : എന്തു ഭ്രഷ്ട്. സ്വരാജ്യസ്നേഹികൾക്ക് നാടും വീടും ജേലും ഒരുപോലെതന്നെ.

രാമൻനമ്പൂതിരിപ്പാട്: അപ്പോൾ ഗുരുനാഥനാണ് കുഞ്ചുവിനെ

കുഞ്ചു : *(പെട്ടെന്ന്)* അല്ല നോം തന്നെ. ഗുരുനാഥനെ വെറുതെ പഴിചാരേണ്ട..

രാമൻനമ്പൂതിരിപ്പാട്: കുഞ്ചുവിന് ഗുരുത്വം കുറയുന്നു.

കുഞ്ചു : ഏട്ടൻ അങ്ങനെ പറയുന്നതിൽ സങ്കടമുണ്ട്.

രാമൻനമ്പൂതിരിപ്പാട്: *(ക്ഷോഭിച്ച്)* പിന്നെ നാമും കുഞ്ചൂന്റെ താളത്തിനൊത്തു തുള്ളണമോ..?

വിഷ്ണുദത്ത : *(ആജ്ഞപോലെ)* രാമാ.. *(രാമൻ ഇനി അവിടെ നില്ക്കുന്നതു പന്തിയല്ലാ എന്ന മട്ടിൽ അകത്തേക്കു പോകുന്നു)* പള്ളിശ്ശേരി അവിടുന്നു പറയണം കുഞ്ചൂനെ സ്കൂളിലയയ്ക്കണമോ.. *(കുഞ്ചുവിന്റെ മുഖം വികസിക്കുന്നു)*

പള്ളിശ്ശേരി : തീർച്ചയായും.

വിഷ്ണുദത്ത : അങ്ങീ കുടുംബത്തിന്റെ വൈദികനും ഗുരുവുമാണ്. ഒന്നു കൂടി ആലോചിച്ചുപറയണം.

പള്ളിശ്ശേരി : ആത്തേമ്മാര് പൊറുക്കണം. ഞാൻ ആലോചിച്ചേ തീരുമാനമെടുക്കാറുള്ളൂ. കഴിഞ്ഞ ഒരു സംവത്സരമായി ഇക്കാര്യം കുഞ്ചുവിനേക്കാൾ ചിന്തിച്ചിട്ടുള്ളത് ഞാനാണ്. ലോകം മാറുകയാണ്. അതിനൊത്തു നമ്മളും മാറണം. മാറിയേ പറ്റൂ..

വിഷ്ണുദത്ത : അപ്പോൾ എന്റെ സ്വപ്നങ്ങൾ.. അച്ഛൻ തിരുമേനീടെ മോഹങ്ങൾ. കിട്ടാതിരുന്നു കിട്ടിയ സന്താനാ.. അവനെ ചേലാമലയോളം ഉയരത്തിൽ ഒരു ഓത്തനാക്കണമെന്നായിരുന്നു ഞങ്ങളുടെ മോഹം.

പള്ളിശ്ശേരി : അവിടുന്ന് ദുഃഖിക്കരുത്. കുഞ്ചു അവിടുത്തെ മകനാണ്. പക്ഷേ, ഒരു സാധാരണ കുട്ടിയല്ല..

വിഷ്ണുദത്ത : *(മകനെ പുണർന്നുകൊണ്ട്)* എല്ലാം കുഞ്ചുവിന്റെ ഇഷ്ടംപോലെ. മകനേ.. ഈ അമ്മയെ കണ്ണീരുകുടിപ്പിക്കരുത്.

പള്ളിശ്ശേരി : അവിടുത്തെ മകനായതുകൊണ്ടോ.. എന്റെ ശിഷ്യനായതുകോണ്ടോ പറയുകയല്ല. എന്റെ മനസ്സുപറയുന്നു. ഇദ്ദേഹം ഹിമാലയത്തോളം തലയെടുപ്പുള്ള സർവ്വാരാദ്ധ്യനായ ഒരു മഹാനായിത്തീരും. വിജയീഭവ..

(ഗുരു കുഞ്ചുവിന്റെ തലയിൽ കൈവച്ചനുഗ്രഹിക്കുന്നു. അമ്മയും ഗുരുവും കണ്ണീർ പൊഴിക്കുന്നു)

രംഗദീപം പൊലിയുന്നു.

ദൃശ്യം രണ്ട്

(ഏലംകുളം മനയുടെ പൂമുഖം. ഒരു വിഷുദിവസം. സമയം പ്രഭാതം. പശ്ചാത്തലത്തിൽ ഇടയ്ക്കയുടെയും അകത്ത് പൂജയുടെയും മണിനാദം)

രംഗദീപം തെളിയുമ്പോൾ

കുടുംബനാഥനായ രാമൻ നമ്പൂതിരിപ്പാട് സിംഹാസനതുല്യമായ ഒരു കസേരയിൽ ഇരിക്കുന്നു. തൊട്ടടുത്ത ഒരു പീഠത്തിൽ നാണയത്തുട്ടുകൾ കിഴികെട്ടിവച്ചിരിക്കുന്നു. കുറച്ചകലെയായി കാര്യസ്ഥൻ രാമൻ നായർ - മദ്ധ്യവയസ്സ് - ഉപചാരപൂർവ്വം നില്ക്കുന്നു. അതിനുപിന്നിൽ രണ്ടു വാല്യക്കാർ

പുറത്തുനിന്ന് ഒരു വലിയ വാഴക്കുലയും ചുമന്നുകൊണ്ട് വൃദ്ധനായ ഒരു മുസ്ലീം കുടിയാൻ വേച്ചുവേച്ചു കടന്നുവന്ന് നമ്പൂതിരിപ്പാടിന്റെ മുമ്പിൽ വച്ച്. തലയിൽ കെട്ടെടുത്ത് അരയിൽകെട്ടി താണു തൊഴുതു നില്ക്കുന്നു)

രാമൻ നമ്പൂതിരിപ്പാട്: *(കാര്യസ്ഥനെ നോക്കുന്നു)*

കാര്യസ്ഥൻ : പുലാമാന്തോളിലെയാണ്. നമ്മുടെ കുടിയാൻ കുഞ്ഞാലിക്കുട്ടി. അച്ഛൻ തമ്പ്രാന്റെ കാലത്തേ കൂടിയതാണ്. വളരെ വിശ്വസ്തൻ. മാപ്പിളലഹളക്കാലത്ത് ഇവരൊക്കെയായിരുന്നു നമ്മുടെ ഇല്ലം കാത്തത്.

രാമൻനമ്പൂതിരിപ്പാട്: ഓഹോ! അങ്ങനെയാണോ? എന്താ കുഞ്ഞാലിക്കുട്ടി മാപ്പിളേ സുഖം തന്നെയല്ലേ? രാമൻ പറഞ്ഞ

പ്പോഴാണ് എനിക്ക് ഓർമ്മ വന്നത്. വിളവൊക്കെ എങ്ങനെ?

കുഞ്ഞാലിക്കുട്ടി: വെടോണ്ട് മോശമല്ല- വിത്തിറക്കിയ പത്തുമേനി. അടയ്ക്കയും നാളികേരവും വാഴയും നട്ടാമതി പിന്നങ്ങട് കായാ.. എന്താ കാര്യം അടൃങ്ങളെ വേർപ്പാണേ..

രാമൻനമ്പൂതിരി: രാമാ..

കാര്യസ്ഥൻ ; റാൻ..

രാമൻനമ്പൂതിരി : കുഞ്ഞാലിക്കുട്ടി മാപ്പിളയ്ക്ക് വിഷുക്കേട്ടം മാത്രം പോരാ. ഒരു കുത്തുപുടവകൂടി കൊണ്ടുവരാൻ പറയ്ക.

കാര്യസ്ഥൻ : റാൻ *(തലതിരിച്ച് വാല്യക്കാരനെ നോക്കി)* കോയിന്നാ. അകത്തു ചെന്ന് ഭണ്ഡാരപ്പുരക്കാരനോട് ഒരു കുത്തുപുടവകൂടി തരാൻ പറഞ്ഞോളൂ.

(മറ്റൊരു നായർകുടിയാൻ തലയിൽ ഒരു ചാക്കുമായി കടന്നുവരുന്നു. ചാക്കുകെട്ട് താഴത്ത് വച്ച് രണ്ടാം മുണ്ട് അരയ്ക്കു കെട്ടി ഓച്ഛാനിച്ചു നില്ക്കുന്നു)

കുടിയാൻ : വെടോണ്ട്.. വിഷുക്കാഴ്ചയ്ക്ക് കൊറച്ചു ചേമ്പും ചേനയുമൊക്കെയാണേ..

(വാല്യക്കാരൻ ഒന്ന് അകത്തേക്ക് എടുത്തുകൊണ്ടുപോകുന്നു)

കാര്യസ്ഥൻ : വെടോണ്ട്- നമ്മുടെ കരിക്കോട്ടെ കുടിയാനാണ്. തീയുണ്ണിനായർ. നല്ല അദ്ധ്വാനി. നാല്പതുപറപ്പാടം ഈയാളും കുട്ട്യോളും കൂടി വെട്ടിയുണ്ടാക്കിയതാണേ..

രാമൻനമ്പൂതിരി: തീയുണ്ണി ഇങ്ങുവരൂ. *(ഒരു പണക്കിഴി എടുത്തിട്ടുകൊടുക്കുന്നു)*

തീയുണ്ണി താണുതൊഴുത് വാങ്ങി പുറകോട്ടു നടന്നുമറയുന്നു. വാല്യക്കാരൻ പുടവയുമായി വരുന്നു)

കാര്യസ്ഥൻ : (പുടവവാങ്ങി ആദരവോടെ രാമൻനമ്പൂതിരിയുടെ കൈയിൽ കൊടുക്കുന്നു)

രാമൻനമ്പൂതിരി : കുഞ്ഞാലിക്കുട്ടി മാപ്ലേ..!

കുഞ്ഞാലിക്കുട്ടി: റാൻ..

രാമൻ നമ്പൂതിരി : ഇങ്ങടുത്തുവന്നോളൂ..

(കുഞ്ഞാലിക്കുട്ടി അടുത്തേക്ക് വരുന്നു. രാമൻനമ്പൂതിരി പുടവ കൈയിൽ ഇട്ടുകൊടുക്കുന്നു. ആദരപൂർവ്വം കുഞ്ഞാലിക്കുട്ടി ഏറ്റുവാങ്ങുന്നു. പുറകോട്ട് നടക്കാൻ തുടങ്ങുമ്പോൾ)

ഇതുകൂടി ഇരിക്കട്ടെ

(ഒരു പണക്കിഴി എടുത്ത് ഇട്ടുകൊടുക്കുന്നു അതുവാങ്ങി കുഞ്ഞാലിക്കുട്ടി പുറകോട്ട് നടന്നുമറയുന്നു)

രാമൻനമ്പൂതിരി : രാമാ ഈ വർഷം എത്രപറനെല്ലാ നമ്മുടെ പാട്ടപ്പിരിവ്.

കാര്യസ്ഥൻ : വെടോണ്ട്.. അമ്പത്തയ്യായിരം പറനെല്ല്.

രാമൻനമ്പൂതിരി: കഴിഞ്ഞ വർഷോ..?

കാര്യസ്ഥൻ : വെടോണ്ട്.. അമ്പതിനായിരം പറനെല്ല്.

രാമൻനമ്പൂതിരി : അതിനുപുറകിലത്തെ വർഷോ..?

കാര്യസ്ഥൻ : വെടോണ്ട്.. അമ്പതിനായിരത്തിന് കഷ്ടി കുറയും.

രാമൻനമ്പൂതിരി: ശരി നാളികേരത്തിൽ വല്ല കുറവും വന്നിട്ടുണ്ടോ?

കാര്യസ്ഥൻ : വെടോണ്ട്.. ഇല്യാ.. ഇല്യാ..

രാമൻനമ്പൂതിരി : നമ്മുടെ മോട്ടോർ സർവ്വീസ് എങ്ങനെ? ലാഭോ നഷ്ടോ?

കാര്യസ്ഥൻ : വെടോണ്ട്.. നഷ്ടം ഇല്യാന്നു മാത്രമല്ല. വെച്ചടി കേറ്റം. ഇ എം എം എസ് സർവ്വീസ് നാടിനുതന്നെ ഒരു ഐശ്വരമെന്നാ നാട്ടുകാരുടെ അഭിപ്രായം. ചില്ലാനം നന്നായി കിട്ടുന്നുമുണ്ട്.

രാമൻനമ്പൂതിരി: അപ്പോ നമ്മുടെ കാറിനുവേണ്ടിയാവും അധികച്ചെലവ്.. അല്ലേ?

കാര്യസ്ഥൻ : വെടോണ്ട്.. അതടിയന് അറിയില്യാ.. മേച്ചേരി തമ്പ്രാനേ അറിയുള്ളൂ..

രാമൻനമ്പൂതിരി : മനയുടെ കാര്യം കഴിഞ്ഞാൽ പിന്നെന്താ നമ്മുടെ പുറച്ചെലവ്..

കാര്യസ്ഥൻ : വെടോണ്ട്.. രണ്ടാംമ്പ്രാന്റെയും നാലാംമ്പ്രാന്റെയും പഠിത്തച്ചെലവ് ഉദ്ദേശിച്ചതിലും ജാസ്തിയാണ്.

രാമൻനമ്പൂതിരി: ഓ.. അതുശരി. പാട്ടംവരവ് കൂടുതൽ നാളികേരത്തിൽനിന്ന് നല്ല വരവ്. ബസ് സർവ്വീസ് ലാഭം. അപ്പോ കടം വാങ്ങേണ്ട കാര്യമുണ്ടോ?

കാര്യസ്ഥൻ : വെടോണ്ട്.. ഇല്ല്യാ.

രാമൻനമ്പൂതിരി: *(അല്പം ക്ഷോഭിച്ച്)* അപ്പോൾ എന്താണ് ഇതിന്റെയൊക്കെ അർത്ഥം?

കാര്യസ്ഥൻ : *(അമ്പരന്ന്)* വെടോണ്ട്. അടിയന് തമ്പ്രാൻ കല്പിക്കുന്നത് എന്താണെന്ന് മനസ്സിലായില്യാ..

രാമൻനമ്പൂതിരി: *(ഒരു കണക്കുബുക്ക് എടുത്തു കാണിച്ചിട്ട്)* ഇതു മനയ്ക്കലെ വരവുചെലവു കണക്കാണ്. ഇതിൻപ്രകാരം ഈ വർഷം അയ്യായിരം രൂപ കടം മേടിച്ചിരിക്കുന്നു. ചെലവിനേക്കാൾ വരവ് കൂടിയാൽ മിച്ചമാണല്ലോ

വരേണ്ടത്.. പിന്നെന്തിനു കടം വാങ്ങണം.

കാര്യസ്ഥൻ : (ആകെ അവതാളത്തിലായതുപോലെ) വെടോണ്ട്.. അടിയനു അറിയില്യാ.. പണമിടപാടും കണക്കു മെല്ലാം മേച്ചേരി ഏട്ടൻ തമ്പ്രാനാണ്.

(വിഷ്ണുദത്ത പ്രവേശിക്കുന്നു. പെട്ടെന്ന് കാര്യസ്ഥൻ പുറകോട്ടു മാറി ഓച്ഛാനിച്ചു നില്ക്കുന്നു)

രാമൻനമ്പൂതിരി : അമ്മേ..!

വിഷ്ണുദത്ത : വേണ്ട.. താൻ പറയാൻ തുടങ്ങുന്നത് എന്തിനെക്കുറിച്ചാണെന്ന് എനിക്കറിയാം. ഞാനെല്ലാം കേട്ടുനില്ക്കുകയായിരുന്നു.

രാമൻനമ്പൂതിരി : അപ്പോൾ..

വിഷ്ണുദത്ത : മേച്ചേരി നാരായണൻ നമുക്ക് വേണ്ടപ്പെട്ടയാളാണ്. ഉണ്ണീടെ അച്ഛന്റെ ഓപ്പോളുടെ മകൻ. അയാളും നിങ്ങളും നമുക്കൊരുപോലെയാണ്. പറക്കമുറ്റാത്ത കിളികളെപ്പോലെ നിങ്ങൾ അന്തഃപുരത്തിൽ കഴിഞ്ഞ നാളുകളിൽ അയാളാണ് ഈ മന നടത്തിക്കൊണ്ടു പോയത്.

രാമൻനമ്പൂതിരി : അതുകൊണ്ട് എന്തു ദീവാളിത്തരവും ആകാമെന്നോ?

വിഷ്ണുദത്ത : അപ്പോൾ രാമൻ പറയുന്നതിന്റെ അർത്ഥം നാരായണൻ പണം കട്ടൂന്നാണോ?

രാമൻനമ്പൂതിരി : എന്നൊന്നും ഞാൻ പറഞ്ഞിട്ടില്യാ.. ചെലവിനേക്കാൾ വരവ് കൂടിയിട്ടും കടം വാങ്ങേണ്ടിവന്നത് എന്താണെന്ന് എനിക്കങ്ങട് മനസ്സിലാവണില്യാ.. അത്രതന്നെ.

വിഷ്ണുദത്ത : അതൊക്കെ നിങ്ങളെല്ലാം കൂടി അങ്ങു നിശ്ചയിച്ചാൽ മതി. പക്ഷേ, ഒന്നു ഞാൻ പറയാം. മേച്ചേരിയേട്ടന്റെ ഭരണം ഇങ്ങിനെ തുടർന്നാൽ ഇനി ഏലംകുളം മന വക വസ്തുക്കൾ എഴുതി വില്ക്കേണ്ടി വരും. കടം വീട്ടാൻ.. അറിയിച്ചില്യാന്നുവേണ്ട.

വിഷ്ണുദത്ത : *(ധർമ്മസങ്കടത്തിലായതുപോലെ)* നാരേണനോടു എങ്ങിനെയാ ഇതു പറയുക. എന്താന്നുവച്ചാ പറയുക.

രാമൻനമ്പൂതിരി : ഞങ്ങളൊക്കെ പ്രായപൂർത്തിയായില്ലേ. ഞാനും കുഞ്ചുവും കൂടി കാര്യങ്ങൾ നോക്കിനടത്താം. പരമേശ്വരൻ മാത്രമല്ലേ കാര്യപ്രാപ്തി ഇല്ലാതായിട്ടുള്ളൂ. അക്കാര്യം ഞാൻ നോക്കിക്കൊള്ളാം.. *(അല്പനേരം ആരും ഒന്നും പറയുന്നില്ല)*

രാമൻനമ്പൂതിരി : *(മൗനം ഭഞ്ജിച്ചുകൊണ്ട്)* അമ്മ ഞാൻ പറഞ്ഞതിന് മറുപടി ഒന്നും പറഞ്ഞില്യാ.

(മേച്ചേരി നാരായണൻ കടന്നുവരുന്നു)

മേച്ചേരി : മറുപടി പറയേണ്ടത് ഞാനാണല്ലോ?

വിഷ്ണുദത്ത : അപ്പോൾ നീയ്..

മേച്ചേരി : അമ്മായീ.. ഞാനെല്ലാം കേട്ടു.. *(ഒരു താക്കോൽക്കൂട്ടം നീട്ടിക്കൊണ്ട്)* ഇതാ മനവക കലവറയുടെയും ഭണ്ഡാരത്തിന്റെയും താക്കോൽ. *(വിഷ്ണുദത്ത വാങ്ങിക്കാനറയ്ക്കുന്നു)*

മേച്ചേരി : വാങ്ങിക്കൂ. ഞാൻ എന്നെ കള്ളനാക്കാൻ കൂട്ടുനിന്നു കൂടാ.. ഞാനിതു കുറച്ചുകൂടി മുമ്പേ മനസ്സിലാക്കേണ്ടതായിരുന്നു.

വിഷ്ണുദത്ത : അതിനിപ്പോൾ എന്തു സംഭവിച്ചു.

മേച്ചേരി : ഒന്നും സംഭവിച്ചില്യാ. അല്ലേ? ശരിയാണ്. രാമാ കണക്കു പുസ്തകത്തിൽ ഒരയ്യായിരം രൂപയുടെ കടമുണ്ട്. കുറച്ചു തുക കുഞ്ചുവിനുവേണ്ടി ഞാനെടുത്ത ഒരു കൈവായ്പയാണ്. പിന്നെ പൊതുചെലവിൽ ഞാനല്പം കൈ അയച്ചു. ഏതായാലും കണക്കു നോക്കൂ. ഞാനധികം ചെലവാക്കിയ തുക തിരിച്ചേല്പിക്കാം.

വിഷ്ണുദത്ത : നാരേണ... നീ എന്താ ഇങ്ങിനെ അന്യരെപ്പോലെ സംസാരിക്കുന്നത്.

മേച്ചേരി : അമ്മായി പണത്തിന് രക്തബന്ധമില്ല. അക്കങ്ങൾ നേരെ കൈകാര്യം ചെയ്താൽ സത്യമേ പറയൂ. സത്യം എവിടെയും സത്യമാണ്. അതുകൊണ്ട് സത്യം സത്യമായിത്തന്നെ ഇരിക്കട്ടെ!

വിഷ്ണുദത്ത : നാരായണാ.. നിന്നെ എനിക്ക് മനസ്സിലാവുന്നില്ല കുട്ടീ..

മേച്ചേരി : ശരിയാണമ്മായി.. ഇപ്പോൾ എനിക്കുപോലും എന്നെ മനസ്സിലാകുന്നില്ല.

രാമൻനമ്പൂതിരി : മേച്ചേരി ഏട്ടൻ ഞങ്ങളെ വിട്ടുപോകരുത്. ഇവിടെത്തന്നെ ഉണ്ടാവണം.

മേച്ചേരി : ഏലംകുളം മനയ്ക്കലെ കാരണവരുടെ ഔദാര്യത്തിനു നന്ദി.

വിഷ്ണുദത്ത : മോനേ നാരായണാ.. നീ ഇവരെ ശപിക്കരുത്.

മേച്ചേരി : *(വേദന നിറഞ്ഞ ചിരിയോടെ)* ശപിക്കുകയോ. ആര് ഞാനോ.. എന്റെ കുഞ്ചുവിന്റെ തറവാടിനെ. എന്റെ അച്ഛൻ പെങ്ങളെ, അവരുടെ മക്കളെ ശപിക്കുകയോ?

എനിക്കാവില്ലമ്മായി.. എനിക്കീ കുടുംബത്തിനു വേണ്ടി എന്തെങ്കിലും ചെയ്യാൻ കഴിഞ്ഞിട്ടുണ്ടെങ്കിൽ എന്റെ തെറ്റുകൾ മാപ്പാക്കുക

(കുഞ്ചു ആഹ്ലാദത്തോടെ ഒരു ഹിന്ദുപത്രവുമായി കടന്നുവരുന്നു പത്രം കാണിച്ചുകൊണ്ട്)

കുഞ്ചു : അമ്മേ! ഞാൻ സ്കൂൾ ഫൈനൽ പാസായി. ഫസ്റ്റ് ക്ലാസുണ്ട്. *(കുഞ്ചു എല്ലാവരേയും നോക്കുന്നു. ആരും പ്രതികരിക്കുന്നില്ല)* എന്താ എന്തുണ്ടായി. ആരും ഒന്നും മിണ്ടുന്നില്ല.

രാമൻനമ്പൂതിരി : കുഞ്ചു, ഞാൻ പറയാം. ഇനി നെന്റെ ഈ കുട്ടിത്തമൊക്കെ വിടണം. മനയുടെ ഭരണകാര്യങ്ങൾ നോക്കാൻ നിന്റെ സഹായം കൂടി വേണം.

കുഞ്ചു : അതിന് മേച്ചേരി ഏട്ടനുണ്ടല്ലോ.

വിഷ്ണുദത്ത : മേച്ചേരി ഏട്ടൻ എന്നും നിങ്ങളുടെ കാര്യം മാത്രം നോക്കിനടന്നാൽ മതിയോ അയാൾക്ക് അയാളുടെ കാര്യവും നോക്കേണ്ടേ..

കുഞ്ചു : എന്നാൽ, കുടുംബക്കാരണവർ രാമേട്ടനല്ലേ.. ഏട്ടൻ നോക്കട്ടെ!

രാമൻനമ്പൂതിരി : എനിക്കൊറ്റയ്ക്കാവില്ല.

കുഞ്ചു : പിന്നെ

രാമൻനമ്പൂതിരി : കുഞ്ചുവുമുണ്ടാവണം.

കുഞ്ചു : എനിക്ക് ജൂണിൽ കോളേജ് തുറക്കും. തൃശൂർ സെന്റ് തോമസ് കോളേജിൽ നിന്നപേക്ഷ വാങ്ങി വന്നിട്ടുണ്ട്. എനിക്ക് കോളേജിൽ ചേർന്നു പഠിക്കണം.

രാമൻനമ്പൂതിരി: പഠിത്തത്തിന്റെ കാര്യമൊന്നും പറയണ്ട. ഇനിയും യോഗക്ഷേമവും കോൺഗ്രസും കളിച്ചുനടക്കാനല്ലേ. ഇനിയതു പറ്റില്ല്യാ.. അവനവന്റെ കാര്യം അവനവൻ തന്നെ നോക്കണം.

കുഞ്ചു : എന്നുപറഞ്ഞാൽ..

രാമൻനമ്പൂതിരി : കോളേജിൽ പോകണ്ടാന്ന്

കുഞ്ചു : ഏട്ടനിങ്ങനെ പറയുന്നതിൽ സങ്കടമുണ്ട്. കോളേജിൽ ചേർന്നാലും ഒഴിവുള്ള അവസരങ്ങളിൽ ഇവിടെ വന്നു ഏട്ടനെ സഹായിക്കും. തൃശൂരിൽനിന്ന് ഇവിടെ വരാൻ അത്രേം ദൂരമൊന്നുമില്ല്ലോ..

രാമൻനമ്പൂതിരി : അമ്മേ ഞാനൊരു കാര്യം പറയാം. ഇയാൾ പഠിത്തത്തിന്റെ കാര്യമൊക്കെ പറയുന്നത് വെറുതെയാണ്.

മേച്ചേരി : പിന്നെ സ്കൂൾ ഫൈനൽ ഫസ്റ്റ് ക്ലാസിൽ പാസായതു പഠിക്കാതെയാണോ?

രാമൻനമ്പൂതിരി : മേച്ചേരിയേട്ടനും ഗുരുനാഥനും കൂടിയാണ് ഇയാളെ ഇങ്ങിനെ വഷളാക്കിയത്.

മേച്ചേരി : രാമാ.. കുറച്ചുകൂടി ആലോചിച്ചു സംസാരിക്കൂ കുഞ്ചു പഠിക്കാനല്ല പോയത്. രാഷ്ട്രീയം കളിക്കാനാണ് എന്നാണോ?

രാമൻനമ്പൂതിരി : അതെ. സ്കൂളിൽ പഠിക്കുന്നവൻ എന്തിനാ മദിരാശിയിൽ കോൺഗ്രസ് സമ്മേളനത്തിനു പോയത്. അതാണോ അങ്ങാടിപ്പുറം സ്കൂളിലെ പാഠ്യവിഷയം. അപ്പോ പഠിത്തമല്ല കാര്യം.

മേച്ചേരി : അയാൾ എവിടെയോ പോകട്ടെ! പഠിപ്പിൽ എന്തെങ്കിലും വീഴ്ച വരുത്തിയിട്ടുണ്ടോ? കോൺഗ്രസിനോ യോഗക്ഷേമത്തിനോ ഒന്നും പോകാത്ത നിന്റെ നേര നുജൻ ബ്രഹ്മദത്തൻ സ്കൂൾ ഫൈനൽ ജയിച്ചോ? എന്തേ ജയിക്കാത്തത്.

രാമൻനമ്പൂതിരി : എന്തൊക്കെപ്പറഞ്ഞാലും ഞാൻ കൂടി പാടുപെട്ടുണ്ടാക്കുന്ന മനവകപ്പണം വെറുതെ ചെലവഴിക്കാൻ ഇനി പറ്റില്യാ. കുഞ്ചു ഇനി കോളേജിൽ പോകേണ്ട കാര്യവുമില്ല. ഇവിടെ നിന്ന് മനവക കാര്യങ്ങൾ നോക്കട്ടെ!

വിഷ്ണുദത്ത : രാമൻ! ഇത്ര വാശി പാടില്ല

രാമൻ : അമ്മേ!

വിഷ്ണുദത്ത : കോളേജിൽ പോകണമെന്നാ കുഞ്ചുവിന്റെ ആഗ്രഹമെങ്കിൽ അതുതന്നെ നടക്കട്ടെ!

രാമൻ : *(പരിഭവത്തിൽ)* ഞാനിവിടെയാരുമല്ലല്ലോ? എല്ലാം നിങ്ങളുടെയൊക്കെ ഇഷ്ടംപോലെ *(അകത്തേക്കു പോകുന്നു)*

വിഷ്ണുദത്ത : രാമാ.. *(എന്നു നീട്ടിവിളിക്കുന്നു)*

രംഗദീപം പൊലിയുന്നു.

ദൃശ്യം മൂന്ന്

(തൃശൂർ സെന്റ് തോമസ് കോളെജിനടുത്തുള്ള ഒരു ഇടത്തരം ഇരുനില വീട്. ഇ എം എസ് അടക്കമുള്ള നാലഞ്ച് നമ്പൂതിരി വിദ്യാർത്ഥികളാണ് അവിടുത്തെ അന്തേവാസികൾ. ആ വീടിന്റെ ജനാലയിൽക്കൂടി സെന്റ് തോമസ് കോളേജിന്റെ ഒരുഭാഗം കാണാം. കെട്ടിടത്തിന്റെ രണ്ടാംനിലയിലെ വരാന്തയാണ് രംഗം. വരാന്തയുടെ ചുവരിൽ ഒരു അടപ്പില്ലാത്ത അലമാര. പുസ്തകങ്ങൾ അടുക്കിവച്ചതും അലങ്കോലപ്പെട്ടു കിടക്കുന്നതുമായ അറകൾ. തൊട്ടടുത്ത് ഒരു പഴയ കാൽപ്പെട്ടി. സമീപത്ത് ഒരു വീഞ്ഞപ്പെട്ടി

യിൽ പഴയ പത്രങ്ങൾ. ചുവരിൽ ഒരറ്റത്ത് പഴയ തുണികൾ അയയിലിട്ടിരിക്കുന്നു. ചുവരിൽ പത്രത്തിൽ നിന്നും വെട്ടിയെടുത്ത ഗാന്ധിയുടെ ചിത്രം. ചുവരിനുമുകളിൽ 'വന്ദേമാതരം' എന്ന മുദ്രാവാക്യം.)

രംഗദീപം തെളിയുമ്പോൾ

(സമയം - പ്രഭാതം ഇ എം എസ് കുളിച്ച് ഒറ്റമുണ്ടുടുത്ത് കുടുമ കെട്ടി പൂണൂൽ ഇട്ട് ഒരു ടെക്സ്റ്റ് ബുക്കുമായി മുറിയുടെ ഒരരുകിലേക്ക് മാറിനിന്നുവായിക്കുന്നു)

(വാസുദേവവൻ വേദിയിൽ ശീർഷാസനത്തിൽ നില്ക്കുന്നു കുഞ്ഞുണ്ണി - ഒരു തോർത്ത് തറ്റുടുത്ത് രംഗത്തുവന്ന് എക്സർസൈസ് ചെയ്യുന്നു. അച്യുതൻ - ഉറക്കത്തിൽനിന്ന് എഴുന്നേറ്റുവന്ന് വീണ്ടും ചുവർ ചാരി ഇരുന്ന് ഉറങ്ങുന്നു. അല്പം കഴിഞ്ഞ് പാചകക്കാരൻ ഗണപതി അയ്യർ കൈയിൽ ഒരു ചട്ടുകവുമായി പ്രവേശിക്കുന്നു. പൊക്കം കുറഞ്ഞ്, ഉണ്ണിക്കുടവയറോടു കൂടിയ ഒരാൾ. പിൻകുടുമയും പാളത്താറുമാണ് വേഷം. മദ്ധ്യവയസ്സു കഴിഞ്ഞ പ്രായം. ഉത്തരാസ്വയംവരത്തിലെ വലലനെപ്പോലെയാണ് വരവ്)

ഗണപതി : കുളന്തകളേ ജാഗ്രതൈ.. നാൻ ദോശൈ ചുടപ്പോറേൻ. ശൂടു ദോശൈ വേണ്ടുംന്നാൽ എല്ലോരും പോയി സ്നാനം പണ്ണി സുദ്ധമാവാരുങ്കോ *(ഇ എം എസിനെ നോക്കി)* അന്ത ഏലംകുളം നാലാം തമ്പ്രാൻ താം ആമ്പിളെ. അവാൾ ഇതോ കുളിത്തു മുടിത്തു പടിത്തുകൊണ്ടേ ഇരിക്കിറാൻ

വാസുദേവൻ : *(ശീർഷാസനം നിർത്തി)* സ്വാമി നാനും ഇപ്പൊ വാറേ.. *(അകത്തേക്ക് പോകുന്നു)*

കുഞ്ഞുണ്ണി : സ്വാമി ഉങ്ക ദോശൈ ചുടും വേളയിലെ നാനും വാറേ *(അകത്തേക്ക് പോകുന്നു)*

(അച്യുതൻ അപ്പോഴും ചുവർ ചാരിയിരുന്നു. താളത്തിൽ ഉറങ്ങുന്നു. ഗണപതി അയ്യർ ചെന്ന് തട്ടിവിളിക്കുന്നു)

ഗണപതി : എളിന്തിരപ്പാ.. എളിന്തിര്.. തുങ്കിനതു പോതും.. കേളോജ്ക്ക് പോകണ്ടമാ.. നേരം റൊമ്പയാച്ച്. കുളിത്തുമുടിച്ച് ജോറാ നില്ല്. *(വല്ല വിധവും അച്യുതനെ പിടിച്ച് എഴുന്നേല്പിച്ച് വിടുന്നു) (ഇ എം എസിനെ ഉദ്ദേശിച്ച്)* നീങ്കതാൻ മാനവൻ. എന്ന ഒതുക്കം. എന്ന പടിപ്പ്

(ഇ എം എസ് ചിരിക്കുക മാത്രം ചെയ്യുന്നു. ഇ എം എസ് ഒരു പുസ്തകം വായിച്ചുകൊണ്ട് ഉലാത്തുന്നു)

രംഗദീപം പൊലിയുന്നു

രംഗദീപം തെളിയുമ്പോൾ

(മുടി ക്രാപ്പ് ചെയ്തുവന്ന ഇ എം എസിനെ അത്ഭുതാഹ്ലാദങ്ങളോടെ ചങ്ങാതിമാർ നോക്കുന്നു)

വാസുദേവൻ : ഈപ്പണി വേണ്ടായിരുന്നു. ഞങ്ങളോടും പറഞ്ഞിരുന്നുവെങ്കിൽ ഞങ്ങളും കുടുമ മുറിക്കാൻ വരുമായിരുന്നല്ലോ?

ഇ എം എസ് : ഏത് ആദർശവും ആദ്യം സ്വയം നടപ്പിൽ വരുത്തുക. എന്നിട്ടേ അന്യരോട് അത് സ്വീകരിക്കാൻ ആവശ്യപ്പെടാവൂ എന്നാണെന്റെ മതം. എനിക്കു ചെയ്യാൻ കഴിയുന്നതേ ഞാൻ പ്രസംഗിക്കൂ.

കുഞ്ഞുണ്ണി : അച്യുതനെവിടെ? അയാളെ കണ്ടില്ലല്ലോ?

ഇ എം എസ് : ഏതെങ്കിലും മൂലയ്ക്കിരുന്നുറങ്ങുകയാവും. *(വാസുദേവൻ കുഞ്ഞുണ്ണിയും കൂടി അകത്തേക്ക് പോകുന്നു. അല്പം കഴിഞ്ഞ് അകത്തൊരു ലഹള "വാസുദേവാ.. എന്റെ കുടുമയിൽ തൊടരുത്. ഞാനാ പറഞ്ഞത് പരിഷ്കാരോം ആചാരോം രണ്ടാ.." വാസുദേവൻ കുഞ്ഞുണ്ണിയും പുറത്തേക്ക് വരുന്നു. കുഞ്ഞുണ്ണിയുടെ കൈയിലൊരു കത്രിക)*

വാസുദേവൻ : നമ്മുടെ "കുടുമ മുറിക്കൽ" വിപ്ലവത്തിനു ഏറ്റവും നല്ല സാക്ഷി - നമ്മളിലാദ്യം കുടുമ മുറിച്ച ഇ എം എസ് തന്നെയാവട്ടെ! കുഞ്ഞുണ്ണീ *(വാസുദേവൻ കുനിഞ്ഞ് കുടുമ നീട്ടുന്നു)* ഉം.. വെട്ട് *(കുഞ്ഞുണ്ണി കത്രികകൊണ്ട് കുടുമ വെട്ടുന്നു. കുഞ്ഞുണ്ണിയുടെ കൈയിൽ നിന്ന് കുടുമ വാങ്ങി മേശപ്പുറത്തുവച്ചുകൊണ്ട്)*

നമ്പൂരാരുടെ അന്ധവിശ്വാസത്തിന്റെയും അനാചാരത്തിന്റെയും അന്ത്യത്തിന്റെ ആരംഭം. (കുഞ്ഞുണ്ണി ഒന്നും അറിയാത്തമട്ടിൽ അകത്തേക്ക് പോകാൻ തുടങ്ങുന്നു)

വാസുദേവൻ : *(പരിഹാസത്തിൽ)* വേണ്ട.. വേണ്ട.. താനിവിടെ നില്ല്. ആ കത്രിക ഇങ്ങോട്ടുതാടോ.. ഉം.. നില്ക്കൂ.. താൻ മാത്രം ഇനിയീ കുടുമവച്ചു സുഖിക്കേണ്ട..

കുഞ്ഞുണ്ണി : ഇല്ലത്തു ചെന്നാൽ?

ഇ എം എസ് : ഇല്ലത്തു ചെന്നാലെന്താ.. ഞങ്ങളെയൊക്കെപ്പോലെ തന്നെയല്ലേ കുഞ്ഞുണ്ണിയും. ഇല്ലത്തു ചെന്ന് അച്ഛനോടു ചോദിച്ചിട്ടാണോ വിപ്ലവത്തിന്റെ തീയതി കുറിക്കാൻ.

കുഞ്ഞുണ്ണി ചിന്താധീനനാകുന്നു. - വെളിച്ചം കുഞ്ഞുണ്ണിയിൽ കേന്ദ്രീകരിക്കുന്നു)

കുഞ്ഞുണ്ണി എന്താ ആലോചിക്കുന്നത്

വാസുദേവൻ : പടിക്കിറങ്ങുമ്പോഴല്ലേ, പട്ടുകോണോം മറന്നതിനെക്കുറിച്ച് ഒരാലോചന. കുനിക്കെടോ. തല *(കുഞ്ഞുണ്ണി യന്ത്രത്തെപ്പോലെ തല കുനിക്കുന്നു. വാസുദേവൻ കുടുമ മുറിക്കുന്നു)* ഇനി ഒരുത്തനുണ്ടല്ലോ? അവനെ അങ്ങനെ വിട്ടുകൂടാ.. *(വാസുദേവനും കുഞ്ഞുണ്ണിയും കൂടി അകത്തുകയറി അച്യുതനെ പിടിച്ചുകൊണ്ടുവരുന്നു. അച്യുതൻ നിന്നു പരുങ്ങുന്നു)*

കുഞ്ഞുണ്ണി : കുനിക്കെടോ തല *(ബലം പ്രയോഗിച്ച് തല കുനിപ്പിക്കുന്നു. കത്രികകൊണ്ട് അച്യുതന്റെ കുടുമ മുറിക്കുന്നു. കുടുമ അച്യുതനെ ഏല്പിച്ചുകൊണ്ട്)*

വാസുദേവൻ : ഇതാ നിന്റെ നമ്പൂതിരിത്തം. കൊണ്ടുപോയി വൈദികവിധിപ്രകാരം സംസ്കരിച്ചോ.. *(എല്ലാവരും പൊട്ടിച്ചിരിക്കുന്നു)*

ഇ എം എസ് : സുഹൃത്തുക്കളെ, ഇത്രയും ചെയ്തല്ലോ.. ഇതിന്റെ അനുബന്ധമായി ഒരു കാര്യം കൂടി നമുക്കൊരുമിച്ചാവാം.

അച്യുതൻ : എന്താന്ന് പറഞ്ഞില്യാ.

ഇ എം എസ് : വരട്ടെ പറയാം. അച്യുതനിങ്ങനെ തോക്കിനകത്തു കയറിവെടിവച്ചാലോ?

വാസുദേവൻ : എന്തായാലും ഇ എം പറയുംപോലെ..

ഇ എം എസ് : അനാചാരത്തിന്റെ അവശിഷ്ടമായ ഈ പൂണൂലും ഇനി നമുക്കാവശ്യമില്ല. ഇനി പൂണൂൽ പൊട്ടിക്കാം.

(എല്ലാവരും പൂണൂൽ പൊട്ടിക്കുന്നു) (പശ്ചാത്തലത്തിൽ പ്രചണ്ഡമായ ഒരിടിമുഴക്കത്തിന്റെയും കൊടുങ്കാറ്റിന്റെയും ശബ്ദം: തുടർന്ന് അകലെ ഏതോ ക്ഷേത്രത്തിലെ ദീപാരാധനാ വാദ്യഘോഷം)

ഇ എം എസ് : ഈ പൂണൂലെല്ലാം കൂടി കത്തിച്ച് അതിന്റെ ചാരം ആ യാഥാസ്ഥിതിക നമ്പൂതിരിമാരുടെ 'സുദർശനം' പത്രത്തിന് ഒരു കുറിപ്പും വച്ച് അയച്ചുകൊടുത്താലോ?

വാസുദേവൻ : അക്കാര്യം ഞാനേറ്റു *(കുഞ്ഞുണ്ണി വാസുദേവന്റെ*

ചെവിയിൽ എന്തോ പറയുന്നു) ഇ എം എസിനോട് ചോദിക്കട്ടെ!

ഇ എം എസ് : വേണ്ട.. വേണ്ട അതുവേണ്ട. പാവം ഗണപതി അയ്യരുടെ കുടുമ മുറിക്കാനല്ലേ?

വാസുദേവൻ : എന്നാൽ വേണ്ട. പക്ഷേ, ഞങ്ങളീ രാത്രി തന്നെ അടുത്ത ലോഡ്ജിലെ നമ്പൂതിരിമാരുടെ പൂണൂലെല്ലാം പൊട്ടിക്കും.

അച്യുതൻ : പാവങ്ങൾ. അവർക്ക് ബ്രഹ്മസ്വം മഠത്തിൽ നിന്നാണ് ഊണ്. പൂണൂൽ ഇല്ലെങ്കിൽ അവർക്ക് ഊണ് കിട്ടില്ല.

വാസുദേവൻ : എന്നാൽ, അതും ഒന്നും കാണണമല്ലോ.. നമുക്ക് ആ വിളമ്പുകാരുടെ ഒക്കെ പൂണൂൽ പൊട്ടിക്കണം. ഇ എം നമുക്കിനു രാത്രിയിൽ ഊണ് ബ്രഹ്മസ്വം മഠത്തിൽ നിന്നാക്കിയാലോ..

ഇ എം എസ് : വിരോധില്യാ..

കുഞ്ഞുണ്ണി : എന്നാലിറങ്ങാം.. *(അകത്തേക്കു നോക്കി)* സ്വാമി.. രാത്രി ഇന്നാർക്കും കാപ്പിവേണ്ട..

ഗണപതി : *(പുറത്തുവന്ന്)* ദോശൈയ്ക്കുള്ള മാവ് അരച്ചാച്ച്. ഇനി എന്ന ശൈയ്യറതിക്ക് *(എല്ലാവരെയും നോക്കി അമ്പരപ്പോടെ)* കുഴന്തകളെ. എന്നാപറ്റി.. എന്നാപറ്റി.. ഉങ്ക കുടുമീം പൂണൂലും ഒക്കെ എങ്കേപോച്ച്.

വാസുദേവൻ : എരന്തുപോച്ച്.. സ്വാമീ... എരന്തുപോച്ച്.. ഇ എം ഇല്ലാട്ടാ ഉങ്ക കുടുമീം ഇപ്പടി എറന്തുതാം പോയേന്നേ.

ഗണപതി : അടട... മഹാപാപി.. നാൻ ഒരു ബ്രാഹ്മണന്... എന്നെ ഏമാത്തമുടിയാതു

(പേടിച്ചകത്തേക്ക് ഓടുന്നു)

രംഗദീപം പൊലിയുന്നു

രംഗദീപം തെളിയമ്പോൾ

(സമയം സന്ധ്യ ഇ എം എസ് എഴുതിക്കൊണ്ടിരിക്കുന്നു. അല്പം കഴിഞ്ഞ് വി ടി ഭട്ടതിരിപ്പാട് പ്രവേശിക്കുന്നു. മുപ്പത്തിമൂന്ന് വയസ്സിലേറെ പ്രായം. ഖദർകൊണ്ടുള്ള കോളറില്ലാത്ത മുറിക്കയ്യൻ ഷർട്ടും ഖദർ മുണ്ടും. മെലിഞ്ഞ ശരീരപ്രകൃതി. തലയിൽ കുറ്റിമുടി. പൊക്കം കുറഞ്ഞ് ചെറിയ ഒരാൾ. തോളത്ത് ഒരു തുണിസഞ്ചി സഞ്ചിനിറയെ പുസ്തകങ്ങൾ ഇ എം എസ് വി ടിയെ കണ്ട് എഴുന്നേല്ക്കുന്നു. പരസ്പരം അഭിവാദ്യം ചെയ്യുന്നു)

വി ടി : എപ്പോഴും എഴുത്തും വായനയും തന്നെ അല്ലേ?

ഇ എം എസ് : (ചിരിച്ചുകൊണ്ട്) ഞാൻ "പാശുപത"ത്തിൽ ഒരു

ലേഖനമെഴുതി. "ഫ്രഞ്ചുവിപ്ലവവും നമ്പൂതിരിസമുദായവും" സുദർശനക്കാർക്ക് അതു ശരിക്കേറ്റു. അവരെന്നെ ആക്രമിച്ചുകൊണ്ട് ഒരു ലേഖനം എഴുതിയിരിക്കുന്നു. അതിന്റെ മറുപടിയാണ്.

വി ടി : നിങ്ങൾ ആ പൂണൂല് കത്തിച്ച ചാരം അവർക്കയച്ചപ്പോൾ തന്നെ അവർ പ്രകോപിതരാണ്.

ഇ എം എസ് : വി ടി എന്തൊക്കെയുണ്ട് വിശേഷങ്ങൾ. *ഉണ്ണിനമ്പൂതിരി* കുറച്ചു കൂടി നന്നാവണം.

വി ടി : ഇ എം നോട് അതു പറയാനാ ഞാനിങ്ങോട്ടു വന്നത്. പത്രാധിപർ കുട്ടൻ നമ്പൂതിരിയുടെ നിർദ്ദേശവുമുണ്ട്.

ഇ എം എസ് : ഞാൻ എന്താ ചെയ്യേണ്ടത്. പറഞ്ഞോളൂ. ഈ നമ്പൂരാരെ മനുഷ്യരാക്കാൻ നിങ്ങളൊക്കെ നടത്തുന്ന ഏതു പണിക്കും ഞാൻ കൂടെ ഉണ്ടാവും.

വി ടി : കൂടെ ഉണ്ടായാൽ പോര. മുമ്പിൽ നില്ക്കണം. ഞങ്ങളെ നയിക്കണം.

ഇ എം എസ് : അതിന് ഞാൻ പറ്റിയ ആളാണെന്ന് തോന്നണില്യാ..

വി ടി : ആനയ്ക്ക് ആനയുടെ ബലമറിയില്ലെന്നാ... ഈ ചെറുപ്രായത്തിൽതന്നെ വിവരവും വിവേകവുമുള്ള വലിയൊരു മനയ്ക്കലെ നമ്പൂതിരി ചെറുപ്പക്കാരനെ പ്രസ്ഥാനത്തിനു കിട്ടുക എന്നു വച്ചാൽ അതൊരു ചെറിയ കാര്യമാണോ?

ഇ എം എസ് : (വിഷയം മാറ്റാൻ) അപ്പൊ ഞാനെന്താ ചെയ്യേണ്ടതെന്നു പറഞ്ഞില്ലാലോ.

വി ടി : ഇ എം *ഉണ്ണിനമ്പൂതിരി*യുടെ ചുമതല ഏല്ക്കണം.

ഇ എം എസ് : അതിന് കുട്ടൻ നമ്പൂതിരിയില്ലേ?

വി ടി : അങ്ങ് ചങ്ങനാശ്ശേരിയിൽ ഇരുന്നുകൊണ്ട് അദ്ദേഹത്തിനു ചെയ്യാൻ കഴിയുന്നതിനൊക്കെ ഒരു പരിമിതി ഇല്ലേ. ഞാൻ ഔദ്യോഗികമായി *മംഗളോദയ*ത്തിലെ പ്രൂഫ് റീഡറാണ്. അതിനിടയ്ക്ക് ഞാനൊറ്റയ്ക്കാണ് ഇപ്പോൾ എല്ലാം..

ഇ എം എസ് : എന്റെ പഠിപ്പിന് മുടക്കം കൂടാതെ എന്നാൽ ചെയ്യാൻ കഴിയുന്നതൊക്കെ ചെയ്യാം.

വി ടി : മതി ധാരാളം മതി. പിന്നെ കുറച്ചു സമുദായകാര്യങ്ങളിൽക്കൂടി ശ്രദ്ധിക്കണം.

ഇ എം എസ് : ഞാനങ്ങോട്ടു പറയാനിരുന്നതാണ്. അന്ന് ആ സമ്മേളനസ്ഥലത്തുവച്ച് പറഞ്ഞ കാര്യം എന്തായി. പ്രഹസനം എഴുതുന്ന കാര്യം.

വി ടി : അതേ. അതിനുവേണ്ടി കൂടിയാണ് ഞാനിങ്ങോട്ട് വന്നത്.

ഇ എം എസ് : ച്ചാൽ..
വി ടി : ഞാനെഴുതി. പ്രഹസനമായോ എന്നെനിക്കറിയില്ല. അന്നു നമ്മൾ ചർച്ച ചെയ്ത എല്ലാ കാര്യങ്ങളും വന്നിട്ടുണ്ട് എന്നു തോന്നുന്നു.
ഇ എം എസ് : നമ്പൂതിരിയില്ലത്തെ പെൺകൊട. മാറ്റവിവാഹം. വൃദ്ധ വിവാഹം. അർത്ഥശൂന്യമായ ഓത്തുചൊല്ലൽ.
വി ടി : എല്ലാം നോക്കീട്ടുണ്ട്. എപ്പോഴാ ഒന്നിരിക്യാ. കൂട്ടായ ഒരിരുത്തം.
ഇ എം എസ് : സ്ക്രിപ്റ്റ് ആയോ?
വി ടി : ആയോ എന്നു ചോദിച്ചാൽ ആയി. (സഞ്ചിയിൽ നിന്ന് സ്ക്രിപ്റ്റ് എടുത്തുകൊടുക്കുന്നു) എന്നാൽ, പൂർത്തിയാക്കണമെങ്കിൽ നിങ്ങളുടെയൊക്കെ സഹായം വേണം.
ഇ എം എസ് : (സ്ക്രിപ്റ്റ് വാങ്ങി സന്തോഷത്തോടെ നിവർത്തിനോക്കി) *അടുക്കളയിൽ നിന്ന് അരങ്ങത്തേക്ക്* സാമുദായിക പ്രഹസനം. വിളിത്തുരുത്തി താഴത്തു രാമൻ ഭട്ടതിരിപ്പാട് - ഏതായാലും പ്രഹസനത്തിന്റെ പേര് അസ്സലായിട്ടുണ്ട്.
വി ടി : പക്ഷേ, പ്രഹസനം.
ഇ എം എസ് : സംശയിക്കേണ്ട. അതും അസ്സലാകും. നമ്മുടെയെല്ലാം നിത്യജീവിതത്തിലെ അനുഭവങ്ങളല്ലേ. വി ടി ഒരു കലാകാരൻ മനസ്സിൽ തട്ടി എഴുതുന്ന എന്തു കാര്യവും കലാപരമാകും. അത് ഉദ്ദിഷ്ടകാര്യം സാധിക്കുകയും ചെയ്യും.
വി ടി : വായിച്ചുനോക്കുക. എന്നിട്ട് തെറ്റ് കുറ്റങ്ങൾ എന്താച്ചാൽ നമുക്കൊഴിവാക്കാം..
ഇ എം എസ് : ആവട്ടെ! നമുക്കൊരുമിച്ചിരിക്കാം..
വി ടി : എപ്പൊഴാ സൗകര്യം.
ഇ എം എസ് : വൈകുന്നേരങ്ങളിൽ നമുക്കൊരുമിച്ചുകൂടാം. വേണ്ടപ്പെട്ട എല്ലാവരേം കൂട്ടിക്കോളൂ..
വി ടി : അവതരണയോഗ്യമാണെങ്കിൽ നമുക്കിതു റിഹേഴ്സൽ ചെയ്യാൻ സൗകര്യമുണ്ടാക്കണം.
ഇ എം എസ് : അതിനെന്താ. ഇവിടെ ഇഷ്ടംപോലെ സൗകര്യമുണ്ട്. മൂന്നുനാലു നടന്മാരെയും ഞാൻ തരാം.
വി ടി : ഇപ്പോഴേ എനിക്കാശ്വാസമായുള്ളൂ.
ഇ എം എസ് : വി ടി സാമുദായിക കാര്യങ്ങളിൽ മാത്രമല്ല, സാഹിത്യകലാരംഗത്തും ഇതോടെ നമ്മൾ പുതിയ ഒരദ്ധ്യായം തുറക്കുകയാണ്.

(കുഞ്ഞുണ്ണി കയറിവരുന്നു. വാടിയ മുഖം)

ഇ എം എസ് : എന്താ കുഞ്ഞുണ്ണി വീട്ടിലെന്തെങ്കിലും വിശേഷാൽ..?

കുഞ്ഞുണ്ണി : കുഞ്ചു. ദേവകി ഓപ്പോളുടെ പെൺകൊട നിശ്ചയിച്ചിരിക്കുന്നു.

ഇ എം എസ് : ആരുമായി?

കുഞ്ഞുണ്ണി : തെക്കെപ്പാട്ടെ രുദ്രൻനമ്പൂതിരിപ്പാടുമായി.

ഇ എം എസ് : ദേവകി ഓപ്പോളുടെ മുത്തച്ഛനാകാനുള്ള പ്രായമുണ്ടല്ലോ അയാൾക്ക് എന്തുവന്നാലും നമുക്കിതു നടത്തിക്കൂടാ...

കുഞ്ഞുണ്ണി : നമുക്കെന്തു ചെയ്യാൻ കഴിയും.

വി ടി : കുഞ്ഞുണ്ണീ – ആളുകളെ സുഖിപ്പിക്കാൻ വേണ്ടിയല്ല. നമ്മളീ പ്രഹസനമൊക്കെ എഴുതിയതും കളിക്കാൻ ശ്രമിക്കുന്നതും. അത് പ്രാവർത്തികമാക്കാനാണ്.

കുഞ്ഞുണ്ണി : എന്നുവച്ചാൽ

ഇ എം എസ് : സംശയിക്കേണ്ട. ആദ്യത്തെ വൃദ്ധവിവാഹത്തിനെതിരായ പിക്കറ്റിങ് കുഞ്ഞുണ്ണിയുടെ ഇല്ലത്ത്.

വി ടി : ഞാനും കൂടാം.

ഇ എം എസ് : അങ്ങനെയാവട്ടെ!

രംഗദീപം പൊലിയുന്നു

ദൃശ്യം നാല്

(തൃശൂരിലെ തെരുവ്. ഒരു സായംസന്ധ്യ. ഇ എം എസിന്റെ നേതൃത്വത്തിൽ ഒരു ചെറിയ തക്ലി ജാഥ. എല്ലാവരുടേയും വേഷം ഗാന്ധിത്തൊപ്പിയും ഖദർ ജൂബ്ബയും. കൈയ്യിൽ തക്ലി ഉയർത്തിപ്പിടിച്ചുകൊണ്ടാണ് ജാഥാംഗങ്ങൾ നടക്കുന്നത്.

ബോലോ ഭാരത മാതാ കീ ജയ്
മഹാത്മാ ഗാന്ധീ കീ ജയ്
ഇന്ത്യൻ നാഷണൽ കോൺഗ്രസ് കീ ജയ്

എന്നീ മുദ്രാവാക്യങ്ങൾ ഉച്ചത്തിൽ വിളിച്ചുകൊണ്ടാണ് ജാഥ സഞ്ചരിക്കുന്നത്. അതിനിടയിൽ ജാഥയിൽ വന്ന ഒരാൾ ത്രിവർണ്ണപതാക ഉയർത്തിപ്പിടിക്കുന്നു. ഒരാൾ പാടുന്നു.

"പോരാ പോരാ നാളിൽ നാളിൽ
ദൂര ദൂരമുയരട്ടെ
ഭാരത ക്ഷ്മാ ദേവിയുടെ തൃപ്പതാകകൾ
എന്നു തുടങ്ങുന്ന പതാക ഗാനം
ഗാനത്തിന്റെ അവസാനത്തിൽ)

രംഗദീപം പൊലിയുന്നു

രംഗദീപം തെളിയുമ്പോൾ

(അതേ തെരുവ്, തോളിൽ ഒരു ഖദർ വസ്ത്രക്കെട്ടുമായി ഇ എം എസ്, വാസുദേവൻ. കുഞ്ഞുണ്ണി, അച്യുതൻ തുടങ്ങിയവർ. ഒരാൾ കടന്നുവരുന്നു

ഇ എം എസ് : *(അയാളോട്)* സഹോദരാ, നിങ്ങൾ ഈ വിദേശ നിർമ്മിതമായ മുണ്ടും ഷർട്ടും ഉപയോഗിക്കുന്നതു നിർത്തി, ഇന്ത്യയിലെ പരശതം ദരിദ്രന്മാർ സ്വന്തം കൈകൊണ്ടു നൂറ്റെടുത്ത നൂലുപയോഗിച്ച് നെയ്ത വസ്ത്രങ്ങൾ വാങ്ങി ഉപയോഗിക്കൂ. വിദേശ വസ്ത്രങ്ങൾ ബഹിഷ്കരിക്കൂ! സ്വദേശി വസ്ത്രങ്ങൾ മാത്രം ഉപയോഗിക്കൂ.

വന്നയാൾ : നിങ്ങളെക്കണ്ടിട്ട് നല്ല കുടുംബത്തിൽ ജനിച്ച ഒരു ചെറുപ്പക്കാരനാണെന്നു തോന്നുന്നു. നിങ്ങൾക്കൊന്നും ഇതു പറ്റിയ ജോലിയല്ല. ഖദറിട്ടാലേ.. ജീവനും കൊണ്ട് വീട്ടിലെത്താനാവില്ല. പൊലീസിന്റെ ഇടി ഉറപ്പാ.. നമ്മെ വെറുതെ കൊല്ലിക്കല്ലേ? *(എന്നുപറഞ്ഞ് നടന്നുമറയുന്നു. മറ്റൊരാൾ വരുന്നു)*

വന്നയാൾ : നിങ്ങൾ സെന്റ് തോമസ് കോളേജ് വിദ്യാർത്ഥികളാണോ.

ഇ എം എസ് : അതെ. *(തോളിലെ കെട്ട് താഴെ ഇറക്കിവക്കുന്നു)*

വന്നയാൾ : ജോർജ് പഞ്ചമൻ ചക്രവർത്തിയുടെ കൃപകൊണ്ടു നടക്കുന്ന ആ വിദ്യാലയത്തിലെ വിദ്യാർത്ഥികളുടെ അന്തസ്സ് നിങ്ങൾ കളഞ്ഞുകുളിക്കരുത്. ഇതൊക്കെ വല്ല തെമ്മാടി പിള്ളേര് നടത്തട്ടെ.

(കുറേ കഴിഞ്ഞ് എം പി പോൾ അതുവഴി വരുന്നു. ശുഭ്രവസ്ത്രധാരി. മുണ്ടും ജുബ്ബയും വേഷം. കഴുത്തിൽ ഒരു ഷാൾ. മദ്ധ്യവയസ്സോടടുത്ത പ്രായം. സുമുഖൻ)

വാസുദേവൻ : ഇ എം അതാ എം പി പോൾമാഷ്, മോശമായി ഇല്ലേ. നമുക്ക് മുന്നോട്ടു നടന്നാലോ.. മാഷ് കാണണ്ട.

ഇ എം എസ് : എന്തു മോശം. നമുക്ക് വിശ്വാസമുള്ളത് നമ്മൾ ചെയ്യുന്നു. മാഷിന്റെ ഇഷ്ടവും അനിഷ്ടവും നോക്കിയല്ലല്ലോ നമ്മളീപ്പണിക്ക് ഇറങ്ങിയത്.

(എം പി പോൾ അടുത്തുവരുന്നു.)

എം പി പോൾ : എന്താ നമ്പൂതിരിപ്പാടേ, ഖാദിപ്രചാരണമോ? എങ്ങനെയുണ്ട് വില്പന.

ഇ എം എസ് : *(ചൊടിയേടെ)* ഇതേവരെ ആരും വാങ്ങിയില്ല മാഷേ.

ചിലർ പേടിച്ചിട്ടാ വാങ്ങാത്തത്. ഖദർ ധരിച്ചാൽ പൊലീസിന്റെ ഇടികൂടെ വരും പോലും. ചിലർ ഉപദേശിക്കാനും മറന്നിട്ടില്യാ.

എം പി പോൾ : ഓഹോ അങ്ങിനെയുണ്ടോ! എന്നാൽ, എനിക്ക് ഒരു ഖദർ മുണ്ടും ജുബ്ബായ്ക്കുള്ള രണ്ടുവാരത്തുണിയും തരൂ..

(പ്രൊഫഷണൽ കച്ചവടക്കാർ തുണി മുറിച്ചുകൊടുക്കുംപോലെ ഇ എം എസ് സ്കെയിൽ വച്ച് അളന്ന് തുണി കത്രികകൊണ്ട് മുറിച്ചുകൊടുക്കുന്നു)

എം പി പോൾ : എന്തായി?

ഇ എം എസ് : മുന്നൂറുപ്യ

എം പി പോൾ : *(മൂന്ന് വെള്ളിത്തുട്ടെടുത്ത് ഇ എം എസിനെ ഏല്പിക്കുന്നു)* ശരി... പോട്ടെ.. എനിക്ക് മുണ്ടശ്ശേരിയുടെ വീടുവരെ ഒന്നുപോകണം. *(നടന്നു മറയുന്നു)*

രംഗദീപം പൊലിയുന്നു

ദൃശ്യം അഞ്ച്

(ഇ എം എസിന്റെ തൃശൂരിലെ ലോഡ്ജ്. 1932 ജനുവരി 4, സമയം രാവിലെ 9.30. രംഗവേദിയിൽ വെളിച്ചമെത്തുമ്പോൾ

ഇ എം എസ് പുസ്തകം വായിച്ചിരിക്കുന്നു. തൊട്ടടുത്തിരുന്ന അച്ച്യുതൻ 'മാതൃഭൂമി' പത്രം എടുത്ത് ഉച്ചത്തിൽ വായിക്കുന്നു. 'രണ്ടാം നിയമലംഘന പ്രസ്ഥാനം' ആരംഭിക്കാൻ മഹാത്മാഗാന്ധിയുടെ ആഹ്വാനം. കോൺഗ്രസിന്റെ എല്ലാ അധികാരങ്ങളും മഹാത്മാഗാന്ധിക്ക്. അദ്ദേഹത്തെ ഡിറ്റേക്ടറായി വീണ്ടും നിശ്ചയിച്ചു. ഗാന്ധി- ഇർവ്വിൻ സന്ധി പരാജയപ്പെട്ടതിനെത്തുടർന്ന് - നിയമലംഘന പ്രസ്ഥാനം ആരംഭിക്കുകയല്ലാതെ മറ്റു മാർഗ്ഗമില്ലെന്നു ജവഹരിലാൽ നെഹ്റു. കെ പി സി സി പിരിച്ചുവിട്ടു. എൽ എസ് പ്രഭു കേരളാ ഡിറ്റേക്ടർ. നാടെങ്ങും ഹർത്താലാചരിക്കാൻ ജനനേതാക്കളുടെ ആഹ്വാനം കോഴിക്കോട് നഗരത്തിൽ നിരോധനാജ്ഞ. നിരോധനം ലംഘിച്ച പി കൃഷ്ണപിള്ള കെ എ ദാമോദരമേനോൻ, കാർത്ത്യായനിഅമ്മ എന്നിവരെ അറസ്റ്റു ചെയ്തു ജയിലിലാക്കി. നാടാകെ ലാത്തിച്ചാർജ്ജ്, നൂറുകണക്കിനാളുകൾക്ക് പരിക്ക് (അച്ച്യുതൻ പത്രത്തിൽ നിന്ന് തല ഉയർത്തി)

അച്യുതൻ : ഇ എം സംഗതികൾ വളരെ വേഗം മാറുകയാണല്ലോ.

ഇ എം എസ് : അതേ കാര്യങ്ങൾ പുതിയ ഘട്ടത്തിലേക്ക് നീങ്ങുക

യാണ്. മിക്കവാറും ഇന്നല്ലെങ്കിൽ നാളെ ഗാന്ധിജിയെയും കോൺഗ്രസ് നേതാക്കളെയും അറസ്റ്റ് ചെയ്തേക്കും.

കുഞ്ഞുണ്ണി : *(കടന്നുവന്ന്)* അതോടെ ജനങ്ങൾക്കൊരാവേശം കേറും.

ഇ എം എസ് : അതേ ഒന്നാം നിയമലംഘനം അത്രപെട്ടെന്ന് പിൻവലിച്ചത് ജനങ്ങളെ നിരാശരാക്കിയിരുന്നു. ഒരുപക്ഷേ, ഇപ്പോഴത്തെ നിയമലംഘനത്തോടെ അതിനൊരു പരിഹാരമുണ്ടായി എന്നുവരാം.

കുഞ്ഞുണ്ണി : പറയാൻ പറ്റ്വോ. ഗാന്ധിജിയുടെ മനസ്സിലിരുപ്പ് എന്താണെന്നാരുകണ്ടു.

ഇ എം എസ് : അതു ശരിയാ. ജനങ്ങൾ ആവേശത്തോടെ വെള്ളക്കാർക്കെതിരെ തെരുവിലിറങ്ങുമ്പോൾ ഗാന്ധി ആ സമരം പിൻവലിക്കും. ജനങ്ങൾ വീട്ടിലേക്ക് തിരിക്കുമ്പോൾ അദ്ദേഹം വീണ്ടും സമരം പ്രഖ്യാപിക്കും. ഒരർത്ഥത്തിൽ ജനങ്ങളുടെ ക്ഷമപരിശോധിക്കലാണ് അദ്ദേഹത്തിന്റെ നടപടികൾ.

കുഞ്ഞുണ്ണി : ദേശീയ പ്രക്ഷോഭത്തെ ബഹുജനസമരമാക്കാതെ വ്യക്തിസത്യാഗ്രഹത്തിലൊതുക്കുന്നതാണ് മൂപ്പരുടെ ശൈലി.

ഇ എം എസ് : അതേ.. അതുതന്നെയാണ് നമ്മുടെ ദുര്യോഗവും. നെഹ്രു, ബോസ് തുടങ്ങിയ കോൺഗ്രസിലെ യുവനേതൃത്വം പാർട്ടിക്കകത്ത് ഇതിനെ ശക്തിയായി എതിർക്കുന്നുണ്ട്. അവർക്ക് ശക്തിപകരുക എന്നതാണ് ഇന്നിപ്പോൾ നമ്മുടെ കടമ. വടകര സമ്മേളനത്തിൽ തന്നെ ഏതാണ്ടിതേ രൂപത്തിലൊരു ചർച്ച വരികയുണ്ടായി.

അച്യുതൻ : ജനങ്ങളാകെ സമരരംഗത്തുവന്നാൽ മൂപ്പരിനിയും സമരം പിൻവലിച്ചുകൂടെന്നില്ല. അതിനിടയ്ക്ക് എന്തെങ്കിലും നടന്നാൽ നടന്നു.

ഇ എം എസ് : എന്തായാലും സാമ്രാജ്യവിരുദ്ധമായ ഒരു മഹാപ്രസ്ഥാനത്തെ ഹരിജനോദ്ധാരണം. ക്ഷേത്രപ്രവേശനം എന്നീ സാമൂഹ്യ പ്രവർത്തനങ്ങളിൽ മാത്രം ഒതുക്കി നിർത്താതെ ഫലത്തിൽ ഒരു മഹാസ്വാതന്ത്ര്യസമര പ്രസ്ഥാനമാക്കി മാറ്റാൻ ഈ രണ്ടാം സിവിൽ നിയമലംഘനപ്രക്ഷോഭം സഹായകമാകും. എന്നാണെന്റെ വിശ്വാസം.

കുഞ്ഞുണ്ണി : ഇനി കോളേജുകളൊന്നും നേരെ ചൊവ്വേ നടക്കുമെന്നു തോന്നുന്നില്ല.

ഇ എം എസ് : എല്ലാ സിവിൽ നിയമങ്ങളും ലംഘിക്കലും വിദേശ ഗവൺമെന്റിന്റെ പൊതുഘടനയുമായി നിസ്സഹകരിക്കലും സ്തംഭിപ്പിക്കലും, അതാണല്ലോ ഈ പ്രക്ഷോഭത്തിന്റെ കാതൽ. ദേശസ്നേഹികൾക്ക് ഈ നിയമലംഘനം തീർച്ചയായും ഉശിരുപകരും. ഉണ്ണിനമ്പൂതിരിക്കുവേണ്ടി ഗുരുവായൂർ സത്യാഗ്രഹം റിപ്പോർട്ടു ചെയ്യാൻ ഞാനാണല്ലോ പോയത്. അവിടെവച്ച് എ കെ ഗോപാലനെ കണ്ടു. കേളപ്പജിയുടെ അനന്തരാവകാശി എന്നാണ് പറഞ്ഞു കേട്ടത്. പക്ഷേ, ഗോപാലന്മാഷ് അസംതൃപ്തനാണ്. കേളപ്പന്റെ തണുത്ത മട്ടല്ല. ഇങ്ങിനെ എത്രയെത്ര സമരധീരന്മാർ.

കുഞ്ഞുണ്ണി : തളിപ്പറമ്പ് യോഗക്ഷേമസഭാ സമ്മേളനം എങ്ങിനെയുണ്ടായിരുന്നു.

ഇ എം എസ് : നല്ല ഏറ്റുമുട്ടലുണ്ടായിരുന്നു. നമ്പൂതിരിയോഗക്ഷേമസഭയെ... രാഷ്ട്രീയവല്ക്കരിക്കുന്നു എന്നാണ് യാഥാസ്ഥിതികരുടെ ആക്ഷേപം. ഏതുകാലത്തും സമൂഹത്തിൽ ഗുണപരമായ മാറ്റത്തിനു വേണ്ടിനടത്തുന്ന ഏതു പരിശ്രമത്തെയും പരാജയപ്പെടുത്താൻ മാറ്റത്തിന്റെ ശത്രുക്കൾ എടുക്കുന്ന അവസാനത്തെ ആയുധമാണ്.

'രാഷ്ട്രീയവല്ക്കരണം' എന്ന ആക്ഷേപം ഇന്നിപ്പോൾ കോൺഗ്രസ് രാഷ്ട്രീയത്തെക്കുറിച്ചാണ്. നാളെ ഇതിനേക്കാൾ മെച്ചപ്പെട്ട ഒരു രാഷ്ട്രീയ സംഹിതയുണ്ടായാൽ അതുമായി ബന്ധപ്പെടുത്തിയാവും ആക്ഷേപം. സാരമില്ല ഇതൊക്കെ ചരിത്രത്തിന്റെ ഭാഗമായി കണക്കാക്കിയാൽ മതി.

(സെന്റ് തോമസ് കോളേജിൽ വിദ്യാർത്ഥികളുടെ ആരവം. കോളേജിൽ ക്ലാസ് തുടങ്ങാനുള്ള കൂട്ടമണി മുഴങ്ങുന്നു.

വിദ്യാർത്ഥികളുടെ മുദ്രാവാക്യം വിളി

"ബോലോ ഭാരതമാതാകീ ജയ്
മഹാത്മാ ഗാന്ധീ കീ ജയ്
നിയമലംഘന സമരം - ഒന്നാം ദിവസം
ചലോ ചലോ ജില്ലാ കളക്ട്രേറ്റ്

ഇ എം എസ് : ജാഥ തേക്കിൻകാട് ചുറ്റിയേ കളക്ടറേറ്റിലേക്ക് പോകൂ. നമുക്കും കൂടാം..

(അകത്തുപോയി എല്ലാവരും ഗാന്ധിത്തൊപ്പിയും വച്ച് പുറത്തുവരുന്നു. പുറത്തേക്ക് പായുന്നു. പൊലീസ് വിസിലും നിലവിളിയും

ആക്രോശങ്ങളും മുദ്രാവാക്യങ്ങളും പശ്ചാത്തലത്തിൽ ശക്തിയായി ഉയരുമ്പോൾ)

രംഗദീപം പൊലിയുന്നു

രംഗദീപം തെളിയുമ്പോൾ

(ചെറിയ യോഗം. സ്ഥലം - ലോഡ്ജുതന്നെ. സമയം - സായാഹ്നം ഇ എം എസിന്റെ വിദ്യാർത്ഥി ജീവിതത്തിൽനിന്നുള്ള വിടവാങ്ങൽ പ്രസംഗം. ഇ എം എസ് - ചുറ്റിലും സഹപാഠികൾ)

ഇ എം എസ് : സുഹൃത്തുക്കളേ, സഹപാഠികളേ
ഞാൻ ഇന്ന് തൃശൂർ സെന്റ് തോമസ് കോളെജിനോടും എന്റെ സഹപാഠികളായ നിങ്ങളോടും യാത്ര പറയുകയാണ്. കോഴിക്കോട് ആരംഭിച്ചിട്ടുള്ള നിയമലംഘനപ്രസ്ഥാനത്തിൽ ഒരു സത്യഗ്രഹിയാവുകയാണ് എന്റെ ലക്ഷ്യം. യഥാർത്ഥം പറയുകയാണെങ്കിൽ കോഴിക്കോട്ടെ ഉപ്പു സത്യഗ്രഹം നടക്കുന്ന ഘട്ടത്തിൽതന്നെ എനിക്കതിൽ പങ്കെടുക്കണമെന്നാഗ്രഹമുണ്ടായിരുന്നു. നിർഭാഗ്യവശാൽ കഴിഞ്ഞില്ല. തൃശൂർ സെന്റ് തോമസ് കോളേജുമായി ബന്ധപ്പെട്ട് എനിക്ക് ഒട്ടനവധി സാമൂഹ്യ പ്രവർത്തനങ്ങളിൽ പങ്കാളിയാകാനും നമ്പൂതിരിയെ മനുഷ്യനാക്കാനുമുള്ള മഹായജ്ഞത്തിൽ പങ്കെടുക്കാനും കഴിഞ്ഞു. ഞാനതു വിശദീകരിക്കുന്നില്ല. ഏതായാലും നിങ്ങളൊക്കെയായി സഹകരിക്കാനും ഒരുമിച്ച് പ്രവർത്തിക്കാനും ലഭിച്ച അവസരം - *(സെന്റ് തോമസ് കോളേജ് പ്രൊഫസറായ എം പി പോളും പ്രൊഫസർ നായാരണസ്വാമിയും കടന്നുവരുന്നു. ഇ എം വിനയപൂർവ്വം തൊഴുതുകൊണ്ട് കസേര നീക്കിയിട്ട് ഇരിക്കാനാവശ്യപ്പെടുന്നു. രണ്ടുപേരും ഇരിക്കുന്നു)*
- അതീവധന്യമായി ഞാൻ കരുതുന്നു. എന്റെ അഭിവന്ദ്യഗുരുനാഥന്മാരും സഹപാഠികളും എന്നോടുകാണിക്കുന്ന സ്നേഹവാത്സല്യങ്ങൾക്ക് നന്ദി പറയാൻ ഞാനാളല്ല. എന്റെ എളിയ കഴിവുകൾ എന്റെ അന്ത്യശ്വാസംവരെ, എന്റെ നാടിനും ജനങ്ങൾക്കും വേണ്ടി വിനിയോഗിക്കുമെന്ന് ഉറപ്പു നല്കിക്കൊണ്ട് ഞാനെന്റെ വാക്കുകൾ ഉപസംഹരിക്കുന്നു. *(കൈയടി)*

കുഞ്ഞുണ്ണി : *(പോളിനെയും നാരായണസ്വാമിയെയും നോക്കി പോൾ മാഷോ! സ്വാമി മാഷോ!)*

എം പി പോൾ : *(എഴുന്നേറ്റ്)* ഞങ്ങൾ വിളിക്കാതെ വന്നവരാണ് പ്രസംഗിക്കാൻ വന്നതുമല്ല. ഞങ്ങളുടെ പ്രിയശിഷ്യൻ ഒരു നല്ല കാര്യത്തിനു പോകുമ്പോൾ ശുഭാംശംസ നേരാം എന്നു കരുതിയാണ് വന്നത്. അപ്പോഴാണ് പ്രസംഗം നടക്കുന്നത്. ഏതായാലും ഞാൻ പ്രസംഗിക്കുന്നില്ല. നമ്മുടെ എല്ലാം പ്രിയപ്പെട്ട ഇ എം എസ് വിദ്യാഭ്യാസം പൂർത്തിയാകാതെ, അതുപേക്ഷിച്ചാണ് ഇപ്പോൾ പോകുന്നത്. ഒരദ്ധ്യാപകൻ ഒരിക്കലും അതു പ്രോത്സാഹിപ്പിക്കാൻ പാടില്ലാത്തവനാണ്. എങ്കിലും ഞാൻ ഇ എം എസിനെ തടസ്സപ്പെടുത്തുകയില്ല. കാരണം, ഒരു ബിരുദം നേടുന്നതിനേക്കാൾ മഹത്തായ കാര്യത്തിലാണ് അദ്ദേഹം ഏർപ്പെടാൻ പോകുന്നത്. നാളെ ഈ മഹാരാജ്യത്തിന്റെ പുതിയ വിദ്യാഭ്യാസത്തിനും സംസ്കാരത്തിനും അടിത്തറ പാകാൻ ചരിത്രം നിയോഗിച്ച... എന്റെ പ്രിയ ശിഷ്യന് ഞാനെന്റെ എല്ലാ വിജയാശംസകളും നേരുന്നു.

കുഞ്ഞുണ്ണി : ഇനി നമ്മുടെ ഹിസ്റ്ററി പ്രൊഫസർ നാരായണൻ സ്വാമി.

നാരായണസ്വാമി : ഞാൻ കോൺഗ്രസല്ല. എനിക്ക് രാഷ്ട്രീയവുമില്ല. പ്രസംഗിച്ചു ശീലവുമില്ല. വെറും അദ്ധ്യാപകൻ. എന്റെ ചരിത്രക്ലാസിലെ ഏറ്റവും സമർത്ഥനായ വിദ്യാർത്ഥിയാണ് ഇ എം ശങ്കരൻ നമ്പൂതിരിപ്പാട്. ഇദ്ദേഹം ക്ലാസ് വിട്ടുപോകുന്നതിൽ എനിക്ക് സങ്കടമുണ്ട്. എന്നാൽ, സന്തോഷവുമുണ്ട്. എന്തുകൊണ്ടും ഈ യുവാവ് ക്ലാസ്മുറിയിലിരുന്ന് ചരിത്രം പഠിക്കേണ്ടവനല്ല, നാടിന്റെ പുതിയ ചരിത്രം സൃഷ്ടിക്കേണ്ടവനാണ്. ഇദ്ദേഹത്തിന്റെ ഗുരുവാകാൻ കഴിഞ്ഞത് എന്റെ ഭാഗ്യമാണ്. എന്റെ പ്രിയശിഷ്യന്റെ ജീവിതപാതയിൽ എല്ലാ മംഗളങ്ങളും നേരുന്നു. (കൈയടി)

രംഗദീപം പൊലിയുന്നു

രംഗദീപം തെളിയുമ്പോൾ

(ഇ എം എസ് എന്തോ എഴുതിക്കൊണ്ടിരിക്കുന്നു)

അച്യുതൻ : *(താഴെനിന്ന് വേഗം കയറിവന്നിട്ട്)* ഇ എം നമ്മുടെ പ്രിൻസിപ്പാൾ

ഇ എം എസ് : *(തല ഉയർത്തി)* എവിടെ?

അച്യുതൻ : താഴെ നില്ക്കുന്നു ഇ എം നെ കാണണമെന്നു പറഞ്ഞു.

(ഇ എം പെട്ടെന്നെഴുന്നേറ്റ് താഴേക്കുപോകുന്നു. കൂടെ അച്യുതനും രംഗവേദി അല്പസമയത്തേക്ക് ശൂന്യം)

(നിമിഷങ്ങൾ കഴിഞ്ഞ് പ്രിൻസിപ്പാൾ ഫാദർ പാലോക്കാരൻ ഇ എം എസിന്റെ രണ്ടു കൈകകളും കൂട്ടിപ്പിടിച്ചുകൊണ്ട് മുറിയിലേക്ക് വരുന്നു)

ഇ എം എസ് : പ്രിൻസിപ്പലച്ചൻ എന്താ ഈ വഴി?

പ്രിൻസിപ്പാൾ : നമ്പൂതിരിപ്പാടു കാരണം തന്നെ

ഇ എം എസ് : എനിക്കു മനസ്സിലായില്യാ.

പ്രിൻസിപ്പാൾ : നമ്പൂതിരിപ്പാടിനെപ്പോലെ സമർത്ഥനായ ഒരു വിദ്യാർത്ഥിയെ കൈവിട്ടു കളയാൻ ഏതെങ്കിലും ഒരു വിദ്യാഭ്യാസസ്ഥാപനം സ്വമേധയാ സമ്മതിക്കുമോ?

ഇ എം എസ് : പ്രിൻസിപ്പലച്ചൻ ക്ഷമിക്കണം. ഇക്കാര്യത്തിൽ ഇനി പുനർചിന്തയില്ല.

പ്രിൻസിപ്പാൾ : പ്രിയപ്പെട്ട മകനേ, ഫാദർ പാലോക്കാരൻ ഒരു കത്തോലിക്കാ പുരോഹിതനാണ്. അവന്റെ തിരുസഭ നിങ്ങളുടെ മഹാത്മാഗാന്ധിയെ അന്ത്യക്രിസ്തുവായും മി. ഗാന്ധിയായും കാണാനാണ് ഇടയലേഖനം നല്കിയിട്ടുള്ളത്. അതുകൊണ്ട് ഞങ്ങളും ഞങ്ങളുടെ പത്രങ്ങളും അതാവർത്തിക്കുന്നു. നിങ്ങളുടെ സമരങ്ങളെ എതിർക്കുന്നു. ബ്രിട്ടീഷുകാരനായ ജോർജ്ജ് പഞ്ചമൻ ചക്രവർത്തിയെ സ്തുതിക്കുന്നു. പക്ഷേ, ഈ ളോഹയ്ക്കകത്ത് ഒരു മനുഷ്യനുണ്ട്. അവൻ ഗുരുവാണ്.. ആ ഗുരു.. പ്രിയ ശിഷ്യാ.. നിങ്ങൾക്ക് എല്ലാ മംഗളങ്ങളും നേരുന്നു. നാളെ നിങ്ങളെ ഈ നാടിന്റെ നായകപദവിയിലേക്കുയർത്തുന്നതു കാണാൻ ഈ കണ്ണുകൾക്ക് ഭാഗ്യമുണ്ടാവട്ടേ എന്നു ഞാനാശിക്കുന്നു. ഈശോമിശിഹാ എപ്പോഴും കുഞ്ഞിന്റെ കൂടെ ഉണ്ടായിരിക്കട്ടെ!

(ഇ എം എസിനെ നെഞ്ചോടു ചേർക്കുന്നു. പശ്ചാത്തലത്തിൽ പള്ളിമണി)

രംഗദീപം പൊലിയുന്നു

രംഗദീപം തെളിയുന്നു

(രംഗത്ത് അച്യുതൻ മാത്രം. വി ടി ധൃതിയിൽ കടന്നുവരുന്നു)

വി ടി : ഇ എം എവിടെ?

അച്യുതൻ : അങ്ങ് അല്പം താമസിച്ചുപോയി. ഇ എം തൃശൂർ വിട്ടിട്ട് ഒരു മണിക്കൂർ കഴിഞ്ഞു.

വി ടി : കഷ്ടമായി! എങ്ങോട്ടെക്കെന്നാ പറഞ്ഞത്. നേരെ കോഴിക്കോട്ടേക്കാണോ?

അച്യുതൻ : അല്ല ഇന്നുരാത്രി ഏലംകുളത്ത്. നാളെ അവിടെ നിന്ന് കോഴിക്കോട്ടേക്ക്

വി ടി : *(അല്പം ആലോചിച്ച്)* ശരി. പോകാൻ തുടങ്ങുന്നു.

കുഞ്ഞുണ്ണി : *(അകത്തു നിന്ന് പുറത്തേക്ക് വന്നിട്ട്)* വി ടി താങ്കളെ ഏല്പിക്കാൻ ഇ എം എസ് രണ്ടു സാധനങ്ങൾ തന്നിട്ടുണ്ട്.
ഒന്ന് – ഒരു കത്ത്
രണ്ട് – അദ്ദേഹത്തിന്റെ വാച്ച്. ഇതിന്റെ ചങ്ങല തനി സ്വർണ്ണമാണ്. ഈ വാച്ചും ചങ്ങലയും വിറ്റുകിട്ടുന്ന പണം നമ്പൂതിരി യുവജനസംഘത്തിന്റെ ചെലവിനെടുത്തുകൊള്ളണമെന്ന് പ്രത്യേകം പറയാനും ശട്ടം കെട്ടിയിട്ടാണ് പോയത്.

(വി ടി വാച്ചും കത്തും ഏറ്റുവാങ്ങുന്നു. രംഗദീപം: വി ടിയിൽ മാത്രം കേന്ദ്രീകരിക്കുന്നു. വി ടി വാച്ച് എടുത്ത് പിടിക്കുന്നു. ദീർഘശ്വാസം വിടുന്നു. വാച്ച് തോളത്തുള്ള സഞ്ചിയിൽ നിക്ഷേപിക്കുന്നു. കത്ത് പൊളിച്ചു നോക്കുന്നു)

വി ടി : *ഉണ്ണിനമ്പൂതിരി* വാരികയ്ക്കുള്ള വിടവാങ്ങൽ സന്ദേശമാണ്. *(വി ടി കത്തു നിവർത്തി വായിക്കുന്നു ഇ എം ന്റെ ശബ്ദത്തിൽ)*
പ്രിയസുഹൃത്തുക്കളേ,
നമ്മുടെ പ്രിയപ്പെട്ട ഉണ്ണിനമ്പൂതിരിയും ഞാനും തമ്മിൽ അടുത്ത കുറച്ചു കാലമായി വളർന്നുവന്നിരുന്ന ബന്ധം പെട്ടെന്ന് മുറിക്കേണ്ടി വന്നിരിക്കുന്നു എന്നു ഞാനിതാ നിങ്ങളെ സവിനയം അറിയിച്ചുകൊള്ളുന്നു. ഈ ബന്ധവിച്ഛേദം ഒരു പക്ഷേ, ശാശ്വതവും അന്ത്യവുമായിത്തീരാം. ഒരുപക്ഷേ, കേവലം താല്ക്കാലികവുമാവാം. അതിലേതാണ് വേണ്ടതെന്ന് കരുണയേറിയ ബ്രിട്ടീഷ് ഗവൺമെന്റ് തീർച്ചപ്പെടുത്തട്ടെ! ഒരു കാര്യം മാത്രം ഞാൻ പറയാം. ലാത്തിപ്രഹരങ്ങളെയും വെടിയുണ്ടകളെയും ആശുപത്രികളെയും ജയിലുകളെയും ആന്റെമാൻദീപുകളെയും അതിവർത്തിച്ച് ജീവിക്കുവാനുള്ള അവസരം ലഭിക്കുന്ന പക്ഷം– സ്വതന്ത്രഭാരതത്തിലെ ഒരു യഥാർത്ഥ പൗരന്റെ നിലയ്ക്ക് അതിന്റെ ഒരു പ്രധാന ഭാഗമായി കേരളത്തിലേക്കുവരുവാൻ വിജയം അഥവാ മരണം

എന്ന മുദ്രാവാക്യം സ്വീകരിച്ച് അക്രമരഹിതമായ ഘോരയുദ്ധത്തിനിറങ്ങിയിട്ടുള്ള ഈ സാധു യോദ്ധാവിന് സാധിക്കുന്നപക്ഷം അന്ന് *ഉണ്ണിനമ്പൂതിരി*യുടെ പാവപ്പെട്ട സേവകന്മാരിൽ ഒരാളായിരിക്കുവാൻ ഈയുള്ളവൻ സന്നദ്ധനായിരിക്കും. (വി ടിയുടെ ശബ്ദത്തിൽ)

എന്ന്

ഇ എം ശങ്കരൻ നമ്പൂതിരിപ്പാട്

(ഈ കത്തിന്റെ രംഗം ചിത്രീകരിക്കുമ്പോൾ ഇ എം എസിനെ ഒരു ഏകാന്തപഥികന്റെ യാത്ര ചിത്രീകരിക്കുംവിധം സ്റ്റേജിലോ, പിന്നിൽ നിഴൽ ചിത്രങ്ങളായോ അവതരിപ്പിക്കാവുന്നതാണ്. ക്രിസ്തുവിന്റെ ഗാഗുൽത്താ മലയിലേക്കുള്ള യാത്രയും പ്രതീകാത്മകമായി ചിത്രീകരിക്കണം)

രംഗദീപം പൊലിയുന്നു

ദൃശ്യം ആറ്

(കോങ്ങാട്ടിൽ രാമൻ മേനോന്റെ ഭവനം. സമ്പന്നമായ ഒരു നായർ തറവാട്. സമയം സായാഹ്നം. മദ്ധ്യവയസ്സോടടുത്തു പ്രായമുള്ള ഒരാൾ. ഖദർ ജുബ്ബാ, ഖദർ മുണ്ട്, ഖദർഷാൾ, പൂമുഖത്ത് കസേരയിൽ 'മാതൃഭൂമി' പത്രവും വായിച്ചിരിക്കുകയാണ്. രംഗത്ത് വെളിച്ചം വരുമ്പോൾ മുഖം കാണാൻ കഴിയുന്നില്ല. പത്രംകൊണ്ടു മറഞ്ഞിട്ടാണ്. അല്പം കഴിഞ്ഞ് ഇ എം എസ് പ്രവേശിക്കുന്നു. തോളിൽ തുണിസഞ്ചി. ഗാന്ധിത്തൊപ്പി. ഖദർകൊണ്ടുള്ള ഫുൾക്കൈ ഷർട്ട്. ഖദർമുണ്ട്. അല്പം കഴിഞ്ഞു. ഗൃഹനാഥൻ ശ്രദ്ധിക്കുന്നില്ല. ഇ എം എസ് മുരടനക്കുന്നു. മേനോൻ സാവകാശം പത്രം മടക്കി അടുത്ത കസേരയിൽ വയ്ക്കുന്നു കാലിന്മേൽ കാലും കയറ്റിയുള്ള ഇരുപ്പിന്റെ പോസൊന്നു മാറ്റുന്നു. ഈ സമയമൊക്കെ ഇ എം എസ് ക്ഷമയോടെ വിനീതനായി നില്ക്കുന്നു)

മേനോൻ : *(ഘനഗംഭീരസ്വരത്തിൽ)* എവിടുന്നാ?

ഇ എം എസ് : ഞാൻ തൃശൂർ സെന്റ് തോമസ് കോളേജിൽ നിന്നാണ്. ബി എ യ്ക്കു ഫസ്റ്റിയർ.

മേനോൻ : *(പെട്ടെന്ന് പോക്കറ്റിൽ നിന്ന് ഒരു നോട്ടെടുത്ത് നീട്ടിക്കൊണ്ട്)* ഇതാ അമ്പതു ഉറുപ്യണ്ട്.

ഇ എം എസ് : ഞാൻ പണം ചോദിക്കാൻ വന്നതല്ല.

മേനോൻ : പിന്നെ?

ഇ എം എസ് : സത്യഗ്രഹത്തിൽ ചേരാൻ വന്നതാണ്. എന്നെ ഒരു

വാളണ്ടിയർ ആയി സ്വീകരിക്കണം.

മേനോൻ : *(ചിരിച്ചുകൊണ്ട്)* ആലോചിച്ചുതന്നെയാണോ കോളേജിൽ നിന്നു പുറത്തു ചാടിയത്. വാളണ്ടിയർ ആയാൽ കിട്ടുന്ന സമ്മാനമറിയാമല്ലോ.... കുഞ്ഞേ.. പൊലീസിന്റെ അടിമാത്രമല്ല. കുതിരപ്പൊലീസിന്റെ ചവിട്ടുമുണ്ട്. പിന്നെ ജയിൽവാസവും. ജയിലിനകത്തോ കല്ലുടയ്ക്കലും ചകിരി തല്ലലും ഒക്കെ വേണ്ടിവരും.

ഇ എം എസ് : ഇതൊക്കെ മനസ്സിലാക്കിയിട്ടു തന്നെയാണ് ഞാൻ വന്നത്.

മേനോൻ : ഓഹോ! അപ്പോൾ നിങ്ങൾ ആൾ മോശക്കാരനല്ലല്ലോ? എത്ര വയസ്സായി?

ഇ എം എസ് : ഇരുപത്തിമൂന്ന്

മേനോൻ : സ്ഥലം എടെയാ

ഇ എം എസ് : തെക്കേ മലബാറിൽ ഏലംകുളത്ത്.

മേനോൻ : പേര് എന്താണെന്നു പറഞ്ഞില്ല

ഇ എം എസ് : അതിന് അങ്ങ് അവസരവും തന്നില്ലല്ലോ. ഞാൻ ഇ എം ശങ്കരൻ നമ്പൂതിരിപ്പാട്

മേനോൻ : *(വിശ്വാസം വരാത്തമട്ടിൽ)* ഏലംകുളം മനയ്ക്കലെ ശങ്കരൻ നമ്പൂതിരിപ്പാടോ? *ഉണ്ണിനമ്പൂതിരി*യിലും *പാശുപാത*ത്തിലുമൊക്കെ ലേഖനം എഴുതുന്ന സാമൂഹ്യപ്രവർത്തകൻ. *(ഇതിനിടയിൽ മേനോൻ അറിയാതെ കസേരയിൽ നിന്നെഴുന്നേറ്റു പോകുന്നു)*

ഇ എം എസ് : അതെ.

മേനോൻ : കൊച്ചുതിരുമേനി ക്ഷമിക്കണം. ഞാൻ ധാരാളം കേട്ടിട്ടുണ്ട്. വടകര സമ്മേളനത്തിനുണ്ടായിരുന്നു.. ഇല്ലേ? പക്ഷേ, ഞാൻ അടുത്തുകാണുന്നത് ഇപ്പോഴാണ്. ഇത്ര കുട്ടിയാണെന്നു കരുതിയില്ല. (മുന്നോട്ടു ചെന്ന് ഇരുകൈകളും പിടിച്ച്) ഇരിക്കണം. (ഇ എം എസ് ഇരിക്കുന്നു)

മേനോൻ : ആളെ അറിയില്ലെങ്കിൽ വരുന്ന അബദ്ധം.. കൊച്ചുതിരുമേനി തെറ്റിദ്ധരിക്കരുത്. നിയമലംഘനത്തിൽ പങ്കെടുക്കണമെന്നു വാശിയുണ്ടോ?

ഇ എം : ഞാൻ തീരുമാനിച്ചുറച്ചതാണ്.

മേനോൻ : അല്ല. ഞാൻ നിരുത്സാഹപ്പെടുത്തുകയാണെന്നു കരുതരുത്. നമ്മുടെ കുറൂർ നമ്പൂതിരിപ്പാട് ജയിലിൽ പോയി വന്നപ്പോൾ ഇല്ലത്തും സമുദായത്തിലും ഉണ്ടായ ബുദ്ധിമുട്ട് അറിയാവുന്നതുകൊണ്ട് പറഞ്ഞു പോവുകയാണ്. പഠിത്തമൊക്കെ തീർന്നിട്ടു പോരേ.

സജീവ രാഷ്ട്രീയം സ്വാതന്ത്ര്യം. അത് ഈ ഇടയ്ക്കൊന്നും കിട്ടാൻ പോകുന്നില്ല. ഇരുമ്പ് കുടിച്ച വെള്ളം ഉണ്ടോ കക്കുന്നു. ബ്രിട്ടീഷുകാരന്റെ കൈയിൽ കിട്ടിയ രാജ്യം ഉപ്പു കുറുക്കിയും ഖദറുടുത്തും ഉണ്ണാവ്രതമെടുത്തുമൊക്കെ നേടാമെന്നാ. എന്തോ എനിക്കു തോന്നണില്യാ.

ഇ എം : അപ്പോൾ ഗാന്ധിജി പറയുന്നതോ?

മേനോൻ : ഗാന്ധി അങ്ങനെ എന്തെല്ലാം പറയുന്നു?

ഇ എം : അപ്പോൾ അങ്ങ് ഗാന്ധിയിൽ വിശ്വസിക്കുന്നില്ലെന്നാണോ?

മേനോൻ : വിശ്വാസമില്ലെങ്കിൽ ഈ പരുക്കൻ ചാക്കുതുണികൊണ്ടുള്ള കുപ്പായവുമൊക്കെ ഇട്ടു നടക്കണാർന്നോ?

ഇ എം : പിന്നെ?

മോനോൻ : ഞങ്ങളൊക്കെ സ്വന്തം കാര്യം നോക്കിയിട്ട് രാഷ്ട്രീയത്തിലിറങ്ങിയവരാണ്. പഠിച്ചു ബിരുദമെടുത്തു. കല്യാണം കഴിച്ചു. സ്വന്തം കുട്ടികളെ കല്യാണം കഴിപ്പിച്ചു. ഇനി എന്തുവന്നാലും ഞങ്ങൾക്കെന്താ - ഒന്നുകിൽ ജയിൽ അല്ലെങ്കിൽ അധികാരം. എന്തായാലും പൊലീസ് അകമ്പടി ഉറപ്പ്. പക്ഷേ, നിങ്ങളെപ്പോലുള്ളവർ ജീവിതം തുടങ്ങിയിട്ടേയുള്ളൂ. അങ്ങയോട് എന്തുകൊണ്ടോ സ്വല്പം സ്വാർത്ഥത തോന്നിപ്പോയി- അതുകൊണ്ട് പറഞ്ഞുപോയതാണ്.

ഇ എം : അങ്ങ് എന്നോട് കാണിക്കുന്ന വാത്സല്യത്തിന് നന്ദി. പക്ഷേ, എന്റെ ആദർശം മറ്റൊന്നാണ്. ഞാൻ വളർന്ന ചുറ്റുപാടുകൾ വ്യത്യസ്തമായിപ്പോയി. അല്ലായിരുന്നുവെങ്കിൽ ഭഗത്സിങ്ങിനെപ്പോലെ ഞാനും തൂക്ക് മരത്തിലേക്ക് നടന്നു കയറുമായിരുന്നു. കേവലം ഒരു സത്യഗ്രഹിയാകാൻ ഇങ്ങനെ അലഞ്ഞുതിരിയുമായിരുന്നില്ല.

മേനോൻ : ഒന്നു ചോദിക്കട്ടെ. ഈ വിക്ക് എപ്പോഴുമുണ്ടോ?

ഇ എം : ഇല്ല സംസാരിക്കുമ്പോഴേ ഉള്ളൂ. *(രണ്ടുപേരും ചിരിക്കുന്നു)*

മേനോൻ : മിസ്റ്റർ നമ്പൂതിരിപ്പാട്. എന്നോട് ക്ഷമിക്കണം. എനിക്ക് തെറ്റിപ്പോയി നിങ്ങളൊരു സാധാരണ മനുഷ്യനല്ല. അതുകൊണ്ട് നിങ്ങൾ ഒരു സാധാരണ വാളണ്ടിയറായിട്ടല്ല-

കേരളത്തിന്റെ രണ്ടാം ഡിക്റ്റേറ്ററായിട്ടാണ് നിയമം ലംഘിക്കേണ്ടത്. ഈ വരുന്ന ഞായറാഴ്ച കോഴിക്കോട് കടപ്പുറത്തു നിയമം ലംഘിക്കണം.

ഇ എം : വളരെ സന്തോഷം.

മേനോൻ : ഡിക്റ്റേട്രർമാർ പാലിക്കേണ്ട ചില നിബന്ധനകൾ കൂടിയുണ്ട്.

ഇ എം : ന്താച്ചാൽ പറഞ്ഞാൽ മതി.

മേനോൻ : ഡിക്റ്റേട്രായി തെരഞ്ഞെടുക്കപ്പെട്ട ആൾ നിയമം ലംഘിക്കുന്നതിനു മുമ്പ് പൊലീസിനു പിടികൊടുക്കാൻ പാടില്ല. തന്റെ പിൻഗാമി ആരെന്ന് പ്രഖ്യാപിച്ചു വേണം അറസ്റ്റു വരിക്കാൻ. മുൻകൂട്ടി നിശ്ചയിച്ച സ്ഥലത്തു വച്ചു തന്നെ നിയമം ലംഘിക്കുകയും വേണം. ഇതു കുറച്ചു ബുദ്ധിമുട്ടുള്ള കാര്യമാണെന്ന് പ്രത്യേകം പറയേണ്ടല്ലോ. പൊലീസ് കൈയും കെട്ടി വെറുതെ നോക്കി ഇരിക്കുകയില്ല എന്ന ധാരണ വേണമെന്ന് ചുരുക്കം.

ഇ എം : ശ്രമിക്കാം. ഞാനേതായാലും പ്രസ്ഥാനത്തിനപമാനം ഉണ്ടാക്കുകയില്ല.

മേനോൻ : അങ്ങയോടൊപ്പം മണ്ണാർക്കാട് ഗോപാലനുണ്ണിയും ജി ഗോപാലകൃഷ്ണറായും ഉണ്ടാകും. അവർ ശനിയാഴ്ച രാത്രി ഇവിടെ എത്തും. താമസം ബുദ്ധിമുട്ടാവില്ലെങ്കിൽ ഇവിടെത്തന്നെയാവാം. ഇപ്പോൾ കുടിക്കാനെന്താ കാപ്പിയോ ചായയോ?

ഇ എം : ഇപ്പോൾ ഒന്നും വേണ്ട. എന്റെ ഒരു സ്നേഹിതൻ അഡ്വ. കേശവൻ നമ്പൂതിരി ഇവിടെ അടുത്താണ് താമസം. അദ്ദേഹത്തെ കണ്ടിട്ട് ഞാൻ രാത്രിയിൽതിരിച്ചെത്താം.

മേനോൻ ; പൊലീസിന്റെ വലയിൽ ചെന്നു വീഴരുത്.

ഇ എം : ഇവിടെ എന്നെ ആരും അറിയില്ല്യാ..

മേനോൻ : *(ചിരിച്ചുകൊണ്ട്)* ശരി ഇഷ്ടംപോലെ. *(ഇ എം എസ് പുറത്തേക്കു പോകുന്നു) (അത് നോക്കി നിന്ന ശേഷം)*

മോനോൻ : *(ആത്മഗതം)* ആ പോകുന്നതൊരു തീപ്പൊരിയാണ്. നാളേയ്ക്ക് ആളിപ്പടരാവുന്ന ഒരുതീപ്പൊരി.

രംഗദീപം പൊലിയുന്നു

രംഗദീപം തെളിയുമ്പോൾ

(കോങ്ങോട്ടിൽ രാമൻ മേനോന്റെ വീട്ടിലെ പൂമുഖം. പിറ്റേന്ന് പകൽ ഇ എം എസ് ഒരു പുസ്തകവും വായിച്ചിരിക്കുന്നു. നിമിഷങ്ങൾ കഴിയുമ്പോൾ ഒരു വാല്യക്കാരൻ. ഇ എം എസ് ഇരിക്കുന്ന മുറിയിൽ പ്രവേശിച്ച്)

വാല്യക്കാരൻ : (ഇ എം നോട്) കാണാൻ ഒരാൾ പുറത്തു നില്ക്കുന്നു.
ഇ എം : വരാൻപറയൂ

(പുസത്കം മലർത്തി ജിജ്ഞാസയോടെ ആഗതനെ കാത്തിരിക്കുന്നു. ഭവത്രാതൻ നമ്പൂതിരിപ്പാട് - പ്രശസ്ത സാഹിത്യകാരനും സാമൂഹ്യപരിഷ്കർത്താവും ഇ എം എസിന്റെ ബന്ധുവായ നമ്പൂതിരി 40 വയസ്സോളം പ്രായം. ഫുൾ കൈ ഷർട്ട്. കസവുവച്ച മുണ്ട്. കൈയിൽ സ്വർണ്ണച്ചങ്ങലയോടു കൂടിയ വാച്ച്. ഭവത്രാതനെ കണ്ട് ഇ എം എസ് ചാടി എണീക്കുന്നു.

ഇ എം : *(അത്ഭുതത്തോടെ)* ഭവത്രാതൻ ഏട്ടൻ എവിടെ?
ഭവത്രാതൻ : ക്ഷമിക്കണം ഞാനൊരബദ്ധം കാണിച്ചു.
ഇ എം : എനിക്കു മനസ്സിലായി.
ഭവത്രാതൻ : കുഞ്ചു കോഴിക്കോട്ടു നിയമംലംഘിക്കാൻ പോയി എന്ന് ഞാൻ മനയ്ക്കൽ പറഞ്ഞു പോയി. അതു പാപ്പുവിന്റെ ചെവിയിലെത്തി. അവൻ ഉടനെ തന്നെ ഏലംകുളം മനയ്ക്കൽ പോകുമെന്ന് ഞാൻ കരുതിയില്ല. എന്റെ അവിവേകത്തിന് മാപ്പു തരണം.
ഇ എം : *(ചിരിച്ചുകൊണ്ട്)* അതിൽ കാര്യമില്ല. പാപ്പു അന്തർജ്ജനം പറഞ്ഞില്ലെങ്കിലും ഇന്നു മനയ്ക്കുള്ളവരെല്ലാം അറിയും. എന്നെ രണ്ടാം ഡിക്റ്റേട്രായി നിയമിച്ച വിവരം ഇന്ന് എല്ലാ പത്രങ്ങളിലുമുണ്ട്. ഞാനിവിടെയാണ് താമസമെന്ന് എങ്ങിനെ അറിഞ്ഞു
ഭവത്രാതൻ : അഡ്വ. കേശവൻ നമ്പൂതിരിയെ കണ്ടിരുന്നു.
ഇ എം : അതു ശരി അപ്പോൾ എന്താണ് അങ്ങയുടെ ആഗമന ഉദ്ദേശം.
ഭവത്രാതൻ : കുഞ്ചു അമ്മയോട് അനുവാദം വാങ്ങിച്ചിട്ടാണോ ഇങ്ങോട്ട് പുറപ്പെട്ടത്.
ഇ എം : അങ്ങേക്കറിയാമല്ലോ - അമ്മയോട് ചോദിച്ചാൽ അമ്മ അനുവാദം തരുമോ?
ഭവത്രാത്രൻ : അമ്മയോട് അനുവാദം വാങ്ങാത്തത് തെറ്റല്ലേ?
ഇ എം : അനുവാദത്തിന് അപേക്ഷിച്ചാൽ അതു തരില്ലെന്നുറപ്പാണ്. അപ്പോൾ അതു ധിക്കരിക്കേണ്ടി വരും. അത് അതിനേക്കാൾ വലിയ തെറ്റാവില്ല്യേ?
ഭവത്രാതൻ : കുഞ്ചു.. തന്റെ അമ്മ ഒരു സാധാരണ അമ്മയല്ലെന്ന് തനിക്കറിയാമല്ലോ. തന്റെ ആയുസ്സ് അവർ ദൈവത്തിൽ നിന്ന് പിടിച്ചു വാങ്ങിയതാണ്. ജനിച്ചപ്പോൾ തന്നെ താനൊരു അത്ഭുതമായിരുന്നു. ഏലംകുളം മനയിൽ അതേവരെ നാലാമതൊരു ആൺകുഞ്ഞ് ജനിച്ചിട്ടില്ല. ജനിച്ചാൽ അത് ചാപിള്ളയാവും.

എന്നാണ് വിശ്വാസം. പക്ഷേ, താൻ ജനിച്ചു കൈകാൽ കുടഞ്ഞു. ഇള്ളേ.. ഇള്ളേ എന്നു കരഞ്ഞു *(ഒരു നിമിഷം വെളിച്ചം ഇ എം എസിൽ കേന്ദ്രീകരിക്കുന്നു)* പശ്ചാത്തലത്തിൽ ഒരു കുഞ്ഞിന്റെ കരച്ചിൽ.

പുരുഷശബ്ദം : കുട്ടി ആണോ.. പെണ്ണോ.

സ്ത്രീ : ആണാണ് തമ്പ്രാ.

പുരുഷൻ : കൈലാസനാഥാ.. എന്റെ കുടുംബത്തിനു നാലാമത് ഒരാൺ പ്രജയോ.

വിഷ്ണുദത്തയുടെ ശബ്ദം: എന്റെ പൂമുഖത്ത് ഭഗോതി എന്റെ ഉണ്ണിക്കായുസ്സ് തരണേ. കൈലാസനാഥാ. എന്റെ ഉണ്ണിയെ അവിടുത്തേക്ക് സമർപ്പിക്കുന്നു.

വീണ്ടും കുട്ടിയുടെ കരച്ചിൽ
പശ്ചാത്തല ശബ്ദം നിലയ്ക്കുന്നു
വെളിച്ചം വേദിയിലാകെ പരക്കുന്നു)

ഭവത്രാതൻ : പന്ത്രണ്ടു വയസ്സുവരെ.. കുഞ്ചുവിനറിയാമല്ലോ. മുടങ്ങാതെ ശിവഭജനം. പിന്നെ ഗുരുവായൂരിൽ പന്ത്രണ്ടു ദിവസത്തെ ഭജനം. തന്റെ ഒരു നിഴൽപോലെ ഏലംകുളത്തെ ആ വലിയ മനസ്സുള്ള അമ്മ, തന്നേയും കൊണ്ട് ഇറങ്ങി കയറാത്ത ക്ഷേത്രങ്ങളില്ല. അങ്ങിനെ ആറ്റുനോറ്റു കിട്ടിയ തന്നെ പൊലീസുകാരുടെ മുന്നിലേക്ക് വലിച്ചെറിയാൻ അവർ സമ്മതിക്കുമെന്നാണോ? ജയിലിൽ പോയി ഭ്രഷ്ടനാകുന്നതു നിസ്സംഗമായി നോക്കി നില്ക്കുമെന്നാണോ?
കുഞ്ചു ആ അമ്മയുടെ കണ്ണിൽ ഇനിയും താൻ കാരണം കണ്ണുനീർ നിറഞ്ഞു കൂടാ..

ഇ എം : *(വല്ല വിധത്തിലും സമനില വീണ്ടെടുത്ത്)* എന്നെ ദുർബ്ബലനാക്കാനാണോ അങ്ങയുടെ പുറപ്പാട്. ദയവുചെയ്ത് അങ്ങ് എന്റെ അമ്മയെ ആശ്വസിപ്പിക്കൂ. എന്നെ അനുഗ്രഹിക്കൂ!

ഭവത്രാതൻ : ഇനി ഞാനൊന്നും പറയുന്നില്ല. എല്ലാം കുഞ്ചുവിന്റെ ഇഷ്ടം. എല്ലാം വിധിപോലെ നടക്കട്ടെ. *(പുറത്തേക്ക് പോകുന്നു)*

(ഇ എം ചിന്താധീനനായി കൈയിൽ ശിരസ്സും താങ്ങി ഇരിക്കുന്നു. അല്പം കഴിഞ്ഞ് മേച്ചേരി ഏട്ടനും പള്ളിശ്ശേരിയും പ്രവേശിക്കുന്നു. ഇ എം എഴുന്നേറ്റ് ഗുരുവിന്റെ കാല്ക്കൽ വീഴുന്നു. ആരും ഒന്നും മിണ്ടുന്നില്ല. പരസ്പരം മുഖത്തു നോക്കുന്നു. ഒരു വല്ലാത്ത നിശ്ശബ്ദത. മൂന്നുപേർക്കും അറിയാതെ കണ്ണിൽ വെള്ളം നിറഞ്ഞു പോകുന്നു)

പള്ളിശ്ശേരി : അമ്മ

ഇ എം : *(തടഞ്ഞുകൊണ്ട്)* ഗുരുനാഥനും എന്നെ സങ്കടപ്പെടുത്താനാണോ.. ഇങ്ങോട്ടു വന്നത്.

മേച്ചേരി : കുഞ്ചു! ഞങ്ങളെ നിനക്ക് തടയാം. പക്ഷേ, നിന്റെ അമ്മയുടെ ദയനീയ സ്ഥിതി കണ്ടിട്ടാണ് ഞങ്ങളിങ്ങോട്ട് വന്നത്. ഞാൻ വരില്ലാ എന്നു പറഞ്ഞതാണ് *(ഗദ്ഗദത്തോടെ)* പക്ഷേ, എന്നാൽ, ഞാൻ പോവുകയാണ് എന്നുപറഞ്ഞ് അവർ ഇറങ്ങി നടക്കുകയാണ്. ഞങ്ങളെന്തു ചെയ്യണമെന്നു പറയൂ....

ഇ എം : *(എന്തോ നിശ്ചയിച്ച് ഉറച്ചപോലെ)* എന്തു വന്നാലും നിയമലംഘനത്തിൽ പങ്കെടുക്കാതെ ഞാൻ മനയ്ക്കലേക്കില്ല. അതിനു കഴിയാതെ വന്നാൽ തൂങ്ങിച്ചാവുകയല്ലേ നല്ലത്.

പള്ളിശ്ശേരി : ഉണ്ണീ.. അരുതാത്തത് പറയരുത്. ഉണ്ണിയുടെ ഇഷ്ടം പോലെ കാര്യങ്ങൾ നടക്കട്ടെ. ഞങ്ങളാരും തടയുന്നില്ല.

മേച്ചേരി : കുഞ്ചു. എനിക്ക് നിന്നെ നന്നായറിയാം. നിന്റെ അമ്മയെ ഓർത്തിട്ടാണ് എന്നോട് പൊറുക്ക്. ഈ മേച്ചേരി ഏട്ടനോട് പൊറുക്ക്.

(അടുത്ത് ചെന്ന് രണ്ട് കൈകളും കൂട്ടിപ്പിടിക്കുന്നു. രണ്ടുപേരും കരയുന്നു)

മേച്ചേരി : *(ഗുരുവിനോട്)* നമുക്കു പോകാം.

പള്ളിശ്ശേരി : ഈ പള്ളിശ്ശേരി അഗ്നിത്രാതന് ഏലംകുളത്തെ നാലാം മുറ തമ്പുരാനെ നന്നായറിയാം. അദ്ദേഹം കുടുംബമെന്ന പട്ടുനൂലിൽ കുരുങ്ങിക്കിടക്കേണ്ട ചിത്രശലഭമല്ല. സമരഭൂവിലേക്ക് എടുത്തു ചാടേണ്ട സിംഹക്കുട്ടിയാണ്. *(ഇ എം എസിന്റെ ശിരസ്സിൽ കൈവച്ച്)* വിജയീഭവ!

ഇ എം : ഞാൻ ധന്യനായി. ഒന്നുകിൽ മരണം അല്ലെങ്കിൽ വിജയം.

രംഗദീപം പൊലിയുന്നു

ദൃശ്യം ഏഴ്

കോഴിക്കോട് കടപ്പുറം.
1932 ജനുവരി 17
സമയം വൈകുന്നേരം 5 മണി

പശ്ചാത്തലത്തിൽ ദൂരെ നിന്ന് ഒരാൾക്കൂട്ടം വരുന്നതിന്റെ ഇരമ്പം. രംഗത്തേക്ക് രണ്ട് വില്ലാ ശിപായിമാർ കടന്നുവരുന്നു. വെള്ളപാന്റും വെള്ള ഫുൾ കൈ ഷർട്ടും ക്രോസ്. ബൽട്ടുപോലെ ഇട്ട ചുവന്ന പട്ടയും ആണ് വേഷം ഒരാളുടെ കൈയിൽ.. ഒരു ഹാൻഡ് മൈക്ക്.. മറ്റൊരാളുടെ കൈയിൽ ഒരു ഡ്രം.

രംഗത്ത് പ്രവേശിച്ച്

ആദ്യത്തെയാൾ ഡ്രം മുട്ടുന്നു അതുകഴിഞ്ഞ് രണ്ടാമത്തെയാൾ ഹാൻസ്മൈക്കിലൂടെ)

വില്ലാ ശിപായി 2 : "കോഴിക്കോടു നഗരത്തിലെ സകലമാന ജനങ്ങളും ബോധിപ്പാൻ. മദിരാശി ഗവൺമെന്റിനുവേണ്ടി ജി ഡി എച്ച് ബ്രേക്കൺസായ്വ് പുറപ്പെടുവിക്കുന്ന വിളംബരം എന്തെന്നാൽ....

ഇന്ത്യൻ നാഷണൽ കോൺഗ്രസ് സിവിൽ നിയമലംഘന സമരം പുനരാരംഭിച്ചതോടെ അതുമായി ബന്ധപ്പെട്ട് അവർ സർവ്വാധിപതികളെ നിയമിക്കാൻ തുടങ്ങിയിട്ടുള്ള വിവരം ബഹു. ഗവൺമെന്റിന്റെ ശ്രദ്ധയിൽപ്പെട്ടിരിക്കുന്നു.

പ്രാദേശിക പ്രവർത്തനങ്ങൾ നിയന്ത്രിക്കാനും സിവിൽ നിയമലംഘനപ്രസ്ഥാനം പരസ്യമായി നടത്തിക്കൊണ്ട് പോകുന്നതിനും വേണ്ടിയാണ്. ഈ സർവ്വാധിപതികളുടെ നിയമനം എന്നും. ബഹു. ഗവൺമെന്റ് മനസ്സിലാക്കുന്നു. നിയമവിരുദ്ധമായ കാര്യങ്ങൾക്ക് ഇത്തരം സർവ്വാധിപതികളെ നിയമിക്കുന്നത്. ബ്രിട്ടീഷ് ക്രിമിനൽ ഭേദഗതി നിയമത്തിലെ രണ്ടാം ഉപഖണ്ഡമനുസരിച്ച് നിയമവിരുദ്ധമാണ്. ആയതിനാൽ സർവ്വാധിപതികളുടെ നിയമനവും പ്രവർത്തനവും ഇതിനാൽ നിരോധിച്ചിരിക്കുന്നു. ആയതിനാൽ ഇത്തരം നിയമവിരുദ്ധമായ സംഘടനയിൽ അംഗമാവുകയോ അവർക്ക് സംഭാവന നല്കുകയോ അതിനു പ്രേരിപ്പിക്കുകയോ. നിയമവിരുദ്ധമായി സംഘടിപ്പിക്കുന്ന ഘോഷയാത്രകളിൽ പങ്കെടുക്കുകയോ ചെയ്യുന്നത് ശിക്ഷാർഹമാണ് എന്നും സകലമാന ജനങ്ങളെയും തെര്യപ്പെടുത്തിക്കൊള്ളുന്നു.."

(വില്ലാ ശിപായിമാർ വേദി വിട്ടുപോകുന്നു. പശ്ചാത്തലത്തിൽ ജനങ്ങളുടെ ഇരമ്പം. അല്പം കഴിയുമ്പോൾ പൊലീസിന്റെ റൂട്ട് മാർച്ചിന്റെ ശബ്ദം. പൊലീസ് സൂപ്രണ്ടിന്റെ നേതൃത്വത്തിൽ ഒരു സംഘം പൊലീസ് മാർച്ച് ചെയ്തുപോകുന്നു. അതുകഴിഞ്ഞ് ഒരു പൊലീസ് അനൗൺസ്മെന്റ് ഹാൻഡ് മൈക്കിലൂടെ)

"കോഴിക്കോട്ട് കടപ്പുറത്ത് 144 പ്രഖ്യാപിച്ചിട്ടുള്ള വിവരം ഇതിനാൽ

ബഹുജനങ്ങളെ അറിയിച്ചു കൊള്ളുന്നു. അഞ്ചുപേരിൽ കൂടുതൽ കൂട്ടം കൂടി നില്ക്കുന്നത് നിയമവിരുദ്ധമാണ്. എന്ന് ഇതിനാൽ അറിയിച്ചുകൊള്ളുന്നു...

(രണ്ടു പൊലീസുകാർ രംഗത്തിറങ്ങി
ആളുകളെ വിരട്ടി ഓടിക്കുന്നു

ആകെ ഒരു ഭീകരാന്തരീക്ഷം സൃഷ്ടിക്കുന്നു. അകലെനിന്ന് ഒരു മാർച്ചിങ് സോങ് ഒഴുകിവരുന്നു)

"വരിക വരിക സഹജരേ
സഹന സമര സമയമായ്
കരളുറച്ച് കൈകൾ കോർത്ത്
കാൽ നടയ്ക്ക് പോക നാം"

(പൊലീസുകാർ പാട്ട് കേട്ട ദിക്കിലേയ്ക്കോടുന്നു. ഒരു കോൺഗ്രസ് വളണ്ടിയർ മെഗാ ഫോണുമായി മുന്നോട്ടുവരുന്നു. ഖദർ പാന്റും ഖദർ ഷർട്ടും ക്രോസ് ബെൽട്ട് പോലെ ഒരു ത്രിവർണ്ണ ബെൽട്ടും തലയിൽ ഗാന്ധിതൊപ്പിയും വേഷം)

(രംഗത്ത് വന്ന വാളണ്ടിയർ മെഗാഫോണിലൂടെ,

"ദേശാഭിമാനികളായ നാട്ടുകാരെ,
സുഹൃത്തുക്കളെ,
രണ്ടാം സിവിൽ നിയമലംഘനത്തിന്റെ
രണ്ടാം ദിവസമായ ഇന്ന്, കേരളത്തിലെ
രണ്ടാം കോൺഗ്രസ് സർവ്വാധിപതിയായി
ഏലംകുളം മനയ്ക്കൽ ശങ്കരൻ നമ്പൂതിരിപ്പാടിന്റെ
നേതൃത്വത്തിൽ നിയമലംഘനജാഥ
ഇതാ-
പാളയത്തിൽ നിന്ന് തിരിച്ചുകഴിഞ്ഞു.
ഉരുക്ക് തൊപ്പിയും നിറതോക്കുമായി
കോട്ടകെട്ടി നില്ക്കുന്ന കാക്കിപ്പടയെ
പുല്ലാക്കിക്കൊണ്ട് ആയിരക്കണക്കിന്
ദേശാഭിമാനികൾ അവർക്കകമ്പടി
സേവിച്ചു പിന്നാലെ വരുന്നുണ്ട്.
ഏതാനും നിമിഷങ്ങൾക്കകം ജാഥ
ഇവിടെ എത്തിച്ചേരും"

(ഓടിപ്പോയ പൊലീസുകാർ വേദിയിലേക്ക് ചാടിവീഴുന്നു. മെഗാഫോൺ പിടിച്ചെടുക്കുന്നു വാളണ്ടിയറേയും വലിച്ചിഴച്ച് കൊണ്ട് അവർ രംഗത്തുനിന്ന് പോകുന്നു. വീണ്ടും മാർച്ചിങ് സോങ് ഉയരുന്നു)

"ബ്രിട്ടനെ വിരട്ടുവിൻ
ചട്ടമാകെ മാറ്റുവിൻ
ദുഷ്ട നീതി വിഷ്ടപത്തി
ലോട്ടുമേ നിനച്ചിടാ..
എത്ര നാളിങ്ങടിമയായ്
കിടക്കണം സഖാക്കളെ
പുത്ര പൗത്രരെങ്കിലും
സ്വതന്ത്രരായ് വരേണ്ടയോ"

("ദുഷ്ടനീതി" 'വിഷ്ടപത്തിൽ എന്ന വരി തുടങ്ങുമ്പോൾ ജാഥ വേദിയിൽ പ്രവേശിക്കണം. കഴുത്തിൽ ത്രിവർണ്ണ മാലയിട്ട ഇ എം എസ് തൊട്ടു പിന്നിലായി ഇടത്തും വലത്തും ഗോപാലനുണ്ണിയും ഗോപാലകൃഷ്ണറാവുവും കഴുത്തിൽ ഖദർ നൂല് കൊണ്ടുള്ള മാല എല്ലാവർക്കും ഗാന്ധിത്തൊപ്പി. ഇ എം എസിന്റെ കൈയിൽ ഒരു ത്രിവർണ്ണപതാക.

(പാട്ടിന്റെ ബാക്കി ആറുവരികളും പാടിത്തീരും വരെ മാർച്ചിങ് സോങ്ങിന്റെ ചിട്ടയിൽ വേദിയിൽ മാർച്ച് ചെയ്യണം. മാർച്ച് അവ സാനിച്ച് കടൽപ്പുറത്തെ ജനങ്ങലെ നോക്കി)

ഇ എം എസ് : സഹോദരീ സഹോദരന്മാരോ..
ഇന്ത്യയുടെ മോചനത്തിനു വേണ്ടിയുള്ള ധർമ്മസമരത്തിൽ പങ്കു ചേർന്നുകൊണ്ട് ഞാൻ നിയമം ലംഘിച്ചിരിക്കുന്നു. മൂന്നാമത്തെ ഡിറ്റേക്ടറായി ശ്രീ കെ സി കെ നഹയെ ഞാൻ നിശ്ചയിച്ചതായി പ്രഖ്യാപിക്കുന്നു.

ജനക്കൂട്ടം : ബോലോ ഇ എം എസ് കീ ജയ്
ഭാരത് മാതാ കീ ജയ്
മഹാത്മാഗാന്ധി കീ ജയ്

(പൊലീസ് ചാർജ്ജ് എന്ന് വിളിക്കുന്നു. പൊലീസ് വിസിൽ അടിയുടെയും ആളുകൾ ഓടുന്നതിന്റെയും ശബ്ദം. പൊലീസുകാർ രംഗത്തേക്ക് ഓടികയറുന്നു)

സൂപ്രണ്ട് : (ഇ എം എസിന് അടുത്തു ചെന്ന്)
യു ആർ അണ്ടർ അറസ്റ്റ്

(ഒരു പൊലീസുകാരൻ കൈവിലങ്ങുമായി ചെല്ലുന്നു. കൈയാമം വയ്ക്കുന്നു. മറ്റു രണ്ടുപേരെയും അങ്ങനെ ചെയ്യുന്നു.

ജനം അപ്പോഴും
"ഭാരത് മാതാ കീ ജയ്
ഇ എം എസ് കീ ജയ്

മഹാത്മാഗാന്ധി കീ ജയ്
എന്ന മുദ്രാവാക്യം വിളിക്കുന്നു
പൊലീസ് അകമ്പടിയോടെ
സത്യാഗ്രഹികളെ കൊണ്ടുപോകുന്നു
അല്പം കഴിഞ്ഞ് പൊലീസ് വാഹനത്തിന്റെ ശബ്ദം
ജനങ്ങളുടെ അത്യുച്ചത്തിലുള്ള മുദ്രാവാക്യം വിളി
പൊലീസിന്റെ ലാത്തിചാർജ്ജ്
അതിന്റെ ഉച്ചസ്ഥായിയിൽ)

രംഗദീപം പൊലിയുന്നു

ദൃശ്യം എട്ട്

കണ്ണൂർ സെൻട്രൽ ജയിൽ സെല്ലുകളുടെ പശ്ചാത്തലത്തോടുകൂടിയ ജയിൽ കോമ്പൗണ്ടാണ് രംഗം. സമയം - വൈകുന്നേരം 4 മണി. രംഗത്ത് വെളിച്ചം എത്തുമ്പോൾ. പശ്ചാത്തലത്തിൽ സെല്ലുകളിൽ നിന്ന് തടവു പുള്ളികൾക്ക് പുറത്തേക്കിറങ്ങാനുള്ള മണി മുഴങ്ങുന്നു. ആദ്യം രണ്ട് വാർഡന്മാർ മാർച്ച് ചെയ്യും പോലെ നടന്നുപോകുന്നു. അല്പം കഴിഞ്ഞ് കറുത്ത് നീണ്ടു മെലിഞ്ഞ യുവാവായ ഒരു സി ക്ലാസ് തടവുകാരൻ വരുന്നു

അയാളുടെ നെറ്റിയിൽ ഒരു നീണ്ട മുടിച്ചുരുൾ വീണു കിടപ്പുണ്ട്. പേര് - കൃഷ്ണപിള്ള. കൃഷ്ണപിള്ള ഒരു സ്ഥലത്ത് വന്ന് ആരേയോ കാത്തു നില്ക്കുന്നു. അല്പം കഴിഞ്ഞ് ആരെയോ കണ്ടെത്തിയ മട്ടിൽ ആശ്വാസത്തോടെ മറ്റൊരു സി ക്ലാസ് തടവുകാരൻ വെളുത്തു കൊഴുത്ത സുമുഖനായ ഒരു യുവാവ്. പേര് - എ കെ ഗോപാലൻ ഒന്നാമത്തെ തടവുകാരന്റെ അടുത്തേക്ക് വരുന്നു.)

കൃഷ്ണപിള്ള : ഇന്ന് നമുക്ക് ആ പിടികിട്ടാപ്പുള്ളിയെ എന്ത് സാഹസപ്പെട്ടാലും കണ്ടുപിടിച്ചേ കഴിയൂ.

എ കെ ഗോപാലൻ : വന്നിട്ടു രണ്ടാഴ്ച കഴിഞ്ഞെന്നാണല്ലോ വാർഡൻ കൊച്ചാപ്പു പറഞ്ഞത്. എന്നിട്ടും നമ്മൾക്കു കാണാൻ പറ്റിയില്ലല്ലോ. എന്താ പുള്ളിക്കാരൻ പുറത്തെങ്ങുമിറങ്ങുന്ന കൂട്ടത്തിലല്ലേ. ഒരു പക്ഷേ, പുള്ളി നമ്പൂതിരിപ്പാടായിരിക്കില്ല. അന്തർജ്ജനമായിരിക്കും.

കൃഷ്ണപിള്ള : അല്ല നമുക്കും ആളറിഞ്ഞുകൂടല്ലോ?

എ കെ ജി : കറുത്തു തടിച്ചിട്ട് കുള്ളനായ ഒരാളെന്നല്ലേ പറഞ്ഞത്.

കൃഷ്ണപിള്ള : ങാ! ഒരടയാളവും പറഞ്ഞു തന്നിട്ടുണ്ട്.

എ കെ ജി : എന്താ പൂണൂലിട്ടിട്ടുണ്ടെന്നാവും അതോ മീശ വച്ചിട്ടുണ്ടെന്നോ?

(രണ്ടുപേരും ചിരിക്കുന്നു)

കൃഷ്ണപിള്ള : കൈയിലെപ്പോഴും ഒരു പുസ്തകം കാണുമത്രേ. ഒന്നുകിൽ വായന. ഇല്ലെങ്കിൽ എഴുത്ത്. അല്ലെങ്കിൽ പ്രസംഗം. ഇതാണത്രേ മുപ്പരുടെ ദിനചര്യ. വടകര സമ്മേളനത്തിൽ ഉണ്ടായിരുന്നത്രേ!

എ കെ ജി : അതെങ്ങനെ? എന്നാൽ ഹാളിന്റെ പുറകിലെങ്ങാനും വന്നിരുന്ന് ഉറങ്ങുകയായിരുന്നിരിക്കാം. അല്ലെങ്കിൽ നമ്മളൊക്കെ കാണണ്ടേ.

കൃഷ്ണപിള്ള : ഏയ് അതൊന്നുമല്ല. ആള് വളരെ സ്മാർട്ടാണ്. വെരി ഷാർപ്പ് എന്നാണ് പറഞ്ഞുകേട്ടത്.

എ കെ ജി : *(ദൂരെ ആരെയോ കണ്ടപോലെ)* അതാ ഒരു പുസ്തകക്കാരൻ വരുന്നു ഉപദേശിയെപ്പോലെ. ഫുൾക്കൈ ഷർട്ടുമിട്ട്

കൃഷ്ണപിള്ള : അതെ.. അതെ.. അതുതന്നെ
നമ്മുടെ കഥാപാത്രം. ഇങ്ങോട്ടു തന്നെ വരുന്നുണ്ട്.

എ കെ ജി : നമുക്കിവിടെ നില്ക്കാം. എങ്ങോട്ടാ പോകുന്നതെന്നറിയാമല്ലോ?

(രണ്ടുപേരും താല്പര്യപൂർവ്വം നോക്കിനില്ക്കുന്നു)

ഇ എം എസ് : (ഒരു പുസ്തകം നിവർത്തി – അതിൽ തന്നെ ശ്രദ്ധിച്ചുകൊണ്ട് മന്ദം മന്ദം നടന്നു വരുന്നു. ഫുൾക്കൈ ഖദർഷർട്ടും മുണ്ടും പോക്കറ്റിൽ പേന. എ കെ ജിയും കൃഷ്ണപിള്ളയും നില്ക്കുന്ന സ്ഥലത്തെത്തുന്നു. ഇങ്ങിനെ രണ്ടുപേർ നില്ക്കുന്നതായിപ്പോലും അറിയാതെ മുന്നോട്ടുനടക്കുന്നു)

കൃഷ്ണപിള്ള : *(കൈ തട്ടിക്കൊണ്ട്)* ഏയ്... അവിടൊന്ന് നില്ക്കണേ.

(പെട്ടെന്ന് ഇ എം എസ് നില്ക്കുന്നു. പുസ്തകത്തിൽ നിന്ന് കണ്ണെടുത്ത് ശബ്ദം വന്ന ഭാഗത്തേക്ക് നോക്കുന്നു. രണ്ടുപേർ നില്ക്കുന്നതു കണ്ട് നടത്തം നിർത്തി ചിരിച്ചുകൊണ്ട് ഇ എം എസ് അവരുടെ അടുത്തേക്ക് ചെല്ലുന്നു. അടുത്തുചെന്നു രണ്ടുപേരെയും സൂക്ഷിച്ച് നോക്കുന്നു)

ഇ എം എസ് : *(കൃഷ്ണപിള്ളയെ നോക്കി)* പി കൃഷ്ണപിള്ളയല്ലേ. *(എ കെ ജി യെ നോക്കി)* എ കെ ഗോപാലൻമാഷേ എനിക്ക് നന്നായറിയാം. പരിചയപ്പെട്ടിട്ടില്ലാ എന്നേയുള്ളൂ.

പി കൃഷ്ണപിള്ള : എന്നെ എങ്ങനെ മനസ്സിലായി

ഇ എം എസ് : വാസ്തവം പറയുകയാണെങ്കിൽ നിങ്ങളെ ഞാനാദ്യം കാണുന്നത് ഷൊർണ്ണൂർ പ്ലാറ്റ് ഫാമിൽ

വച്ചാണ്. വടകര സമ്മേളനത്തിനു പോകാൻ വരുമ്പോൾ. പിന്നെ കോഴിക്കോട്ടെ ആദ്യത്തെ ഉപ്പ് സത്യഗ്രഹത്തോടെ നിങ്ങൾക്കേറ്റ മർദ്ദനവും നിങ്ങളുടെ കഥയും *മാതൃഭൂമി* നല്ല പ്രാധാന്യത്തിൽ പ്രസിദ്ധീകരിച്ചിരുന്നല്ലോ. അന്നുമുതൽ ഞാനാഗ്രഹിച്ചതാണ് ഒന്നു പരിചയപ്പെടാൻ ഇന്നേ കഴിഞ്ഞുള്ളൂ. അതും ഇവിടെവച്ച്.

എ കെ ജി : എന്നെ പരിചയമുണ്ടെന്നു പറഞ്ഞല്ലോ. അതൊരത്ഭുതമാണല്ലോ. എനിക്ക് പരിചയമില്ലാത്തൊരാൾക്ക് എന്നെ പരിചയം!

ഇ എം എസ് : *(ചിരിച്ചുകൊണ്ട്)* അത്ഭുതമൊന്നും വേണ്ട. ഗുരുവായൂർ സത്യഗ്രഹം - *ഉണ്ണിനമ്പൂതിരി*ക്കുവേണ്ടി റിപ്പോർട്ട് ചെയ്യാൻ വന്നത് ഞാനാണല്ലോ! അന്ന് നിങ്ങൾ നന്നേ അവശനായിരുന്നു. അതുകൊണ്ട് എന്നെ ഓർക്കാനാവുന്നില്ല.

എ കെ ജി : അതു ശരിയാ അതു ശരിയാ..

ഇ എം എസ് : എത്രകാലമായി വന്നിട്ട്

എ കെ ജി : ഞാൻ കുറെ മുമ്പ് വന്നതാ. (ചിരിച്ചുകൊണ്ട്) കുറച്ചു ദെവസികൂടി ഇവിടെ ഉണ്ടാകും.

കൃഷ്ണപിള്ള : ഇ എം എസിന്റെ സ്ഥിതി എന്താ..

ഇ എം : മൂന്നുവർഷം കഠിനതടവും 100 രൂപ പിഴയുമാണ് ഞങ്ങളുടെ കുടുംബവക്കീൽ പിഴ അടച്ചു. അല്ലെങ്കിൽ 8 മാസം കൂടി വേണ്ടിവരുമായിരുന്നു.

കൃഷ്ണപിള്ള : താങ്കളെക്കുറിച്ച് പത്രങ്ങളിൽ നിന്ന് ഞാൻ എല്ലാം മനസ്സിലാക്കിയിരുന്നു. ഞങ്ങൾ സി ക്ലാസ് തടവുകാർക്ക് പത്രം കിട്ടാൻ തന്നെ വലിയ ബുദ്ധിമുട്ടാണ്. ചില വാർഡന്മാരുടെ കാലുപിടിച്ചാണ് സെൻസർ ചെയ്യാത്ത പത്രങ്ങൾ ഒളിച്ചുകടത്തി വായിക്കുന്നത്.

എ കെ ജി : ഇങ്ങനെ ഉപ്പു കുറുക്കിയും നൂല് നൂത്തും എത്രകാലം കഴിയാമെന്നാ നിങ്ങളുടെയൊക്കെ വിചാരം.

കൃഷ്ണപിള്ള : ഞാൻ ബംഗാളികളായ ചില തീവ്രവാദി രാഷ്ട്രീയക്കാരെ പരിചയപ്പെട്ടു. അവരെന്നോട് ചോദിക്കുകയാണ്, റൂസ്സോ ഉപ്പ് കുറുക്കിയിട്ടാണോ ഫ്രാൻസിൽ വിപ്ലവം വന്നതെന്ന്. ലെനിൻ തക്ലിയിൽ നൂൽ നൂത്തിട്ടാണോ റഷ്യയിൽ വിപ്ലവം നടന്നതെന്ന്. സത്യത്തിൽ എനിക്ക് മൊഴിമുട്ടി.

ഇ എം : ഓ! അത് ആ അനുശീലൻ ഗ്രൂപ്പുകാരാവും. തക്ലിയിൽ നൂൽ നൂത്തും ഉപ്പ് കുറുക്കിയും സ്വാതന്ത്ര്യം

നേടാനാവില്ലെന്ന് പറഞ്ഞവരോട് ബോംബു കൊണ്ടും നേടാനാവില്ല എന്നും നമുക്കു പറയേണ്ടി വരും.

എ കെ ജി : അപ്പോൾ ഇ എം എസിന്റെ അഭിപ്രായത്തിൽ ഈ തണുത്ത ഗാന്ധിയൻ സമരങ്ങൾ മതിയെന്നാണോ?

ഇ എം : പ്രശ്നത്തെ അങ്ങനെ കാണരുത്. ഉപ്പായാലും ബോംബായാലും അത് പ്രയോഗിക്കാനുള്ള ബഹുജനം വേണം. അവരുടെ ബോധനിലവാരം ഉയർത്തണം എന്നിട്ട് ഏറ്റവും ഉയർന്ന വിപ്ലവാശയവും ആയുധവും അവർക്ക് നല്കണം. ഞാൻ മനസ്സിലാക്കിയിടത്തോളം റൂസ്സോയും ലെനിനുമൊക്കെ ചെയ്തത് ഇതാണ്.

പി കൃഷ്ണപിള്ള: ഈ നിയമലംഘനം കുറേക്കൂടി ശക്തിയാർജ്ജിച്ച ബഹുജനസമരമായി മാറിയാൽ പിൻവലിക്കില്ലെന്ന് വല്ല ഉറപ്പുമുണ്ടോ? വാർദ്ധയിലെ ഡിറ്റേക്ടർ തന്നെ അതു ചെയ്യും. അത് താമസിച്ചാലോ നമ്മുടെ ചാലപ്പുറത്തെ മേനോൻ ഗാന്ധിമാർ പാർട്ടിവിട്ടുപോകും.

എ കെ ജി : എങ്കിൽ കോൺഗ്രസെങ്കിലും രക്ഷപ്പെട്ടേനെ.

കൃഷ്ണപിള്ള : സമരമെന്നു കേട്ടാൽ ഇവിടുത്തെ പ്രമാണി കോൺഗ്രസുകാരുടെ മുണ്ട് നനയും. ഉടനെ പറയും വേണ്ടാ വേണ്ടാ.. ഖിലാഫത്തുപോലെയാകും. മാപ്പിളകലാപം ആവർത്തിക്കും. എന്നൊക്കെ സുഖിയന്മാർ. തടിനോവാതെ നേതാവ് ചമഞ്ഞുനടക്കാൻ കാണിക്കുന്ന അടവുകളാണിതൊക്കെ.

എ കെ ജി : ഇ എം എസേ.. ഈ ജയിലിന്ന് പുറത്തിറങ്ങാൻ യോഗമുണ്ടെങ്കിൽ നമുക്കീ കള്ളക്കൂട്ടങ്ങളെ അടിച്ച് പുറത്താക്കണം.

ഇ എം : പക്ഷേ, അതുകൊണ്ടുമാത്രമായോ.. ഈ നാട്ടിലെ സാധാരണക്കാരന്റെ പ്രസ്ഥാനമായി കോൺഗ്രസിനെ മാറ്റിയെടുക്കണം. അതിന് നമുക്ക് എന്തൊക്കെ ചെയ്യാനാവും എന്നാലോചിക്കണം.

കൃഷ്ണപിള്ള : തൊഴിലാളികളെയും കൃഷിക്കാരെയും ഒക്കെ സംഘടിപ്പിക്കണം. അവരെ അവകാശബോധമുള്ളവരാക്കണം.

ഇ എം : നെഹ്റുവാണ് ഇന്ത്യയിലെ ഏറ്റവും വലിയ സോഷ്യലിസ്റ്റ് എന്നായിരുന്നു ഇതുവരെ എന്റെ ധാരണ. പക്ഷേ, ഭഗത്സിങ്ങിന്റെ സഹപ്രവർത്തകനായിരുന്ന കമൽനാഥ് തിവാരി ഈ ജയിലിൽ എന്നോടൊപ്പമുണ്ട്. അദ്ദേഹം പറയുന്നത് നെഹ്റുവിന്റേത്

സോഷ്യലിസമേ അല്ല. എന്നാണ്. യഥാർത്ഥ സോഷ്യലിസം മാർക്സിയൻ സോഷ്യലിസമാണെന്നാണ്. ബന്ധപ്പെട്ട ഗ്രന്ഥങ്ങൾ തരാമെന്ന് അദ്ദേഹം ഏറ്റിട്ടുണ്ട്.

കൃഷ്ണപിള്ള : കഴിയുന്നതും വേഗം കോൺഗ്രസിനെ ശക്തിപ്പെടുത്താൻ തൊഴിലാളികളെയും കർഷകരെയും നമുക്ക് പ്രസ്ഥാനത്തിൽ കൊണ്ടുവരണം. ഏതായാലും എണ്ണയും പുരട്ടി വാഴയിൽ കയറുന്ന കോൺഗ്രസിന്റെ ഈ സോഷ്യലിസത്തിൽനിന്നും പുറത്തുകടന്നേ മതിയാകൂ.

ഇ എം എസ് : ഞാനെത്രകാലം ഇവിടെ ഉണ്ടാവുമെന്ന് എനിക്കറിയില്ല. കാരണം, ഇവിടെയുള്ള 'എ' ക്ലാസ് തടവുകാരെല്ലാം വെല്ലൂരേക്ക് മാറ്റാൻ പോകുന്നു എന്നാണ് കേട്ടത്. ഏതായാലും ഇവിടെ ഉള്ളിടത്തോളം ദിവസം ചിലതു ചെയ്യാമെന്ന് ഉദ്ദേശിക്കുന്നു.

എ കെ ജി : എന്താണ്?

ഇ എം : നമ്മോട് രാഷ്ട്രീയയോജിപ്പുള്ള എല്ലാ ക്ലാസിലും പെട്ട തടവുകാരെ കൂട്ടി ഇരുത്തി നമുക്ക് ഓരോ വിഷയത്തെക്കുറിച്ചും ദിവസവും ചർച്ച സംഘടിപ്പിക്കാം.

പി കൃഷ്ണപിള്ള : നല്ല ഐഡിയാ. കൂട്ടത്തിൽ താങ്കൾക്ക് വായിക്കാൻ കിട്ടുന്ന രഹസ്യരേഖകളും ഗ്രന്ഥങ്ങളും സംഗ്രഹിച്ച് ഒരു റിപ്പോർട്ടിങ് കൂടി ഉണ്ടാവണം.

ഇ എം : അങ്ങിനയാവാം.

(തടവുകാർക്ക് തിരിച്ച് കയറാനുള്ള മണി മുഴങ്ങുന്നു. ഇ എം എസ് പോകാനായി തുടങ്ങുന്നു. മറ്റു രണ്ടുപേരും അനങ്ങുന്നില്ല)

എ കെ ജി : *(ഇ എം എസിനോട്)* എന്താ ഇത്തറ ധൃതി!

ഇ എം എസ് : തടവുകാർക്ക് അകത്തുകയറാനുള്ള മണിയാണല്ലോ. സമയത്തു ചെന്നില്ലെങ്കിൽ വാർഡന്മാർ ചീത്ത പറയും.

പി കൃഷ്ണപിള്ള : അതുശരി അപ്പോൾ 'എ' ക്ലാസ് തടവുകാരെയും ചീത്ത പറയുമോ? അവർ ഒന്നു പറഞ്ഞാൽ പത്തെണ്ണം അങ്ങോട്ടുപറയണം., അപ്പോൾ തനിയേ ആ സുഖക്കേട് നിന്നുകൊള്ളും.

ഇ എം എസ് : *(ചിരിച്ചുകൊണ്ടു പോകുന്നു) (കൃഷ്ണപിള്ളയും എ കെ ജിയും അവിടെത്തന്നെ നില്ക്കുന്നു)*

ഒരു വാർഡൻ : എന്താടാ കേറിപ്പോകാറായില്ലേ?

പി കൃഷ്ണപിള്ള : ഇല്ലെടാ കുറച്ചുകൂടി കഴിഞ്ഞേ പോകുന്നുള്ളൂ. നീ എന്തോ ചെയ്യും കാണട്ടെ.

(വാർഡന്റെ അടുത്തേക്ക് നടന്നടുക്കുന്നു. അയാൾ പിന്നോക്കം മാറുന്നു)

(മറ്റൊരു വാർഡൻ കോപത്തോടെ തലചെരിച്ച് നോക്കിക്കൊണ്ടു പോകുന്നു)

എ കെ ജി : അയ്യോ നോക്കി പേടിപ്പിക്കാതെ!

(രണ്ടുപേരും പൊട്ടിച്ചിരിക്കുന്നു. വാർഡൻ തന്നെപ്പറ്റിയല്ല പറഞ്ഞത് എന്ന മട്ടിൽ മുമ്പോട്ടുപോകുന്നു)

പി കൃഷ്ണപിള്ള : ഇനി അവർ ആരെയും ഭരിക്കില്ല. തെറിക്കുത്തരം മുറിപ്പത്തൽ. അവൻ വിചാരിച്ചു നമ്മളേതോ വാഴ പ്പിണ്ടി കോൺഗ്രസാണ്. പോയി അവന്റെ ചക്ര വർത്തി തിരുമനസ്സിനോടു പരാതിപ്പെടട്ടേ ഇവിടെ ചുണക്കുട്ടികളായ കോൺഗ്രസുകാരുണ്ടെന്ന്.

രംഗദീപം പൊലിയുന്നു

ദൃശ്യം ഒൻപത്

ഏലംകുള മന
(കാലം 1933 സെപ്തംബർ ഒന്ന്
സമയം. പ്രഭാതം - തിരുവോണ ദിവസം
പശ്ചാത്തലത്തിൽ ഓണത്തിന്റെ പ്രതീതി
ഉളവാക്കുന്ന ചില പാട്ടുകൾ
"മാവേലി നാടു വാണീടും കാലം
മാനുഷരെല്ലാരും ഒന്നുപോലെ
കള്ളപ്പറയും ചെറുനാഴിയും
എള്ളോളമില്ല പൊളിവചനം..
തുടർന്ന്..
തുമ്പിപ്പാട്ട് തുമ്പിതുള്ളലും കുരവയും..

പശ്ചാത്തലത്തിൽ ഈ പാട്ടുകൾ കേൾക്കുമ്പോൾ പൂമുഖത്ത് ഇ എം എസിന്റെ അമ്മ ഏകാകിനിയായി ചിന്താമഗ്നനായി ഇരിക്കു ന്നു. അവരുടെ കണ്ണിൽ കൂടി കണ്ണുനീർത്തുള്ളികൾ ധാര ധാര യായി ഒഴുകുന്നു)

(കല്യാണി - മനയ്ക്കലെ വാല്യക്കാരി)

കല്യാണി : *(വിഷ്ണുദത്തയുടെ അടുത്ത് ചെന്ന്)* ഇന്ന് തിരുവോ ണമല്ലേ! നല്ലൊരു ദിവസമായിട്ട് അമ്മ തമ്പ്രാട്ടി ഇരു

ന്നിങ്ങനെ കരയുവാ..

വിഷ്ണുദത്ത : കല്യാണി ഇനിക്കെന്ത് ഓണം.. ഇന്റെ കുഞ്ചു ഇല്ലാത്ത ഓരോണം എനിക്കുണ്ടോ?

കല്യാണി : തമ്പ്രാട്ടി എപ്പോഴും ഇങ്ങനെ കരഞ്ഞെന്ന് വെച്ച് നാലാമ്പ്രാന് ഇങ്ങോടി വരാൻ പറ്റ്വോ. തമ്പ്രാട്ടി പറേം പോലെ 'അദ്യം' എല്ലാറ്റിനും മുമ്പനല്ലേ? ചില ചിടുങ്ങൻ കുട്ട്യോള് അമ്മേ കാണണം എന്ന് പറഞ്ഞ് നിലവിളിക്കും പോലെ നാലാമ്പ്രാന് ഇന്റെ അമ്മേ കാണണോന്ന് പറഞ്ഞ് നിലവിളിക്കാൻ പറ്റ്വോ.

വിഷ്ണുദത്ത : *(അറിയാതെ ചിരിച്ചുകൊണ്ട്)* നീ ആളൊരു കേമിത ന്നെ. നമ്മുടെ കുഞ്ചു അപ്പോ എല്ലാറ്റിനും മുമ്പൻ തന്നെ അല്ല്യോ?

കല്യാണി : എന്താ സംശയം. അദ്ദേഹം 'കാന്തീ'ന്റെ കൂട്ടാ. എല്ലാരുടെയും നേതാവാന്നാ കടലാസുകള് പറേണത്. അതുകൊണ്ടല്ലേ നാലമ്പ്രാനെ സത്യാഗ്രഹത്തിന്റെ സർവ്വാധിയാക്കിയത്.

വിഷ്ണുദത്ത : നിനക്കിതൊക്കെ എവിടുന്നുകിട്ടി.

കല്യാണി : എല്ലാം കടലാസിലുണ്ടാർന്നിലേ- മാതൃഭൂമീന്ന് ഞാനല്ലേ എമ്പ്രാട്ടീനെ വായിച്ചു കേൾപ്പിച്ചേ.

വിഷ്ണുദത്ത : എങ്കിലും കുഞ്ചു ജേലിപ്പോയപ്പോ എന്നോട് ഒന്നും ചോദിച്ചില്ല്യാലോ? അയാൾ എന്തു ചെയ്യാൻ പോണേനും മുമ്പേ.. എന്നോട് ചോദിച്ചിട്ടേ ചെയ്യാറുള്ളൂ. ഇതിലെന്താ ഇങ്ങനെ.

കല്യാണി : എമ്പ്രാട്ടിക്കറിയില്ലേ.. എമ്പ്രാട്ടീനോട് ചോദിച്ചാ. ജേലിപ്പോവാൻ നാലാമ്പ്രാനെ എമ്പ്രാട്ടീ സമ്മതിക്കുമോ? അതുകൊണ്ട് അത് അനുസരണക്കേടല്ല.

വിഷ്ണുദത്ത : കുഞ്ചുവിനെന്നോട് അല്പോങ്കിലും സ്നേഹോണ്ടാർന്നെങ്കി എന്നെ തിരിച്ചുവിളിച്ചാൽ ഞാൻ ചത്തുകളയുമെന്ന് പള്ളിശ്ശേരിയോട് പറഞ്ഞയയ്ക്കുമായിരുന്നോ!

(പെട്ടെന്ന് കണ്ണു നിറയുന്നു. കരയുന്നു)

കല്യാണി : പിന്നേയും കരയുവാന്നോ! എമ്പ്രാട്ടി ഇത് നൂറുവട്ടം പറഞ്ഞ കാര്യമല്ലേ അതിന് മാപ്പു ചോദിച്ച് കൊണ്ട് നാലാമ്പ്രാൻ ജേലിന്നയച്ച കത്ത് ഒരായിരം തവണ ഞാൻ തന്നെയല്ലേ വായിച്ചു കേൾപ്പിച്ചേ.. എന്നിട്ടും ഇങ്ങനെ തുടങ്ങിയാൽ കഷ്ടാണേ!

വിഷ്ണുദത്ത : എന്റെ കുഞ്ചുവിനെ എനിക്ക് ഒരിക്കൽക്കൂടി ഒന്നു കാണാൻ കഴ്യോ?... കല്യാണി. *(തേങ്ങുന്നു)*

കല്യാണി : എമ്പ്രാട്ടി അങ്ങിനെയൊന്നും പറയരുത് നാലാമ്പ്രാൻ പോയിട്ടു ഇരുപതു മാസായില്ലേ ഇനി പതിനാറു മാസം കൂടി.. അത് ഇതാന്ന് കഴിയില്ല്യേ...

(പുറത്ത് ഉടുക്ക് കൊട്ടിന്റെ ശബ്ദം..
പാണനും പാട്ടിയും പ്രവേശിക്കുന്നു)

പാണൻ : എങ്ങള് പാണനും പാട്ടിയുമാണേ.. അടൃങ്ങള് മനയ്ക്കലെ പടുത്തരക്കാരാണേ.. ഓണപ്പാട്ടുപാടാൻ വല്യമ്പ്രാട്ടിയുടെ അനുവാദം വേണേ!

വിഷ്ണുദത്ത : ഈടെ.. ഇപ്പോ ഓണോന്നൂല്യാ.. പിന്നെന്തിനാ ഓണപ്പാട്ട്.

കല്യാണി : എമ്പ്രാട്ടി. ഓണപ്പാട്ട് ഈടുത്തെ പടുത്തരമല്ലേ അതങ്ങു നടന്നോട്ടെ.

വിഷ്ണുദത്ത : കല്യാണീടെ ഇഷ്ടംപോലെ.

കല്യാണി : പാടിക്കോള്ളൂ.

ഉടുക്കുകൊട്ടി പാടുന്നു
തിരുവരങ്കൻ നാട്ടീന്ന്
തിരുമാന്ധാം കുന്നിറങ്ങി
വരുന്നു ഞങ്ങൾ പാണന്മാർ
തിരുവോണത്തുയിലുണർത്താൻ
തുയിലുണരോ.. തുയിലുണരോ
തിരുവോണത്തുയിലുണരോ
തുയിലുരണോ തുയിലുണരോ...
മാവേലിക്കളമുണരോ
മുക്കണ്ണൻ തുടിതന്നേ
ശിവോതി മൊഴി തന്നേ
ആമൊഴിയും തുടിയും കൊട്ടി
പാടെന്റെ പാണനാരേ..
മനവാഴും തമ്പ്രാട്ടീ
തിരുമനസ്സും തിരുനാവും
പൂമാതിൻ തറവാടായ്
തീർക്കാനായ് പാടുന്നേ
തുയിലുണരോ.. തുയിലുണരോ..
പാണത്തുടി പാടുന്നേ..
പാണത്തിയാടുന്നേ..
തുയിലുണരോ.. തുയിലുണരോ..

(പാട്ടുകഴിഞ്ഞ് ഓണപ്പുടവയും വാങ്ങി പാണനും പാണത്തിയും പുറത്തുപോകുന്നു. കാര്യസ്ഥൻ രാമൻനായർ ഓടിക്കിതച്ച് രംഗത്തേക്ക് വരുന്നു. വരവുകണ്ടാൽ എന്തോ അത്യാപത്ത് സംഭ

വിച്ചത് പറയാൻ ഓടിവരുന്നു എന്നേ തോന്നൂ. രാമൻനായരുടെ പരിഭ്രമം കണ്ട് വിഷ്ണു ദത്ത അന്ധാളിച്ചു)

വിഷ്ണുദത്ത : എന്താ രാമാ. എന്തുണ്ടായി?

രാമൻ : *(ഉത്തരം പറയാനാകാതെനിന്ന് കിതക്കുന്നു)*

വിഷ്ണുദത്ത : എന്താണെങ്കിലും പറയൂ.

രാമൻ : നാലാം .. *(കിതപ്പ് കൂടുന്നു)*

വിഷ്ണുദത്ത : പറയെടോ *(പൊട്ടിക്കരഞ്ഞുകൊണ്ട്)* എന്തെങ്കിലും

രാമൻ : *(കൈയെടുത്ത് അല്ലായെന്ന് വിലക്കിയിട്ട്)* നാലാമ്പ്രാൻ.. വരുന്നൂന്ന്.

വിഷ്ണുദത്ത : *(ആശ്വാസത്തോടെ)* എന്റെ പൂമുഖത്തു ഭഗവതീ..

(പശ്ചാത്തലത്തിൽ

രാമൻ : നാലാമ്പ്രാൻ വരുന്നൂന്ന് *(നിരവധി കണ്ഠങ്ങളിൽ നിന്നു വരുന്നതുപോലെഃ*
നാലാമ്പ്രാൻ വന്നേ..
നാലാമ്പ്രാൻ വന്നേ..

ഇ എം എസ് മുമ്പേയും ഒരു വീങ്ങുപെട്ടിനിറയെ പുസ്തകവുമായി വാല്യക്കാരൻ പുറകിലുമായി പ്രവേശിക്കുന്നു. കല്യാണി ഒഴിഞ്ഞു മാറി നില്ക്കുന്നു. അമ്മ ഒരു പ്രതിമപോലെ അങ്ങനെ നില്ക്കുന്നു. കണ്ണിൽക്കൂടി കണ്ണീർ പ്രവഹിക്കുന്നു)

ഇ എം : അമ്മേ..

(എന്നുവിളിച്ചുകൊണ്ട് അടുത്തുചെന്ന് കാല്ക്കൽ വീണു. നിമിഷങ്ങൾ കഴിയുമ്പോൾ വളരെപ്പണിപ്പെട്ട് വിഷ്ണുദത്ത "കുഞ്ചു എന്റെ മോനേ.." എന്ന് വിളിച്ച് ഇ എം എസിനെ പിടിച്ചെഴുന്നേല്പിക്കുന്നു. മുഖത്തോടു മുഖം നോക്കുന്നു. അല്പനേരം ആരും ഒന്നും മിണ്ടുന്നില്ല)

ഇ എം : *(മൗനം ഭഞ്ജിച്ചുകൊണ്ട്)* അമ്മ നന്നേ ക്ഷീണിച്ചിരിക്കുന്നു. ഊണും ഉറക്കവും ഒക്കെ ഉപേക്ഷിച്ചു അല്ലേ?

വിഷ്ണുദത്ത : *(അതുശ്രദ്ധിക്കാതെ)* ...ന്റെ കുഞ്ചൂനെ പൊലീസ് തല്ലിയോ?

ഇ എം : ഏയ്.. അറസ്റ്റ് ചെയ്തു കോടതിയിൽ കൊണ്ടുപോയി ശിക്ഷിച്ചു ജയിലിലാക്കി.പുറത്തിറങ്ങിനടക്കാൻ പറ്റില്ലാന്നൊഴിച്ചാൽ. ജയിൽ ഏകദേശം നമ്മുടെ മനപോലെയൊക്കെത്തന്നെ.

വിഷ്ണുദത്ത : *(ചിരിച്ചുകൊണ്ട്)* അപ്പോ ഇനീം അങ്ങോട്ട് പോവാന്നാ..

ഇ എം : *(ചിരിക്കുകമാത്രം ചെയ്യുന്നു)*

വിഷ്ണുദത്ത : കുഞ്ചു എന്താ ഒന്നും മിണ്ടാത്തെ.
ഇ എം : *(ബോധപൂർവ്വം വിഷയം മാറ്റാൻ)* അമ്മേ ഗുരുനാഥനെവിടെ?
വിഷ്ണുദത്ത : കുഞ്ചു! ഞാൻ ചോദിച്ചതിന് ഉത്തരം പറയൂ.. *(അടുത്തുചെന്ന് ഇ എം എസിന്റെ കൈകൾ കവർന്നുകൊണ്ട്)* ഇനി എന്നെ വിട്ടേച്ചു പോവ്വോ. *(അമ്മ വിതുമ്പിപ്പോയി)*
ഇ എം : *(വിദൂരതയിലേക്ക് നോക്കി)* ഇല്യാ..

രംഗദീപം പൊലിയുന്നു

സമയം രാത്രി
സ്ഥലം - ഏലംകുളം മനയുടെ പൂമുഖം

രംഗദീപം തെളിയുമ്പോൾ

(ഇ എം എസ് ഒരു കസാലയിൽ ഇരിക്കുന്നു തൊട്ടടുത്ത പീഠത്തിൽ കുറേ ദിനപത്രങ്ങൾ രണ്ട് പുസ്തകം. കുറെ പൊട്ടിക്കാത്ത കത്തുകൾ. ഇ എം എസ് ഒരുകവർ എടുത്ത് പൊട്ടിക്കുന്നു)

(കത്തുകൾ നോക്കി ഇ എം എസ് ചിന്താധീനനാകുന്നു. അല്പം കഴിഞ്ഞ് പി കൃഷ്ണപിള്ള പ്രവേശിക്കുന്നു)

കൃഷ്ണപിള്ള : *(ഇ എം എസിനെ ഉദ്ദേശിച്ച്)* എന്തോ വലിയ മനോരാജ്യത്തിലാണെന്ന് തോന്നുന്നു.
ഇ എം : *(ചിന്തയിൽ നിന്ന് ഞെട്ടിയുണർന്ന് ആഗതനെ സൂക്ഷിച്ചു നോക്കിയിട്ട്)* ങാ.. ആഹാ.. കൃഷ്ണപിള്ളയോ. ഇരിക്യാ ഇരിക്യാ. *(ഇരിക്കുന്നു)*
കൃഷ്ണപിള്ള : ജയിലീന്ന് വന്നിട്ട് പുറത്തെങ്ങും കണ്ടില്യാ..
ഇ എം : അമ്മയ്ക്ക് തീരെ സുഖോല്യാ.. എന്റെ ജയിൽജീവിതം അമ്മേടെ ആരോഗ്യം അപ്പാടെ തകർത്തു. എപ്പോഴും ഞാൻ അടുത്തുണ്ടാവണം എന്നാണ് അമ്മയുടെ നിർബ്ബന്ധം. ഞാൻ പരിപാടികൾക്കൊക്കെ പങ്കെടുക്കുന്നുണ്ട്. കോഴിക്കോട്ട് വരാറില്ലെന്നേ ഉള്ളൂ. പക്ഷേ, എവിടെപ്പോയാലും രാത്രീല് മടങ്ങും.
കൃഷ്ണപിള്ള : നമ്മൾ പറഞ്ഞപോലെതന്നെ ജനം സമരഭൂമിയിലേക്കിറങ്ങിയപ്പോൾ - ഗാന്ധിജി ആശ്രമത്തിലേക്ക് തിരിച്ചുകയറി. സമരം വേണ്ട. വ്യക്തി സത്യഗ്രഹം മതിയെന്നാ മൂപ്പരുടെ അഭിപ്രായം. ഇങ്ങനെയുണ്ടോ ഒരു സ്വാതന്ത്ര്യസമരം.
ഇ എം : ജനങ്ങളുടെ പ്രതീക്ഷ മുഴുവൻ ഗാന്ധിയിലാണ്. പക്ഷേ, ഗാന്ധിജിയോ ഭഗത്സിങ് പറയുമ്പോലെ

ജനങ്ങളിൽനിന്ന് ഒഴിഞ്ഞു മാറുന്നു.

കൃഷ്ണപിള്ള : അന്ന് കണ്ണൂരിൽ നിന്ന് പോയശേഷം പിന്നെ കാണാനോ ബന്ധപ്പെടാനോ കഴിഞ്ഞില്ല്യാ. വെല്ലൂർ എങ്ങനെ ഉണ്ടായിരുന്നു.

ഇ എം : യഥാർത്ഥം പറയുകയാണെങ്കിൽ - വെല്ലൂർ ജയിൽ എനിക്ക് ഒരു സർവ്വകലാശാലയായിരുന്നു. അവിടെ ചെല്ലുമ്പോൾ ഞാനൊരുറച്ച കോൺഗ്രസുകാരനും നെഹ്റു ഭക്തനുമായിരുന്നു. തിരിച്ചിറങ്ങുമ്പോ ഞാനൊരു സോഷ്യലിസ്റ്റോ, കമ്യൂണിസ്റ്റോ ആയോ എന്നെനിക്കറിഞ്ഞുകൂടാ. എന്തായാലും ഇപ്പോൾ ഞാൻ പഴയ ഗാന്ധിസ്റ്റല്ല.

കൃഷ്ണപിള്ള : ഞങ്ങളും ഏതാണ്ട് ആ ഒരു നിലപാടിലാണ്. വെല്ലൂരിൽ അഖിലേന്ത്യാ നേതാക്കന്മാർ ധാരാളമുണ്ടായിരുന്നല്ലോ അവരിൽ ആരെങ്കിലുമായിട്ടൊക്കെ ബന്ധപ്പെട്ടോ?

ഇ എം : ബന്ധപ്പെട്ടുവല്ലോ, അവിടെ മൂന്നുതരക്കാരാണ് പ്രധാനമായും ഉണ്ടായിരുന്നത്.

ഒന്ന് : രാജഗോപാലാചാരി, പട്ടാഭിസീതാരാമയ്യ, ടി പ്രകാശം, സത്യമൂർത്തി തുടങ്ങിയ യാഥാസ്ഥിതിക കോൺഗ്രസുകാർ

രണ്ട് : ലാഹോർ ഗൂഢാലോചനക്കേസിലെ പ്രതി കമൽനാഥ് തിവാരി. ഭഗത്സിങ്ങിന്റെ സഹപ്രവർത്തകനായിരുന്ന രക്തസാക്ഷി യതീന്ദ്രദാസിന്റെ അനുജൻ കിരൺദാസ്. കിരൺദാസ് ആ കേസിൽ പ്രതിയായിരുന്നു. പ്രായപൂർത്തിയാകാത്തതുകൊണ്ട് മാത്രം തൂക്കിക്കൊല ഒഴിവാക്കി ജീവപര്യന്തമാക്കി എന്നു മാത്രം. പിന്നെ മൂന്നാമത്തെ കൂട്ടർ തീവ്രവാദികളായി ബോംബുരാഷ്ട്രീയക്കാർ.

കൃഷ്ണപിള്ള : ചുരുക്കത്തിൽ വെല്ലൂർ ജയിൽ എല്ലാത്തരംരാഷ്ട്രീയക്കാരുമടങ്ങിയ ഒരു കാഴ്ചബംഗ്ലാവ് തന്നെയായിരുന്നു അല്ലേ?

ഇ എം : *(ചിരിച്ചുകൊണ്ട്)* അതെ.. അതെ.. ആദ്യത്തെ രണ്ടു കൂട്ടരും എന്നെ പാട്ടിലാക്കാൻ നന്നേ ശ്രമിച്ചു.

കൃഷ്ണപിള്ള : *(ഇ എം നെ ഉദ്ദേശിച്ച്)* നമ്മുടെ മെയ്വഴക്കം അവരുണ്ടോ മനസ്സിലാക്കുന്നു.

ഇ എം : *(ചിരിക്കുന്നു)* എനിക്ക് തിവാരിയിൽ നിന്നും കിരണിൽനിന്നും ഒരുപാട് കാര്യങ്ങൾ പഠിക്കാൻ കഴിഞ്ഞു. നിയമവിരുദ്ധമായി അവർക്ക് കിട്ടുന്ന കമ്യൂണിസ്റ്റ് സാഹിത്യം അവർ എനിക്കും നല്കുമായിരുന്നു.

കൃഷ്ണപിള്ള : കമ്യൂണിസ്റ്റ് മാനിഫെസ്റ്റോ കണ്ടായിരുന്നോ?

ഇ എം : ഇല്യാ - ലെനിന്റെ *സ്റ്റേയിറ്റ് ആന്റ് റവല്യൂഷൻ* സ്റ്റാലിന്റെ *ഡയലക്ടിക്കൽ ആന്റ് ഹിസ്റ്റോറിക്കൽ മെറ്റീരിയലിസം* തുടങ്ങിയ ഗ്രന്ഥങ്ങളിലെ ചില ചാപ്റ്ററുകൾ കല്ലച്ചിൽ അച്ചടിച്ചതിന്റെ കോപ്പി കാണാനിടയായി. അതുപയോഗിച്ച് ഒരു ലഘുഗ്രന്ഥമെഴുതി. പാരീസ് കമ്യൂൺ മുതൽ ഒക്ടോബർ വിപ്ലവം വരെ. അതുടനെ അച്ചടിപ്പിക്കണമെന്ന് വിചാരിക്കുന്നു.

കൃഷ്ണപിള്ള : അതല്ല. ഇ എം ഏറ്റവും വലിയ കൺഫ്യൂഷൻ - സോഷ്യലിസത്തെക്കുറിച്ചാണ്. സോഷ്യലിസം കെട്ടിപ്പടുക്കുന്ന സോവിയറ്റ് റഷ്യയെ നഖശിഖാന്തം എതിർക്കുന്നവരും ഇവിടെ പറയുന്നത് സോഷ്യലിസമാണ്. നമ്മളെന്താ ചെയ്ക.

ഇ എം : അത് ശരിയാ എന്നാൽ, സോവിയറ്റ് യൂണിയനിൽ നടക്കുന്നത് എന്താണെന്ന് പഠിക്കാനുള്ള പുസ്തകങ്ങൾ ശരിക്കു കിട്ടുന്നുമില്ല.

കൃഷ്ണപിള്ള : കാര്യം എന്തായാലും ഇവിടുത്തെ കോൺഗ്രസിനെ ഞായറാഴ്ച വക്കീലന്മാർക്ക് അടിയറ വയ്ക്കാനാവില്ല.

ഇ എം : പക്ഷേ, നേതൃത്വം അവരുടെ കൈയിലാണല്ലോ

കൃഷ്ണപിള്ള : അതിനെന്താ.. നമുക്ക് സാധാരണക്കാരെക്കൂടി കോൺഗ്രസിൽ കൊണ്ടുവരണം.

ഇ എം : അത് ശരിയാ.. എന്നാൽ, ഇനി വൈകിക്കൂടാ..

കൃഷ്ണപിള്ള : അൽ അമീൻ പത്രാധിപർ അബ്ദുൾ റഹ്മാൻ സാഹിബ് നമ്മോടൊപ്പം നില്ക്കും.

ഇ എം : ഓഹോ. എന്നാലതു വലിയനേട്ടമാണ്. ദേശീയ മുസ്ലീമീങ്ങളെ സ്വാതന്ത്ര്യസമരവുമായി ബന്ധപ്പെടുത്താൻ അബ്ദുൾ റഹ്മാൻ സാഹേബിനെപ്പോലെ ഇന്നു കേരളത്തിൽ മറ്റാർക്കുമാവില്ല. ഹിന്ദു-മുസ്ലീം യൂണിറ്റി വിലപ്പെട്ടൊരു കാര്യമാണ്.

കൃഷ്ണപിള്ള : തന്നെയല്ല. കോൺഗ്രസിനെ കൂടുതൽ സജീവമാക്കാൻ വടക്കേ ഇന്ത്യയിൽ ജയപ്രകാശ് നാരായണന്റെയും മറ്റും നേതൃത്വത്തിൽ കോൺഗ്രസ് സോഷ്യലിസ്റ്റ് പാർട്ടി രൂപീകരിക്കുന്നുണ്ടത്രേ.. കേരളത്തിൽ നമുക്കും അങ്ങനെ ഒന്നാലോചിക്കണം. എ കെ ഗോപാലനും സി കെ ഗോവിന്ദൻനായരും ഒക്കെ അതിനനുകൂലമാണ്.

ഇ എം : എന്നാൽ, വൈകേണ്ട അടിയന്തരമായി യോഗം വിളിച്ചോളൂ.

കൃഷ്ണപിള്ള : ശരി. എന്നാൽ ഞാനിറങ്ങട്ടെ.

ഇ എം : ഈ രാത്രിയിലോ.. നാളെ പോകാം.

കൃഷ്ണപിള്ള : രാത്രിയിലാണ് നടക്കാൻ സുഖം. വെയിലിന്റെ ശല്യം തീരെയില്ല. മാത്രമല്ല. ഇനിയും പലരെയും കാണാനുമുണ്ട്.

ഇ എം : എന്നാൽ ശരി.

(പി കൃഷ്ണപിള്ള - ഇരുട്ടിലേക്ക് മറയുന്നു. ഇ എം അതു നോക്കി നില്ക്കുന്നു

രംഗദീപം പൊലിയുന്നു

സ്ഥലം - ഏലംകുളം മനയിലെ പൂമുഖത്തുള്ള ഭഗവതി ക്ഷേത്രം (കുംഭത്തിലെ ആദ്യത്തെ വെള്ളിയാഴ്ചയിലെ താലപ്പൊലി. ദീപാലംകൃതമായ ക്ഷേത്രമുഖം)

രംഗദീപം തെളിയുമ്പോൾ

(കല്ലാട്ട് കുറുപ്പന്മാർ കളം പാട്ട് പാടിക്കൊണ്ടിരിക്കുന്നതായിട്ടാണ് രംഗം തുടരുന്നത്. വിഷ്ണുദത്ത, ഗുരു, കാര്യസ്ഥൻ, രാമൻ നമ്പൂതിരിപ്പാട് എന്നിവർ സമീപത്തായി ഉണ്ട്) കളം പാട്ട് തുടങ്ങി അല്പം കഴിയുമ്പോൾ ഒറ്റമുണ്ടുടുത്ത് തോളിൽ ഒരു തോർത്തുമിട്ട് ഇ എം അങ്ങോട്ടു ചെല്ലുന്നു.

അല്പം കഴിഞ്ഞ് കളംപാട്ട് നില്ക്കുന്നു. കളംപാട്ട് അവസാനിച്ചിനെത്തുടർന്ന് താളാത്മകമായ ചുവടുകൾ വച്ചുകൊണ്ട് വെളിച്ചപ്പാട് ശ്രീകോവിലിനകത്തേക്ക് വരുന്നു. ഇ എം എസ് ഒഴികെ മറ്റുള്ളവർ ഭക്തിപൂർവ്വം കൈകൂപ്പുന്നു. താളാത്മകമായി ചുവടുവെപ്പിനിടയിൽ വെളിച്ചപ്പാട് ഇ എം എസിനെ കാണുന്നു)

വെളിച്ചപ്പാട് : ഈ ക്ഷേത്ര സങ്കേതം അശുദ്ധമാക്കിയവർ പുറത്തു പോകണം *(അലറുന്നു)* പുറത്തു പോകണം അല്ലെങ്കിൽ നാം പോകും. *(എന്നു പറഞ്ഞ് വെളിച്ചപ്പാട് തുള്ളാതെ അകത്ത് പോകുന്നു)*

ആളറിയാതെ ഒരു ശബ്ദം: ഭ്രഷ്ടന്മാർ ക്ഷേത്രം അശുദ്ധാക്യാൽ ഭഗോതി എങ്ങനെയാ ഉറയുക. വെളിച്ചപ്പാടിന് ഭഗോതിയുടെ കല്പന അനുസരിക്കാണ്ടാവ്വോ?

രാമൻനമ്പൂതിരി : ആരാ ഭ്രഷ്ടന്മാരെന്നു വച്ചാൽ അവരങ്ങട് ഒഴിഞ്ഞ് പൊയ്ക്കൊള്ളുക. *(അല്പനേരം മൗനം)*
ഭഗോതിയെ പരീക്ഷിക്കരുത്.
ഭ്രഷ്ടന്മാരെ പിടിച്ചിറക്കിവിടണെന്നുണ്ടോ?

ഗുരുനാഥൻ : ഇവിടെയാരാ ഭ്രഷ്ടന്മാർ?

രാമൻ : ഗുരുനാഥൻ അതു നോം തന്നെ അങ്ങട് പറയണമോ?

ഇ എം : *(മുന്നോട്ടു വന്ന്)* ഏട്ടൻ എന്നെ ഉദ്ദേശിച്ചിട്ടാണോ ഇപ്പറയുന്നത്.

രാമൻ : എന്താ സംശയം - ഇനി ഇതിവിടെ പറ്റില്യാ..

ഇ എം : എന്തു പറ്റില്യാന്ന്

രാമൻ : കുല പരമ്പരയാ ആചാരാനുഷ്ഠാനങ്ങളിൽ അണുകിട തെറ്റാതെ നിലകൊള്ളുന്ന മഹാബ്രാഹ്മണരുടെ ആസ്ഥാനത്ത് ഏലംകുളം മന ഇവിടെ ബ്രാഹ്മണ്യത്തിന് കളങ്കം വരുത്തിയ ഒരു ഭ്രഷ്ടനും സ്ഥാനില്യാ... പൊകഞ്ഞ കൊള്ളി പൊറത്ത്..

വിഷ്ണുദത്ത : രാമാ! നീയെന്തൊക്കെയാ പറേണത് നിശ്ര്യോണ്ടോ?

രാമൻ : നല്ല നിശ്ര്യോണ്ട്. തൃപ്തിയായില്ലേ എല്ലോർക്കും ഭഗോതിയാ പിണങ്ങിപ്പോയേ. ഇല്ലത്തിന്റെ ഐശ്വര്യം.

വിഷ്ണുദത്ത : ആര് ആട്ടിപ്പായിച്ചെന്നാ..

രാമൻ : കുലധർമ്മം വെടിഞ്ഞവർ ആരായാലും അവർ തന്നെ.

വിഷ്ണുദത്ത : എന്നുവച്ചാൽ

രാമൻ : ആരാ ജയിലിൽപോയത്, ആരാ വിധവാ വിവാഹത്തിൽ പങ്കെടുത്തത്. അവരുതന്നെ.

ഇ എം : ഏട്ടൻ വെറുതെ അരിശം കൊള്ളണ്ട. വിദേശാധിപത്യത്തിൽ നിന്ന് ഇന്ത്യയെ മോചിപ്പിക്കാനുള്ള ധർമ്മസമരത്തിൽ പങ്കെടുത്തു ജയിൽ വാസം വരിച്ചതു ഞാൻ തന്നെ. പതിനേഴാം വയസ്സിൽ ഒരറുപതുകാരൻ വൃദ്ധൻ വേളികഴിച്ച് ഒരു മാസത്തിനകം വിധവയാക്കിയ ഒരു കൊച്ചു സഹോദരിയെ സുമംഗലിയാക്കാൻ സാക്ഷ്യം വഹിച്ചതും ഞാൻ തന്നെ. അതുകൊണ്ട് ഞാൻ ഭ്രഷ്ടനാണെങ്കിൽ - കുലധർമ്മത്തിന് കളങ്കം വരുത്തിയവനാണെങ്കിൽ - എന്നെപ്പേടിച്ചോടിപ്പോയ കുടുംബ ഭഗോതിയെ തിരിച്ചുകൊണ്ട് വരാൻ ഇതാ ഈ ഇല്ലത്തുനിന്ന് ഞാനിപ്പോൾ ഇറങ്ങിത്തരാം. *(ഇ എം എസ് പോകാൻ തുടങ്ങുന്നു)*

വിഷ്ണുദത്ത : *(വികാരഭരിതയായി)* കുഞ്ചു പോകാൻ വരട്ടെ. രാമാ നമുക്ക് പിരിയാം.

രാമൻ : അമ്മേ!

വിഷ്ണുദത്ത : അങ്ങനെ ഒരാളിവിടെ ഉണ്ടെന്ന് നീ ഓർത്തില്യാലോ.

രാമൻ : ഞാനന്യനാണോ?

വിഷ്ണുദത്ത : എന്നു നീയാണിപ്പോൾ തെളിയിച്ചത്.

രാമൻ : ജയിലിപ്പോയ നമ്പൂതിരി ഭ്രഷ്ടനല്ലേ.. അമ്മേ..?

വിഷ്ണുദത്ത : ആയിരിക്കാം.

രാമൻ : ജയിലിപ്പോയതു സഹിക്കാം. പക്ഷേ, വിധവാ വിഹാത്തിൽ പങ്കെടുത്തവനെ എങ്ങനെ കുലത്തിൽപ്പെടുത്തും.

വിഷ്ണുദത്ത : നീ പെടുത്തേണ്ട.

രാമൻ : അതുകൊണ്ടാണമ്മേ.. കുഞ്ചു ഇനി ഇവിടെ പറ്റില്യ. കുലധർമ്മം കെടുത്തിയവനെ..

വിഷ്ണുദത്ത : ഞാൻ കുഞ്ചുവിന്റെ അമ്മയാണ്. അവനപ്പുറം എനിക്കീ ലോകത്തൊന്നുമില്ല. എല്ലാ ഭഗോതികൾക്കും കുലധർമ്മത്തിനും മേലെയാണ് എനിക്കെന്റെ കുഞ്ചു.

രാമൻ : ഞാനെന്തു വേണമെന്നമ്മ പറയൂ.

ഇ എം : ആരും ആരേയും ഇറക്കേണ്ട. ഞാൻ സ്വമേധയാ ഇറങ്ങാൻ തയ്യാറാണ്.

വിഷ്ണുദത്ത : അങ്ങനെ വെറുതെ ഇറങ്ങേണ്ടവനല്ലല്ലോ നീയ്. നിന്റെയും കൂടി കുടുംബസ്വത്താണ് ഈ ഏലംകുളം മന. രാമൻനായരേ ഒളപ്പമണ്ണ ചെന്ന് കാരണവരോടും കാര്യസ്ഥനോടും പറയൂ. ഏലംകുളം മനയ്ക്ക് ഒരു ഭാഗപത്രം തയ്യാറാക്കാൻ. ഇതുവരെ ഒന്ന് വരണമെന്ന്.

രാമൻ (കാര്യസ്ഥൻ): റാൻ

രംഗദീപം പൊലിയുന്നു

സമയം പ്രഭാതം

രംഗദീപം തെളിയുമ്പോൾ

(വിഷ്ണുദത്ത, ഇ എം എസ്, കല്യാണി എന്നിവർ യാത്രയ്ക്ക് ഒരുങ്ങി നില്ക്കുന്നു)

വിഷ്ണുദത്ത : മനയ്ക്കലെ പരദൈവങ്ങളോടെല്ലാം യാത്ര പറഞ്ഞു. ഇനി ഈ ഇല്ലത്തെ ഇപ്പോഴത്തെ കാരണവരോടാണ്. വടക്കണിയേടത്ത് നിന്ന് പതിമൂന്നാംവയസ്സിൽ ഈ ഇല്ലത്തു കാലു കുത്തിയതാണ്. ഈ അമ്പത്തിയെട്ടാം വയസ്സിൽ പൂമുഖത്തു ഭഗോതി നിന്നെ വിട്ട് ഞാൻ ഈ പിടി ഇറങ്ങുന്നു. എന്റെ കുഞ്ചുവിനെപ്പേടിച്ച് അവിടുന്ന് പിണങ്ങിപ്പോകണ്ട. ഞങ്ങളിറങ്ങിത്തരാം.
രാമൻ നായരേ.. *(അല്പം ഉറക്കെ വിളിക്കുന്നു)*

രാമൻനായർ : *(ഓടിവന്ന് വാ പൊത്തി)* റാൻ!
വെടോണ്ട് തമ്പ്രാട്ടി.. അടൃൻ ഇവിടുണ്ട്.

വിഷ്ണുദത്ത : മനയ്ക്കലെ കാരണവരോട് ഇത്രടം വരെ ഒന്നു വരാൻ പറയ്ക *(രാമൻ നായർ പോകുന്നു)*

(അല്പം കഴിഞ്ഞ് രാമൻ മുന്നിലും ഗുരുനാഥനും, കാര്യസ്ഥനും പിന്നിലുമായി പ്രവേശിക്കുന്നു. യാത്രയ്ക്ക് തയ്യാറായി നില്ക്കുന്ന അമ്മയെ കണ്ട് അന്ധാളിച്ച്)

രാമൻ : അമ്മേ! ഇതെന്താണ്. രാവിലെ എങ്ങോട്ടാണ്.

വിഷ്ണുദത്ത : മോനേ രാമാ! ഇന്നലെ നമ്മുടെ ഭാഗം കഴിഞ്ഞല്ലോ. ഏലംകുളം മന ഇനി നിന്റേതാണ്. ഞങ്ങൾ എന്തായാലും മറ്റൊരിടത്തു പോകണം. അതു കഴിവതും വേഗം ആവുന്നതല്ലേ ഭംഗി?

രാമൻ : കുഞ്ചു അമ്മയേയും കൊണ്ട് നീ എങ്ങോട്ടാണ്?

ഇ എം : പുളിങ്കാവിലെ. - കിഴക്കേ വാരിയത്തേക്ക്.

രാമൻ : നീ എന്തു ഭ്രാന്താപ്പറയുന്നത്. ഈ ഇല്ലത്തു മഹാറാണിയെപ്പോലെ കഴിഞ്ഞിരുന്ന നമ്മുടെ അമ്മയെ ഒരു ചെറിയ ഓലപ്പുരയിലേക്ക് വിളിച്ചുകൊണ്ടുപോകാൻ നിനക്ക് ലജ്ജ ഇല്ലേ?

വിഷ്ണുദത്ത : വീടിന്റെ വലിപ്പമല്ല - പരസ്പര വിശ്വാസവും സ്നേഹവുമല്ലേ രാമാ വലുത്. കുടുംബത്തിന്റെ അടിത്തറ തകർന്നാൽ മേല്ക്കൂര ഓടായിട്ടെന്താ ഓലയായിട്ടെന്താ

രാമൻ : അമ്മ എന്നെ പരീക്ഷിക്കുകയാണോ?

വിഷ്ണുദത്ത : ഞാനതങ്ങോട്ട് ചോദിക്കേണ്ട ചോദ്യമായിരുന്നു. പക്ഷേ, ചോദിക്കുന്നില്ല. സന്തോഷപൂർവ്വം നീ ഞങ്ങളെ യാത്ര അയയ്ക്കൂ.

രാമൻ : കുഞ്ചു വേണമെങ്കിൽ പോകട്ടെ! അമ്മ എന്നെവിട്ട് പോകരുത്. ഈ ഇല്ലത്തെ ശപിക്കരുത്.

വിഷ്ണുദത്ത : *(ചിരിക്കുക മാത്രം ചെയ്യുന്നു)* ഇനി താമസിക്കുന്നില്ല. കടവിൽതോണി കാത്തു നില്ക്കുന്നു. പൂമുഖത്തു ഭഗവതീ ഈ മനയുടെ വെളിച്ചം കെടാതെ സൂക്ഷിക്കണേ! രാമൻനായരെ, പരമേശ്വരനെയും അയാളുടെ വേളിയെയും കൂട്ടി കടവത്തേക്കുവരൂ..

(രാമൻ നായർ പോകുന്നു) (അവർ യാത്രയാകുന്നു. പിന്നാലെ കെട്ടും ചുമടുമായി വാല്യക്കാർ)

പള്ളിശ്ശേരി : *(ഗദ്ഗദകണ്ഠനായി)* ഈ മനയുടെ മഹാലക്ഷ്മി ഇതാ പടിയിറങ്ങുന്നു

രംഗദീപം പൊലിയുന്നു

ദൃശ്യം പത്ത്

സ്ഥലം കോഴിക്കോട്ടെ പൊതുവേദി. സമയം; സായാഹ്നം

"ബഹുമാനപ്പെട്ട മദിരാശി നിയമമന്ത്രി കൊണ്ടോട്ടിൽ രാമൻ മേനോൻ പൗരസ്വീകരണം" എന്ന ബാനർ.

അദ്ധ്യക്ഷവേദിയിൽ; ഖദർ സാരിയുടുത്ത മദ്ധ്യവയസ്കയായ സ്ത്രീയടക്കം അഞ്ചുപേർ. ഗോവിന്ദമേനോൻ, കുട്ടികൃഷ്ണമേനോൻ, മന്ത്രി കൊണ്ടോട്ടിൽ രാമൻ മേനോൻ, ഒരു വ്യവസായ പ്രമുഖൻ നേതാക്കന്മാർക്കു മുന്നിൽ ഒരു ചെറിയ ടീപ്പോയി. ടീപ്പോയുടെ പുറത്ത് മന്ത്രിക്ക് ലഭിച്ച സ്വീകരണത്തിന്റെ ഉരുപ്പടികൾ. പൂച്ചെണ്ട് - മൂന്നു നാലു പൂമാലകൾ, ഖദർ മാലകൾ, ഖദർ ഷാളുകൾ

രംഗമാരംഭിക്കുന്നത് - യോഗം നടന്ന് കൊണ്ടിരിക്കുന്നതിനിടയിൽ എന്ന സങ്കല്പത്തിലാണ്)

രംഗദീപം തെളിയുമ്പോൾ

കുട്ടികൃഷ്ണമേനോൻ: ഇനിയും ഞാനെന്റെ പ്രസംഗം ദീർഘിപ്പിക്കണമെന്ന് - വിചാരിക്കണില്യാ തന്നെയുമല്ല പ്രസംഗം ഒരു കലയാക്കിയ പ്രശസ്ത ക്രിമിനൽ ലോയർ സമുന്നതനായ ഗോവിന്ദമേനോനാണ് അടുത്ത പ്രസംഗകൻ ഉപമയും ഉത്പ്രേക്ഷയും കഥയും ഉപകഥയുമായിട്ടൊക്കെ കേരളത്തിലെ സോഷ്യലിസ്റ്റുകളുടെ തനിനിറം പുറത്തുകൊണ്ടുവരാൻ കെല്പുള്ള പ്രഗത്ഭമതിയായ അദ്ദേത്തിന് പ്രസംഗ പീഠമൊഴിയേണ്ടത് എന്റെയും കൂടി ആവശ്യമാണ്. നമുക്കെല്ലാം ആരാദ്ധ്യനായ മലബാറിന്റെ അഭിമാനഭാജനമായ നിയമമന്ത്രി ശ്രീ കൊണ്ടോട്ടിൽ രാമൻ മേനോനെ ഒരിക്കൽക്കൂടി അഭിനന്ദിച്ച് കൊണ്ടും ഞാൻ നേരത്തെ സൂചിപ്പിച്ചതുപോലെ എന്നെപ്പോലെ കഴിവുള്ള അഭിഭാഷകരെ ഗവൺമെന്റ് പ്ലീഡറന്മാരായി നിയമിക്കുന്ന കാര്യത്തിൽ അദ്ദേഹത്തിന്റെ ശ്രദ്ധ ഒരിക്കൽക്കൂടി ക്ഷണിച്ചുകൊണ്ടും ഞാനെന്റെ പ്രസംഗം അവസാനിപ്പിക്കുന്നു.
ജയ് ഹിന്ദ്.
അദ്ധ്യക്ഷ *(എഴുന്നേറ്റ്)*

ഇനി നമ്മളെല്ലാം ആകാംക്ഷയോടെ കാത്തിരുന്ന കോൺഗ്രസ് നേതാവും പ്രശസ്ത ക്രിമിനൽ ലോയറുമായ മി. ഗോവിന്ദമേനോൻ അനുമോദനപ്രഭാഷണം നടത്തും. അതിനായി ഞാൻ അദ്ദേഹത്തെ ക്ഷണിക്കുന്നു.

ഗോവിന്ദമേനോൻ സ്വസ്ഥാനത്തുനിന്ന് എഴുന്നേറ്റ് ഒരു മദയാന വരുംപോലെ നടന്ന് വരുന്നു. ഒത്ത ശരീരം ആജാനബാഹു. ഖദർ ജൂബ്ബായും മുണ്ടും തോളിൽ കരയുള്ള ഖദർഷാൾ, മുഖത്തു കണ്ണാടി അദ്ദേഹം സദസ്സിനു മുന്നിലേക്കു വന്നപ്പോൾ തന്നെ കൈയടി)

ഗോവിന്ദമേനോൻ: ആരാദ്ധ്യയായ അദ്ധ്യക്ഷ അവർകളെ,
ആദരണീയനും എന്റെ സുഹൃത്തും ഗാന്ധിയനുമായ മദിരാശി നിയമമന്ത്രി ശ്രീ കൊങ്ങോട്ടിൽ രാമൻ മോനോനവർകളെ,
കോൺഗ്രസിന്റെ സമുന്നതനേതാവായ കുട്ടികൃഷ്ണ മേനോൻ അവർകളെ, നമ്മുടെ പ്രസ്ഥാനത്തിന്റെ അടുത്തബന്ധുവും വ്യവസായ പ്രമുഖനുമായ കളത്തിൽ സാമുവൽ അവർകളേ,
ബഹുമാന്യരായ നാട്ടുകാരേ,
നമ്മുടെ ആദരണീയനായ മദിരാശി നിയമവകുപ്പ് മന്ത്രി ശ്രീ കൊങ്ങോട്ടിൽ രാമൻ മേനോനെ അനുമോദിക്കാനാണല്ലോ നാം ഇവിടെ സമ്മേളിച്ചിട്ടുള്ളത്. ഞാനാദ്യമേ തന്നെ എന്റെ അകമഴിഞ്ഞ അനുമോദനങ്ങൾ അറിയിച്ചു കൊള്ളുന്നു. സർ, അങ്ങയെ ഭാവിയിൽ മദിരാശി പ്രധാനമന്ത്രിയായി കാണാൻ ജഗദീശ്വരൻ അനുഗ്രഹിക്കട്ടെ എന്ന് ഞാനാശിക്കുന്നു.

(നീണ്ടു നില്ക്കുന്ന കരഘോഷം)

കൊങ്ങാടൻ : ഗോവിന്ദാ - അതിനിടയിൽ നിങ്ങളൊക്കെക്കൂടെ എന്റെ കാലുവാരാതിരുന്നാൽ മതി. ഇവിടെയെങ്കിലും കാലാവധി വരെ ഇരിക്കാൻ സമ്മതിച്ചാൽ ഉപകാരം *(വേദിയിൽ കൂട്ടച്ചിരി)*

ഗോവിന്ദൻ : സാർ അങ്ങയുടെ ഈ അഭിപ്രായപ്രകടനം നിർഭാഗ്യകരമായിപ്പോയി സാർ, നമ്മുടേത് ഒരു ജനാധിപത്യ പാർട്ടിയാണ് സാർ. ജനാധിപത്യപാർട്ടിയിൽ ഇതൊക്കെ സ്വാഭാവികമാണു സാർ - നമ്മുടെ പാർട്ടി ഭരണഘടനയിൽ തന്നെ-

അദ്ധ്യക്ഷ : പാർട്ടി ഭരണഘടനയിലെന്താ- കാലുവാരലിന് പ്രത്യേക വകുപ്പു വല്ലതും ചേർത്തിട്ടുണ്ടോ. ചിലർ

പറയുന്നതുകേട്ടാൽ തോന്നും ജനാധിപത്യമെന്നാൽ, കാലുവാരലാണെന്ന് - സ്ഥാനമോഹത്തിന് ജനാധിപത്യത്തിന്റെ ഒരു പരിവേഷം.

ഗോവിന്ദൻ : യുവർ ഓണർ യോഗം നിയന്ത്രിക്കേണ്ട അദ്ധ്യക്ഷ തന്നെ ഇങ്ങനെ പ്രസംഗം തടസ്സപ്പെടുത്തിയാലോ

അദ്ധ്യക്ഷ : ഞാൻ ഖേദിക്കുന്നു. അങ്ങ് പ്രസംഗം തുടർന്നോളൂ.

ഗോവിന്ദ : അപ്പോൾ ഞാൻ പറഞ്ഞ് വന്നത് ജനാധിപത്യത്തെ കുറിച്ചാണ് ജനാധിപത്യം ജനാധിപത്യം എന്ന് പറഞ്ഞാൽ, സ്റ്റാലിന്റെ ഇരുമ്പുമറയല്ല. ജനങ്ങൾക്കു തോന്നിയതുപോലെ പ്രവർത്തിക്കാനുള്ള സ്വാതന്ത്ര്യമാണ്. അപ്പോൾ നേതാക്കൾക്കും അതുണ്ടെന്നു പ്രത്യേകിച്ച് പറയേണ്ടതില്ലല്ലോ? അതിനെയാണ് ഇവിടുത്തെ ചില ഇടതുപക്ഷ കോൺഗ്രസുകൾ ചോദ്യം ചെയ്യുന്നത്.

ഭാഗ്യവശാൽ നമ്മുടെ യഥാർത്ഥ കോൺഗ്രസുകാരുടെ സമയോചിതമായ പ്രവർത്തനവും കളത്തിൽ സാമുവൽ അവർകളെപ്പോലുള്ളവരുടെ നേതൃത്വത്തിലുള്ള ധർമ്മ ഭടന്മാരുടെ സഹായവും സമ്പത്തും കൂടി ലഭിച്ചപ്പോൾ കെ പി സി സി നമ്മുടെ കൈയിൽ തന്നെ എന്താ അതു ചെറിയ കാര്യമാണോ.. അവർ പറയുന്നു. നമ്മൾ കോൺഗ്രസുകാരല്ലാത്ത.. ചിലരെ ഖദറുടുപ്പിച്ച് കള്ളവോട്ടു ചെയ്താണ് കെ പി സി സി കൈയടക്കിവച്ചിട്ടുള്ളതെന്ന്, ഞാനതു നിഷധിക്കുന്നില്ല. നിഷേധിച്ചിട്ടെന്തുകാര്യം. യുദ്ധത്തിലും. പ്രണയത്തിലും എന്തുമാവാമെന്നാണ്. ശാസ്ത്രം.

ഒരാൾ : *(സദസ്സിൽ നിന്നു എന്ന പോലെ പശ്ചാത്തലത്തിൽ നിന്ന്)* സാർ ഇത് മഹാത്മാഗാന്ധിയുടെ സിദ്ധാന്തങ്ങൾക്കെതിരല്ലേ. സാർ താങ്കളേത് കോൺഗ്രസാ-

ഗോവിന്ദ : *(ചിരിച്ചുകൊണ്ട്)* ആ ചോദിച്ചയാൾ ഒരു പരമശുദ്ധനാണ്. ഗാന്ധിയെ അയാൾക്കു മനസ്സിലായിട്ടില്യാ. ഗാന്ധിജി പറയുന്ന കാര്യങ്ങൾ ഗാന്ധിജിയെപ്പോലെയുള്ളവർക്കാണ്. അല്ലാതെ നമ്മളെപ്പോലുള്ള സാധാരണക്കാർക്കു വേണ്ടിയല്ല. എന്താ സംശയമുണ്ടോ? നോക്കൂ ചെറിയ തോർത്തുടുത്തു വലിയമുണ്ട് പുതച്ചു വടിയും കുത്തി അല്ലേ മൂപ്പരുടെ നടത്ത. ലോകത്താരെങ്കിലും അങ്ങനെ ചെയ്യുമോ? അതാണു ഗാന്ധിജി. അതുകൊണ്ടു പൊന്നനുജാ ഗാന്ധീന്റെ പേര് പറഞ്ഞ് ആളുകളെ വെരട്ടരുത്. ആന ആനയാ

ണ്. ആട്ടിൻകിടാവ് ആട്ടിൻകിടാവും നമ്മൾ ആട്ടിൻ കിടാങ്ങൾ, വെറുതെ ആന ചമയരുത്.

മറ്റൊരാൾ : പുതിയ ഗാന്ധിഭാഷ്യം അസ്സലായിട്ടുണ്ട്.

അദ്ധ്യക്ഷ : ദയവുചെയ്ത് നിശ്ശബ്ദരായിരിക്കണം ആരും കമന്റ് പാസാക്കണ്ടാ.

ഗോവിന്ദ : എന്റെ പ്രസംഗം ചിലരെയൊക്കെ അലോസരപ്പെടുത്തുന്നുണ്ടാവും. എന്തുചെയ്യാം സത്യം പലപ്പോഴും വിരൂപവും അപ്രിയം ജനിപ്പിക്കുന്നതുമാണ്. എന്നോട് ക്ഷമിക്കുക. നമ്പൂതിരിപ്പാടും കൂട്ടരും കൃഷിക്കാരനെയും തൊഴിലാളികളെയും കോൺഗ്രസിൽ ചേർത്ത് കോൺഗ്രസിനെ ദുർബ്ബലപ്പെടുത്താനും നമ്മുടെ ജന്മനാ ബന്ധുക്കളായ ജന്മിമാരെയും വ്യവസായികളെയും കോൺഗ്രസിൽ നിന്നു പുറത്തു ചാടിക്കാനുമാണ് ശ്രമിക്കുന്നത്. ഇത് കണ്ടു കൊണ്ടുവേണം നാം നമ്മുടെ മെമ്പർഷിപ്പ് പ്രവർത്തനം സംഘടിപ്പിക്കേണ്ടത്.

ഇനി ഒരു കാര്യം കൂടി പറഞ്ഞ് ഞാനവസാനിപ്പിക്കാം. ഇപ്പോൾ അധികാരത്തിലുള്ള രാജാജി ഗവൺമെന്റ് ഒരു ദശവത്സര പദ്ധതിക്കു രൂപംകൊടുത്തിട്ടുള്ള വിവരം നിങ്ങൾക്കറിയാമല്ലോ?

(ജനക്കൂട്ടത്തിൽ നിന്നൊരാൾ)

(പിഞ്ചുകീറിയ ഖദറുടുപ്പിട്ട ഒരു സാധാരണ യുവാവ്) അപ്പോൾ ഇന്ത്യയ്ക്ക് പൂർണ്ണസ്വാതന്ത്ര്യം എന്ന മുദ്രാവാക്യം ഒക്കെ ഉപേക്ഷിച്ചോ - ബ്രിട്ടീഷുകാരൻ നല്കുന്ന അധികാരത്തിന്റെ നക്കാപ്പിച്ചയും രുചിച്ച് മന്ത്രിക്കസേരയിൽ ആജന്മകാലം ചടഞ്ഞ് കൂടാനാണോ ഭാവം.

ഗോവിന്ദ : *(ക്ഷുഭിതനായി)* അത് യോഗം കലക്കാൻ വന്ന ഏതോ കോൺഗ്രസ് സോഷ്യലിസ്റ്റുകാരനാവും

മുസ്തഫ : അല്ല അല്ല. ഞാൻ തനി കോൺഗ്രസാ. രാമനാട്ടുകര മണ്ഡലം പ്രസിഡന്റ് മുസ്തഫ.

ഗോവിന്ദ : *(ക്ഷുഭിതനായി)* താനിങ്ങു വരൂ. തനിക്ക് വേണ്ടത് ഇവിടെ തന്നുകൊള്ളും

(ആൾക്കൂട്ടത്തിൽനിന്നും മുസ്തഫ വേദിയിലേക്ക് വരുന്നു)

ഗോവിന്ദ : വളണ്ടിയർമാരുടെ ശ്രദ്ധയ്ക്ക്, ഇയാളുടെ സംശയങ്ങൾക്ക് ന്യായമായ ഉത്തരം നല്കാൻ ഏർപ്പാടുണ്ടാക്കണം. ഈ വേദിയിൽവച്ച് വേണ്ട കുറച്ചു ദൂരെ കൂട്ടിക്കൊണ്ടുപോയിട്ടു മതിയാകും. *(മുസ്തഫയെ രണ്ടു*

വളണ്ടിയർമാർ പിടിച്ചുകൊണ്ട് പോകുന്നു. അവർ അയാളെ തല്ലുന്നു. പശ്ചാത്തലത്തിൽ നിന്ന് ദയനീയമായി ഓരോ ഇടി കൊള്ളുമ്പോഴും.. "വന്ദേമാതരം.. ഭാരത് മാതാകീ ജേ.." എന്ന വിളി അകന്നകന്ന് പോകുന്നു.

ഗോവിന്ദ : *(ക്ഷുഭിതനായി)* കണ്ടില്ലേ ധിക്കാരം
ഇതാണ് കോൺഗ്രസ് സോഷ്യലിസ്റ്റുകളുടെ സംസ്കാരം. ഈ നമ്പൂതിരിപ്പാടും കൂട്ടരും കോൺഗ്രസുമല്ല. സോഷ്യലിസ്റ്റും അല്ല. അല്ലെങ്കിൽ ഈ സോഷ്യലിസമെന്താ! സോഷ്യലിസത്തിന്റെ സ്വർഗ്ഗഭൂമി എന്ന് പറയുന്ന ആ ചുവന്ന റഷ്യയിൽ ഇപ്പോൾ നടക്കുന്നതെന്താ.. പറയാതിരിക്കുന്നതാണ് ഭേദം.
നിങ്ങൾക്കറിയാമോ? അവിടെ സ്ത്രീകൾ പൊതുസ്വത്താണ്. അമ്മ, സഹോദരി, ഭാര്യ, മക്കൾ എന്നയാതൊരു വിവേചനവുമില്ല. സ്ത്രീകൾ സമൂഹത്തിന്റെ വകയാണ്. ഏതു സ്ത്രീയെയും ആർക്കും എങ്ങനെയും ഉപയോഗിക്കാം ലജ്ജാകരം.
നമ്പൂതിരിപ്പാടേ ഇത് ഈ നാട്ടിലും വരുത്താനാണോ, നിങ്ങളെ ശ്രമം. ഞങ്ങളനുവദിക്കില്യാ. നമ്പൂതിരി കുടുംബങ്ങളേ.. ഒക്കെ അലങ്കോലമാക്കി. ഇനി നാട്ടിലേക്ക് ഇറങ്ങിയിരിക്കുകയാണ്. മറ്റുള്ളവരെക്കൂടി തെരുവാധാരമാക്കാൻ ഇവരുടെ സോഷ്യലിസ്റ്റ് രാജ്യത്തിൽ പണിയെടുക്കാത്തവർക്കു ഭക്ഷണമില്ല. അറുപതുകഴിഞ്ഞാൽ ആണിനെയും പെണ്ണിനെയും നിരത്തി നിർത്തി വെടിവെച്ചുകൊല്ലും. എന്നിട്ടു അവരുടെ എല്ലുപൊടിച്ച് വളമാക്കി കൂട്ടുകൃഷിക്കളങ്ങൾക്കും കൊടുക്കും.
നമ്മുടെ അച്ഛനമ്മമാരെ.. നമ്മുടെ കൺമുമ്പിൽ വച്ച് വെടിവച്ചു കൊല്ലുന്ന ഈ കാട്ടാളത്തം നമുക്ക് വേണമോ? നിങ്ങൾ ശാന്തമായി ആലോചിക്കണം.
ഏറ്റവും ദയനീയം അവിടുത്തെ കുട്ടികളുടെ കാര്യമാണ്. ഇവരുടെ നേതാവുണ്ടല്ലോ റഷ്യൻ സർവ്വാധിപതി സ്റ്റാലിൻ. പുള്ളിക്കാരൻ നമ്മളൊക്കെ ബെഡ്കോഫി കഴിക്കുന്നതുപോലെ രാവിലെ കഴിക്കുന്നത് എന്താ,
ഒരു പിഞ്ചുകുഞ്ഞിനെ പിഴിഞ്ഞെടുത്ത ഒരു ഗ്ലാസ്.. ചോര.. വോഡ്ക എന്ന മദ്യത്തിൽ ചേർത്താണ്.
അയാളുടെ ചിത്രം കണ്ടില്ലേ. ചുവന്ന കണ്ണും ഇൻസ്പെക്ടറുടെ മീശയുമുള്ള ഭീകരൻ. മി. നമ്പൂതിരി

പ്പാടെ ഞങ്ങൾ പറയുന്നു, ഞങ്ങൾക്ക് ജീവനുള്ള കാലം നിങ്ങടെ സോഷ്യലിസം ഈ മണ്ണിൽ മുള യ്ക്കാൻ ഞങ്ങളനുവദിക്കില്ല.

രംഗദീപം പൊലിയുന്നു.

ദൃശ്യം പതിനൊന്ന്

പുളിങ്കാവിലെ ഇ എം എസിന്റെ വീട് സമയം പ്രഭാതം

രംഗദീപം തെളിയുമ്പോൾ

(ഇ എം എസ് പത്രം നോക്കിക്കൊണ്ടിരിക്കുന്നു. വിഷ്ണുദത്ത അകത്തുനിന്ന് പുറത്തേക്ക് വന്നു. കുറെ നേരം ഇ എം എസിനെ തന്നെ നോക്കിനില്ക്കുന്നു. ഇ എം എസ് അതറിയുന്നില്ല. പെട്ടെന്ന് വിഷ്ണുദത്ത വല്ലാതെ ചുമയ്ക്കുന്നു. കാഴ്ചയിൽ ആകെ പരി ക്ഷീണയാണ്. ചുമ കേട്ട് പെട്ടെന്ന് ഇ എം എസ് പത്രം താഴ്ത്തു ന്നു. അമ്മയെ ശ്രദ്ധിച്ച്)

ഇ എം : *(ഉൽക്കണ്ഠയോടെ)* എന്താ അമ്മേ. അമ്മയ്ക്കു സുഖോല്ല്യേ..

വിഷ്ണുദത്ത : *(ചിരിച്ചുകൊണ്ട്)* ഇനി അധികനാളില്ല. ഇന്നലെയാണ് എനിക്കമ്പത്തൊമ്പത് കഴിഞ്ഞത്. അറുപതു തികയ് ക്കേല്യന്നാണ് ജാതകം.

ഇ എം : ഏലംകുളം മനയിൽ നാലാമനായി ഒരാണു ജനിക്കി ല്ലെന്നും ജനിച്ചാൽ തന്നെ പന്ത്രണ്ടു തികയ്ക്കില്ലെ ന്നുമല്ലേ പ്രവചനം. ഇപ്പോഴോ എനിക്കതിന്റെ ഇരട്ടി യായില്ലേ. അമ്മക്കിനിയും ഒരു പത്തിരുപത് വർഷ ത്തേക്ക് ഒന്നും സംഭവിക്കില്യാ.

വിഷ്ണുദത്ത : പക്ഷേ, കുഞ്ചു ഇനി പെട്ടെന്ന് പാറ്റ്നേലും ബോംബെയിലും ഒന്നും പോകരുത്. എന്റെ കാര്യം എപ്പോഴാന്നറിയില്യാ.

ഇ എം : അമ്മയ്ക്കു കുടുംബം വിട്ടുവന്നതിൽ ദുഃഖമുണ്ട് ഇല്ലേ?

വിഷ്ണുദത്ത : *(നിസ്സാരമട്ടിൽ)* എനിക്ക് കുടുംബമല്ല കുഞ്ചു, വലുത് നീയാണ്. നിന്നെ കണ്ടുകൊണ്ട് എനിക്ക് മരിക്കണം.

ഇ എം : കണ്ട് കണ്ട് ജീവിക്കണമെന്ന് പറയൂ

വിഷ്ണുദത്ത : എന്നാലങ്ങനെയാവട്ടെ! കുഞ്ചു ആ അപ്പോത്തിക്കിരി കൃഷ്ണയ്യരെ ഒന്നു വിളിച്ചു കൊണ്ടുവരാമോ?

അയാൾക്കാച്ചാൽ എന്റെ എല്ലാ അസുഖവുമറിയാം.

ഇ എം : എന്താ.. *(പെട്ടെന്നു നിർത്തി ചിന്തയിലാകുന്നു)*

വിഷ്ണുദത്ത : എന്താ..

ഇ എം : അല്ല! കൃഷ്ണയ്യർ ഇപ്പോൾ ഇംഗ്ലണ്ടിലാണല്ലോ അമ്മേ. *(പറഞ്ഞത് അബദ്ധമായി എന്നു കരുതി) വേണേൽ വിളിപ്പിക്കാം.*

വിഷ്ണുദത്ത : എങ്ങിനെ പറ്റോ?

ഇ എം : പറ്റാത്തതെന്താ. പക്ഷേ, കപ്പലു കിട്ടി ഇങ്ങെത്തണം.

വിഷ്ണുദത്ത : അപ്പോൾ ഉടനെ ഇല്യാ.

ഇ എം : ഇല്യാ എന്നാൽ, നമുക്കൊരു കാര്യം ചെയ്യാം. നമ്മുടെ പുലാമാന്തോൾ മൂസ്സിനെ കൊണ്ടുവന്നാലോ അഷ്ടവൈദ്യരിൽ പ്രധാനിയാണല്ലോ?

വിഷ്ണുദത്ത : എന്നാൽ നോക്ക്.

(എന്നുപറഞ്ഞ് അകത്തേക്കു പോകുന്നു) (ഇ എം വീണ്ടും പത്രത്തിലേക്ക് തിരിയുന്നു. അല്പം കഴിഞ്ഞ് ഏലംകുളത്തെ കുടിയാന്മാരായ കുഞ്ഞാലിക്കുട്ടിയും തീയുണ്ണിനായരും കടന്നുവന്ന് ഓച്ഛാനിച്ച് നില്ക്കുന്നു മുരടനക്കുന്നു. ഇ എം എസ് പത്രത്തിൽ നിന്ന് മുഖമുയർത്തി ചിരിച്ചുകൊണ്ട്)

ഇ എം : എന്താ രണ്ടു കാർണോന്മാരും കൂടി

(രണ്ടുപേരും ചേർന്ന്)

"അടൃങ്ങക്ക് ഒരു സങ്കടം ഒണർത്തിക്കാനുണ്ടേ..

ഇ എം : *(സ്നേഹത്താൽ)* അകത്തേക്ക് വരാമല്ലോ.. ഇവിടിരുന്നു സംസാരിക്കാം.

രണ്ടുപേരും : വേണ്ടായേ അടൃങ്ങള് ഇവിടെ നിന്നോളാം.

ഇ എം : ഏതായാലും ഇങ്ങ് അടുത്ത് വരൂ.

(രണ്ടുപേരും കുറച്ചുകൂടി നീങ്ങിനില്ക്കുന്നു)

ഇ എം : എന്താണു സങ്കടം?

കുഞ്ഞാലി : വെടോണ്ട്. അടൃങ്ങള് ഏലംകുളം മനയ്ക്കലെ കുട്യാന്മാരാണേ.

ഇ എം : അതേല്ലോ. അല്ലാന്നാരു പറഞ്ഞു.

തീയുണ്ണി : വെടോണ്ട്. കഴിഞ്ഞ ദെവസി കോടതീന്ന് ഒരു വാറണ്ട്. ശിപായി ഞങ്ങളോട് ആ സ്ഥലം ഒഴിഞ്ഞു കൊടുക്കണമെന്ന് ഒരു കടലാസുകൊണ്ട് കുടീലൊട്ടിച്ചേച്ചും പോയേ..

ഇ എം : അതെങ്ങനെ കരുവാരക്കുണ്ടിലല്ലേ ആസ്ഥലം. അതെന്റെ ഷെയറിൽപ്പെട്ടതാണല്ലോ! പിന്നെ ഞാനറിയാതെ ആരാ നിങ്ങളോട് പാട്ടം ഒഴിയാൻ പറഞ്ഞ

ത്. അതിലും വിശേഷിച്ച് കോടതിയിൽ പോയത്.

കുഞ്ഞാലി : വെടോണ്ട്. അട്യൻ അറിയാവുന്ന ബിസേസം പറയാം. ഏലംകുളത്തെ അച്ഛൻ തമ്പ്രാൻ കരുവാരക്കുണ്ടിലെ മൂവായിരം ഏക്കർ മല ഒരു മുസലിയാരേന്ന് വിലയാധാരം വാങ്ങിയതാണേ? അന്നേ തെക്കെപ്പാട്ട് രുദ്രൻ നമ്പൂതിരിപ്പാട് എന്തോ ഒരു കൃത്രിമകരണം മുസലിയാരെ കൂട്ടുപിടിച്ചു ചെയ്തിട്ടുണ്ട്. അതാണെന്നാ ഞമ്മന്റെ ബിശ്വാസം

ഇ എം : നിങ്ങടെ കുടീലൊട്ടിച്ച നോട്ടീസ് ആരാണ് നടത്തിച്ചതെന്ന് അതിൽ പറഞ്ഞിരിക്കുമല്ലോ ആരാണ് അറിയ്യോ?

കുഞ്ഞാലി : വോടോണ്ട്. ഞമ്മക്ക് എഴുത്തും വായനയുമറിഞ്ഞുകൂടാ. നാലാമ്പ്രാൻ തന്നെ ഇതിനൊരു നിവൃത്തി ഉണ്ടാക്കിത്തരണം.

ഇ എം : തീയുണ്ണിയറിയുമോ?

തീയുണ്ണി : വെടോണ്ട് അച്ചരം കാണാനുള്ള തെളിച്ചം അട്യേനുമില്ലേ..

ഇ എം : ശരി നിങ്ങളൊരു കാര്യം ചെയ്യൂ. ഞാനൊരു കത്തു തരാം. നമ്മുടെ മനവക വക്കീൽ അനന്ത നാരായണയ്യരെ പോയി കാണണം. ചെലവിനാവശ്യമായ പണം കാര്യസ്ഥൻ രാമൻനായരെ കണ്ടാൽ മതി. ഞാൻ പറഞ്ഞേക്കാം.

(ഇ എം എസ് കത്തെഴുതി അവർക്ക് കൊടുക്കുന്നു.

രണ്ടുപേരും : (കത്ത് വാങ്ങുന്നു) പെരുത്തുപകാരം

(പുറത്തേക്ക് പോകുന്നു. ഇ എം പത്രം മടക്കിവച്ചു. ഒരു പുസ്തകം എടുക്കുന്നു. ഭവത്രാതൻനമ്പൂതിരിപ്പാട് കടന്നുവരുന്നു. കൈയിൽ ഒരു കടലാസ് പാക്കറ്റും ഇ എം എസ് എഴുന്നേറ്റ് അഭിവാദ്യം ചെയ്യുന്നു.

ഇ എം : എന്തൊക്കെയുണ്ട് വാർത്തകൾ

ഭവത്രാതൻ : ങാ ഇതു നല്ല കൂത്തായി. നാട്ടിൽ വാർത്തകൾ സൃഷ്ടിക്കുന്ന നിങ്ങളെപ്പോലുള്ളവർ പാവപ്പെട്ട ഭവത്രാതനോട് ചോദിച്ചാലോ.. സത്യം പറയട്ടെ, പുതിയ വാർത്തകൾ അറിയാനാണ് ഞാൻ ഇങ്ങോട്ട് വന്നത്. ബോംബെയിൽ നിന്ന് എന്നാണ് എത്തിയത്?

ഇ എം : രണ്ടു ദിവസമായി. ഇന്നലെ അമ്മയുടെ അമ്പത്തിഒമ്പതാം പിറന്നാളായിരുന്നു. അത് ആഘോഷിക്കണമെന്ന് അമ്മയ്ക്ക് വലിയാഗ്രഹം. നമുക്ക് എന്ത് ബുദ്ധിമുട്ടായാലും അതൊന്നും അമ്മ അറിയാൻ പാടില്യാ.. നന്നായി നടത്തി. അമ്മയ്ക്ക് സന്തോഷമായി.

എങ്കിലും അമ്മയ്ക്ക് ഒരു മ്ലാനത.

ഭവത്രാതൻ : കുടുംബം വിട്ടുവന്നതിന്റെ ഷോക്ക് ആയിക്കൂടെന്നില്ല.

ഇ എം : ഏയ് അതൊന്നും അമ്മയ്ക്ക് പ്രശ്നമല്ല. ഞാൻ കൂടി ഉണ്ടായാൽ അമ്മയ്ക്കെല്ലാമായി. എനിക്കു തോന്നുണ്ടു ഞാൻ വീണ്ടും ജയിലിൽ പോകുമോ എന്ന പേടി അമ്മയെ ഇപ്പോഴും അലട്ടുന്നുണ്ട്. മാത്ര മല്ല. അമ്മയ്ക്ക് തീരെ സുഖവുമില്ല. അറുപത് എത്തില്യാ എന്നാണു പോലും അമ്മയുടെ ജാതകം. ജാതകത്തിൽ അമ്മയ്ക്ക് വലിയ വിശ്വാസമാണ്.

ഭവത്രാതൻ : ഏതായാലും ഇനി ദൂരെയാത്രയൊക്കെ അല്പം കുറ യ്ക്കണം. ഒരാഴ്ചയിൽ കൂടുതൽ വീടുവിട്ടു നില്ക്കുന്ന പരിപാടി തല്ക്കാലം വേണ്ടെന്നുവയ്ക്കണം.

ഇ എം : അവിടെയാണൊരു പ്രശ്നം

ഭവത്രാതൻ : അതെ, അതുതന്നെയാണ് പ്രശ്നം. കോൺഗ്രസ് സോഷ്യലിസ്റ്റ് പാർട്ടിയുടെ അഖിലേന്ത്യാ ജോയിന്റ് സെക്രട്ടറിക്ക് വള്ളുവനാട് മാത്രമായി നില്ക്കാൻ പറ്റുമോ? ഇപ്പോൾ പ്രവർത്തനരംഗം കേരളത്തിന്റെ അതിരുകൾ വിട്ട് ഇന്ത്യയിലെ വിശാല മേഖലകളി ലേക്ക് വളരുകയല്ലേ?

ഇ എം : കെ പി സി സി സെക്രട്ടറി എന്ന നിലയ്ക്കും ശരിക്കും പണിയുണ്ട്.

ഭവത്രാതൻ : അല്ല സഹായിക്കാൻ സി കെ ഗോവിന്ദൻനായർ കൂടെയില്ലേ?

ഇ എം : *(ചിരിച്ചുകൊണ്ട്)* അദ്ദേഹം കുറച്ചു കൺഫ്യൂഷനി ലാണ്.

ഭവത്രാതൻ : മനസ്സിലായില്ല.

ഇ എം : ഒരു പ്രത്യേക സാഹചര്യത്തിലാണല്ലോ? കോൺ ഗ്രസ് സോഷ്യലിസ്റ്റുകളായ ഞങ്ങളെ കെ പി സി സി സെക്രട്ടറിമാരായി തിരെഞ്ഞെടുത്തത്.

ഭവത്രാതൻ : അപ്പോൾ കെ പി സി സി പ്രസിഡന്റ്?

ഇ എം : അവർക്ക് പ്രത്യേക ചായ്വ് ഒന്നുമില്ല. അവർ ഇടതു പക്ഷത്തുമല്ല. വലതുപക്ഷത്തുമല്ല. അതുകൊണ്ടാ ണല്ലോ കുഞ്ഞിക്കാവമ്മയെ പ്രസിഡന്റാക്കാൻ വല തുപക്ഷക്കാർ സമ്മതിച്ചത്. സത്യത്തിൽ എക്സിക്യൂ ട്ടീവ് കമ്മിറ്റിയിൽ ഇടതുപക്ഷത്തിന് വ്യക്തമായ ഭൂരി പക്ഷവുമില്ല. ഇതൊക്കെ പി കൃഷ്ണപിള്ളയുടെയും എ കെ ഗോപാലന്റെയും സാമർത്ഥ്യംകൊണ്ട് നട ന്നതാണ്.

ഭവത്രാതൻ : പിന്നെന്താ ഇപ്പോഴത്തെ പ്രശ്നം?

ഇ എം : പ്രശ്നം രൂക്ഷമാണ്. കോൺഗ്രസിന്റെ നേതാക്കൾ തൊഴിലാളിയെ സംഘടിപ്പിക്കാൻ പാടില്ല. അങ്ങനെ ചെയ്താൽ കോൺഗ്രസ് സാമ്പത്തിക സഹായം ചെയ്യുന്ന മുതലാളിമാർ പിണങ്ങുമത്രേ?

ഭവത്രാതൻ : ഓഹോ അങ്ങനെയാണോ?

ഇ എം : പിന്നെയുമുണ്ട്. വൈതരണി. കുടിയാന്മാരെ ജന്മിമാർ ഒഴിപ്പിക്കുന്നതിൽ കോൺഗ്രസ് ഇടപെടാൻ പാടില്ല. അങ്ങനെ ചെയ്താൽ ഇന്നത്തെ കോൺഗ്രസ് നേതാക്കളായ ജന്മിമാർ കോൺഗ്രസ് വിട്ടുപോകുമത്രേ!

ഭവത്രാതൻ : അതു ശരി.

ഇ എം : ഇന്നത്തെ ഇടതുപക്ഷ കെ പി സി സി നേതാക്കൾ കോൺഗ്രസിനെ തകർക്കുകയാണ് അതുകൊണ്ട് - ജന്മിമാരെയും കോൺഗ്രസിന്റെ കൂടെ നിർത്താൻ ഈ നേതൃത്വം പോയേ കഴിയൂ എന്ന നിലപാടാണ് വലതുപക്ഷത്തിന്റേത്. നിർഭാഗ്യവശാൽ ഹൈക്കമാന്റ് അവർക്കനുകൂലമാണ്.

ഭവത്രാതൻ : ഇ എം എനിക്ക് മനസ്സിലാകാഞ്ഞിട്ടു ചോദിക്കുകയാണ്. ഈ കോൺഗ്രസും കോൺഗ്രസ് സോഷ്യലിസ്റ്റ് പാർട്ടിയും തമ്മിലുള്ള ബന്ധമെന്താണ്?

ഇ എം : അഖിലേന്ത്യാ നിലവാരത്തിൽ ജനങ്ങൾക്കിടയിൽ അംഗീകാരമുള്ള ഏറ്റവും വലിയ സാമ്രാജ്യ വിരുദ്ധ ശക്തി കോൺഗ്രസാണ്. എന്നാൽ, നിർഭാഗ്യവശാൽ ഈ പ്രസ്ഥാനത്തിന്റെ നിയന്ത്രണത്തിൽ നിർണ്ണായക സ്വാധീനമുള്ളവർ സന്ധിപ്രിയരും വലതുപക്ഷക്കാരുമാണ്. ഇവരെ ലക്ഷ്യത്തിലുറപ്പിച്ചു നിർത്താനുള്ള പ്രേരകശക്തിയാണ് കോൺഗ്രസിനകത്തെ പുരോഗമനവാദികൾ. ആ ശക്തികളുടെ സംഘടനാ സ്വരൂപമാണ് കോൺഗ്രസ് സോഷ്യലിസ്റ്റ് പാർട്ടി.

ഭവത്രാതൻ : അതിനപ്പുറം ഒന്നുമില്ലേ?

ഇ എം : *(ചിരിച്ചുകൊണ്ട്)* ഉണ്ട്. പലതുമുണ്ട്. ഇരുകൂട്ടർക്കും അറിയാം. ഉൾപ്പാർട്ടി സമരമല്ലേ? ഏതു വിധത്തിലും കെ പി സി സി തിരിച്ചുപിടിക്കാനാണ് വലതുപക്ഷത്തിന്റെ ശ്രമം. നിർഭാഗ്യത്തിന് കേളപ്പൻ പോലും അപ്പുറത്താണ്. ആ സന്ദർഭം അതിജീവിക്കാൻ സി കെ ജിക്ക് കഴിയുന്നില്ല.

ഭവത്രാതൻ : അപ്പോൾ അടുത്ത കെ പി സി സി തിരഞ്ഞെടുപ്പ് എങ്ങനെയുണ്ടാകും?

ഇ എം : സി കെ ഗോവിന്ദൻനായരുടെയും മറ്റും നിലപാടിനെ ആശ്രയിച്ചിരിക്കും. ഞങ്ങൾ മര്യാദയ്ക്കാണ്

മെമ്പർഷിപ്പ് ചേർത്തത്. പക്ഷേ, വലതുപക്ഷക്കാർ കള്ളുഷാപ്പ് കോൺട്രാക്ടർമാരെവരെ ചേർത്തിട്ടുണ്ടെന്നാണ് കേട്ടത്. അങ്ങനെ വന്നാൽ ഒന്നും ചെയ്യാനാവില്ല.

ഭവത്രാതൻ : ഇതൊക്കെ ചർച്ച ചെയ്തു പരിഹരിക്കാൻ പാടില്ലേ?

ഇ എം : ഇത് രണ്ട് ആശയങ്ങൾ തമ്മിലുള്ള പോരാട്ടമാണ് ചർച്ച നടക്കും പക്ഷേ, പരിഹാരം പ്രയാസമാണ്. അവർക്ക് എന്തും പറയാൻ *മാതൃഭൂമി*യുണ്ട്. ഞങ്ങൾക്കോ ഒരു പ്രസിദ്ധീകരണവുമില്ല. നിവൃത്തിയില്ലാതെ ഞാൻ കുറച്ച് ഭൂമി വിറ്റ് കിട്ടിയ പണം കൊണ്ട് ആ പാലക്കാട്ടുകാരൻ കെ എസ് നായരുടെ *പ്രഭാതം* പത്രവും പ്രസും വിലയ്ക്കെടുത്തു. അടുത്ത ആഴ്ച മുതൽ എന്റെ പത്രാധിപത്യത്തിൽ *പ്രഭാതം* ഒരു പ്രതിവാര പത്രമായി ഇറങ്ങുകയാണ്. ഏതാ കോൺഗ്രസ് എന്ന് നാട്ടുകാർ തീരുമാനിക്കട്ടെ. നിങ്ങളെപ്പോലുള്ള പുരോഗമനവാദികളായ സാംസ്കാരികപ്രവർത്തകരുടെ സഹായം പ്രഭാതത്തിനുണ്ടാവണം.

ഭവത്രാതൻ : തീർച്ചയായും. ഞാൻ വന്നത് ഒരു പ്രത്യേക ആവശ്യത്തിനാണ്. എന്റെ ഒരു സ്വന്തം കാര്യം.

ഇ എം : ങാ! എന്താ പിന്നെ അത് ആദ്യമേ അങ്ങ് പറയാത്തത്.

ഭവത്രാതൻ : നമ്മുടെ രാഷ്ട്രീയ അന്തരീക്ഷം സംഭവബഹുലമാണല്ലോ. അതിന്റെ ഉറവിടമായ താങ്കളിൽ നിന്ന് അതൊന്നു നേരിട്ടു കേൾക്കാനുള്ള കൊതികൊണ്ടാണ് സ്വന്തം കാര്യം പിന്നെയാകാമെന്നുവച്ചത്.

(ഭവത്രാതൻ നമ്പൂതിരിപ്പാട്, കൈയിൽ ഇരുന്ന പേപ്പർ പാക്കറ്റ് പൊളിച്ച് - അപ്ഫന്റെ മകൾ എന്ന ആഖ്യായികയുടെ കൈയെഴുത്തുപ്രതി ഇ എം എസിന് കൊടുക്കുന്നു)

ഇ എം : *(കൈയെഴുത്തു പ്രതി നോക്കി സന്തോഷത്തോടെ) ഉറക്കെ വായിക്കുന്നു.* അപ്ഫന്റെ മകൾ - സാമുദായിക ആഖ്യായിക. മുത്തിരിങ്ങോട്ട് ഭവത്രാതൻ നമ്പൂതിരിപ്പാട് വളരെ സന്തോഷം. വളരെ സന്തോഷം മുത്തിരിങ്ങോട്ട്... ഇതു നമുക്ക് ഉടനെ അച്ചടിപ്പിക്കണം.

ഭവത്രാതൻ : ഇ എം ഇതിനൊരു അവതാരിക എഴുതിത്തരണം.

ഇ എം : ഞാനോ? ഞാൻ വേണ്ട നമുക്ക് വി ടിയെ കൊണ്ടോ മറ്റോ എഴുതിക്കാം.

ഭവത്രാതൻ : ഇതിൽ അവതാരിക എഴുതാൻ ഇന്ന് കേരളത്തിൽ ഇ എം എസിനേക്കാൾ യോഗ്യനായി മറ്റാരുമുണ്ടാ

വില്ല. ഇനി ഉണ്ടാകുമെന്നു തോന്നുന്നുമില്ല.

ഇ എം : അങ്ങേക്ക് എന്നോടുള്ള അതിവാത്സല്യം കൊണ്ട് വസ്തുതകൾ മറന്നുകൂടാ. അങ്ങെനിക്ക് ഗുരുസ്ഥാനീയനാണ്. ചെറിയ ആളുകളെ വലിയ ആളുകളാണ് അവതാരികയിലൂടെ അവതരിപ്പിക്കുന്നത്. അതുകൊണ്ട് ആവശ്യമില്ലാത്ത ഈ അനാചാരം നമുക്കൊഴിവാക്കാം.

ഭവത്രാതൻ : പ്രായംകൊണ്ട് ഞാൻ താങ്കളേക്കാൾ മുതിർന്നവരാണ്. പക്ഷേ അറിവിലും അനുഭവത്തിലും മറിച്ചാണ്. അതുകൊണ്ട് എന്റെ തീരുമാനത്തിൽ മാറ്റമില്ല. ഇതെന്റെ ആഗ്രഹമാണ്.

ഇ എം : ഇനി എനിക്കൊന്നും പറയാനില്ല. നാളെത്തന്നെ അവതാരിക റെഡി.

ഭവത്രാതൻ : പുസ്തകം മംഗളോദയക്കാർ അച്ചടിപ്പിച്ചുതരാമെന്നേറ്റിട്ടുണ്ട്.

ഇ എം : ഇത് നമ്പൂതിരിമാരുടെ ഇടയിലെ സ്വജാതീയ വിവാഹത്തെ പ്രോത്സാഹിപ്പിക്കുന്നതായിരിക്കും എന്ന് ഞാൻ വിചാരിക്കുന്നു.

ഭവത്രാതൻ : അതേ. അതുതന്നെ

ഇ എം : ഈയിടെ ഒരു സാംസ്കാരികയോഗത്തിൽ ഒരു നമ്പൂതിരി യുവാവ് എന്നോടു ചോദിച്ചു. നമ്പൂതിരിയുവാക്കൾ എല്ലാം അന്തർജ്ജനങ്ങളെയേ കല്യാണം കഴിക്കാവൂ എന്നു പറയുന്നത് തനി പിന്തിരിപ്പൻ ഏർപ്പാടല്ലേ. അവർ അന്യജാതിയിൽനിന്ന് കല്യാണം കഴിക്കുന്നതല്ലേ പുരോഗമനപരം എന്ന്. നമ്പൂതിരിപ്പെൺകുട്ടികൾക്കു കൂടി അന്യജാതിയിൽ നിന്ന് കല്യാണം കഴിക്കാമെന്ന നില വന്നാൽ നിങ്ങൾ പറഞ്ഞതു ശരിയാണ്. പക്ഷേ, ഇന്നത്തെ സ്ഥിതിയിൽ നമ്പൂതിരിയുവജനസംഘം പറയുന്നതാണ് ശരിയെന്ന്.

ഭവത്രാതൻ : ഭാഗ്യവശാൽ ഈ വിഷയം തന്നെയാണ് ഞാനീ ആഖ്യായികയിൽ കൈകാര്യം ചെയ്യുന്നത്.

ഇ എം : വാസ്തവത്തിൽ കുമാരനാശാന്റെ *ദുരവസ്ഥ* ഈ വഴിക്കുള്ള ഒരു മാർഗ്ഗദർശനമാണ്. ചന്തുമേനോന്റെ *ഇന്ദുലേഖ*യിലും ഇതിന്റെ ഒരു വശമുണ്ട്. നമ്പൂതിരിനായർ സംബന്ധം. മറുവശം ആദ്യം പുറത്തുകൊണ്ടുവന്നത് വി ടി ആണ്. ഏതായാലും നമ്മുടെ സാഹിത്യം വളരെ സാവധാനത്തിലാണെങ്കിലും സാമൂഹ്യ പ്രശ്നങ്ങളിലേക്ക് കടന്നുവരുന്നത് ആശ്വാസകരമാണ്.

(അകത്തുനിന്ന് ഒരു വാല്യക്കാരിയുടെ ശബ്ദം)

("വെടോണ്ട്" അമ്മ തമ്പ്രാട്ടിക്കു എന്തോ ഒരു അരുതായ്ക. നാലാമ്പ്രാനെ അകത്തേക്കു വിളിക്കുന്നു)

ഇ എം : അമ്മയ്ക്കേ.. സുഖമില്ലെന്നു തോന്നുന്നു. ഞാനകത്തേക്കുചെല്ലട്ടെ.

ഭവത്രതൻ : ഞാനുംവരാം.

രംഗദീപം പൊലിയുന്നു

രംഗദീപം തെളിയുമ്പോൾ

പുളിങ്കാവിലെ ഇ എം എസിന്റെ വീട്. സമയം രാത്രി. (രംഗത്ത് ഇ എം എസ് പൂമുഖത്തു അസ്വസ്ഥനായി ഉലാത്തുന്നു. മേച്ചേരി നാരായണൻ ഏട്ടൻ, കുറച്ചകന്ന് കാര്യസ്ഥൻ രാമൻനായർ, അവിടവിടെയായി മറ്റ് മൂന്നു നാലുപേർ)

(അകത്ത് അമ്മയുടെ ഞരക്കം..)

"അയ്യോ.. എനിക്ക് വയ്യേ.,. എന്റെ നെഞ്ച്.. തകരുന്നേ.. കുഞ്ചുവേ.. കുഞ്ചു അവിടെയുണ്ടോ?

വൈദ്യന്റെ ശബ്ദം : ഈ ഗുളിക ഗോമൂത്രത്തിലുരച്ച് - നാക്കിലങ്ങ്ട് തേച്ചു കൊടുക്കാം. കഫക്കെട്ടുകാരണം ശ്വാസം അങ്ങട് നേരെ വെരുന്നില്യാ.

(പുലമാന്തോൾ മൂസ് - ഗുളികച്ചെല്ലാം മടിയിൽ വച്ച് പുറത്തേക്ക് വരുന്നു. ദീർഘകായനായ കുലീനതയും പ്രൗഢിയും ഒത്തുചേർന്ന മദ്ധ്യവയസ്സുകഴിഞ്ഞ ഒരാൾ. സ്വർണ്ണക്കരമുണ്ട്. കഴുത്തിൽ രുദ്രാക്ഷം. തോളിൽ നേര്യേത് തലയിൽ കുടുമ)

മൂസ് : *(ഉൽക്കണ്ഠയോടെ ഇ എം എസിനെ നോക്കി)* വെടോണ്ട്. ന്നാൽ അട്യനിറങ്ങട്ടെ

ഇ എം : *(ഉൽക്കണ്ഠയോടെ)* എങ്ങനെ

മൂസ് : ശ്വാസഗതി മോശമാണ്. കഫക്കെട്ടുണ്ട്. അതിനു മരുന്നു കൊടുത്തിട്ടുണ്ട്. ഇനിയെല്ലാം ദൈവ നിശ്ചയം. *(മൂസ് താണു തൊഴുതു പോകുന്നു കുതിരവണ്ടിയുടെ ശബ്ദം അകന്നു പോകുന്നു)*

അമ്മ : *(അകത്തു നിന്ന്)* കുഞ്ചുവേ, കുഞ്ചു.

വാല്യക്കാരി : വെടോണ്ട്. നാലാമ്പ്രാനെ വിളിക്കുന്നു.

ഇ എം : *(ഓടി അകത്തേക്കു ചെല്ലുന്നു)*

അകത്തുനിന്ന്

അമ്മയുടെ ശബ്ദം : മോനേ കുഞ്ചു. ഞാൻ പോവ്വായി. എന്നെ വിഷ്ണു

പദത്തിലയയ്ക്കാൻ എന്റെ ചെവീല് ഓത്തുവക്കോ.

ഇ എം : വയ്ക്കാം *(ഉടനെ പൂമുഖത്ത് വന്ന് പുറത്തേക്ക് പോകുന്നു)*

അകത്ത് ഒരു പുരുഷശബ്ദം : ഊർദ്ധൻ വലിക്കുകയാണ്. ഇനി കട്ടിലിൽ കിടത്തിക്കൂടാ. മണലുവിരിച്ച് അതിനുമുകളിൽ ദർഭ ഇടുക.

അമ്മ : *(ഞരക്കം)*

പുരുഷശബ്ദം : കരയാതെ എല്ലാവരും നാമം ചൊല്ലിൻ

സ്ത്രീകൾ : *(സങ്കടം കലർന്ന സ്വരത്തിൽ) (രാമരാമ എന്ന് ജപിക്കുന്നു)*

(പുറത്തു നിന്ന് ഈറൻ മുണ്ടുടുത്ത് ഇ എം എസ് വേദിയിലേക്ക് വരുന്നു. എന്നിട്ട് അകത്തേക്ക് പോകുന്നു.

(അകത്ത്)

ഇ എം : അയ്യോ അമ്മേ.. എന്നുറക്കെ വിളിക്കുന്നു. അമ്മേ കുഞ്ചു വന്നു.

അമ്മ : കുഞ്ചു..

ഇ എം : ഞാൻ ചെവിയിലോത്തു വയ്ക്കട്ടെ!

(വിറയാർന്ന സ്വരത്തിൽ)

യത്ര തൽപരമം പദം
വിഷ്ണോർ ലോക മഹീയതേ
ദേ വൈസ്സു കൃത കർമ്മഭി
സുത്ര മാമ മൃതം കൃധി
ന്ദ്രയേന് ദോചരി സ്രവ
യത്ര തൽ പരമം പദം
വിഷ്ണോർ ലോക മഹീയതേ

സ്ത്രീശബ്ദത്തിൽ : "അയ്യോ അമ്മേ.. അമ്മ ഞങ്ങളെ വിട്ടുപോയോ. *(സ്ത്രീകളുടെ കൂട്ടക്കരച്ചിൽ)*

പുരുഷശബ്ദം : ആരും കരയരുത്. ആ പുണ്യശ്ലോക വിഷ്ണുപദത്തിലേക്ക് യാത്രതിരിയുന്നു. ഈ അവസരത്തിൽ രാമനാമം ചൊല്ലുവിൻ.

ഇ എം : *(അടക്കാനാവാത്ത സങ്കടത്തോടെ പുറത്തേക്ക് വരുന്നു. വന്ന് ഒരുകോണിൽ നില്ക്കുന്നു)*

(അകത്ത് രാമായണം വായന ആരംഭിക്കുന്നു. അല്പം കഴിഞ്ഞ് രാമൻനമ്പൂതിരിപ്പാട് കടന്നുവരുന്നു. രാമനും ഇ എം എസും മുഖത്തോട് മുഖം നോക്കുന്നു. ഇ എം എസ് രാമൻ നമ്പൂതിരിപ്പാടിന്റെ അടുത്തുചെന്ന്)

ഇ എം : *(പൊട്ടിക്കരഞ്ഞുകൊണ്ട്)* ഏട്ടാ നമ്മുടെ അമ്മ... *(രാമന്റെ മാറിലേക്ക് ചായുന്നു.*

രംഗദീപം പൊലിയുന്നു

രംഗദീപം തെളിയുമ്പോൾ

(അകത്ത് രാമായണ വായന കേൾക്കുന്നു. പുറത്ത് രാമൻനമ്പൂതിരിപ്പാട്, വൈദികൻ, ബ്രഹ്മദത്തൻ, പരമേശ്വരൻ നമ്പൂതിരിപ്പാട് മറ്റ് ചില ബന്ധുക്കളായ നമ്പൂതിരിമാർ എല്ലാവരിൽ നിന്നും ഒറ്റപ്പെട്ട് ഇ എം എസ്)

വൈദികൻ ; *(പുറത്ത് വന്ന്)* അകത്തെ ചടങ്ങെല്ലാം കഴിഞ്ഞു. ബാക്കി ചടങ്ങെല്ലാം ചിതയിൽ വച്ചുമതി. എന്നാൽ ചിതയിലേക്ക് എടുക്കാം. *(ഇ എം അടക്കം എല്ലാവരും അകത്തേക്കു പോകുന്നു) അല്പം കഴിഞ്ഞ് അകത്തുനിന്ന്)*

വൈദികൻ : *(ഒരു ഗർജ്ജനം പോലെ)* തൊടരുത്. ഭ്രഷ്ടന്മാർ ശവം തൊട്ടശുദ്ധമാക്കാൻ പാടില്ല. പുറത്തുപോകണം. അല്ലെങ്കിൽ ഞങ്ങൾ പുറത്തുപോകും. *(വൈദികൻ പുറത്തേക്ക് പോകുന്നു)*

രാമൻ : കുഞ്ചു.. പറഞ്ഞത് കേട്ടില്യേ.. അമ്മയെ തൊട്ടശുദ്ധമാക്കാതെ പുറത്തുപോകൂ.

ഇ എം : ചേട്ടാ ഇതെന്റെ അമ്മയാണ്. ഇത്രയും ക്രൂരത എന്നോട് വേണമോ?

രാമൻ : നീ അല്ലെങ്കിലും ഒരു ധിക്കാരിയാണ്. നീയായി നിന്റെ പാടായി. ഞങ്ങളിറങ്ങുന്നു *(എല്ലാവരും പുറത്തേക്കിറങ്ങുന്നു)*

ഇ എം : അമ്മേ! മാപ്പ്! *(ഇ എം പതുക്കെ പുറത്തേക്ക് വരുന്നു)*

ഇ എം : ഏട്ടാ ഞാൻ മാറി നില്ക്കാം. ഞാൻ കാരണം എന്റെ അമ്മയുടെ ശവസംസ്കാരം അലങ്കോലപ്പെട്ടുകൂടാ.

രാമൻ : *(വൈദികനെ സമീപിച്ച്)* ഇനി വൈകിക്കൂടാ.. കർമ്മങ്ങളാരംഭിക്കാം.

(എല്ലാവരും അകത്തു കയറുന്നു. അമ്മയുടെ മൃതദേഹം എടുത്തുകൊണ്ട് വേദിയിലേക്ക് വരുന്നു. അകത്ത് സ്ത്രീകളുടെ പൊട്ടിക്കരച്ചിൽ. വേദിയിലൂടെ മൃതദേഹം ചിതയിലേക്ക് കൊണ്ടുപോകുന്നു. എല്ലാവരും വേദിയൊഴിയുന്നു) (ഇ എം എസ് ഒറ്റയ്ക്ക് വേദിയിൽ വിങ്ങിപ്പൊട്ടുന്നു)

ഇ എം : അമ്മേ... എന്റെ അമ്മേ..

രംഗദീപം ക്രമേണ ഇരുളുന്നു

(പശ്ചാത്തലത്തിൽ ചിതാഗ്നി ഉയരുന്നു) അമ്മയെ ചിതയ്ക്കലേക്കെടുക്കുന്നതോടെ ലൈറ്റ് ഇ എം എസിൻ കേന്ദ്രീകരിക്കുന്നു. ഈ സമയം വീടിന്റെ കർട്ടനുമുന്നിൽ വെള്ള കർട്ടൻ ഇടണം.

ആ കർട്ടനിൽ ഇ എം എസിന്റെ നിഴൽ കിട്ടുന്നവിധം ചിതാഗ്നിയുടെ ലൈറ്റ് ഇഫക്ട് ഉണ്ടാക്കണം. അല്പസമയങ്ങൾക്ക് ശേഷം

രംഗദീപം പൂർണ്ണമായും പൊലിയുന്നു.

ദൃശ്യം പന്ത്രണ്ട്

ഇ എം എസിന്റെ പുളിങ്കാവിലെ വീട് സമയം രാത്രി

രംഗദീപം തെളിയുമ്പോൾ

(രംഗത്ത് കാര്യസ്ഥൻ - രാമൻ നായർ - മാത്രം അയാൾ ഉലാത്തുന്നു. അല്പം കഴിഞ്ഞ് ഇ എം എസ് പുറത്ത് നിന്ന് കടന്നുവരുന്നു. യാത്രചെയ്ത് ക്ഷീണിച്ച് ഉലഞ്ഞ വേഷം. തോളത്ത് തുണിസഞ്ചി നിറയെ പുസ്തകങ്ങൾ ഇ എം എസിനെക്കണ്ട് കാര്യസ്ഥൻ ഓച്ഛാനിച്ച് നില്ക്കുന്നു)

ഇ എം : എന്താ രാമൻ നായരേ? വിശേഷാൽ വല്ലതുമുണ്ടോ?

രാമൻനായർ : റാൻ വെടേണ്ട്. ഇന്നു രാവിലെ ഇവിടെ രണ്ട് പൊലീസുകാർ വന്നിരുന്നു. രഹസ്യ പൊലീസ് എന്നാ പറഞ്ഞത്.

ഇ എം : വാറണ്ട് ഉണ്ടായിരുന്നോ?

രാമൻനായർ : വെടോണ്ട് അട്യനോട് പറഞ്ഞില്യാ

ഇ എം : എന്തു പറഞ്ഞു?

രാമൻ നായർ : മനയ്ക്കകം പരിശോധിക്കണോന്ന് പറഞ്ഞു. ഏതോ നിരോധിക്കപ്പെട്ട പുസ്തകോ കടലാസോ ഒക്കെ ഇവിടെ സൂക്ഷിച്ചിട്ടുണ്ട്. അതെടുക്കാനാ വന്നതെന്ന് പറഞ്ഞു.

ഇ എം : രാമൻ നായർ എന്തു പറഞ്ഞു?

രാമൻനായർ : വെടോണ്ട്. താക്കോൽ നാലാമ്പ്രാന്റെ കൈയിലാണ്. തൊറക്കാൻ. കഴിയില്യാന്ന് പറഞ്ഞു. അപ്പോൾ പിന്നീടു വന്നു കണ്ടോളാന്ന് പറഞ്ഞ് അവർ ഇറങ്ങിപ്പോയി.

ഇ എം : അവർ എത്ര ആളുകൾ ഉണ്ടായിരുന്നു?

രാമൻനായർ : രണ്ടാളുകൾ പക്ഷേ, അങ്ങ് റോഡിൽ പൊലീസ്

വണ്ടി ഉണ്ടായിരുന്നു. വെടോണ്ട് എന്തെങ്കിലും ആപത്ത് ഉണ്ടോ ആവോ?

ഇ എം : *(സാധാരണ മട്ടിൽ)* സാരമില്ല. ഇതൊക്കെ അവരുടെ ജോലിയല്ലേ. അവർ അവരുടെ ജോലി ചെയ്യുന്നു. നാം നമ്മുടെ ജോലിയും.

രാമൻനായർ : ഒളപ്പമണ്ണയിലെ വാസുദേവൻ തമ്പ്രാൻ വന്നിരുന്നു. പരമേശ്വരൻ തമ്പ്രാന്റെ വീട്ടിലേക്ക് പോയിരിക്യാ. നാലമ്പ്രാൻ വന്നിട്ടിങ്ങോട്ട് വരാമെന്ന് പറഞ്ഞാ പോയത്.

ഇ എം : വിശേഷിച്ച് എന്തെങ്കിലും പറഞ്ഞോ?

രാമൻനായർ : ഒന്നും പറഞ്ഞിട്ടില്ല്യാ. നാലാമ്പ്രാനെ കാണേണ്ട കാര്യമുണ്ടെന്നു മാത്രം പറഞ്ഞു.

ഇ എം : ശരി വരട്ടെ!

(എന്നു പറഞ്ഞ് അകത്തേക്ക് പോകുന്നു) (കാര്യസ്ഥൻ രാമൻ നായർ പുറത്തുണ്ട്. ഒളപ്പമണ്ണ വാസുദേവൻ നമ്പൂതിരി കടന്നുവരുന്നു) രാമൻനായരെകണ്ട്

വാസുദേവൻ : ന്താ കുഞ്ചുവേട്ടൻ വന്ന്വോ?

രാമൻ : റാൻ - വന്നിട്ടുണ്ടേ

ഇ എം : *(അകത്തുനിന്ന്)* ആരാ വാസുദേവനാ.

വാസുദേവൻ : *(ചിരിച്ചുകൊണ്ട്)* അതെ.

ഇ എം : *(ചിരിച്ചുകൊണ്ട് പുറത്തേക്ക് വരുന്നു)* എന്താണ് പതിവില്ലാതെ.

കുട്ടൻ : കുഞ്ചുവേട്ടനെപ്പോലുള്ള ഭാഗ്യവാന്മാരെ വല്ലപ്പോഴും ഒന്നും കാണുന്നതു തന്നെ ഭാഗ്യമല്ലേ

ഇ എം : എന്താ വാസുദേവാ.. തന്റെ ഈ വിപരീത ലക്ഷണയുടെ വ്യംഗ്യം.

വാസുദേവൻ : ഞാൻ പറയുവാരുന്നേ - കുഞ്ചുവേട്ടൻ എത്ര ഭാഗ്യവാൻ. പാട്ടം പിരിക്കേണ്ട. കണക്ക് നോക്കേണ്ട. ഇരിക്കണമ്മമാർക്കോ വാല്യക്കാരികൾക്കോ ചെല്ലും ചെലവും കൊടുക്കണ്ട. വേളിക്ക് എണ്ണയും തുണിയും അന്വേഷിക്കേണ്ട. കഷ്ടിച്ച് ഒരുകാര്യസ്ഥന്റെ കാര്യം മാത്രം നോക്യാ മതീലോ. ഭാഗ്യം. പരമേശ്വരേട്ടന്റെ അകത്തുള്ളാള് വേവിച്ച് തരാനും ഇവിടത്തെ പണിപ്പുരയിലെത്തിക്കാൻ കുട്ടിപ്പട്ടരും കൂടിയായാൽ ആഹാ പരമഭാഗ്യം.

ഇ എം : *(ചിരിച്ചുകൊണ്ട്)* കാര്യം പിടികിട്ടി. അപ്പോൾ ഞാനീ ഭാഗ്യമെല്ലാമുപേക്ഷിച്ച നിർഭാഗ്യവാൻ ആകാൻ എന്തു ചെയ്യണന്നാ..

വാസുദേവൻ : ഞാൻ കാര്യമായിട്ട് ചോദിക്വാ. ഇങ്ങനെ ജീവിത കാലം മുഴുവൻ. കഴിച്ച് കൂട്ടാനാ കുഞ്ചുവേട്ടന്റെ വിചാരം.

ഇ എം : പിന്നെ ഞാൻ എന്തു ചെയ്യണം.

വാസുദേവൻ : ഒരു വേളി കഴിക്കണം. എന്നിട്ട് കുറേശ്ശെ കുടുംബ കാര്യങ്ങൾ കൂടി നോക്കണം. ഇങ്ങനെ രാപ്പകലി ല്ലാതെ നടന്നാ.. കുഞ്ചുവേട്ടന്റെ കാര്യം ആരാ നോക്കുക.

ഇ എം : നമ്മുടെ രാമൻ നായരുണ്ടല്ലോ. ഇല്യേ രാമൻ നായരേ?

രാമൻ : റാൻ

വാസുദേവൻ : രാമൻനായർക്കും വയസ്സേറിയിരിക്കുന്നു. എക്കാ ലവും കുഞ്ചുവേട്ടനെ സേവിച്ച് നടന്നാൽ മതിയോ. വയസ്സായ അയാൾക്കും വേണ്ടേ വിശ്രമം. പ്രായ പൂർത്തിയായാൽ ഒരു പുരുഷന്റെ കാര്യം നോക്കാൻ കാര്യസ്ഥൻ പോരാ.. ഏഴാമെടം തന്നെ വേണം.

ഇ എം : ഒരു ഗൃഹസ്ഥനെ സംബന്ധിച്ചാണെങ്കിൽ തന്റെ വാദം ശരിയാ. പക്ഷേ, എന്നെപ്പോലെ ഒരു മുഴുവൻ സമയ രാഷ്ട്രീയ പ്രവർത്തകൻ കല്യാണം കഴിച്ചാൽ ഉണ്ടാകുന്ന ഭവിഷ്യത്തറിയാമല്ലോ.

വാസുദേവൻ : സാധാരണ പുരുഷന്മാർ കല്യാണം കഴിച്ചാലുണ്ടാ കുന്ന ഭവിഷ്യത്തുക്കളേ കുഞ്ചുവേട്ടൻ കല്യാണം കഴിച്ചാലുമുണ്ടാകൂ..

ഇ എം : വാസുദേവാ, നിങ്ങൾ പറഞ്ഞതിലെ ഫലിതം ഞാൻ ആസ്വദിക്കുന്നു. പക്ഷേ, എന്റെ പരിമിതികൾ നിങ്ങൾക്ക് മനസ്സിലാവില്യാ.

വാസുദേവൻ : എന്തു പരിമിതി? രാഷ്ട്രീയക്കാരൊക്കെ തിരക്കുപി ടിച്ചവരാണ്. എന്നു കരുതി അവരെല്ലാം കല്യാണം കഴിക്കാതെ ബ്രഹ്മചാരികളായി നടക്കുകയാണോ? കുഞ്ചുവേട്ടന്റെ നേതാവല്ലേ ഗാന്ധിജി. അദ്ദേഹം ക ല്യാണം കഴിച്ചില്ലേ. കുട്ടികളായില്ലേ. എന്താ അവർക്കൊന്നും ഈ പരിമിതി ബാധകമല്ലേ.

ഇ എം : ഗാന്ധിജിയെയും എന്നെയും ഒരു തട്ടിൽ തൂക്ക ണമോ? നിങ്ങൾക്കറിയാമല്ലോ ഞാൻ ഏതു നിമിഷ ത്തിലാണ് ജയിലിൽ ഏതു നിമിഷത്തിലാണ് പുറത്ത് എന്ന് നിശ്ചയിക്കാനാവാത്ത രാഷ്ട്രീയപ്രവർത്തകനാ ണ്. ഇന്ന് പെരിന്തൽമണ്ണയിൽ നാളെ പാലക്കാട്ട് മറ്റെ ന്നാൾ കോയമ്പത്തൂരിൽ. അവിടെ നിന്ന് കൽക്കട്ട യിൽ, പിന്നെ പാട്നയിൽ, ഒടുവിൽ ബോംബെ വഴി തിരുവനന്തപുരത്ത്. ഇങ്ങനെ ചുറ്റിനടക്കുന്ന ഞാൻ വേളി കഴിച്ചാൽ ആ പാവം സ്ത്രീയുടെ കാര്യമെന്താകും.

വാസുദേവൻ	: ഇതുപറയുന്നതു കേട്ടാൽ തോന്നും വേളി കഴിഞ്ഞ നമ്പൂതിരിമാരെല്ലാം വേളിക്കു എപ്പോഴും കൂട്ടിരിക്വാണെന്ന്. നമ്മുടെ കാരണോന്മാർക്കാണെന്നു വച്ചാൽ പറയേണ്ടല്ലോ. വേളികളോടുള്ള ബന്ധം.
ഇ എം	: വാസുദേവാ.. എന്നെ സ്നേഹിച്ച ഒരു സ്ത്രീയെ അമ്മയെ ജീവിതകാലം മുഴുവൻ കണ്ണീര് കുടിപ്പിക്കാനേ എനിക്ക് കഴിഞ്ഞുള്ളൂ. ഇനി മറ്റൊരു സ്ത്രീയെക്കൂടി കണ്ണീര് കുടിപ്പിക്കാൻ ഞാനില്ല എനിക്കാവില്ല
വാസുദേവൻ	: കുഞ്ചുവേട്ടൻ മഹാബുദ്ധിമാനാണ്. പക്ഷേ, ഇപ്പോൾ പറഞ്ഞത് തനി വിഡ്ഢിത്തമാണ്.
ഇ എം	: *(മൊഴിമുട്ടി)* അപ്പോൾ ഞാൻ വേളി കഴിച്ചേ പറ്റൂ എന്നാണല്ലേ.
വാസുദേവൻ	: അതെ.
ഇ എം	: ശരി ഞാൻ സമ്മതിച്ചു. പക്ഷേ, ഞാനൊന്നു ചോദിക്കട്ടെ. ഞാൻ ജയിലിൽ പോയവനാണ്. വിധവാ വിവാഹത്തിൽ പങ്കെടുത്തവനാണ്. സ്വന്തം അമ്മയുടെ മൃതദേഹം തൊടാൻപോലും അനുവാദം നിഷേധിക്കപ്പെട്ട ഭ്രഷ്ടനായ നമ്പൂതിരിയാണ്. എനിക്കാരു പെണ്ണുതരും.
വാസുദേവൻ	: *(അല്പം കുഴങ്ങി)* അതു ശരിയാണ്. പക്ഷേ, നമ്പൂതിരിമാരെല്ലാം യാഥാസ്ഥിതികരല്ലല്ലോ. ഞങ്ങളൊന്നന്വേഷിക്കട്ടെ.
ഇ എം	: *(തല്ക്കാലം രക്ഷപ്പെട്ടു എന്ന ആശ്വാസത്തിൽ)* തെരക്ക് കൂട്ടേണ്ട. സാവകാശം മതി. അന്വേഷിച്ചു കണ്ടെത്തിയാൽ പറയൂ. വഴിയുണ്ടാക്കാം.
വാസുദേവൻ	: കുഞ്ചുവേട്ടാ ഞാനൊരാളെ കണ്ടുവച്ചിട്ടുണ്ട്. പറയട്ടെ.
ഇ എം	: വേണ്ട വാസുദേവാ.. ആലോചിച്ച് മതി.
വാസുദേവൻ	: അങ്ങ് തിരുവിതാംകൂറിലാണ്.
ഇ എം	: അപ്പോൾ എനിക്ക് മലബാറിലൊന്നും പെണ്ണിനെ കിട്ടില്യാന്നുറപ്പായോ?
വാസുദേവൻ	: കോട്ടയത്തെ കുടമാളൂരിലെ തെക്കേടത്ത് മന വാസുദേവൻ ഭട്ടതിരിപ്പാടിനെ ഏട്ടനറിയില്ലേ.
ഇ എം	: യോഗക്ഷേമം പ്രവർത്തകനായ നമ്മുടെ വാസുദേവൻ ഭട്ടതിരിപ്പാടോ?
വാസുദേവൻ	: അതെ അതുതന്നെ. ആദ്യത്തിന്റെ ഇളയ ഓപ്പോൾ ആര്യയെ ഒന്നാലോചിച്ചാലോ? അവരാന്നുവച്ചാൽ വലിയ പ്രതാപികളാ.. പഴയ ചെമ്പകശ്ശേരി രാജാ

വിന്റെ മന്ത്രികളായിരുന്നു. തലമുറകളായി അവിടുത്തെ ഭട്ടതിരിപ്പാടന്മാർ. മാർത്താണ്ഡവർമ്മ ചെമ്പകശ്ശേരി ആക്രമിച്ചപ്പോൾ മാർത്താണ്ഡവർമ്മയോട് ചേർന്ന് - രാജകീയപദവി നേടിയ കുടുംബമാണ്. ഇപ്പോളും അവർ സ്ഥാനികളാ. ഒപ്പം പുരോഗമനവാദികളും. ഇ എം എസിനെ അവർക്ക് വലിയ താല്പര്യമാകും.

ഇ എം : വാസുദേവാ, അത് ശരിയാവില്ല.

വാസുദേവാൻ : ഒക്കെ ശരിയാകുമെന്നേ, കുഞ്ചുവേട്ടാ നിങ്ങൾ ഓർക്കുന്നോ?

മാവേലിക്കര യോഗക്ഷേമ സമ്മേളനം കഴിഞ്ഞ് നമ്മൾ വാസുദേവൻ ഭട്ടതിരിപ്പാടിനോടൊപ്പം കുടമാളൂരില് തെക്കേടത്ത് മനയിൽ ഒരു ദിവസം താമസിച്ചിട്ടുണ്ട്.

ഇ എം : താൻ തെരക്ക് കൂട്ടേണ്ട. സമയം വരുമ്പോൾ ഞാൻ പറയാം. എന്നിട്ടാലോചിച്ചാൽ മതി.

വാസുദേവൻ : ഏതായാലും ഞാൻ കാര്യങ്ങളൊക്കെ ഒന്നു തിരക്കി വയ്ക്കാം.

രംഗവേദി ഇരുളുന്നു

(അല്പം കഴിഞ്ഞ്)

(പുറത്ത് നിന്ന് ഒരു റാന്തൽ വെളിച്ചത്തിൽ മൂന്നുപേർ കടന്ന് വരുന്നു കതകിന് മുട്ടുന്നു)

ഇ എം : *(അകത്തു നിന്ന്)* ഞാനിതാ വരുന്നു. *(പുറത്തേക്കിറങ്ങി വരുന്നു) (കൂടെ വന്നയാൾ റാന്തൽ ആഗതരുടെ മുഖം വ്യക്തമാകത്തക്കവണ്ണം ഉയർത്തിപ്പിടിക്കുന്നു)*

ഇ എം : *(രണ്ടുപേരെയും മാറി മാറി നോക്കുന്നു) (അതിൽ ഒരാളെ പരിചയമുണ്ട്. പെട്ടെന്ന് ആരാണെന്ന് പറയാൻ കഴിയുന്നില്ല)*

ഒന്നാമൻ : *(നല്ല പൊക്കമുള്ള, ഒരു യുവാവ് ചുരുണ്ട മുടി. നേരെ പകുത്ത് കോതി വച്ചിരിക്കുന്നു. മുഖത്ത് കണ്ണട. കാക്കിപാന്റും ബുഷ്ക്കോട്ടും വേഷം)*

(രണ്ടാമൻ പൊക്കം കുറഞ്ഞ ആൾ പാന്റും ലൂസായ ഷർട്ടും പാറി പറന്ന മുടിയും. കണ്ണടയും) (വെളിച്ചം വേദിയിൽ തെളിയുന്നു)

ഇ എം : യു ആർ... കോമ്രേഡ് സുന്ദരയ്യ. ഐ ഹാവ് മെറ്റ് ഇൻ പാട്നാ ഹാവിന്റ് ഐ?

സുന്ദരയ്യ ; *(ചിരിച്ചുകൊണ്ട്)* യെസ്..

ഇ എം : ഗ്ലാഡ് റ്റു മീറ്റ് യു.. *(ഘാട്ടേയെ നോക്കി)* യു..?ഐ ഹാവ് നോട്ടെറ്റ് സീൻ യു ബിഫോർ എനിവെയർ.

ഘാട്ടെ : *(വിക്കി വിക്കി)* ഐ ആം ഘാട്ടെ. എസ് വി ഘാട്ടെ.

ഇ എം : *(അത്ഭുതത്തോടെ)* ഓ യു ആർ. ഐ ഹാവ് ഹേഡ് ഓഫ് യു ഇൻ.. സോ മെനി ഒക്കേഷൻസ്. ഐ ആം വെരി മച്ച് പ്രൗഡ് ഓഫ് യുവർ അൺ എക്സ്പക്ടഡ് വിസിറ്റ്.

സുന്ദരയ്യ : വി ഹാവ് കം ഹിയർ ടു മീറ്റ് യു. ആന്റ് ടു ഡിസ്കസ് സം പൊളിറ്റിക്കൽ മാറ്റേഴ്സ്

ഇ എം : കമോൺ. വി ക്യാൻ സിറ്റ് ഇൻ മൈ സ്റ്റഡി റൂം

സുന്ദരയ്യ : യെസ്

(രംഗദീപം പൊലിയുന്നു)

വീണ്ടും രംഗദീപം തെളിയുമ്പോൾ

(ഇ എം, സുന്ദരയ്യ, ഘാട്ടേ എന്നിവർ വേദിയിൽ)

ഘാട്ടെ : ദെൻ, ഓക്കെ

സുന്ദരയ്യ : വി വീൽ സെൻഡ് അവർ റെക്കമെന്റേഷൻ ടു ദി പാർട്ടി സെന്റർ എബൗട്ട് യുവർ പാർട്ടി മെമ്പർഷിപ്പ്. എനി ഹൗ യു ബികം ദ ഫസ്റ്റ് മെമ്പർ ഓഫ് ദ കേരളാ യൂണിറ്റ് ഓഫ് ദ കമ്യൂണിസ്റ്റ് പാർട്ടി ഓഫ് ഇന്ത്യ.

ഘാട്ടെ : ഫ്രം ടുഡേ ഓൺവേർഡ്സ് യു ഹാവ് ആട്ടോമാറ്റിക്കലി ഗോട്ട് മെമ്പർഷിപ്പ് ഇൻ ആൾ ഇന്ത്യാ പാർട്ടി ഫ്രാക്ഷൻ ഇൻ കോൺഗ്രസ് സോഷ്യലിസ്റ്റ് പാർട്ടി ആൾസോ.

സുന്ദരയ്യ : ഓ കെ കോമ്രേഡ്. ഗോ ഫോർവേഡ്. റെഡ് സല്യൂട്ട്. *(മൂന്നുപേരും മുഷ്ടി ചുരുട്ടി അഭിവാദ്യം ചെയ്യുന്നു.)*

രംഗദീപം പൊലിയുന്നു.

ദൃശ്യം പതിമൂന്ന്

കുടമാളൂരിലെ തെക്കേടത്ത് മന. പ്രൗഢഗംഭീരമായ മന.

സമയം രാത്രി. ആര്യയുടെ വിവാഹത്തിന്റെ തലേന്നാൾ രാത്രി.

ആര്യാ അന്തർജ്ജനം ഒരു നമ്പൂതിരി വധുവിന്റെ വേഷത്തിൽ

ഒരുങ്ങി ആലോചനയിൽ മുഴുകി നില്ക്കുന്നു. നാലുകെട്ടിനപ്പുറത്ത് നിന്ന് കഥകളി സംഗീതം ഒഴുകി വരുന്നു. നളചരിതത്തിൽ ദമയന്തി നളനോട് തന്റെ കാര്യങ്ങൾ ചെന്നുണർത്തിക്കാൻ ഹംസത്തിനോട് പറയുന്ന ഭാഗം.

രംഗദീപം തെളിയുമ്പോൾ

(കഥകളി സംഗീതത്തിൽ ലയിച്ചു നില്ക്കുന്ന ആര്യാ അന്തർജ്ജനം. അല്പസമയം കഴിഞ്ഞ് ലക്ഷ്മി - എന്ന വാല്യക്കാരി പ്രവേശിക്കുന്നു. ലക്ഷ്മി ആര്യയെ തന്നെ നോക്കി നില്ക്കുന്നു. ആര്യ ഇതൊന്നുമറിയുന്നില്ല.)

ലക്ഷ്മി : കൊച്ചമ്പ്രാട്ടി... വേളി നാളെയാണ്. കണ്ടമട്ടിന് ഇന്നേ തന്നെ ഏലംകുളത്ത് എത്തിയെന്നു തോന്നുന്നല്ലോ.

ആര്യ : *(ചിന്തയിൽ നിന്നുണർന്ന്)* ആര് ലക്ഷൂട്ടിയോ! നീ എപ്പളേ വന്നു.

ലക്ഷ്മി : *(ചിരിച്ചുകൊണ്ട്)* അട്യൻ വന്നിട്ട് ഇശ്ശിനേരായി. ആരറിയുന്നു. ഇവിടൊരാൾ മറ്റേതോ ലോകത്തിലായിരുന്നല്ലോ?

ആര്യ : ഞാനാ.. കഥകളിപ്പദം കേട്ടങ്ങു നിന്നതാ.. നളചരിതം. നിനക്കറിയ്വാ ആ ഭാഗം

ലക്ഷ്മി : അടിയനു പിന്നെ അറിയാംപാടില്ലേ? ദമയന്തി ഹംസത്തോട് നളനെ തന്റെ ഇഷ്ടം അറിയിക്കാൻ പറേണ ഭാഗല്ലേ. അട്യനും തമ്പ്രാട്ടീം ഒരുമിച്ചല്ലേ തെരണ്ടു തീണ്ടാരുന്നതുവരെ ഊട്ടുപുരയ്ക്കൽ കഥകളി കാണാൻ പോവ്വാ. അതൊക്കെ ഇത്രവേഗം അങ്ങ് മറന്ന്വോ. ഇക്കണക്കിന് ഏലം കുളത്തുചെന്നാ എങ്ങളെ ഒക്കെ അങ്ങു മറക്ക്വാല്ലോ.

ആര്യ : ലക്ഷൂട്ടിയേ. ഞാൻ മറക്ക്വേ? ലക്ഷൂട്ടിയെ നാളെ വേളിയായിട്ട് നമ്മുടെ ബന്ധുക്കളാരും എത്തില്ല്യാലോ?

ലക്ഷൂട്ടി : എന്തൊക്കെയോ കുഴപ്പുണ്ട്. ബന്ധുക്കളിൽ ചിലരൊന്നും എത്തിയിട്ടില്യാ.

ആര്യ : അദ്ദേഹം ഭ്രഷ്ടനാണത്രേ അതുകൊണ്ട് അവരുടെ ഓതിക്കോൻ പോലും വരില്യാന്നാ കേട്ടത്.

ലക്ഷ്മി : ഇതൊക്കെ അവിടുന്നെങ്ങനറിഞ്ഞു

ആര്യ : അമ്മയോട് വാസുദേവൻ ഓപ്പ പറയണ കേട്ടു. തന്ന്യല്ല, നമ്മുടെ വൈദികനും വേളിക്കുണ്ടാവില്യാത്രേ.

ലക്ഷ്മി : അപ്പോപ്പിന്നെ വേളിയുടെ കർമ്മിയാരാ?

ആര്യ : ഒളപ്പമണ്ണയിലെ വാസുദേവൻ നമ്പൂതിരി മറ്റ് ആരെങ്കിലും കൊണ്ട് നടത്തിക്കുവാരിക്കും.

ലക്ഷ്മി : കൊച്ചമ്പ്രാട്ടിക്ക് വിഷമം തോന്നണ്ണ്ടാവും.. ഇല്ല്യേ?

ആര്യ : എനിക്കെന്തിനാ വിഷമം. നമ്മുടെ ആളേ ഒരു നല്ല മനുഷ്യനെന്നാ എല്ലാരും പറയണത്. എല്ലാത്തിനും മുമ്പനാണത്രേ. വൈദികനോ ബന്ധുക്കളോ പിണങ്ങിയാലെനിക്കെന്താ.. വേളികഴിക്കണ നമ്പൂരി നല്ലാരുന്നാ പോരേ? നല്ലയാളെന്നാ കേട്ടത്.

(അമ്മ കുലീനയായ ഒരു നമ്പൂതിരി വിധവ - അറുപതിനോടടുത്ത പ്രായം)

ആര്യേ, നീ ഇങ്ങനെ ഇവിടെ നിന്നാലോ വടക്കിനിയിൽ നിന്നെ ദാ പലരും അന്വേഷിക്കുന്നു. ലക്ഷൂട്ടി ഇനിയും നിങ്ങടെ ചങ്ങാത്തം പിരിയാറായില്ലേ!! അതോ നീയും ഏലംകുളത്തേക്കു പോണുണ്ടോ!

ആര്യ : *(ചിരിച്ചുകൊണ്ട്)* അമ്മ വിടുമെങ്കിൽ ഞാൻ ലക്ഷൂട്ടിയെക്കൂടി ഏലംകുളത്തേക്ക് കൊണ്ടുപോകും.

(വാസുദേവൻ നമ്പൂതിരിപ്പാട് - വെളുത്ത് കൊഴുത്ത് കുടവയറനായ ഒരാഢ്യൻ നമ്പൂതിരി - മദ്ധ്യവയസ്കൻ)

വാസുദേവൻ : അമ്മേ വരനും പാർട്ടിയും അക്കരെയെത്തിയിട്ടുണ്ട്. അവർക്ക് വേണ്ട സൗകര്യങ്ങളെല്ലാം ചെയ്ത് കൊടുക്കാൻ നാമങ്ങോട്ട് പോവുകയാണ്. അമ്മ ഇവിടുത്തെ കാര്യങ്ങൾ ശ്രദ്ധിച്ചുകൊള്ളണം.

അമ്മ : എങ്കിലും പാണ്ടൻ പറച്ചത്തെ മരുമോൻ നമ്പൂതിരിയേയും മോളേയും കണ്ടില്ല്യാലോ?

വാസുദേവൻ : പോകാൻ പറ അമ്മേ. വലിയ ആഢ്യന്മാർ! ഏലംകുളം മനയുടെ വാലി കെട്ടീടാനില്ല. പാണ്ടം പറമ്പുമന. ജേലീ പോയെന്നുവച്ച് എന്താ ആൾക്കൊരു കുറവ്. വലിയ ഭാവിയുള്ള ചെറുപ്പക്കാരനല്ലേ. ഇപ്പോൾ തന്നെ ഇന്ത്യ മുഴുവൻ അറിയപ്പെടുന്ന ഒരു നേതാവാണ്, ഇ എം എസ്, ഇങ്ങിനെ ഒരാളെ ഈ കുടുംബത്തിൽ മരുമകനായി കിട്ടിയത് ഭാഗ്യമെന്ന് കരുതിയാൽ മതി.

(രംഗദീപം പൊലിയുന്നു)

(രംഗദീപം തെളിയുമ്പോൾ)

(തെക്കേടത്ത് മനയുടെ മറ്റൊരു ഭാഗം)

(ഒളപ്പമണ്ണ വാസുദേവൻ നമ്പൂതിരിപ്പാട്. മേച്ചേരി, ഇ എം എസ് തുടങ്ങിയവർ)

വാസുദേവൻ : എന്തുവന്നാലും നമുക്ക് കുലാചാരപ്രകാരം തന്നെ ഈ വേളി നടത്തണം.

മേച്ചേരി : യാഥാസ്ഥിതികന്മാരെല്ലാം ഈ വേളി ബഹിഷ്കരിച്ച സ്ഥിതിക്ക് ആചാരപ്രകാരം നടത്താൻ നമ്മളെന്തിന് വാശിപിടിക്കണം.

വാസുദേവൻ : യാഥാസ്ഥിതിക നമ്പൂതിരിമാർ ബഹിഷ്കരിച്ചതു കൊണ്ട് തന്നെ വേളിച്ചടങ്ങുകൾ മുഴുവൻ യഥാവിധി പാലിച്ച് വേളി നടത്തണം. കുഞ്ചുവേട്ടൻ എന്തുപറയുന്നു.

ഇ എം : ഞാനെന്തു പറയാൻ. എതായാലും വേഷം കെട്ടി. എങ്ങനെ വേണമോ അങ്ങനെ കഴിയുന്നതും എന്നെ നാണം കെടുത്തരുത്.

മേച്ചേരി : നമ്മൾ തന്ത്രവിധി പ്രകാരം വേളി വേണ്ടെന്നുപറഞ്ഞാലും വാസുദേവൻ ഭട്ടതിരിപ്പാട് അത് സമ്മതിക്കില്യാ. യോഗക്ഷേമവും പുരോഗമനവുമൊക്കെ തന്നെ. പക്ഷേ, കാര്യം വരുമ്പോൾ അദ്ദേഹം ശുദ്ധ നമ്പൂതിരിയാ. അതുകൊണ്ട് മറ്റൊന്നും ആലോചിക്കേണ്ടാ.

വാസുദേവൻ : നമ്മൾ വെറുതെ പെണ്ണിനെ താലികെട്ടിക്കൊണ്ടു പോയാൽ യാഥാസ്ഥിതിക കാർണോന്മാർക്ക് സന്തോഷാവും. തങ്ങൾ നിസ്സഹകരിച്ച വേളി മുടങ്ങി എന്നാവും അവരുടെ വിചാരം. ആചാരപ്രകാരം വേളി നടത്തിയാലേ അത് അവർക്കൊരു പ്രഹരമാകും. എന്താ അങ്ങിനെയല്ലേ.

മേച്ചേരി : ഈ പറഞ്ഞതിനോട് ഞാനും യോജിക്കുന്നു. പക്ഷേ, അപ്പോൾ ഒരു വൈതരണിയുണ്ട്.

വാസുദേവൻ : എന്താണ് വൈതരണി?

മേച്ചേരി : നമ്മുടെ വൈദികൻ കർമ്മം നടത്താൻ വിസമ്മതിച്ച് വന്നിട്ടില്യാലോ? പിന്നെ വധൂഗൃഹത്തിലെ വൈദികനും ബഹിഷ്കരിച്ചു എന്നാണ് കേട്ടത്.

വാസുദേവൻ : അങ്ങനെച്ചാൽ മന്ത്ര തന്ത്രങ്ങൾ അറിയാവുന്ന ഒരാൾ വേണമല്ലോ?

മേച്ചേരി : സംഗതി കുഴപ്പമായല്ലോ? നമ്മോടൊപ്പം തല നരച്ച ഒരു നമ്പൂരീം വന്നിട്ടും ഇല്യാ.

ഇ എം : വേളിക്ക് കർമ്മത്തിന് തല നരച്ചവർ തന്നെ വേണമെന്ന് നിർബ്ബന്ധം പിടിക്കേണ്ട കാര്യമുണ്ടോ?

മേച്ചേരി : കുഞ്ചു കുലാചാരപ്രകാരം നിന്റെ വേളി നടത്തേണ്ടത് യഥാർത്ഥത്തിൽ യാഥാസ്ഥിതികരെ വെല്ലുവിളിക്കാനാണ്. അതേ വേണ്ടാന്ന് നിനക്കഭിപ്രായമുണ്ടോ?

ഇ എം : അങ്ങിനെയാണെങ്കിൽ അങ്ങനെയാവട്ടെ. കർമ്മം ചെയ്യാനറിയാവുന്ന തല നരയ്ക്കാത്ത ഒരാൾ നമ്മുടെ കൂട്ടത്തിലുണ്ട്. അദ്ദേഹത്തോട് പറഞ്ഞോളൂ.

വാസുദേവൻ : ആരാണത്?

ഇ എം : നിലയങ്ങോട്ട് നമ്പൂതിരി.

മേച്ചേരി : ദൈവേ, നമ്മളെ രക്ഷിച്ചു വാസുദേവാ, നിലയങ്ങോട്ടു നമ്പൂതിരിയെ ഇങ്ങോട്ട് കൂട്ടിക്കൊണ്ടു വരിക. (വാസുദേവൻ പോകുന്നു)

മേച്ചേരി : കുഞ്ചു.. നിന്റെ നിലയങ്ങോടന് വേളി ക്രിയയുടെ എല്ലാ ചടങ്ങളും മന്ത്രങ്ങളും അറിയാമായിരിക്കുമല്ലോ?

ഇ എം : അറിയുമെന്നാണ് എന്റെ വിശ്വാസം

മേച്ചേരി : എല്ലാമറിയില്ലെങ്കിലും ആളുകളുടെ കണ്ണിൽ മണ്ണിടാനാവശ്യമായ ചില മന്ത്രവും നാട്യവുമൊക്കെയുണ്ടെങ്കിൽ നമുക്ക് കാര്യം ഒപ്പിക്കാം.

(നിലയങ്ങോട്ട് നമ്പൂതിരി - കുടുമയും പൂണൂലുമിട്ട ഒരു നമ്പൂതിരിയുവാവും വാസുദേവനും കടന്നുവരുന്നു)

വാസുദേവൻ : മേച്ചേരിയേട്ടാ.. നമ്മൾ രക്ഷപ്പെട്ടു. നിലയങ്ങോടന് എല്ലാ മന്ത്രതന്ത്രങ്ങളുമറിയാം.

നിലയങ്ങോടൻ : നിങ്ങൾ വിഷമിക്കേണ്ട. കുലാചാരപ്രകാരം ഞാൻ വേളി നടത്തിത്തരാം.

മേച്ചേരി : ഭഗോതീ.. നീ ഞങ്ങടെ അഭിമാനം രക്ഷിച്ചു. നിങ്ങൾ അരനാഴിക കഴിഞ്ഞ് പുറപ്പെട്ടാൽ മതി. ഞാൻ വാസുദേവൻ ഭട്ടതിരിയോട് പുതിയ വൈദികനെക്കുറിച്ച് ചെന്ന് പറയട്ടെ. പാവം ആകെ ഭയപ്പെട്ടിരിക്കയാണ്.

(രംഗദീപം പൊലിയുന്നു)

വീണ്ടും രംഗദീപം തെളിയുമ്പോൾ

(നിറപറയും നിലവിളക്കും. അഗ്നികുണ്ഡം.. കുടത്തിൽ പൂക്കൾ. ആർപ്പുവിളി. വരൻ ഇ എം എസ്. യാഥാസ്ഥിതിക വരന്റെ വേഷത്തിൽ. തറ്റുടുത്ത് തോർത്ത് പിരിച്ച് മാറാപ്പിട്ട് പ്രവേശിക്കുന്നു. അഗ്നിയെ വലം വച്ച് വന്ദിച്ച് നില്ക്കുന്നു. അകത്ത് നിന്ന് മൂടുപടമണിഞ്ഞ് വധു പ്രവേശിക്കുന്നു. അഗ്നിയെ വലംവച്ച് വരന്റെ അടുത്ത് നില്ക്കുന്നു. വരൻ മൂടുപടം മെല്ലെ മാറ്റുന്നു. വായ്ക്കുരവ ഉയരുന്നു. വൈദികൻ വരന്റെയും വധുവിന്റെയും കൈകൾ പരസ്പരം യോജിപ്പിക്കുന്നു. മന്ത്രം ചൊല്ലുന്നു. അകത്ത് വായ്ക്കു

രവ ഉയരുന്നു. ഹസ്തബദ്ധരായി വരനും വധുവും. അഗ്നിയെ വലം വയ്ക്കുന്നു.

(രംഗദീപം പൊലിയുന്നു)

ദൃശ്യം - പതിനാല്

ഒരു പൊലീസ് സ്റ്റേഷൻ (പൊലീസ് സ്റ്റേഷന്റെ വരാന്തയിൽ ഒരു തടിമാടൻ പൊലീസുകാരൻ തോക്കുപിടിച്ച് പാറാവു നില്ക്കുന്നു. നല്ല ഉയരം വലിയ വയർ, മുഖത്ത് കപ്പടാ മീശ, ആകപ്പാടെ വികൃതവും ഭീകരവുമായ രൂപം)

രംഗദീപം തെളിയുമ്പോൾ

അല്പനേരം കഴിഞ്ഞ് ദൂരെ നിന്ന് ഒരു ക്രിസ്ത്യൻ പ്രമാണി- സില്ക്ക് ജുബ്ബാ, മുണ്ട്, ഷാൾ, മുഖത്ത് കട്ടിമീശ, കുടവയർ. മദ്ധ്യവയസ്സ് ഗമയിൽ തല ഉയർത്തിപ്പിടിച്ച് നടന്നുവരുന്നു.

പിന്നിൽ
ഒരു പാവപ്പെട്ട ക്രിസ്ത്യാനി വൃദ്ധനെ
കഴുത്തിൽ വെന്തിങ്ങ, കഷണ്ടിത്തല
കീറിയ ഒരു മുണ്ട്. രണ്ട് കൈകളും ഒരു
തോർത്ത് കൊണ്ട് കൂട്ടിക്കെട്ടി രണ്ടു ഗുണ്ടകൾ
പിടിച്ചു വലിച്ചുകൊണ്ട് വരുന്നു

പ്രമാണി പതുക്കെ സ്റ്റേഷൻ വരാന്തയിലേക്ക് നടക്കുന്നു എന്നിട്ട് പൊലീസുകാരനെ കാൽ തൊട്ട് തലവരെ ഒന്ന് നോക്കുന്നു. പൊലീസുകാരൻ നിന്നുറങ്ങുകയാണ്. കൂർക്കവും വലിക്കുന്നുണ്ട്. അല്പനേരം കാത്തു നിന്നിട്ട് രക്ഷയില്ലെന്ന് കണ്ട്, എന്തും വരട്ടെ എന്നു കരുതി)

പ്രമാണി : *(അല്പം ഉറക്കെ)* യേമാൻ ഇവിടെ ഇല്ലാന്നുണ്ടോ? *(എന്നിട്ടും പൊലീസുകാരൻ ഉണരുന്നില്ല)*

പ്രമാണി : *(അല്പം കൂടി ഉച്ചത്തിൽ)* യേമാൻ ഇവിടെ ഇല്ലാന്നുണ്ടോ

പൊലീസ് : *(ഉറക്കത്തിന് ഭംഗം വന്ന ദേഷ്യത്തിൽ കണ്ണ് തുറന്ന് വാ പൊളിച്ച് കോട്ടുവാ ഇട്ടുകൊണ്ട് പ്രമാണിയെ ഒരു തുറിച്ച നോട്ടം. പ്രമാണി അറിയാതെ തോളിൽ കിടന്ന ഷാളെടുത്ത് അരയിൽ കെട്ടി പോകുന്നു.)* താൻ എന്താടോ ഇവിടെ കിടന്ന് വിളിച്ചു കൂവുന്നത്.

പ്രമാണി : *(വളരെ ഭവ്യതയോടെ ഓച്ഛാനിച്ച്)* അല്ല. ഏമാൻ ഇവിടെ ഇല്ലയോ? എന്നു ചോദിക്കുവാരുന്നു

പൊലീസ് : ഛീ നായിന്റെ മോനേ.. നിനക്ക് കണ്ടൂടേ ഞാൻ പിന്നെ ആരാടാ. നിന്റെ അമ്മേടെ സമ്മന്തക്കാരനോ?

പ്രമാണി : *(അറിയാതെ ചുരുണ്ട് പോകുന്നു. നാക്കെടുക്കാൻ കഴിയുന്നില്ല വളരെ പ്രയാസപ്പെട്ട്)* ഏമാനെയല്ല ഇൻസ്പെക്ടർ ഏമാനാണേ..

പൊലീസ് : *(അല്പം തണുത്ത്)* എടോ.. തന്റെ പേരെന്താ..

പ്രമാണി : ഇട്ടി അവിരാ.. അങ്ങ് തെക്കൂന്നാ

പൊലീസ് : ഛീ നിർത്തെടോ - ചോദിച്ചതിനു മാത്രം ഉത്തരം പറഞ്ഞാ മതി. ഇതേ പള്ളിക്കൂടമല്ല. പൊലീസ് സ്റ്റേഷനാ. എടോ വെരവാ ഈ സ്റ്റേഷനിലെ ഐജീം. ഡി എസ് പീം, എ എസ് പീം സർക്കിളും. ഇൻസ്പെക്ടറും, ഏഡ്ഡും പൊലീസുമൊക്കെ ഞാനാ.. ഞാനെന്നു വച്ചാൽ കോയിക്കൽ കുട്ടപ്പൻ നായർ. മനസ്സിലായോ..

പ്രമാണി : മനസ്സിലായി.

പൊലീസ് : എന്തോന്നായീ ആവാൻ കിടക്കുന്നേ ഉള്ളൂ? എന്താ കാര്യം.

പ്രമാണി : *(വൃദ്ധനെ ചൂണ്ടി)* ദാ .. ആ നിക്കണ മത്തായി..

പൊലീസ് : നിർത്ത് നിർത്ത്. ആ കെളവനോ അയാളാണോ മത്തായീ *(സ്വയം മറന്ന്)* പാലാഴി മഥനത്തിൽ 'മന്തര' പർവ്വതം എന്തായീ? മത്തായീ *(സംഗീതം കലർന്ന് നീട്ടി വിളിക്കുന്നു)* എടാ മത്തായീയേ നിന്റെ കൈ ആരാ ഇങ്ങനെ കൂട്ടിക്കെട്ടിയത്.

മത്തായി : *(കണ്ണുകൊണ്ട് ആംഗ്യം കാണിച്ച്)* ദേ ഈ നില്ക്കുന്ന ഇതിയാന്റെ ചട്ടമ്പിമാരാ.

രണ്ടുപേരും : ആന്നേ!

പൊലീസ് : ഫൂ എരപ്പാളികളെ, നിങ്ങക്കാരാടാ പൊലീസ് അധികാരം തന്നത്. എടാ ആളുകളെ ശിക്ഷിക്കാനും രക്ഷിക്കാനുമാണെടാ പൊലീസും പൊലീസ് സ്റ്റേഷനും. അപ്പോ ആ അധികാരം നിങ്ങളങ്ങ് കൈയിലെടുത്തോ!

രണ്ടുപേരും : മൊതലാളി പറഞ്ഞിട്ടാണേ?

പൊലീസ് : രണ്ടുപേരും ഇവിടെ വരിൻ

(അവർ അമ്പരന്ന് മൊതലാളിയെ നോക്കുന്നു)

പ്രമാണി : യേമാനേ, അവർ എന്റെ.

പൊലീസ് : തന്നോടൊന്നും ചോദിച്ചില്ലല്ലോ. മിണ്ടിപ്പോകരുത്.

ഇവിടെ വരിനെടാ

(രണ്ടുപേരും പേടിച്ച് പേടിച്ച് അടുത്തു ചെല്ലുന്നു)

പൊലീസ് : ഉടുപ്പ് അഴിക്കിനെടാ..

(രണ്ടുപേരും പരസ്പരം നോക്കുന്നു) ഉം.

(തറയിൽ ആഞ്ഞ് ചവിട്ടുന്നു. രണ്ടുപേരും ഉടുപ്പ് അഴിക്കുന്നു)

പൊലീസ് : നീയൊക്കെ എന്തിനാടാ മുണ്ട് ഉടുത്തിരിക്കുന്നത്. അഴിക്ക്.

രണ്ടുപേരും : അയ്യോ കോണാനുടുത്തിട്ടില്ലേ.

പൊലീസ് : ഫ് കഴുതേടെ മക്കളേ.. കോണാൻ പോലും ഉടുക്കാതെയാണോടേ ഗുണ്ടായിസം. എടോ ഇട്ടിവിരവാ പോയി ഇവർക്ക് രണ്ട് കോണാൻ വാങ്ങിക്കൊണ്ട് വാ.

(പ്രമാണി പോക്കറ്റിൽ നിന്ന് നൂറിന്റെ രണ്ടു പച്ചനോട്ടെടുത്ത് പൊലീസിന്റെ കാല്ക്കൽ കൊണ്ട് വച്ചിട്ട്)

പ്രമാണി : *(ദയനീയമായി)* ഇവരെന്റെ ആൾക്കാരാണ് ഏമാൻ എന്നെ രക്ഷിക്കണം.

പൊലീസ് : *(ഏതാണ്ട് ദിഗ് വിജയിയെപോലെ കാലും ശരീരവും കുലുക്കി)*
എന്നാലും നമുക്കിട്ട് പാര തന്നെ. എടോ.. ഞാൻ കുനിഞ്ഞതെടുക്കുന്നതു കാണാൻ ഒരു സുഖം അല്ലേ! എന്താ അതെന്റെ കൈയേലോട്ട് തരാൻ മേലേ. അതെങ്ങനാ നസ്രാണിയല്ലേ? മുട്ടുകുത്തി മെഴുകുതിരി കൊളുത്തിയല്ലേ ശീലം.

(പ്രമാണി നോട്ടെടുത്ത് കൈയിൽ കൊടുക്കുന്നു. നൂറിന്റെ പച്ചനോട്ട് കണ്ണിൽ വച്ച് ഒരു ചെറുചിരിയോടെ പോക്കറ്റിൽ നിക്ഷേപിക്കുന്നു)

പൊലീസ് : എടാ വേതാളങ്ങളെ ഉടുപ്പെടുത്തിട്ടോളൂ. നിങ്ങടെ ഈ ഡെഡ് ബോഡികൾ അധികം കണ്ടുനിന്നാൽ എന്റെ കൈ തരിക്കും. പക്ഷേ, നിങ്ങൾ നമ്മുടെ ഇട്ടിവെരയുടെ ആൾക്കാരല്ലേ. സ്നേഹിച്ചാൽ കുട്ടൻ നായർ ഭയങ്കര സ്നേഹിതനാ. സ്നേഹത്തിന് വേണ്ടി എന്തും ചെയ്യും. സ്റ്റേഷനിൽ വച്ചുപോലും കള്ളുകുടിച്ച് പോവും.

പ്രമാണി : ഇതിയാൻ നമ്മുടെ കാര്യം അങ്ങോട്ട് കേട്ടില്ലല്ലോ.

പൊലീസ് : ന്താ.. ന്താ.. മീതിയാനോ? ഏമാനേന്നു വിളിക്കെടാ നാറി.

പ്രമാണി : ഏമാനേ ഞാനങ്ങു പാലായിന്നു വന്നതാ. ഇവിടെ ഒരു നമ്പൂതിരി മനക്കാരേന്ന് ഒത്തിരി മണ്ണുവാങ്ങി.

റവറിടാനാ പ്ലാൻ. ഈ നില്ക്കുന്ന മത്തായി ഇറങ്ങിത്തരുവേല. അയാള് പാട്ടമൊഴിയേലെന്നാ പറയുന്നേ. ഏലംകുളത്തെ നമ്പൂരിയും കൂട്ടരുമുണ്ടാക്കിയ സംഘത്തി ഇയാളുമൊണ്ട്. ഇയാളൊരു കോൺഗ്രസാ. അതിന്റെ കുറുമ്പാ. ഏമാൻ തന്നെ ഞങ്ങളെ ഒന്നു രക്ഷിക്കണം.

പൊലീസ് : ഇങ്ങോട്ടു വാടാ മുരുക്ക് കൊരിങ്ങാ. നീ കൊൺങ്കറസാണോടാ..!

(മത്തായിയുടെ അടുത്ത് ചെന്ന്) നീ പാട്ടമൊഴിഞ്ഞ് കൊടുക്കൂല്ലേടാ കഴുവേറി.

മത്തായി : ഞാനും തെക്കൂന്ന് വന്നതാണേ.. പത്തിരുപത്തഞ്ച് കൊല്ലായി ദേഹണ്ണിക്കുന്നു. മര്യാദയ്ക്ക് സമയാ സമയങ്ങളിൽ ഞാൻ പാട്ടവും കൊടുക്കുന്നുണ്ടേ.

പൊലീസ് : അതൊന്നും ഞാൻ ചോദിച്ചില്ല. നീ പാട്ടം ഒഴിയ്യോ

മത്തായി : ഇല്ല.

പൊലീസ് : അത്രയ്ക്കായോ? *(തലയ്ക്കൊരടി, കാലുമടക്കി ഒരു ചവിട്ട് 'അയ്യോ' എന്നു വിളിച്ചയാൾ നിലത്തുവീഴുന്നു. മത്തായി വെള്ളം വെള്ളം എന്ന് ദയനീയമായി കെഞ്ചുന്നു)*

പൊലീസ് : *(അവിടെ നില്ക്കുന്നവരോട്)* സ്റ്റേഷനിൽ ആരുമില്ല. നിങ്ങൾ രണ്ടുപേരും കൂടി വലിച്ചിഴച്ച് സ്റ്റേഷന്റെ പുറകിലെ വരാന്തയിൽ കൊണ്ടിട്. വെള്ളം ചോദിച്ചാൽ വായിൽ പെടുത്തു കൊടുക്കണം. *(അവർ വാപൊത്തിച്ചിരിക്കുന്നു)*

പൊലീസ് : ഫൂ പുലയാടീ മക്കളേ പറഞ്ഞതു കേട്ടില്ലേ?

(അവർ രണ്ടുപേരും ചേർന്ന് മത്തായിയെ വലിച്ചിഴച്ചു കൊണ്ടു പോകുന്നു)

പൊലീസ് : *(സ്നേഹത്തിൽ)* ഇട്ടിവെരവാ. പൊയ്ക്കോളൂ. പാട്ടം ഒക്കെ ഞാൻ ഒഴിപ്പിച്ച് തരാം. വല്ലപ്പോഴുമൊക്കെ സ്റ്റേഷനിലോട്ട് വരണം. വെറും കൈയോടെ വരരുത്. സായിപ്പന്മാർ ദാഹം തീർക്കുന്ന ചുവന്ന സംഭാരമുണ്ടല്ലോ. അതിൽ മൂന്നോ നാലോ കുപ്പികൂടി കൈയിൽ വച്ചോളണം.

(പ്രമാണിയുടെ കൂടെ വന്നവർ രംഗത്തേക്ക് വരുന്നു)

പ്രമാണി : എന്നാൽ പിന്നെ ഞങ്ങൾ.

പൊലീസ് : ഈ കാട്ടുപോത്തുകളുടെ പേര് പറഞ്ഞില്ലല്ലോ.

പ്രമാണി : ശര്യാ.. ഏമാൻ പറഞ്ഞത് ശര്യാ.. അസ്സൽ കാട്ടുപോത്തുകളാ ഇവൻ ചാക്കോ അവൻ തോമാ.

പൊലീസ് : എടോ കാണ്ടാമൃഗങ്ങളെ മര്യാദയ്ക്ക് നിന്നോളണം. പൊലീസ് സ്റ്റേഷനിലിരുന്നതേ നിന്റെയൊന്നും അപ്പന്മാരൊന്നുമല്ല. അതു മറന്നുപോകരുത്.

പ്രമാണി : എന്നാൽ ഞങ്ങളങ്ങോട്ട്

പൊലീസ് : എന്താ ഒപ്പിട്ടു തരണോ?

പ്രമാണി : വേണ്ടായേ..

(പൊലീസുകാരൻ പോക്കറ്റിൽ നിന്ന് രൂപയെടുത്ത് കൺകുളിർക്കെ നോക്കി വീണ്ടും പോക്കറ്റിൽ നിക്ഷേപിക്കുന്നു. എന്നിട്ട് മീശ പിരിക്കുന്നു)

പൊലീസ് : *(സ്വാഗതം)* ഇൻസ്പെക്ടർ ഏമാനും സംഘവും നാട്ടിൽ പുതിയൊരു ജന്തുവുണ്ടായതിനെ വേട്ടയാടാൻ നടക്കുകയാണ്. കമ്യൂണിസ്റ്റുകളെ. അപ്പോൾ സ്റ്റേഷൻ ഭരണം നമുക്ക്. ഉം കുട്ടൻ നായരൊന്ന് ഭരിക്കും. *(അട്ടഹസിക്കുന്നു)*

(രംഗദീപം പൊലിയുന്നു)

(രംഗദീപം തെളിയുമ്പോൾ)

(സമയം വെളുപ്പാൻ കാലം. അരണ്ട വെളിച്ചം. തോക്കും പിടിച്ച് കുട്ടപ്പൻ നായർ ഉറക്കം തൂങ്ങുന്നു. ഇടയ്ക്കിടയ്ക്ക് വീഴാൻ തുടങ്ങുന്നു. അല്പസമയം കഴിഞ്ഞ് തോക്കുമായി തറയിൽ ഇരിക്കുന്നു. ചുവർ ചാരി ഇരുന്നുറങ്ങുന്നു. അല്പം കൂടി കഴിഞ്ഞ് തോക്ക് ചുവരിൽ ചാരി തറയിൽ മലർന്നടിച്ച് കിടന്നുറങ്ങുന്നു. ഉച്ചത്തിൽ കൂർക്കം വലിക്കുന്നു. രണ്ട് ചെറുപ്പക്കാർ പമ്മി.. പമ്മി സ്റ്റേഷൻ വരാന്തയിലേക്ക് കടന്നുവരുന്നു

പൊലീസുകാരൻ കിടക്കുന്നതു കണ്ട് പെട്ടെന്ന് പിന്നോട്ട് മറയുന്നു. എന്നിട്ട് ഒരാൾ വീണ്ടും വന്നു നോക്കുന്നു. പൊലീസുകാരൻ ഉറക്കമാണെന്ന് മറ്റേയാളോട് ആംഗ്യം കാണിക്കുന്നു. എന്നിട്ട് പൊലീസുകാരനെ മറികടന്ന് സ്റ്റേഷനുള്ളിലേക്ക് നോക്കുന്നു. എന്നിട്ട് തിരിച്ചുപോകുന്നു.

കൈയിൽ തൊട്ടിയുമായി ഒരാൾ, പോസ്റ്ററുമായി മറ്റേയാൾ. അവർ സ്റ്റേഷൻ നിലത്തിട്ട് പോസ്റ്ററിൽ പശ തേക്കുന്നു. പോസ്റ്റർ അവരിലൊരാൾ പൊലീസ് സ്റ്റേഷൻ ചുവരിൽ ഒട്ടിക്കുന്നു.

മറ്റേയാൾ ഉടുപ്പിന്റെ അടിയിൽനിന്നും ഒരു ചെറിയ ചെങ്കൊടി

എടുത്തു തോക്കിന്റെ ബയണറ്റിൽ കെട്ടുന്നു. എന്നിട്ട് രണ്ടുപേരും ഒന്നും അറിയാത്ത മട്ടിൽ അവിടെനിന്നും സ്ഥലം വിടുന്നു.

(ഈ ദൃശ്യം മങ്ങിയ വെളിച്ചത്തിൽ ആവിഷ്കരിക്കണം. ആളുകൾ രംഗത്തുള്ളതും രംഗക്രിയകളും സദസ്യർക്ക് ബോദ്ധ്യപ്പെടണം. പക്ഷേ, ആൾ വ്യക്തമായി മനസ്സിലാക്കണമെന്നില്ല

(രംഗദീപം പൊലിയുന്നു)

(രംഗദീപം തെളിയുമ്പോൾ)

പ്രഭാതമായി.

പ്രഭാതത്തിന്റെ സൂചനകൾ നല്ല വെളിച്ചം. പൊലീസുകാരൻ അപ്പോഴും ഉറക്കമാണ്. പുറത്ത് നിന്ന് ബൂട്ടിന്റെ ശബ്ദം. ഇൻസ്പെക്ടറും രണ്ടു മൂന്ന് പൊലീസുകാരും പ്രവേശിക്കുന്നു. ഇതൊന്നും അറിയാതെ കുട്ടൻ നായർ ഉറക്കത്തിലാണ്. ഇൻസ്പെക്ടർ കടന്നുവന്ന് ഒരു നിമിഷം കുട്ടൻനായരെ നോക്കിനില്ക്കുന്നു. ഉറക്കമാണെന്ന് കണ്ട് കാല് കൊണ്ടു തട്ടുന്നു. ഒരു പൊലീസുകാരൻ കുനിഞ്ഞിരുന്ന് കുലുക്കി വിളിക്കുന്നു. പെട്ടെന്ന് ഉണരുന്നു. പരിസരബോധം വന്നപ്പോൾ ചാടി എഴുന്നേല്ക്കാൻ ശ്രമിച്ചു.

ചാടിയെണീറ്റ് തോക്കെടുത്ത് സല്യൂട്ട് ചെയ്യാൻ തുടങ്ങുന്നു

വീഴാൻ ഭാവിക്കുന്നു

അഴിഞ്ഞ ബെൽറ്റും കാണുന്നു

അപ്പോഴാണ് തോക്കിന്റെ ബയണറ്റിൽ കെട്ടിയ കൊടി സദസ്സിന്റെ ശ്രദ്ധയിൽപ്പെടുന്നത്)

ഇൻസ്പെക്ടർ : ങേ തീക്കട്ടയെ ഉറുമ്പരിച്ചോ? കമ്യൂണിസ്റ്റുകാരെ വേട്ടയാടാൻ ഉറക്കമിളച്ച് രാത്രി മുഴുവൻ നടന്ന എന്റെ സ്റ്റേഷനിലെ തോക്കിന്റെ ബയണറ്റിൻ തുമ്പിലോ ചെങ്കൊടി.

പൊലീസ് : സാർ ഇതാ. ഈ ചുവരിലും ഒരു പോസ്റ്റർ. *(ലൈറ്റ് പോസ്റ്ററിൽ)*

ഇൻസ്പെക്ടർ : ഞെട്ടിപ്പോകുന്നു. "ങേ!
"1940 ജനുവരി 26 കമ്യൂണിസ്റ്റ് പാർട്ടി സിന്ദാബാദ് സാമ്രാജ്യത്വം തുലയട്ടെ"

(പോസ്റ്റർ കാണുമ്പോൾ സാവകാശം കനത്ത ശബ്ദത്തിൽ അക്ഷര വ്യക്തതയോടെ പശ്ചാത്തലത്തിൽ ഒരാൾ അതേറ്റു പറയുന്നു)

തുടർന്ന് ആയിരം കണ്ഠങ്ങളിൽ നിന്ന്

1940 ജനുവരി 26
"കമ്യൂണിസ്റ്റ് പാർട്ടി സിന്ദാബാദ്
സാമ്രാജ്യത്വം തുലയട്ടെ"
എന്ന മുദ്രാവാക്യം ഉയരുന്നു
പൊലീസുകാർ പ്രതിമകൾപോലെ നിശ്ചലമായി നിലക്കുന്നു

വേദിയുടെ മുകളിൽ നിന്ന് വേദി മറയത്തക്ക വിധമുള്ള അരിവാൾ ചുറ്റിക വച്ച ഒരു ചെങ്കൊടി മെല്ലെ താഴേയ്ക്ക് വരുന്നു. ആ കൊടി വേദിയിൽ പാറുന്നതോടെ മുദ്രാവാക്യം വിളി അവസാനിക്കുന്നു

രംഗദീപം പൊലിയുന്നു

ദൃശ്യം പതിനഞ്ച്

(പുളിങ്കാവിലെ ഇ എം എസിന്റെ വീട്) സമയം രാത്രി.
രംഗദവേദിയിൽ വെളിച്ചമെത്തുമ്പോൾ
(രംഗത്ത് ഇ എം എസും കാര്യസ്ഥൻ രാമൻനായരും)

കാര്യസ്ഥൻ : വെടോണ്ട് പണത്തിന് ശ്ശി ബുദ്ധിമുട്ടുണ്ട്. നാലാമ്പ്രാൻ ഒന്നു മനസ്സുവയ്ക്കണം.

ഇ എം : ഞാനെന്തു ചെയ്യണമെന്നാണ്.

കാര്യസ്ഥൻ : വെടോണ്ട് പാട്ടക്കാരെയൊക്കെ അടിയൻ വിളിപ്പിക്കാം. അവിടുന്ന് അവരോടു പറഞ്ഞാൽ സഹകരിക്കാണ്ടിരിക്കില്യാ.

ഇ എം : *(ചിരിച്ചുകൊണ്ട്)* രാമൻനായരെ ഒരുകാര്യം രാമൻനായരോടും പറയാൻ കുറേ നാളായി ഞാൻ വിചാരിക്കുന്നു. മേലാൽ നമ്മൾ തമ്മിൽ സംസാരിക്കുമ്പോൾ ആവശ്യമില്ലാത്ത പഴയ ആചാരവാക്കുകൾ ഒന്നും പ്രയോഗിക്കരുത്.

കാര്യസ്ഥൻ : റാൻ. വെടേണ്ട്. ശീലിച്ചുപോയതാണേ നാലാമ്പ്രാനെ. അടിയൻ പിന്നെ എന്താ വിളിക്യാ.

ഇ എം : നമ്പൂതിരിപ്പാടെന്നോ.. സഖാവെന്നോ എന്തുവേണേച്ചാൽ ആകാം.

കാര്യസ്ഥൻ : അത്രമാത്രം അടൃനോട് കല്പിക്കണ്ട. ഈ ജന്മം അടൃനെക്കൊണ്ട് നാലാമ്പ്രാനെ മറ്റൊരു പേരിൽ വിളിക്കാൻ കയ്യൂലാ.

ഇ എം : *ചിരിച്ചുകൊണ്ട്* ശരി ഞാൻ തോല്‌വി സമ്മതിക്കുന്നു. സമൂഹത്തെ മാറ്റിമറിക്കാൻ നടക്കുന്ന ഞാൻ എന്റെ ഏറ്റവും വിശ്വസ്തന്റെ ശീലം പോലും മാറ്റാൻ കഴിയാത്തവനായി സ്വയം പരാജയം ഏറ്റുവാങ്ങുന്നു.

കാര്യസ്ഥൻ : നാലാമ്പ്രാൻ അടൃൻ പറഞ്ഞ കാര്യത്തിനൊന്നും പറഞ്ഞില്യാ.

(അകത്ത് ഒരു കുഞ്ഞിന്റെ കരയുന്ന ശബ്ദം ഒപ്പം അമ്മയുടെ താരാട്ടിന്റെയും)

കാര്യസ്ഥൻ : മോള് തമ്പ്രാട്ടി ഉണർന്നൂന്ന് തോന്നുന്നു. പകലുമുഴുവൻ വലിയ കളിയാ.. ആരെക്കണ്ടാലും കിളുകിളാ ചിരിക്കും. അത്താ.. അത്താ.. എന്നു വിളിക്കും

ഇ എം : അവൾ എന്നെ അപൂർവ്വമായേ കാണാറുള്ളൂ. പക്ഷേ, കണ്ടാൽ വിട്ടുമാറില്ല. ഈ തിരക്കുപിടിച്ച ജീവിതത്തിൽ അവളുടെ ചിരിയും കൊഞ്ചലും വല്യ ഒരു ആശ്വാസമാണ്. പക്ഷേ, എന്നെപ്പോലുള്ള ഒരാൾ കുട്ടികളോട് കൂടുതൽ അടുപ്പം കാണിച്ചാൽ അത് അവർക്കും എനിക്കും ബുദ്ധിമുട്ടാകും.

(ആര്യ പുറത്തേക്ക് വരുന്നു)

ആര്യ : അവനോന്റെ കുഞ്ഞുങ്ങളെ ലാളിക്കുന്നതിൽ എന്തു ബുദ്ധിമുട്ടാ. രാമൻനായരെ. കുട്ട്യോള് അമ്മേടേം അച്ഛന്റേയും മടീകിടന്നല്ലേ വളരേണ്ടത്.

ഇ എം : *(ചിരിക്കുക മാത്രം ചെയ്യുന്നു)*

രാമൻ : റാൻ വെടോണ്ട്. തമ്പ്രാട്ടി പറഞ്ഞതാ. അതിന്റെ ലോക നടപ്പ്. പക്ഷേ, നാലാമ്പ്രാനെപ്പോലൊരാള് പറേന്നതിലും വാസ്തവല്യാതില്യാ..

ഇ എം : മോളുറങ്ങിയോ?

ആര്യ : അവളെത്ര നേരംന്ന്വാച്ചാ അച്ഛനെ കാത്തിരിക്യാ. കുഞ്ഞല്ലേ അവളുറങ്ങിപ്പോയി. ചിലപ്പോൾ രാത്രി ഉണർന്നേക്കാം.

ഇ എം : നേരം വല്ലാണ്ട് വൈകി. രാമൻനായരെ വിടട്ടെ. അപ്പോൾ രാമൻ നായരെ.. *(ആര്യ അകത്തേക്ക് പോകുന്നു)* ഇപ്പോൾ പണത്തിനെന്താ ഇത്ര അത്യാവശ്യം

രാമൻ : വെടോണ്ട്. ആളു കുറഞ്ഞൂന്ന് കരുതി ചെലവൊന്നും കുറഞ്ഞിട്ടില്ല്യാലോ. പരമേശ്വരൻ തമ്പ്രാന്റെ മനേലെ ചെലവും ഇവിടുന്നാണല്ലോ നടത്തുന്നത്.

ഇ എം : ഉടനെ എത്ര രൂപ വേണ്ടിവരും.

രാമൻ : വെടോണ്ട്. അവിടുന്ന് ഇപ്പം ബുദ്ധിമുട്ടണംന്നില്ല. മൂന്നു പൂവായി പാട്ടം അളക്കാത്തോരുണ്ടേ! അവര് ഒരു പൂവിലെ പാട്ടം എങ്കിലും തന്നാ നമ്മക്ക് ബുദ്ധിമുട്ട് ഒഴിവാക്കാം.

ഇ എം : എനിക്ക് ചോദിക്കാൻ വയ്യാ. രാമൻ നായര് ചോദിച്ചുനോക്കൂ തരുന്നെങ്കിൽ വാങ്ങിക്കോളൂ. ആരെയും നിർബ്ബന്ധിക്കണ്ട പിന്നെ കൃഷിപ്പിഴയോ.. മറ്റു ബുദ്ധിമുട്ടുകളോ കൊണ്ടോ ആണ് തരാത്തതെങ്കിൽ അവരെ പാട്ടം പിരിവിൽ നിന്ന് ഒഴിവാക്കിയേക്കണം.

രാമൻ : റാൻ വെടോണ്ട്. ഇങ്ങനെ കല്പിച്ചാൽ അവിടുത്തെ ജന്മോം ജന്മിത്തോം ഒക്കെ തകരാറിലാകും.

ഇ എം : *(ചിരിച്ചുകൊണ്ട്)* എന്റെ മാത്രമല്ല ഈ നാട്ടിലെ മുഴുവൻ ജന്മിമാരുടെയും ജന്മിത്തം തകരാറിലാകാനാ..രാമൻനായരെ ഞാൻ രാപ്പകലില്ലാതെ ഇങ്ങനെ അലയുന്നത്. സാരമില്ല. രാമൻനായർക്ക് ഞാൻ പറയുന്നത് എന്താണിപ്പോൾ മനസ്സിലാവില്യാ. ഏതായാലും ഇത് അഞ്ഞൂറു രൂപയുണ്ട്. ഇതിരിക്കട്ടെ. അത്യാവശ്യത്തിന് ചെലവാക്കിക്കൊള്ളൂ.

(രൂപ കൊടുക്കുന്നു രാമൻ നായർ വാങ്ങുന്നു)

ഇ എം : പിന്നെ രാമൻനായരെ, പരമേശ്വര ഏട്ടന്റെ കാര്യങ്ങൾ പ്രത്യേകം ശ്രദ്ധിച്ചുകൊള്ളണം. ഏട്ടൻ പാവമാണ്. ഇപ്പോഴും കുട്ടികളെപ്പോലെ സൗകര്യം കിട്ടിയാൽ രാമേട്ടന്റെ കൂടെ കൂടും. പാവം ഏട്ടന്റെ അകത്തുള്ളാളിന്റെ സന്മനസ്സിനു ദണ്ഡ നമസ്കാരം ചെയ്യണം. മോളുടെയും ആര്യയുടെയും കാര്യങ്ങൾ പ്രത്യേകം പറയേണ്ടല്ലോ?

രാമൻ : *(സംശയിച്ച്)* റാൻ വെടോണ്ട്. നാലാമ്പ്രാനെന്താ ഇങ്ങിനെയൊക്കെ വീണ്ടും ജേലിപ്പോകാൻ വല്ല തീരുമാനോം ഉണ്ടോ?

ഇ എം : *(ചിരിച്ചുകൊണ്ട്)* ഏയ്! ഒരു ദൂരയാത്രയുണ്ട്. കുറച്ചു ദിവസം കഴിഞ്ഞേ വരൂ..

രാമൻ : വെടോണ്ട്. അത്രയല്ലേയുള്ളൂ

ഇ എം : അതേ അത്രേയുള്ളൂ. ഏതായാലും ഞാൻ ജയിലിൽ പോകാൻ തീരുമാനിച്ചിട്ടില്യാ.. എന്നത് സത്യം. എപ്പോഴുമെന്തിനാ ജയിലിൽ പോകുന്നത് ജയിലൊരു സുഖവാസകേന്ദ്രമൊന്നുമല്ലല്ലോ?

രാമൻ : വെടോണ്ട്. സംശയം കൊണ്ട് ചോദിച്ചുപോയതാ.

ഇ എം : സാരല്യാ. നേരം ഏറെയായി എന്നാൽ രാമൻ നായർ പൊക്കോളൂ. ഞാൻ പറഞ്ഞതൊക്കെ ഓർമ്മവേണം
(താണുതൊഴുതു രാമൻ നായർ പോകുന്നു)

ഇ എം : *ചിന്തയിൽ മുഴുകി നില്ക്കുന്നു. ആര്യ പതുക്കെ അകത്തു നിന്നു ഇറങ്ങിവരുന്നു. ഇ എം അറിയുന്നില്ല*

ആര്യ : *(ചിരിച്ചുകൊണ്ട്)* എന്താ ഒരു ചിന്ത

ഇ എം : ഏയ് വെറുതെ ഓരോന്നങ്ങിനെ ആലോചിച്ചു നിന്നൂന്നെ ഉള്ളൂ.

ആര്യ : അമ്മാത്തൂന്നെ അമ്മ വന്നിട്ടുണ്ട്. എന്റെ കളിക്കൂട്ടുകാരി ലക്ഷൂട്ടിയുമുണ്ട്.

ഇ എം : അപ്പോൾ സന്തോഷമായല്ലോ.

ആര്യ : അമ്മ ചോദിക്ക്വാണ് മോളുടെ പേരെന്തിനാ മാലതീന്നിട്ടത്. വിഷ്ണുദത്താന്ന് ഇടാൻ മേലാരുന്നോന്ന്. അമ്മ ചോദിക്ക്യ ആരാ ഈ മാലതീന്ന്. ഇവിടുത്തെ ഓപ്പോളുമാരുടെ ആരുടെയെങ്കിലും പേരാണോന്ന്. ഞാൻ പറഞ്ഞു എനിക്കറിയില്യാന്ന്. അറിയില്യാത്ത കാര്യം അറിയാണ്ട് എങ്ങിനെയാ പറയ്യാ

ഇ എം : മാലതി.. കോൺഗ്രസ് സോഷ്യലിസ്റ്റ് പാർട്ടി അഖിലേന്ത്യാ നേതാക്കളിലൊരാളാണ്. മാലതി ചൗധരി. നല്ല സമർത്ഥയും ബുദ്ധിമതിയുമായ ഒരു സ്ത്രീ. ആ പേര് എനിക്ക് ഇഷ്ടപ്പെട്ടു. അതുകൊണ്ട് എന്റെ മോൾക്ക് ഞാനാ പേരിട്ടു. എന്താ നിങ്ങൾക്ക് ഇഷ്ടമായില്ലേ? ഇഷ്ടായില്യാച്ചാ നിങ്ങൾക്കിഷ്ടമുള്ള പേരു വിളിച്ചോളൂ. എനിക്ക് തർക്കമില്ല.

ആര്യ : അയ്യയ്യോ അതൊന്നും വേണ്ട. *(ഇ എം നെ ചൂണ്ടി)* ഇവിടുത്തെ ഇഷ്ടമാണെന്റെയും ഇഷ്ടം. ഇവിടെ എന്തുപറയുന്നുവോ അതിനപ്പുറം എനിക്ക് ഒന്നുമില്ല്യ.

ഇ എം : കുടമാളൂരിൽ എന്തെങ്കിലും വിശേഷം ഉണ്ടോ?

ആര്യ : വിശേഷോന്നും ഇല്യാ.

ഇ എം : പിന്നെ അമ്മ എന്തേ വന്നു

ആര്യ : കുഞ്ഞുമോളെയും എന്നെയും കാണണമെന്ന് കരുതിയാവും.

ഇ എം : ഓഹോ അത്രേയുള്ളോ.

ആര്യ : നമുക്ക് അമ്മാത്തൊന്ന് പോകണം. എപ്പ്ളാ സൗകര്യപ്പെടുക.

ഇ എം : എന്റെ സൗകര്യം അറിയാമല്ലോ. എന്നെയും കൊണ്ടു പോകാൻ നിന്നാൽ ചിലപ്പോൾ പോക്കുനടന്നില്യാന്ന് വരും.

ആര്യ : എന്നാൽ, ഞാൻ നാളെ അമ്മേടകൂട്ടത്തിൽ പോയിക്കോട്ടെ. നാളെച്ചാൽ ലക്ഷൂട്ടിയും ഉണ്ടല്ലോ.

ഇ എം : ആവാം വിരോധം ഇല്യാ.

ആര്യ : അഞ്ചാറു ദിവസം കഴിഞ്ഞേ ഞാൻ വരൂ.

ഇ എം : ഇഷ്ടം ഉള്ളപ്പോൾ വന്നാ മതി.

ആര്യ : അതെന്താ അങ്ങിനെ?

ഇ എം : ഒന്നുമില്യാ. കുഞ്ഞുമോൾ ഒക്കെ ഉള്ളതല്ലേ. മുത്തശ്ശിക്ക് പേരക്കുട്ടിയെ കൊഞ്ചിക്കാനും കളിപ്പിക്കാനുമൊക്കെ കൊതിയുണ്ടാവും. അതൊക്കെ ഓർത്ത് പറഞ്ഞൂന്നേ ഉള്ളൂ.

ആര്യ : *(കോട്ടുവായിട്ടുകൊണ്ട്)* ഇനിക്ക് ഉറക്കം വരുന്നു.

ഇ എം : പോയി കിടന്നോളൂ..

ആര്യ : ഞാനടുത്തില്ലെങ്കിൽ മോൾ ഉടനേ ഉണരും. എന്താ ഉറങ്ങാറായില്യേ.

ഇ എം : ഇല്ലാ കുറച്ചു ജോലി കൂടി ചെയ്തു തീർക്കാനുണ്ട്. *(ആര്യ അകത്തേക്ക് പോകുന്നു) (ഇ എം ചിന്താമഗ്നനാകുന്നു) (മുഖം മറച്ച് തലയിൽ ചുവന്ന ടൗവൽ കെട്ടിയ ഒരാൾ കടന്നുവരുന്നു)*

അടയാള വാക്യം

സീസറിനു സുഖം തന്നെ

(ഇ എം കൈനീട്ടുന്നു. വന്നയാൾ ഒരു കുറിപ്പ് കൊടുക്കുന്നു. കുറിപ്പ് നോക്കുന്നു)

"സി സി യിൽ നിന്ന് നിർദ്ദേശം വന്നിട്ടുണ്ട്. ഒളിവിൽ പോകുക സംസ്ഥാനകേന്ദ്രത്തിന്റെ ചുമതല ഏറ്റെടുക്കുക. നേരിട്ടു കാണാം.

(പി കൃഷ്ണപിള്ളയുടെ ആജ്ഞാസ്വരത്തിലുള്ള ശബ്ദത്തിൽ കുറിപ്പ് കീറിക്കളയുന്നു. ഒരു നിമിഷം ചിന്താധീനനാകുന്നു)

ഇ എം : നിങ്ങൾ പുറത്തു നില്ക്കൂ. ഞാൻ ഉടനെ എത്തിക്കോളാം. *(വന്നയാൾ പോകുന്നു)*

(ഇ എം അകത്തേക്ക് കയറുന്നു. കുഞ്ഞുണർന്ന് കരയുന്നു. ആര്യ താരാട്ടുന്നു. ഇ എം ഒരു ചെറിയ ട്രങ്കുമായി പുറത്തേക്കുവരുന്നു. പിന്നാലെ ആര്യയും)

ആര്യ : ഈ പെട്ടി ഇപ്പോ എന്തിനാ എടുത്തേ. ഈ രാത്രിയില് എങ്ങോട്ടെങ്കിലും പോണുണ്ടോ?

ഇ എം : *(ആര്യയുടെ മുഖത്തു തന്നെ നോക്കുന്നു)*

ആര്യ : എന്താ ഇങ്ങിനെ കണ്ടിട്ടില്ലാത്ത പോലെ നോക്കണെ.

ഇ എം : *(സമനില പാലിച്ച്)* ഒന്നുമില്ലാ ഇറങ്ങട്ടെ!

ആര്യ : *(തലകുലുക്കുന്നു)* മോളേ ഉണർത്തട്ടെ

ഇ എം : വേണ്ട.

(പെട്ടെന്ന് ഇറങ്ങി ഇരുളിൽ മറയുന്നു. ആര്യ അതും നോക്കി അങ്ങനെ നില്ക്കുന്നു)

രംഗദീപം പൊലിയുന്നു.

ദൃശ്യം പതിനാറ്

കണ്ണൂരിലെ ചെറുമാവിലയിൽ
നള്ളിക്കണ്ടി പൊക്കന്റെ വീട്

(വെട്ടുകല്ലുകൊണ്ടുള്ള ചുവർ. ചാണകം മെഴുകിയ തറ. അകത്ത് ഒരു മുറിയും പുറത്ത് വരാന്തയും എന്ന നിലയിലാണ് കെട്ടിടത്തിന്റെ ഘടന. അകത്തെ മുറിയിൽ ഒരു ജനാല. വരാന്തയിൽ ഇരുന്നാൽ ജനാലയിൽ കൂടി അകത്തേ മുറി കാണാം. സമയം രാത്രി. വരാന്തയിൽ കൊളുത്തിവച്ച ഒരു പാട്ടവിളക്ക്)

പൊക്കൻ :അമ്പതു വയസ്സോളം പ്രായമുള്ള ഒരു ചെത്തുതൊഴിലാളി - കുറ്റിമുടി - മുഖത്തു ചെറുതായി നരച്ച രോമങ്ങൾ മുഷിഞ്ഞ ഒരു ഇരട്ട നൂൽ തോർത്ത്, മുട്ടിനുതാഴെ വരെ മാത്രം ഇറക്കത്തിൽ ഉടുത്തിരിക്കുന്നു. കല്യാണി, പൊക്കന്റെ ഭാര്യ 45 വയസ്സ്. വയസ്സിലേറെ പ്രായം തോന്നും. കൈയിറക്കം കുറഞ്ഞ ബ്ലൗസും റൗക്കയും അല്ലാത്ത തരത്തിലുള്ള ഒരു ഉടുപ്പ്. മുട്ടിനു തൊട്ടുതാഴെവരെ ഇറക്കത്തിൽ ഉടുത്ത് മുഷിഞ്ഞ മുണ്ട്. കഴുത്തിൽ ഒരു കറുത്ത ചരട്. ചരടിൽ ഒരു വെള്ളി ഏലസ്. തൊട്ടടുത്ത് ഒരു പുസ്തകവും നിവർത്ത് വിളക്കിന്റെ മുൻപിൽ അവരുടെ മകൻ കുഞ്ഞിരാമൻ ഏതാണ്ട് പതിനാലു വയസ്സോളം പ്രായം ഒരു മുഷിഞ്ഞ ഇരട്ടനൂൽ തോർത്ത് ഉടുത്തിരിക്കുന്നു.

പുസ്തകം നിവർത്തു വച്ചിരിക്കുന്നെങ്കിലും ശ്രദ്ധ മുഴുവൻ അവിടെ നടക്കുന്ന വർത്തമാനത്തിലാണ്

പി കൃഷ്ണപള്ള പൊക്കനോടും കല്യാണിയോടും സംസാരിച്ചു കൊണ്ടിരിക്കുന്നതായിട്ടാണ് രംഗം തുടങ്ങുന്നത്. കൃഷ്ണപിള്ള - അപ്പു എന്ന പേരിലാണ് ആ വീട്ടിൽ കഴിയുന്നത്. അപ്പുവിനെ അവർക്കിഷ്ടമാണ്.

(രംഗദീപം തെളിയുമ്പോൾ)

കുഞ്ഞിരാമൻ : *(പാഠപുസ്തകം നോക്കിയിരിക്കുന്നു)*
അപ്പു : *(കല്യാണിയെ നോക്കി)* കല്യാണേടത്തി പറഞ്ഞ

തൊക്കെ ഓർമ്മയുണ്ടല്ലോ.

കല്യാണി : ഓർമ്മയൊണ്ട്. പക്ഷേ,

അപ്പു : എന്തു പക്ഷേ.. ഏടത്തിക്കിപ്പോഴും പേടി തീർന്നിട്ടില്യാ.. ന്നല്ലേ.

കല്യാണി : പേട്യോന്നും ഉണ്ടായിട്ടില്ല പക്ഷേങ്കില് ആള് ആരാന്ന് ചോയിച്ചാല്. ഞങ്ങളെന്ത് പറയും അപ്പു. എന്റെ ആങ്ങളെയെന്നാ എല്ലാരേം വിശ്വാസം.

അപ്പു : അതാണോ വിഷമിക്കേണ്ട പുള്ളിക്കാരനെ മറ്റാരെയും കാണിക്കണ്ട. കാണിച്ച അബദ്ധാ. അയാൾക്ക് സംസാരിക്കാൻ ലേശം ബുദ്ധിമുട്ടാ... വിക്കുണ്ട്....

പൊക്കൻ : എന്നാലേ... അപ്പൂ.... നമ്മക്ക് അയാളെ അകത്തെ മുറീല് ആക്കാം. പകല് അവിടെ ഇരിക്കട്ടെ. പിന്നെ ഈടെ അങ്ങിനെ ആരും കേറിവരില്യാ. ഇവിടെ പകൽ കേറിവരുന്ന ഒരാളേ ഉള്ളൂ. ഒരു വായാടിച്ചി. നൊണച്ചി പാറു. നൊമ്മുടെ കല്യാണീന്റെ ചങ്ങായി. സ്വന്തം ചോകനെ അടിച്ചു കളഞ്ഞേച്ച് മദം പൊട്ടിയ ആനയെപ്പോലെ നടക്കുന്ന ഒരുത്തി.

കല്യാണി : ഉയിശ്.. ഇവർക്ക് ഓളെ കണ്ടുകൂട. ഓള്ക്ക് ഒരു ചോകനുണ്ടായിരുന്നു. കൊഞ്ചൻപോലെ ഒരു അപ്രാണി.. ഓള് മൊകറും മൊലയും തലയും ഒക്കെ ഒത്ത പെണ്ണാ.. ഓനെക്കൊണ്ട് ഓളെ പൊറുപ്പിക്കാൻ പറ്റൂല്ല. ആരെങ്കിലും ചെറുപ്പക്കാര് ആ കൂരേന്റെ അടുത്തുടപോയോ ഓൻ ഓളെ തമിശയം. പിന്നെ ഓന്റെ അടിയും ചവിട്ടും ചീത്ത വിളിയും. ഒര്യേസം സഹികെട്ട് അവളും തിരിച്ചുനിന്ന് രണ്ടുകൊടുത്തു. പിന്നെ ഓനെ ഈ നാട്ടിൽ കണ്ടിട്ടില്യ. അതിന് ഓളാണോ കുറ്റക്കാരി അനുശൻ തന്നെ പറയിൻ. എന്നാൽ, ഞാനൊരു കാര്യം ചെയ്യാം. ഇനി കുറേ ദിവസിക്ക് അവളോട് ഇവിടെ വരണ്ടാന്ന് പറയാം. അതാവില്യേ. നല്ലത്.

അപ്പു : എന്റെ പൊന്ന് കല്യാണേടത്തി നിങ്ങൾ അബദ്ധോന്നും കാണിക്കരുത്. ഇപ്പോ ഇവിടെ ആരൊക്കെ വരുമോ അവരൊക്കെ വന്നോട്ടെ അല്ലെങ്കിൽ ആളുകൾക്ക് സംശയാവും

പൊക്കൻ : 'അപ്പു' ഇങ്ങക്കറിഞ്ഞൂടാ ആ പാറോതി വായെടുത്താൽ എന്താ പറയുവാന്ന് ആരിക്കും നിരീക്കാൻ പറ്റില്ല. വല്യ വല്യ ആളുകൾ ഇരിക്കുന്ന വീട്ടിൽ വന്ന് എന്തെങ്കിലും പൊഴത്തം പറഞ്ഞാലോ.

അപ്പു : അതാണ് പറഞ്ഞത് നിങ്ങൾക്കൊന്നും മനസ്സിലായി

ട്ടില്യാ. ഇവിടെ വലിയ ആൾ ഒളിവിലിരിക്കുന്നു എന്ന മുൻ കരുതൽ അപകടമാണ്. ഇവിടെ പതിവുപോലെ വരുന്നവർ പരട്ടെ. പെണ്ണുങ്ങൾ സംസാരിക്കാറുള്ള സ്വകാര്യങ്ങളോ മറ്റുകാര്യങ്ങളോ ഒക്കെ പറഞ്ഞോട്ടെ.. അങ്ങിനെ നടന്നാൽ.. ആരും ഒന്നും സംശയിക്കില്യാ.. തന്നെയല്ല നിങ്ങൾ പതിവായി വയ്ക്കുന്ന ഭക്ഷണമല്ലാതെ പ്രത്യേകിച്ച് എന്തെങ്കിലും ഭക്ഷണം പോലും ഉണ്ടാക്കരുത്. ഉണ്ടാക്കിയാൽ അത്.. ആളുകൾക്ക് സംശയത്തിന് ഇട നല്കും. ആപത്താകും.

പുറത്തു നിന്ന് ടോർച്ച്.. ലൈറ്റ് മൂന്നുപ്രാവശ്യം മിന്നിക്കുന്നു. അകത്തുപോയി ടോർച്ച് ലൈറ്റ് എടുത്തുവന്ന് തിരിച്ചു മൂന്നുപ്രാവശ്യം മിന്നിക്കുന്നു.

അപ്പു : ഓര്.. വരുന്നു എന്നു തോന്നുന്നു.

കല്യാണി : അപ്പു.. അദ്ദേഹം വല്യ ഒരാളാണെന്ന് പറഞ്ഞല്ലോ എന്നിട്ട് ആൾ ആരാണെന്ന് പറഞ്ഞില്ലല്ലോ.

പൊക്കൻ : കല്യാണിയെ നോക്കി ഗൗരവത്തിൽ ശ്ശ് മിണ്ടാണ്ടിരിക്കെടോ. ഒളിവിലിരിക്കുന്ന നേതാക്കൾ ആരാന്നു ചോദിക്കാൻ പാടില്യാന്നറിഞ്ഞൂടെ എത്രയായാലും പെണ്ണു പെണ്ണു തന്നെ.

കല്യാണി : ശരിയാണ് എനക്ക് തെറ്റുപറ്റി. ആരായാലും ഞങ്ങ ജീവിച്ചിരിക്കുമ്പോ ഇരിക്കുന്ന ആൾക്ക് ഒന്നും പറ്റൂല്ല.

(തലവഴി ടൗവ്വൽ ഇട്ട രണ്ടുപേർ പ്രവേശിക്കുന്നു. ഒരാളുടെ കൈയിൽ ഒരു ചെറിയ ട്രങ്ക്. ടൗവ്വൽ എടുക്കുന്നു. ഇ എം എസും പാർട്ടി കൊറിയർ തമ്പാനും. ട്രങ്ക് തറയിൽ വയ്ക്കുന്നു. തമ്പാൻ പുറത്തേക്ക് പോകുന്നു. ഇ എം എസും കൃഷ്ണപിള്ളയും മുഖത്തോട് മുഖം നോക്കുന്നു. വീണ്ടും വെളിച്ചം അവരിൽ കേന്ദ്രീകരിക്കുന്നു. വെളിച്ചം വേദി മുഴുവൻ നിറയുന്നു)

അപ്പു : *(ഇ എം എസിനോട്)* മി. മേനവൻ ഇതെന്റെ പെങ്ങൾ കല്യാണി. ഇദ്ദേഹം കല്യാണിയുടെ ചോവാൻ. പൊക്കൻ. ചെത്താണ് ജോലി. കള്ളു കുടിക്കാമെങ്കിൽ നല്ല കള്ളുതരും *(ചിരിക്കുന്നു)*

കല്യാണി : ഓ. നല്ലയാള് ഇത്തിരി അന്തിക്കള്ള് കുടിക്കാൻ പറഞ്ഞിട്ട് കുടിക്കാത്തയാളാ ഇനി മറ്റുള്ളോരെക്കൊണ്ട് കുടിപ്പിക്കുന്നു.

ഇ എം : *(ചിരിക്കുക മാത്രം ചെയ്യുന്നു)*

അപ്പു : *(കുഞ്ഞിരാമനെ ചൂണ്ടി)* ഇവൻ കുഞ്ഞിരാമൻ. വിദ്യാർത്ഥിയാണ് ഓനോടു ഞാൻ പറഞ്ഞിട്ടുണ്ട് വരുന്ന അമ്മാവൻ ഇംഗ്ലീഷ് പഠിപ്പിച്ചു കൊടുക്കുമെ

ന്ന്, ഇല്ലേടാ മോനേ.

കുഞ്ഞിരാമൻ : അമ്മാവനെന്നെ പറ്റിച്ചു. ഇനി ഈ അമ്മാവനും പറ്റിക്കോ?

അപ്പു : എന്നെപ്പോലെയല്ല. ഈ അമ്മാവൻ ഒന്നാന്തരം ട്യൂഷൻ മാസ്റ്ററാ. പിന്നെ കണിശക്കാരനും. കുഞ്ഞിരാമൻ നോക്കിക്കോ.

പൊക്കൻ : കല്യാണി നമുക്കകത്തോട്ടുപോകാം. *(കല്യാണിയും പൊക്കനും അകത്തോട്ടുപോകുന്നു)*

കല്യാണി : മോനേ.. കുഞ്ഞിരാമാ.. നീയും അപ്പുറത്തോട്ടുവാ.

കുഞ്ഞിരാമൻ : ഞാൻ ലേശം കയിഞ്ഞിട്ട് വരാം അമ്മേ!

കല്യാണി : നമുക്ക് കഞ്ഞീം കുടിച്ച് ഇങ്ങുവരാം.

കുഞ്ഞിരാമൻ : എന്നാ ഞാനും വരാം അമ്മേ.

പൊക്കനും കല്യാണിയും പോകുന്നു. കുഞ്ഞിരാമനും കൂടെ പോകുന്നു.

അപ്പു ; ഞാൻ കഴിഞ്ഞ ഒരാഴ്ചയായി വീട്ടിലുണ്ട്. അപ്പു എന്നാണ് ഇവിടെ എന്റെ പേരുപറഞ്ഞിട്ടുള്ളത്. ഈ ഷെൽട്ടർ സെയിഫാണ്. ചുറ്റുപാടും ഉള്ളവർ നമ്മുടെ അനുഭാവികൾ തന്നെ. അതുകൊണ്ട് പാർട്ടി സംസ്ഥാന കേന്ദ്രത്തിൽ പ്രവർത്തനം ഇവിടെ നിന്നും ആരംഭിക്കണം. അത്യാവശ്യം യാത്ര വേണ്ടി വരുമ്പോൾ ആളെ അയക്കാം. സഖാവ് ഇവിടെ മേനോൻ എന്ന പേരിലാവും അറിയപ്പെടുക.

ഇ എം : പാർട്ടി കത്ത് ആഴ്ചയോടാഴ്ച തയ്യാറാക്കിക്കൊടുക്കാം. കേന്ദ്ര കമ്മിറ്റിയുമായുള്ള കത്തിടപാടുകൾ ഞാൻ നോക്കിക്കൊള്ളാം പക്ഷേ, കല്ലച്ച് പ്രസ്സിൽ ഒരാളുടെ കുറവുണ്ട് അത് ഉടനെ പരിഹരിക്കണം.

അപ്പു : ശരിപ്പെടുത്താം. തല്ക്കാലം ഇ എം എസ് ഷെൽട്ടർ വിട്ട് പുറത്തു പോകണ്ട. ആവശ്യമുള്ളപ്പോൾ കുറിച്ച് കൊടുത്തയക്കാം *(ജനാലയിൽ കൂടി അകത്തേക്ക് ചൂണ്ടി)* ഈ മുറിയിലാണ് ഇനിമേൽ നമ്മുടെ പാർട്ടി സ്റ്റേറ്റ് സെന്റർ. പകൽ മുഴുവൻ അവിടെയാകാം. രാത്രി വരാന്തയിലും മുറ്റത്തുമൊക്കെ സൗകര്യംപോലെ. ഞാനിന്നുതന്നെ വൈക്കത്തേക്കു തിരിക്കും. തിരുവിതാംകൂറിൽ ആകെയൊന്നു കറങ്ങും. അത്യാവശ്യമില്ലെങ്കിൽ മൂന്നാഴ്ച കഴിഞ്ഞേ ഞാൻ തിരിച്ചെത്തു. എവിടെപ്പോയാലും ബന്ധപ്പെട്ടുകൊള്ളാം. കഴിഞ്ഞ രണ്ടു മാസത്തിനിടയ്ക്ക് ഒളിവു ജീവിതത്തിന്റെ ശൈലി ഏകദേശം മനസ്സിലായിക്കാണുമ

ല്ലോ. വിക്കൊന്നും ഒളിവിലൊരു പ്രശ്നമല്ല. ഞാൻ വീട്ടുകാരോടു യാത്ര പറഞ്ഞ ഉടനെ ഇറങ്ങും. എന്നാലിറങ്ങട്ടെ *(മുഷ്ടി ചുരുട്ടി)* ലാൽസലാം. *(ഇ എം എസ്)* ലാൽ സലാം.

കൃഷ്ണപിള്ള പുറത്തേക്ക് പോകുന്നു. ഇ എം എസ് പെട്ടിയുമായി അകത്തേക്കും.

വരാന്തയിലെ വെളിച്ചം മങ്ങുന്നു. മുറിയിലെ വെളിച്ചം തെളിയുന്നു. അരണ്ട വെളിച്ചം. ഇ എം എസ് ജന്നലഴിയിൽ പിടിച്ച് പുറത്തേക്ക് നോക്കി നില്ക്കുന്നു.

പശ്ചാത്തലത്തിൽ ഒരു വയസ്സായ കുട്ടിയുടെ ചിരി. ചിലമ്പു കിലുക്കിയുള്ള നടത്തം "അത്ത.. അത്ത.." എന്ന വിളി, കരച്ചിൽ

ഇ എം അറിയാതെ കണ്ണടയ്ക്കുന്നു

(രംഗദീപം പൊലിയുന്നു)

(രംഗദീപം തെളിയുമ്പോൾ)

സമയം രാത്രി

അകത്തെ മുറിയിൽ ഒരു റാന്തൽ വിളക്കിന്റെ വെളിച്ചത്തിൽ ഇ എം എസ് കുനിഞ്ഞിരുന്ന് എന്തോ എഴുതുന്നു. വായിക്കുന്നു. വീണ്ടും തിരുത്തുന്നു..? അല്പം കഴിഞ്ഞ് കുഞ്ഞിരാമൻ മുറിയിലേക്ക് വരുന്നു. കൈയിലൊരു പുസ്തകം. ഇ എം ശ്രദ്ധിക്കുന്നില്ല

കുഞ്ഞി : അമ്മാവാ.. മേനോനമ്മാവാ..

ഇ എം : *(തലയുയർത്തി)* ങാ! കുഞ്ഞിരാമനോ.. ഇരിക്ക്യാ.

കുഞ്ഞി : ഇരിക്കുന്നു.

ഇ എം : *(വീണ്ടും ചിലതുകൂടി തിരുത്തുന്നു)*

കുഞ്ഞി : അമ്മാവൻ എഴുതിത്തീർന്നിട്ടെന്നെ വിളിച്ചാൽ മതി. അപ്പോ ഞാൻ വരാം. ഇപ്പോ ഞാമ്പോട്ടെ.

ഇ എം : പെട്ടെന്ന് തലയുയർത്തി വേണ്ട വേണ്ട. ഞാനെഴുതിക്കഴിഞ്ഞു. കുഞ്ഞിരാമൻ ഇവിടെത്തന്നെ ഇരിക്ക്യാ. *എഴുത്ത് നിർത്തി പേന മടക്കിവച്ചിട്ട്.* ഇന്നലെ നമ്മൾ എന്താണ് പഠിച്ചത്

കുഞ്ഞി : ഇംഗ്ലീഷ് വ്യാകരണം. ഗ്രാമർ

ഇ എം : ശരി ഇന്നലെ പഠിച്ച കാര്യങ്ങൾ ഒന്നു പറയൂ.

കുഞ്ഞി : നൗൺ, വെർബ്, അഡ്ജക്ടീവ്

ഇ എം : ശരി വാട്ട് ഈസ് എ നൗൺ?

കുഞ്ഞി : എ നൗൺ ഈസ് *(ആലോചിച്ച്)* എ നൗൺ ഈസ്

ഇ എം : പറയൂ ഒന്നാലോചിച്ചു പറയൂ.

കുഞ്ഞി : നൗൺ ഈസ് എ ഡൂയിങ്

ഇ എം : *(ചിരിച്ചുകൊണ്ട്)* റോങ്. ശരിയല്ല ഞാനൊരു ചോദ്യം ചോദിക്കാം. വാട്ട്സ് യുവർ നെയിം

കുഞ്ഞി : മൈ നെയിം ഈസ് കുഞ്ഞിരാമൻ

ഇ എംഎസ് : യെസ് കറക്ട്. വാട്ട്സ് യുവർ ഫാദേഴ്സ് നെയിം

കുഞ്ഞി : മൈ ഫാദേഴ്സ് നെയിം ഈസ് പൊക്കൻ.

ഇ എം : കറക്ട്. വാട്ട്സ് യുവർ മദേഴ്സ് നെയിം.

കുഞ്ഞി : മൈ മദേഴ്സ് നെയിം ഈസ് കല്യാണി.

ഇ എം : കറക്ട്. ഇപ്പോൾ ഒരു കാര്യം ശ്രദ്ധിച്ചോ. കുഞ്ഞിരാമൻ, പൊക്കൻ, കല്യാണി ഈ മൂന്നും എന്താ

കുഞ്ഞി : ഞാൻ, അച്ഛൻ, അമ്മ

ഇ എം : *(ചിരിച്ചുകൊണ്ട്)* അതല്ല. പൊക്കൻ എന്നു പറഞ്ഞാൽ

കുഞ്ഞി : എന്റെ അച്ഛൻ

ഇ എം : പൊക്കൻ എന്നു പറഞ്ഞാൽ കുഞ്ഞിരാമന്റെ അച്ഛൻ എന്നർത്ഥമുണ്ടോ?

കുഞ്ഞി : ഇല്ല.

ഇ എം : പിന്നെ.

കുഞ്ഞി : എന്റെ അച്ഛന്റെ പേര്

ഇ എം : അതാണ്. പൊക്കൻ എന്നു പറയുന്നത് പേരാണ്. 'കല്യാണി' എന്നു പറയുന്നതും പേരാണ്. കുഞ്ഞിരാമൻ എന്നു പറയുന്നതും പേരാണ്. അപ്പോൾ 'നൗൺ' എന്നു പറയുന്നത് എന്താ?

കുഞ്ഞി : നൗൺ.. ഈസ്.. എ .. നെയിമിങ് വേർഡ്

കല്യാണി മുറിയിലേക്ക് വന്നു

കല്യാണി : മേനോൻ മാഷെ അന്വേഷിച്ച് പുറത്തൊരാളു വന്നിട്ടുണ്ട്. പുതിയ ആളാണ് തമ്പാൻ എന്നാണ് പേരു പറഞ്ഞത്. സീസർക്ക് സുഖമാണെന്നു പറയാനും പറഞ്ഞു.

ഇ എം : *(കല്യാണിയെ നോക്കി)* വരാൻ പറയൂ. *കുഞ്ഞിരാമനോട്* ഇനി നാളെയാവാം ഇന്നലെ പഠിപ്പിച്ചത് മുഴുവൻ നന്നായി പഠിച്ചുവരണം.

കുഞ്ഞി : രക്ഷപ്പെട്ട ആഹ്ലാദത്തോടെ "അമ്മേ കഞ്ഞിതാ" *(എന്നുറക്കെ വിളിച്ചുകൊണ്ട് അകത്തേക്ക് ഓടുന്നു) തമ്പാൻ കടന്നുവരുന്നു. കൈയിൽ കുറെ കടലാസുകെട്ടുകൾ, തോളിൽ ഒരു സഞ്ചി. ഇ എം നെ കണ്ട് അഭിവാദ്യം ചെയ്യുന്നു. കുറെ കടലാസുകെട്ടുകൾ മേശപ്പുറത്ത് വയ്ക്കുന്നു.*

തമ്പാൻ : സ. പി കൃഷ്ണപിള്ളയെ വൈക്കത്തുനിന്നും അറസ്റ്റു

ചെയ്തു ശുചീന്ദ്രത്തിനടുത്തുള്ള എടലാക്കടി സബ്ജയിലിലേക്ക് കൊണ്ടുപോയതായാണ് വിവരം.

ഇ എം : *ഞെട്ടി.* കൃഷ്ണപിള്ളയെ അറസ്റ്റു ചെയ്തോ! എപ്പോൾ?

തമ്പാൻ ; ഇന്നലെ വൈകുന്നേരം

ഇ എം : കൃഷ്ണപിള്ളയുടെ അഭാവം സംഗതികൾ കൂടുതൽ കുഴപ്പത്തിലാക്കുമല്ലോ. സ. കൃഷ്ണപിള്ള ചെയ്തിരുന്ന ജോലികൾ ആർക്കും ചെയ്യാനാവില്ല. ഉടനെ എൻ സിയെയും ദാമോദരനെയും എ കെ ഗോപാലനെയും സംഘടിപ്പിച്ച് പി എൻ ഒ യോഗം ചേരാൻ ഏർപ്പാടാക്കൂ.

ഒരു കടലാസുകെട്ട് കൊടുത്ത് ഇത് കേന്ദ്ര കമ്മിറ്റിക്ക് അയയ്ക്കണം. പാർട്ടി കത്ത് തയ്യാറായിട്ടുണ്ട്. മറ്റന്നാൾ അച്ചടി തുടങ്ങാം.

തമ്പാൻ : ശരി *(തമ്പാൻ പുറത്തേക്ക് പോകുന്നു. ഇ എം വീണ്ടും എഴുത്തിൽ മുഴുകുന്നു)*

രംഗദീപം പൊലിയുന്നു.

രംഗദീപം തെളിയുമ്പോൾ

സമയം പകൽ.

മുറിക്കകത്ത് ഇ എം എന്തോ വായിക്കുന്നു. വരാന്തയിൽ കല്യാണി മുറത്തിൽ അരിയിൽ നിന്ന് കല്ല് പെറുക്കുന്നു.

കല്യാണി : (സ്വയം) ഇത് മുഴുവൻ കല്ലാണ്. ഇത്ട്ട് എങ്ങന്യാ കഞ്ഞി വയ്ക്കുക. യുദ്ധാണെന്ന് പറഞ്ഞ് ആളുകൾക്ക് പട്ടിണി കിടക്കാൻ പറ്റ്വോ? വിലയാണെങ്കിലോ അടുക്കാൻ വയ്യ. തീവെല

(കുഞ്ഞിരാമൻ തഞ്ചത്തിൽ മുറത്തിൽനിന്ന് ഒരു പിടി അരിവാരി വായിലിടുന്നു) (പെട്ടെന്ന്)

കുഞ്ഞിരാമൻ... "ഉറക്കെ.. അമ്മേ.. കാക്ക.." എന്നുറക്കെ വിളിച്ചുകൊണ്ട് ജനലിനടുത്തേക്ക് പോകുന്നു.

ഇ എം എസ് പതുക്കെ പുസ്തകവുമായി ജനലിനടുത്തുനിന്നും മറയുന്നു)

പുറത്തുനിന്ന് പാർവ്വതി പ്രവേശിക്കുന്നു. മുപ്പതു വയസ്സുപ്രായം. നല്ല അഴകും ആരോഗ്യവുമുള്ള ശരീരപ്രകൃതം. അഴിച്ചിട്ട മുടിയിൽ പൂതിരുകി പൊട്ടുകുത്തി അണിഞ്ഞൊരുങ്ങിയാണ് വരവ്. കൈക

കളിൽ കുപ്പിവള. നല്ല നിറമുള്ള ബ്ലൗസ്, കരയുള്ള മുണ്ട്. അല്പം താഴ്ത്തിയുടുത്ത്. ഒരു തുമ്പെടുത്ത് അരയിൽ കുത്തിയാണ് വരവ് കണ്ടാൽ തനിക്കു താൻ പോന്ന മട്ടുള്ള ഒരു യുവതി

കല്യാണി : ഇതാരാ പാറോതിയോ? നീയിപ്പോ ഏട്യാടോ

പാറോതി : *(ചിരിച്ചുകൊണ്ട്)* ഞാനിവിടെയൊക്കെത്തന്നെയുണ്ട്. കണ്ട് എമ്പോക്കികള് അനാവശ്യം പറഞ്ഞൂന്ന് വച്ച് പാറോതി ഒളിച്ചോടൊന്നൂല്ല. അതൊക്കെ ഓൻമാരെ മനതി ഇരിക്കത്തേ ഉള്ളൂ.

കല്യാണി : *സ്വരം താഴ്ത്തി* ടോ ചെക്കൻ നിക്കണ്. തൂശിച്ച് പറ.

പാറോതി : എടാ ചെക്കാ നെക്കിന്ന് ഇസ്കൂളിലേ്യ പ്രായമുള്ളോരു വർത്തമാനം പറേണടത്ത് വന്ന് വായും പൊളിച്ചു നില്ക്കാതെ ഉഷ്കോളി പോടാ.

കുഞ്ഞിരാമൻ പോകുന്നു

കല്യാണീ ഏടത്തീ, ഇപ്പോഴത്തെ കുട്ട്യോളക്കുറിച്ച് ഒന്നും പറയണ്ട. മൊട്ടേന്നു വിരിയെണ്ട അപ്പോളെ അവർക്ക് പെണ്ണുങ്ങളെക്കണ്ടാ തുടങ്ങും ഒരുമാതിരി സൂക്കേട്. ഇന്നാളില് ആ ഇസ്കൂളിന്റെ നടേക്കൂടി വരുമ്പോ ഉണ്ടെടി ഒരുത്തൻ പറയ്വാ ഇവളെ കെട്ടണോന്ന് കട്ടില് വേണ്ടാന്ന്. തിരിഞ്ഞു നോക്കുമ്പോ ഉണ്ടെടീ ഒരുചെക്കൻ.. ഉണക്കമീൻ കണ്ട നായയെപ്പോലെ വായും പൊളിച്ച് എന്നെത്തന്നെ നോക്കിനിക്ക്ണ്. അണ്ണാൻ കുഞ്ഞിന്റത്രേം ഇല്ല. ഒര് കോണാൻ ഉടുക്കാൻ നേരേ അറില്യാ എങ്കിലും ഓന്റെ ഒരു പൂത്യേ!

കല്യാണി : നീ എന്തിനാ ഇങ്ങനെ ഒരടക്കോം ഒതുക്കോം ഇല്ലാണ്ടേ ഇറങ്ങിക്കേറി നടക്കണേ അതുകൊണ്ടല്ലേ?

പാറോതി : ഞാനേ കട്ടും മോട്ടിച്ചിട്ടുമല്ല പണിയെടുത്തിട്ടാ തിന്നണത്. സാധാരണ പെണ്ണുങ്ങൾക്കുള്ളതേ എനിക്കും ഉള്ളൂ. കണ്ടാ കൊറച്ച് വൃത്തീം മെനയുമൊക്കെയൊള്ളതിന് ഞാനെന്നാ പിഴച്ചു. എന്റെ ചന്തീം മെലോം കണ്ടാൽ സഹിക്കാത്തവൻ ഒരു മുണ്ട് മേടിച്ച് തരട്ടെ. ഞാൻ കൂടെ പൊറുക്കാം. അല്ലാതെ ചിരിച്ചും കളിച്ചും കാര്യം കാണാൻ വന്നാലെ പാറോതിയുടെ വിധം മാറും. പാറോതി ചൂലെടുക്കും. പൂവാലന്മാരുടെ മനതിലിരുപ്പ് നടക്കാത്തതുകൊണ്ടാ ഏടത്തി എന്നെക്കുറിച്ച് ഓന്മാർ അപവാദം പറഞ്ഞു നടക്കണത്.

പൊക്കൻ കയറി വരുന്നു. ചെത്തിനു പോയിരുന്ന വേഷം. എളി

യിൽ കത്തിയും തേറും. പാർവ്വതിയെക്കണ്ട് വെറുപ്പോടെ അകത്തേക്ക് പോകുന്നു.

കല്യാണി : അങ്ങോര് ചെത്ത് കഴിഞ്ഞ് വരവാ. നല്ല വെശപ്പു കാണും ഞാനകത്തോട്ടു ചെല്ലട്ടെ.

പാറോതി : ചെല്ലീൻ.. ചെല്ലീൻ അല്ലെങ്കിൽത്തന്നെ അങ്ങോർക്കെന്നോട് മുഷിച്ചിലാ.. ഞാനങ്ങോരെ മേക്കിട്ടുകേറാൻ നടക്കണപോലെ. അങ്ങോർക്കെന്നെക്കാണുമ്പോ കാലിൻ കലിയിളകും.

പൊക്കൻ : *അകത്തു ചെന്ന് ദേഷ്യത്തിൽ* എടീ കല്യാണി എനിക്ക് വെശക്കുന്നു. പഴംകഞ്ഞി വെളമ്പ്. ആ തേവിടിശ്ശിയുമായിട്ട് അവിടെ എന്താടീ ഒരു ശൃംഗാരം.

പാറോതി : തേവിടിശ്ശിയോ? ആരാടോ തന്റെ തേവിടിശ്ശി എന്നെക്കൊണ്ടൊന്നും പറയിക്കല്ലേ. പാറോതി ചീത്തയാണെങ്കിൽ മഹാ ചീത്തയാ തന്റെ കുടീക്കേറി വന്നിട്ടല്ലേ. *പാറോതി പുറത്തേക്ക് പോകുന്നു. കല്യാണി അകത്തേക്കും.*

(രംഗദീപം പൊലിയുന്നു)

(രംഗദീപം തെളിയുമ്പോൾ)

സമയം രാത്രി
വീടിന്റെ വരാന്തയിൽ

പൊക്കൻ : എടീ കല്യാണി നമ്മടെ മേനോൻ ഈയിടെയായി തീരെ സങ്കടത്തിലാണ്.

കല്യാണി : അങ്ങോർക്കേ കെട്ട്യോളും മക്കളുമൊക്കെ കാണുമായിരിക്കും. അവരെ കാണാഞ്ഞാൽ പിന്നെ സങ്കടം വരില്ല്യേ. അല്ല.. ഏതാണ്ട് രണ്ടു വർഷത്തോളമായില്ലേ ഇവിടെ വന്നിട്ട്.

പൊക്കൻ : അതിനായിരിക്കും മൂന്നും നാലും ദിവസം ഇടയ്ക്കിടക്ക് ഇവിടുന്ന് സ്ഥലം വിടുന്നത്.

കല്യാണി : ആ അപ്പു പോയിട്ട് ഇതുവരെ ഒന്നു തിരിഞ്ഞുനോക്കിയില്ലല്ലോ.

പൊക്കൻ : *(ചിരിച്ചുകൊണ്ട്)* എടീ അത് അപ്പുവൊന്നുമായിരിക്കില്ല. ഏതോ ഒളിവിൽ കഴിയുന്ന വല്യ നേതാക്കളിൽ ആരെങ്കിലുമായിരിക്കും.

കല്യാണി : ങ്ും.. നേതാവ് എങ്കി ഓൻ ഇങ്ങനെ എറങ്ങിക്കേടി നടക്കുവോ. കോട്ടും കൊടയുമൊന്നുമില്ലാതെ എങ്കിലും നമ്മളോടൊക്കെ എന്തൊരു സ്നേഹമാ

ണെന്നോ. കൂട്ടാൻ വയ്ക്കാൻ നെത്തോലീടെ തല വരെ നുള്ളിത്തരും.

പൊക്കൻ : എടീ അതി വല്യകാര്യമൊന്നുമില്ല. കമ്യൂണിസ്റ്റുകാരങ്ങനാടീ. ഞാനിന്നാള് നമ്മടെ മേനോൻ സഖാവിനേം കൊണ്ട് പോയപ്പോ അദ്ദേഹം പറയിണകേട്ടു. കമ്യൂണിസ്റ്റുകാര് ജനങ്ങൾക്കിടയിൽ വെള്ളത്തിലെ മീൻപോലെയാവണമെന്ന്

കല്യാണി : എന്നിട്ടാണോ മുറിയടച്ചിരുന്ന മൂപ്പര് എപ്പോഴും കുത്തിക്കുറിച്ചു കൊണ്ടിരിക്കുന്നത്. എപ്പോ നോക്കിയാലും ഒന്നുകിൽ എഴുത്ത് അല്ലെങ്കിൽ വായന. വാതുറക്കുന്നത് കുഞ്ഞിരാമനെ പഠിപ്പിക്കുവാനോ ആ തമ്പാൻ സഖാവ് വരുമ്പോഴേ മാത്രമല്ലേ?

പൊക്കൻ : എടീ അദ്ദേഹം പാർട്ടിയിലെ വല്യ ഒരാളാണ്. ഇവിടെ ഇരുന്നോണ്ട് കേരളത്തിലേം ഇന്ത്യേലേം മുഴുവൻ കാര്യങ്ങളും നോക്ക്വാണെന്നാ കേട്ടത്.

കുഞ്ഞി : *(മുന്നോട്ട് വന്ന്)* അമ്മേ ഞാനൊരു രഹസ്യം പറയട്ടെ

കല്യാണി : എന്തു രഹസ്യം

കുഞ്ഞി : പറഞ്ഞോട്ടെ

കല്യാണി : നിന്റെ അച്ഛനോട് ചോദിക്ക്.

കുഞ്ഞി : അച്ഛാ ഞാൻ പറഞ്ഞോട്ടെ

പൊക്കൻ : ദേ വെറുതെ മുന്നിൽ വന്നു ചിണുങ്ങാതെ കാര്യം എന്താന്നുവച്ചാ പറ. അവന്റെ ഒരു രഹസ്യം.

കല്യാണി : അതല്ലേ, ഓൻ ചോദിക്കണേ. ഓൻ പറഞ്ഞോട്ടെ.

കുഞ്ഞി : *ഒരു വലിയ കണ്ടുപിടുത്തം പോലെ.* ഇവിടെ ഒളിവിലിരിക്കുന്ന മേനോൻ അമ്മാവൻ ആരാന്നാ നിങ്ങടെ വിചാരം. മേനോനമ്മാവൻ ഒരു നമ്പൂതിരിയാ..

കല്യാണി : *(അറിയാതെ ഞെട്ടുന്നു)* ങേ! നമ്പൂതിരിയോ.

പൊക്കൻ പെട്ടെന്ന് അവളുടെ വായ് പൊത്തുന്നു

പൊക്കൻ : *(ദേഷ്യത്തിൽ)* പതുക്കെപ്പറ

കല്യാണി : എന്റെ പകോതി ആദ്യം നമ്പൂതിരിയാണെന്നറിയാണ്ട് കപ്പേം ഉണക്കമീനും ഒക്കെ കൊടുത്തതാ. ഇനി എന്താ വരിക. തൈവതോഴം കിട്ടാണ്ടിരുന്നാ മതിയാർന്ന്

പൊക്കൻ : *(ദേഷ്യത്തിൽ)* നീ വെറുതെ ബേജാറാവാതെ കല്യാണി ഈ വികടൻ എവിടുന്നോ ആരോ പറഞ്ഞത് തട്ടിവിട്ടതാ. നിനക്ക് എവിടുന്ന് കിട്ടിയെടാ ഈ നൊണ. *ചാടിയെഴുന്നേറ്റ് അവന്റെ കൈകൂട്ടിപ്പിടിച്ച് തല്ലാൻ ഒരുങ്ങുന്നു. കുഞ്ഞിരാമൻ പേടിച്ച് വിറച്ച് പതിഞ്ഞ ശബ്ദത്തിൽ*

കുഞ്ഞിരാമൻ : *(സങ്കടത്തോടെ)* നൊണയല്ലാ. *മാതൃഭൂമി* കടലാസിലൊണ്ട്. ഏൻ പഴം വാങ്ങി പൊതിഞ്ഞുകൊണ്ടു വന്ന പേയ്പ്പറിൽ ഒണ്ടച്ചാ. *അകത്തുപോയി ഒരു പുസ്തകം എടുത്തുകൊണ്ടുവരുന്നു. രംഗത്ത് വന്ന് പുസ്തകത്തിൽ നിന്ന് മടക്കിവച്ച പഴയ പത്രക്കടലാസെടുത്ത് നിവർത്തി അച്ഛനേയും അമ്മയേയം കാണിക്കുന്നു.*

പത്രം നിവർത്തി ഇ എം എസിന്റെ ചിത്രവും പൊലീസിന്റെ മുന്നറിയിപ്പും കാണിക്കുന്നു

പൊക്കനും കല്യാണിയും: ശര്യാ അതു തന്നെ അപ്പോൾ .. ഇത്

കുഞ്ഞി : ഇതുതന്നെയാണ് കമ്യൂണിസ്റ്റു നേതാവ് ഇ എം ശങ്കരൻ നമ്പൂതിരിപ്പാട്.

കല്യാണി : പടം ഇതുതന്നെ. ആ കടലാസി ഉള്ളത് മുഴുവനും വായിച്ചോ?

കുഞ്ഞിരാമൻ വായിക്കുന്നു

ഇ എം എസിനെക്കുറിച്ച് വിവരം നല്കുന്നവർക്ക് പതിനായിരം ഉറുപ്പിക സമ്മാനം.

ഇന്ത്യൻ രാജ്യരക്ഷാ നിയമപ്രകാരം ആളെ അറസ്റ്റു ചെയ്യാൻ വേണ്ട വിശ്വാസയോഗ്യമായ വിവരംതരുന്ന ഏതൊരാൾക്കും ഡെപ്യൂട്ടി ഇൻസ്പെക്ടർ ജനറൽ ഓഫ് പൊലീസ് റയിൽവേയ്സ് ആന്റ് സി ഐ ഡി *(മൈലാപ്പൂർ - മദിരാശി)* 10,000 ഉറുപ്പിക സമ്മാനം നല്കുന്നതാണ്.

(ഏലംകുളം മനയ്ക്കൽ) ശങ്കരൻ നമ്പൂതിരിപ്പാട്. പരമേശ്വരൻ നമ്പൂതിരിപ്പാട് മകൻ ഏലംകുളം അംശം ഏലംകുളം ദേശം വള്ളുവനാട് താലൂക്ക് മലബാർ ഡിസ്ട്രിക്ട്. പ്രായം ഉദ്ദേശം 31. ഉയരം 5 അടി രണ്ടര ഇഞ്ച്. തടിച്ച ശരീരം. നെറ്റിക്ക് ഒരു കല വലത്തെ നെരിയാണിക്കു മീതെ ഒരു കല. സംസാരത്തിൽ വിക്ക്

ടി അടയാളത്തിൽ പറഞ്ഞയാൾ കഴിഞ്ഞ രണ്ടുവർഷമായി ഒളിവിലാണ്. അദ്ദേഹത്തെ പിടിച്ചേല്പിക്കുകയോ ഒളിവിൽ കഴിയുന്ന കേന്ദ്രത്തെക്കുറിച്ച് വിശ്വാസയോഗ്യമായ അറിവു നല്കുകയോ ചെയ്യുന്നവർക്ക് 10000 ബ്രിട്ടീഷ് രൂപ സമ്മാനമായി നല്കുന്നതാണ്.

ഡപ്യൂട്ടി ഇൻസ്പെക്ടർ
ജനറൽ ഓഫ് പൊലീസ്
(ഒപ്പ്)

കല്യാണി : അയ്യോ ഇതാരെങ്കിലുമറിഞ്ഞാൽ

പൊക്കൻ : ഇത്രനാളറിഞ്ഞില്ലല്ലോ. പിന്നെന്തിനാ ഇപ്പോൾ ഒരു ഭയം.

കല്യാണി : മോനേ. കഴുത്തുപോയാലും ഇതാരോടും പറയല്ലേ ടാ. ഇവിടെ വച്ച് അദ്യത്തിന് എന്തെങ്കിലും സംഭവിച്ചാൽ പിന്നെ ഞാൻ ജീവിച്ചിരിക്കില്ല.

പൊക്കൻ : ആ കടലാസിങ്ങു താ

പൊക്കൻ കടലാസു പിടിച്ചുവാങ്ങി കല്യാണി.. ഇതിപ്പോതന്നെ നമ്മുടെ അടുപ്പിലോട്ടങ്ങ്ട്. കുഞ്ഞിരാമൻ പത്രം വായിക്കുന്നതു മുതൽ ഇ എം എസിന്റെ മുറിയിലെ വെളിച്ചം തെളിയണം. ഇ എം എസ് ഇതെല്ലാം ജന്നലഴിപിടിച്ച് നോക്കി നില്ക്കുകയാണ്.

കല്യാണി : കടലാസ് അടുപ്പിലിടാൻ വേണ്ടി തുനിയുമ്പോൾ പെട്ടെന്ന് ഇ എം എസിനെ കാണുന്നു
'സഖാവെ ഞങ്ങളോട് പൊറുക്കണം' തേങ്ങിപ്പോകുന്നു.

എല്ലാവരും തിരിഞ്ഞു നോക്കുന്നു. ഇ എം എസിന്റെ കണ്ണിൽ നിന്നും ഒരു തുള്ളി കണ്ണീർ താഴെ വീഴുന്നു.

ഇ എം എസ് സാവധാനം പുറത്തേക്ക് വരുന്നു

ഇ എം : ഒരു നേരത്തെ കഞ്ഞിക്കുവകയില്ലാത്ത നിങ്ങൾ നിങ്ങളുടെ ജീവൻ പണയം വച്ച് എന്നോടും പ്രസ്ഥാനത്തോടും കാണിക്കുന്ന ഈ സ്നേഹത്തിന് എനിക്ക് നന്ദി പറയാൻ വാക്കുകളില്ല. എന്റെ ജീവിതം നിങ്ങൾക്കു കടപ്പെട്ടതാണ്.

(വരാന്തയിലെ ലൈറ്റ് മങ്ങുന്നു മുറിയിൽ വെളിച്ചം കൂടുതൽ തെളിയുന്നു. തമ്പാൻ കടന്നുവരുന്നു.)

തമ്പാൻ : പുറത്തെ സഖാക്കൾ ഒരു കുറിപ്പ് തന്നിട്ടുണ്ട്.

ഇ എം എസ് കുറിപ്പ് നോക്കുന്നു

ഇ എം : ഗസറ്റിൽ പരസ്യം ചെയ്തോ?

തമ്പാൻ : ഇന്നലെ പുളിങ്കാവിലെ വീട് പൂട്ടി സീൽ വച്ചു. അതേ സമയം കുടമാളൂരെ.. വീടും സീൽചെയ്യണമെന്ന് പൊലീസ് നിർബ്ബന്ധം പിടിച്ചു. പക്ഷേ, അത് കോടതി ഇടപെട്ടു. തല്ക്കാലം തടഞ്ഞിരിക്കുകയാണ്. ഒരാഴ്ചക്കകം സഖാവ് സർണ്ടർ ചെയ്യാത്ത പക്ഷം മുഴുവൻ സ്ഥാവര ജംഗമ സ്വത്തുക്കളും ഗവ. ലേക്ക് കണ്ടുകെട്ടുമെന്ന് ഗസറ്റ് വിജ്ഞാപനം ഇറ

ങ്ങിയിരിക്കുകയാണ്.

ഇ എം : സാരമില്ല. പക്ഷേ, കുടമാളൂരിൽ ആര്യയുടെ സ്ഥിതി യെന്താണ്.

തമ്പാൻ : വളരെ മോശം. അങ്ങ് മരിച്ചുവെന്നാണ് പൊലീസും അവരുടെ ഏജന്റുമാരും പ്രചരിപ്പിക്കുന്നത്. പാവം ആര്യ മകളേയും അടക്കിപ്പിടിച്ച് കരഞ്ഞുംകൊണ്ട് ഒരേ ഒരിരിപ്പാണ്.

ഇ എം : *(ചിന്തയിൽ മുഴുകുന്നു)* ശരി ഞാനൊരു കുറിപ്പ് തരാം. ഇത് ഒളപ്പമണ്ണ വാസുദേവൻ വശം തെക്കേ ടത്ത് മനയിലെത്തിക്കുക.

ഇ എം എസ് കുറിപ്പെഴുതുന്നു. കുറിപ്പ് തമ്പാനെ ഏല്പിക്കുന്നു.

"ഞാൻ സുരക്ഷിതനാണ് എന്നെപ്പറ്റി ഒട്ടും വിഷമി ക്കേണ്ട"

(തമ്പാൻ പുറത്തേക്ക് പോകുന്നു മുറിയിൽ ഇ എം മാത്രം. ചിന്താ ഭരിതമാണ് മുഖം ഏതോ ഓർമ്മയിലൂടെ മനസ്സ് സഞ്ചരിക്കുന്നു)

പശ്ചാത്തലത്തിൽ

ഒരു സ്ത്രീ ശബ്ദം : മരുമോൻ നമ്പൂതിരിയുടെ വല്ല വിവരവും ഉണ്ടോ?

മറ്റൊരു സ്ത്രീ ശബ്ദം: ഇല്ല്യാ ഒളിവിലാന്നാ കേട്ടത് ഇവ്ളേ പൊലീസു കാർ ഇവിടേം വന്ന് ശല്യപ്പെടുത്താൻ തൊടങ്ങീരി ക്ക്യാണ്

ഒരു സ്ത്രീ അടക്കം

പറയുന്ന മട്ടിൽ : നൊമ്മുടെ അടുത്ത നമ്പൂതിരിമാര് പറേണത് ചന്ദ്ര ബോസിനെപ്പോലെ ഇ എം എസ് ജർമ്മനീലെ ങ്ങാണ്ട് പോയീന്നാ. ആര്യ അറിയേണ്ട. പിന്നെ ചിലേരു പറേണു പൊലീസ് വയനാട്ടിലെങ്ങാണ്ടോ കൊണ്ടുപോയി വെടിവച്ചു കൊന്നൂന്ന്..

ആര്യയുടെ ശബ്ദം: അത് നൊണ്യാ. അദ്ദേഹം മരിച്ചിട്ടില്യാ. എന്തിനാ ദ്ദ്യേത്തേ കൊല്ലുന്നത്. നല്ലയാളല്ലേ. ഒരു ഉറുമ്പിനെ പ്പോലും നോവിക്കാത്തയാൾ

ഒരുകുഞ്ഞിന്റെ കരച്ചിൽ – ആര്യയുടെ തേങ്ങൽ

ഇ എം : *(സ്വയം)* ആര്യേ ഞാൻ സുരക്ഷിതനാണ്. എന്നെ പ്പറ്റി ഒട്ടു വിഷമിക്കണ്ട.

(ആ വാക്കുകൾ പ്രതിദ്ധ്വനിക്കുന്നു)

രംഗദീപം പൊലിയുന്നു

ദൃശ്യം പതിനേഴ്

കാലം - 1942
സമയം സായാഹ്നം
സ്ഥലം - കോഴിക്കോട് ടൗൺഹാൾ

ചുവരിൽ : "കയ്യൂർ സഖാക്കളുടെ വധശിക്ഷ ഇളവ് ചെയ്യുക- ബഹുജനകൺവെൻഷൻ" വേദിയെ രണ്ടായി പകുത്ത്

അദ്ധ്യക്ഷവേദിയും സദസ്സും എന്ന നിലയ്ക്കാണ് രംഗം സജ്ജീകരിക്കേണ്ടത്. പ്രസംഗം തുടർന്ന് കൊണ്ടിരിക്കുന്നതിനിടയിലാണ് രംഗം തുടങ്ങുന്നത്. രംഗദീപം തെളിയുമ്പോൾ..

കോഴിപ്പുറത്തു മാധവമേനോൻ: കമ്യൂണിസ്റ്റുകാരെ എതിർക്കുന്ന കോൺഗ്രസുകാരായ ഞങ്ങൾക്കുപോലും സാമ്രാജ്യത്വത്തിന്റെ ഈ കടുത്ത നടപടിയോട് വിയോജിപ്പുണ്ട്. അതുകൊണ്ട് കയ്യൂരിലെ കാർഷികപ്രസ്ഥാനത്തിന്റെ ചുണക്കുട്ടന്മാരായ മഠത്തിൽ അപ്പു, ചിരുകണ്ഠൻ, അബൂബക്കർ, പെടോര കുഞ്ഞമ്പു എന്നീ നാലു യുവാക്കളെ തൂക്കിക്കൊല്ലാനുള്ള ബഹു. കോടതിവിധിയെ ജീവപര്യന്തമായി ഇളവ് ചെയ്യണമെന്ന് ബഹു. ഗവർണർ ജനറലിനോട് ഞാനും എന്റെ പാർട്ടിയും വിനയപൂർവ്വം അഭ്യർത്ഥിക്കുന്നു. തുടർന്ന് സംസാരിക്കുവാൻ മൊയ്യാരത്ത് ശങ്കരനെ ക്ഷണിക്കുന്നു.

മൊയ്യാരം : പ്രിയപ്പെട്ട സഖാക്കളേ,
ശ്രീമാൻ കോഴിപ്പുറത്തു മാധവമേനോൻ പറഞ്ഞത് പോലെ കക്ഷി രാഷ്ട്രീയ ഭിന്നതകൾ മറന്നുകൊണ്ട് നാമിവിടെ സമ്മേളിച്ചിട്ടുള്ളത് ദേശാഭിമാനികളായ നമ്മുടെ കയ്യൂരിലെ നാല് സിംഹക്കുട്ടികളെ..

(ഈ സമയം പുറത്ത് ഒരു കാർ വന്ന് നില്ക്കുന്നതിന്റെയും ഡോർ തുറക്കുന്നതിന്റെയും ശബ്ദം.

സഖാവ് ഇ എം എസ് സിന്ദാബാദ്. കമ്യൂണിസ്റ്റ് പാർട്ടി സിന്ദാബാദ് എന്ന് പറഞ്ഞ് മുദ്രാവാക്യം വിളി ഉയരുന്നു. സദസ്യർ ശ്രദ്ധിക്കുന്നു. ഉത്സാഹഭരിതനായി ചിരിച്ചുകൊണ്ട് ഇ എം എസ് വേദിയിലേക്ക് കടന്ന് വരുന്നു. സദസ്യർ ആകെ എഴുന്നേല്ക്കുന്നു. ഇ എം എസ് കൈ ഉയർത്തി സദസ്യരെ അഭിവാദ്യം ചെയ്യുന്നു. മാധവമേനോൻ ഇ എം എസിനെ കെട്ടിപ്പുണരുന്നു.

മൊയ്യാരം : സഖാക്കളെ കഴിഞ്ഞ രണ്ടു വർഷക്കാലം ബ്രിട്ടീഷ്

പൊലീസും അവരുടെ ഏജന്റുമാരും തലയ്ക്ക് വില പറഞ്ഞ് വേട്ടയാടിക്കൊണ്ടിരിക്കുന്ന നമ്മുടെ പ്രിയപ്പെട്ട സഖാവ് ഇ എം എസ് ഇതാ ഒളിവിൽ നിന്നും പുറത്ത് വന്നിരിക്കുന്നു. ഇനി അദ്ദേഹം നിങ്ങളോട് സംസാരിക്കും

(ഇ എം എസ് - സ്വസ്ഥാനത്ത് നിന്ന് എഴുന്നേല്ക്കുന്നു. ആവേശോജ്ജ്വലമായ മുദ്രാവാക്യം വിളികൾ. പ്രസംഗിക്കാൻ വേദിക്കടുത്തേക്ക് വരുന്നു. പ്രായമായ ഒരമ്മ ഒരു വലിയ രക്തഹാരം ഇ എം എസിനിടുന്നു. കാൽ തൊട്ടുതൊഴാൻ തുടങ്ങുന്നു. ഇ എം എസ് പിടിച്ചെഴുന്നേല്പിക്കുന്നു)

വൃദ്ധ : മോനേ എന്ത് വെലകൊടുത്തും നമ്മുടെ കയ്യൂരിലെ കുട്ട്യോളെ രക്ഷിക്കണം. മോന്റെ കൂടെ ഞങ്ങളൊക്കെയുണ്ട്. *(അവർ സാവധാനം പിന്നിലേക്ക് പോകുന്നു)*

ഇ എം : പ്രിയപ്പെട്ട സഹോദരീ സഹോദരന്മാരെ, സഖാക്കളെ, കഴിഞ്ഞ രണ്ടു വർഷമായി ഞങ്ങൾ കമ്യൂണിസ്റ്റുകാരിൽ പലരും ഒളിവിലായിരുന്നു എന്ന് നിങ്ങളിൽ ചിലർക്കെങ്കിലും അറിയാം. എന്നാൽ, കഴിഞ്ഞ ദിവസം ബ്രിട്ടീഷ് ഗവൺമെന്റ് കമ്യൂണിസ്റ്റ് പാർട്ടിയുടെ രൂപീകരണത്തിന് ശേഷം ചരിത്രത്തിലാദ്യമായി അതിന്റെ മേലുള്ള നിരോധനം പിൻവലിച്ചിരിക്കുകയാണ്. ഇത് എത്ര ദിവസത്തേക്കാണെന്നു പോലും പറയാൻ വയ്യ. ഒരുപക്ഷേ, ഇന്നത്തെ സാർവ്വദേശീയ ചുറ്റുപാടും സോവിയറ്റ് യൂണിയന്റെ നിലപാടും കൊണ്ടായിരിക്കും. എന്നെപ്പോലെ തന്നെ ഒളിവിലായിരുന്ന എ കെ ഗോപാലനും ജയിലിലായിരുന്ന പി കൃഷ്ണപിള്ളയും ഒക്കെ ഇന്നുമുതൽ പ്രവർത്തനരംഗത്തേക്കിറങ്ങുകയാണ്. എനിക്കാകട്ടെ ഒളിവിൽ നിന്ന് പുറത്ത് വന്ന ഉടനെ കയ്യൂരിലെ നമ്മുടെ നാലു സഖാക്കളുടെ ജീവൻ രക്ഷിക്കാനാവശ്യമായ ബഹുജനപ്രക്ഷോഭത്തിന് രൂപം കൊടുക്കാനുള്ള കൺവെൻഷനിൽ സംബന്ധിക്കാനാണിടയായത്. വെറും അഭ്യർത്ഥനകൊണ്ട് ബ്രിട്ടീഷ് അധികാരികൾ വധശിക്ഷ ഇളവുചെയ്യുമെന്ന് നാം പ്രതീക്ഷിച്ചുകൂടാ. ശക്തവും തുടർച്ചയുമായ ബഹുജനപ്രക്ഷോഭം തന്നെ വേണ്ടിവരും.

(ഒരു സബ് ഇൻസ്പെക്ടറും, മൂന്ന് നാല് പൊലീസുകാരും വേദി വളയുന്നു)

ആളുകൾ : പൊലീസുകാർക്കിവിടെ എന്താ കാര്യം. അവർ ഹാൾ വിട്ടുപോകണം.

സബ് - ഇൻ : മി നമ്പൂതിരിപ്പാട് ഇത് കലക്ടറുടെ ഓർഡറാണ്. *(ഓർഡർ കാണിക്കുന്നു)* അങ്ങയെ ഉടനെ അറസ്റ്റ് ചെയ്ത് കസ്റ്റഡിയിൽ എടുക്കാനാണ് കല്പന.

(ജനങ്ങൾ വേദിക്കടുത്തേക്ക് പായുന്നു. ജനങ്ങളും പൊലീസും തമ്മിൽ ഉന്തും തള്ളും വാഗ്വാദങ്ങളും നടക്കുന്നു)

ഇ എം : *(ഉച്ചത്തിൽ)* സഖാക്കളേ, സമാധാനം പാലിക്കുക. ഞാനറസ്റ്റിന് വഴങ്ങുന്നു. ഇവർക്ക് ഇനി എന്നെ അധികകാലം ജയിലിൽ വയ്ക്കാനാവില്ല. തല്ക്കാലം അറസ്റ്റ് ചെയ്തോട്ടെ.

(ഇ എം എസിന്റെ കൈയിൽ വിലങ്ങ് വയ്ക്കുന്നു. പുറത്തേക്ക് കൊണ്ടു പോകുന്നു)

ഹാളിൽ ഉള്ളവർ : സഖാവ് ഇ എം എസ് സിന്ദാബാദ്. കമ്യൂണിസ്റ്റുപാർട്ടി സിന്ദാബാദ്. സ. ഇ എം എസിനെ മോചിപ്പിക്കുക. തുടങ്ങിയ മുദ്രാവാക്യങ്ങൾ മുഴക്കുന്നു.

രംഗദീപം പൊലിയുന്നു

ദൃശ്യം പതിനെട്ട്

പുളിങ്കാവിലെ ഇ എം എസിന്റെ വീട്
ഒരു സായാഹ്നം

രംഗദീപം തെളിയുമ്പോൾ

ആര്യയും കാര്യസ്ഥൻ രാമൻ നായരും തമ്മിൽ സംസാരിച്ചു നില്ക്കുന്നു.

രാമൻനായർ : വെടോണ്ട്. അടൃന് സങ്കടോണ്ട്.

ആര്യ : എന്തിനാ രാമൻനായർ സങ്കടപ്പെടണേ.. ഞാനെല്ലാം മനസ്സിലാക്കിയിരിക്കുന്നു. അദ്ദേഹത്തിന്റെ വക സ്വത്തുക്കൾ എല്ലാം വില്ക്കാൻ നിശ്ചയിച്ചിരിക്കുന്നു. രണ്ടാഴ്ചയ്ക്കകം പ്രമാണം നടക്കും അതൊക്കെ അല്ലേ കാര്യങ്ങൾ..

രാമൻ : വെടോണ്ട്. അപ്പോൾ തമ്പ്രാട്ടി എല്ലാം അറിഞ്ഞിരിക്കുന്നു. തമ്പ്രാട്ടീ. നാലാമ്പ്രാനോട് ഒന്നു കടുപ്പ

ത്തിൽ പറഞ്ഞാൽ അവിടുന്നു പിന്മാറിയേനെ.

ആര്യ : *(ചിരിച്ചുകൊണ്ട്)* ഞാനോ? ഞാൻ പറയില്യാ. രാമൻ നായർക്ക് അറിയില്യേ. അദ്ദേഹത്തെ ഞാൻ പറഞ്ഞ് കേട്ടിട്ടേ ഉള്ളൂ. ജോലിക്ക് പോകണ്ടാന്ന് അമ്മ പറഞ്ഞിട്ടും കേക്കാതെ പോയ ആളല്ലേ അദ്ദേഹം.

രാമൻ : വെടോങ്ങ്. അപ്പോൾ തമ്പ്രാട്ടിക്കും വെഷമൊണ്ട് അല്ലേ.

ആര്യ : എന്തൂട്ടാ രാമൻനായരേ. ഈ പറേണത്, വെഷമോ? എന്തിനാ വെഷമം?

രാമൻ : വെടോങ്ങ്. വസ്തുക്കളെല്ലാം വിറ്റാൽ തമ്പ്രാട്ടീടേം കൊച്ചു തമ്പ്രാട്ടീടേം കാര്യം..

ആര്യ : അതാണോ അതൊക്കെ അദ്ദേഹം നോക്കിക്കൊള്ളും.

(ഇ എം എസ് പുറത്തു നിന്നുവരുന്നു)

ഇ എം : മാലതി എവിടെ?

ആര്യ : ശ്രീദേവി ഏടത്തി എടുത്തുകൊണ്ട് പോയി. ഞാൻ പോയി എടുത്തുകൊണ്ട് വരാം...

ഇ എം : വേണ്ട അവർ തന്നെ ഇങ്ങട് കൊണ്ടാക്കും.

ആര്യ : അതും ശര്യാ.. അവർക്ക് മാലതീന്ന്.. ച്ചാൽ.. ജീവനാണ്.

ഇ എം : എന്താ രാമൻ നായരേ.. എല്ലാം ശരിയായോ?

രാമൻനായർ : വെടോങ്ങ്. എല്ലാം ശരിയായി വരുന്നു.

ആര്യ : ഈ രാമൻനായരെ എന്നോടു പറയുവ്വാ നാലാമ്പ്രാൻ വസ്തുവൊക്കെ വില്ക്കാൻ പോകുന്നു. എന്താ തടയാത്തത് എന്ന്

രാമൻ : വെടോങ്ങ്. അട്യൻ അങ്ങനെയല്ല പറഞ്ഞ്

ഇ എം : *(ചിരിച്ചുകൊണ്ട്)* രാമൻ നായർ എങ്ങിനെയാ പറയുകയെന്ന് എനിക്ക് നല്ല നിശ്ചേംണ്ട്. രാമൻ നായർ ഞാൻ ജനിക്കും മുമ്പേ ഏലംകുളം മനയ്ക്കലെ കാര്യസ്ഥനാണ്. ഭാഗം പിരിഞ്ഞപ്പോൾ എന്നോടൊപ്പം വന്നു. ജന്മിമാരെ സേവിച്ചേ രാമൻനായർക്ക് ശീലമുള്ളൂ. ഞാൻ ജന്മിയല്ലാതായാൽ പിന്നെ എന്തു ചെയ്യുമെന്നാണ് രാമൻനായർക്ക് പേടി. രാമൻ നായരേ നിങ്ങൾക്ക് സ്വന്തം കാലിൽ നില്ക്കാനുള്ള സൗകര്യങ്ങൾ ചെയ്തിട്ടേ ഞാൻ ജന്മിയല്ലാതാകൂ. അതുകൊണ്ട് ഒരു പരിഭ്രമവും വേണ്ട.

രാമൻ : വെടോങ്ങ്. അയ്യോ. അങ്ങനെ കല്പിക്കരുത്. അടിയനെക്കുറിച്ചോർത്തല്ല. ഇന്റെ നാലാമ്പ്രാൻ ജന്മിയല്ലാണ്ടാവുന്നത് ഇനിക്ക് സഹിക്കാനാവൂല്ല. ആ വേദ

നകൊണ്ട് അടിയന്റെ പഴമനതി തോന്നിയതു പറഞ്ഞുപോയതാണേ.. *(വിങ്ങിപ്പൊട്ടുന്നു)*

ഇ എം : *(രാമൻനായരെ ആശ്വസിപ്പിച്ചുകൊണ്ട്)* അയ്യോ. രാമൻ നായരെ നിങ്ങളെ വേദനിപ്പിക്കാൻ വേണ്ടി പറഞ്ഞതല്ല. എന്റെ അമ്മ കഴിഞ്ഞാൽ കുഞ്ഞുനാൾ മുതലേ എന്റെ കൈയോ കാലോ വളരുന്നതെന്ന് നോക്കി നടന്നയാളാണ് നിങ്ങൾ. എനിക്ക് ഓർമ്മ വയ്ക്കും മുമ്പ് എന്റെ അച്ഛൻ മരിച്ചു. ഒരർത്ഥത്തിൽ എനിക്ക് പിതൃസ്നേഹം തന്നത് നിങ്ങളാണ്.

രാമൻ : *(അറിയാതെ കരഞ്ഞുപോകുന്നു. മുഖം തോർത്ത് കൊണ്ട് മറയ്ക്കുന്നു)*

ആര്യ : *(സാന്ത്വനപ്പെടുത്തുന്നു)* രാമൻനായർ എന്തിനാ കരയുന്നത്.. അദ്ദേഹം വഴക്കൊന്നും പറഞ്ഞില്ലല്ലോ?

(ഇ എം എസും രാമൻ നായരും മുഖത്തോട് മുഖം നോക്കി ചിരിക്കുന്നു) (ഒളപ്പമണ്ണ വാസുദേവൻ നമ്പൂതിരി പ്രവേശിക്കുന്നു)

ഇ എം : എന്താ വാസുദേവൻ?

വാസുദേവൻ : ഏലംകുളം മനയ്ക്കലെ നാലാംമുറ തമ്പുരാനെ ഒന്നു തൃക്കൺ പാർക്കാൻ തന്നെ.

ഇ എം : *(ചിരിച്ചുകൊണ്ട്)* ഏതായാലും ഇനി ഈ ഒരു ആക്ഷേപത്തിന് വഴികൊടുക്കാതെ എന്റെ തമ്പുരാൻ വാഴ്ച ഉപേക്ഷിക്കാൻ ഞാൻ തീരുമാനിച്ചു.

വാസു : ഇനിക്ക് മനസ്സിലായില്യാ...

ഇ എം : വാസുദേവൻ എല്ലാ കാര്യവും എല്ലാർക്കും എപ്പോഴും മനസ്സിലാകണമെന്നില്യാ. ചിലപ്പോൾ ചിലത് ചിലർക്ക് കുറെ കഴിഞ്ഞാൽ മനസ്സിലാകും. മറ്റു ചിലർക്കോ ജീവിതത്തിൽ ഒരിക്കലും മനസ്സിലാവില്യാ.

വാസു : കുഞ്ചു ഏട്ടൻ ഇന്നൊരു ഫിലോസഫിക്കൽ മൂഡിലാണല്ലോ? എന്താ കുഞ്ചുവേട്ടൻ സന്ന്യസിക്കാൻ പോകുന്നോ?

ഇ എം : ആരു പറഞ്ഞു

വാസു : അല്ല ഓരോരോ.. മട്ടും മാതിരിയും കണ്ടിട്ട് ചോദിക്യാ

ഇ എം : മനസ്സിലായില്ല.

വാസു : കുടുംബസ്വത്തുക്കൾ എല്ലാം വില്ക്കാൻ തീരുമാനിച്ചോ

ഇ എം : ഉവ്വ് ല്ലോ.

വാസു : എന്നിട്ട് എന്താ ബിസിനസ് തുടങ്ങുന്നോ?

ഇ എം : ഉവ്വ്

വാസു : എന്താ ബിസിനസ്

ഇ എം : എന്റെ ഇപ്പോഴത്തെ ബിസിനസ് എന്താണെന്നറിയാമല്ലോ. രാഷ്ട്രീയം അതു തന്നെ.

വാസു : കഷ്ടം..! അതും ബിസിനസാക്കുന്നവരുണ്ട്. പക്ഷേ, കുഞ്ചുവേട്ടനാവില്ല. കുഞ്ചുവേട്ടൻ സിദ്ധാർത്ഥരാജകുമാരനെ പോലെ ഭാര്യയെയും മക്കളെയും ഉപേക്ഷിച്ച് മോക്ഷമാർഗ്ഗത്തിലിറങ്ങാനാണോ ഭാവം.

ഇ എം : *(ചിരിച്ചുകൊണ്ട്)* വേണമെങ്കിൽ അങ്ങിനെ പറയാം. പക്ഷേ എന്റെ ലക്ഷ്യം മോക്ഷമല്ല. മോചനമാണ്. ഒരു വർഗ്ഗത്തിന്റെയാകെ മോചനം.

വാസു : *(ആര്യയെ ചൂണ്ടി)* എങ്കിൽ ഈ പാവത്തിനെ എന്തിന് ദ്രോഹിച്ചു.

ഇ എം : അതിനുത്തരവാദികൾ നിങ്ങളൊക്കെത്തന്നെയല്ലേ?

വാസു : *(ആര്യയോട്)* കുഞ്ചുവേട്ടൻ പറഞ്ഞത് കേട്ടോ. ആര്യയെയും മോളെയും ഉപേക്ഷിച്ചു സന്ന്യാസത്തിന് പോകുമെന്ന്.

ആര്യ : അദ്ദേഹം അങ്ങിനെ പറഞ്ഞില്ല്യാലോ. വാസുവേട്ടനല്ലേ പറഞ്ഞത്.

വാസു : അപ്പോൾ കുഞ്ചുവേട്ടൻ വസ്തുക്കൾ വില്ക്കുന്നത് ആര്യയ്ക്കും സമ്മതമാണെന്നോ?

ആര്യാ : വാസുവേട്ടാ, ഇതിന് ഇന്റെ സമ്മതം എന്തിനാ.. അദ്ദേഹത്തിന്റെ വസ്തു. അദ്ദേഹത്തിന് വില്ക്കണം എന്ന് തോന്നി. വിറ്റു.

വാസു : അപ്പോൾ സ്വത്തുക്കൾ വേണ്ടെന്നാണോ?

ആര്യ : ഇനിക്കെന്തിനാ സ്വത്ത്. ഇനിക്കദ്ദേഹത്തെ മാത്രം മതി.

വാസു : ഭർത്താവിനേക്കാൾ കടുകട്ടിയാണല്ലോ ഭാര്യ. കുഞ്ചുവേട്ടാ ഞാൻ കാര്യമായി ചോദിക്കുവാ മുഴുവൻ വസ്തുക്കളും വില്ക്കുന്നോ

ഇ എം : വില്ക്കുന്നു

വാസു : ആര്യയുടെ പേരിലുള്ള വസ്തുക്കളോ?

ഇ എം : അതും വില്ക്കുന്നു.

വാസു : ഈ വീടും സ്ഥലവും

ഇ എം : അതും വില്ക്കും

വാസു : കുഞ്ചുവേട്ടാ, സ്നേഹത്തിന്റെ പേരിൽ ഒരല്പം സ്വാർത്ഥത. ഈ വീട് വില്ക്കരുത്. അതിന്റെ പണം ഞാൻ തരാം. പക്ഷേ, ഏട്ടന്റെ പേരിൽ തന്നെ കിടക്കട്ടെ.

ഇ എം : *(ഒരു നിമിഷം)* ഇനി എനിക്കെന്തിനാ വീട്. ഞങ്ങൾ

ബോംബെയ്ക്ക് താമസം മാറുകയാണ്. ഞങ്ങളുടെ ഒന്നാം പാർട്ടി കോൺഗ്രസ് എന്നെ കേന്ദ്രകമ്മിറ്റിയിലേക്ക് തിരഞ്ഞെടുത്തിട്ടുണ്ട്. ഞാൻ ബോംബെയിലെ കേന്ദ്രത്തിൽ പ്രവർത്തിക്കണമെന്നാണ് തീരുമാനം. വസ്തുവിന്റെ പ്രമാണങ്ങൾ നടക്കുന്നതുവരെ ഞങ്ങൾ ഇവിടെ ഉണ്ടാവും....

വാസു : അപ്പോൾ എല്ലാം തീരുമാനിച്ചു അല്ലേ.... പ്രതിഫലം കൂടാതെ ജന്മിത്തം അവസാനിപ്പിക്കണമെന്ന് മലബാർ കൂട്ടായ്മാ നിയമത്തിന് ഏട്ടൻ മദിരാശി നിയമസഭയിൽ എം എൽ എ ആയിരിക്കുമ്പോൾ വിയോജനക്കുറിപ്പെഴുതിയപ്പോഴേ ഞാനിതൊക്കെ മനസ്സിൽകണ്ടതാണ്. പക്ഷേ, ഇത്രയും നിരീച്ചില്ല. ഇരിക്കട്ടെ വസ്തു വിറ്റ പണം എന്ത് ചെയ്യാൻ പോകുന്നു.

ഇ എം : കമ്യൂണിസ്റ്റ് പാർട്ടിക്ക് നല്കാൻ. തല്ക്കാലം അതിൽ കുറച്ചു രൂപയെടുത്ത് ഒരു പ്രസ് വാങ്ങും. *ദേശാഭിമാനി* എന്നൊരു ദിനപത്രം തുടങ്ങാൻ തീരുമാനിച്ചിട്ടുണ്ട്.

വാസു : അപ്പോൾ പണത്തിന്റെ പലിശ പാർട്ടി തരുമോ?

ഇ എം : പലിശയോ എന്റെ വസ്തുവിറ്റ മുഴുവൻ തുകയും ഞാൻ പാർട്ടിക്ക് സംഭാവനയായി നല്കുകയാണ്.

വാസു : അപ്പോൾ കുടുംബം ആരു നോക്കും.

ഇ എം : എന്റെ പാർട്ടി. ഇനി മേൽ എന്റെ പാർട്ടിയാണ് എന്റെ കുടുംബം.

വാസു : അപ്പോൾ മാലതി വളരുമ്പോൾ അവൾക്കെന്താ കൊടുക്കുക.

ഇ എം : ഞാൻ പിടിച്ച കൊടി.

വാസു : കുഞ്ചുവേട്ടാ. ഈ പറയുന്നത് ഉച്ചക്കിറുക്കാണ്. ഒരു മഹാജന്മിയുടെ മകൻ ഉള്ളത് മുഴുവൻ പാർട്ടിക്ക് കൊടുത്തിട്ട് പാർട്ടി വരാന്തയിൽ കുടുംബവുമൊത്ത് അവരുടെ ചെലവും പറ്റി കഴിയുക. ഇതിന്റെ പേര് ഭ്രാന്തെന്നാണ്. തനി ഉച്ചഭ്രാന്ത്.

ഇ എം : എന്നാൽ, ഭ്രാന്ത് തീർന്നെന്ന് കൂട്ടിക്കോളൂ. പക്ഷേ, ഇനി മുതൽ ഞാൻ ജന്മിയല്ല. തൊഴിലാളിവർഗ്ഗത്തിന്റെ ദത്തുപുത്രനാണ്. ദത്തുപുത്രൻ. എന്റെ അന്ത്യശ്വാസം വരെയും ഞാനിങ്ങനെ തന്നെ ആയിരിക്കുകയും ചെയ്യും.

(പശ്ചാത്തലത്തിൽ ആ വാക്കുകൾ പ്രതിദ്ധ്വനിക്കുന്നു. ഒരു കൊടുങ്കാറ്റിന്റെ ഇരമ്പം)

രംഗവേദി ഇരുളുന്നു

ദൃശ്യം പത്തൊൻപത്

കോഴിക്കോട്ടെ ഒരു തെരുവ്
കാലം - 1946 ജനുവരി 18
സമയം - പ്രഭാതം

പശ്ചാത്തലത്തിൽ ജനങ്ങളുടെ ഇരമ്പം, സൈക്കിൾ മണി, ബസിന്റെ ഹോൺ. കുതിരവണ്ടി ഓടുന്നതിന്റെ ശബ്ദം

രംഗവേദി തെളിയുമ്പോൾ

തെരുവിൽ
ഇരുവശങ്ങളിലേക്കും പോകുന്ന യാത്രക്കാർ
ചിലരുടെ കൈയിൽ പത്രം
ചിലരുടെ കൈയിൽ പച്ചക്കറി സഞ്ചി
ഒരു ലേഡി ടീച്ചർ കുടയും പുസ്തകക്കെട്ടും ചോറുമായി പോകുന്നു
കോളേജ് വിദ്യാർത്ഥികൾ
വാച്ചുകെട്ടി പോകുന്ന ഒരാളോട് എതിരേ വരുന്നയാൾ
"മണിയെത്രയായി"
ആദ്യത്തെയാൾ ഏഴ് പത്ത്
രണ്ടുപേരും നടക്കുന്നു

ഒരാൾ : റെയിൽവേ സ്റ്റേഷനിലേക്കുള്ള വഴിയേതാ?

മറ്റൊരാൾ : ഈ മിഠായിത്തെരുവിൽ കൂടി അങ്ങോട്ട് നടന്നാൽ മതി.

ആദ്യത്തെയാൾ: കുതിരവട്ടത്തേക്കുള്ള വഴി ഒന്നു പറഞ്ഞുതരാമോ

ആദ്യത്തെയാൾ : അതാ മാവൂർ റോഡുവഴി തിരിഞ്ഞു പോകണം.

ഒരു ചെറുപ്പക്കാരൻ: *(മെഗാഫോണിലൂടെ) (ഒരു യോഗത്തിന്റെ അനൗൺസ്മെന്റ് നടത്തുന്നു (ഇന്നു വൈ: കൃത്യം 6 മണിക്ക് മുതലക്കുളം മൈതാനത്ത് സഖാവ് ഇ എം എസ് പ്രസംഗിക്കുന്നു.യോഗത്തിൽ പി കൃഷ്ണ പിള്ള എ കെ ഗോപാലൻ, കെ ദാമോദരൻ, എൻ സി സേഖർ, എം കെ കേളു തുടങ്ങിയ നേതാക്കളും പ്രസംഗിക്കുന്നതാണ്.*

(എൻ ബി യോഗത്തിൽ ഉച്ചഭാഷിണിയുണ്ടായിരിക്കും) (ഈ അനൗൺസ്മെന്റ് ആവർത്തിച്ച് അകലേക്ക് പൊയ്ക്കൊണ്ടിരിക്കുന്നു) (ഒരു യുവാവ് - കൈയിൽ ഏഴെട്ടുപത്രവും പിടിച്ച് തെരുവിലേക്ക് വരുന്നു)

ദേശാഭിമാനി.. *ദേശാഭിമാനി* ദിനപത്രം കോഴിക്കോട്ടു നിന്ന് *ദേശാഭിമാനി* ഇന്നു മുതൽ ഒരു ദിനപത്രമായി പ്രസിദ്ധീകരിക്കുന്നു. സഖാവ് ഇ എം എസിന്റെ പത്രാധിപത്യത്തിൽ കേരളത്തിലെ ആദ്യത്തെ കമ്യൂണിസ്റ്റ് ദിനപത്രം. ലോകവാർത്തകൾ ഇന്ത്യൻ വാർത്തകൾ, പൊരുതുന്ന ജനകോടികളെക്കുറിച്ച് സമരരംഗത്ത് നിന്നുള്ള ദൃക്സാക്ഷി വിവരങ്ങൾ.
"വാങ്ങുവിൻ വായിക്കുവിൻ - *ദേശാഭിമാനി*
ചെക്കസ്സ്ലവാക്കിയ തൊട്ടുകളിച്ചാൽ അത് തീക്കളിയാകുമെന്ന് - സ്റ്റാലിൻ
ചർച്ചിലിന് സ്റ്റാലിന്റെ താക്കീത്
മഹാത്മാഗാന്ധി ബംഗാളിൽ
സി പി യെ കെട്ടുകെട്ടിക്കുമെന്ന് ആലപ്പുഴ തൊഴിലാളികൾ
കുടിയൊഴിപ്പിച്ചാൽ തിരിച്ചടിക്കുമെന്ന് എ കെ ഗോപാലൻ
സി പി യുടെ പൊലീസ് ഗുണ്ടായിസം അവസാനിപ്പിക്കുക

പി കൃഷ്ണപിള്ള

കമ്യൂണിസ്റ്റ് താത്വികാചാര്യനായ ഇ എം എസിന്റെ പത്രാധിപത്യത്തിൽ *ദേശാഭിമാനി* പത്രം വാങ്ങുവിൻ വായിക്കുവിൻ - പ്രചരിപ്പിക്കുവിൻ.

(ആളുകൾ ഓരോരുത്തരായി വന്ന് പത്രം വാങ്ങുന്നു. പിന്നെയും ആളുകൾ വരുന്നു. വാങ്ങാനാവാതെ നിരാശരായി പോകുന്നു)

രംഗദീപം പൊലിയുന്നു.

ദൃശ്യം ഇരുപത്

കാലം 1947 ജനുവരി 22
(കോഴിക്കോട്ടെ ഇ എം എസ് താമസിക്കുന്ന വാടകവീട്)
സമയം; അർദ്ധരാത്രി
പശ്ചാത്തലത്തിൽ

കൂമന്റെ മൂളൽ, പട്ടികളുടെ കുര, അകലെനിന്നും അടുത്തേക്ക് വരും പോലെ,

പൊലീസ് ബൂട്ടുകളുടെ ശബ്ദം അരണ്ട വെളിച്ചത്തിൽ ഇ എം

എസിന്റെ വീടും വീട്ടിനു മുൻപിൽ പൊസിഷൻ എടുക്കുന്ന പൊലീസുകാരെയും കാണാം.

ഇൻസ്പെക്ടർ : ഇ എം എസ് ഇവിടെ ഉണ്ടെങ്കിൽ നമ്മുടെ ഭാഗ്യം. ഇല്ലെങ്കിൽ.. പിന്നെം കണ്ടുപിടിക്കുന്നതുവരെ ജോലി തന്നെ. എടോ പി സി കതകിൽ തട്ട്.

പിസി : *(ചെന്ന് കതകിൽ മുട്ടുന്നു)* പ്രതികരണമില്ല അകത്ത് ആരുമില്ലാന്ന് തോന്നുന്നു.

ഇൻസ്പെക്ടർ : വാതിലിൽ മുട്ടിവിളിക്കെടോ തനിക്കെന്താ പേടിയാവുന്നോ? അതോ നാണം വരുന്നോ?

മറ്റൊരു പിസി : ഞാനിപ്പോൾ കാണിച്ചു തരാം. ഏമാനേ *(മുന്നോട്ടു ചെന്ന് കതകിൽ ആഞ്ഞ് തട്ടിക്കൊണ്ട്)* ഇവിടെ ആരുമില്ലേ.?

അകത്തുനിന്നും ആര്യയുടെ ശബ്ദം

ആരാ അവിടെ

ഒരു പി സി : ഞങ്ങൾ തന്നെ കതകു തുറക്കൂ.

ആര്യ : ഞങ്ങളാന്നു വച്ചാൽ

പി സി : പറഞ്ഞാലറിയില്യാ. കണ്ടാലേ അറിയൂ. ഏതായാലും കതകു തുറക്കൂ.

മുന്നിൽ പൂർണ്ണ ഗർഭിണിയായ ആര്യാ അന്തർജ്ജനം പിന്നിൽ ലക്ഷ്മിക്കുട്ടി. ലക്ഷ്മിക്കുട്ടിയുടെ കൈയിൽ ഒരു റാന്തൽ വിളക്ക്. കതക് തുറന്ന് അകത്തുനിന്ന് പുറത്തേക്ക് വരുന്നു. മുറ്റത്തേക്ക് വിളക്ക് ഉയർത്തിപ്പിടിച്ചു നോക്കുന്നു.

ആര്യ : നിങ്ങളൊക്കെയാരാ?

ലക്ഷ്മി : *(പേടിച്ച്)* തമ്പ്രാട്ടി പൊലീസന്മാരാ

ആര്യ : പൊലീസോ. ഈ പാതിരാത്രിയില് നിങ്ങൾക്കെന്ത്യാ വേണ്ടേ? നേരം വെളുത്തിട്ട് വന്നാ പോരാരുന്നോ?

ഇൻസ്പെക്ടർ : തിരുമേനി ഇവിടെയുണ്ടോ?

ആര്യ : തിരുമേനിയോ നിങ്ങളാരെയാ അന്വേഷിക്കുന്നത്.

ഇൻസ്പെക്ടർ : ഇ എം ശങ്കരൻ നമ്പൂതിരിപ്പാടിന്റെ വീടല്ലേ ഇത്

ആര്യ : അതേല്ലോ

ഇൻസ്പെക്ടർ : അദ്ദേഹത്തെ ഞങ്ങൾക്കൊന്നു കാണണം.

ആര്യ : ഇപ്പോ ബുദ്ധിമുട്ടാ.

ഇൻസ്പെക്ടർ : അങ്ങനെ പറഞ്ഞാൽ പറ്റില്യ. സർക്കാർ കല്പനയാ

ആര്യ : എന്തു കല്പനയായാലും എഴുന്നേല്ക്കാൻ പാടില്ലാതെ കിടക്കുന്ന മനുഷ്യൻ എന്താ ചെയ്ക.

ഇൻസ്പെക്ടർ : എന്താ അദ്ദേഹത്തിനു സുഖമില്ലേ

ആര്യ : അതല്ലേ പറഞ്ഞത് അദ്ദേഹം കിടപ്പാണ്. വസൂരിയാ.

വളരെ കടുത്തത്. ഞാൻ പോയി കിടന്നോട്ടെ. എനിക്കും തീരെ സുഖോല്യാ. നാളെ വരൂ. സൗകര്യംപോലെ കണ്ട് എന്താ വേണ്ടേന്ന് വച്ചാൽ പറഞ്ഞോളൂ.

ഇൻസ്പെക്ടർ : അയ്യോ അതുപറ്റില്ല്യാ രാജ്യരക്ഷ പ്രകാരമുള്ള അറസ്റ്റാണ് അദ്ദേഹത്തെ അറസ്റ്റ് ചെയ്തേ കഴിയൂ

ആര്യ : അറസ്റ്റോ. എന്താ വീണ്ടും ജയിലിൽ കൊണ്ടുപോകാനാ.. എന്റെ സ്ഥിതി നിങ്ങള് കണ്ടില്യേ. നിങ്ങൾക്ക് അമ്മേം പെങ്ങളും ഒന്നും ഇല്യേ.

ഇൻസ്പെക്ടർ : എന്തു ചെയ്യാം. ഈ കാക്കിയിട്ടാൽ മോളീന്ന് കല്പിക്കുന്നതെന്തും അനുസരിച്ചല്ലേ കഴിയൂ. ഒന്നു മാറി നില്ക്കണം. ഞങ്ങൾ അകത്തു കയറി അദ്ദേഹത്തെ അറസ്റ്റ് ചെയ്യട്ടെ!

ആര്യ : ഇങ്ങിനെ പഴുത്തു പൊക്കിക്കിടക്കുന്ന ആളെ നിങ്ങൾ അറസ്റ്റ് ചെയ്ത് എവിടെ കൊണ്ടുപോകാനാ?

ഇൻസ്പെക്ടർ : ഞങ്ങൾക്കിതിന് മേലാവിൽനിന്നുള്ള കല്പനയാ-

ആര്യ : നിങ്ങളും നിങ്ങളുടെ കല്പനയും എന്താ വേണ്ടേച്ചാ ആയിക്കോളൂ. വാതിലിൽ നിന്നു പുറത്തിറങ്ങി നില്ക്കുന്നു

ആര്യ : ലക്ഷ്മൂട്ടി ഇങ്ങട് മാറി നില്ക്ക്

ലക്ഷ്മിക്കുട്ടി പുറത്തിറങ്ങി നില്ക്കുന്നു.

രണ്ടുപൊലീസുകാർ അകത്തേക്ക് കയറി ഇ എം എസിനെ കൈതാങ്ങീട്ട് പുറത്തേക്ക് കൊണ്ടുവരുന്നു. മുഖം മുഴുവൻ കുരുത്തുപൊങ്ങിയിട്ടുണ്ട്. ആകെ പരിക്ഷീണൻ. മെല്ലെ അവർ പിടിച്ചുകൊണ്ട് പുറത്തേക്ക് പോകുന്നു. ഇരുളിൽ മറയുന്നു. പട്ടികളുടെ കുര വീണ്ടും കേൾക്കുന്നു. ആര്യ അതുനോക്കി അങ്ങനെ നില്ക്കുന്നു. തൊട്ടടുത്ത് ലക്ഷ്മിക്കുട്ടിയും. ലൈറ്റ് ക്രമേണ അരങ്ങിൽ നിന്ന് ആര്യയിലേക്ക് വന്ന് ഫെയിഡാകുന്നു

രംഗദീപം പൊലിയുന്നു

ദൃശ്യം ഇരുപത്തിഒന്ന്

സ്ഥലം : കോഴിക്കോട്ടെ തെരുവ്

കാലം : 1947 ആഗസ്ത് 15

സമയം : പ്രഭാതം

പശ്ചാത്തലത്തിൽ

ആഹ്ലാദത്തിമിർപ്പ്
കരിമരുന്നുപ്രയോഗം
"ഭാരത് മാതാ കീ ജയ്
മഹാത്മാ ഗാന്ധീ കീ ജയ്
പണ്ഡിറ്റ് നെഹ്റു കീ ജയ്
സർദാർ പട്ടേൽ കീ ജയ്
സ്വാതന്ത്ര്യപ്പുലരി വിജയിക്കട്ടെ"

തുടർന്ന്

'വന്ദേമാതരം' എന്ന ഗാനം
വന്ദേമാതര ഗീതം തുടങ്ങുന്നതോടെ
രംഗദീപം തെളിയുന്നു

തെരുവിലൂടെ ആളുകൾ അങ്ങോട്ടും ഇങ്ങോട്ടും നടക്കുന്നു. അകലെ നടക്കുന്ന ഏതോ സ്വാതന്ത്ര്യദിന സമ്മേളനത്തിൽ പാടുന്ന ഗാനം എന്ന നിലയ്ക്കാണ് രംഗത്തു വന്ദേമാതര ഗാനം കേൾക്കുന്നത് തുടർന്ന് ഒരു പ്രസംഗം

"ഇന്നലെ അർദ്ധരാത്രി നമ്മുടെ ആരാദ്ധ്യനായ ഇന്ത്യയുടെ കണ്ണിലുണ്ണിയായ പണ്ഡിറ്റ് ജവഹരിലാൽ നെഹ്റു.. ചരിത്രപ്രസിദ്ധമായ ചെങ്കോട്ടയിൽ ദേശീയ പതാക ഉയർത്തിയതോടെ ഇന്ത്യയെന്ന നമ്മുടെ മാതൃഭൂമി.. ഒന്നര നൂറ്റാണ്ട് പഴക്കമുള്ള വിദേശാധിപത്യത്തിൽ നിന്നും മോചനം നേടിയിരിക്കുകയാണ്. ഇതിൽ ആഹ്ലാദിക്കാത്തവരായി ഒരു കൂട്ടരേയുള്ളൂ എന്ന് നമുക്കറിയാം. അവർ ഇവിടുത്തെ കമ്യൂണിസ്റ്റുകളാണ്. അവർ ബ്രിട്ടന്റെ അഞ്ചാംപത്തികളും സോവിയറ്റു ചാരന്മാരുമാണ്. അവർക്ക് ഈ നാടിനോടല്ല. റഷ്യയോടാണ് കൂറ്. അവർക്ക് നെഹ്റുവിനോടല്ല, അവരുടെ കമ്യൂണിസ്റ്റ് പോപ്പായ ജോസഫ് സ്റ്റാലിനോടാണ് - സ്നേഹവും ബഹുമാനവും. പക്ഷേ, ഇന്ത്യയുടെ ആഭ്യന്തരമന്ത്രി ഉരുക്കുമനുഷ്യനായ സർദാർ വല്ലഭായിപട്ടേലാണെന്ന കാര്യം ഈ കമ്യൂണിസ്റ്റുകൾ മറക്കേണ്ട. അക്കാര്യം ഒരിക്കൽക്കൂടി ഓർമ്മിപ്പിച്ചുകൊണ്ട് ഞാനെന്റെ പതാക ഉയർത്തൽ പ്രസംഗം അവസാനിപ്പിക്കുന്നു.'
ജയ് ഹിന്ദ്
'ബോലോ ഇട്ടിഅവ്രാ കീ ജയ്
ബോലോ ഭാരത മാതാ കീ ജയ്
പണ്ഡിറ്റ് നെഹ്റു കീ ജയ്

സർദാർ പട്ടേൽ കീ ജയ്
ഇട്ടി അവിരാ കീ ജയ്

(ഈ പ്രസംഗം അകലെ നിന്ന് കേൾക്കുന്ന രൂപത്തിൽ കേൾപ്പിക്കുമ്പോൾ തന്നെ തെരുവിലൂടെ ആളുകൾ അങ്ങോട്ടുമിങ്ങോട്ടും സാധാരണഗതിയിൽ പോകുന്നതായും ചിലർ തെരുവിൽ നിന്ന് പ്രസംഗം ശ്രദ്ധിക്കുന്നതായും ചിത്രീകരിക്കണം

ഒരാൾ : സ്വാതന്ത്ര്യം കിട്ടിയേ ഉള്ളൂ.. നേതാക്കന്മാർ മഹാത്മാഗാന്ധിയെ മറന്നു തുടങ്ങി. അവർക്ക് നെഹ്റുവും പട്ടേലും മതീന്ന് തോന്നുന്നു.

മറ്റേയാൾ : കേട്ടില്ലേ പ്രസംഗം ഏതോ ചോട്ടാകളായിരിക്കും. കമ്യൂണിസ്റ്റുകാർ ബ്രിട്ടന്റെ അഞ്ചാംപത്തികളാണു പോലും. ഈ കോഴിക്കോട്ട് നഗരത്തിലെ മണൽത്തരികൾക്ക് പോലുമറിയാം ഇവിടെ കോൺഗ്രസ് പ്രസ്ഥാനം കെട്ടിപ്പടുക്കാൻ ഇ എം എസും കൃഷ്ണപിള്ളയും എ കെ ജിയുമൊക്കെ ജീവൻ പണയം വച്ചു നടത്തിയ പോരാട്ടങ്ങൾ. അധികാരം കിട്ടിയപ്പോൾ മാളങ്ങളിൽ നിന്ന് പെരുച്ചാഴികളിറങ്ങും പോലെ കുറെ പുത്തൻ കോൺഗ്രസ് നേതാക്കൾ..
(കാർക്കിച്ചു തുപ്പി മുന്നോട്ടു പോകുന്നു)
ഒരു പത്രവില്പനക്കാരൻ യുവാവ്
മനോരമ ഉയർത്തിപ്പിടിച്ച്
"ഇന്ത്യ സ്വാതന്ത്ര്യത്തിലേക്ക്
അർദ്ധരാത്രിയിൽ ചെങ്കോട്ടയിൽ ദേശീയ പതാക ഉയർന്നു
ഒരു നൂറ്റാണ്ടിനുശേഷം യൂണിയൻ ജാക്കിനോട് വിട."

എല്ലാവർക്കും തൊഴിൽ - എല്ലാവർക്കും ഭക്ഷണം കൃഷിക്കാർക്ക് കൃഷിഭൂമി പ്രധാനമന്ത്രി ജവഹർലാലിന്റെ 'സ്വാതന്ത്ര്യദിന പ്രഖ്യാപനം. വായിക്കുക. മനോരമ.

മഹാത്മാഗാന്ധിയുടെ ആദർശങ്ങൾ ഉയർത്തിപ്പിടിക്കുന്ന മലയാളത്തിലെ ഏക ദേശീയ പത്രം. മനോരമ... മനോരമ..

ഒരാൾ : ഓഹോ ഗാന്ധിയെയും വിലയ്ക്കെടുത്തോ- ഇന്നലെവരെ മാഹാത്മഗാന്ധി അന്ത്യക്രിസ്തു എന്ന് വിളിച്ച പത്രം ഇന്നിപ്പോൾ മഹാത്മാഗാന്ധിയുടെ ആദർശം ഉയർത്തിപ്പിടിക്കുന്ന ഏക ദേശീയ പത്രമായോ? മഹാദേവാ എന്തൊക്കെ കണ്ടാൽ കണ്ണടയും.

അടുത്ത് നിന്ന ആൾ: അവരാ ബുദ്ധിമാന്മാർ! കമ്പോളമറിഞ്ഞുവേണം ചരക്കുല്പാദിപ്പിക്കാൻ. ടയർ കച്ചോടം മാത്രമല്ല രാഷ്ട്രീയ കച്ചോടവും അവർക്കു നല്ലോണം അറിയാം. റബ്ബർ വ്യവസായം നടത്തി മനസ്സും ഏതാണ്ടാപ്പ രുവത്തിലായ കൂട്ടരാ.

'ഒന്നര നൂറ്റാണ്ടിലെ അടിമത്തത്തിൽ നിന്ന് ഇന്ത്യ സ്വാതന്ത്ര്യത്തിലേക്ക്. പണ്ഡിറ്റ് ജവഹരിലാൽ നെഹ്റു ചെങ്കോട്ടയിൽ ദേശീയ പതാക ഉയർത്തി. സ്വാതന്ത്ര്യദിന സന്ദേശം നല്കാൻ മഹാത്മാ ഗാന്ധി വിസമ്മതിച്ചു. ദേശീയ നേതാക്കൾ സ്വാതന്ത്ര്യലഹരിയിൽ ഡൽഹിയിൽ. മഹാത്മാഗാന്ധി ഏകനായി നവഖാലിയിൽ. ഇ എം എസിനെയും മറ്റും ജയിലിൽ നിന്ന് വിട്ടയച്ചു. എ കെ ജി ഇപ്പോഴും തടവറയിൽ. ദേശാഭിമാനി.. ദേശാഭിമാനി.. വായിക്കൂ.. കമ്യൂണിസ്റ്റ് പാർട്ടിയുടെ മുഖപത്രം. വീണ്ടും ആവർത്തിക്കുന്നു.

ഖദറുടുപ്പിട്ട രണ്ടുമൂന്നു പേർ മുന്നോട്ടുവന്ന് അതിലൊരാൾ

നിർത്തെടാ അവന്റെയൊരു ദേശാഭിമാനി *(മറ്റൊരാൾ പത്രംപിടിച്ചുപറിക്കുന്നു)*

മൂന്നാമത്തെയാൾ: *(ദേശാഭിമാനി വില്പനക്കാരന്റെ മുഖത്തടിക്കുന്നു. പിടിച്ചു തള്ളുന്നു. അയാൾതറയിൽ കമിഴ്ന്നടിച്ചു വീഴുന്നു)* റാസ്കൽ ഇവിടെ കണ്ടുപോകരുത്.

പത്രം കൈയിലിരുന്നയാൾ: പത്രം തെരുവിൽ വലിച്ചെറിയുന്നു. അവർ പോയ ശേഷം പത്രക്കാരൻ മെല്ലെ എഴുന്നേറ്റ് ദേഹത്തെ പൊടി ഒക്കെതട്ടിക്കളഞ്ഞഅ പത്രം പെറുക്കി അടുക്കുന്നു

യുവാവ് : *(അറിയാതെ)* സ്വാതന്ത്ര്യത്തിന്റെ തുടക്കം തരക്കേടില്ല.

അകലെനിന്ന് ഒരുജാഥയുടെ മാർച്ചിങ് ട്യൂൺ, അല്പം കഴിഞ്ഞ് ജാഥ രംഗവേദിയിലേക്ക് പ്രവേശിക്കുന്നു. കൈയിൽ ത്രിവർണ്ണ പതാകയുമായി മുന്നിൽ ഇട്ടിഅവ്ര. പിന്നാലെ ഖദറുകാരായ കുറേ ആളുകൾ.

*"ബോലോ ഭാരത് മാതാ കീ ജയ്
പണ്ഡിറ്റ് നെഹ്റു കീ ജയ്
സർദാർ പട്ടേൽ കീ ജയ്
ഇട്ടി അവിരാ കീ ജയ്
ഭാരത സ്വാതന്ത്ര്യം നീണാൾ വാഴട്ടെ
രാജ്യദ്രോഹികൾ തുലയട്ടെ
കമ്യൂണിസ്റ്റുകൾ അഞ്ചാംപത്തികൾ
കമ്യൂണിസ്റ്റുകൾ തുലയട്ടെ"*

ജാഥ രണ്ടുപ്രാവശ്യം വേദിയിൽ ചുറ്റണം. വേദിയുടെ ഒരറ്റത്ത് മുൻനിരയെത്തുമ്പോൾ മറുനിര വേദിയുടെ എതിർവശം വരെ ഉണ്ടാകാൻ ശ്രദ്ധിക്കണം.

രംഗദീപം പൊലിയുന്നു

ദൃശ്യം ഇരുപത്തിരണ്ട്

പാർട്ടി രഹസ്യയോഗം
കാലം - 1948
സമയം - രാത്രി

പി കൃഷ്ണപിള്ള ഇ എം എസ്, എൻ സി ശേഖർ, കെ സി ജോർജ്. ഈ രംഗം ആവിഷ്കരിക്കുമ്പോൾ അരണ്ട വെളിച്ചമേ പാടുള്ളൂ. ഈ നാലു പേരെയല്ലാതെ, പശ്ചാത്തലം പോലും എന്താന്നു വ്യക്തമാകേണ്ടതില്ല. ഒരു റാന്തൽ വിളക്കിന്റെ തിരി താഴ്ത്തിയ പ്രകാശം മാത്രം.

പി കൃഷ്ണപിള്ള : നമ്മൾ നമ്മുടെ വിപ്ലവ പ്രവർത്തനത്തിന്റെ പുതിയൊരു ഘട്ടത്തിലേക്ക് കടക്കുകയാണ്. കൽക്കട്ടയിൽ ചേർന്ന നമ്മുടെ രണ്ടാം പാർട്ടി കോൺഗ്രസ് രാഷ്ട്രീയ നയത്തിൽ പ്രകടമായ ഒരു മാറ്റമാണ് വരുത്താൻ നിശ്ചയിച്ചിട്ടുള്ളത്. ഇക്കാര്യം സംബന്ധിച്ച് കോൺഗ്രസിൽ പങ്കെടുത്തയാളും കേരളത്തിൽ നിന്നുള്ള കേന്ദ്രകമ്മിറ്റി അംഗവുമായ സ. ഇ എം എസ് നിങ്ങളോട് വിശദീകരിക്കും.

ഇ എം : സഖാക്കളേ,

ഇന്ത്യൻ വിപ്ലവത്തെ സംബന്ധിച്ച് മൂർത്തമായ ഒരു കാഴ്ചപ്പാടില്ലാതെയാണ് നാം ഇതുവരെ പ്രവർത്തിച്ചത്.

1947 ജൂണിലെ നമ്മുടെ കേന്ദ്ര കമ്മിറ്റി പ്രമേയം നമ്മോടാവശ്യപ്പെട്ടത് 47 ആഗസ്തിൽ നടക്കുന്ന അധികാരക്കൈമാറ്റം പൂർണ്ണമാകാൻ ഇടയില്ല എന്നാണ്. അതുകൊണ്ട് ഗാന്ധി തൊട്ട് കമ്യൂണിസ്റ്റുകാർ വരെയുള്ള സാമ്രാജ്യവിരുദ്ധ മുന്നണി തുടരേണ്ടതാണ് എന്ന സമീപനമാണ് നാം സ്വീകരിച്ചുവന്നത്. ഇത് ഈ കഴിഞ്ഞ കൽക്കത്താ കോൺഗ്രസു വരെയും നാം തുടർന്നു. ഫലമെന്തായി എന്നു നമുക്കറിയാം. അധികാരം കിട്ടിയതോടെ കോൺഗ്രസിന്റെ സ്വഭാവം മാറി. അവരുടെ മുഖ്യ ശത്രു നമ്മ

ളായി. അവർ സാമ്രാജ്യത്വത്തോട് സന്ധിചെയ്ത് സ്വന്തം സാമ്പത്തിക താല്പര്യം സംരക്ഷിക്കുകയാണ്.

മഹാത്മാഗാന്ധിയെയും കോൺഗ്രസിനെയും ആക്ഷേപിക്കുന്നവരും സ്വാതന്ത്ര്യസമര സേനാനികളെ ഒറ്റുകൊടുത്തവരുമായ പ്രമാണിമാർ. വൻകിട മുതലാളിമാർ, ജന്മിമാർ ഇവരെ കൂട്ടത്തോടെ ഖദറുടുപ്പ് നല്കി അവർ കോൺഗ്രസാക്കി. അവരാണ് ഇപ്പോൾ നമ്മുടെ രാജ്യസ്നേഹത്തെ ചോദ്യം ചെയ്യുന്നത്.

'എല്ലാവർക്കും തൊഴിൽ എല്ലാവർക്കും ഭക്ഷണം കൃഷിക്കാരന് കൃഷിഭൂമി' എന്ന മുദ്രാവാക്യം ആകെ അവർ ഉപേക്ഷിച്ചു. ജനങ്ങൾ അങ്ങേയറ്റം അസംതൃപ്തരാണ്. ജനങ്ങളും ഭരണകൂടവും തമ്മിലുള്ള വൈരുദ്ധ്യം മൂർച്ഛിച്ചിരിക്കുകയാണ്. ഈ ഘട്ടത്തിൽ, ഗവൺമെന്റിനെതിരെ നാം പ്രഖ്യാപിക്കുന്ന ഏതു വിപ്ലവ മുദ്രാവാക്യവും ജനങ്ങൾ ഏറ്റെടുക്കും. അവർ സമര രംഗത്തുണ്ടാവുകയും ചെയ്യും. അതാണ് കല്ക്കത്ത കോൺഗ്രസിന്റെ തീരുമാനം

സോവിയറ്റ് മാതൃകയിൽ നഗരങ്ങളിലെ തൊഴിലാളികളുടെ പണിമുടക്കങ്ങളും സായുധ കലാപങ്ങളും സംഘടിപ്പിച്ച് നഗരങ്ങളെ മോചിപ്പിക്കുകയും അവിടുന്ന് നാട്ടിൻപുറങ്ങൾ വളയുകയും ചെയ്യുന്ന ഒരു വിപ്ലവതന്ത്രം മെനയേണ്ടതുണ്ട്. അതിനായി പാർട്ടി സംഘടനയെതന്നെ, ഓരോ കാര്യത്തിലും നേരിട്ട് ഇടപെടാൻ കഴിയും വിധം ചെറിയ ചെറിയ യൂണിറ്റുകളായി പുനഃസംഘടിപ്പിക്കാനും..

കെ സി : സഖാവ് പറയുന്നത് നമ്മൾ സായുധ സമരത്തിലേക്ക് പോകണമെന്നാണോ?

ഇ എം : ആത്യന്തികമായി അതുതന്നെ

കെ സി : അപ്പോൾ ആയുധ നിർമ്മാണം, അതിനാവശ്യമായ പരിശീലനം ഒക്കെ വേണ്ടേ. അതെങ്ങനെ സാധിക്കും.

ഇ എം : എന്താ സംശയം. ഒരു വിപ്ലവം സംഘടിപ്പിക്കാൻ എന്തൊക്കെ ചെയ്യണമെന്ന് നാം പഠിച്ചിട്ടില്ലേ, മുൻ പട്ടാളക്കാർ, ഉശിരന്മാരായ തൊഴിലാളികൾ കൃഷിക്കാരുടെ മക്കൾ, ഇവരെയാകെ ചെറുഗ്രൂപ്പുകളായി റിക്രൂട്ട് ചെയ്യണം. എന്നിട്ട് ആയുധങ്ങൾ നല്കണം. തൊഴിലാളികൾ, കൃഷിക്കാർ, മറ്റദ്ധ്വാനിക്കുന്നവർ

ഇവർക്കിടയിൽ വിശാലമായ പ്രചരണം സംഘടിപ്പിക്കണം. അവരുടെ അനുഭാവം തേടണം. അങ്ങനെ ജനങ്ങളുടെയാകെ പിന്തുണയോടെ ജനങ്ങളിൽ നിന്നൊറ്റപ്പെട്ട ജന്മി ബൂർഷ്വാ ഗവൺമെന്റിനെ ബലം പ്രയോഗിച്ച് പുറത്താക്കണം.

കെ സി : പറയാനെളുപ്പം. ഇതിനെത്രകാലം വേണ്ടിവരും

എൻ സി : വിപ്ലവം ദോശ ചുട്ടെടുക്കുന്ന തരത്തിൽ എളുപ്പം നടത്താമെന്ന് ആരെങ്കിലും ധരിച്ചിട്ടുണ്ടോ?

കൃഷ്ണപിള്ള : കേരളാ പാർട്ടിയെക്കുറിച്ച് സി സിയുടെ ആക്ഷേപവും ഇതാണ്. നമ്മളിത്രയും കാലം പി സി ജോഷിയുടെ തണുപ്പൻ നയത്തിന്റെ കൂടെയായിരുന്നല്ലോ.

കെ സി : നേതൃത്വം പറയുന്നതനുസരിച്ച് പ്രവർത്തിക്കുകയല്ലേ കീഴ്ഘടകത്തിനു ചെയ്യാൻ കഴിയൂ. ഇനി ഇതു കഴിഞ്ഞ് ഒരു നയം മാറ്റമുണ്ടായാൽ അന്ന് നമ്മൾ ബി ടി ആറിന്റെ കൂടെയായിരുന്നു എന്നു പറഞ്ഞാൽ ശരിയാകുമോ?

ഇ എം : അതിപ്പോൾ ഒരു ചർച്ചയാക്കണ്ട. നമ്മുടെ സംസ്ഥാനത്തെ പാർട്ടി സംഘടനാ പ്രശ്നങ്ങൾ കേന്ദ്രകമ്മിറ്റിയുടെ സഹായത്തോടെ നമുക്കു സാവകാശം ചർച്ച ചെയ്യാം.

കൃഷ്ണപിള്ള : എ കെ ജിയും ദാമോദരനും ഇപ്പോഴും ജയിലിലാണല്ലോ. പിന്നെ നമ്മൾ നാലുപേർ ഞാനും ഇ എം എസും എൻ സിയും കെ സിയും ഇവർ ചേർന്നതാവും ഇനി ഒരു സംഘടനാ മാറ്റം വരുന്നതുവരെ കേരളത്തിലെ പാർട്ടി സംസ്ഥാന കേന്ദ്രം. മിക്കവാറും ഇന്നോ നാളെയോ പാർട്ടി നിരോധനം ഉണ്ടായേക്കാം. ഏതായാലും നമ്മൾ ഒളിവിൽ പോകണം.

കെ സിയും ഞാനും തിരുവിതാംകൂറും ഇ എം എസ് കൊച്ചിയും എൻ സി മലബാറും കേന്ദ്രീകരിച്ച് പ്രവർത്തിക്കണം.

ജില്ലാ താലൂക്ക് കമ്മിറ്റികൾ പുനഃസംഘടിപ്പിച്ച് ചെറുതാക്കണം

കല്ക്കത്താ തീസിസിന്റെ സന്ദേശം.....

ചെറു ചെറു പണിമുടക്കങ്ങൾ.....

ബഹുജന ശ്രദ്ധയെ ആകർഷിക്കാവുന്ന ചില ഗൗരവമുള്ള പരിപാടികൾ.

ഉദാഹരണത്തിന് ഗതാഗതം സ്തംഭിക്കൽ....

പൊലീസ് സ്റ്റേഷനിൽനിന്ന് ബലം പ്രയോഗിച്ച് ആയുധങ്ങൾ ശേഖരിക്കൽ. തുടങ്ങിയവപോലുള്ള

പരിപാടികൾ ആവിഷ്കരിച്ച് തുടക്കം മുതലേ നടപ്പാക്കണം. അങ്ങനെ ജനങ്ങളെ സമരോത്സുകരാക്കണം.

ഇ എം : ഏതായാലും നമ്മുടെ സംസ്ഥാനപാർട്ടിയുടെ ദൗർബല്യം പരിഹരിച്ച് അടിയന്തരമായി നമുക്ക് സമരരംഗത്തിറങ്ങണം.
അപ്പോൾ നമ്മൾ പിരിയുകയല്ലേ

എല്ലാവരും എഴുന്നേറ്റ് പരസ്പരം ലാൽ സലാം പറയുന്നു

രംഗദീപം പൊലിയുന്നു

ദൃശ്യം ഇരുപത്തിമൂന്ന്

പൊലീസ് സ്റ്റേഷൻ
കാലം - 1050 ഫെബ്രുവരി 11
ചൊവ്വരയ്ക്കടുത്തുള്ള ഒരു പൊലീസ് സ്റ്റേഷൻ
സമയം - പകൽ

പൊലീസ് സ്റ്റേഷൻ വരാന്തയിൽ തോക്കുപിടിച്ച് പാറാവുകാരൻ

രംഗദീപം തെളിയുമ്പോൾ

പുറത്തുനിന്ന് രണ്ടുപേർ ഒരാളെ ഉന്തിത്തള്ളി കൊണ്ടുവരുന്നു. അയാളുടെ കൈകൾ തോർത്ത് കൊണ്ട് കെട്ടിയിട്ടുണ്ട്.

ഒരു ചായക്കടക്കാരൻ കൊച്ചുരാമനും അയാളുടെ സുഹൃത്ത് മൈതീനും. രണ്ടുപേരും മദ്ധ്യവയസ്സു കഴിഞ്ഞവർ. ഇരുവരും ചേർന്ന് പാർട്ടി കൊറിയർ തമ്പാനെയാണ് പിടിച്ചുകെട്ടിക്കൊണ്ടു വന്നിട്ടുള്ളത്. തമ്പാൻ ആകെ പേടിച്ചുവിറച്ചാണ് പൊലീസ് സ്റ്റേഷനു മുന്നിൽ നില്ക്കുന്നത്.

കൊച്ചുരാമൻ : ചായക്കടക്കാരൻ കൊച്ചുരാമനാണേ. ഒരു കള്ളനെ പിടിച്ചുകെട്ടി കൊണ്ടുവന്നതാണേ.

അകത്തുനിന്ന് ഇൻസ്പെക്ടർ
"കള്ളനോ." എന്നു പറഞ്ഞുകൊണ്ട് പുറത്തേക്ക് വരുന്നു

ഇൻസ്പെക്ടർ : നിങ്ങളിലാരാ കള്ളൻ

മൈതീൻ : *തമ്പാനെ ചൂണ്ടിക്കാണിച്ച്* ഈ നിക്കണ ഇബിലീസാണേ. മാനനെ...

ഇൻസ്പെക്ടർ : *തമ്പാനെ നോക്കി.* ഇവനെക്കണ്ടിട്ട് ആളൊരു യോഗ്യ

	നാണെന്നു തോന്നുന്നല്ലോ. എന്താടാ നിന്റെ പേര്
തമ്പാൻ	: തമ്പാൻ
ഇൻസ്പെക്ടർ	: തമ്പാനോ. എന്തോന്നു തമ്പാൻ
തമ്പാൻ	: തമ്പാനെന്നു മാത്രമേ ഉള്ളൂ
ഇൻസ്പെക്ടർ	: അപ്പോ നിനക്ക് തന്തയില്ലേ. നിന്റെ ഇനിഷ്യലെന്താടാ.
തമ്പാൻ	: കെ
ഇൻസ്പെക്ടർ	: കെ- യോ നിന്റെ അച്ഛന്റെ പേര്
തമ്പാൻ	: പത്മനാഭൻ
ഇൻസ്പെക്ടർ	: വീട്ടുപേരോ
തമ്പാൻ	: ഓലകെട്ടിയമ്പലം
ഇൻസ്പെക്ടർ	: അമ്മാവന്റെ പേര്
തമ്പാൻ	: ശിവശങ്കരൻ
ഇൻസ്പെക്ടർ	: (സംശയം ശരിയാണെന്ന് ബോദ്ധ്യപ്പെട്ട്) എടാ റാസ്ക്കൽ കള്ളം പറയുന്നോ! നീ പറഞ്ഞതൊക്കെ കള്ളമാണ്. നിന്റെ പേര് തമ്പാനെന്നല്ല. ഇനിഷ്യൽ കെ യുമല്ല. അച്ഛന്റെ പേരോ, അമ്മാവന്റെ പേരോ കുടുംബപ്പേരോ ഏതെങ്കിലുമായിരിക്കണെല്ലോ ഇനിഷ്യൽ. കഴുവേറീട മോനേ സത്യം പറഞ്ഞില്ലെങ്കിൽ ഞാൻ ചവിട്ടി നിന്റെ നട്ടെല്ലൊടിക്കും.
തമ്പാൻ	: ഞാൻ പറഞ്ഞതെല്ലാം സത്യമാണേ. ഞാൻ മാന്യമായി ജീവിക്കുന്ന ഒരാളാണേ..
ഇൻസ്പെക്ടർ	: *(മുന്നോട്ടു ചെന്ന്. തമ്പാന്റെ മടിക്കുത്തിന് പിടിച്ചു കൊണ്ട്)* നിന്റെ മാന്യത. *(ചായക്കടക്കാരനോട്.)* ഇവൻ മോഷ്ടിക്കുമ്പോൾ നിങ്ങൾ തൊണ്ടിയോടെ പിടിച്ചതാണോ.
കൊച്ചുരാമൻ	: ഇല്ലേമാനേ. ഇവൻ എന്റെ ചായക്കടയിൽ നിന്നു ചായ കുടിച്ചു. ചായ കുടിച്ചേച്ച് നൂറുരൂപായുടെ ഒരു പച്ചനോട്ടെടുത്ത് എന്റെ മേശപ്പുറത്തിട്ടു. പത്തുരൂപാ പോലും കൊണ്ടുനടക്കാൻ ജോക്കിയത ഇല്ലാത്ത ഇവൻ നൂറ് രൂപാ തന്നപ്പോൾ സംശയമായി. ഞങ്ങൾ ആരാണെന്ന് എവിടുന്നാണെന്നും ചോദിച്ചപ്പോൾ ചില്ലറ പോലും വാങ്ങാതെ ഇയാൾ ഇറങ്ങി ഓടി.. അങ്ങിനെ ഞങ്ങൾ ഓടിച്ചിട്ടു പിടിച്ചു കൊണ്ടുവന്നതാണ്. ഇവന്റെതോളിൽ കിടക്കുന്ന ആ പൊക്കണത്തിൽ നോക്കിയാട്ടെ എന്തെങ്കിലും കാണും.
ഇൻസ്പെക്ടർ	: ആ സഞ്ചിയിങ്ങെടുക്കടോ..
തമ്പാൻ	: *അറയ്ക്കുന്നു.*
ഇൻസ്പെക്ടർ	: ഇഫ് തെണ്ടി.. പറഞ്ഞാലനുസരിക്കില്ലേ. *മുഖമടക്കി*

അടിക്കുന്നു. എന്നിട്ട് സഞ്ചി വലിച്ചെടുക്കുന്നു. എടോ പീ സീ.. ഈ സഞ്ചിയിലെന്താണുള്ളതെന്ന് നോക്ക്.

പി സി : സഞ്ചിയെടുത്ത് കമഴ്ത്തിപ്പിടിക്കുന്നു. ചില കുറിപ്പുകൾ. പാർട്ടി സർക്കുലറുകൾ. ഒന്നുരണ്ട് ചെറിയ ഡയറികൾ. ഒരു റിവോൾവർ. കല്ലച്ചിൽ അച്ചടിച്ച പാർട്ടി കത്തുകൾ. കേന്ദ്രകമ്മിറ്റിക്കുള്ള റിപ്പോർട്ട് ഇവ തറയിൽ വീഴുന്നു. റിവോൾവർ കണ്ട് അരിശം കേറിയിട്ട് ഇൻസ്പെക്ടർ തമ്പാനെ മുട്ടുകേറ്റി ഇടിക്കുന്നു.

ഇൻസ്പെക്ടർ : *(ദേഷ്യത്തിൽ)* എടാ നായിന്റെമോനേ. നീ ഒരു സാധാരണ കള്ളനല്ലല്ലോ. നിനക്കെവിടുന്നു കിട്ടിയെടാ ഈ റിവോൾവർ. നീയാരാ സത്യം പറ. വീണ്ടും ഇടിക്കുന്നു. കഴുത്തിനു പിടിച്ചു ഞെക്കുന്നു

തമ്പാൻ : എന്നെ ഉപദ്രവിക്കരുത്. ഞാൻ സത്യം പറയാം.

ഇൻസ്പെക്ടർ : സത്യം പറഞ്ഞോ. ഇല്ലെങ്കിൽ ഞാൻ നിന്നെ ചവിട്ടിക്കൊല്ലും. അരക്കെട്ടിൽ ചവിട്ടുന്നു

തമ്പാൻ : അയ്യോ.. എന്നെ കൊല്ലല്ലേ.. ഞാൻ സത്യം പറയാം.

ഇൻസ്പെക്ടർ : ഉം പറ വേഗം പറ. *(കഴുത്തു ഞെരിക്കുന്നു. തമ്പാൻ ശ്വാസത്തിനു വേണ്ടി പിടയുന്നു.)*

തമ്പാൻ : *വളരെ ബുദ്ധിമുട്ടി* പിടിവിട്ടാൽ പറയാം.

ഇൻസ്പെക്ടർ : കഴുത്തിൽ നിന്നും കൈയെടുക്കുന്നു.

തമ്പാൻ : വെള്ളം വെള്ളം.

ഇൻസ്പെക്ടർ : പി സി യോട്, എടോ ലേശം വെള്ളം കൊണ്ട് കൊടുക്ക്

പി സി അകത്തുചെന്ന് വെള്ളം കൊണ്ടുവന്ന് കൊടുക്കുന്നു. തമ്പാൻ മട മടാ വെള്ളം കുടിക്കുന്നു.

തമ്പാൻ : ഞാൻ കള്ളനല്ല. ഒളിവിലിരിക്കുന്ന കമ്യൂണിസ്റ്റ് നേതാക്കളുടെ രഹസ്യകേന്ദ്രങ്ങളിൽ വിവരം എത്തിക്കുന്ന പാർട്ടി കൊറിയറാണ്. പേര് രാമുണ്ണിനായർ. പാർട്ടിയിലെ പേരാണ് തമ്പാൻ. എന്നെ ഉപദ്രവിക്കരുത്. ഞാനെന്തുവേണമെങ്കിലും ചെയ്യാം.

ഇൻസ്പെക്ടർ : പെട്ടെന്ന് കുനിഞ്ഞ് പേപ്പറുകളും ഡയറിയും കൈയിലെടുക്കുന്നു.
നിന്നെ ഉപദ്രവിക്കില്ല. പക്ഷേ, അറിയാവുന്ന രഹസ്യങ്ങളെല്ലാം നീപറയണം. ഇല്ലെങ്കിൽ
വീണ്ടും ചവിട്ടാനായി മുന്നോട്ടു ആയുന്നു

തമ്പൻ : എന്നെ ഉപദ്രവിക്കരുത്. ഞാനെല്ലാം പറയാം

ഇൻസ്പെക്ടർ : ശരി നിനക്ക് ഇ എം എസ് ഒളിവിലിരിക്കുന്ന സ്ഥലമറിയാമോ?

തമ്പാൻ : അറിയാം.

ഇൻസ്പെക്ടർ : അത്ഭുതത്തോടെ ങേ! അറിയാമോ എങ്കിൽ പറയൂ.

തമ്പാൻ : സ്ഥലമറിയില്ല. ഇരിക്കുന്ന വീട്ടുടമസ്ഥന്റെ പേരറിയാം. ഒരു ആശാരി വേലായുധന്റെ വീട്ടിൽ

പി സി : ആശാരി വേലായുധനോ

ഇൻസ്പെക്ടർ : ആളെ തനിക്കറിയാമോ.

പി സി : അറിയാം സാർ. അത് ചൊവ്വര കഴിഞ്ഞ് കുറച്ച് ഉള്ളിലാണ്. ആ സ്ഥലം പാർട്ടിക്കാരുടെ കേന്ദ്രമാണ്. നടന്നേ പോകാൻ പറ്റൂ. പക്ഷേ, വിവരം ലീക്കായാൽ അവർ ആളെ എങ്ങിനെയും രക്ഷപ്പെടുത്തും

ഇൻസ്പെക്ടർ : അപ്പോൾ എന്താ വഴി. ഈ അവസരം നഷ്ടപ്പെടുത്തിക്കൂടാ. രാത്രിവരെ കാത്തിരിക്കാം. പോകാനിടയുള്ള വഴികൾ ഇപ്പോഴേ മഫ്ടി പൊലീസിനെക്കൊണ്ട് ബ്ലോക്ക് ചെയ്യണം.

പി സി : വേലായുധന്റെ ഭാര്യ ചെല്ലമ്മ എ എസ് പി അദ്യത്തിന്റെ വീട്ടിൽ വേലയ്ക്ക് നില്ക്കുന്നവളാണ്. എ എസ് പിയുടെ വേലക്കാരിയുടെ വീട്ടിൽ ഇ എം എസിനെപ്പോലെ ഒരാളെ താമസിപ്പിക്കുമോ? അല്ലെങ്കിൽതന്നെ നമ്പൂതിരിയായ അദ്ദേഹം ഒരാശാരിയുടെ വീട്ടിൽ താമസിക്കുമെന്നു തോന്നുന്നില്ല. സാർ വല്ല നമ്പൂതിരി ഇല്ലങ്ങളിലോ ക്ഷേത്രങ്ങളിലോ അന്വേഷിക്കുന്നതാവും ഭംഗി. ഇയാൾ വഴിതെറ്റിക്കാൻ പറഞ്ഞതാവും.

ഇൻസ്പെക്ടർ : *പി സിയോട്.* താനൊരു കാര്യം ചെയ്യൂ. ജീപ്പ് എടുത്തുപോയി എ എസ് പിയുടെ വീട്ടിൽ നില്ക്കുന്ന ആശാരിയുടെ ഭാര്യയെ കൂട്ടിക്കൊണ്ടുവരൂ. നമുക്ക് ഒന്നു ചോദ്യം ചെയ്തു നോക്കാം. വല്ല വിവരവും കിട്ടുന്നെങ്കിലോ?

പി സി : യെസ് സാർ.

സല്യൂട്ട് ചെയ്ത് പുറത്തേക്ക് പോകുന്നു. ജീപ്പ് സ്റ്റാർട്ട് ചെയ്തു പോകുന്ന ശബ്ദം.

ഇൻസ്പെക്ടർ : കടലാസുകൾ ഓരോന്നായി നോക്കുന്നു. മുഖത്ത് അത്ഭുതവും സന്തോഷവും ഒരു കടലാസ് എടുത്തിട്ട് തമ്പാന്റെ നേർക്ക് കാണിച്ച്.
ഇതെന്തുവാടോ.. ഇതാര് എഴുതിയതാ..

തമ്പാൻ : സ. പി കൃഷ്ണപിള്ള മരിക്കും മുമ്പെഴുതിയ റിപ്പോർട്ടിലെ അവസാന വരികളാണ് സാർ.

ജിജ്ഞാസയോടെ ആ കുറിപ്പ് നോക്കുന്നു

കൃഷ്ണപിള്ളയുടെ ശബ്ദത്തിൽ

"വിമർശനമുണ്ട്. സ്വയം വിമർശനമില്ല.
എന്റെ കണ്ണിൽ ഇരുൾ വ്യാപിച്ചു തുടങ്ങി.
എന്റെ ശരീരമാകെ തളരുകയാണ്
എന്തു സംഭവിക്കുമെന്നെനിക്കറിയാം
സഖാക്കളേ.. മുന്നോട്ട്. ലാൽസലാം"

ഇൻസ്പെക്ടർ അല്പനേരം ചിന്താമഗ്നനായി നില്ക്കുന്നു

ഇൻസ്പെക്ടർ : എടോ തമ്പാൻ. കൃഷ്ണപിള്ള എങ്ങനെയാ ശരിക്കും മരിച്ചത്. പാമ്പുകടിയേറ്റു തന്നെയാണോ. കോട്ടയത്തെ ഒരു പത്രം റിപ്പോർട്ട് ചെയ്തപ്പോൾ പാർട്ടിയിലെ ഗ്രൂപ്പ് വഴക്കാണെന്നോ.. ജോഷിയുടെ ഗ്രൂപ്പുകാരനായ ഇ എം എസ് രണദിവെയുടെ ഗ്രൂപ്പു കാരനായ കൃഷ്ണപിള്ളയെ ആഹാരത്തിൽ വിഷം കലർത്തി കൊടുത്തു കൊല്ലിച്ചു. എന്നൊക്കെ സംസാരം ഉണ്ടെന്നാണല്ലോ ആ പത്രം റിപ്പോർട്ട് ചെയ്തിരുന്നത്. ഇതിൽ വല്ല സത്യവുമുണ്ടോ?

തമ്പാൻ : സത്യാമായിട്ടുമില്ല സാർ. ഞങ്ങളുടെ സഖാവ് പാമ്പു കടിയേറ്റ് തന്നെയാണു സാർ മരണപ്പെട്ടത്.

ഇൻസ്പെക്ടർ : തനിക്ക് ഇ എം എസ് ഇരിക്കണ വീട്ടുകാരനെ അറി യാം. സ്ഥലം അറിയില്ല എന്നുപറഞ്ഞതിന്റെ അർ ത്ഥം എന്താന്ന് എനിക്കിപ്പോഴും മനസ്സിലായിട്ടില്ല.

തമ്പാൻ : ഞങ്ങൾ ഒരു ലൊക്കേഷൻ പറഞ്ഞാൽ അവിടെ ചെല്ലും. രാത്രിയാകുന്നതോടെ വീടുമായി ബന്ധപ്പെട്ട് ഒരാൾ വന്നു കൂട്ടിക്കൊണ്ടു പോകും. അല്ലാതെ ഞങ്ങൾക്ക് ശരിയായ സ്ഥലം പറഞ്ഞുതരില്യാ.. അതാ പാർട്ടിയിലെ ഒളിവു ചിട്ട.

ഇൻസ്പെക്ടർ : ഉം ശരി. ഇ എം എസിനെ കാണിച്ചു തന്നില്ലെങ്കിൽ താൻ ജീവനോടെ തിരിച്ചുപോകില്ല.

പുറത്ത് ജീപ്പ് വന്നു നില്ക്കുന്ന ശബ്ദം

രംഗദീപം പൊലിയുന്നു

ദൃശ്യം ഇരുപത്തിനാല്
ആശാരി വേലായുധന്റെ വീട്
മലപ്പലകയടിച്ച ഒരു ഓലമേഞ്ഞവീട്
സമയം സായാഹ്നം

പുറത്തു വരാന്ത. അകത്തുമുറി. വരാന്തയെയും മുറിയെയും വേർതി രിക്കുന്ന ചുവരിൽ ജനൽ വരാന്തയിലെ ജനാലയിൽ കൂടി മുറിയി ലിരിക്കുന്ന ഇ എം എസിനെ കാണാം

ഇ എം എസ് കുനിഞ്ഞിരുന്ന് എന്തോ എഴുതുകയാണ്. പുറത്തു നിന്ന് ചെല്ലമ്മ സാവധാനം നടന്നുവരുന്നു. ചെല്ലമ്മ വന്നപാടെ മുറിക്കത്തു കയറുന്നു. അകത്തു കയറിയപ്പോൾ ചെല്ലമ്മയുടെ മട്ട് മാറി. അവളാകെ പരിഭ്രാന്തിയിൽ. ഇ എം എസ് പെട്ടെന്ന് തല ഉയർത്തി നോക്കുന്നു.

ചെല്ലമ്മ : സഖാവേ. എങ്ങനെയും രക്ഷപ്പെടണം. സഖാവ് ഇവിടെയുണ്ടെന്ന് പൊലീസ് സ്റ്റേഷനിൽ വിവരം കിട്ടിയിരിക്കുന്നു.

ഇ എം : *അവളെ സമാധാനിപ്പിച്ചുകൊണ്ട്* നിങ്ങൾ ഭയപ്പെടേണ്ട. പൊലീസുകാരറിഞ്ഞാൽ തന്നെ എന്ത്. അവരെത്തും മുമ്പ് നമുക്കെങ്ങനെയും രക്ഷപ്പെടാം.

ചെല്ലമ്മ : എന്നെ സമാധാനിപ്പിക്കാൻ വേണ്ടി അങ്ങ് എന്തു പറഞ്ഞാലും അങ്ങ് പൊലീസിന്റെ വലയ്ക്കകത്താണ്. 'ഇ എം എസ്' എന്റെ വീട്ടിൽ ഒളിവിലാണെന്ന് പറഞ്ഞ് എന്നെ പൊലീസ് വിളിപ്പിച്ചു.

ഇ എം : ഇ എം എസോ. അതിന് ഞാൻ ഇ എം എസല്ലല്ലോ.

ചെല്ലമ്മ : നമ്മുടെ പാർട്ടി കാര്യങ്ങൾ കൊണ്ടുനടക്കുന്ന ഒരു തമ്പാനെ പൊലീസ് പിടിച്ചിട്ടുണ്ട്. തമ്പാൻ എല്ലാ വിവരവും പൊലീസിനു കൊടുത്തുകഴിഞ്ഞു. അങ്ങനെയാണ് പൊലീസ് എന്നെ വിളിപ്പിച്ചത്.

ഇ എം : *(അറിയാതെ ഞെട്ടുന്നു)* ങേ! തമ്പാൻ പൊലീസ് കസ്റ്റഡിയിലോ. എന്നിട്ടവർ നിങ്ങളെ വിട്ടോ. ഉപദ്രവിച്ചില്ലേ.

ചെല്ലമ്മ : ഞാനൊരു ബുദ്ധികാണിച്ചു എ എസ് പി അദ്ദേഹത്തിന്റെ കൊച്ചമ്മയോട് കരഞ്ഞുപറഞ്ഞു. പൊലീസ് സ്റ്റേഷനിൽ അവർ കൂടി വന്നു. അവർ ഇൻസ്പെക്ടർ ഏമാനോട് ശരിക്കും തട്ടിക്കേറി. അതുകൊണ്ട് എന്നെ ചോദ്യം ചെയ്യാതെ വിട്ടു. പക്ഷേ, പൊലീസ് എന്നെ വെറുതെ വിടൂല്ല. ഈ രാത്രിതന്നെ വന്നുകൂടെന്നില്ല. അതുകൊണ്ട് സഖാവ് എങ്ങനെയും രക്ഷപ്പെടണം.

ഇ എം : സഹോദരീ. നിങ്ങൾ ഭയപ്പെടണ്ട. വേലായുധൻ വിവരം അറിയാതിരിക്കുകയില്ല. അദ്ദേഹം നമ്മുടെ സഖാക്കളുമായി ബന്ധപ്പെട്ട് എങ്ങനെയും എന്നെ രക്ഷിക്കും. ഞാൻ തന്നെയാണ് ഇ എം എസ്. ഒളിവിൽ യഥാർത്ഥ പേര് വെളിപ്പെടുത്തരുതെന്നാണ് പാർട്ടി ചട്ടം. അതുകൊണ്ട് ഞാൻ പറഞ്ഞുപോയതാണ് ക്ഷമിക്കൂ.

ചെല്ലമ്മ : ഏതായാലും ജീവിതത്തിൽ ഒരു മഹാഭാഗ്യമുണ്ടാ

യല്ലോ സഖാവിനെ അടുത്തു കാണാനും ആഹാരം വെച്ചുവിളമ്പിത്തരാനും ഇതെന്റെ മുജ്ജന്മ സുകൃതം കൊണ്ടാവും.

ഇ എം : നിങ്ങൾ ഒരു കാര്യം ചെയ്യണം. വേലായുധൻ വരും മുമ്പേ എന്റെ ഈ മുറിയിലിരിക്കുന്ന സ്റ്റീൽ ട്രങ്ക് എങ്ങിനെയും ഇവിടുന്ന് മാറ്റണം. അതുമുഴുവൻ പാർട്ടി സംസ്ഥാന കമ്മിറ്റി രേഖകളും റിക്കാർഡുകളുമാണ്.

ചെല്ലമ്മ : ഇപ്പോൾ പുറത്തേക്ക് കൊണ്ടുപോകുന്നതു ബുദ്ധിയല്ല... സഖാവേ.. വേഷം മാറിയ പൊലീസ് എല്ലാ കവലകളിലും നില്പുണ്ട്. ഇവിടുത്തെ വീടുകളെല്ലാം നമ്മുടെ അനുഭാവികളുടെ വീടുകളാണ് മിക്കവാറും ഇന്നുരാത്രി എല്ലാ വീടും അവർ റെയ്ഡ് ചെയ്യും.

ഇ എം : ശരിയാണ്. പുറത്തേക്ക് കൊണ്ടുപോകാൻ കഴിയില്ല. ഈ വീട്ടിലെ മറ്റുവീടുകളിലോ സൂക്ഷിക്കുന്നതും സുരക്ഷിതമല്ല. പിന്നെ എന്താ ചെയ്യുക. *വേലായുധൻ ഓടി കിതച്ചു വന്നെത്തുന്നു.*

വേലായുധൻ : സഖാവേ. നമുക്കിപ്പോൾ തന്നെ ഇവിടുന്നിറങ്ങണം. പൊലീസ് പാർട്ടി തിരിച്ചുകഴിഞ്ഞു. എല്ലാ ഇടവഴികളിലും മഫ്ടി പൊലീസുണ്ട്. അതുകൊണ്ട് നമുക്ക് ഈ വീടിന്റെ പുറകിലുള്ള വാതിലിൽ കൂടി തൊട്ടു താഴെ കിടക്കുന്ന തോട്ടിലൂടെ കിഴക്കോട്ട് പോകാം. പത്തിരുപത് നാഴിക ദൂരമുണ്ട്.
വേനല്ക്കാലമായതുകൊണ്ട് തോട്ടിൽ വെള്ളമില്ല. നമുക്ക് നെടുമ്പാശ്ശേരിയിൽ ചെന്നുകയറാം. എന്തെങ്കിലും ബുദ്ധിമുട്ടുണ്ടാകാൻ സാദ്ധ്യതയുണ്ടെങ്കിൽ അപകടസൂചന തരാൻ മുന്നാലെ നാലു സെറ്റാളുകൾ നമുക്കൊപ്പം സഞ്ചരിക്കുന്നുണ്ട്.

ചെല്ലമ്മ : ഈ ട്രെങ്കുപെട്ടി എന്തുചെയ്യും. നിറയെ പാർട്ടി രഹസ്യങ്ങളാണ്.

വേലായുധൻ : അതു ശരിയാണ്. ഇവിടെ സൂക്ഷിക്കാനും കഴിയില്ല.

ചെല്ലമ്മ : ഞാനൊരു ബുദ്ധിപറയട്ടെ *വേലായുധന്റെ കാതിൽ പറയുന്നു.*

വേലായുധൻ : ങാ.. മതി. *(വേലായുധൻ ഇ എം എസിന്റെ കാതിൽ ആ രഹസ്യം പറയുന്നു.)*

ഇ എം ; മതി അതാണ് ഏറ്റവും നല്ലത്.

രംഗദീപം പൊലിയുന്നു

രംഗദീപം തെളിയുമ്പോൾ

പട്ടികളുടെ കുര അടുത്തടുത്തു വരുന്നു. പൊലീസ് ബൂട്ടുകളുടെ ശബ്ദം. വീടിന്റെ മുറ്റത്ത് പൊലീസുകാർ. അരണ്ട വെളിച്ചം. തലയിൽ ഒരുചാക്കുകെട്ടുമായി ഒറ്റത്തോർത്തുടുത്ത് ഒരു ഊമയായി ഇ എം എസ് നടന്നുപോകുന്നു. പൊലീസ് ചോദ്യം ചെയ്യുമ്പോൾ ഊമയാണെന്ന് ബോദ്ധ്യപ്പെട്ട് പോകാൻ പറയുന്നു. ഇ എം എസ് പൊലീസിന്റെ മദ്ധ്യത്തിലൂടെ പുറത്തേക്ക് പോകുന്നു. പൊലീസുകാർ വേലായുധന്റെ വീട് വളയുന്നു.

സബ് ഇൻസ്പെക്ടർ: കതകിനു തട്ടിക്കൊണ്ട്
വേലായുധാ.. വേലായുധാ..
ആരും വിളികേൾക്കുന്നില്ല
വീണ്ടും ഉച്ചത്തിൽ
ഈ വീട്ടിൽ ആരുമില്ലേ..

അകത്തു നിന്ന്

ചെല്ലമ്മ : ആരാ ഈ പാതിരായ്ക്ക്. ശല്യങ്ങള്

ഇൻസ്പെക്ടർ : (പൊലീസുകാരോട്), ധിക്കാരിയാണിവൾ. എ എസ് പി അദ്യത്തിന്റെ കീപ്പല്ലേ. എന്റെ കൈയിലും കിട്ടും. എ എസ് പി യേക്കാളും മികച്ച ഉരുപ്പടി എന്റേലുണ്ടെന്ന് അവളു മനസ്സിലാക്കാൻ കെടക്കണേ ഉള്ളൂ.

ഇൻസ്പെക്ടർ : വേലായുധാ.. എടാ വേലായുധാ.. നീ എന്താടാ ചത്തുകിടക്കുന്നോ..

ചെല്ലമ്മ : അങ്ങേരു ഇവിടെ ഇല്ല.

ഇൻസ്പെക്ടർ : എന്നാ കതകങ്ങോട്ട് തുറക്ക്

ചെല്ലമ്മ : നിങ്ങളു കൊള്ളാമല്ലോ മനുഷ്യനേ. ഭർത്താവില്ലെങ്കിൽ കതകങ്ങോട്ടു തൊറക്കാനോ.. ഇതെവിടുത്തെ മര്യാദയാ.

ഇൻസ്പെക്ടർ : എടീ മര്യാദരാമീ.. ഞാൻ പൊലീസ് ഇൻസ്പെക്ടറാണ്. നീ കതക് തൊറക്കുന്നോ. അതോ കതക് ചവിട്ടിപ്പൊളിക്കണോ. *(കതകിനു ചവിട്ടുന്നു.)*

ചെല്ലമ്മ : അയ്യോ ചവിട്ടിപ്പൊളിക്കല്ലേ.. ഞാൻ തുണി എടുത്ത് ഉടുത്തോട്ടെ. എന്നിട്ടിപ്പം തൊറക്കാം.

ഇൻസ്പെക്ടർ : അതു കൊള്ളാമല്ലോടീ.. കെട്ടിയോനടുത്തില്ലെങ്കിലും നീ തുണി ഉടുക്കത്തില്ലയോ..

ചെല്ലമ്മ കതക് തുറന്ന് വരാന്തയിലേക്കു വരുന്നു. കൈയിൽ പാട്ടവിളക്ക്

ഇൻ : ഇങ്ങോട്ട് മാറി നില്ക്ക്. അവളെ കൈക്കുപിടിച്ചു മുറ്റത്തിറക്കിയിട്ട് ടോർച്ച് ലൈറ്റുമായി അകത്തേക്കു പോകുന്നു. എല്ലാടവും നോക്കിയിട്ട് പുറത്തേക്ക് വന്ന്

പൊലീസുകാരോട്: പുള്ളി വലയിൽ നിന്നു ചാടിയതു തന്നെ. ഇവറ്റ

കളെ പോലെയുള്ളവരല്ലേ. ഒരു കുടത്തിൽ ഏഴു നിറം കാണിക്കും. ഇവിടുത്തെ എല്ലാ പെണ്ണുങ്ങളും നാളെ സ്റ്റേഷനിൽ വരാൻ പറയണം. പൃഷ്ഠം നോക്കി ചൂരലുകൊണ്ട്. ഈരണ്ട് പെട ഇ എം എസ് എവിടെ ഉണ്ടെന്ന് പെടുത്തോണ്ട് സത്യം പറയും.

രംഗദീപം പൊലിയുന്നു.

ദൃശ്യം ഇരുപത്തിയഞ്ച്

കമ്മ്യൂണിസ്റ്റ് പാർട്ടി ഓഫീസ്
കാലം - 1952

ചുവരിൽ മാർക്സ്, എംഗൽസ്, ലെനിൻ, സ്റ്റാലിൻ, സ. കൃഷ്ണ പിള്ള ഇവരുടെ ചിത്രങ്ങൾ ചുവരിന്റെ മൂലയ്ക്ക് ഒരു മെഗാഫോൺ മൂന്നു നാലു ചെങ്കൊടികൾ

സ ഇ എം , എ കെ ജി, കെ സി ജോർജ്. എൻ സി ശേഖർ, കെ ദാമോദരൻ എന്നിവരാണ് രംഗത്ത്

രംഗദീപം തെളിയുമ്പോൾ

അദ്ധ്യക്ഷപീഠത്തിൽ കെ സി ജോർജ് ഇ എം എസ് പ്രസംഗിച്ചു കൊണ്ടു നില്ക്കുന്നതായിട്ട് രംഗം ആരംഭിക്കുന്നു

ഇ എം : നാല്പത്തിഎട്ടിൽ കല്ക്കത്താ കോൺഗ്രസ് സ്വീകരിച്ച സ. ബി ടി ആറിന്റെ നയവും 1950 ൽ സ. രാജേശ്വരറാവു സ്വീകരിച്ച നയവും ഗൗരവാവഹമായ ചില പിശകുകൾ കാരണം നാം പിന്നീട് തള്ളിക്കളയുകയുണ്ടായി. 1951 ൽ സഖാക്കൾ അജയഘോഷ് ഡാങ്കെ, രാജേശ്വരറാവു, ബസവപുന്നയ്യ എന്നീ സഖാക്കളുടെ നേതൃത്വത്തിൽ സോവിയറ്റ് യൂണിയനിൽ പോയി. സഖാവ് സ്റ്റാലിനുമായി ചർച്ച ചെയ്തു തിരിച്ചെത്തിയശേഷം നാം ഒരു പുതിയ നയം ആവിഷ്കരിച്ചിരിക്കുകയാണ്.
സഖാവ് സ്റ്റാലിൻ പറഞ്ഞ അടിസ്ഥാന കാര്യമെന്താ. ഒരുരാജ്യത്തെ വിപ്ലവം മറ്റൊരു രാജ്യത്തെപ്പോലെ ആയിരിക്കില്ല. ഓരോ രാജ്യത്തെയും വസ്തുനിഷ്ഠ സാഹചര്യങ്ങൾ അനുസരിച്ച് അതാതു രാജ്യങ്ങൾക്ക് അതിന്റേതായ വിപ്ലവതന്ത്രം അവിടെത്തന്നെ കണ്ടെത്തണം.

അതുകൊണ്ട് ഇന്ത്യൻ വിപ്ലവ മാർഗ്ഗം സോവിയറ്റ് വിപ്ലവമാർഗ്ഗത്തെയോ ചൈനീസ് വിപ്ലവ മാർഗ്ഗത്തെയോ പിന്തുടരലല്ല, മറിച്ച് ഇന്ത്യയുടെ സവിശേഷ സാഹചര്യങ്ങളും ഉല്പാദന വ്യവസ്ഥയുടെ സവിശേഷതകളും കണക്കിലെടുത്ത് നാം തന്നെ കണ്ടെത്തുകയാണ് വേണ്ടത്.

പാർലമെന്ററി ജനാധിപത്യത്തിന്റെ പ്രബലമായ അടിത്തറയുള്ള ഇന്ത്യയിൽ അതൊഴിവാക്കി കമ്യൂണിസ്റ്റ് പാർട്ടിക്കു മുന്നോട്ടുപോകാനാവില്ല അതുകൊണ്ട് പുതിയൊരു കാഴ്ചപ്പാടിൽ പാർലമെന്ററി പാർലമെന്റിതര മാർഗ്ഗങ്ങൾ കൂട്ടിയോജിപ്പിച്ച് കൊണ്ട് അതിനനുസൃതമായ ഒരു പാർട്ടി കെട്ടിപ്പടുക്കാൻ നാം ഇനിയും അമാന്തിച്ചുകൂടാ. ഈയൊരടിസ്ഥാനത്തിൽ കേരളത്തിലെ നമ്മുടെ പ്രസ്ഥാനത്തെയാകെ പുനഃസംഘടിപ്പിക്കേണ്ടതുണ്ട്.

വരുന്ന പാർലമെന്റ് - നിയമസഭാ തെരഞ്ഞെടുപ്പുകളിൽ ഫലപ്രദമായി പങ്കെടുക്കാനും വിജയം വരിക്കാനുമുള്ള പ്രായോഗിക പ്രവർത്തനങ്ങളും നാം ആരംഭിക്കേണ്ടിയിരിക്കുന്നു

പ്രസംഗത്തിന്റെ അവസാനഭാഗത്തിനു തൊട്ടു മുൻപ് മുതൽ ലൈറ്റ് ഷെയിഡ് ചെയ്തു തുടങ്ങണം

രംഗദീപം പൊലിയുന്നു

ദൃശ്യം ഇരുപത്തിയാറ്

ഐക്യകേരള റാലി
സ്ഥലം : എറണാകുളം
കാലം 1956 നവംബർ 1
എറണാകുളം ബോട്ട് ജട്ടി മൈതാനം. പൊതുവേദി
വേദിയുടെ പിന്നിൽ ഒരു വെളുത്ത യവനിക
അതിന്റെ മുകളിൽ 'ഇന്ത്യൻ കമ്യൂണിസ്റ്റ് പാർട്ടി'
'ഐക്യകേരള റാലി 1956 നവംബർ 1'
എന്ന ചുവന്ന ബാനർ

രംഗദീപം തെളിയുമ്പോൾ

പശ്ചാത്തലത്തിൽ

ഒരു വലിയ ഘോഷയാത്രയുടെ പ്രതീതിയുളവാക്കുന്ന മുദ്രാവാക്യം വിളികൾ

"ഐക്യകേരളം സിന്ദാബാദ്
നവംബറൊന്ന് സിന്ദാബാദ്
കമ്യൂണിസ്റ്റ് പാർട്ടി സിന്ദാബാദ്
സഖാവ് ഇ എം എസ് സിന്ദാബാദ്
സഖാവ് എ കെ ജി സിന്ദാബാദ്
ഇങ്കുലാബ് സിന്ദാബാദ്
മലയാളികളുടെ മധുരസ്വപ്നം
ഐക്യകേരളം സിന്ദാബാദ്

അനൗൺസ്മെന്റ്

മലയാളികളുടെ നെടുനാളത്തെ മഹാസ്വപ്നമായ ഐക്യകേരളം സഫലമായ ഇന്ന്, അതിന്റെ മധുര സ്മരണ ശാശ്വതമാക്കാൻ ഐക്യകേരളത്തിനു വേണ്ടി മറ്റാരേക്കാളും മുന്നിൽ നിന്ന് പോരാടിയ കമ്യൂണിസ്റ്റ് പാർട്ടിയുടെ നേതൃത്വത്തിലുള്ള മഹാ റാലി ഇതാ ബോട്ട് ജട്ടി മൈതാനത്തിലേക്ക് നീങ്ങി ക്കൊണ്ടിരിക്കുന്നു. ഇന്ത്യൻ കമ്യൂണിസ്റ്റ് പാർട്ടിയുടെ പൊളിറ്റ് ബ്യൂറോ മെമ്പർമാരായ സഖാക്കൾ ഇ എം എസിന്റെയും എ കെ ജിയുടെയും നേതൃത്വത്തിൽ പതിനായിരങ്ങൾ ചെങ്കൊടിയുമേന്തി ഒരു ചെങ്കടൽ പോലെ ഇതാ ബോട്ട് ജെട്ടിയിലെത്തിക്കഴിഞ്ഞു.

ഈ അനൗൺസ്മെന്റ് നടക്കുമ്പോൾ രണ്ട് വാളണ്ടിയർമാർ ചേർന്ന് വലിയ ഒരു ചെങ്കൊടി സ്റ്റേജിനു പിന്നിലെ കർട്ടനിൽ മൊട്ടു സൂചി കൊണ്ട് പിൻ ചെയ്യുന്നു. മൈക്ക് ഓപ്പറേറ്റർമാർ സദസ്സിന്റെ ഒര റ്റത്ത് രണ്ട് മൈക്ക് സ്റ്റാൻഡുകൾ കൊണ്ടുവയ്ക്കുന്നു. വേദിയുടെ ഒരറ്റത്ത് രണ്ട് കസേരകൾ കൊണ്ട് ഇടുന്നു. മുന്നിൽ ചെറിയ ഒരു ടീപ്പോയിക്ക് കൊണ്ടുവയ്ക്കുന്നു. ജാഥ മൈതാനത്തിൽ എത്തു മ്പോൾ മുന്നിൽ ഇ എം എസും പിന്നിൽ എ കെ ജിയുമായി രംഗ ത്തേക്ക് കയറുന്നു. ജനങ്ങൾ കൈയടിക്കുന്നു ആളുകൾ ഇ എം എസ് സിന്ദാബാദ്

എ കെ ജി സിന്ദാബാദ് എന്ന് ഉച്ചത്തിൽ മുദ്രാവാക്യം വിളിക്കുന്നു
എ കെ ജിയും ഇ എം എസും ഇരിക്കുന്നു
എ കെ ജി എഴുന്നേറ്റ് മൈക്കിനടുത്തുചെന്ന്

എ കെ ജി : സഖാക്കളേ
മുദ്രാവാക്യം വിളി അവസാനിപ്പിച്ച് സ്വസ്ഥാനത്തി രിക്കുക
ഐക്യകേരളം പ്രഭാഷണം നടത്താൻ
ഐക്യകേരള പ്രസ്ഥാനത്തിന്റെ താത്ത്വികാചാര്യൻ കൂടിയായ നമ്മുടെ പ്രിയപ്പെട്ട ഇ എം എസിനെ ക്ഷണിക്കുന്നു.

ഇ എം : *സദസ്സിന്റെ മുന്നിലേക്ക് വരുന്നു.*

ജനം കൈയടിക്കുന്നു.

സഹോദരി സഹോദരന്മാരേ,
ഞാനും നിങ്ങളും നമ്മുടെ പൂർവ്വതലമുറയും സ്വപ്നം കണ്ട ഐക്യകേരള സങ്കല്പം ഇന്നു യാഥാർത്ഥ്യമാവുകയാണ്. തുഞ്ചൻ, കുഞ്ചൻ, ചെറുശ്ശേരി, ആശാൻ, വള്ളത്തോൾ, ചങ്ങമ്പുഴ തുടങ്ങിയ കവികളും നമ്മുടെ ധീരോദാത്തരായ ദേശാഭിമാനികളും അവരുടെ ആശയങ്ങളിലൂടെ സൃഷ്ടിക്കപ്പെട്ട ഐക്യകേരളം രാഷ്ട്രീയമായും ഭൂമിശാസ്ത്രപരമായും ഇന്നിതാ യാഥാർത്ഥ്യമായിരിക്കുന്നു. ഈ സുദിനത്തിൽ ഐക്യകേരള പ്രസ്ഥാനത്തിനു വേണ്ടി നിസ്സാരമായ പങ്ക് വഹിച്ച ഒരാളെന്ന നിലയിൽ എനിക്കുള്ള കൃതാർത്ഥതയും ഞാനിവിടെ രേഖപ്പെടുത്തട്ടെ.
ഐക്യകേരളമെന്ന ഈ സ്വപ്നം യാഥാർത്ഥ്യമാകുമ്പോൾ വസ്തുനിഷ്ഠമായി ചില പ്രശ്നങ്ങൾക്കു കൂടി പരിഹാരം കാണാൻ നമുക്ക് ബാദ്ധ്യതയുണ്ട്. എന്ന കാര്യം ഞാനെടുത്തു പറയാൻ ആഗ്രഹിക്കുന്നു. ഞാൻ പ്രസംഗം ദീർഘിപ്പിക്കുന്നില്ല
സഖാക്കളേ ലാൽസലാം

എ കെ ജി : ഇനി ഒരു ഐക്യകേരള ഗാനം അതിലേക്കായി കൊച്ചിൻ തൊഴിലാളി കേന്ദ്രത്തിലെ കലാകാരന്മാരെ ഞാൻ ക്ഷണിക്കുന്നു.

ഗായകസംഘം മൈക്കിനു മുന്നിലെത്തുന്നു. അവർ പാടിത്തുടങ്ങുന്നു.

വിരുത്തം
സഹ്യമഹാഗിരി മരതക മണിമകുടം ചൂടിയും
സാഗരകന്യകൾ നെയ്ത വെൺപട്ടു ഞൊറിഞ്ഞുടുത്തും
കഥകളികാൽ ചിലമ്പും തുഞ്ചന്റെ ശാരീര തേൻമൊഴിയും
ചൊരിയുകമൈക്യ കേരള ജന്മമുഹൂർത്തമേ..
പ്രണാമം പ്രണാമം.. നിനക്കായിരം പ്രണാമങ്ങൾ

ഇതു പുതിയ സംസ്കാരം ജന്മ മുഹൂർത്തം
മലയാള നാടിന്റെ പിറവി മുഹൂർത്തം
തുടികൊട്ടൂ പുഴകളേ, കിളികളേ, മലകളെ
തുടിയുണർത്തു നാടിൻ പൊരുതുന്ന കവികളെ
ഇതു കേരളത്തിന്റെ ജന്മാഭിലാഷം

മർദ്ദിത സംസ്കാര സ്വർണ്ണാഭിലാഷം
ചെങ്കോൽ കിരീടങ്ങൾ തട്ടിയെറിഞ്ഞ
ജനകീയ മുന്നേറ്റ ജയസമുൽഘോഷം...
തുടികൊട്ടുപുഴകളേ
വീര വേലുത്തമ്പി ധീരനാം പഴശ്ശി
പുന്നപ്രവയലാറിൽ വീരരാം മക്കൾ
പി കൃഷ്ണപിള്ള സ്വദേശാഭിമാനി
നിൻ പ്രിയമക്കളവർ നീയെത്ര ധന്യ
തുടികൊട്ടു പുഴകളെ
സാഹിത്യ മഞ്ജരികാരന്റെ സ്വപ്നം
മലയാള ഗന്ധർവ്വ കോകില സ്വപ്നം
ഇതു മഹാബലിയുടെ തറവാട്ടു സ്വപ്നം
ഇതൈക്യ കേരളമായുണരുന്നു
തുടികൊട്ടു പുഴകളെ

(പാട്ടിന്റെ അവസാന വരികളെത്തുമ്പോൾ ലൈറ്റ് ഫെയ്ഡ് ചെയ്യൂ.)

രംഗദീപം പൊലിയുന്നു.

ദൃശ്യം ഇരുപത്തിയേഴ്

ഒരു തെരുവ്
കാലം. 1957 മാർച്ച്
സമയം. പ്രഭാതം
സൈറൺ തെരുവിന്റെ ആരവം
ബസിന്റെ ഹോൺ, സൈക്കിൾ മണി
പശ്ചാത്തലത്തിൽ ഈ ശബ്ദങ്ങൾ കേട്ടുകൊണ്ടിരിക്കുന്നു

രംഗവേദിയിൽ വെളിച്ചമെത്തുന്നു

പലതരത്തിലുള്ള ആളുകൾ അങ്ങോട്ടും ഇങ്ങോട്ടും യാത്രചെയ്യുന്നു.

ഒരു പത്രവില്പനക്കാരൻ: "കേരളത്തിൽ കമ്യൂണിസ്റ്റുകൾ അധികാരത്തിലേക്ക്. ഒടുവിൽ ഗവർണർക്ക് ഭൂരിപക്ഷം ബോദ്ധ്യപ്പെട്ടു. ഇ എം എസ് മുഖ്യമന്ത്രിയായി. നാളെ സത്യപ്രതിജ്ഞ ചെയ്യുന്നു"

മാതൃഭൂമി, മാതൃഭൂമി എന്നു വിളിച്ചുകൊണ്ട് അയാൾ മറയുന്നു.

മറ്റൊരു പത്രവില്പനക്കാരൻ: "ലോകത്തിലാദ്യമായി, ബാലറ്റിലൂടെ കമ്യൂമിസ്റ്റ് പാർട്ടി അധികാരത്തിൽ ഇ എം എസ് നമ്പൂതിരിപ്പാട് തന്നെ മുഖ്യമന്ത്രി."

മനോരമാ.. മനോരമാ.. മനോരമാ..

ഒരാൾ : ഏയ്.. ഒരു പത്രം

പത്രക്കാരൻ : പത്രം കൊടുക്കുന്നു. ഒരുരൂപാ കൊടുക്കുന്നു എന്നിട്ട് അതിന്റെ ചില്ലറ കൊടുക്കുന്നു.

പത്രംവാങ്ങിയ ആൾ: ഞാൻ ഒരു രൂപയല്ലേ തന്നത്. ഇത് നാല്പത് നയാപൈസയല്ലേ ഉള്ളൂ. ബാക്കി അമ്പതു നയാ പൈസ കൂടി ഇങ്ങുതാ.

പത്രവില്പനക്കാരൻ:. ഞാൻ കരുതി സാർതന്നത് എട്ടണയാണെന്ന്. മടിയിൽ നിന്ന് ബാക്കി പൈസ കൂടി എടുത്തുകൊടുക്കുന്നു.

പത്രം വാങ്ങിയ ആൾ: തിരുവനന്തപുരം ഏപ്രിൽ നാല്. രണ്ടാം പൊതു തെരഞ്ഞെടുപ്പിലൂടെ കേരളത്തിൽ ഏറ്റവും വലിയ കക്ഷിയായി ഉയർന്ന കമ്യൂണിസ്റ്റ് പാർട്ടിയെ മന്ത്രി സഭ രൂപീകരിക്കാൻ ഗവർണർ ക്ഷണിച്ചിട്ടുണ്ട്. കമ്യൂണിസ്റ്റ് കക്ഷിക്കും അവരുടെ പിന്തുണയോടെ ജയിച്ച മന്ത്രിസഭ രൂപീകരിച്ചാൽ പിന്തുണ നല്കുമെന്നു പ്രഖ്യപിച്ചിട്ടുള്ള കക്ഷിരഹിതന്മാരായ ഡോ. എ ആർ മേനോൻ, അഡ്വ. വി ആർ കൃഷ്ണയ്യർ, പ്രൊഫ. ജോസഫ് മുണ്ടശ്ശേരി, കോരുമാസ്റ്റർ, ചെങ്ങളത്തു രാമകൃഷ്ണപിള്ള എന്നിവരെയും ഒറ്റയ്ക്കൊറ്റയ്ക്ക് കണ്ട് അവരുടെ പിന്തുണ ഉറപ്പുവരുത്തിയതോടെയാണ്. ഗവർണർ കമ്യൂണിസ്റ്റ് കക്ഷിയുടെ നേതാവായി തെരഞ്ഞെടുക്കപ്പെട്ട ശ്രീ ഇ എം ശങ്കരൻ നമ്പൂതിരിപ്പാടിനെ മന്ത്രിസഭ രൂപീകരിക്കാൻ ക്ഷണിച്ചത്.
ഇതോടെ തിരഞ്ഞെടുപ്പിനെത്തുടർന്ന് കേരളത്തിൽ നിലവിലുണ്ടായിരുന്ന രാഷ്ട്രീയ പ്രതിസന്ധിക്കും അഭ്യൂഹങ്ങൾക്കും ഗവർണർ വിരാമമിട്ടു. മന്ത്രിമാരുടെ ലിസ്റ്റ് ഇന്ന് നാല് മണിയോടെ നിയുക്ത മുഖ്യമന്ത്രി ഗവർണർക്ക് സമർപ്പിക്കുമെന്ന് പാർട്ടിയുടെ ഔദ്യോഗിക വൃത്തങ്ങൾ അറിയിച്ചു.

ഇ എം എസിന്റെ ജീവിചരിത്രക്കുറിപ്പ് അന്യത്ര

വായനകേട്ടുകൊണ്ട് നിന്ന ഒരാൾ: ഇതേത് പത്രാ *മനോരമയാ.*

ഒന്നാമൻ : എന്തുപറഞ്ഞാലും അവരുടെ ഒരു പത്രമര്യാദ. ഇത്ര നാൾ കമ്യൂണിസ്റ്റ്കാരെക്കുറിച്ച് ഒരു നല്ല വാക്ക് പറഞ്ഞിട്ടില്ലെങ്കിലും കണ്ടോ.. സമയം വന്നപ്പോൾ വിരോധമെല്ലാം മാറ്റിവച്ച് അവരെ ആദരിക്കുന്നത്.

രണ്ടാമൻ : ആദരവോ.. അവസരവാദമോ.. എന്തോ ആവട്ടെ. പക്ഷേ, കമ്യൂണിസ്റ്റുകൾ കേരളത്തിൽ അധികാര

ത്തിൽ വന്നാൽ ഞാനുമെന്റെ കുടുംബവും വിഷം കഴിച്ചു മരിക്കുമെന്നുവരെ പറഞ്ഞ പത്രക്കാരിവിടെ യുണ്ട്. അവരൊക്കെ എന്തോ ചെയ്യുമെന്നത് അറി യാമല്ലോ.

മൂന്നാമൻ : നിങ്ങൾക്കുണ്ടോ ഭ്രാന്ത്. ആ വിഷം അവർ കുടിക്കില്ല. അത് കമ്യൂണിസ്റ്റ് വിരോധമാക്കി ജനങ്ങൾക്ക് കൊടുക്കും അത്രതന്നെ.

എല്ലാവരും ചിരിക്കുന്നു.

മറ്റൊരു പത്രം : *ജനയുഗം ജനയുഗം*
കമ്യൂണിസ്റ്റ് മന്ത്രിസഭാ സപ്ലിമെന്റ് നാളെക്കാലത്ത് സ. പി കൃഷ്ണപിള്ളയും പുന്നപ്ര വയലാർ ധീര ന്മാരും അന്ത്യവിശ്രമം കൊള്ളുന്ന പുന്നപ്ര വലിയ ചുടുകാട്ടിൽ. സ ഇ എം എസും സഹമന്ത്രിമാരും രക്തപുഷ്പങ്ങൾ അർപ്പിച്ച് അധികാരമേല്ക്കുന്നു. സഖാക്കൾ എ കെ ജി, എം എൻ ഗോവിന്ദൻ നായർ, വി എസ് അച്യുതാനന്ദൻ എന്നിവർ വലിയ ചുടുകാട്ടിലെ ചടങ്ങുകൾക്ക് നേതൃത്വം നല്കും. *ജനയുഗം.. ജനയുഗം.*

മൂന്നാമൻ : ഒരു പത്രമിങ്ങുതാടാ കൊച്ചനേ... അവർ പറയു ന്നതും എന്തെന്ന് അറിയാമല്ലോ.

ഒന്നാമൻ : ഗവർണ്ണർ മന്ത്രിസഭ രൂപീകരിക്കാൻ ക്ഷണിച്ച തൊക്കെ ശരി. നമ്പൂരിയേയും കൂട്ടരേം ഭരിക്കാനാ നുവദിക്കുമെന്ന് തോന്നുന്നുണ്ടോ.

രണ്ടാമൻ : പിന്നെ അനുവദിക്കാണ്ട്. ഹേ ഇവിടെ ഭരണഘട നാന്ന് ഒരു സൂത്രോല്യോ. അതിനെ അവഗണിക്കാൻ പറ്റോ.

മൂന്നാമൻ : അതൊന്നും പറയണ്ട. ബൈബിളു മോശമായതു കൊണ്ടോ ക്രിസ്ത്യാനികൾ സ്വർഗ്ഗത്തേക്ക് പോകാ ഞ്ഞത്.

നാലാമൻ : ഇവർക്ക് ബരണ പരിചേണ്ടോ? സമരം ചെയ്തല്ലേ പരിചേയ ഉള്ളൂ. പട്ടം താണുപിള്ളേനേപ്പോലുള്ള തലയെടുപ്പുള്ള സാരഥികളോ പ്രതിപക്ഷ ബഞ്ചിൽ. അദ്യത്തെ കാണുമ്പോ തന്നെ നമ്പൂരിക്കും കൂട്ടർക്കും മൂത്രശങ്കേണ്ടാവും.

രണ്ടാമൻ : പിന്നേ.. അങ്ങേരു അമ്മേടെ വയറ്റീന്ന് ഭരണോം പഠി ച്ചോണ്ട് വന്നതല്ലേ. അവസരം കിട്ടിയാൽ എല്ലാരും പടിക്കും. നോക്കിക്കോളൂ. ഇ എം എസ് കേരള ത്തിലെ ഏറ്റവും നല്ല ജകീയ മുഖ്യമന്ത്രിയായിരിക്കും. മറ്റേ അങ്ങേരെപ്പോലെ ദളവയാകൂല്ലാന്നു മാത്രം.

(ഗവർണ്ണറുടെ വാഹനം വരുന്ന സൈറൺ മുഴങ്ങുന്നു)

(ഒരു പൊലീസുകാരൻ: വിസിലൂതി ഓടിവന്നിട്ട്. ഗവർണ്ണറുടെ വാഹനം)

വഴിമാറിൻ വഴിമാറിൻ

(എല്ലാവരും റോഡരികിലേക്ക് ഒഴിഞ്ഞുനില്ക്കിൻ ഗവർണർ ഇതു വഴി പോകുന്നുണ്ട്.)

രംഗദീപം പൊലിയുന്നു

ദൃശ്യം ഇരുപത്തി എട്ട്

പുന്നപ്ര വലിയ ചുടുകാട്
കാലം 1957 ഏപ്രിൽ 5
സമയം: പ്രഭാതം
പശ്ചാത്തലത്തിൽ അനൗൺസ്മെന്റ്

"ദേശാഭിമാനികളായ നാട്ടുകാരേ
സഖാക്കളെ സുഹൃത്തുക്കളെ
കേരളത്തിലെ അദ്ധ്വാനിക്കുന്ന ജനലക്ഷങ്ങളുടെ ചോരയും നീരും പ്രാണവായുവും കൊണ്ട് കെട്ടിപ്പടുത്ത കമ്യൂണിസ്റ്റ് പാർട്ടിയുടെ നേതൃത്വത്തിലുള്ള ഒരു മന്ത്രിസഭ. ഇന്ത്യാ ചരിത്രത്തിലാദ്യമായി ഇന്ത്യൻ തൊഴിലാളി വർഗ്ഗത്തിന്റെ അനിഷേദ്ധ്യ നേതാവായ സ ഇ എം എസിന്റെ നേതൃത്വത്തിൽ ഇന്നുച്ചയ്ക്ക് മേൽ തിരുവനന്തപുരത്ത് രാജ്ഭവൻ അങ്കണത്തിൽ വച്ച് സത്യപ്രതിജ്ഞ ചെയ്തു അധികാരമേല്ക്കുകയാണ്. അതിനുമുമ്പ് കേരളത്തിലെ കമ്യൂണിസ്റ്റ് പ്രസ്ഥാനത്തിന്റെ സ്ഥാപകനും തന്റെ സഹപ്രവർത്തകനുമായ സ. പി കൃഷ്ണപിള്ളയും പുന്നപ്ര വയലാർ ധീരന്മാരും അന്ത്യവിശ്രമം കൊള്ളുന്ന വലിയ ചുടുകാട്ടിൽ അവരുടെ അനുഗ്രഹം വാങ്ങാൻ സഖാവ് ഇ എം എസും പാർലമെന്റിലെ പ്രതിപക്ഷ നേതാവ് സ. എ കെ ജിയും സഹമന്ത്രിമാരും സഖാക്കൾ എം എൻ, വി എസ് തുടങ്ങിയ പാർട്ടി നേതാക്കളും ഇതാ വലിയ ചുടുകാട്ടിലേക്ക് നീങ്ങുകയാണ്. വഴിയോരത്തു നില്ക്കുന്ന അമ്മ പെങ്ങന്മാരുടെ പുഷ്പവൃഷ്ടിയേറ്റു കൊണ്ട് സഖാവ് ഇ എം

എസിന്റെ നേതൃത്വത്തിൽ ജാഥ ഇതാ പുന്നപ്രയി ലേക്ക് കടന്നിരിക്കുന്നു.

രംഗവേദിയിൽ വെളിച്ചമെത്തുന്നു

പ്രത്യേകം തയ്യാർ ചെയ്ത ബലികുടീരം
ചെങ്കൊടികൾ കൊണ്ടലങ്കരിച്ച പശ്ചാത്തലം

ഒരു പുഷ്പചക്രം. ഒരു വലിയ കുട്ട നിറയെ രക്തപുഷ്പങ്ങൾ ഒന്നുരണ്ടു വാളണ്ടിയർമാർ

പശ്ചാത്തലത്തിൽ മുദ്രാവാക്യങ്ങൾ

"ഇൻക്വിലാബ് സിന്ദാബാദ്
രക്തസാക്ഷികൾ സിന്ദാബാദ്
ഇല്ലാ ഇല്ല മരിച്ചിട്ടില്ല
വയലാർ മക്കൾ മരിച്ചിട്ടില്ല
പുന്നപ്ര ധീരർ മരിച്ചിട്ടില്ല.
സ. ഇ എം എസ് സിന്ദാബാദ്
കെട്ടും ഞങ്ങൾ കെട്ടും ഞങ്ങൾ
ചെങ്കോട്ടയിലും ചെങ്കൊടി കെട്ടും
ഇ എം എസേ നേതാവേ
ധീരതയോടെ നയിച്ചോളൂ
ലക്ഷം ലക്ഷം പിന്നാലെ
ഏപ്രിൽ അഞ്ച് സിന്ദാബാദ്

ജാഥയുടെ മുൻനിര ചുടുകാട്ടിലെത്തുന്നു

അനൗൺസ്മന്റ്: ബഹുജനങ്ങളുടെ ശ്രദ്ധയ്ക്ക്, ചുടുകാട്ടിൽ സ്ഥലം വളരെ പരിമിതമാണ്. മന്ത്രിമാരും മന്ത്രിമാരെ അനുധാവനം ചെയ്യാൻ പാർട്ടി നിശ്ചയിച്ച നേതാക്കളുമല്ലാതെ മറ്റാരും രക്തസാക്ഷി നഗറിലേക്ക് പ്രവേശിക്കരുത്.. സ്വയം അച്ചടക്കം പാലിക്കുവാൻ ഞങ്ങൾ നമ്മുടെ സഖാക്കളോടഭ്യർത്ഥിക്കുന്നു.

ആവേശകരമായ മുദ്രാവാക്യം വിളി.

ഇ എം എസ്, എ കെ ജി, എം എൻ, വി എസ് നിയുക്തമന്ത്രിമാർ എന്നിവർ പ്രവേശിക്കുന്നു

സ. വി എസ് അച്യുതാനന്ദൻ:

(അവിടെ സജ്ജീകരിച്ചിരിക്കുന്ന മൈക്കിന്റെ മുന്നിലേക്ക് വന്ന്)

വി എസ് : സഖാക്കളേ, മുദ്രാവാക്യം വിളി അവസാനിപ്പിക്കണം. നമ്മുടെ ചടങ്ങുകൾ ആരംഭിക്കുകയാണ്. ഞാൻ

ഇവിടെ നിശ്ചയിച്ചിട്ടുള്ള ചടങ്ങുകൾ സംബന്ധിച്ച് ഒരുലഘുവിവരണം നിങ്ങൾക്ക് നല്കാം. പാർട്ടി സംസ്ഥാന സെക്രട്ടറി സ. എം എൻ ഗോവിന്ദൻനായർ പുഷ്പാർച്ചനയ്ക്ക് നേതൃത്വം നല്കാൻ സ. ഇ എം എസിനെ ക്ഷണിക്കും. അദ്ദേഹം ഒരു ഹ്രസ്വ പ്രസംഗത്തോടെ രക്തസാക്ഷികളുടെ ബലികുടീരത്തിൽ പുഷ്പ ചക്രം സമർപ്പിക്കും.

ഉടനെ കെ പി എ സി ഗായകസംഘം ഒരു വിപ്ലവഗാനമാലപിക്കും. അപ്പോൾ എല്ലാവരും രക്തസാക്ഷികളെ സല്യൂട്ട് ചെയ്യണം. അതുകഴിഞ്ഞാൽ ഓരോരുത്തരായി പുഷ്പാർച്ചന നടത്തി പുറത്തേക്ക് വരും. പരിപാടികൾ ആരംഭിക്കുകയാണ്. ഞാൻ എമ്മനെ ക്ഷണിക്കുന്നു.

എം എൻ : മൈക്കിനടുത്തേക്ക് വന്ന്
സഖാക്കളേ,
ഐതിഹാസികമായ പുന്നപ്രവയലാർ സമര ധീരരുടെ ബലികുടീരത്തിൽ പുഷ്പാർച്ചനയ്ക്കായി നിയുക്ത മുഖ്യമന്ത്രിയും ഇന്ത്യൻ കമ്യൂണിസ്റ്റ് പാർട്ടിയുടെ സമുന്നത നേതാവുമായ സ. ഇ എം എസിനെ ക്ഷണിക്കുന്നു.

ഇ എം : സഹോദരീ സഹോദരന്മാരേ..
സഖാക്കളേ.
വികാരഭരിതമാകാതെ ഈ നിമിഷത്തിൽ നിങ്ങളോട് സംസാരിക്കാൻ എനിക്കാവുന്നില്ല. ഇന്ത്യയിലെ കമ്യൂണിസ്റ്റ് പ്രസ്ഥാനം. അതിന്റെ പിറവിതൊട്ട് ഒട്ടേറെ പരീക്ഷണങ്ങൾ നേരിട്ടാണ്, ഇന്നീ നിലയിൽ എത്തിയിട്ടുള്ളത്. ഇതും ഒരു പരീക്ഷണമാണ്. മറ്റെല്ലാ പരീക്ഷണങ്ങളെയും അതിജീവിച്ചതുപോലെ ഈ പരീക്ഷണത്തിലും നമ്മൾ വിജയിക്കും എന്ന ശുഭാപ്തി വിശ്വാസമാണ് - എനിക്കുള്ളത്.

കരഘോഷം

ഇവിടെ ഒരു രക്തസാക്ഷിനഗറിൽ കഴിഞ്ഞ ഒമ്പതു കൊല്ലങ്ങൾക്കുമുമ്പ് നമ്മെ വിട്ടുപിരിഞ്ഞ നമ്മുടെ പ്രിയപ്പെട്ട സ. പി കൃഷ്ണപിള്ളയുടെയും മരണത്തിന്റെ മുഖത്തു ചവിട്ടി അനശ്വരതയിലേക്ക് കുതിച്ചുയർന്ന പുന്നപ്ര വയലാർ സമരധീരരുടെയും മുന്നിൽ ഞാൻ പ്രണമിക്കുന്നു.
അവരുടെ സ്വപ്നങ്ങൾ സാക്ഷാൽക്കരിക്കാനുള്ള

ഈ പ്രയാണത്തിൽ എന്റെയും സഹപ്രവർത്തകരുടെയും കാലിടറുകയില്ലെന്നും വഴിതെറ്റുകയില്ലെന്നും ഞാൻ, ഞങ്ങളെ.. ഞങ്ങളാക്കിയ ബഹുജനങ്ങളോട് ഈ ബലികുടീരം സാക്ഷിയാക്കി പ്രതിജ്ഞ എടുക്കുന്നു.
സഖാക്കളേ ലാൽസലാം.

വലിയ കരഘോഷം

മുദ്രാവാക്യം വിളി

വയലാർ മക്കൾ മരിക്കുകയില്ല
പുന്നപ്ര ധീരർ മരിക്കുകയില്ല
കമ്യൂണിസ്റ്റ് പാർട്ടി സിന്ദാബാദ്
സഖാവ് ഇ എം എസ് സിന്ദാബാദ്

എം എൻ : വി എസേ ആ പുഷ്പചക്രം ഇങ്ങെടുക്ക്

വി എസ് പുഷ്പചക്രം എം എന്നെ ഏല്പിക്കുന്നു. എം എൻ അത് ഇ എം എസിനെ ഏല്പിക്കുന്നു.

ഇ എം എസ് സ്മൃതി മണ്ഡപത്തിൽ സമർപ്പിക്കുന്നു. കെ പി എ സി ഗായകർ മൈക്കിന് മുന്നിൽ വന്ന്

"ബലികുടീരങ്ങളേ.. ബലികുടീരങ്ങളേ
സ്മരണകളിരമ്പും രണസ്മാരകങ്ങളേ
ഇവിടെ ജനകോടികൾ ചാർത്തുന്നു നിങ്ങളിൽ
സമര പുളകങ്ങൾ തൻ സിന്ദൂര മാലകൾ"

എന്ന നാലു വരി പാടുന്നതുവരെ എല്ലാവരും അറ്റൻഷനായി ചുരുൾ മുഷ്ടി ഉയർത്തി അഭിവാദ്യം ചെയ്യുന്നു.

ഈ വരികൾ കഴിയുന്നതോടെ നേതാക്കൾ ഓരോരുത്തരായി പുഷ്പാർച്ചന നടത്തി പുറത്തേക്ക് പോകുന്നു

പുറത്ത് കാറുകൾ പോകുന്ന ഹോണിന്റെ ഒച്ച മുദ്രാവാക്യം വിളികൾ

മുദ്രാവാക്യം വിളിയും വെളിച്ചവും ക്രമേണ ഫെയിഡു ചെയ്തു രംഗദീപം നിശ്ശേഷം പൊലിയുന്നു

രംഗദീപം തെളിയുമ്പോൾ

തിരുവനന്തപുരത്തെ സെക്രട്ടേറിയേറ്റിന്റെ പൂമുഖം

ചെങ്കൊടി ഏന്തിയ ജനക്കൂട്ടത്തിനു മദ്ധ്യത്ത് ഒരു പീഠത്തിൽ സഖാവ് ഇ എം എസ്

പശ്ചാത്തലത്തിൽ

"സഖാവ് ഇ എം എസ് സിന്ദാബാദ്
കമ്യൂണിസ്റ്റ് പാർട്ടി സിന്ദാബാദ്"
ആയിരം ആയിരം കണ്ഠങ്ങളിൽ നിന്നുയരുന്ന മുദ്രാ
വാക്യം
മുദ്രാവാക്യം വിളി പെട്ടെന്നു നില്ക്കുന്നു.
ഒരു നിമിഷം എല്ലാം നിശ്ശബ്ദം
പശ്ചാത്തലത്തിൽ - ഘന ഗംഭീരമായ ശബ്ദത്തിൽ
"സഖാവ് ഇ എം എസിന്റെ ജൈത്രയാത്ര
ഇതാ ഇവിടെ ആരംഭിക്കുന്നു
വീണ്ടും പശ്ചാത്തലത്തിൽ
ഈയെമ്മസ് ഈയെമ്മസ് ഈയെമ്മസ്
ഒരു നവഭാരതം സംസ്കാരത്തിൽ ശംഖദ്ധ്വനിയുണരട്ടെ
ഈയെമ്മസ്സീ നാടിൻ വിപ്ലവമന്ത്രദ്ധ്വനിയായുരട്ടെ
ഉയരട്ടെ.. ഉയരട്ടെ ഉയരട്ടെ
ഈയെമ്മസ് ഈയെമ്മസ് ഈയെമ്മസ്
പാട്ടു ക്രമേണ ഫെയ്ഡു ചെയ്യുന്നു
തിരശ്ശീല അവസാനമായി രംഗവേദിയിലേക്ക് താഴുന്നു

എ കെ ജി

വിപ്ലവത്തിന്റെ രക്തനക്ഷത്രം

എ കെ ജി വിപ്ലവത്തിന്റെ രക്തനക്ഷത്രം

നാന്ദി

പശ്ചാത്തലത്തിൽ
വിരുത്തം:
ഇന്ത്യതൻ മോചനപ്പോരാട്ട ഭൂമിയുടെ ചക്രവാളങ്ങളിൽ
ഉദയച്ചുവപ്പായ വിപ്ലവത്തിന്റെ ധീര രക്തനക്ഷത്രമായ്
ഇവിടെ രണഭൂമികൾക്കാവേശമായ് സഖാവേകേജിയിന്നും
നമ്മെ നയിക്കുന്നു വർഗ്ഗസമരങ്ങൾതൻ അഗ്നിപഥങ്ങളിൽ
സംഗ്രാമഭൂമികൾ നെയ്ത ചെങ്കൊടികളും രക്തപുഷ്പങ്ങളും
ഏന്തിനിൻ സ്മരണാഞ്ജലിക്കു നില്ക്കുന്നു പുതിയ നൂറ്റാണ്ടുകൾ..
എ കെ ജി... എ... കെ.. ജി.. എ.. കെ.. ജി...
നവയുഗഭാരതമർദ്ദിതവിപ്ലവ
കഥയുടെ നായകനേകേജി
ഈ നൂറ്റാണ്ടിന്നിതിഹാസങ്ങൾ
നല്കിയനിധിയാണേകേജി
എ... കെ.. ജി.. എ.. കെ... ജി... എ.. കെ.. ജി...
പൊരുതും ഭാരത ജനകോടികളുടെ
ഉയിരിന്നുയിരാണേകേജി
സമരമുഖങ്ങൾക്കാവേശത്തിൻ
പുതിയകൊടുങ്കാറ്റേകേജി
എ... കെ.. ജി.. എ... കെ... ജി.. എ.. കെ.. ജി..
എകേജിക്കഭിവാദനമരുളൂ
ജനങ്ങളെ ജനകോടികളേ

ഇന്നും ചെങ്കതിർ ചൊരിയും
ഭാരത വിപ്ലവ സൂര്യൻ എ കെ ജി
എ... കെ... ജി... എ.... കെ... ജി.... എ... കെ... ജി...

(യവനിക ഉയരുന്നു)

ദൃശ്യം ഒന്ന്

(പശ്ചാത്തലത്തിൽ വെളുത്ത കർട്ടൻ. വേദിയിൽ ഒരു പ്രത്യേക തരത്തിലുള്ള വെളിച്ചം. വെളിച്ചം പശ്ചാത്തലത്തിൽ തെളിയേണ്ട തില്ല. കഥാപാത്രങ്ങളിൽ മാത്രം ക്രമീകരിച്ചാൽ മതിയാകും. വൈദേ ശിക ഭരണത്തിൻ കീഴിൽ ജാതി ജന്മി മേധാവിത്തത്തിന്റെ നെറി കേടുകൾ സൂചിപ്പിക്കുന്ന ഈരടികൾ... അതിന്റെ അവസാനത്തിൽ രംഗദീപം തെളിയുമ്പോൾ വഴിയൊരുക്കുന്നപോലെ... പഴയ നാടു വാഴിക്കാലത്തിലെ ഭൃത്യൻ രംഗത്തുവരുന്നു)

ഭൃത്യൻ : പൂഹോയ്... പൂഹോയ്... പൂഹോയ് നാട്ടാരും നാട്ടുകൂട്ട ങ്ങളും കേൾപ്പാൻ... കല്യാട്ടെ മൂത്ത എശമാൻ ഇതാ.. ഇതാ ഇതുവഴി എഴുന്നള്ളുന്നു. കുടുംബ പരദേവതയ്ക്ക് പട്ടും വളയും സമർപ്പിക്കാൻ ശ്രീകുരുംബാ ഭഗ വതിക്കാവിലേക്ക്... ഇതാ... ഇതാ.. എഴുന്നള്ളുന്നു... മാളോരെ വഴിവിട്ട് ഒഴിഞ്ഞ് നില്പിൻ... ഒഴിഞ്ഞു നില്പിൻ...

(ആളുകളെ മാറ്റുന്നതായി ഭാവിക്കുന്നു. ക്രമേണ സമയമെടുത്ത് വേദിയുടെ മറുഭാഗമെത്തുമ്പോൾ. പശ്ചാത്തലത്തിൽ ഉത്സവ എഴു ന്നള്ളത്തിന്റെ മേളം അനുസ്മരിപ്പിക്കുന്ന വാദ്യമേളം ആരംഭിക്കു ന്നു. മുമ്പിൽ ഊരിപ്പിടിച്ച വാളുമായി ഒരു നായർ പടയാളി. അല്പം പിന്നിലായി വെളുത്തു കൊഴുത്ത മദ്ധ്യ വയസ്കനായ എശമാൻ.. ഉച്ചിക്കുടുമ, നേര്യേതുമുണ്ട്, രണ്ടാംമുണ്ട്, കഴുത്തിൽ സ്വർണ്ണമു ത്തുമാല, കാതിൽ കടുക്കൻ, വിരലിൽ മോതിരം, പിന്നിൽ നിന്ന് ഒരാൾ പിടിച്ചിട്ടുള്ള പട്ടുകുട അതിനും പിന്നിൽ വായപൊത്തിയ

പ്രമാണിമാർ... എശമാൻ ഇരുവശവും നില്ക്കുന്നവരുടെ അഭിവാദ്യങ്ങൾ സ്വീകരിക്കുന്ന മട്ടിൽ ഘനം വിടാതെ മന്ദസ്മിതത്തോടെ തല ചരിക്കുന്നു. യാത്രാവേദിയുടെ കാൽഭാഗമെത്തുമ്പോൾ എതിർവശത്തു നിന്ന് ഭയന്ന് ഓടിക്കയറിവരുന്ന ഒരു യുവതി എശമാനെ കണ്ട് പെട്ടെന്ന് നിന്ന് കിതയ്ക്കുന്നു. ഒരു ഗർജ്ജനം പോലെ "മൂശേട്ടേ വഴിമാറി നില്ക്കൂ." യുവതി തിരിഞ്ഞോടാൻ ശ്രമിക്കുമ്പോൾ)

എശമാൻ : *(കനത്ത ശബ്ദത്തിൽ)* അവിടെ നില്ക്കൂ..!

(യുവതി എന്തുചെയ്യണമെന്നറിയാതെ പേടിച്ചുവിറച്ചു നില്ക്കുന്നു. വീണ്ടും ഓടാൻ തുടങ്ങുന്നു) പൊട്ടിച്ചിരിച്ചുകൊണ്ട്

മഠയീ...! പേടിക്കേണ്ട... ഇങ്ങടുത്തുവരൂ..

(യുവതി നാവെടുക്കാനാകാതെ നിന്നു വിറയ്ക്കുന്നു. എശമാൻ ആജ്ഞകലർന്ന വാത്സല്യത്തിൽ)

ഉം... ഇങ്ങടുത്തേക്കു വരൂ...!

യുവതി : *(ഭയപ്പാടോടെ)* അടിയൻ ഇവിടെ നിന്നോളാം..

എശമാൻ : നാമെന്താ കടുവയോ മറ്റോ ആണോ? നിന്നെ പിടിച്ചു തിന്നാൻ ങ്ും...വരൂ...

(യുവതി എന്തുചെയ്യണമെന്നറിയാതെ പരുങ്ങുന്നു. എശമാൻ അല്പം ആജ്ഞാസ്വരത്തിൽ)

എന്താ അനുസരിക്കില്ലെന്നുണ്ടോ....?

യുവതി : (രണ്ടു കൈയും നെഞ്ചിൽ പിണച്ചുവച്ച് അടിവച്ചടിവച്ച് അല്പം മുന്നോട്ടുവരുന്നു) അടിയനെ ഒന്നും ചെയ്യരുതേ... അട്യൻ പാവമാണേ...

എശമാൻ : നീ ഓടിയതാണോ... നിന്നെ ആരെങ്കിലും ഓടിച്ചതാണോ?

യുവതി : കാട്ടുപന്നി ഓടിച്ചതാണേ...

എശമാൻ : *(ശൃംഗാരച്ചിരിയോടെ)* അപ്പോൾ കാട്ടുപന്നിക്കുപോലും നിന്റെ മേനിക്കൊഴുപ്പു കണ്ടിട്ടു സഹിക്കുന്നില്ല. അല്ലേ?

(യുവതി സംശയത്തോടും ഭയത്തോടും എശമാനെ നോക്കുന്നു. മറ്റുള്ളവർ ആ ഫലിതം അംഗീകരിച്ച് വായ്പൊത്തിച്ചിരിക്കുന്നു)

നമുക്ക് നിന്നെ ഇഷ്ടമായി... നാളെ നീ നമ്മുടെ മാളികയിലെത്തണം. കേട്ടോ?

യുവതി : അടിയന്റെ മംഗലം കഴിഞ്ഞതാണേ...

എശമാൻ : ഓഹോ! അങ്ങനെയോ... എന്നാൽ, എല്ലാം എളുപ്പമായി... ആരാ നിന്നെ മംഗലം കഴിച്ചവൻ...?

യുവതി : ഇവിടുത്തെ പാട്ടക്കാരൻ കോരൻ മൂപ്പിലെ മൂത്ത മോൻ കുഞ്ഞമ്പുവാണേ...

എശമാൻ : *(കുലുങ്ങി ചിരിച്ചുകൊണ്ട്)* അതും നന്നായി.. അപ്പോൾ എന്തുകൊണ്ടും നീ നമുക്ക് അവകാശപ്പെട്ടവൾ തന്നെ. ഓനോട് പറഞ്ഞേക്ക് നിന്നെ നാളെ നമ്മുടെ മാളികയിൽ കൊണ്ടാക്കാൻ.

യുവതി : സങ്കടമൊണ്ടേ...

എശമാൻ : എന്തു സങ്കടം...? നിന്റെ സങ്കടമെല്ലാം നാം തീർക്കുന്നുണ്ട്.

യുവതി : അടിയന്റെ കണ്ണിനുദീനമാണേ... വൈദ്യരെ ശികിത്സയിലാണേ... അവിടുത്തെ കാരുണ്യമുണ്ടായി അടിയനെ രക്ഷിക്കണേ...

എശമാൻ : *(ചിരിച്ചുകൊണ്ട്)* എടീ പൊട്ടിപ്പെണ്ണേ നിന്റെ കണ്ണല്ല എനിക്കാവശ്യം... മംഗലം കഴിഞ്ഞിട്ടും ഒരാണിന്റെ ആവശ്യം എന്താണെന്ന് നിനക്കറിയില്ലേ? ഇല്ലെങ്കിൽ ഞാൻ പഠിപ്പിച്ചുതരാം.. *(ദേഷ്യത്തിൽ)* പറയുന്നത് അനുസരിച്ചാൽ മതി കേട്ടോ...

യുവതി : എന്റമ്മേ... *(നിലവിളിച്ചുകൊണ്ട് രംഗത്തു നിന്നോടുന്നു)*

ചുറ്റും നിന്നവർ: പിടിയവളെ... *(എന്നു വിളിച്ചുകൊണ്ട് ഓടാൻ തുടങ്ങുന്നു)*

എശമാൻ : *(അല്പം പോലും കുലുങ്ങാതെ)* വേണ്ട... ആരും പിന്നാലെ ഓടണ്ട.. ഇന്ന് നമുക്ക് വ്രതമാണ്. നാളെ... നാളെ അവൾ വരും.. അല്ലെങ്കിൽ വരുത്തും. *(തിരിഞ്ഞു നോക്കി)* എങ്ങനെയുണ്ട് ഉരുപ്പടി...?

പ്രമാണി : നഖവും മുടിയും പോലും കളയാനില്ല.

(എശമാൻ ചിരിക്കുന്നു. മറ്റുള്ളവർ കൂടെ ചിരിക്കുന്നു)

രംഗദീപം പൊലിയുന്നു.

പശ്ചാത്തലത്തിൽ

കുടിയാന്റെ മണ്ണിനും പെൺമണിക്കും
മേലധികാരം സ്വയം ചുമത്തി
കൊല്ലും കൊലയും വിനോദമാക്കി
ജന്മിമാർ നാടുഭരിച്ചിരുന്നു
വാകൈയു പൊത്തി വൈതാളികന്മാർ
അതിനെല്ലാം തലയാട്ടി നിന്നിരുന്നു

രംഗദീപം തെളിയുമ്പോൾ

(രംഗത്ത് എശമാനും പിന്നിൽ പ്രമാണിമാരും. എശമാന്റെ മുന്നിൽ

കൈകൾ പിന്നിൽ കെട്ടിയ നിലയിൽ കുഞ്ഞമ്പുവിനെ കൊണ്ടുവരുന്നു. ആരോഗ്യമുള്ള ഒരു ചെറുപ്പക്കാരൻ - ദേഹം നിറയെ അടിയുടെ പാടുകൾ)

എശമാൻ : *(കുഞ്ഞമ്പുവിന്റെ നേർക്ക് വിരൽചൂണ്ടി)* എടാ നായേ നമ്മുടെ കല്പന ധിക്കരിക്കാൻ പാട്ടക്കുടിയാനായ നിനക്ക് എങ്ങനെ ധൈര്യം വന്നു..?

കുഞ്ഞമ്പു : എനിക്ക് ജീവനുള്ള കാലം ഞാൻ കഴുത്തിൽ താലികെട്ടിയ എന്റെ പെണ്ണിനെ ജന്മിയായ നിങ്ങൾക്ക് കാഴ്ചവെക്കാൻ ഞാൻ തയ്യാറല്ല... എന്നെക്കൊന്നാലും ഞാനതിനു തയ്യാറല്ല.

എശമാൻ : എനിക്കെതിരെ ഇന്നു വരെ ആരും നാവുയർത്തിയിട്ടില്ല്യ. അങ്ങിനെ ഉയർന്നാൽ ആ നാവു പിന്നെ അവിടെ ഉണ്ടാവില്ല... ഈ ധിക്കാരി ഇനി സംസാരിക്കരുത്. *(രണ്ടുപേർ മുന്നോട്ടുവരുന്നു)*

എശമാൻ : വരട്ടെ,... അതാ അവളെ കൊണ്ടുവരുന്നുണ്ട്... അവളുടെ മുമ്പിൽ വച്ചാകാം.

(പുറത്തുനിന്നും രണ്ടുപേർ യുവതിയെ ഇരുകൈകളിലും ബലമായി പിടിച്ചുകൊണ്ടു വരുന്നു. അഴിഞ്ഞുലഞ്ഞമുടി. മുഖത്ത് മുറിവിന്റെ പാടുകൾ കുഞ്ഞമ്പുവിനെ കണ്ട് വാവിട്ടു നിലവിളിക്കുന്നു)

എശമാൻ : അവളെ വിടൂ... *(യുവതി ഓടിച്ചെന്ന് കുഞ്ഞമ്പുവിന്റെ മുറിവുകൾ തലോടിക്കൊണ്ട്)*

യുവതി : എന്റെ പൊന്നേ... ഞാനിതെങ്ങനെ സഹിക്കും *(എശമാനേ നോക്കി)* നോക്കി നില്ക്കേണ്ടാ... കൊല്ലൂ.. കൊല്ലൂ.. എന്നിട്ട് നിങ്ങൾക്ക് മതിയാവോളം എന്തുവേണമെങ്കിലും ആയിക്കോളൂ.

എശമാൻ : *(അടവൊന്നു മാറ്റി)* കുഞ്ഞമ്പു... നാം നിനക്ക് ഒരവസരം കൂടി തരുന്നു. ഇന്നത്തേക്ക്.. ഒരു രാത്രിയിലേക്ക് എനിക്ക് ഇവളെ വിട്ടുതരൂ.. ഞാനത്രയ്ക്ക് ആശിച്ചുപോയി... നാളെ നിനക്കിവളെക്കൂട്ടി തിരിച്ചുപോകാം.

കുഞ്ഞമ്പു : *(തല ഉയർത്തി)* ശരി... എന്നാൽ...

യുവതി : അയ്യോ... വേണ്ട... ഞാനില്ല.

എശമാൻ : പറയൂ... പറയൂ... നീ സമ്മതിച്ചോ?

യുവതി : എന്റെ പൊന്നുടയതേ..

കുഞ്ഞമ്പു : ഞാനെന്റെ കെട്ടിയവളെ ഇന്നത്തേക്ക് വിട്ടുതരാം..

എശമാൻ : മതി... മതി... സന്തോഷമായി..

കുഞ്ഞമ്പു : പക്ഷേ...

എശമാൻ : എന്തു പക്ഷേ...

കുഞ്ഞമ്പു : ഇന്നത്തേക്ക് നിങ്ങളുടെ ഭാര്യയെ എനിക്ക് വിട്ടുതരുമോ...

എശമാൻ : *(അത്യന്തം കോപത്തോടെ)* തെമ്മാടി! എന്തുപറഞ്ഞെടാ... *(കാൽവലിച്ചു ചവിട്ടുന്നു. കുഞ്ഞമ്പു നിലത്തു വീഴുന്നു. യുവതി അയാളുടെ പുറത്തേക്കു വീഴുന്നു. എശമാൻ ആഞ്ഞാഞ്ഞു ചവിട്ടുന്നു അലറും പോലെ)* ഈ തെമ്മാടിയെ പുഴവക്കിലെ പുളിമരത്തിൽ കൊണ്ടുപോയി കെട്ടിത്തൂക്കൂ..! ഉം...

(ഭൃത്യന്മാർ അവനെ വലിച്ചിഴച്ചുകൊണ്ടു പോകുന്നു)

(എശമാൻ യുവതിയുടെ കൈക്കുപിടിച്ചുകൊണ്ട് അകത്തേക്ക് കൊണ്ടുപോകാൻ ശ്രമിക്കുന്നു)

യുവതി : മഹാപാപി..! എന്നെക്കൂടെക്കൊല്ല്... എന്നെക്കൂടെ കൊല്ല്...

എശമാൻ : എന്റെ ആവശ്യം കഴിയട്ടെ. എന്നിട്ടാലോചിക്കാം. നാം കൊതിച്ചതൊന്നും ഇതേവരെ നടക്കാതിരുന്നിട്ടില്ല.

(പൊട്ടിച്ചിരിക്കുന്നു. ശോകസാന്ദ്രമായ ഹമ്മിങ്)

രംഗദീപം പൊലിയുന്നു

ദൃശ്യം രണ്ട്

(രംഗം ഗോപാല വിലാസം. വടക്കേ മലബാർ രീതിയിലുള്ള ഓടിട്ട ഇരുനില മാളികയുടെ പൂമുഖം. പൂമുഖത്തുനിന്നും ഇടത്തോട്ടും വലത്തോട്ടും ഓരോ വാതിൽ. പൂമുഖത്ത് ഒരു ചാരുകസേര. രംഗദീപം തെളിയുമ്പോൾ രൈരുനമ്പ്യാർ - എ കെ ജിയുടെ അച്ഛൻ - വെളുത്തു സുമുഖനായ ഒരു മദ്ധ്യവയസ്കൻ - കോളറില്ലാത്ത ഫുൾക്കൈ ഷർട്ടും മുണ്ടും രണ്ടാം മുണ്ടുമാണ് വേഷം. നെഞ്ചിലെ പോക്കറ്റിൽ നിറയെ കടലാസുതുണ്ടുകൾ. വേദിയിൽ അക്ഷമനായി നടക്കുന്നു. നടത്തത്തിനിടയിൽ അകത്തേക്കു നോക്കി)

രൈരുനമ്പ്യാർ :മാധവീ... മാധവി അമ്മേ... *(പ്രതികരണം ഇല്ലാത്തതു കൊണ്ട് അല്പം ദേഷ്യത്തിൽ)* അപ്പുറത്ത് ആരും ഇല്ലന്നുണ്ടോ... മാധവി അവിടെ ഉണ്ടെങ്കിൽ ഇത്രത്തോളം ഒന്നു വരാൻ പറയുക.

(മാധവി അമ്മ - എ കെ ജിയുടെ അമ്മ വെളുത്തു കൊഴുത്ത കുലീനയായ ഒരു മദ്ധ്യവയസ്ക. കാതിൽ തക്ക, കഴുത്തിൽ സ്വർണ്ണ മുത്തുമാല, മാറ് മറച്ച് വളച്ചിട്ട രണ്ടാം മുണ്ട്. നെറ്റിയിൽ ചെരിച്ചു കെട്ടിയ മുടി)

മാധവിയമ്മ : *(അകത്തുനിന്നും പുറത്തേക്കുവന്നുകൊണ്ട്)* അല്ലാ... നിങ്ങളെന്നെ വിളിച്ചിനാ...

രൈരുനമ്പ്യാർ :ഉവ്വല്ലോ... നീ അവിടെ എന്തെടുക്കുകയായിരുന്നു.

മാധവിഅമ്മ : അപ്പപ്പാ.. എന്തെല്ലാം പണികളാണ്. അല്ലാ നിങ്ങളീ രാവിലെതന്നെ എങ്ങോട്ടാ..

രൈരുനമ്പ്യാർ :എനക്ക് നമ്മുടെ പത്രമാപ്പീസുവരെ ഒന്നു പോകണം. പിന്നെ സമാജം ഓഫീസിലും ഒന്നു കയറണം. അത്രതന്നെ.

മാധവി അമ്മ : നിങ്ങളും നിങ്ങളുടെ ഒരു നായർ സമാജവും വീട്ടുകാരും ഒന്നും നോക്കണ്ടാലോ...

രൈരുനമ്പ്യാർ :വീട്ടുകാര്യങ്ങൾ നോക്കാനല്ലേ ഭാര്യ. മാധവി അമ്മേ ഉത്തരകേരള നായർ സമാജത്തിന്റെ വില നീ പോലും ഇപ്പോൾ മറന്നു. അതുണ്ടായിരുന്നതുകൊണ്ടാ ഇപ്പോ പല അനാചാരങ്ങളും ഇല്ലാണ്ടായേ..

മാധവിഅമ്മ : നിങ്ങള് എന്തുചെയ്തൂന്നാ?

രൈരുനമ്പ്യാർ :കരതോറും കയറിയിറങ്ങി ഉത്തരകേരള നായർ സമാജം പ്രവർത്തകർ നടത്തിയ പ്രചാരണം കൊണ്ടല്ലേ തളിവിചാരണപോലെ പല അനാചാരങ്ങളും നിർത്തലാക്കിയത്. അത് അത്രവേഗം നീ തന്നെ അങ്ങ് മറന്നിനാ..?

മാധവി അമ്മ : അതിനെ വല്യമ്മാമയുടെ വായീന്ന് കേട്ട ചീത്തയും ഞാൻ മറന്നിട്ടില്ല്യാ...

രൈരുനമ്പ്യാർ :അത് സാരില്യാ മാധവീ. കാടാച്ചിറയിൽ ഇംഗ്ലീഷ് ഉസ്കൂളുണ്ടാക്കിയപ്പോഴും അമ്മാമ ചീത്ത പറഞ്ഞതല്ലേ..? എന്നിട്ടിപ്പോഴാ... എത്ര കുട്ട്യോൾക്കാ അതുകൊണ്ട് പ്രയോജനമുണ്ടായേ...

മാധവി അമ്മ : ഈ പഴംപുരാണം പറയാനാ നിങ്ങളിത്ര ധൃതിപ്പെട്ട് എന്നെ വിളിച്ചത്?

രൈരുനമ്പ്യാർ: അല്ലാലോ... ഓൻ ഏടെ നമ്മുടെ ഗോപാലൻ

മാധവിഅമ്മ : ഓൻ അപ്പുറത്തെങ്ങാനും ഉണ്ടാവും.

രൈരുനമ്പ്യാർ :ഓനെ ഒന്നിങ്ങട് വിളിക്കൂ..

മാധവിഅമ്മ : എന്താ കാര്യം?

രൈരുനമ്പ്യാർ :വിളിക്ക്... എന്തെങ്കിലും കാര്യം ഉണ്ടാവുമെന്ന് കരുതിക്കോ...

മാധവിഅമ്മ : ഗോപാലാ... ഗോപാലാ... മോനേ... ഗോപാലാ...

(അകത്തുനിന്ന് – "ഗോപാലൻകുഞ്ഞ് രാവിലെതന്നെ പുറത്തുപോയീന്ന്")

ഓൻ പുറത്തുപോയീന്നാ തോന്നണേ...

രൈരുനമ്പ്യാർ :ഏടെപ്പോയി? എന്തിനുപോയി?

മാധവിഅമ്മ : ഓ... ഇതു നല്ലകൂത്ത്... എനക്ക് എങ്ങനെ അറിയാം.ചെറു ബാല്യക്കാരല്ലേ...

രൈരുനമ്പ്യാർ ;ആന്നേ അദെന്നെ

മാധവിഅമ്മ : നിങ്ങലെന്താ അർത്ഥം വച്ച് ഒരൂട്ടം വർത്തമാനം

രൈരുനമ്പ്യാർ :ഗോപാലൻ ഇത്രരാവിലെ എവിടേക്കാ പോയത് എന്ന റിയേണ്ടേ.. അയാളുടെ വരവും പോക്കുമൊക്കെ ഒന്ന് ശ്രദ്ധിക്കേണ്ടിയിരിക്കുന്നു.

മാധവിഅമ്മ : എന്തു ശ്രദ്ധിക്കാൻ... കുട്ടികളല്ലേ... അവർ സമപ്രായക്കാ രോട് ചേർന്ന് കളിക്കാനോ മറ്റോ പോയതാകും.

രൈരുനമ്പ്യാർ :മാധവി.... തളിരിലേ നുള്ളിയില്ലെങ്കിൽ പിന്നെ കോടാ ലിക്കും മുറിയുകയില്ലെന്നാണ്. ഗോപാലവിലാസത്തെ കുട്ടികൾ അങ്ങനെ തെണ്ടിനടക്കാനുള്ളവരല്ല.

മാധവിഅമ്മ : നിങ്ങൾ പറയുന്നതൊന്നും എനക്ക് മനസ്സിലാകുന്നില്ല. എന്തെങ്കിലും ഉണ്ടോ...? എങ്കിൽ തുറന്നുപറയിൻ

രൈരുനമ്പ്യാർ :ഗോപാലൻ ഉസ്കൂളിൽ പോലും കൃത്യമായി പോകു ന്നില്ലാ എന്നാണ് കേട്ടത്.

മാധവിഅമ്മ : ഓഹോ.. അതാണോ നിങ്ങളോടാരാണ് ഈ ഏഷണി കളൊക്കെ പറഞ്ഞുപിടിപ്പിച്ചത്.

രൈരുനമ്പ്യാർ :മാധവി... കേട്ടതൊക്കെ ഏഷണിയോ സത്യമോ എന്നൊ ക്കെ അന്വേഷിച്ചിട്ടു തീരുമാനിക്കാം.

മാധവിയമ്മ : നിങ്ങള് ഓനെ വെറുതെ സംശയിക്കേണ്ടാ... ഓൻ ഉസ്കൂ ളിൽ മുടക്കില്ലാതെ പോകുന്നുണ്ട്.

രൈരുനമ്പ്യാർ :ശരി നന്നായിരിക്കട്ടെ! പക്ഷേ, എന്റെ അറിവ് അങ്ങനെ യല്ല. എവിടെയോ എന്തോ കുഴപ്പമുണ്ട്.

മാധവിഅമ്മ : *(ദൂരെ നിന്ന് ആരോ വരുന്നതു കണ്ടിട്ട്)*
അതാരാ ഒരാൾ ഇങ്ങോട്ടുവരുന്നുണ്ടല്ലോ...

രൈരുനമ്പ്യാർ :*(ശ്രദ്ധിച്ചുകൊണ്ട്)* ഓ.. അത് വിൽസൺ.. സാമുവലാ ണല്ലോ..? നമ്മുടെ ഗോപാലൻ പഠിക്കുന്ന തലശ്ശേരി മിഷൻ സ്കൂളിലെ ഹെഡ്മാസ്റ്റർ (മാധവി അമ്മ പോകു ന്നു. അല്പം കഴിഞ്ഞ് പുറത്തു നിന്നും വിൽസൺ സാമു വൽ പ്രവേശിക്കുന്നു. വെള്ള പാന്റും വെള്ള ബുഷ്കോ ട്ടും. വെള്ള ഷൂസും. മുഖത്ത് കട്ടിമീശ. കട്ടിഫ്രെയിമുള്ള കണ്ണട പാതിരിമലയാളത്തിലാണ് വർത്തമാനം രൈരു നമ്പ്യാരെ അഭിവാദ്യം ചെയ്യുന്നു)

വിൽസൺ സാമുവൽ: ഗുൺമോർണിങ് സാർ

രൈരുനമ്പ്യാർ :ഗുഡ്മോർണിങ്

വിൽസൺ സാമുവൽ: ഞാൻ താങ്കളെ കാണാൻ വേണ്ടി വന്നതാണ്.

രൈരുനമ്പ്യാർ :സന്തോഷം വന്നകാര്യം അറിയാൻ താല്പര്യമുണ്ട്. എന്താണെങ്കിലും പറയുക.

വിൽസൺ സാമുവൽ : സെർട്ടൻലി.. എക്സ്യൂസ്മി സാർ. വെള്ളുവക്കണ്ണോത്തു രൈരുനമ്പ്യാരുടെ സോഷ്യൽ സ്റ്റാറ്റസിനെക്കുറിച്ച് എനിക്കും നമ്മുടെ സഭയ്ക്കും നന്നായറിയാം. അതുകൊണ്ട് ഡോണ്ട് മിസ്അണ്ടർസ്റ്റാൻഡ് മീ....

രൈരുനമ്പ്യാർ :സാരമില്ല. കാര്യമെന്താണെന്നുവച്ചാൽ തുറന്നു പറയാം.

വിൽസൺ സാമുവൽ: സോറി സാർ... അങ്ങയുടെ പ്രിയപ്പെട്ട പുത്രൻ എ കെ ഗോപാലൻ നമ്പ്യാരെക്കുറിച്ച് അത്ര നല്ലതല്ലാത്ത കാര്യങ്ങളാണ് സാർ എനിക്ക് പറയാനുള്ളത്.

രൈരുനമ്പ്യാർ: *(ഉൽക്കണ്ഠയോടെ)* ഓൻ പൊറുക്കാനാവാത്ത എന്തെങ്കിലും തെറ്റ് ചെയ്തതിനാ...

വിൽസൺ സാമുവൽ: സർ വൺസ് എഗൈൻ... ഐ ബഗ് യുവർ പാർഡൻ. ഗോപാലനെ ഉസ്കൂളിൽ നിന്ന് പുറത്താക്കാനാണ് സാർ ഞങ്ങളുടെ ഡിസിഷൻ. അത് ഇൻഫോം ചെയ്യാനാണ് ഞാൻ തന്നെ നേരിട്ടുവന്നത്.

രൈരുനമ്പ്യാർ :*(ഞെട്ടൽ ഉള്ളിൽ ഒതുക്കി)* എന്താ കാര്യം?

വിൽസൺ സാമുവൽ: അയാൾ ഒരു നിഷേധിയാണു സാർ. ടോട്ടലി ഹീ ഈസ് എ റബൽ വീ കോൺട് അഫോർഡ് ഹിം...

രൈരുനമ്പ്യാർ :*(അല്പം അസഹിഷ്ണുതയോടെ)* അങ്ങനെപറഞ്ഞാൽ പറ്റില്ല. അയാൾ എന്ത് ഇൻഡിസിപ്ലിൻ കാണിച്ചു എന്ന് തെളിച്ചു പറയൂ.. എല്ലാം എനിക്കറിയണം.

(വിദ്യാർത്ഥിയായ എ കെ ജി കടന്നുവരുന്നു. 20 വയസ്സിനു താഴെ പ്രായം. നെഞ്ചിൽ പോക്കറ്റുള്ള കിങ്സ് കോളർ വച്ച് ഖദർ ഫാഫ് ഷർട്ടും ഖദർ മുണ്ടുമാണ് വേഷം. രംഗം കണ്ട് അല്പം പരുങ്ങി പിന്നെ ധൈര്യം സംഭരിച്ച്)

എ കെ ജി : *(വിൽസൺ സാമുവലിന്റെ നേർക്ക് - വിനയത്തോടെ)* ഗുഡ്മോർഡിങ് സാർ.

വിൽസൺ സാമുവൽ: ഗുഡ് മോർണിങ്. ഗോപാലാ... നിങ്ങൾ ഉസ്കൂളിലുണ്ടായ സംഭവങ്ങളൊന്നും അച്ഛനോടു പറഞ്ഞിട്ടില്ല അല്ലേ?

എ കെ ജി : ഇല്യാ..

വിൽസൺ സാമുവൽ: എന്തുകൊണ്ട് പറഞ്ഞില്യാ..?

എ കെ ജി : മാഷ് തന്നെ അച്ഛനെ നേരിൽക്കണ്ട് പറയുമെന്നാണല്ലോ..അതാണല്ലോ അതിന്റെ ശരിയും. അതുകൊണ്ട് ഞാൻ പറഞ്ഞിട്ടില്യാ.

വിൽസൺ സാമുവൽ : നീ ഒരു മിടുക്കനല്ല. അതിമിടുക്കനാണ്. അതിമിടുക്ക് ആപത്താണ് കുട്ടീ...

രൈരുനമ്പ്യാർ :നിന്നെ എന്തിനാ ഉസ്കൂളിൽ നിന്നു പുറത്താക്കിയത്?

എ കെ ജി : എനിക്കറിയില്യാ. ഞാനൊരുതെറ്റും ചെയ്തിട്ടില്യാ..

വിൽസൺ സാമുവൽ: കുഞ്ഞേ സത്യം പറയൂ.. ഹെഡ്മാസ്റ്ററോടെ ക്ലാസ് ടീച്ചറോടോ അനുവാദം വാങ്ങാതെ താൻ ക്ലാസ് കട്ട് ചെയ്തു പോയില്ലേ..

എ കെ ജി : പോയി...ഒരിക്കൽ... ഒരിക്കൽ മാത്രം.

വിൽസൺ സാമുവൽ: അത് തെറ്റല്ലേ...?

എ കെ ജി : അല്ല ജയിലിൽ നിന്ന് മോചിതരായ കോൺഗ്രസ് നേതാക്കളുടെ സ്വീകരണത്തിൽ പങ്കെടുക്കാൻ തലശ്ശേരി കടപ്പുറത്തു പോയത് തെറ്റാണെന്ന് ഞാൻ കരുതുന്നില്യാ.

വിൽസൺ സാമുവൽ: അപ്പോൾ അനുവാദം ചോദിക്കാതെ പോയത് തെറ്റല്ലേ..

എ കെ ജി : ചോദിച്ചാൽ അനുവാദം തരുമായിരുന്നില്ല. അനുവാദം ചോദിച്ചിട്ട് തരാതിരിക്കുകയും അത് ലംഘിക്കുകയും ചെയ്യുന്നത് അതിലും ഗുരുതരമായ അനുസരണക്കേടാവുമെന്നതുകൊണ്ട് ഞാൻ അനുവാദം ചോദിച്ചില്ല്യാ.

രൈരുനമ്പ്യാർ :അനുവാദം ചോദിക്കാതെ പോയത് തെറ്റല്ലേ ഗോപാലാ..

എ കെ ജി : യാക്കൂബ് ഹസനും മാധവൻ നായരും, യു ഗോപാലമേനോനും ദേശാഭിമാനികളാണ്. ജയിൽമോചിതരായ അവരെ കാണാൻ പോയത് തെറ്റാണെന്ന് ഞാൻ കരുതുന്നില്യ.

വിൽസൺ സാമുവൽ: മിസ്റ്റർ രൈരുനമ്പ്യാർ... താങ്കളുടെ മകന്റെ രീതികൾ മനസ്സിലായില്ലേ.. മകന്റെ വേഷം കണ്ടില്ലേ... ഖദർ... രാജ്യദ്രോഹികളുടെ വേഷം ഖദർ ധരിച്ച് ഒരു വിദ്യാർത്ഥി ഉസ്കൂളിൽ വന്നാൽ പിടിച്ച് പൊലീസിൽ ഏല്പിക്കാനാണ് കല്പന. പക്ഷേ, ഇവിടുത്തെ കുഞ്ഞായതുകൊണ്ട് ഞാൻ ചെയ്തില്ല. എന്നിട്ട് ഇയാൾക്ക് ഇപ്പോഴും ചെയ്ത തെറ്റ് പോലും മനസ്സിലാകുന്നില്ല. എക്സ്ട്രീമിലി ഐ ആം വേരി സോറി സാർ..

എ കെ ജി : ഖദർ ധരിക്കുന്നത് രാജ്യദ്രോഹമാണെന്ന് ഞാൻ കരുതുന്നില്യ. ഖദർ ഇന്ത്യൻ ദേശാഭിമാനത്തിന്റെ പ്രതീകമാണ്.

വിൽസൺ സാമുവൽ: എന്നാരുപറയുന്നു..?

എ കെ ജി : മഹാത്മാഗാന്ധി

വിൽസൺ സാമുവൽ: മകന്റെ രീതികൾ ബോദ്ധ്യപ്പെട്ടല്ലോ? അങ്ങയെ ഓർത്ത് ഗോപാലന് എന്റെ റിസ്കിൽ ഒരവസരം കൂടി കൊടുക്കാം.

രൈരുനമ്പ്യാർ :*(ആശ്വാസത്തോടെ)* എങ്ങനെ നന്ദിപറയണമെന്നറിയില്യ. ഇനി അയാൾ അനുസരണക്കേടു കാട്ടില്യാ. ഞാനുറപ്പുതരുന്നു.

വിൽസൺ സാമുവൽ: പക്ഷേ, ഒരു കാര്യം

രൈരുനമ്പ്യാർ :എന്താണു പറയൂ.

വിൽസൺ സാമുവൽ: ഇനി ക്ലാസ് ബഹിഷ്കരിക്കില്ലെന്നും ഖദർ ധരിക്കില്ലെന്നും ഒരു മാപ്പപേക്ഷ റിട്ടണായി എഴുതി തരണം.

എ കെ ജി : ധിക്കാരമാണെന്നു കരുതരുത്. എന്നോടുള്ള വാത്സല്യത്തിനും ദയയ്ക്കും നന്ദി. ഞാൻ ഖദർ ഉപേക്ഷിക്കില്ല. മാപ്പ് എഴുതുകയുമില്ല.

രൈരുനമ്പ്യാർ :(ഉച്ചത്തിൽ) ഗോപാലാ...

എ കെ ജി : (വിൽസൺ സാമുവലിനോട്) മാപ്പെഴുതാതെ എന്നെ ഉസ്കൂളിൽ തുടരാൻ അങ്ങ് അനുവദിച്ചാലും ജോർജ് പഞ്ചമൻ ചക്രവർത്തിക്ക് നിത്യവും സ്തുതിപാടി ഒരടിമക്കുട്ടിയായി ആ ഉസ്കൂളിൽ പഠിക്കാൻ ഞാനില്യാ..

(അകത്തേക്കു പോകുന്നു) (വിൽസൺ സാമുവലും രൈരുനമ്പ്യാരും മുഖത്തോടുമുഖം നോക്കുന്നു)

വിൽസൺ സാമുവൽ: അങ്ങയുടെ മകനെ ഈശോമിശിഹായ്ക്കും രക്ഷിക്കാൻ കഴിയുമെന്ന് തോന്നുന്നില്ല. ഐ ആം വെരി സോറി. *(പുറത്തേക്കു പോകുന്നു)*

(രൈരു നമ്പ്യാർ ദേഷ്യവും ദുഃഖവും കടിച്ചമർത്തി നില്ക്കുന്നു. മാധവിഅമ്മ കടന്നുവരുന്നു)

രൈരുനമ്പ്യാർ: *(അസഹിഷ്ണുതയോടെ)* മാധവി അമ്മേ... ചെവികുളിർക്കെ കേട്ടില്ലേ പുത്രന്റെ വീരകഥകൾ!

മാധവിഅമ്മ : *(അനുനയത്തിൽ)* ഇനി ഇപ്പോൾ എന്താ ചെയ്ക. ഓനെ വിളിച്ച് സ്നേഹത്തിൽ നിങ്ങള് തന്നെ ഒന്നു പറഞ്ഞു നോക്കിൻ.

രൈരുനമ്പ്യാർ :ഓൻ... ഒരു തീരുമാനമെടുത്താൽ എടുത്തതാ... പിന്നെ പറഞ്ഞിട്ട് ഒരു കാര്യവുമില്ല.

മാധവി അമ്മ : ഞാൻ ഓനെ ഇങ്ങോട്ടു വിളിക്കട്ടെ.

രൈരുനമ്പ്യാർ :വിളിച്ചോളൂ.

മാധവിഅമ്മ : ഗോപാലാ... മോനേ ഗോപാലാ..

എ കെ ജി : *(അകത്തുനിന്ന്)* ഞാനിതാ വരുന്നമ്മേ...

(ഒന്നും സംഭവിക്കാത്ത മട്ടിൽ ഗോപാലൻ വരുന്നു)

മാധവിഅമ്മ : മോനേ ഗോപാലാ... നീ ഉസ്കൂളിൽ പോകാതിരിക്കുന്നത് എന്തായാലും ശരിയായില്യാ... മോനേ... മജിസ്ട്രേട്ടും താസിൽദാരും അംശം അധികാരിയുമൊക്കെയുള്ള ഈ കുടുംബത്തിൽ നീ മാത്രം പടിക്കാതെ ഇങ്ങനെ നടക്കുന്നതിൽ നിന്റെ അച്ഛന് എന്തുമാത്രം മനഃപ്രയാസമുണ്ടെ

ന്നറിയാമോ... (ഗോപാലൻ ഒന്നും മിണ്ടുന്നില്ല. അല്പ നേരത്തെ മൗനത്തിനുശേഷം അകത്തേക്കു പോകാൻ തുടങ്ങുന്നു)

രൈരുനമ്പ്യാർ :പോകാൻ വരട്ടെ... അപ്പോൾ ഇനി എന്താ തന്റെ പരിപാടി..

എ കെ ജി : ആലോചിച്ചിട്ടില്യാ..

രൈരുനമ്പ്യാർ :എന്തായാലും ഇനി ഉസ്കൂളിലേക്കില്യ. അല്ലേ..?

എ കെ ജി : അതേ.. ഈ പഠിപ്പുകൊണ്ട് യാതൊരു പ്രയോജനവുമില്ല.

(പെരളശ്ശേരി ബോർഡു സ്കൂൾ ഹെഡ്മാസ്റ്റർ എ കെ ശങ്കരൻ നമ്പ്യാർ കടന്നുവരുന്നു. 30 വയസ്സു പ്രായം. ലളിതമായ വേഷം. വിനയത്തോടെയുള്ള പെരുമാറ്റം)

രൈരുനമ്പ്യാർ :*(അല്പം ആശ്വാസത്തോടെ)* ഓ... താൻ വന്നതു നല്ല സമയത്തുതന്നെ. എ കെ ശങ്കരൻ നമ്പ്യാർ പെരളശ്ശേരി ബോർഡ് ഉസ്കൂൾ ഹെഡ്മാസ്റ്റർ മാത്രമല്ലല്ലോ? ഗോപാലന്റെ ഏട്ടൻ കൂടിയല്ലേ? താനൊരു വർത്തമാനം കോട്ടോളൂ. തന്റെ അനുജൻ ആയില്യത്ത് കുറ്റിയേരി ഗോപാലൻ ഉസ്കൂൾ പഠിത്തം നിർത്താൻ നിശ്ചയിച്ചിരിക്കുന്നത്രേ..

ശങ്കരൻ നമ്പ്യാർ : *(ഞെട്ടൽ പുറത്തു കാട്ടാതെ)* എന്നിട്ട്...

രൈരുനമ്പ്യാർ :അങ്ങ്ട് അനുജനോടുതന്നെ ചോദിക്കൂ..

ശങ്കരൻ നമ്പ്യാർ: ഗോപാലാ ഇളയച്ഛൻ പറഞ്ഞത് ശരിയാണോ..

എ കെ ജി : *(ഉറച്ച തീരുമാനം പോലെ)* അതേ..

രൈരുനമ്പ്യാർ :ശങ്കരാ ഇവനെ പ്രതി ഞാൻ എന്തൊക്കെ അപമാനങ്ങളാണെന്നോ സഹിക്കുന്നത്. കണ്ട തീയരുടെയൊക്കെ കല്യാണത്തിനു പോവുക. അവിടുന്ന് കിട്ടുന്നതൊക്കെ വാരിയടിക്കുക..!

മാധവിഅമ്മ : ഇതുവല്ല ഏഷണിക്കാരും പറഞ്ഞുണ്ടാക്കണതാവും.. എന്റെ മോൻ അതൊന്നും ചെയ്യില്യാ.

രൈരുനമ്പ്യാർ :എന്നാൽ, നിന്റെ മോൻ തന്നെ പറയട്ടെ അതൊക്കെ കള വാണെന്ന്

മാധവിഅമ്മ : മോനേ ഗോപാലാ നിന്റെ അച്ഛൻ പറയുന്നതൊക്കെ സത്യമാണോടാ...

എ കെ ജി : അതെ...

മാധവിഅമ്മ : പരദൈവങ്ങളേ... എന്റെ കുട്ടിക്ക് നേർവഴി പറഞ്ഞു കൊടുക്കണേ..

ശങ്കരൻനമ്പ്യാർ: ഇളയച്ഛാ... ഞാനൊരു കാര്യം പറയട്ടെ.

രൈരുനമ്പ്യാർ :പറഞ്ഞോളൂ..

ശങ്കരൻനമ്പ്യാർ:ഗോപാലൻ മെട്രിക്കുലേഷൻ കഴിഞ്ഞതല്ലേ...? പെരളശ്ശേരി ബോർഡു സ്കൂളിൽ ഒരു വേക്കൻസിയുണ്ട്.

ഗോപാലന് അവിടെ മാസ്റ്ററായി പണിയെടുത്തുകൂടെ..?

രൈരുനമ്പ്യാർ :ചോദിച്ചുനോക്ക്. മജിസ്ട്രേട്ടും ഡോക്ടറുമൊന്നുമായില്ലെങ്കിൽ ഒരു ഉസ്കൂൾ മാസ്റ്ററെങ്കിലുമാകട്ടെ..!

ശങ്കരൻനമ്പ്യാർ: ഗോപാലനെന്തുപറയുന്നു.

എ കെ ജി : ഏട്ടന്റെ ഇഷ്ടംപോലെ.

ശങ്കരൻനമ്പ്യാർ: ഗോപാലാ നാളെത്തന്നെ ജോയിൽ ചെയ്തോളൂ..

എ കെ ജി : ശരി. എന്നാൽ അങ്ങനെതന്നെ.

മാധവിഅമ്മ : (മേലോട്ടു നോക്കി തൊഴുതുകൊണ്ട്) പരദൈവങ്ങളെ നീ ഞങ്ങളെ രക്ഷിച്ചു...!

(രൈരുനമ്പ്യാർ വിദൂരതയിൽ നോക്കി നെടുവീർപ്പിടുന്നു)

രംഗദീപം പൊലിയുന്നു

ദൃശ്യം മൂന്ന്

(പെരളശ്ശേരി ബോർഡ് ഹൈസ്കൂളിന്റെ ഓഫീസുമുറി. സമയം രാവിലെ പത്തുമണി. രംഗദീപം തെളിയുമ്പോൾ പശ്ചാത്തലത്തിൽ കുട്ടികളുടെ ആരവം. കുട്ടികൾ സ്കൂളിൽ കയറാനുള്ള കൂട്ടമണി. അല്പം കഴിഞ്ഞ് വീണ്ടും ഒരു മണി. ബ്രിട്ടീഷ് ചക്രവർത്തിയെ സ്തുതിക്കുന്ന വന്ദനശ്ലോകം - വീണ്ടും മണി. കുട്ടികൾ ഹാജർ പറയുന്ന ശബ്ദം ഈ സമയമൊക്കെ ഹെഡ്മാസ്റ്റർ ആരെയോ പ്രതീക്ഷിച്ചെന്നപോലെ പുറത്തേക്കു നോക്കുന്നുണ്ട്. അല്പസമയം അങ്ങനെ നിന്നിട്ട് ഹെഡ്മാസ്റ്റർ ചൂരൽവടിയുമെടുത്ത് പുറത്തേക്കു പോകുന്നു. തല്ക്കാലം രംഗത്താരുമില്ല. ഒരു കുട്ടി സൂര്യനസ്തമിക്കാത്ത ബ്രിട്ടീഷ് സാമ്രാജ്യത്വത്തെയും അവരുടെ സംസ്കാരത്തെയും സൂചിപ്പിക്കുന്ന ഒരു പാസേജ് വായിക്കുന്നു. അല്പം കഴിഞ്ഞ് ശങ്കരൻ മാസ്റ്റർ റോന്തുചുറ്റുകഴിഞ്ഞ് തിരിച്ചുകയറിവരുന്നു)

ശങ്കരൻനമ്പ്യാർ: *(വടി മേശപ്പുറത്തിട്ടിട്ട് ആത്മഗതം)* ഇന്നെന്തുപറ്റി. ഒരു സെക്കന്റുപോലും ലെയ്റ്റാകുന്ന ആളല്ലല്ലോ? ഈ സ്ഥാപനമാണെങ്കിൽ അയാൾക്ക് ജീവനുതുല്യം ഇഷ്ടവുമാണ്. അതുകൊണ്ടാണല്ലോ കോഴിക്കോട്ടെ മദ്രസാമുഹമ്മദീയ സ്കൂളിൽ ഒരു കൊല്ലം ജോലി നോക്കിയിട്ടും തിരികെ ഇങ്ങോട്ടുതന്നെ വന്നത്.

(പുറത്ത് നിന്ന് ഒരാൾ ആക്രോശിച്ചുകൊണ്ട് അകത്തേക്കുവരുന്നു - ഇറച്ചിവെട്ടുകാരൻ കണ്ടത്തിൽ മൊയ്തീൻ. ഒരു കള്ളിമുണ്ടുടുത്ത് അതിനു മേൽ ബെൽറ്റുമിട്ട് തലയിൽ തൊപ്പിവച്ചു കൈയിൽ

ഇറച്ചിവെട്ടുന്ന കത്തിയുമായാണ് വരവ് നാല്പതു വയസ്സോടടുപ്പിച്ച പ്രായം)

മൊയ്തീൻ : *(കത്തി ഉയർത്തിക്കാണിച്ചു അലറും പോലെ)* ഏടേ... ആ ശെയ്ത്താൻ...

ശങ്കരൻനമ്പ്യാർ: (ആകെ പകച്ച്) എന്താണീ കാട്ടണത്. ഇത് ഉസ്കൂളാണ്.

മൊയ്തീൻ : (ശങ്കരൻനമ്പ്യാരോട് അടുത്തുകൊണ്ട്) ശെകുത്താനെ ഞങ്ങളെ പഠിപ്പിക്കണ്ടാ... കുട്ട്യോളെ പഠിപ്പിച്ചാമതി... എവിടെ ഓൻ... ആ ശൈത്താൻ.

ശങ്കരൻനമ്പ്യാർ: ആര്? നിങ്ങളാരെയാണന്വേഷിക്കുന്നത്.

മൊയ്തീൻ : ആ കോവാലൻ മാഷ്ടരില്ല്യേ... കോവാലൻ മേഷ്ട്ര... ആ തെമ്മാടീനെ... ഓനെ (കത്തികാണിച്ച്) ഞാനീ കത്തി കൊണ്ട് കണ്ടം തുണ്ടം നുറുക്കുന്നുണ്ടു... എവിടെ ഓൻ...

ശങ്കരൻനമ്പ്യാർ: ഗോപാലൻ മാസ്റ്റർ എന്തു ചെയ്തൂന്നാ..

മൊയ്തീൻ : ഓഹോ... അപ്പൊ നിങ്ങളൊന്നും അറിഞ്ഞിട്ടില്യാ... എല്ലാരും കൂടിയൊള്ള ഒത്തുകളിയാ... ഞാനൊരുത്തനെയും വെറുതെ വിടില്യാ ഹമുക്കുകളേ... ഈ എറച്ചിക്കാരൻ കണ്ടത്തിൽ മൊയ്തീന്റെ തനിനിറം നീയൊന്നും കണ്ടിട്ടില്യാ...

ശങ്കരൻനമ്പ്യാർ: (ദേഷ്യത്തിൽ) നിങ്ങൾ ഒച്ച വയ്ക്കാണ്ടു കാര്യം പറയിൻ.

മൊയ്തീൻ : ഞമ്മന്റെ ആദ്യത്തെ കെട്ട്യോളുടെ നാലാമത്തെ കുട്ടിയില്ലേ. ഖാദറ്... ഓന്റെ ചന്തി നിങ്ങള് കണ്ടിനാ... അട്ടക്കാച്ചിയപോലെയല്ലേ അടീന്റെ പാട്... അതും കൊണ്ടോണ്ട് ഓൻ കുടീന്നു പോയ പോക്കാ.. കണ്ടിട്ടു രണ്ടീസമായി. ഓന്റെ ഉമ്മ കെടക്കപ്പായീന്ന് എണീറ്റിട്ടില്ല്യാ.. ഞമ്മക്ക് ഞമ്മടെ കുട്ട്യേന തന്നില്ലെങ്കി നിങ്ങളു വെവരമറിയും. ഞാൻ ഓക്ക് ചെലവിനു കോടുത്തില്ലാന്നുവരും. വഴക്കിനു വന്നാ നാവിക്കിട്ടുതൊഴിച്ചെന്നും വരും. പെണ്ണുങ്ങളല്ലേ... ഒന്നിനൊന്നിനെ കണ്ടൂടാന്നേ... നമ്മുടെ നാലാമത്തെ കെട്ട്യോൾ നബീസു.. അവളു പെണ്ണാ... പെണ്ണിനുവേണ്ട എല്ലാം ഓളുടെ മുമ്പിലും പൊറകിലുമൊണ്ട്. ഓളെ അടുത്തുപോയാ മറ്റോളുമാരിക്ക്.. ഒരു ചോറിച്ചിലാ... പക്ഷേ... എന്റെ ചോരയിപ്പെറന്ന കുട്ട്യോളെ എനിക്കു മറക്കാൻ പറ്റ്വോ? പണത്തിനേ കൊറവുള്ളൂ.. ആ കുട്ടീന്റെ ശരീരത്തിതൊട്ടവനെ ഞാനിന്നു മയ്യത്താക്കും. ഞമ്മക്ക് ഞമ്മടെ കുട്ടീനെ കൊണ്ടുതരണം.

ശങ്കരൻനമ്പ്യാർ: ഓ! അതാണോ കാര്യം?

മൊയ്തീൻ : അപ്പ അതു നിങ്ങക്കു നിസ്സാരം. ഞമ്മന്റെ കുട്ടീന്റെ ദേഹത്തു തൊട്ടവനുണ്ടല്ലോ. അവൻ ഇനി രണ്ടുകാലി മ്മേൽ നടക്കൂല്ല. എന്റെ കുട്ടീനെ അടിച്ച ആ കൈ ഞാൻ കൊത്തിയെടുക്കും.

ശങ്കരൻനമ്പ്യാർ: *(ശാന്തനായി)* നിങ്ങളൊന്നടങ്ങൂ... ഗോപാലൻ മാസ്റ്ററ് ഇന്നെത്തിയിട്ടില്യാ.. വന്നിട്ട് എന്താണെന്നന്വേഷിക്കാം.. ഏതായാലും നിങ്ങളിപ്പോൾ പോകൂ.. നാളെ വരൂ... എന്നിട്ടു മാസ്റ്ററുമായി സംസാരിച്ച് ഒരു തീർപ്പുണ്ടാക്കാം..

മൊയ്തീൻ : അങ്ങനെ കണാകുണാ എന്നൊന്നും പറേണ്ട. അയാളെ വിളിക്കിൻ. ചോദിച്ചിട്ടു മേല്ക്കാര്യം.

ശങ്കരൻനമ്പ്യാർ: കാര്യം പറഞ്ഞാൽ മനസ്സിലാവില്ലെന്നുവച്ചാൽ. നിങ്ങ ളിപ്പോൾ പോകൂ..

മൊയ്തീൻ : ഞമ്മ എടങ്ങേറു പിടിപ്പിക്കല്ലേ... നിങ്ങൾക്കു ഞങ്ങളെ മനസ്സിലായില്ലാന്നു തോന്നുന്നു. ഞമ്മക്കേ പള്ളിക്കൂടം കുട്ടികളെ പഠിപ്പിക്കുന്ന പണിയല്ല. കൂറ്റൻ കാളേനേം പോത്തിനേം ഒക്കെ ഈ കത്തികൊണ്ടു കണ്ടും തുണ്ടനെ കണ്ടിക്കണ പണിയാ.. ഞമ്മന്റെ മനസ്സിലെ ദശാവ് എന്നൊരു കാര്യമില്ല. ഓർമ്മിച്ചോളീൻ..

ശങ്കരൻനമ്പ്യാർ: ഭീഷണിയാണോ?

മൊയ്തീൻ: എന്നാ അങ്ങനെ കൂട്ടിക്കോളിൻ.. പക്കേങ്കി ഞമ്മള് നാക്കുകൊണ്ടല്ല. കത്തികൊണ്ടാണ് പറയാറ്. ഏതാ യാലും ആ ഹമുക്കിങ്ങോട്ടുവരട്ടേ... വന്നിട്ടേ പോകുന്നു ള്ളൂ.. *(തറയിൽ കുത്തിയിരിക്കുന്നു)*

ശങ്കരൻനമ്പ്യാർ: ആ കസേരയിലോട്ട് ഇരുന്നോളൂ..

മൊയ്തീൻ : സല്ക്കാരമൊന്നും വേണ്ട. കസേരമ്മേൽ കുത്തിയിരിക്കാ നുള്ള ജോക്യതയൊന്നും ഞമ്മക്കില്ല.

(ഗോപാലൻ മാസ്റ്ററുടെ കൈയും പിടിച്ച് ഉത്സാഹത്തോടെ പുതിയ കുപ്പായവും നിക്കറും ധരിച്ച് തലയിൽ തൊപ്പിയും വച്ച് ഖാദർ ഓഫീസ് മുറിയിലേക്ക് കയറുന്നു. മൊയ്തീനും ശങ്കരൻ നമ്പ്യാരും അത്ഭുതത്തോടെ നോക്കുന്നു. ഖാദർ പെട്ടെന്ന് ഗോപാലൻ മാസ്റ്റ റുടെ കൈകൾ വിടുവിച്ച് മൊയ്തീന്റെ കൈയിൽ ചെന്നു പിടിച്ചു കൊണ്ട്)

ഖാദർ : ഹൈ.. ഞമ്മടെ ബാപ്പ.. ബാപ്പ ഈ കോവാലൻ മാസ്റ്ററ് നല്ല മാസ്റ്ററാ ബാപ്പാ.. ഞമ്മക്ക് പുതിയ കുപ്പായോം നിക്കറും സ്ലേറ്റും പുസ്തകോമൊക്കെ ബേങ്ങിത്തന്നിന്... ഞാള് ബാപ്പയെ അന്വേഷിച്ച് ഇറച്ചിക്കടേലും... എളാ ഉമ്മാന്റെ കുടീലും പോയിട്ടാവരണത്.

മൊയ്തീൻ : എന്റെ റബ്ബേ... ഞമ്മളിക്കാണണത് എന്തൊരുത്താ.. പട

ശ്ശോന്റെ മറിമായം.. കോവാലൻ മേഷ്ടരേ..! ഞമ്മക്കു മാപ്പുതരണം *(കാലിൽ കെട്ടിപ്പിടിക്കുന്നു)*

എ കെ ജി : *(ഒന്നും മനസ്സിലാകാതെ പിടിച്ചെഴുന്നേല്പിച്ച്)* എന്താ നിങ്ങളീ കാണിക്കുന്നതൊക്കെ. എനിക്കൊന്നും മനസ്സിലാകുന്നില്ല്യ.

ശങ്കരൻനമ്പ്യാർ: മാസ്റ്ററേ... ഈ നില്ക്കുന്ന മൊയ്തീൻ ഖാദറിന്റെ ബാപ്പയാണ്. ഖാദറിനെ ശിക്ഷിച്ചതിനുപകരം ചോദിക്കാൻ വന്നതാണ്.

ഗോപാലൻ : ഓ..! അതാണ്.. മൊയ്തീൻ എനിക്ക് നിങ്ങളെ അറിയാം. നിങ്ങളുടെ മകൻ ക്ലാസിൽ തലയിലെ തൊപ്പിക്കകത്തു ബീഡിയും വെച്ചുകൊണ്ടാണ് സ്കൂളിൽ വരുന്നത്. ഇയാൾ മാത്രമല്ല – ബീഡിവലിക്കാർ പലരുമുണ്ട്. കൊച്ചു കുട്ടികളല്ലേ.. അതൊഴിവാക്കാൻ ഞാനൊരു ശ്രമം നടത്തി. ഇവൻ എന്നോടു കള്ളം പറഞ്ഞു. അപ്പോഴാണ് മറ്റു കുട്ടികൾ ഇവന്റെ തൊപ്പി വലിച്ചെടുത്തത്. നോക്കുമ്പോഴുണ്ട് ഒരു കെട്ടു ബീഡി. എനിക്കു ദേഷ്യം വന്നു. ചൂരലെടുത്ത് ചന്തിക്കു രണ്ടു കൊടുത്തു. കുറച്ചു കടന്നുപോയി. പക്ഷേ, അന്നു രാത്രി ഞാനുറങ്ങിയിട്ടില്ല്യാ.. ഇന്നലെയും മിനിയാന്നും അന്വേഷിച്ചു. കണ്ടുകിട്ടിയില്ലാ. ഇവൻ സ്ഥലം വിട്ടുകളയുമെന്നായിരുന്നു എന്റെ പേടി. ഭാഗ്യത്തിന് ഇന്നു രാവിലെ തലശ്ശേരി സർക്കസ് കൂടാരത്തിനുമുന്നിലെ കവർ പ്ലേക്കാരുടെ മുന്നിൽ നിന്ന് ഇവനെ കണ്ടുകിട്ടി.

മൊയ്തീൻ : *(ഖാദറിന്റെ രണ്ടു കൈയും കൂട്ടിപ്പിടിച്ച്)* ഹിമാറേ.. ഇനി നിന്നെ ഞാൻ വച്ചേക്കില്ല.... ആ വടി ഇങ്ങുതരിൻ മാഷേ.. ഇവനു നാലു നല്ലതുകൊടുക്കട്ടെ...

എ കെ ജി : *(ഖാദറിനെ അടുത്തുപിടിച്ചുനിർത്തി)* മൊയ്തീൻ ഇനി അവനെ ശിക്ഷിക്കരുത്. അവൻ നല്ലവനാണ്. ഇനി അവൻ ഒരു തെറ്റും ചെയ്യുകയില്ല. അല്ലേ... ഖാദറേ.. *(ഖാദർ തലയാട്ടുന്നു)* ഖാദറേ... എല്ലാവർക്കും നമസ്തേ പറയൂ..

ഖാദർ : നമസ്തേ..

എ കെ ജി : മൊയ്തീൻ.. ഇന്നിവൻ ക്ലാസിലിരിക്കണ്ട. കുടീലേക്ക് കൂട്ടിക്കൊണ്ടു പൊയ്ക്കോളൂ.. ബാപ്പയും മോനും കൂടിപ്പോയി ഓന്റെ ഉമ്മയെകാണണം. കേട്ടോ... *(ഖാദറിന്റെ കൈയും പിടിച്ച് മൊയ്തീൻ പുറത്തേക്കു പോകാൻ തുടങ്ങുന്നു)* മൊയ്തീനേ.. ഇനി അവനെ തല്ലരുത്...!

മൊയ്തീൻ : *(ചിരിച്ചുകൊണ്ട്)* അതെന്താപ്പാ. നിങ്ങൾക്ക് ഞമ്മളെ ബിശ്വാസമില്ലേ... അള്ളയാണേ... നിങ്ങളാണേ... ഞമ്മള് ഖാദറിനെ തല്ലൂല്ലേ.. *(എല്ലാവരും പൊട്ടിച്ചിരിക്കുന്നു. മൊയ്തീൻ ഖാദറിനേയും കൊണ്ട് പുറത്തേക്കു പോകുന്നു)*

ശങ്കരൻനമ്പ്യാർ: *(ദീർഘനിശ്വാസം വിട്ടുകൊണ്ട്)* ഇപ്പോഴാണ് ആശ്വാസം ആയത്. മലപോലെ വന്നത് മലർപോലെ പോയി എന്നു പറഞ്ഞു കേട്ടിട്ടേയുള്ളൂ.

എ കെ ജി : എന്താ എനിക്കൊന്നും മനസ്സിലായില്ല.

ശങ്കരൻനമ്പ്യാർ: അയാളുടെ കുട്ടിയെ കാണാനില്ലെന്നും അതിനു താനാണുത്തരവാദിയെന്നും പറഞ്ഞ് തന്നെ കൊല്ലാൻ കൊലക്കത്തിയുമായാണ് അയാൾ ഇവിടെ കയറിവന്നത്.

എ കെ ജി : ഓ! പാവങ്ങൾ... കാര്യമറിയാതെ ചൂടാവും. മനസ്സിലാകുമ്പോൾ തന്നെ തണുക്കും *(പോക്കറ്റിൽ നിന്നു നാലായി മടക്കിയ ഒരു കടലാസു കഷണം എടുത്തു നിവർത്തി ശങ്കരൻ നമ്പ്യാരെ ഏല്പിച്ചു കൊണ്ട്)* ഇന്നത്തേക്കുള്ള ലീവ് ലെറ്റർ.

ശങ്കരൻനമ്പ്യാർ: വേണോ...?

എ കെ ജി : വേണം. ഇത് ഉസ്കൂളാണ്. അദ്ധ്യാപകർ കൃത്യനിഷ്ഠയുള്ളവനാവണം. എങ്കിലേ വിദ്യാർത്ഥികളിൽ നിന്ന് നമുക്ക് കൃത്യനിഷ്ഠ പ്രതീക്ഷിക്കാനാവൂ..

ശങ്കരൻനമ്പ്യാർ: അദ്ധ്യാപകന് ദിവസം മുഴുവൻ അദ്ധ്യാപകനുമായി ബന്ധപ്പെട്ടിട്ടല്ലാതെ മറ്റ് ചുമതലകൾ കൂടിയുണ്ട്.. അല്ലേ..?

എ കെ ജി : അച്ഛനെന്തെങ്കിലും പറഞ്ഞോ?

ശങ്കരൻനമ്പ്യാർ: ഇളയച്ഛന് തന്നെക്കുറിച്ച് ഒരുപാട് പരാതിയുണ്ട്. താൻ നേരം വെളുക്കുമ്പോൾ വീട്ടിൽ നിന്നിറങ്ങും. സ്കൂൾ സമയംവരെ കുട്ടികളുടെ വീടു സന്ദർശിക്കും. വീടുകളിൽ പോയി പഠിപ്പിക്കും. സ്കൂൾ വിട്ടാൽ അവരൊന്നിച്ചു കളിയായി. അതുകഴിഞ്ഞാൽ ആ മഞ്ഞ കുപ്പായക്കാരും സഹോദരസമാജക്കാരുമായി സാമൂഹ്യപ്രവർത്തനമായി. വീട്ടിലെത്തുമ്പോൾ പാതിരാ കഴിയും എന്നൊക്കെ ഒരുപാടു പറഞ്ഞു.

എ കെ ജി : പറഞ്ഞതൊക്കെ ശരിയാ.. പക്ഷേ, എനിക്ക് അതൊന്നും തെറ്റാണെന്ന് തോന്നണില്യാ... അന്ന് വൈക്കം സത്യഗ്രഹത്തിനു വാളണ്ടിയർ ആയി പോയാൽ മതിയായിരുന്നു. അന്നവർ സമ്മതിച്ചതുമായിരുന്നു. എങ്കിൽ ഞാനിതൊന്നും കേൾക്കേണ്ടിവരുമായിരുന്നില്യാ..

ശങ്കരൻനമ്പ്യാർ: അതൊക്കെ അടഞ്ഞ അദ്ധ്യായമല്ലേ ഗോപാലാ..

എ കെ ജി : എന്നു കരുതേണ്ട... എനിക്ക് ആ അദ്ധ്യായം തുറക്കാൻ അഞ്ചു നിമിഷത്തെ സമയമേ വേണ്ടൂ.. ഒരു രാജിക്കത്തെഴുതാനുള്ള സമയം..

ശങ്കരൻനമ്പ്യാർ: *(ഓർക്കാപ്പുറത്ത്)* അങ്ങനെയൊന്നും ചിന്തിക്കണ്ട കേട്ടോ.. എല്ലാം നല്ലതിനാവട്ടെ..

എ കെ ജി : അങ്ങിനെതന്നെയാവട്ടെ..!

(സ്കൂൾ ബെൽ മുഴങ്ങുന്നു കുട്ടികളുടെ ആരവം)

രംഗദീപം പൊലിയുന്നു.

ദൃശ്യം നാല്

ഗോപാലവിലാസം. സമയം സന്ധ്യ. രംഗദീപം തെളിയുമ്പോൾ - പശ്ചാത്തലത്തിൽ മാധവിയമ്മ: - "കല്യാണീ സന്ധ്യയായില്ലേ.. എന്താ വിളിക്കു കൊളുത്താത്തത്" അകത്തു നിന്ന്

കല്യാണി : "ദാ വരണമ്മായി." ഒരു ചെറിയ ചങ്ങലവിളക്കിൽ ദീപവുമായി ഒരു യുവതി ഇറങ്ങിവരുന്നു.
"ദീപം... ദീപം.." എന്നു പറഞ്ഞുകൊണ്ടാണ് വരുന്നത്. വന്ന് പൂമുഖത്തെ ഒരു നിലവിളക്കിൽ ദീപം കൊളുത്തുന്നു. എന്നിട്ട് അതിനു മുന്നിൽ ഒരു പുൽപ്പായ നിവർത്തിയിട്ട് സന്ധ്യാനാമം ചൊല്ലുന്നു. കൂടെ പുറത്തുനിന്നു വന്ന മാധവി അമ്മയും ഇരിക്കുന്നു. രണ്ടുപേരും നാമം ചൊല്ലുന്നു. ഒരു അരണ്ട വെളിച്ചത്തിൽ വേണം ഇത്രയും ഭാഗം ദൃശ്യവല്ക്കരിക്കാൻ. കല്യാണി- സുന്ദരിയായ ഒരു നാടൻ പെണ്ണ്, മുട്ടിനു താഴെവരെയിറക്കമുള്ള കരയുള്ള നാടൻ മുണ്ട്. പഴയമട്ടിലുള്ള ജംബർ. കഴുത്തിൽ പവൻ കുഴവച്ച ഒരു സ്വർണ്ണ ചെയിൻ. കൈയിൽ ഈ രണ്ടു സ്വർണ്ണവളകൾ. ഉണ്ണിയാർച്ച മോഡലിൽ ചെരിച്ചുകെട്ടിയ മുടി. സന്ധ്യാനാമം തീർന്നിട്ട്)

മാധവിഅമ്മ : നേരം സന്ധ്യകഴിഞ്ഞിട്ടും ഇന്നാരേയും കാണുന്നില്ല ല്ലോ... ഒരു മകനുള്ളത് പാതിരാക്ക് നോക്കിയാൽ മതി. അച്ഛൻ ഈ അടുത്തയിടയായി നേരത്തേ വരാറുള്ളതാണ്. ഇന്ന് ഓരെയും കാണുന്നില്ല്യ...

കല്യാണി : ആണുങ്ങളല്ലേ.. പല കാര്യങ്ങൾ കാണും..

മാധവിഅമ്മ : *(ചിരിച്ചുകൊണ്ട്)* കൊള്ളാമല്ലോ.. ഞാൻ വിചാരിച്ച പോലെയല്ലല്ലോ..? നീ മിടുക്കിയാണല്ലോ..

കല്യാണി : *(ജിജ്ഞാസയോടെ)* അതെന്താ അമ്മായി..?

മാധവിഅമ്മ : *(വിഷയം മാറ്റാനും മനസ്സറിയാനും വേണ്ടി)* നിനക്കു ഗോപാലനെ ഇഷ്ടമാണോ?

(പുറത്ത് രൈരുനമ്പ്യാർ ആരുമായോ സംസാരിച്ചു വരുന്ന ശബ്ദം. പശ്ചാത്തലത്തിൽ - രൈരുനമ്പ്യാർ - "ങാ ഹാ! അപ്പോൾ അങ്ങിനെയാണുകാര്യം. വ്യക്തമായി എന്തെങ്കിലും പറഞ്ഞോ.." ശങ്കരൻ നമ്പ്യാർ. "അങ്ങിനെ പറഞ്ഞില്ല്യാ.. പക്ഷേ.." രണ്ടുപേരും രംഗ

ത്തേക്കുവരുന്നു. മാധവിഅമ്മയും കല്യാണിയും അകത്തേക്കു പോകുന്നു)

രൈരുനമ്പ്യാർ: എന്തു പക്ഷേ...

ശങ്കരൻനമ്പ്യാർ: അയാൾക്ക് സ്കൂളിൽ പഴയതുപോലൊരു താല്പര്യം കാണുന്നില്ല. മിക്കപ്പോഴും ലീവിലാണ്.

രൈരുനമ്പ്യാർ :എന്നാൽ സൂക്ഷിക്കണം. അയാളുടെ പ്രകൃതം അങ്ങനെയാണ്. ഒരു കാര്യത്തിനിറങ്ങിയാൽ എല്ലാം മറന്ന് അതുമാത്രം. എന്തായാലും ആറേഴു കൊല്ലമായില്ലേ.. അദ്ധ്യാപകപണിയിലേർപ്പെട്ടിട്ട്. ഇത്രയും നാൾ തുടർന്നതു തന്നെ നമ്മുടെ ഭാഗ്യം.

ശങ്കരൻനമ്പ്യാർ: അന്ന് വൈക്കം സത്യഗ്രഹത്തിനു കൂടാൻ തീരുമാനിച്ചിരുന്നതാണ്. എന്തോ പെട്ടെന്ന് നമ്മളെല്ലാംകൂടി പറഞ്ഞപ്പോൾ അങ്ങു പിന്തിരിഞ്ഞു.

രൈരുനമ്പ്യാർ: അതേയതേ.. അതോടെ രക്ഷപ്പെട്ടു എന്നാണ് കരുതിയത്.

ശങ്കരൻനമ്പ്യാർ: ഇളയച്ഛൻ ഒന്നുകൂടി ഗുണദോഷിച്ചാലോ?

രൈരുനമ്പ്യാർ :അയാളോട് അതൊന്നും പറ്റില്യാ. എന്തൊക്കെയാ നാട്ടുകാരുടെ പരാതി.. സ്കൂൾ മാനേജരന്മാരാന്നുവച്ചാൽ എനക്ക് ഇരിശരണം തരണില്യാ..

ശങ്കരൻനമ്പ്യാർ: അതെന്താ.

രൈരുനമ്പ്യാർ :ഓന്റെ ഓരോ കോപ്രായങ്ങളേ.. എല്ലാ ഉസ്കൂളിലും പോയി മാസ്റ്റർമാരോട് ഖദർ ധരിക്കാൻ പറയുക. അവരെ കൊണ്ടു ചർക്കാ ക്ലാസു നടത്തിക്കുക. കുട്ടികളെ അതിനുവേണ്ടി പ്രേരിപ്പിക്കുക. മേലധികാരിളറിഞ്ഞാൽ രാജ്യദ്രോഹക്കുറ്റമല്ലേ.. അവർ പൊറുക്കുമോ..

ശങ്കരൻനമ്പ്യാർ: രക്ഷാകർത്താക്കൾ പലരും നമ്മുടെ ഉസ്കൂളിലും വന്ന് പരാതി പറേണുണ്ട്. എന്താ ചെയ്യുക.

രൈരുനമ്പ്യാർ: മഹാത്മാഗാന്ധി മഹാൻ തന്നെ. അദ്ദേഹം ചെയ്യുന്നതു നല്ല കാര്യങ്ങളും തന്നെ. പക്ഷേ, നമ്മെപ്പോലെ സാധാരണക്കാർ അതുകണ്ടുകൊണ്ട് എടുത്തു ചാടിയാൽ നട്ടെല്ലൊടിയും അതാ നടക്കാൻ പോണത്.

ശങ്കരൻനമ്പ്യാർ: ഖാദിപ്രചാരണവും ചർക്കാക്ലാസുമൊന്നും അത്ര കാര്യമാക്കേണ്ടതില്ല. നാട്ടിൽ പൊതുവേ ഉള്ളതല്ലേ.. നമുക്കതിൽ നിന്നൊഴിഞ്ഞു നില്ക്കാനാവുമോ..?

രൈരുനമ്പ്യാർ: അപ്പോൾ താനും അതിനനുകൂലിയാണല്ലേ...

ശങ്കരൻനമ്പ്യാർ: ഞാൻ അനുകൂലിക്കുന്നോ പ്രതികൂലിക്കുന്നോ എന്നതല്ല പ്രശ്നം. ഗോപാലനെ സ്കൂളിൽ റഗുലറാക്കാൻ എന്താ വേണ്ടത്. അതേക്കുറിച്ച് ആലോചിക്കാൻ ഇനി വൈകിക്കൂടാ..

രൈരുനമ്പ്യാർ: ഗോപാലനോട് ഇതൊക്കെ താൻ തന്നെ അങ്ങട് പറയൂ.. ഞാനേ ആ നായർസമാജത്തിന്റെ കണക്കൊന്ന് എഴുതി ശരിപ്പെടുത്താൻ പറഞ്ഞ് ആഴ്ച രണ്ടു കഴിഞ്ഞു. ഞാൻ പിന്നെ അയാളെ ഈ വീട്ടിൽ വച്ചുപോലും കണ്ടിട്ടേ ഇല്ല.. *(ശങ്കരൻ നമ്പ്യാർ അറിയാതെ വായ് പൊത്തി ചിരിക്കുന്നു)* എന്താ താൻ ചിരിക്കണേ...

ശങ്കരൻനമ്പ്യാർ: ഒന്നൂല്യാ..

രൈരുനമ്പ്യാർ: ഉണ്ട് എന്നാ കേട്ടോളൂ.. ഉത്തരകേരള നായർസമാജത്തിൽ ഗോപാലൻ ഇട്ടിരിക്കുന്ന ചുരുക്കപ്പേര് എന്താണെന്നോ? യു കെ എൻ. നിർവ്വചനമോ? ഉണ്ട്. കുടൽ നിറയ്ക്കുന്ന നായർസമാജം എന്ന്. എന്താ അങ്ങനെയല്ലേ... പിന്നെ അവനെങ്ങനെ അതിന്റെ കണക്കെഴുതും.

ശങ്കരൻനമ്പ്യാർ: ഇളയച്ഛനോട് ഇതൊക്കെയാരാ പറഞ്ഞു പിടിപ്പിച്ചത്.

രൈരുനമ്പ്യാർ: *(ചിരിച്ചുകൊണ്ട്)* ആരും ഏഷണി പറഞ്ഞിട്ടില്യാ. സ്വന്തം കാതിൽ കേട്ടതുതന്നെ പണ്ടു കാരണവന്മാർ പറയാറുള്ളതുപോലെ അടയ്ക്കയായിരിക്കുമ്പോൾ മടിയിൽ വയ്ക്കാം. കവുങ്ങായാലോ.. അത്രേയുള്ളൂ. ഓനായി ഓന്റെ പാടായി. (മാധവി അമ്മ പുറത്തേക്കു വരുന്നു)

മാധവിഅമ്മ : അങ്ങനെയങ്ങുതള്ളിക്കളയാമോ! ഓൻ നമ്മുടെ കുട്ടിയല്ലേ..

രൈരുനമ്പ്യാർ : അല്ലാന്ന് ആരെങ്കിലും പറഞ്ഞോ?

മാധവിഅമ്മ : എന്തെങ്കിലും കേൾക്കുംമുമ്പേ ചാടിക്കടിക്കാൻ നിന്നാൽ പറ്റുമോ..? സ്നേഹത്തിൽ പറഞ്ഞാൽ എന്റെ മകനെന്തും കേൾക്കും.

രൈരുനമ്പ്യാർ: അതിനിപ്പോൾ ഇവിടെ ആരാ ഒരു തടസ്സം. വേണ്ടതെന്താന്നു വച്ചാൽ സ്നേഹത്തിൽ താൻ തന്നെ പറഞ്ഞോളൂ..

മാധവിഅമ്മ : ഞാനൊരു കാര്യം പറയട്ടോ.. നമുക്ക് ഗോപാലനെക്കൊണ്ടു ഒരു കല്യാണം കഴിപ്പിച്ചാലോ.. വയസ്സും പത്തിരുപത്തിനാലായില്ലേ..

രൈരുനമ്പ്യാർ : നടന്നതുതന്നെ..

മാധവിഅമ്മ : നിങ്ങൾ തർക്കുത്തരം പറയാതിരിക്കിൻ

രൈരുനമ്പ്യാർ : ശരി... എനിക്കു സന്തോഷം.. ആരാ അവനു പെണ്ണുകൊടുക്കുക.

മാധവിഅമ്മ : അതൊക്കെ ഞാൻ കണ്ടുവച്ചിട്ടുണ്ട്. നിങ്ങളുടെ മരുമകൾ കല്യാണി.

രൈരുനമ്പ്യാർ : നടക്കട്ടെ! അല്ലേ ശങ്കരാ..

(എ കെ ജി പുറത്തുനിന്നുവരുന്നു. കുപ്പായവും തലയും നനഞ്ഞിട്ടുണ്ട്. മദ്യത്തിന്റെ നാറ്റം)

എ കെ ജി : *(ശങ്കരനെ കണ്ട്)* ഏട്ടൻ എപ്പോൾ വന്നു.

ശങ്കരൻനമ്പ്യാർ: കുറേ നേരമായി.

എ കെ ജി : എന്നെ കാണാനാണോ? വിശേഷിച്ച്.

ശങ്കരൻനമ്പ്യാർ: ഗോപാലൻ എന്റെ സ്കൂളിലെ മാസ്റ്ററാണെന്ന കാര്യം മറന്നു എന്നു തോന്നുണു.

എ കെ ജി : ഇല്യാ അതുകൊണ്ടല്ലേ കൃത്യമായി ലീവ് തന്നിട്ടുള്ളത്.

ശങ്കരൻനമ്പ്യാർ: ലീവ് ക്യാൻസൽ ചെയ്ത് നാളെ സ്കൂളിൽ വരണം.

എ കെ ജി : ആലോചിക്കട്ടെ!

രൈരുനമ്പ്യാർ: ആരോടാണ് നിനക്ക് ആലോചിക്കാനുള്ളത് *(എ കെ ജി മിണ്ടുന്നില്ല)* എന്താ നിന്നെ കള്ളുനാറുന്നു. കള്ളുകുടീം തുടങ്ങിയോ..?

എ കെ ജി : ഇല്യ മദ്യഷാപ്പ് പിക്കറ്റു ചെയ്തപ്പോൾ ഷാപ്പുടമയുടെ ഗുണ്ടകൾ തലവഴി ഒഴിച്ചതാണ്.

രൈരുനമ്പ്യാർ: അപ്പോൾ അതും ഒരു ഭൂഷണം. നിന്നോട് ഒരു കാര്യം പറയാനുണ്ട്. നിന്റെ അമ്മ എന്നെ ഏല്പിച്ചതാണ്. ഈ വീട് ഇനി നീ നോക്കിനടത്തണം.

എ കെ ജി : അപ്പോൾ അച്ഛനോ?

രൈരുനമ്പ്യാർ: എനിക്കല്പം വിശ്രമം വേണം.

എ കെ ജി : ശരി.

രൈരുനമ്പ്യാർ : നിന്റെ അമ്മയ്ക്കു സഹായത്തിന് ഈ വീട്ടിൽ ഒരാളു വേണം.

എ കെ ജി : അങ്ങനെയാവട്ടെ!

രൈരുനമ്പ്യാർ: എന്നു വച്ചാൽ നിനക്കു മനസ്സിലായില്ല്യേ..

എ കെ ജി : ഇല്ല.

രൈരുനമ്പ്യാർ : നീ ഒരു കല്യാണം കഴിക്കണം.

എ കെ ജി : വേണോ?

രൈരുനമ്പ്യാർ : വേണം.

എ കെ ജി : അച്ഛന്റെയും അമ്മയുടെയും ഇഷ്ടം.

മാധവിഅമ്മ : പൊന്നുമോനേ... നീ എന്നെ രക്ഷിച്ചു. പെണ്ണേതാന്നറിയണ്ടേ..

എ കെ ജി : അതിനു പറഞ്ഞില്ലല്ലോ?

മാധവിഅമ്മ : നിന്റെ അച്ഛന്റെ മരുമകൾ കല്യാണി..

എ കെ ജി : ഓഹോ..

മാധവിഅമ്മ : നീ കണ്ടിട്ടുണ്ടോ?

എ കെ ജി : അമ്മ കണ്ടിട്ടില്ല്യേ.. അതുമതി.

മാധവിഅമ്മ : അതല്ലല്ലോ അതിന്റെ ശരി.. കല്യാണി..

(കല്യാണി എന്നു വിളിക്കുന്നു. കല്യാണി അകത്തു നിന്ന് നാണം കുണുങ്ങി പുറത്തുവന്ന് തലകുമ്പിട്ടു നില്ക്കുന്നു) നിനക്കു ഗോപാലേട്ടനെ ഇഷ്ടമാണോ..?

(കല്യാണി ഇഷ്ടമാണെന്നു തലയാട്ടുന്നു. അല്പസമയം കഴിഞ്ഞ് അകത്തേക്കു പോകുന്നു. എ കെ ജി മറുവശത്തേക്കും. എല്ലാപേരും പരസ്പരം നോക്കുന്നു)

(മാധവിഅമ്മ രണ്ടു കൈയും കൂപ്പി) എന്റെ കാവിലമ്മേ ഇതൊന്നു നടന്നു കണ്ടാൽ മതിയായിരുന്നു.

രംഗദീപം പൊലിയുന്നു.

ദൃശ്യം അഞ്ച്

(കണ്ണൂർ ജില്ലയിലെ ചൊവ്വ പൊതുനിരത്ത് "കെ കേളപ്പൻ നായരുടെ നേതൃത്വത്തിലുള്ള പയ്യന്നൂർ ഉപ്പു കുറുക്കൻ ജാഥയ്ക്കു സ്വീകരണം - പകൽ മൂന്നുമണിക്ക്" എന്ന ബോർഡ് നിരത്തിൽ വച്ചിട്ടുണ്ട്. സമയം പകൽ മൂന്നുമണി. രംഗദീപം തെളിയുമ്പോൾ കവലയിൽ കൈയിൽ ഒരു ഖദർമാലയുമായി എ കെ ജിയുടെ കൂടെ കുറച്ച് ആളുകളും

എ കെ ജി : സമയം മൂന്നുമണിയോടടുക്കുന്നു. ജാഥ ഇപ്പോൾ എത്തും. മുദ്രാവാക്യം വിളിച്ചുകൊണ്ടുവേണം ഹാരാർപ്പണം നടത്താൻ. ഞാൻ മുദ്രാവാക്യം വിളിക്കും. നിങ്ങളെല്ലാം ഏറ്റുവിളിക്കണം. *(അല്പം അകലെനിന്ന് ജാഥവരുന്ന ഇരമ്പം കേൾക്കാം. നിമിഷങ്ങൾ കഴിയുന്തോറും അതടുത്തടുത്തുവരുന്നു. ഒരു മെഗാഫോണിലൂടെയുള്ള അനൗൺസ്മെന്റാണ് ആദ്യം.)*

അനൗൺസ്മെന്റ്: മാന്യമഹാജനങ്ങളേ നാട്ടുകാരേ.. കോൺഗ്രസ് ധർമ്മഭടൻ ശ്രീമാൻ കെ കേളപ്പൻ കോൺഗ്രസ് ധർമ്മഭടന്മാരുടെ ജാഥ കോഴിക്കോട്ടു നിന്നാരംഭിച്ച് ആയിരക്കണക്കിനു ജനങ്ങളുടെ സ്വീകരണങ്ങൾ ഏറ്റുവാങ്ങിയശേഷം ഇതാ കണ്ണൂരിലെ ചൊവ്വയിലെ സ്വീകരണമേറ്റുവാങ്ങാൻ എത്തുന്നു. *(മെഗാഫോൺകാരൻ രംഗവേദിയിലേക്ക് കടക്കുന്നു)*

എ കെ ജി : ജാഥ എവിടെവരെ എത്തി?

മെഗാഫോൺകാരൻ: *(അനൗൺസ്മെന്റ് നിർത്തി)* ഇതാ തൊട്ടുപിറകിലുണ്ട്. *(വീണ്ടും അനൗൺസ്മെന്റ് ചെയ്ത് മുന്നോട്ടു പോകുന്നു. തൊട്ടകലെ നിന്ന് "വരിക വരിക സഹജരേ" എന്ന മാർച്ചിങ് സോങ് കൾക്കുന്നു. ക്രമേണ അടുത്തടുത്തുവരുന്നു. "പയ്യന്നൂർ ഉപ്പുസത്യഗ്രഹജാഥ." എന്നെഴുതിയ ബാനറിനു പിന്നിൽ രണ്ടുവരിയായി സത്യഗ്രഹി*

കൾ നടുവിൽ കൊടിയും പിടിച്ച് കേളപ്പൻ. ജാഥയിൽ മാർച്ചിങ് സോങ് പാടിക്കൊടുക്കുന്നത് പി കൃഷ്ണപ ള്ളയാണ്. ജാഥ കവലയിലേക്ക് പ്രവേശിക്കുന്നു. കവല യിൽ പൂർണ്ണമായി എത്തുന്നതോടെ.. എ കെ ജിയുടെ നേതൃത്വത്തിൽ മുദ്രാവാക്യം വിളി ഉയരുന്നു.)

എ കെ ജിയും സംഘവും
ബോലോ ഭാരത് മാതാകീ ജയ്
ബോലോ മഹാത്മാഗാന്ധീ കീ ജയ്
ബോലോ കേളപ്പൻ നായർ കീ ജയ്
ഉപ്പു കുറുക്കൽ സത്യഗ്രഹ ജാഥ കീ ജയ്

(ജാഥയായി മുദ്രാവാക്യം വിളിച്ച് എ കെ ജി കേളപ്പന് ഖദർമാല യിടുന്നു. ജാഥ സ്വീകരണത്തിനു നന്ദി പറഞ്ഞുകൊണ്ട്)

കേളപ്പൻ : പ്രിയപ്പെട്ട സഹോദരീ സഹോദരന്മാരേ
നിങ്ങൾ ഇവിടെ നല്കിയ സ്വീകരണത്തിന് എനിക്കും ജാഥയിലെ ധർമ്മഭടന്മാർക്കും വേണ്ടി നന്ദി പറയാൻ എന്നെ അനുവദിക്കുക. ഈ ജാഥയുടെ പ്രത്യേകത നിങ്ങൾക്കറിയാം. ബ്രിട്ടീഷുകാരിൽ നിന്ന് ഇന്ത്യയെ മോചിപ്പിക്കാൻ മഹാനായ ബാപ്പുജി ആസൂത്രണം ചെയ്ത ഒന്നാം നിയമ നിഷേധസമരത്തിന്റെ തുടക്ക മാണ്. നിയമനിഷേധത്തിന്റെ പ്രതീകമായി മഹാത്മജി ബ്രിട്ടീഷുകാരുടെ ഉപ്പു നികുതി ലംഘിച്ച് ദണ്ഡി കടൽപ്പു റത്ത് ഉപ്പുകുറുക്കാനായി മാർച്ച് 12 നു തന്നെ തിരിച്ചുക ഴിഞ്ഞു. അതിന്റെ ഭാഗമായി പയ്യന്നൂർ കടപ്പുറത്ത് നിയമം ലംഘിച്ച് ഉപ്പുകുറുക്കാൻ പോകുന്ന ജാഥയാണിത്. ഇതു പോലെ ഇന്ത്യയുടെ എല്ലാ സംസ്ഥാനങ്ങളിലും കോൺഗ്രസ് ധർമ്മഭടന്മാർ നിയമം ലംഘിക്കുന്നുണ്ട്. ജഗ ദീശ്വരൻ നമ്മെ അനുഗ്രഹിക്കട്ടെ.. ജയ്ഹിന്ദ്..
(ബോലോ ഭാരത് മാതാ കീ ജയ്
മഹാത്മാഗാന്ധീ കീ ജയ്" എല്ലാപേരും ഏറ്റുവിളിക്കു ന്നു. മുദ്രാവാക്യം വിളി നില്ക്കുമ്പോൾ)

എ കെ ജി : (കേളപ്പന്റെ അടുത്തുചെന്ന്) ഒരപേക്ഷയുണ്ട്.

കേളപ്പൻ : സഹോദരന്റെ പേരന്താണ്?

എകെ ജി : എ കെ ഗോപാലൻ നമ്പ്യാർ

കേളപ്പൻ : എന്തു ചെയ്യുന്നു?

എ കെ ജി : അദ്ധ്യാപകനാണ്.

കേളപ്പൻ : വിവാഹിതനാണോ?

എ കെ ജി : അതേ..

കേളപ്പൻ : അമ്മയും അച്ഛനുമുണ്ടോ?

എ കെ ജി : ഉണ്ട്.

കേളപ്പൻ : എന്താണപേക്ഷ?

എ കെ ജി : എന്നെക്കൂടി ഒരു ധർമ്മഭടനായി അംഗീകരിക്കണം. ഈ ജാഥയോടൊപ്പം പയ്യന്നൂർവരെ അനുഗമിക്കാനും സമരത്തിൽ പങ്കു ചേരാനും എന്നെ അനുവദിക്കണം.

കേളപ്പൻ : ക്ഷമിക്കൂ.. സഹോദരാ.. അത് സത്യഗ്രഹനിയമങ്ങൾക്ക് വിരുദ്ധമാണ്. നിങ്ങൾക്കു താല്പര്യമുണ്ടെങ്കിൽ കോഴിക്കോട്ട് വാളണ്ടിയർ റിക്രൂട്ട്മെന്റ് ഓഫീസിൽ വന്ന് പേര് രജിസ്റ്റർ ചെയ്യാവുന്നതാണ്. പക്ഷേ, ഒരു കാര്യം നിങ്ങൾ ജോലിയും കുടുംബവുമൊക്കെയുള്ള ആളാണ്.അവരുടെ പരിപൂർണ്ണ സമ്മതത്തോടെ വേണം എല്ലാം ചെയ്യാൻ. എടുത്തു ചാടരുത്. ആലോചിക്കൂ.. വേണ്ടതുപോലെ! എന്നിട്ടു സമയം വരുമ്പോൾ കോഴിക്കോട്ടു വരൂ.

(എ കെ ജി നിരാശനായി ജാഥയുടെ മുന്നിൽ നിന്നൊഴിഞ്ഞുമാറുന്നു. ജാഥയിൽ നിന്നൊരു കറുത്ത മനുഷ്യൻ)

പി കൃഷ്ണപിള്ള: ഗോപാലൻമാഷേ നിരാശപ്പെടേണ്ട. കോഴിക്കോട്ടുവരൂ.. ഞാനവിടെയുണ്ടാകും.

എ കെ ജി : അങ്ങാരാണ്?

പി കൃഷ്ണപിള്ള: പി കൃഷ്ണപിള്ള. *(വിസിൽ മുഴങ്ങുന്നു. ജാഥവരിയാകുന്നു. പാട്ടുംപാടി ജാഥ മുന്നോട്ട് എ കെ ജി പൊതുവഴിയിൽ ഒറ്റയ്ക്ക്. എ കെ ജിയിൽ മാത്രം വെളിച്ചം കേന്ദ്രീകരിക്കുന്നു)*

എ കെ ജി യുടെ അന്തഃകരണം: ഗോപാലാ നിനക്കിനിയും മതിയായില്ലേ. ഭാരതമാതാവിന്റെ സ്വാതന്ത്ര്യമോ

നിന്റെ കുടുംബത്തിന്റെ സുരക്ഷയോ
ഏതാണ് നീ തെരഞ്ഞെടുക്കുന്നത്..
ഒരടിമരാജ്യത്തിൽ ഭാര്യയുടെ ചൂടുംപറ്റി
അമ്മയുടെയും അച്ഛന്റെയും നല്ല കുട്ടിയായി
ഒരടിമയായി കഴിയാനാണോ നിന്റെ ഭാവം.
അതോ എല്ലാം നാടിനുവേണ്ടിയർപ്പിച്ച ഭഗത്സിങ്ങിനെപ്പോലെ സൂര്യനസ്തമിക്കാത്ത സാമ്രാജ്യത്വത്തിനെതിരെ ഒരു സിംഹക്കുട്ടിയായ് കുതിച്ചു ചാടാനോ..? വേഗം.. വേഗം..
നിന്റെ തീരുമാനം വൈകരുത്.
(ഉറച്ച ശബ്ദത്തിൽ) ഞാൻ തീരുമാനിച്ചുകഴിഞ്ഞു

രംഗദീപം പൊടുന്നനെ പൊലിയുന്നു

ദൃശ്യം ആറ്

(ഗോപാലവിലാസം സമയം പ്രഭാതം. പൂമുഖത്ത് ഒരു ചാരുകസാലയിൽ ഒരു പത്രവും നോക്കി എ കെ ജി.. തലേദിവസത്തെ ഉറക്കക്ഷീണം മുഖത്തുണ്ട്. അല്പംകഴിഞ്ഞു ഒരു പിത്തള ടംബ്ലറിൽ ചായയുമായി കല്യാണി വരുന്നു. കല്യാണി കുളിച്ചു മുടി വിതിർത്ത് തുമ്പുമാത്രം കെട്ടിയിട്ടുണ്ട്. ഒരു ഖദർ തുണികൊണ്ടുള്ള ജംബറും മുട്ടിനുതാഴെ വച്ചുടുത്ത കരയുള്ള ഖദർമുണ്ടുമാണ് വേഷം)

കല്യാണി : *(പേടി ഇപ്പോഴും തീരാത്തമട്ടിൽ)* ഗോപാലേട്ടാ.. ചായ.. *(എ കെ ജി ചായ വാങ്ങുന്നു. അവളെത്തന്നെ താല്പര്യപൂർവ്വം നോക്കുന്നു. ചായ ഒരു കവിൾ കുടിച്ച് വീണ്ടും കല്യാണിയെ നോക്കുന്നു)* മധുരം പാകമായോ ആവോ.. ഗോപാലേട്ടന് മധുരം ജാസ്തി വേണമെന്ന് അമ്മായി പറഞ്ഞു കേട്ടിട്ടുണ്ട്.

എ കെ ജി : മധുരം പാകത്തിനുണ്ട് *(കണ്ണ് കല്യാണിയിൽ തന്നെ)*

കല്യാണി : എന്താ ഇങ്ങനെ നോക്കണേ... കണ്ടിട്ടില്ലാത്ത പോലെ..

എ കെ ജി : നീ ആളാകെ മാറിയല്ലോ.. ഇപ്പോൾ കണ്ടാൽ..

കല്യാണി : എന്താ പറയൂ..

എ കെ ജി : ഇല്ല ഞാനൊന്നും പറയുന്നില്യാ.

കല്യാണി : ഞാൻ പറയട്ടെ..!

എ കെ ജി : പറയൂ കേൾക്കട്ടെ.

കല്യാണി : ഒരു സന്ന്യാസിനിയുടെ മട്ടുണ്ടെന്ന് അല്ലേ..

എ കെ ജി : നിന്നെ ഈ ഖദർ വേഷത്തിൽ അച്ഛൻ കണ്ടിട്ടുണ്ടോ.

കല്യാണി : നല്ല കഥയായി.

എ കെ ജി : അപ്പോൾ നീ എന്നും ഖദറല്ലേ ഉടുക്കുന്നത്.

കല്യാണി : അതിന് ഗോപാലേട്ടൻ എന്നോട് ഖദറുടുക്കാൻ പറഞ്ഞിട്ടില്ലാലോ?

എ കെ ജി : പറഞ്ഞാൽ നീ അനുസരിക്കുമോ..?

കല്യാണി : ഇനിയും സംശയമോ..?

എ കെ ജി : അച്ഛൻ എതിർത്താലോ..?

കല്യാണി : ഞാനെന്തു ചെയ്യണം?

എ കെ ജി : സത്യത്തിൽ നീയും ഞാനും നിരപരാധികളാണ്. എന്നെ നേർവഴിക്കു നയിക്കാൻ എന്റെയും നിന്റെയും രക്ഷാകർത്താക്കൾ നിന്നെ ബലിയാടാക്കിയതാണ്.

കല്യാണി : എനിക്ക് ഒന്നും മനസ്സിലാകുന്നില്യാ.

എ കെ ജി : നാളെ മുതൽ ഞാനൊരു സ്വാതന്ത്ര്യഭടനാകാൻ കോഴിക്കോട്ടു സത്യഗ്രഹക്യാമ്പിലേക്കു പോവുകയാണ്.

കല്യാണി : അപ്പോൾ ഉസ്കൂൾമാസ്റ്റർ ജോലിയോ..?

എ കെ ജി : അതു ഞാൻ രാജിവച്ചു.

കല്യാണി : അപ്പോൾ സ്വാതന്ത്ര്യഭടൻ ജോലിക്കു മാസ്റ്റർ പണിയേക്കാൾ ജാസ്തി ശമ്പളം കിട്ടുമോ..?

എ കെ ജി : പാവം നിനക്കൊന്നുമറിയില്ല. അറസ്റ്റും തല്ലും ജയിലുമാണ് മുമ്പിൽ. ഒരുപക്ഷേ സമരമുഖത്താവാം. അല്ലെങ്കിൽ ജയിലിൽ കിടന്നാകാം എന്റെ അന്ത്യം. അങ്ങനെയുള്ള ഒരാളുടെ ഭാര്യയായി അകാലവൈധവ്യത്തിന് ബുദ്ധിമുട്ടാവില്ലെങ്കിൽ ഇന്നു മുതൽ നമുക്കൊരുമിച്ച് ജീവിക്കാം. അല്ലെങ്കിൽ നമുക്ക് പിരിയാം. മറ്റൊരു പുരുഷന്റെ കൂടെ നിനക്ക് സുഖമായി കുടുംബജീവിതം നയിക്കാം..

കല്യാണി ; ഗോപാലേട്ടന് ബുദ്ധിമുട്ടാവില്ലെങ്കിൽ ഏത് പാതാളത്തിലേക്കും ഞാൻ അങ്ങയോടൊത്തുവരാം.

എ കെ ജി : ശരി. എന്നാൽ, ഇന്നുതന്നെ നമുക്ക് പോകാം.. നിന്നെ തല്ക്കാലം കേളപ്പജിയുടെ പാക്കനാർ പുരത്തെ ഹരിജൻ ആശ്രമത്തിൽകൊണ്ടാക്കാം. എന്നിട്ട് ഞാൻ നാളെ മുതൽ കേരള വ്യാപകമായ ക്ഷേത്രപ്രവേശന ജാഥയുമായി പര്യടനത്തിലാണ്. ഭാവി കാര്യങ്ങൾ വന്നിട്ടു തീരുമാനിക്കാം.

(മാധവി അമ്മ പുറത്തുനിന്നും കയറിവരുന്നു) കല്യാണി അകത്തേക്കു പോകുന്നു.

മാധവിഅമ്മ : ഗോപാലാ നീ ഉറക്കമെഴുന്നേറ്റ മട്ടിലിരിപ്പാണോ. പല്ലുതേപ്പും കുളിയുമൊന്നുമില്ലേ..?

എ കെ ജി : അതിനൊക്കെ സമയം ജാസ്തിയുണ്ടല്ലോ.. അമ്മ എവിടെയായിരുന്നു ഇതുവരെ.

മാധവിഅമ്മ : അങ്ങനെ ചോദിക്ക്. ഒരച്ഛനുള്ളത് നായന്മാരെ നന്നാക്കാൻ കോഴിക്കോട്ടോ കാസർക്കോട്ടോ.. സഞ്ചാരത്തിലാണ്. മകന്റെ കാര്യം പറയേണ്ടല്ലോ... അപ്പോൾ വീട്ടുകാര്യം നോക്കാൻ പിന്നെ ആരാ..? ഈ ആർക്കും വേണ്ടാത്ത അമ്മ.. അല്യോ മോനേ..

എ കെ ജി : അമ്മേ, ഞാനൊരു കാര്യം പറയട്ടെ. അമ്മ എതിരൊന്നുംപറയരുത്.

മാധവിഅമ്മ : എന്താന്നുവച്ചാൽ പറയൂ.

എ കെ ജി : കല്യാണിയെ കൂടി ഞാൻ കോഴിക്കോട്ടേക്കു കൊണ്ടുപോകുന്നു.

മാധവിഅമ്മ : (വിശ്വാസം വരാത്തമട്ടിൽ) നേരോ... പക്ഷേ..

എ കെ ജി : ഒരു പക്ഷേയുമില്ല.

മാധവിഅമ്മ : നിന്നെപ്പോലെ ഒരു നാടോടിക്ക് ഒരു പെണ്ണുമൊത്ത് ഒരു

വീട്ടിൽ അടങ്ങി ഒതുങ്ങി കഴിയുവാൻ പറ്റുവോ മോനേ..

എ കെ ജി : അന്നു കല്യാണക്കാര്യം പറഞ്ഞപ്പോൾ ഞാൻ പറഞ്ഞതല്ലേ.. എന്നിട്ട് നിങ്ങളംഗീകരിച്ചോ.. പിന്നിപ്പോൾ തടസ്സം പറയരുത്.

മാധവിഅമ്മ : കല്യാണീ... കല്യാണീ..

(എന്നകത്തേക്കു നീട്ടി വിളിക്കുന്നു. കല്യാണി പുറത്തേക്കു വന്നിട്ട്)

കല്യാണി : അമ്മായി എന്നെ വിളിച്ചിനാ?

മാധവിഅമ്മ : നീ ഗോപാലന്റെ കൂടെ കോഴിക്കോട്ടേക്കു പോകുന്നോ?

കല്യാണി : അമ്മായി അനുവദിച്ചാൽ പോകാം..

മാധവിഅമ്മ : അപ്പോൾ നിങ്ങൾ ആലോചിച്ചുറച്ചതാണ്. ഞാൻ തടസ്സം നില്ക്കുന്നില്ല. പക്ഷേ, അച്ഛനോട് ഒന്നും ചോദിക്കണ്ടേ?

എ കെ ജി : അച്ഛൻ എന്നാ വരിക? എനിക്കാണെങ്കിൽ ഇന്നുച്ചയ്ക്കു തന്നെ പോകണം. അമ്മ അച്ഛനോടു പറഞ്ഞാൽ മതി.

മാധവിഅമ്മ : കല്യാണി ഇങ്ങുവാ.. (തലയിൽ കൈവച്ചുകൊണ്ട്) ഇന്നേ എന്റെ നെഞ്ചിലെ തീയണഞ്ഞുള്ളൂ.. മോളേ ഈ അമ്മായി ചെയ്ത തെറ്റിനു ശിക്ഷ അനുഭവിച്ചത് നീയാണ്. അതു ഞാൻ മറക്കില്ല മോളേ..

എ കെ ജി : (അമ്മയുടെ കൈയ്ക്കു പിടിച്ചുകൊണ്ട്) അമ്മേ..!

(രംഗദീപം പൊലിയുന്നു)

ദൃശ്യം ഏഴ്

പശ്ചാത്തലത്തിൽ:

മർത്ത്യനെമർത്ത്യനശുദ്ധമാക്കി
കണ്ടാലറയ്ക്കുന്ന വസ്തുവാക്കി
ഉച്ചനീചത്വത്തിൻ തത്ത്വശാസ്ത്രം
ഉച്ചത്തിൽ നീളേവിളിച്ചുകൂകി
പൂണുനൂലിട്ട പഴം പുരാണം
നിർമ്മിച്ച ചട്ടങ്ങൾ വാണകാലം
മാറ്റുവിൻ ചട്ടങ്ങൾ പാടിനാട്ടിൻ
മാറ്റം കൊടുങ്കാറ്റു പോലുയർന്നു

(സ്ഥലം - ഗുരുവായൂർ ക്ഷേത്രത്തിലേക്കുള്ള പൊതുവഴി. വഴിയരികിൽ 'അയിത്തജാതിക്കാർക്ക് പ്രവേശനം നിരോധിച്ചിരിക്കുന്നു' എന്ന ബോർഡ്. രംഗദീപം തെളിയുമ്പോൾ - കീഴ്ജാതിക്കാരനായ ഒരു വൃദ്ധൻ വടിയുമൂന്നി പൊതുനിരത്തിലൂടെ നടന്നുവരുന്നു. മേൽജാതിക്കാരായ ഒന്നു രണ്ടാളുകൾ ഏതിരേവരുന്നു)

ഒന്നാമൻ : എന്തെടാ കെഴട്ടുപൊലയാ, മേൽജാതിക്കാർ നടക്കുന്ന ഈ പൊതുവഴിയിൽ കൂടിനടക്കാൻ നിന്നെ ആരാടാ പറഞ്ഞുവിട്ടത്?

രണ്ടാമൻ : എടാ ഈ വഴി എങ്ങോട്ടാന്നറിയാമോ?

വൃദ്ധൻ : *(രണ്ടുകൈയും കൂട്ടിത്തൊഴുത്തുകൊണ്ട്)* അടിയന് കണ്ണുകാണാൻ മേലാഞ്ഞിട്ടാണോ തമ്പ്രാന്മാര് വരണത് അടിയൻ കണ്ടില്ലേ... ദശവുണ്ടായി പൊറുക്കണം.

ഒന്നാമൻ : ഇവന് കണ്ണു കാണാഞ്ഞിട്ടൊന്നുമല്ല. ധിക്കാരം തന്നെ. എടാ കെളവാ.. ഇതെവിടുത്തേക്കുള്ള വഴിയാണെന്നറിയാവോ?

വൃദ്ധൻ : അറിയാൻ മേല!

രണ്ടാമൻ : സാക്ഷാൽ ഗുരുവായൂരപ്പന്റെ സന്നിധാനത്തിലേക്കു പോകാനുള്ള പൊതുവഴിയാ. ഈ വഴിയേ തീയനും പൊലയനുമൊന്നും നടക്കാൻ പാടില്ല. മനസ്സിലായോ.. ജീവൻ വേണമെങ്കിൽ തിരിച്ചുപൊയ്ക്കോ.

വൃദ്ധൻ : *(തല ഉയർത്തി ചെവിവട്ടം പിടിച്ചുകൊണ്ട്)* തമ്പ്രാന്മാര് എന്തെങ്കിലും പറഞ്ഞോ? അടിയന് ചെവി കേൾക്കണില്ല.

ഒന്നാമൻ : ഈ കിഴട്ടുശവത്തിന് ചെവികേൾക്കാഞ്ഞിട്ടൊന്നുമല്ല. ധിക്കാരം തന്നെ. രണ്ടു പൊട്ടിച്ചാലേ മനസ്സിലാകൂ..

രണ്ടാമൻ : എടോ കിഴവാ തിരിച്ചുപോകാനാ പറഞ്ഞത്.

(വൃദ്ധൻ കേൾക്കാത്ത മട്ടിൽ മുമ്പോട്ടു പോകുന്നു. മേൽജാതിക്കാർ വൃദ്ധനെ ബലമായി പിടിച്ചു നിർത്തുന്നു. വടി പിടിച്ചുവാങ്ങി അടിക്കാനോങ്ങുന്നു. രണ്ടു ഹരിജൻ ചെറുപ്പക്കാർ ഓടിവരുന്നു)

ചെറുപ്പക്കാരൻ: തൊട്ടു പോകരുത്..

ഒന്നാമൻ : എടാ ചെറുമന്മാരെ.. തൊട്ടാൽ നിങ്ങളെന്തോ ചെയ്യും?

ചെറുപ്പക്കാരൻ :തൊട്ടുനോക്ക്. അപ്പോ കാണാം..

രണ്ടാമൻ : ഓ.. ഇത് കരുതിക്കൂട്ടിയാണല്ലോ..? നിങ്ങളാരാ..?

ചെറുപ്പക്കാരൻ2: ഞങ്ങൾ സത്യാഗ്രഹഭടന്മാർ

ഒന്നാമൻ : ഇതു വഴിയേതന്നറിയാമോ..?

ചെറുപ്പക്കാരൻ1:അറിയാം.. ഗുരുവായൂർ ക്ഷേത്രത്തിലേക്കുള്ള പൊതുവഴി.

രണ്ടാമൻ : ഇതുവഴി അയിത്തക്കാർ നടക്കാൻ പാടില്ലെന്നല്ലേ ചട്ടം.

ചെറുപ്പക്കാർ : പട്ടിക്കും പൂച്ചയ്ക്കും നടക്കാം. നമ്പൂതിരിക്കും നായർക്കും നടക്കാം. അവർക്ക് ഉണ്ണാൻ നെല്ലുവിളയിക്കുന്ന പുലയനും തീയനും നടന്നുകൂടാ.. അതല്ലേ നിങ്ങളുടെ ചട്ടം.. അതുമാറ്റിയേ കഴിയൂ..

ഒന്നാമൻ : ഇതൊക്കെ ആ എ കെ ഗോപാലനും കേളപ്പനുമൊക്കെ പറഞ്ഞുതന്നതാവും.

ചെറുപ്പക്കാരൻ1: *(അഭിമാനത്തോടെ)* അതേ.. അവർ വരുന്നുണ്ട്. ഗുരുവായൂർ അമ്പലനട എല്ലാ മനുഷ്യർക്കും വേണ്ടി തുറന്നുകൊടുക്കാൻ.

ഒന്നാമൻ : ഗുരുവായൂരപ്പാ.. ഇനി എന്തൊക്കെ കാണണം.

ചെറുപ്പക്കാരൻ2: എല്ലാം കാണേണ്ടതായി വരും. സമരവും സത്യഗ്രഹവുമൊക്കെ.

ഒന്നാമൻ : പൂഹോയ്.. ഓടിവരിൻ.. ഓടിവരിൻ...

ചെറുപ്പക്കാർ : ഞങ്ങളോടില്ല. തിരിച്ചടിക്കുകയുമില്ല. അതാണ് നേതാക്കളുടെ കല്പന. (വടിയുമായി വന്നവർ എന്തു ചെയ്യണമെന്നറിയാതെ പകച്ചു നില്ക്കുന്നു)

രംഗദീപം പൊലിയുന്നു

ദൃശ്യം എട്ട്

(ഗുരുവായൂർ ക്ഷേത്രപരിസരം. രംഗദീപം തെളിയുമ്പോൾ സമയം വൈകുന്നേരം 5 മണി. പശ്ചാത്തലത്തിൽ സന്ധ്യാപൂജയുടെ വാദ്യഘോഷം. ക്ഷേത്രത്തിലേക്കുള്ള ഗോപുരനടയിൽ പൊലീസുകാർ അങ്ങോട്ട് ആരെയും കടത്തിവിടുന്നില്ല. സത്യഗ്രഹവളണ്ടിയറന്മാരിൽ ഒരാൾ - ഒരു ഭക്തന്റെ വേഷത്തിൽ മുണ്ടുടുത്ത് കസവു നേര്യതു പുതച്ച് കഴുത്തിൽ ഒരു രുദ്രാക്ഷമാലയുമണിഞ്ഞു ക്ഷേത്രത്തിലേക്ക് കയറാൻ വരുന്നു)

പൊലീസുകാരൻ: *(അയാളെ തടഞ്ഞുകൊണ്ട്)* ഹേയ്.. എവിടെപ്പോകുന്നു?

ഭക്തൻ : ക്ഷേത്രത്തിലേക്ക്

പൊലീസുകാരൻ: എന്താകാര്യം

രണ്ടാമൻ : ക്ഷേത്രത്തിലേക്കു എന്തിനാ പോകുന്നത് ഭഗവാനെ തൊഴാൻ

പൊലീസുകാരൻ: ഇതുവഴി പോകാൻ പറ്റില്ല. അകത്ത് എന്തെങ്കിലും അറിയിക്കാനുണ്ടെങ്കിൽ കുറിച്ചു തന്നാൽ ഞങ്ങളറിയിക്കാം..

ഭക്തൻ : കൊള്ളാമല്ലോ..? ഗുരുവായൂരപ്പനും സെൻസറിങ്ങോ? ഗുരുവായൂരപ്പനോട് നേരിട്ടു പറയാനുള്ള കാര്യങ്ങളും പൊലീസിനു കുറിച്ചുതരണം അല്ലേ? പോകാൻ പറ്റാത്ത കാര്യം എന്താണെന്നറിയിക്കണം.

പൊലീസുകാരൻ: നിങ്ങളാരാ..

ഭക്തൻ : ഞാനൊരു ഭക്തനാണെന്ന് മനസ്സിലായില്ലേ..? ക്ഷേത്രത്തിലേക്കാണെന്നും മനസ്സിലായില്ലേ.. അത്രയും മതി. തന്റെ ചോദ്യത്തിനുത്തരം

പൊലീസുകാരൻ: അങ്ങനെ പറഞ്ഞാൽ പറ്റില്ല.

ഭക്തൻ : പിന്നെ എങ്ങനെ പറയണമെന്ന് പറഞ്ഞുതരൂ.. അതു പോലെ പറയാം.

പൊലീസുകാരൻ: പൊലീസിനോടു കളിച്ചാൽ ഫലമെന്തായിരിക്കുമെന്നറിയാമല്ലോ?

ഭക്തൻ : പൊലീസിനെയും ശിക്ഷിക്കാൻ നാട്ടിലധികാരമുള്ളവർ വേറെയുണ്ടെന്നും അറിയാമല്ലോ?

പൊലീസുകാരൻ: *(സല്യൂട്ടടിച്ചുകൊണ്ട്)* ക്ഷമിക്കണം സാർ.. ഞാനറിയാതെ എന്തെങ്കിലും പറഞ്ഞിട്ടുണ്ടെങ്കിൽ മാപ്പ്.. സാർ ഇൻസ്പെക്ടർ ഏമാൻ ഇപ്പോൾ വരും. അദ്ദേഹത്തോടുപറഞ്ഞാൽ ഉടനേ അകത്തേക്കു വിടും.

ഭക്തൻ : ശരി ഞാൻ നില്ക്കാം. കൊച്ചിയിലെ മജിസ്ട്രേറ്റ് ഗുരുവായൂരിൽ വഴി യാത്രക്കാരനാണല്ലോ?

പൊലീസുകാരൻ: യേസ് സാർ..

ഭക്തൻ : ആട്ടെ. എന്താ കാര്യം?

പൊലീസുകാരൻ: ഒന്നും അറിഞ്ഞുകൂടാ സാർ. ആ എ കെ ഗോപാലനും കൃഷ്ണപിള്ളയുമൊക്കെ ജയിലിൽ നിന്ന് ഇറങ്ങിയിട്ടുണ്ട് സാർ.. അയിത്തക്കാർക്ക് ഗുരുവായൂർ ക്ഷേത്രം തുറന്നുകൊടുത്തേ അടങ്ങൂ എന്ന വാശിയിലാണവർ. നാളെ മുതൽ ക്ഷേത്രനടയിൽ വീണ്ടും സത്യഗ്രഹം തുടങ്ങുമെന്നാണ് രഹസ്യറിപ്പോർട്ട്.

ഭക്തൻ : നിരോധനാജ്ഞ പുറപ്പെടുവിച്ചിട്ടില്ലേ..?

പൊലീസുകാരൻ: ഇല്ല സാർ. ഇത് പൊലീസുകാരനെക്കൊണ്ടുള്ള വെറുമൊരു നാടകം കളി.

ഭക്തൻ : ഇതൊന്നും ശരിയല്ല. എ കെ ഗോപാലൻ വന്നാൽ നിങ്ങൾ എന്താ ചെയ്യുക? അറസ്റ്റുവാറണ്ടില്ലാതെ നിങ്ങൾക്കറസ്റ്റു ചെയ്യാൻ കഴിയുമോ..? എന്തു ചെയ്യാനും മടിക്കാത്ത ആളാണയാൾ.. ആ കണ്ടോത്തു തെരുവിൽ വച്ചു കിട്ടിയ അടിയെക്കുറിച്ച് കേട്ടിട്ടില്ലേ. അത് ഒരു കൊമ്പനാനയ്ക്കായിരുന്നു കിട്ടിയിരുന്നതെങ്കിൽ അത് അന്നുതന്നെ ചരിയുമായിരുന്നു. *(പിൻകുടുമയും പാളത്താറുമുടുത്ത ഒരു ബ്രാഹ്മണൻ കൃഷ്ണാ.. കൃഷ്ണാ.. എന്ന് ജപിച്ചുകൊണ്ടു വരുന്നു. ക്ഷേത്രത്തിലേക്കു കടക്കാൻ തുടങ്ങുമ്പോൾ പൊലീസുകാരൻ തടയുന്നു)*

ബ്രാഹ്മണൻ : ഹേയ്.. തൊട്ടശുദ്ധമാക്കാതെ.. നാൻ ദീപാരാധനയ്ക്കേ വന്തൂട്ട്..

പൊലീസുകാരൻ: സ്വാമീ ഇതുവഴി ആരേയും വിടാൻ പാടില്ലെന്നാണ് കല്പന.

ബ്രാഹ്മണൻ: യാരുടെ കല്പന? അന്ത സാക്ഷാൽ ഗോപാലകൃഷ്ണൻ ഗുരുവായൂരപ്പന്റെ കല്പനയാ..?

പൊലീസുകാരൻ: ക്ഷമിക്കണം ഞങ്ങളുടെ മേലാവിൽ നിന്നുള്ള കല്പനയാണേ..

ബ്രാഹ്മണൻ : യാരുടെ കല്പനയായാലും നാൻ പോവേൻ.. ഭഗവാൻ കിട്ട പോകിറതുക്ക് തടയുവത് ന്യായമാ..

ഭക്തൻ : സ്വാമീ.. ഞാനും അങ്ങയെപ്പോലെ ഭഗവൻ ദർശനത്തിനു വന്നതാക്കും. അവരുടെ പെരിയ ആഫീസർ ഇപ്പോ താനെ വരലാം... അവരോട് കൂപ്പിട്ട് നമുക്ക് ഉള്ളേ പോയി ഭഗവാനുമായി സന്ധിക്കലാം..

ബ്രാഹ്മണൻ : നീങ്കേ.. യാര്?

ഭക്തൻ : നാനും ഒരു ഭക്തൻ താൻ.

പൊലീസുകാരൻ: ഇവാള് കൊച്ചീലേ മൈസ്രേട്ടാകും.

ബ്രാഹ്മണൻ : അപ്പപ്പാ... മൈസ്രേട്ടാ.. നീങ്ക.. പെരിയവങ്കളാ..

ഭക്തൻ : എന്നു ശൊല്ലലാം..

ബ്രാഹ്മണൻ : തപ്പ്... തപ്പ്.. വണക്കം. വണക്കം.

(എത്തമിടുമ്പോലെ മൂന്നുപ്രാവശ്യം കുമ്പിട്ട് തൊഴുവുന്നു)

പൊലീസുകാരൻ: ഏമാൻ വരുന്നുണ്ട്

(എ കെ ജി സബ് ഇൻസ്പെക്ടറുടെ വേഷത്തിൽ കടന്നുവരുന്നു. ആരെയും നോക്കാതെ പൊലീസുകാരുടെ അടുത്തുവരുന്നു. പൊലീസുകാർ ഓരോരുത്തരായി അറ്റൻഷനായി നമ്പർ പറഞ്ഞ് സല്യൂട്ട് ചെയ്യുന്നു)

705 സാർ

305 സർ

219 സർ

322 സർ

എ കെ ജി : ഓ കെ. പ്രശ്നങ്ങളൊന്നുമില്ലാലോ? സമരക്കാർ ആരെങ്കിലും വന്നിട്ടുണ്ടോ..?

പൊലീസുകാർ: *(അറ്റൻഷനായി)* ഇല്ല സാർ.

എ കെ ജി : *(നില്ക്കുന്നവരെ ചൂണ്ടി)* ഇവർ ആരാണ്?

പൊലീസുകാരൻ: *(ഭക്തനെചൂണ്ടി)* ഇദ്ദേഹം കൊച്ചിയിലെ മജിസ്ട്രേട്ടാണ്.

എ കെ ജി : (സല്യൂട്ടടിച്ച്) സോറി സാർ, ഞങ്ങൾ ഉദ്യോഗസ്ഥന്മാരല്ലേ വിശേഷിച്ചും പൊലീസുകാർ. മേലാവിൽ നിന്നുള്ള ഉത്തരവ് പാലിച്ചല്ലേ കഴിയൂ.. എ കെ ഗോപാലനും കൂട്ടരും വീണ്ടും സമരത്തിന് വരുന്നുണ്ടത്രേ.. അവരെ തടയാൻ വേണ്ടിയാണ് അങ്ങയെപ്പോലുള്ളവരെ ബുദ്ധിമുട്ടിക്കേണ്ടി വന്നത്. ക്ഷമിക്കണം സാർ..

ഭക്തൻ : നിരോധനാജ്ഞയോ പൊലീസാക്ടോ പോലും പ്രഖ്യാ

പിക്കാതെ നിങ്ങൾ എങ്ങനെയാണ് അവരെ തടയുക.. അറസ്റ്റു ചെയ്യുക..?

എ കെ ജി : അപ്പോൾ സാറ് എല്ലാമറിഞ്ഞിരിക്കുന്നു!

ഭക്തൻ : ഇവർ എല്ലാം എന്നോടു പറഞ്ഞു. അപ്പോൾ എനിക്ക് അകത്തേക്കു പോകാമല്ലോ?

എ കെ ജി : ഓഫ് കോഴ്സ് *(ഭക്തൻ അകത്തേക്കു പോകുന്നു)*

ബ്രാഹ്മണൻ : അപ്പോ നോക്കും ഉള്ളേ പോകലാമേ..?

എ കെ ജി : കണ്ടിപ്പാ പോകലാം..

(ബ്രാഹ്മണൻ പോകുന്നു. പൊലീസുകാരോട്)

നിങ്ങളെന്തു വിഡ്ഢികളാണ്.

പൊലീസുകാർ: യെസ് സാർ..

എ കെ ജി : എന്ത് യെസ്.. വിഡ്ഢികളാണെന്നോ..? നിരോധന ഉത്തരവില്ലെന്ന് ആ സമരക്കാർ അറിഞ്ഞാൽ..

പൊലീസുകാർ : അവരറിയില്ല സാർ. മജിസ്ട്രേട്ടിനോടു മാത്രമേ ഞങ്ങൾ പറഞ്ഞിട്ടുള്ളൂ.

എ കെ ജി : *(ഹാസ്യമായി)* മജിസ്ട്രേട്ട്.. അദ്ദേഹം മജിസ്ട്രേട്ടാണെന്ന് നിങ്ങൾക്കറിയാമോ?

പൊലീസുകാരൻ: അദ്ദേഹം പറഞ്ഞു സാർ.

എ കെ ജി : *(ചിരിച്ചുകൊണ്ട്)* അദ്ദേഹം പറഞ്ഞു. അദ്ദേഹം ഒരു സമരക്കാരനല്ലെന്ന് ആരറിഞ്ഞു..?

പൊലീസുകാരൻ: അങ്ങനെവരുമോ? എന്തായാലും അയാൾ എ കെ ഗോപാലനായിരിക്കില്ല സാർ.

എ കെ ജി : *(ചിരിച്ചുകൊണ്ട്)* അതുശരിയാ.. എന്തായാലും വരൂ... നമുക്കകത്തേക്കുപോകാം.

(എ കെ ജി കുറച്ചുമുന്നോട്ടു നീങ്ങി സത്യാഗ്രഹപ്പന്തലിലെ പീഠത്തിൽ ചാടിക്കയറി ആദ്യം തൊപ്പി എടുക്കുന്നു. എന്നിട്ട് കാക്കി ഷർട്ടഴിക്കുന്നു. അതിനിടയിൽ ഖദർഷർട്ട് പോക്കറ്റിൽ നിന്നും ഗാന്ധി തൊപ്പി എടുത്ത് തലയിൽ വെക്കുന്നു.

ഞാൻ എ കെ ഗോപാലൻ...

(ഭക്തനും സ്വാമിയും ചേർന്ന് ബോലോ "എ കെ ഗോപാലൻ കീ ജയ് .. അയിത്തോച്ചാടന സമരം കീ ജയ്" നാലുവശത്തു നിന്നും മുദ്രാവാക്യം മുഴക്കി സത്യഗ്രഹികൾ പ്രവേശിക്കുന്നു)

എ കെ ജി : നാളെ മുതൽ ഗുരുവായൂർ സത്യഗ്രഹം പുനരാരംഭിക്കുകയാണ്. നാളെ ഭജനയിൽ പങ്കെടുക്കാൻ എല്ലാ ഭക്തജനങ്ങളോടും ഞാൻ അപേക്ഷിക്കുന്നു.

(മുദ്രാവാക്യം വിളി. പൊലീസുകാർ എന്തു ചെയ്യണമെന്നറിയാതെ വായും പൊളിച്ചു നില്ക്കുന്നു)

(രംഗദീപം പൊലിയുന്നു)

ദൃശ്യം ഒൻപത്

സ്ഥലം – തിരുവണ്ണൂർ കോട്ടൺമിൽ. സമയം വൈകുന്നേരം 5 മണി ഫാക്ടറിപ്പടിക്കൽ നീലഷർട്ടുമിട്ടു ഒരു തൊഴിലാളിയുടെ വേഷത്തിൽ പി കൃഷ്ണപിള്ള അകത്തുനിന്നും നീലഷർട്ടും കാക്കിനിക്കറുമിട്ട ഒരാൾ ഇറങ്ങിവരുന്നു.

കൃഷ്ണപിള്ള: വേലായുധനല്ലേ.. സെക്കന്റ് ഷിഫ്റ്റിലായിരിക്കും.

വേലായുധൻ : അതേ.. എനിക്കു മനസ്സിലായില്യ. നിങ്ങളിവിടുത്തെ തൊഴിലാളിയാണോ?

കൃഷ്ണപിള്ള: അതേ.. പേര് കൃഷ്ണൻ അങ്ങ് മാങ്കാവിലാ വീട്. നൈറ്റ് ഷിഫ്റ്റിലാണ്. അതാ തമ്മിൽ കാണാൻ കഴിയാത്തത്.

വേലായുധൻ : ഞാൻ പോട്ടെ.

കൃഷ്ണപിള്ള: ഒരു കാര്യം പറയാനുണ്ടായിരുന്നു.

വേലായുധൻ : പറഞ്ഞോളൂ.

കൃഷ്ണപിള്ള: ഞങ്ങള് ഒരു യൂണിയനുണ്ടാക്കാനുള്ള ആലോചനയിലാണ്. ഇപ്പോൾ എല്ലാ ഫാക്ടറിയിലും യൂണിയനുണ്ട്. ഫറോക്കിലുണ്ട്. കൊയിലാണ്ടിയിലുണ്ട്. പാപ്പിനിശ്ശേരിയിലുണ്ട്..

വേലായുധൻ : ഉണ്ടായിക്കോട്ടെ! അതിനു നമുക്കെന്താ..

കൃഷ്ണപിള്ള: ഇന്നു വൈകുന്നേരം ഇവിടെ അടുത്ത് ഒരു പീടികമുറിയിൽ വച്ചൊരു യോഗമുണ്ട്. എ കെ ജിയും മറ്റും വരുന്നുണ്ട്. വേലായുധൻ കൂടി വരണം.

വേലായുധൻ : എനിക്ക് തന്നെപ്പോലെ ഭ്രാന്തൊന്നുമില്ല. എന്നെ എന്റെ പാട്ടിനു വിട്ടേക്ക്..

കൃഷ്ണപിള്ള: അതെന്താ മീറ്റിങ്ങിൽ പങ്കെടുക്കുന്നതു ഭ്രാന്താണോ?

വേലായുധൻ : എ കെ ജി മാത്രമാവില്ല. ആ കൃഷ്ണപിള്ളയും കാണും. അവർ ആരാണെന്നും എന്തുപറയുമെന്നും നന്നായിട്ടറിയാം. അവർ ഖദറുടുത്ത കോൺഗ്രസുകാരല്ലേ. കടപ്പുറത്ത് ഉപ്പു കുറുക്കലെന്നും പറഞ്ഞ് പൊലീസിനെ കൂക്കിവിളിച്ച് തല്ലു വാങ്ങിച്ചവരല്ലേ.. സത്യഗ്രഹം നടത്തി വെള്ളക്കാരനെ ഇറക്കിവിടാൻ നടക്കുന്നവരല്ലേ.. എന്നിട്ടുപോയോ.. അടീം കൊണ്ടു പുളീം കുടിച്ചു. ഇപ്പോ ഇതാ നമ്മെക്കൂടി കുളത്തിലിറക്കാൻ വന്നിരിക്കുന്നു. വേലായു

ധനെ അതിനു കിട്ടില്യാ..

കൃഷ്ണപിള്ള :അതൊക്കെ തെറ്റിദ്ധാരണയാണ്. യൂണിയൻ മീറ്റിങ്ങിൽ അവർ കോൺഗ്രസിനെക്കുറിച്ചൊന്നും പറയുന്നത് ഞാൻ കേട്ടിട്ടില്യാ.. അവർ തൊഴിലാളികളുടെ കൂടി കൂട്ട ലിനെക്കുറിച്ചും ചികിത്സാസൗകര്യങ്ങളെക്കുറിച്ചു മൊക്കെ യൂണിയൻ മീറ്റിങ്ങിൽ സംസാരിക്കുന്നതേ ഞാൻ കേട്ടിട്ടുള്ളൂ.

വേലായുധൻ : അവർ മിടുക്കന്മാരല്ലേ.. കുറച്ചു കഴിയുമ്പോൾ അവർ നമ്മോടു പറയും ഖദറുടുക്കാൻ. പിന്നെ പറയും കോൺഗ്രസിൽ ചേരാൻ. എന്തായാലും അവരുടെ കൂടെ ചേർന്നാൽ പൊലീസിന്റെ തല്ല് ഉറപ്പാണ്. എനിക്കുതല്ലു കൊള്ളാൻ ശേഷിയില്ല. ഉള്ള കൂലിയും വാങ്ങി അടങ്ങി ഒതുങ്ങി കുടുംബം നോക്കി കഴിയുന്നതാണ് മാനം.

കൃഷ്ണപിള്ള: യൂണിയനിൽ ചേരണ്ട. എന്നാലും യോഗത്തിനു വന്നു കൂടെ..? അവർ എന്താണു പറയുന്നതെന്ന് കേൾക്കാ മല്ലോ..? തന്നെയുമല്ല തന്റെ ഈ സംശയങ്ങളൊക്കെ അവിടെ ചോദിക്കുകേം ചെയ്യാമല്ലോ..?

വേലായുധൻ : ഞാൻ വരും. കാര്യങ്ങളു വെട്ടിത്തുറന്നു ചോദിക്കും. അപ്പോ നേതാവിന്റെ കണ്ണുചുവന്നാ ഞാൻ വെറുതേ വിടില്ല.

കൃഷ്ണപിള്ള: എന്തായാലും വേലായുധൻ വരണം. അപ്പുറത്തെ വള വിലെ കോമളവിലാസം ഹോട്ടലിന്റെ പിറകിലുള്ള പീടി കമുറിയിലാണ്. കൃത്യം ഏഴുമണിക്ക്.

വേലായുധൻ : ശരി ഞാൻ വരാം.. *(വേലായുധൻ പോകുന്നു)*

കൃഷ്ണപിള്ള: പാവങ്ങൾ ശത്രുവാരെന്നും മിത്രമാരെന്നും തിരിച്ചറി യാത്ത പച്ചപ്പരമാർത്ഥികൾ

രംഗദീപം പൊലിയുന്നു

(വീണ്ടും രംഗദീപം തെളിയുമ്പോൾ ഫാക്ടറിപ്പടിക്കൽ ഒരു ഹരി ജൻ നേതാവ് അനുയായിയുമായി വരുന്നു. ഒരു പഴയകോട്ടും മുണ്ടും ധരിച്ച് കമ്പിക്കാലൻ കുടയും- ഹാന്റ്ബാഗും കക്ഷത്തു വച്ചാണ് നേതാവിന്റെ വരവ്. പിന്നാലെ മറ്റൊരു കുഞ്ഞാടും. ഉപ ദേശി പ്രസംഗത്തിന്റെ ശൈലിയിലാണ്. പ്രസംഗം കൈവശമുള്ള ഉരുപ്പടികൾ കുഞ്ഞാടിനെ ഏല്പിക്കുന്നു)

നേതാവ് : മാന്യന്മാരേ.. മുതലാളികളേ.. തൊഴിലാളികളേ.. നമ്മളൊ രത്യാപത്തിൽ പെട്ടിരിക്കുന്നു. ആ വിവരം അറിയിപ്പാൻ ബന്ധപ്പെട്ടവർ എന്നെ ഇവിടെ അയച്ചിട്ടുള്ളതാകുന്നു. നിങ്ങളറിഞ്ഞിരിക്കും ഈ കമ്പനി പൂട്ടിക്കാനും തൊഴി

ലാളിയുടെ വായിൽ മണ്ണിടാനുമായി കോങ്കറസുകാർ ഇപ്പം ഇവിടെ ഒരു യൂണിയം ഒണ്ടാക്കിയിട്ടുണ്ട്. ആരാണ് കോങ്കറസ്. നമ്മുടെ നാട്ടിലെ മേച്ചാതിക്കാരാണ് അവരുടെ ആവശ്യങ്ങൾ എന്താണ്. വെള്ളക്കാരെ നാട്ടീന്ന് ഓടിക്കണം എന്നാണ്. എന്നിട്ട് ഭരണം കോങ്കറസ് തമ്പിരാന്മാരെ ഏല്പിക്കണമത്രേ.. ഞാനൊന്നു ചോദിക്കട്ടെ നടപ്പുള്ള കാര്യങ്ങളാണോ ഇതൊക്കെ. വെള്ളക്കാരന്റെ ബരണത്തീ ജാതിയില്ല. തമ്പ്റാന്മാരെ ബരണത്തി ജാതിയുണ്ട്. അതുകൊണ്ട് വെള്ളക്കാരന്റെ ഭരണമാണ് കീച്ചാതിക്ക് ഉപഹാരപ്രദം. കാന്തിതൊട്ട് കോങ്കറസിലെ നേതാക്കന്മാരെല്ലാം ബ്രാഹ്മണന്മാരാണ്. അതുകൊണ്ട് കോങ്കറസ് നേതാക്കന്മാർ ഇവിടെ തുടങ്ങുന്ന യൂണിയനും സമരവും നാം പൊളിക്കണം. അതിന് എല്ലാം കീച്ചാതിക്കാരും മുന്നോട്ടുവരണം.

ഒരു തൊഴിലാളി : കുറച്ചുകൂടി പ്രസംഗിക്കണം.

നേതാവ് : മതി. മതി യൂണിയൻ പൊളിക്കാനേ ചെലവു കൂടും. അറിഞ്ഞു ചെലവു ചെയ്താൽ ഇനിയും പ്രസംഗിക്കാം. എന്നാൽ പോട്ടേ... വേണ്ടതു പൊലെയൊക്കെ ചെയ്തേക്കണം.

(ചുറ്റും നിന്നവർ പൊട്ടിച്ചിരിക്കുന്നു)

രംഗദീപം പൊലിയുന്നു

(വീണ്ടും രംഗദീപം തെളിയുമ്പോൾ ഫാക്ടറി ഗേറ്റിൽ "തിരുവണ്ണൂർ കോട്ടൺമിൽ തൊഴിലാളികൾ പണിമുടക്കുന്നു" എന്ന ബോർഡ് പശ്ചാത്തലത്തിൽ മുദ്രാവാക്യം. "തിരുവണ്ണൂർ കോട്ടൺമിൽ തൊഴിലാളി യൂണിയൻ സിന്ദാബാദ്. ഇൻകുലാബ് സിന്ദാബാദ്. വിജയിപ്പിക്കും വിജയിപ്പിക്കും പണിമുടക്കം വിജയിപ്പിക്കും. കൂലിക്കൂടുതൽ ജോലിസ്ഥിരത അതാണ് ഞങ്ങടെ മുദ്രാവാക്യം" രംഗത്ത് നാലഞ്ചു തൊഴിലാളികൾ ഗേറ്റിനു കുറുകേ കിടന്ന് പിക്കറ്റ് ചെയ്യുന്നു)

എ കെ ജി : (പിക്കറ്റിങ് ഉദ്ഘാടനം ചെയ്തുകൊണ്ട്)
വർഷങ്ങളായി ഇവിടെ പണിയെടുക്കുന്ന - തൊഴിലാളിക്ക് ജോലിസ്ഥിരത ഇല്യാ. കൂലി നിജപ്പെടുത്തിയിട്ടില്ല്യാ.. ഈ കമ്പനി തുടങ്ങി കാലത്തെ തുച്ഛമായ കൂലിയാണ് ഇന്നും കിട്ടിക്കൊണ്ടിരിക്കുന്നത്. ഭക്ഷ്യധാന്യങ്ങൾക്ക് തീവിലയുള്ള ഈ കാലത്ത് പാവപ്പെട്ട തൊഴിലാളി എങ്ങനെയാണ് ജീവിക്കുക. ദിവസംതോറും മുത

ലാളിയുടെ ലാഭം കുന്നുകൂടുകയാണ്. അതിലൊരോഹരി തൊഴിലാളിക്കു കൂലിക്കൂടുതലിനുവേണ്ടി നീക്കിവക്കണ മെന്നാണ് ഞങ്ങൾക്കു പറയാനുള്ളത്. പൊലീസിനെ അഴിച്ചുവിട്ട് തോക്കുചൂണ്ടി ഞങ്ങളെ പേടിപ്പിക്കാമെന്ന് കരുതേണ്ട.. ഈ തൊഴിലാളികളെ പട്ടിണിക്കിട്ട് തോല്പി ക്കാമെന്ന് ഗവൺമെന്റും മുതലാളിയും കരുതേണ്ട. നാട്ടിൽപുറത്തുനിന്ന് നാളെ മുതൽ കൃഷിക്കാർ അരിയും വാഴക്കുലയും ചേനയും ചേമ്പും ഇവിടെ സമരക്യാമ്പി ലെത്തിക്കും. ഇവിടെ ഒരു തൊഴിലാളിയെങ്കിലും അവ ശേഷിക്കുംവരെ ഈ സമരം മുന്നോട്ടുകൊണ്ടുപോകും. ഞാനീ പിക്കറ്റിങ് സമരം ഉദ്ഘാടനം ചെയ്തുകൊള്ളു ന്നു.

ഇൻസ്പെക്ടർ : *(എ കെ ജിയെ സമീപിച്ചു)* ഈ സമരത്തിന്റെ പ്രേരണ ക്കുറ്റം ചുമത്തി നിങ്ങളെ അറസ്റ്റു ചെയ്തിരിക്കുന്നു *(കൈയിൽ വിലങ്ങു വക്കുന്നു. പൊലീസുകാർ തൊഴി ലാളികളെ വലിച്ചിഴയ്ക്കുന്നു. അവർ മുദ്രാവാക്യം വിളി ക്കുന്നു)*

(രംഗദീപം പൊലിയുന്നു)

ദൃശ്യം പത്ത്

(ഒരു കുടിലിന്റെ മുറ്റം റാന്തൽ വിളക്കിന്റെ മങ്ങിയ വെളിച്ചത്തിൽ അർദ്ധവൃത്താകൃതിയിൽ നാലഞ്ചുപേർ ഇരിക്കുന്നു. അവർക്കഭി മുഖമായി എ കെ ജി)

എ കെ ജി : നിങ്ങളിൽ ചിലർ എന്നോടു ചോദിച്ചല്ലോ. നമ്മളിട്ട വിള ജന്മിമാർ ഗുണ്ടകളെ വിട്ടു കൊയ്തെടുത്താൽ എന്തു ചെയ്യുമെന്ന്?

രാമൻ : അതെ.. അതു ഞങ്ങൾക്കറിയാം.

എ കെ ജി : രാമേട്ടൻ തന്നെ പറയൂ.. നമ്മളന്താ.. ചെയ്യുക..

രാമൻ : ഒന്നേ വഴിയുള്ളൂ. അവരെ ചെറുക്കുക.

എ കെ ജി : അതേ.. അവരെ ചെറുക്കണം

രാഘവൻ : അതിനു നമുക്കു ശക്തിയുണ്ടോ?

എ കെ ജി : ഉണ്ടാക്കണം. നമ്മൾ സംഘടിക്കണം. അതിന് കർഷക രുടെ സംഘടന ഉണ്ടാക്കണം.

വാസു : ഈ അന്യായ പാട്ടം പിരിവ് നിർത്തിയേ കഴിയൂ..

രാഘവൻ : ഒന്നും നടത്തില്ലെങ്കിലും നമ്മുടെ പ്രായമായ പെൺകു ട്ട്യോൾക്കും പെണ്ണുങ്ങൾക്കും ഭയമില്ലാതെ കൂരയിൽ അന്തിയുറങ്ങാനെങ്കിലും കഴിയുന്ന അവസ്ഥയുണ്ടാകണം.

എ കെ ജി : എന്തിനും നമുക്ക് സംഘബലം ഉണ്ടെങ്കിലേ കഴിയൂ..

ഒരു വൃദ്ധൻ : ഞാനൊരു തമിശയം ചോദിച്ചോട്ടെ.

എ കെ ജി : ചോദിക്കാമല്ലോ..

വൃദ്ധൻ : നമ്മള് സംഘടിച്ചാലും നമ്മുടെ കൈയിൽ ആയുധമുണ്ടോ? ജന്മിമാർക്ക് വെള്ളക്കാരൻ കളട്ടറും അയാളുടെ കീഴിൽ എം എസ് പി പട്ടാളവുമില്ലേ..

എ കെ ജി : ആ സംശയം ന്യായമാണ്. ആയുധമുള്ളവരെ നിരായുധരായി നേരിടാൻ കഴിയുമോ എന്നാണ് ചോദ്യം.

രാഘവൻ : എന്താ നമ്മുടെ കൈയിലും ആയുധമിരിക്കില്ലേ.

മാധവൻ : പക്ഷേ, നമ്മള് ഗാന്ധിയന്മാരല്ലേ.. ആയുധമെടുക്കാമോ.. ഇടത്തെ ചെകിടത്ത് അടിച്ചാൽ വലത്തേ ചെകിടുകൂടി കാണിച്ചുകൊടുക്കണെന്നല്ലോ മൂപ്പർ പറഞ്ഞു നടക്കണത്.

എ കെ ജി : സ്വയരക്ഷയ്ക്ക് ഒന്നും കിട്ടിയില്ലെങ്കിൽ പല്ലും നഖവും വരെ ഉപയോഗിക്കാമെന്നും ഗാന്ധിജി പറഞ്ഞിട്ടുണ്ട്.

വാസു : ചീരോത്തെ കോമപ്പന്റെ പാട്ടം ഒഴിഞ്ഞു കൊടുക്കണമെന്നാണ് ജന്മിയുടെ കല്പന. അവർ ബലാൽക്കാരമായി വിള കൊയ്യുമെന്നും കേട്ടിരിക്കുന്നു.

എ കെ ജി : എന്നാൽ, ഇനി അമാന്തിക്കേണ്ട. കൂട്ടാവുന്ന കൃഷിക്കാരെയെല്ലാം കൂട്ടി നമുക്ക് ആ വിള കൊയ്തെടുക്കണം. പക്ഷേ, കരുതൽ വേണം.. നല്ല കുറുവടി.. അതിലെല്ലാം ചെങ്കൊടി.. ഞാനും രാവിലെ ഉണ്ടാവും.

രാഘവൻ : ഗോപാലേട്ടൻ വരണ്ട ഞങ്ങൾ മതി.

എ കെ ജി : എന്താ ഞാൻ വന്നാൽ? എന്താ ഞാൻ വന്നാൽ!

രാഘവൻ : ചിലപ്പോൾ തല്ലുണ്ടാവും.

എ കെ ജി : *(ചിരിച്ചുകൊണ്ട്)* അതുകൊണ്ടല്ലേ ഞാനും ഉണ്ടാവുമെന്നു പറഞ്ഞത്. എന്താ നിങ്ങടെ മേത്ത് തല്ലുകൊണ്ടാ നോവില്ലേ..? കല്പിക്കാൻ നേതാവും അത് അനുസരിക്കാൻ മാത്രം അനുയായിയും അത് ഒരു വിപ്ലവ പ്രസ്ഥാനത്തിനും പറ്റില്ല.

വാസു : നാളെത്തന്നെ വേണമോ? ഒരു തയ്യാറെടുപ്പൊക്കെ വേണ്ടേ..?

എ കെ ജി : ഉള്ളവർ ഉറച്ചുനിന്നാൽ മതി. ശത്രുവിൻമേൽ ഓർക്കാപ്പുറത്തു ചാടി വീഴുന്നതാണ് അവനെ കീഴ്പ്പെടുത്താനെളുപ്പം.

(പിന്നിൽ നിന്ന്.. "പിടിയവനെ.. ആ എ കെ ഗോപാലനെ.. അവനിവിടെയുണ്ട്. ചീരോത്തു ജന്മിമാരോട് കളിച്ചവരാരും ഉടലിൽ തലയും കൊണ്ടു നടന്നിട്ടില്ല." അട്ടഹാസം അടിപിടി.. ഒടുവിൽ ജന്മിമാരുടെ ഗുണ്ടകൾ ഓടുന്നു)

എ കെ ജി : ഇപ്പോൾ എന്തായി? അവർ ഓടിയവഴിയിൽ ഇനി പുല്ലു കുരുക്കത്തില്ല. ഒരുചാൺ വയറിനു വേണ്ടികൂലിക്കടിക്കാൻ നടക്കുന്ന അവരും സ്വന്തം മണ്ണിലുറച്ചു നില്ക്കാൻ പൊരുതുന്നവരും തമ്മിലേറ്റുമുട്ടിയാൽ ആരാ ജയിക്കുക! നമ്മളല്ലേ ജയിക്കൂ.. ഇപ്പോൾ ബോദ്ധ്യമായില്ലേ?

രാഘവൻ : ഗോപാലേട്ടാ തലയ്ക്കടി കിട്ടിയോ.. നെറ്റിയിൽ അതാ ചോര.

എ കെ ജി : അത് വിജയതിലകമാണെന്ന് കൂട്ടിക്കോളൂ.

രംഗദീപം പൊലിയുന്നു

ദൃശ്യം പതിനൊന്ന്

(രംഗം പഴയ ഒരു കെട്ടിടത്തിന്റെ പൂമുഖം. വലതുവശത്തും ഇടതുവശത്തും രണ്ടു മുറികൾ. വലതുവശത്തെ മുറിക്കുമുകളിൽ "മാതൃഭൂമി ഓഫീസ്" എന്നും ഇടതുവശത്തെ മുറിക്കു മുകളിൽ "കെ പി സി സി ഓഫീസ്" എന്നും എഴുതിയിട്ടുണ്ട്. പൂമുഖത്ത് ഒരു മേശയും മേശയ്ക്കരികിൽ ഒരു ബഞ്ചും. മേശയിൽ ഒന്നു രണ്ടു പത്രങ്ങൾ. പഴയ പത്രങ്ങൾ അടുക്കിവച്ചിരിക്കുന്നതു കാണാം. പശ്ചാത്തലത്തിൽ പ്രിന്റിങ് പ്രസ്സിൽ അച്ചടി ജോലി നടത്തുന്ന ശബ്ദം. സമയം വൈകുന്നേരം അഞ്ചുമണിയോടടുക്കും. രംഗദീപം തെളിയുമ്പോൾ എ കെ ജി മേശമേൽ തലയും വച്ച് ബഞ്ചിൽ ഇരിക്കുന്നു. നിമിഷങ്ങൾ കഴിയുമ്പോൾ ഒരാൾ പുറത്തുനിന്നും വരുന്നു. കോടതിയിൽ നിന്നും വരുന്ന വക്കീലിന്റെ വേഷം പരിസരമാകെ നോക്കിയിട്ടു മാതൃഭൂമി ഓഫീസിലേക്ക് എത്തി നോക്കിയിട്ട്)

കൊങ്ങാട്ടിൽ രാമൻ മേനോൻ: കേളപ്പജി വന്നിട്ടില്യേ?

(അകത്തുനിന്ന് "ഇല്യാ" പെട്ടെന്ന് എ കെ ജി തല ഉയർത്തി നോക്കുന്നു. കൊങ്ങാട്ടിൽ രാമൻ മേനോൻ തിരിയുമ്പോൾ എ കെ ജിയെ കാണുന്നു. രണ്ടു പേരും പരസ്പരം നോക്കിനില്ക്കുന്നു. അല്പസമയത്തേക്ക് ആരും ഒന്നും മിണ്ടുന്നില്ല)

എ കെ ജി : രാമൻ മേനോൻ എന്താ വഴിതെറ്റിയതല്ലല്ലോ?

കൊങ്ങാടൻ : അതെന്താ ഗോപാലാ അങ്ങനെ? കോടതിയിൽ നിന്നു വരികയാണ്. കേളപ്പജിയെ കണ്ടിട്ട് ഒരു കാര്യമുണ്ടായിരുന്നു.

എ കെ ജി : അതു മനസ്സിലായി. അല്ലാണ്ട് കെ പി സി സി ഓഫീസിലേക്കു വന്നതാണെന്ന ഒരു തെറ്റിദ്ധാരണയും എനിക്കുണ്ടായിട്ടില്ല്യാ

കൊങ്ങാടൻ : ഓ..! കെ പി സി സി അതൊക്കെ നിങ്ങളൊക്കെ മതി. എനിക്കാണെങ്കിൽ ധാരാളം കേസുണ്ട്. പോരെങ്കിൽ ആ നമ്പൂതിരിപ്പാടും കൃഷ്ണപിള്ളയുമൊക്കെയുണ്ടല്ലോ നിങ്ങളെ സഹായിക്കാൻ.

എ കെ ജി : പക്ഷേ, ഞാൻ സെക്രട്ടറിയും അങ്ങ് കെ പി സി സിയുടെ പ്രസിഡന്റുമാണ്. അതെങ്കിലും ഓർമ്മയുണ്ടാവുമല്ലോ?

കൊങ്ങാടൻ : ശരിയാ. ഞാനതിനെക്കുറിച്ചു ആലോചിക്കുകയാണ്. എനിക്കീ ആഭരണമൊന്നും ആവശ്യമില്ല. എന്നെപ്പോലെയുള്ള ഒരു സീനിയർ ക്രിമിനൽ ലോയർക്ക് കെ പി സി സി പ്രസിഡന്റു സ്ഥാനമൊന്നും അത്ര ആകർഷണീയമായ പോസ്റ്റല്ലെന്നു ഗോപാലനറിയാമല്ലോ?

എ കെ ജി : ഏതായാലും ഇത്തവണത്തെ മെമ്പർഷിപ്പ് കഴിയട്ടെ.. എന്നിട്ട് നമുക്ക് രണ്ടുപേർക്കും ഈ സ്ഥാനങ്ങളൊഴിയാം. കൂടുതൽ സമയമുള്ളവർ ഏറ്റെടുത്തു നടത്തട്ടെ..!

കൊങ്ങാടൻ : മെമ്പർഷിപ്പു ബുക്കൊക്കെ വിതരണം ചെയ്തോ?

എ കെ ജി : ഇല്ല്യാ. അതച്ചടിപ്പിക്കാൻ പണം വേണ്ടേ? *മാതൃഭൂമി* മാനേജർ കൃഷ്ണൻ നായർ കടത്തിന് അച്ചടിച്ചു തരാമെന്നു പറഞ്ഞിട്ടുണ്ട്. പക്ഷേ, പേപ്പറിന്റെ പണമെങ്കിലും കൊടുക്കേണ്ടേ..! ഉണ്ടെങ്കിൽ ഒരു നൂറു ഉറുപ്യ കടം തരണം. മെമ്പർഷിപ്പു പിരിഞ്ഞു വരുമ്പോൾ തിരിച്ചു തരാം.

കൊങ്ങാടൻ : (കൈമലർത്തി) എന്റെ കൈയിൽ എവിടെയോ പണം? നിങ്ങൾ ആരിൽ നിന്നെങ്കിലും കടം വാങ്ങിക്കൊടുക്കൂ... മെമ്പർഷിപ്പു പിരിഞ്ഞുവരുമ്പോൾ നമുക്കുകൊടുക്കാമല്ലോ?

എ കെ ജി : കെ പി സി സി പ്രസിഡന്റും സീനിയർ ലോയറുമായ കൊങ്ങാട്ടിൽ രാമൻ മേനോൻ കടംതരാൻ തയ്യാറായില്ലെങ്കിൽ ഇന്നത്തെ ചുറ്റുപാടിൽ പിന്നെ ആരാണു കടം തരാൻ?

കൊങ്ങാടൻ : ശരി. ഗോപാലനിരിക്കുകയല്ലേ.. ഞാനിറങ്ങട്ടെ. കേളപ്പജി വന്നാൽ ഞാൻ അന്വേഷിച്ചുവന്നിരുന്നതായി പറയണം. *(പോകാൻ തുടങ്ങുന്നു)*

എ കെ ജി : (അറച്ചറച്ച്) മിസ്റ്റർ മേനോനോട് എനിക്ക് ഒരു സ്വകാര്യ അഭ്യർത്ഥനയുണ്ട്.

കൊങ്ങാടൻ : ഉം പറഞ്ഞോളൂ.

എ കെ ജി : ഇന്നലെ ഭക്ഷണം കഴിച്ചതാണ്. ബുദ്ധിമുട്ടാവില്യാച്ചാൽ ഒരുറുപ്യ കടം കിട്ടിയാൽ കൊള്ളാം.

കൊങ്ങാടൻ : ഛേ.. ഛേ.. മോശം.. മോശം.. നിങ്ങളെപ്പോലുള്ളവർ ഇത്തരക്കാരാണെന്ന് ഞാൻ ഇതേവരെ കരുതിയില്യാ. ഇത് എന്റേയും നിങ്ങളുടെയും സ്റ്റാറ്റസിനു മോശമാണ്.

കൊങ്ങാടൻ പുറത്തുപോകുന്നു. ഇടിവെട്ടേറ്റപോലെ എ കെ ജി അതും നോക്കി നില്ക്കുന്നു. പി കൃഷ്ണപിള്ള കടന്നുവരുന്നു. എ കെ ജി അറിയുന്നില്ല. കൃഷ്ണപിള്ള എ കെ ജിയുടെ തോളത്തു കൈ വക്കുന്നു. എ കെ ജി ഞെട്ടി ഉണരുന്നു)

കൃഷ്ണപിള്ള: ഗോപാലൻ മാസ്റ്ററെന്താ കരയുവാണോ? എന്താ കാര്യം?

എ കെ ജി : ഏയ് ഒന്നുമില്ല.

കൃഷ്ണപിള്ള: അതുകള്ളം എന്താണെങ്കിലും പറയൂ.

എ കെ ജി : *(വിഷയം മാറ്റി)* ഇനി എന്തിനതൊക്കെ പറയണം.

കൃഷ്ണപിള്ള: അപ്പോൾ കല്യാണി ഇങ്ങോട്ടുവരുന്നില്ലേ.. അച്ഛൻ മരിച്ച സങ്കടാവും. കുറച്ചീസം കൂടി ഓളുടെ വീട്ടിൽ നില്ക്കട്ടെ1

എ കെ ജി : കല്യാണിയുടെ അച്ഛൻ മരിച്ചെന്നു പറഞ്ഞതു കളവായിരുന്നു. പാക്കനാർപുരത്തു നിന്ന് അവളെ കൂട്ടിക്കൊണ്ടുപോകാൻ അവളുടെ അച്ഛനും ആങ്ങളമാരും ഉണ്ടാക്കിയ കളവ്.

കൃഷ്ണപിള്ള: ആരു പറഞ്ഞു

എ കെ ജി : ഞാനിന്നലെ അവളുടെ വീട്ടിൽ പോയിരുന്നു. ഒന്നു കാണാൻ പോലും അവൾ കൂട്ടാക്കിയില്യ. അവളുടെ അച്ഛനും ആങ്ങളന്മാരും എന്നെ അപമാനിച്ചു വീട്ടിൽ നിന്നിറക്കി വിടുകയാണ് ചെയ്തത്. എന്നെപ്പോലൊരു തെണ്ടിയും തെമ്മാടിയുമായ ഭർത്താവ് അവൾക്കുവേണ്ടാന്ന് അവൾ പറഞ്ഞുവത്രേ..

കൃഷ്ണപിള്ള: അവൾ അങ്ങനെ പറയുമെന്ന് നിങ്ങൾ വിശ്വസിക്കുന്നുണ്ടോ?

എ കെ ജി : ഇല്യാ... പക്ഷേ, അവളുടെ മനസ്സിനു മാറ്റം വന്നിട്ടുണ്ട്. ഇല്ലെങ്കിൽ ഇന്നലെ അവൾ എന്നോടൊപ്പം ഇറങ്ങി വന്നേനെ.

കൃഷ്ണപിള്ള :വിഷമിക്കേണ്ട. ഇന്നല്ലെങ്കിൽ നാളെ അവൾ നിങ്ങളെ ത്തേടിവരും.

എ കെ ജി : ഇല്യാ. ഇനി ഒരിക്കലും അവൾ വരാൻ പോകുന്നില്ല. അവളുടെ വിവാഹം മറ്റൊരാളുമായി നിശ്ചയിച്ചു കഴിഞ്ഞു അത്രേ..!

കൃഷ്ണപിള്ള: അങ്ങനെയാണോ? എങ്കിൽ പിന്നെ ദുഃഖിച്ചിട്ടു കാര്യമില്ലല്ലോ?

എ കെ ജി : ഓ.. ഒരു വല്ലാത്ത തിരിച്ചടി.. ഞാൻ ഒരു കുടുംബജീവിതം സ്വപ്നം കണ്ടു തുടങ്ങിയതായിരുന്നു.

കൃഷ്ണപിള്ള: ഒരുപക്ഷേ, ഇതൊരു ഉർവ്വശീശാപമായിരിക്കും. ഒരു വിപ്ലവകാരിയുടെ സ്വച്ഛന്ദഗതിക്ക് കാലം ബോധപൂർവ്വം വഴിയൊരുക്കിയതാവാം. എന്തായാലും ഇതോർത്ത് ഇനി

മനസ്സു പുണ്ണാക്കരുത്. വരുന്നതൊക്കെ വരുന്നിടത്തുവച്ചു കാണാം.

കൃഷ്ണപിള്ള: സഖാവ് ഇ എം വരുന്നുണ്ട്. ഗൗരവമുള്ള ചില കാര്യങ്ങൾക്കായി സോഷ്യലിസ്റ്റ് പാർട്ടി സമ്മേളനം കഴിഞ്ഞ് പാറ്റ്നയിൽ നിന്ന് അദ്ദേഹം എറണാകുളത്ത് എത്തിയിട്ടേയുള്ളൂ. എ കെ ജിയെയും കൂട്ടി വൈകിട്ട് ആറുമണിക്ക് കെ പി സി സി ഓഫീസിലുണ്ടാവണമെന്നാണ് അറിയിപ്പ്

എ കെ ജി : മണി ആറായല്ലോ? മൂപ്പരു സമയം പറഞ്ഞാൽ പിന്നെ വാച്ചു നോക്കേണ്ടിവരില്യാ.. ലോ..

(പുറത്തു നിന്ന് ഇ എം എസ് വരുന്നു. ഫുൾകൈ ഖദർഷർട്ടും ഖദർമുണ്ടും. കൈയിൽ ഒരു ബാഗുമായാണ് വരുന്നത്. മുഖത്തു കണ്ണട. കുറ്റിമുടി. കറുത്ത നിറം അകത്തേക്കു കയറി സ്വതസിദ്ധമായ വീക്കോടെ)

ഇ എം സ് : ഹലോ.. ലാൽസലാം..

എ കെ ജി & കൃഷ്ണപിള്ള: ലാൽ സലാം.

ഇ എം എസ് : ഞാൻ ദാമോദരനെയും എൻ സി ശേഖറെയും തിരുവനന്തപുരത്തു വച്ചു കണ്ടിരുന്നു.

കൃഷ്ണപിള്ള: പാറ്റ്നാ തീരുമാനങ്ങൾ അവരോടു പറഞ്ഞോ?

ഇ എം എസ് : പറഞ്ഞുവല്ലോ? അടിയന്തരമായി കെ പി സി സിയിലെ നമ്മുടെ കൂട്ടർ ഒരുമിച്ച് ഒന്നിരിക്കണം. പാർട്ടിയുടെ എല്ലാ നിലവാരത്തിലുമുള്ള ഘടകങ്ങളിൽ സോഷ്യലിസ്റ്റു പാർട്ടിയുടെ ഫ്രാക്ഷനുകൾ ഉണ്ടാക്കണം. തുടർന്ന് ഒരു കേരളാ സോഷ്യലിസ്റ്റു സമ്മേളനവും ചേരണം.

എ കെ ജി : നമ്മൾ കോൺഗ്രസ്സിൽ നിന്നു രാജിവക്കാതെ അതിൽ തുടർന്നുകൊണ്ട് സോഷ്യലിസ്റ്റുപാർട്ടി കെട്ടിപ്പടുക്കരുതെന്നാണോ..?

ഇ എം എസ് : അതേല്ലോ? എന്താച്ചാൽ ജനങ്ങൾക്കാകെ വിശ്വാസമുള്ള പൊതു രാഷ്ട്രീയ പാർട്ടി കോൺഗ്രസാണ്. അവരുടെ നേതാക്കന്മാരാകട്ടെ ജനാഭിലാഷങ്ങൾക്ക് തീരെ പ്രാധാന്യം കൊടുക്കാത്തവരും. അതുകൊണ്ട് കോൺഗ്രസിന്റെ ഒരു സ്വാതന്ത്ര്യസമര സംഘടനയെന്ന നിലയിൽ ഊർജ്ജിതപ്പെടുത്താൻ കൂടിയാണ് ഈ പുതിയ പരിപാടി. ഇപ്പോൾ എന്താ സംഘടനാപരമായി നമ്മുടെ സ്ഥിതി?

എ കെ ജി : കെ പി സി സി എക്സിക്യൂട്ടീവ് പോലും കൂടാൻ കഴിയുന്നില്ല. ഇത്തവണത്തെ മെമ്പർഷിപ്പ് അച്ചടിക്കാൻ തന്നെ പണമില്ല. *മാതൃഭൂമി* കടത്തിൽ അച്ചടിച്ചുതരാമെന്നു പറയുന്നു. എന്നാൽ, പേപ്പർ വാങ്ങാനുള്ള പണം

കൊടുക്കണ്ടേ.. അതിനും വഴി കാണുന്നില്ല്യ.

ഇ എം എസ് : മെമ്പർഷിപ്പിൽ നാം നന്നായി ശ്രദ്ധിക്കണം.

കൃഷ്ണപിള്ള: കിസാൻരംഗത്തും ടി യു രംഗത്തും പുതിയ ചില ചലനങ്ങളുണ്ട്.

എ കെ ജി : വലതുപക്ഷ കോൺഗ്രസുകാരുടെ ഏറ്റവും വലിയ ആക്ഷേപവും അതാണ്. തൊഴിലാളിയെ സംഘടിപ്പിച്ചാൽ സാമുവൽ ആറോണിനെപ്പോലുള്ളവർ പിണങ്ങിപ്പോകുമത്രേ.. കൃഷിക്കാരെ സംഘടിപ്പിച്ച് പാട്ടത്തിനും കുടിയൊഴിക്കലിനുമെതിരെ സമരം ചെയ്താൽ നമ്മുടെ കെ പി സി സി മെമ്പർമാരായ ചില ജന്മിമാർതന്നെ നമുക്കെതിരാവുമത്രേ..!

ഇ എം എസ് : അങ്ങനെ വേണമല്ലോ? ഈ രംഗത്തു നടക്കുന്ന പ്രവർത്തനത്തിലൂടെ മാത്രമേ.. നടക്കു കോൺഗ്രസിനെ സാധാരണക്കാരായ ബഹുജനങ്ങളുടെ ഒരു സമരസംഘടനയാക്കാൻ കഴിയൂ.

എ കെ ജി : സോഷ്യലിസ്റ്റു സമ്മേളനം വിളിക്കുമ്പോൾ നമുക്കൊരു കിസാൻ സമ്മേളനം കൂടി പ്രത്യേകം വിളിക്കണം.

ഇ എം എസ് : തീർച്ചയായും. പിന്നെ ഒരു കാര്യം ഇത്തവണത്തെ മെമ്പർഷിപ്പിലൂടെ കോൺഗ്രസിനെ യഥാർത്ഥ കോൺഗ്രസുകാരുടെ നേതൃത്വത്തിലുള്ള ഒരു കെ പി സി സിയെ ഏല്പിക്കാൻ കഴിയണം.

എ കെ ജി : സ്ഥിതിഗതികൾ വിലയിരുത്താൻ ഇടയ്ക്കിടയ്ക്ക് ചില യോഗങ്ങൾ ഇ എം തന്നെ വിളിക്കണം. എവിടെ വിളിക്കണമെന്നു കൂടി നിശ്ചയിച്ചാൽ..

കൃഷ്ണപിള്ള: മറ്റെവിടെ.. ഇവിടെത്തന്നെയാവാം.

ഇ എം എസ് : *(ചിരിച്ചുകൊണ്ട്)* കോൺഗ്രസു നേതാക്കന്മാർ തിരിഞ്ഞു നോക്കാത്ത ഏകസ്ഥലം കെ പി സി സി ഓഫീസ് തന്നെയല്ലേ.. ഇതിനേക്കാൾ രഹസ്യയോഗം കൂടാൻ പറ്റിയ സ്ഥലം മറ്റേതാ.. അതുകൊണ്ട് ഇവിടെത്തന്നെയാവാം.

കൃഷ്ണപിള്ള: ഇ എം ഇന്നെവിടെയാ ക്യാമ്പ്

ഇ എം എസ് : നിശ്ചയിച്ചിട്ടില്ല. ഏഴുമണിക്ക് അൽഅമീൻ ലോഡ്ജിൽ അബ്ദു റഹ്മാൻ സാഹേബ് കാത്തിരിക്കും. അദ്ദേഹത്തെ കണ്ടശേഷം എന്താ വേണ്ടതെന്നു നിശ്ചയിക്കും. നമുക്കു നമ്മുടെ സ്റ്റേറ്റ് ഫ്രാക്ഷൻ ഉടനെ വിളിക്കണം. തീയതി അറിയിക്കാം. എന്നാൽ ഞാനിറങ്ങുന്നു. *(അണ്ടർവെയറിന്റെ പോക്കറ്റിൽ നിന്ന് നൂറു രൂപ നോട്ട് എടുത്തുകൊടുത്തിട്ട്)* ഇതാ.. ഇത്രേ ഉള്ളൂ.. പ്രസ്സിൽ കൊടുത്തോളൂ.. (ഇ എം പുറത്തേക്കു പോകുന്നു)

എ കെ ജി : കണ്ടില്ലേ പോക്ക്. ഘടികാരത്തിന്റെ സൂചിപോലെയാണ്

വന്നു. കണ്ടു തീരുമാനിച്ചു. പോയി. മറ്റൊരു ലോഹ്യവുമില്ല.

കൃഷ്ണപിള്ള: അലോഹ്യവുമില്ല.

എ കെ ജി : ഇതു നമ്മെപ്പോലെയുള്ള മനുഷ്യർക്കൊന്നും പറ്റില്ലപ്പാ.. വല്ലാത്തൊരാളു തന്നെ..

കൃഷ്ണപിള്ള: ഗോപാലൻമാസ്റ്ററേ ഭക്ഷണം കഴിച്ചിട്ടെത്ര ദിവസമായി. *(മുഖം വാടുന്നു)* വരൂ.. എന്റെ കൈയിൽ രണ്ടണയുണ്ട്. ആ കോമള വിലാസത്തിൽ പോയി ഓരോ കഞ്ഞി കുടിക്കാം.. *(കൃഷ്ണപിള്ള എ കെ ജിയുടെ കൈപിടിച്ചു മുന്നോട്ടു പോകുന്നു)*

രംഗദീപം പൊലിയുന്നു

ദൃശ്യം പന്ത്രണ്ട്

ആലുവ റെയിൽവേ സ്റ്റേഷൻ മുൻവശം. വെളുത്ത കർട്ടൻ. 'ആലുവ' എന്നെഴുതിയ ബോർഡ്. സമയം രാവിലെ പത്തുമണി. പശ്ചാത്തലത്തിൽ എൻജിൻ ഷണ്ടു ചെയ്യുന്നതിന്റെയും പ്ലാറ്റുഫോമിൽ ചായ. കാപ്പി വില്ക്കുന്നവരുടെയും പത്രം വില്ക്കുന്നവരുടെയും ശബ്ദം ജനക്കൂട്ടത്തിന്റെ ഇരമ്പം. രംഗത്ത്: രണ്ടു പോലീസുകാർ റോന്തു ചുറ്റുന്നു)

പൊലീസ് 1 : എ കെ ഗോപാലനെ സ്വീകരിക്കാൻ നിരോധനം ലംഘിച്ച് പ്രകടനം നടത്തുമെന്നും യോഗം ചേരുമെന്നും പ്രഖ്യാപിച്ചിട്ടുള്ളത് വിദ്യാർത്ഥികളാണ്. പിള്ളേരു പറഞ്ഞാൽ പറഞ്ഞതാ. പിന്മാറുമെന്നു തോന്നുന്നില്ല.

പൊലീസ് 2 : എ കെ ഗോപാലനെ തിരുവിതാംകൂറിന്റെ മണ്ണിൽ കാലുകുത്താൻ അനുവദിക്കുകയില്ലെന്നാണല്ലോ ദിവാൻ സ്വാമിയുടെ കല്പന.

പൊലീസ് 1 : മൂപ്പർക്ക് എ കെ ഗോപാലൻ ആരാണെന്ന് മനസ്സിലായിട്ടുണ്ടാവില്ല. കണ്ണൂർ നിന്നും മദ്രാസ് വരെ പട്ടിണിപ്പാട്ടും പാടി ജാഥ നടത്തിയ ആളാണ്. പുള്ളിക്കാരൻ പറഞ്ഞാൽ പറഞ്ഞതാ. അങ്ങേരു പ്രഖ്യാപിച്ചതാണെങ്കിൽ ഈ തിരുവിതാംകൂർ ജാഥയും നടത്തും.

(ഇൻസ്പെക്ടർ ചാക്കോ പ്രവേശിക്കുന്നു. മുഖം മറയ്ക്കുന്ന കൊമ്പൻമീശ. വലിയ ഗൗരവം പൊലീസുകാർ അറ്റൻഷനായി സല്യൂട്ട് ചെയ്യുന്നു)

ഇൻസ്പെക്ടർ :അവർ അടവുമാറ്റിയിട്ടുണ്ടെന്നാണ് അറിയാൻ കഴിഞ്ഞത്. നിരോധനം ലംഘിച്ച് ഇവിടെ യോഗം ചേരുന്നില്ല.

പേരിന് നേതാക്കൾ മാത്രം ഇവിടെ നിരോധനം ലംഘിക്കും. എ കെ ഗോപാലൻ സഞ്ചരിക്കുന്ന ട്രെയിൻ എത്തുമ്പോൾ റെയിൽവേ ലൈനിൽ തള്ളിക്കയറി യോഗം നടത്താനാണത്രേ പ്ലാൻ..

പൊലീസ് 1 : അപ്പോൾ ഇവിടെ വരുന്നവരെ എന്തുചെയ്യണം സാർ..?

ഇൻസ്പെക്ടർ: *(ദേഷ്യത്തിൽ)* എന്തു ചെയ്യണമെന്നോ? നോൺസൺസ്.. കെട്ടിപ്പിടിച്ചു ഓരോ ഉമ്മ കൊടുക്കണം.

പൊലീസ് 1 : യെസ് സാർ.

പൊലീസ് 2 : അടിച്ച് അവന്റെയൊക്കെ നട്ടെല്ലൊടിച്ചേക്കാം സാർ..

ഇൻസ്പെക്ടർ: ഗുഡ്.

(ഇൻസ്പെക്ടർ അകത്തേക്കു പോകുന്നു. വീണ്ടും പൊലീസുകാർ റോന്തു ചുറ്റുന്നു. പശ്ചാത്തലത്തിൽ അകലെ നിന്നൊരു ജാഥ വരുന്ന പ്രതീതി. മുദ്രാവാക്യം: "തിരുവിതാംകൂർ ഉത്തരപ്രക്ഷോഭണ ജാഥ സിന്ദാബാദ്. എ കെ ഗോപാലൻ സിന്ദാബാദ്. തിരുവിതാംകൂർ ജാഥയ്ക്കു സ്വാഗതം എ കെ. ഗോപാലനു സ്വാഗതം. സർ സി പിയെ കെട്ടുകെട്ടിക്കു. ഏകാധിപത്യം അറബിക്കടലിൽ' മുദ്രാവാക്യം വിളിച്ച് നാലഞ്ചു വിദ്യാർത്ഥികൾ രംഗത്തേക്കു കടന്നുവരുന്നു. ഇൻസ്പെക്ടർ രംഗത്തേക്ക് ചാടിവീണു തടഞ്ഞുകൊണ്ട്)

ഇൻസ്പെക്ടർ: നിർത്തൂ. നിങ്ങടെ തെമ്മാടിത്തം...

വിദ്യാർത്ഥിനേതാവ്: തെമ്മാടിത്തം കാട്ടുന്നത് ഞങ്ങളല്ല. കാക്കിയുടുപ്പിട്ട നിങ്ങളാണ്. വഴിയിൽ നിന്നു മാറൂ.. വണ്ടി വരാറായി. ഞങ്ങൾക്ക് സ്റ്റേഷനിലേക്ക് കടക്കണം. ഞങ്ങളുടെ മണ്ണിലേക്ക് സ്വാതന്ത്ര്യത്തിന്റെ വിത്തുമായിവരുന്ന ഞങ്ങളുടെ നേതാവ് എ കെ ജിയെ ഞങ്ങൾക്ക് സ്വീകരിക്കണം. ദാ നോക്കൂ *(കൈയിൽ തൂക്കിയിരുന്ന രക്തഹാരം കാണിച്ചുകൊണ്ട്)* അതിനാണീ രക്തഹാരം..

ഇൻസ്പെക്ടർ: ഫ. റാസ്കൽ നിന്നു പ്രസംഗിക്കുന്നോ? പൊലീസാക്ട് അനുസരിച്ച് നിരോധനമുള്ള സ്ഥലമാണെന്നറിയില്ലേ?

വിദ്യാർത്ഥിനേതാവ്: നിങ്ങളുടെ നിരോധനം ഞങ്ങൾക്ക് പുല്ലാണ്.

വിദ്യാർത്ഥികൾ: ഞങ്ങൾ നിരോധനം ലംഘിക്കുന്നു. ഉത്തരവാദഭരണം ഞങ്ങടെ ലക്ഷ്യം ജനാധിപത്യം വിജയിക്കട്ടെ.. സർ സി പിയെ കെട്ടുകെട്ടിക്കു. എ കെ ഗോപാലൻ സിന്ദാബാദ്.

ഇൻസ്പെക്ടർ :*(ട്രൗസറിൽ നിന്ന് റിവോൾവർ എടുത്തു ചൂണ്ടിക്കൊണ്ട്)* ഒരടി മുന്നോട്ടുവയ്ക്കരുത്. ജീവൻ വേണമെങ്കിൽ പിരിഞ്ഞു പൊയ്ക്കോളൂ.. ഇല്ലെങ്കിൽ എല്ലാറ്റിനേയും ചുട്ടുകളയും.

വിദ്യാർത്ഥിനേതാവ്: *(നെഞ്ചു വിരിച്ചു കാണിച്ചുകൊണ്ട്)* ചുണയുണ്ടെ

ങ്കിൽ വെടിവയ്ക്ക്. സർ സി പിയുടെ ചോറ്റുപട്ടികൾക്ക് മുമ്പിൽ ജീവൻ യാചിക്കാൻ വന്നവരല്ല ഞങ്ങൾ. പൊരുതാൻ. പൊരുതി ജയിക്കാൻ വന്നവരാണ്. ചുണയുണ്ടെങ്കിൽ തടുത്തു കൊള്ളൂ.

(പിന്നിൽ നിന്നൊരു വിദ്യാർത്ഥി ഇൻസ്പെക്ടറുടെ നേർക്ക് ചാടി വീഴുന്നു. തോക്കുതാഴെ വീഴുന്നു. എടുക്കാൻ കുനിയുമ്പോൾ ഇൻസ്പെക്ടർ താഴെ വീഴുന്നു. വിദ്യാർത്ഥി അകത്തേക്ക് ഓടുന്നു. പൊലീസുകാർ പിന്നാലെ ഓടുന്നു. പശ്ചാത്തലത്തിൽ ട്രെയിൻ വന്നു നില്ക്കുന്ന സഭ്ദം.

"സ. എ കെ ജി സിന്ദാബാദ്
തിരുവിതാംകൂർ ജാഥ സിന്ദാബാദ്" ആവേശകരമായ മുദ്രാവാക്യം. പൊലീസ് വിസിൽ "ചാർജ്' എന്നു നീട്ടിയ വിളി
എ കെ ജിയുടെ ശബ്ദം.
"ഒറ്റയാളെ തൊട്ടുപോകരുത്.
ഇത് എ കെ ഗോപാലന്റെ കല്പനയാണ്.
തൊട്ടാൽ ആ കളി തീക്കളിയാകും."
രംഗത്ത് ഇൻസ്പെക്ടർ തറയിൽ നിന്ന് ഉരുണ്ടു പിരണ്ട് എഴുന്നേല്ക്കുന്നു)

രംഗദീപം പൊലിയുന്നു

ദൃശ്യം പതിമൂന്ന്

(പെരുമ്പാവൂർ കോടതി മുറി. പശ്ചാത്തലത്തിൽ ഒരു കോടതിമുറിയുടെ ഉപകരണങ്ങൾ. സാക്ഷിക്കൂട്ടിൽ ഇൻസ്പെക്ടർ ചാക്കോ, പ്രതിക്കൂട്ടിൽ എ കെ ജി. വക്കീലന്മാർ.. രംഗദീപം തെളിയുന്നു. കോടതി നടന്നു കൊണ്ടിരിക്കുന്നതായാണ് സങ്കല്പം)

എ കെ ജി : *(പ്രതിക്കൂട്ടിൽ നിന്ന് സ്വയം കേസ് വാദിക്കുന്നു)* നിങ്ങളുടെ പേരെന്താണ്?

ഇൻസ്പെക്ടർ : ചാക്കോ..

എ കെ ജി : നിങ്ങളെ കൈക്കൂലി വാങ്ങിയതിന് എപ്പോഴെങ്കിലും ശിക്ഷിച്ചിട്ടുണ്ടോ? അത്തരത്തിൽ എന്തെങ്കിലും കേസ് ഉണ്ടായിട്ടുണ്ടോ?

(ഇൻസ്പെക്ടർ മറുപടി പറയുന്നില്ല. അയാൾ ഗൗരവത്തിൽ എ കെ ജിയെ നോക്കുന്നു)

മിസ്റ്റർ ചാക്കോ നിങ്ങൾ സാക്ഷിക്കൂട്ടിൽ നില്ക്കുന്ന ഒരു

സാക്ഷിയാണെന്ന് മനസ്സിലാക്കണം. അല്ലാതെ ഒരു ജനക്കൂട്ടത്തെ പിരിച്ചുവിടാനെത്തിയ സബ് ഇൻസ്പെക്ടറല്ല. ഞാൻ പ്രതിയാണ്. നിങ്ങൾ എന്റെ ചോദ്യങ്ങൾക്കുത്തരം പറയണം.

മജിസ്ട്രേട്ട് : മിസ്റ്റർ സബ് ഇൻസ്പെക്ടർ ഇത് കോടതിയാണ്. ചോദ്യങ്ങൾക്ക് ഉത്തരം പറയണം.

ഇൻസ്പെക്ടർ : യെസ് യുവർ ഓണർ ഇല്ല. അങ്ങനെ കൈക്കൂലി കേസ് ഉണ്ടായിട്ടില്ല.

എ കെ ജി : ഞങ്ങൾ മുദ്രാവാക്യം വിളിച്ചെന്നും, അതു കുറ്റമാണെന്നും നിങ്ങൾ പറയുന്നു. ആ മുദ്രാവാക്യം ഏതാണ്?

ഇൻസ്പെക്ടർ :നിങ്ങൾ ഇൻകുലാബ് സിന്ദാബാദ് എന്നു വിളിച്ചു. അതൊരു കുറ്റമാണ്.

എ കെ ജി : അത് ഏത് ഭാഷയാണെന്ന് നിങ്ങൾക്കറിയാമോ?

ഇൻസ്പെക്ടർ : അതെനിക്ക് അറിഞ്ഞുകൂടാ. കുഴപ്പങ്ങൾ ഉണ്ടാക്കുക എന്നാണതിന്റെ അർത്ഥം എന്ന് എനിക്കറിയാം.

എ കെ ജി : ഞങ്ങൾക്കെതിരായ ചാർജ്ജ് എന്താണ്?

ഇൻസ്പെക്ടർ : നിങ്ങൾ ഗവൺമെന്റ് ഓർഡറിനെ ധിക്കരിച്ചു തിരുവിതാംകൂറിൽ കടന്നു.

എ കെ ജി : പ്രവേശനം നിരോധിക്കുന്ന 144-ാം വകുപ്പ് ഞങ്ങളെ കാണിക്കുകയുണ്ടായോ? അതിൽ ഞങ്ങളുടെ ഒപ്പു വാങ്ങിച്ചിട്ടുണ്ടോ?

ഇൻസ്പെക്ടർ: ഓർഡർ കാണിച്ചിട്ടില്ല. അത് ഡി എസ് പിയുടെ പോക്കറ്റിലായിരുന്നു. അത് നിങ്ങൾക്കും അറിയാവുന്നതാണ്.

എ കെ ജി : ഡി എസ് പി ഓർഡർ പോക്കറ്റിൽ വച്ചതിനാണോ ഞങ്ങൾ ശിക്ഷിക്കപ്പെടുന്നത്.

ഇൻസ്പെക്ടർ : എനിക്കതേപ്പറ്റി ഒന്നും പറയാനില്ല.

എ കെ ജി : ഉത്തരവാദിത്തഭരണം എന്നാലെന്താണെന്നു നിങ്ങൾക്കറിയാമോ?

ഇൻസ്പെക്ടർ : എനിക്കറിഞ്ഞുകൂടാ

എ കെ ജി : ജനങ്ങളാൽ തിരഞ്ഞെടുക്കപ്പെട്ട എം എൽ എമാർ തിരഞ്ഞെടുക്കുന്ന മന്ത്രിസഭ രാജാവിനു കീഴിൽ നടത്തുന്ന ഭരണമാണെന്ന് നിങ്ങൾക്കറിയാമോ?

ഇൻസ്പെക്ടർ :ഞാനതു പഠിച്ചിട്ടില്ല. സ്റ്റേറ്റ് കോൺഗ്രസ് കുഴപ്പം സൃഷ്ടിക്കാനൊരുങ്ങി ഇറങ്ങിയ ഒരു സംഘമാണെന്നെനിക്കറിയാം.

എ കെ ജി : ഇപ്പോൾ ബ്രിട്ടീഷ് ഇന്ത്യയിലെ ഒൻപതു സ്റ്റേറ്റുകളിൽ ഉത്തരവാദിത്വ ഭരണം നിലവിലുണ്ടെന്നു നിങ്ങൾക്കറിയാമോ.

ഇൻസ്പെക്ടർ :ഇല്ല.

എ കെ ജി : ഞങ്ങൾ വല്ല അക്രമപ്രവൃത്തിയും നടത്തിയോ?
ഇൻസ്പെക്ടർ: നിങ്ങൾ കുഴപ്പം ഉണ്ടാക്കുന്ന മുദ്രാവാക്യങ്ങൾ വിളിച്ചു.
എ കെ ജി : യുവർ ഓണർ. എനിക്കിനി ഒന്നും ചോദിക്കാനില്ല.
മജിസ്ട്രേറ്റ് : കോടതി ഇപ്പോൾ പിരിയുന്നു. ഈ കേസിന്റെ വിധി സെപ്ത്ംബർ 28 ന് പ്രസ്താവിക്കും

രംഗദീപം പൊലിയുന്നു

ദൃശ്യം പതിനാല്

അനൗൺസ്മെന്റ്: "1935 പ്രഭാതം എന്ന പത്രം സ ഇ എം എസിന്റെ പത്രാധിപത്യത്തിൽ ഷൊർണൂർ നിന്നാരംഭിച്ചു. ഏറെ താമസി യാതെ ആ പത്രത്തിൽ വന്ന ഒരുകവിതയുടെ പേരിൽ ഗവൺമെന്റ് പതിനായിരം രൂപ പിഴയടയ്ക്കാൻ നിവൃത്തിയില്ലാത്തതുകൊണ്ട് പത്ര പ്രസിദ്ധീകരണം നിലച്ചു. 1938 ൽ കെ പി സി സിയുടെ നിയ ന്ത്രണം അബ്ദുൾ റഹ്മാൻ സാഹിബിന്റെയും ഇ എം എസിന്റെയും നേതൃത്വത്തിലുള്ള ഇടതുപക്ഷ കെ പി സി സി ക്കു ലഭിച്ചു. ബ്രിട്ടീഷ് പ്രവിശ്യകളിൽ കോൺഗ്രസ് ഗവൺമെന്റുകൾ തിരഞ്ഞെ ടുക്കപ്പെട്ടു. മലബാർ ഡിസ്ട്രിക്ട് ബോർഡിൽ കോൺഗ്രസിനു ഭൂരിപക്ഷം കിട്ടി. മലബാറിലെ എല്ലാ മുനിസിപ്പാലിറ്റികളുടെയും ഭരണം കോൺഗ്രസിന്റെ അധീനതയിലായി. 1938 ഏപ്രിലിൽ പ്രഭാതത്തിന്റെ മേലുള്ള നിരോധനം ഒഴിവാക്കപ്പെട്ടു. ഏപ്രിലിൽ പത്രം പുനരാരംഭിച്ചു. പക്ഷേ, അപ്പോഴും അതു നടത്തിക്കൊണ്ടു പോകാനുള്ള പണം കണ്ടെത്തൽ ഒരു കീറാമുട്ടിയായി."

രംഗദീപം തെളിയുന്നു

രംഗത്ത് ഇ എം എസും എ കെ ജിയും പി കൃഷ്ണപിള്ളയും. ഈ രംഗം ഒരു പ്രത്യേക രീതിയിൽ ദൃശ്യവല്ക്കരിക്കണം. സദസ്സിന്റെ മദ്ധ്യത്ത് അല്പം ഉയർന്നതും ഇരുവശങ്ങളിലും അല്പം താഴ്ന്ന തുമായ മൂന്നു പീഠങ്ങളിൽ കഥാപാത്രങ്ങൾ ഇരിക്കണം. അവരിൽ മാത്രമേ രംഗവെളിച്ചം പാടുള്ളൂ. വേദിയുടെ മറ്റു വിശദാംശങ്ങൾ പ്രേക്ഷകർ കാണേണ്ടതില്ല. ഏതാണ്ട് ഒരു ഫ്രെയിമിൽ കാണുന്നതു പോലെയാകണം)

ഇ എം എസ് : നമ്മുടെ പ്രഭാതം പത്രം മുടക്കം കൂടാതെ നടക്കണം. ഭാരിച്ച സംഘടനാ ചുമതലകൾക്കിടയിൽ മുഴുവൻ കാര്യ ങ്ങളും ഞാനൊറ്റയ്ക്ക് നടത്തുക എന്നത് ശരിയാവില്ല.
കൃഷ്ണപിള്ള: മുഖ്യമായി ഇതിനൊരു മാനേജർ വേണം. എന്റെ അഭി പ്രായത്തിൽ സ. എ കെ ജിയാവും അതിനു പറ്റിയ ആൾ.

ഇ എം എസ് : *(ചിരിച്ചുകൊണ്ട്)* എനിക്കുവളരെ സമ്മതം. എ കെ ജി എന്തുപറയുന്നു?

എ കെ ജി : നിങ്ങൾ രണ്ടാളും പറഞ്ഞാൽ എനിക്കതിന് അപ്പുറ മുണ്ടോ? ഞാൻ മതിയാവുമെങ്കിൽ അങ്ങനെയാവട്ടെ. പക്ഷേ, ഇ എം നെ സഹായിക്കാൻ ചില സഖാക്കളെ ക്കൂടി കണ്ടെത്തണം.

കൃഷ്ണപിള്ള: അതുശരിയാണ്. അഖിലേന്ത്യാ സോഷ്യലിസ്റ്റു പാർട്ടി ജോയിന്റ് സെക്രട്ടറി, കെ പി സി സി സെക്രട്ടറി എന്നീ നിലകളിൽ പിടിപ്പതു പണിയുണ്ട്. തന്നെയുമല്ല കെ പി സി സി പ്രസിഡന്റ് അബ്ദുൾ റഹ്മാൻ സാഹിബി നെയും ഡിസ്ട്രിക്ട് ബോർഡ് പ്രസിഡന്റ് കേളപ്പനെയും ഒരു പ്രസ്ഥാനത്തിൽ ഒരുമിച്ചു നിർത്താൻ തന്നെ ഒരാ ളുടെ പണി വേറെയും. ഇ എം നെപ്പോലെ ക്ഷമയുള്ള ഒരാളിനല്ലാതെ മറ്റാർക്കാ കഴിയുക. അതിനിടയിൽ വേണം ലോകകാര്യങ്ങളെക്കുറിച്ചും. ജീവൽ സാഹിത്യ ത്തിനെതിരായ വിമർശനത്തിനുള്ള മറുപടിയും പത്രാ ധിപക്കുറിപ്പും ഒക്കെ എഴുതാൻ.

ഇ എം എസ് : നമുക്ക് കെ ദാമോദരനെയും പി നാരായണൻ നായ രെയും സുബ്രഹ്മണ്യശർമ്മയെയും ചേർത്ത് ഒരു എഡി റ്റോറിയൽ ബോർഡുണ്ടാക്കിയാലോ?

കൃഷ്ണപിള്ള :നല്ല ഐഡിയാ. പീയെൻ ആകുമ്പോൾ പത്രപ്രവർത്ത നത്തെക്കുറിച്ച് പ്രൊഫഷണലായ നല്ല അറിവും ഉണ്ടല്ലോ?

എ കെ ജി : പത്രത്തിന്റെ കോപ്പി നമുക്ക് കൂട്ടാൻ കഴിയണം.

കൃഷ്ണപിള്ള: കോപ്പികൂട്ടണം... കൂട്ടണം എന്നു പറഞ്ഞാൽ കൂടില്യാ.. ഒരു കാര്യം പത്രം എടുത്താൽ വായിക്കാൻ തോന്നണം. ഒരു കമ്യൂണിസ്റ്റ് പത്രത്തിന്റെ ഗുണവും വേണം.

എ കെ ജി : എന്നങ്ങനെ ഒഴുക്കൻ മട്ടിൽ പറഞ്ഞാലോ? എന്തൊക്കെ വേണമെന്നു വ്യക്തമായി പറയൂ..

കൃഷ്ണപിള്ള: ഇപ്പോഴുള്ള ലോകരാഷ്ട്രീയക്കുറിപ്പുകൾക്കും പ്രാദേശിക റിപ്പോർട്ടുകൾക്കും സംഘടനാവാർത്തകൾക്കും പുറമേ.. നമ്മുടെ തൊഴിലാളികളുടെയും കർഷകരുടെയും ജീവി തത്തെയും ദുരിതങ്ങളെയും കുറിച്ച് അവരെക്കൊണ്ടു തന്നെ എഴുതിക്കണം. പ്രാദേശിക സമരങ്ങളുടെ സവി സ്താരക്കുറിപ്പുകൾ ആ പ്രദേശത്തെ ഉശിരന്മാരായ സഖാക്കളെ കൊണ്ട് എഴുതിക്കണം. അപ്പോൾ പുതിയ എഴുത്തുകാരും ഉണ്ടാകും.

ഇ എം എസ് : കൂട്ടത്തിൽ ഒന്നു കൂടി ആകാമെന്നു തോന്നുന്നു. നല്ല കവിതയും കഥയും, നാടകവുമൊക്കെ എഴുതിക്കണം.

അവയും പ്രസിദ്ധീകരിക്കണം. ചെറുകാട്, പൊറ്റക്കാട് തുടങ്ങിയവരുടെ കഥകൾ, കെ പി ആർ, കെ പി ജി, സുബ്രഹ്മണ്യൻ തിരുമുമ്പ്, പ്രേംജി, എം ആർ ബി മുതലായവരൊക്കെ ഇല്ലേ അവരൊക്കെ എഴുതട്ടേ..

കൃഷ്ണപിള്ള: ഇതൊക്കെ ഉണ്ടാവും. പക്ഷേ, അതിനേക്കാൾ പ്രധാനം സാമ്പത്തികമാണ്. അതുസംബന്ധിച്ച് എന്തുപ്ലാൻ? മാനേജർ തന്നെ പറയട്ടെ.

എ കെ ജി : പാർട്ടി അനുവദിച്ചാൽ നാട്ടിലും വടക്കെ ഇന്ത്യയിലും പുറം രാജ്യത്തുമായി ഞാനൊരു പര്യടനം നടത്താം. തിരിച്ചുവരുമ്പോൾ ആവശ്യമായ പണവും പിരിച്ചെടുത്തിരിക്കും.

ഇ എം എസ് : എ കെ ജിക്ക് ഇക്കാര്യത്തിൽ വിശദമായ ഒരു പരിപാടി തന്നെ ഉണ്ടെന്നു തോന്നുന്നു.

എ കെ ജി : അതേ... അടുത്തമാസം കൊളംബിയയിൽ നടക്കുന്ന സിലോൺ ഭാരതയൂത്ത് അസോസിയേഷൻ സമ്മേളനത്തിൽ പങ്കെടുക്കാൻ ഒരു ക്ഷണമുണ്ട്. എ ഐ സി സി അംഗമെന്ന നിലയിൽ ഹരിപുരസെഷനിൽ പങ്കെടുക്കണമെന്നുണ്ട്. അതുകഴിഞ്ഞു ബോംബെ വഴി സിലോണിലേക്ക് പോകാം. തരപ്പെട്ടാൽ റംഗൂണും സിങ്കപ്പൂരും കൂടി ഞാൻ സന്ദർശിക്കും. പത്രം മുടങ്ങാതെ നടക്കാത്ത വക ഞാനിവിടെ സമയാസമയം എത്തിച്ചുകൊള്ളാം.

കൃഷ്ണപിള്ള :*(ചിരിച്ചുകൊണ്ട്)* എന്നാൽ, പിന്നെ സഖാവ് ഇന്നുതന്നെ അങ്ങു യാത്രയായിക്കൊള്ളൂ.

ഇ എം എസ് : യാത്രയ്ക്കുള്ള മറ്റേർപ്പാടുകളൊക്കെ ചെയ്തിട്ടുണ്ടോ?

കൃഷ്ണപിള്ള: ഇ എം ഇതെന്തൊരു ചോദ്യമാണ്. ആള് എ കെ ജി അല്ലേ. ചെല്ലുന്നേടമൊക്കെ സഖാവിന്റെ നാടാവും. എവിടെ മലയാളിയുണ്ടോ അവരൊക്കെ എ കെ ജിയുടെ സ്വന്തക്കാരാവും.

ഇ എം എസ് : എന്നാൽ അങ്ങനെതന്നെ..

രംഗദീപം പൊലിയുന്നു

ദൃശ്യം പതിനഞ്ച്

അനൗൺസ്മെന്റ്

"1939 ഡിസംബറിൽ പിണറായിയിൽ നടന്ന ചരിത്രപ്രസിദ്ധമായ സമ്മേളനത്തിൽ സഖാവ് എ കെ ജി പങ്കെടുത്തു. ആ സമ്മേളനത്തിൽവച്ച് കേരളാ സോഷ്യലിസ്റ്റു പാർട്ടിയുടെ സംസ്ഥാന ഘടകം ഒന്നടങ്കം കമ്യൂണിസ്റ്റു ഘടകമായി പ്രഖ്യാപിക്കപ്പെട്ടു. കേരളത്തിൽ

ഒളിവിൽ കഴിയാൻപോലും പറ്റാത്ത സാഹചര്യത്തിൽ പാർട്ടി എ കെ ജിയെ തമിഴ് നാട്ടിലേക്കയച്ചു. ഒളുവിൽ താമസിച്ചുകൊണ്ട് തമിഴ്നാട്ടിൽ സഖാവ് എ കെ ജി തൊഴിലാളി കർഷക പ്രസ്ഥാന ങ്ങൾ കെട്ടിപ്പടുക്കാൻ വിശ്രമമില്ലാതെ പണിയെടുത്തു"

രംഗദീപം തെളിയുമ്പോൾ

തമിഴ്നാട്ടിലെ വിദ്യാർത്ഥി ഹോസ്റ്റലിലെ ഒരുമുറിയുടെ മുൻവശം ഒരു വിദ്യാർത്ഥി പരീക്ഷയ്ക്കു പഠിക്കുന്നതുപോലെ വി ഐ ലെനിന്റെ സ്റ്റേറ്റ് ആന്റ് റെവല്യൂഷനിലെ ഒരു ചാപ്റ്റർ ടൈപ്പു ചെയ്ത കോപ്പി ഉച്ചത്തിൽ വായിക്കുന്നു. താൻ വലിയൊരാപ ത്തിന്റെ നടുവിലാണെന്നയാൾക്കറിയാം. ഹോസ്റ്റലിന്റെ ചുറ്റും പൊലീസ് വളഞ്ഞിട്ടുണ്ടെന്നും., രക്ഷപ്പെടാൻ മാർഗ്ഗമില്ലെന്നും മന സ്സിലാക്കിയാണ് വായന. പൊലീസുകാർ നീട്ടിപ്പിടിച്ച തോക്കുക ളുമായി വിദ്യാർത്ഥിയെ വളയുന്നു.

ഇൻസ്പെക്ടർ: ഉൻപേര് എന്നടാ..
വിദ്യാർത്ഥി : ഷെൺമുഗം
ഇൻസ്പെക്ടർ: എന്നാ വേലൈ
വിദ്യാർത്ഥി : പടിക്കിറേ..
ഇൻസ്പെക്ടർ: എങ്കേ പടിക്കിറേ..
വിദ്യാർത്ഥി : തിരുച്ചി കോളെജിലെ പടിക്കിറേൻ
ഇൻസ്പെക്ടർ: എങ്കവകുപ്പിലേ പടിക്കിറുത്
വിദ്യാർത്ഥി : ബി എക്ക്
ഇൻസ്പെക്ടർ: ഉൻ കൈയിലിരക്കിറ കായിതം എന്നത്
വിദ്യാർത്ഥി : ഒരു എസ്സേ.
ഇൻസ്പെക്ടർ: എന്ന സബ്ജക്ട്
വിദ്യാർത്ഥി : പൊളിറ്റിക്സ്
ഇൻസ്പെക്ടർ: *(ചിരിച്ചുകൊണ്ട്)* പൊളിറ്റിക്സാ.. അപ്പ നീ ചിന്നപ്പയ്യനല്ല. പെരിയ ആൾ താൻ. റൂമുക്കുള്ളെയാര്?
വിദ്യാർത്ഥി : (ഒന്നും മിണ്ടുന്നില്ല:)
ഇൻസ്പെക്ടർ: എന്നടാ ഉൻനാവ് കാശിക്കുപോയാച്ചാ.. (വിദ്യാർത്ഥിയോടടുത്തുകൊണ്ട്) ശൊല്ല്? റുമുക്കുള്ളേ യാര്?
വിദ്യാർത്ഥി : എങ്കെമാമ
ഇൻസ്പെക്ടർ: *(പരിഹാസ്യമായി)* അപ്പടിയാ. ഉങ്കമാമാക്ക് എന്ന ജോബ്
വിദ്യാർത്ഥി : വാത്തിയാർ
ഇൻസ്പെക്ടർ: *(ചിരിച്ചുകൊണ്ട്)* വാത്തിയാരാ..
വിദ്യാർത്ഥി : ആമാം..

ഇൻസ്പെക്ടർ : ഉൻമാമ റൂമുക്ക് ഉള്ളേ എന്ന പണ്ണിറാൻ?

വിദ്യാർത്ഥി : തൂങ്കിനാർ..

ഇൻസ്പെക്ടർ : സബാഷ്.. തൂങ്കിനാർ *(നിക്കറിന്റെ പോക്കറ്റിൽ നിന്ന് എ കെ ജിയുടെ ഫോട്ടോ എടുത്തു കാണിച്ചു കൊണ്ട്)* ഇത് നാനാ ഉൻമാമാ. വാത്തിയാരുമാമ.

വിദ്യാർത്ഥി : *(ഒന്നും മിണ്ടുന്നില്ല)*

ഇൻസ്പെക്ടർ : എന്നടാ.. ശൊല്ല്. ഇതുതാനാ.. *(വിദ്യാർത്ഥിയുടെ കഴുത്തിന് കുത്തിപ്പിടിച്ചു കുനിച്ചു നിർത്തി ഇടിക്കുന്നു)*

എ കെ ജി : (പെട്ടെന്ന് വാതിൽ തുറന്ന് പുറത്തു വന്ന്) സ്റ്റോപ്പ് ഇറ്റ്. ഡോൺട് ബീറ്റ് ഹിം.. ഐ ആം എ കെ ഗോപാലൻ. യു കാൻ അറസ്റ്റ് മീ.. *(എ കെ ജി കൈനീട്ടുന്നു. ഒരു പൊലീസുകാരൻ കൈയാമം വക്കുന്നു. മറ്റു പൊലീസുകാർ ചുറ്റും തോക്കു ചൂണ്ടി നില്ക്കുന്നു)*

ഇൻസ്പെക്ടർ : മൂവ്

(എ കെ ജി മുന്നിലും പിന്നിൽ തോക്കും ചൂണ്ടി പൊലീസുമായി നടക്കാൻ തുടങ്ങുന്നു)

രംഗദീപം പൊലിയുന്നു

ദൃശ്യം പതിനാറ്

(രംഗം - വെല്ലൂർ ജയിൽ. ഈ രംഗത്തെ ജയിൽ മുറി ചിത്രീകരിക്കുമ്പോൾ അകത്തെയും പുറത്തെയും ചുവരുകൾ പ്രേക്ഷകർക്കു കാണാൻ കഴിയണം. മുന്നിൽ ജയിൽ മുറിയുടെ കമ്പി അഴികൾ വേണം. പുറകുവശത്തെ ചുവരിനുള്ള കർട്ടൻ തയ്യാറാകുമ്പോൾ ചുവർ തുരന്ന് ഒരാളിന് പോകാൻ കഴിയുന്ന ദ്വാരം ഉണ്ടാക്കാൻ കഴിയുന്ന വിധം സൗകര്യം ഉണ്ടാക്കണം. രംഗത്തിന്റെ തുടക്കം മുതൽ ഏതാണ്ടവസാനം വരെ അതു ഭദ്രമായ കരിങ്കൽ ചുമരാണെന്ന പ്രതീതി കാണികളിൽ ഉണ്ടാക്കണം.

രംഗദീപം സാവകാശം തെളിയുന്നു

സമയം രാത്രി - സെല്ലിനുപുറത്ത് കൈയിൽ ഒരു റാന്തൽ വിളക്കുമായി വയസ്സനായ ഒരു മുസ്ലീം വാർഡൻ അങ്ങോട്ടുമിങ്ങോട്ടും നടക്കുന്നു. അല്പം കഴിഞ്ഞ് വാർഡൻ നടപ്പു നിർത്തി. ഇരുമ്പഴി പിടിച്ചു നില്ക്കുന്ന ഒരു ജയിൽ പുള്ളിയുടെ മുഖത്തു റാന്തൽ വിളക്കുയർത്തി കാട്ടി നോക്കുന്നു. എ കെ ജി ആയിരുന്നു ആ തടവുകാരൻ - അപ്പോൾ എ കെ ജിയുടെ മുഖത്തു മാത്രം വെളിച്ചം.

ക്രമേണ വെളിച്ചം വേദിയിലാകെ പരക്കുന്നു. കഴിയുന്നതും ഈ രംഗത്ത് ഡിം ലൈറ്റ് മതിയാകും. എ കെ ജി ഇരുമ്പഴിയിൽ പിടിച്ചു നില്ക്കുന്നു. മറ്റു തടവുകാർ നിലത്തു കിടന്നുറങ്ങുന്നു. കൂർക്കം വലിയും ഉറക്കത്തിൽ പിച്ചുംപേയും പറച്ചിലുമൊക്കെ കേൾക്കാം.

വാർഡൻ : *(റാന്തൽ നിലത്തുവച്ചിട്ട് കൈകൂപ്പി എ കെ ജിയെ തൊഴുതുകൊണ്ട്)* നമ്മളാണോ എ കെ ജി?

എ കെ ജി : അതേ.... എന്താ?

വാർഡൻ : പൊന്നുസാറേ ഞങ്ങളും ഒരു മലയാളീസാണ്. മൊസ്ലിം മമ്മദുകോയ കോയിക്കോട്ടാണ് ഞമ്മളേം ബീഡ്. ഇനി പെൻസൻ പറ്റാൻ ആറുമാസമേ ഉള്ളൂ. അഞ്ചുമക്കളുണ്ട്. അഞ്ചു പെങ്കുട്ട്യോളാണ്. അഞ്ചും പൊരനിറഞ്ഞു നില്പാണ്. പെൻസൻ കാശു മേങ്ങിച്ചിട്ടുവേണം ഓരോ പുതിയാപ്ലാരേ കൂടെ പറഞ്ഞയയ്ക്കാൻ.

എ കെ ജി : ഇതൊക്കെ എന്നോട് എന്തിനാ പറയുന്നത്.

വാർഡൻ : (നെഞ്ചത്തു കൈവച്ചു കൊണ്ട്) പടച്ചോനെ ഓർത്ത് ഞമ്മേ ചതിക്കരുത്. എന്തെങ്കിലും സംഭവിച്ചാ പിന്നെയീ മമ്മദ് ജീവിച്ചിരിക്കൂല. അടുത്തീസം ഈ ജയിൽ വളപ്പിലെ പുളിംകൊമ്പി കെട്ടിത്തൂങ്ങി മയ്യത്താവും. *(പൊട്ടിക്കരഞ്ഞുകൊണ്ട്)* സങ്കടം കൊണ്ടാണ് അവിടുന്നു പൊറുക്കണം.

എ കെ ജി : ഞാൻ ജയിൽ ചാടുമെന്ന് ആരെങ്കിലും പറഞ്ഞോ?

വാർഡൻ : സാറ് സർക്കാരിന്റെ ബല്യ നോട്ടപ്പുള്ളിയാണെന്നും എന്തും ചെയ്യാൻ മടിക്കാത്തവനാണെന്നും അതുകൊണ്ട് ഞങ്ങളെതന്നെ രാത്രി സ്പെഷ്യൽ കാവലിടണമെന്നും ജയിൽ സൂപ്രണ്ട് എഴുതി ഇട്ടിട്ടുപോയിരിക്കുകയാണ്.

എ കെ ജി : അതെന്താ.. രാത്രി നിങ്ങളെത്തന്നെ സ്പെഷൽ ഡ്യൂട്ടിക്കിടാൻ കാരണം. വല്ല ചെറുപ്പക്കാരെയിടാമായിരുന്നില്ലേ..

വാർഡൻ : ദാണ്ടെകെടക്കണ്.. ങും.. ങും.. മനസ്സിലിരിപ്പ് ഞമ്മക്ക് പുടി കിട്ടീ.. ചെറുപ്പക്കാരാവുമ്പോ... സന്ധ്യക്കിങ്ങോട്ടു വന്നു ചടപടാന്നു രണ്ടു നടത്തം. പിന്നെ പോയി രണ്ടു പിഞ്ഞാണം റാക്കും അടിച്ചോണ്ടു തോർത്തും വിരിച്ച് ഒരു കെടപ്പ്. കൂർക്കം വലിച്ചുറങ്ങും. പിന്നെ നിങ്ങൾക്കു കാര്യം കുശാലായില്ലേ.

എ കെ ജി ; അപ്പോ മമ്മദ്കാക്കാക്ക് ഈ വക ദുശ്ശീലമൊന്നുമില്ലേ?

വാർഡൻ : അതെങ്ങനെ? ഞങ്ങളു മുസ്ലീമല്ലേ.. റാക്കു നമുക്ക് ഹറാമല്ലേ.

എ കെ ജി : അപ്പോ നിങ്ങക്ക് ഉറക്കവും ഹറാമാണോ?

വാർഡൻ : അതിന് ഞമ്മക്ക് ഉറക്കമില്ലല്ലോ സാറേ..

എ കെ ജി : അതെന്താ മമ്മദ് കാക്കാന് വല്ല അസുഖവുമുണ്ടോ?
വാർഡൻ : നിങ്ങൾക്ക് ഇനിയും തിരിഞ്ഞില്ല്യേ. തലേം മൊലേം വന്ന അഞ്ചു പെൺകുട്ടികളാ കുടീ.. പിന്നെ എങ്ങനെ ഓരുടെ വാപ്പാക്കുറക്കം വരും.
എ കെ ജി : ഓ.. അതുശരി.. അപ്പോ നമ്മുടെ കാര്യം കഷ്ടത്തിലായല്ലോ..?
വാർഡൻ : റബ്ബേ.. ഞമ്മ ചതിക്കല്ലേ സാറേ..
എ കെ ജി : ഇല്ല മമ്മദുകാക്കാ.

രംഗദീപം പൊലിയുന്നു

(രംഗദീപം തെളിയുന്നു. മറ്റൊരു ദിവസം സമയം വൈകുന്നേരം 7 മണി. രംഗം ആരംഭിക്കുന്നത് എ കെ ജി എന്തോ സംസാരിക്കുന്നതും മറ്റുള്ളവർ കേട്ടുകൊണ്ട് ഇരിക്കുന്നതായും ഉള്ള സങ്കല്പത്തിലാണ്)

എ കെ ജി : ഡിറ്റിന്യൂ തടവുകാരെ ഇപ്പോൾ ആദ്യമായിട്ടാണ് തരം തിരിക്കുന്നത്. ഒന്നാം ക്ലാസ് തടവുകാരും രണ്ടാം ക്ലാസ് തടവുകാരും. ഒന്നാം ക്ലാസ് തടവുകാർക്ക് പഴയ എ ക്ലാസ് രാഷ്ട്രീയത്തടവുകാരുടെ ആനുകൂല്യങ്ങൾ. രണ്ടാം ക്ലാസ് തടവുകാർക്കോ സി ക്ലാസ് തടവുകാരുടെ ആനുകൂല്യങ്ങളും നമ്മളൊക്കെ ഇപ്പോൾ രണ്ടാം ക്ലാസിൽപ്പെട്ട തടവുകാരാണ്. അതുകൊണ്ടാ നമ്മളെ നാലഞ്ചാളുകളെ ഒരു മുറിയിൽതന്നെ ഇങ്ങനെ അടച്ചിട്ടിരിക്കുന്നത്. ഈ വിവേചനം നമുക്കവസാനിപ്പിച്ചേ കഴിയൂ.. നമ്മളെ ജയിൽ സൂപ്രണ്ടു മിസ്റ്റർ രമണൻ വരുമ്പോൾ നമുക്കൊരു മെമ്മോറാണ്ടം കൊടുക്കണം.
ഒരു തടവുകാരൻ: മെമ്മോറാണ്ടം ആരുകൊടുക്കും?
എ കെ ജി : ഞാൻ കൊടുക്കും
മറ്റൊരുതടവുകാരൻ: അയാൾ മർദ്ദകവീരനാണ്. അയാൾക്കീഷ്യ വന്നാൽ അയാൾ ഈ സെല്ലിലിട്ടു നമ്മെ തല്ലിക്കൊന്നു കൂടെന്നില്ല.
എ കെ ജി : ഒരാൾക്ക് ജീവിതത്തിൽ ഒരിക്കലല്ലേ മരിക്കാനാവൂ. ഭയപ്പെട്ടു എന്നു കരുതി അതിൽ നിന്നൊഴിയാൻ പറ്റുമോ?
മൂന്നാമതു തടവുകാരൻ: ശരി നാളെത്തന്നെ എഴുതി തയ്യാറാക്കാം

രംഗദീപം പൊലിയുന്നു

(രംഗദീപം തെളിയുന്നു - മറ്റൊരു ദിവസം)

വാർഡൻ : *(റോന്തുചുറ്റിയിട്ട് എ കെ ജിയുടെ അടുത്തു വരുന്നു)* സാറേ സുഖം തന്നെയല്ലേ. വീട്ടില് കെട്ട്യോളേം മക്കളേം

ഒന്നു കാണാഞ്ഞിട്ട് ദുർവ്വിചാരങ്ങളൊന്നും തോന്നണില്യാല്ലോ? സാറിന് വീട്ടില് ആരൊക്കെയുണ്ട്. കെട്ടുപ്രായം തെകഞ്ഞ ആരെങ്കിലും ഉണ്ടോ?

എ കെ ജി ; ഉണ്ട്. എന്റെ ഭാര്യ..

വാർഡൻ : അങ്ങാടീ തോറ്റതിന് അമ്മയെ തല്ലും പോലെ ആ സൂപ്രണ്ടു ചീത്ത പറഞ്ഞതിന് ഞങ്ങളോട് ദേഷ്യപ്പെടണത് എന്തിനാണു സാറേ?

എ കെ ജി : സൂപ്രണ്ട്.. ഒരു സൂപ്രണ്ട്. അയാളിങ്ങുവരട്ടെ. ആണത്തമുണ്ടെങ്കിൽ എന്റെ മുഖത്തു നോക്കി ചീത്തപറയണം. അപ്പോഴാണ് നിങ്ങടെ സൂപ്രണ്ട് ഞാനാരാന്ന് അറിയാൻ പോകുന്നത്.

വാർഡൻ : അതാ വരണുണ്ട് കടുവായെപ്പോലെ

(സൂപ്രണ്ടു രമണൻ – ഒരു കൊമ്പൻ മീശക്കാരൻ. കണ്ടാൽതന്നെ ഒരു ഭീകരനാണെന്നു തോന്നും)

സൂപ്രണ്ട് : എന്താ മുഹമ്മദേ.. തന്നെ ഏല്പിച്ച കഴുകൻ കൂടുപൊളിച്ചിട്ടില്ലല്ലോ?

എ കെ ജി : ഹേ മിസ്റ്റർ രമണൻ കുറച്ചുകൂടി മര്യാദയ്ക്കു സംസാരിക്കൂ. ഞാനൊരു രാഷ്ട്രീയത്തടവുകാരനാണ്. ക്രിമിനൽ പുള്ളിയല്ല.

സൂപ്രണ്ട് : അതു തീരുമാനിക്കേണ്ടത് ഞങ്ങളാണ്. ഇവിടെ ഭരിക്കുന്നതേ ബ്രിട്ടീഷുകാരാണ്. *(ഹാസ്യമായി)* സഖാവ് സ്റ്റാലിന്റെ ചെമ്പടയല്ല.

എ കെ ജി : എന്റെ സഹപ്രവർത്തകരായ കെ ദാമോദരന്റെയും കെ പി ഗോപാലന്റെയും സി കണ്ണന്റെയും കൂടെയെങ്കിലും എന്നെ പാർപ്പിച്ചുകൂടെ.

സൂപ്രണ്ട് : അവരൊക്കെ മാന്യന്മാരും രാഷ്ട്രീയത്തടവുകാരുമാണ് നിങ്ങളുടെ ജയിൽ റിക്കാർഡുകൾ വളരെ മോശം. നിങ്ങൾ എവിടെച്ചെന്നാലും ഒരു വഴക്കാളിയാണ്. ഏതായാലും നിങ്ങളെ ഉടനേ ഈ സെല്ലിൽ നിന്നു മാറ്റാൻ നിർദ്ദേശം വന്നിട്ടുണ്ട്.

എ കെ ജി : എവിടുത്തേക്ക്

സൂപ്രണ്ട് : തല്ക്കാലം നാളെമുതൽ നിങ്ങളെ ഒറ്റയ്ക്കാക്കാം. എന്നിട്ട് നിങ്ങളുടെ അന്തസ്സിനു ചേർന്ന വിധം കാറ്റും വെളിച്ചവും കുറഞ്ഞ എന്തെങ്കിലും ജയിലിലേക്ക് ഉടനെ മാറ്റുന്നുണ്ട്.

(ഇടിവെട്ടുന്ന ശബ്ദം)

രംഗദീപം പൊലിയുന്നു

(രംഗദീപം തെളിയുമ്പോൾ - പുറത്ത് കനത്ത ഇടിയും മഴയും എ കെ ജി തലവഴി മുണ്ടുമൂടി ഉറങ്ങുന്നതായി നടിച്ചു കിടക്കുന്നു)

വാർഡൻ : (റോന്തു ചുറ്റി എ കെ ജിയുടെ അടുത്തുവന്ന് റാന്തൽ ഉയർത്തി നോക്കുന്നു) പാവം. നല്ല ഉറക്കം. ഏതോ വലിയ കുടുംബത്തിൽ ജനിച്ചതാണ്. പറഞ്ഞിട്ടെന്താ കാര്യം. തലവിധി ഇങ്ങിനെ. ബല്ലാരിയിലെ ഇരുട്ടു റായി ലേക്കാണു കൊണ്ടു പോകുന്നതെന്നു തോന്നുന്നു. ഒക്കെ ഓരോരുത്തരുടെ കർമ്മദോഷം

(വിളക്കും തലയ്ക്കൽ വച്ച് വാർഡൻ മെല്ലെ ചാരി ഇരിക്കുന്നു. ഉറക്കം തൂങ്ങി വീഴാൻ പോകുന്നു. ക്രമേണ നിലത്തു കിടന്ന് കൂർക്കം വലിച്ചുറങ്ങുന്നു. എ കെ ജി മെല്ലെ എഴുന്നേറ്റ് തുണി കൾക്കിടയിൽ പൊതിഞ്ഞു വച്ചിരുന്ന ചുറ്റികയും കല്ലുളിയുമെടുത്ത് പിൻവശത്തെ ജയിൽഭിത്തി ഇളക്കാൻ നോക്കുന്നു. ഇടയ്ക്കിടയ്ക്ക് പുറത്തുപോയി വാർഡനെ നോക്കും. അയാൾ പൂർണ്ണമായി ഉറ ക്കമാണെന്നുറപ്പുവരുത്തി വീണ്ടും പണി തുടരും. പുറത്ത് കനത്ത മഴയും ഇടിയും. ഒടുവിൽ ചുവരിൽ ഒരാളിനു പോകാൻ കഴിയുന്ന ഒരു ദ്വാരമുണ്ടാക്കി. എ കെ ജി അതുവഴി ജയിൽ ചാടി. മഴയും ഇടിയും നിലച്ചു. വാർഡൻ പെട്ടെന്നു കണ്ണുതുറന്നു. റാന്തൽ എടുത്ത് എ കെ ജി യെ നോക്കി കാണുന്നില്ല. പരവശനായി നോക്കുമ്പോൾ ജയിൽഭിത്തിയിൽ ഒരു ദ്വാരം)

എന്റെ റബ്ബേ ചതിച്ചോ
എ കെ ജി ജയിൽ ചാടി
എ കെ ജി ജയിൽചാടി..

(ജയിൽ സൈറൺ കൂട്ടമണി.. വിസിൽ വാർഡന്മാർ ഓടുന്ന ബൂട്ടിന്റെ ഒച്ച)

രംഗദീപം പൊലിയുന്നു

ദൃശ്യം പതിനേഴ്

(മുഹമ്മയിൽ സഖാവ് സുശീലയുടെ വീട്. ഒരിടത്തരം വീടിന്റെ വരാന്ത. സമയം രാത്രി. ചീവീടുകളുടെ ശബ്ദം. രാപ്പാടിയുടെ ഗാനം. വേദിയിൽ നല്ല ഇരുട്ട്. എങ്ങും നിശ്ശബ്ദത. അല്പം കഴിയുമ്പോൾ പട്ടികളുടെ കുര. വേദിയിൽ ഒരു ടോർച്ചു മൂന്നുപ്രാവശ്യം വെളിച്ച മടിച്ചു. വേദിയിൽ നിന്നും മറ്റൊരു ടോർച്ചിൽ മൂന്നു പ്രാവശ്യം വെളിച്ചം. ഉടനെ വേദിയിൽ ഒരു റാന്തലുമായി ഒരു മദ്ധ്യവയസ്കൻ ഒറ്റമുണ്ടുടുത്ത് ഒരു തോർത്തുകൊണ്ട് പുതച്ചിട്ടുണ്ട്. കാതിൽ വില്ലു

വച്ച കടുക്കൻ. മറ്റൊരാൾ കടന്നുവരുന്നു. രണ്ടാളുകൾ നില്ക്കുന്നതു കാണാവുന്ന പാകത്തിൽ മാത്രം വെളിച്ചം)

മദ്ധ്യവയസ്കൻ: വാസൂ.. അകത്തേക്കു കൂട്ടിക്കൊണ്ടുവരൂ..

വാസു : ശരി *(പുറത്തേക്കു പോകുന്നു. അല്പം കഴിഞ്ഞു വാസു ഒരാളെയും കൂട്ടി വരുന്നു. തലയിലൂടെ ഒരു ടൗവ്വൽ ഇട്ടിട്ടുള്ളതുകൊണ്ട് പ്രേക്ഷകർക്ക് ആൾ ആരാണെന്ന് മനസ്സിലാകുന്നില്ല)*

മദ്ധ്യവയസ്കൻ: *(ആഗതനോട്)* അകത്തേക്കു കയറാം. *(വാസുവിനോട്)* നീ പൊയ്ക്കോ *(വാസു പോകുന്നു)* ഈ വരാന്തയും ഇതിനു തൊട്ടടുത്ത മുറിയും ഉപയോഗിക്കാം. ഇവിടെ ആരും വരില്ല. *(എ കെ ജി തലയിൽ നിന്ന് ടൗവ്വൽ എടുക്കുന്നു)*

എ കെ ജി : മനസ്സിലായോ?

മദ്ധ്യവയസ്കൻ: കുമാരപ്പണിക്കരണ്ണന്റെ വീട്ടിൽ വച്ചു കണ്ടിട്ടുള്ള പോലെ.

എ കെ ജി : അതേ..

മദ്ധ്യവയസ്കൻ: അപ്പോൾ ഞാൻ ഊഹിച്ച ആൾ തന്നെ.

(എ കെ ജി ചിരിക്കുക മാത്രം ചെയ്യുന്നു)

ജയിൽ ചാടിയതുതൊട്ടുള്ള ബാക്കി കഥകളെല്ലാം എനിക്കറിയാം. അപ്പോൾ ഞാൻ വീട്ടിലുള്ളവരോട് എന്തു പേരു പറയണം?

എ കെ ജി : എൻ പി എന്നു പറഞ്ഞാൽ മതി.

മദ്ധ്യവയസ്കൻ: അങ്ങിനെയാകട്ടെ. ആഹാരത്തിൽ എന്തെങ്കിലും നിർബ്ബന്ധമുണ്ടെങ്കിൽ..

എ കെ ജി : അയ്യോ. മനുഷ്യർ കഴിക്കുന്നത് എന്തും ഞാൻ കഴിക്കും.

മദ്ധ്യവയസ്കൻ: എന്റെ അനന്തിരവൾ ഒരു കുട്ടിയുണ്ട്. ഇന്റർമീഡിയറ്റിനു വായിക്കുന്നു. കുറച്ചു കുസൃതിയാണ്. അവളല്ലാതെ ആരും സഖാവിനെ ശല്യപ്പെടുത്താനുണ്ടാവില്ല.

എ കെ ജി : അതൊക്കെ ഒരു ശല്യപ്പെടുത്തലാണോ? ഒന്നുമില്ലെങ്കിലും ഏകാന്തതയിലെ വിരസതയെങ്കിലും കുറഞ്ഞു കിട്ടുമല്ലോ?

മദ്ധ്യവയസ്കൻ: നേരം വളരെയായി. യാത്രചെയ്തുവന്നതല്ലേ.. വിശ്രമിക്കണം.

എ കെ ജി : ശരി അങ്ങനെയാവട്ടെ!

(മദ്ധ്യവയസ്കൻ പോകുന്നു)

രംഗദീപം പൊലിയുന്നു

(വീണ്ടും രംഗദീപം തെളിയുമ്പോൾ – എ കെ ജി ചാരുകസാലയിലിരുന്ന് ഒരു നോട്ടുബുക്ക് മറിച്ചു നോക്കുന്നു. അല്പം കഴിഞ്ഞ് സുശീല കടന്നുവരുന്നു. എ കെ ജി കാണുന്നില്ല. കുറച്ചുസമയം നിന്നിട്ട്)

സുശീല : *(കൈയിൽ കഫുള്ള ഫുൾ ബ്ലൗസും നിലത്തിഴയുന്ന പാവാടയും. കാതിൽ കമ്മൽ. കൈയിൽ വാച്ച്. നെറ്റിയിൽ സിന്ദൂരപ്പൊട്ട്)* കണ്ടിട്ട് നാളെ പരീക്ഷയാന്നു തോന്നുന്നല്ലോ? പുസ്തകത്തീന്ന് കണ്ണെടുക്കാത്ത ഒരു വായന. (എ കെ ജി പെട്ടെന്ന് തല ഉയർത്തി സുശീലയെ നോക്കുന്നു. ചിരിക്കുന്നു) വീട്ടിൽ ഒരു അതിഥി വന്നാൽ പരിചയപ്പെടേണ്ടേ. അതുകൊണ്ടുവന്നതാണ്. എന്താ വേണ്ടായോ?

എ കെ ജി : വേണമല്ലോ.. എന്താ കുട്ടിയുടെ പേര്?

സുശീല : സുശീല *(ചിരിച്ചുകൊണ്ട്)* ഞാനത്ര കുട്ടിയൊന്നുമല്ല.

എ കെ ജി : കുട്ടി പണിക്കരു ചേട്ടന്റെ അനന്തിരവളാണല്ലേ?

സുശീല : ഞാനൊരുകാര്യം പറയാം. എന്നെ സുശീല എന്നു വിളിച്ചാൽ മതി. കുട്ടി കുട്ടി എന്ന വിളി എനിക്കത്ര ഇഷ്ടമുള്ള കാര്യമല്ല. ഞാനൊരു ഇന്റർമീഡിയറ്റ് വിദ്യാർത്ഥിനിയാണ്. അതുമറക്കണ്ട.

എ കെ ജി : *(ചിരിച്ചുകൊണ്ട്)* ശരി അങ്ങനെയാവാം.

സുശീല : നമ്മളെ എന്തു വിളിക്കണം? പേർ ഞാൻ ചോദിക്കുന്നില്ല. ഇവിടെ വരുന്നവരാരും സ്വന്തം പേര് പറയാൻ അവകാശമുള്ളവരാവില്ല. അവർ ഞങ്ങളോട് ഒരു പേര് പറയും. ഞങ്ങളത് വിളിക്കും. രണ്ടു കൂട്ടർക്കും അറിയാം. അതു കള്ളമാണെന്ന്. എങ്കിലും രണ്ടു കൂട്ടരും അത് സത്യമാണെന്നു ഭാവിക്കും.

എ കെ ജി : സുശീലയെ രഹസ്യാന്വേഷണവിഭാഗത്തിൽ നിയമിച്ചിരുന്നെങ്കിൽ സർക്കാർ രക്ഷപ്പെട്ടേനെ (രണ്ടുപേരും ചിരിക്കുന്നു)

സുശീല : ആരാണെന്ന് ഞാൻ ചോദിക്കുന്നില്ല. പക്ഷേ, ഇപ്പോൾ ഏത് പേരിലാണ് വിളിക്കേണ്ടത്?

എ കെ ജി : എൻ പി എന്നു വിളിച്ചാൽ മതി. സുശീലയുടെ അമ്മാവൻ അത് പറഞ്ഞിട്ടില്ലേ..?

സുശീല : ഇല്ല. ഞാൻ എൻ പി അണ്ണാ എന്നു വിളിച്ചോട്ടെ?

എ കെ ജി : അത് സുശീലയുടെ ഇഷ്ടം

സുശീല : എനിക്കിന്ന് തിരുവനന്തപുരം വരെ പോകണം. മറ്റന്നാൾ വരും. എന്തെങ്കിലും ആവശ്യമുണ്ടെങ്കിൽ അമ്മയോടോ സുരചേച്ചിയോടോ പറഞ്ഞാൽ മതി.

എ കെ ജി : അങ്ങനെയാകട്ടെ..

രംഗദീപം പൊലിയുന്നു

(രംഗദീപം വീണ്ടും തെളിയുമ്പോൾ - സമയം രാത്രി. രംഗം മുൻപിലത്തേതുതന്നെ. എ കെ ജി രംഗത്തുണ്ട്. സുശീല അകത്തുനിന്ന് പുറത്തേക്കു വന്നുകൊണ്ട്)

സുശീല : എൻ പി അണ്ണാ.. അണ്ണന്റെ കൈയിൽ സ്റ്റാലിന്റെ ജീവചരിത്രമുണ്ടോ? വായിക്കാൻ.

എ കെ ജി : ഉണ്ടല്ലോ. *(അകത്തേക്കു പോയി സ്റ്റാലിന്റെ ജീവചരിത്രവും മറ്റൊരു നോട്ടുപുസ്തകവുമായി പുറത്തേക്കു വരുന്നു. പുസ്തകം കൊടുത്തു കൊണ്ട്)* ഇതാ സ്റ്റാലിന്റെ ജീവചരിത്രം.

സുശീല : *(എ കെ ജിയുടെ കൈയിലെ നോട്ടുപുസ്തകം നോക്കി)* അതെന്താ കൈയിലിരിക്കുന്നത്?

എ കെ ജി : ഒരു നോട്ടുപുസ്തകം.

സുശീല : അതു മനസ്സിലായി. അണ്ണൻ കഥയെഴുതാറുണ്ടോ?

എ കെ ജി : കൊള്ളാം.. ഞാനോ..

സുശീല : (എ കെ ജിയുടെ കൈയിൽ നിന്നും നോട്ടുബുക്ക് പിടിച്ചെടുക്കുന്നു. എന്നിട്ടു മറിച്ചു നോക്കുന്നു. ഉറക്കെ വായിക്കുന്നു.)
'നോട്സ് ഫ്രം ദി ഗാലോസ്'
കൊലമരത്തിൽ നിന്നുള്ള കുറിപ്പുകൾ'
ജൂലിയസ് ഫ്യൂച്ചിക് ആരാണ് ജൂലിയസ് ഫ്യൂച്ചിക്?

എ കെ ജി : ചെക്കസ്ലവാക്കിയിലെ എഴുത്തുകാരനും സാംസ്കാരിക പ്രവർത്തകനും. ചെക്ക് കമ്യൂണിസ്റ്റുകാരനാണ്. മുഖപത്രമായ 'റു ദിപ്രാവോ'യുടെ പത്രാധിപരുമായ കമ്യൂണിസ്റ്റുകാരനാണ് ജൂലിയസ് ഫ്യൂച്ചിക്. ചെക്കസ്ലവാക്യ നാസികൾ കീഴ്പ്പെടുത്തിയപ്പോൾ നിയമവിരുദ്ധമായി പ്രഖ്യാപിക്കപ്പെട്ട കമ്യൂണിസ്റ്റുപാർട്ടിയുടെ ഈ നേതാവിനെയും ഒളിവിൽ നിന്ന് രഹസ്യ പൊലീസ് അറസ്റ്റു ചെയ്തു ജയിലിലടച്ചു. വിചാരണയ്ക്കു ശേഷം തൂക്കിക്കൊല്ലാൻ വിധിച്ചു. ഇരുമ്പഴികൾക്കുള്ളിൽ കിടന്നുകൊണ്ട് കൊലമരത്തിലേറാനുള്ള നാളുകൾ എണ്ണിയെണ്ണിക്കഴിയുന്ന ആ വിപ്ലവകാരി കടലാസു തുണ്ടുകളിൽ പെൻസിൽ കൊണ്ടു കോറിയിട്ട കുറിപ്പുകൾ. ഒരു ജയിൽ വാർഡന്റെ സഹായത്തോടെ പുറം-ലോകത്തെത്തി. ഒളിച്ചു കടത്തപ്പെട്ട ആ കടലാസുതുണ്ടുകൾ ലോകത്തെമ്പാടുമുള്ള കമ്യൂണിസ്റ്റുകാർ അവരവരുടെ

ഭാഷകളിൽ തർജ്ജമ ചെയ്തു പ്രചരിപ്പിക്കുകയാണ്. മോസ്കോവിൽ നിന്ന് ഈയിടെ ഇന്ത്യയിലെത്തിയ ഒരു വിദ്യാർത്ഥി സഖാവ് എന്റെ രഹസ്യസങ്കേതത്തിൽ എത്തിച്ച മലയാളം തർജ്ജമയാണ് ഈ നോട്ടുബുക്കിൽ. രത്നങ്ങളേക്കാൾ ഒരു കമ്യൂണിസ്റ്റുകാർ വിലമതിക്കുന്ന ഒരു വിപ്ലവകാരിയുടെ ജീവിതരേഖ.

സുശീല : *(സന്തോഷത്തോടെ)* എന്റെ മഹാഭാഗ്യം. ഈ രാത്രി കൊണ്ടുതന്നെ ഞാനിതുമുഴുവൻ വായിച്ചുതീർക്കും. ശരി അപ്പോൾ നാളെ കാണാം. *(അകത്തേക്കു പോകുന്നു)*

രംഗദീപം പൊലിയുന്നു

രംഗദീപം തെളിയുമ്പോൾ

(രംഗത്ത് സുശീല മാത്രം. വളരെ ഉദ്വേഗത്തോടെ ഒരു നോട്ടുബുക്ക് മറിച്ച് നോക്കുന്നു. ഈ രംഗത്ത് ദീപം സുശീലയിൽ മാത്രം കേന്ദ്രീകരിക്കണം. രംഗത്തിന്റെ ഒരറ്റത്താവണം സുശീലയുടെ സ്ഥാനം)

എ കെ ജിയുടെ ശബ്ദത്തിൽ

- ഇന്നു രാത്രി എന്റെ അഗസ്തീനയെ അവർ വലിച്ചിഴച്ച് പോളണ്ടിലേക്ക് വേലയ്ക്കായി കൊണ്ടുപോയി. കടൽബോട്ടിലോ കപ്പലിലോ പാചകശാലയിലോ പണി ചെയ്യിക്കാൻ. അവൾക്കിനി ഏതാനും ആഴ്ചത്തെ ജീവിതമേ ഉള്ളൂ. ഒരു പക്ഷേ, രണ്ടോ മൂന്നോ മാസത്തേക്ക് ഉണ്ടായേക്കാം. എന്റെ കേസ് കോടതിയിലേക്കയച്ചു. പാൻക്രിറ്റസിൽ ഇനി നാലാഴ്ചത്തെ വിചാരണ കൂടി ഉണ്ടാകും. പിന്നെ രണ്ടോ മൂന്നോ മാസം കൊണ്ട് അന്ത്യവുമാകും. ഈ കുറിപ്പുകൾ ഒരിക്കലും അവസാനിപ്പിക്കുവാൻ സാധിക്കുകയില്ല.

ഇന്ന് എനക്ക് എഴുതാൻ സാദ്ധ്യമല്ല. എന്റെ മനസ്സിലും ഹൃദയത്തിലും അഗസ്തീനയാണ്. ഉൽക്കൃഷ്ടയും വികാരഭരിതയുമായ ഒരു വ്യക്തി. ആഴമേറിയതെങ്കിലും അത്രയൊന്നും സമാധാനപരമല്ലാത്ത ഒരുജീവിതത്തിലെ വിശ്വസ്തമായ ഒരനർഘ പാത്രം.

എല്ലാദിവസവും സന്ധ്യാസമയത്ത് അവൾക്കേറ്റവും പ്രിയപ്പെട്ട പാട്ട് ഞാൻ അവൾക്കായി പാടാറുണ്ട്. സ്റ്റെപ്പിപ്പരപ്പുകളിലെ ഇളം നീല പുൽക്കൊടികൾ അതുകളുടെ മർമ്മരങ്ങളിൽ കൂടെ. ഗറില്ലാ യുദ്ധത്തിന്റെ ഉജ്ജ്വല തന്ത്രങ്ങൾ - ആവിഷ്കരിക്കുവാനും ഭർത്താവിനോടൊന്നിച്ച് സ്വാതന്ത്ര്യത്തിനുവേണ്ടി പടവെട്ടിയ ഒരു

കൊസ്സാക്കു ബാലികയെപ്പറ്റിയും, അവളുടെ ധീരതയെപ്പറ്റിയും. ഒരു യുദ്ധത്തിൽ അവളെ നിലത്തുനിന്നും എണീപ്പിക്കാൻ കഴിയാതെ വന്നതെങ്ങനെയെന്നതിനെപ്പറ്റിയും എല്ലാം ഞാനവൾക്കു വേണ്ടി പാടി. ഓ എന്റെ ധീരയായ സഖാവേ. നിന്റെ ആ കൃശഗാത്രത്തിലും ആ ഭംഗിയിൽ കടഞ്ഞെടുത്ത മുഖത്തിലും എത്രമഹത്തായ ശക്തി. കുഞ്ഞുങ്ങളുടേതുപോലുള്ള ആ വലിയ കണ്ണുകളിൽ എന്തൊരു സ്നേഹം.. അവസാനമില്ലാത്ത സമരവും കൂടെക്കൂടെയുള്ള വേർപാടുകളും ഞങ്ങളെ എന്നെന്നും കാമിനീകാമുകന്മാരാക്കിത്തീർത്തു. ആദ്യലാളനത്തിന്റെയും ആദ്യസംയോഗത്തിന്റെയും ചൂടേറിയ നിമിഷങ്ങളുടെ അനുഭൂതി ഒരു നൂറുതവണ ഞങ്ങൾ വീണ്ടും വീണ്ടും ആസ്വദിച്ചിട്ടുണ്ട്. ഞങ്ങളുടെ രണ്ടുഹൃദയങ്ങൾക്കു കൂടി ഒരൊറ്റ മിടിപ്പേയുള്ളൂ. ആനന്ദത്തിന്റേതായ നിമിഷങ്ങളിലും ഉൽക്കണ്ഠയുടെയും പരിഭ്രമത്തിന്റെയും അവസരങ്ങളിലും ഞങ്ങൾ രണ്ടാളുകളും ശ്വസിക്കുന്നത് ഒരേ ശ്വാസമാണ്..

(രംഗപശ്ചാത്തലത്തിൽ ജൂലിയസ് ഫ്യൂച്ചിക്, അഗസ്തീന എന്നിവരെ അവതരിപ്പിക്കണം. ജൂലിയസ് ഫ്യൂച്ചിക്കിന്റെ കുറിപ്പുകൾ ഗിത്താറിന്റെ താളത്തിൽ ശോകസാന്ദ്രമായ പ്രേമഗാനം പോലെ അവതരിപ്പിക്കണം. പാശ്ചാത്യ ഓപ്പറ ശൈലിയിൽ ഫ്യൂച്ചിക് ദമ്പതികളുടെ നൃത്തവും നൃത്താവസാനത്തിൽ കൈകോർത്തു നില്ക്കുന്ന ദമ്പതികളെ ബലാല്ക്കാരമായി തല്ലുകയും നിലത്തു തള്ളിയിട്ട് വലിച്ചിഴച്ചുകൊണ്ടുപോവുകയും ചെയ്യുന്നതായി ദൃശ്യവല്ക്കരിക്കണം.

ഈ ദൃശ്യം കാണിക്കുമ്പോൾ സുശീലയിൽ നേർത്ത വെളിച്ചമേ പാടുള്ളൂ. ഈ രംഗം അവസാനിക്കുമ്പോൾ വെളിച്ചം സുശീലയിൽ കേന്ദ്രീകരിക്കണം. എന്നിട്ട് നനഞ്ഞ കണ്ണുകൾ തുടച്ച് സുശീല പുസ്തകം മടക്കിവയ്ക്കുന്നതിന്റെയും ഉറക്കം വരുന്നതിന്റെ ലക്ഷണമായ കോട്ടുവായിടുന്നതിന്റെയും ഇടയിൽ)

രംഗദീപം പൊലിയുന്നു

രംഗദീപം തെളിയുമ്പോൾ

സുശീല : എൻ പി അണ്ണാ.. എൻ പി അണ്ണാ.. ഞാനീ കൊലമരത്തിലെ കുറിപ്പുകൾ ഇതിനോടകം പത്താവർത്തി വായിച്ചു കഴിഞ്ഞു. വാസ്തവത്തിൽ ജീവിതത്തിൽ ഒരു പുതിയ വെളിച്ചം കിട്ടിയതു പോലെ. മുന്നിൽ ഒരു പുതിയ വഴി തെളിഞ്ഞുകണ്ടപോലെ...

എ കെ ജി : ഒരു യഥാർത്ഥ വിപ്ലവകാരിയുടെ ജീവിതം.. അതാണ്

ജൂലിയസിന്റെ ജീവിതം.

സുശീല : ഞാനാപുസ്തകത്തിലെ ഓരോ വരിയിലും കൂടി കടന്നു പോകുമ്പോൾ അഗസ്തീനയെക്കുറിച്ചായിരുന്നു എന്റെ ചിന്ത മുഴുവൻ. ജൂലിയസിനെപ്പോലെ ധീരനായ ഒരു വിപ്ലവകാരിയുടെ ജീവിതസഖിയാവുക എന്നതിൽ കവിഞ്ഞ് ഒരു സ്ത്രീക്ക് ഈ ഭൂമിയിൽ എന്താണൊരു ഭാഗ്യം?

എ കെ ജി : സ്വസ്ഥതയും സൈ്വരതയും ആഗ്രഹിക്കുന്ന ഏതെങ്കിലും സ്ത്രീകൾ ഇത്തരം ഒരു അപകടജീവിതത്തിന് ബോധപൂർവ്വം തയ്യാറാകുമോ?

സുശീല : ഒരു വിപ്ലവകാരിയാവുക. മറ്റൊരു വിപ്ലവകാരിയുടെ ജീവിതത്തിൽ പങ്കാളിയാവുക. ഇത്തരം ഒരപൂർവ്വ അവസരം കിട്ടിയ അഗസ്തീനയിൽ ഞാൻ അസൂയാലുവാണ്. ഞാനും ആ ഭാഗ്യത്തിനുവേണ്ടി കാത്തിരിക്കട്ടെ!

എ കെ ജി : *(ബോധപൂർവ്വം വിഷയം മാറ്റാൻ)* ഞാൻ ഇന്നു രാത്രി മറ്റൊരു ഷെൽട്ടറിലേക്ക് മാറുകയാണ്.

സുശീല : *(ഷോക്കേറ്റതുപോലെ)* എന്തിന്? ഇവിടെ എന്തെങ്കിലും ബുദ്ധിമുട്ടുണ്ടായോ?

എ കെ ജി : അതല്ല സുശീലേ.. ഒളിവിൽ കഴിയുന്ന കമ്യൂണിസ്റ്റുകാരുടെ അച്ചടക്കത്തിന്റെയും ജീവിതശൈലിയുടെയും പ്രശ്നമാണ്. അത് നിനക്ക് മനസ്സിലാവില്ല.

സുശീല : ഞാൻ കൊച്ചമ്മാവനോട് പറയാം.

എ കെ ജി : കൊച്ചമ്മാവന് ഇതിൽ ഒന്നും ചെയ്യാനാവില്ല. പാർട്ടി സെന്ററിന്റെ തീരുമാനമാണ്. നീ പഠിച്ചു മിടുക്കിയാവണം.

സുശീല : എൻ പി അണ്ണൻ എന്നെ മറക്കുമോ?

എ കെ ജി : ഇല്ല ഒരിക്കലും ഇല്ല.

സുശീല : ഞാൻ എൻ പി അണ്ണനുവേണ്ടി കാത്തിരിക്കും.

എ കെ ജി : എന്തിന്?

സുശീല : എന്തോ എനിക്കറിയില്ല. എൻ പി അണ്ണനെ കാണാതെ എനിക്കരനിമിഷം ജീവിക്കാനാവുമെന്നു തോന്നുന്നില്ല.

എ കെ ജി : സുശീലേ ഭ്രാന്തുപറയരുത്

സുശീല : ഭ്രാന്താണെങ്കിൽ ഭ്രാന്ത്. ഞങ്ങളൊക്കെ മനുഷ്യരാണ്. സ്നേഹിക്കാനും സ്നേഹിക്കപ്പെടാനും ആഗ്രഹിക്കുന്ന മനുഷ്യർ. നിങ്ങളെപ്പോലത്തെ ഹൃദയമില്ലാത്ത കമ്യൂണിസ്റ്റ് മഹർഷികളല്ല *(വിതുമ്പിപ്പോകുന്നു. പെട്ടെന്നകത്തേക്ക് പോകുന്നു. എ കെ ജി എന്തുചെയ്യണമെന്നറിയാതെ ആ പോക്കും നോക്കി നില്ക്കുന്നു)*

രംഗദീപം പൊലിയുന്നു

ദൃശ്യം പതിനെട്ട്

പെരിന്തൽമണ്ണ ടൗണിലെ തെരുവിലെ ഒരു പാർട്ടി പൊതുയോഗ വേദി. വേദിക്കു പിന്നിൽ ഒരു ചുവന്ന ബാനർ. ബാനറിൽ

കമ്യൂണിസ്റ്റു പാർട്ടി
നയവിശദീകരണയോഗം
1946 സെപ്തംബർ

പെരിന്തൽമണ്ണ എന്നെഴുതിയിട്ടുണ്ട്. വേദിയിൽ മൂന്നു കസേരകൾ. കസേരകളിൽ ഒന്നിൽ പാർട്ടി നേതാവ് സഖാവ് ഇ പി ഗോപാലൻ. വിപ്ലവഗാനം ആലപിച്ചു നില്ക്കുന്നിടത്താണ് ദൃശ്യം ആരംഭിക്കുന്നത്)

ഗായകൻ : കയ്യൂരെക്കൊലമരത്തിൽ
പൂത്ത ചോരപ്പൂക്കളേ
ധീര രക്തസാക്ഷികളേ..
മരണമില്ല മരണമില്ല
നിങ്ങൾക്കുമരണമില്ല
വീരരാം സഖാക്കളേ.
നാടുവാഴിത്തമ്പുരാന്റെ
അടിമവേല ചെയ്തുമണ്ണിൽ
വയർ പൊരിഞ്ഞു നടുവൊടിഞ്ഞു
കാൽകുഴഞ്ഞു വീണുമക്കളേ..
കർഷകസഖാക്കളേ..
സടകുടഞ്ഞെണീറ്റു.. നേരിൽ
പോരിനായ്ക്കുതിക്കുവിൻ
അകലെയകലെ വോൾഗതൻ
തരംഗരംഗഭൂമിയിൽ
ആ ലെനിന്റെ നാട്ടിൽ രക്ത-
താരകം തെളിച്ചിടും
നല്ലനാളെ നല്ല നാളെ
നമ്മളെ വിളിക്കയായ്
കുതിക്കുവിൻ സഖാക്കളേ..!

അദ്ധ്യക്ഷൻ : സ. ഇ പി ഗോപാലൻ നിങ്ങളോടു സംസാരിക്കും.

ഇ പി ഗോപാലൻ: സഖാക്കളേ നാട്ടുകാരേ
നിങ്ങൾക്കറിയാം. ഈ മലബാറിൽ എങ്ങനെയാണ് കോൺഗ്രസ് പ്രസ്ഥാനമുണ്ടായതെന്ന് പി കൃഷ്ണപിള്ളയെയും ഇ എം എസിനെയും എ കെ ജിയെയും കെ പി ആറിനെയും കേരളീയനെയും പോലുള്ള നൂറുകണ

ക്കിനു നേതാക്കളും പ്രവർത്തകരും ഭാഗ്യവശാൽ അവരെല്ലാം ഇന്നു കമ്യൂണിസ്റ്റുകാരാണ്. അവരില്ലായിരുന്നെങ്കിൽ ഇവിടെ കോൺഗ്രസ് നിലം തൊടുമായിരുന്നോ? എന്നിട്ടും കോൺഗ്രസ് നേതാക്കൾ പറയുന്നു. ഞങ്ങൾ റഷ്യയിൽ നിന്നു വന്നവരാണ്. രാജ്യദ്രോഹികളാണ്. സ്റ്റാലിന്റെ മക്കളാണ്.. എന്നൊക്കെ. വരാൻ പോകുന്ന തെരഞ്ഞെടുപ്പിൽ ഞങ്ങളെ തോല്പിച്ച് അധികാരം അവരെ ഏല്പിക്കണമെന്ന്.

(ഈ സമയം കൈയിൽ ഒരു ട്രങ്കും തൂക്കി എ കെ ജി വേദിയിലേക്ക് കയറുന്നു. പതുക്കെ ഒരുകസേര വലിച്ചിട്ട് അതിലിരിക്കുന്നു. പ്രസംഗം തുടരുന്നു) നിങ്ങൾക്കറിയാമല്ലോ. മദിരാശി നിയമസഭ നിശ്ചയിച്ച മലബാർ കുടിയായ്മ പരിഷ്കരണക്കമ്മിറ്റിയിൽ ഇപ്പോഴത്തെ കോൺഗ്രസ് നേതാക്കൾ എടുത്ത സമീപനം.. എല്ലാവരും ജന്മിമാർക്കനുകൂലമായെഴുതി. ജന്മികുടുംബത്തിൽ ജനിച്ച സഖാവ് ഇ എം എസ് മാത്രമാണ്. പ്രതിഫലം കൊടുക്കാതെ ജന്മിത്തം അവസാനിപ്പിക്കണമെന്ന് റിപ്പോർട്ടിൽ എഴുതിയത്. *(ജനങ്ങൾക്കിടയിൽ നിന്ന് എ കെ ജി, എ കെ ജി എന്ന മുറുമുറുപ്പ് ഉച്ചത്തിലാകുന്നു. പെട്ടെന്ന് ഇ പി തിരിഞ്ഞുനോക്കുന്നു. എ കെ ജിയെക്കണ്ടു സലാം വച്ചുകൊണ്ട്)* ഞാനെന്റെ പ്രസംഗം നിർത്തുന്നു. നിങ്ങൾ എത്രയോ കാലമായി കാണാൻ കൊതിച്ചിരുന്ന, വർഷങ്ങളായി പകൽ വെളിച്ചം നിഷേധിച്ചിരുന്ന ഒരാൾ ഇനി നിങ്ങളോട് സംസാരിക്കും. *(എ കെ ജി ഇരിപ്പിടത്തിൽ നിന്ന് മെല്ലെ എഴുന്നേറ്റ് വേദിക്കു മുന്നിലേക്കു ചെല്ലുന്നു. ജനങ്ങൾ)*

"സഖാവ് എ കെ ജി സിന്ദാബാദ്
ഇൻക്വിലാബ് സിന്ദാബാദ്" എന്ന ആവേശകരമായി മുദ്രാവാക്യം വിളിക്കുന്നു കരഘോഷം മുഴക്കുന്നു. എ കെ ജി അവരെ കൈവീശി അഭിവാദ്യം ചെയ്യുന്നു)

എ കെ ജി : പ്രിയപ്പെട്ട സഹോദരീസഹോദരന്മാരെ, സഖാക്കളേ, ഇപ്പോൾ എനിക്കു നിങ്ങളോടല്ല ആ നില്ക്കുന്ന പൊലീസുകാരോടാണ് ചിലതു പറയാനുള്ളത്. നിങ്ങൾ ആരെയാണോ ഇത്രയും കാലം അന്വേഷിച്ചു നടന്നത് ആ എ കെ ഗോപാലനാണു ഞാൻ.. ഒന്നാം നിയമനിഷേധത്തിൽ പങ്കെടുത്ത് കോഴിക്കോട്ടു കടൽത്തീരത്ത് ഉപ്പു കുറുക്കാൻ പോയപ്പോഴും ഗുരുവായൂർ ക്ഷേത്രം ഹരിജനങ്ങൾക്കുവേണ്ടി തുറന്നു കൊടുക്കണമെന്ന ധർമ്മസമരത്തിൽ സത്യഗ്രഹിയായി പങ്കെടുത്തപ്പോഴും കോഴി

ക്കോട്ടെ കോട്ടൺമിൽ തൊഴിലാളിക്കു കൂലി കൊടുക്കലിന് പണിമുടക്കം നയിച്ചപ്പോളും കരക്കാട്ടിടം നായനാരുടെ ഗുണ്ടകൾ പാവപ്പെട്ട കർഷകരെ ദ്രോഹിച്ചതിനെതിരെ കർഷക സമരം നയിച്ചപ്പോഴും, മലബാറിലെ യുവജനങ്ങളുടെ തൊഴിലില്ലായ്മയും പട്ടിണിയും അധികാരികളെ അറിയിക്കാൻ മദിരാശിയിലേക്ക് പട്ടിണി ജാഥ നയിച്ചപ്പോഴും, തിരുവിതാംകൂറിലെ ദേശാഭിമാനികളുടെ ഉത്തരവാദഭരണ പ്രക്ഷോഭത്തിൽ പങ്കുചേരാൻ തിരുവിതാംകൂർ ജാഥ നയിച്ചപ്പോഴും നിങ്ങളെന്നെത്തല്ലി... അറസ്റ്റു ചെയ്തു.... കോടതികയറ്റി... ജയിലിലടച്ചു. നിങ്ങളെ വെട്ടിച്ച് കുറേക്കാലം ഞാനൊളിവിലും നടന്നു. ഇന്നിതാ വീണ്ടും നിങ്ങളുടെ മുന്നിലെത്തിയിരിക്കുന്നു. നിങ്ങളുടെ യജമാനന്മാരോടു പോയി പറയൂ ഞങ്ങൾ റഷ്യയിൽ നിന്നു വന്നവരല്ല. ഈ മണ്ണിൽ പിറന്ന് ഇവിടെ ജനങ്ങൾക്കു വേണ്ടി ജീവിച്ച് അവർക്കുവേണ്ടി ജീവൻ ബലിയർപ്പിക്കാൻ ജനിച്ച ദേശാഭിമാനികളാണ് ഞങ്ങളെന്ന്. ഞങ്ങളെ ആരും ദേശാഭിമാനം പഠിപ്പിക്കേണ്ട. ഞങ്ങൾ വരാൻ പോരുന്ന തിരഞ്ഞെടുപ്പിൽ മത്സരിക്കുകയാണ്. ഞാൻ കോഴിക്കോട്ടുനിന്ന് മദിരാശി നിയമസഭയിലേക്കാണു മത്സരിക്കുക. ഈ ഇരിക്കുന്ന ജനങ്ങളെക്കണ്ടോ. അവരാണ് ഞങ്ങളുടെ ഗുരുക്കന്മാർ. ഞങ്ങളുടെ ബന്ധുക്കൾ. ഒളിവിലും തെളിവിലും അവർ ഞങ്ങൾക്കു ഭക്ഷണം തന്നു. നിങ്ങളുടെ ഭരണത്തിന്റെ ഉരുക്കുമുഷ്ടികളിൽ നിന്ന് അവർ സ്വന്തം ചിറകിനടിയിൽ നിന്ന് ഞങ്ങളെ സംരക്ഷിച്ചു. ഞങ്ങളുടെ ജീവൻ അവരുടെ ഉള്ളം കൈകളിൽ സൂക്ഷിക്കാനേല്പിച്ച ഞങ്ങൾ നിർഭയം ജീവിച്ചു. ഉരുക്കുതൊപ്പിയും ലാത്തിയും ബയണറ്റും തോക്കുമൊക്കെ കൈവശമുള്ളതുകൊണ്ട്.. തല്ക്കാലം നിങ്ങൾ ശക്തരാണെന്നു നിങ്ങൾക്കുതോന്നാം. നിങ്ങൾ ദുർബ്ബലരാണു സുഹൃത്തുക്കളെ ദുർബ്ബലർ. നിങ്ങൾക്ക് ഞങ്ങളെ തോല്പിക്കാനാവില്ല. ഈ മർദ്ദിത ജനലക്ഷങ്ങളുടെ മനുഷ്യമതിൽ നിങ്ങൾക്കു തകർക്കാനാവില്ല. അന്തിമവിജയം ഞങ്ങളുടേതാണ്. തൊഴിലാളി വർഗ്ഗത്തിന്റേതാണ്. ലാൽസലാം.. സഖാക്കളേ.. ലാൽസലാം.. *(ഉച്ചത്തിലുള്ള കൈയടിയും മുദ്രാവാക്യം വിളികളും. ഒരു പൊലീസ് ഇൻസ്പെക്ടർ എ കെ ജിയെ സമീപിച്ച് കാലിൽ തൊട്ടു തൊഴുന്നു. എല്ലാപേരും അമ്പരക്കുന്നു)*

ഇൻസ്പെക്ടർ : സാർ ഞാനങ്ങയുടെ ഒരു പൂർവ്വവിദ്യാർത്ഥിയാണ്. *(എ*

കെ ജി സബ് ഇൻസ്പെക്ടറെ കെട്ടിപ്പിടിക്കുന്നു)

എ കെ ജി : എന്താ പേര്?

ഇൻസ്പെക്ടർ: സി കെ രാമൻകുട്ടി നമ്പ്യാർ

എ കെ ജി : ഓ.. കുറ്റിയേരിയിലെ..

ഇൻസ്പെക്ടർ: അതെ *(സല്യൂട്ട് ചെയ്തു)* സാർ അങ്ങയെ അറസ്റ്റു ചെയ്തു കസ്റ്റഡിയിൽ എടുക്കാനാണ് കല്പന.

എ കെ ജി : *(ചിരിച്ചുകൊണ്ട്)* അതിനെന്താ. *(കൈനീട്ടുന്നു. കൈവിലങ്ങണിയിക്കുന്നു ഉച്ചത്തിൽ മുദ്രാവാക്യം വിളികൾ)*

രംഗദീപം പൊലിയുന്നു

ദൃശ്യം പത്തൊൻപത്

1947 ആഗസ്ത് 14 അർദ്ധരാത്രി. ഇന്ത്യ സ്വതന്ത്രയായ ആ ധന്യമുഹൂർത്തത്തിൽ കേരളത്തിലെ ഏറ്റവും വലിയ സ്വാതന്ത്ര്യസമര സേനാനി സ. എ കെ ജി കണ്ണൂർ സെൻട്രൽ ജയിലിലെ തടവറയിൽ ഏകാന്തത്തടവുകാരനായി വികാരഭരിതനായി സ്വാതന്ത്ര്യം ആഘോഷിച്ചു. ആ ധീരസിംഹത്തിന്റെ സ്വാതന്ത്ര്യഗർജ്ജനം വിചാരണത്തടവുകാരനായ കാവുമ്പായി, കരിവെള്ളൂർ സഖാക്കൾ ഏറ്റു വിളിച്ചു.

രംഗദീപം തെളിയുമ്പോൾ

എ കെ ജി ഇരുമ്പഴികൾക്കുള്ളിൽ ചിന്താമഗ്നനായി ഇരിക്കുന്നു. എ കെ ജിയുടെ മുഖത്തു മാത്രം വെളിച്ചം നിമിഷങ്ങൾ കഴിയുമ്പോൾ "പോരാ.. പോരാ.. നാളിൽ നാളിൽ" എന്ന ഗാനം പശ്ചാത്തലത്തിൽ ഉയരുന്നു. ആദ്യത്തെ രണ്ടു വരി പാടിക്കഴിയുമ്പോൾ പശ്ചാത്തലത്തിലൂടെ ത്രിവർണ്ണപതാകയുമേന്തി - "ബോലോ ഭാരത് മാതാ കീ ജയ് .. മഹാത്മാഗാന്ധീ കീ ജയ്" എന്ന മുദ്രാവാക്യം വിളിച്ച് അണിമുറിയാത്ത ഘോഷയാത്ര. ഘോഷയാത്ര അവസാനിക്കുമ്പോൾ 'വന്ദേമാതരഗാനം'. എ കെ ജി എഴുന്നേറ്റ് ഇരുമ്പഴികളിൽ പിടിച്ചു നില്ക്കുന്നു. വന്ദേമാതരത്തിന്റെ അവസാനത്തിൽ പുറത്തുനിന്നും റേഡിയോ അനൗൺസ്മെന്റ് - "This is All India Radio New Delhi, Now you are going to listen to the first independence day message of Mr. Jawaharlal Nehru the First Primeminister of Free India" (നെഹ്റുവിന്റെ പ്രസംഗം ആരംഭിക്കുമ്പോൾ ഇരുവശത്തു നിന്നും പശ്ചാത്തലത്തിൽ രണ്ടു ദേശീയപതാകകൾ ഉയരുന്നു) Nehru: Long years ago we made aTryst with destiny and now the time comes when we shall redeem our pledge, not wholly or in full measure, but very substantieally. At the stroke of the midnight hour when the world sleeps, India will awake to life and freedom A moment comes, which comes but rarely in history when we step out from the old to the new, when an age ends and when the soul of a nation, long suppressed, finds utterance. It is filling that at this solemn moment we take the pledge of dedication to the service of India and her people and to the still larger cause of humanity" തുടർന്ന് ദേശീയ ഗാനത്തിന്റെ ട്യൂൺ. ഈ സമയമെല്ലാം രംഗദീപം എ കെ ജിയിൽ കേന്ദ്രീകരിക്കണം. നെഹ്റുവിന്റെ പ്രസംഗം അവസാനിക്കുന്നതോടെ ദേശീയഗാനം ആരംഭിക്കുന്നു. ദേശീയ ഗാനത്തിന്റെ അവസാനം ദേശീയപതാക അപ്രത്യക്ഷമാകുന്നു)

എ കെ ജി (വികാരഭരിതനായി) ഒന്നര നൂറ്റാണ്ടിലേറെ അടിമത്തചങ്ങലയിൽ കുരുങ്ങിക്കിടന്ന എന്റെ നാട്. എന്റെ അമ്മ ഇതാ സ്വതന്ത്രയാകുന്നു. നിർഭയമായ മനസ്സും സമുന്നതമായ ശിരസ്സുമായി ഒരു നൂറ്റാണ്ടിലേറെ കാലത്തെ പോരാട്ടത്തിനു ശേഷം ഭാരതീയരായ എന്റെ സഹോദരങ്ങളേ, സഖാക്കളെ നിങ്ങൾ സ്വാതന്ത്ര്യത്തിന്റെ മഹാവീഥിയിൽ എത്തിച്ചേർന്നിരിക്കുന്നു. ഈ സ്വാതന്ത്ര്യത്തിന്റെ അരുണോദയത്തിനു വേണ്ടി കഴിഞ്ഞ കാൽനൂറ്റാണ്ടുകാലം കൊടിയമർദ്ദനവും പട്ടിണിയും ഏറ്റുവാങ്ങി ഒളിവിലും ജയിലിലും സമരമുഖങ്ങളിലുമായി ബ്രിട്ടീഷ് ഭരണാധികാരികൾക്കെതിരെ പോരാടിയ ഈ എളിയ പോരാളി ഇന്ത്യ സ്വതന്ത്രയാകുന്ന ഈ ധന്യനിമിഷത്തിൽ ഈ തടവറയിൽ നിന്ന് ഇതാ നിങ്ങളെ അഭിവാദ്യം ചെയ്യുന്നു. എന്നോടൊപ്പം സമരഭൂമിയിലുണ്ടായിരുന്ന പലരും അധികാരക്കസേരയിലേക്ക് കയറുമ്പോൾ, സ്വാതന്ത്ര്യപ്പോരാളികളുടെ നട്ടെല്ലൊടിച്ചു തകർത്ത പലരും അതിനു കാവൽ നില്ക്കുമ്പോൾ ഈ കാരാഗൃഹത്തിലെ ഏകാന്തത പോലും എനിക്കു ഭീഷണിയാകുന്നില്യ. എനിക്കു ദുഃഖമില്ല്യ. നിരാശയില്യാ.. മഹാത്മാഗാന്ധി പോലും അവഗണിക്കപ്പെട്ട ഈ ദിനത്തിൽ പ്രിയപ്പെട്ടവരേ.. നമ്മുടെ സ്വാതന്ത്ര്യം കാത്തുസൂക്ഷിക്കാനും, സമത്വസുന്ദരമായ ഒരിന്ത്യ കെട്ടിപ്പടുക്കാനും നമുക്കു പ്രതിജ്ഞ എടുക്കാം! (എ കെ ജി ആവേശഭരിതനായി മുദ്രാവാക്യം വിളിക്കുന്നു)

ഇന്ത്യൻ സ്വാതന്ത്ര്യം നീണാൾ വാഴട്ടെ..
രക്തസാക്ഷികൾ സിന്ദാബാദ്
കയ്യൂർ രക്തസാക്ഷികൾ സിന്ദാബാദ്
പുന്നപ്ര - വയലാർ വിപ്ലവകാരികൾ അമരന്മാർ..
ഇൻക്വിലാബ് സിന്ദാബാദ്..

(ജയിൽ കെട്ടിനകത്ത് നാലുഭാഗത്തുനിന്നും കാവുമ്പായി-കരിവെള്ളൂർ വിചാരണത്തടവുകാർ മുദ്രാവാക്യം ഏറ്റുവിളിക്കുന്നു)

ഇന്ത്യൻ സ്വാതന്ത്ര്യം നീണാൾ വാഴട്ടെ..
സ. എ കെ ജി സിന്ദാബാദ്..
സ്വാതന്ത്ര്യ സമരസേനാനി, എ കെ ജിയെ
ജയിലിൽ നിന്നു മോചിപ്പിക്കുക
ഇടക്കാല കോൺഗ്രസ് ഗവൺമെന്റ് നീതിപാലിക്കുക
ഇൻക്വിലാബ് സിന്ദാബാദ്
കമ്യൂണിസ്റ്റു പാർട്ടി സിന്ദാബാദ്
രക്തസാക്ഷികൾ സിന്ദാബാദ്

രംഗദീപം പൊലിയുന്നു

ദൃശ്യം ഇരുപത്

(രംഗം - സ. പി കൃഷ്ണപിള്ളയുടെ ഒളിവുസങ്കേതം. സ. പി കൃഷ്ണപിള്ള തനിക്കുവന്ന കത്തുകളും കുറിപ്പുകളും പരിശോധിച്ചു കൊണ്ടിരിക്കുന്നു. അതിനിടയിൽ തികച്ചും സ്വകാര്യം.. അടിയന്തരം.. എൻ പി എന്നെഴുതിയ ഒരു കവർ എടുത്തിട്ടു ഉൽക്കണ്ഠയോടെ)

കൃഷ്ണപിള്ള: ഇത് എ കെ ജിയുടെ കത്താണല്ലോ?

(ഈ രംഗം ചിത്രീകരിക്കുമ്പോൾ പി കൃഷ്ണപിള്ളയെ മാത്രം പ്രേക്ഷകർ കണ്ടാൽ മതിയാകും. വേദിയുടെ വിശദാംശങ്ങൾ കാണേണ്ടതില്ല. കത്തുവായിക്കുന്നു)

പ്രിയ സഖാവേ,

കോയമ്പത്തൂർ ജയിലിൽ നിന്നാണ് ഞാനെഴുതുന്നത്. അന്ന് നവംബർ അവസാനം ഷെൽട്ടറിൽ നിന്ന് നമ്മൾ കണ്ടു പിരിഞ്ഞശേഷം ഞാൻ ഇവിടെ എത്തി.

എന്റെ ജീവിതത്തിലെ അതിപ്രധാനമായ ഒരു കാര്യം സഖാവിനെ അറിയിക്കുവാനും സഖാവിന്റെ വിലപ്പെട്ട ഉപദേശത്തിനും വേണ്ടിയാണ് ഈ കുറിപ്പ്.

മുഹമ്മയിൽ സഖാവ് കരുണാകരപ്പണിക്കരുടെ വീട്ടിൽ ഒളിവിൽ താമസിക്കുമ്പോൾ ഉണ്ടായ ഒരനുഭവം ഞാൻ സഖാവിനോടു സൂചിപ്പിച്ചിട്ടുള്ളത് മറന്നു കാണുകയില്ലെന്ന് വിചാരിക്കട്ടെ! പിന്നെയും ആ കുട്ടി എനിക്കു നിരന്തരമായി കത്തുകളെഴുതി. ഞാൻ ഒരെണ്ണത്തിനുപോലും മറുപടി അയച്ചിട്ടില്ല. സത്യം പറയട്ടെ.. ആ കത്തിലെ

ആത്മാർത്ഥതയും കുലീനതയും കണ്ടപ്പോൾ എന്താ ഒരു മറുപടി എഴുതിയാൽ എന്ന് തോന്നാതിരുന്നില്ല. എന്നാൽ, ഒരിക്കൽ പിടി വിട്ടാൽ നിയന്ത്രണം നഷ്ടപ്പെടുമെന്ന ഭയത്താൽ ഞാനതു ചെയ്തില്ല.

എന്തിനു പറയുന്നു. കഴിഞ്ഞ ദിവസം സ. സുശീല കോയമ്പത്തൂർ ജയിലിൽ വന്ന് എന്നെ കണ്ടു. ഞാൻ ജയിലിൽ നിരാഹാര സത്യ ഗ്രഹം അവസാനിപ്പിച്ച് അല്പ ദിവസമേ ആയിരുന്നുള്ളൂ. ഞാനാകെ പരിക്ഷീണനായിരുന്നു. അതുകൊണ്ട് സാധാരണ ജയിൽ നിയമങ്ങൾപോലും തെറ്റിച്ച് അവർ എന്റെ സെല്ലിൽ വന്നു. ആ ധൈര്യവും സാമർത്ഥ്യവും എന്നെ അമ്പരപ്പിച്ചു. ഞാൻ അവരെ പിന്തിരിപ്പിക്കാൻ ഒരുപാടു ശ്രമിച്ചു നോക്കി. ഫലമുണ്ടായില്ല. അവരുടെ വീട്ടുകാരുടെ ഭാഗത്തുനിന്ന് കടുത്ത എതിർപ്പ് ഞാൻ പ്രതീക്ഷിക്കുന്നു. ഒരു ദുർബ്ബലനിമിഷത്തിൽ ജയിലിൽ നിന്നു പുറത്തു വന്നാൽ ഞാൻ അവളെ കല്യാണം കഴിച്ചുകൊള്ളാമെന്നു വാക്കു കൊടുക്കാൻ നിർബ്ബന്ധിതനായി. അല്ലാതെ അവരെ തിരിച്ചയയ്ക്കാൻ ഒരു വഴിയും ഉണ്ടായിരുന്നില്ല.

ഞാൻ പുറത്തുവന്നാൽ നമുക്ക് ഒരുമിച്ച് അവരുടെ വീട്ടിൽ പോകണം. എന്നിട്ട് എന്തുവേണമെന്നു നിങ്ങൾ ഒക്കെക്കൂടി തീരുമാനിച്ചാൽ മതി. ഒളിച്ചുവയ്ക്കാതെ പറയട്ടെ! ഇപ്പോൾ എന്റെ മനസ്സിൽ വളരുന്ന പ്രസ്ഥാനത്തോടൊപ്പം വളരുന്ന സുശീലയും നിറഞ്ഞു നില്ക്കുന്നു.

അടിയന്തര മറുപടി പ്രതീക്ഷിക്കുന്നു

സ്വന്തം എൻ പി

ഈ കത്ത് എ കെ ജിയുടെ ശബ്ദത്തിൽ അവതരിപ്പിക്കണം

കൃഷ്ണപിള്ള :*(ഉടനെ തന്നെ ഒരു കടലാസെടുത്ത് എഴുത്തു തുടങ്ങി. അല്പം കഴിഞ്ഞ് ഇങ്ങനെ വായിച്ചു)*

കോയമ്പത്തൂർ നിന്നയച്ച കുറിപ്പുകിട്ടി. ബേജാറാകേണ്ട. മനസ്സു നോവിക്കേണ്ട ഒരുകാര്യവുമില്ല. നമ്മളൊക്കെ മനുഷ്യരാണ്. പുറത്തു വന്നാലുടൻ പറഞ്ഞപോലെ നമുക്കൊരുമിച്ചു പോയികാണാം. ഒരുമിച്ചു ജീവിക്കാൻ സാഹചര്യം ഒരുക്കാം.

സ്വന്തം രാമൻ

രംഗദീപം പൊലിയുന്നു

ദൃശ്യം ഇരുപത്തിഒന്ന്

(രംഗം കോഴിക്കോട്ട് ടൗൺഹാൾ. വേദിക്കുപിന്നിൽ "ഇന്ത്യൻ പാർലമെന്റിലെ പ്രതിപക്ഷനേതാവ് സ. എ കെ ജിക്കു സ്വീകരണം" എന്ന ബോർഡ്. 1952 സെപ്തംബർ 15. യോഗം നടക്കുന്നതിനിട യിലാണ് രംഗം ആരംഭിക്കുന്നത്. സ. നായനാർ പ്രസംഗിച്ചു നില്ക്കു ന്നു. വേദിയിൽ സ. എ കെ ജിയും സുശീലയും)

നായനാർ : ലോക്സഭയിലെ പ്രതിപക്ഷനേതാവായ നമ്മുടെ എ കെ ജിക്കും സഖാവിന്റെ നവവധു സഖാവ് സുശീലയ്ക്കും സ്വീകരണം നല്കാനാണ് നമ്മളിവിടെ സമ്മേളിച്ചിരിക്കു ന്നത്. എ കെ ജിയോട് കോഴിക്കോട്ടുകാർക്കുള്ളത്ര അടുപ്പം ചിലപ്പോൾ കണ്ണൂർക്കാർക്കുണ്ടാവില്ല. (സദസ്സിൽ ചിരി) കോഴിക്കോട്ടുകാരു ചിരിക്കണ്ട.. എ കെ ജി മദി രാശി നിയമസഭയിലേക്ക് കോഴിക്കോട്ടു നിന്നു മത്സരി ച്ചപ്പോൾ എ കെ ജിയെ തോല്പിച്ചയാളുകളല്ലേ..?

എ കെ ജി : സാരമില്ല നായനാരേ.. ഓരിപ്പോ ആ തെറ്റൊക്കെ തിരു ത്തിയില്ലേ..

നായനാർ : തിരുത്തിനാ.. എന്നാ പോട്ടെ. സ. സുശീലേന നിങ്ങൾക്ക് പരിചയമുണ്ടാവില്ല. പക്ഷേ, എനക്ക് നേരത്തെ അറിയാം. നമ്മളല്ലേ ആലപ്പുഴപോയി പാർട്ടി ഉണ്ടാക്കീന്.. അപ്പോ എനക്കറിയില്ലേ സുശീലേനെ.. കരുണാകരപ്പണിക്കരുടെ മരുമകളല്ലേ ഈ പെണ്ണുങ്ങള്. ഇവർക്ക് വിപ്ലവാശംസ കൾ... കമ്യൂണിസ്റ്റുകാർക്ക് എന്ത് ആശംസയാ.. എന്നാലും ഇരിക്കട്ടെ.. നമ്മുടെ എ കെ ജിയല്ലേ. എ കെ ജിക്കു വിപ്ലവാശംസകൾ.. ഇനി സഖാവ് എ കെ ജി നിങ്ങ ളോടു സംസാരിക്കും. അതു കഴിഞ്ഞിട്ടാവാം മാല ഇട ലൊക്കെ (കൈയടി)

(എ കെ ജി പ്രസംഗിക്കാനെഴുന്നേല്ക്കുന്നു.)

'സ. എ കെ ജി സിന്ദാബാദ്
ഇങ്കുലാബ് സിന്ദാബാദ്' ടൗൺഹാൾ കിടങ്ങുമാറ് ഉച്ച ത്തിൽ ഉള്ള മുദ്രാവാക്യം വിളി മുദ്രാവാക്യം വിളി അവ സാനിക്കുമ്പോൾ)

എ കെ ജി : എന്റെ പ്രിയപ്പെട്ട സഖാക്കളേ
പ്രിയപ്പെട്ട നായനാർ,
നിങ്ങൾ എന്നോടു കാണിക്കുന്ന സ്നേഹത്തിനും താല്പര്യത്തിനും ഞാൻ നന്ദി പറയുന്നു. കഴിഞ്ഞ ഇരു പത്തിരണ്ട് വർഷക്കാലമായി എന്റെ തറവാടും ബന്ധു

ക്കളും ഒക്കെ നിങ്ങളാണ്. ഒരു കോൺഗ്രസുകാരനായി പൊതുപ്രവർത്തനം ആരംഭിച്ച എന്നെ ഒരു സോഷ്യലിസ്റ്റായി. ഇതാ യഥാർത്ഥ വിപ്ലവ പ്രസ്ഥാനമായ കമ്യൂണിസ്റ്റ് പ്രസ്ഥാനത്തിന്റെ നേതാവായി ഉയർത്തിയതു നിങ്ങളാണ്. ഞാനും എന്റെ ജീവിതവും നിങ്ങൾക്കെന്നും കടപ്പെട്ടിരിക്കുന്നു.

കമ്യൂണിസ്റ്റുകാരനായ ഞാനിപ്പോൾ ഇന്ത്യൻ പാർലമെന്റിലെ പ്രതിപക്ഷ ഗ്രൂപ്പിന്റെ നേതാവാണ്. ഒരു നേരത്തെ ആഹാരത്തിനു വകയില്ലാതെ, ഉടുതുണിക്കു മറുതുണിയില്ലാതെ നടന്ന എന്നെപ്പോലുള്ളവർ യഥാർത്ഥത്തിൽ ഇന്നത്തെ അവസ്ഥയെ ഭയാശങ്കകളോടെയാണു നോക്കിക്കാണുന്നത്.

ഒരു സുഖജീവിതത്തിനു പറ്റിയ എല്ലാ സാഹചര്യങ്ങളും.. ഒന്നാം ക്ലാസിലുള്ള യാത്ര. സുഖസൗകര്യങ്ങളുള്ള മുറികൾ, വലിയ താമസ സ്ഥലങ്ങൾ, ആവശ്യത്തിൽ കവിഞ്ഞ പണം, ഉത്തരവാദിത്വത്തിൽ നിന്നൊഴിഞ്ഞ ജീവിതം - ഒരു മനുഷ്യന്റെ തലതിരിയാൻ ഇതിൽ കൂടുതൽ മറ്റെന്തെങ്കിലും വേണോ? സുഖലോലുപതയും അഹന്തയും അഴിമതിയും ഇത്തിൾക്കണ്ണിപോലെ ഏതു നിമിഷവും പടർന്നുകയറാം. അതിനിടവരാതെ എന്നും നിങ്ങളിൽ ഒരാളായി നിങ്ങളോടൊപ്പം ഉണ്ടാവാൻ ഞാൻ എന്നോടുതന്നെ ഓരോ നിമിഷവും സമരം ചെയ്തുകൊണ്ടിരിക്കും എന്നുറപ്പു നല്കാൻ ഞാനീ സന്ദർഭം വിനിയോഗിക്കട്ടെ!

ഈ ഇരിക്കുന്ന സുശീല എന്റെ ഭാര്യയാണ്. സെപ്തംബർ 10 ന് സ. കെ സി ജോർജിന്റെ കാർമ്മികത്വത്തിൽ അമ്പലപ്പുഴത്തൊഴിലാളികൾ നല്കിയ ചെമ്പരത്തിപ്പൂമാലകൾ കൈമാറി ഞങ്ങൾ ജീവിതസഖാക്കളായി. ഒരു ദുഃഖം മാത്രമേ എനിക്കുള്ളൂ. ഈ വിവാഹം നടത്തിച്ചു തരാമെന്നേറ്റിരുന്നത്. സ. പി കൃഷ്ണപിള്ളയാണ്. *(കണ്ഠമിടറുന്നു കണ്ണുനനയുന്നു)* അദ്ദേഹം.. *(വാചകം മുഴുമിപ്പിക്കുന്നില്ല)*

ഒരു സന്തോഷവർത്തമാനം കൂടി. ഞാൻ നാളെ ദില്ലിയിലേക്ക് പോവുകയാണ്. അവിടെ നിന്നു സോവിയറ്റ് കമ്യൂണിസ്റ്റു പാർട്ടിയുടെ പത്തൊൻപതാം കോൺഗ്രസിലും ചീനയിൽ നടക്കുന്ന ലോകസമാധാന കൗൺസിലിലും ഞാൻ പങ്കെടുക്കും. സ. സ്റ്റാലിനെയും സ. മാവോയെയും നേരിട്ടുകാണാൻ കിട്ടുന്ന അവസരം.

സഖാക്കളെ നിങ്ങൾക്കു ലാൽസലാം..

രംഗദീപം പൊലിയുന്നു

ദൃശ്യം ഇരുപത്തിരണ്ട്

(അനൗൺസ്മെന്റ് - 1957 ഏപ്രിൽ 5 ലോകത്തിലാദ്യമായി ബാലറ്റു പേപ്പറിലൂടെ സ. ഇ എം എസിന്റെ നേതൃത്വത്തിൽ കേരളത്തിൽ കമ്യൂണിസ്റ്റു പാർട്ടി അധികാരത്തിൽ വന്നു. മർദ്ദിതരും നിന്ദിതരുമായ കേരളത്തിലെ അദ്ധ്വാനിക്കുന്ന ജനങ്ങളുടെ അഹ്ലാദത്തിമിർപ്പ് കേരളമാകെ അലയടിച്ചു.

രംഗദീപം തെളിയുമ്പോൾ - സ്ഥലം മദ്ധ്യതിരുവിതാംകൂറിലെ ഒരു ഗ്രാമം. പാടങ്ങളും കൈത്തോടുകളും കൈതക്കെട്ടുകളും കുലച്ചുമറിഞ്ഞ തെങ്ങിൻ തോപ്പുകളും മണൽത്തിട്ടകളും നിറഞ്ഞ ഒരു ശുദ്ധഗ്രാമം. 'നിങ്ങളെന്നെ കമ്യൂണിസ്റ്റാക്കി'യിലെ മാലയുടെ കുടിലിന്റെ മുറ്റം. സമയം രാത്രി ആ കുടിലിന്റെ പഞ്ചാരമണൽ മുറ്റത്ത് - കർഷകത്തൊഴിലാളികളായ ആണും പെണ്ണും ചേർന്ന് തങ്ങളുടെ സ്വന്തം സർക്കാർ അധികാരമേല്ക്കുന്നതിന്റെ ആഹ്ലാദത്തിമിർപ്പിൽ മതിമറന്ന് നൃത്തം വയ്ക്കുന്നു)

ഓഹോ.. ഹൊയ്.. ഓ ഹോ.. ഹൊയ്.. ഓ ഹൊ ഹൊയ്

മാവേലിനാടിന്റെ മണ്ണിലെ മക്കൾക്കു
ചെങ്കൊടി ചൂടിയ പൊന്നോണം
ചെങ്കൊടി ചൂടിയ പൊന്നോണം.
പുഞ്ചവരമ്പിലും പുലമാടത്തറയിലും
പൊന്നരിവാളിന്റെ കല്യാണം..
നാളെ വെളുപ്പിനു കല്യാണം..
തപ്പുകൊട്ടെടാ.. തകിലുകൊട്ടെടാ..
താളം അടിക്കെടാ മച്ചാനേ..
ആടെടി പാടെടി കൈകൊട്ടിത്തുള്ളെടി
എണ്ണക്കറുമ്പീനാത്തൂനെ
തിന്താരോ തകതിന്താരോതക-
തിന്തിമി തിന്തിമി തിന്താരോ..
തിന്തിമി തിന്തിമി തിന്താരോ..
തക തിന്തിമി തിന്തിമി തിന്താരോ..
ഈയെമ്മസ്സു നാടുവാഴും
മലനാട്ടിൻ തിരുമുടിയിൽ
അരിവാളും ചെങ്കൊടിയും
കണികാണാൻ തുയിലുണരോ
തുയിലുണരോ..
ഇന്നത്തെ വിതയിലും

നാളത്തെ കൊയ്ത്തിലും
പുതിയ പുകിൽ കാണികാണാൻ
തുയിലുണരോ.. തുയിലുണരോ..
തിന്തിമി തിന്തിമി തിന്താരോ
തിന്തിമി തിന്തിമി തിന്താരോ
തകതിന്തിമി തിന്തിമിതിന്താരോ..
നാടുവാഴിതമ്പിരാക്കടെ
കൊട്ടാരക്കെട്ടുകളിൽ
മർദ്ദിതരുടെ നിന്ദിതരുടെ
സ്വാതന്ത്ര്യസ്വപ്നവുമായ്
അധികാരച്ചെതിരും
നെല്ക്കതിരും കൊയ്തെടുക്കാൻ
നൂറുനൂറുകൈയുകളിൽ
അരിവാളുകൾ ഉയരട്ടെ
പൊന്നരിവാളുകളുയരട്ടെ
ഒരു പുതുയുഗമുണരട്ടെ
പൊന്നരിവാളുകളുയരട്ടെ

രംഗദീപം പൊലിയുന്നു

(രംഗദീപം തെളിയുമ്പോൾ - മുൻരംഗത്തെ കുടിൽ സമയം പകൽ രംഗത്ത് ആരുമില്ല അല്പം കഴിഞ്ഞു ഒരു കുട്ടി സ്വയം ഒരു വാഹനമായി വായ്കൊണ്ട് കാറിന്റെ ശബ്ദവും ഹോണടിയുടെ ശബ്ദവുമൊക്കെയുണ്ടാക്കിക്കൊണ്ടു മുറ്റത്ത് തിരിഞ്ഞും വളഞ്ഞും ഓടുന്നു. കുട്ടി തന്റെ വള്ളിനിക്കറിന്റെ രണ്ടു വശത്തും ഓരോ ചെങ്കൊടികൾ കുത്തിയിട്ടുണ്ട്. കഴുത്തിൽ നോട്ടുബുക്കിലെ ബൈന്റിൽ പത്രത്തിൽ നിന്നുവെട്ടി ഒട്ടിച്ച മുഖ്യമന്ത്രി ഇ എം എസിന്റെ ചിത്രം ഒരു മെഡൽ പോലെ ചുവന്ന നൂലിൽ കോർത്തിട്ടിട്ടുണ്ട്)

മാല : *(അകത്തു നിന്ന്)* മോനേ ഗോപീ.. എന്താ അവിടെ ഇവനൊന്ന് അടങ്ങിയിരിക്കാൻ മേലേ.. എപ്പോൾ നോക്കിയാലും ഓട്ടം തന്നെ ഓട്ടം. വീണു കൈയോ കാലോ ഒടിഞ്ഞാൽ ഞാനവിടെയിട്ടുതല്ലും.

ഗോപി : അമ്മേ. സത്യപ്രതിജ്ഞ മൂന്നുമണിക്കാ.. എനിക്കു മുഖ്യമന്ത്രി ഇ എം എസിനെയും കൊണ്ട് തിരുവോന്തരത്ത് എത്തണം. ഞാനാ മുഖ്യമന്ത്രിയുടെ ഡ്രൈവർ.

മാല : *(കുടിലിൽ നിന്ന് മുറ്റത്തേക്കിറങ്ങുന്നു. 35 വയസ്സോളം പ്രായം. പ്രൗഢയും സുന്ദരിയുമായ ഒരു കർഷകത്തൊഴിലാളി സ്ത്രീ. കഴുത്തിൽ ഒരു കറുത്ത ചരടിൽ കോർത്ത ചെമ്പുതുട്ട്. കൈകളിൽ കുപ്പിവള. മുറുക്കിച്ചു*

വന്ന ചുണ്ട്. ചുവന്ന ബ്ലൗസ്.. കള്ളിമുണ്ട്. ഗോപി അവളുടെ മകനാണ്. മകന്റെ വികൃതി കണ്ട് അതിൽ ആഹ്ലാദിച്ചു ചിരിച്ചുകൊണ്ട് കുടിലിനകത്തേക്കു നോക്കി. ദാണ്ടെ ചെല്ലപ്പൻ സഖാവെ പെട്ടെന്ന് ഇങ്ങോട്ടിറങ്ങി വാന്ന്.. *(അകത്തു നിന്ന് ഒരു വൃദ്ധൻ കറുമ്പൻ)*

കറുമ്പൻ : എന്തെരെടീ കൊച്ചേ.. വല്ല ചേരേന മറ്റാകണ്ടാ?

മാല : *(വീണ്ടും ചിരിച്ചുകൊണ്ട്)* അതല്ലാച്ഛാ. കൊച്ചുമോന്റെ വികൃതി കാണണോങ്കി ഇറങ്ങിവരാനാ..

കറുമ്പൻ : *(ഇറങ്ങിവരുന്നു. മാലയുടെ അച്ഛൻ. നന്നേ വയസ്സായിട്ടുണ്ട്. കണ്ണിനു മുകളിൽ കൈവച്ചുകൊണ്ട്)* എന്താണാവോ കൊച്ചമ്മാവന്റെ വികൃതിത്തരം. *(കാഴ്ചക്കാർ കൂടി എന്നറിഞ്ഞപ്പോൾ ഡ്രൈവർ കുറേക്കൂടി സീരിയസാകുന്നു)* എന്തോവാടാ കൊച്ചനേ ഇങ്ങനെ തലതെറിപ്പക്കയാണത്.

ഗോപി : അയ്യോ അപ്പൂപ്പനറിഞ്ഞില്യേ. ഇതു നമ്മുടെ മുഖ്യമന്ത്രിയുടെ സ്റ്റേറ്റ് കാറാ.. ഞാനാ ഡ്രൈവർ.. പുന്നപ്രേന്ന് മൂന്നുമണിക്കു തിരുവോന്ത്രത്ത് എത്തണം. സത്യപ്രതിജ്ഞ ചെയ്താലോ? ആ പട്ടം മൂപ്പില് നാക്കുനൊണച്ചു നടക്കുവാണേ.. അതുകൊണ്ട് എന്നെ താമസിപ്പിക്കരുത്. ഞാൻ പോട്ടേ..

പരമുപിള്ള : *(വൃദ്ധൻ ഒറ്റമുണ്ടും രണ്ടാം മുണ്ടും കാതിൽ വില്ലു കടുക്കൻ. മുൻവരിയിൽ ചില പല്ലുകൾ പോയിട്ടുണ്ട്. കൈയിൽ തലയ്ക്കൽ വെള്ളികെട്ടിയ വടി പറ്റവെട്ടിയ നരച്ചമുടി-പരമുപിള്ള- ഈ സംഭാഷണമെല്ലാം കേട്ടുകൊണ്ട് നില്ക്കുകയായിരുന്നു. കറുമ്പനോ, ഗോപിയോ മാലയോ കാണുന്നില്ല)*
മുല്ലപ്പൂമ്പൊടിയേറ്റുകിടക്കും
കല്ലിനുമുണ്ടാമൊരു സൗരഭ്യം
എന്നു പറയുമ്പോഴേ മറ്റുള്ളവർ ശ്രദ്ധിക്കുന്നുള്ളൂ)

കറുമ്പൻ : അയ്യോ ഇദ്യം ഇവിടെ നില്ക്കുവായിരുന്നോ..! എടീ മാലേ ആ ഇരിക്കുന്ന കുന്ത്രാണ്ടം ഇങ്ങോട്ടെടുത്തു കൊട്

മാല : *(മാല അകത്തു പോയി ഒരു സ്റ്റൂളുമായി വന്ന്)* ഇരിക്കണം. ഗോപാലൻ സഖാവിന്റെ അച്ഛൻ നേരത്തെ ഇവിടെ നിക്കുവാരുന്നോ?

പരമുപിള്ള : *(ചിരിച്ചുകൊണ്ട്)* നിങ്ങളൊക്കെ കുടിയല്ലേ പണ്ട് എന്നെ കമ്യൂണിസ്റ്റാക്കിയത്. ഞാൻ കമ്യൂണിസ്റ്റായിട്ടും നിങ്ങൾക്കൊന്നും അതാകാൻ കഴിയണില്ലേ കറമ്പാ.. ഗോപാലൻ സഖാവിന്റെ അച്ഛനെന്നു വിളിക്കാതെ മോളേ

നെനക്കെന്നെ പരമുപിള്ള അമ്മാവാ എന്നുവിളിച്ചൂടെ

മാല : *(തെറ്റു സമ്മതിക്കുന്നതുപോലെ)* പണ്ടേ വിളിച്ചു ശീലിച്ചുപോയതാണേ.. ഇനി എനിക്കബദ്ധം പറ്റത്തില്ലേ..

പരമുപിള്ള : നിന്റെ സഖാവ് ഇവിടെ ഇല്ലിയോ?

മാല : ഒണ്ടേ.. നല്ല ഒറക്കവാ.. രാവിലെ പുന്നപ്ര പോയിവന്ന ക്ഷീണത്തിലാ..

പരമുപിള്ള : ഓ പറയുമ്പോലെ ആരൊക്കെ പോയി.. എനിക്കുവരണമെന്നു വല്യാ ആഗ്രഹമായിരുന്നു. എ കെ ജി യോം ഇ എം എസിനെയും ഒക്കെ ഒന്നടുത്തു കാണാൻ കിട്ടണ അവസരമല്ലേ.. പക്ഷേ, എന്തുവന്നാലും ഗോപാലൻ സമ്മതിക്കത്തില്ല... എ കെ ജി ഇവിടെ ഒളിവിലിരിക്കാൻ വന്നിട്ടുള്ളത്. നിനക്കോർമ്മയുണ്ടോ കറുമ്പാ.. നിനക്കോടി മോളേ..

മാല : പിന്നില്യയോ.. ഇവിടുന്നല്ലേ പിന്നെ മുഹമ്മേ സുശീല സഖാവിന്റെ വീട്ടിലേക്ക് പോയത്.

പരമുപിള്ള : എം എൻ ആണ് എ കെ ജിയെ എനിക്കു പരിയപ്പെടുത്തിയത്.

കുറുമ്പൻ : എന്തൊരു തങ്കമാന സ്വഭായിതമുള്ള ഒരു മനുഷേൻ

പരമുപിള്ള : കറുമ്പാ.. നീ പുന്നപ്ര പോയിരുന്നോ?

മാല : കൊള്ളാം. പുന്നപ്ര പോകാനേ കുട്ട്യോള് വാശിപിടിക്കും പോലെ വാശിപിടിച്ചുകളഞ്ഞു. ഈ പ്രായത്തില് ലോറീ കേറി പത്തുമുപ്പതു നാഴിക പൊരിവെയ്ലത്തു നടപ്പള്ള കാര്യമാണോ? എന്നോടും ചെല്ലപ്പൻ സകാവിനോടും അച്ഛൻ വല്യ പിണക്കത്തിലാ..

കറുമ്പൻ : ഇനിക്കാരോടും ഒരു പെണക്കോമില്ല.. നമ്മ ജീവിതത്തി ഇതാരെങ്കിലും നിരീച്ച കാര്യമാണോ? പാത്തും പമ്മിയും നടന്ന നേതാക്കന്മാർ ചെങ്കൊടി വച്ച കാറിൽ പരസ്യമായി യാത്ര. തല്ലാനും കൊല്ലാനും നടന്ന പൊലീസുകാർ അവരെ സലാം വക്കുന്നു. അതിൽ കവിഞ്ഞ് നമക്കിനിയൊന്തോരു പാക്യം വേണം.

പരമുപിള്ള : എങ്ങനെ ഇരുന്നു മാലേ പുന്നപ്രയിലെ പരിപാടികൾ

മാല : അതൊന്നും പറയണ്ട. അമ്മാവാ ഇങ്ങനെ കടലുപോലെ ആള് ഇളകിവരുന്നതു ഞാനെന്റെ ജീവിതത്തി കണ്ടിട്ടില്യാ നേതാക്കള് കാറിൽ നിന്നിറങ്ങി.. വലിയ ചുടുകാടുവരെ നടക്കാൻ ഒത്തിരി സമയമെടുത്തു. നമ്മുടെ ഗോപാലൻ സഖാവും ആളുമാറ്റാനും വല പിടിക്കാനുമൊക്കെ ഉണ്ടായിരുന്നു. എവിടെയും മുമ്പനാണല്ലോ? സഖാവ് ഇ എം എസിന്റെ പ്രസംഗം കേട്ടപ്പോ സത്യത്തിൽ എനിക്കു കരച്ചിലുവന്നുപോയി. അയ്യോ എന്തൊ

രു വിക്ക്.. എല്ലാം തികച്ച് ഒരാളിനു കൊടുക്കൂല്ലാന്നു പറയണത് സത്യമാണ്.

പരമുപിള്ള : അപ്പോ ഇ എം എസ് വിക്കനാണല്ലേ.. എന്നാലും വല്യ തലച്ചോറുള്ളവനാണേ! നെഹ്റുപോലും അദ്യത്തിന്റെ കൂടെ തോറ്റുപോകും. എന്നിട്ടദ്ദേഹം എന്താ പ്രസംഗിച്ചത്.

മാല : സത്യപ്രതിജ്ഞ ചെയ്ത് അധികാരമേറ്റെടുത്താൽ ആദ്യം ഒപ്പിടുന്നത് കുടിയൊഴിക്കൽ നിരോധന നിയമത്തിന്റെ കടലാസിലായിരിക്കുമെന്നും ഇന്ന് അഞ്ചുമണി മുതൽ കേരളത്തിലെ എല്ലാ കുടികിടപ്പുകാരും അവരു കിടക്കുന്ന പുരയും അതിരിക്കുന്ന മണ്ണും സ്വന്തമായി കരുതി പണി എടുത്തോളാൻ.

(പശ്ചാത്തലത്തിൽ
"നേരം പോയ് നേരം പോയ്..
നേരേനാമൊരുമിച്ചാൽ
നമ്മള് കൊയ്യും വയലെല്ലാം
നമ്മുടേതാകും പൈങ്കിളിയേ"
"പ്രിയപ്പെട്ട കർഷകരെ, കർഷകത്തൊഴിലാളി സഖാക്കളെ. ഇന്ത്യയിലാദ്യമായി ബാലറ്റുപേപ്പറിലൂടെ സഖാവ് ഇ എം എസിന്റെ നേതൃത്വത്തിൽ കമ്യൂണിസ്റ്റ് മന്ത്രിസഭ അധികാരത്തിൽ ആഹ്ലാദിക്കാൻ കമ്യൂണിസ്റ്റു പാർട്ടിയുടെ ആഭിമുഖ്യത്തിൽ ചന്തമൈതാനത്തു ചേരുന്ന പൊതുയോഗത്തിലേക്ക് നിങ്ങളെ ഏവരെയും ക്ഷണിച്ചുകൊള്ളുന്നു. മുളങ്കാവിൽ നിന്ന് പ്രകടനം കൃത്യം ആറുമണിക്കുതന്നെ തിരിക്കുന്നതാണ്)

രംഗദീപം പൊലിയുന്നു

ദൃശ്യം ഇരുപത്തിമൂന്ന്

കർഷകജാഥ. രംഗം തെരുവ്. പശ്ചാത്തലത്തിൽ ജാഥയുടെ മൈക്ക് അനൗൺസ്മെന്റ് - പ്രിയപ്പെട്ട നാട്ടുകാരെ സഖാക്കളെ, സുഹൃത്തുക്കളെ 1959 ൽ സഖാവ് ഇ എം എസിന്റെ കമ്യൂണിസ്റ്റ് ഗവൺമെന്റ് പാസാക്കിയ ഭൂനയബില്ലിനെ അട്ടിമറിക്കാനും ഭൂ ഉടമാസംഘത്തിനനുകൂലമായി ഭേദഗതിപ്പെടുത്തുവാനും, ഉള്ള മുക്കൂട്ടു മുന്നണി ഗവൺമെന്റിനെതിരെ ശക്തമായ താക്കീതുനല്കിക്കൊണ്ടും, ഭൂപരിഷ്കരണ നിയമത്തിന് അടിയന്തരമായി പ്രസിഡന്റിൽ നിന്ന് അംഗീകാരം വാങ്ങി നടപ്പിലാക്കണമെന്നും ആവശ്യപ്പെട്ടുകൊണ്ടും 1960 ജൂൺ 18ന് കാസർഗോട്ടുനിന്നും സഖാക്കൾ എ

കെ ജി, സി എച്ച് കണാരൻ, പന്തളം സി ആർ മാധവൻ പിള്ള എന്നിവരുടെ നേതൃത്വത്തിൽ ആരംഭിച്ച കേരള കർഷകസംഘം സംസ്ഥാന ജാഥ.. ഇതാ ഇവിടെ എത്തിച്ചേരുന്നു..''

മുദ്രാവാക്യം

"ഉപജാപങ്ങൾ നിർത്തിവച്ച് കർഷകബില്ല് നടപ്പാക്കൂ..
ജാതിപറഞ്ഞും പാർട്ടി പറഞ്ഞും ഭന്നിപ്പിക്കാൻ നോക്കണ്ട..
കർഷകസംഘം സിന്ദാബാദ്
കർഷകജാഥ സിന്ദാബാദ്
ചലോ ചലോ തിരുവനന്തപുരം
സ. എ കെ ജി സിന്ദാബാദ്
കർഷകജാഥ സിന്ദാബാദ്

പശ്ചാത്തലത്തിൽ അനൗൺസ്മെന്റും മുദ്രാവാക്യം വിളിയും. നടക്കുമ്പോൾ വേദിയിൽ മൂന്നുനാലാളുകൾ രക്തഹാരങ്ങളുമായി നില്ക്കണം. മുദ്രാവാക്യത്തിന്റെ അവസാനത്തോടെ ചെണ്ട മേളത്തിന്റെ അകമ്പടിയോടെ ജാഥയുടെ മുൻനിര വേദിയിലെത്തുന്നു. കാക്കിനിക്കറും ചുവന്ന ഹാഫ്ക്കൈ ഷർട്ടും വട്ടഹാറ്റും വിസിൽ കോഡുമാണ് ക്യാപ്റ്റൻ എ കെ ജിയുടെ വേഷം മറ്റുജാഥാംഗങ്ങൾ കാക്കിനിക്കറും ചുവന്ന ഹാഫ് കൈ ഷർട്ടും ചുവന്ന പീക്യാപ്പുമാണ് വേഷം. വേദിയിൽ വന്നു പകുതിയാകുമ്പോൾ ജാഥ നിന്ന് മാർച്ച്ടൈം മാർച്ചു നടത്തുന്നു. പെട്ടെന്ന് ചെണ്ടമേളങ്ങൾ അവസാനിക്കുന്നു സ്വീകരണം നടക്കുന്നു. സ്വീകരണം ഏറ്റുവാങ്ങി)

എ കെ ജി : ഇവിടെ നിങ്ങൾ നല്കിയ സ്വീകരണത്തിനു നന്ദി. സഖാവ് ഇ എം എസിന്റെ നേതൃത്വത്തിലുള്ള കമ്യൂണിസ്റ്റ് ഗവൺമെന്റ് ഭൂനയബില്ലുപാസാക്കി എടുത്തതുകൊണ്ടാണ് ഇവിടുത്തെ പിന്തിരിപ്പന്മാർ ഇന്ത്യ ഭരിക്കുന്ന കേന്ദ്രകോൺഗ്രസ് ഗവൺമെന്റിനെക്കൊണ്ട് ഇ എം എസ് ഗവൺമെന്റിനെ പിരിച്ചുവിടീച്ചത്. ആ നിയമം നടപ്പായിരുന്നെങ്കിൽ നമ്മുടെ നാട്ടിലെ ഭൂമിയില്ലാത്ത മൂപ്പത്തഞ്ചുലക്ഷം കുടംബങ്ങൾക്ക് കേറി കിടക്കാനും ഒരു പിടി വിത്തുവിതയ്ക്കാനും ഭൂമി കിട്ടുമായിരുന്നു. പതിനായിരക്കണക്കിന് ഏക്കർ ഭൂമിയുള്ള ഭൂസ്വാമിമാരിൽ നിന്ന് പതിനഞ്ച് ഏക്കർ ഭൂമി കിഴിച്ച ബാക്കി സർക്കാർ ഏറ്റെടുത്ത് ഭൂമിയില്ലാത്തവർക്ക് ആ മിച്ചഭൂമി വിതരണം ഗവൺമെന്റിനോടും ഇന്ത്യാ യൂണിയൻ പ്രസിഡന്റിനോടും നമുക്കുള്ള ആവശ്യം. അതു നേടി എടുക്കുന്നതുവരെ നാം അടങ്ങി ഇരുന്നുകൂടാ. നമ്മുടെ ജാഥ ആരം

ഭിച്ചപ്പോൾ തന്നെ ഭൂ ഉടമാ സംഘവും പഴയ വിമോചന സമരക്കാരും എതിർപ്പുകളുമായി രംഗത്തുണ്ട് എന്നു കൂടി നിങ്ങളെ ഓർമ്മിച്ചുകൊള്ളട്ടെ. നമുക്ക് പിന്നോട്ടുപോവാനില്ല. സഖാക്കളെ മുന്നോട്ടു മുന്നോട്ട് *(ക്യാപ്റ്റൻ വിസിലടിച്ച് മാർച്ച് എന്നു പറയുന്നു. ജാഥ നീങ്ങുന്നു. ഒരു യുവാവ് കൈയിൽ കുറച്ച് ലഘുലേഖയുമായി കർഷക ബില്ലിനുവേണ്ടി യോജിച്ചു പോരാടുക. സഖാവ് ഇ എം എസ് എഴുതിയ ലഘുലേഖ വില എട്ടണ. ചിലർ വാങ്ങുന്നു ചെണ്ടമേളത്തോടെ ജാഥ മുന്നോട്ട് വേദിയിൽ നിന്നും മറയുന്നു)*

രംഗദീപം പൊലിയുന്നു

സ്ഥലം അയ്യപ്പൻകാവിൽ കുടിയേറ്റ പ്രദേശം. സമയം പകൽ പത്തുമണി. രംഗം വെളുത്ത കർട്ടൻ. ഒരു പ്രത്യേക നിറത്തിലുള്ള ബ്രൗണിഷ് ഡിംലൈറ്റ്. പശ്ചാത്തലത്തിൽ പൊലീസ് ജീപ്പുകൾ ഇരമ്പി കയറുന്നതിന്റെയും പൊലീസ് ബൂട്ടുകളുടെയും ശബ്ദം. ഭയന്നു കരയുന്ന ആടുമാടുകൾ ക്ഷോഭിച്ചു കുരയ്ക്കുന്ന പട്ടികൾ. അടികൊണ്ടു വിളിക്കുന്ന പട്ടികൾ. രംഗത്തേക്ക് ആർ ഡി ഒ ജില്ലാ പൊലീസ് ഓഫീസർ, രണ്ടുമൂന്നു പൊലീസ് ഓഫീസർമാർ ഇവർ കയറിവരുന്നു)

ആർ ഡി ഒ : *(ഒരു പ്യൂൺ മെഗാഫോൺ ആർഡി ഒ യ്ക്കു നല്കുന്നു. ആർ ഡി ഒ മെഗാഫോണിലൂടെ)* കോട്ടയം റവന്യൂ ഡിസ്ട്രിക്ട് ഓഫീസറായ ഞാൻ കേരള ഗവൺമെന്റിനു വേണ്ടി അയ്യപ്പൻകോവിലിലെ കുടിയേറ്റ കൃഷിക്കാർക്കു നല്കുന്ന അന്ത്യശാസനം. എന്തെന്നാൽ ഗവൺമെന്റ് മുൻകൂർ തെര്യപ്പെടുത്തിയിരുന്നതിൻ പ്രകാരം 1961 മേയ് 2 ആയ ഇന്നു രാവിലെ 10 മണി മുതൽ കുടിയേറ്റക്കാർ അയ്യപ്പൻ കോവിലിൽ വിട്ട് റവന്യൂ ഉദ്യോഗസ്ഥന്മാർ നില്ക്കുന്ന ചിറ്റുമായി കുമിളിക്കടുത്തുള്ള അമരാവതിയിലേക്ക് മാറി താമസിക്കേണ്ടതാകുന്നു. നിയമം ലംഘിക്കുന്നവരെ ജാമ്യമില്ലാ വകുപ്പുകൾ അനുസരിച്ച് അറസ്റ്റു ചെയ്തു റിമാന്റിൽ സൂക്ഷിക്കാനും ഇവിടെയുള്ള കൂരകളും ഉഭയങ്ങളും നശിപ്പിക്കാനും ഇതിനാൽ ഉത്തരവാകുന്നു.

പൊലീസ് ഓഫീസർ: റെഡി ടേക്ക് യുവർ പൊസിഷൻ (വിസിൽ) ഓപ്പറേഷൻ സ്റ്റാർട്ട്. (ആർ ഡി ഒയുടെ നേതൃത്വത്തിൽ പൊലീസ് രംഗത്തുനിന്നും പോകുന്നു.

പശ്ചാത്തലത്തിൽ - പൊലീസ് ബൂട്ടുകളുടെ ശബ്ദം അടികൊണ്ടു നിലാ

വിളിക്കുന്ന മനുഷ്യരുടെ ശബ്ദം)

ജനക്കൂട്ടം : (വീറുള്ള ശബ്ദം) കാലമാടന്മാരെ.. ഞങ്ങളെ കൊന്നിട്ടേ.. നിങ്ങൾക്ക് ഇവിടെ നിന്നു ഇറക്കിവിടാൻ കഴിയൂ..

ഒരു സ്ത്രീ : കൊല്ല്.. കൊല്ല്. എന്റെ ശവത്തിൽ ചവിട്ടിയേ നിങ്ങൾക്ക് എന്റെ കൂര പൊളിക്കാൻ കഴിയൂ..
(അടികൊണ്ട പട്ടികളുടെ മോങ്ങൽ. ആടിന്റെ നിലവിളി)

പൊലീസ് : മാറി നില്ക്കെടി നായിന്റെ മോളേ..

ഒരു പുരുഷശബ്ദം: എടാ കാക്കിയിട്ട കാട്ടാളാ, അവളെ വിടെടാ.. അവളെന്റെ പെങ്ങളാടാ.. അവളുടെ മാറത്തുനിന്നും കൈയെടുക്കടാ.. ഇല്ലെങ്കിൽ നിന്റെ കൈ വെട്ടി ഞാൻ താഴെയിടും.

മറ്റൊരു പുരുഷശബ്ദം: അയ്യോ എന്റെ കൈയേ. എന്റെ കൈയേ

സ്ത്രീ : അയ്യോ ചവിട്ടല്ലേ.. ഞങ്ങള് പൊയ്ക്കോളാമേ.. പൊയ്ക്കോളാമേ.

മറ്റൊരു സ്ത്രീ :എടാ നിന്റെ പെറ്റുവളർത്തിയ പ്രായമുണ്ടെനിക്ക്. എന്റെ നെഞ്ചത്തുനിന്ന് കൈ എടുക്കടാ.

പൊലീസ് : മുതുക്കു കെളവീ.. നീ എന്നെ കടിച്ചോ.. നീ ഇനി ആ പല്ലുവച്ചാരേയും കടിക്കില്ല *(ഒരു ചോരക്കുഞ്ഞിന്റെ കരച്ചിൽ)*

സ്ത്രീ : പൊന്നൊടപ്പിറപ്പേ ഇങ്ങോട്ട് കേറരുതേ.. എന്റെ മോള് പെറ്റുകിടക്കുകയാണേ.. അയ്യോ ഈ ചോരക്കുഞ്ഞിനെ ചവിട്ടിക്കൊല്ലല്ലേ.. എന്റെ കുഞ്ഞമ്മിണിയെ കൊല്ലല്ലേ..

പൊലീസ് : ഹാ ഹ് ഹാ! അവളുടെ അമ്മിണി അത്ര കൊഞ്ഞൊന്നുമല്ല. വലിയ അമ്മിണി തന്നെ. പൊലയാടി മോളേ പൊരയ്ക്കകത്തുനിന്നിറങ്ങ്.

(രംഗത്ത് - ഒരുതള്ള ചോരക്കുഞ്ഞിനെയും പൊതിഞ്ഞുപിടിച്ചു വേദിയിലേക്കുവന്ന് മറുഭാഗത്തേക്കോടുന്നു) ഒരാൾ ഉണ്ണി യേശുവിന്റെ ഒരു പ്രതിമയും പൊക്കിപ്പിടിച്ച് ഓടുന്നു)

ഒരു വൃദ്ധൻ : *മുടന്തി മുടന്തി..* കാലമാടന്മാർ കാലടിച്ചു ഒടിച്ചു. *(അയ്യോ എന്റെ മുതുകൊടിഞ്ഞേ. അയ്യോ എന്റെ തലയേ.. എന്നു അലമുറയിട്ടുകൊണ്ട് പലരും വേദിയിലൂടെ കടന്നുപോകുന്നു. പശ്ചാത്തലത്തിൽ അപ്പോഴും അടിയും നിലവിളിയും തുടരുന്നു.*

പൊലീസ് : ആ കൂരകൾക്കു തീ വയ്ക്കൂ..!
ഫയർ...
(വെടിപൊട്ടുന്ന ശബ്ദം)
ജനക്കൂട്ടം ഓടിക്കോ.. ഓടിക്കോ.. പൊലീസ് വെടിവെക്കുന്നു. *(തീ കത്തിക്കാളുന്നു. ദയനീയമായ നിലവിളി)*

എന്റെ കൂര പോയേ.. കാലമാടന്മാരെ.. ഞങ്ങടെ കൂരകളെല്ലാം ചുട്ടെരിച്ച നീയെല്ലാം പുഴുത്തു ചാവുമെടാ..

രംഗദീപം പൊലിയുന്നു.

ദൃശ്യം ഇരുപത്തിയഞ്ച്

(രംഗം - അമരാവതി പാറക്കെട്ടുകളും കുറ്റിക്കാടുകളും നിറഞ്ഞ വിശാലമായ ഒരു ഹൈറേഞ്ച് പ്രദേശം. കുറ്റിക്കാടുകൾക്കിടയിൽ പുല്ലുമേഞ്ഞ കാലിത്തൊഴുത്തു പോലെയുള്ള നാലഞ്ചു ഷെഡ്ഡുകൾ. ആ ഷെഡ്ഡുകളിലൊന്നിന്റെ മുമ്പിൽ കുറച്ചു സ്ത്രീകൾ ആരെയോ പ്രതീക്ഷിച്ചു നില്ക്കുന്നു

(രംഗദീപം തെളിയുന്നു)

മറിയ : *(മദ്ധ്യവയസ്സെത്തിയ ഒരു സ്ത്രീ. മദ്ധ്യകേരളത്തിലെ ക്രിസ്ത്യാനികളുടെ വേഷം ഞൊറിയിട്ടുടുത്ത മുണ്ടും ചട്ടയും കഴുത്തിൽ വെന്തിങ്ങയും)* ഇതിയാന്മാര് എവിടെപ്പോയി കിടക്കണോ? മച്ചിപ്പശു പ്രസവിച്ചാലേ.. നമ്മളെ അയ്യപ്പൻകോവിൽ നിന്നും ഇറക്കിവിടത്തൊള്ളൂ എന്നല്ലേ കർഷകയൂണിയൻകാർ നമുക്കൊറപ്പുതന്നത്.

ത്രേസ്യ : എങ്കിലും എന്റെ മറിയച്ചേടത്തീ നമ്മളു സ്വന്തം മക്കളെപ്പോലെ നോക്കി നടത്തിയ നമ്മുടെ കപ്പേം വാഴേമൊക്കെ നമ്മക്കൊള്ളതാകണമെങ്കി കമ്യൂണിഷ്ട ഭരണം പോകണമെന്നു പറഞ്ഞല്ലേ ആ പിലിപ്പോസ് പീലിക്കാടനും കല്ലുരാൻ ജോർജുമൊക്കെ താറാവുകളെ തെളിച്ചോണ്ട് പോകുംപോലെ നമ്മ തിരുവന്തോരത്ത് വിമോചനസമരത്തിനു കൂട്ടിക്കൊണ്ടുപോയത്. എന്റീശോയെ എന്നിട്ടിപ്പോ നമുക്കീ ഗതിയോ?

മറിയ : എടീ കൊച്ചുത്രേസ്യേ നാട്ടിക്കെടന്നമണ്ണ് അറാവിലയ്ക്കു വിറ്റു കിട്ടിയ പണവും കൊണ്ടു കാട്ടിൽ കേറി ഒത്തിരി മണ്ണു വാങ്ങിയപ്പം എന്തൊക്കെ മോഹങ്ങളായിരുന്നു. അതിനെന്തെല്ലാം നമ്മളു സഹിച്ചു. കർഷകയൂണിയൻകാര്... കുടിയേറ്റക്കാരെ സഹായിക്കാൻ ദൈവപുത്രൻ അയച്ച ദേവദൂതന്മാർ. അവനൊക്കെ ചോദിക്കുമ്പം ചോദിക്കുമ്പം കള്ളു കുടിക്കാൻ കാശ്. നമ്മടെ കെട്ട്യോന്മാരില്ലാത്തപ്പം വീട്ടികേറിവന്ന് നമ്മളോട് എന്തൊക്കെ കൊള്ളരുതായ്മകളാണ് അവന്മാർ കാണിക്കുന്നത്. പൊറത്ത് പറയാൻ കൊള്ളാവോ? കുട്ടികളുടെ അപ്പച്ചൻ അറിഞ്ഞാൽ കൊലപാതകം നടക്കൂലെ. കോങ്കറസ് ഭരിച്ചാലെ

നമുക്ക് കൊള്ളാവുള്ളൂന്ന് പറഞ്ഞ് ആ നമ്പൂര്യേം കൂട്ടരേം ഇറക്കിവിടാൻ ഞാനും സഹിച്ചതാടീ കുറച്ചു ത്യാഗം. ഇപ്പോഴും എന്റെ ചന്തീലതിന്റെ തഴമ്പുണ്ട്.

ആന്റപ്പൻ : *(ആന്റപ്പൻ ഒരു കൃഷിക്കാരൻ കടന്നുവരുന്നു)* അല്പം മോന്തിയിട്ടുണ്ട്. മുട്ടിനു താഴെവരെ വച്ചുമുണ്ടുടുത്ത് തലയിൽ കെട്ടി കഴുത്തിൽ വെന്തിങ്ങയിട്ട മദ്ധ്യവയസ്സു കഴിഞ്ഞയാൾ) എന്താടി പെമ്പിളമാരെ അഴിച്ചിട്ട കുതിരകളെപ്പോലെ ഇങ്ങിനെ നടന്നാമതിയാ.. ഇവിടെക്കിടന്ന് എന്തോന്നു കടിച്ചുകാരാനാ.. ഈ അമരാവതിയിൽ പുല്ലു മുളയ്ക്കാത്ത മൊട്ടത്തറയല്ലേ ഈ പാറപൊട്ടിച്ചുതിന്നാ വെശപ്പടങ്ങുമോ? *(മറിയയുടെ കൈപിടിച്ചുകൊണ്ട്)* എടീ മറിയേ നീയങ്ങോട്ടുവാടീ.. നമുക്ക് അയ്യപ്പൻ കോവിലിലേക്കുതന്നെ പോകാം.. നമ്മുടെ വാഴേം ചേനേം കുരുമുളകും തേങ്ങേമൊക്കെ ഇപ്പൊ കാട്ടാനാ ശരിപ്പെടുത്തിയിട്ടുണ്ടാകും. ടോമി വിശന്നു ചാകത്തേ ഒള്ളൂ.

മറിയ : *(കൈ തട്ടിമാറ്റിക്കൊണ്ട്)* എന്റെ കർത്താവേ ഈ മനുഷേനു ഭ്രാന്തുപിടിച്ചാ. അയ്യപ്പൻ കോവിലിൽ ഇനി ഏതു തേങ്ങ. തെങ്ങടക്കം എല്ലാം പൊലീസുകാരു പെട്രോളൊഴിച്ചു ചുട്ടില്ലേ.

മൈക്കിൾ : *(മറ്റൊരു കൃഷിക്കാരൻ കരഞ്ഞുകൊണ്ട്)* ആന്റപ്പൻ ചേട്ടാ.. എന്റെ എല്ലാം പോയില്ല്യേ.. പൊരനിറഞ്ഞു നില്ക്കണെ എന്റെ കുട്ട്യോളേ ഞാനിനി എങ്ങനെ പറഞ്ഞുവിടും.

ത്രേസ്യ : *(ദേഷ്യത്തിൽ)* ഓഹോ! എല്ലാം അടിച്ചുപൂസുതന്നെ. ശെകുത്താന്റെ വായിൽപ്പെട്ടാലും കള്ളുകുടിക്കാൻ മറക്കത്തില്ല. ഒരപ്പന്റെ സ്നേഹം. പൊരനിറഞ്ഞു നില്ക്കുന്ന കുട്ട്യോളെ പൊരയിന്നെങ്ങിനെ ഇറക്കിവിടുമെന്ന് ഹേ മനുഷ്യനേ.. പൊരയേ പോയില്ല്യേ.. അതൊക്കെ പൊലീസുകാരു കത്തിച്ചുകളഞ്ഞില്ലേ.. എന്നിട്ട് അങ്ങേരെ പെങ്കുട്ട്യോള് പൊരനിറഞ്ഞു നിക്കണന്ന്.

ചാക്കോ ; *(മറ്റൊരു കൃഷിക്കാരൻ)* എടീ മേരി ഞാനങ്ങോട്ടു പോവ്വാ. നാട്ടിലുള്ളതെല്ലാം എഴുതിപ്പറക്കിവിറ്റാണെടീ ഞാനതു വാങ്ങിച്ചത്. *(നെഞ്ചത്തടിച്ച്)* എന്റെ എല്ലാം പോയില്ല്യേ.. എനിക്കവിടെ കിടന്നുതന്നെ മരിക്കണം. *(മേരിയെ പിടിച്ചു വലിക്കുന്നു)* എടീ നമുക്കങ്ങോട്ടു പോവാടീ.. ഒന്നുമില്ലെങ്കിലും അവിടെപ്പോയി പൊരേമടച്ചു കെട്ടിപ്പിടിച്ചു കെടന്നോണ്ട് പ്രാർത്ഥിക്കാവെടീ..

മേരി : *(കൈ തട്ടിമാറ്റിക്കൊണ്ട്)* കെട്ടിപ്പിടിച്ചു കെടന്നു പ്രാർത്ഥിക്കാൻ കണ്ട സമയം. ഏതടുപ്പിലാ വിളിക്കണത്. അതൊക്കെ പൊലീസുകാരും ചുട്ടുചാമ്പലാക്കിയില്ലേ.

കമ്യൂണിസ്റ്റുകാരെ ഇറക്കിവിട്ടാലെ ഭൂമി സ്വന്തമാകത്തൊള്ളന്നു പറഞ്ഞല്ലേ ഞങ്ങളെയൊക്കെ തിരുവനന്തപുരത്തേക്ക് കെട്ടിയെടുത്തത്. എന്നിട്ടിപ്പോ എന്തായി? സ്വന്തക്കാരല്ലേ.. പരിക്കണെത്.. കോങ്കറസ്കാര് അവന്മാരെ മേത്ത് ചെന്നുമുട്ട്.

ചാക്കോ : എടീ മേരി അല്ലെങ്കിലും ഈ ചാക്കോയ്ക്ക് അറിയാമെടീ.. നീ പണ്ടേ കമ്യൂണിഷ്ടാ. നിന്റപ്പനേം ആങ്ങളമാരേം ഒക്കെ അറിയാവടീ.. ഇവിടേം നിനക്ക് അവന്മാരുമായി ചില ഇടപാടുകൾ ഉണ്ട്.

മേരി : എന്റെ മാലാഖമാരെ.. അങ്ങിനെയാരെങ്കിലും ഈ നാട്ടിലുണ്ടായിരുന്നെങ്കിൽ ഞാനും അവരുടെ കൂടെ കമ്യൂണിഷ്ടമായേനേ.. ഒന്നുമില്ലെങ്കിലും അവർക്ക് കെട്ട്യോളേം പെങ്ങളേം തിരിച്ചറിയാമല്ലോ?

ചാക്കോ : *(മേരിയുടെ മുടിക്കുകുത്തിപ്പിടിച്ചുകൊണ്ട്)* എടീ.. നീ കമ്യൂണിഷ്ടാവുമോ? വിമോചനസമരത്തിന് പത്തു പ്രാവശ്യം ജയിലിപ്പോയ വിമോചനവീരൻ ചാക്കോയാണു ചോദിക്കുന്നത്. നീ കമ്യൂണിഷ്ടാവുമോ. എങ്കിൽ ഞാൻ നിന്റെ നടുവുചവിട്ടി ഒടിക്കും.. അല്ലെങ്കിൽ ഞാൻ നിന്റെ കെട്ട്യേനല്ല.. *(മറ്റുള്ള ആണുങ്ങളും പെണ്ണുങ്ങളും ചേർന്ന് ചാക്കോയെ പിടിച്ചുമാറ്റുന്നു)*

മേരി : എന്നാ അതുകണ്ടിട്ടുതന്നെ കാര്യം. ഞാൻ കമ്യൂണിഷ്ടാവും. തനിക്കെന്നാ ചെയ്യാമോ.. അതു ചെയ്തോ മനുഷ്യനേ.. *(എന്നു പറഞ്ഞു മുന്നോട്ടു കേറുന്നു)*

ആന്റെപ്പൻ : പെങ്ങളേ ഒന്നടങ്ങ് ചാക്കോച്ചൻ രാവിലെ അല്പം ഫിറ്റാ..

ചാക്കോ : *(പൊട്ടിക്കരയുന്നു)* എന്റെ കർത്താവേ.. ഞാനിനി എങ്ങനെ മാളോരെ മൊകത്തു നോക്കും. എന്റെ കെട്ട്യോളു കമ്യൂണിഷ്ടായില്ലേ.. ഞാനത് എങ്ങനെ സഹിക്കും (ഒരു ജീപ്പു വന്നു നില്ക്കുന്നശബ്ദം. ജീപ്പിൽ നിന്ന് കർഷകയൂണിയൻ പ്രസിഡന്റ് ഫിലിപ്പോസ് പീലിക്കാടനും.. സെക്രട്ടറി ജോർജ് കല്ലൂരാനും വരുന്നു)

ഫിലിപ്പോസ് : *(ഗാന്ധിത്തൊപ്പി, കണ്ണട, ഖദർജുബ്ബ, ഖദർമുണ്ട് ഖദർഷാൾ കുടവയർ - മദ്ധ്യവയസ്സുകഴിഞ്ഞ പ്രായം. തമിഴ് നാടകത്തിലെ രാജാപ്പാർട്ടു സ്റ്റൈലിലാണ് നടത്തം. ജനങ്ങളുടെ മുമ്പിലേക്ക് വരുന്നു. ജനങ്ങളെ തലചെരിച്ച് തൊഴുന്നു)*

ജനങ്ങൾ കോറസ്സായി: എങ്കിലും നേതാവേ. ഞങ്ങളോട് ഈ കൊലച്ചതി വേണ്ടായിരുന്നു. *(എല്ലാപേരും ഫിലിപ്പോസിന്റെ കാലിൽ വീഴുന്നു)*

ഫിലിപ്പോസ് : *(ക്രിസ്തുദേവനെപ്പോലെ)* ഞാൻ ഫിലിപ്പോസ് പീലിക്കാടൻ. കർഷകയൂണിയൻ പ്രസിഡന്റ് എനിക്കു ചെവികൾ തരിൻ പ്രിയപ്പെട്ടവരേ.. എഴുന്നേല്പിൻ.. എഴുന്നേല്പിൻ.. അശരണരായവരേ.. നിങ്ങൾക്ക് ഞാനുണ്ട് ഞാൻ നേതൃത്വം കൊടുക്കുന്ന കർഷകയൂണിയനുണ്ട്. കർഷകയൂണിയന്റെ ജില്ലാ ബലമായി ഡി സി സി പ്രസിഡന്റ് ഡി സി സിയുടെ ബലമായ പി സി സിയുണ്ട്. പി സി സിയുടെ ബലമായ സാക്ഷാൽ എ ഐ സി സിയുണ്ട്. എഴുന്നേല്പിൻ.. എഴുന്നേല്പിൻ.

(ജനങ്ങൾ എഴുന്നേറ്റ് മുട്ടുകാലിൽ ഇരുന്നുകൊണ്ട്)

ജനങ്ങൾ കോറസ്സായി: ഞങ്ങളുടെ കാര്യം എന്തായി?

ഫിലിപ്പോസ് : പ്രിയപ്പെട്ടവരേ.. അയ്യപ്പൻകോവിലിൽ നിന്ന് കുടിയിറക്കപ്പെട്ടവർ ഭാഗ്യവാന്മാർ..

കല്ലൂരാൻ : (ഖദർമുണ്ട്, ഖദർഷർട്ട്, യുവാവ്, കൈയിൽ ഫിലിപ്പോസിന്റെ ബാഗ്) ആമേൻ..

ആന്റപ്പൻ : (എഴുന്നേറ്റ്) നേതാവേ കൊള്ളരുതാഴിക പറയരുത്. ഞാൻ നേതാവാണെന്നൊന്നും നോക്കില്ല. കരണക്കുറ്റിക്കിട്ടു രണ്ടുതരും. ആകെ വെള്ളത്തിൽ മുങ്ങിയാലേ പിന്നെ ഉടുതുണിയുടെ ആവശ്യമില്ല അറിയാമല്ലോ?

ഫിലിപ്പോസ് : ക്ഷമിക്കൂ... സഹോദരാ.. ഭൂമിയിൽ സന്മനസ്സുള്ളവർക്ക് സമാധാനം. ഞാൻ നിങ്ങൾക്കുവേണ്ടി ബഹുമാനപ്പെട്ട ഗവൺമെന്റിൽനിന്നും ഒരു വാഗ്ദാനം വാങ്ങിച്ചിട്ടുണ്ട്.

കല്ലൂരാൻ : അതേ... വാഗ്ദാനം വാങ്ങിവച്ചിട്ടുണ്ട്.

മറിയ നേതാവേ.. ഞങ്ങളുടെ സ്ഥലം തിരിച്ചു കിട്ടുമോ?

ഫിലിപ്പോസ് : ഇതാ ഇതൊരു ബുദ്ധിമതിയുടെ ചോദ്യമാകുന്നു. ഞാനിത് ഗവൺമെന്റിന്റെ ശ്രദ്ധയിൽപ്പെടുത്തിയിട്ടുണ്ട്.

മൈക്കിൾ : നടപ്പുള്ള കാര്യം വല്ലതുമാണെങ്കിൽ പറ നേതാവേ..

ഫിലിപ്പോസ് : കാര്യം നടക്കണമല്ലോ. നടന്നല്ലേ മതിയാവൂ.. പക്ഷേ, നടക്കണമെങ്കിൽ സർക്കാർ ഉദാരമാകണം.

ത്രേസ്യ : അപ്പോൾ സർക്കാർ ഉദാരമാകണമെങ്കിൽ സർക്കാരിന്റെ ഉദരം നിറയ്ക്കാൻ നമ്മളെന്തെങ്കിലും ഇനിയും ചെയ്യേണ്ടിവരും. അല്ലേ നേതാവേ..

കല്ലൂരാൻ : അപ്പറഞ്ഞത്. (പീലിക്കാടൻ അയാളെ തടഞ്ഞുകൊണ്ട്)

ഫിലിപ്പോസ് : താൻ പറയേണ്ട! ഞാൻ പറഞ്ഞുകൊള്ളാം. തല ഇരിക്കുമ്പോൾ വാല് ആടേണ്ട..

കല്ലൂരാൻ : നേതാവ് യുവജനപ്രാതിനിദ്ധ്യം തീരെ അംഗീകരിക്കുന്നില്ല. ഇതിൽ എനിക്ക് ശക്തിയായ ആക്ഷേപമുണ്ട്.

ഫിലിപ്പോസ് : ഈ പ്രശ്നം ഹൈക്കമാൻഡിൽ അറിയിച്ച് പരിഹാരം

കാണേണ്ടതാണ്. മി. ജോർജ് കല്ലൂരാൻ..

കല്ലൂരാൻ : വേല എനിക്കറിയാം. ഇവിടെനിന്ന് നാം സംഭരിക്കുന്ന ദ്രവ്യം.. ഒറ്റയ്ക്കു തട്ടിയെടുക്കാനല്ലേ.. അതു മനസ്സിൽ ഇരിക്കട്ടെ.. ഞാൻ യൂത്താ..

ഫിലിപ്പോസ് : എടോ ബിഷപ്പിനെ ബൈബിൾ പഠിപ്പിക്കരുത്.

കല്ലൂരാൻ : *(പീലിക്കാടന്റെ കഴുത്തിനു പിടിച്ചുകൊണ്ട്)* എടോ തന്തയില്ലാഴികത്തരം കാട്ടരുത്. ഞാനെല്ലാം പൊളിച്ചങ്ങുപറയും.. *(പിടിവലി നടക്കുന്നു)*

മറ്റുള്ളവർ : ഇതെന്താ നിങ്ങൾ തമ്മിൽ.. അടിപിടി ഇവിടെ പറ്റില്ല.

ഫിലിപ്പോസ് : *(പെട്ടെന്ന്)* പിടിവിട്ട്.. അല്ലെങ്കിൽ നമ്മൾ രണ്ടാളും കുഴപ്പത്തിലാവും.

കല്ലൂരാൻ : *(പിടിവിടുന്നു)* സോറി മിസ്റ്റർ പ്രസിഡന്റ്

മൈക്കിൾ : കൊള്ളാം നിങ്ങൾ നേതാക്കന്മാരിങ്ങനെയാണോ? നാണമില്ലല്ലോ?

ഫിലിപ്പോസ് : ഇതിൽ നാണിക്കാനെന്തിരിക്കുന്നു. ഇതു ഞങ്ങളുടെ ആഭ്യന്തര പ്രശ്നമാണ്.

കല്ലൂരാൻ : കമ്യൂണിസ്റ്റുകാരെപ്പോലെ ഞങ്ങളൊരു ഏകാധിപത്യ പാർട്ടിയല്ല. ഞങ്ങൾ ഒരു ജനാധിപത്യപാർട്ടിയാണ്. ഇടയ്ക്കിടയ്ക്ക് ഇങ്ങിനെയൊക്കെ ഉണ്ടാവും. ഇല്ലെങ്കിൽ പിന്നെന്തു ജനാധിപത്യം

ഫിലിപ്പോസ് : അപ്പോൾ ഞാൻ പറഞ്ഞുവന്നത് സർക്കാർ നിങ്ങളെ അയ്യപ്പൻ കോവിലിൽ നിന്നിറക്കിവിട്ട പ്രശ്നം ചർച്ച ചെയ്യുന്നതിൽ ഉദാരമായ സമീപനം എടുക്കുന്നതിനെക്കുറിച്ച് ആലോചിക്കാൻ ഇന്നുതന്നെ ഞങ്ങളെ തിരുവനന്തപുരത്തിനു വിളപ്പിക്കാമെന്ന് ഡി സി സി പ്രസിഡന്റ് അവിടെ വിളിച്ചു ചോദിച്ചശേഷം അറിയിക്കാമെന്ന് വാഗ്ദാനം നല്കിയിട്ടുണ്ടെന്നാണ്.

ചാക്കോ : അപ്പോൾ അതിന് എന്നാ വിലയാ നിശ്ചയിച്ചിട്ടുള്ളത്.

കല്ലൂരാൻ : ഇക്കാര്യത്തിൽ നമുക്കനുകൂലമായ തീരുമാനം വാങ്ങാൻ കുറച്ചു ചെലവു വരും.

മറിയ : ഇക്കാര്യത്തിനാന്നും പറഞ്ഞ് എത്രവട്ടമാ.. പണം വാങ്ങിയിട്ടുള്ളതെന്ന് അറിയാമോ?

കല്ലൂരാൻ : അതെന്തൊരു ശോദ്യമാ.. മറിയച്ചേടത്തീ. പണത്തിന്റെ തണ്ടപ്പേരെന്തവാ.. ചക്രമെന്നല്ലേ. കൈയിൽ കിട്ടിയാൽ ഇരിക്കുവോ.. ഒരു കാര്യത്തിനു പിരിച്ചു അതുകൊണ്ടു തിരുവനന്തപുരത്തു ചെന്നാൽ നാലുദിവസം കഴിയുമ്പോദാ പോക്കറ്റു കാലി.. തിരുവനന്തരത്താണേൽ കമ്പിത്തൂണുവരെ കൈനീട്ടും. പിന്നെ മന്ത്രിമന്ദിരം, പെഴ്സണൽ സ്റ്റാഫ്, കെ പി സി സി, ഡി സി സി എല്ലായിടത്തും നട

യ്ക്കിട്ടാൽ ഒരു സ്മോളടിക്കണമെങ്കിൽ പിന്നെയും വല്ല ട്രാൻസ്ഫർ കേസും വഴിക്കു തടയണം. പലപ്പോഴും പ്രസിഡന്റും ഞാനും എല്ലാം കഴിഞ്ഞേച്ച് ഗസ്റ്റ് ഹൗസിൽ പോയി ജീരകവെള്ളോം വാങ്ങിക്കുടിച്ചോണ്ട് വെറും വയറ്റിതലേണേം കെട്ടിപ്പിടിച്ച് കമഴ്ന്നടിച്ച് ഒരു കെടപ്പാ.. നമ്മുടെ ത്യാഗം ആരെങ്കിലും അറിയുന്നുണ്ടോ?

ഫിലിപ്പോസ് : *(കണക്കുകൂട്ടുന്നു)* ആഭ്യന്തരമന്ത്രി, വനംമന്ത്രി, പിന്നെ പി സി സി, ഡി സി സി, കാർ വാടക തൊണ്ട നനച്ച് ഓ കൂട്ടിമുട്ടുന്നില്ലാ.. കൂട്ടിമുട്ടുന്നില്ലാ. രണ്ടറ്റവും കൂട്ടിമുട്ടുന്നില്ല. കണക്കുനോക്ക്യാ പറയാൻ ബുദ്ധിമുട്ടാ. ആട്ടെ നമ്മളിവിടെ എത്ര കുടുംബക്കാരുണ്ട്.

മറിയ : ആയിരത്തി എഴുന്നൂറ്..

കല്ലൂരാൻ : അത്രേ ഉള്ളൂ.

ഫിലിപ്പോസ് : അപ്പോൾ ഒരു കുടുംബത്തിന് നൂറു രൂപ വച്ചു തന്നാട്ടെ.. ആർക്കും... ആർക്കും.. ഒരു ബുദ്ധിമുട്ടുവേണ്ട.. തികയാത്തത് ഞങ്ങളെടുത്തോളാം.. അല്ലേ കല്ലൂരാനേ..

ത്രേസ്യ : പണമൊക്കെ ഞങ്ങൾ തരാം. പക്ഷേ, ഇനിയും ഞങ്ങളെ ചതിക്കരുത്.

ഫിലിപ്പോസ് : നിങ്ങൾക്കെന്താവേണ്ടത്. അയ്യപ്പൻകോവിലിലെ പഴയ സ്ഥലമല്ലേ.. ഞങ്ങളിന്നുതന്നെ തിരുവനന്തപുരത്തേക്കു പോവുകയാണ്. മറ്റെല്ലാ അത്യാവശ്യങ്ങളും മാറ്റിവയ്ക്കുന്നു. ഒരാഴ്ചയ്ക്കകം സ്ഥലവുമായി ഇവിടെ എത്തും ഇന്ന് മേയ് 6.. മെയ് 14 നു മുമ്പ്. ഓ.. കെ..

മേരി : പണം കിട്ടിയാൽ പിന്നെ ഇവന്മാരെ മഷിയിട്ടു നോക്കിയാൽ കാണില്ല.

മറ്റു രണ്ടു സ്ത്രീകളും: എടീ മേരി കരിനാക്കുകൊണ്ടൊന്നും പറയാതെടീ..

മേരി : ഉം നമുക്ക് കാത്തിരുന്നു കാണാം.

രംഗദീപം പൊലിയുന്നു

(രംഗദീപം തെളിയുമ്പോൾ ഇൻസ്പെക്ടറും പൊലീസ് സംഘവും റോന്തു ചുറ്റുന്നു. അവിടുത്തെ ക്യാമ്പിലെ അന്തേവാസികളായ സ്ത്രീകളും പുരുഷന്മാരും അങ്ങോട്ടു ഇങ്ങോട്ടും നടക്കുന്നുണ്ട്)

ഒരു പൊലീസുകാരൻ: (നടന്നു പോകുന്ന സ്ത്രീകളെ ചൂണ്ടി) ഇവിടുത്തെ പെണ്ണുങ്ങളെക്കണ്ടോ.. എന്തൊരു ആരോഗ്യം.. അഞ്ചുപേരൊക്കെവന്നാ.. അവളുമാരൊറ്റയ്ക്കു മതി.. അടുക്കാൻ പറ്റൂല്ല.

പൊലീസുകാരൻ 2: അയ്യപ്പൻ കോവിലിലെ കുടിയൊഴിക്കലിന്റെ പറ്റിൽ

ഇത്തിരി ബരകിയതല്ലേടാ.. മോനേ.. കിളിന്തു പെൺപിള്ളാരെയല്ലേ നീയൊക്കെ കൂടി പിടിച്ചു കശക്കിയത്.

പൊലീസുകാരൻ 3: *(വെറുപ്പുനടിച്ച്)* എടാ.. നിന്റെ വീട്ടിലും അമ്മേം പെങ്ങളുമില്ലേ. ഒരാപത്തുവരുമ്പോൾ നിന്റെ കൺമുന്നിൽ വച്ച് അവരെ അപമാനിച്ചാൽ എന്തായിരിക്കും നിന്റെ അവസ്ഥ. നീ ആലോചിച്ചിട്ടുണ്ടോ?

പോലീസുകാരൻ 4: അവനൊരു സന്ന്യാസി. അങ്ങനെയൊക്കെ നോക്ക്യാ ജീവിക്കാൻ പറ്റ്വോ ഈ ഹൈറേഞ്ചിൽ. ഒത്തിരി കള്ളും.. പെണ്ണിന്റെ ചൂടും ഒക്കെ ഇല്ലെങ്കിൽ.. പിന്നെ എന്തൊരു ജീവിതമാടാ.. നീ വല്ല ആശ്രമത്തിലും പോയിരിക്ക്.. ഞങ്ങളൊന്നു കറങ്ങിയേച്ചു വരാം..

(പശ്ചാത്തലത്തിൽ ഒരു ജീപ്പു വന്നു നില്ക്കുന്ന ശബ്ദം. അതിൽ നിന്നിറങ്ങി വന്ന എസ് പി)

എസ് പി : എ കെ ഗോപാലൻ എം പി വരുന്നുണ്ട്. ഐ ജിയുടെ മെസ്സേജാണ്. കുറച്ചു ജാഗ്രത വേണം. ഏതു ജനക്കൂട്ടത്തെയും ഇളക്കിവിടാൻ അദ്ദേഹത്തിന് അഞ്ചുനിമിഷം മതി.

(പശ്ചാത്തലത്തിൽ "എ കെ ജി.. എ കെ ജി വരുന്നുണ്ട്.. എ കെ ജി എല്ലാവരും വരിൻ.. എല്ലാവരും വരിൻ")

ഒരാൾ : അങ്ങോരു കമ്യൂണിഷ്ടല്ലേ.

മറ്റൊരാൾ : ഏതായാലും മനുഷ്യപ്പറ്റുള്ളയാളാണ്. അദ്ദേഹത്തെക്കൊണ്ടു വല്ല ഗുണവുമുണ്ടായാലോ.. ഒന്നുമില്ലെങ്കിലും എം പിയല്ലേ.

(ആളുകൾ ഷെഡ്ഡിന്റെ മുന്നിൽ തിങ്ങിക്കൂടന്നു. ഒരു ജീപ്പുവന്നു നില്ക്കുന്ന ശബ്ദം. അല്പം കഴിഞ്ഞ് എ കെ ജിയും കെ ടി ജേക്കബ്ബും പ്രവേശിക്കുന്നു. കെ ടി ജേക്കബ് വെളുത്ത് കുള്ളനായ ഒരാൾ)

എ കെ ജി : *(കൂടി നിന്നവരുടെ അടുത്തേക്കു പോകുന്നു. സ്ത്രീകൾ നിലവിളിച്ചുകൊണ്ട് എ കെ ജിയുടെ അടുത്തേക്കു നീങ്ങാൻ ശ്രമിക്കുന്നു. എസ് പി, എ കെ ജിയെ സല്യൂട്ട് ചെയ്യുന്നു. പൊലീസുകാർ കൂടിനിന്നവരെ ലാത്തി ഓങ്ങി മാറ്റാൻ ശ്രമിക്കുന്നു)* മിസ്റ്റർ എസ് പി നിങ്ങളുടെ സേവനം തല്ക്കാലം എനിക്കാവശ്യമില്ല. ഈ പാവപ്പെട്ടവരെ കാണാനാണ് ഞാനിവിടെ വന്നത്. അവരെ ശല്യം ചെയ്യരുത്. നിങ്ങളും നിങ്ങളുടെ പൊലീസും ഇവിടെ നിന്ന് ഒഴിഞ്ഞു പോകണം. *(പൊലീസ് ഒഴിഞ്ഞുപോകു*

ന്നു. സ്ത്രീകളും പുരുഷന്മാരും എ കെ ജിയുടെ അടുത്തേക്കുവരുന്നു)

സ്ത്രീകൾ : ഞങ്ങൾക്കാരുമില്ലേ.. ഞങ്ങളുടെ എല്ലാം നശിപ്പിച്ചേ.. അങ്ങ് ഞങ്ങളെ രക്ഷിക്കണം.

എ കെ ജി : തീർച്ചയായും അതിനാണല്ലോ ഞാനിവിടെ വന്നത്. പക്ഷേ, ഒരു കാര്യം ഇങ്ങനെ നിലവിളിച്ചതുകൊണ്ടായില്ല. ഓരോരുത്തരായി സംസാരിക്കൂ.. ഞാൻ ചിലതൊക്കെ മനസ്സിലാക്കിയിരിക്കുന്നു. എങ്കിലും വസ്തുതകൾ നേരിട്ടറിയുന്നതല്ലേ അതിന്റെ ശരി.

മേരി : മേരീന്നാണ് എന്റെ പേര്. മീനച്ചലിൽ നിന്ന് പത്തുവർഷം മുമ്പ് ഞങ്ങൾ കാട്ടിൽ കേറിയതാണ്. നാട്ടിലുള്ളതു മുഴുവൻ വിറ്റിട്ടാ ഫിലിപ്പോസ് മുതലാളിയുടെ കൈയിൽ നിന്ന് ഏഴേക്കർ വാങ്ങിയത്. കാട്ടാനേം പന്നീനേം ഒക്കെ നേരിട്ടാണ്.. എന്റെ കുട്ട്യോളെപ്പോലെ ഞങ്ങള് തെങ്ങിനുവെള്ളം കോരിവളർത്തിയത്. കൊലകുത്തി കായ്ച്ചുതുടങ്ങി. മഹാപാപികൾ പെട്രോളൊഴിച്ച് എല്ലാം ചുട്ടുകളഞ്ഞു. എന്റെ അപ്പച്ചൻ കമ്യൂണിഷ്ടാ. ഞാൻ കുട്ടിയായിരിക്കുമ്പം ഈ ജേക്കപ്പാശാനും പുന്നൂസ് സഹായവുമൊക്കെ ഞങ്ങളെ വീട്ടി ഒളിവിലിരുന്നിട്ടുണ്ട്.

ജേക്കബ് : *(പെട്ടെന്ന് ആളെ മനസ്സിലായപോലെ)* നിങ്ങള് മയിലാടുംപാറയിലെ പാപ്പച്ചൻ ചേട്ടന്റെ മോളാണല്ലോ ഇളയമകൻ വെള്ളക്കാന്താരീ എന്ന് ഇരട്ട പേരിട്ടുവിളിക്കുന്ന മകൾ.

മേരി : *(അറിയാതെ ചിരിച്ചുപോകുന്നു. അഭിമാനത്തോടെ)* ഇതാ ഈ നിക്കുന്ന ചാക്കോച്ചനാ എന്റെ കെട്ടിയോൻ. കഴിഞ്ഞ വിമോചനസമരത്തി എന്നെയും നിർബ്ബന്ധിച്ചു പങ്കെടുപ്പിച്ചതാ.. ഞാൻ പോവൂല്ലാന്നു വാശിപിടിച്ചപ്പം ഇതിയാൻ എന്നെ ചട്ടുകം പഴുപ്പിച്ച് കാണിക്കാൻ പാടില്ലാത്ത ഭാഗത്തുവച്ചതാ.. കമ്യൂണിഷ്ടുകാരെ സർക്കാരു പോയില്ലെങ്കി വനം കൈയേറ്റക്കാരെന്നു പറഞ്ഞു കുടിയേറ്റക്കാരെ ഇറക്കിവിടും എന്നായിരുന്നു പ്രചരണം. അങ്ങനെ ഞങ്ങളൊക്കെ പങ്കെടുത്തു. രണ്ടു മാസം ഞാനും ജയിലിക്കെടന്നതാ സഹാവേ..

ചാക്കോ : ഓ ഞാനങ്ങനെയൊന്നും ചെയ്തില്ല സാറേ.. ഇവളു വല്യ വായാടിയാ. പിന്നെ പള്ളീലെ അച്ചൻ വിളിച്ചു പറഞ്ഞാ സമരത്തിന് പോകാണ്ടിരിക്കാൻ പറ്റ്വോ? അതുകൊണ്ടാ വിമോചനസമരത്തിൽ പങ്കെടുക്കാൻ ഞങ്ങളും പോയത്. പോയതിന് നഷ്ടോന്നും ഇല്യാരുന്നു സാറേ.. വയറു നിറച്ചു കള്ളും കൈയിപ്പത്തുരൂപായും തന്നതു കൂടി പറഞ്ഞില്ലെങ്കിൽ നന്ദികേടാവൂല്ലേ..

ത്രേസ്യ : എന്റെ സാറേ.. ഞങ്ങളെ കൊല്ലാക്കൊല ചെയ്താണ് ഇവിടെ എത്തിച്ചത് ഞങ്ങടെ ആടും പശുവും കോഴിയുമൊക്കെ അങ്ങ് അയ്യപ്പൻ കോവിലിലാണ്. മിക്കവാറും പൊലീസന്മാര് കൊന്നുതിന്നിട്ടുണ്ടാകും. ഒരു മനുഷ്യപ്പറ്റില്ലാത്ത കൂട്ടങ്ങൾ. ഞങ്ങളെ വോട്ടുകൊണ്ടാ സാറേ ഇവന്മാരിപ്പം ഭരിക്കണത്. എന്തോ പദ്ധതി നടത്താൻ ഞങ്ങളൊഴിഞ്ഞു കൊടുക്കണം പോലും. എന്റെ പൊന്നുസാറേ പെണ്ണുങ്ങളായ ഞങ്ങടെ സങ്കടം ആരോടു പറയാൻ. കുടിയിറക്കിന്റെ പറ്റിൽ പൊലീസിന്റെ കൈ ഓടാത്ത സ്ഥലം ഞങ്ങൾ പെണ്ണുങ്ങളുടെ ദേഹത്തിനി ഇല്ല സാറേ.. പെണ്ണാണോ പിന്ന ആറായാലും അറുപതായാലും അവന്മാർക്ക് ഒരു വെരളിയാണ്. *(പൊട്ടിക്കരയുന്നു)*

മറിയ : സാറു വന്നു നോക്കണം. എന്റെ മോള് കൊച്ചമ്മിണി പ്രസവിച്ചിട്ടു ഇന്നൊരു മാസമായില്ല. പ്രസവിച്ച രണ്ടിന്റെ അന്നാണ് എന്റെ കുട്ടീനെ അവന്മാര് കാലുവാരിത്തൂക്കി പുറത്തിട്ടത്. ചോരക്കുഞ്ഞിന്റെ പുറത്ത് ഞാൻ കമിഴ്ന്ന് കിടന്നതുകൊണ്ട് അതിനൊന്നും പറ്റിയില്ല(ഏങ്ങലടിച്ചു കരയുന്നു)

ആന്റപ്പൻ : ഇതൊന്നുമല്ല സാറേ.. കുടി ഒഴിപ്പിച്ച ഞങ്ങളെ തിരിച്ച് അയ്യപ്പൻ കോവിലി കുടിയേറ്റാമെന്നും പറഞ്ഞ് മന്ത്രിമാരേന്ന് ഉത്തരവു വാങ്ങിക്കാൻ ഞങ്ങടെ രണ്ടു നേതാക്കൾ തിരുവനന്തപുരത്തിനു പോയിട്ട് രണ്ടാഴ്ചയായി ഒരു വിവരവുമില്ല.

എ കെ ജി : ആരാ.. കർഷകയൂണിയൻ നേതാക്കളോ..?

ആളുകൾ ഒരുമിച്ച്: അതേ..

എ കെ ജി : പണവും പിരിച്ചിട്ടുണ്ടാവും

മേരി : കൊള്ളാം. അതല്ലേ ആദ്യം. പണം ചോദിച്ചപ്പോഴേ ഞാൻ പറഞ്ഞതാ സഹാവേ.. ഇനി ഓന്മാരെ മഷിയിട്ടു നോക്കിയാ കാണത്തില്ലെന്ന്

എല്ലാവരും കൂടി: സാറ് എന്തായാലും ഇതിനൊരു ശമനം ഉണ്ടാക്കിത്തന്നിട്ടേ പോകാവേ..

എ കെ ജി : *(ജേക്കബ്ബിനോട്)* എന്തുപറയുന്നു ജേക്കബ് ആശാനേ. പോംവഴിഒന്നേയുള്ളൂ.

ജേക്കബ് : എന്താണോ ആവോ?

എ കെ ജി : ഇന്ന് ജൂൺ ആറല്ലേ? മൂന്നുമണി. ശരി എ കെ ഗോപാലൻ അയ്യപ്പൻ കോവിലിൽ നിന്ന് കുടിയൊഴിപ്പിച്ചു കൊണ്ടു തള്ളിയിരിക്കുന്ന അഭയാർത്ഥികളുടെ പ്രശ്നം പരിഹരിക്കുന്നതുവരെ.. അമരാവതിയിൽ അനിശ്ചിത

കാലം നിരാഹാരം ആരംഭിക്കുന്നു. എന്താ..? (കൈയടി)

ജേക്കബ് : പാർട്ടി സെന്ററിൽ ആലോചിക്കാതെ

എ കെ ജി : ശരിയാണ്. പക്ഷേ, ഇവിടെ നിന്ന് ഇനി പോകുന്നത് മനുഷ്യത്വമല്ല. കാര്യങ്ങൾ പാർട്ടിക്കു മനസ്സിലാകും. ഇങ്ങോട്ടുപോരുമ്പോൾ ഞാൻ ഇ എം നോടു സൂചിപ്പിച്ചിരുന്നു. ഇ എം നെ ഉടനെ വിവരമറിയിച്ചേക്കൂ.

ജേക്കബ് : സഖാവേ ഒന്നുകൂടി ആലോചിച്ചിട്ടു പോരേ? സഖാവിന്റെ ആരോഗ്യം.

എ കെ ജി : *(ചിരിച്ചുകൊണ്ട്)* എന്റെ ആരോഗ്യത്തേക്കാൾ വലുതാണു സഖാവെ ഈ ആയിരത്തി എഴുന്നൂറു കുടുംബങ്ങളുടെ ജീവിതം. ഇവർക്കുവേണ്ടിയല്ലെങ്കിൽ എനിക്കെന്തിനാണ് ആരോഗ്യം? ഇവരെയൊക്കെ രക്ഷിക്കാനല്ലെങ്കിൽ നമുക്കെന്തിനാണൊരു പാർട്ടി.

ജേക്കബ് : ഈ കോരിച്ചൊരിയുന്ന മഴയത്ത് എവിടെയാ ഒന്നിരിക്കുക. മഴയും കാറ്റുമൊന്നുമേല്ക്കാത്ത ഒരു ഷെഡ് കെട്ടി. പുതയ്ക്കാൻ വേണ്ടതൊക്കെ ഒരുക്കിയിട്ടു പോരേ.

ആൾക്കൂട്ടത്തിൽ നിന്നൊരാൾ: ഇതാ. ഈ പുല്ലുമേഞ്ഞ ഷെഡ്ഡിൽ.. ഞങ്ങൾ രണ്ടു ബഞ്ചുചേർത്തിടാം.

എ കെ ജി : സന്തോഷം

മറ്റൊരാൾ : ഇതാ പുതയ്ക്കാൻ ഒരു കമ്പിളി പുതപ്പ്. *(ആളുകൾ തിങ്ങിനിറയുന്നു)*

എ കെ ജി : ജേക്കബ് ആശാനേ.. നിങ്ങൾ ഉടൻ കോട്ടയത്തേക്ക് പോകൂ.

ജേക്കബ് : ഞാൻ കൂടി ഇവിടെ ഇല്ലാതെ.

എ കെ ജി : സഖാവ് ധൈര്യമായി പൊയ്ക്കോളൂ. ഇവർ എന്റെ കാര്യം നോക്കിക്കൊള്ളും. ആദ്യം പാർട്ടി ഓഫീസിലും പിന്നെ പത്രമാപ്പീസുകളിലും വിവരം എത്തിക്കു. *(ജേക്കബ് പോകുന്നു. പുല്ലുമേഞ്ഞ ഷെഡ്ഡിൽ തയ്യാറാക്കിയ കിടയ്ക്കയ്ക്കരികെ നിന്ന്)*

അമരാവതിയിലെ ഈ പുല്ലുമേഞ്ഞ ഷെഡ്ഡിൽ എ കെ ഗോപാലൻ ഇതാ അനിശ്ചിതകാല നിരാഹാരം ആരംഭിക്കുന്നു.

ജനങ്ങൾ മുദ്രാവാക്യം

സഖാവ് എ കെ ജി സിന്ദാബാദ്
നിരാഹാര സത്യഗ്രഹം സിന്ദാബാദ്
അമരാവതി സത്യഗ്രഹം സിന്ദാബാദ്
സഖാവ് എ കെ ജി സിന്ദാബാദ്

(മുദ്രാവാക്യം ഉച്ചസ്ഥായിയിലെത്തുമ്പോൾ)

രംഗദീപം പൊലിയുന്നു

ദൃശ്യം ഇരുപത്തി ആറ്

1957 ലെയും 1967 ലെയും ഇ എം എസ് ഗവൺമെന്റുകൾ പാസാക്കിയ ഭൂപരിഷ്കരണ നിയമത്തിന് 1970 ജനുവരിയിലാണ് ഇന്ത്യാ യൂണിയൻ പ്രസിഡന്റിന്റെ അംഗീകാരം ലഭിച്ചത്. എന്നിട്ടും അത് നടപ്പിലാക്കപ്പെട്ടിട്ടില്ല. സഖാവ് എ കെ ജിയുടെ നേതൃത്വത്തിൽ നടന്ന കർഷക-കർഷകത്തൊഴിലാളി സമരത്തോടെയാണ് അത് നടപ്പിലാക്കപ്പെട്ടത്. ആ സമരത്തിന്റെ ഏറ്റവും ഉയർന്ന രൂപമായിരുന്നു മിച്ചഭൂമി സമരം. 1972 മേയ് 25 ന് തിരുവിതാംകൂർ മഹാരാജാവിന്റെ മുടവൻമുകൾ കൊട്ടാരഭൂമിയിൽ പ്രവേശിച്ചുകൊണ്ട് സഖാവ് എ കെ ജി ഐതിഹാസികമായ മിച്ചഭൂമി സമരത്തിനു തുടക്കം കുറിച്ചു.

എ കെ ജി യുടെ നേതൃത്വത്തിൽ സമരവാളണ്ടിയർമാർ മാർച്ചു ചെയ്തു നീങ്ങുന്ന പാട്ടവസാനിക്കുന്നതുവരെ മാർച്ചു തുടരണം

മിച്ചഭൂമി ഏറ്റെടുത്തു
വിതരണം നടത്തുവാൻ
ജന്മി ബൂർഷ്വാനീതിയോടു
വിടപറഞ്ഞു കേരളം
മണ്ണു മണ്ണിൽ പണിയുവോർക്കു
സ്വന്തമാക്കി മാറ്റുവാൻ
സഖാക്കളെ, യുവാക്കളെ
നമുക്കു മാർച്ചു ചെയ്തിടാം.
നാടുവാഴിത്തമ്പിരാന്റെ
കൊട്ടകൊത്തളങ്ങളിൽ
നിന്നുനമ്മളിന്നു മിച്ച-
ഭൂമി ഏറ്റെടുത്തിട്ടും,
മണ്ണു സ്വർണ്ണമാക്കിടുന്ന
കർഷകനു നല്കിടും.
നമ്മൾ കൊയ്ത വയലുകൾ
നമ്മൾ സ്വന്തമാക്കിമാറ്റിടും.
തോക്കുകൾ നേർക്കുനെഞ്ചു
കാട്ടി രക്തസാക്ഷിയായ.
നാം നടന്ന വീഥികൾക്കു

മുന്നിലായ് നടന്നവർ...
കാട്ടിടും വെളിച്ചമാർന്ന
പുതിയ സമരഭൂമികൾ...
നമ്മളെ വിളിക്കയായ്...
സമയമായ് സമയമായ്...
സഖാക്കളേ.. സഖാക്കളേ...
നമുക്കുമാർച്ചു ചെയ്തിടാം...

(ഗാനം അവസാനിക്കുമ്പോൾ മുദ്രാവാക്യം കൂടുതൽ വ്യക്തമാകുന്നു. തുടർന്ന് ജാഥയുടെ പൈലറ്റായി സഞ്ചരിക്കുന്ന മൈക്ക് അനൗൺസ്മെന്റ് – "പ്രിയപ്പെട്ട നാട്ടുകാരേ.. സഖാക്കളേ.. മിച്ച ഭൂമി സമരത്തിനു തുടക്കം കുറിക്കാൻ ഇന്ത്യൻ വിപ്ലവത്തിന്റെ രക്ത നക്ഷത്രമായ സഖാവ് എ കെ ജിയുടെ നേതൃത്വത്തിലുള്ള സമര വാളണ്ടിയറന്മാർ ഇതാ മുടവൻ മുകളിലേക്കു മാർച്ചു ചെയ്യുന്നു. പൊലീസ് എന്തൊക്കെ പ്രകോപനമുണ്ടാക്കിയാലും ജാഥയെ അനുധാവനം ചെയ്യുന്ന പൊതുജനങ്ങൾ പരമാവധി അച്ചടക്കം പാലിക്കണം. പൊലീസ് വഴിമാറണം. പൊലീസ് വഴിമാറണം. ബോധപൂർവ്വം പൊലീസ് കുഴപ്പമുണ്ടാക്കുകയാണ്. പ്രിയപ്പെട്ടവരേ അവിടവിടെ ഇരിക്കുക. മുന്നോട്ടു തള്ളിക്കയരുത്.. മുന്നോട്ടു തള്ളിക്കയറുത്.. പൊലീസുകാർ വഴിമാറണം.")

(എ കെ ജി യും നാലഞ്ചു സഖാക്കളും വേദിയിൽ. അവരുടെ പിന്നിൽ പൊലീസ് തള്ളിക്കയറാൻ ശ്രമിക്കുന്ന ജനങ്ങളെ പിന്നിലേക്ക് തള്ളാനും ലാത്തിചുഴറ്റി ഓടിക്കാനും ശ്രമം)

ജനക്കൂട്ടം : ഞങ്ങളെ എ കെ ജി ക്കടുത്തേക്കു വിടൂ.. ഇല്ലെങ്കിൽ ഞങ്ങളീ ബാരിക്കേഡു തകർക്കും.

പൊലീസ് : മാറി നില്ക്കിനെടാ.. മാറി നില്ക്കാൻ

(ജനം ആവേശഭരിതരായി)

ജനങ്ങൾ : പുല്ലാണേ പുല്ലാണേ
പൊലീസ് ഞങ്ങൾക്കു പുല്ലാണേ..
ഇൻക്വിലാബ് സിന്ദാബാദ്
മിച്ചഭൂമി സമരം സിന്ദാബാദ്
സഖാവ് എ കെ ജി സിന്ദാബാദ്
എ കെ ജി യെ തൊട്ടുകളിച്ചാൽ
അക്കളി തീക്കളി സൂക്ഷിച്ചോ..

(അനൗൺസ്മെന്റ് – "സഖാക്കൾ ദയവായി മുദ്രാവാക്യം വിളി അവസാനിപ്പിക്കണം. സഖാവ് അഴിക്കോടൻ നിങ്ങളോടു സംസാരിക്കും" പെട്ടെന്ന് മുദ്രാവാക്യം വിളി അവസാനിക്കുന്നു)

ജനങ്ങൾ : അഴീക്കോടൻ.. അഴീക്കോടൻ.. അതാ അഴീക്കോടൻ.

അഴീക്കോടൻ: പ്രിയപ്പെട്ട സഖാക്കളേ, സഖാവ് എ കെ ജിയും സമര വാളന്റിയർമാരും ഇതാ മുടവൻ മുഗൾ കൊട്ടാരത്തിലെ മതിൽ ചാടിക്കടന്ന് തിരുവിതാംകൂർ മഹാരാജാവിന്റെ മിച്ചഭൂമി പിടിച്ചെടുത്തിരിക്കുന്നു.

ജനങ്ങൾ : *(ആവേശത്തിമിർപ്പോടെ മുദ്രാവാക്യം വിളിക്കുന്നു)*
സഖാവ് എ കെ ജി സിന്ദാബാദ്
മിച്ചഭൂമി സമരം സിന്ദാബാദ്
പിടിച്ചെടുത്തേ പിടിച്ചെടുത്തേ
മിച്ചഭൂമി പിടിച്ചെടുത്തേ..

(പൊലീസ് വിസിൽ.. "ചാർജ്" എന്നു വിളി. പൊലീസ് ബൂട്ടുകളുടെ ശബ്ദം ജനങ്ങളുടെ ആവേശകരമായ മുദ്രാവാക്യം) എ കെ ജിയെ തൊട്ടുകളിച്ചാൽ ആ കളി തീക്കളി സൂക്ഷിച്ചോ..

(മുദ്രാവാക്യത്തിന്റെ ഉച്ചസ്ഥായിയിൽ)

രംഗദീപം പൊലിയുന്നു

ദൃശ്യം ഇരുപത്തിയേഴ്

(പശ്ചാത്തലത്തിൽ അനൗൺസ്മെന്റ്

1975 ജൂൺ 26. ഇന്ത്യൻ ജനാധിപത്യത്തെ കശാപ്പു ചെയ്തുകൊണ്ടുള്ള അടിയന്തരാവസ്ഥ പ്രഖ്യാപനം. അതിനെതിരേ പാർലമെന്റിൽ എ കെ ജിയുടെ സിംഹഗർജ്ജനം.

എ കെ ജി : ജനങ്ങൾ നേരിടുന്ന അത്യാപത്തിനെതിരായി അവരെ തട്ടി ഉണർത്തി അണിനിരത്തുകയും അടിയന്തരാവസ്ഥ പിൻവലിപ്പിക്കാനും എല്ലാ രാഷ്ട്രീയത്തടവുകാരെയും മോചിപ്പിക്കാനുള്ള പോരാട്ടത്തിൽ ഞങ്ങളുടെ പാർട്ടി മുൻകൈ എടുക്കും. എല്ലാ ജനാധിപത്യശക്തികളോടും എല്ലാ സന്മനസ്സുള്ളവരോടും ഈ സമരത്തിൽ ഞങ്ങളോടൊപ്പം ചേരാൻ അഭ്യർത്ഥിക്കുന്നു. ഞങ്ങൾ ഒരിക്കലും ഭരണവർഗ്ഗങ്ങൾക്കു കീഴടങ്ങുകയില്ല. നമ്മുടെ രാജ്യത്തെ അദ്ധ്വാനിക്കുന്ന ജനങ്ങളെയും ജനാധിപത്യ ശക്തികളെയും ഞങ്ങളൊരിക്കലും വഞ്ചിക്കുകയില്ല. ചരിത്രം ഞങ്ങളെ ന്യായീകരിക്കും.

എ കെ ജിയുടെ പ്രസംഗം അവസാനിച്ച ഉടനേ..!

രംഗദീപം പൊലിയുന്നു

("നാവടക്കൂ പണിയെടുക്കൂ" എന്ന പ്രഖ്യാപനം. രംഗദീപം തെളിയുമ്പോൾ ഒരു വെളുത്ത കർട്ടൻ. വേദിയുടെ ഏറ്റവും പിന്നിൽ വലത്തും മദ്ധ്യത്തും ഇടത്തും ഓരോ പീഠം മദ്ധ്യത്തെ പീഠം മറ്റു രണ്ടു പീഠങ്ങളേക്കാൾ ഉയർന്നതാകണം. മദ്ധ്യത്തെ പീഠത്തിൽ പട്ടാളത്തൊപ്പി വച്ച ഖദർസാരിയുടുത്ത ഒരുസ്ത്രീ. അവർക്ക് ക്രോസ് ബൽട്ടുപോലെ 'അധികാരം' എന്നെഴുതിയ പട്ട. കൈയിൽ ആറുപേരുടെ ചരട് വലതുവശത്തെ പീഠത്തിൽ വലിയ മാക്സി അണിഞ്ഞ ഒരു സ്ത്രീ. അവരുടെ കൈയിൽ ഒരു തുലാസ്. ക്രോസായിട്ടിരിക്കുന്ന പട്ടയിൽ 'നിയമം' എന്നെഴുതിയിട്ടുണ്ട്. വായ് കറുത്തതുണികൊണ്ട് കെട്ടിയിരിക്കുന്നു. ഇടതുവശത്തെ പീഠത്തിൽ അർദ്ധനഗ്നനും ബലിഷ്ഠകായനുമായ ഒരു യുവാവ്, കൈകൾ പിറകിൽ കെട്ടിയിരിക്കുന്നു. കാലിൽ ചങ്ങല. വായ് കറുത്ത തുണികൊണ്ട് കെട്ടിയിരിക്കുന്നു. ക്രോസ്പട്ടയിൽ 'ജനാധിപത്യം' എന്നെഴുതിയിട്ടുണ്ട്. ഒരു വശത്തായി കൈയിലും കാലിലും ചങ്ങല കൊണ്ടു ബന്ധിച്ച ഒരു സംഘം. അവരെ തിരിച്ചറിയാൻ വേണ്ടി കഴുത്തിൽ നാടയിൽ കോർത്ത ഓരോ ബോർഡ്. കർഷകൻ - തൊഴിലാളി - സർക്കാർ ജീവനക്കാർ - പത്രം - വിദ്യാർത്ഥി - രാഷ്ട്രീയക്കാരൻ - എന്ന ക്രമത്തിൽ ഒരു വശത്ത് മൂന്നു മുഖം മൂടികൾ. മറുവശത്ത് ആരാച്ചാരെപ്പോലെ ഒരുചാട്ടവാറുകാരൻ. രംഗം ആരംഭിക്കുന്നു)

അധികാരം : ദേശവാസികളെ നാം അപകടത്തിലാണ്. നാം അപകടത്തിലായാൽ നമ്മുടെ ശത്രുക്കളും വലതുപക്ഷ അട്ടിമറിക്കാരുമായ കൃഷിക്കാരും അവന്റെ സംഘടനയും തൊഴിലാളിക്കും അവന്റെ യൂണിയനും സർക്കാൻ ജീവനക്കാരനും അവന്റെ സംഘടനയ്ക്കും പ്രതിപക്ഷ രാഷ്ട്രീയ കക്ഷികൾക്കും അവരുടെ നേതാക്കൾക്കും (സബ് ക്ലോസ്) നമ്മുടെ വചനങ്ങൾക്കു മറുമൊഴി പറയുന്ന നമ്മുടെ പാർട്ടിയിൽപ്പെട്ട നേതാക്കൾക്കും, ജനപ്രതിനിധികൾക്കും നമുക്കെതിരെ നാവെടുക്കുന്ന പത്രങ്ങൾക്കും പത്രാധിപന്മാർക്കും അക്ഷരവൈരികളല്ലാത്ത വിദ്യാർത്ഥികൾക്കും അവരുടെ സംഘടനകൾക്കും സംഘം ചേരാനോ മൊഴിയെടുക്കാനോ.... സഞ്ചരിക്കാനോ ഉള്ള ദുഃസ്വാതന്ത്ര്യം നാം ഇതിൽ റദ്ദു ചെയ്യുകൊള്ളുന്നു. ഈ ലഘുനടപടിയിൽ നിന്ന് മോചനം വേണമെന്നുള്ളവർക്ക് നമ്മുടെ ഇരുദശ കല്പനാ കലാപരിപാടി രുചികരമായി ആസ്വദിച്ചു കൊള്ളാമെന്ന് വാക്കാലോ മുഖദാവിലോ.. നമ്മുടെ ഏജന്റന്മാർ മുഖാന്തരമോ.. അപേക്ഷിച്ചുകൊള്ളാവുന്നതും ആകുന്നതും ആകുന്നു.

മുഖംമൂടികൾ: *(മൂന്നും കോറസ്സായി)* ആമേൻ.. മാഡം അവിടുന്ന വിപ്ലവ കല്പനകൾ പുറപ്പെടുവിക്കും മുമ്പേ തന്നെ ഞങ്ങൾ പിന്തുണ പ്രഖ്യാപിച്ചുകഴിഞ്ഞു.

അധികാരം : നമ്മോട് ഇത്രയും അനുസരണയുള്ള നിങ്ങൾ ആരാണ്?

ഒന്നുംമുഖംമൂടി: *(മുന്നോട്ടു വന്ന് സദസ്യരെ വന്ദിച്ചു)* ഹൊ.. ഹൊ.. ഹൊ.. എന്തൊരാശ്വാസം ഇപ്പോൾ എന്തൊരാശ്വാസം. പിക്കറ്റിങ്ങുമില്ല. പണിമുടക്കുമില്ല. ഘെരാവോയുമില്ല. ബന്ദുമില്ല. എന്തൊരാശ്വാസം. എന്തൊരാശ്വാസം.

അധികാരം : വത്സാ നമ്മുടെ ഇരുദശകല്പനകളെക്കുറിച്ച് എന്താണഭിപ്രായം.

ഒന്നാംമുഖംമൂടി: അമ്പലപ്പുഴപ്പാൽപ്പായസത്തേക്കാൾ മധുരം. ഹൊ.. ഹൊ.. ഹൊ മധുരം മധുരതരം.

അധികാരം : ഇനിയും തന്നെ നമുക്ക് മനസ്സിലായില്ലല്ലോ വത്സാ..

ഒന്നാം മുഖംമൂടി : അയ്യോ ഞാനൊരു സാധാരണ ഭാരതപൗരൻ.

ലോകകമ്പോളത്തിലെ വെറുമൊരു പെട്ടിക്കച്ചവടക്കാരൻ. ജംഷദ് ടാറ്റാ റാണിജീ.. റ്റാറ്റാ..

അധികാരം : (രണ്ടാം മുഖംമൂടിയ നോക്കി) ഓ! താങ്കളോ നിങ്ങളുടെ അഭിപ്രായം പറഞ്ഞില്ല.

രണ്ടാംമുഖംമൂടി: ഞങ്ങളെന്തൊരു പറയാനകൊണ്ടിട്ടു. ഞങ്ങളെ ബിശ്ശിനശ്ശിന് ഇതുപോലൊരു ചാകരക്കാലം ഇനി ബേറേ എന്നു കിട്ടാനാ. ഞമ്മക്കു പെരുത്തു കുശീ..ഞമ്മള് മഹാറാണീനെ ബയിയേ കണ്ടോളാം.

അധികാരം : നമ്മുടെ ഇരുദശ കല്പനകളെക്കുറിച്ചു പറഞ്ഞില്ലല്ലോ?

രണ്ടാംമുഖംമൂടി: നല്ല കോയിബിരിയാണിയേക്കാൾ ജോർ വെരി വെരി ടേസ്റ്റീവ്

അധികാരം : പേരുപറഞ്ഞില്ല.

രണ്ടാം മുഖംമൂടി: ഞമ്മളെ പേരാ.. ഞമ്മളെ ഇനീം പുടികിട്ടീല്ല്യേ. അല്ലറ ചില്ലറ സ്മഗിളിങ്ങൊക്കെയുണ്ട്., ഞങ്ങളാണ് നിങ്ങളെ പൊലീസന്മാരു പരസ്യമായി റെയിഡു നടത്തുകയും രാത്രിവന്നു സക്കാത്തുവാങ്ങിക്കുകേം ചെയ്യുന്ന ഹാജി മസ്താൻ.. ഇപ്പോ പുടികിട്ടിയാ..

അധികാരം : *(കുലുങ്ങി ചിരിച്ചുകൊണ്ട്)* ശബ്ദം കേട്ടപ്പോഴേ സംശയം. എവിടെയോ കേട്ടുതഴമ്പിച്ച പോലെ

മൂന്നാംമുഖംമൂടി: നമ്മോടു ചോദിക്കേണ്ട. നാം തന്നെ അങ്ങോട്ടുപറയാ. അവിടുത്തെ നടപടി ഏറ്റവും ഉചിതം. പോരാ കാലോചിതം! കർമ്മണ്യേവാധി കാരസ്തേ മാഫലേഷുകദാചനാ' എന്നല്ലേ ഫലം അതായത് ആപ്പിൾ, ഓറഞ്ച്, സബർജില്ലി തുടങ്ങിയവ ആഗ്രഹിക്കരുതെന്നും

അധികാരം ഹസ്തത്തിൽ തന്നെ സൂക്ഷിക്കണമെന്നു മാണല്ലോ ഗീതാപ്രണേതാവായ സാക്ഷാൽ കൃഷ്ണൻ തന്നെ പറഞ്ഞിട്ടുള്ളത്.

അധികാരം : നമ്മുടെ ഇരുദശ കല്പനകളെക്കുറിച്ചുള്ള അങ്ങയുടെ ഭാഷ്യത്തിനു ഞാൻ കാതോർക്കുന്നു.

മൂന്നാംമുഖമൂടി: അപഹൃതവസ്ത്രകളായ ഗോപികമാരെ കണ്ടപ്പോൾ ഭഗവാൻ കൃഷ്ണനുണ്ടായ ബ്രഹ്മാനന്ദാനുഭൂതിയില്ലേ. അതു തന്നെ നമുക്കും അനുഭവപ്പെട്ടു. ഇതാ ഈ ഉള്ളം കൈയിൽ നോക്കൂ.. നമ്മുടെ രോമാങ്ങൾ എഴുന്നേറ്റു നില്ക്കുന്നു.

അധികാരം : വാക്കുകൾകേട്ടിട്ടു അങ്ങ് ഏതോ സിദ്ധനാണെന്നു തോന്നുന്നുവല്ലോ?

മൂന്നാംമുഖംമൂടി: നമ്മുടെ ദൗർഭാഗ്യം. ഒരുകാലത്ത് അവിടുത്തെ ഫിസിക്കലും സ്പിരിചലുമായ കമാനങ്ങളും ചോദനകളും കൈകാര്യം ചെയ്തിട്ടുള്ളത് ഈ ഉള്ളവനാണ്. പഴയ ഒരു ബ്രഹ്മചാരി

അധികാരം : ഓ.. കെ... ഓകെ.. അയാം റിമംബറിങ്. യു ആർ ധീരേന്ദ്രബ്രഹ്മചാരി.. ഐ ആം റിയലി സോറി.. റിയലി സോറി.

മുഖംമൂടികൾ: മാഡം ഞങ്ങൾ പിന്താങ്ങികൾ പൊയ്ക്കൊള്ളട്ടെ. ആവശ്യമുള്ളപ്പോൾ ദൂതന്മാരെ അയച്ചാൽ മതി.. അന്തഃപുരത്തിൽ വന്നു പിന്താങ്ങിക്കൊള്ളാം.

അധികാരം : നമുക്കു സന്തോഷമായി നാട്ടിന്റെ യഥാർത്ഥ സ്ഥിതിയറിയുന്ന കുറച്ചു പക്വതയുള്ള പൗരന്മാർ എങ്കിലും ഇപ്പോൾ ഈ നാട്ടിലുണ്ടല്ലോ... നിങ്ങൾ നമ്മുടെ ജനാധിപത്യത്തിന്റെ നെടുംതൂണുകളാണ്.

(അപ്പോൾ ജനാധിപത്യം തലയാട്ടി അല്ലാ എന്നു അലറുന്നു)

നിങ്ങൾ നീണാൾ വാഴട്ടെ.....!

മുഖംമൂടികൾ: ജയ് ജയ് മഹാറാണീ.. ജയ് ജയ് മഹാറാണീ.. *(എന്നു പറഞ്ഞു പോകുന്നു)*

അധികാരം : ഇനി ആർക്കെങ്കിലും നമ്മെ പിന്താങ്ങി പ്രസംഗിക്കണമെന്ന് ആഗ്രഹം ഉള്ളവരായിട്ടുണ്ടോ?

(വളയത്തിൽ കുരുങ്ങിക്കിടക്കുന്ന ആറുപേരും നിവർന്നു നിന്ന് കോറസ്സായി)

കോറസ്സ് : ഞങ്ങൾക്കും സംസാരിക്കണം പിന്താങ്ങിയല്ല. നിങ്ങളെ എതിർത്തുകൊണ്ട്..

(ചാട്ടവാർ മുതുകിൽ വീഴുന്നു. വീണ്ടും കുനിയുന്നു. ചാട്ടവാറു കാരൻ ചുവടുവച്ച് ഓരോരുത്തരുടെയും മുന്നിൽ ചെന്ന്)

ചാട്ടവാരുഖാരൻ: നാവടക്കൂ.. പണിയെടുക്കൂ.. *(എന്നുപറഞ്ഞ് പഴയ സ്ഥല ത്തുനില്ക്കുന്നു)*

കോറസ്സ് : അമിതാധികാരം തുലയട്ടെ!
അടിയന്തരാവസ്ഥ തുലയട്ടെ!
ജനാധിപത്യം പുലരട്ടെ!

(മുദ്രാവാക്യം വിളി അവസാനിക്കുമ്പോൾ ഒരു മാന്യൻ പ്രവേശിച്ച്)

മാന്യൻ : ഇപ്പോൾ എന്തുസുഖം.. പരമസുഖം.. പള്ളിക്കൂടത്തിൽ അദ്ധ്യാപകർ പഠിപ്പിക്കുന്നു. കുട്ടികൾ പഠിക്കുന്നു. പഠിപ്പുമുടക്കില്ല. ബസിൽ കല്ലേറിയില്ല. തെരുവുവിളക്കുകൾ കത്തുന്നു. ബസുകൾ ഓടുന്നു. എന്താ സുഖം. എന്താ സുഖം. ഈ അവസ്ഥ കുറച്ചുനേരത്തെ പ്രഖ്യാപിക്കാമായിരുന്നില്ലേ..

ചാട്ടവാറുകാരൻ: താനാരാടോ

മാന്യൻ : ഞാനൊരു മാന്യനാണ്.

ചാട്ടവാറുകാരൻ: മാന്യന്റെ ലക്ഷണമെന്തുവാടോ?

മാന്യൻ : പെണ്ണുകെട്ടില്ല. മീൻ കൂട്ടില്ല. ചെരിപ്പിടില്ല. മീശവയ്ക്കില്ല. റോഡിൽ ഇടതുവശത്തുകൂടെയേ നടക്കൂ. ആരെയും സഹോദരാ എന്നേ വിളിക്കൂ.

ചാട്ടവാറുകാരൻ: ഇങ്ങനെയൊക്കെയുള്ളവനെ മാന്യനെന്നല്ല. മന്ദനെന്നാണു വിളിക്കേണ്ടത്. ആട്ടെ നിനക്കിവിടെ കാര്യമെന്ത്?

മാന്യൻ : ഒന്നുമില്ല. വെറുതേ വന്നു ഒരു അവസ്ഥയെല്ലാം ഒന്ന് കണ്ടു പിന്താങ്ങണമെന്നു തോന്നി.

ചാട്ടവാറുകാരൻ; നീയൊരു ചാരനാണല്ലോ. നീയല്ലേടാ.. ആ കവലയിലൊട്ടിച്ച മാഡത്തിന്റെ ഇരുദശ കല്പനയുടെ പോസ്റ്റർ കീറിയത്. മാഡത്തിന്റെ പടം അരയ്ക്കുവച്ചു കീറിയെടുത്തത്.

മാന്യൻ : *(പേടിച്ചുവിറച്ചു)* അയ്യോ.. അതു ഞാനല്ല. ആ തെരുവിൽ അലഞ്ഞു നടക്കണെ ആ പാഞ്ചാലിപ്പശുവാണേ

ചാട്ടവാറുകാരൻ: എടാ പശു മനുഷ്യേന്റെ പോസ്റ്റർ എടുക്കുവോ. വിശേഷിച്ചും പെണ്ണുങ്ങടെ അരയ്ക്കുതാഴെ. നീ തന്നെ. കേറ കത്ത്

മാന്യൻ : അയ്യോ.. ഞാനൊരു പിന്താങ്ങിയാണേ....

ചാട്ടവാറുകാരൻ: നീ പിന്താങ്ങിയാണോ.. എന്നാ ഇരിക്കട്ടെ. നിന്റെ ചന്തിക്കിട്ട് രണ്ട്: *(തല്ലുന്നു)* ഓടിക്കോ.. തിരിഞ്ഞു നോക്കാതെ ഓടിക്കോ.

(മാന്യൻ ഓടിമറയുന്നു. ഒരു അമ്മ ഭ്രാന്തിയെപ്പോലെ വേദിയിലേക്ക് എത്തുന്നു. എന്നിട്ടെല്ലാവരോടും ഓരോരുത്തരോടുമായി പൊട്ടിക്കരഞ്ഞുകൊണ്ട്)

അമ്മ : ഉണ്ണിയെക്കണ്ടോ.. എന്റെ ഉണ്ണിയെക്കണ്ടോ.. എന്റെ പൊന്നുമോനേ കണ്ടോ.. ഒരാഴ്ചയ്ക്കു മുമ്പ് വീട്ടിൽ കിടന്നുറങ്ങുമ്പം അർദ്ധരാത്രിയിൽ വീടുതള്ളിത്തുറന്ന് പൊലീസുകാർ എന്റെ ഉണ്ണിയെക്കൊണ്ടുപോയതാണ്. പിന്നെ അവൻ വീട്ടിൽ വന്നിട്ടില്ല. ഞാൻ അവനെ അന്വേഷിക്കാൻ സ്ഥലമില്ല.

ആറുപേരും ചേർന്ന്: നിങ്ങടെ മകനെ കണ്ടവരാരും ഇല്ലേ. കൊണ്ടുപോയവരോടു ചോദിച്ചോ?

അമ്മ : വീട്ടിൽ വന്നു വിലങ്ങുവച്ചോണ്ടു പോയ പൊലീസുകാരനോട് ചോദിച്ചു. അയാൾക്കറിയില്ലെന്നു പറഞ്ഞു. ഹെഡ് കോൺസ്റ്റബിളിനോടു ചോദിച്ചു. അയാൾക്കറിയില്ല. സബ് ഇൻസ്പെക്ടറോടു ചോദിച്ചു. അയാൾക്കറിയില്ല. സി ഐ യോടു ചോദിച്ചു. അയാൾക്കറിയില്ല. ഡി വൈ എസ് പിയോടു ചോദിച്ചു. അയാൾക്കറിയില്ല. ഡി എസ് പിയോടു ചോദിച്ചു. അയാൾക്കറിയില്ല. ഐ ജിയോടു ചോദിച്ചു. അയാൾക്കറിയില്ല. ഡി ജിപിയോടു ചോദിച്ചു. അയാൾക്കറിയില്ല. പൊലീസ് മന്ത്രിയോടു ചോദിച്ചു. അയാൾക്കും അറിയില്ല. അവരെല്ലാം എന്നോടു ചോദിക്കുകയാണ് നിങ്ങളുടെ മകനെവിടെയെന്ന് *(പെട്ടെന്ന് അധികാരത്തെക്കണ്ട് - നിലപാടു തറയിലേക്ക് മാമാങ്കച്ചാവേറെന്ന പോലെ ആ അമ്മ അധികാരത്തിനടുത്തുചെന്ന്.. കൈകൾ രണ്ടും ഉയർത്തിക്കൊണ്ട്)* നിങ്ങളുമൊരമ്മയല്ലേ.. എന്റെ ഉണ്ണിയെത്തരാൻ പറയൂ.. അവനെ കൊന്നതാണെങ്കിൽ അവന്റെ ശവമെങ്കിലും എനിക്കുതരാൻ പറയൂ.. അവന്റെ മൂക്കിൽ പുതിയപ്രാണനൂതിക്കയറ്റി അവനവനു ജീവൻ വയ്പിക്കും. എന്റെ ഉണ്ണിയെത്തരാൻ പറയൂ.

അധികാരം : ഹേ! സ്ത്രീയെ നിങ്ങടെ ധിക്കാരമേറുന്നു. നിയമപാലകാ നോക്കി നില്ക്കുകയാണോ?

(ചാട്ടവാറുകാരൻ ചുവടുവച്ച് ചുവടുവച്ച് അമ്മയോടടുക്കുന്നു. അവരുടെ മുടിക്കുകുത്തിപ്പിടിച്ച് വേദിയുടെ മുന്നിലേക്ക് കൊണ്ടുവരുന്നു. എന്നിട്ട് ചാട്ടവാർ ഓങ്ങുന്നു. എ കെ ജി പ്രവേശിച്ച് ഒരു ഇടിമുഴക്കം പോലെ)

എ കെ ജി ; അവരെതൊട്ടുപോകരുത്. അവർ അമ്മയാണ്. നമ്മുടെ അമ്മയായ് ഭാരതാംബ. അമിത അധികാരത്തിന്റെ ചങ്ങ

ലയിൽ പിണഞ്ഞ് അടിമകളായി കഴിയുന്ന സഹോദര ന്മാരെ നിങ്ങൾക്കഭിമാനമില്ലേ.. നമ്മുടെ അമ്മ. നമുക്ക് രക്ഷിക്കേണ്ടേ.. പൊട്ടിച്ചെറിയൂ.. എല്ലാ ചങ്ങലക്കെട്ടു കളും *(ചങ്ങലക്കെട്ടുകൾ പൊട്ടിച്ച് എല്ലാവരും മോചിത രാകുന്നു)*

അധികാരം : നിയമപാലകാ നോക്കിനില്ക്കുന്നോ? തുടങ്ങൂ. ഇവിടെ താളം തെറ്റിയാൽ നമ്മുടെ എല്ലാം തകരും. ചഞ്ചലപ്പെ ടാതെ ഉം.. തകർക്ക്

(ചാട്ടവാറുകാരൻ ചാട്ടചുഴറ്റി ചുവടുവച്ച് ചുവടുവച്ച് മുന്നേറുന്നു)

എ കെ ജി : അരുത്. ഇവരെതൊട്ടുപോകരുത്. ഇവരുടെ ചോരയി ലാണ് ഈ റിപ്പബ്ലിക് പിറന്നുവീണത്. ഇവരെ രക്ഷി ക്കാൻ ഇന്നലെ വരെ ഒരു മഹാത്മാഗാന്ധി ഉണ്ടായിരു ന്നു. ഇന്നു നമുക്കൊരു ഗാന്ധിയില്ല. ആ പേരിലുള്ള മുക്കുപണ്ടങ്ങളെ ഉള്ളൂ. ഇനി ഇവരുടെ മോചനം ചെങ്കൊ ടിക്കു കീഴിലാണ്.

(ചെങ്കൊടികളുമായി സഖാക്കൾ എ കെ ജിക്കു പിന്നിൽ അണി നിരക്കുന്നു.

“അടിയന്തരാവസ്ഥ അറബിക്കടലിൽ
സഖാവ് എ കെ ജി സിന്ദാബാദ്
എന്ന മുദ്രാവാക്യം ഉച്ചത്തിൽ ഉയരുന്നു. മുദ്രാവാക്യം വിളി അവസാനിക്കുമ്പോൾ രംഗവെളിച്ചം എ കെ ജി യിൽ മാത്രം കേന്ദ്രീകരിക്കുന്നു)

എ കെ ജി : ഈ സമരത്തിൽ വൃദ്ധനായ ഞാൻ കാലിടറി വീണെ ന്നുവരും. ലക്ഷ്യത്തിലെത്താൻ എനിക്കു കഴിഞ്ഞി ല്ലെന്നും വരും. പക്ഷേ, എന്റെ സഖാക്കൾ എന്റെ മാർഗ്ഗ ത്തിൽ കൂടുതൽ ആവേശത്തോടെ മുന്നേറുകയും ലക്ഷ്യ ത്തിൽ എത്തുകയും ചെയ്യും. ഭാരതത്തിൽ ദരിദ്രരുടെയും ഭാരം ചുമക്കുന്നവരുടെയും എല്ലാ ഇടത്തരക്കാരുടെയും വസന്തകാലം വിരിയും. ഈ വസന്തത്തിന്റെ പിറവി കാണാൻ അതിയായി ആഗ്രഹിക്കുന്ന എനിക്ക് അത് കാണാൻ കഴിഞ്ഞില്ലെങ്കിലും ദുഃഖമില്ല. കാരണം എന്റെ സഖാക്കൾക്ക് അതു കാണാൻ കഴിയും. നിശ്ചയം.

(വീണ്ടും വെളിച്ചം വേദിയിലാകെ.. വേദി മുഴുവൻ ചെങ്കൊടി ഏന്തിയ സഖാക്കൾ. ഭാവിയിലേക്ക് എന്ന മട്ടിൽ കൈചൂണ്ടി)

എ കെ ജി : *(ഒരു ചുവടു മുന്നോട്ടുകയറി)*
സഖാക്കളെ മുന്നോട്ട്!

(എ കെ ജിക്കു പിന്നിൽ എല്ലാവരും ഒരു ചുവടു മുന്നോട്ടുവയ്ക്കുന്നു. എ കെ ജി മുന്നിലും തൊട്ടുപിന്നിൽ ചെങ്കൊടികളേന്തിയ ജനക്കൂട്ടവും സ്റ്റില്ലാകുന്നു)

പശ്ചാത്തലത്തിൽ ഭരതവാക്യം

ഇല്ല ഇല്ല ഇല്ല മരിക്കുകയില്ല
നമ്മുടെ നേതാവേകേജി
ഇല്ല ഇല്ല ഇല്ല മരിക്കുകയില്ല
വിപ്ലവ നേതാവേകേജി
ജനകോടികളുടെ ഹൃദയംതോറും
ജീവിക്കുകയാണേകേജി
വിപ്ലവനായകനേകേജി
എ കെ ജി........... എ കെ ജി.......... എ കെ ജി.........

യവനിക

ജനനായകൻ

ജനനായകൻ

ദൃശ്യം ഒന്ന്

നാന്ദി ഗാനം

ജീവിതസത്യങ്ങൾ സ്വപ്നങ്ങൾ ചിന്തകൾ
കൈകോർത്തു നില്ക്കുമീവേദി
ഇന്നീയുഗത്തിൻ കലാതത്ത്വവേദിയായ്
മാറ്റും മഹാസംഘവേദി
ആദിപുരാതന ഗായകർ പാടിയ
രക്തച്ചുവപ്പാർന്ന പാട്ടും
ഈറക്കുഴലും തുടിയും ചിലമ്പുമായ്
ഉണരട്ടെ ഈ സംഘവേദി,
അഗ്നിയും രോഷവും ചാലിച്ചു വാർത്തൊരു
പുത്തനാം നാട്യരൂപങ്ങൾ
കാഴ്ചവയ്ക്കുന്നു കലാകൈരളീ നിന്റെ
കാൽത്താരിലീസംഘവേദി...

പശ്ചാത്തലത്തിൽ മനസ്സ് നൂറ്റാണ്ടുകളുടെ പിന്നിലേക്ക് പോകുന്ന സംഗീതം

കല്യാശ്ശേരിയിലെ ഏറമ്പാലത്തറവാടിന്റെ പൂമുഖം. വെട്ടുകല്ലുകൾകൊണ്ട് കെട്ടിപ്പടുത്ത വടക്കിനിയും തെക്കിനിയും ഒക്കെച്ചേർത്ത് ഒരു ഇരുനിലകെട്ടിടം നാലുകെട്ടിന്റെ ചിത്രത്തൂണുകളുള്ള പൂമുഖം. പൂമുഖത്താണ് രംഗക്രിയകൾ.

സംഗീതം അവസാനിക്കുമ്പോൾ മങ്ങിയ വയലറ്റ് പ്രകാശം. ഓർമ്മയെ... സ്വപ്നത്തെ പ്രതിനിധാനം ചെയ്യുന്ന വെളിച്ചം. രംഗത്ത് കഥാപാത്രങ്ങൾ വരുന്നതോടെ വെളിച്ചം തെളിയുന്നു. (വീട്ടിനകത്തു നിന്ന് ഏറമ്പാല കാരണവർ പുറത്തേക്കു വന്ന് പൂമുഖത്തിന്റെ മദ്ധ്യത്തേക്കു വരുന്നു. പുറത്തു നിന്ന് മകൾ കുഞ്ഞാതിയും സംബന്ധക്കാരൻ കേളുവും. കോവിലിൽ പോയിവരുന്ന വേഷത്തിൽ രംഗത്തേക്കു വരുന്ന മകൾ അച്ഛനെ പ്രസാദമണിയിക്കുന്നു. എല്ലാവരും അകത്തേക്കു പോകുന്നു) ഒരു പരിചാരകൻ (പരിഭ്രമത്തോടെ ഓടിക്കിതച്ച്)

“അങ്ങുന്നേ... അങ്ങുന്നേ...!” എന്ന് വിളിച്ചുകൊണ്ട് രംഗത്തേക്ക് ഓടി വരുന്നു.

(അകത്തേക്ക് നിന്ന് ഘനഗംഭീരമായ ശബ്ദത്തിൽ) ആരാണവിടെ!

പരിചാരകൻ : അമ്പൂട്ടിയാണേ...

കാരണവർ : *(അകത്ത് നിന്ന്)* എന്താ നീ ഇങ്ങനെ നിലവിളിക്കാന്.

പരിചാരകൻ : ഏറമ്പാലക്കാരണവരെ കാണാൻ കോലത്തിരിത്തമ്പുരാന്റെ മന്ത്രി ഇതാ നേരിട്ടെഴുന്നള്ളുന്നു. ഏറമ്പാലക്കാരണവർ *(ആഢ്യത്വം നിറഞ്ഞ മദ്ധ്യവയസ്കൻ. കഴുത്തിൽ സ്വർണ്ണം കെട്ടിയ രുദ്രാക്ഷമാല. ഒരു പുടവയുടുത്ത്, കസവുവേഷ്ടി തോളിലിട്ടു കൈയിൽ വെള്ളി കെട്ടിയ വടിയും, ചെരിച്ചു കെട്ടിയ കുടുമയുമായി രംഗത്തേക്ക് വരുന്നു. പരിഭ്രാന്തിയോടെ)*

കാരണവർ : എന്താ ഈ കേക്കണേ ശിവ... ശിവ... *(പറഞ്ഞു തീരും മുൻപേ കോലത്തിരി രാജാവിന്റെ മന്ത്രിയും ഊരിപ്പിടിച്ച വാളുമായി രണ്ട് അകമ്പടിക്കാരും പ്രവേശിക്കുന്നു)*

മന്ത്രി : *(തലപ്പാവും മെയ്യാഭരണങ്ങളും കസവുമുണ്ടും നേര്യതും വേഷം) (ഭടന്മാർ കുത്തിയുടുത്ത അരക്കച്ചയും കൈക്കാപ്പും കെട്ടിയവർ)*

കാരണവർ : *(മന്ത്രിയെ താണുവണങ്ങി)* എന്താണാവോ നിരീച്ചിരിക്കാതെ... ഇത് സ്വപ്നമോ യാഥാർത്ഥ്യമോ!

മന്ത്രി : മന്ത്രി സ്വപ്നമല്ല. യാഥാർത്ഥ്യം തന്നെ.

കാരണവർ : അങ്ങുന്ന് വന്ന കാലിൽ നില്ക്കാതെ അകത്തോട്ടെഴുന്നള്ളിയാലും.

മന്ത്രി : അതിനൊന്നും നമുക്ക് നേരമില്ല. കോലത്തിരിത്തമ്പുരാന്റെ കല്പന നടപ്പിലാക്കാൻ വന്നതാണ് നമ്മൾ. *(അപ്പോഴേക്കും കാരണവരുടെ മകൻ ചന്തുനമ്പ്യാരും മകളുടെ ഭർത്താവ് കേളു നമ്പ്യാരും രണ്ടുപേരും*

അരോഗ ദൃഢഗാത്രരായ യുവാക്കൾ നായർ പടയാളികളുടെ വേഷത്തിൽ കടന്നുവരുന്നു. മന്ത്രിയെക്കണ്ട് കുമ്പിട്ട് വണങ്ങി കാരണവരുടെ പിന്നിൽ നില്ക്കുന്നു.

കാരണവർ : അടിയങ്ങളുടെ ഭാഗ്യം. കല്പന എന്താണെന്ന് അരുളിച്ചെയ്താലും.

മന്ത്രി : തന്റെ മകൾ കുഞ്ഞാതിയെ കോലത്തിരിത്തമ്പുരാന് പത്നിയായി കിട്ടണം. അതിന് ഓളെ എന്റെ കൂട്ടത്തിൽ ഇപ്പോൾ തന്നെ അയയ്ക്കണം. പുറത്ത് മഞ്ചൽ ഒരുക്കി നിർത്തിയിട്ടുണ്ട്.

കാരണവർ : അടിയനെ ധർമ്മസങ്കടത്തിലാക്കരുത്. ഓളെ മംഗലം കഴിഞ്ഞതാണ്.

കേളു : *(പല്ലുകടിച്ചു കൊണ്ട് ഉറയിൽ നിന്ന് വാളൂരി)* ഇതെന്ത് നീതിയാണ്. ഈ അനീതിക്കു ഞാൻ കീഴടങ്ങില്ല.

കാരണവർ : കേളു, വാളുറയിലിട്. രാജനിന്ദയ്ക്ക് ശിരച്ഛേദമാണ് ശിക്ഷ. എന്റെ മകളെ വിധവയാക്കരുത്.

ചന്തു : അച്ഛാ..!

മന്ത്രി : വികാരത്തിന് വിവേകമില്ല. തമ്പുരാൻ മോഹിച്ചുപോയി. കാവിലെ പൂരത്തിന് കുളക്കടവിൽ കുളിച്ച് നില്ക്കുന്ന കുഞ്ഞാതിയെ തമ്പുരാൻ കണ്ടു കൊതിച്ചു, മോഹിച്ചു.

കാരണവർ : അവൾ കന്യകയാണെന്ന് ധരിച്ചിട്ടാവും.

മന്ത്രി : അല്ലാ, എല്ലാം അറിഞ്ഞുകൊണ്ടുതന്നെ.

കേളു : അപ്പോൾ ഈ രാജ്യത്ത് നിയമവും നീതിയുമില്ലേ.

മന്ത്രി : നിയമവും നീതിയും നാട്ടിലെ പ്രജകൾക്കനുസരിക്കാനുള്ളതാണ്. രാജാക്കന്മാർക്ക് ആജ്ഞകളേ ഉള്ളൂ. അതനുസരിച്ചിരിക്കണം.

കേളു : എന്നാൽ, എന്നെ കൊന്നിട്ടേ നിങ്ങൾക്ക് എന്റെ കുഞ്ഞാതിയെ കൊണ്ടുപോകാനാകൂ! *(വാൾ വലിച്ചൂരി, അടുക്കുന്നു)*

മന്ത്രി : *(കാരണവരോട്)* നിങ്ങൾ കോലത്തിരിത്തമ്പുരാന്റെ ഉപ്പും ചോറും തിന്നുന്ന പടനായരല്ലേ. ഇവനോട് കീഴടങ്ങാൻ പറയൂ. ഇവനെയാ അറയിലിട്ടുപൂട്ടൂ.

കാരണവർ : കല്പിച്ചതു കേട്ടില്ലേ കേളു. വാളടിയറ വയ്ക്ക്! ചന്തു, ഇവനെ പിടിച്ച് അറയിലാക്കൂ.

ചന്തു : അച്ഛാ... ഈ കൊലച്ചതിക്ക്! അച്ഛനും...

കാരണവർ : ഞാൻ പറഞ്ഞാൽ അനുസരിക്കില്ലേ...! *(കേളു വാൾ അടിയറവയ്ക്കുന്നു)*

കേളു : അടിയനൊരപേക്ഷയുണ്ട്...

മന്ത്രി : എന്താണാവോ!

കേളു : കുഞ്ഞാതിയെ വിളിച്ച് അവൾക്കിഷ്ടമാണോ എന്ന് അവി

ടുന്ന് ചോദിക്കണം. അവൾക്കിഷ്ടമാണെന്ന് പറഞ്ഞാൽ ഞാൻ ഇന്ന് ഈ നിമിഷം ഈ നാടുവിട്ടോളാം.

മന്ത്രി : ശരി! കാരണവരേ, കുഞ്ഞാതിയെ വിളിക്കൂ!

കാരണവർ : *(അകത്തേക്കു നോക്കി)* ആരാണവിടെ, കുഞ്ഞാതിയെ ഇത്രടം വരെ വരാൻ പറയൂ! ചന്തു, ഇവനെ അറയിലടയ്ക്കൂ! *(കുഞ്ഞാതി രംഗത്തേക്ക് വരുന്നു. അതിസുന്ദരിയായ ഒരു യുവതി. വടക്കൻ മട്ടിൽ മുടികെട്ടി കസവു മുലക്കച്ചയുടുത്ത് ലളിതമായി ആഭരണങ്ങളിഞ്ഞ്, നിശ്ചയദാർഢ്യത്തോടെ)*

മന്ത്രി : *(കുഞ്ഞാതിയെക്കണ്ട് എന്തോ ഒരത്ഭുത വസ്തു പോകുന്നപോലെ നോക്കുന്നു)*

കാരണവർ : മകളേ! നീ ഭാഗ്യമുള്ളവളാണ്... നിന്നെ നമ്മുടെ പൊന്നു തമ്പുരാൻ. *(വിക്കി വിക്കി ബാക്കി പറയുവാനാകുന്നില്ല)*

കുഞ്ഞാതി : അച്ഛൻ ദുഃഖിക്കേണ്ട. ഞാനെല്ലാം മനസ്സിലാക്കുന്നു. തമ്പുരാന്റെ മോഹമല്ലേ.. നിറവേറ്റേണ്ടത് പ്രജയുടെ കടമയല്ലേ! മഹാമന്ത്രി. ഒരുപേക്ഷ മാത്രം. അടിയൻ ഇപ്പോൾ കൊട്ടാരത്തിലേക്കില്ല. അടിയനോടു അതിരറ്റ സ്നേഹമാണല്ലോ തമ്പുരാന്. തമ്പുരാൻ ഇവിടെ വരട്ടേ! അടിയൻ കാത്തിരിക്കാം.

മന്ത്രി : *(സന്തോഷത്തോടെ)* മതി! അതുമതി... തമ്പ്രാൻ ഇന്നു രാത്രിയിൽ പള്ളിക്കുറുപ്പിന് ഇവിടെ *(രംഗവെളിച്ചം അണയുന്നു)*

അതേ രംഗം

വെളിച്ചം തെളിയുമ്പോൾ തമ്പുരാന്റെ എഴുന്നള്ളത്തിന്റെ വാദ്യഘോഷം (അംഗരക്ഷകൻ വേദിയിലേക്കുവന്നു)

അംഗരക്ഷകൻ :രാജമാന്യ രാജശ്രീ കോലത്തിരിത്തമ്പുരാൻ എഴുന്നള്ളുന്നു. *(കോലത്തിരി പ്രവേശിക്കുന്നു. മദ്ധ്യവയസ്സു കഴിഞ്ഞ അരോഗദൃഢ ഗാത്രൻ)*

കോലത്തിരി : *(ഉൽക്കണ്ഠയോടെ)* എവിടെ, കുഞ്ഞാതി!

കാരണവർ : *(ഉദ്വേഗത്തോടെ)* കുഞ്ഞാതി... കുഞ്ഞാതി!

കുഞ്ഞാതി : ഞാനിവിടെയുണ്ടച്ഛാ... *(കുഞ്ഞാതി രംഗത്തേക്ക് വരുന്നു. അല്പം ദൂരെ നിന്ന് താണുവണങ്ങി)*

കുഞ്ഞാതി : കോലത്തുനാടിന്റെ സർവ്വാഭീഷ്ടദായകനും നീതിധർമ്മങ്ങളുടെ മൂർത്തി സ്വരൂപവുമായ കോലത്തിരിത്തമ്പുരാൻ നെടുനാൾ വാഴട്ടെ! അങ്ങയെ ഈ വിനീതയായ അടിമ ഒരായിരം വട്ടം ശിരസ്സു കുമ്പിട്ടു വണങ്ങുന്നു.

കോലത്തിരി : ശരീരം പോലെതന്നെ ശാരീരവും... കുഞ്ഞാതി പറഞ്ഞ

യച്ചപോലെ തന്നെ... ഒരു ചടങ്ങും വേണ്ട... എവിടെ നമ്മുടെ മണിയറ... നമുക്ക് തിടുക്കമായി കുഞ്ഞാതിയെ ഒന്ന് അടുത്തു കാണാൻ.

കുഞ്ഞാതി : മണിയറയിൽ കയറും മുൻപ് അടിയന് ഒരപേക്ഷയുണ്ട്.

കോലത്തിരി : പറഞ്ഞോളൂ. പറഞ്ഞോളൂ.

കുഞ്ഞാതി : അടിയൻ മോഹിച്ചും, അടിയനെ മോഹിച്ചും മംഗലം കഴിച്ച അടിയന്റെ സംബന്ധക്കാരൻ കേളുവിനെ കൊല്ലുകയില്ലെന്നും, ബന്ധനത്തിൽ നിന്ന് മോചിപ്പിക്കാമെന്നും അവിടന്ന് വിളക്കിൽ തൊട്ടു സത്യം ചെയ്യണം.

കോലത്തിരി : ഇത്രേ ഉള്ളൂ... സാരമില്ല്യാ.. എന്നാലും കുഞ്ഞാതി എന്റെ ആവുമല്ലോ! ദീപം ഇങ്ങോട്ട് എടുത്തോളൂ.

കാരണവർ : ചന്തു, ഒരു ദീപം ഇങ്ങോട്ടു എടുത്തോളൂ. *(ഒരാൾ ദീപം കൊണ്ട് ചെല്ലുന്നു).* കോലത്തിരി വിളക്കിൽ കൈവച്ച്) കുലദൈവങ്ങളാണേ കളരിപരമ്പര മൂർത്തികളാണെ കുഞ്ഞാതി പറഞ്ഞപോലെ അവളുടെ നായർ കേളുവിനെ കൊല്ലുകയില്ലെന്നും ബന്ധനത്തിൽ നിന്ന് മോചിപ്പിക്കുമെന്നും ഇതിനാൽ സത്യം ചെയ്യുന്നു. സത്യം... സത്യം... സത്യം... മതിയല്ലോ.

കുഞ്ഞാതി : മറ്റൊരപേക്ഷകൂടി...

കോലത്തിരി : ങ്ഹാ! ങ്ഹാ! നമ്മുടെ ക്ഷമ പരിശോധിക്കുന്നോ?

കുഞ്ഞാതി : കല്പിച്ച്... കോപിക്കരുത്, തിരുമനസ്സിന് എന്റെ അച്ഛന്റെ പ്രായമുണ്ട്. അടിയനെ മകളെ എന്ന് വിളിക്കണം എന്ന് അടിയൻ പറയുന്നില്ല. നേർ പെങ്ങളായി കണക്കാക്കണം. ജീവിതകാലം മുഴുവൻ അവിടത്തെ പാദസേവ ചെയ്തു കഴിയാൻ കല്പനയുണ്ടാവണം. കോലത്തിരിത്തമ്പുരാന്മാർ... നീതിയുടെയും ധർമ്മത്തിന്റെയും അവതാര മൂർത്തികളെന്നാണ് അടിയങ്ങൾ കേട്ടിട്ടുള്ളത്. ഇതിനടുത്തേക്ക് ബുദ്ധിമുട്ടാച്ചാൽ ജീവനോടെ അവിടുത്തേക്ക് അടിയന്റെ ഈ ശരീരം അനുഭവിക്കാനാവില്ല.
(എളിയിൽ നിന്ന് ഒരു കഠാര ഊരി നെഞ്ചിന് നേർക്കു കുത്താൻ തുടങ്ങുന്നു)
(എല്ലാവരും സ്തംഭിച്ചു നില്ക്കെ കോലത്തിരി ഓടി ച്ചെന്ന് കുഞ്ഞാതിയുടെ കൈക്ക് പിടിച്ച്)

കോലത്തിരി : അരുത്... അരുത്... മകളേ... നീ എന്റെ കണ്ണു തുറപ്പിച്ചു. നിന്നെ നാം നമ്മുടെ മകളായി ദത്തെടുക്കുന്നു. കേളു ഇനി എന്റെയും മരുമകൻ. ഏറമ്പാലത്തറവാട്ടുകാർ ഇനി നമ്മുടെ സേനാനായകന്മാർ... നായകന്മാരായ നിങ്ങൾ ഇനി നായനാർമാരെന്ന സ്ഥാനപ്പേരിൽ അറിയപ്പെടും.

(വർത്തമാനകാലത്തിൽ തിരിച്ചെത്തിയ സംഗീതം നിറമുള്ള വെളിച്ചത്തിന്റെ സ്ഥാനത്ത്... സാധാരണ വെളിച്ചം വേദിയുടെ ഒരറ്റത്തു നിന്ന് ഒരു മുത്തശ്ശി ഒരു ബാലന്റെ കൈയും പിടിച്ച് രംഗത്തേക്കു വരുന്നു)

മുത്തശ്ശി : മോനേ, കൃഷ്ണാ... നമ്മുടെ ഏറമ്പാലത്തറവാടിനെക്കുറിച്ച് പണ്ടുള്ളോർ പറഞ്ഞേക്കണ കഥയാണ് ഞാൻ പറഞ്ഞുതന്നത്.... നീ ഈ തറവാടു മുഴുവൻ കണ്ടൂലോ. ഇനി എന്റെ മോൻ വേണം ഈ തറവാടിന്റെ ഐശ്വര്യം. നാടാകെ പരത്താൻ.

(രംഗദീപം പൊലിയുന്നു)

ദൃശ്യം രണ്ട്

ഏറമ്പാലത്തറവാട്
സമയം സന്ധ്യ

രംഗദീപം തെളിയുമ്പോൾ...

പൂമുഖത്ത് നിലവിളക്കിനു മുന്നിൽ കൈകൂപ്പി നില്ക്കുന്ന നാരായണി അമ്മ. മദ്ധ്യവയസ്സിനോടടുത്ത് കുലീനയായ ഒരു സ്ത്രീ. മുണ്ടും ബ്ലൗസും രണ്ടാം മുണ്ടും. കഴുത്തിൽ ഒരു ചെയിൻ. കൈയിൽ ഈരണ്ടു സ്വർണ്ണ വളകൾ. കാതിൽ വട്ടക്കമ്മൽ. നെറ്റിയിൽ കുറി വരച്ചുകൊണ്ട് നിലവിളക്കിനു മുന്നിൽ നിവർത്തിയിട്ട പായിൽ ഇരിക്കുന്നു...

നാരായണിയമ്മ: കൃഷ്ണാ ഗോവിന്ദാ ഗുരുവായൂരപ്പാ... എന്നു ജപിക്കുന്നു. *(അല്പനേരം കഴിഞ്ഞ് പുറകോട്ട് നോക്കിയിട്ട്)* കൃഷ്ണാ... കൃഷ്ണാ.. *(ആരും വിളി കേൾക്കുന്നില്ല) അല്പം കൂടി ഉച്ചത്തിൽ)* കൃഷ്ണാ... എന്താ വിളി കേൾക്കുന്നില്ലെന്നുണ്ടോ *(അകത്തുനിന്നും ഒരു ബാലന്റെ ശബ്ദം)* അമ്മേ, ഞാനിതാ വരുണു... *(അമ്മ വീണ്ടും കണ്ണുമടച്ച് ധ്യാനത്തിൽ) അല്പസമയം കഴിഞ്ഞ്)*

വെളുത്ത് തടിച്ചു കൊഴുത്ത ഒരു ബാലൻ പ്രവേശിക്കുന്നു. പതിനൊന്നിലേറെ വയസ്സുണ്ടാവില്ല. പക്ഷേ, പ്രായത്തെക്കാൾ കവിഞ്ഞ വളർച്ചയുണ്ട്. ഒരു മുറിക്കൈയൻ ഷർട്ടും മുണ്ടും വേഷം) ധ്യാനത്തിൽ നിന്നും അമ്മയെ ഉണർത്തി)

കൃഷ്ണൻ : അമ്മേ... *(അമ്മ കണ്ണ് തുറന്ന് മകനെ നോക്കി അല്പം നീരസത്തോടെ)* നാരായണിയമ്മ എത്ര പറഞ്ഞാലും നീ

അനുസരിക്കില്ല. അല്ലേ?

കൃഷ്ണൻ : എന്താ അമ്മേ, എനിക്ക് മനസ്സിലായില്ല.

അമ്മ : *(കണ്ണുകൊണ്ട് ആകെ ഉഴിഞ്ഞിട്ട്)* കൃഷ്ണാ ഞാൻ നിന്നോട് പറഞ്ഞിട്ടില്ല്യേ, ഉസ്കൂളി പോണ കുപ്പായോം മുണ്ടും ചുറ്റി വീടിനകത്തു കയറുതെന്ന്. നാനാ ജാതിക്കാരു പിള്ളാരു പഠിക്കുന്ന സ്ഥലമല്ലേ. പോരാണ്ട് ഇപ്പം ഹരിജൻ കുട്ട്യോളും ഉണ്ടത്രേ! അവരെ തീണ്ടിയ കുപ്പായോം ഇട്ട് ഇനി ഇങ്ങട് കേറരുത്.

കൃഷ്ണൻ : *(ചിരിച്ചുകൊണ്ട്)* അമ്മേ ഇത് ഉസ്കൂളി ഇട്ടോണ്ട് പോയ കുപ്പായമല്ല. ഇപ്പോ പെട്ടീന്നെടുത്തദാ.

അമ്മ : *(വാത്സല്യത്തോടെ)* കള്ള കൃഷ്ണൻ തന്നെ. എന്തു പറഞ്ഞാലും അതീന്നു രക്ഷപ്പെടാനൊരു സാമർത്ഥ്യം എന്റെ മോനെ നിന്നെക്കൊണ്ടു ഞാൻ തോറ്റു. പക്ഷേ, നാമം ജപിക്കാനും രാമായണം പഠിക്കാനും കുപ്പായമിടാതെ വരണോന്നു ഞാൻ പറഞ്ഞിട്ടില്ല്യേ.

കൃഷ്ണൻ : *(തെറ്റു സമ്മതിക്കുന്ന ഭാവത്തിൽ) ശരി ശരി (എഴുന്നേറ്റ്)* ഞാനിപ്പോ കുപ്പായം ഊരി വച്ചു വരാം *(അകത്തേക്കു പോകുന്നു)*

അമ്മ : *(ചിരിച്ചുകൊണ്ട്)* എന്തൊരനുസരണയുള്ള കുട്ടി. മഹാ കൗശലക്കാരൻ. *(കൃഷ്ണൻ തിരിച്ചുവന്ന് അമ്മയുടെ അടുത്തിരിക്കുന്നു)*

അമ്മ : *(രാമായണ പുസ്തകം നിവർത്തി. ആദ്യം രണ്ട് വരി അമ്മ വായിക്കും. എന്നിട്ട് കൃഷ്ണനും അമ്മയും ചേർന്ന് വായിക്കും. ഒടുവിൽ പന്ത്രണ്ടുവരി ഒരുമിച്ച് അമ്മ വായിക്കും. - എന്നിട്ടും മകനോട് വായിക്കാൻ പറയുന്നു. മകൻ തപ്പിത്തപ്പി വായിക്കുന്നു)*

കൃഷ്ണൻ : ഇന്നിത്രയും മതി അമ്മേ... നാളത്തേക്ക് ക്ലാസിലേക്ക് ഒരു ഇംഗ്ലീഷ് പൊയം കാണാപ്പാഠം പഠിച്ചുകൊണ്ട് പോകാനുണ്ട്.

അമ്മ : *(ചിരിച്ചുകൊണ്ട്)* സൂത്രമൊക്കെ എനിക്ക് മനസ്സിലാകും. ഉസ്കൂളിലേക്കുള്ളത് പഠിച്ചുകൊള്ളൂ. എന്തായാലും ഈ മാസം കൊണ്ട് *രാമായണം* തടകൂടാതെ വായിക്കാൻ പഠിക്കണം എന്നിട്ടുവേണം *മഹാഭാരതം.*

കൃഷ്ണൻ : *(രാമായണം വായനയിൽനിന്നും രക്ഷപ്പെട്ട സന്തോഷത്തോടെ)* സമ്മതിച്ചു... എന്റെ അമ്മ പറയുന്ന എന്തെങ്കിലും കാര്യം ഞാൻ അനുസരിക്കാതിരുന്നിട്ടുണ്ടോ?

അമ്മ : *(ചിരിച്ചുകൊണ്ട്)* മര്യാദരാമൻ. *(അകത്തേയ്ക്ക് പോകുന്നു)*

കൃഷ്ണൻ : *(ഒരു ഇംഗ്ലീഷ് പാഠപുസ്തകം നിവർത്തി... ഒരു കവിത*

നോക്കി വായിക്കുന്നു. എന്നിട്ട് അത് കാണാതെ ചൊല്ലാൻ... നോക്കുന്നു... തെറ്റുന്നു വീണ്ടും ചൊല്ലുന്നു... അടുക്കളയിൽ കടുകുവറുക്കുന്ന ശബ്ദം. മണം)

കൃഷ്ണൻ : *(മണം ആസ്വദിച്ച്)* നല്ല മണം. വറുത്തൊരിശ്ശേരിയാകും... അമ്മേ അത്താഴത്തിനു കാലമായോ?

അമ്മ : *(അകത്തു നിന്ന്)* അത്താഴം കാലമാകുമ്പോൾ - അറീക്കാം. നീ ഇരുന്ന് പഠിക്ക്.

(തമ്മിൽ സംസാരിച്ചുകൊണ്ട് സമപ്രായക്കാരായ രണ്ട് യുവാക്കൾ കടന്നു വരുന്നു. കെ പി ആർ ഗോപാലൻ. നല്ല പൊക്കവും എടുത്തു പിടിച്ചതുപോലെയുള്ള തലയെടുപ്പും ഇരുനിറവുമുള്ള ഒരു യുവാവ്. മറ്റേത്... ഇ നാരായണൻ നായനാർ. കൃഷ്ണൻ നായനാരുടെ ജ്യേഷ്ഠൻ. നല്ല വെളുത്ത നിറം. അല്പം കൊഴുത്തിട്ട് ഒരു ചെറുപ്പക്കാരൻ. രണ്ടുപേരും ഖദർ കൊണ്ടുള്ള മുറിക്കൈ ഷർട്ടും മുണ്ടും ധരിച്ചിരിക്കുന്നു. കെ പി ആറിന് മുഖത്തു പ്രായത്തേക്കാൾ ഗൗരവം നല്കുന്ന കട്ടി മീശ...)

നാരായണൻ : അച്ഛൻ വീട്ടിലുണ്ടോ എന്നറിയില്ല. ഗോപാലൻ ഉസ്കൂൾ മുറ്റത്തു വച്ച് പറഞ്ഞത് അച്ഛന് ഒട്ടും ഇഷ്ടമായില്ല്യേ...

ഗോപാലൻ : നാരായണ... നമുക്കേ നമ്മുടെ അച്ഛനമ്മമാരുടെ ഇഷ്ടാനിഷ്ടങ്ങൾ മാത്രം നോക്കി കാര്യങ്ങൾ നടത്താനാവുമോ? നമ്മുടെ നാടും കാലവും മാറുകയാണ്. നമുക്കും അതിനൊപ്പിച്ചു മാറിയേ കഴിയൂ..

അമ്മ : *(പുറത്തേക്ക് വന്നു)* ങാഹാ! രാമലക്ഷ്ണന്മാരെത്തിയോ? കുട്ടികളേ, നിങ്ങൾക്ക് രായും പകലുമില്ലാതെ എന്താ ഇത്ര ജോലി.

ഗോപാലൻ : *(ചിരിച്ചുകൊണ്ട്)* അമ്മേ, നിങ്ങക്കതു മനസ്സിലാവില്യാ. നമ്മക്കെന്നും ഈ വെള്ളക്കാരന്റെ അടിമകളായി കഴിഞ്ഞാ മതിയോ!

അമ്മ : ഓഹോ! വെള്ളക്കാരെ പുറത്താക്കാനാണ് പുറപ്പാട് കൊള്ളാം. കുഞ്ഞുങ്ങളെ, വെറുതെ കല്ലിൽ കടിച്ച് പല്ലു കളയരുതേ!

നാരായണൻ : അമ്മേ... അച്ഛനകത്തുണ്ടോ?

കൃഷ്ണൻ : ഇല്ല. ഏട്ടാ ഇപ്പോൾ നമ്മൾ സർവ്വതന്ത്ര സ്വതന്ത്രർ

അമ്മ : സ്വാതന്ത്ര്യം ആഘോഷിക്കുന്നതുകൊള്ളാം. അച്ഛനിപ്പോൾ വരും. ഗോപാലാ നിങ്ങളിരിക്ക്. ഞാൻ അടുക്കളയിലോട്ടു ചെല്ലട്ടെ! അത്താഴം കഴിച്ചേ പോകാവൂ. *(അമ്മ അകത്തേക്ക് പോകുന്നു)*

നാരായണൻ : ഇന്ന് വല്ലവിധത്തിലും രക്ഷപ്പെട്ടു. ഉസ്കൂളിൽ നിന്ന് ഇനിയും ആ ഹരിജൻ കുട്ടികളെ തല്ലിയോടിച്ചാലോ!

അച്ഛനും അമ്മാവനും കരപ്രമാണിമാരും കടുത്ത വാശിയിലാ..

ഗോപാലൻ : നീ ധൈര്യമായിരിക്ക് നാരേണ. നാളെ മുതൽ കേളപ്പനും കൂട്ടരും കൂടി വരുന്നുണ്ട്. നമ്മളും കൂടി ഉണ്ടായാൽ ആ ഹരിജൻ കുട്ടികളെ ആരു തൊടും. നമുക്കൊന്നു നോക്കാം.

നാരായണൻ : ബാബു രാജേന്ദ്ര പ്രസാദിന്റെ സന്ദർശന പരിപാടിയുടെ ഒരുക്കങ്ങളൊന്നുമായില്ല.

ഗോപാലൻ : നീ ബേജാറാവണ്ട.. ഏർപ്പാടൊക്കെ ആയി. നമുക്ക് കോൺഗ്രസ് കമ്മിറ്റി ഒന്ന് കൂടണം. അതിനുള്ള നോട്ടീസായി. നോട്ടീസ് ബന്ധപ്പെട്ടവരുടെയൊക്കെ വീട്ടിലെത്തിക്കണം. രഹസ്യമായി.

കൃഷ്ണൻ : അതു ഞാനേറ്റു. എല്ലാ വീട്ടിലും എത്തിക്കാം. *(കെ പി ആർ നോട്ടീസ് കൃഷ്ണനെ ഏല്പിക്കുന്നു)*

ഗോപാലൻ : കൃഷ്ണാ... എല്ലാ വീട്ടിലും എത്തിക്കണേ!

കൃഷ്ണൻ : റൈറ്റ്... എല്ലാ വീട്ടിലും എത്തിക്കാം. വേണാങ്കി നാളെ ഉസ്കൂളിൽ പോകണ്ടാന്നു വയ്ക്കാം.

നാരായണൻ : അത്ര ഓവർസ്മാർട്ടാവണ്ട. സ്കൂളിപോയിട്ടു വന്ന ശേഷം നോട്ടീസ് കൊടുത്താ മതി.

ഗോപാലൻ : കല്യാശ്ശേരിയിൽ ശ്രീ ഹർഷൻ വായനശാലയുടെ കാര്യം ഓർമ്മയുണ്ടല്ലോ. കേരളീയന് അതു ഉടനെ ആരംഭിക്കണം എന്ന് നിർബ്ബന്ധം. അയാളെക്കൊണ്ട് താനൊരു തീയതി നിശ്ചയിക്ക്. എന്നാൽ ഞാനിറങ്ങട്ടെ!

നാരായണൻ : അമ്മ തന്നെ ഉണ്ണാൻ ക്ഷണിച്ചതല്ലേ - പറഞ്ഞിട്ടുപോ.

ഗോപാലൻ : അമ്മയറിഞ്ഞാൽ പോകാൻ പറ്റില്ല *(ഗോപാലൻ പുറത്തേക്കും നാരായണൻ അകത്തേക്കും പോകുന്നു. അല്പം കഴിഞ്ഞ് അച്ഛൻ ഗോവിന്ദൻ നമ്പ്യാർ പ്രവേശിക്കുന്നു)*

(ഗോവിന്ദൻ നമ്പ്യാർ മദ്ധ്യവയസ്സു കഴിഞ്ഞ ആഢ്യത്വമുള്ള ഒരു മനുഷ്യൻ. തടിച്ചുകൊഴുത്ത് സുമുഖൻ. കഴുത്തിൽ സ്വർണ്ണം കെട്ടിയ രുദ്രാക്ഷം. കൈയിൽ വെള്ളി കെട്ടിയ ചൂരൽ. മുറിക്കൈയൻ ഷർട്ടും മുണ്ടും കഴുത്തിൽക്കൂടെ വളച്ചിട്ട ഒരു പുളിയിലക്കര നേര്യതും.. കഷണ്ടിയിൽ കയറിയ നെറ്റി)

(കൃഷ്ണൻ അച്ഛന്റെ കാൽപ്പെരുമാറ്റം കേട്ട് ഇംഗ്ലീഷ് കവിത വായിച്ച് അങ്ങോട്ടും ഇങ്ങോട്ടും നടക്കുന്നു)

ഗോവിന്ദൻ : എന്താ അത്താഴം കാലമായില്ലേ.

കൃഷ്ണൻ : *(ഭവ്യമായി)* ഇല്ലാ..

ഗോവിന്ദൻ : ഓ! അതോണ്ടാവും ഈ തൊണ്ട പൊട്ടുമാറുള്ള കാണാപ്പാഠം പറച്ചിൽ. അല്ലെങ്കിൽ എപ്പോഴേ നാലുറക്കം കഴിഞ്ഞേനെ.

അമ്മ : *(രംഗത്തേക്കുവന്ന് ഗോവിന്ദൻ നമ്പ്യാരെ നോക്കി)* ഇപ്പോ വന്നിട്ടേയുള്ളൂ.

ഗോവിന്ദൻ : അതേ... എന്താ ഈ ചെറിയോന് അത്താഴം കൊടക്കാണ്ട്... അയാൾ ബുദ്ധിമുട്ടുന്നതു കണ്ടിട്ടില്ലേ... അത്താഴം വേഗം വിളമ്പ്... ഇല്ലേൽ ഇയാൾ ഈ ഇംഗ്ലീഷ് കവിതകൾ മുഴുവൻ കുടിച്ച് തീർക്കും *(കൃഷ്ണൻ അകത്തേക്കു പോകുന്നു.)*

അമ്മ : അപ്പോ അവൻ പഠിച്ചാലും കുറ്റമോ?

ഗോവിന്ദൻ : *(അരിശത്തോടെ അസഹിഷ്ണുതയോടെ)* നാശം... സർവ്വത്ര നാശം.. ആ കോൺഗ്രസുകാർക്കൊപ്പം നമ്മുടെ കുട്ടികൾ കൂടെ കൂടിയാലോ?

അമ്മ : എനിക്കൊന്നും മനസ്സിലാകുന്നില്യാ.

ഗോവിന്ദൻ : കുടുംബത്തിലെ കുട്ടികളുടെ കണ്ണു തെളിയട്ടേ എന്ന് കരുതിയാ നിന്റെ ആങ്ങള അധികാരിയും ഞാനും കൂടി കല്യാശ്ശേരിയിൽ ഒരു ഉസ്കൂളു തുടങ്ങിയത്. അതും ഇപ്പോ ആപത്തായി.

അമ്മ : ഉസ്കൂളുകൊണ്ട് എന്താപത്ത്.

ഗോവിന്ദൻ : ഇതിൽ കൂടുതൽ എന്താപത്ത് വരണം. നമ്മുടെ സ്കൂളിലെ ഹരിജൻ കുട്ടികളെ നമ്മുടെ കുട്ടികളുടെ കൂടെയിരുത്തി പഠിപ്പിക്കണം പോലും. അതിന് കോൺഗ്രസ് കൊടിയും പിടിച്ച് സമരം... നമ്മുടെ നാരേണനും ഗോപാലനും ഒക്കെ സഹായികൾ. പോരേ പൂരം.

അമ്മ : നമ്മുടെ കുട്ടികളോ...

ഗോവിന്ദൻ : അതേ... കൂട്ടത്തിൽ നമ്മുടെ ചെറിയോനും ഉണ്ടോ എന്തോ? അതിന് നാളെയോ മറ്റന്നാളോ കോൺഗ്രസിന്റെ ഒരാലോചനായോഗം ഉണ്ടുപോലും. എവിടെയാണാവോ യോഗം. ആ ചെറിയോനെ വിളിക്കൂ. ഓനറിയാ.

അമ്മ : *(കൃഷ്ണാ.. കൃഷ്ണാ.. എന്ന് വിളിക്കുന്നു. കൃഷ്ണനിറങ്ങി വരുന്നു)*

കൃഷ്ണൻ : എന്നെ വിളിച്ചിനാ...

ഗോവിന്ദൻ : എടോ... നാളെയോ മറ്റെന്നാളോ ഇവിടെ കോൺഗ്രസിന്റെ ഒരു യോഗം ചേരുന്നുണ്ടോ?

കൃഷ്ണൻ : *(ഒരു ഭാവവ്യത്യാസവുമില്ലാതെ)* എനിക്കറിയില്ല...

ഗോവിന്ദൻ : *(പരിഹാസത്തിൽ)* ഓ! ഓനറിയില്ല. എന്നാൽ, എനിക്കറിയാം ബ്രിട്ടീഷ് സർക്കാരിനോടാണ് കളിക്കുന്നത്. സൂക്ഷിച്ചാൽ നന്ന്. ഞാനൊന്ന് മേൽകഴുകി വരട്ടെ. *(അ*

കത്തേക്ക് പോകുന്നു. അമ്മയും മകനും മാത്രം)

അമ്മ : കൃഷ്ണാ, കോൺഗ്രസ് യോഗം എവിടെവച്ചാണ് നടക്കുന്നത്.

കൃഷ്ണൻ : *(യാതൊരു ഭാവവ്യത്യാസവുമില്ലാതെ)* എനിക്കറിയില്ല.

അമ്മ : ഗോപാലൻ നിന്റെ കൈയിൽ തന്ന നോട്ടീസിലില്യേ... എവിടെവച്ചാണ് യോഗമെന്ന്. എന്നിട്ടും എനിക്കറിയില്ല അല്ലേ.

കൃഷ്ണൻ : *(തൊണ്ടിസഹിതം പിടിക്കപ്പെട്ടപോലെ ചിരിച്ചുകൊണ്ട്)* അമ്മേ പുറത്താരോടും പറയരുതെന്നാണ് ഞങ്ങടെ ചട്ടം.

അമ്മ : നിങ്ങടെ ഒരു ചട്ടം... അച്ഛൻ വളരെ കോപത്തിലാണ് മോനേ... നീ ആ വേണ്ടാത്ത ഏടാകൂടത്തിലൊന്നും എടുത്ത് ചാടരുത്.

കൃഷ്ണൻ : നോക്കാം...

രംഗദീപം പൊലിയുന്നു

ദൃശ്യം മൂന്ന്

കല്യാശ്ശേരിയിലെ ചെറിയ ഒരു പീടികമുറി. അകത്ത് ശ്രീഹർഷൻ വായനശാല, കല്യാശ്ശേരി എന്ന് എഴുതിയ ഒരു ബോർഡ്, രംഗദീപം തെളിയുമ്പോൾ സ്റ്റേജിന്റെ മദ്ധ്യത്ത് സദസ്യർക്കഭിമുഖമായി... (രണ്ട് ചെറിയ പെട്ടികളുടെ പുറത്ത് കെ പി ആർ ഗോപാലനും കേരളീയനും അവർക്കഭിമുഖമായി സ്റ്റേജിന് പുറംതിരിഞ്ഞ് ചെറുപ്പക്കാർ)

കെ പി ആർ : ശ്രീഹർഷൻ വായനശാലയുടെ ഔപചാരികമായ ഉദ്ഘാടനത്തിന് ശ്രീ. കെ എ കേരളീയനെ ക്ഷണിച്ചുകൊള്ളുന്നു *(കൈയടി)*

കേരളീയൻ : യോഗാദ്ധ്യക്ഷൻ, പ്രിയപ്പെട്ട ശ്രീ. കെ പി ആർ ഗോപാലൻ സദസ്സിലുള്ള പ്രിയപ്പെട്ട യുവസുഹൃത്തുക്കളേ, സഖാക്കളേ... ഞങ്ങളുടെയൊക്കെ ഒരു ദീർഘകാല സ്വപ്നമാണ് ഇന്ന് യാഥാർത്ഥ്യമാകുന്നത്. ശ്രീഹർഷൻ എന്ന സ്വാതന്ത്ര്യസമര ഭടന്റെ ഓർമ്മയ്ക്കായി നമ്മൾ ഇന്ന് കല്യാശ്ശേരിയിൽ ഒരു വായനശാല ആരംഭിക്കുകയാണ്. എന്റെ മുമ്പിലുള്ള പലർക്കും ശ്രീഹർഷനെ അറിയുകയില്ല. നാടിന്റെ സ്വാതന്ത്ര്യത്തിനുവേണ്ടി ഖദറും ഗാന്ധിത്തൊപ്പിയും ധരിച്ചതിനും കോൺഗ്രസ് പ്രവർത്തനം നടത്തിയതിനും മേലാളന്മാർ കള്ളക്കേസിൽ കുടുക്കി കണ്ണൂർ സെൻട്രൽ ജയിലിലടച്ച ഹരിജ

നായിരുന്നു ശ്രീഹർഷൻ. ജയിൽ വാർഡന്മാരുടെ മൃഗീയ മർദ്ദനമേറ്റ് ജയിലിൽ വച്ചുതന്നെ അദ്ദേഹം രക്തസാക്ഷിയായി. ആരോരുമില്ലാത്ത ഹർഷന്റെ മൃതശരീരം ജയിൽ കോമ്പൗണ്ടിനടുത്ത് എവിടെയോ മറവു ചെയ്തു. ആ പുണ്യാത്മാവിന്റെ നാമധേയത്തിലുള്ള ഈ വായനശാല ഔപചാരികമായി ഉദ്ഘാടനം ചെയ്തതായി ഞാൻ നിങ്ങളെ വിനയപുരസരം അറിയിക്കുന്നു *(കൈയടി)*

അദ്ധ്യക്ഷൻ : ഇനി ഈ വായനശാലയുടെ കർമ്മപരിപാടി കൃഷ്ണൻ നായനാർ അവതരിപ്പിക്കും.

കൃഷ്ണൻ : ഗുരുജനങ്ങളെ സുഹൃത്തുക്കളേ ഈ വായനശാല സജീവമായ ഒരു സാംസ്കാരിക പ്രസ്ഥാനമാക്കി വളർത്തിക്കൊണ്ടുവരാൻ താഴെ പറയുന്ന പരിപാടികൾ നടപ്പിലാക്കാനുള്ള നിർദ്ദേശങ്ങൾ വിലയേറിയ ഈ സഭയുടെ മുന്നിൽ ഞാൻ സമർപ്പിക്കുന്നു.

1. നമ്മുടെ നാട്ടിലെ യുവപ്രതിഭകളുടെ കലാ സാഹിത്യ വാസനകളെ പ്രോത്സാഹിപ്പിക്കാൻ ഒരു കൈയെഴുത്തു മാസിക തുടങ്ങുക.
2. എല്ലാ ഞായറാഴ്ചയും വായനശാലയുടെ ആഭിമുഖ്യത്തിൽ ചർച്ചാ ക്ലാസുകൾ നടത്തുക.
3. ദിവസവും വൈകുന്നേരം ആറ് മണി മുതൽ ഏഴ് മണി വരെ ഒരു സൗജന്യ നിശാ ഹിന്ദി ക്ലാസ് എടുക്കുക.
4. വൈകുന്നേരങ്ങളിൽ *മാതൃഭൂമി* പത്രം കൊണ്ടുവന്ന് വായിച്ചു കൊടുക്കുക.
5. വായനശാലയുടെ ആഭിമുഖ്യത്തിൽ ഒരു ഫുട്ബോൾ ടീം രൂപീകരിക്കുക. *(വായന നിർത്തി കൃഷ്ണൻ സ്വസ്ഥാനത്തിരിക്കുന്നു) (കൈയടി)*

അദ്ധ്യക്ഷൻ : വച്ച പരിപാടികളൊക്കെ നല്ലത്. പക്ഷേ, നടപ്പാക്കണമെങ്കിൽ ഒരു കമ്മിറ്റി വേണം. കൈയെഴുത്തു മാസികയ്ക്ക് ഒരു പത്രാധിപർ വേണം. *സദസ്സിൽ നിന്നൊരാൾ അത് കൃഷ്ണൻ നായനാർ തന്നെ ആവട്ടെ. മൂപ്പര് കഥയും കവിതയുമൊക്കെ എഴുതുന്ന ആളല്ലേ. (സദസ്സിൽ മറ്റുള്ളവർ അങ്ങിനെയാവട്ടെ എന്ന് കൈയടിച്ചു പാസ്സാക്കുന്നു)*

അദ്ധ്യക്ഷൻ : നമ്മൾ പറഞ്ഞത് കൊണ്ടായില്ലലോ? കൃഷ്ണന്റെ അഭിപ്രായം കൂടി അറിയേണ്ടേ? എന്താ കൃഷ്ണാ?

കൃഷ്ണൻ : എനക്കു സമ്മതം *(എല്ലാവരും വീണ്ടും കൈയടിക്കുന്നു)*

അദ്ധ്യക്ഷൻ : അപ്പോൾ വായനശാലയുടെ കൺവീനർ കേരളീയൻ തന്നെയാവട്ടെ.

സദസ്യർ : അതുമതി... അതുമതി...

അദ്ധ്യക്ഷൻ : എനക്കും ചിലതു പറയാനുണ്ട്. വായനശാല നല്ലതാണ്. വായനാശീലവും വളർത്തേണ്ടതാണ്. എന്നാൽ, ഏതാശയവും പ്രവൃത്തിയുമായി ബന്ധപ്പെടുത്തുമ്പോഴേ അതിനു ശക്തിയുള്ളൂ. ആശയത്തിനു വേണ്ടി ആശയം എന്നത് ശരിയല്ല. അതുകൊണ്ടാണ് മതവും പൗരോഹിത്യവും ജനങ്ങൾക്ക് പ്രയോജനപ്പെടാത്തത്. നമ്മുടെ മുന്നിലുള്ള പ്രശ്നം സ്വാതന്ത്ര്യമാണ്. നമ്മുടെ നാട് ഇന്നൊരടിമ രാജ്യമാണ്. കൈയൂക്കുള്ള ഒരു മുഷ്ക്കൻ നമ്മുടെ വീട്ടിൽ കടന്നുവന്ന് നമ്മളെ അടിമകളാക്കിയിരിക്കുന്നു. എന്നിട്ട് അവൻ പറയുന്നതെല്ലാം നമ്മളനുസരിക്കണം പോലും. മനസ്സില്ല. നമ്മൾ ചോദ്യം ചെയ്താൽ നമ്മളെ തെമ്മാടി എന്ന് വിളിക്കും. നമ്മുടെ നെഞ്ചിലവൻ വെടിയുണ്ട പായിക്കും. ഇല്ലെങ്കിൽ കഴുമരത്തിൽ കയറ്റും. ഇതനുവദിക്കാനാവില്ല. നമ്മൾ ബ്രിട്ടീഷുകാരന്റെ അടിമകളല്ല. അതിനെതിരെ പോരാടണം. അതിനാണ് കോൺഗ്രസ്. കോൺഗ്രസിനെ ശക്തിപ്പെടുത്താൻ നമ്മളെ ഇവിടെ ഒരു യൂത്ത് ലീഗ് രൂപീകരിക്കുന്നുണ്ട്. അതിന് ഒരു യൂണിഫോമുണ്ട്. നീലക്കുപ്പായം ആ നീലക്കുപ്പായ സംഘത്തിൽ നിങ്ങളൊക്കെ ചേരണം.

നായനാർ : ഞാൻ അതിന്റെ ക്യാപ്റ്റനാകാം.

മറ്റുള്ളവർ : ഞങ്ങളും കൂടാം.

അദ്ധ്യക്ഷൻ : സന്തോഷം മറ്റ് ചിലതുകൂടിയുണ്ട് പ്രിയപ്പെട്ടവരെ കോൺഗ്രസ് ആഹ്വാനം ചെയ്തിട്ടുള്ള മദ്യവർജ്ജന പരിപാടിയുടെ ഭാഗമായി നാളെ മുതൽ നടക്കുന്ന മദ്യഷാപ്പു പിക്കറ്റിങ്ങിൽ നിങ്ങളെല്ലാവരും പങ്കെടുക്കണം. ഇതിന്റെ എല്ലാം പ്രചാരണത്തിനായി നമ്മുടെ എം പി നാരായണൻ നമ്പ്യാരുടെ നേതൃത്വത്തിൽ നാളെ മുതൽ യുവാക്കളുടെ ഒരു പ്രചാരണ ജാഥ നമ്മുടെ ഗ്രാമം ചുറ്റണം... എന്താ നാരേണാ *(സദസ്സിൽ നിന്ന് ഒരു നീണ്ട് മെലിഞ്ഞ ചെറുപ്പക്കാരൻ എഴുന്നേല്ക്കുന്നു)*

നാരായണൻ നമ്പ്യാർ: തീരുമാനം പോലെ

അദ്ധ്യക്ഷൻ : എന്നാൽ, നമ്മുടെ യോഗം. *(സദസ്സിൽ നിന്നൊരാൾ)* അദ്ധ്യക്ഷനോടപേക്ഷ

അദ്ധ്യക്ഷൻ : എന്താണു പറയൂ...

സദസ്യൻ : കൃഷ്ണൻ നായനാരുടെ ഒരു കവിതാലാപനത്തോടെ നമുക്കീ യോഗം അവസാനിപ്പിക്കാം.

അദ്ധ്യക്ഷൻ : എന്താ കൃഷ്ണാ, കവിത വായിക്കുന്നോ?

കൃഷ്ണൻ : സദസ്യരുടെ ഇഷ്ടം പോലെ

സദസ്യർ : വായിക്കണം, വായിക്കണം.

കൃഷ്ണൻ : (ഒരു കവിത വായിക്കുന്നു)
കേരവൃക്ഷങ്ങൾ നിരന്നു നിന്നീടുന്ന
കേരളാരാമത്തിലെത്തി ഞാൻ മെല്ലവേ-
നാലുപുറവും നടന്നു പ്രകൃതിതൻ
ചേരുറ്റ ദൃശ്യങ്ങൾ കണ്ടുരസിച്ചു ഞാൻ.
ഭാർഗ്ഗവരാമനുയർത്തിയോരിസ്ഥലം
ഭൂമിയിൽനാകസുഖങ്ങൾ തരുംസ്ഥലം
ഭാരതത്തിന്റെ തിരുമുടിക്കെട്ടിലെ
വാരുറ്റ വാടാമലരായൊരിസ്ഥലം
നെഞ്ചകമേതിൻ സ്മൃതിയിൽ കിളിർക്കുമാ-
തുഞ്ചൻ പറമ്പുള്ള പാവനഭൂതലം
കേരളമെന്നും, പരിലസിച്ചീടുന്നു
ഭാരതത്തിന്നൊരഭിമാനകാരിയായ്

(കവിതയുടെ അവസാനത്തിൽ രംഗദീപം പൊലിയുന്നു)

ദൃശ്യം നാല്

ഏറമ്പാലത്തറവാട്
സമയം സന്ധ്യ

നാരായണി അമ്മ നിലവിളക്കിന്റെ മുമ്പിലിരുന്ന് ഹരിനാമ കീർത്തനം ചൊല്ലുന്നു.

ഗോവിന്ദൻ നമ്പ്യാർ: എന്തിനാ വെറുതെ ബുദ്ധിമുട്ടുന്നത്. ഹരിനാമ കീർത്തനം ചൊല്ലിയിട്ടും, രാമായണം വായിച്ചിട്ടും ഒരു പ്രയോജനവുമില്ല. നിന്റെ മൂത്തമകൻ തലതിരിഞ്ഞു. അവൻ കോളേജിൽ ചേർന്നെങ്കിലും പഠിത്തത്തിൽ ഒരു താല്പര്യവുമില്ല. മംഗലാപുരത്തു ഘോഷയാത്രയും പ്രസംഗോമെന്നാണ് കേട്ടത്. എന്നാൽ നമ്മുടെ ചെറിയ വനോ!

നാരായണി : ഓൻ സാധുവാ. കുട്ടികളല്ലേ അല്പം കുറുമ്പു കൂടുത ലുണ്ടെന്നേയുള്ളൂ.

ഗോവിന്ദൻ : *(ഹാസ്യമായി)* സാധു... പരമസാധു... ഓനാണ് എല്ലാവ രിലും മികച്ച വികടൻ... ദാ കണ്ടോ! *(ഖദർ സഞ്ചി എടുത്തു കാട്ടുന്നു).*

നാരായണി : ഇതെന്താ... ഒരു സഞ്ചിയല്ലേ...

ഗോവിന്ദൻ : അതെ. അതെ ഒരു സഞ്ചി. അതിനകത്തല്ലേ പൂച്ച.

നാരായണി : നിങ്ങളെന്തോ കല്പിച്ചു കൂട്ടിയിട്ടാണ്. എന്റെ കുട്ടീനെ ക്കുറിച്ചു വേണ്ടാതീനം പറയാതെ നേരെ ചൊവ്വേ കാര്യം പറയിൻ.

ഗോവിന്ദൻ : ബുദ്ദൂസ്സേ... ഇതൊരു ഖദർ സഞ്ചിയാണ്... ദാ, ഇതിനകത്ത് എന്താണെന്നു കണ്ടോ! *(ആദ്യം രസീത് ബുക്കെടുത്തു കാണിച്ചുകൊണ്ട്)* ഇതെന്താണെന്നറിയാമോ? കോൺഗ്രസിൽ മെമ്പർമാരെ ചേർക്കേണ്ട മെമ്പർഷിപ്പ്. രസീത് എന്നുവച്ചാൽ രാജ്യദ്രോഹികളെ റിക്രൂട്ട് ചെയ്യുന്ന ഏടാകൂടം. ഇതു കണ്ടോ.

നാരായണി : എന്താ അത്?

ഗോവിന്ദൻ : തൊപ്പി. മരണം വിലയ്ക്ക് വാങ്ങുന്ന രാജ്യദ്രോഹത്തിന്റെ അടയാളം. ഖദർ കൊണ്ടുള്ള ഗാന്ധിത്തൊപ്പി. അടി എവിടെയുണ്ടോ അതിങ്ങോട്ട് തന്നോളൂ എന്ന് ചോദിച്ചുവാങ്ങാനുള്ള ഉപകരണം.

നാരായണി : എനിക്കൊന്നും കാണേണ്ട.

ഗോവിന്ദൻ : തീർന്നില്ല. ഇനി ഒരു കത്തുകൂടിയുണ്ട്. ഞാൻ വായിക്കാം.. അതീവ രഹസ്യം. സഖാവ് കല്യാശ്ശേരിയിലെ കർഷക രംഗത്ത് കൂടി പ്രവർത്തിക്കണം. പ്രധാന പ്രവർത്തകരുടെ ഒരു സ്റ്റഡി ക്ലാസ് ഏർപ്പാടാക്കണം. എ കെ ജി പങ്കെടുക്കും. തീയതി പിന്നാലെ. സ്ഥലം അറിയിക്കും. എവിടെവരെ എത്തി നിന്റെ മകന്റെ യാത്ര...

നാരായണി : ഓൻ ഇന്നിങ്ങുവരട്ടെ ഞാൻ ചോദിക്കും. ഇത് ഓന്റെ സഞ്ചിയാവില്ല. അപ്പുറത്തെ ഗോപാലന്റെയാവും.

ഗോവിന്ദൻ : അല്ല, അല്ല. നിന്റെ മോന്റെ തന്നെ... ഇനിയും ചിലതു കൂടി എനിക്കറിയാം. *(ആരോ പുറത്തുനിന്നും വരുന്നു. നാരായണി അകത്തേക്ക് പോകുന്നു)*

(വട്ടക്കഴുത്തുള്ള മുറിക്കൈയൻ കുപ്പായവും മുണ്ടും നെഞ്ചത്തെ പോക്കറ്റിൽ തടിച്ച പേഴ്സും കഴുത്തിൽ വെന്തിങ്ങയും കെട്ടിയ കറുത്തു കുള്ളനായ ഒരു മദ്ധ്യവയസ്കൻ) (ഓച്ഛാനിച്ചു നില്ക്കുന്നു)

ഗോവിന്ദൻ : ആരാ. ഇങ്ങകത്തേക്ക് വന്നോളൂ *(അയാൾ പഞ്ചപുച്ഛമടക്കിയപോലെ മുൻപിൽ വന്നു നിന്നു)* എനക്കു മനസ്സിലായില്ലല്ലോ?

മത്തായി : അടിയൻ മത്തായി... ഈ റേഞ്ചിലെ കള്ളുഷാപ്പുകൾ പിടിച്ചിട്ടുള്ള കോൺട്രാക്ടർ മത്തായി.

ഗോവിന്ദൻ : എന്നെ കാണാൻ വന്നത്?

മത്തായി : ഈടുത്തെ ഇളയകുഞ്ഞ്...

ഗോവിന്ദൻ : ഓൻ കള്ളുകുടിച്ച വകേൽ പണം വല്ലതും തരാനുണ്ടോ?

മത്തായി : അല്ല യജമാനനേ... ഇവിടുത്തെ കുഞ്ഞിന്റെ നേതൃത്വത്തിൽ കള്ളു വില്ക്കാൻ സമ്മതിക്കുന്നില്ല്യാ... വടക്കെങ്ങാണ്ടുള്ളൊരു കാന്തി പറഞ്ഞിട്ടുണ്ടുപോലും, കള്ളു

കുടി ചീത്തയാണെന്ന്... അതുകൊണ്ട് കള്ളു വില്ക്കുന്നത് തടസ്സപ്പെടുത്തുവാണേ. ഒന്ന് വെലവു ചെയ്തിരുന്നെങ്കി... അടിയങ്ങള് രക്ഷപ്പെട്ടുപോയേനെ...

ഗോവിന്ദൻ : അവൻ മാത്രമാണോ?

മത്തായി : അല്ലേ. ഇവിടുത്തെ കുഞ്ഞാണു മുമ്പൻ. സർക്കാരിന് മുൻകൂർ പണം കെട്ടിയിട്ടാണെ ഞാള് ലേലം കൊണ്ടിട്ടുള്ളത്. ഈശോമിശിഹായെ ഓർത്ത് അടിയങ്ങളെ വയറ്റത്തടിക്കരുതേ!

ഗോവിന്ദൻ : ശരി. മത്തായി പൊയ്ക്കോളൂ. ഓൻ വരട്ടെ. നിങ്ങൾക്ക് ബുദ്ധിമുട്ടുണ്ടാക്കാതെ ഞാൻ നോക്കിക്കൊള്ളാം...

മത്തായി : *(താണുതൊഴുതുകൊണ്ട്)* വലിയ ഉപകാരം അവിടുന്ന് വെലവു ചെയ്തില്ലങ്കി കുടിയനവന്മാരാരെങ്കിലും കുഞ്ഞിനെ കൈവച്ചാ... അടിയനെ കുറ്റപ്പെടുത്തരുതെന്ന് മാത്രം... *(മത്തായി പുറത്തേക്ക് പോകുന്നു)*

ഗോവിന്ദൻ : *(സ്വയം)* അപ്പോൾ സംഗതികൾ അവിടംവരെയെത്തി.

(നായനാർ പഠിക്കുന്ന സ്കൂളിലെ ഒരു മാഷ് വരുന്നു. ഒരു കൈയിൽ കുടയും മുണ്ടിന്റെ തുമ്പും പിടിച്ച്... കോട്ട് ധരിച്ച് കൂടെക്കൂടെ പൊടിവലിച്ച് അന്നത്തെ ഒരു സാധാരണ അദ്ധ്യാപകൻ. നീട്ടി വലിച്ച് തൊഴുതുകൊണ്ട്)

മാഷ് : നമസ്കാരം.

ഗോവിന്ദൻ : നമസ്കാരം. എന്താ മാഷ് പോരാത്തവഴി.

മാഷ് : പോരാത്തവഴിയാണോ എന്ന് ചോദിച്ചാൽ പോരാത്തവഴി തന്നെ.

ഗോവിന്ദൻ : എന്താ വിശേഷിച്ച്?

മാഷ് : വിശേഷിച്ച് എന്തെങ്കിലും ഉണ്ടോ എന്ന് ചോദിച്ചാൽ വിശേഷിച്ച് ചിലതുണ്ട്.

ഗോവിന്ദൻ : എന്താണെന്ന് വച്ചാൽ പറയൂ.

മാഷ് : പറയാൻ പറഞ്ഞാൽ... ഞാൻ എല്ലാം തുറന്നു പറയേണ്ടതായി വരും.

ഗോവിന്ദൻ : അതിനാണല്ലോ ഇങ്ങോട്ടു വന്നത്.

മാഷ് : ഇങ്ങോട്ടുവന്നത് അതിനല്ലേ എന്നു ചോദിച്ചാൽ അതിനു തന്നെയാണ്.

ഗോവിന്ദൻ : ഇതൊരു ബുദ്ധിമുട്ടായല്ലോ...

മാഷ് : ബുദ്ധിമുട്ടായോ എന്ന് ചോദിച്ചാൽ ബുദ്ധിമുട്ടു തന്നെയാണ്.

ഗോവിന്ദൻ : *(അല്പം നീരസത്തോടെ)* കാര്യം പറയൂ മാഷേ...

മാഷ് : കാര്യം പറയണമല്ലോ പറയാം...

ഗോവിന്ദൻ : എന്നാൽ പറയൂ.... കൃഷ്ണൻ വല്ല വേണ്ടാതീനവും കാട്ടിയോ.

മാഷ് : അതേല്ലോ... അതാണല്ലോ...
ഗോവിന്ദൻ : എന്തു ചെയ്തൂന്നാ...
മാഷ് : ഓനെ എന്തിനാ ഉസ്കൂളിലയച്ചത്.
ഗോവിന്ദൻ : പഠിക്കാൻ.
മാഷ് : ആണേ! പഠിക്കാൻ ആണേ!
ഗോവിന്ദൻ : അപ്പോൾ ഓൻ പഠിക്കുന്നില്ലേ?
മാഷ് : പഠിക്കുന്നില്ലേ എന്ന് ചോദിച്ചാൽ പഠിക്കുന്നു.
ഗോവിന്ദൻ : പിന്നെന്താ..
മാഷ് : അങ്ങനെ ചോദിക്കൂ! അവൻ പഠിക്കേണ്ടതല്ല പഠിക്കുന്നത്.
ഗോവിന്ദൻ : പിന്നെ...
മാഷ് : ഓൻ ഉസ്കൂൾ സിലബസിലല്ല. കോൺഗ്രസ് സിലബസിലാണ് താല്പര്യം.
ഗോവിന്ദൻ : മനസ്സിലായില്ല.
മാഷ് : മനസ്സിലാവില്ല. അതെ അങ്ങേക്കെന്നല്ല ഒരു രക്ഷാകർത്താവിനും മനസ്സിലാവില്യാ. അതാണല്ലോ അതിന്റെ മെച്ചം.
ഗോവിന്ദൻ : എന്റെ ക്ഷമകെടുന്നു.
മാഷ് : അങ്ങയുടെ മകൻ നിത്യവും ഞങ്ങളുടെ ക്ഷമ കെടുത്തുന്നു എന്നതാണ് വസ്തുത.
ഗോവിന്ദൻ : എന്നോടെന്തെങ്കിലും പ്രത്യേകിച്ച് പറയാനുണ്ടോ?
മാഷ് : ഉണ്ടല്ലോ!
ഗോവിന്ദൻ : ശരി പറയൂ...
മാഷ് : ഗാന്ധിത്തൊപ്പി ധരിച്ച് ഒരാൾ ഒറ്റയ്ക്ക് റോഡേ പരസ്യമായി നടന്നാൽ എന്താ ഗതി?
ഗോവിന്ദൻ : പൊലീസ് കണ്ടാൽ തല്ലി എല്ലൊടിക്കും.
മാഷ് : എല്ലൊടിക്കുമേ! അപ്പോൾ ആറുപേർ ഒരേസമയം ഗാന്ധിത്തൊപ്പിയും വച്ച് നടന്നാലോ.

ഗോവിന്ദൻ : ചിലപ്പോൾ ലാത്തിച്ചാർജ്ജ് നടക്കും.
മാഷ് : അപ്പോൾ ഒരേസമയം ആറു കുട്ടികൾ ഗാന്ധിത്തൊപ്പിയും ധരിച്ച് ക്ലാസിലിരുന്നാലോ
ഗോവിന്ദൻ : അങ്ങനെ സംഭവിച്ചുവോ!
മാഷ് : ഉവ്വല്ലോ! രണ്ടീസം മുമ്പ് ഇവിടത്തെ കുഞ്ഞുമാത്രം ഗാന്ധിത്തൊപ്പി ധരിച്ചു വന്നു. ഞങ്ങൾ വൈകുന്നേരം വരെ കുഞ്ഞിനെ ബഞ്ചിൽ കയറ്റി നിർത്തി.
ഗോവിന്ദൻ : അങ്ങനെ സംഭവിച്ചുവോ!
മാഷ് : ഉവ്വല്ലോ! രണ്ടീസം മുമ്പ് ഇവിടത്തെ കുഞ്ഞുമാത്രം

ഗാന്ധിത്തൊപ്പി ധരിച്ചു വന്നു. ഞങ്ങൾ വൈകുന്നേരം വരെ കുഞ്ഞിനെ ബഞ്ചിൽ കയറ്റി നിർത്തി.

ഗോവിന്ദൻ : എന്നിട്ട്...

മാഷ് : ഇന്നലെ ഞാൻ ബോർഡിലെഴുതാൻ തിരിയുമ്പോൾ പൂച്ചകളുടെ ഒരുകൂട്ടക്കരച്ചിൽ. തിരിഞ്ഞു നോക്കുമ്പോഴുണ്ട്... ആറുപേരുടെ തലയിൽ ഗാന്ധിത്തൊപ്പി. ഞാൻ ആറുപേരെയും ക്ലാസിൽ നിന്ന് പുറത്താക്കി. അതു നേരിട്ട് പറയാനാണ് ഇവിടെ വന്നത് *(നീട്ടിവലിച്ച്)* നമസ്കാരം *(എലിവാണം പോലെ പുറത്തേക്ക്)*

ഗോവിന്ദൻ : മാഷേ... മാഷേ..*(സ്വയം)* ഇങ്ങിനെയുള്ളവർ മാഷന്മാരായാൽ... പൂച്ച കരച്ചിലല്ല... കുട്ടികൾ സിംഹഗർജ്ജനം നടത്തും. *(ഒരു പൊലീസുകാരൻ കടന്നുവരുന്നു സല്യൂട്ട് ചെയ്യുന്നു) (ഒരു കടലാസ് കൈയിൽ കൊടുക്കുന്നു)*

ഗോവിന്ദൻ : എന്താ വിശേഷിച്ച്.

കോൺസ്റ്റബിൾ: നമുക്കൊന്നുമറിയില്ല. ഏമാനേ അറിയൂ.

ഗോവിന്ദൻ : ഒന്നുമില്ലാതെ സ്റ്റേഷനിൽ ചെല്ലാൻ പറയുക ഇല്ലല്ലോ!

കോൺസ്റ്റബിൾ: ഇവിടുത്തെ കൊച്ചങ്ങുന്നിനെക്കുറിച്ച് ഐ ഡി റിപ്പോർട്ട് എന്തോ ഉണ്ട്. അംശം അധികാരിയുടെ അനന്തിരവനും ഏറമ്പാലത്തറവാട്ടിലെ ജന്മിയുടെ മകനും ആയതുകൊണ്ട് അതേക്കുറിച്ച് എന്തോ സംസാരിക്കാനാവും.

ഗോവിന്ദൻ : ഞാൻ നാളെത്തന്നെ ഇൻസ്പെക്ടറെ അയാളുടെ താമസസ്ഥലത്തു ചെന്ന് കണ്ടുകൊള്ളാമെന്ന് പറയൂ.

കോൺസ്റ്റബിൾ: അങ്ങനെതന്നെ *(സല്യൂട്ട് ചെയ്തു പൊലീസുകാരൻ പോകുന്നു)*

ഗോവിന്ദൻ : *(സ്വഗതം)* അപ്പോൾ കാര്യങ്ങൾ വിചാരിച്ചേടത്തൊന്നുമല്ല. രണ്ടിലൊന്നു തീരുമാനിച്ചേ കഴിയൂ... *(അല്പം ഗൗരവത്തിൽ ഉച്ചത്തിൽ) നാരായണീ! നാരായണീ.... (നാരായണി അമ്മ പ്രവേശിച്ചുകൊണ്ട്)*

നാരായണി : എന്നെ വിളിച്ചിനാ...

ഗോവിന്ദൻ : വിളിച്ചു... കൃഷ്ണന്റെ പരാക്രമങ്ങളൊക്കെ കേട്ടില്ലേ? പൂച്ചയെപ്പോലെ നടന്ന ഇവൻ എന്നാ പുലിയായത്... നാശം. ആരോ വരുന്നുണ്ട്. *(നാരായണിയമ്മ അകത്തേക്ക് പോകുന്നു. ഗാന്ധിത്തൊപ്പിയും തലയിൽവച്ച് ഖദറുടുപ്പിട്ട് തോളത്ത് ഒരുഖദർ സഞ്ചിയും തൂക്കി വടിപോലൊരാൾ നടന്ന് വരുന്നു. കൈയിൽ ഒരു പുസ്തകവും. ഒറ്റനോട്ടത്തിൽ തന്നെ വെറുപ്പോടെ...)*

ഗോവിന്ദൻ : താനാരാ...

ആഗതൻ : ഒരു മദ്യവർജ്ജന പ്രവർത്തകൻ. അവിവാഹിതൻ. ബ്രഹ്മചാരി, ഗാന്ധിയൻ, പേര് സദ്ഗുണസദാനന്ദൻ. സ്ഥലം

തളിപ്പറമ്പ്, വിലാസം- സദ്ഗുണസദാനന്ദൻ. ശബരി ആശ്രമം, തളിപ്പറമ്പ് *(ഒറ്റശ്വാസത്തിൽ ഇത്രയും പറഞ്ഞു നിർത്തി)*

ഗോവിന്ദൻ : തന്നെ എന്തിനാ ഇങ്ങോട്ടു കെട്ടിയെടുത്തത്?

സദാനന്ദൻ : ഒരു ഹരിജി സമർപ്പിക്കാൻ.

ഗോവിന്ദൻ : ഹരിജിയോ... ഹരിജി തരാൻ ഇതെന്താ മജിസ്ട്രേറ്റ് കോടതിയോ?

സദാനന്ദൻ : അങ്ങയുടെ ഇളയമകൻ കൃഷ്ണൻ നായനാരുടെ അതിക്രമങ്ങളെക്കുറിച്ച് ഒരു സങ്കടഹരിജി.

ഗോവിന്ദൻ : കൃഷ്ണനെക്കുറിച്ചോ.

സദാനന്ദൻ : അതെ! *(സഞ്ചിയിൽനിന്ന് ഒരു കടലാസെടുത്ത് വായിക്കാൻ തുടങ്ങുന്നു)* വാദി- തളിപ്പറമ്പ്... അംശം - തളിപ്പറമ്പ് മുറിയിൽ ശബരി ആശ്രമത്തിൽ താമസം. ഇരുപത്തഞ്ചു വയസ്സുള്ള...

ഗോവിന്ദൻ : മതി... മതി. രായസം ഒന്നും വേണ്ട... ആ കടലാസിങ്ങു തരൂ! *(കടലാസു കൊടുത്തുകൊണ്ട്)*

സദാനന്ദൻ : എനിക്കു പറയാനുള്ളതുകൂടി കേൾക്കണം.

ഗോവിന്ദൻ : ശരി, ശരി.. ഒറ്റവാക്കിൽ

സദാനന്ദൻ : ക്ഷമിക്കണം... ഒറ്റവാക്കിൽ ഒന്നുമാവില്ല.. കുറച്ചു വാക്യങ്ങൾ പറയാൻ അനുവദിക്കണം.

ഗോവിന്ദൻ : പറഞ്ഞു തുലയ്ക്ക്.

സദാനന്ദൻ : ഞങ്ങൾ ഒരുമിച്ച് മദ്യവർജ്ജന പരിപാടിയുടെ ഭാഗമായി ഷാപ്പ് പിക്കറ്റ് ചെയ്യുക പതിവായിരുന്നു. പിക്കറ്റിങ് കഴിഞ്ഞ് തിരിച്ചുപോകുമ്പോൾ ഒന്നോ രണ്ടോ കുപ്പി കള്ള് ഗോപ്യമായി ഞാൻ വാങ്ങിക്കൊണ്ടുപോകുക പതിവായിരുന്നു. എന്റെ വിട്ടുമാറാത്ത വയറുവേദന ശമിപ്പിക്കാനാണ്. കള്ള് ഔഷധമായി സേവിക്കാമെന്ന് മഹാത്മജിയും ശ്രീനാരായണഗുരുവും അവരുടെ ഗ്രന്ഥങ്ങളിൽത്തന്നെ എഴുതിയിട്ടുണ്ട്. അവിടുത്തെ മകനും കൂട്ടരും അതു കണ്ടുപിടിച്ച് ബഹുജനമദ്ധ്യത്തുവച്ച് എന്നെ മാനഭംഗപ്പെടുത്തി. ഇതുമൂലം എന്റെ വ്യക്തിത്വത്തിനുണ്ടായ മാനഹാനിക്ക് പരിഹാരമുണ്ടാക്കിത്തരണമെന്ന് താഴ്മയായി അപേക്ഷിക്കുന്നു.

ഗോവിന്ദൻ : കള്ളുകുടിക്കുന്ന തനിക്ക് എന്ത് മാനഹാനി.

സദാനന്ദൻ : അങ്ങു സത്യമായും വിശ്വസിക്കണം. കള്ള് എനിക്ക് ലഹരി പദാർത്ഥമല്ല. ഔഷധമാണ് *(സഞ്ചി തുറന്ന്)* ഇതാ ഇപ്പോഴും എന്റെ കൈവശമുണ്ട്... ശ്രീനാരായണനും മഹാത്മജിയും എനിക്കുവേണ്ടി സാക്ഷി പറയും.

ഗോവിന്ദൻ : ശരി... ഞാൻ വേണ്ടത് ചെയ്യാം. ഇപ്പോൾ പൊയ്ക്കോ

ളൂ... *സദാനന്ദൻ യാന്ത്രികമായി നടന്നുപോകുന്നു)*
(നാരായണി കടന്നു വരുന്നു)

ഗോവിന്ദൻ : നാരായണീ... കൃഷ്ണനെ ഇങ്ങനെ വിട്ടാൽ പറ്റില്ല. ഓന്റെ കോൺഗ്രസ് പ്രവർത്തനം എന്നെ ജേലിക്കേറ്റും എന്ന് നിശ്ചയം സ്റ്റേഷനിൽ നിന്ന് എനിക്കാളയച്ചിരുന്നു.

നാരായണി : ഓനോട് ദേഷ്യപ്പെട്ടിട്ട് കാര്യമില്ല. സ്നേഹത്തിൽപ്പറഞ്ഞ് നമുക്ക് വഴിയേ കൊണ്ടുവരാം.

ഗോവിന്ദൻ : ഞും.. അവനിങ്ങു വരട്ടെ! *(കൃഷ്ണൻ നായനാർ കടന്നു വരുന്നു അകത്തേക്ക് പോകുവാൻ തുടങ്ങുന്നു)*

ഗോവിന്ദൻ : നില്ക്കവിടെ. നിന്നോട് ചിലത് സംസാരിക്കാനുണ്ട്.

നാരായണി : പിന്നീടാകാമല്ലോ. അവൻ കുപ്പായം മാറി കുളിച്ചുവരട്ടെ!

ഗോവിന്ദൻ : നാരായണി, നീ അപ്പുറത്തുപോ. എനിക്ക് ഓനോട് ചിലത് സംസാരിക്കാനുണ്ട്.

കൃഷ്ണൻ : *(സൗമ്യമായി)* അച്ഛന് എന്താണ് അറിയാനുള്ളത്?

ഗോവിന്ദൻ : ഈ വീട്ടിൽ പൊലീസ് വന്നത് നീ അറിഞ്ഞിനാ?

കൃഷ്ണൻ : അറിഞ്ഞു.

ഗോവിന്ദൻ : നീ ഗാന്ധിത്തൊപ്പി വച്ച് ക്ലാസിൽ ഇരുന്നോ?

കൃഷ്ണൻ : ഇരുന്നു.

ഗോവിന്ദൻ : നീ കോൺഗ്രസിന്റെ വില്ലേജ് സെക്രട്ടറിയാണോ?

കൃഷ്ണൻ : അതെ.

ഗോവിന്ദൻ : അപ്പോ എന്താണ് സംഭവിക്കുക എന്ന് നിക്കറിയ്യോ?

കൃഷ്ണൻ : അറിയാം. ചിലപ്പോൾ അറസ്റ്റ് ചെയ്യും. ജേലിക്കൊണ്ടു പോകും.

ഗോവിന്ദൻ : അപ്പോൾ പഠിത്തം?

കൃഷ്ണൻ : നിർത്താൻ തീരുമാനിച്ചു. ഒരടിമരാജ്യത്തെ പൗരനായി ജീവിക്കാൻ ഇനി വയ്യ.

ഗോവിന്ദൻ : ആളുകൾ മദ്യപിച്ചാൽ നിനക്കെന്താ.

കൃഷ്ണൻ : മദ്യം വിഷമാണ്. അതു കൊടുക്കരുത്. തൊടരുത്. കുടിക്കരുത് എന്നാണ് ശ്രീനാരായണ ഗുരു പറഞ്ഞിട്ടുള്ളത്.

ഗോവിന്ദൻ : നിന്റെ അച്ഛൻ മദ്യപിക്കുമെന്ന് നിനക്കറിയില്ലേ?

കൃഷ്ണൻ : അച്ഛനായതുകൊണ്ട്...

ഗോവിന്ദൻ : അല്ലെങ്കിൽ?

കൃഷ്ണൻ : തടയുമായിരുന്നു.

ഗോവിന്ദൻ : *(തല്ലുന്നു)*

അമ്മ : അവനെ തല്ലരുത് *(കൈക്ക് പിടിച്ച് വലിക്കുന്നു)*

ഗോവിന്ദൻ : അഹങ്കാരി - ഇനി ഈ വീട്ടിൽ നിനക്ക് സ്ഥാനമില്ല. നാളെ നേരം വെളുക്കും മുമ്പേ നീ ഇവിടെനിന്നും ഇറങ്ങിക്കോളണം.

കൃഷ്ണൻ : നാളെ ആകേണ്ട... ഇതാ ഇപ്പോൾത്തന്നെ ഇറങ്ങുക

യാണ് *(അകത്തുപോയി ഒരു ബാഗുമെടുത്ത് പുറത്തേക്ക് പോകുന്നു)*

നാരായണി : മോനേ... മോനേ... പോകരുത്... അമ്മയെ വിട്ടേച്ചു പോകരുത്. *(ദയനീയമായി)* അവനെ തിരിയെ വിളിക്ക്.

ഗോവിന്ദൻ : പോകട്ടെന്നേ... നമ്മെ വേണ്ടെങ്കിൽ നമുക്കും വേണ്ട.

നാരായണി : മോനേ... മോനേ... പോകരുതേ... ഈ അമ്മേ വിട്ടു നീ പോകരുതേ!

രംഗദീപം പൊലിയുന്നു

ദൃശ്യം അഞ്ച്

ആശാൻ സ്മാരക വായനശാല പുതിയ പറമ്പ് കോൺഗ്രസ് സോഷ്യലിസ്റ്റ് പാർട്ടി പ്രവർത്തകയോഗം എന്ന ബാനർ രംഗവേദിയിൽ വെളിച്ചമെത്തുമ്പോൾ പ്രവർത്തകർ ഹാളിൽ അങ്ങോട്ടും ഇങ്ങോട്ടും നടക്കുന്നു.

കോരൻ : എടാ കണാരാ. നീയും നമ്മുടെ പാർട്ടിയിലുണ്ടോ?

കണാരൻ : അതെന്താ സഖാവെ അങ്ങനെ.

കണ്ണൻ : താൻ വലിയൊരു ഗാന്ധിഭക്തനായിരുന്നല്ലോ.. എടോ ആ മൂപ്പിലാൻ പറയുന്നത് കേട്ടു നടന്നാലൊന്നും സ്വാതന്ത്ര്യം കിട്ടൂല... നമുക്കേ ആ ഭഗത്സിങ്ങിന്റെ കൂട്ട് എന്തെങ്കിലും ചെയ്യണം.

കോരന് : എടാ കണ്ണാ... നീ കണ്ണൂരിൽ ബീഡിക്കമ്പനിയിൽ ചേർന്നതോടെ നിന്റെ മട്ടൊക്കെ അങ്ങ് മാറിയല്ലോ.

കണാരൻ : അഴീക്കോടൻ രാഘവേട്ടനാടാ ഞങ്ങൾക്ക് ദിവസോം സ്റ്റഡി ക്ലാസ് തരുന്നത്. പിന്നെങ്ങനെ മാറാതിരിക്കും. ചിലപ്പോൾ സഖാവ് കൃഷ്ണപിള്ളയുടെ സ്റ്റഡി ക്ലാസും ഉണ്ടാകും.

(കൃഷ്ണൻ നായനാർ പ്രവേശിക്കുന്നു. സുമുഖനായ മീശവച്ച യുവാവ്. ഖദർ ഷർട്ടും മുണ്ടും)

നായനാർ : *(എല്ലാവരോടുമായി)* എന്താ സഖാക്കളെല്ലാമെന്തിനാ...

കണ്ണൻ : അയിന് നമ്മളെല്ലാവരേം വിളിച്ചിട്ടില്ലാലോ... നമ്മക്ക് ബിശ്വാസമുള്ളവരെ മാത്രം വിളിച്ചാ മതീന്നല്ലേ തീരുമാനം.

നായനാർ : റൈറ്റ്...

മൈതീൻ : *(പ്രായമുള്ള ഒരു സഖാവ്)* നായനാരെ. ഇ എം എസ് വരോ?

നായനാർ : എന്താ സംശയം.
മൈതീൻ : മണി ആറായിന്
നായനാർ : എന്നാ ഇപ്പോ എത്തിയിരിക്കും. *(പറഞ്ഞു തീരും മുമ്പേ സഖാവ് ഇ എം എസും പി കൃഷ്ണപിള്ളയും പ്രവേശിക്കുന്നു. ഇ എം എസ് ഫുൾക്കൈ ഖദർഷർട്ട് ഖദർമുണ്ട്. മുഖത്ത് കണ്ണട. കൃഷ്ണപിള്ള - കോളറുള്ള വെളുത്ത ബനിയൻ പോലത്തെ മുഷിഞ്ഞ അരക്കൈയൻ ഖദറുടുപ്പും ഖദർ മുണ്ടും) (എല്ലാവരും അഭിവാദ്യം ചെയ്യുന്നു) (നായനാർ കൃഷ്ണപിള്ളയുടെ ചെവിയിൽ എന്തോ പറയുന്നു)*
കൃഷ്ണപിള്ള: *(തലകുലുക്കി ചിരിച്ചുകൊണ്ട്)* പിന്നെന്താ നമുക്ക് പാട്ടോടുകൂടി തന്നെ തുടങ്ങാം)
ഇ എം എസ് : എന്താ
കൃഷ്ണപിള്ള: ഒരു തൊഴിലാളി സഖാവിന് ഒരു പാട്ടുപാടണമെന്ന്.
ഇ എം എസ് : സന്തോഷം. വിളിക്കൂ എന്നിട്ടാവാം യോഗം.
കൃഷ്ണപിള്ള: *(നായനാരുടെ കൈക്ക് പിടിച്ചുകൊണ്ട്)* ഈ ആളെ ഇ എമ്മിന് അറിയുമോ? കല്യാട്ടു ഏറമ്പാലക്കുടുംബത്തിലെ ആണ്. കൃഷ്ണൻ നായനാർ ഇപ്പോൾ നായനാർ എന്നു പറഞ്ഞാൽ മതി.
ഇ എം എസ് : നമ്മുടെ കെ പി ആറിന്റെ...
നായനാർ : അമ്മാവന്റെ മകൻ.
ഇ എം : *(നായനാരുടെ കൈപിടിച്ച് കുലുക്കിക്കൊണ്ട്)* കേട്ടിട്ടുണ്ട്... ധാരാളം... പക്ഷേ, ഇന്നേ കാണാനവസരം കിട്ടിയിട്ടുള്ളൂ.
കൃഷ്ണപിള്ള: ഇ എം ഒന്നുകൂടി അറിയണം. കുപ്രസിദ്ധനായ ജന്മി കരക്കാട്ടിടം നായനാരില്ലേ. അയാൾ നമ്മുടെ നായനാരുടെ ഇളയമ്മയുടെ ഭർത്താവാണ്.
ഇ എം : *(ചിരിച്ചുകൊണ്ട്)* അതായത് ഇളയച്ഛൻ
നായനാർ : അതേ.. അപ്പോൾ യോഗം... സഖാവിന്റെ അദ്ധ്യക്ഷതയിൽ തന്നെ...
കൃഷ്ണപിള്ള: ആവട്ടെ...
ഇ എം : ആ പാട്ടുകാരനെ വിളിക്കൂ.

(ഒരു ചെറുപ്പക്കാരൻ മുന്നോട്ടുവരുന്നു. നീണ്ടുമെലിഞ്ഞ് പാറിപ്പറന്ന തലമുടിയോടെ, ഒരു കള്ളിമുണ്ടും ബനിയനും ഇട്ട ഒരു ചെറുപ്പക്കാരൻ)

കൃഷ്ണപിള്ള: എന്താ പേര്?
ചെറുപ്പക്കാരൻ :*(നടന്നുകൊണ്ട്)* ഗോപാലൻ
കൃഷ്ണപിള്ള: പ്രവർത്തകയോഗം ആരംഭിക്കുകയാണ്. ആദ്യമായി സഖാവ് ഗോപാലൻ ഒരു പാട്ടുപാടും.

ഗോപാലൻ : (പാടുന്നു)
ഉദയച്ചെങ്കതിർ ചുവപ്പുപോലെ
സോവിയറ്റെന്നൊരു നാട്
പണിയെടുക്കുവോർ പടുത്തുയർത്തിയ
സ്വർഗ്ഗംപോലൊരു നാട്
സ്വപ്നം പോലൊരു നാട്
അടിമച്ചങ്ങല തകർത്തു സ്വാതന്ത്ര്യം
തുടിച്ചുനില്ക്കുന്ന നാട്
ഒരു കുടുംബമായ് മനുഷ്യരൊന്നുപോൽ
വാഴുന്ന സോവിയറ്റ് നാട്
സമൃദ്ധിതൻ തറവാട്
ഉദയച്ചെങ്കതിർ..
പണിയിടങ്ങളിൽ, വയൽനിരകളിൽ
ഉണർവ്വിൻ ശക്തിസംഗീതം
സമത്വസുന്ദരമനുഷ്യചിന്തതൻ
വിഭാതശുക്രനക്ഷത്രം
വിശ്വവിപ്ലവരക്തനക്ഷത്രം
ഒരു വസന്തത്തിൻ ഇടിമുഴക്കമാം
ഒക്ടോബർ വിപ്ലവനാളിൽ
ലെനിന്റെ കൈകളിൽ തത്തിക്കളിച്ചൊരു
ചെങ്കൊടി നാട്ടിയുയർത്താം
നമ്മുടെ നാട്ടിലും നീളെ പറത്താം.

(പാട്ടിന്റെ അവസാനം ആവേശത്തോടെ കൈയടി. ഇ എം എസ് സ്വന്തം പോക്കറ്റിൽക്കിടന്ന സ്വർണ്ണ നിറത്തിൽ ക്യാപ്പുള്ള ഒരു പേന ഗോപാലന് സമ്മാനിക്കുന്നു) (എല്ലാവരും കൈയടിക്കുന്നു)

കൃഷ്ണപിള്ള: ഇനി നമുക്ക് കാര്യത്തിലേക്ക് കടക്കാം. കാര്യങ്ങൾ സഖാവ് ഇ എം എസ് നിങ്ങളോട് സംസാരിക്കും.

ഇ എം : സഖാക്കളെ നമ്മുടെ പ്രസ്ഥാനത്തെ സംബന്ധിച്ച് വളരെ പ്രധാനപ്പെട്ട ചില കാര്യങ്ങളാണ് എനിക്ക് നിങ്ങളോട് പറയാനുള്ളത്. നമ്മൾ തുടക്കത്തിൽ സഖാവ് ഗോപാലൻ പാടിയ ഒരു പാട്ട് കേട്ടില്ലേ. ആ പാട്ടിൽ കവി പറഞ്ഞിട്ടുള്ള സമത്വസുന്ദരമായ ഒരു ലോകമാണ് നമ്മുടെ ലക്ഷ്യം. രാഷ്ട്രീയമായി ആരും ആരെയും മർദ്ദിക്കാത്ത സാമ്പത്തികമായി ആരും ആരെയും ചൂഷണം ചെയ്യാത്ത ഒരു ലോകം.. അതിന് ഒരുപാട് ദൂരം നാം പോകേണ്ടതായി വരും.. ഒരുപാട് സഹിക്കേണ്ടി വരും. ഒരുപാട് രക്തസാക്ഷിത്വമടക്കം വേണ്ടിവരും.

തുടക്കത്തിൽ നമ്മൾ കോൺഗ്രസുകാരായിരുന്നു. പിന്നെ

സോഷ്യലിസ്റ്റുകളായി. നാം പതുക്കെ പതുക്കെ കമ്യൂണിസ്റ്റുകാരാവുകയാണ്. അതുകൊണ്ട്, മറ്റു കോൺഗ്രസ്സുകാരേക്കാൾ മർദ്ദനം നമുക്ക് കൂടുതലാകും. ഇന്ത്യയിലെ വലിയൊരു വിഭാഗം ജനം സ്വാതന്ത്ര്യത്തിനു വേണ്ടി കൂടിയിട്ടുള്ളത് കോൺഗ്രസിലാണ്. അവർക്ക് ഗാന്ധിയിൽ ആണ് വിശ്വാസം. നിഷ്കളങ്കനാണ്, നിസ്വാർത്ഥനാണ്. പക്ഷേ, അദ്ദേഹത്തിന്റെ പരിപാടികളിൽ പ്രായോഗികത തീരെ കുറവാണ്. അദ്ദേഹത്തിന്റെ ഉത്തമ ശിഷ്യനെന്നവകാശപ്പെടുന്ന നെഹ്റുവിന് പോലും അദ്ദേഹത്തെ അംഗീകരിക്കാൻ ആവുന്നില്ല. അതുകൊണ്ട് കോൺഗ്രസിലും കോൺഗ്രസ് സോഷ്യലിസ്റ്റ് പാർട്ടിയിലും ഉറച്ചു നിന്നുകൊണ്ടുതന്നെ തൊഴിലാളി സംഘടനകളും കർഷക സംഘടനകളും കെട്ടിപ്പടുത്ത് നമുക്ക് വിപ്ലവ പ്രസ്ഥാനത്തെയും സ്വാതന്ത്ര്യ പ്രസ്ഥാനത്തെയും ശക്തിപ്പെടുത്തണം.

(കയ്യടി)

രംഗദീപം പൊലിയുന്നു

ദൃശ്യം ആറ്

ആറോൺമിൽ സമരം

(ഒന്ന്)

രംഗദീപം തെളിയുമ്പോൾ ഒരു ഷെൽട്ടർ. മുഖാമുഖം പി കൃഷ്ണപിള്ളയും നായനാരും. ഈ രംഗത്തിൽ ഇവരെ മാത്രം കാണത്തക്കവിധത്തിൽ വെളിച്ചം ക്രമീകരിക്കണം)

കൃഷ്ണപിള്ള: ഞാൻ സഖാവിനെ വിളിപ്പിച്ചത് എന്തിനാണെന്ന് മനസ്സിലായോ?

നായനാർ : *(അമ്പരപ്പോടെ)* ഇല്ല.

കൃഷ്ണപിള്ള: കുറേ നാളായി ചുറ്റുവട്ടത്തുള്ള കർഷകരെ സംഘടിപ്പിച്ച് നടക്കുവല്ലേ? ഇനി കണ്ണൂർ ടൗണിലേക്കൊന്ന് വരിക. ഇവിടെ കൂടാം.

നായനാർ : ഇവിടെ വന്നിട്ട് ഞാനെന്തു ചെയ്യാനാ?

കൃഷ്ണപിള്ള: ഇവിടെ എന്തൊക്കെ പണിയുണ്ട്. നെയ്ത്തുതൊഴിലാളി, ബീഡിത്തൊഴിലാളി, മിൽ തൊഴിലാളി, അങ്ങനെ

ആരെല്ലാം. അവരെയൊക്കെ ഒന്ന് സംഘടിപ്പിച്ചുകൂടെ.

നായനാർ : അപ്പോൾ ഞാൻ തൊഴിലാളി രംഗത്ത് പണി എടുക്കണമെന്നാണ് അല്ലേ?

കൃഷ്ണപിള്ള: അതെ.

നായനാർ : എനക്ക് അതിന് കഴിയുമോ?

കൃഷ്ണപിള്ള: എന്താ കഴിയാത്തത്. ഒരു കമ്യൂണിസ്റ്റുകാരൻ എല്ലാ രംഗത്തും പയറ്റിത്തെളിയണം.

നായനാർ : ഞാനൊരു ജന്മിത്തറവാട്ടിലാണ് ജനിച്ചത്. അതുകൊണ്ട് കുടിയാന്മാരുടെയും അടിയാളന്മാരുടെയും പ്രശ്നങ്ങളെക്കുറിച്ച് നല്ല നിശ്ശേണ്ട്.

കൃഷ്ണപിള്ള: അതു എന്തുകൊണ്ടാ. നേരിട്ട് അടുപ്പമുള്ളതുകൊണ്ട്. അതുപോലെ തൊഴിലാളികളുമായി ബന്ധപ്പെട്ടാൽ അവരുടെ പ്രശ്നങ്ങളും മനസ്സിലാകും. അക്ഷരം പഠിച്ചാൽ വീട്ടിലെ *രാമായണം* മാത്രമല്ല ഏതു *രാമായണവും* വായിക്കാം.

നായനാർ : ശ്രമിക്കാം.

കൃഷ്ണപിള്ള: ഏതു പ്രവർത്തനത്തിലും ആത്മവിശ്വാസം ഒരു മുഖ്യ ഘടകമാണ്. തൊഴിലാളി കൃഷിക്കാരനെപ്പോലെയല്ല. തൊഴിലാളിയെ ഒരിക്കൽ സംഘടിപ്പിച്ചാൽ അവൻ എപ്പോഴും നിങ്ങൾക്കൊപ്പമുണ്ടാകും. കൃഷിക്കാരൻ ആവശ്യങ്ങൾക്കു വരും. അതുകഴിഞ്ഞാൽ റെയിൽവേ സ്റ്റേഷനിൽ കണ്ട പരിചയം പോലും നടിക്കില്ല. അപ്പോൾ സദാ പുതിയ മുദ്രാവാക്യങ്ങൾ ആവിഷ്കരിച്ച് അവനെ കൂടെ നിർത്തണം.

നായനാർ : രണ്ടുകൂട്ടരുടെയും താല്പര്യം രണ്ടാണ്.

കൃഷ്ണപിള്ള: അതേ വർഗ്ഗ താല്പര്യം.

നായനാർ : കൃഷിക്കാരന് മണ്ണിനോടുള്ള ആർത്തി ഒരിക്കലും തീരില്ല.

കൃഷ്ണപിള്ള: അതേ തൊഴിലാളിക്ക് നഷ്ടപ്പെടുവാനൊന്നുമില്ല. കിട്ടാനേയുള്ളൂ. അതു ബോദ്ധ്യപ്പെടുത്തിയാൽ അവൻ ഉറച്ചു നില്ക്കും. കൃഷിക്കാരന് നഷ്ടപ്പെടാൻ പലതുമുണ്ട്. അള മുട്ടിയാലേ അവൻ രംഗത്തിറങ്ങൂ.

നായനാർ : ശരി... ഒരു പരീക്ഷണമല്ലേ... നോക്കാം. ഞാനുടനെ എന്താണ് ചെയ്യേണ്ടത്?

കൃഷ്ണപിള്ള: പാപ്പിനിശ്ശേരിയിലെ സാമുവൽ ആറോണിന്റെ സ്പിന്നിങ് മില്ലിൽ നമുക്കൊരു യൂണിയനില്ല. തികഞ്ഞ കൊള്ളരുതായ്മയാണ്. മാനേജ്മെന്റ് വിലാസം കരിങ്കാലിയൂണിയനേ ഉള്ളൂ. നമുക്കൊരു യൂണിയനുണ്ടാക്കണം.

നായനാർ : സാമുവൽ ആറോൺ പിടിപാടുള്ള കോൺഗ്രസ് നേതാവല്ലേ? യൂണിയനുണ്ടാക്കിയാൽ കെ പി സി സിയും എ

ഐ സി സി യും ഒക്കെ ഇടപെടില്ലേ?

കൃഷ്ണപിള്ള :ഇടപെടണമല്ലോ. അങ്ങനെയേ കോൺഗ്രസിന്റെ വർഗ്ഗ സ്വഭാവം നമുക്ക് സാധാരണ ജനങ്ങൾക്കു മുൻപിൽ തുറന്നു കാട്ടാൻ കഴിയൂ.

നായനാർ : അപ്പോൾ കുറച്ചു മുൻകരുതൽ വേണം.

കൃഷ്ണപിള്ള: വേണം. അവിടെ സ്വാധീനമുള്ള ചില തൊഴിലാളികളെയും സ്ഥലത്തെ പാർട്ടി അനുഭാവികളെയും ഞാൻ ബന്ധപ്പെടുത്തിത്തന്നെ സുരക്ഷിതമായ ഒരു ഷെൽട്ടറും.

നായനാർ : എന്നാൽ, നാളെ മുതൽ ആ ഷെൽട്ടറിലേക്കു മാറാം.

കൃഷ്ണപിള്ള: എന്നാൽ, ഒന്നുണ്ട്. തല്ക്കാലം എല്ലാം രഹസ്യമായി മതി. ഒരു സ്ട്രൈക്കിങ് ഫോഴ്സായിട്ട് രംഗത്ത് വന്നാൽ മതി.

നായനാർ : എന്നാൽ അങ്ങനെ.

(എഴുന്നേല്ക്കാൻ തുടങ്ങുന്നു)

കൃഷ്ണപിള്ള: ഇരിക്കൂ ഈ പുസ്തകം വായിച്ചിട്ടുണ്ടോ? (പുസ്തകം കൊടുക്കുന്നു)

നായനാർ : (പുസ്തകം വാങ്ങി, പേര് വായിക്കുന്നു) *അമ്മ* മാക്സിം ഗോർക്കി. കേട്ടിട്ടുണ്ട്. വായിച്ചിട്ടില്ല.

കൃഷ്ണപിള്ള: വിപ്ലവത്തിന്റെ പാഠപുസ്തകം. എന്നാൽ ഈ വിശിഷ്ട കൃതിയെ മഹാനായ ലെനിൻ വിശേഷിപ്പിച്ചിട്ടുള്ളത്. തൊഴിലാളി രംഗത്ത് പ്രവർത്തിക്കുന്നവർ നിശ്ചയമായും വായിച്ചിരിക്കേണ്ട ഒരു ഗ്രന്ഥം.

നായനാർ : റൈറ്റ് ലാൽ സലാം

(രംഗദീപം പൊലിയുന്നു)

(രണ്ട്)

(അമ്മ നോവലിലെ രംഗാവിഷ്കാരം)

വേദിയുടെ ഒരറ്റത്ത് നായനാർ, അമ്മ എന്ന നോവൽ വായിച്ചിരിക്കുന്നതായാണ് രംഗാവിഷ്കാരം.

നായനാർ : *(വായന)* ഒരു ദിവസം രാത്രി, അത്താഴം കഴിഞ്ഞ് വ്ലാസോവോയുടെ പുത്രനായ പാവേൽ ചുമരിന്മേലുള്ള ആണിയിൽ തകരവിളക്കു തൂക്കി കോണിലിരുന്ന് വായന തുടങ്ങി. പാത്രങ്ങൾ കഴുകി വെച്ച ശേഷം അമ്മ അടുക്കളയിൽ നിന്ന് മെല്ലെ പാവേലിന്റെ അരികിലേക്ക് വന്നു. അയാൾ തല പൊക്കി അവരെ ചോദ്യഭാവത്തിൽ നോക്കി

(രംഗത്തെ ദീപങ്ങൾ മങ്ങുന്നു. കർട്ടൻ മാറുന്നു. അകത്ത് നെറ്റ് കർട്ടനിലൂടെ പാവേലിന്റെ മുറി വ്യക്തമാകുന്നു. വേദിയുടെ ഒരു ഭാഗത്ത് ഒരു പെട്ടിപ്പുറത്ത് പാവേൽ ഒരു പുസ്തകം വായിച്ചുകൊണ്ടിരിക്കുന്നു. ഒരു സാധാരണ റഷ്യൻ തൊഴിലാളി യുവാവ് അമ്മ വ്ലാസോവോ, മദ്ധ്യവയസ്സിലെത്തിയ ഒരു റഷ്യൻ സ്ത്രീ. പശ്ചാത്തലത്തിൽ നേർത്ത റഷ്യൻ ഓർക്കസ്ട്ര)

പാവേൽ : *(പുസ്തകത്തിൽ നിന്നു തല ഉയർത്തി)* എന്താണമ്മേ വിശേഷിച്ച്?

അമ്മ : വെറുതേ... മോനേ, പാവേലേ രാത്രി ഏറെയായല്ലോ? നാളെ പണിക്കു പോകേണ്ടതല്ലേ? എന്താ ഉറങ്ങണ്ടേ?

പാവേൽ : അമ്മ പോയി കിടന്നോളൂ. കുറച്ചുകൂടി വായിക്കാനുണ്ട്. ഈ പുസ്തകം തീർത്തിട്ടേ ഞാൻ കിടക്കുന്നുള്ളൂ.

അമ്മ : നീ ദേഷ്യപ്പെടരുത്. നീ എന്തിനാണ് എപ്പോഴും ഇങ്ങനെ വായിച്ചുകൊണ്ടിരിക്കുന്നത്? *(പാവേൽ എഴുന്നേറ്റ് അമ്മയുടെ മുഖത്തേക്ക് ഉറ്റുനോക്കുന്നു)*

അമ്മ : നീ എന്താ മോനെ അത്ഭുതത്തോടെ നോക്കുന്നത്? സാധാരണ നമ്മളെപ്പോലുള്ള തൊഴിലാളികളുടെ മക്കൾ നാലുതുട്ട് കിട്ടിയാൽ ഒന്നുകിൽ മദ്യശാലയിൽ കൊണ്ടുപോയി തീർക്കും അല്ലെങ്കിൽ വല്ല ഇഷ്ടക്കാരികൾക്ക് വേണ്ടി ചെലവിട്ട് തീർക്കും. അതാ ഈ നാട്ടിലെ നടപ്പ്. അതിന് വിരുദ്ധമായി നീ കിട്ടുന്ന പണത്തിനൊക്കെ പൊസ്തകം വാങ്ങിച്ചു കൂട്ടുന്നു. ചിരിയുമില്ല. കളിയുമില്ല. എപ്പോഴും ഒരു ഗൗരവം. എനിക്കു പേടിയാകുന്നു മോനേ.

പാവേൽ : ശരി എല്ലാം ഞാൻ പറയാം.

അമ്മ : *(പാവേലിന്റെ കൈ എടുത്ത് സ്വന്തം നെഞ്ചിൽ വെച്ചുകൊണ്ട്)* ഇതാ കേട്ടില്ലേ മോനേ... എന്റെ നെഞ്ചിലെ പടപടപ്പ്, വേഗം പറ. എനിക്ക് കേൾക്കാൻ തിടുക്കമായി.

പാവേൽ : *(അമ്മയെ നോക്കാതെ, വിദൂരതയിലേക്ക് നോക്കിക്കൊണ്ട്)* വിലക്കപ്പെട്ട പുസ്തകങ്ങളാണ് ഞാൻ വായിക്കുന്നത്.

അമ്മ : *(ഞെട്ടലോടെ)* വിലക്കപ്പെട്ട പുസ്തകങ്ങളോ? എന്റെ ഈശോയേ! വിലക്കപ്പെട്ട പുസ്തകങ്ങളോ?

പാവേൽ : അതെ. തൊഴിലാളികളായ നമ്മളെപ്പറ്റി നേരു പറഞ്ഞിരിക്കുന്നതുകൊണ്ടാണ് അവ വിലക്കപ്പെട്ടതായത്. സൂത്രത്തിൽ രഹസ്യമായിട്ടാണ് അവ അച്ചടിപ്പിക്കുന്നത്. അവ എന്റെ കൈയിൽ കണ്ടാൽ എന്നെ പിടിച്ച് ജയിലിലാക്കും. ജയിലിൽ സത്യമറിയാൻ ഞാനാഗ്രഹിക്കുന്നതുകൊണ്ട് മനസ്സിലായോ?

അമ്മ : എന്റെ പൊന്നുമോനേ... അറിഞ്ഞുവച്ചുകൊണ്ട് നീ എന്തിനാണീ കടുംകൈ കാണിക്കുന്നത്.

പാവേൽ : എനിക്ക് സത്യമറിയണം. അമ്മേ. വിപ്ലവ പ്രവർത്തനം സത്യാന്വേഷണമാണ്. അതിൽ നിന്നാർക്കും ഏന്നെ പിന്തിരിപ്പിക്കാനാവില്ല *(അമ്മ മെല്ലെ ഇരിക്കുന്നു. വിങ്ങി വിങ്ങി കരയുന്നു)*

പാവേൽ : *(സ്നേഹപൂർവ്വം അമ്മയുടെ മുതുകിൽ തലോടി)* അമ്മ കരയരുത്. അമ്മ കരയരുത്.

അമ്മ : അമ്മയ്ക്ക് കരയാനല്ലാതെ മറ്റെന്തു ചെയ്യാൻ കഴിയും മോനേ. നിന്റെ അച്ഛനുള്ളപ്പോൾ എന്റെ കണ്ണുനീർ ഒരിക്കലും തോർന്നിട്ടില്ല. നീ പ്രായമായതോടെ മാത്രമാണ് എന്റെ കരച്ചിൽ ഒന്നടങ്ങിയത്. അതും എനിക്ക് നഷ്ടപ്പെടാൻ പോകുന്നു.

പാവേൽ : നമ്മൾ കഴിയുന്നത് എങ്ങനെയാണെന്ന് അമ്മ ആലോചിച്ചു നോക്കൂ. അമ്മയ്ക്ക് നാല്പത് വയസ്സായി. അമ്മയ്ക്ക് ഇത്രയും കാലം എന്താണ് കിട്ടിയത്. അച്ഛന്റെ തല്ല്. നിത്യവും അര വയർ ഭക്ഷണം. തന്റെ പ്രാരാബ്ധങ്ങൾ മുഴുവൻ, ജീവിതത്തോടുള്ള വൈരാഗ്യം മുഴുവൻ അച്ഛൻ അമ്മയുടെ മുതുകത്ത് തീർക്കുകയായിരുന്നു. അച്ഛൻ പണിയെടുക്കാഞ്ഞിട്ടാണോ? പണിയെടുത്തിട്ടും പട്ടിണി അതിന്റെ ദേഷ്യം മുഴുവൻ മദ്യത്തിൽ കലക്കിയും അമ്മയുടെ മുതുകത്തുമായി അച്ഛൻ തീർത്തു. ആ അച്ഛനെപ്പോലെ ആകില്ലമ്മേ ഞാൻ. എനിക്ക് എന്റെ ശത്രുവിനെ അറിയാം. നമ്മളെ പട്ടിണിക്കാരാക്കിയത് ആരെന്നറിയാം.

അമ്മ : *(മകൻ പറയുന്നതിൽ കാര്യമുണ്ടെന്ന് ക്രമേണ ഒരു തോന്നൽ അമ്മയെ ആവേശിക്കുന്നു)* അപ്പോൾ നീ എന്തു ചെയ്യാൻ പോകുന്നു?

പാവേൽ : ആദ്യം പഠിക്കുക. പിന്നീട് മറ്റുള്ളവരെ പഠിപ്പിക്കുക. തൊഴിലാളികളായ നമ്മൾ പഠിക്കേണ്ടിയിരിക്കുന്നു. നമ്മുടെ ജീവിതം ഇത്ര വിഷമകരമാകാനുള്ള കാരണം നാം കണ്ടുപിടിക്കണം. മനസ്സിലാക്കണം. പിന്നെ അതിനുള്ള പ്രതിവിധിയും.

അമ്മ : അതൊക്കെ നടപ്പുള്ള കാര്യമാണോ മോനേ?

പാവേൽ : (ദൃഢസ്വരത്തിൽ) നടപ്പുള്ള കാര്യം തന്നെ. അമ്മ നോക്കിക്കൊള്ളൂ.

അമ്മ : നേരം വെളുക്കാറായി. നീ കിടന്നുറങ്ങു മോനേ.

പാവേൽ : ഞാനുറങ്ങാം. പക്ഷേ, അമ്മയുടെ കരയുന്ന മുഖം ഇനി എനിക്ക് കാണാൻ വയ്യ. ഞാൻ ചെയ്യുന്നതെന്താണെന്നും

പോകുന്നതെങ്ങോട്ടാണെന്നും ഇപ്പോൾ അമ്മയ്ക്ക് മനസ്സിലായില്ലേ? എന്റെ അമ്മേ എന്റെ വഴിമുടക്കരുത്.

അമ്മ : *(മകനെ കെട്ടിപ്പിടിച്ചുകൊണ്ട്)* എന്റെ മോനേ... എന്നെ പരീക്ഷിക്കരുതേ... *(പെട്ടെന്ന് അകത്തെ വെളിച്ചം മങ്ങുന്നു) പ്ലയിൻ കർട്ടൻ വീഴുന്നു)*

നായനാർ : *(നിവർത്തു വച്ച പുസ്തകം മടക്കിക്കൊണ്ട്) ഇനി നാളെയാകട്ടെ)*

(കോട്ടുവാ ഇടുന്നു)

(രംഗദീപം പൊലിയുന്നു)

(മൂന്ന്)

നായനാരുടെ ഷെൽട്ടർ

സമയം രാത്രി. ഒരു റാന്തൽ വെളിച്ചത്തിൽ വേദിയുടെ മദ്ധ്യത്ത് നായനാർ ഒരു പെട്ടിയുടെ പുറത്തിരിക്കുന്നു. അഞ്ചാറ് തൊഴിലാളികൾ നായനാർക്കഭിമുഖമായി ഇരിക്കുന്നു.

നായനാർ : മുതലാളി ജോലി എടുപ്പിക്കുന്നു. തൊഴിലാളിക്കു മുതലാളി കൂലി കൊടുക്കുന്നു. മുതലാളിയുടെ അഭിപ്രായത്തിൽ തൊഴിലാളിയുടെ അദ്ധ്വാനത്തിന്റെ ഫലമാണ് കൂലി. അതു ശരിയല്ല.
ഒരു തൊഴിലാളി എന്തുകൊണ്ട് ശരിയല്ല. നമ്മൾ എട്ടുമണിക്കൂർ ജോലി ചെയ്യുന്നു. അതിന്റെ കൂലിയല്ലേ മുതലാളി തരുന്ന കൂലി.

നായനാർ : എട്ട് മണിക്കൂർ ജോലി ചെയ്താൽ ആറോൺ കമ്പനിക്കാർ എത്രയാ കൂലിയായി തരുന്നത്.

മറ്റൊരു തൊഴിലാളി: രണ്ടു ഉറുപ്യ

നായനാർ : നിങ്ങൾ എട്ട് മണിക്കൂർ കൊണ്ട് എത്ര രൂപയുടെ നൂലാണ് ഉല്പാദിപ്പിക്കുന്നത്. വെറും രണ്ടു രൂപയുടേതാണോ?

മൂന്നാമതൊരു തൊഴിലാളി: അല്ല... പക്ഷേ ഒന്നില്ലോ! മുതലാളി യന്ത്രത്തിന് ധാരാളം പണം മുടക്കിയില്ലേ.. പഞ്ഞി വിലകൊടുത്തു വാങ്ങിയില്ലേ?

നായനാർ : ശരി. പക്ഷേ യന്ത്രം ഒരുദിവസത്തേക്കല്ലല്ലോ- എത്രയെങ്കിലും കാലത്തിലേക്കല്ലേ

ഒന്നാമത്തെ തൊഴിലാളി : അതു ശരിതന്നെ.

നായനാർ : പഞ്ഞിയുടെ വിലയും കൂട്ടിക്കോ! ഒരാൾ ഒരു ദിവസം 8

മണിക്കൂർ കൊണ്ട് 100 രൂപയുടെ നൂലുണ്ടാക്കുമെന്നു വയ്ക്കൂ. കൂലി എത്രയാ .... രണ്ടു രൂപ. 500 തൊഴിലാളികൾ പണിയെടുക്കുന്ന മില്ലിൽ ഒരു ദിവസം 50,000 ഉറുപ്യയുടെ നൂലുണ്ടാക്കും. 1000 രൂപ കൂലി കൊടുക്കും. ബാക്കി ഒരു ദിവസം 49,000 ഉറുപ്യ മുതലാളിക്കല്ലേ, യന്ത്രത്തേയ്മാനവും പഞ്ഞിയുടെ വിലയും, ഫാക്ടറിത്തറയുടെ വാടകയും യന്ത്രവിലയുടെ ഭാഗവുമായി ഒരു ദിവസം 25,000 ഉറുപ്യ മാറ്റിവെച്ചാൽ ഒരു പണിയും ചെയ്യാത്ത മുതലാളിക്ക് 24,000 ഉറുപ്യ ലാഭമല്ലേ! ഇതെവിടുന്നുണ്ടായി!

തൊഴിലാളി : തൊഴിലാളിയുടെ അദ്ധ്വാനത്തിൽ നിന്ന്.

നായനാർ : സമ്മതിച്ചോ... അപ്പോൾ മുതലാളിയുടെ മൂലധനമെന്നത് തൊഴിലാളിയുടെ അദ്ധ്വാനമാണ്.. ഈ ചൂഷണം തൊഴിലാളിക്ക് എന്ന് ബോദ്ധ്യമാകുമോ. അന്ന് മുതലാളിത്തം തകരും.

മറ്റൊരു തൊഴിലാളി: ഇത് നമുക്കെല്ലാ തൊഴിലാളിയേയും പഠിപ്പിക്കണം.

ഒന്നാമത്തെ തൊഴിലാളി: ആറോൺ മിൽ തൊഴിലാളികളുടെ ജനറൽ ബോഡി കൂടണം. നമുക്ക് ഒരു പണിമുടക്കം പ്രഖ്യാപിക്കണം.

നായനാർ : പണിമുടക്കം ഒരു ചെറിയ കാര്യമല്ല. അവരുടെ അവകാശങ്ങൾ നന്നായി അവരെ പഠിപ്പിച്ചിട്ടു മതി.

രണ്ടാമത്തെ തൊഴിലാളി: അടുത്ത മാസം ഒന്നാം തീയതി മുതൽ കൂലി കൂടുതൽ ആവശ്യപ്പെട്ട് ഒരു പണിമുടക്കിന് നോട്ടീസ് കൊടുക്കണം.

നായനാർ : എന്നാൽ, ഉടനെ യൂണിയൻ കമ്മിറ്റി കൂടണം. എന്താ വേണ്ടതെന്നുവച്ചാൽ പാർട്ടി പുറത്ത് നിന്ന് സഹായിക്കാം... ഇരിക്കട്ടെ! പണിമുടക്കാനാളെ കിട്ടുമോ?

ഒന്നാമൻ : എല്ലാ തൊഴിലാളികളും പണിമുടക്കാൻ തയ്യാറാകും. അത്ര കുറഞ്ഞ കൂലിയാണ് അവിടെ. സാധനവിലക്കയറ്റവും കൂലിയും തമ്മിൽ ഒരു ബന്ധവുമില്ല.

നായനാർ : പൊലീസും ഗുണ്ടകളും ഒക്കെയുണ്ടാവും. കോൺഗ്രസ് നേതാവാണ് മുതലാളി.

രണ്ടാമൻ : എന്തുവന്നാലും നേരിടാം.

(രംഗദീപം പൊലിയുന്നു)

(നാല്)

ആറോൺ സ്പിന്നിങ് മിൽ കമ്പനി. പാപ്പിനിശ്ശേരി രംഗദീപം തെളിയുമ്പോൾ.

ഫാക്ടറി പടിക്കൽ നായനാരും നാലഞ്ച് തൊഴിലാളികളും.. മറു വശത്ത് ഒരു ഇൻസ്പെക്ടറും പൊലീസുകാരും.

നായനാർ : പ്രിയപ്പെട്ട തൊഴിലാളികളേ... ആറോൺ സ്പിന്നിങ് മില്ലിലെ തൊഴിലാളികൾ കൂലിക്കൂടുതലിനും മെച്ചപ്പെട്ട സേവന വ്യവസ്ഥകൾക്കും വേണ്ടി അനിശ്ചിതകാല പണിമുടക്കം ആരംഭിക്കുകയാണ്. ഇവിടെ തൊഴിലാളികൾ അനുഭവിക്കുന്ന നരകയാതന ഞാൻ എടുത്ത് പറയേണ്ടതില്ലല്ലോ. ഇതിന്റെ മുതലാളി മി. സാമുവൽ ആറോൺ കോൺഗ്രസ് നേതാവാന്നാ പറയുന്നത്. നമ്മളും കോൺഗ്രസാ. ഇയാള് എന്തുമാതിരി കോൺഗ്രസാ. തൊഴിലാളികളെ പറ്റിച്ചു തിന്നുന്ന കോൺഗ്രസാ. അങ്ങനെ ഒരു കോൺഗ്രസുണ്ടോ...*(മുതലാളി ഗുണ്ടകൾ കൂകിവിളിക്കുന്നു)* എന്താടാ പട്ടാപ്പകൽ കുറുക്കനിറങ്ങിയോ? ആറോണിന്റെ കുറുനരിയുടെ നട്ടെല്ലൊടിക്കാൻ ചുണക്കുട്ടികളിവിടുണ്ട്. അറിയാവോടാ... അതോർമ്മിച്ചു വേണം കൂകാൻ.

(തൊഴിലാളികൾ മുന്നോട്ട് വരുന്നു. ഗുണ്ടകളും മുന്നോട്ടടുക്കുന്നു. തമ്മിലേറ്റുമുട്ടുന്നു. പൊലീസ് വിസിൽ. തൊഴിലാളികളെ ലാത്തി ചുഴറ്റി ഓടിക്കുന്നു. നായനാരുടെ അടുത്തുചെന്ന് ഇൻസ്പെക്ടർ ലാത്തി ഓങ്ങുന്നു)

നായനാർ : അടിക്കെടാ ചുണയുണ്ടെങ്കിൽ അടിക്ക്.

(ലാത്തിക്ക് പിടിക്കുന്നു) (പൊലീസ് നായനാരെ വളയുന്നു)

നായനാർ : എന്നാൽപിന്നെ കണ്ടിട്ടുതന്നെ

ഇൻസ്പെക്ടർ : (പൊലീസുകാരോട്) മാറി നില്ക്കൂ. അദ്ദേഹത്തെ തൊടരുത്. സാർ അറസ്റ്റിന് വഴങ്ങണം.

നായനാർ : ഇല്ലെങ്കിലോ...

ഇൻസ്പെക്ടർ: അറസ്റ്റ് ഹിം! ആന്റ് റിമൂവ് ഹിം... *(നായനാരെ ബലം പ്രയോഗിച്ച് പൊലീസുകാർ എടുത്തുകൊണ്ട് പോകുന്നു.)*

(രംഗദീപം പൊലിയുന്നു)

ദൃശ്യം ഏഴ്

മൊറാഴ (ഒന്ന്)

സ്ഥലം: കല്യാശ്ശേരി ശ്രീഹർഷൻ വായനശാല

(വായനശാലയുടെ ചെറിയ ഹാളിൽ നടക്കുന്ന ആലോചനാ യോഗ മായിട്ടാണീ രംഗം ഒരുക്കേണ്ടത്. വേദിക്കഭിമുഖമായി നേതാക്കളും നേതാക്കൾക്കഭിമുഖമായി പങ്കെടുക്കുന്നവരും എന്ന മട്ടിലാവണം. രംഗദീപം തെളിയുമ്പോൾ കെ പി ആറിന് ഇടതും വലതും നായ നാരും വിഷ്ണുഭാരതീയനും)

കെ പി ആർ : മലബാർ ബ്രിട്ടീഷ് ഇന്ത്യയുടെ ഭാഗമായതോടെ ഇവിടെ ഇതേവരെ നിലനിന്നിരുന്ന ഭൂനിയമമെല്ലാം അവർ തിരുത്തി എഴുതിക്കഴിഞ്ഞിരിക്കുന്നു. കുടിയാന്മാരെ ജന്മിക്ക് ഇഷ്ടമുള്ളപ്പോൾ ഒഴിപ്പിക്കാം. അതാണ് ബ്രിട്ടീഷ് നിയമം. കുടിയാന്മാർ ചെറുക്കാൻ ശ്രമിച്ചാൽ അവരെ അമർച്ച ചെയ്യാൻ ഈ ജന്മിമാർക്ക് ബ്രിട്ടീഷ് ഗവൺമെന്റ് സർവ്വവിധ സഹായവും നല്കും. ഒഴിപ്പിക്കലല്ല അതി നേക്കാൾ ഹീനമായ തന്ത്രങ്ങളാണ് ഇപ്പോഴും ജന്മിമാർ സ്വീകരിച്ചിരിക്കുന്നത്. അതെന്താണെന്നു വച്ചാൽ കുടി യാന്മാരുടെ കാർഷികോല്പന്നങ്ങൾ, നെല്ല്, നാളികേരം, കുരുമുളക്, അടയ്ക്ക ഇവയൊക്കെ ബലം പ്രയോഗിച്ച് പിടിച്ചെടുക്കുക. പരാതിപ്പെട്ടാലോ കുടിയൊഴിക്കൽ, കുടി യിലെ സ്ത്രീകളെ അപമാനിക്കൽ ഇതൊക്കെയാവും ഫലം. ഒരു രസകരമായ സംഭവം നിങ്ങളും കേട്ടിരിക്കും. ആ കറുമാത്തൂർ നമ്പൂതിരിപ്പാടിന്റെ കാര്യസ്ഥൻ അമ്പു ക്കുട്ടിക്ക് പറ്റിയ അമളി.

വേദിയിൽ നിന്നൊരാൾ: അയാൾക്കതു വരണം. എത്രപേരെ ദ്രോഹി ക്കാൻ കൂട്ടുനിന്നവനാണെന്നോ അയാളുടെ കുരുമുളക് തന്നെ നമ്പൂതിരി തമ്പ്രാൻ ബലാൽ പറിച്ചുകൊണ്ടുപോയി.

സദസ്സ് : അവനതു വരണം... അവനതു വരണം.

കെ പി ആർ : അതെ, അതാണവസ്ഥ. പാമ്പുകടിച്ചവന്റെ തലയിൽ ഇടിത്തീ വീണു എന്നു പറഞ്ഞപോലെ അതിനിടയി ലാണ് രണ്ടാം ലോക മഹായുദ്ധം

സദസ്യർ : അതിനു നമുക്കെന്താ?

കെ പി ആർ : അയ്യോ! അതല്ലേ യുദ്ധത്തിൽ കെടുതിയും പാവപ്പെട്ട കൃഷിക്കാരന്റെ തലയിൽ തന്നെ. ഇന്ത്യയിലെ സംസ്ഥാ

നങ്ങൾ ഭരിക്കുന്ന കോൺഗ്രസ് ഗവൺമെന്റുകളോടുപോലുമാലോചിക്കാതെ ബ്രിട്ടീഷ് ഗവൺമെന്റ് ഇന്ത്യയെക്കൂടി യുദ്ധത്തിൽ പങ്കാളി ആക്കിയിരിക്കുകയാണ്. നാട്ടുകാർ യോഗം ചേരുന്നതും പ്രസിദ്ധീകരിക്കുന്നതും പ്രകടനം നടത്തുന്നതും എല്ലാം ബ്രിട്ടീഷ് ഗവൺമെന്റ് നിരോധിച്ചിരിക്കുകയാണ്. ഇതിൽ പ്രതിഷേധിച്ച് ഇന്ത്യയിലെ എല്ലാ കോൺഗ്രസ് ഗവൺമെന്റുകളും രാജിവച്ചു കഴിഞ്ഞു.

സദസ്യരിൽ ഒരാൾ: അത്രയും ആശ്വാസം. അവന്റെയൊക്കെ ഒരു ശിങ്കിടി ഭരണം... ഓരും ബ്രിട്ടീഷുകാരും തമ്മിലെന്താ വ്യത്യാസം.

കെ പി ആർ : *(ചിരിച്ചുകൊണ്ട്)* അതങ്ങനെ ചെറുതായി കാണണ്ട. എന്തായാലും സെപ്തംബർ 15 ന് ഒരു സാമ്രാജ്യ വിരുദ്ധ പ്രതിഷേധ പ്രകടനവും യോഗവും നമുക്ക് പ്ലാൻ ചെയ്യണം. ഇത് പാർട്ടിയുടെയും കർഷക സംഘത്തിന്റെയും തീരുമാനമാണ്. എവിടെവച്ച്? എങ്ങനെ? അതിനാണ് നാം ഇവിടെ സമ്മേളിച്ചിട്ടുള്ളത്. (കെ പി ആർ ഇരുന്നു)

വിഷ്ണുഭാരതീയൻ : *(എഴുന്നേറ്റ്)* അഭിപ്രായം ഉള്ളവർക്കു പറയാം.

ഒരു വൃദ്ധൻ : പാപ്പിനിശ്ശേരിയിലെ കീച്ചേരിയിൽ യോഗം നടത്താമെന്നാണ് എന്റെ അഭിപ്രായം.

മറ്റൊരു മദ്ധ്യവയസ്കൻ : യോഗം നടത്താം. പ്രകടനം നിരോധിച്ചിരിക്കുകയല്ലേ. വെറുതെ ഒരു ഏറ്റുമുട്ടലിന് കളമൊരുക്കണമോ?

നായനാർ : പ്രകടനം മാത്രമല്ല, യോഗവും നിരോധിച്ചിട്ടുണ്ട്. ഓ... വെള്ളക്കാരൻ സർക്കാരിന്റെ അനുവാദം വാങ്ങിയിട്ടാ സ്വാതന്ത്ര്യസമരം. ജീവനിൽ കൊതിയുള്ളവർക്ക് ഒഴിഞ്ഞുപോകാം.

വിഷ്ണുഭാരതീയൻ: നായനാരെ, ഇത്ര അസഹിഷ്ണുത കാണിക്കേണ്ട. ഓര് അഭിപ്രായം പറയട്ടെ.

മറ്റൊരാൾ : എനക്കും നായനാരുടെ അഭിപ്രായമാണ്.

വിഷ്ണുഭാരതീയൻ: ഇനി മറ്റാർക്കെങ്കിലും അഭിപ്രായമുണ്ടോ?

നായനാർ : സെപ്തംബർ 15ന്റെ പ്രതിഷേധ പ്രകടനം ഒരു ഉശിരൻ പ്രകടനമാക്കണം. ഓരോരുത്തർക്കും കൊടി വേണം. കൊടിക്കമ്പ് നല്ല കുറുവടി തന്നെയാവണം. പ്രകടനത്തിന് കൊഴുപ്പുകൂട്ടാൻ ഉശിരൻ മാർച്ചിങ് സോങ്... ആര് തടഞ്ഞാലും നാം മുന്നോട്ടു പോകും. വെടിവച്ചാലും പിന്മാറരുത്. നമുക്ക് പ്രതിജ്ഞയെടുക്കാം.

(ഒരു നീണ്ടുമെലിഞ്ഞ ചെറുപ്പക്കാരൻ ഓടിക്കിതച്ചു വരുന്നു)

കെ പി ആർ : എന്താ നാരേണ...

നാരായണൻ : *(മുഖത്തേക്കാൾ വലിയ മീശ വച്ച എം പി നാരായണൻ നമ്പ്യാർ)* കീച്ചേരിയിൽ വരുന്ന ഒരു മാസക്കാലത്തേക്ക് നിരോധനാജ്ഞ പ്രഖ്യാപിച്ചിരിക്കുന്നു. യോഗങ്ങളോ പ്രകടനങ്ങളോ പാടില്ലന്നാ.

നായനാർ : എന്നാൽ, അവിടെത്തന്നെ യോഗം നടത്തണം.

സദസ്യർ : യോഗം കീച്ചേരിയിൽത്തന്നെ. മാറ്റാൻ പാടില്ല.

വിഷ്ണുഭാരതീയർ: പൊലീസ് മുൻകൂട്ടി നിരോധനാജ്ഞ പ്രഖ്യാപിക്കുന്ന നിലയ്ക്ക് കീച്ചേരിയിൽ നിന്നും യോഗം മാറ്റിവയ്ക്കുന്നതാണ് നല്ലത്.

സദസ്യർ : പറ്റില്ല, അതു പറ്റില്ല. യോഗം കീച്ചേരിയിൽ തന്നെ നടത്തണം.

കെ പി ആർ : സഖാക്കളേ, നിങ്ങളുടെ ആവേശവും ആത്മാർത്ഥതയും ധീരതയും ഞാൻ മനസ്സിലാക്കുന്നു. പക്ഷേ, കീച്ചേരിയിൽ മുൻകൂട്ടി നിരോധനാജ്ഞ പ്രഖ്യാപിച്ച സ്ഥിതിക്ക് യോഗം നടത്താൻ തീരുമാനിച്ചാൽ നാം മനപ്പൂർവ്വം ഏറ്റുമുട്ടലിന് കളമൊരുക്കിയെന്നേ നാട്ടാർ കരുതൂ. നമുക്കതു ഗുണമല്ല.

നായനാർ : അപ്പോൾ പ്രതിഷേധ പ്രകടനവും യോഗവും വേണ്ടെന്നാണോ?

കെ പി ആർ : അല്ല മറ്റൊരു സ്ഥലത്താക്കാം. എന്റെ അഭിപ്രായത്തിൽ മൊറാഴയിലെ അഞ്ചാം പീടികയിലായാലോ...

സദസ്യർ : *(ഒരുമിച്ച് കൈയടിക്കുന്നു)*

നായനാർ : അഞ്ചാം പീടികയിലെ യോഗം നിരോധിക്കില്ല എന്ന് ഗോപാലേട്ടൻ കരുതുന്നുണ്ടോ?

കെ പി ആർ : ഇല്ല, നിരോധനം നമുക്ക് പുല്ലാണ്. എന്തിനേയും നേരിടാൻ കരുതി ഇരിക്കുക.

(രംഗദീപം പൊലിയുന്നു)

(രണ്ട്)

ഈ രംഗത്ത് പശ്ചാത്തലം വ്യക്തമാക്കേണ്ടതില്ല
ഒരു വെള്ള കർട്ടൻ മതിയാകും
രംഗദീപം തെളിയുമ്പോൾ പശ്ചാത്തലത്തിൽ അനൗൺസ്മെന്റ്

രണ്ടാം ലോക മഹായുദ്ധകാലത്തിന്റെ മറവിൽ പൗരസ്വാതന്ത്ര്യം നിരോധിച്ചതിലും കർഷകരെ കൊള്ളയടിക്കുന്നതിലും പ്രതിഷേധിച്ച് സഖാക്കൾ കെ പി ആർ ഗോപാലൻ, വിഷ്ണു ഭാരതീയൻ, ഇ കെ നായനാർ എന്നിവരുടെ നേതൃത്വത്തിൽ ഒരു ഉശിരൻ ജാഥ

ഇതാ മൊറാഴയിലെ അഞ്ചാം പീടികയിലേക്ക് മാർച്ച് ചെയ്യുന്നു. വെള്ളക്കാരുടെ ചോറ്റുപട്ടാളത്തിനോ പൊലീസിനോ അടിച്ച മർത്താൻ കഴിയാത്ത ജനരോഷത്തിന്റെ അഗ്നി പടർത്തിക്കൊണ്ട് ഇതാ ജാഥ എത്തിക്കഴിഞ്ഞു.

(ഒരു മെഗാഫോൺ അനൗൺസർ വേദിയിൽ രണ്ട് പ്രാവശ്യം കയറി മറുവശത്തേക്ക് പോകുന്നു)

(മാർച്ചിങ് സോങ് ഉയരുന്നു. മാർച്ചിങ് സോങ്ങിനൊപ്പം ചുവട് വച്ച് ജാഥ വേദിയെ വലം വയ്ക്കുന്നു)

തുലയട്ടെ! തുലയട്ടെ!
സാമ്രാജ്യത്വം തുലയട്ടെ!
നാടുമുടിക്കും ജന്മിത്വം!
ഉണരു ഭാരതധീരതകതിരിടും
ഉജ്ജ്വല വിപ്ലവശക്തികളെ!
അണയൂ ഭാരതവിമോചന ഭൂവിൽ!
നമ്മെ വിളിപ്പൂ കുരുക്ഷേത്രം.
കുരുക്ഷേത്രം, നമ്മുടെ പുതിയ കുരുക്ഷേത്രം
നാടിന്നോരോ നാഡിഞരമ്പും
രക്തം കൊണ്ടും തിളയ്ക്കട്ടെ...
ഓരോ തുള്ളിച്ചോരയുമിവിടെ
പ്രതികാരാഗ്നി പടർത്തട്ടെ...
സാമ്രാജ്യത്വ കോട്ടതകർക്കാൻ
ജനകോടികളെ മുന്നോട്ട്...
നമ്മുടെ മജ്ജയിൽ, അസ്ഥിയിൽ നമുക്കു
തീർക്കാം ഭാരതസ്വാതന്ത്ര്യം.
പുതിയൊരു ഭാരതസ്വാതന്ത്ര്യം.

പാട്ടുതീരുമ്പോൾ ജാഥ വേദിയുടെ ഒരു വശത്താകണം. മാർച്ചിങ് സോങ് അവസാനിക്കുമ്പോൾ നായനാർ,. വിഷ്ണുഭാരതീയർ, കെ പി ആർ എന്നിവർ രംഗത്തേക്ക് വരുന്നു. വേദിയുടെ ഒരറ്റത്ത് ഒരുക്കിയിരിക്കുന്ന പീഠത്തിനടുത്തേക്ക്

പശ്ചാത്തലത്തിൽ ജാഥാംഗങ്ങളുടെ മുദ്രാവാക്യം വിളി.

വെള്ളക്കാരെ കെട്ടുകെട്ടിക്കും
ബ്രിട്ടീഷ് രാജ് തുലയട്ടെ
പൊലീസ് രാജ് തുലയട്ടെ
ജന്മിത്വം നശിക്കട്ടെ
കർഷകസംഘം സിന്ദാബാദ്
യുദ്ധം വേണ്ട യുദ്ധം വേണ്ട

ഇന്ത്യാക്കാർക്കീ യുദ്ധം വേണ്ട
സാമ്രാജ്യത്വ പ്രതിഷേധദിനം സിന്ദാബാദ്
സെപ്തംബർ 16 സിന്ദാബാദ്

(ഒരു പൊലീസുവാൻ വന്ന് നില്ക്കുന്ന ശബ്ദം. വാൻ തുറന്ന് പൊലീസുകാർ ചാടി ഇറങ്ങുന്നതിന്റെ ശബ്ദം)

ഇൻസ്പെക്ടർ: നിങ്ങൾ ഇവിടെ നിലയുറപ്പിക്കുക. ഒറ്റയാളെ യോഗസ്ഥലത്തേക്ക് കടക്കാൻ അനുവദിക്കരുത്.

ജനക്കൂട്ടം : പൊലീസ് ജാഥയെ തടയരുത്. പൊലീസ് വഴിമാറണം.

പൊലീസ് : വഴിമാറണം (കെ പി ആറും നായനാരും പൊലീസിനടുത്തേക്ക് ഓടുന്നു)

കെ പി ആർ : മി. കുട്ടികൃഷ്ണമേനോൻ. നിങ്ങൾ കുഴപ്പമുണ്ടാക്കരുത്. പൊലീസിനോട് വഴി മാറാൻ ആജ്ഞ കൊടുക്കൂ.

(കുറെ ആളുകൾ പൊലീസ് വലയം ഭേദിച്ച് വേദിയിലേക്ക് ഇരച്ചു കയറുന്നു)

കെ പി ആർ : *(വിഷ്ണു ഭാരതീയനോട് ഉച്ചത്തിൽ)* യോഗം തുടങ്ങൂ.

നായനാർ : വിഷ്ണുഭാരതീയനെ യോഗത്തിന്റെ അദ്ധ്യക്ഷനായി ക്ഷണിച്ചുകൊള്ളുന്നു. പ്രിയപ്പെട്ട സഹോദരന്മാരേ, സഖാക്കളെ, (ഇൻസ്പെക്ടർ കുട്ടികൃഷ്ണമേനോനും കോൺസ്റ്റബിൾ ഗോപാലൻ നമ്പ്യാരും ഓടി വരുന്നു)

ഇൻസ്പെക്ടർ: (അദ്ധ്യക്ഷനോട്) യോഗം നിരോധിച്ചിരിക്കുന്നു. നിങ്ങൾ യോഗം നടത്തരുത്. യോഗം പിരിച്ചുവിടൂ.. ആളുകൾ വീട്ടിൽ പോകട്ടെ!

അദ്ധ്യക്ഷൻ : പ്രസംഗം കഴിഞ്ഞാലുടൻ ഞങ്ങൾ യോഗം പിരിച്ചുവിട്ടുകൊള്ളാം.

ഇൻസ്പെക്ടർ: എല്ലാവന്റെയും എല്ലു ഞങ്ങൾ ഊരിയെടുക്കും.

(ഇതിനിടയിൽ കോൺസ്റ്റബിൾ വിഷ്ണുഭാരതീയനെ പിടിച്ചു തള്ളുന്നു. തറയിൽ വീണ വിഷ്ണുഭാരതീയനെ കോൺസ്റ്റബിൾ ഗോവിന്ദൻ നമ്പ്യാർ ചവിട്ടാൻ കാലുയർത്തുന്നു. നായനാർ അയാളെ പിടിച്ചൊരു തള്ളു കൊടുക്കുന്നു. അയാൾ ദൂരെപ്പോയി വീഴുന്നു)

(പുറത്ത് ജനം അക്രമാസക്തമാകുന്നു. മുദ്രാവാക്യം വിളിയും പോർവിളിയും മാത്രം മുഴങ്ങുന്നു. കല്ലേറിന്റെ ശബ്ദം... കൂട്ടക്കരച്ചിൽ എല്ലാത്തിനുമുയരെ... കെ പി ആറിന്റെ ശബ്ദം - സഖാക്കളെ കല്ലെറിയരുത്.. കല്ലെറിയരുത്... കല്ലേറു തടഞ്ഞുകൊണ്ട് കെ പി ആർ വേദിയിലേക്ക്)

കുട്ടിക്കൃഷ്ണമേനോൻ, ഗോവിന്ദൻ നമ്പ്യാർ എന്നിവർ വേദിയിൽ

വന്ന് വീഴുന്നു... എല്ലാം കഴിഞ്ഞ് ആളൊഴിഞ്ഞവേദിയിൽ അവർക്കൊപ്പം നിലത്ത് കൈയിൽ പിടിവിടാതെ കൊടിയുമായി വിഷ്ണുഭാരതീയൻ... കുട്ടികൃഷ്ണമേനോന്റെ നേർക്കടുക്കുന്ന മറ്റ് രണ്ടാളുകൾ)

കെ പി ആർ : ഓനെക്കൊല്ലണ്ട
മറ്റൊരാൾ : ഓൻ മരിച്ചു...

അവശേഷിച്ചവർ സ്ഥലം വിടുന്നു. വിഷ്ണുഭാരതീയനെ പിടിച്ചെണീല്പിച്ചു. അദ്ദേഹം കൊടിയും പിടിച്ച് ഞൊണ്ടി ഞൊണ്ടി നടന്നു മറഞ്ഞു.

(കുട്ടികൃഷ്ണമേനോന്റെയും ഗോവിന്ദൻ നമ്പ്യാരുടെയും പ്രേതങ്ങളും കെ പി ആറും നായനാരും മാത്രം)

കെ പി ആർ : ഇനിയും ഇവിടെ നില്ക്കുന്നത് ആപത്താണ്. ഏതു നിമിഷവും പൊലീസ് വരാം. എന്നാൽ, എന്തായിരിക്കും സംഭവിക്കുക എന്ന് ഊഹിക്കാവുന്നതേയുള്ളൂ. (നായനാരോട്) നീ കിഴക്കോട്ടു പോ, ഒറ്റയ്ക്ക് പോകുന്നതാണ് ഏറ്റവും നല്ല മാർഗ്ഗം.
നായനാർ : (മുഷ്ടി ചുരുട്ടി അഭിവാദ്യം ചെയ്തുകൊണ്ട്) റൈറ്റ്.

(രംഗദീപം പൊലിയുന്നു)

ദൃശ്യം എട്ട്

ആദ്യത്തെ ഒളിവു ജീവിതം

കാസർഗോഡു താലൂക്കിലെ ഒരു കുഗ്രാമം. ഒരു കുന്നിൻ ചെരുവിലെ ഒറ്റപ്പെട്ട ഓലക്കുടിൽ. പനമ്പു തട്ടികൊണ്ടാണ് ചുവര്. ഓലമേഞ്ഞത്. രണ്ടു മുറിയും ഒരു വരാന്തയും. രണ്ട് മുറികളിൽ നിന്ന് അടുക്കള, മറ്റേതു കിടപ്പുമുറി, കിടപ്പുമുറിയിൽ കാറ്റും വെളിച്ചവും കടക്കാൻ അഴികളുള്ള ഒരു ജനാല. തണുപ്പുള്ളപ്പോൾ ജനാല കീറത്തുണികൊണ്ട് മറയ്ക്കും. കുന്നിൻ ചരിവിലായതുകൊണ്ട് ആൾ ഏതിലേ വന്നാലും കാണാം. കുടിലിലെ താമസക്കാർ ചെറുപ്പക്കാരായ സീതയും കുഞ്ഞിരാമനും. സീത പ്രസവിച്ചിട്ട് ആറു മാസമേ ആയിട്ടുള്ളൂ. രംഗം ആരംഭിക്കുന്നത് സന്ധ്യാ സമയത്ത്. കിടപ്പു മുറിയിൽ കെട്ടിയ തൊട്ടിലിൽ കുഞ്ഞു കരയുന്നു. രംഗദീപം തെളിയുമ്പോൾ... സീത കുഞ്ഞിനെ തൊട്ടിലിൽ ഒരു ചെറിയ പാട്ടുപാടി ഉറക്കുന്നു. കുഞ്ഞിരാമൻ അകത്തേക്ക് വന്നു.

കുഞ്ഞിരാമൻ: *(ചുറ്റുപാടും നോക്കി... എന്തോ അരുതാത്തതു ചെയ്യും പോലെ)* സീതേ... നിന്നോട് ഒരു കാര്യം പറയാനുണ്ട്. നീ പറ്റില്ലാന്ന് പറയരുത്.

സീത : *(ചിരിച്ചുകൊണ്ട്)* ങ്ങള് ന്താപ്പാ... മംഗലം കഴിക്കണമുമ്പ് എന്റെ പിന്നാലെ ചുറ്റിക്കളിച്ച് നടന്നപ്പം പറേണമാതിരി.

കുഞ്ഞിരാമൻ: തമാശയല്ല സീതേ... വളരെ ഗൗരവമുള്ള കാര്യമാണ്.

സീത : നിങ്ങളെന്റെ സ്വാസം മുട്ടിപ്പിക്കാതെ കാര്യം എന്താന്നു വച്ചാൽ തെളിച്ച് പറ മനുഷ്യാ...

കുഞ്ഞിരാമൻ: *(മറുപടി എന്താകുമെന്ന് നിശ്ചയമില്ലാതെ)* നമുക്കിന്നൊരു വിരുന്നുണ്ട്.

സീത : വിരുന്നാ... ആരാ വിരുന്നുകാരൻ

കുഞ്ഞിരാമൻ: പാർട്ടീന്റെ വല്യ ഒരു നേതാവ്.

സീത : ഓരിക്കൊക്കെ വിരുന്നുകൊടുക്കാൻ നമ്മക്ക് ഗതീയൊണ്ടാ.

കുഞ്ഞിരാമൻ: എടീ, നമ്മക്കൊക്കെ വേണ്ടി ചാവാനും കൊല്ലാനും നടക്കുന്ന നേതാക്കന്മാർക്ക് നമ്മളല്ലാണ്ട് പിന്നാരാടി വിരുന്നു കൊടുക്കാൻ.. ജന്മി തമ്പ്രാന്മാരാ.

സീത : നിങ്ങളു തെളിച്ച് പറ മനുഷ്യേനെ.

കുഞ്ഞിരാമൻ : നമ്മുടെ ഒരു നേതാവിന് രണ്ടീസം ഇവിടെ ഒളിച്ച് താമസിക്കാൻ സൗകര്യപ്പെടുത്തണം.

സീത : ഈടയോ; അതിനീടെ ഏടയാ സ്ഥലം. അങ്ങേരെ എടെ ഇരുത്തും, ഏടെ കിടത്തും.

കുഞ്ഞിരാമൻ: സഖാവിന് നമ്മുടെ കിടപ്പുമുറി കൊടുക്കാം. നമുക്കടുക്കളേലോട്ടു മാറാം.

സീത : എന്നാലും ഈ കുശിനിയിൽ...

കുഞ്ഞിരാമൻ: അതൊന്നും സാരമില്ല. നമുക്കുള്ളതുകൊണ്ടെല്ലാം ശരിപ്പെടുത്താം.

സീത : നിങ്ങള് സമ്മതിച്ച?

കുഞ്ഞിരാമൻ: ഇന്ന് രാത്രി പന്ത്രണ്ട് മണിക്ക് വരും. പരമരഹസ്യമായിരിക്കണം. പുറത്തറിഞ്ഞാൽ തലപോകും.

സീത : അപ്പോഴേ, ആ ചട്ടുകാലൻ പരമു എപ്പോഴും ഇവിടെ കേറി നെരങ്ങുന്നവനാ, അവനോ മറ്റോ കണ്ടാലോ?

കുഞ്ഞിരാമൻ: ഓനെ കൂരയ്ക്കകത്ത് കേറ്ററുത്. തഞ്ചത്തിൽ ചിരിച്ചുകളിച്ചങ്ങ് പറഞ്ഞ് വിട്ടാൽ മതി.

സീത : എന്തായാലും ഇത് കുറച്ച് കടന്ന് പോയി.

കുഞ്ഞിരാമൻ: സീതേ നീ എന്റെ മാനം കാക്കില്ലേ?

സീത : *(ചിരിച്ചുകൊണ്ട്)* എന്റെ ആൺപിറന്നോന്റെ മാനം ഞാനല്ലാതെ പിന്നാരാ കാക്കാൻ. നിങ്ങള് സുഖമായിട്ടുറങ്ങൂ. എല്ലാം സീതയേറ്റു.

(രംഗദീപം പൊലിയുന്നു)

സ്ഥലം - കുഞ്ഞിരാമന്റെ കുടിൽ

സമയം അർദ്ധരാത്രി. മൂന്ന് പ്രാവശ്യം ടോർച്ച് തെളിച്ച് ഒരാൾ: ഈ വീട്ടിൽ പട്ടിയുണ്ടോ? (മൂന്നുപ്രാവശ്യം)

കുഞ്ഞിരാമൻ: പട്ടിയില്ല. അകത്തേക്ക് വരാം.

(കുഞ്ഞിരാമൻ പുറത്തേക്ക് വരുന്നു. സീത എഴുന്നേറ്റ് മണ്ണെണ്ണ വിളക്ക് കൊളുത്തുന്നു. കുഞ്ഞിനേയും കൊണ്ട് പുറത്തേക്ക് വരുന്നു)

(നായനാർ അകത്തേക്ക് കയറുന്നു. കൈയിലിരുന്ന സഞ്ചി തറയിൽ വക്കുന്നു)

കുഞ്ഞിരാമൻ: സൗകര്യങ്ങൾ ഇത്രയൊക്കെയേയുള്ളൂ.
നായനാർ : (കുഞ്ഞിരാമന്റെ തോളത്തു തട്ടിക്കൊണ്ട്) ധാരാളം... ഇനഫ് ആന്റ് മോർ.
കുഞ്ഞിരാമൻ: സഖാവ് എന്തെങ്കിലും കഴിച്ചതാണോ?
നായനാർ : രാത്രി ഒന്നും വേണ്ട
സീത : (പുറത്തുനിന്ന്) കുറച്ചു കഞ്ഞി കരുതിയിട്ടുണ്ട്.
നായനാർ : ഇന്നൊന്നും വേണ്ട (കുഞ്ഞിനെയും നെഞ്ചോട് ചേർത്ത് പിടിച്ച് സീത അകത്തേക്ക് വരുന്നു)
നായനാർ : ആണോ പെണ്ണോ?
സീത : പെൺകുഞ്ഞാണേ... പൗർണ്ണമി
കുഞ്ഞിരാമൻ: എന്നാലേ സഖാവിന് നല്ല ക്ഷീണം ഉണ്ടാകും. കിടക്കുകയല്ലേ, വിശേഷമൊക്കെ നാളെ.
നായനാർ : *(ചിരിച്ചുകൊണ്ട്)* റൈറ്റ്.

(രംഗദീപം പൊലിയുന്നു)

രംഗദീപം തെളിയുമ്പോൾ

സമയം മദ്ധ്യാഹ്നം കഴിഞ്ഞു. അകത്തെ മുറിയിൽ നായനാർ ഉച്ച ഉറക്കത്തിൽ. ഇടയ്ക്ക് ചെറിയ കൂർക്കംവലി. കുഞ്ഞ് തൊട്ടിലിൽ ഉറങ്ങുന്നു. ജനാല തുണികൊണ്ട് മറച്ചിട്ടുണ്ട്.

സീത : (കുന്നിൻചെരുവിലേക്ക് ആളുകൾ ആരെങ്കിലും വരുന്നുണ്ടോ എന്ന് നോക്കി ഇരിക്കുന്നു)
സീത : നാശം, ആ ചട്ടുകാലൻ വരുന്നുണ്ട്. പണ്ടാരത്തിനെ എങ്ങിനെയാ ഒന്നിറക്കിവിടുക. (അല്പസമയം കഴിഞ്ഞ് ചട്ടുകാലൻ പരമു പ്രവേശിക്കുന്നു)
സീത : പരമുച്ചേട്ടനെ കാണാനേ ഇല്ലല്ലോ. ഞങ്ങളെയൊക്കെ

യങ്ങു മറന്നോ?

പരമു : എന്തിന് വെറുതെ കാണണം. കണ്ടിട്ട് എന്തെങ്കിലും പ്രയോജനമുണ്ടോ?

സീത : അതെന്താ പരമുച്ചേട്ടാ, അർത്ഥം വെച്ചുള്ള ഒരു സംസാരം.

പരമു : നമ്മുടെ ബുദ്ധിമുട്ടും പാടുമൊക്കെ ആരറിയാൻ. പൊലീസേമാന്മാർക്ക് വല്ല കോളും പിടിച്ചുകൊടുത്താ... അതിന്റെ ബാക്കി എനിക്കും കിട്ടും. അതിനും ഇവിടെ വഴിയില്ലല്ലോ?

സീത : അപ്പോ പൊലീസ് ഏമാന്മാർക്ക് കോള് പിടിക്കാനാണോ ചേട്ടന്റെ ഈ നടത്തം.

പരമു : ഹേ! നിന്നെ ഞാനാ കൂട്ടത്തിലൊന്നും പെടുത്തിയിട്ടില്ല.

സീത : എന്നെ പെടുത്തിയാലേ, ആ ചട്ടുകാല് അന്ന് ഞാൻ വെട്ടിയൊടിക്കും.

പരമു : നീ ചൂടാവാതെ ഓപ്പോളെ, ഈ പ്രായം അദാ ഇദാന്നങ്ങു പോകും. പിന്നെ ആരും തിരിഞ്ഞ് നോക്കത്തില്ല. വേണ്ട സമയത്ത് വേണ്ടതുപോലെ ചിന്തിച്ചാൽ എക്കാലത്തും സുഖിച്ച് ജീവിക്കാം.

സീത : ശരി! കുഞ്ഞിരാമേട്ടൻ വരട്ടെ! ചോദിച്ചിട്ടു വേണ്ടതു പോലെ ചെയ്യാം.

പരമു : എടീ പെണ്ണേ! നീ ആവശ്യമില്ലാത്ത നൊണേക്ക പറഞ്ഞ് ആണുങ്ങളെ തമ്മിൽ കൊല്ലിക്കരുത് *(എന്തോ ചെവി യോർത്തിട്ട്)* നിന്റെ വീട്ടിനകത്തെന്താ മൂങ്ങണ്ടോ, ഒരു മൂളൽ.

സീത : *(അകത്തെ കൂർക്കം വലി കേട്ട് – ഞെട്ടൽ പുറത്ത് കാണിക്കാതെ വശ്യമായി ചിരിച്ചുകൊണ്ട്)* അതു മൂങ്ങ തന്നെ യാണ്. വീട്ടിന്റെ പിന്നാമ്പുറത്തെ മരപ്പൊത്തിലാ താമസം. അതിന്റെ മൂളൽ തന്നെ *(കുഞ്ഞുണർന്ന് കരയുന്നു)*

സീത : പരമുച്ചേട്ടൻ ചെല്ല്. കുഞ്ഞുണർന്നു. ഞാൻ പാലു കൊടുക്കട്ടെ.

പരമു : നീ കുഞ്ഞിനെ എടുത്താണ്ട് ഇങ്ങോട്ടുവാ.. ഇവിടെ ഇരുന്ന് നമുക്ക് പാലു കൊടുക്കാം. എരിവും പുളിയുമുള്ള കാര്യങ്ങളും പറയാം.

സീത : അതങ്ങ് മനസ്സിൽ വച്ചേക്ക്. ചേട്ടൻ ചെല്ല് കുഞ്ഞിനെ കുളിപ്പിക്കണം, പിന്നെ ഒരുക്കണം, ഒരുപാട് ജോലി കിടക്കുന്നു. ചെല്ല്... ചെല്ല്...

പരമു : നിനക്കിഷ്ടമല്ലെങ്കിൽ ഞാനിതാ പോണു *(കുഞ്ഞ് ഉറക്കെ ഉറക്കെ കരയുന്നു. സീത അകത്തേക്ക് പോകുന്നു)*

പരമു : *(പോയിട്ടു തിരിച്ചുവന്ന്... ജനാലയിലെ തുണി പൊക്കി നോക്കുന്നു. കൂർക്കംവലി ശ്രദ്ധിക്കുന്നു. നായനാർ തിരി*

ഞ്ഞുകിടന്നുറങ്ങുന്നതുകാണുന്നു)

(അത്ഭുതത്തോടെ) ഉദ്ദേശിച്ചതൊന്ന്... കണ്ടത് മറ്റൊന്ന്. (അയാൾ വേഗം പുറത്തേക്ക് പോകുന്നു)

(രംഗദീപം പൊലിയുന്നു)

വീണ്ടും രംഗദീപം തെളിയുമ്പോൾ

നല്ല നിലാവുള്ള രാത്രി - ഒരു മണ്ണെണ്ണ വിളക്കിന്റെ വെളിച്ചത്തിൽ നായനാർ എന്തോ വായിച്ചുകൊണ്ടിരിക്കുന്നു. അല്പം കഴിഞ്ഞ് കുഞ്ഞിരാമനും സീതയും അകത്തു പ്രവേശിക്കുന്നു.

നായനാർ : *(സീതയോട്)* പൗർണ്ണമി ഉറങ്ങിയോ?

സീത : *(ഭവ്യമായി)* ഉറങ്ങി... ഇവിടുത്തെ ആഹാരം സഖാവിന് ഇഷ്ടമായോ ആവോ!

നായനാർ : *(ചിരിച്ചുകൊണ്ട്)* ആ കസറൻ മത്തിക്കറിയുടെ ടേസ്റ്റ് ഇപ്പോഴും നാവിൽ തന്നെ നില്ക്കുന്നു.

കുഞ്ഞിരാമൻ: ബീഡിയും തീപ്പെട്ടിയും കൊണ്ടുവച്ചിട്ടുണ്ട്.

നായനാർ : ഗുഡ്

കുഞ്ഞിരാമൻ: നാളെ സഖാക്കൾ എത്തില്ല. രണ്ടീസം കൂടെ ഇവിടെ കിഴിച്ചുകൂട്ടിക്കൂടെ എന്ന് ചോദിച്ചു.

നായനാർ : നിങ്ങൾക്ക് ബുദ്ധിമുട്ടാവില്ലേ?

സീത : ഏയ്, ഞങ്ങൾക്കൊരു ബുദ്ധിമുട്ടുമില്ല. സഖാവിന്!

നായനാർ : *(ചിരിച്ചുകൊണ്ട്)* പരമസുഖം, സത്യം പറഞ്ഞാൽ ഞാൻ സുഖമായുറങ്ങിയത് ഇന്നലെ രാത്രിയാണ്. ഇന്നുച്ചയ്ക്ക് കൂടിയായപ്പോൾ ബാക്കി ഉറക്കവും റെഡി. ഇപ്പോൾ എന്തൊരുന്മേഷം.

സീത : *(അറിയാതെ വായ്പൊത്തി ചിരിക്കുന്നു)*

നായനാർ : നീ എന്താ ചിരിക്കുന്നേ?

സീത : നല്ലവണ്ണം കൂർക്കം വലിക്കും.

നായനാർ : *(ചിരിച്ചുകൊണ്ട്)* ഉവ്വോ! എപ്പോഴുമില്ല. ഉറക്കത്തിലേയുള്ളൂ. *(എല്ലാവരും ചിരിക്കുന്നു)*

സീത : ഉച്ചയ്ക്ക് ഞാനറിയാതെ പേടിച്ചുപോയി. ആ ചട്ടുകാലൻ പരമു ഇവിടെ വരാന്തയിൽ. അകത്ത് സഖാവിന്റെ കൂർക്കംവലി. ഓന്റെ ഒരു സംശയം. മുറിക്കകത്ത് മൂങ്ങയുണ്ടോന്ന്. ഞാൻ പറഞ്ഞു വീടിന്റെ പിന്നാമ്പുറത്തെ മരപ്പൊത്തിലാണെന്ന്.

നായനാർ : മിടുക്കി.

കുഞ്ഞിരാമൻ: *(അല്പം ഭയപ്പാടോടെ)* അവനു സംശയമൊന്നും

തോന്നീലല്ലോ.

സീത : ഏയ്, അവൻ വന്നപാടെ പോയി.

നായനാർ : ആരാ ഈ ചട്ടുകാലൻ?

കുഞ്ഞിരാമൻ: ഇറച്ചിക്കടയ്ക്ക് മുന്നിലെ പട്ടിയെപ്പോലെ പെണ്ണുങ്ങളെ കണ്ടാൽ വായും പിളർന്ന് നില്ക്കുന്ന ഒരു ജന്തു. ഒന്നും വേണ്ടാ അവന് അവരൊന്നു ചിരിച്ചുകണ്ടാൽ മതി.

നായനാർ : ഓൻ കുഴപ്പക്കാരനല്ലല്ലോ.

കുഞ്ഞിരാമൻ: ഏയ്, ഒരു പേടിത്തൊണ്ടൻ, എന്നാൽ, സഖാവിന്റെ പണി നടക്കട്ടെ...

(കുഞ്ഞിരാമനും സീതയും മുറിവിട്ടിറങ്ങുന്നു)

(രംഗദീപം പൊലിയുന്നു)

വീണ്ടും രംഗദീപം തെളിയുമ്പോൾ...

താഴ്‌വാരത്ത് ഒരു പട്ടികുര... തുടർച്ചയായി കുരകേട്ടപ്പോൾ സീത ഉണർന്ന്. ഏയ്... കുഞ്ഞിരാമേട്ടേ... കുഞ്ഞിരാമേട്ടേ.

കുഞ്ഞിരാമൻ: *(ഞെട്ടി ഉണർന്ന്)* എന്താ, എന്താ.

സീത : അതാ താഴ്‌വാരത്ത് ഒരു പട്ടീന്റെ കുര.

കുഞ്ഞിരാമൻ: നീ വിളക്കൊന്നു കൊളുത്ത്.

സീത : വേണ്ട നല്ല നിലാവുണ്ട്... ഒന്നപുറത്തിറങ്ങി നോക്യേ *(രണ്ടുപേരും കൂടി പുറത്തിറങ്ങി നോക്കുന്നു)*

കുഞ്ഞിരാമൻ: *(നെഞ്ചത്ത് കൈവച്ച്)* പൊലീസ്... പൊലീസ്... ദൈവം തമ്പുരാനെ ചതിച്ചോ ഇനിയിപ്പോ എന്ത് ചെയ്യും.

സീത : *(എന്തോ ഉറച്ചപോലെ)* നിങ്ങള് ബേജാറാവാതിരിക്കിൻ. *(ചെവിയിൽ എന്തോ പറയുന്നു)* നിങ്ങളു സഖാവിനെ വിളിച്ചുണർത്തി തലയിൽ കൂടെ മുണ്ടും മൂടി കിടന്നോ ളാൻ പറയിൻ. എന്ത് വന്നാലും മിണ്ടരുതെന്ന് പറയിൻ.. കുഞ്ഞിനെ എടുത്ത് സഖാവിന്റെ അടുത്ത് കൊണ്ട് കിട ത്തിയിട്ട് നിങ്ങള് പുറത്തു പോയിൻ...

സീത : *(സ്വന്തം പായ നായനാരുടെയും കുഞ്ഞിന്റെയും അടു ത്തായി വിരിച്ച്. കുഞ്ഞിനേയും കിടത്തി ഭർത്താവിന്റെ അടുത്ത് കിടക്കുന്നപോലെ കിടന്നു)* തീപ്പെട്ടിയും തക രവിളക്കും അടുത്ത് വച്ച് കൂർക്കം വലിച്ചുറക്കം തുടങ്ങി. *(ഒരു ഇൻസ്പെക്ടറും രണ്ടു പൊലീസുകാരും)* പൊലീസുകാർ കുടിലിന്റെ മുൻപിലെത്തി... നീട്ടിപ്പിടിച്ച തോക്കുമായി രണ്ടുപേർ മുൻപിൽ ഒരാൾ കുടിലിന്റെ മുൻപിൽ, ഒരാൾ കുടിലിന്റെ

പുറകിൽ പൊസിഷൻ എടുത്തു എന്നിട്ട്, വീട്ടിനുള്ളിലേക്ക് ടോർച്ച് തെളിച്ചുകൊണ്ട്

ഇൻസ്പെക്ടർ :കുഞ്ഞിരാമാ... എടാ കുഞ്ഞിരാമാ... കതക് തുറക്ക്.

സീത : *(അകത്ത് നിന്ന്)* ആരാണസമയത്ത്, പാവം പനിപിടിച്ച് കെടപ്പാണ്. രാവിലെ വരീൻ, വേലയ്ക്കാണെങ്കിൽ നാളെ വരാൻ പറ്റില്ല.

ഇൻസ്പെക്ടർ :എടീ അഹങ്കാരി.... ഞങ്ങൾ പോലീസാണ്. കതകു തുറക്കുന്നോ ചവിട്ടിപ്പൊളിക്കണോ?

സീത : *(അകത്തുനിന്ന്)* ഏമാന്മാരെ ഞങ്ങള് പാവങ്ങളാണ്. ഞങ്ങളെ ഉപദ്രവിക്കരുത്.

ഇൻസ്പെക്ടർ: പാവമാണോ ചട്ടമ്പിയാണോ എന്ന് പിന്നെ തീരുമാനിക്കാം നീ കതകു തുറക്ക്.

സീത : തുറക്കാമേ! *(അകത്ത് സീത തീപ്പെട്ടി ഉരച്ച് വിളക്ക് കൊളുത്തുന്നു. എഴുന്നേറ്റ് തുണി ശരിക്കുടുക്കുന്നു. അഴിഞ്ഞ തലമുടി കെട്ടുന്നു. മണ്ണെണ്ണ വിളക്കുമായി പുറത്തേക്കിറങ്ങുന്നു)*

ഇൻസ്പെക്ടർ: എടോ, പി സി പുറകിലത്തെ വാതിലിൽ ആളു നിർത്തിയിട്ടുണ്ടോ?

പി സി : ഉണ്ട് സാർ.

(അകത്ത് കുഞ്ഞ് കരയുന്നു. മൂടിപ്പുതച്ച് കിടക്കുന്നയാൾ മൂളുകയും ഞരങ്ങുകയും ചെയ്യുന്നു)

പൊലീസ് : *(അകത്തുകയറി)* ഇവിടെ ആരുമില്ല സാർ. അവളുടെ കെട്ടിയോനും കുഞ്ഞും മാത്രം. *(കുട്ടി ഉച്ചത്തിൽ വാശിയോടെ കരയുന്നു)*

സീത : മോളെ അമ്മ ഇതാ വരണെ. പനി പിടിച്ച് കിടക്കണെ അച്ഛനെ ഉണർത്തല്ലേ മക്കളേ...

പൊലീസ് : എടീ ഇന്നിവിടെ ആരെങ്കിലും വന്നിരുന്നോ?

സീത : ഉച്ചയ്ക്ക് ചട്ടുകാലൻ പരമുച്ചേട്ടൻ വന്നിരുന്നു.

പൊലീസ് : അതല്ല. വിശേഷിച്ചാരെങ്കിലും. നല്ല വെളുത്ത തടിയാനായൊരാൾ. കല്ല്യാശ്ശേരിക്കാരൻ നായനാർ.

സീത : ഇല്ലേമാനേ... ചട്ടുകാലൻ പരമുച്ചേട്ടൻ മാത്രമേ വന്നുള്ളൂ.

പൊലീസ് : ആ നപുംസകത്തിനെക്കുറിച്ചല്ല. അവന് പെണ്ണുങ്ങളെ ക്കണ്ട് കുടിച്ചിറക്കിയാൽ മതിയല്ലോ. അതിന് വന്നതാവും.

സീത : *(പെട്ടെന്ന് തല കുനിക്കുന്നു)*

മറ്റേ പൊലീസുകാർ: ആ ചട്ടുകാലനാണങ്ങുന്നേ നമ്മെ വഴിതെറ്റിച്ചത്.

ഇൻസ്പെക്ടർ: ഇന്നവന്റെ കൂന് ഞാൻ ഇടിച്ചു ശരിയാക്കുന്നുണ്ട്.

(കുഞ്ഞ് വിശന്നു കരയുന്നു)

ഇൻസ്പെക്ടർ : പോടി, പോയി കുഞ്ഞിനു പാലു കൊടുക്ക്, വിശേഷാൽ ആരെയെങ്കിലും ഇവിടെങ്ങാനും വച്ച് കണ്ടാൽ ഉടൻ സ്റ്റേഷനിലറിയിക്കണം കേട്ടോ! *(പൊലീസ് പുറത്തേക്ക് പോകുന്നു. സീത അതും നോക്കി നില്ക്കുന്നു)*

സീത : എങ്കിലും എടാ ചട്ടുകാലാ...

(രംഗദീപം പൊലിയുന്നു)

ദൃശ്യം ഒൻപത്

(രംഗദീപം തെളിയുമ്പോൾ ഒരു കർഷക ഭവനത്തിന്റെ മുറ്റം. റാന്തൽ വിളക്ക് എരിയുന്ന മുറ്റത്ത് ഒരു പീഠത്തിൽ എ വി കുഞ്ഞമ്പു. പൊക്കം കുറഞ്ഞ്, പതിഞ്ഞ ശബ്ദത്തിൽ സംസാരിക്കുന്ന മുപ്പതിലേറെ പ്രായം തോന്നിക്കുന്ന ഒരാൾ. തൊട്ടടുത്ത് ടി എസ് തിരുമുമ്പ് - ചുറ്റിലും കുറെ കൃഷിക്കാർ)

എ വി : എന്നെ നിങ്ങൾക്കറിയാമല്ലോ - എ വി കുഞ്ഞമ്പു, ഇവിടുത്തെ കൃഷിക്കാർക്കിടയിലെ പൊതു പ്രശ്നങ്ങൾ കൈകാര്യം ചെയ്യാനും ഒരു കർഷക സംഘം രൂപീകരിക്കുന്നതിനും ചില കർഷക സഹോദരന്മാർക്കിടയിൽ ഭൂമിയുമായി ബന്ധപ്പെട്ട തർക്കങ്ങൾ പരിഹരിക്കുന്നതിനുമാണ് പാർട്ടി എന്നെ നിയോഗിച്ചിട്ടുള്ളത്. പ്രശ്നത്തിലേക്ക് കടക്കുന്നതിനു മുമ്പ് എന്നോടൊപ്പമുള്ള ആളെ ഞാൻ പരിചയപ്പെടുത്താം. ഇത് ടി എസ് തിരുമുമ്പ്.

സദസ്യർ : കേട്ടിട്ടുണ്ട് - കേട്ടിട്ടുണ്ട്. പടപ്പാട്ട് എഴുതുന്ന ആൾ.

എ വി : ആദ്യം നമുക്ക് നിലമ്പേത്ത് കണ്ണന്റെയും ചെരിയാറത്ത് കൃഷ്ണൻ നായരുടെയും തർക്ക പ്രശ്നം തന്നെ എടുക്കാം.

കണ്ണൻ : *(ആവേശത്തോടെ)*
സഖാവേ, ഈ കൃഷ്ണൻ നായർ ഒരത്യാഗ്രഹിയാ. എന്റെ രണ്ട് സെന്റ് ഭൂമിയും രണ്ട് മൂട് കുരുമുളക് വള്ളിയും ഇയാൾ ബലാല്ക്കാരമായി കൈയേറിയിരിക്കുന്നു.

കൃഷ്ണൻ നായർ: ഓ- പരമയോഗ്യൻ. ഞാൻ നട്ടുവളർത്തിയ കുരുമുളക് വള്ളി കാലുകുത്തി കായ്ച്ച് തുടങ്ങിയപ്പോൾ സഹിക്കുന്നില്ല. സർവ്വേക്കല്ല് മാറ്റി കുഴിച്ചിടാൻ പറ്റാത്തതിന്റെ ദേഷ്യത്തിന്റെ ഈ പുലഭ്യം പറച്ചിൽ.

കണ്ണൻ : *(ചാടി എഴുന്നേറ്റ്)* അനാവശ്യം പറഞ്ഞാൽ ഉണ്ടല്ലോ.

കൃഷ്ണൻ : കാണിക്കാം.... പറഞ്ഞാൽ ഉണ്ടല്ലോ.
കണ്ണൻ : *(കൈ ചൂണ്ടി)* ഒരു മാതിരി തെമ്മാടിത്തരം..
കൃഷ്ണൻ : എടാ നീ എന്നെ തെമ്മാടീന്ന് വിളിച്ചോ?
എ വി : *(ചാടി എഴുന്നേറ്റ്)* സഹോദരന്മാരെ, ഈ പണി ഇവിടെ നടപ്പില്ല. ഞങ്ങളൊക്കെ അത്ര വിഡ്ഢികളാ... നിങ്ങള് രണ്ട് കേമന്മാരും. മര്യാദയ്ക്ക് രണ്ടുപേരും ഇരിക്കണം *(രണ്ടുപേരും ഇരിക്കാൻ കൂട്ടാക്കുന്നില്ല)*
എ വി : പറഞ്ഞത് കേട്ടില്ലാന്ന് തോന്നുന്നു *(ശബ്ദം ഉയർത്തി)* രണ്ടുപേരും ഇരിക്കണം. ഇല്ലെങ്കിൽ ഞങ്ങൾ ഇരുത്തീട്ടേ പോകൂ.. *(രണ്ടുപേരും എന്തൊക്കെയോ പിറുപിറുത്തു കൊണ്ട് ഇരിക്കുന്നു)* ഇതാ അതിന്റെ മര്യാദ. ഒരു തുണ്ടു ഭൂമിക്കുവേണ്ടി നിങ്ങൾ തമ്മിൽ അടിച്ചു തലകീറാതിരിക്കാൻ വേണ്ടിട്ടാ ഞങ്ങൾ ഇവിടെ എത്തിയത്. നിങ്ങൾ രണ്ടാളും ഞങ്ങൾക്ക് ഒരുപോലെയാണ്. അതുകൊണ്ട് ക്ഷമയോടുകൂടി കാര്യങ്ങൾ കൈകാര്യം ചെയ്യണം.
തിരുമുമ്പ് : ഇവർ രണ്ടുപേരും സംസാരിക്കണ്ടാ. എന്താ വസ്തുതയെന്ന് മറ്റാരെങ്കിലും പറയട്ടെ.
സദസ്യർ : കൃഷ്ണൻ പണിക്കർ പറയും.
എ വി : ആരാ കൃഷ്ണൻ പണിക്കർ?

(സദസ്സിൽ നിന്നും മദ്ധ്യവയസ്കനായ ഒരു കൃഷിക്കാരൻ എഴുന്നേല്ക്കുന്നു)

പണിക്കരെ : നിങ്ങൾക്കറിയുമോ ഈ തർക്കം സംബന്ധിച്ച വസ്തുതകൾ.
പണിക്കർ : അറിയാം.
എ വി : എന്നാൽ പറയൂ.
പണിക്കർ : കയ്യൂരിന്റെയും ക്ലായിക്കോടിന്റെയും മദ്ധ്യത്തിൽ കിടക്കുന്ന കുന്നിൻ അടുവേനി എന്ന സ്ഥലത്താണ് തർക്ക വസ്തു. നീലേശ്വരം രാജയാണ് ജന്മി. ഇവർ രണ്ടുപേരും രാജയുടെ കുടിയാന്മാരാണ്. കുരുമുളക് കൊടി തന്നെയാണ് തർക്ക കാരണം. സർവ്വേക്കല്ല് മാറ്റിയെന്നും മാറ്റിയില്ലെന്നുമാണ് തർക്കം. രണ്ടുപേരും നല്ല അദ്ധ്വാനികളാണ്.
എ വി : അപ്പോൾ സർവ്വേക്കല്ലാണ് പ്രശ്നം.
പണിക്കർ : ഇപ്പോൾ അതു തന്നെ.
എ വി : അതു മനസ്സിലാക്കാൻ മാർഗ്ഗമില്ലാ?
പണിക്കർ : ഉണ്ട്. സ്കെച്ചുണ്ട്. പക്ഷേ, അത് അധികാരികളുടെ കൈയിലാണ്. ഓരാണ് സമുദായം പറഞ്ഞ് രണ്ടു കൂട്ടരേയും ഇളക്കി വിടുന്നത്. ഇക്കാര്യത്തിൽ കരക്കാർ രണ്ടു

ചേരിയിലാണ്.

എ വി : ആളുകൾ രണ്ടു ചേരി ആയാൽ അധികാരികൾക്ക് കുടിയൊഴിപ്പിക്കൽ എളുപ്പമാകും. അപ്പോൾ രണ്ട് ചുവട് കുരുമുളക് വള്ളിയല്ല നിങ്ങളുടെ ഭൂമി മുഴുവൻ മറ്റാർക്കെങ്കിലും മറുപാട്ടമാകും. തല്ലു കൂടിയത് വെറുതെയും എന്താ വേണ്ടത്?

പണിക്കർ : സഖാവ് പറഞ്ഞാൽ മതി.

എ വി : *(ചിരിച്ചുകൊണ്ട്)* സർവ്വേക്കല്ലൊന്നും നോക്കണ്ടാ രണ്ട് കൂട്ടരും കൂടി വിട്ടുവീഴ്ച ചെയ്ത് തർക്കം അങ്ങ് തീർക്കണം. ജന്മി തക്കം നോക്കി ഇരിക്കുകയാണ്. അല്ലെങ്കിൽ പഴയ പഞ്ചതന്ത്രത്തിലെ കുരങ്ങന്റെ അപ്പം പങ്കുവയ്പ് പോലെയാകും.

കണ്ണൻ : എനക്ക് സമ്മതം.

എ വി : കൃഷ്ണൻ നായർ എന്തു പറയുന്നു? മറ്റൊന്നും നോക്കേണ്ട. കൃഷ്ണൻ നായരുടെ കൈവശമുള്ള ഒരു മൂട്. കുരുമുളക് കണ്ണന് വിട്ടു കൊടുത്തു പ്രശ്നം അവസാനിപ്പിക്കണം. എന്താ?

പണിക്കർ : കുരുമുളക് വള്ളിയല്ല. കൃഷിക്കാരന്റെ യോജിപ്പാണ് പ്രശ്നം?

എ വി : ചക്ഷു ശ്രവണ ഗളസ്തമാം ദുർദരം ക്ഷണത്തിനായി അപേക്ഷിക്കുന്നതുപോലെ എന്നു കേട്ടിട്ടുണ്ടോ? രാമായണത്തിലെ ലക്ഷ്മണോപദേശം? പാമ്പിന്റെ വായിൽപ്പെട്ട തവള ഭക്ഷണം തേടുന്ന അവസ്ഥയാണ്, ജന്മിത്വത്തിന്റെ വായിലകപ്പെട്ട കുടിയാന്റെ സ്ഥിതി. ഇതിനിടയ്ക്കാണ് ആരാന്റെ ഒരു തുണ്ടു ഭൂമിക്കുവേണ്ടിയുള്ള യുദ്ധം ഈ ഭൂമി പണിയെടുക്കുന്നവന്റേതാക്കാനാകണം ഇനി നമ്മുടെ യുദ്ധം. എന്താ കൃഷ്ണൻ നായരെ?

കൃഷ്ണൻ നായർ: സഖാവു പറഞ്ഞതുപോലെ തന്നെ.

പണിക്കർ : എനിക്ക് ഒരഭ്യർത്ഥനയുണ്ട്. കയ്യൂരിൽ നമുക്കൊരു കർഷകസംഘം ഇല്ല. അതുണ്ടാവണം.

എ വി : അതല്ലേ പ്രധാനം. ഈ ഇരിക്കുന്നവർ എല്ലാം ചേർന്നൊരു കമ്മറ്റീം ഒരു പ്രസിഡന്റും സെക്രട്ടറിയും വേണം. ആരൊക്കെയാ?

കൃഷ്ണൻനായർ: സെക്രട്ടറിയായി കൃഷ്ണൻ പണിക്കർ മതി (എല്ലാവരും ചേർന്ന്) അതുമതി, അതുമതി.

കണ്ണൻ : പ്രസിഡന്റായി രാമൻ പണിക്കർ ആയാൽ തരക്കേടില്ല.

എ വി : ഇല്ല. തരക്കേടില്ല. രാമനും കൃഷ്ണനും തരക്കേടില്ല. ഈ രാമകൃഷ്ണന്മാർ ഒരു കാര്യം ചെയ്യണം.
(രണ്ടുപേരും ചേർന്ന്) എന്താണാവോ?

എ വി : നമ്മുടെ ഈ പ്രദേശത്തിന്റെ ജന്മി നീലേശ്വരം രാജയാണല്ലോ? അദ്ദേഹത്തിന് കയ്യൂരെ കൃഷിക്കാരുടെ ആവശ്യങ്ങൾ അടങ്ങുന്ന ഒരു നിവേദനം തയ്യാറാക്കണം. അതിൽ എല്ലാ തരത്തിലുള്ള അന്യായപ്പിരിവുകളും അക്രമവും അവസാനിപ്പിക്കാൻ ആവശ്യപ്പെടണം. ഒരു വെടിക്ക് രണ്ടു പക്ഷി. രാജ ഉറപ്പ് തന്നാൽ പിന്നെ ചെറുകിട ജന്മിമാർ അനങ്ങില്ല. നിവേദനം കൊടുക്കുന്ന ദിവസം നീലേശ്വരം ടൗണിൽ വലിയൊരു യോഗം ചേരണം. കയ്യൂരിലെ ആബാലവൃദ്ധം ജനങ്ങളെയും നമുക്ക് ഒരു ഘോഷയാത്രയായി നീലേശ്വരത്ത് കൊണ്ടുപോകണം.

സദസ്യർ : അതു ഞങ്ങളേറ്റു.

കൃഷ്ണപ്പണിക്കർ: സഖാവ് ഇടയ്ക്കിടയ്ക്ക് ഇവിടെ വരണം. ഞങ്ങൾക്ക് വേണ്ട നിർദ്ദേശങ്ങൾ തരണം.

എ വി : ഞാൻ ഒരു രഹസ്യം പറയാം. പുറത്ത് പോകരുത്. നിങ്ങളെ സഹായിക്കാൻ ഏറമ്പാലത്തെ കൃഷ്ണൻ നായനാരെ പാർട്ടി നിയോഗിച്ചിട്ടുണ്ട്.

രാമൻപണിക്കർ: അതെങ്ങനെ? മൊറാഴ കേസിൽ നയനാർ ഒളിവിൽ അല്ലേ.

എ വി : അതല്ലേ രസം. സംഭവസ്ഥലത്തുണ്ടായിരുന്നത് കൃഷ്ണൻ നായനാർ. കേസിൽ പ്രതിയാക്കിയത് ഏട്ടൻ നാരായണൻ നായനാരെ. കക്ഷി ഇപ്പോൾ കണ്ണൂർ ജയിലിൽ ജീവപര്യന്തം. ഇ കെ നായനാർ ജനമദ്ധ്യത്ത് *(ചിരിച്ചുകൊണ്ട്.)*
കണ്ട് കണ്ടങ്ങിരിക്കും ജനത്തിനെ കണ്ടില്ലെന്നു വരുത്തുന്നതും ഭവാൻ.

(രംഗദീപം പൊലിയുന്നു)

(നായനാരുടെ ഷെൽട്ടർ, സമയം രാത്രി, നായനാർ മദ്ധ്യത്ത് അപ്പു, രാമൻ പണിക്കർ, കൃഷ്ണൻ പണിക്കർ, അമ്പാടി കുഞ്ഞി, കണ്ണൻ എന്നിവർ നായനാർക്ക് അഭിമുഖമായി)

നായനാർ : എന്തൊക്കെയാടോ കാര്യങ്ങൾ?

കൃഷ്ണപ്പണിക്കർ: മാർച്ച് മുപ്പതിന്റെ പ്രകടനത്തിനുള്ള പണികൾ ഉഷാറായി നടക്കുന്നു.

നായനാർ : പിന്നെന്താ!

അപ്പു : ഇടയ്ക്ക് ചില ഗുലുമാലുകൾ ഒക്കെയുണ്ടായി.

നായനാർ : എന്ത് ഗുലുമാല് - അധികാരിയുടെ വീട്ടിൽ കിടന്നുറങ്ങിയ കോൺസ്റ്റബിൾ ഗോവിന്ദൻ നമ്പ്യാരെ തല്ലി

യതോ? ഇരിക്കട്ടെ ആരാ തല്ലിയത്.

സദസ്യർ : *(ഒരുമിച്ച്)* അറിയില്ല്യാ

നായനാർ : നിങ്ങളറിയാണ്ട് ഒരാൾ പൊലീസ് കോൺസ്റ്റബിളിനെ തല്ലുമോ?

രാമൻ പണിക്കർ: സത്യമായിട്ടും ഞങ്ങൾക്കറിയില്ല.

നായനാർ : അതു സത്യമായിരിക്കാം. പക്ഷേ, തല്ലിയതാരാന്നൊക്കെ നമുക്കറിയാം. അല്ലേടാ അപ്പു.

(ആരും ഒന്നും മിണ്ടുന്നില്ല)

നായനാർ : പോട്ടെടാ അതൊരു മഹാപാതകമൊന്നുമല്ല. ചെയ്തു പോയില്ലേ. ചിലപ്പോൾ അതൊക്കെ വേണ്ടി വരും.

കൃഷ്ണൻ പണിക്കർ: അതിന്റെ പ്രത്യാഘാതം?

നായനാർ : പ്രത്യാഘാതമെന്താ? പൊലീസ് കേസെടുക്കും. തല്ലി യോൻ ആകില്ല പ്രതി. ആരുമാകാം. പൊലീസിന്റെ കൈയിൽ കിട്ടിയാൽ കിട്ടിയവനെ തല്ലി എല്ലൊടിക്കും. അതുകൊണ്ട് കടുക് തുളച്ചിരിക്കാൻ പറ്റ്വോ? പാമ്പറാ... വരുന്നിടത്തു വച്ച് കാണാം.

രാമൻ പണിക്കർ: മറ്റൊരു ബുദ്ധിമുട്ടു കൂടെയുണ്ടായി.

നായനാർ : *(തലയാട്ടിക്കൊണ്ട്)* ങ്ും... ആ റവന്യൂ ഇൻസ്പെക്ടർ ബാലകൃഷ്ണൻ നായരെ തടഞ്ഞു നിർത്തി കൈയേറ്റം ചെയ്ത കാര്യമല്ലേ.

രാമൻ പണിക്കർ: സത്യമായിട്ടും സഖാവേ, അയാളെ ഞങ്ങളാരും ഒന്നും ചെയ്തിട്ടില്ല.

നായനാർ : എന്നിട്ടെന്താ കൈയേറ്റം ചെയ്തുന്നല്ലേ കേസ്. രണ്ട് കൊടുത്തിരുന്നെങ്കിലും കേസ് ഇത്രയൊക്കെ തന്നെ. എന്താ ഉണ്ടായത്.

കൃഷ്ണൻപണിക്കർ: നമ്മുടെ വി വി കുഞ്ഞമ്പുവിന്റെ നേതൃത്വത്തിൽ മാർച്ച് മുപ്പതിന്റെ യോഗത്തിന്റെ പ്രചാരണത്തിനുവേണ്ടി കയ്യൂർ സെന്ററിൽ നിന്ന് പുഴക്കരയിലൂടെ ഒരു ജാഥ കുക്കോട്ട് ഭാഗത്തേക്ക് പോവുകയായിരുന്നു. ഒരു നാഴിക ദൂരം ചെന്നപ്പോൾ റവന്യൂ ഇൻസ്പെക്ടർ ബാലകൃഷ്ണൻ നായരും ശിപായിയും എതിരെ വരികയായിരുന്നു. റവന്യൂ ഇൻസ്പെക്ടറെ കണ്ടപ്പോൾ നമ്മുടെ സഖാക്കൾ ഉച്ചത്തിൽ മുദ്രാവാക്യം വിളിച്ചു. അയാൾക്ക് വഴി മാറിയില്ല. വളരെ ഇടുങ്ങിയ സ്ഥലമാണ്. വഴിമാറാൻ സ്ഥലവുമില്ല. അത്രയേ ഉണ്ടായുള്ളൂ. ഒരു കൈയേറ്റവും നടന്നില്ല.

നായനാർ : റൈറ്റ്, നിങ്ങൾ പറഞ്ഞത് കറക്ടാണ്. പക്ഷേ, ഓൻ കളക്ടർക്ക് റിപ്പോർട്ട് കൊടുത്തത് ഓനെ കൈയേറ്റം

ചെയ്തുന്നാണ്. അതിന്റെ മേൽ കണ്ടാലറിയാവുന്നവരെ ചേർത്തൊരു പൊലീസ് കേസും എടുത്തിട്ടുണ്ട്.

രാമൻ പണിക്കർ : അപ്പോൾ നമ്മൾ ഇനി എന്തു ചെയ്യണം.

നായനാർ : എന്തിനെയും നേരിടാൻ തയ്യാറെടുക്കണം. തല്ക്കാലം പൊലീസ് പകൽ വരില്ല. രാത്രിയാകും നരനായാട്ട്.

കൃഷ്ണപ്പണിക്കർ; എങ്ങനെ അറിയാം?

നായനാർ : എടോ നമ്മുടെ ചിണ്ടൻ മാസ്റ്ററുടെ വീട്ടിലല്ലേ മർദ്ദക വീരൻ ഇൻസ്പെക്ടർ രാമന്റെ താമസം. മാസ്റ്ററുടെ മകൻ ചന്തു അയാളുടെ ലോഹ്യക്കാരനാ - ഓൻ നമ്മുടെ സഖാവാ. ഇപ്പം മനസ്സിലായോ? അപ്പു, ആവശ്യമായ തയ്യാറെടുപ്പ് നടത്തിക്കോ!

(രംഗദീപം പൊലിയുന്നു)

ദീപം തെളിയുമ്പോൾ സമയം രാത്രി. നല്ല നിലാവ്. രംഗം കയ്യൂരിലെ കടവ്. (കരയിൽ അപ്പുവിന്റെ അഴിയടിച്ച ചായപ്പീടിക. മുന്നിൽ കാര്യാങ്കോട്ടുപുഴ. പുഴക്കരയിലെ മണൽപ്പുറത്ത് വടിയുമായി രണ്ട് വാളണ്ടിയർമാർ)

അപ്പു : *(ചെറുപ്പക്കാരോട്)* സഖാക്കളെ, നിങ്ങൾ വളരെ കരുതലോടെ നില്ക്കണം. പൊലീസ് കരവഴി വരാൻ ഇടയില്ല. ബോട്ടിൽ വന്നാൽ ശബ്ദമുണ്ടാകും. അതുകൊണ്ട് വഞ്ചിയിൽ വരാനാണ് സാദ്ധ്യത. എന്തെങ്കിലും അനക്കം തട്ടിയാൽ നിങ്ങളിൽ ഒരാൾ ക്യാമ്പിൽ വന്ന് വിവരം അറിയിക്കണം. ഞാൻ ക്യാമ്പിലുണ്ടാകും. ലാൽ സലാം. *(അപ്പു ക്യാമ്പിലേക്ക് പോകുന്നു. രണ്ടുപേരും അങ്ങോട്ടും ഇങ്ങോട്ടും നടക്കുന്നു)*

ഒന്നാമൻ : പാതിരാ കഴിഞ്ഞു. ഇന്നിനി പൊലീസ് വരാൻ ഇടയില്ല. എനിക്ക് നല്ല ഉറക്കം വരുന്നു. ഞാനൊന്നൊറങ്ങിക്കോട്ടെ.

രണ്ടാമൻ : ഒരു മണിക്കൂർ കഴിഞ്ഞ് ഉണരണം. എന്നിട്ട് എനിക്കും അല്പം ഉറങ്ങണം.

(ഒന്നാമൻ ചുവരും ചാരിയിരുന്ന് ഉറങ്ങുന്നു. രണ്ടാമൻ ഒറ്റയ്ക്ക് റോന്തു ചുറ്റുന്നു. അല്പം കഴിഞ്ഞ് അയാളും മറ്റൊരു ഭാഗത്ത് ചുവരും ചാരിയിരുന്ന് ഉറങ്ങുന്നു. കടവിനു താഴെയായി ഒരു ബോട്ടു വന്ന് നില്ക്കുന്ന ശബ്ദം പൊലീസ് ബൂട്ടിന്റെ ശബ്ദം. കാവൽ നിന്നവർ ഞെട്ടിയുണർന്ന് പൊലീസ്, പൊലീസ് എന്നു വിളിച്ചുകൊണ്ടോടുന്നു. പൊലീസ് വിസിൽ, പൊലീസുകാരുടെ നെട്ടോട്ടവും, ക്യാമ്പിൽനിന്നു കൂട്ടനിലവിളിയും, പൊലീസിന്റെ ആക്രോശവും ക്യാമ്പിലുള്ളവർ പല ഭാഗത്തേക്കും ഓടി. ചിലർ ആറ്റിലേക്ക് ചാടി.

കൈയിൽ കിട്ടിയ ഒന്നോ രണ്ടോ പേരെയും കൊണ്ട് ബോട്ട് തിരിച്ചുപോയി.

(രംഗദീപം പൊലിയുന്നു)

(ദീപം തെളിയുമ്പോൾ കയ്യൂർ പുഴക്കടവിൽ ആളുകൾ വന്നു കൂടുന്നു. ചെങ്കൊടിയും പിടിച്ച് ഒരു ജാഥ കയ്യൂരിൽ നിന്ന് കുക്കണ്ടത്തേക്ക് തിരിക്കുന്നു. മെഗാ ഫോണിലൂടെ ഒരാൾ അനൗൺസ് ചെയ്തു കൊണ്ടിരിക്കുന്നു)

സഖാക്കളേ, കയ്യൂർ പുഴക്കടവിൽ നിന്ന് തിരിച്ച ജാഥ- ക്ലായിക്കോട് പാലായിൽ നിന്നുമുള്ള ജാഥയുമായിച്ചേർന്ന് യോഗസ്ഥലമായ കുക്കണ്ടത്തിൽ എത്തിച്ചേരണം.

(പശ്ചാത്തലത്തിൽ ജാഥയുമായി ബന്ധപ്പെട്ട മുദ്രാവാക്യം വിളി മുഴങ്ങുന്നു. ഇതിനിടയിൽ നിവർത്തിപ്പിടിച്ച കഠാരയുമായി സുബ്ബരായൻ എന്ന പൊലീസുകാരൻ മുന്നിലും നാലഞ്ച് സഖാക്കൾ പിന്നിലുമായി വേദിയിലേക്ക് ഓടിയെത്തുന്നു. പിന്നാലെ ചിലർ ചെങ്കൊടികളുമായി എത്തുന്നു. സഖാക്കൾ സുബ്ബരായന്റെ കൈയിലെ കത്തി കൈക്കലാക്കാൻ അയാളുമായി മല്പിടുത്തത്തിൽ ഏർപ്പെടുന്നു. കള്ളു കുടിച്ച് ലക്ക് കെട്ട സുബ്ബരായൻ കമ്യൂണിസ്റ്റുകാരെ തെറിപറയുന്നു)

സുബ്ബരായൻ : പൊലീസിനെ നിങ്ങൾക്കാർക്കും മനസ്സിലായിട്ടില്ലാ... എടാ കഴുവേറി മക്കളെ, കമ്യൂണിസ്റ്റുകളെ, സ്റ്റാലിന് പിറന്ന പോക്കിരികളെ, നിന്നെയൊക്കെ ഞാൻ വക വരുത്തും. എന്റെ അമ്മേം പെങ്ങളേം പൊതു സ്വത്താക്കണ കമ്യൂണിസം ഞാൻ അനുവദിക്കുകയില്ലടാ - നിന്നെ എല്ലാം ലോക്കപ്പിലിട്ട് ഞാൻ സൂപ്പാക്കും. സ്വാതന്ത്ര്യം വേണം പോലും സ്വാതന്ത്ര്യം. വെള്ളക്കാരുടെ കാലിലെ ഒരു രോമം നിങ്ങൾ പറിക്കില്ല. ഇടികൊണ്ട് ചാകാതെ വേറെ പണി നോക്ക്. (ലക്ക് കെട്ട് തറയിൽ വീഴുന്നു. തൊപ്പി ദൂരെത്തെറിക്കുന്നു. കത്തി ഒരു സഖാവ് കൈവശപ്പെടുത്തുന്നു. കത്തി പോയതോടെ സുബ്ബരായൻ പത്തിമടക്കി. പിന്നെ അയാളെ പിടിച്ചെഴുന്നേല്പിക്കുന്നു. തൊപ്പി മറ്റൊരാളിന്റെ കൈയിൽ ഇരിക്കുന്നതു കണ്ട് ദയനീയമായി).

സുബ്ബരായൻ : സഹോദരാ, ആ തൊപ്പി ഇങ്ങു തരൂ-തൊപ്പിയില്ലാത്ത പൊലീസുകാരൻ തലപോയ വേട്ടനായയെപ്പോലെയാണ്.

ഒരു സഖാവ് : വെള്ളക്കാരന്റെ എച്ചിൽ നായേ, നിനക്കെന്തിനാ തല.

മറ്റൊരു സഖാവ്: തൊപ്പി തരാം. പക്ഷേ, ഞങ്ങളുടെ കൊടിയും പിടിച്ച് മുദ്രാവാക്യം വിളിച്ച് ഞങ്ങടെകൂടെ കൂടണം. *(തൊപ്പി കൊടുക്കുന്നു. തൊപ്പി കിട്ടിയ ഉടൻ സുബ്ബരായ്യൻ രക്ഷപ്പെടാൻ ശ്രമിക്കുന്നു.)*

മറ്റൊരു സഖാവ്: *(കഠാര ചൂണ്ടി)* താൻ കൊടിപിടിക്കുന്നോ? അതോ മരിക്കുന്നോ?

സഖാക്കൾ : കൊടിപിടിച്ചാൽ മാത്രം പോരാ. മുദ്രാവാക്യവും വിളിക്കണം.

ഒരാൾ : ഇൻക്വിലാബ് സിന്ദാബാദ് കമ്യൂണിസ്റ്റ് പാർട്ടി സിന്ദാബാദ്

(സുബ്ബരായൻ ഏറ്റു വിളിക്കുന്നു. ജാഥ മുന്നോട്ട് പോകുന്നു. മുദ്രാവാക്യം വിളി അകന്നകന്ന് പോകുന്നു) രംഗദീപം പൊലിയുന്നു (രംഗദീപം തെളിയുമ്പോൾ നായനാരുടെ ഷെൽട്ടർ) നായനാർ ചുറ്റും പത്ത് പന്ത്രണ്ട് സഖാക്കൾ

നായനാർ : സുബ്ബരായൻ ആറ്റിൽ ചാടിയതോ – നമ്മുടെ സഖാക്കൾ ആരെങ്കിലും..

ഒരു സഖാവ് : ഏയ് നമ്മളൊന്നും ചെയ്തില്ല. മനസ്സില്ലാമനസ്സോടെ കൊടിയും പിടിച്ച് നമ്മുടെ മുമ്പിൽ നടന്ന സുബ്ബരായൻ പാലായിയിൽ നിന്ന് മറ്റൊരു ജാഥ കൂടി വരുന്നത് കണ്ടപ്പോൾ ഇനി രക്ഷയില്ലാന്ന് കണ്ടിട്ടാകണം കൊടിയും വലിച്ചെറിഞ്ഞ് ആറ്റിലേക്ക് ഒരൊറ്റ ചാട്ടം. ചാട്ടത്തോടെ അയാൾ മുങ്ങി. പിന്നെ എന്തായി എന്ന് ഞങ്ങൾ തിരക്കിയില്ല. ജാഥ മുന്നോട്ടു പോയി. ഞങ്ങളെല്ലാം ജാഥയിലായിരുന്നു. നീന്ത് അറിയാത്തവൻ ആറ്റിൽ ചാടുമോ– അതായിരുന്നു ഞങ്ങടെ ചിന്ത.

നായനാർ : നീന്തൽ അറിയാമെങ്കിലും യൂണിഫോറവും ഷൂസുമൊക്കെയിട്ട് എങ്ങിനെ നീന്താനാ. പോരെങ്കിൽ വാട്ടീസും. നമ്മുടെ സഖാക്കളുടെ സ്ഥിതി എന്താ? വീടുകളിലൊക്കെ പോയീനാ...

മറ്റൊരു സഖാവ്:കുറേപ്പെരെ പിടിച്ചിട്ടുണ്ട്. ആരൊക്കെയെന്നറിയില്ല. കുറെപ്പേർ ഒളിവിലാണ്. വീട്ടിൽ പെണ്ണുങ്ങളും വയസ്സന്മാരുമേയുള്ളൂ.

നായനാർ : പെൺകുട്ടികളെ അയൽഗ്രാമങ്ങളിലേക്ക് ഉടനെ അയക്കണം. കശ്മലന്മാരാ. അവർ എന്തും ചെയ്യും.

മൂന്നാമതൊരു സഖാവ്: പുറത്തിറങ്ങാൻ ബുദ്ധിമുട്ടാ. രണ്ട് ബോട്ട് നിറയെ എം എസ് പിക്കാർ വന്നിറങ്ങീട്ടുണ്ടന്നാ കേട്ടത്.

നായനാർ : ഇൻസ്പെക്ടർ രാമന്റെ നേതൃത്വത്തിലാവും.

സഖാക്കൾ : അതെ.

നായനാർ : തല്ക്കാലം പിൻവാങ്ങുക. ചെറുത്തുനില്പിന് നില്ക്കണ്ട. കഴിയുന്നത്ര പ്രവർത്തകർ പിടികൊടുക്കാതെ, രംഗത്തുതന്നെ ഉണ്ടാവണം. ഞാനും ഇവിടം വിടുന്നില്ല. *(ഒരാൾ ഓടിക്കിതച്ചുവന്ന്)* പാർട്ടി കേന്ദ്രത്തിൽ നിന്നൊരു കുറിപ്പുണ്ട്.

നായനാർ : ഇങ്ങോട്ടു തരിക. ജാഗ്രത. സഖാവ് ഉടനെ കയ്യൂർ വിടുക. കുറിപ്പുമായി വന്ന സഖാവിനെ പിൻതുടരുക.

മറ്റുള്ളവർ : *(അന്ധാളിച്ച്)* എന്താണ് സഖാവേ- എന്താണ്?

നായനാർ : ഞാൻ ഉടനെ കയ്യൂർ വിടണമെന്ന്

ഒരു സഖാവ് : ഞങ്ങളും അത് പറയാൻ വരികയായിരുന്നു.

(അകലെ നിന്നും സ്ത്രീകളുടെയും കുട്ടികളുടെയും കൂട്ടക്കരച്ചിൽ പട്ടിയുടെ കുര. ആടുമാടുകളുടെ നിലവിളി. പൊലീസിന്റെ ചീത്ത വിളി ശബ്ദം അടുത്തടുത്ത് വരുന്നു)

വന്നയാൾ : പൊലീസ് നരനായാട്ടാരംഭിച്ചു കഴിഞ്ഞു. എല്ലാവരും ഒരുമിച്ചു പോകണ്ട. ആറുപേർ വീതം രണ്ട് ബാച്ചായി പിരിഞ്ഞു പോകണം. ഞങ്ങൾ പടിഞ്ഞാറോട്ടു പോകാം.

മറ്റൊരാൾ : ഞങ്ങൾ കിഴക്കോട്ടു പോകാം.

നായനാർ : കരുതലോടെ മുന്നോട്ട്. വീണ്ടും കണ്ടുമുട്ടും വരെ ലാൽസലാം.

(കുറുപ്പുമായി വന്ന ആളുടെ പിന്നാലെ നായനാരും സംഘവും പോകുന്നു. പശ്ചാത്തലത്തിൽ കൂട്ടനിലവിളി അത്യുച്ചത്തിലാകുന്നു.

(രംഗദീപം പൊലിയുന്നു)

ദൃശ്യം പത്ത്

വെസ്റ്റ് എളേരി ഗ്രാമത്തിനോടു തൊട്ടു കിടക്കുന്ന വനം. സമയം രാത്രി. നല്ല നിലാവ്.

വനമദ്ധ്യത്തിൽ ഒരു പരന്ന പാറ. ചുറ്റും വൻമരങ്ങൾ. വള്ളിപ്പടർപ്പുകൾ, പാറക്കെട്ടിനകത്തു കൂടെ ഒരു ചെറിയ അരുവി.

ചീവീടുകളുടെയും വനത്തിലെ ചില പക്ഷികളുടെയും ശബ്ദം. കൂമന്റെ മൂളൽ. ആകെ പേടിപ്പെടുത്തുന്ന അന്തരീക്ഷം. രംഗം ആരംഭിക്കേണ്ടത് വനത്തിലല്ല. നായനാരുടെ ഷെൽട്ടറിൽ നിന്നിറങ്ങി യാത്ര ചെയ്യുന്ന പ്രതീതി ഉണ്ടാക്കണം. പശ്ചാത്തലത്തിൽ ഒരു പ്ലെയിൻ കർട്ടനിട്ട് അതിന്റെ മുന്നിലൂടെ നായനാരടക്കം ആറേഴു

പേർ വേദിയിൽ മൂന്നു നാലു റൗണ്ട് നടന്നിട്ട് വനത്തിൽ പ്രവേശിക്കുന്ന വിധത്തിലാവണം ക്രമീകരിക്കേണ്ടത്. വനത്തിൽ പ്രവേശിക്കാറാവുമ്പോൾ പ്ലയിൻ കർട്ടൻ മാറ്റി. അവ്യക്തമായി വനം കണ്ടു തുടങ്ങണം.

വഴികാട്ടി : സഖാവേ, ഇതാ വെസ്റ്റ് എളേരി ഗ്രാമം. ഇന്ന് രാത്രി ഏതെങ്കിലും ഷെൽട്ടറ് കിട്ടാൻ ബുദ്ധിമുട്ടാണ്. ഇവിടെ അടുത്താണ് വനം. ഇന്നു രാത്രി വനത്തിൽ കഴിച്ചു കൂട്ടുക. ഞാൻ പുറത്തു പോയി മറ്റു കാര്യങ്ങൾ ഏർപ്പാടാക്കാം. പൊലീസുകാർ നമ്മുടെ പിന്നിൽത്തന്നെയുണ്ട് നല്ല കരുതൽ വേണം.

(സഖാക്കൾ പരസ്പരം ലാൽസലാം പറഞ്ഞു പിരിയുന്നു)

നായനാർ : നോക്കി നില്ക്കാൻ പറ്റില്ല. നമുക്കുടനെ വനത്തിനുള്ളിലേക്ക് കടക്കണം.

ഒന്നാമൻ : എന്തു ഭ്രാന്താ പറയുന്നത്. ഈ ഇരുട്ടത്ത് വനത്തിൽ കയറാനോ? വല്ല കരടിയോ കാട്ടുപോത്തോ കണ്ടാൽ.

നായനാർ : *(ചിരിച്ചുകൊണ്ട്)* ഓര് നമ്മളെ തിരിച്ചറിയില്ല.

ഒന്നാമൻ : മരണത്തിന്റെ വായിലേക്ക് നടക്കുമ്പോഴും നിങ്ങള് ചിരിക്യാ...?

നായനാർ : ഇല്ല. നമുക്ക് നിലവിളിക്കാം. എടോ... പിന്നാലെ പൊലീസുണ്ട്. ഓന്മാരടെ കൈയിൽ കിട്ടിയാൽ ബാക്കി ഉണ്ടാവില്ല.

രണ്ടാമൻ : സഖാവേ, നമുക്കേതെങ്കിലും വീട്ടിൽ ചെന്ന് തട്ടി വിളിച്ചാലോ? അവർ നമ്മളെ സഹായിക്കാതിരിക്കുമോ?

നായനാർ : എടോ... കയ്യൂരിലെ പൊലീസ് നരവേട്ട അറിയാത്തവരായി വടക്കെ മലബാറിൽ ഇനി ആരെങ്കിലുമുണ്ടോ? ജീവനിൽ കൊതിയുള്ള ആരെങ്കിലും നാടാകെ പൊലീസ് തെരയുന്ന ഈ ഘട്ടത്തിൽ നമ്മെ ഒളിപ്പിക്കാൻ മുന്നോട്ടു വരുമോ? വിശേഷിച്ച് ആറു പേർക്ക്. വെറുതെ വിഡ്ഢിത്തം പറയാതെ.

(അകലെ എവിടെയോ പട്ടി കുരയ്ക്കുന്ന ശബ്ദം)

മൂന്നാമൻ : അത് ചിലപ്പോൾ പൊലീസാകും. ഇനി ഇവിടെ നില്ക്കേണ്ട. നമുക്ക് വനത്തിലേക്ക് തന്നെ പോകാം.

നായനാർ ; അങ്ങനെ വഴിക്കു വാ...

മൂന്നാമൻ : ഞാൻ മുമ്പേ നടക്കാം. സഖാവ് എന്റെ പിന്നാലെ വാ. മറ്റുള്ളവർ അതിനു പുറകേ *(അവർ ആറുപേരും വീണ്ടും നടക്കാനാരംഭിക്കുന്നു. മങ്ങിയ വെളിച്ചത്തിൽ വനം കാണപ്പെടുന്നു).*

നാലാമൻ : കാലു കഴച്ചു മുറിയുന്നു. എവിടെയെങ്കിലും ഒന്നിരിക്കണം. നിങ്ങൾ പോയിൻ. ഞാൻ ഇവിടെ ഒന്നിരുന്നോട്ടെ!

നായനാർ : നല്ല ചേലായി, ഈ വനത്തിൽ ഒറ്റയ്ക്കിരുന്നാൽ എന്താവും ഗതി, സഖാവെ നടക്കൂ! കുറച്ചുകൂടി ഉള്ളിലേക്ക് പോയിട്ടു സൗകര്യമുള്ള ഒരു സ്ഥലത്തു കഴിയാം.

അഞ്ചാമൻ : (നാലാമനോട്) താനെന്റെ തോളത്ത് കൈയിട്ടോ. വീഴാതെ തന്നെ ഞാൻ താങ്ങിക്കൊള്ളാം.

അഞ്ചാമൻ : *(നായനാരോട്)* സഖാവേ, നമ്മളേതാണ്ടു വനത്തിനുള്ളിലായി. ഇനി ഗ്രാമത്തിലൂടെ പോകുന്ന ആർക്കും നമ്മളെ കാണാൻ കഴിയില്ല. ഇനി പറ്റിയൊരിടം നോക്കി നമുക്ക് വിശ്രമിക്കാം.

രണ്ടാമൻ : അതാ അതൊരു പാറയല്ലേ?

നായനാർ : അതെയോ... *(സൂക്ഷിച്ചു നോക്കിയിട്ട്)* അതു പാറ തന്നെ. നല്ല പരന്ന പാറ... ഇന്നത്തെ നമ്മുടെ ഷെൽട്ടർ അതു തന്നെ.

(എല്ലാവരും പാറയെ ലക്ഷ്യമാക്കി നടക്കുന്നു. പാറയിൽ കയറുന്നു. പാറയിൽ വെളിച്ചം കേന്ദ്രീകരിക്കുന്നു. വന്നപാടെ പാറയിൽ രണ്ടുപേർ നീണ്ടു നിവർന്നു കിടക്കുന്നു)

നായനാർ : എടോ... ആ ബീഡിയും തീപ്പെട്ടിയും ഇങ്ങെടുക്കൂ. *(ഒരാൾ ബീഡിയും തീപ്പെട്ടിയും കൊടുക്കുന്നു. നായനാർ ബീഡി കത്തിച്ചു വലിച്ചുകൊണ്ട്)* ഇനി എത്ര കെട്ടുണ്ടെടോ?

രണ്ടാമൻ : ഒക്കെ തീർന്നു

നായനാർ : തീർന്നോ? നാലഞ്ചു കെട്ടുണ്ടായിരുന്നതല്ലേ.

രണ്ടാമൻ : *(സഞ്ചിയിൽ നോക്കി)* ഇനി രണ്ടുകെട്ടു ബീഡിയും ഒരു തീപ്പെട്ടിയും ഉണ്ട്.

നായനാർ : ഇന്നത്തേക്കു മതി. നാളെ വേണ്ട ഏർപ്പാടുകൾ സഖാക്കൾ ചെയ്യും.

(കാട്ടിനുള്ളിൽ കാട്ടുമൃഗങ്ങളുടെ ശബ്ദം, പക്ഷികൾ പറക്കുന്ന ചിറകടി ശബ്ദം) (നായനാരൊഴികെ ഉള്ളവർ) അയ്യോ അതു ആനയുടെ ചിന്നംവിളിയല്ലേ വല്ല ഹിംസ്ര ജന്തുവിന്റെയും വായിൽപ്പെടാനാണോ വിധി. (എല്ലാവരും തണുത്തു വിറയ്ക്കുന്നു)

ഒന്നാമൻ : നമുക്കു കുറച്ചു കാട്ടുകമ്പുകൾ കൂട്ടി തീയിട്ടാലോ തണുപ്പും പോകും. കാട്ടുജന്തുക്കളുടെ ഉപദ്രവവും ഉണ്ടാകില്ല.

നായനാർ : *(ചിരിച്ചുകൊണ്ട്)* ശരിയാ... പൊലീസുകാരുടെ ബുദ്ധിമുട്ടു കുറയും. ഞങ്ങളിവിടെയുണ്ടേ... പൊലീസുകാരെ,

ഞങ്ങളെ കൂട്ടിക്കൊണ്ടു പോയി രക്ഷിക്കൂ എന്ന അഭ്യർത്ഥനയും ആകും.

രണ്ടാമൻ : അതു ശരിയാ... അപ്പഴെ, ഞാനൊരു കാര്യം പറയട്ടെ.

നായനാർ : പറഞ്ഞോളൂ.

രണ്ടാമൻ : നമ്മളീ ആറുപേരും കൂടി എന്തിനാ ഉറക്കം കളയണത്. നാലു പേരുറങ്ങട്ടെ! രണ്ടുപേർ കാവലിരുന്നാൽ പോരെ.

നായനാർ : കാവലിരിക്കുന്നവർ ആരാ? അതാദ്യം പറ. രണ്ടാമനും നാലാമനും ഞങ്ങൾ കാവലിരിക്കാം *(നായനാരടക്കം നാലുപേർ ഉടുതുണിയഴിച്ച് കൈതലയ്ക്കൽ വച്ച് ചുരുണ്ടുകൂടികിടക്കുന്നു. നായനാർ കിടന്ന മാത്രയിൽ കൂർക്കംവലി തുടങ്ങുന്നു. രംഗദീപം ക്രമേണ ഇരുളുന്നു. സൂര്യോദയം... പ്രഭാതം... കിളികളുടെ ശബ്ദം.)*

ഓരോരുത്തരായി കണ്ണും തിരുമ്മി എണീക്കുന്നു. ചോലയിൽ പോയി മുഖം കഴുകി തിരിച്ചു പാറയിൽ വരുന്നു. രണ്ടാമനും നാലാമനും കിടന്നുറങ്ങുന്നു)

ഒന്നാമൻ : *(കോട്ടുവാ ഇട്ടുകൊണ്ട്)* വല്ലാതെ വിശക്കുന്നു.

നായനാർ : *(ചിരിച്ചുകൊണ്ട്)* വെറുതെ വ്യാമോഹം ഉണർത്തരുതെ.

ഒന്നാമൻ : ഇന്നും കൂടി ഈ വനത്തിൽ കഴിച്ചു കൂട്ടിയാൽ... പിന്നെ നമ്മളെ പരലോകത്തേക്ക് കെട്ടിയെടുത്താൽ മതി.

നായനാർ ; അപ്പോൾ എന്തു ചെയ്യാൻ പോകുന്നു?

ഒന്നാമൻ : ഞാൻ ഗ്രാമത്തിലേക്ക് പോകുന്നു. അവിടെ ആരെങ്കിലും സഹായിക്കാനുണ്ടാവും.

നായനാർ : സഖാവെ, പാർട്ടി നമ്മളോട് ഇവിടെ കഴിയാനല്ലേ പറഞ്ഞത്. മറിച്ചൊരറിയിപ്പ് കിട്ടാതെ നമ്മൾ എങ്ങനെ പോകും? എവിടെ പോകും?

ഒന്നാമൻ : സഖാവെ, നിങ്ങൾക്കു പാർട്ടി ചിട്ട അനുസരിച്ചേ ജീവിക്കാനാവൂ. പക്ഷേ, എനിക്ക് അതിനേക്കാൾ വലുത് എന്റെ ജീവനാണ്. സഖാവ് മുഷിയരുത്. ഞാൻ വനത്തിനു പുറത്തു പോകുകയാണ്.

മൂന്നാമനും ആറാമനും: ഞങ്ങളും വരുന്നു.

നായനാർ : ഓഹോ! അങ്ങനെയോ. എന്നാൽ ഉറങ്ങിക്കിടക്കുന്ന ഈ രണ്ടുപേരോടുകൂടി ചോദിക്കണമല്ലോ? (അവരെ കുലുക്കി ഉണർത്തുന്നു)

(അവർ കണ്ണ് തിരുമ്മി എണീറ്റ്)

രണ്ടാളും : നാശം... എന്താ സഖാവേ?

നായനാർ : സഖാക്കളെ ഇവർ മൂന്നുപേരും വനത്തിൽ നിന്ന് പുറത്തു പോവുകയാണ്. നിങ്ങളെന്തു തീരുമാനിച്ചു?

രണ്ടുപേരും ചേർന്ന്: സഖാവ് എന്തു തീരുമാനിച്ചു?

നായനാർ : ഈ വനത്തിൽ ക്യാമ്പ് ചെയ്യാനാണ് പാർട്ടി പറഞ്ഞിട്ടുള്ളത്. പാർട്ടി കേന്ദ്രത്തിൽ നിന്നും മറ്റൊരറിയിപ്പുണ്ടാവും വരെ ഞാനിവിടെ തന്നെ കഴിയും.

രണ്ടുപേർ : എന്നാൽ സഖാവിനോടൊപ്പം ഞങ്ങളും ഇവിടെ തന്നെ ഉണ്ടാവും.

ഒന്നാമൻ : നല്ലവണ്ണം ആലോചിച്ചിട്ടു തന്നെയാണോ നിങ്ങളീ തീരുമാനം എടുത്തത്. പാർട്ടിക്ക് ഒരുപാട് കാര്യങ്ങളുണ്ട്. അതിനിടയിൽ നിങ്ങളുടെ കാര്യം അവർ മറന്നുപോയാലോ.

നായനാർ : എടോ... പാർട്ടി സ്വന്തം സഖാക്കളെ ഒരിക്കലും മറക്കില്ല. സ്വാർത്ഥലാഭക്കാർക്കും ദുർബ്ബലന്മാർക്കും അത് മനസ്സിലാവില്ല. നമ്മുടെ ലോഹ്യം കളയണ്ട. നിങ്ങൾക്കു ശരിയെന്നു തോന്നുന്നത് നിങ്ങൾ ചെയ്തു കൊള്ളൂ.

അവർ മൂന്നുപേരും: ലാൽസലാം

മറ്റുള്ളവരും : ലാൽ സലാം

(മൂന്നുപേർ വനത്തിൽ നിന്നു പുറത്തു പോകുന്നു)

രണ്ടാമൻ : *(അവരെ നോക്കി)* പേടിത്തൊണ്ടന്മാർ *(രംഗദീപം പൊലിയുന്നു) (രംഗദീപം തെളിയുമ്പോൾ... സമയം ഏതാണ്ടു മൂന്നുമണി കഴിയും. പാറപ്പുറത്ത് നായനാരും മറ്റു രണ്ടു സഖാക്കളും)*

രണ്ടാമൻ : നേരം ഉച്ചതിരിഞ്ഞു. പുറത്തുനിന്നു ഒരു വിവരവുമില്ലല്ലോ. സഖാവെ... വയറാണെങ്കിൽ കത്തിക്കാളുന്നു.

നായനാർ : നമ്മുടെ ആൾക്കാർക്ക് വനത്തിനുള്ളിലേക്ക് കടക്കാൻ എന്തെങ്കിലും ബുദ്ധിമുട്ട് കാണും. ഇല്ലെങ്കിൽ മെസഞ്ചർ എത്താതിരിക്കില്ല.

നാലാമൻ : നമ്മുടെ കൂട്ടത്തിൽ നിന്നു രാവിലെ പോയവർ നമ്മളെ ഒറ്റു കൊടുത്തിരിക്കുമോ?

നായനാർ : ഒരിക്കലുമില്ല. പൊലീസ് പിടിയിൽപെട്ടാലും അവർ ആ ചെറ്റത്തരം കാട്ടില്ല.

മൂന്നാമൻ : *(പാറയുടെ മുകളിൽ എഴുന്നേറ്റ് നിന്ന് നാലുപാടും നോക്കുന്നു)* സഖാവെ, അങ്ങു താഴെ നിന്ന് ഒരു സ്ത്രീ വരുന്നുണ്ട്. ഇങ്ങോട്ടേക്കാണെന്നു തോന്നുന്നു.

നായനാർ : സ്ത്രീ മാത്രമേയുള്ളോ... പിന്നിൽ പൊലീസുണ്ടോ എന്നു നോക്കൂ. വേണ്ടിവന്നാൽ ഓടാനും തയ്യാറെടുത്തു കൊള്ളൂ.

ഒന്നാമൻ : സ്ത്രീ മാത്രമേയുള്ളൂ. കൈയിലൊരു തുണിക്കെട്ടുമുണ്ട്.. കണ്ടിട്ട് അലക്കുകാരിയാണെന്നു തോന്നുന്നു.

നായനാർ : ഏതായാലും ഇങ്ങോട്ടു വരട്ടെ.

ആറാമൻ : *(എഴുന്നേറ്റു നോക്കിക്കൊണ്ട്)* സംശയിക്കാനില്ല. നമുക്കെന്തോ സന്ദേശവും കൊണ്ടു വരുന്നതു തന്നെ.

നായനാർ : കൂട്ടത്തിൽ ക്ഷണവും കണ്ടേക്കും.

(മൂന്നുപേരും ആ സ്ത്രീയുടെ വരവും കാത്ത് ഉൽക്കണ്ഠയോടെ ഇരിക്കുന്നു)

(അല്പം കഴിഞ്ഞ് കൈയിൽ ഒരു തുണിക്കെട്ടുമായി അലക്കുകാരിയുടെ വേഷത്തിൽ ഒരു സ്ത്രീ കടന്നു വരുന്നു)

അലക്കുകാരി: *(വന്നപാടെ)* സംശയിക്കേണ്ട.. ബന്ധുവാണ്. *(ബ്ലൗസിനിടയിൽ നിന്ന് ഒരുകടലാസ് തുണ്ടെടുത്തു കൊടുക്കുന്നു)*

നായനാർ : *(കടലാസ് നിവർത്തി)* ഇനി എന്തു ചെയ്യണമെന്ന് ഈ കുറിപ്പ് തന്നവർ പറയും. അതുപോലെ ചെയ്യുക.

അലക്കുകാരി: പാർട്ടി കേന്ദ്രത്തിൽ നിന്നാണ് ഈ കുറിപ്പ്. ഇന്ന് സന്ധ്യയോടെ വനത്തിനു പുറത്തുവരണം. സഖാവിന്റെ ഷെൽട്ടർ തയ്യാറാക്കിയിട്ടുണ്ട്. കൂട്ടിക്കൊണ്ടു പോകാൻ പുറത്ത് ആളുണ്ടാകും. മറ്റു രണ്ടു സഖാക്കൾ മടിക്കൈയിലേക്ക് പോകണം. അവിടെ വിഷവൈദ്യൻ നാണുവിന്റെ വീട്ടിലെത്തണം.

(തുണിക്കെട്ടഴിച്ച് ഇല എടുത്ത് പാറപ്പുറത്ത് വയ്ക്കുന്നു. പൊതിയിൽ നിന്ന് ഒരു കലത്തിൽ കൊണ്ടുവന്ന കപ്പപ്പുഴുക്ക് ഇലയിലിടുന്നു. കൂടെ ചട്ടിണിയും)

അലക്കുകാരി: കപ്പയും ചട്ടിണിയുമാണ്. പൊലീസ് ഉച്ച വരെ ഇവിടെയൊക്കെ ചുറ്റിക്കറങ്ങുകയായിരുന്നു. എല്ലാ വീടും തെരഞ്ഞു. ഞാൻ ഈ വനത്തിനടുത്താണ് താമസം. എന്റെ വീട്ടിൽ നാലു തവണ പൊലീസ് വന്നു. ഇപ്പോൾ അവർ നീലേശ്വരത്തേക്കു പോയി. രാത്രി തിരിച്ചു വരാനാണു സാദ്ധ്യത. സഖാക്കൾ ഇത് കഴിച്ച് തയ്യാറായിരിക്കുക. കന്നുകാലി മേയ്ക്കുന്ന കുട്ടികൾ ചൂളമടിച്ചു അടയാളം തരും. അവർ മൂന്നുപ്രാവശ്യം ചൂളമടിച്ചാൽ ഉടൻ നിങ്ങൾ വനത്തിൽ നിന്ന് പുറപ്പെടണം. വഴിക്ക് എന്തെങ്കിലും അപകടം ഉണ്ടെങ്കിൽ ഈരണ്ടു ചൂളം വീതം അടിക്കും. ഞാൻ പോകുന്നു. എല്ലാം പറഞ്ഞപോലെ.

(അലക്കുകാരി പോകുന്നു)

(സഖാക്കൾ കപ്പ കഴിച്ച് വിശപ്പടക്കി ഏമ്പക്കം വിടുന്നു)

നായനാർ : *(ബീഡിക്ക് തീ കൊളുത്തിക്കൊണ്ട്)* ഇന്നത്തെ കാര്യം കുശാൽ. *(കന്നുകാലി മേപ്പുകാരുടെ ചൂളം)* മൂന്നുപേരും *എഴുന്നേല്ക്കുന്നു. സഞ്ചികൾ തോളിലിട്ട്)*

നായനാർ : നമുക്കുള്ള സിഗ്നലാണ്. റൈറ്റ് നമുക്ക് യാത്ര തുടരാം. പ്രിയപ്പെട്ട അഭയധാത്രി! നിനക്കു ലാൽസലാം... രംഗ ദീപം പൊലിയുന്നു.

ദൃശ്യം പതിനൊന്ന്

കാസർഗോഡു താലൂക്കിലെ കിഴക്കൻ എളേരി ഗ്രാമത്തിലെ ഒരു കുന്നിൻ ചെരിവ്. ഒരിടത്തരം കുടിൽ. രണ്ട് മുറി, വരാന്ത... സമയം രാത്രി.

രംഗദീപം തെളിയുമ്പോൾ. നായനാർ എന്തോ വായിച്ചിരിക്കുന്നു

അല്പം കഴിഞ്ഞ് കല്യാണി - 25 ലേറെ വയസ്സ് തോന്നിക്കുന്ന ഒരു നാട്ടിൻപുറത്തുകാരി അടുത്തു വന്ന്...

കല്യാണി : സഖാവിനെ കാണാൻ ഒരാൾ വന്നിട്ടുണ്ട്.

നായനാർ : ഏടെ?

കല്യാണി : താഴെ നമ്മുടെ ഒരു അനുഭാവിന്റെ കുടീൽ ഇരിക്ക്യാ.. കൂട്ടത്തിൽ നമ്മുടെ ആളുമുണ്ട്.

നായനാർ : പാർട്ടി സെന്ററിൽ നിന്നാവും. ഓനോടു വരാൻ പറയൂ..

കല്യാണി : *(മുറ്റത്തിറങ്ങി വന്നു കൂവി) (താഴ്വാരത്തു നിന്ന് രണ്ടു കൂവൽ)*

കല്യാണി : *(അകത്തേക്ക് വന്ന്)* ഇപ്പം വരും.

നായനാർ : *(ചിരിച്ചുകൊണ്ട്)* ഇതെന്താ ഈ കൂക്കിവിളി.

കല്യാണി : പരിചയമില്ലാത്ത ആരാനും, താഴെ എത്തിയാൽ അവിടെ നിന്ന് ഒരു കുക്ക് ഉണ്ടാകും. അത് മനസ്സിലായെന്നറിയാൻ ഞാൻ തിരിച്ചു അങ്ങോട്ടു കൂവും.

നായനാർ : *(ചിരിച്ചുകൊണ്ട്)* കൊള്ളാമല്ലോ നിങ്ങടെ സിഗ്നൽ സമ്പ്ര ദായം *(രാമൻ പ്രവേശിക്കുന്നു)* രാമൻ. കറുത്തുമെലിഞ്ഞ മുപ്പതു വയസ്സുകാരൻ. കല്യാണിയുടെ ഭർത്താവ്.

രാമൻ : സഖാവേ, സഖാവിനെ കാണാൻ വന്നയാൾ പുറത്തു ണ്ട്. വിളിക്കട്ടെ.

നായനാർ : വിളിക്കൂ

രാമൻ : *(പുറത്തു നിന്ന് ഒരാളെക്കൂട്ടി വരുന്നു)*

(മുഖമടച്ച് മഫ്ളർ ചുറ്റി തോളിൽ സഞ്ചി തൂക്കി ഒരാൾ കടന്നു വരുന്നു. മുഷ്ടി ചുരുട്ടി നായനാരെ അഭിവാദ്യം ചെയ്യുന്നു. ഒരു ചിറ്റ് നായനാരെ ഏല്പിക്കുന്നു)

നായനാർ : *(ചിറ്റ് വായിക്കുന്നു)* നാളെ കല്യാശ്ശേരിയിൽ എത്തണം അമ്മയെ കാണണം. തറവാട്ടിൽ വച്ചല്ല. മറ്റൊരിടത്ത്. സ്ഥലം ഏർപ്പാടാക്കിയിട്ടുണ്ട്.
ആവശ്യപ്പെട്ടതുപോലെ കമ്യൂണിസ്റ്റ് മാനിഫെസ്റ്റോയും സി പി എസ് യു ബിയും കൊടുത്തയയ്ക്കുന്നു (നായനാർ വന്നയാളെ നോക്കുന്നു)

മെസഞ്ചർ : *(തുണിസഞ്ചിയിൽ നിന്ന് രണ്ടു പുസ്തകങ്ങൾ എടുത്തു കൊടുക്കുന്നു)*

മെസഞ്ചർ : എന്നാൽ...

നായനാർ : റൈറ്റ്.

മെസഞ്ചർ : *(മുഷ്ടി ചുരുട്ടി അഭിവാദ്യം ചെയ്തു പുറത്തേക്ക് പോകുന്നു)*

കല്യാണി : *(നായനാരുടെ അടുത്തു ചെന്ന്)* ചോറ് എടുക്കട്ടെ?

നായനാർ : *(എന്തോ ചിന്തിച്ചു കൊണ്ട്)* വേണ്ട.

കല്യാണി : അയ്യോ, അത്താഴപ്പട്ടിണി.

നായനാർ : നല്ല വിശപ്പില്ല *(കല്യാണി അകത്തു പോയി രാമനോട്)*

കല്യാണി : സഖാവിന് എന്തോ ഏനക്കേട് ഉണ്ടെന്ന് തോന്നുന്നു. നിങ്ങള് പോയി ചോയിക്കിൻ.

രാമൻ : അല്ല സഖാവേ, അത്താഴം...?

നായനാർ : വേണ്ട രാമാ, നല്ല വിശപ്പില്ല.

കല്യാണി : *(കടന്ന് വന്ന്)* വിശപ്പില്ലാഞ്ഞിട്ടല്ല. വല്ല കൊതീംപെട്ടതാണോ. എങ്കിലതിനു പ്രതിവിതി ഉണ്ട്.

രാമൻ ; കല്യാണി കൊതിക്ക് ഓതാൻ മിടുക്കിയാണ്.

നായനാർ : ഏയ്. കൊതിയൊന്നുമല്ല. എനക്ക് വിശപ്പില്ല. അത്രതന്നെ.

കല്യാണി : വന്നയാൾ കൊണ്ടുക്കൊടുത്ത കടലാസു വായിച്ചേപ്പിന്നെയാണ് സഖാവിന്റെ മൊഗത്തിനൊരു വാട്ടം.

നായനാർ : *(ചിരിക്കാൻ ശ്രമിച്ചുകൊണ്ട്)* കല്യാണി നല്ല മനശ്ശാസ്ത്രജ്ഞയാണല്ലോ.

രാമൻ : ഞാളോടു പറയാവുന്ന കാര്യമാണെങ്കിൽ പറയണം. ഉള്ളിലെ വെഷമം പത്തുപേരോടു പറഞ്ഞാ കൊറയുമെന്നാണ്.

നായനാർ : നാളെ അമ്മയെ കാണാൻ ചെല്ലണമെന്നാണ് കുറിപ്പ്. അമ്മയ്ക്കെന്തെങ്കിലും... *(അറിയാതെ ഗദ്ഗദകണ്ഠനാവുന്നു)*

കല്യാണി : അമ്മയ്ക്ക് ഒരു കുഴപ്പവും കാണില്ല. മോനെ കാണണമെന്നു തോന്നാത്ത അമ്മമാരുണ്ടോ? അത്രേയുള്ളൂ. ഒന്ന് കാണാൻ മാത്രം.

നായനാർ : *(സ്വയം സമാധാനിച്ച്)* ശരി. അത്രയേ കാണൂ.

കല്യാണി : ആരാണ്, വീട്ടിലാരൊക്കെയുണ്ട് എന്നറിയാൻ മോഹമി

ല്ലാഞ്ഞിട്ടല്ല. പക്ഷേ, ഒളിവിലിരിക്കുന്ന സഖാക്കളോട് അതൊന്നും ചോദിച്ചു കൂടാലോ. അതല്ലെ നമ്മുടെ പാർട്ടീന്റെ ചിട്ട.

നായനാർ : റൈറ്റ്. അതുകൊണ്ടാ എനക്കും പറയാൻ തടസ്സം. നിങ്ങള് പോയി കഴിക്ക്. *(രണ്ടുപേരും മുറിവിട്ട് പുറത്തേക്കു പോകുന്നു)*

നായനാർ വായനയിൽ മുഴുകുന്നു. രംഗദീപം പൊലിയുന്നു. രംഗദീപം തെളിയുമ്പോൾ (പ്രഭാതം... കുടിലിൽ നിന്നും കൈക്കോട്ടുമായി രാമൻ പുറത്തേക്കു പോകുന്നു. കല്യാണി കുടിലിന്റെ പരിസരത്തുനിന്നു പല്ലു തേച്ചു മുഖം കഴുകി വരുന്നു. താഴ്‌വാരത്തിൽ നിന്ന് ഒരൂ കുക്ക്. പരിഭ്രാന്തിയോടെ താഴേക്കു നോക്കുമ്പോൾ ഒരു ഇൻസ്പെക്ടറും മൂന്നു പൊലീസുകാരും കുടിലിനെ ലക്ഷ്യമാക്കി മേല്പോട്ടു കയറി വരുന്നു. കല്യാണി പരിഭ്രാന്തിയോടെ കുടിലിലേക്കോടിക്കയറുന്നു. (പുതച്ചുമൂടിക്കിടക്കുന്ന നായനാരെ കുലുക്കി ഉണർത്തുന്നു.

കല്യാണി : സഖാവേ... സഖാവേ... പൊലീസ്... പൊലീസ്... (നായനാർ ഉരുണ്ടുപിരണ്ടെഴുന്നേല്ക്കുന്നു)

നായനാർ : പൊലീസോ... എവിടെ?

കല്യാണി : ഇങ്ങെത്തിക്കഴിഞ്ഞു. ഈ പുറകിലെ വാതിലിലൂടെ മേലോട്ട് ഓടിപ്പോകൂ. കോടമഞ്ഞാണ്. പൊലീസിന് കാണാൻ പറ്റില്ല. *(നായനാർ സഞ്ചി തപ്പുന്നു)*

കല്യാണി : ഒന്നിനും നിക്കണ്ട. അതൊക്കെ ഞാനൊളിപ്പിച്ചു കൊള്ളാം. സഖാവു രക്ഷപ്പെടൂ... *(നായനാർ കുടിലിന്റെ പിന്നിലൂടെ ഓടി മറയുന്നു)*

കല്യാണി : *(വെപ്രാളപ്പെട്ട് സഞ്ചിയുടെ പുറത്ത് പുൽപ്പാ എടുത്ത് ഇടുന്നു)*

(പൊലീസ് അതിനിടെ കുടിലിന്റെ മുന്നിലെത്തി)

(ഇൻസ്പെക്ടറും മൂന്ന് പൊലീസും പൊലീസ് കോൺസ്റ്റബിൾമാർ നീട്ടിപ്പിടിച്ച തോക്കുമായി കുടിലിന്റെ മുന്നിൽ)

ഇൻസ്പെക്ടർ: എടാ രാമാ... കുടിലിന്റെ പുറത്തേക്കു വാടാ.

കല്യാണി : *(അകത്തു നിന്ന്)* ഇവിടെ ഇല്ലേ? പണിക്ക് പോയെ.

ഇൻസ്പെക്ടർ: ഇത്ര രാവിലെയോ? എന്നാ നീ പുറത്തേക്ക് വാ.

കല്യാണി : *(പേടിച്ച് പേടിച്ച് പുറത്തേക്കു വരുന്നു.) (മൂന്നു പൊലീസുകാരും തോക്കുചൂണ്ടി അതിനു മദ്ധ്യത്ത് കല്യാണിയെ നിർത്തിക്കൊണ്ട്) എടീ അകത്താരാടീ?*

കല്യാണി : ആരുമില്ലേ...

ഇൻസ്പെക്ടർ : *(കൈത്തോക്കുകൊണ്ട് ചിറിയിൽ കുത്തിയിട്ട്)* ആരുമില്ലേ?

(അയാൾ ചാടി അകത്തു കയറുന്നു. കലവും ചട്ടിയുമെല്ലാം അടിച്ചു ഉടയ്ക്കുന്നു. ഒടുവിൽ പായ കൊണ്ടൊളിപ്പിച്ചിരുന്ന തുണി സഞ്ചിയും ഒരു കെട്ട് ബീഡിയും തീപ്പെട്ടിയുമായി പുറത്തു വന്നു) തുണി സഞ്ചി കാണിച്ചുകൊണ്ട്.

ഇൻസ്പെക്ടർ : ഇതാരുടെ സഞ്ചിയാടി?
കല്യാണി : *(പതറാതെ)* എന്റെ കെട്ടിയോന്റെ.
ഇൻസ്പെക്ടർ : *(അതിനകത്ത് ഉണ്ടായിരുന്ന പുസ്തകങ്ങൾ പുറത്തെടുത്ത്)*
ഇൻസ്പെക്ടർ : *കമ്യൂണിസ്റ്റ് മാനിഫെസ്റ്റോ* ഇതാരുടെ പുസ്തകമാടീ
കല്യാണി : എന്റെ കെട്ടിയോന്റെ
ഇൻസ്പെക്ടർ : പൊലയാടി മോളേ... ഇതാണോടീ കമ്യൂണിസ്റ്റുകാരുടെ കാമശാസ്ത്രം. സി പി എസ് യു ബി... ഇതെന്തുവാടി? *(പൊലീസുകാരോട്)* നിങ്ങൾക്കറിയാമോ ഇതെന്തുകുന്താന്ന്?
പൊലീസുകാർ :എന്താന്ന് അറിയില്ല. എന്തോ കുഴപ്പം പിടിച്ച പുസ്തകമാണ്.
ഇൻസ്പെക്ടർ : *(തോക്കുവാങ്ങി നാഭിക്കു കുത്തിയിട്ട്)* സത്യം പറ. ഇതിനകത്ത് ഇ കെ നായനാരുണ്ടായിരുന്നില്ലേ.
കല്യാണി : എനക്കറിയില്ല. ഇവിടെയാരുമില്ല.
ഇൻസ്പെക്ടർ : നീ സത്യം പറയില്ല. അല്ലേ *(മുടിക്ക് കുത്തിപ്പിടിച്ച് കുടിലിനകത്തേക്ക് കൊണ്ടുപോകുന്നു) (അകത്ത്)* പറയെടി.. എവിടെടി നായനാർ? എവിടെ? പറ... അല്ലെങ്കിൽ നിന്നെ കൊല്ലും *(ശ്വാസം മുട്ടുന്ന പോലെ നിലവിളിക്കുന്നു)*
കല്യാണി : എന്റെ തുണി അഴിക്കല്ലേ. എന്നെ അപമാനിക്കല്ലേ.. *(എന്നെ കൊല്ലല്ലേ... എന്നെക്കൊല്ലല്ലേ.. എന്നൊരലർച്ച)*
ഇൻസ്പെക്ടർ : *(പുറത്തേക്കു വന്നു)* അവളിനി ആരിൽനിന്നും കമ്യൂണിസ്റ്റ് കാമശാസ്ത്രം പഠിക്കില്ല. *(കല്യാണി കൈയിൽ ഒരരിവാളുമായി വേച്ച് വേച്ച് പുറത്തേക്ക് വന്നു. കൈയിലിരുന്ന അരിവാൾ ഉയർത്തി)*
ദ്രോഹി... ഇതിനൊക്കെ പ്രതികാരം ചെയ്തില്ലെങ്കിൽ.. *(ആഞ്ഞുവെട്ടുന്നു. ഇൻസ്പെക്ടർ കൈക്ക് പിടിക്കുന്നു)*

രംഗദീപം പൊലിയുന്നു

ദൃശ്യം പന്ത്രണ്ട്

രംഗം : കല്യാശ്ശേരിയിലെ ഒരു ഇടത്തരം കർഷകന്റെ വീട്. സമയം രാത്രി. കോരിച്ചൊരിയുന്ന മഴയും ഇടിമിന്നലും വീട്ടിനുള്ളിൽ ഒരു നിലവിളക്കിന്റെ വെളിച്ചം മാത്രം. നായനാരുടെ അമ്മ ആ വീടിന്റെ അകത്തെ മുറിയിൽ ഒരു പെട്ടിയുടെ പുറത്ത് മൂടിപ്പുതച്ചിരിക്കുന്നു. മുടിയിഴകളിൽ നര കയറിയിട്ടുണ്ട്. മുഖത്ത് പ്രായത്തിന്റെ ചുളിവുകളുണ്ട്. എങ്കിലും ഐശ്വര്യത്തിന് അല്പവും കുറവ് വന്നിട്ടില്ല. തൊട്ടടുത്ത് വീട്ടുടമയായ കണ്ണൻ നമ്പ്യാർ. താരതമ്യേന വൃദ്ധൻ.
നായനാരുടെ അമ്മയെ സമാശ്വസിപ്പിച്ച് കൊണ്ട് കണ്ണൻ ഭവ്യതയോടെ നില്ക്കുന്നു. അവരുടെ സംഭാഷണത്തിനിടയിലാണ് രംഗദീപം തെളിയുന്നത്.

കണ്ണൻ : അവിടുന്നിങ്ങനെ സങ്കടപ്പെടരുത്. ഏതായാലും മകൻ വരാണ്ടിരിക്കില്ല. നമ്മുടെ പാർട്ടീന്റെ കേന്ദ്രത്തിൽ നിന്നല്ലേ ഏറമ്പാലത്തെ അമ്മയെ ഇവിടെ കൊണ്ടിരുത്തീത്. എന്തായാലും സമാധാനിക്കൂ.

നാരായണി : കണ്ണേട്ടാ... എനിക്ക് എന്തു സമാധാനമാണ്? എന്റെ വീട് കുട്ടിച്ചോറായില്ലേ.

കണ്ണൻ : ഒക്കെ നേരെയാവും. നമ്മളാരും ആർക്കും ഒരു ദ്രോഹവും ചെയ്തോരല്ലല്ലോ.

നാരായണി : *(തേങ്ങിക്കരഞ്ഞുകൊണ്ട്)* അതിനാണോ എന്റെ ഈശ്വരന്മാരെ. എന്റെ കുട്ടികളോട് ഇങ്ങനെ കണ്ണിച്ചോരയില്ലാണ്ട് ഓരോന്ന് കാട്ടണത്.

(മഴ തോരുന്നു) (പുറത്ത് ആരുടെയൊക്കെയോ കാലൊച്ചകൾ... കാലൊച്ച കേട്ടുകൊണ്ട്)

കണ്ണൻ : അവരു വരുന്നുണ്ടെന്ന് തോന്നുന്നു. ചതിവ് പറ്റരുതല്ലോ... ഞാനൊന്നിറങ്ങി നോക്കട്ടെ... ഒരുകാര്യം മോൻ വരുമ്പോൾ നിലവിട്ട് പെരുമാറരുത്. അയാൾക്ക് ധൈര്യം കൊടുത്ത് വിടണം. ഏറമ്പാല തറവാട്ടിലെ ധീരമാതാവ് വെറും ഒരമ്മയാകരുത്.

നാരായണി : *(കണ്ണീർ തുടച്ചുകൊണ്ട്)* നോക്കാം. എങ്കിലും *(തേങ്ങിക്കൊണ്ട്)* ഞാൻ ഓന്റെ പെറ്റതള്ളയല്ലേ?

കണ്ണൻ : അവിടുന്ന് കൊടുക്കുന്ന ശക്തിയാണ് അയാളുടെ ശക്തി. അത് മറക്കരുത്.

(കണ്ണൻ പുറത്തേക്ക് പോകുന്നു)(നാലഞ്ചാളുകൾ വീടിനോടടുക്കു

ന്നു. കാല്പെരുമാറ്റം) (പശ്ചാത്തലത്തിൽ)

ഒരാൾ : ഈ വീട്ടിലേക്ക് രണ്ടു വഴികളേ ഉള്ളൂ. മുൻപിലും പിൻപിലും. ഗോവിന്ദനും ഗോപാലനും മുൻവശത്തെ വഴിയിൽ നില്ക്കണം., കണാരേട്ടനും നാരായണനും പിൻവശത്തുള്ള വഴിയിൽ നില്ക്കട്ടെ! വഴി തിരിയുന്നിടത്ത് ആള് നില്പുണ്ട്. എന്തെങ്കിലും കുഴപ്പമുണ്ടെങ്കിൽ അപകടസൂചന തരും. കൈയിൽ നല്ല കുറുവടി ഉണ്ടല്ലോ. ആവശ്യമില്ലാതാരെങ്കിലും വന്നാൽ തടഞ്ഞ് വയ്ക്കണം. വല്ല ഒറ്റുകാരനുമാണെങ്കിൽ കൈകാര്യം ചെയ്തേക്കണം. തല്ക്കാലം പൊലീസ് സ്റ്റേഷൻ വരെ നടന്നുപോകരുത്. ഈ സമയത്തിനുള്ളിൽ ഞാൻ സഖാവിനെയും കൊണ്ട് നിശ്ചിത സ്ഥലത്ത് എത്തിക്കൊള്ളാം. *(ഇതൊക്കെ വീടിനുള്ളിൽ കേട്ടുകൊണ്ടിരിക്കുന്ന അമ്മയിൽ സംഭ്രമം വർദ്ധിപ്പിക്കുന്നു)*

നാരായണിയമ്മ: എന്റെ ഈശ്വരാ, ഞാൻ ഇതിന് തക്ക എന്ത് പാപം ചെയ്തു. എന്റെ കുട്ടന് ഒന്നും വരുത്തല്ലേ.

(അല്പസമയം കഴിഞ്ഞ് കണ്ണേട്ടൻ മുൻപിലും നായനാർ പിറകിലുമായി പ്രവേശിക്കുന്നു. കണ്ണേട്ടൻ പതുക്കെ രംഗത്തുനിന്നും ഒഴിയുന്നു)

(അമ്മയും നായനാരും പ്രതിമപോലെ മുഖത്തോടുമുഖം നോക്കി നിശ്ചലമായി നില്ക്കുന്നു. നായനാർ പതുക്കെ അമ്മയെ സമാധാനിപ്പിക്കുന്നു)

നായനാർ : *(വികാരഭരിതനായി)* അമ്മ

അമ്മ : *(പുതപ്പ് താഴത്തിട്ട്)* എന്റെ മോനേ...

നായനാർ : അമ്മേ!

(അമ്മ മകനെ കെട്ടിപ്പിടിക്കുന്നു. രണ്ടുപേരും കരയുന്നു)

പശ്ചാത്തലത്തിൽ: (സഖാവേ രാത്രിയാണ് അല്പംകൂടി പതുക്കെ സംസാരിക്കണം. സഖാവ് നിയന്ത്രണം വിടരുത്.

നായനാർ : *(ബോധപൂർവ്വം നിയന്ത്രിച്ച് ചിരി വരുത്താൻ ശ്രമിച്ചുകൊണ്ട്)* അമ്മേ... സുഖാണല്ലോ.

അമ്മ : സുഖമോ? അമ്മയ്ക്കോ. ഏറെ നാൾ കൂടിയിട്ട് കൃഷ്ണാ നിന്നെയെങ്കിലും ഒരു നോക്ക് കാണാൻ കഴിഞ്ഞല്ലോ. അത്രയും ആശ്വാസം

നായനാർ : *(വിഷയം മാറ്റാൻ)* എന്റെ അമ്മ വല്ലാണ്ടങ്ങു വയസ്സായല്ലോ?

നായനാർ : കൃഷ്ണാ, നിന്റെ ഗോപാലേട്ടനെ തൂക്കിക്കൊല്ലാൻ വിധിച്ചത് നീ അറിഞ്ഞില്ലേ *(പൊട്ടിപ്പോകുന്നു)*

നായനാർ : *(നിയന്ത്രിക്കാനാകാതെ)* അമ്മേ, നമ്മുടെ ഗോപാലേട്ടനെ ഈ നാട്ടിലെ ജനങ്ങൾ തൂക്കുമരത്തിൽ നിന്നിറക്കി കൊണ്ടുവരുമമ്മേ.

അമ്മ : *(അടക്കാനാവാതെ)* നിന്റെ അനുജത്തി ലക്ഷ്മിക്കുട്ടിയെ എനിക്കിനി ആരു കൊണ്ടുത്തരുമെടാ. ഏട്ടനെന്ന് വച്ചാൽ ഓൾക്ക് ജീവനാണ്. എന്തു തീറ്റസാധനം കിട്ടിയാലും ഓളുടെ വിഹിതത്തിൽ നിന്ന് ഒരു പങ്ക് ചെറിയേട്ടനു മാറ്റി വച്ചിട്ടേ ഓൾ കഴിക്കൂ! ചെറിയേട്ടനെപ്പോലും അവസാനം ഒരുനോക്ക് കാണാതെ ഓൾ നമ്മെ വിട്ട് പോയെടാ മോനെ. ഓള് നമ്മെ വിട്ടുപോയി. *(വാവിട്ടു കരയുന്നു)*

നായനാർ : *(അമ്മയുടെ രണ്ടു കരങ്ങളും കൂട്ടിപ്പിടിച്ച് കണ്ണിൽ വച്ചു കൊണ്ട്)* അമ്മേ എനിക്കിതൊക്കെ താങ്ങാനുള്ള കരുത്ത് തരൂ. കരുത്തു തരൂ!

(കണ്ണൻ അകത്തേക്ക് വന്നു)

കണ്ണൻ : സഖാവേ, ഇതൊരു ഷെൽട്ടറാണ്. മറന്നുപോകരുത്. രാവും പകലും നിങ്ങളുടെ തലയ്ക്കുവേണ്ടി മലബാറിലെ ഊടുവഴികളിൽപ്പോലും പൊലീസും ചാരന്മാരും ചുറ്റി നടക്കുന്ന കാലമാണ്. അത് മറക്കരുത്.

അമ്മ : എന്റെ കൃഷ്ണാ നിന്നെയും അവർ പിടിച്ചുകൊണ്ട് പോകുമോ?

നായനാർ : ഏയ് ഞാൻ പിടികൊടുത്തിട്ട് വേണ്ടെ. നമ്മുടെ സഖാക്കളും ജനങ്ങളും അവരുടെ കൃഷ്ണമണിപോലെ എന്നെ നോക്കുകയല്ലേ. പിന്നെയീ ഞൊണ്ണൻ പൊലീസിനെന്ത് ചെയ്യാൻ കഴിയും.

അമ്മ : മൂത്തവൻ നാരായണൻ കണ്ണൂർ സെൻട്രൽ ജയിലിലാണ്. ജീവപര്യന്തം. ഓനിനി എന്നാ തിരിച്ചുവരിക.

നായനാർ : ജയിലിലെ ജീവപര്യന്തം അത്ര കാര്യമാക്കേണ്ട. ഓർക്കാപ്പുറത്ത് ഒരീസം ഏട്ടൻ ഇങ്ങെത്തും.

അമ്മ : ഓന്റെ കാര്യത്തിൽ അങ്ങനെ സമാധാനിക്കാം. നിന്റെ കാര്യമോ?

നായനാർ : എനിക്കെന്താ പരമസുഖം. എന്റെ എല്ലാ കാര്യങ്ങളും നാട്ടുകാർ നോക്കിക്കൊള്ളും. എന്നെയോർത്ത് ഒരല്ലലും വേണ്ട.

അമ്മ : മോനേ! ആ കയ്യൂരെ... സംഭവവുമായി ബന്ധപ്പെട്ട് എന്തെല്ലാമാണ് കേൾക്കുന്നത്. കയ്യൂർ കൊലക്കേസിൽ എന്റെ മോൻ മൂന്നാം പ്രതിയാണെന്നാ ഒരു കുപ്പിണി പൊലീ

സുകാരൻ വീട്ടിൽ വന്നു പറഞ്ഞത്. നിന്നെ പിടിച്ചു കൊടുത്തില്ലെങ്കിൽ ഞങ്ങളെയൊക്കെ ജയിലിൽ അടയ്ക്കുമെന്നാണ് കല്പനപോലും *(പൊട്ടിക്കരയുന്നു)*

നായനാർ : അമ്മേ... കരയരുത്. കരഞ്ഞിട്ടെന്തുകാര്യം. നടക്കാനുള്ളതൊക്കെ നടക്കും.

അമ്മ : എടാ... തൂക്കിടി സായിപ്പുപോലും സലാം വയ്ക്കണ പ്രമാണിയായിരുന്നു നിന്റെ അച്ഛൻ. കഴിഞ്ഞ ദിവസം വീട്ടിൽ കയറി വന്ന് എന്തെല്ലാം അനാവശ്യങ്ങളാണെന്നോ ആ പീറ പൊലീസുകാർ അദ്ദേഹത്തിന്റെ മുഖത്തു നോക്കി പറഞ്ഞിട്ട് പോയത്. എന്നിട്ടോ *(ദീർഘശ്വാസം വിട്ട്)* തലയും കുമ്പിട്ട് അദ്ദേഹം ഒരേ ഒരു ഇരിപ്പാർന്നു. കുളിയില്ലാ, ഭക്ഷണം ഇല്ല. ആരോടും മിണ്ടാട്ടവുമില്ല. എന്തു സംഭവിക്കുമെന്ന് ഒരു രൂപവുമില്ല.

നായനാർ : *(ഉള്ളിലൊതുക്കി)* അതൊക്കെ നാട്ടുകാർ കാണുന്നുണ്ടമ്മേ! അവർ നമ്മെ കൈവിടില്ല.

അമ്മ : പൊന്നുമോനേ, നമ്മുടെ വളപ്പിനകത്ത് കുന്നത്തെ ശാരദയൊഴിച്ച് ഒരു കുട്ടിപോലും വരാറില്ല. വന്നാൽ, അവരെ പൊലീസ് ഭീഷണിപ്പെടുത്തും. ശാരദയ്ക്ക് ഒരു പേടിയുമില്ല. അറപ്പുമില്ല. നീയെന്നുവച്ചാൽ അവൾക്ക് ജീവനാണ്.

നായനാർ : ഓഹോ അങ്ങനെയോ. അത്രവരെയായോ *(ഒരു തന്ത്രമെന്ന നിലയിൽ)* എന്നാൽ, അമ്മ ഞാൻ പൊലീസിന് കീഴടങ്ങട്ടെയോ.. എങ്കിൽ എന്റെ അച്ഛനും അമ്മയുമെങ്കിലും രക്ഷപ്പെടുമല്ലോ? അമ്മ പറയുംപോലെ ചെയ്യാം.

അമ്മ : പൊന്നുമോനെ വേണ്ട... വേണ്ട.. നിന്നെ കുരുതി കൊടുത്തിട്ട് ഞങ്ങടെ മാനം രക്ഷിക്കേണ്ട. ഒരു ഭീരുവിനെപ്പോലെ എന്റെ മകൻ കീഴടങ്ങരുത്. ഒരു ധീരനായി തൂക്കുമരത്തിൽ... *(മുഴുമിക്കാനാവുന്നില്ല)*

നായനാർ : *(അമ്മയെ കെട്ടിപ്പിടിച്ചുകൊണ്ട്)* അമ്മേ എനിക്ക് നിങ്ങളെ അറിയില്ലേ. അമ്മയുടെ മകൻ ഒരിക്കലും ഒരു ഭീരുവാകില്ല. നാടിന്റെ മോചനത്തിനുവേണ്ടി അമ്മയുടെ മകൻ അന്തസ്സായി പൊരുതും. തടവറയോ തൂക്കുമരമോ എന്തായാലും അത് പുഞ്ചിരിയോടെ സ്വീകരിക്കും.

(അമ്മയുടെ മുഖത്തെ കണ്ണീർ തുടച്ചുകൊണ്ട് എനിക്ക് ശക്തി തരൂ അമ്മേ! ശക്തി തരൂ (നായനാർ ശിരസ്സ് കുനിക്കുന്നു. അമ്മ അനുഗ്രഹിക്കുന്നു)

(രംഗദീപം പൊലിയുന്നു)

ദൃശ്യം പതിമൂന്ന്

പൂഞ്ഞാറിലെ ഒരിടത്തരം ക്രിസ്തീയ കുടുംബം

സ്വീകരണമുറി. ഇടത്തോട്ടും വലത്തോട്ടും ഓരോ മുറിയുടെ വാതിൽ. സ്വീകരണമുറിയുടെ പിൻ ചുവരിൽ ക്രൂശിതനായ ക്രിസ്തുവിന്റെ ചിത്രം. ജോസഫ് തെള്ളി - 40 വയസ്സിനോടടുത്തു പ്രായമുള്ള ഒരു ക്രിസ്ത്യൻ കൃഷിക്കാരൻ. കറിയാച്ചൻ - തെള്ളിയുടെ വാല്യക്കാരൻ. ആസ്ത്മയുടെയും വായു കേറ്റത്തിന്റെയും ശല്യമുള്ളതുപോലെ മെലിഞ്ഞ ഒരു വൃദ്ധൻ. വിശ്വസ്തൻ. രംഗദീപം തെളിയുമ്പോൾ.

(മുറിയിൽ തെള്ളി അസ്വസ്ഥനായി അങ്ങോട്ടും ഇങ്ങോട്ടും ഉലാത്തുന്നു. മദ്യം കഴിച്ചിട്ടുണ്ട്. നടത്തയുടെ താളം അതു വിളിച്ചറിയിക്കുന്നു. പുറത്തു നിന്ന് കറിയാച്ചൻ ഒരാളേയും കൂട്ടി തെള്ളിയുടെ അടുത്തേക്ക് വരുന്നു. തെള്ളി അപ്പോഴും നടക്കുകയാണ്)

കറിയാച്ചൻ : *(ശ്വാസതടസ്സത്തോടെ)* അച്ചായോ - ഇതാ - ഇതിയാനെ കാണാൻ ഒരാൾ *(കറിയ പുറത്തേക്ക് പോകുന്നു. വന്നത് ഒരു ചെറുപ്പക്കാൻ)*

ചെറുപ്പക്കാരൻ :*(ആമുഖമായി)* തെള്ളിച്ചേട്ടനല്ലേ?

തെള്ളി : അതേ! നിങ്ങളാരാ?

ചെറുപ്പക്കാരൻ :കോട്ടയത്തുനിന്ന് *(ഒരു കുറിപ്പ് തെള്ളിയുടെ കൈയിൽ കൊടുക്കുന്നു. തെള്ളി കുറിപ്പ് കൈപ്പറ്റി വായിക്കുന്നു)* ഇന്നു രാത്രി നമുക്ക് വേണ്ടപ്പെട്ട ഒരാൾ വരുന്നുണ്ട്. കുറച്ചു ദിവസം അവിടെ താമസിപ്പിക്കണം. വിശദവിവരം വരുന്ന ആൾ പറയും.

(കുറിപ്പ് വായിച്ച് തെള്ളി വിശദീകരണത്തിനായി ചെറുപ്പക്കാരന്റെ മുഖത്തേക്കു നോക്കുന്നു)

ചെറുപ്പക്കാരൻ: സ. സി എസ് ചേട്ടൻ തന്നയച്ചതാണ്.

തെള്ളി : സ. സി എസ് ഗോപാലപിള്ളയോ?

ചെറുപ്പക്കാരൻ: അതെ.

തെള്ളി : ആരാ വരുന്നയാൾ! എന്താ കാര്യം?

ചെറുപ്പക്കാരൻ: തെള്ളിച്ചേട്ടൻ പരിഭ്രമിക്കണ്ട. മലബാറിൽ നിന്നൊരു പാർട്ടി നേതാവാണ്. വല്യ കുടുംബത്തിൽപെട്ടയാളാ. ബ്രിട്ടീഷ് ഗവൺമെന്റിന്റെ ഒരു പിടികിട്ടാപ്പുള്ളി.

തെള്ളി : അങ്ങനെയൊരാളെ സംരക്ഷിക്കാനുള്ള കരുത്ത് നമ്മൾക്കുണ്ടോ. പൊലീസറിഞ്ഞാൽ..

ചെറുപ്പക്കാരൻ: ഒരു കുഴപ്പവുമില്ല ചേട്ടാ. തിരുവിതാംകൂറിൽ അദ്ദേഹത്തിനെതിരെ ഒരു കേസുമില്ല. ബ്രിട്ടീഷ് പൊലീസിന് തിരുവിതാംകൂറിൽ ഇറങ്ങി ആരെയും അറസ്റ്റ് ചെയ്യാനുമാവില്ല.

തെള്ളി : എന്നാലും... പലരും വന്നു പോകുന്ന വീടാണ്. അച്ചന്മാരും കന്യാസ്ത്രീകളും പള്ളിക്കമ്മറ്റിക്കാരുമൊക്കെ... അങ്ങനെയുള്ള ഒരു വീട്ടിൽ എങ്ങനെ ഒളിപ്പിച്ചിരുത്തും.

ചെറുപ്പക്കാരൻ :അദ്ദേഹത്തെ ഇവിടെ ആരും അറിയില്ല. ഒളിച്ചിരിക്കുന്നുമില്ല. പരസ്യമായി വീട്ടിലിരിക്കാം. ഇറങ്ങി നടക്കാം. ഒക്കെ ചെയ്യാം. ആരാണെന്നു ചോദിച്ചാൽ വടക്കുള്ള നിങ്ങളുടെ ഒരു ബന്ധുവാണെന്നു പറഞ്ഞാൽ മതി. വീട്ടുകാരോട് മാത്രം സത്യം പറയണം.

തെള്ളി : അതെങ്ങനെ... എന്റെ കെട്ട്യോള് ത്രേസ്യയാണെങ്കിൽ കടുത്ത വിശ്വാസിയാ. കമ്യൂണിസ്റ്റുകാരെ വീട്ടിൽ കയറ്റി എന്നറിഞ്ഞാൽ അവൾ വിഷം കഴിച്ചു മരിക്കും. *(പശ്ചാത്തലത്തിൽ ത്രേസ്യായുടെ ശബ്ദം)* "അച്ചാമ്മേ... നീ ആ മത്തായിയുടെ സുവിശേഷം പത്താം അദ്ധ്യായം ഒന്ന് പാരായണം ചെയ്യ്. ആശ്വാസമുണ്ടാകുമോ എന്ന് നോക്കട്ടെ. അയ്യോ... അമ്മേ ഞാനിപ്പ ചാകുവേ... ഈശോമിശിഹായേ രക്ഷിക്കണേ." *(അച്ചാമ്മ പതിഞ്ഞ ശബ്ദത്തിൽ ബൈബിൾ വായിക്കുന്നു)*

തെള്ളി : *(ചെറുപ്പക്കാരനോട്)* കേട്ടില്ലേ. ഇതാ സൈസ്. ഞങ്ങൾക്ക് കുഞ്ഞുങ്ങളില്ല. ത്രേസ്യ മൂന്നുപ്രാവശ്യം ഗർഭിണിയായി. മൂന്നു പ്രാവശ്യവും അലസി. ഇപ്പോ നാലാം തവണയാ. കണ്ടിട്ട് ഗർഭം അലസലിന്റെ ലക്ഷണമാണെന്ന് തോന്നുന്നു. ഡോക്ടറെകാണാൻ അവൾ ഒരുക്കമല്ല. എപ്പോഴും പ്രാർത്ഥനയാണ്. പ്രാർത്ഥന.

ചെറുപ്പക്കാരൻ: സഖാവ് സി എസിനോട് ഞാൻ എന്തു പറയണം?

തെള്ളി : എന്തു പറയാനാ ഈശോയേ! ധർമ്മ സങ്കടത്തിലായല്ലോ. സി എസ് അല്ലേ പറഞ്ഞയച്ചത്. പിള്ളേച്ചൻ പറഞ്ഞ കാര്യം എങ്ങനെ പറ്റത്തില്ലാന്ന് പറയും. എന്തും വരട്ടെ എന്തെങ്കിലും സംഭവിച്ചാൽ എന്നെ കുറ്റം പറയരുതെന്ന് മാത്രം. എല്ലാം പിള്ളേച്ചൻ പറഞ്ഞപോലെ.

ചെറുപ്പക്കാരൻ : രാത്രി 12 മണിക്ക് പുള്ളി ഇവിടെ എത്തും.

തെള്ളി : അതിന് പുള്ളിക്കാരന് വഴി അറിയാമോ?

ചെറുപ്പക്കാരൻ :അതിനൊക്കെ ഏർപ്പാടാക്കിയിട്ടുണ്ട്.

തെള്ളി : എന്നാ പിന്നെ അങ്ങനെയാകട്ടെ! *(തെള്ളി പുറത്തേക്കു നോക്കി നീട്ടിവിളിക്കുന്നു.)* ഏയ് കറിയാമൂപ്പിലേ കറിയാമൂപ്പിലേ *(കറിയ കയറി വരുന്നു)*

കറിയ : എന്നെ വിളിച്ചാരുന്നോ?

തെള്ളി : വിളിച്ചല്ലോ.

കറിയ : എന്നാത്തിന്നാ? *(ഏമ്പക്കം)*

തെള്ളി : ഈ ഇടതുവശത്തെ മുറിയിൽ... ഒരാൾക്ക് കിടക്കാൻ വേണ്ടതൊക്കെ ഒരുക്കിയിടൂ..

കറിയ : ആരാണാവോ ഈ രാത്രിയിൽ

തെള്ളി : *(അല്പം ദേഷ്യത്തിൽ)* നിങ്ങളെ അമ്മായിയപ്പൻ. ഞാൻ പണ്ടേ പറഞ്ഞിട്ടുണ്ട്. എന്തെങ്കിലും പറഞ്ഞാൽ മറുചോദ്യം വേണ്ടാന്ന്. *(തെള്ളി അകത്തേക്കു പോകുന്നു)*

കറിയ : ഇതെന്തൊരു പാടാപ്പാ. ആരാ വരുന്നതെന്നു ചോദിച്ചാ - അതിനിങ്ങനെ വെട്ടുപോത്തിനെപ്പോലെ തുമിക്കണമോ? *(തൊഴുത്തിൽ നിന്നും കന്നുകാലികളുടെ കുടമണിയും പശുവിന്റെയും കുട്ടിയുടെയും ഉമ്പാരവവും)*

തെള്ളി : *(അകത്തുനിന്നും)* കറിയാമൂപ്പിലേ, പശുക്കിടാവിനെ പിടിച്ചു കെട്ടിയില്ലേ?

കറിയാച്ചൻ : പിടിച്ചുകെട്ടിയതുകൊണ്ടുള്ള അമ്മച്ചിയുടെ ഗൗരവമല്ലേ തൊഴുത്തിൽ മുഴങ്ങുന്നത് ഗൗരവത്തിന് നാല്ക്കാലികളായി എന്തിനു കുറയ്ക്കണം.

(അച്ചാമ്മ വരുന്നു. പിറകിൽ വിശറിയിട്ടുടുത്ത ചട്ടയും മുണ്ടും ധരിച്ച ഒരു ക്രിസ്ത്യൻ യുവതി. നല്ല അഴകുള്ള പ്രകൃതി)

അച്ചാമ്മ : കറിയാമാമേ പിന്നേം കുഴപ്പമായെന്നാ തോന്നണേ.

കറിയ : എന്തു കുഴപ്പമായെന്നാ?

അച്ചാമ്മ : *(നാണിച്ച്)* ത്രേസ്യച്ചേടത്തിക്കിതേഴാ മാസം. പ്രസവം അടുത്തപോലെ

കറിയ : പ്രസവിക്കട്ടെ. പ്രസവിക്കട്ടെ! ഒരുകുഞ്ഞിക്കാലിനു വേണ്ടി രണ്ടാളും മോഹിച്ചിരിക്കുകയല്ലേ. കഴിയുന്നതും നേരത്തെ പ്രസവിക്കട്ടെ.

അച്ചാമ്മ : ഒരുപാടു രക്തം പോണു.

കറിയ : വല്ലേടോം മുറിഞ്ഞോ?

അച്ചാമ്മ : ഈ കറിയാമാമയ്ക്ക് ഒന്നും അറിഞ്ഞുകൂടാ.

കറിയ : അതു ശരിയാ. ഞാൻ പ്രസവിച്ചിട്ടില്ല. പ്രസവിപ്പിച്ചിട്ടുമില്ല. പിന്നെയെങ്ങനെ അറിയാനാ.

തെള്ളി : *(പുറത്തേക്കു വന്ന്)* എന്തുവാടീ അച്ചാമ്മേ- കറിയാമൂപ്പിലുമായി ഒരു ശൃംഗാരം?

അച്ചാമ്മ : *(ഭവ്യമായി)* തെള്ളിച്ചേട്ടാ. ത്രേസ്യാച്ചേടത്തിക്ക് വീണ്ടും പഴയതുപോലെ രക്തംപോക്കു തുടങ്ങി.

തെള്ളി : ധാരാളം ഉള്ളതുകൊണ്ടല്ലേ? അവളുടെ പ്രാർത്ഥന കൊണ്ടെല്ലാം നിർത്തിക്കൊള്ളും. നീ നിന്റെ ജോലി

നോക്ക്.

അച്ചാമ്മ : ചേട്ടാ എന്തെങ്കിലും ചെയ്യണം. ഇല്ലെങ്കിൽ കുഴപ്പമാവും.

തെള്ളി : *(പുച്ഛത്തോടെ)* എന്നാലേ, കുറേ പഴംതുണിയെടുത്ത് ആ രക്തം വരുന്നേടം അടയ്ക്ക്. അസത്ത് പറഞ്ഞാൽ കേൾക്കില്ല. പറഞ്ഞാൽ കേൾക്കാത്തവർ അനുഭവിക്കട്ടെ.

(രംഗദീപം പൊലിയുന്നു)

(വീണ്ടും രംഗം ആരംഭിക്കുമ്പോൾ വേദി ഇരുട്ടിലാണ്. വീട്ടിനകത്തെ ക്ലോക്കിൽ നിന്ന് മണി 12 അടിക്കുന്ന ശബ്ദം. ഒരു ജീപ്പ് വന്ന് നില്ക്കുന്ന ശബ്ദം. കതകിൽ തട്ടുന്ന ശബ്ദം. കതക് തുറക്കുന്ന ശബ്ദം. തെള്ളി ഒരു റാന്തലുമായി തളത്തിലേക്കു വരുന്നു)

തെള്ളി : *(ആഗതനെ നോക്കി)* പുറത്തു നില്ക്കണ്ട. വന്നോളൂ. *(മഫ്ളർ കൊണ്ട് തലമൂടികെട്ടിയ രണ്ടുപേർ കടന്നുവരുന്നു)*

ഒന്നാമൻ : *(തെള്ളിയോട്)* സി എസ് ചേട്ടൻ പറഞ്ഞ സകാവ്. ശരി ഞാൻ പോകുന്നു. *(വന്നയാൾ പുറത്തിറങ്ങുന്നു. ഒരു ജീപ്പ് സ്റ്റാർട്ട് ചെയ്ത് പോകുന്ന ശബ്ദം)*

(നായനാർ തലയിൽ നിന്ന് മഫ്ളർ അഴിക്കുന്നു. തെള്ളിയെ നോക്കി ചിരിക്കുന്നു)

തെള്ളി : പേര് ചോദിക്കുന്നില്ല ചോദിച്ചുകൂടല്ലോ. കണ്ടാൽ തന്നെ അറിയാം വലിയ ഒരാളാണെന്ന്.

നായനാർ : *(ചിരിച്ചുകൊണ്ട്)* പ്രായത്തിൽ കവിഞ്ഞ വണ്ണോം പൊക്കോം ഉണ്ട്. കാഴ്ചയിൽ നിങ്ങൾ പറഞ്ഞപോലെ ഞാനൊരു വല്യ ആൾ തന്നെ.

തെള്ളി : കാര്യത്തിലും അങ്ങനെ തന്നെയാവും

നായനാർ : *(ചിരിച്ചുകൊണ്ട്)* റൈറ്റ്

തെള്ളി : യാത്ര ചെയ്ത് ക്ഷീണിച്ചു വന്നതല്ലേ. മലബാറീന്നു നേരിട്ടു വരികയാണോ?

നായനാർ : അതെ.

തെള്ളി : ഇവിടെ സൗകര്യങ്ങളൊക്കെ കുറവാണ് *(മുറി ചൂണ്ടിക്കാണിച്ച്)* സഖാവിന് ഈ മുറിയാണ് തയ്യാറാക്കിയിട്ടുള്ളത്. എന്തെങ്കിലും ബുദ്ധിമുട്ടുണ്ടെങ്കിൽ നാളെ എന്റെ കിടപ്പുമുറിയിലേക്ക് മാറാം.

നായനാർ : ഒരു പ്രത്യേക സൗകര്യവും വേണ്ട. വയറ് നിറച്ച് ആഹാരം കിട്ടിയാൽ തൊഴുത്തിന്റെ തിണ്ണയും എനിക്ക് സ്വർഗ്ഗം.

തെള്ളി : മീനും ഇറച്ചിയും ബുദ്ധിമുട്ടാകില്ലല്ലോ.

നായനാർ : തിരിഞ്ഞ് കടിക്കാത്ത ഒന്നും എനക്കു ബുദ്ധിമുട്ടാവില്ല.
തെള്ളി : ഒരല്പം സ്മാൾ. ഞങ്ങൾ തിരുവിതാംകൂറിലെ ക്രിസ്ത്യാനികളുടെ ആഹാരത്തിന്റെ ഭാഗമാണ്.
നായനാർ : *(ചിരിച്ചുകൊണ്ട്)* അതുമാത്രം എനക്കു വേണ്ട.
തെള്ളി : എന്നാൽ പോയി വിശ്രമിക്കണം. നാളെ കാണാം.
നായനാർ : റൈറ്റ്

(രംഗദീപം പൊലിയുന്നു)

(അതേ രംഗം. രംഗദീപം തെളിയുമ്പോൾ നായനാർ ഏതോ പുസ്തകം വായിച്ചിരിക്കുന്നു. കറിയാമൂപ്പിലാ പ്രവേശിച്ചുകൊണ്ട്)

കറിയാ : സഖാവിന്റെ കുത്തിയിരുന്നുള്ള വായന കണ്ടാ നാളെ ഏതാണ്ട് മത്സരപ്പരീക്ഷയ്ക്ക് എഴുതാൻ പോവുകയാണെന്ന് തോന്നുമല്ലോ.
നായനാർ : *(ചിരിച്ചുകൊണ്ട്)* പരീക്ഷയെഴുതുന്നവർ മാത്രമേ പുസ്തകം വായിക്കാവൂ?
കറിയ : പിന്നെ അക്ഷരം അറിയാത്തവൻ എങ്ങന്യാ പുസ്തകം വായിക്കുന്നത്.
നായനാർ : *(ചിരിച്ചുകൊണ്ട്)* അത് ശരിയാ. കറിയാ മൂപ്പിലയ്ക്ക് അക്ഷരം അറിയില്ലേ.
കറിയ : അറിയില്ല. അതല്ല. ഞങ്ങളെപ്പോലെ പാഗ്യംകെട്ടോരുടെ തലയിൽ ചൂലിന്റെ ഈർക്കിൽകൊണ്ടല്ലേ ഈശോമിശിഹ കുറിച്ചിട്ടുള്ളത്. പിന്നെ എങ്ങനെ അക്ഷരം തിരിയും.
നായനാർ : നമുക്കിനിയും പഠിക്കാം മനസ്സു വച്ചാൽ മതി.
കറിയ : ഈ വയസ്സുകാലത്തോ – അയ്യോ, നമ്മെക്കൊണ്ടു വയ്യേ. ഞാനൊരു കാര്യം ചോദിക്കട്ടെ.
നായനാർ : ചോദിച്ചോളൂ.
കറിയ : സഖാവ് ഇവിടെ പാർട്ടീടെ സ്റ്റഡിക്ലാസ് എടുക്കുന്നു എന്ന് കേട്ടു.
നായനാർ : ആരു പറഞ്ഞു.
കറിയ : *(നായനാരുടെ അടുത്തുചെന്ന്)* രഹസ്യമാണ്. നമ്മുടെ അച്ചാമ്മ
നായനാർ : അച്ചാമ്മയോ?
കറിയ : അയ്യോ പാവം. ഈ പുള്ളിക്കിതൊന്നും മനസ്സിലാകത്തില്ല. അച്ചാമ്മ. എന്തിനാ ഇവിടെ ചുറ്റിക്കറങ്ങി നടക്കുന്നത്.
നായനാർ : *(കൈ കാണിച്ചുകൊണ്ട്)* ആ – എനിക്കറിയില്ല.
കറിയ : നമ്മുടെ ത്രേസ്യാക്കുഞ്ഞിന്റെ കൊച്ചാങ്ങള, ചാക്കോമാപ്ല ഇല്ലേ. അയാളെ കാണാനാ അച്ചാമ്മ ഇങ്ങനെ ഇവിടെ ചുറ്റിക്കറങ്ങി നടക്കുന്നത്.

നായനാർ : *(ചിരിച്ചുകൊണ്ട്)* അതു ശരി. അപ്പോ അതാണ് ത്രേസ്യാക്ക് ഗർഭമലസിയപ്പോൾ എന്നെക്കൊണ്ട് ഡോക്ടറെ വിളിപ്പിച്ചതും ചികിത്സിപ്പിച്ചതും.റൈറ്റ്, ചാക്കോ നല്ല സഖാവാ. ഇവിടുത്തെ പുതിയ പാർട്ടി ഗ്രൂപ്പിൽ മദ്യപിക്കാത്ത ഏക കമ്യൂണിസ്റ്റുകാരൻ. അപ്പഴേ ചാക്കോയും അച്ചാമേം തമ്മിലുള്ള കല്യാണത്തിനെന്താ ഇപ്പോ ഒരു തടസ്സം.

കറിയ : അതോ *(അകത്തു നിന്നും ത്രേസ്യയും അച്ചാമ്മയും കടന്നുവരുന്നു. രണ്ടുപേരും തനി ക്രിസ്ത്യൻ വേഷത്തിൽ. കറിയ വർത്തമാനം നിർത്തി പുറത്തേക്കു പോകുന്നു)*

അച്ചാമ്മ : സഖാവേ, മുൻകൂട്ടി അനുവാദം ചോദിക്കാതെ ഒരു സന്ദർശനം.

നായനാർ : എന്താ രണ്ടുപേരും കൂടി. ഞാനിവിടെ വന്നിട്ട് രണ്ടുമാസമായി. ഇപ്പോഴാ നമ്മുടെ വീട്ടുകാരിയുടെ മുഖമൊന്നു കാണുന്നത്.

ത്രേസ്യ : അച്ചാമ്മേ, നമ്മുടെ നന്ദി ഇതിയാനോട് പറ.

നായനാർ : എന്തിനു നന്ദി! ആരോട് നന്ദി!

ത്രേസ്യാ : *(മിണ്ടുന്നില്ല)*

അച്ചാമ്മ : പറഞ്ഞോളൂ. ചേടത്തി.

ത്രേസ്യ : എന്റെ ജീവൻ രക്ഷിച്ചതിന് ഇതിയാനോടുള്ള നന്ദി.

അച്ചാമ്മ : അത്രമാത്രമല്ലല്ലോ! മറ്റു ചിലതു കൂടി പറയാനില്ലേ.

ത്രേസ്യാ : ഇതിയാനോട് എനിക്ക് ഒരു കാര്യം കൂടി പറയാനുണ്ട്.

അച്ചാമ്മ : ചേടത്തീ കാര്യമൊക്കെ ശരി. ഇദ്ദേഹം ഞങ്ങളെ സഖാവാ. ഇതിയാനും അതിയാനും മെത്രാനുമൊന്നുമല്ല. നല്ല ചുണക്കുട്ട്യേപ്പോലെ സഖാവേ എന്ന് വിളിക്കണം.

ത്രേസ്യാ : *(അറച്ചറച്ച്)* സ..ഖാ.. വേ... എന്റെ ആങ്ങള ചാക്കോയും ഈ അച്ചാമ്മയും *(കുട്ടികളെപ്പോലെ അച്ചാമ്മ ത്രേസ്യയുടെ വാ പൊത്തുന്നു. അല്പം ദേഷ്യത്തിൽ)* അച്ചാമ്മേ കുട്ടിക്കളി നിർത്തുന്നുണ്ടോ.

നായനാർ : *(അല്പം ഉൽക്കണ്ഠയോടെ)* അച്ചാമ്മേം, ചാക്കോയും തമ്മിൽ സ്നേഹമാണോ?

അച്ചാമ്മ : അതെ. സഖാവേ, ഞങ്ങൾ തമ്മിൽ സ്നേഹത്തിലാ. *(ഗദ്ഗദത്തോടെ)* കടുത്ത പ്രണയത്തിൽ

നായനാർ : പിന്നെ എന്താണ്? ത്രേസ്യാ.

ത്രേസ്യാ : എനിക്കും വളരെ സന്തോഷം

നായനാർ : ചാക്കോക്കോ

അച്ചാമ്മ : അതിയാന് ഞാനെന്നു വെച്ചാ ജീവനാ

നായനാർ : *(സ്വല്പം ഗൗരവത്തിൽ)* ചാക്കോ നല്ല ചെറുപ്പക്കാരനാണ്. പക്ഷേ,

അച്ചാമ്മ : *(ഉൽക്കണ്ഠയോടെ)* എന്താ സഖാവേ?

നായനാർ : അച്ചടക്കമുള്ള കമ്യൂണിസ്റ്റല്ല

അച്ചാമ്മ : *(വലിയ സ്വഭാവദൂഷ്യം ഉണ്ടെന്നു പറയുമ്പോഴുള്ള ഞെട്ടലോടെ)* അതെന്താ അങ്ങനെ?

നായനാർ : പാർട്ടി രഹസ്യങ്ങൾ പാർട്ടിക്കാർ തമ്മിലല്ലാതെ പുറത്തൊരാൾ അറിയാൻ പാടില്ല. എന്നാണ് പാർട്ടി നിയമം

ത്രേസ്യ : അങ്ങനെ അവൻ എന്തെങ്കിലും തെറ്റ് ചെയ്തോ?

നായനാർ : ചെയ്തു. ഓൻ ഓന്റെ ഗ്രൂപ്പ് കൂടിയ കാര്യം ഒരാളോട് പറഞ്ഞു.

അച്ചാമ്മ : ആരോടാ?

നായനാർ : താൻ തന്നെ പറയൂ

അച്ചാമ്മ : അത് കറിയാ മൂപ്പില് ഊഹിച്ച് പറയുന്നതാ. സത്യമായിട്ടും ഗ്രൂപ്പ് തീരുമാനങ്ങളൊന്നും അച്ചായൻ എന്നോട് പറഞ്ഞിട്ടില്ല.

നായനാർ : അതുശരി. പോട്ടെ നമുക്ക് ക്ഷമിക്കാം. അപ്പോൾ എല്ലാവർക്കും ഇഷ്ടമാണ്. നമുക്കീ കല്യാണം അങ്ങു നടത്തിക്കൂടെ. തെള്ളിച്ചേട്ടൻ ഇങ്ങു വരട്ടെ ഞാൻ ഏർപ്പാടാക്കാം.

ത്രേസ്യാ : പക്ഷേ,...

നായനാർ : എന്തു പക്ഷേ,... പറയൂ.

അച്ചാമ്മ : ഞാനൊരു നേർച്ചക്കോഴിയാണ്. ദൈവത്തിന്റെ മണവാട്ടിയാകാൻ നേരപ്പെട്ടവൾ. കന്യാസ്ത്രീ മഠത്തിലൂടെ ദൈവത്തിന്റെ മണിയറയിലെത്തേണ്ടവൾ

നായനാർ : *(അല്പം ഞെട്ടലോടെ)* ആര് നേർന്നു?

അച്ചാമ്മ : രണ്ടാനമ്മ

ത്രേസ്യാ : ഇവളുടെ അമ്മ ഇവൾ കുട്ടിയായിരിക്കുമ്പോഴേ മരിച്ചു. എന്നിട്ടിവളുടെ അച്ചൻ മറ്റൊരു സ്ത്രീയെ ഭാര്യയാക്കി. അതിൽ അഞ്ചു പെൺകുട്ടികളുണ്ട്. ദാരിദ്ര്യം മൂത്തപ്പോൾ ഇവളെ കന്യാസ്ത്രീ മഠത്തിലയക്കാമെന്ന് ഇളയമ്മ നേർന്നു. അതുകൊണ്ട് ഇവളുടെ കല്യാണത്തെ പള്ളിയും പട്ടക്കാരും അടക്കം എതിർക്കുന്നു.

നായനാർ : *(ത്രേസ്യയോട്)* ശരി. നിങ്ങളും ഭർത്താവും ഉറച്ചു നില്ക്കുമോ?

ത്രേസ്യ : തീർച്ചയായും. ഇനി കണ്ണുമടച്ച് പള്ളിക്കാരുടെ അനീതിക്ക് കൂട്ട് നില്ക്കില്ല.

നായനാർ : (അച്ചാമ്മയുടെ കൈക്കു പിടിച്ചുകൊണ്ട്) പെങ്ങളേ, നിന്റെ പ്രായത്തിൽ എനിക്കൊരു സഹോദരി ഉണ്ടായിരുന്നു. അവളിന്നില്ല. മരിച്ചുപോയി. എനിക്ക് ഒരു നോക്ക് കാണാൻ പോലുമായില്ല. അവളുടെ പുനരവതാരമാണ്

നീ. ആരെല്ലാം എതിർത്താലും ഒരു സഹോദരന്റെ സ്ഥാനത്തു നിന്ന് ഞാനീ കല്യാണം നടത്തും. സഭ നിങ്ങളെ പുറത്താക്കിയാൽ നമ്മുടെ പാർട്ടി നിങ്ങളെ ഏറ്റെടുക്കും.

(രംഗം പൊലിയുന്നു)

ദൃശ്യം പതിനാല്

(രംഗദീപം തെളിയുമ്പോൾ തിരുവനന്തപുരത്ത് കാട്ടായിക്കോണത്തെ ഒരു സ്റ്റഡി ക്ലാസിലാണ് രംഗം. ചെറിയ പ്രകാശത്തിൽ നായനാർ സദസ്സിനഭിമുഖമായിരിക്കുന്നു. ബാക്കി നാലഞ്ചു സഖാക്കൾ നായനാർക്കഭിമുഖമായും)

നായനാർ : മലബാറും തിരുവിതാംകൂറും രാഷ്ട്രീയമായും സാമ്പത്തികമായും അതായത് പൊളിറ്റിക്കലി ആന്റ് ഇക്കണോമിക്കലി ഡിഫ്രണ്ടാണ്. പീപ്പിൾസ് ക്യാരക്ടറിലും ഡിഫ്രൻസുണ്ട്. ജന്മിത്വവും സാമ്രാജ്യത്വവും ക്രൂരമായ മർദ്ദനമാണ് അവിടെ അഴിച്ചു വിട്ടുകൊണ്ടിരിക്കുന്നത്. ഇവിടെ സ്ഥിതി ഡിഫ്രണ്ടാണ്. രാജഭരണവും രാജാവിനോട് വിധേയത്വമുള്ള ജനതയുമാണ് ഇവിടെ. അതുകൊണ്ട് മലബാറിലെ പോലെയുള്ള സ്ട്രോങ് സ്ട്രഗിൾസ് ഇവിടെ പ്രാവർത്തികമല്ല. അതുപോലെ ഫാർമേഴ്സിന്റെ ക്യാരക്ടറിലും അവിടെയും ഇവിടെയും തമ്മിൽ ഡിഫ്രൻസുണ്ട്. അവിടെ ബ്രിട്ടീഷ് ഭരണത്തിന് എതിരായാണ് പോരാട്ടം. ഇവിടെ പൊന്നുതമ്പുരാന്റെ പേരു പറഞ്ഞാൽ ആൾ കുറയും. ഒരു രക്ഷ ഇവിടുത്തെ ദിവാനാണ്. സൂത്രശാലിയായ സർ സി പി

ശ്രീധർ : ഞാനൊന്നു ചോദിക്കട്ടെ. സഖാവ്. പറയുന്നത് ഇവിടെ ജനതയെ നമുക്ക് സ്ട്രഗിളിലേക്ക് കൊണ്ടുവരാൻ കഴിയില്ലെന്നാണോ?

നായനാർ : അല്ല ശ്രീധർ. മലബാറിലെപ്പോലെ ഭരണാധികാരികളുടെ കടുത്ത നേരിട്ടുള്ള മർദ്ദനമില്ലെന്നാണ്. ദൈവത്തിന്റെ പ്രതിനിധിയായ രാജാവിനെ എതിർക്കുന്നത് ദൈവനിഷേധമാണെന്നുപോലും സാധാരണക്കാർക്കിടയിൽ അഭിപ്രായമുണ്ട്.

കൃഷ്ണൻ നായർ: അതുശരിയാണ്. ഇവിടെ പൊതുവിൽ രാജഭക്തി കൂടിയ സ്ഥലമാണ്.

കരുണാകരൻ: എൻ സി യും പൊന്നറയും പുതുപ്പള്ളിയും ഒക്കെ

ചേർന്ന് ആദ്യത്തെ കമ്യൂണിസ്റ്റ് യൂത്ത് ലീഗ് ഉണ്ടാക്കിയത് ഇവിടെ തിരുവനന്തപുരത്താണ്.

നായനാർ : അതിലൊന്നും തർക്കമില്ല. നമ്മളൊരു മൂവ്മെന്റ് കെട്ടിപ്പടുക്കാൻ ശ്രമിക്കുമ്പോൾ അവിടുത്തെ ജനങ്ങൾക്കുള്ള ബന്ധങ്ങൾ, മതം, അതിന്റെ സ്വാധീനം അതൊക്കെ ഗൗരവമായി അസ്സസ്സ് ചെയ്യണം. സഖാവ് മനസ്സിലാക്കിയിട്ടുണ്ടോ എന്നറിയില്ല.

ശ്രീധർ : ഇവിടത്തെ ഇടത്തരം കൃഷിക്കാർ കൊട്ടാരം വക ഭൂമിയുടെയും പത്മനാഭസ്വാമി ക്ഷേത്രം വക ഭൂമിയുടെയും കൈവശകൃഷിക്കാരാണ്. ഇക്കാര്യത്തിൽ കൃഷിക്കാരെ ബോദ്ധ്യപ്പെടുത്തി അവരുടെ ഇടയിൽ പ്രസ്ഥാനം ഉണ്ടാക്കിയാലേ ഇവിടുത്തെ മൂവ്മെന്റിന് മുന്നോട്ട് പോകാനാവൂ.

നായനാർ : ശ്രീധരൻ പറഞ്ഞത് കറക്ടാ. അപ്പോൾ നമുക്ക് തിരുവനന്തപുരം ജില്ലയിലെ പ്രധാനപ്പെട്ട സ്ഥലങ്ങളിലെല്ലാം പാർട്ടി ഗ്രൂപ്പുകൾ രൂപീകരിക്കണം.

ശ്രീധരൻ : വിളവൻകോട് താലൂക്കിലും കന്യാകുമാരി താലൂക്കിലും ജി എസ് മണിയെ സഖാവ് ബന്ധപ്പെട്ടിരിക്കുമല്ലോ.

നായനാർ : ബന്ധപ്പെട്ടു. ഫക്കീർഖാന്റെയും സ്റ്റുവർട്ടിന്റെയും നേതൃത്വത്തിൽ നെയ്യാറ്റിൻകരയിൽ കൃഷിക്കാർക്കും വിദ്യാർത്ഥികൾക്കുമിടയിൽ തെക്കൻ തിരുവിതാംകൂറിൽ നല്ല പ്രവർത്തനം നടക്കുന്നുണ്ട്. ഞാൻ അവരെയും ബന്ധപ്പെട്ടിരുന്നു.

ശ്രീധർ : സഖാവിന്റെ യാത്രയും താമസവുമൊക്കെ എങ്ങനെ?

നായനാർ : *(ചിരിച്ചുകൊണ്ട്)* ഞാനൊരു രഹസ്യം പറയാം. നാളെ മുതൽ ഞാൻ *കേരള കൗമുദി* പത്രത്തിൽ എഡിറ്ററായി ചേരുകയാണ്

ശ്രീധർ : *കേരള കൗമുദിയിലോ...* അതെങ്ങനെ?

നായനാർ : ശ്രീധരന് വിശ്വാസം വരുന്നില്ല, അല്ലേ, നമ്മുടെ കെ സി ജോർജ്ജിന്റെ സുഹൃത്താണല്ലോ പത്രാധിപർ സുകുമാരൻ എറണാകുളത്തുകാരൻ സുകുമാരന് ജോലിക്കുവേണ്ടി ശുപാർശക്കത്ത് തന്നു. ഞാൻ പത്രാധിപരെ കണ്ടു. നാളെ ജോയിൻ ചെയ്യാൻ പറഞ്ഞിരിക്കുന്നു.

ശ്രീധർ : സിംഹത്തിന്റെ വായിൽ കടന്ന് പല്ലു പറിക്കുകയെന്ന് പറയുംപോലെ. സി പി യുടെ മൂക്കിനു താഴെയിരുന്ന് അയാളെ താഴെയിറക്കാനുള്ള സമരത്തിന് നേതൃത്വം നല്കാൻ ഇതിലും സുരക്ഷിതമായ ആസ്ഥാനം വേറെ കിട്ടുകയില്ല. എന്തായാലും നന്നായി.

നായനാർ : *(ഒരു വെളുത്ത ചെറുപ്പക്കാരനെ നോക്കി)* സദാനന്ദ

നെന്താ ഒന്നും മിണ്ടാതിരിക്കുന്നത്. എന്തോ ഭയപ്പെട്ട പോലെ.

സദാനന്ദൻ : അച്ഛനെന്തൊക്കെയോ സംശയമുണ്ട്. അച്ഛൻ വരുന്നതിനു മുമ്പേ നമുക്ക് യോഗം പിരിയണം.

ശ്രീധർ : നീ അവിടെ ചുമ്മാതെ അടങ്ങിയിരി. അമ്മാവൻ വരട്ടെ. ഞാൻ സമാധാനിപ്പിച്ചു കൊള്ളാം.

സദാനന്ദൻ : നിങ്ങൾ ഉദ്ദേശിക്കും പോലെയല്ല. അച്ഛനെ ആരോ പറഞ്ഞ് തിരിച്ചിട്ടുണ്ട്. സഖാവിനെ ചീത്ത പറഞ്ഞാലോ എന്നാണ് എന്റെ പേടി. നമുക്ക് വേഗം യോഗം പിരിയണം.

നായനാർ : അപ്പോൾ തുലാം ഏഴിനല്ലേ രാജാവിന്റെ ബർത്ത്ഡേ

കൃഷ്ണൻനായർ: *(ചിരിച്ചുകൊണ്ട്)* ഇത് തിരുവിതാംകൂറാണ്. തിരുനാൾ എന്ന് പറയണം. വിശേഷിച്ച് നാളെ മുതൽ കേരള കൗമുദിയിലാണ്. നല്ല കരുതൽ വേണം.

നായനാർ : അതു കറക്ടാ. അപ്പോൾ തുലാം ഏഴിന് ഉത്തരവാദഭരണത്തിന് വേണ്ടി നമുക്ക് നാടൊട്ടക്കും പോസ്റ്റർ എഴുതി ഒട്ടിക്കണം. നാട്ടിലാകെ ചെറിയ, ചെറിയ പ്രകടനങ്ങളും നടത്തണം. പൊലീസിനു പിടികൊടുക്കരുത്. എന്താ അങ്ങനെയല്ലേ തീരുമാനം.

(പെട്ടെന്ന് വെളുത്തു കൊഴുത്ത ഒരു കാരണവർ കടന്നു വരുന്നു. എല്ലാവരും എഴുന്നേല്ക്കുന്നു)

കാരണവർ : എടാ സദാനന്ദാ. ഞാൻ നിന്റൂടെ പറഞ്ഞിട്ടില്ലിയോ, ഈ അലവലാതികളുടെ കൂടെ കൂട്ടുകൂടി നടക്കല്ലേയെന്ന്. രാജ്യദ്രോഹികൾ (ശ്രീധരനെ കണ്ട്) എടാ ശ്രീധരാ നീയോ നശിച്ചു. ഇനി എന്റെ മോനെക്കൂടി നശിപ്പിച്ചേ അടങ്ങുവോ. എന്റെ കുടുംബം കുളം തോണ്ടാനാണോ നിന്റെ പുറപ്പാട്. (നായനാരെ കണ്ട്) നിങ്ങൾ എവിടുത്തുകാരനാ... കണ്ടിട്ട് യോഗ്യനാണെന്ന് തോന്നുന്നു. ഞാനൊരു കാര്യം പറയാം. നിങ്ങളൊക്കെ വലിയ ആളുകൾ. രാഷ്ട്രീയം നിങ്ങൾക്കു കൊള്ളാം. ഞങ്ങൾ പാവങ്ങളാണ്. ദിവാനറിഞ്ഞാൽ തലപോകുന്ന കാര്യമാണ്. മേലാൽ ഇവിടെ വന്നേക്കരുത്. വന്നാൽ മാന്യനാണെന്നു ഞാൻ നോക്കില്ല.

സദാനന്ദൻ : അച്ഛാ... ഇവരെ ഒന്നും പറയരുത്.

കാരണവർ : നീയാരാ എന്നെ ഉപദേശിക്കാൻ. നീ ഇനി പടിക്കു പുറത്തിറങ്ങിയാൽ നിന്റെ മുട്ടു തല്ലിയൊടിക്കും *(വടി ഓങ്ങുന്നു)*

ശ്രീധർ : അമ്മാവാ. എന്താണിങ്ങനെ..

കാരണവർ : നീയൊന്നും പറയേണ്ട.. നീയാണിതിനൊക്കെ കാരണക്കാരൻ. (വടി ഓങ്ങുന്നു.) ശ്രീധരൻ വടിയിൽ പിടിക്കുന്നു)

(രംഗദീപം പൊലിയുന്നു)

രംഗദീപം തെളിയുമ്പോൾ കേരളകൗമുദി ആഫീസ്. ഒരു ഹാളും, ഹാളിന്റെ ഇരുവശത്തും രണ്ട് മുറികളും ഹാളിലെ ചുവരിൽ ശ്രീനാരായണഗുരുവിന്റെ വലിയ ഒരു ചിത്രം. മുകളിൽ കേരള കൗമുദി ആഫീസ് എന്നൊരു ബോർഡ്. വലതു വശത്തെ മുറിക്ക് മുന്നിൽ ചീഫ് എഡിറ്റർ കെ സുകുമാരൻ എന്ന ബോർഡ് ഇടതുവശത്ത് പത്രാധിപസമിതി എന്ന ബോർഡ് പശ്ചാത്തലത്തിൽ പത്രമടിക്കുന്ന യന്ത്രങ്ങളുടെ ശബ്ദം.

അന്നത്തെ കേരളകൗമുദി പത്രം വായിച്ചു കൊണ്ട് കസാലയിൽ ഒരാൾ. മുഖം പത്രം കൊണ്ട് മറഞ്ഞിട്ടുള്ളതിനാൽ ആരെന്ന് അറിയാൻ ആവുന്നില്ല. അല്പം കഴിഞ്ഞ് നായനാർ പ്രവേശിക്കുന്നു. പത്രവായനക്കാരൻ ആരെന്നറിയാന് അല്പനേരം നിന്നിട്ടും മനസ്സിലാകാത്തതുകൊണ്ട് നായനാർ മറ്റൊരു കസേരയിലിരിക്കുന്നു. അല്പം കഴിഞ്ഞ് ഒരു ശിപായി വന്ന് നായനാരോട്)

ശിപായി : ആരെ കാണാൻ വന്നതാണ്?

നായനാർ : പത്രാധിപരെ

ശിപായി : എന്താ കാര്യം?

നായനാർ : അത് പത്രാധിപരോടല്ലേ പറയേണ്ടത്.

ശിപായി : അതല്ല, പത്രാധിപർ പറഞ്ഞിട്ടുണ്ട് ഇവിടെ ഒരാൾ വരുമെന്നും വന്നാൽ അദ്ദേഹത്തെ വീട്ടിലോട്ട് അറിയിക്കണമെന്നും

നായനാർ : റൈറ്റ് - പത്രാധിപർ പറഞ്ഞതനുസരിച്ച് വന്നയാൾ തന്നെ.

(പത്രം നോക്കിയിരുന്നയാൾ പത്രം താഴ്ത്തി പെട്ടെന്ന് നായനാരുടെ അടുത്തേക്ക് വരുന്നു. കണ്ണട വച്ച് ചുരുണ്ട മുടിയുള്ള സുമുഖനായ ഒരു ചെറുപ്പക്കാരൻ - എം കെ കുമാരൻ)

കുമാരൻ : എനിക്ക് നല്ല മുഖപരിചയം തോന്നുന്നു

നായനാർ : അതിന് സാദ്ധ്യത കുറവാണ്

കുമാരൻ : നിങ്ങളുടെ സ്ഥലം?

നായനാർ : എറണാകുളത്താ

കുമാരൻ : നിങ്ങളുടെ സംഭാഷണശൈലി കേട്ടിട്ട് കുറച്ച് വടക്കനാണെന്നു തോന്നുന്നു

നായനാർ : ശരിയാ... ഞാൻ കുറേക്കാലം കോഴിക്കോട് മാതൃഭൂമിയിൽ പണിയെടുത്തിട്ടുണ്ട്. അതിന്റെ ഹാങ്ഓവറാകും.

കുമാരൻ : പേരെന്താ

(പത്രാധിപർ സുകുമാരൻ കടന്നുവരുന്നു. ഗാന്ധിത്തൊപ്പി. ഖദർവേഷം, കണ്ണട, മീശയില്ലാത്ത പ്രൗഢമായ മുഖം വന്നയുടൻ നായനാരെ നോക്കി)

സുകുമാരൻ : മിസ്റ്റർ കെ സി ജോർജ്ജിന്റെ കത്തിൽ പറഞ്ഞിരുന്ന ആളല്ലേ

നായനാർ : അതെ.

സുകുമാരൻ : കുമാരാ.. നമ്മുടെ കെ സിയുടെ സുഹൃത്താണ്. പേരെന്താന്നാ പറഞ്ഞത്.

നായനാർ : സുകുമാരൻ

സുകുമാരൻ : അങ്ങും ചോതി, അടിയനും ചോതി എന്നു പറഞ്ഞ പോലെ നമ്മൾ രണ്ടു സുകുമാരന്മാർ

കുമാരൻ : താങ്കൾക്ക് താല്പര്യം ഏതിലാ. ഡസ്കിലോ എഡിറ്റോറിയലിലോ.

നായനാർ : എനിക്ക് എല്ലാ പണിയും അറിയാം. പ്രൂഫ് റീഡിങ്, എഡിറ്റിങ്, ലേ ഔട്ട് എന്തു തന്നാലും ബുദ്ധിമുട്ടാവില്ല.

സുകുമാരൻ : ഗുഡ്... ഞങ്ങൾക്ക് ഇങ്ങനെയൊരാളിനെയാണ് വേണ്ടത്. കുമാരൻ നമുക്ക് എഡിറ്റോറിയലിലല്ലേ ആള് കുറവ്. മിസ്റ്റർ സുകുമാരനെ എഡിറ്റോറിയലിൽ നമുക്ക് കൊടുക്കാം. എന്തു പറയുന്നു.

നായനാർ : പത്രാധിപരുടെ ഇഷ്ടംപോലെ.

സുകുമാരൻ : പിന്നൊരു കാര്യം *കേരള കൗമുദി* ഒരു സാധാരണ പത്രമല്ല. കൊട്ടാരവും ദിവാനും സ്റ്റേറ്റ് കോൺഗ്രസും ഞങ്ങൾക്കൊരുപോലെ. ഓരോരുത്തരും അവരുടെ രഹസ്യകാര്യങ്ങൾ ഞങ്ങളെ അറിയിക്കും. ഉത്തമവിശ്വാസത്തോടെ ഞങ്ങളത് സൂക്ഷിക്കുകയും ചെയ്യും. സി കേശവൻ ഈ പത്രത്തിന്റെ ഭാഗമാണ്. സി പി ഞങ്ങളുടെ ശത്രുവുമല്ല. മിസ്റ്റർ സുകുമാരന് എന്തെങ്കിലും പക്ഷപാതിത്വമുണ്ടെങ്കിൽ *കേരള കൗമുദി*യുടെ ഓഫീസിലേക്ക് കടക്കുമ്പോൾ തന്നെ അതങ്ങ് ബാഗിൽ വയ്ക്കണം. മനസ്സിലായിട്ടുണ്ടാകുമെന്ന് കരുതുന്നു.

നായനാർ : *(ചിരിച്ചുകൊണ്ട്)* ഒരേ കൈകൊണ്ട് രണ്ടുപത്രങ്ങൾക്ക് ഒരേസമയം പരസ്പര വിരുദ്ധമായ ലീഡ് എഴുതിയിട്ടുള്ള സവ്യസാചിയുടെ പത്രാമാണെന്ന് പണ്ടേ കേട്ടിട്ടുണ്ട്. കാരണവരെ ഒന്ന് പരിചയപ്പെടമെന്നുണ്ടായിരുന്നു.

സുകുമാരൻ : വിഷമിക്കേണ്ട. നിങ്ങളെ അദ്ദേഹം തന്നെ വന്ന് പരിച

യപ്പെട്ടുകൊള്ളും. കുമാരൻ നിങ്ങളെ മറ്റുള്ളവർക്ക് പരിചയപ്പെടുത്തും.

(കെ സുകുമാരൻ സ്വന്തം മുറിയിലേക്ക് പോകുന്നു)

കുമാരൻ : യഥാർത്ഥത്തിൽ നിങ്ങൾ പത്രപ്രവർത്തകൻ തന്നെയാണോ?

നായനാർ : എന്താ സംശയം.

കുമാരൻ : അല്ല കെ സി മഹാസൂത്രക്കാരനാണ്. പിടികിട്ടാപ്പുള്ളികൾ പലർക്കും അദ്ദേഹം ഷെൽട്ടർ ഉണ്ടാക്കിക്കൊടുത്തിട്ടുള്ളത് ഇങ്ങനെയാണ്. ഇ എം എസിനെ കേരളം കടത്താൻ മൈസൂർ ഐ ജിയുടെ കാറിൽ ഇംഗ്ലീഷ് അറിയാത്ത ഒരു തോട്ടം തൊഴിലാളിയാക്കി മൈസൂറിലെത്തിച്ച വിദ്വാനാണ് കെ സി.

നായനാർ : ഓ... അത്ര വിരുതനാണല്ലേ.

കുമാരൻ : ഏതായാലും നിങ്ങൾ ജോലി തേടിവന്ന പത്രക്കാരനാണെന്ന് ഞാൻ കരുതുന്നില്ല.

നായനാർ : വേണ്ട. ഞാൻ ഇവിടെത്തന്നെയുണ്ടല്ലോ. നിങ്ങൾക്ക് കൂടുതൽ സംശയിക്കുകയോ തിരുത്തുകയോ ഒക്കെയൊകാം.

കുമാരൻ : *(ചിരിച്ചുകൊണ്ട്)* വരൂ, നിങ്ങളുടെ സീറ്റിലേക്ക് പോകാം.

(രണ്ടുപേരും ചേർന്ന് പത്രാധിപസമിതി എന്നെഴുതിയ മുറിയിലേക്ക് പോകുന്നു)

(രംഗദീപം പൊലിയുന്നു)

രംഗദീപം തെളിയുമ്പോൾ അതേ രംഗം. സമയം 5 മണി. പത്രാധിപരുടെ മുറിയിൽ നിന്ന് പത്രാധിപർ കെ സുകുമാരൻ തന്റെ നേർക്ക് നേരെയുള്ള നായനാരുടെ മുറിക്ക് അഭിമുഖമായി നില്ക്കുന്നു. കൈയിൽ കറുത്ത ബോർഡറിട്ട ഒരു വാർത്തയെഴുതിയ കടലാസും പിടിച്ചിട്ടുണ്ട്. അല്പം കഴിഞ്ഞ് നായനാർ ഇറങ്ങി വരുന്നു.

പത്രാധിപർ സുകുമാരൻ: ഞാൻ നിങ്ങളെ കാത്ത് നില്ക്കുകയായിരുന്നു.

നായനാർ : ഞാൻ അങ്ങോട്ടു വരാൻ തുടങ്ങുകയായിരുന്നു

പത്രാധിപർ : ഓഫീസു വിട്ടു പോകുമ്പോൾ ഇന്ന് എന്നെ കാണണമെന്ന് ആരെങ്കിലും പറഞ്ഞായിരുന്നോ

നായനാർ : മിസ്റ്റർ എം കെ കുമാരൻ പറഞ്ഞിരുന്നു

പത്രാധിപർ : ഞാനെന്തിനാണ് നിങ്ങളെ വിളിപ്പിച്ചതെന്ന് മനസ്സിലായോ?

നായനാർ : ഇല്ലാ. എന്താ കാര്യം.

പത്രാധിപർ : (കൈയിലിരുന്ന കടലാസ് നായനാർക്ക് കൊടുത്തിട്ട്) ഇത് നിങ്ങളല്ലേ തയ്യാറാക്കിയത്.

നായനാർ : അതെ.

പത്രാധിപർ : ഒന്നു വായിക്കൂ

നായനാർ : *(എന്താണെന്ന് മനസ്സിലാകാതെ നിശ്ശബ്ദനായി നില്ക്കുന്നു)*

പത്രാധിപർ : സോറി മിസ്റ്റർ സുകുമാരൻ. ഡോണ്ട് മിസ് അണ്ടർസ്റ്റാന്റ് മീ ഞാൻ നിങ്ങളെ ഇൻസൾട്ടു ചെയ്യുകയല്ല.

നായനാർ : ദെൻ വാട്ട്?

പത്രാധിപർ : അയാം ഒൺലി പോയിന്റിങ് ഔട്ട് എ സീരിയസ് മിസ്റ്റേക്ക് ഡൺ ബൈ യൂ

നായനാർ : വാട്ട് മിസ്റ്റേക്ക്?

പത്രാധിപർ : *(നായനാരുടെ കൈയിൽ നിന്ന് കടലാസ് വാങ്ങിയിട്ട്)* ഞാൻ തന്നെ വായിക്കാം. തിരുവിതാംകൂർ മഹാറാണി ഗൗരിലക്ഷ്മിഭായ് തിരുവയറൊഴിഞ്ഞു. നിങ്ങൾക്ക് എവിടെ നിന്നു കിട്ടി ഈ വാർത്ത?

നായനാർ : പാലസിൽ നിന്ന് ഒരു പ്രത്യേക ദൂതൻ കൊണ്ടുവന്നതാ.

പത്രാധിപർ : നിങ്ങളീ വാർത്തയ്ക്ക് ചുറ്റും കറുത്ത ബോർഡർ എന്തിനു വരച്ചു. കടുത്ത രാജ്യദ്രോഹമല്ലേ. നല്ലകാലത്തിന് ഇത് ഞാൻ കണ്ടില്ലായിരുന്നെങ്കിൽ പത്രം നാളെ കണ്ടുകെട്ടിയേനെ.

നായനാർ : രാജാവിനോ രാജകുടുംബത്തിനോ എന്തെങ്കിലും ദുഃഖകരമായ സംഭവമുണ്ടായാൽ കറുത്ത ബോർഡർ കൊടുക്കണമെന്ന് എഡിറ്റോറിയൽ യോഗത്തിൽ അങ്ങ് തന്നെയല്ലേ പറഞ്ഞിട്ടുള്ളത്?

പത്രാധിപർ : ഓ.. അതുശരി... അപ്പോൾ മഹാറാണി തിരുവയറൊഴിഞ്ഞുവെന്ന് കേട്ടാൽ നിങ്ങളെന്താ ധരിച്ചത്.

നായനാർ : മഹാറാണിക്ക് വയറ്റിളക്കം വന്നുവെന്ന്. അതുകൊണ്ടാ കറുത്ത ബോർഡറിട്ട് വാർത്ത കൊടുത്തത്.

പത്രാധിപർ : *(പൊട്ടിച്ചിരിച്ചുകൊണ്ട്)* സോറി... സോറി... എന്തായാലും നിങ്ങളുടെ അബദ്ധം നമ്മുടെ പത്രത്തെ തന്നെ തുലച്ചേനെ. തിരുവറയൊഴിയുകയെന്നാൽ പ്രസവിക്കുകയെന്നാണർത്ഥം. നിങ്ങളോടൊന്ന് ചോദിക്കട്ടെ. നിങ്ങൾ യഥാർത്ഥത്തിൽ സുകുമാർ തന്നെയാണോ. അതോ.

നായനാർ : പത്രത്തിന്റെ നിലനില്പിന് ഞാനൊരു ഭാരമാണെങ്കിൽ... ഞാൻ...

പത്രാധിപർ : ഏയ് അതൊന്നുമില്ല. നിങ്ങളാരായാലും ഞങ്ങൾ ഒറ്റു കൊടുക്കില്ല.

നായനാർ : ശരി ഞാനിറങ്ങട്ടെ

പത്രാധിപർ : അങ്ങനെ തന്നെ

(നായനാർ പുറത്തേക്ക് പോകുന്നതും നോക്കി പത്രാധിപർ ചിന്താമഗ്നനായി നില്ക്കുന്നു. ഒരു ശിപായി കത്ത് കൊടുക്കുന്നു . പത്രാധിപർ കത്ത് പൊട്ടിച്ച് വായിക്കുന്നു) (നായനാരുടെ ശബ്ദത്തിൽ) ക്ഷമിക്കുക - എന്നോടു കാണിച്ച വാത്സല്യത്തിന് നന്ദി. ഈ നാട്ടിൽ എന്നെങ്കിലും ഒരു സൂര്യോദയം ഉണ്ടാകുമല്ലോ. അന്ന് പകൽ വെളിച്ചത്തിൽ നമുക്ക് തമ്മിൽ കാണാം.)

(രംഗദീപം പൊലിയുന്നു)

ദൃശ്യം പതിനഞ്ച്

(ഒന്ന്)

കുട്ടനാടൻ പാടശേഖരങ്ങൾ
കുട്ടനാട്ടിലെ ദ്വീപസമൂഹങ്ങളിലെ കുടിലുകൾ
കുടിലിന്റെ മുറ്റത്ത്
ഒരു കൊയ്ത്തുകാരിപ്പെണ്ണ് അരിവാളും കൈയിലുയർത്തി പാട്ടുപാടുന്നു

കുട്ടനാടൻ പാടത്തു, പുഞ്ചക്കൊയ്ത്തുകാലത്ത്
എന്റെ നെഞ്ചിൻ കൂട്ടിൽ വന്നൊരു വിരുന്നുകാരൻ
വല്ലാത്തകുറുമ്പകാരൻ
പറയാനും വയ്യാ പറയാണ്ടിരിക്കാനുംവയ്യാ
അവനെന്നെ തന്തോയതേരിന്മേലേറ്റി
എന്തെല്ലാം എന്തെല്ലാം കാട്ടിത്തന്നു
ഒളിക്കാനുംവയ്യാ ഒളിക്കാണ്ടിരിക്കാനും വയ്യാ
മാറത്തെ പൂമറുകും അരയിലെ ചെമ്പേലസ്സും
കാണാനും വയ്യ കാണാണ്ടിരിക്കാനും വയ്യ
കൊതുമ്പുവള്ളം പോലെ ഞങ്ങൾ
നിലയില്ലാ പുഴയിൽ
തുഴഞ്ഞു തുഴഞ്ഞു തുഴഞ്ഞേപോയി
(കുട്ടനാടൻ പാടത്തു)

ഒരു ചെറുപ്പക്കാരൻ കുടിലിന്റെ മുറ്റത്തേക്ക് കടന്നു വരുന്നു. ചന്തിരൻ

പാട്ടവസാനിക്കുമ്പോൾ...

ചന്തിരൻ : എന്താണ്ടീ നീലിപ്പെണ്ണേ നിനക്കിത്ര തന്തോയം

നീലി : കുട്ടനാടൻ കൊയ്ത്തല്ലേ.. ഏതു പുലയിപ്പെണ്ണിനാ തന്തോയം തോന്നാത്തേ.. എന്താ എന്റെ മച്ചമ്പിക്ക് തന്തോയമില്ലേ. ഇനി കൊറെ നാളത്തേക്ക് കളത്തിലല്ലേ കാര്യങ്ങള്

ചന്തിരൻ : അറിയാടേ... കുട്ടനാട്ടിലെ തലേം മൊലേം വന്ന എല്ലാ പെൺകുട്ടികൾടേം ഉള്ളിന്റെ ഉള്ളിലെ പൊന്നും പൂവും പങ്കുവയ്ക്കുന്ന കാലമല്ലേ. ഇട്ടപ്പെട്ട പുലച്ചെറുമന്മാരുടെ ചൂടുംപറ്റി, എല്ലാം മറന്നുള്ള രാത്രികൾ

നീലി : എന്റെ കളത്തിൽത്തന്നെ ചന്തിരൻ മച്ചമ്പി കൂടില്ലേ

ചന്തിരൻ : എന്റെ പച്ചക്കിളീനെ വിട്ട് ഏൻ എങ്ങുപോവാനാ... *(സ്വകാര്യത്തിൽ)* നീലിയേ നിന്റെ അച്ഛനും അമ്മയും എങ്ങോട്ടുപോയാടീ..

നീലി : പുഷ്പോത്തെ കാര്യസ്ഥൻ തമ്പ്രാ മംഗ്ലാവിലോട്ടു ചെല്ലാമ്പറഞ്ഞിട്ട് അങ്ങോട്ടും പോയതാ.

ചന്തിരൻ : *(ചൂളമടിച്ചു കൊണ്ട്)* അപ്പോൾ കൊയ്ത്തിന് നല്ല കാലമാണല്ലോ ടീ

നീലി : *(സംശയിച്ച്)* എന്നു വച്ചാ

ചന്തിരൻ : *(ശൃംഗാരത്തിൽ)* ഓ... ഒന്നുമറിയാത്ത.. കൊച്ച്... എടിയേ *(എന്നു പറഞ്ഞ് കൈക്കു പിടിക്കുന്നു. നീലി കൈ തട്ടി മാറ്റുന്നു)*

നീലി : നാണമില്ലേ.. ഇത് കുടീന്റെ മുറ്റവാ... ചിറവരമ്പത്തു കൂടെ പോകുന്ന ആരെങ്കിലും കണ്ടാൽ

ചന്തിരൻ : കണ്ടാലെന്താ. ഏൻ കെട്ടാൻ പോണ പെണ്ണിനെ ഏൻ ഇട്ടമുള്ളത് ചെയ്യും. ആരാ ചോദിക്കാൻ.

നീലി : അവകാശമൊക്കെ കഴുത്തിൽ താലികെട്ടിയിട്ടു മതി.

ചന്തിരൻ : അത്രേ ഉള്ളോ. എന്നാ ഒരു താലി എടുത്തോണ്ടുവാ.. ഞാനിപ്പത്തന്നെ കെട്ടാം.

നീലി : അതൊക്കെ നമ്മുടെ യൂണിയവും കരക്കാരുമൊക്കെ അറിഞ്ഞിട്ടുമതി.

ചന്തിരൻ : പറഞ്ഞകണക്ക് അങ്ങനെയൊരു കുന്ത്രണ്ടമുണ്ടല്ലോ. എടീ.. നീലിയേ പച്ചക്കരിമ്പുതുണ്ടുപോലെ ഒരു പെങ്കൊച്ചു മുമ്പീ നിക്കുമ്പം അതും ഒറ്റയ്ക്ക് അതും മുറപ്പെണ്ണ് യൂണിയോം ബൈലോം നോക്കി കാര്യങ്ങള് നടത്താൻ പറ്റുവാടീ.

നീലി : ചന്തിരൻ മച്ചമ്പി പോ.. ഞാനെന്തായാലും നിങ്ങൾക്കുള്ളതു തന്നല്ലാ. പിന്നെന്തിനാ ഇത്ര ആർത്തി.

ചന്തിരൻ : എടീ പെണ്ണിന്റെ മേൽ ആണൊരാശവച്ചാ അപ്പ അതങ്ങു നടത്തണം. ഈ നെഞ്ചിലെ കാറ്റുപോയാ പിന്നെ നാറ്റം വയ്ക്കുന്ന പൊങ്ങുതടിയല്ലേ മോളേ. ഈ മനിഷ്യേന്മാര്.

നീലി : ഏനിവിടെ നിന്നാൽ പറ്റില്ല... *(എന്നുപറഞ്ഞ് അകത്തേക്ക് പോകുന്നു)*

(ചന്തിരൻ കുറച്ചുനേരം എന്തു ചെയ്യണമെന്നറിയാതെ ചിന്തിച്ചു നില്ക്കുന്നു. എന്നിട്ട് ഒരു ചൂളമടിച്ച് പുരയ്ക്കകത്തേക്ക് കേറുന്നു)

(അകത്ത് നീലിയുടെ അമർത്തി ചിരി... യാചനാ രൂപത്തിൽ, അതു വേണ്ട. അതുവേണ്ട എന്നു പറയുന്നു. കുപ്പിവളകൾ ഉടയുന്ന ശബ്ദം)

(വേദിയിൽ ജന്മിയുടെ മകനും അയാളുടെ രണ്ടു ശിങ്കിടികളും നടന്നുവരുന്നു)

നീലി : (അകത്ത്) മച്ചമ്പി വിട്.. വിട്.. പുറത്ത് ആരോ വന്നിട്ടുണ്ട്.

ജന്മിമകൻ : (കഴുത്തിൽ സ്വർണ്ണ ചെയിൻ, വോയിൽ ജൂബ്ബ) എന്തവാടി അകത്ത്... വ്യഭിചാരികൾ... ആരാടീ നിന്റെ മച്ചമ്പി... പുറത്തേക്കിറങ്ങി വാ... മുഴുവൻ കൊടുത്ത് തീർക്കണ്ട.. എനിക്കും വേണം.

(ചന്തിരൻ പുറത്തേക്ക് വരുന്നു. ജന്മിയുടെ മകനെ കണ്ട് തുറിച്ചു നോക്കുന്നു)

ജന്മി മകൻ : നീയെന്താടാ തുറിച്ചു നോക്കി പേടിപ്പിക്കുന്നോ. നിനക്കെന്താടാ ഇവിടെ കാര്യം

ചന്തിരൻ : ഔസേപ്പുകുട്ടിക്കെന്താ കാര്യം

ജന്മി ശിങ്കിടി : ഔസേപ്പുകുട്ടിയോ. നിന്റെ മടിയിലിരുത്തിയാണോടാ പേരിട്ടത്. കൊച്ചു മുതലാളീന്ന് വിളിക്കെടാ.

ചന്തിരൻ : അതിനെ നിങ്ങടെ എച്ചിൽ ചോറും തിന്നു വാലാട്ടി നടക്കുന്ന പട്ടിയല്ലേ ഞാൻ

ഔസേപ്പു കുട്ടി : എടാ ഇവനേ, ആളു സാധാരണക്കാരനല്ല. ആ പുന്നപ്രകാരൻ ജുബ്ബാബാലയില്ലേ. അച്യുതാനന്ദൻ അയാളുടെ യൂണിയനിൽപ്പെട്ടയാളാ. എടോ കുട്ടനാട്ടിലെ ജന്മിമാരോട് കളിച്ചാൽ അയാളുടെ തല കൊയ്തു ഞങ്ങൾ പാടത്തു നാട്ടും എന്ന് നിങ്ങളെ നേതാവ് അച്യുതാനന്ദനോട് പറഞ്ഞേക്ക്. (നീലി അകത്തുനിന്നും ഇറങ്ങി വരുന്നു)

നീലി : ആരാടാ ഞങ്ങളെ നേതാവിനെ പറഞ്ഞത്. അച്യുതാനന്ദൻ സഖാവിനെ തൊട്ടു കളിച്ചാലേ അവൻ പിന്നെ കഴുത്തിൽ തലയും വച്ചു നടക്കില്ല. ഇതു കണ്ടോ. അരിവാൾ... കതിരരിയാൻ മാത്രമല്ല... ശത്രുവിന്റെ തല കൊയ്യാനും

വേണ്ടിയാണിത്.

ഔസേപ്പുകുട്ടി: അത്രയ്ക്കായോടീ അഹങ്കാരം... എടീ ഉടുതുണിയില്ലാതെ നിന്നെ ഞാനീ പെരുവഴിയിലിട്ട്..
(അകലെ നിന്നൊരാരവം...)
ഞങ്ങളിലൊന്നിനെ തൊട്ടുകളിച്ചാൽ
പകരം ഞങ്ങൾ ചോദിക്കും
ചോരയ്ക്കു ചോര.. ജീവനു ജീവൻ
കർഷകത്തൊഴിലാളി യൂണിയൻ സിന്ദാബാദ്

(ദേഹം മുഴുവൻ അടികൊണ്ട് ചോരയൊലിക്കുന്ന നീലിയുടെ അച്ഛൻ ചാത്തനേയും മുന്നിൽ നടത്തി കുറേ കർഷകത്തൊഴിലാളികൾ പ്രകടനമായി കുടിലിന്റെ മുറ്റത്തേക്കെത്തുന്നു. ജന്മിയുടെ മകനും ശിങ്കിടികളും ഓടുന്നു. നീലി.. അച്ഛാ.. എന്നു വിളിച്ചുകൊണ്ട് ചാത്തനെ കെട്ടിപ്പിടിക്കുന്നു)

നീലി : *(ഭ്രാന്തിയെപ്പോലെ)* എന്റെ അച്ഛനെ ആരാണീ കൊല്ലാക്കൊല ചെയ്തത്. ആരായാലും നമുക്കവരെ വെറുതെ വിട്ടുകൂടാ.

ഒരുയുവാവ് : വയറുപയിച്ചപ്പം ചെല്ലമ്മേടെ കൊച്ചുമോക്ക് ചാത്തൻ മൂപ്പിലേ ചിറവരമ്പീന്ന് ഒരു ഇളനീരിട്ടു കൊടുത്തു. പുഷ്പോത്തെ തമ്പ്രാൻ ചാത്തൻ മൂപ്പിലെ ആ തെങ്ങിന്റെ മുട്ടിൽപിടിച്ചുകെട്ടി ഊടുപാടുതല്ലി. പണിക്കുനിന്ന നമ്മടാൾക്കാർ ഓടിക്കൂടിയില്ലെങ്കിൽ മൂപ്പിലെയെ കൊന്നുകളഞ്ഞേനെ

ചന്തിരൻ : യൂണിയം ആപ്പീസി വിവരം അറിയിച്ചാ

യുവാവ് : അറിയില്ല യൂണിയം ആപ്പീസീന്ന് എല്ലാ പാടശേഖരങ്ങളിലും വിവരം അറിയിച്ചിട്ടുണ്ട്. അച്യുതാനന്ദൻ സഖാവും സ്ഥലത്തുണ്ട്. പണി നിർത്തി തൊഴിലാളികൾ ഇപ്പോ ഇവിടെയെത്തും. ചാത്തൻ മൂപ്പിലെയും നടത്തി അച്യുതാനന്ദൻ സഖാവിന്റെ നേതൃത്വത്തിൽ പുഷ്പാത്തേക്ക് പോകാനാണ് പരിപാടി.

(അകലെ നിന്ന് മുദ്രാവാക്യം വിളിച്ച് ചെറുചെറു ജാഥകൾ വന്നുകൊണ്ടിരിക്കുന്നു)

(രംഗദീപം പൊലിയുന്നു)

(രണ്ട്)

ആലപ്പുഴയിലെ ഒരു ഷെൽട്ടർ സമയം രാത്രി.

(നായനാരും വി എസ് അച്യുതാനന്ദനും സംസാരിച്ചുകൊണ്ടിരിക്കുന്നു)

വി എസ് : *(നല്ല കൊഴുത്ത ദേഹപ്രകൃതം. പൊക്കം കുറഞ്ഞ ഒരു യുവാവ്. സമൃദ്ധമായ മുടി മദ്ധ്യത്തിൽ നിന്നു വകഞ്ഞ് ഇരുവശത്തേക്കും ചീകി വച്ചിട്ടുണ്ട്. മുണ്ടും ജൂബ്ബയും ഈ രംഗത്ത് വെളിച്ചം നായനാരിലും വി എസിലും കേന്ദ്രീകരിച്ചാൽ മതി. രംഗത്തിലെ മറ്റു വിശദാംശങ്ങൾ കാണേണ്ടതില്ല.)*

നായനാർ : നിങ്ങളെക്കുറിച്ച് സഖാവ് പി കൃഷ്ണപിള്ള എന്നോട് പറഞ്ഞിട്ടുണ്ട്. സഖാവിന്റെ വാക്കുകളിൽ നിന്ന് നിങ്ങൾ കുറച്ചുകൂടി പ്രായമായ ഒരാളായിരിക്കും എന്നാണ് ഞാൻ കരുതിയത്. അച്യുതാനന്ദൻ... ആലപ്പുഴയിൽ നിങ്ങളുടെ കുടുംബം എവിടെയാണ്?

അച്യുതാനന്ദൻ: എന്റെ കുടുംബം പുന്നപ്രയിലാണ്. ഇപ്പോൾ കുടുംബവുമായി വലിയ ബന്ധമില്ല. ഞാൻ വളരെ കുട്ടിയായിരിക്കുമ്പോഴേ അമ്മ മരിച്ചു. അച്ഛനും മരിച്ചു. സഹോദരന്മാരും സഹോദരിയുമുണ്ട്. കുടംബത്തിൽ വല്ലപ്പോഴും പോകും.

നായനാർ : അപ്പോൾ കുട്ടനാട്ടിൽ തന്നെയാണ് സ്ഥിരതാവളം അല്ലേ.

അച്യുതാനന്ദൻ :അതേ, കുട്ടനാട്ടിലെ കർഷകത്തൊഴിലാളികളുടെ ലോകത്തുതന്നെ.

നായനാർ : കുട്ടനാട് വല്ലാത്ത ഒരു ദുനിയാവാണെന്നു പറഞ്ഞു കേട്ടിട്ടുണ്ട്.

വി എസ് : *(ചിരിച്ചുകൊണ്ട്)* പഴയ റോമിലെ അടിമ ഉടമ കാലത്തെ സ്ഥിതിയാണ്. കുട്ടനാട്ടിൽ പാടമുണ്ടാക്കിയതും അവിടെ നെല്പുരകൾ കെട്ടിപ്പടുത്തതും അവിടുത്തെ തൊഴിലാളികളാണ്.

നായനാർ : പക്ഷേ, ഈ ഒരു സ്ഥിതി മറ്റെങ്ങും ഉണ്ടെന്നു തോന്നുന്നില്ല.

വി എസ് : കുട്ടനാട് വലിയ ഒരു ജലപ്പരപ്പാണ്. അവിടെ ജീവൻ പണയം വച്ച് കഴുത്തറ്റം വെള്ളത്തിലിറങ്ങി നിന്ന് ചെളി കോരി ചിറവരമ്പിട്ട് വെള്ളം വറ്റിച്ചാണ് കൃഷി നിലങ്ങൾ ഉണ്ടാക്കിയത്.

നായനാർ : അപ്പോൾ കുട്ടനാടൻ പാടശേഖരങ്ങൾ പണിയെടുക്കുന്നവരുടെ വിയർപ്പും, ചോരയുമാണല്ലോ?

വി എസ് : മാങ്കൊമ്പിൽ സ്വാമി, മാത്യു മുരിക്കൻ, പാറായിത്തരകൻ തുടങ്ങിയ കൈവിരലിൽ എണ്ണാവുന്ന വൻകിട ഭൂസ്വാമികളും ഇടത്തരം ജന്മിമാരുമാണ് ഈ കായൽപ്പരപ്പിന്റെ ഉടമകൾ

നായനാർ : അവർക്ക് സർക്കാർ ചാർത്തിക്കൊടുത്തതാവും അല്ലേ.

വി എസ് : അതേ പക്ഷേ, ജന്മിമാർക്ക് ലക്ഷക്കണക്കിന് പറ നെല്ല് വിളയിച്ചു കൊടുക്കുന്ന ഈ പാവങ്ങളെ ഇരുകാലിമാടുകളെപ്പോലെയാണ് ജന്മിമാർ കരുതുന്നത്.

നായനാർ : ഇവരുടെ കൂലി എങ്ങനെയാണ്?

വി എസ് : കൂലി പോകട്ടെ! വയർ നിറയെ ഒരു നേരത്തെ ഭക്ഷണം പോലും കൊടുക്കില്ല. ചിറമുറിയാതെ കാത്തു കിടക്കാൻ ചിറവരമ്പുണ്ട്. ആ ചിറവരമ്പുകളിൽ കുടിലുകെട്ടി താമസിക്കാനുള്ള അനുവാദം മാത്രം. ചിറവരമ്പിൽ കുലകുത്തി കായ്ച്ചു കിടക്കുന്ന നാളികേരത്തിൽ നിന്ന് സ്വന്തം കുട്ടികളുടെ വിശപ്പകറ്റാൻ ഒരു നാളികേരം അടർത്ത്യാൽ മോഷണക്കുറ്റത്തിന് തെങ്ങിൽ കെട്ടി അടിയാണ്.

നായനാർ : ഓഹോ! അപ്പോൾ ഈ മണ്ണിൽ കിടക്കുന്നവർക്ക് സാധാരണ കുടിയാന്റെ അവകാശം പോലുമില്ല... അല്ലേ.

വി എസ് : അതിനേക്കാൾ കഷ്ടം ഉറ്റവർ ആരെങ്കിലും മരിച്ചാൽ ആ ജഡം കുട്ടനാടൻ മണ്ണിൽ കുഴിച്ചിടാൻ അവർക്കവകാശമില്ല.

നായനാർ : പിന്നെന്തു ചെയ്യും?

വി എസ് : മൃതദേഹം കൈതയോലപ്പായിൽ പൊതിഞ്ഞ് കാല്ക്കലും തലയ്ക്കലും വലിയ കല്ലുകൾ കെട്ടി ഓടിവള്ളത്തിൽ കയറ്റി പമ്പയാറ്റിൽ ഒഴുക്കുകയാണ് പതിവ്.

നായനാർ : വളരെ നീചമാണല്ലോ *(ചിരിച്ചുകൊണ്ട്)* അതൊക്കെ മനസ്സിലാക്കിയിട്ടാവും സഖാവ് കൃഷ്ണപിള്ള നിങ്ങളെ തന്നെ കുട്ടനാട്ടേക്ക് നിയോഗിച്ചത്. എന്താ ഇപ്പോ സ്ഥിതി.

വി എസ് : ഏതു നിമിഷവും മരണത്തെ മുഖാമുഖം കണ്ടേ അവിടെ യൂണിയൻ പ്രവർത്തനം നടത്താനാവൂ. ആദ്യമൊക്കെ യൂണിയനിൽ ചേരാൻ തൊഴിലാളികൾ ഭയപ്പെട്ടിരുന്നു. ഇപ്പോൾ കുറേമാറി വരുന്നു

നായനാർ : ജന്മിമാരുടെ സംഘടിത അറ്റാക്കുണ്ടാവും അല്ലേ

വി എസ് : നേർക്കുനേരെയുള്ള ആക്രമണമല്ല നമ്മുടെ ഉശിരന്മാരായ പ്രവർത്തകരെ പതിയിരുന്ന് അടിച്ചു കൊന്ന് കായലിൽ തള്ളും. അവരുടെ പെങ്ങന്മാരെയും ഭാര്യമാരെയും നീചമായി ബലാത്സംഗം ചെയ്തു കൊല്ലാക്കൊല നടത്തും. ഇതിനെ ചെറുക്കാനാണ് നമ്മുടെ പരിപാടി.

നായന്മാർ : മണ്ണും പെണ്ണും അവരുടെ ജന്മാവകാശമെന്നല്ലേ, അതു രണ്ടിലും അവരുടെ തോന്ന്യാസം അവസാനിപ്പിച്ചാൽ ഓർക്ക് സഹിക്കാനാവുമോ

വി എസ് : ഒന്നിലധികം തവണ കൊലക്കത്തിയിൽനിന്ന് കഷ്ടിച്ചാണ് ഞാൻ തന്നെ രക്ഷപ്പെട്ടത്. പക്ഷേ, ഇന്നിപ്പോൾ പരസ്യമായി ആക്രമിക്കാൻ അവർക്ക് ധൈര്യമില്ല. കുട്ടനാട്ടിലെ പല ദ്വീപുകളിലും ചെങ്കൊടി ഉയർന്നുകഴിഞ്ഞു. ഇപ്പോൾ കള്ളക്കേസും പൊലീസുമാണ് വിഷയം

നായനാർ : നമ്മുടെ രാഷ്ട്രീയ സാമൂഹ്യവിപ്ലവത്തിന് ഏറ്റവും വളക്കൂറുള്ള മണ്ണ് ആലപ്പുഴ തന്നെയാണ്. നാം ശ്രമിച്ചാൽ ഇവിടുത്തെ സംഘടിത തൊഴിലാളി വർഗ്ഗത്തെ നമ്മുടെ അടിസ്ഥാനവിപ്ലവത്തിന് തന്നെ തയ്യാറെടുപ്പിക്കാൻ കഴിയും എന്നു തോന്നുന്നു.

വി എസ് : ഞങ്ങൾ നോക്കുകയാണ്. സഖാവിന്റെ താമസം ഒക്കെ സുഖമാണല്ലോ. സ. എസ് കുമാരൻ എല്ലാം പറഞ്ഞിട്ടുണ്ട്.

നായനാർ : അവിടെ എനക്ക് സുഖം. കുമാരന്റെ അമ്മ എന്തു നല്ല സ്ത്രീയാണ്. രാവിലെ എണീറ്റാൽ ചകിരി തല്ലാൻ തുടങ്ങും. അതുകഴിഞ്ഞാൽ ഭക്ഷണമൊരുക്കും. ഉച്ചയ്ക്ക് ചൂടി പിരിക്കും. പിന്നെ കയറ്റുപായ് നെയ്ത്താണ്. അദ്ധ്വാനത്തിന്റെ സംതൃപ്തി ആ അമ്മയുടെ കണ്ണുകളിൽ നക്ഷത്രംപോലെ തിളങ്ങുന്നതായി തോന്നിയിട്ടുണ്ട്.

വി എസ് : പരസ്യമായി ഇറങ്ങി നടക്കാവുന്നതുകൊണ്ട് ഏതായാലും സഖാവിന് ബോറടിക്കില്ല. സഖാവിനെ ഇവിടെ ആരും അറിയുകയില്ലല്ലോ. അതുതന്നെ ഭാഗ്യം

നായനാർ : നിങ്ങൾക്ക് ഒരു നേരമ്പോക്ക് കേൾക്കണോ. കഴിഞ്ഞ ആഴ്ച ആര്യാട് വായനശാലയിൽ വച്ച് ഒരു സ്റ്റഡി ക്ലാസ് അറേഞ്ചു ചെയ്തിരുന്നു. സുഗതൻ സാറും എ വിയും ഒ ജെയും ഞാനുമടക്കം 20 പേരുണ്ടായിരുന്നു. ഒളിവിൽ പോയ ആരോ ക്ലാസിൽ പങ്കെടുത്തിട്ടുണ്ടെന്ന് പറഞ്ഞ് പൊലീസ് ക്യാമ്പ് വളഞ്ഞു. പൊലീസ് ഓഫീസർ വൈദ്യനാഥ അയ്യർ ഞങ്ങളുടെ ഓരോരുത്തരുടെയും പേര് ചോദിച്ചു. ഞാൻ മൂവാറ്റുപുഴക്കാരൻ നാരായണ പിള്ളയാണെന്നു പറഞ്ഞു. പൊലീസുകാർക്ക് ഒരു സംശയവുമില്ല. എന്നാൽ, കൂട്ടത്തിൽ ഒ ജെയെ അറിയാവുന്ന ഒരു പൊലീസുകാരൻ ഉണ്ടായിരുന്നു. അയാൾ വൈദ്യനാഥയ്യരുടെ ചെകിട്ടിൽ എന്തോ പറഞ്ഞു. ഒ ജെ ഒരു കുതിപ്പിന് മതിൽ ചാടി തോട് നീന്തിക്കയറി എങ്ങോ മറഞ്ഞു. പൊലീസുകാർ പിന്നാലെ ഓട്ടത്തോട് ഓട്ടം. അവർക്ക് ഒ ജെയെ കിട്ടിയില്ല.

വി എസ് : വാറണ്ടുള്ള ഞങ്ങളൊക്കെ സെമിയുജിയും സെമിഫീൽഡുമായാണ് ജീവിതം. സർ സി പി യുടെ കിരാത

ഭരണത്തിനെതിരെ ഇവിടത്തെ ജനങ്ങൾ എല്ലാം ഉള്ളിലൊതുക്കി ഒരു തീമല പോലെ കഴിയുകയാണ്. എപ്പോൾ വേണമെങ്കിലും ആ തീമല പൊട്ടാം. ഇ എം എസും, കെ സി യുമൊക്കെ ഇവിടെയുണ്ട്. പി കൃഷ്ണപിള്ള കൂടി എത്തിയാൽ പുതിയ സമരരൂപത്തെക്കുറിച്ച് ആലോചിക്കേണ്ടി വരും

നായനാർ : നിങ്ങൾ ഉദ്ദേശിക്കുന്നത്...

വി എസ് : വേണ്ടിവന്നാൽ സി പിയുടെ പട്ടാളത്തോട് ഏറ്റുമുട്ടാനുള്ള ഒരു സമരത്തിലേക്ക് പോകാൻ തയ്യാറെടുക്കണമെന്നു തന്നെ

നായനാർ : അതെ. ജനശക്തിക്കു കീഴ്പ്പെടാത്ത ഒരു അധികാരശക്തിയുമില്ല.

(രംഗദീപം പൊലിയുന്നു)

ദൃശ്യം പതിനാറ്

കോഴിക്കോട് ദേശാഭിമാനി ഓഫീസ്. കാലം 1946 സമയം രാത്രി രംഗദീപം തെളിയുമ്പോൾ ഇ എം എസും ഇ കെ നായനാരും രംഗത്ത്

ഇ എം എസ് : നിങ്ങളെ രണ്ടുത്തരവാദിത്വമാണ് ഏല്പിക്കുന്നത്. ഒന്ന് *ദേശാഭിമാനി* മുടക്കം കൂടാതെ നടത്തി കൊണ്ടുപോകാനുള്ള സാമ്പത്തിക ഉത്തരവാദിത്വം, രണ്ട് പത്രത്തിന്റെ എഡിറ്റിങ് ജോലികൾ

നായനാർ : ഇ എം ഉള്ളപ്പോൾ എനക്കെന്താ ഇതിലൊക്കെ പേടി.

ഇ എം എസ് : നിങ്ങളിപ്പോൾ സ്വതന്ത്രനാണ്. പ്രകാശം മന്ത്രിസഭ അധികാരമേറ്റതോടെ കയ്യൂർ കേസടക്കം നിങ്ങളുടെ എല്ലാ കേസുകളും പിൻവലിക്കുകയും വാറണ്ട് റദ്ദുചെയ്യുകയും ഉണ്ടായല്ലോ. അതുകൊണ്ട് സ്വല്പകാലം ഈ പത്രമാഫീസിൽ അടങ്ങിയൊതുങ്ങി ജോലി ചെയ്യണം.

(ഒരു ഫോർമാൻ അച്ചടിച്ച പത്രവുമായി വന്ന് ഇ എം എസിനെ ഏല്പിക്കുന്നു)

ഇ എം എസ് : *(നോക്കിയിട്ട്)* അടിച്ചോളൂ *(ഫോർമാൻ പോകുന്നു)*

നായനാർ ; ഇ എം എന്തു ചെയ്യാൻ പോകുന്നു?

ഇ എം എസ് : സഖാവേ... പാർട്ടിയുടെ മേൽ വീണ്ടും നിരോധനം ഉണ്ടാകുമെന്നാണ് അധികാര കേന്ദ്രങ്ങളിൽ നിന്ന് കിട്ടിയ വിവരം. അങ്ങനെയായാൽ ആദ്യം അറസ്റ്റ് ചെയ്യപ്പെടുന്നവരിൽ ഒരാൾ ഞാനാകുമല്ലോ

നായനാർ ; അപ്പോൾ പിടി കൊടുക്കാനാണോ തീരുമാനം?

ഇ എം എസ് : ഒന്നും തീരുമാനിച്ചിട്ടില്ല. ഇന്നാണ് ഈ വിവരം കിട്ടിയത്. അത്യാവശ്യം പാർട്ടി സെന്ററിൽ ഒന്നിരിക്കണം. എന്നിട്ടേ ഓരോരുത്തരും ഏതേതു കാര്യങ്ങൾ ചെയ്യണമെന്ന് തീരുമാനിക്കാനാവൂ.

നായനാർ : അതു ശരി. അപ്പോൾ ഞാൻ..

ഇ എം എസ് : ഏതു പ്രതികൂലാവസ്ഥയിലും *ദേശാഭിമാനി* നമുക്ക് മുടക്കം കൂടാതെ നടത്തണം. വാരികയിൽ നിന്ന് ദിനപ്പത്രമാകുമ്പോൾ തന്നെ അതൊരു വെല്ലുവിളിയായിരുന്നു. എന്ത് വന്നാലും നമുക്ക് തോല്ക്കാനാവില്ല

നായനാർ : റൈറ്റ്. നമുക്ക് പരമാവധി നോക്കാം

ഇ എം എസ് : പി കൃഷ്ണപിള്ളയുമായി ബന്ധപ്പെടാൻ ഞാൻ ശ്രമിച്ചുകൊണ്ടിരിക്കുകയാണ്. രണ്ടു നാൾക്കകം വ്യക്തമായ ഒരു രൂപം കിട്ടും.

നായനാർ : വാർത്തകൾ പത്രമാഫീസിലെത്തിക്കാൻ സംഘടനാപരമായ ചില ചുമതലകൾ കൂടി ഉണ്ടാവുന്നത് നന്നായിരിക്കും.

ഇ എം എസ് : അങ്ങനെ വേണം. നമ്മുടെ സഖാക്കൾ ഇപ്പോഴും പഴയ വാരികയുടെ സ്വഭാവത്തിലേ *ദേശാഭിമാനി*യെ കാണുന്നുള്ളൂ. വാരികയ്ക്ക് ലേഖനങ്ങളാണ് പ്രധാനം. എന്നാൽ ദിനപത്രത്തിനു വാർത്തകൾ കൂടിയേ കഴിയൂ

നായനാർ : നാട്ടിൽ നിരവധി സമരങ്ങൾ നടക്കുന്നുണ്ട്. സമരരംഗത്ത് നില്ക്കുന്നവരോട് തന്നെ അത് എഴുതി എത്തിക്കാൻ ബന്ധപ്പെട്ട ഘടകങ്ങൾക്ക് നിർദ്ദേശം നല്കണം.

ഇ എം എസ് : *(ചിരിച്ചുകൊണ്ട്)* ഓരോ പാർട്ടി ഘടകത്തിലും പ്രധാനപ്പെട്ട ഒരു സഖാവിനെ *ദേശാഭിമാനി*ക്കുവേണ്ടി ചുതമലപ്പെടുത്തണമെന്നും ആ സഖാവ് തന്റെ പാർട്ടി ഘടകത്തിന്റെ പരിധിയിൽപ്പെട്ട സമരങ്ങളും സംഭവങ്ങളും അപ്പോഴപ്പോൾ റിപ്പോർട്ടാക്കി പത്രമാഫീസിൽ എത്തിക്കണമെന്നും നിർദ്ദേശിച്ചിട്ടുണ്ട്. മാത്രമല്ല, ഉള്ള വരിക്കാരെ നിലനിർത്താനും പുതിയ വരിക്കാരെ ചേർക്കാനും ഓരോ മാസത്തിലും ഒരു ദിവസം എല്ലാ പാർട്ടി സഖാക്കളും രംഗത്തിറങ്ങണമെന്നും പാർട്ടി സർക്കുലർ കൊടുത്തിട്ടുണ്ട്.

നായനാർ ; ഘടകങ്ങൾ കൂടുമ്പോൾ *ദേശാഭിമാനി* ഒരു അജണ്ടയായി വച്ച് ചർച്ച ചെയ്യുന്ന പതിവും നമുക്കുണ്ടാക്കണം.

ഇ എം എസ് : അതൊക്കെയാകാം. ഇതൊക്കെ സഖാക്കൾ ചെയ്യേണ്ട കാര്യങ്ങളാണ്. പക്ഷേ, പത്രമാഫീസിലിരിക്കുന്ന നമ്മൾ ചെയ്യേണ്ട ചില കാര്യങ്ങളുണ്ട്.

നായനാർ : പത്രം മുടക്കം കൂടാതെ പ്രസിദ്ധീകരിക്കുക എന്നതല്ലേ.

ഇ എം എസ് : അതൊരു പ്രധാന കാര്യം തന്നെ. എന്നാൽ, മുടക്കം കൂടാതെ പത്രം പ്രസിദ്ധീകരിച്ചതു കൊണ്ടു മാത്രം പത്രത്തിന് പ്രചാരം ലഭിക്കില്ല.

നായനാർ ; അതിന് നാമെന്താണ് ചെയ്യേണ്ടത്?

ഇ എം എസ് : നമ്മുടേത് ഒരു പാർട്ടി പത്രമാണ്. അതുകൊണ്ടുതന്നെ അതിന് ചില പരിമിതികളുണ്ട്. എന്നാൽ, ഈ പരിമിതി അന്യരെ ബോദ്ധ്യപ്പെടുത്താതെ പൊതുവിൽ സ്വാതന്ത്ര്യത്തിനും ജനാധിപത്യത്തിനും വേണ്ടി പോരാടുന്നവരുടെ മുഴുവൻ പത്രം എന്ന നിലയിലേക്ക് ദേശാഭിമാനിയെ ഉയർത്താൻ കഴിയണം. അതോടൊപ്പം തൊഴിലാളിവർഗ്ഗ രാഷ്ട്രീയത്തിലും, സംസ്കാരത്തിലും കേന്ദ്രീകരിക്കുകയും വേണം.

നായനാർ : ഇത് വല്ലാത്തൊരു സമസ്യയാണ്.

ഇ എം എസ് : ഈ സമസ്യ പൂരിപ്പിച്ചാലേ നമുക്ക് നമ്മുടെ പത്രത്തെ ലക്ഷ്യത്തിലെത്തിക്കാൻ കഴിയൂ

നായനാർ : ഏതായാലും സോവിയറ്റ് മുന്നേറ്റവും സോഷ്യലിസ്റ്റ് ഉല്പാദനക്രമവും അതിന്റെ നേട്ടങ്ങളും സോവിയറ്റ് ലിറ്ററേച്ചറും ഒക്കെ നമുക്ക് കൊടുത്തുകൂടേ?

ഇ എം എസ് : കൊടുക്കാം. പക്ഷേ, തകഴിയെയോ ദേവിനെയോ ഒഴിവാക്കി ഗോർക്കിയെയും ചെക്കോവിനെയും മാത്രം കൊടുത്തുകൂടാ.

നായനാർ : അതു കറക്ടാ. എന്തായാലും നമുക്കൊരു കൈനോക്കാം. മറ്റേതു പ്രവർത്തനത്തെക്കാൾ മുൻതൂക്കം നല്കി *ദേശാഭിമാനി*ക്ക് വേണ്ടി ഞാൻ പണിയെടുക്കും. ദേശാഭിമാനി എന്റെ ജീവിതത്തിന്റെ ഭാഗമായി ഞാൻ മാറ്റും.

(രംഗദീപം പൊലിയുന്നു)

ദൃശ്യം പതിനേഴ്

(എ കെ ജിയുടെ കണ്ണൂർ തിരഞ്ഞെടുപ്പ് റാലി. കാലം 1852. വേദിയിൽ എ കെ ജിയുടെ പാർലമെന്റ് തെരഞ്ഞെടുപ്പ് സമാപന റാലി എന്ന ബാനർ)

പശ്ചാത്തലത്തിൽ യോഗസ്ഥലത്തേക്ക് തെരഞ്ഞെടുപ്പ് മുദ്രാവാക്യങ്ങൾ മുഴക്കി ചെറിയ ചെറിയ ജാഥകൾ വരുന്ന പ്രതീതി)

അനൗൺസ്മെന്റ് : ഇന്ത്യൻ പാർലമെന്റിലേക്ക് നടക്കുന്ന പ്രഥമ തിരഞ്ഞെടുപ്പിൽ ഇന്ത്യൻ കമ്യൂണിസ്റ്റു പ്രസ്ഥാനത്തിന്റെ നേതാവ്

സഖാവ് എ കെ ജി കണ്ണൂർ പാർലമെന്റ് സീറ്റിൽ നിന്ന് മത്സരിക്കുന്നു. സഖാവ് എ കെ ജിക്ക് അരിവാൾപ്പെട്ടിയിൽ വോട്ടു ചെയ്ത് വമ്പിച്ച ഭൂരിപക്ഷത്തിൽ വിജയിപ്പിക്കുവാൻ ഞങ്ങൾ നിങ്ങളോട് അഭ്യർത്ഥിക്കുന്നു

(പശ്ചാത്തലത്തിൽ മുദ്രാവാക്യം വിളി. സ. നായനാർ വേദിയിലേക്ക് കയറുന്നു)

നായനാർ ; സഖാക്കളെ, മുദ്രാവാക്യം വിളി അവസാനിപ്പിക്കണം. സ. എ കെ ജി ഏതാനും നിമിഷങ്ങൾക്കകം വേദിയിൽ എത്തിച്ചേരും

പശ്ചാത്തലത്തിൽ: സ. എകെ ജി സിന്ദാബാദ്
കമ്യൂണിസ്റ്റ് പാർട്ടി സിന്ദാബാദ്
ഇൻക്വിലാബ് സിന്ദാബാദ്
രക്തസാക്ഷികൾ സിന്ദാബാദ്
ജനലക്ഷങ്ങടെ നേതാവേ, ധീരതയോടെ നയിച്ചോളൂ
(മുദ്രാവാക്യം തുടക്കത്തിൽ അകലെ നിന്നു കേൾക്കുന്നതും ക്രമേണ അടുത്തടുത്തു വരുന്നതുമായ പ്രതീതിയുണ്ടാകണം) ഓരോ വോട്ടും അരിവാൾപ്പെട്ടിയിൽ. എല്ലാ വോട്ടും അരിവാൾപ്പെട്ടിയിൽ

നായനാർ : സഖാക്കളെ. എ കെ ജിക്കു വഴിയുണ്ടാക്കിക്കൊടുക്കണം. സമ്മേളനം തുടങ്ങാൻ ഇനിയും അമാന്തിച്ചു കൂടാ *(കഴുത്തിൽ രക്തഹാരങ്ങളുമണിഞ്ഞു സ. എ കെ ജി വേദിയിൽ പ്രവേശിക്കുന്നു. കരഘോഷങ്ങളും മുദ്രാവാക്യം വിളിയും ഉച്ചത്തിലാകുന്നു. നായനാർ എ കെ ജിയുടെ അടുത്തു ചെന്ന് കൈക്കു പിടിച്ച് ഇരിപ്പിടത്തിൽ കൊണ്ടിരുത്തുന്നു (നായനാർ എ കെ ജിയോട്)* എന്നാ നമുക്ക് യോഗം തുടങ്ങിയാലോ

എ കെ ജി : ആവാം. ഇനിയും ഏഴെട്ട് യോഗങ്ങളിൽ കൂടി പങ്കെടുക്കേണ്ടതുണ്ട്. യോഗത്തിന്റെ ഫോർമാലിറ്റീസ് ഒന്നും വേണ്ട. നായനാർ ആദ്യം പ്രസംഗിക്കൂ. നല്ല ക്ഷീണമുണ്ട്. എന്നിട്ടു ഞാൻ പ്രസംഗിക്കാം. *(ഇതിനിടയിൽ നാലഞ്ചു ചെറുപ്പക്കാർ വേദിയിലേക്കു വന്ന് എ കെ ജിയോട് എന്തോ പറയുന്നു. എ കെ ജി ചിരിച്ചുകൊണ്ട്)* ആവാമല്ലോ എന്നാൽ അതാവട്ടെ ആദ്യം

നായനാർ : *(ഇതിനകം മൈക്കിനു മുമ്പിൽ നിന്ന് പ്രസംഗം ആരംഭിക്കുന്നു)* സഖാക്കളെ

എ കെ ജി : നായനാരേ, ഈ ചെറുപ്പക്കാർ ഒരു പാട്ടുപാടാമെന്ന് എന്നാൽ, അതു കഴിഞ്ഞു മതി നിങ്ങടെ പ്രസംഗം

നായനാർ : എടാ മിടുക്കന്മാരേ നല്ല സൂത്രക്കാരാണല്ലോ. എ കെ

ജി വേദിയിൽ കയറുന്നതുവരെ എവിടെയോ പമ്മി നിന്നു. എ കെ ജിയെ കണ്ടപ്പോൾ ചാടിക്കയറി അല്ലേ.

എ കെ ജി : കുട്ടികളല്ലേ നായനാരേ, അവർ. നിങ്ങൾ ശുണ്ഠി എടുക്കുമെന്നു കരുതിയിട്ടാകും പറയാത്തത്. എന്തായാലും പാടിക്കോട്ടെ കമ്യൂണിസ്റ്റ് വിപ്ലവത്തിന്റെ ഒഴിവാക്കാനാകാത്ത ഭാഗമല്ലേ കലയും സാഹിത്യവും

നായനാർ : എടോ ചിടുങ്ങന്മാരെ വരിൻ തുടങ്ങിക്കോളൂ. സമയം കളയണ്ട

മുഖ്യ ഗായകൻ: ഞങ്ങൾ കണ്ണൂർ ടൗണിലെ ബീഡി തൊഴിലാളി യൂണിയനിലെ സഖാക്കളാണ് ഞങ്ങളുടെ കലാസംഘടനയായ റെഡ് മ്യൂസിക്കിന്റെ അഭിവാദനങ്ങൾ (പാടുന്നു)

കണ്ണൂരിൽ മർദ്ദിതമാനവമാനസ-
കോട്ടയിൽ ചെങ്കൊടികുത്തി
എ കെ ജി അങ്കം കുറിക്കുന്നു
വീണ്ടുമീമോചന പോരാട്ടഭൂവിൽ
നാടിന്റെ മോചനപോരാട്ടഭൂവിൽ
അങ്കം കുറിക്കുന്നു വീണ്ടും
ഇരുകാലിമാടുപോൽ ഇഴയും പുഴുക്കൾ പോൽ
കർഷകർനരകിച്ചനാളിൽ
ജന്മിമുതലാളിത്ത സാമ്രാജ്യ നീതികൾ
താണ്ഡവമാടിയ നാളിൽ
എ കെ ജി അല്ലോ നയിച്ചതു നമ്മളെ
പുത്തനാം പോരാട്ട ഭൂവിൽ
(കണ്ണൂരിൽ മർദ്ദിത)
കയ്യൂരിലെ പ്രിയമക്കളുടെ ചോരയിലെ
ചൂടും ചുവപ്പുമുൾക്കൊള്ളാൻ
പുതിയ രണഭൂമികളിൽ
നമ്മൾക്കു വീണ്ടും കൊടുങ്കാറ്റുകളായി മാറാം
ആ കൊടുങ്കാറ്റിന്റെ കൊടിയുമായ് എ കെ ജി
നമ്മുടെ മുന്നിൽ നടക്കും
(കണ്ണൂരിൽ മർദ്ദിത)

(ഒരു വലിയ കൈയടിയോടെ ഗാനം അവസാനിക്കുന്നു. പാട്ടിന്റെ അവസാനത്തിൽ നായനാർ എഴുന്നേറ്റ് മൈക്കിനടുത്തേക്ക് പോകുന്നു)

നായനാർ : സഖാക്കളേ, ഞാൻ വളരെ നീട്ടി പ്രസംഗിക്കുന്നില്ല. സ. എ കെ ജിക്ക് ഇനിയും ഏഴെട്ടുയോഗങ്ങൾ കൂടിയുണ്ട്. എ കെ ജിയെ കാണാനില്ല. എ കെ ജി എവിടെയാണ്? സ്റ്റാലിൻ മോസ്കോയിലേക്ക് തട്ടിക്കൊണ്ടു പോയതാണോ? അതോ ജനങ്ങളെ നേരിടാൻ തയ്യാറില്ലാതെ

പരാജയം മുന്നിൽ കണ്ട് ഒളിച്ചോടിയതാണോ? കഷ്ടം ഈ ഖദറിട്ടവരുടെ തൊലിക്കട്ടിയെക്കുറിച്ച് എന്തു പറയാനാ... എ കെ ജി ഇന്ത്യയിലെ കമ്യൂണിസ്റ്റ് പ്രസ്ഥാനത്തിന്റെ നേതാവാണ്. തിരുവിതാംകൂറിലും കൊച്ചിയിലും ആന്ധ്രയിലും മദിരാശിയിലുമെല്ലാം വിശ്രമമില്ലാതെ പ്രചാരണ പ്രവർത്തനവുമായി ഓടി നടക്കുന്ന എ കെ ജിയെക്കുറിച്ച് ഇങ്ങനെ ഒരപവാദ പ്രചാരണം നടത്താൻ കോൺഗ്രസിനേ കഴിയൂ. നമ്മുടെ എതിരാളിയായ സി കെ ഗോവിന്ദൻ നായർ അറിയാതെയാണോ ഈ പ്രചാരണം. അറിഞ്ഞുകൊണ്ടു തന്നെയാവും. ഏതായാലും ഈ ദുഷ്പ്രചാരണങ്ങൾ അർഹിക്കുന്ന അവജ്ഞയോടെ ജനം തള്ളിക്കളയുമെന്ന് ഉറപ്പാണ്. മറ്റൊരു കാര്യം. ഈ തിരഞ്ഞെടുപ്പിൽ ശ്രീ കേളപ്പന്റെ കിസാൻ മസ്ദൂർ പാർട്ടിയുമായി നമുക്കൊരു തിരഞ്ഞെടുപ്പ് ധാരണയുണ്ട്. കേളപ്പനും കൂട്ടരും കോൺഗ്രസായിരുന്നു എന്ന് നമുക്കറിയാം. നിരവധി കർഷക സമരങ്ങൾ ചോരയിൽ മുക്കിക്കൊല്ലാൻ കൂട്ടുനിന്നവരാണെന്നും അറിയാം. പക്ഷേ, അത് തെറ്റായിപ്പോയി. കോൺഗ്രസിന്റെ തെറ്റായ നയങ്ങളെ ഞങ്ങളും നിങ്ങളോടൊപ്പം നിന്നെതിർക്കാം. ഞങ്ങടെ വോട്ടുകൾ നിങ്ങൾക്കു തരാം. ഞങ്ങളെ നിങ്ങളും സഹായിക്കണമെന്നു പറഞ്ഞാൽ അതു വേണ്ടാന്നു പറയണമോ, കോൺഗ്രസുകാർ ജനങ്ങൾക്കിടയിൽ ആശയക്കുഴപ്പം ഉണ്ടാക്കുകയാണ്. കമ്യൂണിസ്റ്റുകാർ എ കെ ഗോപാലനുവേണ്ടി വിപ്ലവത്തിൽ വെള്ളം ചേർത്തു എന്നാണാക്ഷേപം. കമ്യൂണിസ്റ്റുകാരുടെ ഐക്യ മുന്നണി റ്റാറ്റിക്സ് കൊണ്ടു നഷ്ടം വരുന്നതു ബൂർഷ്വാസിക്കാണ്. കോൺഗ്രസിനാണ്. നമ്മുടെ സഖാക്കൾ അത് മനസ്സിലാക്കണമെന്നു മാത്രം. ഞാൻ പറഞ്ഞാൽ അത് മനസ്സിലാക്കണമെന്നു മാത്രം ഞാൻ പറഞ്ഞാൽ നീണ്ടു നീണ്ടുപോകും. എ കെ ജി വാച്ചിൽ നോക്കുന്നത് ഞാൻ കാണുന്നു. ഇനി എ കെ ജി നിങ്ങളോട് സംസാരിക്കും *(എ കെ ജി സീറ്റിൽ നിന്നെഴുന്നേല്ക്കുന്നു. മുദ്രാവാക്യം വിളിയും കരഘോഷവും)*

എ കെ ജി : എന്റെ പ്രിയപ്പെട്ട സഖാക്കളെ, സഹോദരങ്ങളെ, ഞാനീ കണ്ണൂർ പാർലമെന്റ് മണ്ഡലങ്ങളിൽ മത്സരിക്കുന്ന വിവരം നിങ്ങൾക്കറിയാം. നിങ്ങളെ നേരിൽ കാണാനോ പൊതുയോഗങ്ങളിൽ വച്ചു കാണാനോ പോലും അപൂർവ്വം അവസരങ്ങളെ എനിക്കുണ്ടായിട്ടുള്ളൂ. എന്നെ നിങ്ങൾക്കറിയാം. നിങ്ങളോടൊപ്പം ഞാൻ കഴിഞ്ഞ മൂന്നു

പതിറ്റാണ്ടായി വിവിധ രംഗങ്ങളിൽ നടത്തിയിട്ടുള്ള പോരാട്ടങ്ങൾ ഒളിവിലും തെളിവിലും ജയിലിലുമായി നടത്തിയിട്ടുള്ള പോരാട്ടങ്ങളെല്ലാം നിങ്ങൾക്കു വേണ്ടിയാണ്. അതിന്റെ അംഗീകാരത്തിന് എന്റെ സ്നേഹിതൻ സി കെ ഗോവിന്ദൻ നായരുടെയോ കോൺഗ്രസിന്റെയോ കൈയൊപ്പ് എനിക്കാവശ്യമില്ല. സാമ്രാജ്യത്വത്തിനോടു പോരാടാൻ ജന്മിത്വത്തിനോടും മുതലാളിത്തത്തിനോടും പോരാടാൻ വേണ്ടിയാണ് ഇ എം എസും കൃഷ്ണപിള്ളയും ഞാനും കെ പി ആറുമൊക്കെ കോൺഗ്രസുണ്ടാക്കിയത്. അത് ജന്മിത്വത്തിന്റെയും മുതലാളിത്തത്തിന്റെയും പാർട്ടി ആയി തരം താണിരിക്കുന്നു. അതിനെ തകർത്താലേ ഇന്ത്യൻ ജനതയ്ക്ക് മോചനമുള്ളൂ. അതിനുള്ള പല മാർഗ്ഗങ്ങളിൽ ഒന്നാണ് ഈ പാർലമെന്ററി തിരഞ്ഞെടുപ്പുകൾ.
ഒരു കാര്യം കൂടി. കഴിഞ്ഞ ദിവസം കണ്ണൂർ കടൽപ്പുറത്ത് കോൺഗ്രസിന്റെ ഒരു മഹായോഗം നടന്നു. പ്രധാനമന്ത്രി പണ്ഡിറ്റ് ജവഹർലാൽ നെഹ്റു കോൺഗ്രസ് സ്ഥാനാർത്ഥിയെ വിജയിപ്പിക്കാൻ ആഹ്വാനവും ചെയ്തു. വലിയ കൈയടിയും ഉണ്ടായി. ജനക്കൂട്ടം ഉണ്ടായത് നേരാണ്. അത് ഇന്ത്യയുടെ പ്രധാനമന്ത്രിയെ ഒരു നോക്കു കാണാൻ വേണ്ടിയായിരുന്നു ആർക്കും ഒരു ബേജാറും വേണ്ട. വോട്ടുപെട്ടി പൊളിക്കുമ്പോൾ നമ്മൾ വിജയിച്ചിരിക്കും. പ്രിയപ്പെട്ട സഹോദരങ്ങളേ, ഇനിയുള്ള മണിക്കൂറുകൾ വിലപ്പെട്ടതാണ്. വിജയം നമ്മുടേതാക്കുക. ലാൽ സലാം.

(വമ്പിച്ച കൈയടി. മുദ്രാവാക്യം വിളി)

(രംഗദീപം പൊലിയുന്നു)

ദൃശ്യം പതിനെട്ട്

രംഗം : കല്യാശ്ശേരി വായനശാല ഹാൾ.
കല്യാശ്ശേരി വായനശാല ഹാൾ, കാലം 1958 സമയം രാവിലെ പത്തുമണി. നായനാരുടെ വിവാഹസ്വീകരണ വേദിയിൽ നാലഞ്ചു കസേരകൾ. കസേരകളിൽ കെ പി ആർ, ചാത്തുണ്ണി മാസ്റ്റർ, പി സി മാധവൻ നായർ, നായനാർ, ശാരദ ടീച്ചർ. നായനാർ ഫുൾകൈ ഷർട്ടും മുണ്ടും... ശാരദ ടീച്ചർ കസവുബോർഡറുള്ള നീല സാരി. കടും

നീല നിറത്തിലുള്ള വെൽവറ്റ് ബ്ലൗസ് കൈയിൽ ഈ രണ്ടു സ്വർണ്ണവളകൾ, കഴുത്തിൽ ചെയിൻ

രംഗദീപം തെളിയുമ്പോൾ ചാത്തുണ്ണി മാസ്റ്റർ സ്വസ്ഥാനത്തു നിന്ന ഴുന്നേറ്റ്

ചാത്തുണ്ണിമാസ്റ്റർ: *(കോളറുവെച്ച പോക്കറ്റുള്ള ഖദർ ഷർട്ട്, തടിച്ച് വീർത്ത പോക്കറ്റ്)* പ്രിയപ്പെട്ട സഹോദരീ സഹോദന്മാരെ, നമ്മുടെ പ്രിയപ്പെട്ട സഖാവ് നായനാർ ഇന്ന് വിവാഹിതനായിരിക്കുന്നു. കല്യാശ്ശേരിക്കാർക്കു മാത്രമല്ല, അദ്ദേഹത്തിന്റെ സുഹൃത്തുക്കൾക്കൊക്കെ ആഹ്ലാദം പകരുന്ന നിമിഷങ്ങളാണിത്. അദ്ദേഹത്തിന്റെ വധു ആരാണെന്നു ഞാൻ പറയേണ്ടതില്ലല്ലോ. സഖാവ് പി കൃഷ്ണപിള്ള ബോൾഷെവിക് വീരനെന്നു കൊണ്ടാടിയ നമ്മുടെ പ്രിയപ്പെട്ട നേതാവ് കെ പി ആറിന്റെ മരുമകൾ ശാരദടീച്ചർ ആണ്. പാർട്ടിയും പ്രസ്ഥാനവുമല്ലാതെ മറ്റൊന്നിനെക്കുറിച്ചും ചിന്തിച്ചിട്ടില്ലാത്ത നായനാരെ ഒരു നല്ല ഭർത്താവുകൂടി ആക്കാൻ ശാരദയ്ക്ക് കഴിയും എന്നാണ് ഞങ്ങളുടെ വിശ്വാസം. ഈ വിവാഹം നടത്തിക്കൊടുക്കാൻ മുൻ കൈ എടുത്ത കെ പി ആറിന് ഞാൻ കോഴിക്കോട്ടു പാർട്ടി ജില്ലാക്കമ്മറ്റിക്കു വേണ്ടി നന്ദി രേഖപ്പെടുത്തുന്നു. നായനാർ കണ്ണൂരുകാരനാണെങ്കിലും ഞങ്ങളുടെ ജില്ലാ സെക്രട്ടറിയാണല്ലോ. ഞങ്ങളാണ് വരന്റെ ആധികാരിക ബന്ധുക്കൾ. അതുകൊണ്ടാണ് ഞാനും പി സി രാഘവൻ നായരും ചേർന്ന് വിവാഹത്തിന്റെയും സ്വീകരണത്തിന്റെയും നോട്ടീസ് ഇറക്കിയത്. ഞങ്ങളുടെ നോട്ടീസിൻപ്രകാരം ഇവിടെയെത്തിയ എല്ലാ പാർട്ടി സഖാക്കളോടും ബന്ധുക്കളോടുമുള്ള നന്ദി രേഖപ്പെടുത്തുന്നു. ഒപ്പം നായനാർക്കും ശാരദ ടീച്ചർക്കും സുദീർഘമായ ഒരു ദാമ്പത്യജീവിതവും നേരുന്നു.

(ചാത്തുണ്ണി മാസ്റ്റർ പിറകിലേക്ക് നോക്കി)

കെ പി ആർ സംസാരിക്കുന്നോ..

കെ പി ആർ : ക്രിയകേവലം ഉത്തരം

ചാത്തുണ്ണി മാസ്റ്റർ: പി സിയോ

പി സി : എല്ലാം മാസ്റ്റർ പറഞ്ഞല്ലോ അതുമതി

നായനാർ ; (അല്പം ഉച്ചത്തിൽ) മാഷേ എനിക്കു ചിലതു പറയാനുണ്ട്.

ചാത്തുണ്ണി മാസ്റ്റർ: അത് എനിക്കറിയാം.

(നായനാർ എഴുന്നേറ്റ് മുന്നിലേക്ക് വന്നു)

നായനാർ : സഖാക്കളേ
ഇന്ന് 1958 സെപ്തംബർ 28. കഴിഞ്ഞ രണ്ടാഴ്ചയ്ക്ക് മുമ്പ് ഞാനിവിടെ വന്നിരുന്നു. അപ്പോൾ കെ പി ആറാണ് ശാരദയുമായുള്ള വിവാഹത്തെക്കുറിച്ച് ആലോചിച്ചുകൂടേ എന്ന് എന്നോട് ചോദിച്ചത് കെ പി ആർ എനക്ക് ബന്ധു മാത്രമല്ല, എന്റെ രാഷ്ട്രീയ ഗുരു കൂടിയാണ്. അതുകൊണ്ട് വരട്ടെ ആലോചിക്കാമെന്ന് പറഞ്ഞു. എന്നെപ്പോലെ സജീവരാഷ്ട്രീയത്തിൽ ഏർപ്പെട്ടിട്ടുള്ള ഒരാൾക്ക് വിവാഹജീവിതം നയിക്കുക എളുപ്പമല്ല. ഭാര്യയെയും കുട്ടികളെയും പറ്റി ചിന്തിക്കാൻ തന്നെ സമയം കിട്ടുകയില്ല. പിന്നെ ഭാര്യയോടും കുട്ടികളോടും ഒപ്പം ജീവിക്കുന്നതെങ്ങനെ? ഇതായിരുന്നു എന്റെ ചിന്ത. ശാരദ എന്നെയും ഞാൻ ശാരദയെയും അറിയും. അതുകൊണ്ട് കാര്യങ്ങൾ ഞാൻ ശാരദയുടെ മുന്നിൽ വച്ചു. വിവാഹം കഴിഞ്ഞാലും ഞാൻ കോഴിക്കോട്ടും ശാരദ കല്യാശ്ശേരിയിലും കഴിയേണ്ടി വരും. ശാരദയ്ക്ക് സമ്മതമാണെങ്കിൽ വിവാഹം നടത്താമെന്നു ഞാൻ പറഞ്ഞു. അവൾ സമ്മതിച്ചു. ഞാൻ കോഴിക്കോട്ടു പോയി ചാത്തുണ്ണി മാസ്റ്ററോടും പി സി മാധവൻ നായരോടും പറഞ്ഞു. അവരാണ് വളരെ വേഗത്തിൽ ഈ ഏർപ്പാടുകൾ ഉണ്ടാക്കിയത്. പക്ഷേ, ഇന്നു തന്നെ എനക്ക് ഇവിടെ തങ്ങാൻ കഴിയില്ല. നാളെ തിരുവനന്തപുരത്ത് പാർട്ടി സ്റ്റേറ്റു കമ്മറ്റിയാണ്. പോയേ കഴിയൂ.

ചാത്തുണ്ണിമാസ്റ്റർ: *(ഉച്ചത്തിൽ)* അതിനെന്താ നായനാരെ, ടീച്ചറെയും കൂട്ടിക്കോ. തീവണ്ടിയിലാവാം. ആദ്യരാത്രി. *(കൂട്ടച്ചിരിയോടെ നായനാരടക്കം എല്ലാവരും എഴുന്നേല്ക്കുന്നു.*

(രംഗദീപം പൊലിയുന്നു)

ദൃശ്യം പത്തൊൻപത്

പശ്ചാത്തലത്തിൽ കടുംനീല നിറത്തിലെ യവനിക. വേദിയുടെ വലതു വശത്തു ഒരു തൂക്കുമരം - തൂക്കുമരത്തിൽ നിന്ന് താഴേക്ക് നീണ്ടുകിടക്കുന്ന തൂക്കുകയർ, തൂക്കുമരത്തിന്റെ ചുവട്ടിൽ ആരാച്ചാർ.

"മരണമണി"യെന്നനുസ്മരിക്കുന്ന പെരുമ്പറ പോലെയുള്ള മണിമുഴക്കം. വേദിയുടെ വലതുവശത്ത് വെളിച്ചത്തിന്റെ ഒരു ബിന്ദു. ഒരു യുവാവിന്റെ മുഖം. ക്രമേണ യുവാവായ നായനാരുടെ മുഖം

വ്യക്തമാകുന്നു. നായനാരിൽ വെളിച്ചം കേന്ദ്രീകരിക്കുന്നു. നായനാരിൽ നിന്ന് വെളിച്ചം പിന്നിലേക്ക് നീളുന്നു. ബയണറ്റു ഘടിപ്പിച്ച തോക്കും നീട്ടി നായനാർക്കു പിന്നിൽ മൂന്നു പൊലീസുകാർ നാലുപേരും അടിവച്ചടിവച്ചു മുന്നോട്ടു നീങ്ങുന്നു.

വേദിയുടെ മദ്ധ്യത്തു എത്തുമ്പോൾ രംഗത്താകെ ദീപം പരക്കുന്നു

വലതുവശത്തു നിന്ന് ഒരുജനക്കൂട്ടം രംഗത്തേക്ക് ഇരമ്പിക്കയറുന്നു. നായനാരെ വലയം ചെയ്യുന്നു. 'സഖാവ് നായനാർ സിന്ദാബാദ്... നായനാരെ ഞങ്ങൾ വിട്ടുതരില്ല എന്ന് ആവേശകരമായ മുദ്രാവാക്യം വിളിയോടെ ജനക്കൂട്ടം നായനാരേയും കൊണ്ടു മുന്നോട്ടു മാർച്ച് ചെയ്യുന്നു. പൊലീസുകാർ പേടിച്ചു പലായനം ചെയ്യുന്നു.

(പൊടുന്നനെ രംഗദീപം പൊലിയുന്നു)

പശ്ചാത്തലത്തിൽ അനൗൺസ്മെന്റ്: കയ്യൂരിലെ തൂക്കുമരത്തിൽ നിന്ന് സാമ്രാജ്യത്വത്തിനും ജന്മിത്തത്തിനും എതിരേ നടന്ന തീപാറുന്ന പോരാട്ടഭൂമികയിലൂടെ കഴിഞ്ഞ നാലു പതിറ്റാണ്ടുകളായി ഇടറാതെ പതറാതെ മുന്നേറിയ സഖാവ് ഇ കെ നായനാർ നാടിന്റെ ഭാഗധേയം നിർണ്ണയിക്കുന്ന ഭരണാധികാരിയായി ഇതാ കേരളത്തിന്റെ അധികാര കേന്ദ്രമായ തിരുവനന്തപുരം സെക്രട്ടറിയേറ്റിലേക്ക്! 1980 ജനുവരി 25 ഇതാ... ഇ കെ നായനാർ ബ്രിട്ടീഷുകാരന്റെ കൊലമരത്തിൽ നിന്ന് ജനാധിപത്യത്തിന്റെ സിംഹാസനത്തിലേക്ക്

(രംഗദീപം തെളിയുന്നു)

പശ്ചാത്തലത്തിൽ തിരുവനന്തപുരം സെക്രട്ടേറിയറ്റ് മന്ദിരത്തിന്റെ മുൻവശം. മുൻനിരയിൽ സെക്രട്ടേറിയറ്റിനഭിമുഖമായി ചെങ്കൊടിയേന്തിയ ജനക്കൂട്ടം

തുറന്ന ചിരിയോടെ കൈ ഉയർത്തി ജനങ്ങളെ അഭിവാദ്യം ചെയ്തുകൊണ്ട് വേദിയുടെ ഏറ്റവും പിന്നിൽ നിന്ന നായനാർ ഉറച്ച കാൽവയ്പോടെ മുന്നോട്ട്.

ഉച്ചത്തിൽ മുദ്രാവാക്യം വിളിച്ചും കൊടി വീശിയും ജനങ്ങൾ നായനാരെ എതിരേല്ക്കുന്നു

നായനാർ : *(രംഗമദ്ധ്യത്തു വന്നു ജനങ്ങൾക്കഭിമുഖമായി നില്ക്കുന്നു)*

പ്രിയപ്പെട്ട സഹോദരീ സഹോദരന്മാരെ, സുഹൃത്തുക്കളേ! എനക്കു നിങ്ങളെ അറിയാം. നിങ്ങൾക്ക് എന്നെയും. നിങ്ങൾ എന്നെ ഏല്പിച്ച ഉത്തരാവാദിത്വം എത്ര വലുതാണെന്നു ഞാൻ മനസ്സിലാക്കുന്നു. ഒരു ബൂർഷ്വാ ചട്ടക്കൂടിൽ നിന്നുകൊണ്ട് ജനങ്ങൾക്കു എന്തുമാത്രം ചെയ്തുകൊടുക്കാൻ കഴിയുമെന്ന് എനക്കറിയില്ല. പക്ഷേ, മഹാനായ നമ്മുടെ ഗുരുനാഥൻ സഖാവ് ഇ എം എസ് ഈ രംഗത്തു നടത്തിയ പരീക്ഷണങ്ങൾ നമ്മുടെ മുമ്പിലുണ്ട്. അദ്ദേഹത്തിന്റെയും എല്ലാ രംഗത്തുമുള്ള മറ്റു സഹപ്രവർത്തകരുടെയും സഹായത്തോടെ മുഖ്യമന്ത്രി എന്ന നിലയ്ക്ക് എനിക്കു ഫലപ്രദമായി പ്രവർത്തിക്കാൻ കഴിയുമെന്നാണ് എന്റെ പ്രതീക്ഷ.
എന്റെ ബാല്യവും കൗമാരവും യൗവ്വനവും സാമ്രാജ്യത്വത്തിനും ജന്മിത്തത്തിനുമെതിരായ പോരാട്ടത്തിനാണ് ഞാൻ ചെലവിട്ടത്. കുട്ടിക്കാലത്തു ഞാൻ കോൺഗ്രസായിരുന്നു. അത് ജീർണ്ണിച്ചപ്പോൾ കോൺഗ്രസ് സോഷ്യലിസ്റ്റായി. പിന്നെ കമ്യൂണിസ്റ്റായി. പോരാട്ടമാണ് എന്റെ ശൈലി. ജീവിതത്തിലെ ഏറിയ കാലവും ഒളിവിലായരുന്നു. കുറച്ചുകാലം ജയിലിലും ഇന്നിതാ മറ്റൊരു ജയിലിൽ. ബ്രിട്ടീഷുകാരന്റെ പഴയ ചട്ടവട്ടങ്ങൾ അണുകിട വ്യതിചലിക്കാത്ത മാനുവലുകൾക്കും റവന്യൂ കോഡുകൾക്കുമിടയിൽ കിടന്നു പിടയുന്ന മഹാഭൂരിപക്ഷത്തിന്റെ ജീവിതപ്രശ്നങ്ങൾ പരിഹരിക്കാൻ പുറത്തെ ജനങ്ങളുടെ പരിപൂർണ്ണ പിന്തുണ വേണം.
മഹാരാജാക്കന്മാരും മഹാനേതാക്കന്മാരും ഇരുന്ന ഈ കസാലയിൽ ഞാനിരിക്കുമ്പോൾ എന്റെ മുമ്പിൽ തെളിയുന്നത് കയ്യൂരിലെയും കരിവെള്ളൂരിലെയും കാവുമ്പായിലെയും കൃഷിക്കാരുടെ ദയനീയ മുഖങ്ങളാണ്. സർ സി പി യുടെ പട്ടാളത്തോടേറ്റുമുട്ടി മരിച്ച പുന്നപ്ര വയലാറിലെ ധീരമായ തൊഴിലാളി സഖാക്കളുടെ വീറുറ്റ മുഖങ്ങളാണ്. അവരുടെ രക്തപ്രതിജ്ഞ ശാശ്വതമാക്കാൻ എനക്കു ശക്തി തരൂ. പ്രിയപ്പെട്ടവരെ ശക്തിതരൂ!

(രംഗദീപം പൊലിയുന്നു)

പശ്ചാത്തലത്തിൽ
അനൗൺസ്മെന്റ്: *1980 മുതൽ ഏതാണ്ട് രണ്ടര ദശാബ്ദക്കാലം കേരളത്തിൽ ഒരു പുതിയ യുഗത്തിനു നാന്ദികുറിച്ചു, നായനാർ യുഗം.*
അമ്പതുകളിലെയും അറുപതുകളിലെയും ഇ എം എസ്

മന്ത്രിസഭകൾക്കു ശേഷം കേരളത്തിന്റെ മുഖചരായ മാറ്റിയ കയർ-കർഷകത്തൊഴിലാളി പെൻഷൻ, സമ്പൂർണ്ണ സാക്ഷരതായജ്ഞം, അധികാരവികേന്ദ്രീകരണവും ജനകീയാസൂത്രണവും തുടങ്ങിയ പരിപാടികൾ നടപ്പാക്കിയത് നായനാർ ഗവൺമെന്റുകളായിരുന്നു. കേരളത്തിലെ ജനങ്ങളെയാകെ കർമ്മോത്സുകരാക്കി അവർക്കൊപ്പം ചിരിച്ചും, അവരെ ചിരിപ്പിച്ചും എതിരാളികളെപ്പോലും സുഹൃത്തുക്കളാക്കിയതും ആ ജനനായകൻ അജാതശത്രുവായി. കേരളത്തിന്റെ പൊതുകാരണവരായി. നായനാരുടെ സാന്നിദ്ധ്യം ജനങ്ങൾക്ക് എന്നും ഉത്സവമായിരുന്നു.

(രംഗദീപം തെളിയുമ്പോൾ)

(പശ്ചാത്തലത്തിൽ വെളുത്ത യവനിക. മുദ്രാവാക്യം വിളിയോടെ ഒരു സംഘം വേദിയിലേക്ക് പ്രവേശിക്കുന്നു)

പാട്ടും കളിയുമായി അതൊരു ഘോഷയാത്രയായി മാറുന്നു.

ഇൻകിലാബ് സിന്ദാബാദ്
ഇ കെ നായനാർ സിന്ദാബാദ്
അഭിവാദ്യങ്ങൾ, അഭിവാദ്യങ്ങൾ
സഖാവ് നായനാർക്കഭിവാദ്യങ്ങൾ
കൊടിയെടുക്കെടി, കുഴൽ വിളിക്കെടി
പുന്നാരേ, പെണ്ണാളെ
തപ്പുകൊട്ടെടി തകിലുകൊട്ടെടി
പുന്നാരേ, പെണ്ണാളേ
കൊടിയെവിടെ, കുഴലെവിടെ അന്നമ്മേ ചിന്നമ്മേ
തപ്പെവിടെ, തകിലെവിടെ കോരാ ചീരാ വെള്ളേമ്പാ
തിന്താരാ തിന്നാരോ തകതിന്താരോ തിന്താരോ
ജനകീയ കൂട്ടായ്മയ്ക്കുയിരേകിയ നമ്മളുടെ
ജനനായകനെത്തുന്നൊരുത്സവമല്ലോ
നാടിന്നുത്സവമല്ലോ
തന്താനേ, തകതിമിതാനേ, തന്താനേ തകതാനേ..
വരണുണ്ടേ, വരണുണ്ടേ നായനാരു വരണുണ്ടേ
മലയാളി മനസ്സുകളിൽ മാവേലി പാട്ടുപോലെ
നാടിളക്കി നാടിളക്കി നാടുകാക്കും നമ്മേളുടെ
മാവേലി വരണുണ്ടേ
തെയ്യാരോതകതിമിതെയ്യം തെയ്യാരോ
ജനനായകനെത്തുമ്പോൾ എന്തുകൊടുക്കും
നമ്മളെന്തു കൊടുക്കും

ഇളനീരും, തെളിമനസ്സും തെയ്യാരോ
അഴിമതിയുടെ വേരുറക്കാൻ അരിവാളുകൊടുത്താലോ
അരിവാളിൻ ചിരികണ്ടാൽ അഴിമതിക്കാർ പറപറക്കും
ജനനായകനയ്യയ്യാ, അയ്യയ്യാ
മനസ്സുകുളിർക്കും അയ്യയ്യാ
ഞാറ്റുവേല പെൺകൊടിമാർകുമ്മിയടിക്കും
ആഹാ കുമ്മിയടിക്കും
ഇൻക്വിലാബ് സിന്ദാബാദ്
ഇ കെ നായനാർ സിന്ദാബാദ്
അഭിവാദ്യങ്ങൾ, അഭിവാദ്യങ്ങൾ
സഖാവു നായനാർക്കഭിവാദ്യങ്ങൾ
കയ്യൂരെ കൊലമരത്തിൽ
പൊലിയാത്ത സൂര്യനല്ലേ
ജനമനസ്സിൽ ചിരിചൊരിയും നായകനല്ലേ
ജനനായകനല്ലേ
പാടത്തു പണിയെടുത്തു മുതുകൊടിഞ്ഞ മുത്തശ്ശന്
നാഴൂരിക്കഞ്ഞിക്ക് പകരുന്നതാരെടി പെണ്ണേ
ആരെടി പെണ്ണേ
നാടാകെ കർഷകസമരം നയിച്ചൊരു
വീരസഖാക്കടെ മുന്നണി ഭരണം
നായനാർനയിച്ചൊരു മുന്നണിഭരണം
നാടിനുകൺമണിയായൊരു ഭരണം
ചെറ്റപ്പുരയിലെ ആമിനത്താത്തായ്ക്കും
മാളികക്കെട്ടിലെ മങ്കമാർക്കും
ചിതക്കും ചീരുതയ്ക്കും അച്ചാമ്മച്ചേച്ചിക്കും
മലയാളമക്കൾക്കാകമാനം
അക്ഷരമറിയാതെ കൂരിരുട്ടിൽ തപ്പും
ജനതയ്ക്കു ദീപമായ് മാറിയോനേ
അധികാരം ഗ്രാമത്തിൽ
പണിചെയ്യും മക്കടെ
കൈകളിലേക്കു പകർന്നവനെ
ആകെ ചിരിച്ചും ചിരിപ്പിച്ചും നമ്മുടെ
മലനാട്ടുകാരനോ കൂടെയുണ്ടേ
മലയാളക്കര കണ്ടൊരു ദയപ്പെരുമാളെ
എഴുന്നള്ളൂ, എഴുന്നള്ളൂ ഹൃദയങ്ങളിലൂടെ
ജനഹൃദയങ്ങളിലൂടെ

ഘോഷയാത്രയിലെ ജനങ്ങൾ വേദിവിട്ടൊഴിയുന്നു. വേദിയുടെ മദ്ധ്യത്തെ ഒരു ഉയർന്ന പീഠത്തിൽ നായനാർ. വെളിച്ചം നിമിഷനേരത്തേക്ക് നായനാരിൽ മാത്രം കേന്ദ്രീ

കരിക്കുന്നു

നായനാർ ; "താങ്ക്യൂ.. താങ്ക്യൂ... ആൾ"

പശ്ചാത്തലത്തിൽ

അനൗൺസ്മെന്റ്: കേരള ജനതയുടെ ഈ മഹാഭാഗ്യം ഏറെ നീണ്ടു നില്ക്കാൻ കാലം അനുവദിച്ചില്ല. 2004 മേയ് 19ന് വൈകുന്നേരം അഞ്ചുമണിക്ക് സ. ഇ കെ നായനാർ എന്നെന്നേക്കുമായി നമ്മോടു യാത്ര പറഞ്ഞു.

-ഘോരമായ ഇടിവെട്ടും പേമാരിയും
നായനാരുടെ രൂപം അപ്രത്യക്ഷമാകുന്നു
പശ്ചാത്തലത്തിൽ കടലിരിമ്പം
പയ്യാമ്പലത്തെ ചിത. ചിതയിൽ നിന്ന് തീജ്ജ്വാലകൾ ഉയരുന്നു
ഇല്ലാ ഇല്ല മരിക്കില്ല സഖാവ് നായനാർ മരിക്കില്ല
ജീവിക്കുന്നു ഞങ്ങളിലൂടെ...
തലതാഴ്ത്തി ജനങ്ങൾ മന്ത്രം പോലെ ഈ മുദ്രാവാക്യം
ഏറ്റുപറഞ്ഞു ചിതയ്ക്കു വലം വയ്ക്കുന്നു
ദുഃഖസാന്ദ്രമായ അന്തരീക്ഷത്തിൽ

യവനിക വീഴുന്നു

ജനസംസ്കൃതി
തിരുവനന്തപുരം
സാഹിത്യ - രാഷ്ട്രീയ ചരിത്ര നാടകം
മലയപ്പുലയനും
ഇ.എം.എസ്സും.

മലയപ്പുലയനും ഇ എം എസും

സീൻ ഒന്ന്

മനോഹരമായ ഒരു ഗ്രാമം. നീണ്ടുപരന്ന് കായൽപോലെ കിടക്കുന്ന ഒരു നെൽ വയലേല. വയലവസാനിക്കുന്നിടത്തേക്ക് ചെറിയ ഓല ക്കുടിലുകൾ. സമയം പ്രഭാതം. അകലെനിന്ന് ഒരു ക്ഷേത്രത്തിലെ പ്രഭാത പൂജയുടെ വാദ്യഘോഷങ്ങളും ശംഖനാദവും... കിളികളുടെ കളകൂജനം... കാക്കകളുടെ കരച്ചിൽ.... പകൽ വെളിച്ചം തെളിയു ന്നതേയുള്ളൂ. തലയിൽ തൊപ്പിപ്പാള വച്ച സമ്പ്രദായക്കാരായ രണ്ടു കൃഷിപ്പണിക്കാർ രംഗത്തേക്ക് കടന്നു വരുന്നു. ഏതാണ്ട് 35 വയ സ്സുണ്ടാവും. ചിന്നനും ചന്തിരനും. അവർ ഒരു കുടിലിന്റെ മുന്നിൽ വന്നു... അല്പനേരം നില്ക്കുന്നു...

ചന്തിരൻ : മലേൻ... ഒണർന്നിട്ടില്ലാന്നാ തോന്നണേ.

ചിന്നൻ : നല്ല തണുപ്പല്ലേ... കെട്ടിപ്പിടിച്ചുറക്കമായിരിക്കും.

ചന്തിരൻ : ആ കാലമാടൻ കാര്യസ്ഥൻ ഇപ്പ പാടത്ത് എത്തീരിക്കും... അതിനു മുന്നേ അവിടെ എത്തിയില്ലെങ്കിൽ...

ചിന്നൻ : പണ്ടേ... മലേനെ തമ്പ്രാനും കാര്യസ്ഥനും ഇഷ്ടമല്ല. ഓന്റെ നടത്തോം, വർത്താനോം ഒന്നും ഓരിക്കു പുടിയല്ല.

ചന്തിരൻ : പഴം പുരാണോം പറഞ്ഞോണ്ടു നിന്നാലാ... നേരം നന്നേ പെലർന്നു നമ്മുക്കു മലേനെ വിളിച്ചോണർത്താം...

ചിന്നൻ : (ഉച്ചത്തിൽ കൂകി വിളിക്കുന്നു) എടാ... മലയാ... നേരം ഉച്ചയായടാ... ഒന്നെഴുന്നേറ്റു വാ...

ഉറക്കത്തിൽ നിന്നെഴുന്നേറ്റു വരുന്നപോലെ... തിടുക്കത്തിൽ

മലയൻ : (കിഴക്കു മാനത്തു നോക്കി) ഓ നേരം വളരെ പെലർന്ന ല്ലോ... ങ്ങള് ഇമ്മിണി നേരായോ... വന്നിട്ട്...

ഉറക്കച്ചടവോടെ കോട്ടുവായിട്ട്... നടക്കുന്നതിനിടയിൽ റൗക്ക ത്തുമ്പും മുടിയും വാരിക്കെട്ടി... അഴകി-കാണാൻ കൊള്ളാവുന്ന ഒരു തൊഴിലാളിപ്പെണ്ണ് - മലയന്റെ പുലയി കടന്നു വരുന്നു.

അഴകി : എന്തൊരു കുളിര്

ചിന്നൻ : ഒടപ്പെറന്നാളേ ഇതു പറ്റൂല. കുളിരെന്നും പറഞ്ഞ് കെട്ടി പ്പിടിച്ച് കിടന്നാലേ പെലേന്റെ മുതുകാ പൊളിയുന്നത്.

മലയൻ : ഇന്നലെ ഒരു പോളക്കണ്ണടച്ചിട്ടില്ല.

ചന്തിരൻ : അതു കണ്ടപ്പയേ മനതിലായി... അഴകീ നീയിതു കേട്ട ല്ലോ...

അഴകി : (ലജ്ജയോടെ) പോ.. അണ്ണാ... ങ്ങള്... വിചാരിക്കുന്നതൊ ന്നുമല്ല... ഇളയകുട്ടീന് തീപോലത്തെ പനിയായിരുന്നു... ഓനെ... എടുത്തു തോളിലിട്ടു വെളുക്കുന്നോരെ... കൊണ്ടു നടപ്പാരുന്നു... വെളുത്തിട്ടാ ഒന്നു മയങ്ങിയത്.

(അകത്ത് നിന്ന് ഒരു കുട്ടിയുടെ വിളിയും കരച്ചിലും...)

അമ്മച്ചി എനിക്കു വിശക്കുന്നു... എനക്ക് ഇവിടെ ഒറ്റയ്ക്ക് കിടക്കാൻ മേല... അപ്പനെ വിളി... അമ്മച്ചീ... അപ്പാ... അപ്പാ... അപ്പാ..

അഴകി : ങ്ങള് പൊയ്ക്കോളിൻ... കേളനൊണർന്നെന്നാ തോന്ന ണേ... കണ്ടാൽ വിടൂല്ല..

മലയൻ : ചെരി... അഴകി... നീ ഇന്നു പണിക്കു പോണ്ട... കുട്ടീനേ പൊറത്തെങ്ങും വിടല്ലേ...

ചിന്നൻ : നുമുക്ക് നടവരമ്പേ... പോണ്ട... നമ്മ താമതിച്ചകൊണ്ട് ചെലപ്പോ... കാര്യസ്ഥൻ തമ്പ്രാ... ഇങ്ങോട്ടു വന്നാലോ... കാവിനപ്പുറത്തെ ഇടവയിയേ പോവാം...

മൂന്നുപേരും രംഗത്തു നിന്ന് വേഗത്തിൽ നടന്നകലുന്നു... അഴകി... അല്പനേരം അതു നോക്കി നില്ക്കുന്നു... ദൂരെ നിന്ന് ആരോ വരു ന്നതു നോക്കി...

അഴകി : ഓ... എയുന്നള്ളത്തുണ്ടല്ലോ... ജന്മിത്തമ്പ്രാനും... കാര്യ സ്ഥൻ തമ്പ്രാനും... ഇനി എന്തൊക്കെ കേക്കണം... തെങ്ങീന്നു വീണ ഓലമടലെന്തു ചെയ്തു. ചൂട്ടും കൊതു മ്പും... എന്തു ചെയ്തു. എത്ര വെള്ളയ്ക്കാ അടർന്നു വീണു... ഒക്കെ സഹിക്കാം.. എല്ലാം കഴിഞ്ഞൊരു തക്കാ രമുണ്ട്... ആ ഓലമെടലു നീയങ്ങെടുത്തോ... എന്നിട്ടൊരു

നോട്ടമുണ്ട്... മാറത്തും ചന്തിക്കും. കുന്തം കൊണ്ടു കുത്തുന്ന പോലെ... തുണി കരിയുന്നൊരു നോട്ടം (പതുക്കെ നടന്നകത്തേക്ക് കയറിപ്പോകുന്നു)

പുറത്ത് നിന്ന് ജന്മിയും കാര്യസ്ഥനും കടന്നു വരുന്നു. മദ്ധ്യവയസ്സു കഴിഞ്ഞ വെളുത്തു സുമുഖനായ... ജന്മി... കുടുമയും വില്ലും കടുക്കനും... നേര്യതുടുത്ത്... മറ്റൊരു നേര്യേത് വളച്ച് തോളിലിട്ടിട്ടുണ്ട്.... പിന്നിൽ ജന്മിക്ക് ഓലക്കുടയും പിടിച്ച്... ഇളിയിൽ കച്ച കെട്ടിയ കാര്യസ്ഥൻ... രണ്ടുപേരും മലയന്റെ കുടിലിന്റെ മുറ്റത്ത് നിന്ന് നില്ക്കുന്നു..)

ജന്മി : എടാ... കിട്ടൂ... അകത്താരാ ഉള്ളതെന്നു ചോദിക്ക്.

സംസാരത്തിൽ വിക്കുണ്ട്. വടിപോലെയാണ് കിട്ടു നടക്കുന്നത്.

കിട്ടു : (അല്പം മുന്നോട്ടു നീങ്ങി) എ... എ... ടാ... ഇ... ഇ...വിടെ അ.. അ.. ആരു... മില്ലേടാ...

അകത്തു നിന്ന് അഴകി : അട്യന്റെ പെലേൻ... പണിക്കു പോയേ..

ജന്മി (ആത്മഗതം : (സന്തോഷത്തോടെ) അപ്പോൾ ഓനില്ല. നന്നായി.... പക്ഷേ, ആ നശൂലങ്ങൾ... നായക്കുട്ടികളെപ്പോലെ അഞ്ചെണ്ണമല്ലേ. അഞ്ചു പെറ്റാലെന്താ... അവൾ പഴയ പരാശരാനുഗ്രഹം കിട്ടിയ ആ മുക്കുവപ്പെണ്ണിന്റെ അനുജത്തിതന്നെ... കിട്ടൂ ഒന്റെ പുലയിയെ ഇങ്ങട്ട് വിളിക്കൂ.

കിട്ടു : എ... എ... ടി... അ... അഅഴ... അഴ... അഴകി... പ്പെലയി... നി... ഒന്ന്... ഒന്ന് ഇങ്ങട് ഇറങ്ങി... വാ... മുമു...റ്റ... മുറ്റ... മുറ്റത്ത് ത... ത... തമ്പരാൻ കാ.. കാ.. ത്തു നില്ക്കുന്നു.

അഴകി കുടിലിൽ നിന്നിറങ്ങി വരുന്നു. ജന്മി അവളെ നോക്കി എല്ലാം മറന്നങ്ങനെ നില്ക്കുന്നു.

ജന്മി : നെന്റെ പെലേനെവിടെപ്പോയി... നേരം ഇത്ര വൈകിട്ടും... അവൻ പാടത്ത് എത്തീലല്ലോ...

അഴകി : ഓര് കൊച്ചു വെളുപ്പിനെ പാടത്തു പണിക്കു പോയതാണേ...

ജന്മി : കിട്ടു... നാം ഓനെ അവിടെ കണ്ടില്ലല്ലോ... കഴിഞ്ഞ പൂവിന് നെല്ലും പണവും നമ്മോടു കടം വാങ്ങിയിട്ട് അവൻ വല്ല മാപ്പിളമാരേം കൃഷിക്കു പോയിട്ടുണ്ടോ..

അഴകി : അയ്യോ അടിയങ്ങൾ അവിടുത്തെ പണിക്കാരല്ലേ.. തമ്പ്രാനെ വിട്ട് അടിയങ്ങള് എവിടെ പോകാൻ... ഈ ഒടലും അതിലോടുന്ന ചോരയും അവിടുത്തെ ഉപ്പും

ചോറുമല്ലേ.

ജന്മി : *(സന്തോഷിച്ച്)* അതുമതി... അതുമതി... നിനക്കെങ്കിലും ആ വിചാരമുണ്ടല്ലോ.

അഴകി അകത്തേക്ക് പോകാൻ തുടങ്ങുന്നു.

അഴകി : എന്നാൽ... അടിയൻ...

ജന്മി ശൃംഗാരച്ചിരിയോടെ

ജന്മി : എന്താ ഇത്ര ധൃതി. നാം മുറ്റത്ത് വന്ന കാലെ നിന്നിട്ട് നേരം എത്രയായി. നിന്റെ കുടിലിലേക്ക് ഒന്നു ക്ഷണിക്കുന്നു പോലുമില്ലല്ലോ.

അഴകി : *(ഭയപ്പെട്ട്)* അടിയങ്ങൾ തീണ്ടൽ ജാതിക്കാരല്ലേ. അടിയങ്ങളുടെ കുപ്പപ്പാട്ടിൽ മേലാളന്മാർ...

ജന്മി : *(ശൃംഗാരച്ചിരിയോടെ)* കാണാൻ കൊള്ളാവുന്ന പെണ്ണുങ്ങൾ... ഏതു ജാതിക്കാരായാലെന്താ.. അവരെ അനുഭവിക്കാനുള്ള... അവകാശവും ജന്മിമാർക്കുള്ളതാണ്. നിന്റെ മടിയിൽ ചെരുകി വച്ചിരിക്കുന്നതെന്താ... വെറ്റില പാക്കാണോ... ഇങ്ങെടുക്കുക...

അഴകി : *(ആകെ ഭയന്ന്)* അയ്യോ... ഏൻ... വേറെ..

ജന്മി : സാരമില്ല. എനിക്കിതുമതി. *(പെട്ടെന്ന്... അഴകിയുടെ മടിക്കുത്തിൽ പിടിക്കുന്നു. അഴകി പിൻവലിക്കുന്നു. വെറ്റില പാക്ക് തറയിൽ വീഴുന്നു.)*

(അഴകി അകത്തേക്ക് പോകാൻ തിരിയുന്നു. ജന്മി അഴകിയുടെ കൈക്ക് പിടിക്കുന്നു... കുതറി മാറാൻ ശ്രമിക്കുന്നു)

അഴകി : *(പൊട്ടിക്കരഞ്ഞുകൊണ്ട്)* അയ്യോ... തമ്പ്രാ...അടിയനെ ഉപദ്രവിക്കല്ലേ...

വിളി കേട്ടുകൊണ്ട് കുട്ടികൾ... തേവൻ, മാതേവൻ, കരുവള്ളോൻ, നീലി എന്നിവർ പുറത്തേക്കോടി വരുന്നു. അകത്തുനിന്ന് കേളന്റെ "അമ്മേ... അമ്മേ..." എന്ന ദീന സ്വരം)

കുട്ടികൾ : ഞങ്ങടെ അമ്മേനെക്കൊല്ലല്ലേ... തമ്പ്രാ... ഞങ്ങടെ അമ്മേനെക്കൊല്ലല്ലേ.

അമ്മയെ കെട്ടിപ്പിടിക്കുന്നു. ജന്മി പിടിവിട്ടു

ജന്മി : നശൂലങ്ങൾ. അരസിക കൂട്ടങ്ങൾ... എല്ലാറ്റിനേം ഒരു പാഠം പഠിപ്പിക്കുന്നുണ്ട്.

രംഗദീപം പൊലിയുന്നു

സീൻ രണ്ട്

സമയം... സായം സന്ധ്യ... മലയന്റെ കുടിലിന്റെ മുറ്റം... രംഗദീപം തെളിയുമ്പോൾ... മലയന്റെ കുട്ടികൾ വളഞ്ഞിരുന്നു. കളിക്കുന്നു. കളിയുടെ അവസാനം.

തേവൻ : ഇന്ന് പണി കഴിഞ്ഞ് നേരത്തെ വരുമെന്നാണല്ലോ അമ്മച്ചി പറഞ്ഞത്... എന്നിട്ടും കണ്ടില്ലല്ലോ...

മാതേവൻ : ഇന്ന് മംഗ്ലാവിപ്പോയി നെല്ലും വാങ്ങിച്ചോണ്ടേ വരുവെന്നാ അമ്മച്ചി പറഞ്ഞത്..

നീലി : അമ്മൂമ്മേം... അച്ചാച്ചനും വരുമ്പം ചക്കരച്ചോറു വയ്ക്കാൻ നെല്ലു ചോദിക്കാനാ അമ്മച്ചി പോയേക്കണത്.

കരുവള്ളോൻ: പെണ്ണിന്റെ ഒരു കൊതി... അമ്മൂമ്മേന്റേം അച്ചാച്ചന്റേം പറ്റി തീർക്കാനാ പെണ്ണേ... പറേനും പെലേനുമൊന്നും ചോറുണ്ടൂടാ... അതൊക്കെ മേലാളന്മാർക്കുള്ളതാ..

തേവൻ : ഓ, ഒരു തത്ത്വജ്ഞാനി.. എന്താടാ... പെലേനും പറേനും ചോറുണ്ടാ... തൊണ്ടേന്ന് ഇറങ്ങത്തില്ല്യോ..

കരുവള്ളോൻ: എനിക്കറിയാൻ മേലേ... ഏൻ നാട്ടുനടപ്പ് പറഞ്ഞന്നേ ഒള്ളൂ.

കേളൻ : എനക്കു... വെശക്കുന്നു... അമ്മച്ചി ഇങ്ങു വന്നെങ്കി.

(ദൂരെ നിന്ന് അഴകി വരുന്നത് കണ്ട് കുട്ടികൾ ഉത്സാഹത്തോടെ)

കുട്ടികൾ
ഒരുമിച്ച് : ഓ അമ്മച്ചി വരണേ... അമ്മച്ചി വരണേ..

എല്ലാവരും കൂടി അഴകിയെ എതിരേറ്റു കൊണ്ടുവരുന്നു. ചട്ടികൊണ്ടടച്ച പഴയ മൺകലവും തലയിൽ വച്ച് അഴകി പ്രവേശിക്കുന്നു.

കഞ്ഞിക്കലം താഴെ വയ്ക്കുന്നു അഴകി. കഞ്ഞിക്കലത്തിനരികെ ഇരിക്കുന്നു. ചുറ്റിലും കുട്ടികളും.. പെട്ടെന്ന് കേളൻ കലത്തിന്റെ അടപ്പെടുത്ത് കൈ അകത്തിട്ട് ഒരുപിടി പറ്റുവാരുന്നു... നീലി അവന്റെ കൈയ്ക്ക് ഒരടി കൊടുക്കുന്നു... കേളൻ നീലിയെ തല്ലുന്നു...)

നീലി : *(ദേഷ്യത്തിൽ)* ഒരാർത്തി പണ്ടാരം. എന്തു കിട്ടിയാലും തെകയൂല... ഓനു വയറേ ഉള്ളൂ എന്നു തോന്നുന്നു.

അഴകി : ഓൻ പിള്ളയല്ലേടി നീലി... നിങ്ങളു തമ്മിൽ തല്ലേണ്ടാ. കുടീ പോയി ചട്ടികൾ എടുത്തോണ്ടു വരിൻ.

കേളനൊഴികെ മറ്റുള്ളവർ അകത്തേക്കോടുന്നു. കേളൻ അപ്പോഴും കലത്തിൽ കൈയിട്ടു ചോറ് ഊറ്റി എടുക്കുന്നു.

അഴകി : മോനെ, ചോറു മുഴുവൻ ഊറ്റി എടുക്കാതെ... ഒരുപിടി ചോറേയുള്ളൂ... നിന്റെ കൂടെപ്പിറപ്പുകൾക്കും കൂടി കൊടുക്കണ്ടേ... മോൻ ഈ ചട്ടി എടുത്തോ.

(ചട്ടിയിലേക്ക് ഇത്തിരി വറ്റും കുറേ വെള്ളവും ഒഴിക്കുന്നു.) അകത്തുനിന്ന് ചട്ടിയുമായി മറ്റുള്ളവരെത്തുന്നു. അഴകി ഈരണ്ടു വറ്റും വെള്ളവുമായി ചട്ടികളിൽ പകരുന്നു.

നീലി : *(കരുവള്ളോന്റെ ചട്ടിയിൽ നിന്ന് വറ്റു വാരുന്നു. അവൻ കൈക്ക് പിടിക്കുന്നു. തല്ലും... പിടിയും... കരച്ചിലും ചിരിയുമായി അവർ കഞ്ഞി മോന്തി തീർക്കുന്നു.)*

എല്ലാവരും ചട്ടിയും കലവുമായി കുടിലിനകത്തേക്ക് കയറുന്നു. അല്പം കഴിഞ്ഞ് ഓരോരുത്തരായി കുടിലിന്റെ മുറ്റത്തേക്ക് വരുന്നു... പുറത്ത്നിന്ന് തോളിൽ ഒരു വാഴക്കന്നുമായി മലയൻ പ്രവേശിക്കുന്നു...

അഴകി : അല്ല... ഇതെന്താ...

അപ്പൻ വന്ന സന്തോഷത്തിൽ മക്കൾ അച്ഛനെ പൊതിയുന്നു.

മലയൻ : വരുന്ന വയിക്ക് പൊയക്കരേന്ന് ഒരു വായക്കന്നു കിട്ടി. തമ്പ്രാന്റെ വായക്കൂട്ടം ഇളക്കി നട്ടപ്പം വേണ്ടാതെ കളഞ്ഞതാ...

അഴകി : *(വാഴക്കന്ന് ഏറ്റു വാങ്ങീട്ട്)* നല്ല എനം വായയാണെന്ന് തോന്നുന്നു.

മലയൻ : പിന്നേ... ഞാലിപ്പൂവനാ.... പയുപ്പിക്കാൻ നല്ലതാ... നന്നായി കൊലച്ചാ... ഒരാളിന്റെ വലുപ്പത്തിലുണ്ടാവും.

നീലി : അപ്പാ... ഇതു കൊലച്ചാ.. പയുപ്പിച്ചു ഞങ്ങൾക്കു തന്നെ തരുമോ അപ്പാ.

അഴകി : അതിനൊന്നും നമ്മുക്ക് യോഗമില്ല മക്കളേ.

മലയൻ : നീ കരിനാക്കു കൊണ്ടൊന്നും പറയാതെടീ. നമ്മളു നട്ട വായ കൊലയ്ക്കുമെങ്കിൽ നമ്മളു തന്നെ പയുപ്പിച്ചു തിന്നും.

രംഗദീപം പൊലിയുന്നു.

സീൻ മൂന്ന്

സമയം വെയിൽ പരന്നു വരുന്നു. കൃഷിപ്പണി നടക്കുന്ന പാടം. പാടമൊരുക്കലും ഞാറു നടുകയുമാണ് രംഗം.

മലയൻ : എടാ... ചന്തിരാ... ആ കന്നിമൂലയിൽ അല്പം മേടുണ്ട്... അത് തൂമ്പാ കൊണ്ടൊന്നു പിടിച്ചേരേ...

ചന്തിരൻ : ചെളിനിരത്തമ്പം മരം ഒന്നു ചവിട്ടിപ്പിടിച്ചാ മതിയായിരുന്നു.

മലയൻ : ഇനി അതുമിതും പറഞ്ഞിട്ട് കാര്യമില്ലല്ലോ. ഞാറൊക്കെ പിഴുതു കിഴികെട്ടിക്കഴിഞ്ഞു. നടലുകാരിപ്പോഴെത്തും.

ചന്തിരൻ പുറത്തേക്കു പോകുന്നു.

ചിന്നൻ : *(അടുത്ത ഞാറ്റടിയിൽ നിന്ന് ഞാറും കെട്ടും തലയിൽ ചുമന്ന് പാടത്തേക്കു വരുന്നു... മുഖത്തു കൂടെ വെള്ളം ഒലിച്ചിറങ്ങുന്നു. ഞാറ്റുകെട്ട് പാടത്തേക്കിടുന്നു. മുഖത്തെ വെള്ളം തുടച്ചു കളയുന്നതായി ഭാവിക്കുന്നു.)* ഓ എന്തൊരു കനം. കഴുത്തൊടിഞ്ഞുപോയി. നല്ല ഞാറാ... പെലേന്റെ രക്തം കുടിച്ചു വളർന്നതല്ലെ. നൂറുക്കു നൂറു മേനി നോക്കിക്കോ.

തലയിൽ ഞാറുകെട്ടു ചുമന്ന് ചന്തിരൻ പാടത്തേക്ക് വന്ന്

ചന്തിരൻ : *(മലയനോട്)* ഒന്നു പിടിച്ചിറക്കു ചങ്ങാതി. രണ്ടു നടവരാൻ മടിച്ച് ഒരു നടയ്ക്ക് വരാൻ കാണിച്ച... അത്യാഗ്രഹം... കഴുത്തൊടിയുന്നു...

(വളരെ പണിപ്പെട്ട് മലയൻ ഞാറുകെട്ട് താഴ്ത്തി വയ്ക്കുന്നു)

മലയൻ : എടാ ചന്തിരാ അല്ലെങ്കിലും നീയൊരു ഒരുമ്പോക്കനാ... ഇത്.. എത്ര പിടിയാ. അമ്പതു പിടിയില്ലേ... വെള്ളവും ചെളിയും മാറ്റാത്ത ഈ പച്ച ഞാറ് ഒരു നടയ്ക്ക് ഇത്രയും വേണാരുന്നോ...

ചിന്നൻ : അവനൊരു വേതാളമാ... ഒന്നിനും ഒരു നെറീം മൊറേമില്ല. ചൊമടെങ്കി ചൊമടാ.. തീറ്റയെങ്കി തീറ്റ *(എല്ലാവരും ചിരിക്കുന്നു.)*

(അല്പം കഴിയുമ്പോൾ അഴകി, മാല, ചെന്തില - ഈ മൂന്നു പണിക്കാരികൾ..തലയിൽ ഞാറുകെട്ടുമായി നടന്നു വരുന്നു.. ഒരു താളത്തിൽ നടവരമ്പേ നടന്നു പാടത്തിലെത്തുന്നു. ആണുങ്ങൾ അതും നോക്കി നില്ക്കുന്നു.)

അഴകി : എന്താ പെലേമ്മാരു... ചേറും.. ഞാറും കണ്ടപ്പ... മതിമറന്നാ... ഇതങ്ങോട്ടു പിടിച്ചിറക്കീം കൂവാ... *(അവർ ഞാറുകെട്ട് പിടിച്ചിറക്കുന്നു... സ്ത്രീകൾ തലയിൽ കെട്ടിയ തോർത്ത് അഴിച്ചു പിഴിഞ്ഞ് കെട്ടുന്നു. മുഖത്തെ വിയർപ്പ് കൈകൊണ്ട് വടിച്ചു കളയുന്നു.)*

മലയൻ : ഇങ്ങനെ നിന്നാ മതിയാ മോന്തിക്കു മുമ്പ് നൊമ്മക്കു നട്ടു തീർക്കണം.

അഴകി : കൊറച്ചു വെള്ളം കുടിച്ചോട്ടെ *(വെള്ളം കുടിക്കുന്നതായി ഭാവിക്കുന്നു.)*

മലയൻ : എനിക്കും താടി കൊറച്ചു വെള്ളം *(അഴകി മലയനു വെള്ളമൊഴിച്ചു കൊടുക്കുന്നു... മലയൻ വെള്ളം കുടിക്കുന്നു)*

കോന്നൻ : പൊലകികൾ പാട്ടുപാടിക്കൊണ്ടാ ഞാറു നടുന്നത്. എന്നാലെ ഒരു ഐശ്വര്യമുള്ളൂ...

മാല : പൊലകികൾ പാടാം കൂടെ പെലേമ്മാരും പാടണം... സമ്മതിച്ചോ.

(ഞാറ്റുപാട്ടാരംഭിക്കുന്നു. പ്രണയ മധുരമായ ഗാനം.. പുലയികൾ ഞാറു നടുന്നു. പുലയന്മാർ വയൽ നിരത്തുന്നു)

പാട്ടിന്റെ അവസാനം രംഗദീപം പൊലിയുന്നു

സീൻ നാല്

സമയം പകൽ പശ്ചാത്തലത്തിൽ ഇടിയും മഴയും. വേദിയിൽ കാണാവുന്ന വിധം ഒരു വാഴത്തൈ

മലയപ്പുലയനാ മാടത്തിൻ മുറ്റത്തു
മഴ വന്ന നാളൊരു വാഴ നട്ടു.
മനതാരിലാശകൾ പോലതിലോരോരോ
മരതക കൂമ്പു പൊടിച്ചു വന്നു.
അരുമക്കിടാങ്ങളിലൊന്നായതിനേയു-
മഴകിപ്പുലക്കള്ളിയോമനിച്ചു.

ഈ വരികൾ അവസാനിപ്പിക്കുമ്പോൾ അഴകി ഒരു മൺകലത്തിൽ വെള്ളവുമായി വാഴയെ സമീപിക്കുന്നു. അതിന്റെ ചുവടു നയ്ക്കുന്നു.

മലയൻ : *(അഴകിയുടെ അടുത്തു ചെന്നിട്ട്)* അഴകി നമ്മുടെ വായയ്ക്കു പുതിയ നാമ്പുവന്നു... *(അവളുടെ തോളത്തു തൊട്ടുകൊണ്ട്)* ഏൻ നിന്നെ കെട്ടാൻ നടന്ന കാലത്ത് എന്റെ മനതി വിരിഞ്ഞ നിലാവിന്റെ പൂ പോലെയുണ്ട് ഈ പുതു നാമ്പ്...

അഴകി : *(തിരിഞ്ഞു നോക്കി വശ്യമായി ചിരിച്ചുകൊണ്ട്)* മൂക്കിൽ പല്ലു കുരുത്തു എന്നിട്ടും.. ഒരു ശൃംഗാരം.

മലയൻ : നീ അടുത്തുണ്ടെങ്കി എനിക്കൊരിക്കലും വയതാകത്തില്ലെടി അഴകി... വയതാകത്തില്ല.

അഴകി : ഞാൻ അഞ്ചു കൊച്ചങ്ങടെ തള്ളയല്ലേ... എന്നിട്ടും നിങ്ങടെ പൂതി കുറഞ്ഞില്ലേ...

മലയൻ : ഓഹോ അതാണോ മനതിയിരിപ്പ്... നീ ഇനീം അഞ്ചൂടെ പെറ്റാലും പത്തുവർഷം മുമ്പ് ആ മങ്കളാവിലെ കളപ്പുരയിൽ വച്ച് എന്നെ ഒരാണാക്കിയ നിന്നെ ഞാൻ മറക്കത്തില്ലെടി...

അഴകി : മറക്കത്തില്ല.

മലയൻ : എനിക്കെന്നും നീയാ കന്നിപ്പെണ്ണുതന്നെ

കുട്ടികൾ വാഴയുടെ അടുത്തേക്കു വരുന്നു.

മലയൻ : മക്കളേ, ഈ വാഴേനെ നല്ലോണം നോക്കണേ.. ഇത് കൊലച്ചിട്ടു വേണം.

കുട്ടികൾ : *(കൂട്ടമായി)* നമ്മുക്കു പയം തിന്നാൻ

അഴകി : എനിക്കു പേടിയാവുന്നു... കുട്ടികൾക്ക് വെറുതെ ആശ കൊടുക്കരുത്.

മാതവൻ : അതെന്താ അമ്മച്ചി... *(അഴകിയെപിടിച്ച് കുലുക്കിക്കൊണ്ട്)*

മറ്റു കുട്ടികൾ : അതെന്താ അമ്മച്ചി... അതെന്താമ്മച്ചി

അഴകി : ഒന്നും മിണ്ടാതെ നിന്നു തേങ്ങുന്നു.

മലയൻ : ചുമ്മാതാ മക്കളേ ഓൾക്കു പിരാന്താ.. അപ്പൻ ജീവനോടെ ഉണ്ടെങ്കി ഇതിന്റെ കൊല മുറിച്ച്... പയിപ്പിച്ച് എന്റ മക്കൾക്കു തരും.

രംഗദീപം പൊലിയുന്നു

സീൻ അഞ്ച്

രംഗദീപം തെളിയുമ്പോൾ വാഴച്ചുവട്ടിലെ കൊതിയ സമാജം. മലയന്റെ കുട്ടികൾ... ഇലകളും പൂക്കളും കൊണ്ട് മാലകെട്ടി വാഴയ്ക്ക് ചുറ്റും ചാർത്തുന്നു.

മാതേവൻ : തേവൻ ചേട്ടാ... തേവൻ ചേട്ടാ നമുക്കീ വായ വേഗം കൊലച്ചു കാണാൻ പൂശ ചെയ്താലോ

തേവൻ : പൂശയോ... എന്തു പൂശ...

കരുവള്ളോൻ : ...മനുസേമ്മാരു.. അവരുടെ ആശകളൊക്കെ നടന്നുകിട്ടാൻ തേവന്മാർക്കു പൂശ ചെയ്യുന്നില്ലേ.. അതുപോലെ ഈ വായ പെട്ടെന്ന് കൊലയ്ക്കാൻ പൂശ ചെയ്താലോ.

നീലി : പൂശയ്ക്ക് മണി വേണം... കള്ളു വേണം... കോയി വേണം... പൂവും തട്ടവുമൊക്കെ വേണം.

തേവൻ : എന്തായാലും പൂസ നല്ലതു തന്നെ... പക്ഷേ, കള്ളും കോയിയുമൊക്കെ എങ്ങനെയുണ്ടാക്കും.

കരുവള്ളോൻ: അതിനൊരു വയിയുണ്ട്.

മാതേൻ : എന്തു വയി

കരുവള്ളോൻ: കള്ളിന് ഒരു ചെരട്ടേൽ കൊറച്ചു പച്ച വെള്ളം മതി.

തേവൻ : അപ്പോ കോയിക്കോ

നീലി : വേലീ കായ്ച്ചു കിടക്കുന്ന കുമ്പളങ്ങ പറിക്കാം.

കേളൻ : മണി ഏൻ തരാം.. ഇന്നാളുക്ക് അപ്പൻ കൊണ്ടു തന്ന കാളേന്റെ മണി എന്റേൽ ഉണ്ട്...

കരുവള്ളോൻ: അപ്പോ പൂശാരി, ആരാ.

നീലി : തേവൻ ചേട്ടനാവട്ടെ. നമ്മുടെ തല മൂത്തയാളല്ലേ...

തേവൻ : അതുവേണ്ട... മാതേവനാകട്ടെ... നമ്മുടെ കൂട്ടത്തിലെ ഞാനി അയാളല്ലേ...

മാതേവൻ : *(അല്പം പത്രാസിൽ)* എല്ലാരും കൂടി നിശ്ചയിച്ചാൽ ഞാൻ പൂശാരി ആവാം... എല്ലാരും പൂശയ്ക്കുള്ള സാധനങ്ങൾ കൊണ്ടു വരിൻ.

തേവനും മാതേവനുമൊഴികെ മറ്റുള്ളവർ പുറത്തേക്കു പോകുന്നു.

ചിരട്ടയിൽ വെള്ളവുമായി കരുവള്ളോനും കുമ്പളങ്ങയുമായി നീലിയും മണിയുമായി കേളനുമെത്തുന്നു. നാലുപേരും ചമ്രം പടിഞ്ഞിരിക്കുന്നു.

തേവൻ : *(മണി കിലുക്കി, മന്ത്രം ചൊല്ലുന്ന പോലെ)*
അപ്പൂനപ്പൂപ്പന്മാരെ...
കൊലതേവതമാരേ..
ഈ വായ
പെട്ടെന്നു കൊലപ്പിക്കണേ...
ഇതിലെ പയം മുയുവൻ...
ഞങ്ങൾക്കു തിന്നാൻ കിട്ടണേ...
ഓ....ാം.... ക്ലീം... ഓം.... ക്ലീം....

ചിരട്ടയിലെ വെള്ളത്തിൽ വിരൽ തൊട്ടു തർപ്പണം ചെയ്യുന്നു.

കേളൻ : അപ്പം ആരാ മണികിലുക്കണേ...

മാതേവൻ : നീ തന്നെ കിലുക്കിക്കോ...

(കേളൻ മണിവാങ്ങി... ഒരു താളവുമില്ലാതെ കിലുക്കുന്നു)

മാതേവൻ : മണിതെറ്റി... മന്ത്രവും തെറ്റി.. നിർത്തൂ.

കേളൻ : മനതില്ല... ഇതെന്റെ മണിയാണ്... എനിക്ക് ഇട്ടമുള്ളതു

പോലെ കിലുക്കും.

മാതേവൻ : കേളന്റെ കൈയിൽ നിന്നും മണി തട്ടിപ്പറിക്കുന്നു. അവർ തമ്മിൽ അടിപിടി കൂടുന്നു.

നീലി : ഇങ്ങനെയാണെങ്കിൽ ഏനീ കളിക്കില്ല. വേറെ കളിക്കാം.

തേവൻ : അതുമതി... അതുമതി... തമ്മിൽ തമ്മിൽ തല്ലു കൂടുന്ന കളിക്കു ഞാനില്ല.

കേളൻ : എന്റെ മണിയിങ്ങു തരാൻ പറ...

മാതേവൻ : *(മണി പെട്ടെന്ന് നിലത്തെറിഞ്ഞു കൊണ്ട്)* ദാ... കിടക്കുന്നു നിന്റെ പുളുങ്കൂസ് മണി.

(കേളൻ ഓടിച്ചെന്ന് മണിയെടുക്കുന്നു...)

തേവൻ : ഇങ്ങനെ തമ്മിൽ തല്ലിയാൽ ഈ ഞാലിപ്പൂവൻ നമ്മോടു പിണങ്ങും... പിന്നെ കൊലയ്ക്കുകയേ ഇല്ല.

കോറസ്സായി : ഇല്ല നമ്മൾ പിണങ്ങുകയേ ഇല്ല.

മാതേവൻ : ഞാലിപ്പൂവന്റെ പഴം തിന്നിട്ടുള്ളവൻ ഇക്കൂട്ടത്തിലാരുണ്ട്. അതൊന്നു തിന്ന് നോക്കണം... എന്തൊരു സാദാണന്നോ.

തേവൻ : എടാ കൊതിയാ.. അതിനു വായ കൊലച്ചില്ലല്ലോ. കൊലച്ചിട്ടു പോരെ.. ഒന്നടങ്ങ്..

നീലി : വായ കൊലച്ചിട്ടെന്താ... നമ്മുടെ അച്ഛനല്ലേ.. അന്ന് അത് ആർക്കെങ്കിലും വെട്ടിവിറ്റ് അരി വാങ്ങും.

കരുവള്ളോൻ: *(ദേഷ്യത്തിൽ)* എടീ മൂശേട്ടേ... നീ... നിന്റെ കരിനാക്കു കൊണ്ടൊന്നും പറയാതെ.

നീലി : *(കരുവള്ളോനെ നോക്കി കൊഞ്ഞനം കാണിച്ചുകൊണ്ട്)* നിങ്ങളു നോക്കിക്കോ... വായ കൊലച്ചു പയമായാലോ നിങ്ങളാരും കാണാതെ, കൊലേടെ പകുതീം... ഏന് ഒറ്റയ്ക്ക് അകത്താക്കും..

കരുവള്ളോൻ: *(ദേഷ്യത്തിൽ)* ഉം... നമുക്കു കാണാം... വായപ്പയമല്ല... ചൂരപ്പയമാണ് നെനക്കു തരാൻ പോണത്... അത്യാഗ്രഹി. അന്നു നിന്റെ തൊടയിലെ തൊലി. ഈ കരുവള്ളോൻ ചൂരൽ വടി കൊണ്ട് ഉരിഞ്ഞെടുക്കുന്നതു നീ കണ്ടോ.

നീലി : പിന്നെ പിന്നെ.. നമുക്കു കാണാം...

നീലി കരുവള്ളോനെ പ്രകോപിപ്പിക്കും വിധം ആംഗ്യം കാണിക്കുന്നു... കരുവള്ളോൻ നീലിയോടടുക്കുന്നു. നീലി അകത്തേക്ക് അയ്യോ... എന്റെ അമ്മച്ചി... എന്നെ കൊല്ലുന്നേ... എന്നു വിളിച്ചു കൊണ്ടോടുന്നു... കരുവള്ളോൻ പിന്നാലെ ഓടുന്നു...

പശ്ചാത്തലത്തിൽ:

ഇതു വിധം നിത്യമാ വാഴച്ചുവട്ടിലെ
കൊതിയ സമാജം നടന്നു വന്നു
കഴിവതും വേഗം കുലയ്ക്കണമെന്നുള്ളിൽ
കരുതിയിരിക്കാമാവാഴ പോലും
അവരുടെയാഗ്രഹം അത്രയ്ക്കഗാധവു-
മനുകമ്പനീയവുമായിരുന്നു.

രംഗദീപം പൊലിയുന്നു

സീൻ ആറ്

ജന്മിയുടെ ബംഗ്ലാവിന്റെ മുറ്റം... സമയം സന്ധ്യയോടടുക്കുന്നു. രംഗ ദീപം തെളിയുമ്പോൾ... ബംഗ്ലാവിന്റെ മുറ്റത്ത് കോപാക്രാന്തനായി ജന്മി ഉലാത്തുന്നു. ഇളിയിൽ കച്ച കെട്ടി വാകൈയും പൊത്തി കാര്യസ്ഥൻ കിട്ടുണ്ണിനായർ പിന്നാലെ നടക്കുന്നു.

ജന്മി : എവിടെ ആ നിഷേധി... കള്ളൻ... പിടിച്ചുകൊണ്ടു വരാൻ ആളയച്ചിട്ടില്ലേ...

കിട്ടു : അ.. അ.. അയ.. അയ... അയച്ചിട്ടുണ്ടേ... ഇപ്പോ... ഇപ്പോ... ഇപ്പോ ഇങ്ങെത്തുമേ...

ജന്മി : താൻ പറയാൻ തുടങ്ങീട്ടു കുറേ നേരായല്ലോ.. എന്താ അവൻ കൈ തട്ടി പോയീന്നുണ്ടോ...

കിട്ടു : ഇ... ഇ... ഇല്ലേ... അവഅവ... അവനെ പിടിച്ച്... പിടിച്ച്.. കെട്ടി... കെട്ടി... കൊണ്ടു... കൊണ്ടു... വരാൻ നമ്മുടെ തടി... തടി... തടിയും... ശേ... ശേ...ഷി... ശേഷിയുമുള്ള രണ്ടു പേരെയാണേ അയച്ചിട്ടുള്ളത്...

ജന്മി : എന്നിട്ട് ആരേം കാണുന്നില്ലല്ലോ...

പുറത്ത് ഒരു ചെറുപ്പക്കാരന്റെ നിലവിളി... പിന്നിൽ ചേർത്തുകെട്ടിയ കൈകൾ... അരയിൽ ഇരട്ടനൂൽ തോർത്ത് ഉടുത്ത ആ ചെറുപ്പക്കാരനെ ജന്മിയുടെ മുന്നിലേക്ക് കൊണ്ടുവരുന്നു.

ഏൻ... കട്ടതല്ലേ... ഏൻ... കട്ടതല്ലേ.. തെങ്ങിന്റെ താഴെ കൊയിഞ്ഞുവീണു കിടന്നതാണേ... പട്ടിണികൊണ്ട് ഉയിരു പെടച്ചപ്പം എടുത്തു തിന്നു പോയതാണേ... കൊല്ലല്ലേ തമ്പ്രാ... കൊല്ലല്ലേ...

രംഗവേദിയിലേക്ക് എടുത്തെറിയുന്നതുപോലെ വന്നു വീണ ചെറുപ്പക്കാരന്റെ മുതുകു മുഴുവൻ അടികൊണ്ട് പൊളിഞ്ഞിട്ടുണ്ട്. അയാൾ ജന്മിയുടെ കാല്ക്കൽ കുമ്പിട്ടു തൊഴുതുകൊണ്ട്

ചെറുപ്പക്കാരൻ: കൊല്ലല്ലേ തമ്പ്രാ.. കൊല്ലല്ലേ... തമ്പ്രാ... അടിയൻ തേങ്ങ കട്ടിട്ടില്ല... തേങ്ങ കട്ടിട്ടില്ല... അടിയൻ കള്ളനല്ല. *(ജന്മിയുടെ കാലിൽ കെട്ടിപ്പിടിക്കുന്നു... ജന്മി... കാലുവലിച്ചു തൊഴിക്കുന്നു)*

ജന്മി : എവിടെ മറ്റുള്ളവർ.

കാര്യസ്ഥൻ : അവ... അവ... അവർ..... പൊറ... പൊറ... പൊറ പൊറത്തു... നിക്കൂ... നിക്കൂ.. നിക്കുവാണേ...

ജന്മി : എല്ലാറ്റിനേം മുറ്റത്തേക്ക് വിളിക്കുക. അവറ്റകളുടെ മുമ്പിൽ വച്ചു ഇന്ന് ഇവനെ മാതൃകാപരമായി ശിക്ഷിക്കണം... ഇനിയൊരുത്തനും കോയിക്കൽ ജന്മിയുടെ മുതൽ കക്കരുത്...

ചെറുപ്പക്കാരൻ: അച്ചനാണേ... അമ്മച്ചിയാണേ... തലയ്ക്ക് മുകളിൽ കത്തിയടങ്ങുന്ന സൂരിയത്തേവരാണേ അടിയൻ ഇവിടുത്തെ തേങ്ങ കട്ടില്ലല്ലാ...

ജന്മി : ഫ്... എരപ്പാളി... പിന്നെയും കള്ളം പറയുന്നോ... നിന്റെ നാവു ഞാൻ പിഴുതെടുക്കും.. കളി നമ്മളോടോ.. ഈ അശ്രീകരത്തെ പിടിച്ചെഴുന്നേല്പിക്ക്...

രണ്ടു വാല്യക്കാർ ചേർന്നു പിടിച്ചെഴുന്നേല്പിക്കുന്നു... ആടിയുലഞ്ഞു നില്ക്കുന്നു. പുറത്ത് നിന്ന്... മലയൻ, ചിന്നൻ, ചന്തിരൻ, അഴകി, മാല, ചെന്തില എന്നിവർ രംഗത്തേക്കു വന്നു... കൂനിപ്പിടിച്ച് വാകൈയും പൊത്തി നില്ക്കുന്നു.

ജന്മി : എല്ലാ അടിയാളന്മാരും കേട്ടു കൊള്ളൂ... ഇവൻ... ഈ നീചൻ. നമ്മുടെ അടകുടിക്കാരനാണ്. പെരുംകള്ളൻ... നമ്മുടെ പറമ്പിലെ തേങ്ങ കുറേക്കാലമായി മോഷണം പോകുന്നു. ഇന്നലെയാണ് തൊണ്ടിയോടെ കള്ളനെ കിട്ടിയത്... ഈ നില്ക്കുന്ന നീചൻ... എന്താടാ... ചെറുമാ നിന്റെ പേര്...

(ചെറുപ്പക്കാരൻ ഒന്നും മിണ്ടുന്നില്ല)

കാര്യസ്ഥൻ : *(ചെറുപ്പക്കാരന്റെ അടുത്തുചെന്ന് ചെകിടത്ത് അടിച്ചുകൊണ്ട്)* പ... പ... പറ... പറ... പറയെടാ... പട്ടി... പട്ടി... പട്ടി... നീ... നീ... നിന്റെ പേ... പേ.. പേര്... പ.... പ... പ... പറ

ചെറുപ്പക്കാരൻ: (വേദനയോടെ പുളഞ്ഞുകൊണ്ട്) വെള്ളാത്തൻ

ജന്മി : കോയിക്കൽ പറമ്പിൽ നിന്ന് ഏതെങ്കിലും കട്ടെടുത്താൽ എന്തായിരിക്കും ഫലമെന്ന് നിങ്ങളെക്കൂടി അറിയിക്കാൻ... ഞാൻ ഇവനെ മുക്കാലിയിൽ കെട്ടി ഇരുപത്തഞ്ച് അടി കൊടുക്കാൻ കല്പിക്കുന്നു... ഉം... ഇവനെ പുറ

ത്തുകൊണ്ടുപോകൂ... ശിക്ഷ നടപ്പാക്കൂ...

ചെറുപ്പക്കാരനെ വലിച്ചിഴച്ച് പുറത്തേക്ക് കൊണ്ടുപോകുന്നു... അല്പം കഴിഞ്ഞ് ചെറുപ്പക്കാരന്റെ വല്ലാത്ത സ്വരത്തിലെ കരച്ചിലും...

കൊല്ലല്ലേ.. ഏനെക്കൊല്ല... ല്ലേ... വെള്ളം... വെള്ളം... സ്ത്രീകളുടെ കൂട്ടക്കരച്ചിൽ... അയ്യോ... അയ്യോ... ഓനെ ക്കൊല്ലല്ലേ... ഓനെക്കൊല്ലല്ലേ... എല്ലാം നിലയ്ക്കുന്നു.

മലയൻ : വെള്ളാത്താ... വെള്ളാത്താ..

അഴകി : *(പൊട്ടിക്കരഞ്ഞുകൊണ്ട്)* ഓൻ ചത്തൂന്നാ തോന്നണത്.

ജന്മി : ബലേഭേഷ്... നന്നായി... ഇനി ഒരുത്തനും കക്കരുത്...

രംഗദീപം പൊലിയുന്നു

സീൻ ഏഴ്

സമയം പ്രഭാതം. രംഗദീപം തെളിയുമ്പോൾ വെളിച്ചം കുലച്ചു നില്ക്കുന്ന വാഴയിലേക്ക്

പശ്ചാത്തലത്തിൽ:

ഒരു ദിനം വാഴ കുലച്ചതു കാരണം
തിരുവോണം വന്നു പുലക്കുടിലിൽ
അരുമക്കിടാങ്ങൾ തന്നാനന്ദം കാൺകയാൽ
അഴകിക്ക് ചിത്തം നിറഞ്ഞു പോയി
കുലമൂത്തു വെട്ടിപ്പഴുപ്പിച്ചെടുക്കാൻ
മലയനുമുള്ളിൽ തിടുക്കമായി
അവരോമൽ പൈതങ്ങൾക്കങ്ങിനെയെങ്കിലും
അവനൊരു സമ്മാനമേകാമല്ലോ.

(നീലി രംഗത്തേക്കു വന്നു.. കുലവാഴയെ ചൂണ്ടി... തുള്ളിച്ചാടിക്കൊണ്ട്)

നീലി : അപ്പാ... അപ്പാ... നമ്മുടെ വായ കൊലച്ചു...

മറ്റുള്ള കുട്ടികളും ഓടി വരുന്നു... പരസ്പരം കെട്ടിപ്പിടിക്കുന്നു. കൈകോർത്തു പിടിച്ച് വാഴയ്ക്ക് ചുറ്റും ചുവടുവച്ച് കൈകൊട്ടി പാടുന്നു.

തിന്തകം തിന്തകം തെയ്യാരോ തക
തിന്തകം തിന്തകം തെയ്യാരോ
വായ കൊലച്ചല്ലോ... നമ്മടെ
വായ കൊലച്ചല്ലോ

ഇതുവേഗം വിളയട്ടെ
പയമായിമാറട്ടേ
അപ്പനുമമ്മേച്ചിയും മക്കളുമൊരുമിച്ചു
നുമ്മക്കതിന്നാലോ...
കൊതിയൻ തമ്പുരാൻ കട്ടോണ്ടുപോകാതെ
നുമ്മക്കു കാവൽ വേണം...
കൂട്ടരേ നുമ്മക്കു കാവൽ വേണം...
തിന്തക്കം... തിന്തക്കം.

അഴകിയും മലയനും ഈ കാഴ്ച കണ്ട് തങ്ങളെത്തന്നെ മറന്നു നില്ക്കുകയാണ്... അപ്പോൾ ചിന്നൻ, ചന്തിരൻ, മാല, ചെന്തില എന്നിവർ വരുന്നു.

മാല : എന്താണ്ടി... പുലയനും പെലയീം ഇന്നു വേലയ്ക്ക് വരുന്നില്ലേ.

അഴകി : എടി മാലേ നീ കണ്ടാ... എങ്ങടെ വായ കൊലച്ചു.

ചെന്തില : അതിലിപ്പോ എന്താടി. ഒരതിശയം. വായ നട്ടു പൊടിക്കും. പിന്നെ കൊടം വരും. അതു കൊലയ്ക്കും. വെളയുമ്പം തമ്പ്രാ വരും... അതുമുറിച്ച് തമ്പ്രാന്റെ മക്ലാവി കൊടുക്കാം പറയും. പെലയൻ അതും ചെയ്യും... അതല്ലേ നാട്ടുനടപ്പ്...

മലയൻ : *(വികാരാവേശത്തോടെ)* ഇതു എന്റെ മക്കക്കു വേണ്ടി നട്ട വായയാ... ഇതാർക്കും കൊടുക്കൂല... ഇതാർക്കും കൊടുക്കൂല്ല..

അഴകി : എടീ ചെന്തീലേ... ഇതു വെറും വായയല്ലടി... എന്റെ നീലനെപ്പോലെ ഏൻ പെറ്റു വളർത്തിയതാ... ഇതു കോലച്ചതു കണ്ടപ്പോൾ എന്റെ നീലി വയതറിയിച്ചതുപോലെയാ എനിക്ക്. നെനക്കതു മനതിലാവില്ല. ഏനുമെന്റെ പെലേനും അത്ര സ്നേഹിച്ചാടി ഇതിനെ വളർത്തിയത്.

ചിന്നൻ : പെങ്ങളേ... പെലേന് വിളയിക്കാനേ പറഞ്ഞിട്ടുള്ളൂ. വിളയെടുത്താൽ അതിന്റെ അവകാശി തമ്പ്രാനാ... അതാ നേമം.

മലയൻ : ഒരു നേമം... ആരാണ്ടാ ആ നേമം പടച്ചുവച്ചത്...

ചന്തിരൻ : മലയാ, നീ വെറുതെ അരിശം പിടിക്കണ്ട. അതു നമ്മുടെ അച്ചനപ്പൂപ്പന്മാരുടെ കാലത്തേ ഉള്ള നാട്ടുനടപ്പാ... ഇനിയും അതങ്ങനെയേ നടക്കൂ... അനുസരിച്ചാ നിന്റെ തടിക്കു നന്ന്. അല്ലേലോ.. അവർ തല തല്ലിപ്പൊളിക്കും... കുടീം ചുട്ടെരിക്കും. പിന്നെ പൊലയീടെ കൈയും പിടിച്ചു പെരുവഴി...

മലയൻ എന്തോ മുന്നിൽ കണ്ട പോലെ.. കണ്ണും തുറിച്ച് പല്ലും കടിച്ച് അങ്ങനെ നില്ക്കുകയാണ് നിശ്ചലനായി.

ചിന്നൻ : മലയാ... മലയാ... *(എന്നു പറഞ്ഞ് അയാളെ കുലുക്കി വിളിക്കുന്നു അയാൾ ഒന്നും മിണ്ടുന്നില്ല...)*

കുട്ടികൾ മലയന്റെ ചുറ്റും വന്ന് അപ്പാ... അപ്പാ... എന്നു വിളിക്കുന്നു.

മലയൻ : *(പെട്ടെന്ന് സമനില പാലിച്ച്)* ഒന്നുമില്ല മക്കളേ.. നിങ്ങള് പോയി കളിക്കിൻ.

കേളൻ : അപ്പ... ഈ വായകൊലക്കുമ്പം... പയം മുയുവൻ... ആ കള്ളതമ്പ്രാ.. കട്ടോണ്ടുപോവുവോ...

മലയൻ : ഇല്ല മക്കളേ... അപ്പൻ ഒരു വഴി കണ്ടിട്ടുണ്ട്.

മറ്റുള്ളവർ : എന്തു വഴി...

മലയൻ : കണ്ടാലും കൊണ്ടാലുമറിയാത്ത നിങ്ങൾ കേട്ടിട്ടെന്തറിയാൻ.

രംഗദീപം പൊലിയുന്നു.

സീൻ എട്ട്

പാള മുറിച്ച്, മഞ്ഞളും ചുണ്ണാമ്പും കരിക്കട്ടയും കൊണ്ടു വരച്ച പൊയ്മുഖവും ധരിച്ച് ദേഹമാകെ വാഴക്കരിയില ചുറ്റി ആണ്ടറുതിയും ആണ്ടുപിറപ്പും വിളംബരം ചെയ്തുകൊണ്ട് നാടൻ പൂതം നാട്ടുവഴിയേ നടന്ന് തമ്പ്രാന്റെ ബംഗ്ലാവിന്റെ മുറ്റത്ത് വന്ന് കളിക്കുന്നു... കുഴലും ചെണ്ടയും കൈകൊട്ടും ആർപ്പോ വിളിയുമായി കുട്ടികളും മുതിർന്നവരും പൂതത്തിന്റെ പിന്നാലെ കൂടിയിട്ടുണ്ട്.

ഓഹോ.... കിയോ.... കിയോ...
ആർപ്പോ...... ആർപ്പോ.
മേലെപ്പാടവരമ്പത്തൂടെ
പൂതത്താനെഴുന്നള്ളുന്നേ........
കുടവും തുടിയും കുരവയുമുണ്ടേ
ആർപ്പും വിളിയും കൂട്ടുണ്ടേ...
തുള്ളട പൂതം... തുള്ളട പൂതം
തകതത്തെയ്യം... തിത്തിത്തെയ്യം..
തുള്ളട തുള്ളട തുള്ളട... പൂതം.
പൊട്ടിപുറത്ത്
ചീവോതിയകത്ത്
മാളോരെ... മാളോരെ...
ഈയാണ്ടും പോയ്...

പോയാണ്ടും പോയ്
പുതിയാണ്ടു പിറന്നേ...
പുതിയാണ്ടിനു
പുടവയൊരുക്കാൻ
പുതുക്കൊയ്ത്തിൻ കാലം വന്നേ....
പാടവരമ്പത്തുറഞ്ഞുകൊണ്ടേ....
പൂതത്താനുൾവിളികൊണ്ടേ.....
തകതത്തൈയ്യം തുള്ളിവരുന്നേ....
ഉരുട്ടു ചെണ്ട ചിരിച്ചലറുന്നേ...
ആകാശം മുട്ടണ പൂതം
പാതാളം താഴ്ത്തണ പൂതം
തുറുകണ്ണിൽ തീക്കനൽ കാട്ടി
നെടുനീളൻ നാവും നീട്ടി
പാടത്തിനു നന്മകൾ പൊലിയാൻ
മാളോർക്കും നന്മകൾ പൊലിയാൻ
ആടിവരുന്നേ പാടി വരുന്നേ...
പൂതത്താൻ തുള്ളിവരുന്നേ....

രംഗദീപം പൊലിയുന്നു.

സീൻ ഒൻപത്

സമയം സന്ധ്യ. മലയന്റെ കുടിലിന്റെ മുറ്റം... രംഗദീപം തെളിയുമ്പോൾ രംഗത്താരുമില്ല... അല്പം കഴിഞ്ഞ് ജന്മിയും കാര്യസ്ഥനും കൂടി പ്രവേശിക്കുന്നു.

ജന്മി : *(മാടത്തിന്റെ പിന്നിൽ കുലച്ചു നില്ക്കുന്ന വാഴക്കുല കണ്ടിട്ട്...)* കിട്ടൂ... നീ... ആ വാഴക്കുല കണ്ടോ.

കിട്ടു : ക... കണ്ടേ...

ജന്മി : നന്നായി വിളഞ്ഞിട്ടുണ്ട്. അല്ലേ..

കിട്ടു : വെ... വെ... വെളഞ്ഞിട്ടുണ്ടേ...

ജന്മി : *(ദേഷ്യത്തിൽ)* വെളഞ്ഞിട്ടുണ്ട്... വെളഞ്ഞിട്ടുണ്ട്. പിന്നെന്താ... അതു മുറിച്ചു ബംഗ്ലാവിൽ എത്തിക്കാൻ പറയാത്തത്.

കിട്ടു : അടൃന് തപ്പു പറ്റിയതാണേ...

ജന്മി : *(തലയ്ക്കൊരു തട്ടു കൊടുത്തിട്ട്)* തപ്പു പറ്റി.. തപ്പു പറ്റിപോലും ആ പെലേനെ വിളിക്ക്.

കിട്ടു : ഇ... ഇ... പ്പം. വിളി... വിളി... വിളിക്കാമേ (ഉച്ചത്തിൽ). എ.. എ... എടാ... മ.. മ... മലയാ... ഒന്ന്... ഒന്ന്... ഇ... ഇ...

ഇങ്ങോട്ട് ഈ... ഇറ ഇറങ്ങിവാ...

മലയൻ വിളി കേൾക്കുന്നില്ല. അല്പനേരം കഴിഞ്ഞിട്ടും ഇറങ്ങി വരുന്നുമില്ല.

ജന്മി : *(ദേഷ്യത്തിൽ)* നിഷേധി... അവൻ ഇറങ്ങി വരുന്നില്ലല്ലോ. വിളി പോലും കേക്കണില്ല്യേ... എടാ കുടീലാരുമില്ലേടാ...

(അഴകി പേടിച്ചു വിറച്ച് പുറത്തേക്കു വരുന്നു)

ജന്മി : നിന്റെ പെലേനെവിടേടി.....?

അഴകി : എഴുന്നേല്ക്കാൻ മേലാണ്ടു പനി പിടിച്ചു കിടപ്പാണേ... ഒരാഴ്ചയായി... കിടന്ന കിടപ്പീന്ന് എണീച്ചിട്ട്.

ജന്മി : ഫ്... മുഖത്ത് നോക്കി കള്ളം പറയുന്നോ... അവനോട് വെട്ടുകത്തീം എടുത്ത് ഇങ്ങോട്ട് വരാൻ പറ.

അഴകി : അയ്യോ... തമ്പിരാനെ എഴുന്നേല്ക്കാൻ മേലാഞ്ഞിട്ടാണേ..

ജന്മി : എഴുന്നേല്ക്കാൻ മേലാന്നല്ല്യോ. സുഖക്കേടെന്താന്ന് എനിക്കറിയാം... എടാ കിട്ടുണ്ണി അവനെ പിടിച്ചിറക്കിക്കൊണ്ടു വാ...

കിട്ടുണ്ണി : ഞാ... ഞാ... ഞാൻ... പെ പെ.. പെലമാടത്തിൽ കേറി... കേറിയാൽ... തീ... തീ.. തീണ്ടാന്.

ജന്മി : വിഡ്ഢി നമ്മൾ വന്ന കാര്യം നടത്തണ്ടേ... നീയെന്താ കോലോത്തെ തമ്പ്രാനോ... അങ്ങോട്ടു കേറടാ... അവന്റെയൊരു തീണ്ടൽ.

മലയൻ പുറത്തേക്ക് വരുന്നു.... ആകെ പരവശനാണ്....

മലയൻ : തമ്പ്രാക്കന്മാർ തൊട്ടു തീണ്ടണ്ട... അടിയനിവിടെയുണ്ട്. തമ്പ്രാ... പറഞ്ഞാൽ മതി.

ജന്മി : എടാ നിഷേധി.... ഈ കുല വെളഞ്ഞിട്ട് നീയതു പുറത്തു പറഞ്ഞോ.

മലയൻ : ഏൻ നട്ട വായ കൊലച്ചതും വെളഞ്ഞതും ഞാനാരോട് പറയാൻ.

ജന്മി : തെമ്മാടി... ധിക്കാരം പറയുന്നോ... ജന്മിയുടെ പറമ്പി കുല വെളഞ്ഞാ ജന്മിയോടു പറയണ്ടേ!

മലയൻ : അടിയൻ പൊയക്കരെക്കെടന്ന ഒരു വായത്തൈ കൊണ്ടു വന്ന് കടീന്റെ പൊറകെ കുയിച്ചിട്ടു. ഏനും പുലയിം കിടാത്തന്മാരും കൂടി അതിനെ നോക്കി വളർത്തി. ഇപ്പം അത് കൊലച്ചു... വെളഞ്ഞു... അതിൽ പയം തിന്നാൻ അട്യന്റെ കിടാങ്ങൾക്ക് വല്യ മോഹമാണേ...

ജന്മി : ഓഹോ... അങ്ങിനെ വരട്ടെ. അപ്പോ നിന്റെ സന്താന

ങ്ങൾക്ക് പഴുപ്പിച്ച് തിന്നാനാണ് ജന്മീടെ പറമ്പിലെ വാഴക്കുല അല്ലേ... എടാ... നിഷേധം പറയാതെ... വെട്ടുകത്തി എടുത്തു കൊണ്ടുവന്ന്... ഈ കുല ഇപ്പോൾത്തന്നെ മുറിച്ചു ബംഗ്ലാവിലെത്തിക്കണം.

മലയൻ : പൊന്നുടയതേ... അങ്ങിനെ പറയരുതേ... എന്റെ കിടാത്തമ്മാരെക്കരുതി... എനിക്കതു വിട്ടു തരണേ.

ജന്മി : ഫ്... തെമ്മാടി ധിക്കാരം പറയുന്നോ... *(ഓടിച്ചെന്ന് നാഭിക്ക് തൊഴിക്കുന്നു... തൊഴിയേറ്റു നിലത്ത് വീഴുന്നു.. നിലത്തിട്ട് ചവിട്ടുന്നു...)*

മലയൻ : കൊല്ലൂ... എന്നെ... കൊല്ലൂ... എനിക്കിനി ജീവിക്കേണ്ട.

അഴകി : *(ഓടിവന്ന് ജന്മിയുടെ കാലു പിടിച്ചു കൊണ്ട്)* കൊല്ലല്ലേ... തമ്പ്രാ എന്റെ പെലേനെക്കൊല്ലല്ലേ... തമ്പ്രാ...

തൊഴി നിർത്തി ജന്മി പിന്മാറുന്നു.

അഴകി മലയനെ പിടിച്ചെഴുന്നേല്പിച്ചിരുത്തുന്നു. അകത്തു പോയി അഴകി ഒരു വെട്ടുകത്തിയുമായി വരുന്നു.... വെട്ടുകത്തി മലയന്റെ കൈയിൽ കൊടുക്കുന്നു.

അഴകി : ഉം... എഴുന്നേല്ക്കൂ... നമ്മുടെ ക്ടാത്തൻമാരെ കൊല്ലാക്കൊല ചെയ്യിക്കാതെ... ആ വാഴക്കുല മുറിച്ച് തമ്പ്രാന്റെ ബംഗ്ലാവിൽ കൊണ്ടു കൊടുക്ക്..

പശ്ചാത്തലത്തിൽ ചിന്നന്റെ ശബ്ദം

മലയാ നീ വെറുതെ അരിശം പിടിക്കണ്ട. അതു നമ്മുടെ അച്ചനപ്പൂപ്പന്മാരുടെ കാലത്തേ ഉള്ള നാട്ടുനടപ്പാ... ഇനിയും അതങ്ങനെയേ നടക്കൂ... അനുസരിച്ചാ നിന്റെ തടിക്കു നന്ന്. അല്ലേലോ... അവൻ തല തല്ലിപ്പൊളിക്കും... കുടീം ചുട്ടെരിക്കും... പിന്നെ പെലയീടെ കൈയും പിടിച്ച് പെരുവഴി...

എന്തോ ഉൾവിളി ഉറഞ്ഞപോലെ... മലയൻ എഴുന്നേല്ക്കുന്നു. ഉയർത്തിപ്പിടിച്ച വെട്ടുകത്തിയുമായി.... പതുക്കെ പതുക്കെ ചുവടുവച്ച് മുന്നോട്ട് നടക്കുന്നു... പശ്ചാത്തലത്തിൽ താണ്ഡവമേളം.... എന്തിനുള്ള പുറപ്പാടാണെന്ന് ആർക്കും മനസ്സിലാകുന്നില്ല. മലയൻ... നടന്നുചെന്ന് വാഴക്കുല മുറിച്ച്... തോളത്ത് വച്ച് മുന്നോട്ടു നടക്കുന്നു.

കുട്ടികൾ പുറത്ത് നിന്ന് ഓടി വന്ന് സന്തോഷത്തോടെ.... ചുറ്റിലും തുള്ളുന്നു.

മലയൻ : *(ഉച്ചത്തിൽ)* തമ്പ്രാനെ... അടിയന്റെ കിടാങ്ങളുടെ കയത്തുവെട്ടി ഇതാ കാല്ക്കൽ വയ്ക്കുന്നു. *(കുല ജന്മിയുടെ കാല്ക്കൽ വച്ചു. കുട്ടികളെ വാരിപ്പിടിച്ചുകൊണ്ട്)* എന്റെ പൊന്നുമക്കളേ... അപ്പൻ തോറ്റടാ... അപ്പൻ... തോറ്റു പോയി.

പശ്ചാത്തലത്തിൽ:

ഇതിനൊക്കെ പ്രതികാരം ചെയ്യാതടങ്ങുമോ..
പതിതരെ നിങ്ങൾ തൻ പിന്മുറക്കാർ?

രംഗദീപം പൊലിയുന്നു

സീൻ പത്ത്

പശ്ചാത്തലത്തിൽ:

അവശന്മാരാർത്തന്മാരലംബ ഹീനന്മാർ
അവരുടെ സങ്കടമാരറിയാൻ
അവരർദ്ധ നഗ്നന്മാരാതപമഗ്നന്മാ-
രവരുടെ പട്ടിണി എന്നു തീരാൻ
അവരാർദ്രചിത്തന്മാരപഹാസ പാത്രങ്ങ:
ളവരുടെ ദുരിതങ്ങളെങ്ങൊടുങ്ങാൻ
അവർ തൻ തലയോടുകൾ കൊണ്ട് വിത്തേശ്വര-
രരമന കെട്ടിപ്പടുത്തിടട്ടെ.
ഇതിനൊക്കെ പ്രതികാരം ചെയ്യാതടങ്ങുമോ
പതിതരെ നിങ്ങൾ തൻ പിന്മുറക്കാർ.

രംഗദീപം തെളിയുമ്പോൾ കവി രംഗത്തേക്കു വരുന്നു... മെലിഞ്ഞു പൊക്കമുള്ള ഒരു യുവാവ്... മുണ്ടും ജുബ്ബയും സ്വർണ്ണ ഫ്രെയിമുള്ള കണ്ണട... മൂക്കിനു താഴെ വര മീശ.

കവി : ഇതെന്ത് അനീതിയാണ്
വാഴ നട്ടവനല്ലേ അതിന്റെ കുലയുടെ അവകാശി. അതു പറയാനും പാടില്ലപോലും.

എതിർവശത്തു കൂടെ സാഹിത്യ കുശലൻ കടന്നു വരുന്നു. മുറിക്കൈയൻ ഷർട്ടും മൂടിപ്പുതച്ച് ഖദർഷാള്. നെറ്റിയിൽ ചന്ദനക്കുറി. കാതിൽ തുളസിപ്പൂ. കക്ഷത്ത് വലിയ ഒരു പുസ്തകം. കൈയിൽ കുന്തം പോലെ ഒരു തൂലിക. കടന്നുവന്ന പാടെ

കുശലൻ : ഹേ. കവേ... താനതിരു കടക്കുന്നു... നിങ്ങളുടെ ആ വാഴക്കുലയുണ്ടല്ലോ... അതു സാഹിത്യത്തിനു പറ്റിയ വിഷയമല്ല. തനിക്കു ഒരു മലയന്റെ കഥ പറയണമെങ്കിൽ

പറഞ്ഞു കൊള്ളു. പക്ഷേ, അതും പോരാഞ്ഞു അയാളെ നിയമം നിഷേധത്തിനു പ്രേരിപ്പിക്കുന്ന പ്രസംഗവും വേണോ. ഔചിത്യ ദീക്ഷയില്ലാത്ത കവിത കവിതയാണോ. യഥാർത്ഥത്തിൽ നിങ്ങൾ കവിയല്ലേ... പുലയൻ അടിമപ്പണിക്കു ജനിച്ചവനാണ്... അവന്റെ ശിരോലിഖിതം തമ്പ്രാന് അടിമപ്പണി ചെയ്യലാണ്. അതു സനാതന ധർമ്മമാണ്.. അതിനെ വെല്ലുവിളിക്കാൻ നിങ്ങളാരാ... സ്റ്റാലിന്റെ മരുമകനോ? ഇതിലൊക്കെ കവിക്കെന്തു കാര്യം...?

കവി : ഞാൻ കവിയാണോ അല്ലയോ എന്നു നിശ്ചയിക്കേണ്ടത് നിങ്ങളല്ല. കാലമാണ്. കവിയാകാൻ എനിക്കു നിങ്ങളുടെ കൈയൊപ്പു വേണ്ട. എന്തിനെക്കുറിച്ചു എഴുതണമെന്ന് ഞാൻ തീരുമാനിച്ചു കൊള്ളാം. ഉപദേശം വേണ്ട. സമൂഹത്തിലെ അഴിമതിയെയും അധികാര ഗർവ്വിനെയും വിമർശിക്കാനല്ലെങ്കിൽ... ഞാനെന്തിനെഴുതണം?
നിസ്വരെ സഹായിക്കാനല്ലെങ്കിൽ എനിക്കെന്തിനാണീ തൂലിക. ആരെയും പ്രീതിപ്പെടുത്താനല്ല. എന്റെ മനസ്സാക്ഷിയെ തൃപ്തിപ്പെടുത്താനാണ് ഞാനെഴുതുന്നത്. അതുകൊണ്ട് മുൻഷി സാറേ... വെറുതേ മെക്കിട്ടു കേറരുത്.

കുശലൻ : നിങ്ങൾ അതിരു കടക്കുന്നു. ഇതൊരു കവിയുടെ ഭാഷയല്ല. കമ്യൂണിസ്റ്റിന്റെ വെളിപാടാണ്.

കവി : കമ്യൂണിസ്റ്റ് എന്നു പറഞ്ഞ് എന്നെ ഭീഷണിപ്പെടുത്തേണ്ട.. കമ്യൂണിസം അത് ഒരു വലിയ കാര്യമാണ്. അല്പപ്രാണിയായ എനിക്ക് അത്രയും ഉയരാൻ കഴിയുമോ എന്നറിയില്ല. ഒന്ന് ഞാൻ പറയാം. ആരെന്തു പറഞ്ഞാലും എന്നും ഞാൻ നിസ്വന്റെ കൂടെയാണ്. മലയൻ... ഇന്ന് ഒറ്റയ്ക്കാണ്. അവന്റെ ഉള്ളിൽ ഒരു തീപ്പൊരിയുണ്ട്. അത് തീർച്ചയാണ് കെടില്ല. നാളെ... അവന്റെ വർഗ്ഗം അതു ഊതിപ്പെരുപ്പിക്കും. സമരത്തിന്റെ തീജ്ജ്വാലയായി പടരും. ആ വിശ്വാസത്തിന്റെ തീജ്ജ്വാല നാളെ ഈ നാടിനെ നയിക്കും... തീർച്ച...

രംഗദീപം പൊലിയുന്നു.

സീൻ പതിനൊന്ന്

നെൽക്കതിർ വിളഞ്ഞു കിടക്കുന്ന പാടം... പാടവരമ്പത്ത്... കൊയ്ത്തരിവാളുമായി അഴകി, മാല, ചെന്തില, മലയൻ, ചിന്നൻ, ചന്തിരൻ.

മലയൻ : പെലേന്റെ ചോര കുടിച്ചിട്ടാണെങ്കിലും നോക്കൂ. ചന്തിരാ.. പാടത്തെ കതിര്... നെല്ലിന്റെ പാരം കൊണ്ട് കതിരുകൾക്കു തലയുയർത്തി നില്ക്കാനാവുന്നില്ല... എല്ലാം കുമ്പിട്ടു കിടപ്പാ..

അഴകി : നോക്കി വെള്ളമിറക്കാമെന്നല്ലാതെ ഇതുകൊണ്ടു പെലയർക്കെന്താ കൊണം.

മലയൻ : ഈ കൊയ്ത്തിന് എന്തു വന്നാലും നമുക്ക് ഇതിലോരോ കറ്റ ചോദിക്കണം. ഇത്രേം നല്ല വെളവ് ഒരു കാലത്തും ഈ പാടത്തൊണ്ടായിട്ടില്ല.

ചിന്നൻ : ചോദിച്ചാ തമ്പ്രാൻ തരുവോ. ചെലപ്പം ചവിട്ടും തൊഴിയുമായിരിക്കും കിട്ടാമ്പോണത്

ചന്തിരൻ : ഏനുമങ്ങിനെയാ തോന്നണേ.

മലയൻ : പിന്നെ എന്തു ചെയ്യണമെന്ന്....

മാല : തമ്പ്രാൻ അളന്ന് തരണ പതിരും മേങ്ങി നമുക്കു കുടീപ്പോവാം.

അഴകി : നെനക്കതു പറയാം. എന്റെ കുടീലേ തീറ്റിപ്പരുവമായ അഞ്ചു കുട്ട്യോളാ...

ചെന്തില : അതിനു തമ്പ്രാനെന്തു പിഴച്ചു.

മലയൻ : ഇതാ പെലയന്റെ... ഒരു ശാപം... തൊന്തം വയറിന്റെ കാര്യത്തിൽ പോലും ഉശിരില്ലാത്തവൻ... ഇങ്ങനെ പൂവാൻ പറ്റൂല്ല. ഇന്നു ഞാൻ കറ്റ ചോദിക്കും. നിങ്ങളൊക്കെ എന്റെ കൂടെ നിക്കുവാ...

ചിന്നനും ചന്തിരനും : ഞങ്ങളു ചോദിക്കുന്നില്ല അളിയൻ ചോദിച്ചാ... കൂടെ നില്ക്കാം...

മലയൻ : ഒറപ്പാണേ

ചിന്നനും ചന്തിരനും : ഒറപ്പ്

അഴകി : ഒടുക്കം എല്ലാരും കൂടെ കാലുമാറി എന്റെ പെലേനെ കൊലയ്ക്കു കൊടുക്കരുത്.

ചെന്തില : അതെന്തൊരു പറച്ചിലാടി നാത്തൂനെ... ഒറച്ചാ... ഒറച്ചതു തന്നെ...

ജന്മിയും കാര്യസ്ഥനും പ്രവേശിക്കുന്നു.

ജന്മി : വെയിലുറച്ചല്ലോ... നിങ്ങളു നോക്കി നിക്കുവാണോ... കൊയ്ത്തിനിറങ്ങട്ടെ.

അരിവാളുയർത്തിപ്പിടിച്ചു. എല്ലാവരും പാടത്തേക്ക് കൊയ്ത്തിനിറങ്ങുന്നു...

ഒരു കൊയ്ത്തു പാട്ടുയരുന്നു. പാട്ടിനനുസരിച്ച്... കൊയ്ത്തുകാർ മുന്നേറുന്നു. കറ്റ കെട്ടുന്നു. കറ്റക്കെട്ടുകൾ പാടത്തുനിന്ന് ആരും എടുക്കുന്നില്ല.

ജന്മി : എന്താടാ കഴുവേറിമക്കളേ...
കറ്റക്കെട്ടുകൾ കളത്തിലേക്ക് കൊണ്ടുപോകാത്തത്.

ഒന്നും മിണ്ടാതെ എല്ലാവരും തലയും കുനിച്ചു നില്ക്കുന്നു.

ജന്മി : എന്താടാ... പൊലയാടി മക്കളേ... എല്ലാറ്റിന്റെയും നാവി റങ്ങിപ്പോയോ *(എന്നിട്ടും ആരും ഒന്നും മിണ്ടുന്നില്ല)*

ജന്മി : *(അല്പം അനുനയ സ്വരത്തിൽ മലയന്റെ അടുത്തു ചെന്നു)* നീയാണല്ലോ മൂപ്പൻ... എന്താ... എന്താണെ ങ്കിലും പറഞ്ഞോ...

മലയൻ : തമ്പ്രാ കോപിക്കരുത്.. നിഷേധമാണെന്നു പറയരുത്...

ജന്മി : കാര്യം പറയെടാ...

മലയൻ : ഈ കൊയ്ത്തുകാലത്തും അടേൃങ്ങള് പഷ്ണിയാണേ...

ജന്മി : അതിന്?

മലയൻ : ഈ കൊയ്ത്തുമുതൽ ഒരു കറ്റ ഏങ്ങക്കു തരണം.

ജന്മി : അപ്പോൾ പതമോ?

അഴകി : *(പൊട്ടിത്തെറിച്ച പോലെ)* നെല്ലെല്ലാം പാറ്റി എടുത്തിട്ട് എടങ്ങഴി പതിര് പതമായി എങ്ങക്കു വേണ്ട. കൊയ്ത്തു കാലത്തെങ്കിലും ഏങ്ങടെ കിടാങ്ങൾക്കും ഒരു തവി പറ്റും കഞ്ഞി വെള്ളവും കൊടുക്കണം. അതിന് തമ്പ്രാൻ തഹായിച്ചേ പറ്റൂ.

ജന്മി : ഇല്ലെങ്കിൽ?

മലയൻ : ഏങ്ങൾ ഈ കറ്റ കളത്തിലേക്കെടുക്കില്ല...

ജന്മി : ഫ... കഴുവേറി... അത്രയ്ക്കായോ... *(അടിക്കാൻ കൈയോ ങ്ങുന്നു.)*

അഴകി : *(അരിവാളുയർത്തി)* എന്റെ പെലേനെ തൊട്ടു പോകരു ത്. തൊട്ടാൽ ഏനാ കൈ വെട്ടും... *(അതൊരാജ്ഞയാ യിരുന്നു)*

ജന്മി : *(അറിയാതെ കൈ താഴുന്നു)* ഉം... അത്രയ്ക്കായി ഇല്ലേ... എന്നെ അനുസരിക്കുന്നവർ ഈ കറ്റ കളത്തിലേക്ക് കൊണ്ടു പോകണം.

മറ്റുള്ളവർ കറ്റക്കെട്ടുകൾ താങ്ങി തലയിൽ വച്ചു കൊടുക്കുന്നു. ഒന്നും സംഭവിക്കാത്തമട്ടിൽ അവർ... കളത്തിലേക്ക് നടക്കുന്നു.

ജന്മി : (മലയനെയും അഴകിയെയും നോക്കി) എടാ പെലേനെ ന്നായാലും പെലേനാണ്... ഏറെ ഞെളിഞ്ഞാൽ നടുവൊ ടിയും... പാമ്പിനെയാണ് നോവിച്ചത്.. അതു മറക്കരുത്.

രംഗദീപം പൊലിയുന്നു.

സീൻ പന്ത്രണ്ട്

മലയന്റെ കുടിൽ... രംഗദീപം തെളിയുമ്പോൾ.. കുടിലിന്റെ മുറ്റത്ത്... രണ്ടു ചട്ടമ്പികളും ജന്മിയും കാര്യസ്ഥനും..

ചട്ടമ്പി : എടാ... മലയാ... പോക്കിരി. ചുണയുണ്ടെങ്കി പുറത്തോട്ടു വാ..

അഴകി : *(അകത്തുനിന്ന്... ഭയത്തോടെ)* എന്റെ പെലയൻ കുടീലില്ലേ...

മറ്റൊരുചട്ടമ്പി: എവിടെപ്പോയെടി.

അഴകി : പൊയക്കര ഈറ്റവെട്ടാൻ പോയതാണേ...

ജന്മി : നോക്കി നിക്കാതെ അകത്തു കേറിനെടാ..അവളെപ്പിടിച്ച് പൊറത്തോട്ടെറക്ക്.

ചട്ടമ്പികൾ അകത്തു കയറുന്നു. കലവും ചട്ടിയും പഴയ തുണിയുമൊക്കെ പുറത്തേക്കിടുന്നു. കുട്ടികൾ എങ്ങടെ അമ്മച്ചീനെ കൊല്ലണേ... ഓടി വരണേ... ഓടി വരണേ... എന്നുറക്കെ വിളിക്കുന്നു)

ചട്ടമ്പിമാർ : *(കുട്ടികളെ ഓരോരുത്തരെയായി പിടിച്ച് പുറത്ത് കൊണ്ടുവന്നു. അടിച്ച് ഓടിക്കുന്നു)* നശൂലങ്ങളെ ഒരെണ്ണെത്തെ കണ്ണുവെട്ടത്തു കണ്ടാ.. അടിച്ചു കൊല്ലും...

ചട്ടമ്പി : തമ്പ്രാനെ... അവളു മാത്രമേ അകത്തുള്ളൂ.. ഞങ്ങള് പിടിച്ചിറക്കണമോ... അതോ തമ്പ്രാൻ കൈകാര്യം ചെയ്യുന്നോ...

ജന്മി : *(കുലുങ്ങിച്ചിരിച്ചു കൊണ്ട്)* കഴിഞ്ഞ പത്തു വർഷമായി ഞാനവളുടെ പിറകേ നടക്കുകയാണ്... ഞാനാശിച്ചവരെയെല്ലാം അനുഭവിച്ചിട്ടുണ്ട്... ഇവൾ... ഇവൾ മാത്രം വഴങ്ങിയില്ല. ഇന്നെങ്കിലും എനിക്ക്...

ചട്ടമ്പി : *(ചിരിച്ചുകൊണ്ട്)* ധൈര്യമായിപ്പോകണം... തമ്പുരാന്റെ എല്ലാ നേരംപോക്കിനും സൗകര്യമുണ്ട്.

ജന്മി : നല്ല കരുതൽ വേണം... മുഷ്കനാണ്. അവൻ ഏതു നിമിഷവും ചാടിവീഴാം...

ചട്ടമ്പി : തമ്പുരാൻ ധൈര്യമായി പോയാട്ടെ... അവനിന്നു ചാടി വീണാൽ ഈ മുറ്റത്തവന്റെ അന്ത്യം.

ജന്മി ശൃംഗാര പരവശനായി... ചെറു ചിരിയോടെ... അകത്തേക്ക് കയറുന്നു.

അഴകി : എന്നെത്തൊടരുത്... എന്നെ തൊടരുത്. *(അകത്ത് നിന്ന്...)*

ജന്മി : ഞാൻ നിന്നെ വെറുതേ ഒന്നു തൊടാനല്ലടി വന്നത്. ഇനി നെനെക്കെന്നെപ്പറ്റിക്കാനാവില്ല...

അഴകി : ഛീ... പട്ടീ മാറ്...

(അകത്ത് എന്തൊക്കെയോ തട്ടിമറിയുന്ന ശബ്ദം)

ജന്മി : എന്റെ ദേഹം നൊന്താ ഞാൻ നിന്നെ വിടില്ല...

അഴകി : എന്നെ കൊല്ല്... എന്നെ കൊല്ല്... അല്ലാതെ ഞാൻ സമ്മതിക്കത്തില്ല.

പുറത്ത് നിന്ന് മലയൻ ഒരു കൊടുങ്കാറ്റുപോലെ വെട്ടുകത്തിയുമായി രംഗത്തേക്ക് ഓടിവരുന്നു. ചട്ടമ്പികൾ ചെറുക്കാൻ ഒരു വൃഥാ ശ്രമം നടത്തുന്നു.

മലയൻ : ഉം... ഉയിരു വേണമെങ്കി ഓടിക്കോ... എന്നെ തൊടരുത്... തൊട്ടാൽ തൊട്ടവനെ ഏൻ തുണ്ടം തുണ്ടമാക്കും...

ചട്ടമ്പികൾ ഓടിമറയുന്നു... കാര്യസ്ഥൻ മൂലയിൽ പതുങ്ങുന്നു..

(മലയൻ അകത്തേക്ക് ഓടിക്കയറുന്നു. അകത്ത്... അഴകി കഴുത്തു മുറുകി... അലറുന്ന ശബ്ദം... മലയന്റെ ഗർജ്ജനം) എടാ... പട്ടി അവളെവിട്... അവളെവിട്... നിന്നെ ഞാൻ...

ജന്മി : അയ്യോ... എന്നെക്കൊല്ലല്ലേ... കൊല്ലല്ലേ... *(നിലവിളിച്ചുകൊണ്ട് രക്തമൊലിപ്പിച്ച് രംഗത്തുവന്ന് കുഴഞ്ഞുവീണു പിടയുന്ന ജന്മി. പിന്നാലെ വെട്ടുകത്തിയുമായി മലയനും. കീറിപ്പറിഞ്ഞ റൗക്കയും പാറിപ്പറന്ന മുടിയുമായി അയാളെക്കൊല്ലല്ലേ... കൊല്ലല്ലേ എന്ന് നിലവിളിച്ചുകൊണ്ട് മലയന്റെ കാലിൽ കെട്ടിപ്പിടിക്കുന്ന അഴകിയും ചോരയൊലിക്കുന്ന വെട്ടുകത്തിയുമായി നീണ്ടു നിവർന്നു നില്ക്കുന്ന മലയനും)*

പശ്ചാത്തലത്തിൽ:

ഇതാ പഴയ നീതിയും ധർമ്മവും കീഴ്മേൽ മറിയുന്ന ഒരു പുതിയ യുഗത്തിന്റെ തുടക്കം ഇവിടെ ആരംഭിക്കുന്നു.

(ഇടിയോടു കൂടിയ മഴ)

രംഗദീപം പൊലിയുന്നു.

സീൻ പതിമൂന്ന്

1947 ആഗസ്ത് 15
പശ്ചാത്തലത്തിൽ

അനൗൺസ്മെന്റ്: *ഒന്നര നൂറ്റാണ്ട്, വിദേശക്കോയ്മകളുടെ അടിമയായിക്കഴിഞ്ഞ ഇന്ത്യൻ ജനത... സ്വാതന്ത്ര്യപ്പുലരിയിലേക്ക്.*

വേദിയുടെ ഏറ്റവും പിന്നിലൂടെ ത്രിവർണ്ണപതാകയും ഖദർതൊപ്പിയും വച്ച ആളുകളുടെ ഒരു ജാഥ... വേദിക്കു മുന്നിൽ കോരൻ, ചീരൻ, ചാത്തൻ, മാല, കുറുമ്പ തുടങ്ങിയവർ.

പിന്നിൽ മുദ്രാവാക്യം

ബോലോ ഭാരതമാതാ കീ ജയ്............
മഹാത്മാഗാന്ധി കീ ജയ്...........
ജവഹർലാൽ നെഹ്റു കീ ജയ്........
പട്ടം താണുപിള്ള കീ ജയ്.......
സ്റ്റേറ്റ് കോൺഗ്രസ് കീ ജയ്........

കോരൻ : അല്ലാ... എടാ... ചീരാ... ആ മൂവർണ്ണക്കൊടിയും പിടിച്ചു മുമ്പേപോണ ഔസേപ്പു മാപ്പിള കഴിഞ്ഞ ദിവസം വരെ കാന്തിയെയും കോങ്കറസിനെം ചീത്ത വിളിച്ചു നടന്നയാളല്ലേ.. ആ കരിച്ചന്തക്കാരൻ? ഓനും ഇപ്പോ കോങ്കറസാ...

രംഗവെളിച്ചം ഔസേപ്പിൽ കേന്ദ്രീകരിക്കുന്നു.

ഔസേപ്പ് : ദിവസവും വെള്ളക്കാരും പോയില്ലേ... ഇനി മാറിയ പരിത:സ്ഥിതിയിൽ കോൺഗ്രസിൽ കൂടുകയാണ്. ഈ തടിക്കും മടിശ്ശീലയ്ക്കും രക്ഷ... അച്ചായമ്മാരെ ആരെങ്കിലും കച്ചോടം പഠിപ്പിക്കണോ കൂട്ടരേ... കുറുക്കന് കോഴിയെ പിടിക്കാൻ പ്രത്യേക ശില്പശാല വേണോ നാട്ടുകാരേ... *(വിജയസൂചകമായി പൊട്ടിച്ചിരിച്ചു... കൈകൂപ്പുന്നു)*

ചീരൻ : അല്ല ഔസേപ്പച്ചന്റെ പൊറകിലാരാ... പടനിലേത്തെ പണിക്കരേമാനല്ലേ.. ദിവാൻ സ്വാമിക്ക് വേണ്ടി.. സ്വന്തം കിടപ്പറപോലും തുറന്നിട്ടു കൊടുത്ത മഹാ മനസ്കൻ.

രംഗവെളിച്ചം പണിക്കരിൽ

പണിക്കർ : ഉദരനിമിത്തം ബഹുകൃത വേഷം... സ്വാമി എങ്കിൽ സ്വാമി... കോങ്കറെസെങ്കിൽ കോങ്കറസ്... നമുക്കൊരു പിടി

വാശിയുമില്ല... ദീപസ്തംഭം മഹാശ്ചര്യം നമുക്കും കിട്ടണം പണം...

ചാത്തൻ : സി കേശവനെ ഒറ്റു കൊടുത്തവരും വയലാർ സഖാക്കളെ ഒറ്റു കൊടുത്തവരും ഒക്കെയുണ്ടല്ലോ... ആ ഘോഷയാത്രയിൽ...

സ്ത്രീകൾ : *(കോറസ്സായി)* അപ്പോൾ ഇവർക്കാണു സ്വാതന്ത്ര്യം... കൊള്ളാം... നല്ല സ്വാതന്ത്ര്യം...

ഘോഷയാത്ര അപ്രത്യക്ഷമാകുന്നു

വേദിക്കു മുന്നിൽ... മൂന്നുപേർ വീതമുള്ള രണ്ടു ഗ്രൂപ്പ് ഫോം ചെയ്യുന്നു. പിന്നിൽ.. നിന്നു മൂന്നുപേർ... മൂന്നു ഖദർ തൊപ്പിവച്ച നേതാക്കൾ... അവരിൽ വെളിച്ചം കേന്ദ്രീകരിക്കുന്നു.

പശ്ചാത്തലത്തിൽ:

സ്വാതന്ത്ര്യം സ്വാതന്ത്ര്യം സ്വാതന്ത്ര്യം
മലമുകളിലെ മാളികവീട്ടിലെ
മഞ്ഞൾത്തിരിയൊത്ത തമ്പ്രാക്കൾ
വെളുത്ത തൊപ്പിയും തലയിൽ വച്ചു
കൊണ്ടിതുവഴി വന്നേ.... ഒരു മൊഴി ചൊന്നേ...
സ്വാതന്ത്ര്യം സ്വാതന്ത്ര്യം സ്വാതന്ത്ര്യം
വർണ്ണക്കൊടിവച്ച കാറിലിരുന്നേ-
തമ്പ്രാന്മാരു വിളിച്ചു പറഞ്ഞേ
കോരനും ചാത്തനും ചീരനും നാട്ടിലെ
തെണ്ടികൾക്കൊക്കെയും സ്വാതന്ത്ര്യം
സ്വാതന്ത്ര്യം സ്വാതന്ത്ര്യം സ്വാതന്ത്ര്യം
വിശപ്പു കെട്ടിയ കൂടാരത്തിൽ
തളർന്നുറങ്ങിക്കറുത്ത മനുഷ്യർ
കണ്ണും കാതും തുറന്നു കാലിലെ-
ച്ചങ്ങലക്കെട്ടുകൾ പൊട്ടിച്ചിരിച്ചു
തപ്പു കൊട്ടെടി തകിലുകൊട്ടെടി
തുമ്പി തുള്ളെടി പെണ്ണാളെ
തമ്പ്രാന്മാരു പറഞ്ഞതു കേട്ടില്ലേ
നമ്മക്കും നമ്മക്കും സ്വാതന്ത്ര്യം
ചീരാ ചാത്താ നമ്മളറിഞ്ഞോ
നമ്മക്കും നമ്മക്കും സ്വാതന്ത്ര്യം
സ്വാതന്ത്ര്യം സ്വാതന്ത്ര്യം സ്വാതന്ത്ര്യം
വിശപ്പു കെട്ടിയ കൂടാരത്തിൽ
തളർന്നുറങ്ങി കറുത്ത മനുഷ്യർ

രംഗദീപം പൊലിയുന്നു

സീൻ പതിനാല്

ആലപ്പുഴയിലെ ഒരൊഴിഞ്ഞ വീടിന്റെ മുറ്റം... മുനിഞ്ഞു കത്തുന്ന ഒരു കമ്പി റാന്തൽ. വേദിക്ക് അഭിമുഖമായി വെളുത്തു സുമുഖ നായ ഒരാൾ ഇരുന്നു സംസാരിക്കുന്നു... അയാൾക്കഭിമുഖമായി ഏഴെട്ടാളുകൾ ശ്രദ്ധയോടെ അതു കേൾക്കുന്നു. ഇവരെ മാത്രം കാണാവുന്ന ഫ്രെയിമിലാകണം ഈ ദൃശ്യം.

നേതാവ് : അപ്പോൾ ഇന്നു മുതൽ നാം സഖാക്കളാണ്... സ്വന്തം താല്പര്യത്തെക്കാൾ സമൂഹത്തിന്റെ താല്പര്യം ഉയർത്തിപ്പിടിക്കുന്ന സമരസഖാക്കൾ... ഒരമ്മയുടെ മക്കളെപ്പോലെയാണു നാം... നമുക്കിടയിൽ ജാതിയില്ല. മതമില്ല, സ്വാർത്ഥ ചിന്തകളില്ല... നമ്മൾ ഒരു വർഗ്ഗം. പണിയെടുക്കുന്നവരുടെ വർഗ്ഗം.

ഒരാൾ : അപ്പോൾ കയർത്തൊഴിലാളിയും മത്സ്യത്തൊഴിലാളിയും കർഷകത്തൊഴിലാളിയും എല്ലാമൊരു വർഗ്ഗമാണെന്നാണോ.

നേതാവ് : അതെ. എല്ലാവരും പണി എടുത്തു ജീവിക്കുന്നു. എല്ലാവരുടെയും ജീവിതാവശ്യങ്ങൾ ഒന്നാണ്. അത് നിഷേധിക്കുന്ന മുതലാളിമാരും അവരെ സംരക്ഷിക്കുന്ന ഗവൺമെന്റുമാണ് നമ്മുടെ ശത്രുക്കൾ. അവരിൽ നിന്ന് അവകാശങ്ങൾ നേടി എടുക്കണമെങ്കിൽ നാം ഒരുമിച്ചു നില്ക്കണം. അതിനാണ് യൂണിയൻ.

രണ്ടാമൻ : അപ്പോൾ നാം വോട്ടുകൊടുത്ത് അധികാരത്തിലേറ്റിയ ഒരു ഗവൺമെന്റിവിടെയുണ്ടല്ലോ... ജനാധിപത്യ ഗവൺമെന്റ്. അവർക്കെന്താണ് ജോലി?

മൂന്നാമൻ : മഹാത്മാഗാന്ധിയുടെ പേരും പറഞ്ഞു നടക്കുന്ന അഹിംസാ പാർട്ടിയാണല്ലോ നാടുഭരിക്കുന്നത്. എന്നിട്ട് അവർ എന്തൊക്കെയാ ചെയ്യുന്നത്.. നാടു നീളെ ആളുകളെ ലോക്കപ്പിലിട്ട് തല്ലിക്കൊല്ലുകയല്ലേ... പാവപ്പെട്ടവരെ കുടിയിറക്കുകയല്ലേ...

നേതാവ് : സഖാക്കളുടെ സംശയം ശരിയാണ്. ജനങ്ങളുടെ ആവശ്യം നേടിക്കൊടുക്കാനും അവകാശങ്ങൾ സംരക്ഷിക്കാനുമാണ് ജനാധിപത്യ ഗവൺമെന്റ്. അത് അധികാരത്തിലുള്ളവർ ചെയ്യുന്നുണ്ടോ?

കോറസ്സായി : ഇല്ല...

നേതാവ് : എന്തുകൊണ്ട്?

കോറസ്സായി : അവർക്ക് ജനങ്ങളെ വേണ്ട.

നേതാവ് : അതേ... ജനങ്ങൾ അവർക്ക് അധികാരത്തിൽ കേറാനുള്ള

ചവിട്ടുപടികളാണ്... അധികാരത്തിൽ കയറിയാൽ ജനങ്ങളുടെ മേൽ ആധിപത്യം അടിച്ചേല്പിക്കൽ മാത്രമാണ് അവരുടെ പരിപാടി.

നാലാമൻ : ഇതിനെ ചെറുത്തേ മതിയാകൂ...

നേതാവ് : എങ്ങനെ...

അഞ്ചാമൻ : പാവപ്പെട്ടവർ ഒരുമിക്കണം.

നേതാവ് : അതെ, അതിനാണ്.... തൊഴിലാളികൾക്ക്... തൊഴിലാളി യൂണിയൻ. കൃഷിക്കാർക്കും കർഷകത്തൊഴിലാളികൾക്കും അവരുടെ സംഘവും യൂണിയനും.

ആറാമൻ : നമുക്കെല്ലാപേരേയും സംഘടിപ്പിക്കണം. കുട്ടികളെയും മഹിളകളെയുമൊക്കെ.

നേതാവ് : എന്നാൽ അതത്ര എളുപ്പമുള്ള കാര്യമല്ല.

ഏഴാമൻ : പൊലീസും പട്ടാളവും ഉണ്ടെന്നായിരിക്കും.

നേതാവ് : അതെ അതുമാത്രമല്ല, ജാതിയും മതവും അന്ധവിശ്വാസവും അനാചാരവും കുതികാൽവെട്ടും സ്വാർത്ഥമോഹവും ഒക്കെ നമ്മുടെ വഴി ചെറുക്കും.

ഒന്നാമൻ : ഇതിനെയൊക്കെ ചെറുക്കാൻ നമുക്കു കഴിയില്ലേ....

നേതാവ് : കഴിയും... കഴിയണം... പക്ഷേ, അതിന് വലിയ വില കൊടുക്കണം. ചിലപ്പോൾ ജീവൻവരെ ത്യജിക്കേണ്ടി വരും. തയ്യാറുള്ളവർ കൈ പൊക്കൂ. (നാലുപേർ സ്വിച്ചിട്ടപോലെ കൈപൊക്കുന്നു... അഞ്ചാമൻ നാലു വശവും നോക്കി കൈപൊക്കുന്നു.)

നേതാവ് : നിങ്ങൾ... രണ്ടുപേർ കൈപൊക്കിയില്ല... നിങ്ങളുടെ ആത്മാർത്ഥതയെയും സത്യസന്ധതയെയും ഞാൻ മനസ്സിലാക്കുന്നു... എന്താ കാര്യം... പറയാവുന്നതാണെങ്കിൽ പറയൂ...

ഒരാൾ : എന്റെ അമ്മ ഒരു നിത്യരോഗിയാണ്. പത്തുവർഷമായി കിടപ്പിലാണ്. കടപ്പുറത്തു നിന്ന് മത്സ്യമെടുത്തു വിറ്റാണ് ഞാൻ കുടുംബം പോറ്റുന്നത്. *(വിങ്ങിപ്പൊട്ടി)* ഞാനെല്ലാം ഉപേക്ഷിച്ചിറങ്ങിയാൽ... എന്റെ അമ്മ... *(പൊട്ടിക്കരയുന്നു).*

നേതാവ് : കരയാതിരിക്കൂ നിങ്ങൾ ഇപ്പോൾ തന്നെ ഒരു നല്ല കമ്യൂണിസ്റ്റുകാരനായി കഴിഞ്ഞിരിക്കുന്നു. നിങ്ങൾ മുഴുവൻ സമയ പ്രവർത്തകനാകേണ്ട. ചെയ്യാവുന്നത് ചെയ്താൽ മതി.

രണ്ടാമൻ : എന്റെ വീട്ടിൽ മാനസികരോഗിയായ ഒരു പെങ്ങൾ മാത്രമേ ഉള്ളൂ. അവൾക്കു ഞാനല്ലാതെ മറ്റാരുമില്ല. അതുകൊണ്ട് എനിക്കും മുഴുവൻ സമയ പ്രവർത്തകനാവാൻ കഴിയില്ല.

നേതാവ് : അതൊക്കെ മനസ്സിലാകും സഖാവേ, നമ്മൾ കമ്യൂണിസ്റ്റുകാർ യന്ത്രങ്ങളല്ല, പച്ച മനുഷ്യരാണ്. മനുഷ്യാവസ്ഥകൾ നല്ലപോലെ മനസ്സിലാക്കുന്നവർ. അപ്പോൾ നിങ്ങൾ ഇന്നു മുതൽ പാർട്ടിയുടെ സെല്ലിൽ അംഗങ്ങളാകുകയാണ്... നമുക്ക് എല്ലാ ആഴ്ചയും ഇങ്ങനെ കൂടണം... പലതും മനസ്സിലാകാനും പ്രവർത്തിക്കാനുമുണ്ട്...

എല്ലാവരും എഴുന്നേല്ക്കുന്നു. പോകാൻ തുടങ്ങുന്നു.

നേതാവ് : സോമനും തേവനും പോകാൻ വരട്ടെ... ഒരു കാര്യം പറയാനുണ്ട്.

പുറത്തുനിന്ന് ഔസേപ്പേട്ടൻ കടന്നുവന്ന് നേതാവിനോട്.

ഔസേപ്പ് : ടി കെ പുള്ളി വന്നിട്ടുണ്ട്... വിളിക്കട്ടെ.

നേതാവ് : വിളിച്ചോളൂ..

ഔസേപ്പ് സുമുഖനായ ഒരു ചെറുപ്പക്കാരനെ കൂട്ടി വരുന്നു.

ചെറുപ്പക്കാരൻ നേതാവിനെ മുഷ്ടി ചുരുട്ടി അഭിവാദ്യം ചെയ്യുന്നു.

നേതാവ് : സോമാ തേവനോടെല്ലാം പറഞ്ഞിട്ടുണ്ടല്ലോ.

സോമൻ : പറഞ്ഞിട്ടുണ്ട്.

നേതാവ് : *(തേവനെ നോക്കി)* തേവാ... ഇത് നമ്മുടെ പാർട്ടിയിലെ വിലമതിക്കാനാകാത്ത ഒരു നിധിയാണ്.. അല്പ ദിവസം പണയമായി തന്റെ വീട്ടിൽ സൂക്ഷിക്കണം. ഒറ്റുകാരും പൊലീസുകാരും തട്ടിക്കൊണ്ടു പോകരുത്...

തേവൻ : ഇല്ല സഖാവേ, എല്ലാം വേണ്ടതുപോലെ ചെയ്തുകൊള്ളാം...

നേതാവ് : എടോ... ഈ തേവൻ ആരാണെന്നറിയാമോ... തന്റെ ഇഷ്ടദൈവമില്ലേ ചങ്ങമ്പുഴ... അങ്ങേരുടെ ഇഷ്ടപാത്രമായ മലയപ്പുലയന്റെ മകനാണ്.... ഇവരുടെ ജീവിത കഥയാണ് അങ്ങേരുടെ 'വാഴക്കുല' എന്ന കവിത. ഇത് ഞങ്ങൾക്കൊക്കെ അന്നേ അറിയാമായിരുന്നു. ഡി എം താൻ ഇവരോടൊത്തു കുടികൊള്ളൂ... പക്ഷേ, നാലാളുള്ളിടത്ത് തല്ക്കാലം വാ തുറക്കരുത്. തന്റെ നാട്ടിലെ തക്കിട തരികിട ഭാഷ കേട്ടാൽ കുഴപ്പമാകും.

ഡി എം : ശരി, എന്നാലങ്ങനെ
(മുഷ്ടി ചുരുട്ടി അഭിവാദ്യം ചെയ്യുന്നു)

രംഗദീപം പൊലിയുന്നു.

സീൻ പതിനഞ്ച്

ആലപ്പുഴയിൽ തേവന്റെ വീട്... രംഗദീപമുയരുമ്പോൾ മുറിക്കകത്ത് ഒരു യുവതിയുടെ മൂളിപ്പാട്ട്

ഉയരും ഞാൻ നാടാകെ-
പ്പടരും ഞാനൊരു പുത്ത-
നുയിർ നാട്ടിനേകിക്കൊണ്ടുയരും വീണ്ടും
വയലാറിന്നൊരു കൊച്ചു-
ഗ്രാമമല്ലാർക്കുമേ
വില കാണാനാകാത്ത കാര്യമത്രേ
മലയാളത്തിരുമാറിൻ-
മർദ്ദിതന്മാർ സ്വന്തം
ഹൃദയരക്തത്താൽ കുറിച്ച കാവ്യം.
വിറയാർന്നു കൺകൾക്കു-
വായിക്കാനാവാതെ,
നെറിവറ്റ ഹൃത്തുക്കൾക്കസ്പഷ്ടമായ്
അനവധി മാതാപിതാ-
ക്കൾ തൻ കണ്ണീരാൽ
നനവാർന്നാക്കാവ്യം ലസിച്ചീടുന്നു.

മുടിചീകി... പൊട്ടുതൊട്ട്... ചുവന്ന ബ്ലൗസും കയിലി മുണ്ടുമുടുത്ത് മാറത്ത് തോർത്തുമിട്ട് ഒരു യുവതി ഇറങ്ങിവരുന്നു. പരിസരം മറന്ന് പാടുന്ന അവളുടെ പിന്നിൽ നിശ്ശബ്ദനായി അതാസ്വദിച്ച് ഡി എം നില്ക്കുന്നു. പാട്ടു നിർത്തി. തിരിഞ്ഞു നോക്കുമ്പോൾ ഡി എം നെ ക്കണ്ട് നാണിച്ച് മുഖം പൊത്തുന്നു...

ഡി എം : നീലി പാട്ടു പഠിച്ചിട്ടുണ്ടോ.. കവിത നന്നായി ചൊല്ലിയല്ലോ... ഇതെവിടുന്നു കിട്ടി *(തൃശൂർക്കാരന്റെ നീട്ടലും കുറുക്കലുമുള്ള സംഭാഷണം)*

നീലി : സഖാവിന്റെ മുറിയിലെ ട്രങ്ക്പ്പെട്ടിയുടെ മേളിലിരുന്നതാ.. ഞാൻ പകർത്തിയെടുത്തു.

ഡി എം : നീലി ഏതുവരെ പഠിച്ചു.

നീലി : ഫോർത്തു ഫാം വരെ... അപ്പോ കയറ്റു കമ്പനീ ജോലി കിട്ടി. പണിക്കു ചേർന്നു. ഞാനൊരു കാര്യം ചോദിക്കണമെന്ന് നാലഞ്ചു ദിവസമായി വിചാരിക്കുന്നു.

ഡി എം : ചോദിച്ചോളൂ.

നീലി : ഈ കവിതയെഴുതിയ രവിയെ സഖാവിനറിയോ? കണ്ടിട്ടുണ്ടോ?

ഡി എം : *(ചിരിച്ചുകൊണ്ട്)* ഉണ്ടല്ലോ.. പക്ഷേ, രവിയെന്നല്ല. പി

ഭാസ്കരൻ എന്നാണ് അതെഴുതിയ കവിയുടെ പേര്.. രവി തൂലികാനാമമാണ്... വയലാർ വിപ്ലവത്തെത്തുടർന്ന് അദ്ദേഹം വയലാറിലെ വിപ്ലവഭൂമി സന്ദർശിച്ച ശേഷം എഴുതിയ കവിതയാണ്... *വയലാർ ഗർജ്ജിക്കുന്നു* സർക്കാർ ആ പുസ്തകം നിരോധിച്ചു. അങ്ങനെയാണ് രവിയെന്ന പേരിൽ ആ പുസ്തകം പ്രസിദ്ധീകരിച്ചത്.

നീലി : അദ്ദേഹം നമ്മുടെ സഖാവാണോ.

ഡി എം : അതെ.

നീലി : അപ്പോൾ സഖാവിനെപ്പോലെ എല്ലാ കവികളും കഥാകൃത്തുക്കളും നമ്മുടെ കൂടെത്തന്നല്ലേ.

ഡി എം : എല്ലാപേരുമില്ല. എങ്കിലും വളരെപ്പേർ നമ്മുടെ കൂടെയുണ്ട്. ശ്വാസം വിടാതെ താൻ എന്നോട് പലതും ചോദിച്ചല്ലോ... ഞാനും ചിലത് ചോദിച്ചോട്ടെ.

നീലി : ചോദിക്കൂ.

ഡി എം : നിങ്ങളെങ്ങിനെ ഇവിടെയെത്തി?

നീലി : *(അകത്തേക്ക് ചൂണ്ടി)* അമ്മ വരുന്നുണ്ട്. അമ്മയോട് തന്നെ ചോദിക്കൂ.

അഴകി രംഗത്തേക്ക് വരുന്നു... മുടിയിൽ നരകേറി... മുഖത്ത് ചുളിവുകൾ വീണ്... വാർദ്ധക്യത്തിലേക്ക് നീങ്ങുന്നപ്രായം.. മുണ്ടും റൗക്കയും മേൽമുണ്ടുമാണ് വേഷം.

അഴകി : നീലി നീ ഇതേവരെ പോയില്ലേ... എന്തോ മീറ്റിങ്ങെന്നും പറഞ്ഞു വെപ്രാളം കൂട്ടിയിട്ട്. കൊച്ചുവർത്തമാനോം പറഞ്ഞ് ഇവിടെ നിക്കുവാണോ...

നീലി : ഞാനിതാ പോണമ്മേ. സഖാവേ, ലാൽ സലാം. ഞാൻ പോട്ടെ

അഴകി : *(ആത്മഗതം)* ഒരു തികഞ്ഞ പെണ്ണായി... ഇപ്പോഴും കുട്ടിയെന്നാവിചാരം... *(പെട്ടെന്ന് ഡി എം നെക്കണ്ട്)* മോനെ... ഇവിടെ പുത്തിമുട്ടൊന്നും ഇല്ലല്ലോ... എന്തെങ്കിലുമുണ്ടെങ്കി പറയണം. തേവനാണെങ്കി കമ്പനി കഴിഞ്ഞ് പിന്നെ പാർട്ടിയും യൂണിയനും ഒക്കെയായി... പാതിരാ കഴിഞ്ഞേ കുടിയിലെത്തത്തുള്ളൂ.

ഡി എം : അമ്മേ നിങ്ങളെങ്ങിനെ ഇവിടെ എത്തി. ഇടപ്പള്ളിയും ആലപ്പുഴയും തമ്മിൽ എന്തു ബന്ധം...

അഴകി : അതും ഒരു കഥയാണു സഖാവേ, കൊയ്ത്തു കാലത്തെങ്കിലും എന്റെ കുട്ടികൾക്ക് ഒരു പിടി ചോറ് കൊടുക്കാൻ പാടത്ത് കറ്റ ചോദിച്ച കുറ്റത്തിന്... ഞങ്ങളെ കുടിയിറക്കാൻ വന്ന തമ്പ്രാനും ചട്ടമ്പികളും എന്നെ കൊല്ലാക്കൊല ചെയ്തപ്പോൾ... എന്നെ രക്ഷിക്കാൻ... എന്റെ

കെട്ടിയോൻ വെട്ടിയ വെട്ടിൽ ജന്മി... മരിച്ചു... എന്റെ കെട്ടിയോനെ അപ്പോതന്നെ അവർ പിടിച്ചുകെട്ടി.. പൊലീസിൽ ഏല്പിച്ചു. ജീവപര്യന്തം ശിക്ഷിച്ചു... ഇപ്പോൾ തിരുവനന്തപുരത്തെ സർക്കാർ ജയിലിലാണ്.

ഡി എം : അമ്മ... പിന്നെ അദ്ദേഹത്തെ ജയിലിൽ പോയി കണ്ടിട്ടുണ്ടോ.

അഴകി : മുമ്മൂന്ന് മാതത്തിലൊരിക്കൽ ഞാനും മക്കളും കൂടി പോയി കാണും...

ഡി എം : എങ്ങിനെ ഇവിടെ എത്തി എന്നു പറഞ്ഞില്ലല്ലോ.

അഴകി : എന്റെ കെട്ടിയോനെ ജയിലി കൊണ്ടു പോകുമ്പം... പറക്കമുറ്റാത്ത അഞ്ചു കുട്ടികളാണ്... തേവൻ, മാതേവൻ. കരുവള്ളോൻ, നീലി കേളൻ... (അറിയാതെ വിതുമ്പി പോകുന്നു)

ഡി എം : അമ്മ എന്താ കരയുന്നത്..

അഴകി : എന്റെ എളയകുട്ടൻ... കേളൻ വസൂരി വന്നു മരിച്ചു.

ഡി എം : എപ്പോൾ.

അഴകി : തമ്പ്രാക്കന്മാരുടെ ആൾക്കാർ മാത്രമല്ല, സ്വജാതിക്കാരും... ഞങ്ങളെ ആട്ടിപ്പായിച്ചു.. ഏറ്റവും ഇളയതിനെ തോളിലിട്ട്, മറ്റുള്ളതിനെ നടത്തി... നാടായ നാടൊക്കെ അലഞ്ഞു. എന്റെ കുട്ടികൾക്കുപോലും ഒരു തുള്ളി കഞ്ഞി വെള്ളം കിട്ടാത്ത തെവസമുണ്ട്... ഒരു തെവസം നേരം വെളുത്തപാടെ എന്റെ കുട്ടീന്റെ ശരീരം മുഴുവൻ വസൂരി കുരുത്തുവാരി... മൂന്നാം ദിവസം അവൻ കണ്ണടച്ചു... *(അറിയാതെ തേങ്ങുന്നു)* അവനെ മറവ് ചെയ്യാൻ ആറടി മണ്ണ് പോലും ആരും തന്നില്ല... ഒരു രാത്രിയിൽ ഈ ദുഷ്ടയായ തള്ള... എന്റെ പൊന്നുമോന്റെ ശരീരം നടുക്കായലിൽ വലിച്ചെറിഞ്ഞു... *(തേങ്ങിക്കരയുന്നു)*

ഡി എം : കേട്ടിട്ടു വിശ്വസിക്കാനാവുന്നില്ല.

അഴകി : എന്റെ കുട്ട്യോളുടെ അപ്പന്റെ ഒരകന്ന ബന്ധു... തഴപ്പായ വില്ക്കുന്ന ഒരാൾ വഴിയിൽ വച്ചു ഞങ്ങളെ കണ്ടു... അങ്ങേരു ഞങ്ങളെ ഇവിടെ കൊണ്ടെത്തിച്ചു. തേവന് കയർ കമ്പനിയിൽ ഒരു പണി ഒപ്പിച്ചു തന്നു... അങ്ങിനെ വീണ്ടും ഞങ്ങൾ ജീവിതത്തിലേക്കെത്തി.

ഡി എം : മറ്റുള്ളവർ എന്തു ചെയ്യുന്നു...

അഴകി : കരിവള്ളോൻ ഇപ്പം കുട്ടനാട്ടിലാണ്. സഖാവ് വിഎസിന്റെ കൂടെ കർഷകത്തൊഴിലാളി യൂണിയൻ ഓഫീസിലെന്നാണ് കേട്ടത്.

ഡി എം : ഇനിയും ഒരാളുണ്ടല്ലോ

അഴകി : ഞാൻ മനപ്പൂർവ്വം പറയാതിരുന്നതാണ്... മാതേവൻ...

കുലദ്രോഹി... അച്ഛനെയും അമ്മയെയും തെറിപറഞ്ഞു നടപ്പാണ്... നേതാവ്, ഖദർ ചട്ടയും തൊപ്പിയും വച്ചു നടക്കുന്ന ഹരിജന നേതാവ്... എം എം തേവൻ.. വീട്ടിൽ വരാറില്ല. അച്ഛനെക്കുറിച്ചു പറയുന്നതു തന്നെ അവന് കൊറച്ചിലാണ്.. *(അകലെ നിന്ന് ആരോ വരുന്നതുക ണ്ട്...)* സഖാവേ ആരോ വരുന്നുണ്ട്. സഖാവ് അകത്തു കേറി മുറിയടച്ചോളൂ.

അല്പം കഴിഞ്ഞ് എം എം തേവൻ പ്രവേശിക്കുന്നു. നീണ്ട ഖദർ ജുബ്ബയും മുണ്ടും ഖദർ തൊപ്പിയും കൈയിൽ വീർത്ത ഒരു ബാഗും.

അഴകി മകന്റെ എഴുന്നള്ളത്തു കണ്ട്... മുഖം വീർപ്പിച്ചങ്ങിനെ നില്ക്കുന്നു.

എം എം : *(അച്ചടി ഭാഷയിലാണ് വർത്തമാനം)* ഹേ! മാതാവേ... ആതിഥ്യ മര്യാദപോലും ഭവതി മറന്നു പോയോ. വീട്ടിൽ ഒരതിഥി വന്നാൽ എങ്ങനെയാണ്... സല്ക്കരിക്കേണ്ടത്... എന്നുപോലും ഭവതിക്കറിയില്ലെന്ന് തോന്നുന്നു.

അഴകി അകത്തേക്ക് പോകാൻ തിരിയുന്നു.

എം എം : പോകാൻ വരട്ടെ. ഭവതിയോട് ഒരു വസ്തുത കഥിക്കാനാണ്... നാമിവിടെ വന്നത്.. നിങ്ങളുടെ പുന്നാര മോനില്ലേ... കരുവള്ളോൻ. നിങ്ങൾക്കവനെ വായ്ക്കരിക്കുതകണമെങ്കിൽ കുട്ടനാട്ടിൽ നിന്നു തിരിച്ചു വിളിക്കണം. അവിടെ അവന്റെ നേതാവാരാന്ന് അറിയാമോ... വി എസ് അച്യുതാനന്ദൻ.. കുട്ടനാട്ടിലെ കായൽ രാജാക്കന്മാരോടാ...ആ ജുബ്ബാക്കാരന്റെ കളി... എപ്പോഴാ അങ്ങേരുടെ ശരീരം തല ഇല്ലാതെ പമ്പയാറ്റിലൂടെ ഒഴുകി നടക്കുന്നതെന്ന് ദൈവം തമ്പുരാനേ അറിയൂ.. അങ്ങേരുടെ അംഗരക്ഷകനാണ് അവിടുത്തെ തൃതീയ പുത്രൻ... പറഞ്ഞില്ലാന്നു വേണ്ട... ഒന്നുകിൽ തലയറ്റ അവന്റെ ശരീരം പമ്പയാറ്റിൽ.. അല്ലെങ്കിൽ തന്തയെപ്പോലെ കൊലയാളിയായി സെൻട്രൽ ജയിലിൽ... എന്തായാലും അവൻ നിങ്ങൾക്ക് ഉതകത്തില്ല.

അഴകി : എടാ.. കുലദ്രോഹി നീ എന്നെക്കൊണ്ട് പറയിപ്പിക്കാതെ ഇറങ്ങിപ്പോകുന്നുണ്ടോ.

എം എം : ഭവതി... അവിവേകം കൊണ്ടു കോപിച്ചാലും നാം ക്ഷമിക്കണമല്ലോ.. നിങ്ങൾക്ക് ഗുണമുള്ള ഒരു കാര്യത്തിനാണ്. നാം വന്നത്.

അഴകി : എന്റെ ഗുണത്തിനോ... നീയോ... നീ നിന്റെ പാടുനോക്ക്

എടാ നിന്നെ നാലക്ഷരം പഠിപ്പിച്ചതിന് നീ ഞങ്ങളെ ശിക്ഷിക്കരുത്..

(തേവൻ കടന്നുവരുന്നു രണ്ടുപേരും കാണുന്നില്ല)

എം എം : മാതാവേ, ശാന്തയാകൂ... നിങ്ങളുടെ ഭർത്താവില്ലേ... ആ കൊലയാളി...

അഴകി : *(സഹിക്കവയ്യാതെ)* എടാ.. ആ കൊലയാളി നിന്റെ ആരാടാ... എന്തിനാടാ അങ്ങേർ കൊലയാളിയായത്. നിന്റെ അമ്മയുടെ ജീവനും മാനവും കാക്കാൻ... എല്ലാം ഉപേക്ഷിച്ച ആ മഹാമനുഷ്യനെ.. കൊലയാളി... എന്നു വിളിച്ച നിന്റെ നാവ് പുഴുത്തുപോകും.

എം എം : അത്ര സെന്റിമെന്റലാകേണ്ട.. ഞാനൊരു വസ്തുത പറഞ്ഞു എന്നേയുള്ളൂ... നിങ്ങളീ കടലാസിൽ ഒരു ഒപ്പിട്ടു തരൂ... നിങ്ങളുടെ ഭർത്താവിനെ ഒരു മാസത്തിനകം പുറത്തുകൊണ്ട് വരാം. ഞങ്ങളുടെ പി സി ഡി പ്രസിഡന്റ് എല്ലാം ഏറ്റിട്ടുണ്ട്. *(കടലാസ് അമ്മയ്ക്ക് നീട്ടുന്നു.)*

അഴകി : *(കടലാസ് വാങ്ങി. വലിച്ചു കീറി മുഖത്തെറിഞ്ഞു കൊണ്ട്)* എടാ... നീയും ഈ വയറ്റിൽ കിടന്നതാണല്ലോ. എന്നോർക്കുമ്പോൾ എനിക്ക് എന്നോട് തന്നെ വെറുപ്പ് തോന്നുന്നു.

തേവൻ : അമ്മേ അവന് പിരാന്താണ്... നാലുതുട്ടിനും സ്ഥാനമാനങ്ങൾക്കും വേണ്ടി... അപ്പനെയും അമ്മയെയും പെങ്ങളെയും തള്ളിപ്പറയുന്ന അവസരവാദി... അവനോട് ഇറങ്ങിപ്പോകാൻ പറയൂ...

എം എം : സഖാവേ... അല്പം ക്ഷമ കാണിക്കൂ... ഞാനിവിടെ താമസിക്കാൻ വന്നതല്ല. എന്നെ ആരും ഇറക്കി... വിടേണ്ട.. ഞാനിറങ്ങിപ്പോകാൻ തന്നെ വന്നതാണ്.... പക്ഷേ...

തേവൻ : എന്തു പക്ഷേ...

എം എം : ഒരു കാര്യം...
എന്റെ മാതാവും ഭഗിനിയും താമസിക്കുന്ന ഭവനമാണിത്. ഇത് ഒരു കമ്യൂണിസ്റ്റ് ഒളിത്താവളമാക്കാൻ ഞാൻ അനുവദിക്കുകയില്ല. പൊലീസുകാരെക്കൊണ്ട് അവരുടെ ശാരീരിക പരിശോധന നടത്താൻ ഇടവരുത്തരുത്. ഓർമ്മയിരിക്കട്ടെ. ഞാൻ ഇറങ്ങുന്നു.

അഴകി : മോനേ... ആ പോകുന്നത് ഒരു പിശാചാണ്. സൂക്ഷിക്കണം.

തേവൻ : എന്റെ അമ്മേ ഇങ്ങനെയും ഒരു ജീവിക്ക് അമ്മ ജന്മം കൊടുത്തല്ലോ..

രംഗദീപം പൊലിയുന്നു.

സീൻ പതിനാറ്

സമയം രാത്രി... ആലപ്പുഴയിൽ തേവന്റെ വീട്.. പശ്ചാത്തലത്തിൽ പട്ടികൾ ഓരിയിടുന്ന ശബ്ദം. രംഗദീപം തെളിയുന്നു.

നേർത്ത വെളിച്ചത്തിൽ ഇൻസ്പെക്ടറും മൂന്ന് നാല് പൊലീസുകാരും തേവന്റെ വീടിനെ ലക്ഷ്യം വച്ചു നീങ്ങുന്നു.

ഇൻസ്പെക്ടർ :വീടിന്റെ നാലുവശത്തും നില്ക്കുന്നവർക്ക് നല്ല കരുതൽ വേണം... ആൾ വലിയ സാമർത്ഥ്യക്കാരനാണ്... കൊല ക്കേസിൽ പ്രതിയായിട്ടു നാലു വർഷമായി... രക്ഷപ്പെട്ടു നടക്കുകയാണ്... ഇന്ന് നമ്മുടെ വലയിൽ... നിന്നു രക്ഷ പ്പെട്ടുകൂടാ... *(പതുക്കെ വീടിനെ സമീപിച്ച്....)* സഖാ വെ, വാതിൽ തുറക്കൂ... ഡി എം നെക്കാണാൻ... ടി കെ വന്ന് നില്ക്കുന്നു. *(ആരും വിളി കേൾക്കുന്നില്ല)*

തേവൻ : ആരാണ്... നിങ്ങൾക്കെന്തുവേണം...

ഇൻസ്പെക്ടർ: ഞങ്ങൾ പൊലീസുകാരാണ്. വാതിൽ തുറക്കൂ... വീട് സെർച്ചു ചെയ്യണം.

തേവൻ : സെർച്ചു വാറണ്ടുണ്ടോ.

ഇൻസ്പെക്ടർ: ഉണ്ട്. പുറത്തുവരൂ കാണിച്ചു തരാം.

തേവൻ പുറത്തേക്കു വരുന്നു. ഇൻസ്പെക്ടർ മടിക്കുത്തിനു പൊക്കി ചെകിട്ടത്തടിക്കുന്നു.

പൊലീസുകാരൻ: മതിയോ സഖാവേ... വാറണ്ടുകണ്ടല്ലോ.

മറ്റൊരു
പൊലീസുകാരൻ : എടാ ഡി എം ഏതുമുറീലാടാ ഉള്ളത്.

തേവൻ : എനിക്കറിയില്ല...

ഇൻസ്പെക്ടർ: നിനക്ക് അറിയില്ല അല്ലേ... ഇന്നുച്ചക്കും ഇവിടെ ഉണ്ടാ യിരുന്നല്ലോ. എന്നിട്ടും നിനക്ക് അറിയില്ല... അകത്തു ആരൊക്കെ ഉണ്ടടാ..

തേവൻ : എന്റെ അമ്മയും പെങ്ങളും.

ഇൻസ്പെക്ടർ: അകത്തു കയറി സെർച്ച് ചെയ്യടാ

പൊലീസുകാരൻ അകത്ത് കയറുന്നു. അകന്ന് നിന്ന്

അഴകി : എന്റെ മോളുടെ ദേഹത്തുമാത്രം തൊട്ടുപോകരുത്.

പൊലീസുകാർ: എന്നാൽ നിന്നെയാവാം.

അഴകി : എടാ... നിന്നെ പെറ്റു വളർത്താനുള്ള പ്രായമുണ്ടെനിക്ക്... സ്വന്തം... അമ്മയോടും ഇങ്ങനെയാണ് പെരുമാറുന്നതെ ങ്കിൽ എനിക്കു വിരോധമില്ല.

രണ്ടു സ്ത്രീകളുടെയും മുടിക്ക് കുത്തിപ്പിടിച്ച് പുറത്തേക്ക് കൊണ്ടു വരുന്നു.

ഇൻസ്പെക്ടർ : *(പൊലീസുകാരോട്)* സ്ത്രീകളെ ഉപദ്രവിക്കരുത്... *(അവരോട്)* ഞാനൊരു കാര്യം പറയാം... സത്യം പറഞ്ഞാൽ ഞാൻ നിങ്ങടെ ദേഹത്തു തൊടില്ല... പറഞ്ഞില്ലെങ്കിൽ എന്റെ ഈ ബാറ്റൺ സ്ത്രീകളുടെ ശരീരത്തിൽ എവിടെയൊക്കെ പ്രയോഗിക്കേണ്ടി വരുമെന്ന് എനിക്കു തന്നെ പറയാനാവില്ല...

അഴകി : ഞങ്ങൾ നിരപരാധികളാണ്... പണിയെടുത്തു കഴിയുന്ന പാവങ്ങൾ.. സാറേ നിങ്ങൾക്കും അമ്മയും പെങ്ങളുമില്ലേ... അതോർത്തെങ്കിലും ഞങ്ങളെ വെറുതേ വിടൂ...

ഇൻസ്പെക്ടർ : അതു പറ്റില്ലല്ലോ. നിങ്ങൾ നിരപരാധികളോ...
കഴിഞ്ഞ നാലു വർഷമായി ഒളിവിൽ കഴിയുന്ന ഒരു പിടികിട്ടാപ്പുള്ളിയെ... അതും ഒരു കമ്യൂണിസ്റ്റു നേതാവിനെ സ്വന്തം മണിയറയിൽ ഊട്ടി ഉറക്കിയ രാജ്യദ്രോഹികൾ എങ്ങനെ നിരപരാധികളാകും... നിങ്ങൾ ശിക്ഷ അനുഭവിച്ചേ തീരൂ..

തേവൻ : എന്താ കമ്യൂണിസ്റ്റുപാർട്ടി ഒരു നിയമ വിരുദ്ധ വിധ്വംസക പാർട്ടിയാണോ. നിയമസഭയിലെ മുഖ്യ പ്രതിപക്ഷമല്ലേ.. ഭൂരിപക്ഷം കിട്ടിയാൽ നാളെ ആ പാർട്ടിക്ക് ഭരിച്ചു കൂടേ, എന്നിട്ടെന്താ... നിങ്ങളിങ്ങനെ നിയമ വിരുദ്ധമായി ഞങ്ങളെ കൊല്ലാക്കൊല ചെയ്യുന്നത്..

ഇൻസ്പെക്ടർ: സഖാവേ, മനസ്സിലിരിപ്പു കൊള്ളാം. നാളെ ഭരിച്ചു കളയുമെന്ന്... ശരി ഭരിക്കാൻ വരട്ടെ... അപ്പോൾ ഞങ്ങൾ സല്യൂട്ട് ചെയ്യാം. എന്നാൽ, ഇപ്പോൾ ഇതിരിക്കട്ടെ *(മുതുകത്തൊരിടി)*

തേവൻ : നിങ്ങൾക്കു വേണമെങ്കിൽ തല്ലിക്കൊല്ലാം... എന്നാലും ഞങ്ങളെ മനോവീര്യം കെടുത്താനാവില്ല...

ഇൻസ്പെക്ടർ : എ... തള്ളേ ഞാനൊരു കാര്യം പറയാം. നിങ്ങൾക്കു അറിയാവുന്നതുമുഴുവൻ പറഞ്ഞാൽ നിങ്ങളെ ഇവിടെത്തന്നെ വിട്ടേക്കാം.. ഇല്ലെങ്കിൽ..

(അകത്തുനിന്ന് ഒരു പൊലീസുകാരൻ ഒരു ചെറിയ ട്രങ്കുമായി പുറത്തേക്കു വരുന്നു)

സാർ.... നിറയെ പുസ്തകങ്ങളും ഒന്നോ രണ്ടോ നോട്ടു ബുക്കുകളും...

ഇൻസ്പെക്ടർ : *(അതിൽ നിന്ന് ഒരു പുസ്തകമെടുത്ത് വായിക്കുന്നു)* കേരളം ഒന്നേ കാൽ കോടി മലയാളികളുടെ മാതൃഭൂമി

- ഇ എം എസ്... ഡി എം.. *(നീലിയോട്)* ആരെയാടി ഈ പുസ്തകം... *(നീലി മിണ്ടുന്നില്ല) (പുസ്തകങ്ങളുടെ അകത്ത് ഡി എം എന്ന് കുറിച്ചിട്ടുണ്ട്)*

ഇൻസ്പെക്ടർ : *(ഓരോ പുസ്തകങ്ങളായി നിവർത്തി നോക്കിയിട്ട് നീലിയോട് ഉറക്കെ വായിക്കാൻ പറയുന്നു)* ഉം വായിക്ക്...
കമ്യൂണിസ്റ്റ് മാനിഫെസ്റ്റോ
എന്തു ചെയ്യണം - ലെനിൻ
മനുഷ്യൻ - കെ ദാമോദരൻ
സമരത്തിന്റെ സന്തതികൾ - ഒ എൻ വി
രക്തപുഷ്പങ്ങൾ - ചങ്ങമ്പുഴ
നിങ്ങളെന്നെ കമ്യൂണിസ്റ്റാക്കി - സോമൻ

ഇൻസ്പെക്ടർ : *(നോട്ടു ബുക്ക് നിവർത്തി)* രണ്ടു നോട്ടുബുക്കുകൾ നിറയെ കഥകൾ...
(നീലിയോട്) അപ്പോൾ നിങ്ങൾക്ക് ഡി എം നെ അറിയില്ലെന്നല്ലേ പറഞ്ഞത്... *(നീലി ഒന്നും മിണ്ടുന്നില്ല)* പിന്നെ ഈ പുസ്തകങ്ങൾ എങ്ങനെ ഇവിടെ വന്നു... *(നീലിയോട്)* നിന്റെ അമ്മയ്ക്ക് എഴുതാനറിയാമോ.

നീലി : ഇല്ല

ഇൻസ്പെക്ടർ : *(പൊലീസുകാരനോട്)* ഒരു പേപ്പർ ഇവളുടെ കൈയിൽ കൊടുക്കു.

(നീലി പേപ്പർ വാങ്ങിക്കുന്നു)

ഇൻസ്പെക്ടർ : ഒരു പേനയും വച്ചെഴുതാൻ ഇതിൽ നിന്നും ഒരു ബുക്കും കൊടുക്കൂ.

നീലി : *(ധൈര്യം സംഭരിച്ച്)* എന്തെഴുതാനാണു സാർ

ഇൻസ്പെക്ടർ : നിന്നെയും നിന്റെ അമ്മയെയും കമ്യൂണിസ്റ്റുകാർ കബളിപ്പിച്ചതാണെന്നും മേലാൽ കമ്യൂണിസ്റ്റുകാരോടോ അവരുമായി ബന്ധപ്പെട്ടവരോടോ കൂട്ടുകൂടുകയില്ലെന്നും - ഇപ്പോൾ വന്നു പോയ തെറ്റിന് മാപ്പു തരണമെന്നും ആവശ്യപ്പെട്ടുകൊണ്ട് ഒരു മാപ്പപേക്ഷ..
ഇത്രയും എഴുതി ഒപ്പിട്ടു തന്നാൽ നിങ്ങളെ രണ്ടുപേരേയും ഞാൻ ഇവിടെ വിടാം...

നീലി : *(പൊട്ടിത്തെറിച്ചുകൊണ്ട്)* നടക്കില്ല സാർ, ഞാനതു ചെയ്യില്ല. തൂക്കുമരത്തിലേറേണ്ടി വന്നാലും ഞങ്ങൾ ഞങ്ങടെ പാർട്ടിയെ തള്ളിപ്പറയില്ല. കണ്ട ചോറ്റുപട്ടികളുടെ മുന്നിൽ അടിയറവു പറയാനുള്ളതല്ല ഞങ്ങടെ കമ്യൂണിസ്റ്റ് വിശ്വാസം... നിങ്ങൾക്കെന്തു വേണമെങ്കിലുമാകാം... രക്തസാക്ഷിയാകാൻ ഞങ്ങൾക്ക് ഒരു ഭയവുമില്ല...

ഇൻക്വിലാബ് സിന്ദാബാദ്
കമ്യൂണിസ്റ്റ് പാർട്ടി സിന്ദാബാദ്...
മരണം വരെയും സമരം ചെയ്യാം
ചെങ്കൊടിയാണേ കട്ടായം..

രംഗദീപം പൊലിയുന്നു

സീൻ പതിനേഴ്

നാട്ടിൻപുറത്തെ കമ്യൂണിസ്റ്റ് പാർട്ടിയുടെ ഒരു ചെറിയ പ്രസംഗ വേദി. പശ്ചാത്തലത്തിൽ മൈക്ക് അനൗൺസ്മെന്റ്

ബഹുമാന്യരായ നാട്ടുകാരേ, സഖാക്കളേ, അമ്മ പെങ്ങന്മാരേ, ഒരു കമ്യൂണിസ്റ്റ് നേതാവിനെ ഒളിവിൽ താമസിപ്പിച്ചതിന് താൻ പണിയെടുക്കുന്ന കയർ ഫാക്ടറി തീയിട്ടു നശിപ്പിക്കാൻ ഗൂഢാലോചന നടത്തി എന്ന കുറ്റം ചുമത്തി, കള്ളക്കേസിൽപ്പെടുത്തി ജയിലിലടച്ചിരുന്ന നാട്ടുകാരുടെ കണ്ണിലുണ്ണിയായ സഖാവ് തേവനെ സ്വീകരിക്കുന്നതിനും നാളെ നവംബർ 1 ന് എറണാകുളത്തു നടക്കുന്ന കമ്യൂണിസ്റ്റ് പാർട്ടിയുടെ ഐക്യ കേരളാ റാലിയുടെ പ്രചാരണത്തിനും വേണ്ടി സംഘടിപ്പിച്ചിരിക്കുന്ന പൊതുയോഗത്തിൽ എത്തിച്ചേരുവാൻ ഇന്നാട്ടിലെ ആബാലവൃദ്ധം ജനങ്ങളോടും ഞങ്ങളഭ്യർത്ഥിക്കുന്നു. *(ഒന്നിലേറെതവണ ഈ അനൗൺസ്മെന്റ് ആവർത്തിക്കണം)*

രംഗദീപം തെളിയുമ്പോൾ വേദിയിൽ ഒരു ബഞ്ചിൽ... സോമൻ, ടി കെ, അഴകി, തേവൻ... ഔസേപ്പ്... നീലി... എന്നിവർ ഇരിക്കുന്നു.

സോമൻ : ടി കെ നമുക്കുയോഗം തുടങ്ങിക്കൂടെ...?

ടി കെ : *(ചിരിച്ചുകൊണ്ട്)* എടാ... യോഗം... യോഗം എന്നു പറഞ്ഞാൽ ഒരു കൊഴുപ്പു വേണ്ടേ... സോമാ... നീ പാട്ടുകാരനല്ലേ... ഒരു വിപ്ലവ ഗാനത്തോടെ തുടങ്ങാം. അതല്ലേ അതിന്റെ ഭംഗി.

സോമൻ : അതിനെന്താ വിഷമം. നമ്മുടെ നീലിയുണ്ടല്ലോ. ഓളും നന്നായി പാടും.

ഔസേപ്പ് : എന്നാൽ, ആ പൊന്നരിവാള് തന്നെ ഒന്ന് പാട്...

സോമൻ : നാളെ കേരളപ്പിറവിയല്ലേ.. ഐക്യകേരളത്തെക്കുറിച്ച് നമ്മുടെ ഒ എൻ വി എഴുതിയ ഒരു പാട്ടുണ്ടല്ലോ. മൂന്നു കോണിൽ നിന്ന് നമ്മളൊന്ന് ചേരുന്നേ എന്ന പാട്ട്...

നീലി : അതു കെ പി എ സി ക്കാർ പാടിയ പാട്ടാണ്. നമ്മളെക്കൊണ്ട് പറ്റുവോ..

ടി കെ : എന്താ പറ്റാത്തത്... നമുക്ക് പറ്റുന്നതുപോലെ പാടാം...

മൈക്കനരികിൽ വന്ന് പാടുന്നു...

പാട്ടിന്റെ അവസാനം..

ടികെ : ഇനി യോഗം ആരംഭിക്കാം... യോഗത്തിന്റെ അദ്ധ്യക്ഷൻ ഔസേപ്പ് ചേട്ടനാകട്ടെ.

ഔസേപ്പ് : അയ്യോ സഖാവേ, അതു വേണ്ടായേ. ഞാനിതേവരെ... അദ്ധ്യക്ഷ്യം പടിച്ചിട്ടില്ല...

ടി കെ : ഇതിലെന്തു പഠിക്കാനിരിക്കുന്നു... ഒന്നുമില്ലന്നേ.. ഞാൻ പറഞ്ഞുതരാം... ചേട്ടൻ സോമനെ സ്വാഗതം പറയാൻ വിളിക്കണം.

ഔസേപ്പ് : സോമാ... ടി കെ പറഞ്ഞതു കേട്ടില്ലേ. അതുപോലെ അങ്ങുചെയ്യ്...

സോമൻ : ബഹു. അദ്ധ്യക്ഷൻ, ഔസേപ്പ് ചേട്ടൻ, നമ്മുടെ എല്ലാമായ സ. ടി കെ, പ്രിയപ്പെട്ട സ. തേവൻ, നമ്മുടെ വീരമാതാവ് സ. അഴകി, ബഹുമാന്യരായ നാട്ടുകാരെ, സഖാക്കളെ... നമ്മളിവിടെ കുടിയിരിക്കുന്ന കാര്യം എല്ലാവർക്കും അറിയാം... നാളെ കേരളപ്പിറവിയാണ്... നാളെ എറണാകുളത്ത് പാർട്ടിയുടെ നേതൃത്വത്തിൽ വലിയ ഒരു റാലി നടക്കുന്നുണ്ട്... ഇവിടെ നിന്ന് നമുക്കു വാഹനത്തിൽ 500 ആളെ പങ്കെടുപ്പിക്കണം. അതിനു പേരു തന്നവരെല്ലാം തയ്യാറാകണം... മറ്റൊന്ന് രണ്ടുവർഷത്തിൽ ജയിൽവാസം കഴിഞ്ഞു ജയിൽമോചിതനായി വന്ന തൊഴിലാളി നേതാവും കമ്യൂണിസ്റ്റ് നേതാവുമായ സഖാവ് തേവനെയും ആ സഖാവിന്റെ വീരമാതാവിനെയും സ്വീകരിക്കലാണ്. ആ രണ്ടുപേരെയും പാർട്ടിയുടെയും ഈ ജനാവലിയുടെയും പേരിൽ സ്വാഗതം ചെയ്യുന്നു. ഇനി സ്വാഗതം പറയേണ്ടത് നമുടെ നേതാവായ സ. ടി കെയ്ക്കാണ്. നമ്മുടെ പ്രദേശത്ത് കമ്യൂണിസ്റ്റ് പാർട്ടിയും തൊഴിലാളി കർഷക പ്രസ്ഥാനവും കെട്ടിപ്പടുക്കാൻ നമ്മൾക്കെന്നും നേതൃത്വം നല്കിയ... നേതൃത്വം നല്കിക്കൊണ്ടിരിക്കുന്ന സ. ടി കെയ്ക്കും നിങ്ങൾക്ക് ഓരോരുത്തർക്കും... പാർട്ടിയുടെ പേരിൽ ഞാൻ സ്വാഗതമാശംസിക്കുന്നു.

ഔസേപ്പ് : ടി കെ ഇനി എന്തു ചെയ്യണം...

ടി കെ : നമ്മുടെ തേവനു സ്വീകരണമാകട്ടെ.

ഔസേപ്പ് : അപ്പോൾ ഇനി തേവനു സ്വീകരണം.

ടി കെ : *(എഴുന്നേറ്റ് തേവന്റെ കഴുത്തിൽ)* ഒരു ചെമ്പരത്തി പൂമാല ചാർത്തുന്നു.

സദസ്യർ : ഉച്ചത്തിൽ മുദ്രാവാക്യം വിളിക്കുന്നു... സ. തേവൻ സിന്ദാബാദ് കമ്യൂണിസ്റ്റ് പാർട്ടി സിന്ദാബാദ്.

സദസ്യർ ഒന്നിനു പുറകെ ഒന്നായി മാലയിടുന്നു.

ടി കെ : തേവൻ പ്രസംഗിക്കൂ.

തേവൻ : ടി കെ എന്റെ ഗുരുവാണ്. പറഞ്ഞാ അനുസരിക്കാതിരിക്കാൻ മേല. ഞാനൊരു പ്രസംഗകനല്ല. പ്രവർത്തകൻ മാത്രം. എന്നെ നിർഭയനായ ഒരു കമ്യൂണിസ്റ്റാക്കുന്നതിൽ ടി കെ വഹിച്ച പങ്ക് എനിക്കു മറക്കാനാവില്ല. ഞാനൊരു പാവപ്പെട്ട അടിമയായ പുലയന്റെ മകനാണ്.... പക്ഷേ, ആ അടിമയുടെ സങ്കടം കണ്ടറിഞ്ഞ അപ്പന്റെ നാട്ടുകാരനായ ഒരു കവി നമ്മുടെ പ്രിയപ്പെട്ട ചങ്ങമ്പുഴ ഞങ്ങലുടെ കഥ കവിതയാക്കി... എന്റെ അപ്പൻ മലയപ്പുലന്... അദ്ദേഹത്തിനു അക്ഷരം പോലുമറിയില്ല. ആ കവിത അന്നദ്ദേഹം കേട്ടിട്ടു പോലുമുണ്ടാവില്ല. ഞങ്ങൾ കുട്ടികൾ ഏറെ കൊതിച്ച ആ ഞാലിപ്പൂവന്റെ പഴം ഞങ്ങക്കു തിന്നാനായില്ല. എന്റെ അപ്പൻ നിസ്സഹായനായി... പക്ഷേ, കീഴടങ്ങിയില്ല. വീറോടെ പ്രതികരിച്ചു. പ്രതികാരം ചെയ്യാനുറച്ചു... ഒടുവിൽ കുട്ടികൾക്ക് ഒരു നേരത്തെ ആഹാരത്തിനും പ്രിയപ്പെട്ടവളുടെ ജീവനും മാനവും കാക്കാനും അദ്ദേഹം കൊലയാളിയായി... ഞനതിലഭിമാനിക്കുന്നു. എന്റെ അപ്പൻ മുട്ടുകാലിലിഴഞ്ഞ് ഉദരപൂരണം നടത്തുന്ന ഒരടിമയായി അധഃപതിച്ചില്ലല്ലോ എന്നതിൽ അഭിമാനമുണ്ട്. നാലു മാസം കൂടി കഴിഞ്ഞാൽ അദ്ദേഹം ജയിലിൽ നിന്ന് പുറത്തു വരും... ഞങ്ങളീ ചെങ്കൊടിക്കുകീഴിൽ പുതിയൊരു കേരളത്തിനു വേണ്ടി ഒരുമിച്ച് പൊരുതി മുന്നേറും... സഖാക്കളെ നിങ്ങൾക്ക് എന്റെ ചുവപ്പൻ അഭിവാദ്യങ്ങൾ...

ടി കെ : എനിക്ക് ഈ ചെറുപ്പക്കാരനിൽ അഭിമാനമുണ്ട്... ഈ സഖാവിൽ നാളെ കേരളത്തെ നയിക്കാൻ കെല്പുള്ള ഒരു നേതാവിനെ ഞാൻ കാണുന്നു. ഇനി ഒരു പ്രസംഗം വേണ്ട. *(തേവനെ കെട്ടിപ്പുണർന്നുകൊണ്ട്)* പ്രിയ സഖാവേ നമ്മുക്കൊരുമിച്ചു മുന്നേറാം...

രംഗദീപം പൊലിയുന്നു.

സീൻ പതിനെട്ട്

ഒരു തെരുവ്... കാലം 1957 മാർച്ച്. സമയം പ്രഭാതം... സൈറൻ... തെരുവിൽ ആരവം... ബസിന്റെ ഹോൺ, സൈക്കിൾ മണി പശ്ചാത്തലത്തിൽ ഈ ശബ്ദങ്ങൾ കേട്ടുകൊണ്ടിരിക്കുന്നു... രംഗവേദിയിൽ വെളിച്ചമെത്തുന്നു. പലതരത്തിലുള്ള ആളുകൾ അങ്ങോട്ടും ഇങ്ങോട്ടും യാത്ര ചെയ്യുന്നു..

ഒരു പത്രവില്പനക്കാരൻ:

കേരളത്തിൽ കമ്യൂണിസ്റ്റുകൾ അധികാരത്തിലേക്ക്
ഒടുവിൽ ഗവർണർക്ക് ഭൂരിപക്ഷം ബോദ്ധ്യപ്പെട്ടു.
ഇ എം എസ് മുഖ്യമന്ത്രിയായി.
നാളെ സത്യപ്രതിജ്ഞ ചെയ്യുന്നു.
മാതൃഭൂമി... മാതൃഭൂമി...

എന്നു വിളിച്ചു കൊണ്ട് അയാൾ മറയുന്നു.

മറ്റൊരു പത്രവില്പനക്കാരൻ:
ലോകത്തിലാദ്യമായി, ബാലറ്റിലൂടെ കമ്യൂണിസ്റ്റ് പാർട്ടി അധികാരത്തിൽ... ഇ എം എസ് നമ്പൂതിരിപ്പാട് തന്നെ മുഖ്യമന്ത്രി. മനോരമ... മനോരമ... മനോരമ..

ഒരാൾ : ഏയ്... ഒരു പത്രം

പത്രക്കാരൻ പത്രം കൊടുക്കുന്നു. ഒരു രൂപ കൊടുക്കുന്നു. എന്നിട്ട് അതിന്റെ ചില്ലറ കൊടുക്കുന്നു.

പത്രം വാങ്ങിയ ആൾ: *(ഉറക്കെ വിളിക്കുന്നു)* തിരുവനന്തപുരം ഏപ്രിൽ നാല്. രണ്ടാം പൊതു തിരഞ്ഞെടുപ്പിലൂടെ കേരളത്തിൽ ഏറ്റവും വലിയ കക്ഷിയായി ഉയർന്ന കമ്യൂണിസ്റ്റ് പാർട്ടിയെ മന്ത്രിസഭ രൂപവല്ക്കരിക്കാൻ ഗവർണർ ക്ഷണിച്ചിട്ടുണ്ട്. കമ്യൂണിസ്റ്റ് കക്ഷിക്കും അവരുടെ പിന്തുണയോടെ ജയിച്ച കക്ഷിരഹിതന്മാരായ ഡോ. എ ആർ മേനോൻ, അഡ്വ വി ആർ കൃഷ്ണയ്യർ, പ്രൊഫ. ജോസഫ് മുണ്ടശ്ശേരി, കോരു മാസ്റ്റർ, ചെങ്ങളത്തു രാമകൃഷ്ണപിള്ള എന്നിവരേയും ഒറ്റയ്ക്കൊറ്റയ്ക്ക് കണ്ട് അവരുടെ പിന്തുണ ഉറപ്പുവരുത്തിയതോടെയാണ് ഗവർണർ കമ്യൂണിസ്റ്റ് കക്ഷിയുടെ നേതാവായി തിരഞ്ഞെടുക്കപ്പെട്ട ശ്രീ ഇ എം ശങ്കരൻ നമ്പൂതിരിപ്പാടിനെ മന്ത്രിസഭ രൂപവല്ക്കരിക്കാൻ ക്ഷണിച്ചത്. ഇതോടെ തിരഞ്ഞെടുപ്പിനെത്തുടർന്ന് കേരളത്തിൽ നിലവിലുണ്ടായി

രുന്ന രാഷ്ട്രീയ പ്രതിസന്ധിക്കും അഭ്യൂഹങ്ങൾക്കും ഗവർണർ വിരാമമിട്ടു. മന്ത്രിമാരുടെ ലിസ്റ്റ് ഇന്ന് നാലു മണിയോടെ നിയുക്ത മുഖ്യമന്ത്രി ഗവർണർക്ക് സമർപ്പിക്കുമെന്ന് പാർട്ടിയുടെ ഔദ്യോഗിക വൃത്തങ്ങൾ അറിയിച്ചു.

ഇ എം എസിന്റെ ജീവചരിത്രക്കുറിപ്പ് അന്യത്ര വായന കേട്ടുകൊണ്ട് നിന്ന ഒരാൾ:

ഇതേതു പത്രാ... മനോരമയാ...

ഒന്നാമൻ : എന്തു പറഞ്ഞാലും അവരുടെ ഒരു പത്രമര്യാദ. ഇത്ര നാൾ കമ്യൂണിസ്റ്റുകാരെക്കുറിച്ച് ഒരു നല്ല വാക്ക് പറഞ്ഞിട്ടില്ലെങ്കിലും കണ്ടോ... സമയം വന്നപ്പോൾ വിരോധമെല്ലാം മാറ്റിവച്ച് അവരെ ആദരിക്കുന്നത്.

രണ്ടാമൻ : ആദരവോ... അവസരവാദമോ... എന്തോ ആവട്ടെ... പക്ഷേ, കമ്യൂണിസ്റ്റുകൾ കേരളത്തിൽ അധികാരത്തിൽ വന്നാൽ ഞാനുമെന്റെ കുടുംബവും വിഷം കഴിച്ചു മരിക്കുമെന്നുവരെ പറഞ്ഞ പത്രക്കാരിവിടെയുണ്ട്. അവരൊക്കെ എന്താ ചെയ്യുന്നതെന്നറിയാമല്ലോ..

മൂന്നാമൻ : നിങ്ങൾക്കുണ്ടോ ഭ്രാന്ത്, ഈ വിഷം അവർ കുടിക്കില്ല. അത് കമ്യൂണിസ്റ്റ് വിരോധമാക്കി ജനങ്ങൾക്ക് കൊടുക്കും. അത്ര തന്നെ..

(എല്ലാവരും ചിരിക്കുന്നു)

മറ്റൊരു പത്രക്കാരൻ: *ദേശാഭിമാനി... ദേശാഭിമാനി...*

മൂന്നാമൻ : ഒരു പത്രമിങ്ങു താടാ കൊച്ചനേ... അവർ പറയുന്നതും എന്താന്ന് അറിയാമല്ലോ.

ഒന്നാമൻ : മന്ത്രിസഭ രൂപവല്ക്കരിക്കാൻ ക്ഷണിച്ചതൊക്കെ ശരി ആ നമ്പൂരിയേം കൂട്ടരേം ഭരിക്കാനനുവദിക്കുമെന്ന് തോന്നുന്നുണ്ടോ...

രണ്ടാമൻ : പിന്നെ അനുവദിക്കാണ്ട്...
ഹേ... ഇവിടെ ഭരണഘടനാന്ന് ഒരു സൂത്രോല്ല്യേ... അതിനെ അവഗണിക്കാനാ പറ്റോ...

മൂന്നാമൻ : അതൊന്നും പറയണ്ട. ബൈബിളു മോശമായതു കൊണ്ടാണോ ക്രിസ്ത്യാനികൾ സ്വർഗ്ഗത്തിലേക്കു പോകാത്തത്.

നാലാമൻ : ഇവർക്ക് ബരണപരിചേണ്ടോ? സമരം ചെയ്തല്ലേ പരിചേ.. ഉള്ളൂ... പട്ടം താണുപിള്ളേനെപ്പോലുള്ള ബരണ സാരഥികളാ പ്രതിപക്ഷ ബഞ്ചിൽ... അദൃത്തെ കാണുമ്പോ തന്നെ നമ്പൂരിക്കും കൂട്ടർക്കും മൂത്രശങ്കേണ്ടാവും.

രണ്ടാമൻ : പിന്നേ... അങ്ങോരു അമ്മേടെ വയറ്റീന്ന് ഭരണോം പഠിച്ചോണ്ടു വന്നതല്ലേ. അവസരം കിട്ടിയാൽ എല്ലാരും പടിക്കും. നോക്കിക്കോളൂ. ഇ എം എസ് കേരളത്തിലെ ഏറ്റവും നല്ല ജനകീയ മുഖ്യമന്ത്രിയായിരിക്കും. മറ്റേ അങ്ങേരെപ്പോലെ ദളവയാകൂല്ലാന്നു മാത്രം.

ഗവർണറുടെ വാഹനം വരുന്ന സൈറൺ മുഴങ്ങുന്നു.

ഒരു പൊലീസുകാരൻ: *(വിസിലൂതി ഓടി വന്നിട്ട്)* വഴിമാറിൻ... വഴിമാറിൻ... എല്ലാവരും റോഡരികിലേക്ക് ഒഴിഞ്ഞു നില്ക്കിൻ ഗവർണർ ഇതുവഴി പോകുന്നുണ്ട്.

രംഗദീപം പൊലിയുന്നു

സീൻ പത്തൊൻപത്

ആലപ്പുഴയിൽ തേവന്റെ വീട്... സമയം സന്ധ്യ..

അഴകിയും മലയനും, മുടിനരച്ച്, മുഖരോമങ്ങൾ വളർന്ന് വാർദ്ധക്യത്തിലെത്തിയ മലയൻ... എന്നാൽ, ദൃഢമാണ് അയാളുടെ വാക്കുകൾ. മലയൻ ഏതോ ചിന്തയിലാണ്.

അഴകി : എന്റെ സഖാവിനെന്തുപറ്റി. പന്ത്രണ്ട് വർഷങ്ങൾക്കു ശേഷം സ്വന്തം കുടുംബത്തിൽ തിരിച്ചെത്തിയതല്ലേ... എന്തെല്ലാം പറയാനുണ്ട്. എന്തെല്ലാം ചോദിക്കാനുണ്ട്. നിങ്ങളൊന്നും ചോദിക്കുന്നില്ലല്ലോ.

മലയൻ : എങ്ങനെ തുടങ്ങണമെന്നെനിക്കറിയില്ല.. എന്തൊരു മാറ്റമാണ് എന്റെ മുമ്പിൽ... എനിക്കൊന്നും വിശ്വസിക്കാനാവുന്നില്ല. എന്നെ പെലയൻ എന്ന് വിളിക്കാറുള്ള നീ... ഇന്ന് എന്നെ 'സഖാവേ' എന്നു വിളിക്കുന്നു.

അഴകി : പന്ത്രണ്ടുകൊല്ലം... ഞങ്ങളൊക്കെ പിരിഞ്ഞ് നിങ്ങളെങ്ങനെ കഴിച്ചു കൂട്ടി *(സ്നേഹാതിരേകത്താൽ കരഞ്ഞു പോകുന്നു)*

മലയൻ : അഴകീ... ജയിലെനിക്കൊരു പാഠശാലയായിരുന്നു. എത്ര നേതാക്കൾ.. എത്ര സഖാക്കൾ. അവരിൽ നിന്ന് ഞാനെന്തെല്ലാം പഠിച്ചു.

അഴകി : അപ്പോൾ നിങ്ങളെക്കാണാഞ്ഞ് ഞങ്ങൾ തീ തിന്നതു വല്ലതും നിങ്ങളറിഞ്ഞാരുന്നോ?

മലയൻ : ജയിലിലും മർദ്ദനവും പട്ടിണിയുമൊക്കെ പതിവായിരുന്നു. തീ വെയിലത്ത് കല്ലു പൊട്ടിക്കാനും ചകിരി

തല്ലാനും ഞങ്ങൾ നിർബ്ബന്ധിക്കപ്പെട്ടിരുന്നു. അല്പം അലസത കാണിച്ചാൽ വാർഡന്മാർ മുതുകടിച്ചു പൊളിക്കുമായിരുന്നു... പക്ഷേ, പുന്നപ്ര വയലാർ സഖാക്കൾ വന്നതോടെ കാര്യങ്ങൾ മാറി... അവർ ഞങ്ങളെ പലതും പഠിപ്പിച്ചു... അക്ഷരം മുഴുവൻ ചെറുത്തു നില്പു വരെ..

അഴകി : എനിക്കും ഇപ്പോ എഴുത്തറിയാം... തേവൻ കൊണ്ടുവരുന്ന പത്രവും മാസികയും പുസ്തകവുമൊക്കെ ഞാനും വായിച്ചു തുടങ്ങി.

നീലി പുറത്തുനിന്ന് കടന്നുവന്ന്...

നീലി : അപ്പൻ സഖാവെ ലാൽ സലാം.

മലയൻ : അഴകി... ഇവളാകെയങ്ങു വളർന്നല്ലോ... പണ്ട് ഞാലിപ്പൂവൻ പഴം ആരും കാണാണ്ടു ഒറ്റയ്ക്കു കട്ടു തിന്നുമെന്ന് പറഞ്ഞ കരുവള്ളോനെ വെറിപിടിപ്പിച്ച... ആ പീക്കിരിപ്പെണ്ണാണ്... ഈ മിടുമിടുക്കി എന്നു വിശ്വസിക്കാൻ തോന്നണില്യേ... പന്ത്രണ്ടു വർഷങ്ങൾ എന്തൊക്കെ മാറ്റിമറിച്ചു. നാടും വീടും ആകെ മാറി. കമ്യൂണിസ്റ്റുകാരെ തല്ലാനും കൊല്ലാനും നടന്ന പൊലീസുകാർ ഇന്നവരെ സലാം വയ്ക്കുന്നു.

നീലി : അപ്പാ കരുവള്ളോൻ ചേട്ടനെ ഇന്നലെത്തന്നെ ജേലീന്നു വിട്ടു... ഇന്നിവിടെയെത്തും.

മലയൻ : എന്റെ വഴിക്കും ഒരു മകൻ... മണ്ണിനെ സ്നേഹിക്കാൻ.. മണ്ണിനു വേണ്ടി പോരാടാൻ.. ഒരു പോരാളി... പക്ഷേ, എന്നെപ്പോലെ ഒരു അടിയാളനല്ല... അവൻ... അവകാശബോധമുള്ള ഒരു തൊഴിലാളി... ഒരു കർഷകത്തൊഴിലാളിയാണവൻ... ഇന്ന് അവന്റെ പിന്നിൽ വലിയൊരു പ്രസ്ഥാനമുണ്ട്.

അഴകി : തേവനും നീലിയുമാണ് ഈ കുടുംബത്തിന്റെ താങ്ങും തണലും.

നീലി : അപ്പാ... നമ്മുടെ കുടുംബത്തെ കെടുത്താനുമൊരാളുണ്ട്.

അഴകി : അവൻ നമ്മുടെ മോനല്ല. കുലദ്രോഹി.

മലയൻ : എല്ലാം എനിക്കറിയാം... അവനും കാര്യങ്ങൾ മനസ്സിലാക്കി തിരിച്ചു വരാണ്ടിരിക്കുകയില്ല...

നീലി : അപ്പാ ആ ഒറ്റുകാരനെ... ഇനിയും ഈ കുടുംബത്തിൽ കേറ്ററുതപ്പാ... പൊലീസുകാർ എന്നെയും എന്റെ അമ്മച്ചിയെയും എന്തൊക്കെയാണു ചെയ്തതെന്നപ്പനറിയോ... തേവൻ ചേട്ടനെ രണ്ടരക്കൊല്ലം അയാളാണ് ജയിലിലടപ്പിച്ചത്...

കരുവള്ളോൻ പ്രവേശിക്കുന്നു. നല്ല കൊഴുത്ത ശരീരം... ഒരു വായൻ ജുബ്ബ, മുണ്ട്..

കരുവള്ളോൻ: *(മലയനെക്കണ്ട്.. ഓടി അടുത്തുചെന്ന്.. അപ്പാ... പരസ്പരം കെട്ടിപ്പിടിക്കുന്നു).* അപ്പാ. എന്റെ അപ്പാ... അപ്പൻ ജേലീന്നിറങ്ങിയപ്പം... ഞാൻ ജേലിക്കിടക്കുവായിരുന്നപ്പാ... ജന്മിയുടെ ജീവനും സ്വത്തും സംരക്ഷിക്കാൻ തൊഴിലാളിയെ ജേലിലയക്കണം പോലും. അതാണ് കുട്ടനാട്ടിലെ കാട്ടുനീതി... ദിവാൻ സ്വാമിയുടെ അതേ കാട്ടുനീതി... ഇന്നത്തെ കോൺഗ്രസ് ഗവൺമെന്റും പിന്തുടരുന്നു. ഒരു കള്ളക്കേസിൽ കുടുക്കി... കഴിഞ്ഞ രണ്ടര വർഷമായി ഞങ്ങളെ ജയിലിലിടച്ചു. നമ്മുടെ സർക്കാരു സത്യപ്രതിജ്ഞ ചെയ്തു. മണിക്കൂറുകൾക്കകം ജയിലിൽ നിന്നു തുറന്നുവിട്ടു... ഇനി കള്ളക്കേസും ലോക്കപ്പ് കൊലയും നടക്കില്ലപ്പാ... നമ്മുടെ സഖാക്കളാ ഭരിക്കുന്നത്.

മലയൻ : മോനെ ഇതൊക്കെ ഒരു സ്വപ്നംപോലെ തോന്നുന്നു.

ഒരു പൊലീസ് ഇൻസ്പെക്ടർ പ്രവേശിക്കുന്നു.

അഴകി : ഇനിയും ഞങ്ങളെ സ്വൈരമായി ജീവിക്കാൻ സമ്മതിക്കില്ലേ...

കരുവള്ളോൻ: *(ഇൻസ്പെക്ടറുടെ അടുത്തു ചെന്ന് ഗൗരവത്തിൽ)* എന്താ... എന്താ കാര്യം വെറുതേ മനുഷ്യരെ ബുദ്ധിമുട്ടിക്കരുത്..

ഇൻസ്പെക്ടർ: *(ചിരിച്ചുകൊണ്ട്)* സഖാവേ... ചൂടാവേണ്ട... ഞങ്ങൾ യന്ത്രങ്ങളാണ്.. ആജ്ഞകൾ അനുസരിക്കാൻ മാത്രം ശീലിച്ച യന്ത്രങ്ങൾ...

കരുവള്ളോൻ: ഈ തത്ത്വം പറയാനാണോ വന്നത്. മറ്റൊന്നും പറയാനില്ലല്ലോ... അതേ പഴയ വാറണ്ടിൽ വല്ലതും ബാക്കിയുണ്ടോ...

ഇൻസ്പെക്ടർ :*(ചിരിച്ചുകൊണ്ട്)* ബഹു. മുഖ്യമന്ത്രി ഇ എം എസ് നിങ്ങളുടെ അച്ഛനെക്കാണാൻ ഇങ്ങോട്ടു വരുന്നുണ്ടെന്ന് എസ് പി വിളിച്ചു പറഞ്ഞു. അതറിയാനാണ് വന്നത്...

മലയൻ : *(വിശ്വസിക്കാനാവാത്ത മട്ടിൽ)* സഖാവോ...
ഇ എം എസോ... നമ്മുടെ മുഖ്യമന്ത്രിയോ... എന്നെ കാണാനോ... എന്നെക്കാണാനോ... ഈ പാവപ്പെട്ട... അടിയാളനെക്കാണാനോ...

ഇൻസ്പെക്ടർ: അവർ പാർട്ടി ഓഫീസിലിരിക്കുകയാണ്... ടി കെ സാറുമുണ്ട്... സഖാവ് തേവനും സോമനും ഔസേപ്പും ഒക്കെ

യുണ്ട്... വളരെ രഹസ്യമായിട്ടാണ് സന്ദർശനമെങ്കിലും അവിടെ വലിയൊരു ജനക്കൂട്ടമുണ്ട്. അവരോട് പറഞ്ഞും ചിരിച്ചും ഇരിക്കുകയാണ് നമ്മുടെ മുഖ്യമന്ത്രി.

അഴകി : *(എല്ലാവരോടുമായി)* എന്നാൽ, നമ്മുക്കെല്ലാപേർക്കും കൂടി അങ്ങോട്ടു പോയാലോ... ആ വലിയ മനുഷ്യനെ ഇങ്ങോട്ടു നടത്തിക്കുന്നത് ശരിയല്ല... തന്നെയുമല്ല കേറി വന്നാൽ നേരെചൊവ്വേ.. ഒന്നിരുത്താൻപോലും സ്ഥലമില്ല.

മലയൻ : ശരിയാണ്... ശരിയാണ്... നമുക്കങ്ങോട്ട് പോകാം... നീലി... എന്റെ തോർത്തിങ്ങെട്...

അഴകി : ഞാൻ വേഷം മാറണോ...

കരുവള്ളോൻ: ഉടുത്തതൊക്കെ മതിയമ്മച്ചി നമുക്കിറങ്ങാം.

നീലി : *(പുറത്തുനിന്ന് ഓടിവന്ന്)* സഖാവ് ഇ എം എസ്... സഖാവ്... ഇ എം എസ്.

കരുവള്ളോൻ: *(പുറത്തേക്ക് പോയിട്ട് ഓടിവന്ന്)* അവരെത്തിപ്പോയി... അവരെത്തിപ്പോയി. പുറത്ത് ഉച്ചത്തിൽ മുദ്രാവാക്യങ്ങൾ
സഖാവ് ഇ എം എസ് സിന്ദാബാദ്...
കമ്യൂണിസ്റ്റ് പാർട്ടി സിന്ദാബാദ്...
മുഖ്യമന്ത്രി സഖാവ്... ഇ എം എസ് നീണാൾ വാഴട്ടെ.
ഇ എം എസേ... നേതാവേ... ധീരതയോടെ ഭരിച്ചോളൂ
ലക്ഷം ലക്ഷം പിന്നാലേ..

പുറത്തുനിന്നും അനൗൺസ്മെന്റ്

മുദ്രാവാക്യം വിളികൾ അവസാനിപ്പിക്കണം... സഖാവ് ഇ എം എസിനോടൊപ്പം ടി കെ തേവൻ, സോമൻ, ഔസേപ്പ് എന്നിവർ മാത്രമേ വീട്ടിലേക്ക് പോകേണ്ടതുള്ളൂ... മറ്റുള്ളവർ പുറത്തു നില്ക്കണം.

മലയൻ, അഴകി, തേവൻ, കരുവള്ളോൻ, നീലി... എന്നിവർ ഉദ്വേഗത്തോടെ കാത്തു നില്ക്കുന്നു. സഖാവ്... ഇ എം എസ് മുമ്പിലും മറ്റുള്ളവർ പുറകിലുമായി പ്രവേശിക്കുന്നു.

മലയൻ : *(മുന്നോട്ട് ചെന്ന്)* സഖാവേ... ഞാനാണ് ആ പഴയ മലയപ്പുലയൻ.. അടിയാളനായ ഞാൻ... ഒറ്റയാനായ ഞാൻ... എന്റെ വർഗ്ഗത്തിന്റെ മാനം കാക്കാൻ.. എന്റെ കുട്ടികളുടെ അമ്മയുടെ മാനം കാക്കാൻ... ഒരു കൊലയാളിയായി... ജയിലഴിക്കകത്തായി... അവിടെ പുന്നപ്രവയലാർ സഖാക്കൾ... എന്നെ വർഗ്ഗബോധമുള്ള ഒരു തൊഴിലാളിയാക്കി...

ഇ എം എസ് : *(വികാരധീനനായി... മലയനെ കെട്ടിപ്പിടിച്ചുകൊണ്ട്)*

സഖാവേ, നിങ്ങളെ നേരിൽക്കാണാനാണ് ഞാനിവിടെ വന്നത്... നിസ്സഹായനായി ജന്മിയുടെ കാൽക്കൽ വാഴക്കുല അടിയറവച്ച നിങ്ങൾ, ആത്മാഭിമാനം സംരക്ഷിക്കാൻ ജന്മിയെ ചെറുത്ത നിങ്ങൾ, ജയിലിലെ രാഷ്ട്രീയ വിദ്യാഭ്യാസത്തിലൂടെ ഇന്നൊരു വർഗ്ഗബോധമുള്ള തൊഴിലാളി സഖാവായി മാറിയതു ഞാനറിഞ്ഞു.. രണ്ടു പതിറ്റാണ്ടിനു മുമ്പ് നാടുവാഴിത്ത ചൂഷണത്തിനെതിരെ നിങ്ങൾ തുടങ്ങിവച്ച ആ ഒറ്റയാൻ സമരം ഇന്ന് ഒരുജ്ജ്വല വർഗ്ഗസമരമായി ഉയർന്നിരിക്കുന്നു... നിങ്ങളെ സഹായിക്കാൻ മുന്നോട്ടുവന്ന ചങ്ങമ്പുഴ നിസ്സഹായനായി അന്നു പാടി...

ഇതിനൊക്കെ പ്രതികാരം ചെയ്യാതടങ്ങുമോ...
പതിതരേ നിങ്ങൾതൻ പിന്മുറക്കാർ...

അതേ, ആ പ്രതികാരമാണ് ഈ ഏപ്രിൽ അഞ്ച്...
അതിന്റെ അങ്ങേത്തലയ്ക്കൽ നിങ്ങളും... ഇങ്ങേത്തലയ്ക്കൽ ഞാനും. ഒരു ചരിത്ര സാക്ഷാൽക്കാരത്തിന്റെ ദൃക്സാക്ഷികളാണ് നമ്മൾ... ഇനി ഒരു മലയനും താൻ നട്ട വാഴയുടെ കുല ജന്മിക്ക് കാഴ്ചവയ്ക്കേണ്ടിവരില്ല... കുടി ഒഴിപ്പിക്കാൻ ഇനി ഒരു ജന്മിയുടെയും കൈ ഉയരില്ല. ജന്മിക്കു വേണ്ടി കൂടിയാന്മാരെ തല്ലിക്കൊല്ലുന്ന പൊലീസും ഇനി ഈ നാട്ടിലുണ്ടാവില്ല.

മലയൻ : *(മതിമറന്ന് ഇ എം എസിനെ കെട്ടിപ്പിടിച്ചുകൊണ്ട്)* സഖാവേ... ഈ നിമിഷത്തിനാണ് ഞങ്ങൾ ഇതേവരെ കാത്തിരുന്നത്.. ഇനി മരിച്ചാലും വേണ്ടില്ല. സഖാവേ... ഇനി നമ്മുടെ കാലമാണ്... പുതിയ കാലം *(പിന്നിൽ നിന്ന് ഇ എം എസിനെ ഒരു ചെങ്കൊടി ഏല്പിക്കുന്നു... ആ കൊടി മലയനു കൊടുത്തുകൊണ്ട്)*

ഇ എം എസ് : സഖാവേ... ഈ കൊടി പിടിക്കൂ... ഈ ചെങ്കൊടിയും കമ്യൂണിസ്റ്റുപാർട്ടിയും നമ്മെ നയിക്കും...

മലയൻ : ജീവൻ കൊടുത്തും സഖാവേ എന്നെ ഏല്പിച്ച ഈ കൊടിയുടെ മാനം കാക്കാൻ ഞങ്ങളുണ്ടാകും. ഈ നാടിനെ രക്ഷിക്കാൻ നമുക്കൊരുമിച്ച് മുന്നേറാം..
(കോറസ്സായി) സഖാക്കളെ മുന്നോട്ട്...

(ഇരുവശത്തു നിന്നും കൊടികളുമായി ജനങ്ങൾ വേദിയിലേക്ക്... മുദ്രാവാക്യം വിളികൾ)

പശ്ചാത്തലത്തിൽ

കൊടികൾ കൊടികൾ... കൊടികൾ...
എങ്ങും ചോരച്ചെങ്കൊടികൾ

ഇ എം എസിനു പാതയൊരുക്കാൻ
എങ്ങും ചോരച്ചെങ്കൊടികൾ
മലയപ്പുലയന്മാരുടെ നെഞ്ചിൻ
ചോരയിൽ നെയ്തൊരു ചെങ്കൊടികൾ
അധികാരക്കതിരാദ്യം കൊയ്യാൻ
പൊന്നരിവാളുകളുയരട്ടെ...
കൊയ്യും വയലുകൾ നമ്മുടേതാക്കാൻ
നമ്മുടെ അരിവാളുയരട്ടെ...
ഏപ്രിൽ അഞ്ചിനു തിലകം ചാർത്താൻ
ചുവന്ന സൂര്യനുദിക്കട്ടെ...
നാടിനു പുതിയ വസന്തമുണർത്താൻ
ഇ എം എസ് നയിക്കട്ടെ.

രംഗദീപം പൊലിയുന്നു
(തിരശ്ശീല)

അനുബന്ധം (പഠനങ്ങൾ)

അസാധാരണമായ ഒരു ജീവിതം

കെ എൻ പണിക്കർ

ആയിരത്തി തൊള്ളായിരത്തി മുപ്പത്തിഒന്ന് മാർച്ച് ഇരുപത്തി മൂന്നാം തീയതി ഭഗത്സിങ് സഹപ്രവർത്തകരായ സുഖ്ദേവ്, രാജ് ഗുരു എന്നിവരോടൊപ്പം തൂക്കി കൊല്ലപ്പെട്ടു. ഇന്ത്യൻ ജനതയെയാകെ ഇത്രയേറെ ഇളക്കിമറിച്ച മറ്റൊരു രാഷ്ട്രീയ സംഭവം സ്വാതന്ത്ര്യ സമരകാലത്തുണ്ടായിട്ടില്ല. കൊളോണിയൻ വിരുദ്ധ സമരത്തിന്റെ ഏറ്റവും ധീരമുഖമായി ഭഗത്സിങ്ങിനെ ഇന്ത്യൻ ജനത ആദരിച്ചു. ബധിരരെ കേൾപ്പിക്കാൻവേണ്ടി ആ യുവാവ് ഉയർത്തിയ ശബ്ദം നിഷ്ഫലമായില്ല. ഇന്ത്യൻ ദേശീയ. പ്രസ്ഥാനത്തിന് ഈ വിപ്ലവകാരികളുടെ രക്തസാക്ഷിത്വം ഒരു പുതിയ ആവേശം പകർന്നു.

ആ രക്തസാക്ഷിത്വത്തിന്റെ സ്വാധീനം ഇന്നും സാമൂഹ്യാവബോധത്തിൽ മായാതെ നിലനില്ക്കുന്നു. പഞ്ചാബിൽ ഭഗത്സിങ്ങിന്റെ വിരേതിഹാസം ഉൾക്കൊള്ളുന്ന നാടോടിപ്പാട്ടുകൾ നിരവധിയാണ്. അവയിൽ പലതും വിവാഹവേളകളിൽ ആലപിക്കപ്പെടുന്നു. ഇതൊക്കെ അത്ഭുതമായി തോന്നാം. അവിവാഹിതനായ ഒരു യുവാവിന്റെ ദാരുണമായ കഥ വിവാഹം പോലുള്ള ഒരു ശുഭ അവസരത്തിൽ, അതും രാജദ്രോഹത്തിന് ശിക്ഷിക്കപ്പെട്ടവൻ, എങ്കിലും ഭഗത്സിങ്ങിന്റെ ഓർമ്മ ജനങ്ങൾ എന്തുകൊണ്ട് താലോലിക്കുന്നു എന്നത് ആ യുവവിപ്ലവകാരി ഇന്ത്യൻ ദേശീയ സമരത്തിന്റെ ഒരു ദുരന്തകഥാപാത്രമല്ല ഉജ്ജ്വലനക്ഷത്രവും വീറുറ്റ ആവേശവുമായിരുന്നു എന്നതുകൊണ്ടാണ്. ആഹ്ലാദത്തോടെയും അഭിമാനത്തോടെയും രക്തസാക്ഷിത്വം കൈവരിച്ച ഭഗത്സിങ് കൊളോണിയൽ വിരുദ്ധതയുടെ ഏറ്റവും തെളിവാർന്ന പ്രതീകമായിരുന്നു.

ഇന്ത്യൻ ദേശീയപ്രസ്ഥാനത്തിന് വിവിധ ധാരകളുണ്ടായിരുന്നു എന്ന വസ്തുത അംഗീകരിക്കപ്പെടുന്നു. പക്ഷേ, എല്ലാ ധാരകൾക്കും വേണ്ടത്ര

ശ്രദ്ധ ചരിത്രകാരന്മാരിൽനിന്ന് സിദ്ധിച്ചിട്ടില്ല. ഉദാഹരണത്തിന് ഭീകരവാദികൾ എന്ന് കൊളോണിയൽ ഭരണം അടയാളപ്പെടുത്തിയ ദേശീയ വിപ്ലവകാരികളുടെ ധീരപ്രവർത്തനങ്ങൾ. അവരുടെ പ്രവർത്തനത്തിന്റെ പ്രാധാന്യം നിസ്സാരമാക്കി തള്ളിക്കളയാവുന്നതല്ല. സാമ്രാജ്യവിരുദ്ധ സമരത്തിന് മറ്റാർക്കും ചെയ്യാൻ കഴിയാത്ത ഒരു തിടുക്കം സൃഷ്ടിക്കാൻ അവർക്ക് കഴിഞ്ഞു. അക്രമരാഹിത്യത്തിൽ അവർക്ക് വിശ്വാസമുണ്ടായിരുന്നില്ല. പക്ഷേ, ആക്രമണത്തിനുവേണ്ടിയുള്ള അക്രമമായിരുന്നില്ല. ഓരോ ബലപ്രയോഗവും ഒരു രാഷ്ട്രീയപാഠമായിരുന്നു. ഇന്ത്യയിലെ ജനങ്ങളെ ദുർബ്ബലരായ ഇരകളായി കണക്കാക്കരുതെന്ന സന്ദേശം അവരുടെ പ്രവർത്തനങ്ങളിൽ ഉൾക്കൊണ്ടിരുന്നു. മഹാരാഷ്ട്രയിലും പഞ്ചാബിലും ബംഗാളിലും അവർക്ക് നിസ്സാരമല്ലാത്ത സ്വാധീനവുമുണ്ടായിരുന്നു. ഈ സംസ്ഥാനങ്ങളിൽ നിഷ്ഠുരരായ ബ്രിട്ടീഷ് ഭരണകർത്താക്കൾ അവരുടെ രോഷത്തിന് പാത്രീഭവിക്കുകയും ചെയ്തു.

കൊളോണിയൽ ഭരണാധികാരികൾ ഭഗത്സിങ്ങിനെയും ഭീകരവാദിയായി മുദ്രകുത്തി. 'ഞാൻ ഒരു ഭീകരവാദിയല്ല' എന്ന് ഭഗത്സിങ് ആവർത്തിച്ച് പറഞ്ഞിട്ടുണ്ട്. കാരണം, അദ്ദേഹം ബലപ്രയോഗത്തെ ഒരു രാഷ്ട്രീയ ഉപകരണമായി സ്വീകരിച്ചിരുന്നില്ല; പ്രതികാര പ്രവർത്തനം എന്ന നിലയ്ക്ക് ബലപ്രയോഗത്തെ ന്യായീകരിച്ചുവെങ്കിൽക്കൂടി. അതുകൊണ്ടാണ് ലാലാ ലജ്പത്റായിയുടെ മരണത്തിന് വഴിയൊരുക്കിയ ബ്രിട്ടീഷ് ഉദ്യോഗസ്ഥനെ കൊല്ലാൻ അദ്ദേഹം തയ്യാറായത്. നിയമസഭയിൽ ബോംബെറിഞ്ഞതിനെ ഭീകര പ്രവർത്തനമായി ഭഗത്സിങ് പരിഗണിച്ചിരുന്നില്ല. ആരെയും കൊല്ലാൻ വേണ്ടിയായിരുന്നില്ല ബോംബെറിഞ്ഞത്.

പരസ്പര ബന്ധിതമായ രണ്ടു ധാരകൾ ഉൾച്ചേരുന്നതായിരുന്നു ഭഗത്സിങ്ങിന്റെ ജീവിതം. രാഷ്ട്രീയ പ്രവർത്തനവും ധൈഷണികാന്വേഷണവും ആര്യ സമാജ് കുടുംബത്തിൽ ജനിച്ചുവളർന്ന ഒരു ബാലൻ ഇന്ത്യൻ സ്വാതന്ത്ര്യസമരത്തിന്റെ ശുക്രനക്ഷത്രമായി പരിണമിച്ചതും പുരോഗമനാത്മകമായ സാമൂഹ്യ-രാഷ്ട്രീയ ആശയങ്ങൾക്ക് രൂപംകൊടുത്തതും അസാധാരണമായ ജീവിതകഥയാണ്. വളരെ ചെറുപ്പത്തിൽ തന്നെ സ്വാതന്ത്ര്യസമര പ്രവർത്തനങ്ങൾ ഭഗത്സിങ്ങിനെ ആകർഷിച്ചു. മഹാത്മാഗാന്ധിയുടെയും ലാലാ ലജ്പത് റായിയുടെയും ആരാധകനായി. ഭഗത്സിങ്ങിന്റെ ജീവിതത്തിലെ ഒരു വഴിത്തിരിവായിരുന്നു ജാലിയൻ വാലയിലെ വെടിവെപ്പ്. ജാലിയൻവാലയിലെ രക്തംപുരണ്ട മണൽ കൈയിലെടുത്തപ്പോൾ ഭഗത്സിങ് ഒരു പ്രതിജ്ഞയെടുത്തിരിക്കണം; കൊളോണിയൽ ഭരണത്തെ ഇന്ത്യയിൽനിന്ന് പിഴുതെറിയാൻ. ആ രാഷ്ട്രീയ ദൗത്യം ഭഗത്സിങ്ങിന്റെ ജീവിതലക്ഷ്യമായി മാറി. ലൗകിക സുഖങ്ങളെല്ലാം ത്യജിച്ചുകൊണ്ട് ഈ ലക്ഷ്യപ്രാപ്തിക്കുവേണ്ടി ജീവിതം ഉഴിഞ്ഞുവെച്ചു.

ധൈഷണിക സ്വയംസജ്ജീകരണമാണ് മറ്റു പല ദേശീയ വിപ്ലവകാരികളിൽനിന്ന് ഭഗത്സിങ്ങിനെ വ്യത്യസ്തനാക്കിയത്. പരന്ന വായനയും സൂക്ഷ്മമായ ചിന്തയും ഭഗത്സിങ്ങിന്റെ രാഷ്ട്രീയത്തിന് പുതിയ ദിശാബോധമുണ്ടാക്കി. കിട്ടാവുന്നത്ര മാർക്സിസ്റ്റ് ഗ്രന്ഥങ്ങൾ അദ്ദേഹം വായിച്ചിരുന്നു. തൽഫലമായി സാമൂഹ്യാധികാരത്തിന്റെ അടിത്തറ എന്താണെന്ന് തിരിച്ചറിയാൻ കഴിഞ്ഞു. കൊളോണിയൽ ഭരണത്തിൽനിന്ന് സ്വാതന്ത്ര്യം ലഭിക്കുന്നതുകൊണ്ടു മാത്രം സാമൂഹ്യനീതി ഉറപ്പുവരുത്താൻ കഴിയുകയില്ലെന്നതും വ്യക്തമായി. അതുകൊണ്ട് ചൂഷണരഹിതമായ ഒരു വ്യവസ്ഥ എങ്ങനെ കെട്ടിപ്പടുക്കാം എന്നതായി അന്വേഷണം. ആ അന്വേഷണത്തിന്റെ സൈദ്ധാന്തികമായ സ്വാധീനം അദ്ദേഹം ഉൾക്കൊണ്ടത് മാർക്സിസത്തിൽനിന്നായിരുന്നു. മുതലാളിത്തത്തിൽനിന്നും സാമ്രാജ്യത്വത്തിൽനിന്നും ഇന്ത്യൻ സമൂഹത്തെ എങ്ങനെ സ്വതന്ത്രമാക്കാം എന്ന് ശാസ്ത്രീയമായി ചിന്തിച്ച ആദ്യകാല മാർക്സിസ്റ്റുകളിൽ ഒരാളായിരുന്നു ഭഗത്സിങ്. അദ്ദേഹം നിർദ്ദേശിച്ച പോംവഴി സോഷ്യലിസവുമായിരുന്നു. അതുകൊണ്ടാണ് ഹിന്ദുസ്ഥാൻ റിപ്പബ്ലിക്കൻ ആർമി എന്ന സംഘടനയുടെ പേരിലും ലക്ഷ്യത്തിലും സോഷ്യലിസം എന്ന ആശയം ഉൾപ്പെടുത്തിയത് ഭഗത്സിങ്ങിന്റെ സ്വാധീനംകൊണ്ടായിരുന്നു. ക്രൂരനായ ബ്രിട്ടീഷ് ഉദ്യോഗസ്ഥനെ വധിക്കുന്നതിൽ മുൻകൈ എടുത്തതോ നിയമസഭയിൽ ബോംബെറിഞ്ഞതോ ആയിരുന്നില്ല ഭഗത്സിങ്ങിന്റെ യഥാർത്ഥ സംഭാവന. നിലവിലുണ്ടായിരുന്ന കൊളോണിയൽ വിരുദ്ധ സമരങ്ങളിൽനിന്ന് വ്യത്യസ്തമായി ഒരു വിപ്ലവാത്മകമായ സാമൂഹ്യ-സാമ്പത്തിക പരിപാടി വിഭാവനംചെയ്യാൻ ശ്രമിച്ചു എന്നതാണ്.

വർഗ്ഗാധിഷ്ഠിതമായ ഒരു സാമൂഹ്യ വിശകലന രീതിയാണ് ഭഗത്സിങ് സ്വീകരിച്ചിരുന്നത്. മുതലാളിമാരെയും തൊഴിലാളികളെയും കർഷകരെയും മുഖ്യ വർഗ്ഗങ്ങളായി തിരിച്ചറിയുന്നു. പക്ഷേ, സാമൂഹ്യഘടനയിലും പ്രവർത്തനത്തിലും ജാതി ചെലുത്തുന്ന സ്വാധീനം കണക്കിലെടുക്കാതിരിക്കുന്നില്ല. തൽഫലമായി സമഗ്രമായ ഒരു കാഴ്ചപ്പാട് സ്വീകരിച്ചതായി കാണാം. ജാതിവ്യത്യാസങ്ങളെ നിഷേധിക്കുമ്പോൾ തന്നെ ജാതി സ്വാധീനത്തെക്കുറിച്ച് ബോധവാനാകുകയും ജാതിയെ നിർമ്മാർജ്ജനം ചെയ്യേണ്ടതിന്റെ ആവശ്യകത മുന്നോട്ടു വയ്ക്കുകയും ചെയ്യുന്നു. തടവറയിലെ തൂപ്പുകാരനെ 'അമ്മയായി' പരിഗണിക്കുകയും അയാളുണ്ടാക്കിയ ഭക്ഷണം കഴിക്കാൻ ആഗ്രഹം പ്രകടിപ്പിക്കുകയും ചെയ്തത് ഭഗത്സിങ്ങിന്റെ ജാതി നിഷേധത്തിന്റെ മകുടോദാഹരണമാണ്.

ഭഗത്സിങ്ങിന്റെ വീരഗാഥ അദ്ദേഹത്തിന്റെ ജീവിതത്തിൽനിന്ന് ശ്രദ്ധാപൂർവ്വം തെരഞ്ഞെടുത്ത സംഭവങ്ങളിലൂടെ അവതരിപ്പിക്കുകയാണ് പിരപ്പൻകോട് മുരളി. ഭഗത്സിങ് പ്രതിനിധാനം ചെയ്ത പുരോഗമനപരമായ ആശയങ്ങളെ ചരിത്രസംഭവങ്ങളുമായി കൂട്ടിയിണക്കി അനുഭവവേദ്യമാക്കുക എന്ന സർഗ്ഗാത്മകമായ ദൗത്യമാണ് നാടകകൃത്ത് ഏറ്റെടുത്തിരിക്കുന്നത്. എ കെ ജിയുടെയും കൃഷ്ണപിള്ളയുടെയും, ഇ എം

എസിന്റെയുമൊക്കെ ജീവചരിത്രം നാടകങ്ങളായി വിജയകരമായി അവതരിപ്പിച്ച നാടകകൃത്തിന്റെ മികച്ച കഴിവ് ഈ നാടകത്തിലും പ്രകടമാണ്. ഇന്ത്യയിലെ രാഷ്ട്രീയജീവിതത്തിൽ സുപ്രധാനമായ സ്വാധീനമായി പ്രവർത്തിച്ച ഒരു വീരസേനാനിയുടെ ജീവിതത്തിലേക്ക് ശ്രദ്ധയാകർഷിക്കുന്ന ഈ നാടകം പൊതുജനസമക്ഷം അവതരിപ്പിക്കാൻ സന്ദർഭമുണ്ടായതിൽ സന്തോഷിക്കുന്നു.

ഭഗത്സിങ് - ഇന്ത്യൻ വിപ്ലവത്തിന്റെ ശുക്രനക്ഷത്രം

ഒ എൻ വി

ഭഗത്സിങ്ങിന്റെ ചരിത്രം നാം മറന്നുപോകാറുള്ള ചിലതോർമ്മിപ്പിക്കുന്നു. ജീവൽപ്രധാനമായ ചിലത്. ഇന്ത്യൻ സ്വാതന്ത്ര്യത്തിലേക്കുള്ള ഏറ്റവും ധീരവും ത്യാഗോജ്ജ്വലവുമായ വഴിയായിരുന്നു ഭഗത്സിങ്ങിന്റേത്. അത് അഹിംസയുൾപ്പെടെയുള്ള പൈതൃകമൂല്യങ്ങളുടെ നിഷേധമെന്ന് കരുതുന്നവർക്കുതെറ്റി- മറിച്ച് അത് മൂല്യനിഷേധത്തിന്റെ നിഷേധമായിരുന്നു. ഭഗത്സിങ്ങും, മഹാത്മജിയും, സുഭാഷ് ചന്ദ്രബോസും, നെഹ്റുവുമെല്ലാം ഇന്ത്യൻ സ്വാതന്ത്ര്യത്തിലേക്കുള്ള വിവിധരഥ്യകളുടെ പേരാണെന്ന് കരുതുക. വഴികൾ തമ്മിൽ വലിയ അന്തരമുണ്ടെന്നത് മറക്കാതെ തന്നെ പറയട്ടെ: ഇതിലേതെങ്കിലും ഒന്നിനെ ന്യായീകരിക്കുവാനുള്ള വ്യഗ്രതയിൽ മറ്റുള്ളവയെ മറക്കുന്നത് നമ്മുടെ സ്വാതന്ത്ര്യ സമരചരി ത്രത്തോട് കാട്ടുന്ന ശോഭകേടാണ്. ഉപ്പുസത്യഗ്രഹം അഹിംസാധി ഷ്ഠിതമായ സഹനസമരമായിരുന്നുവെങ്കിൽ, അവിടെ അടിയേറ്റുവീണവർ ഹിംസ്രമൃഗങ്ങളുടെ ഇരകളായിരുന്നു. ഭഗത്സിങ് ആരെയും ഹിംസി ക്കാൻ കൗതുകംപുലർത്തിയിരുന്ന ആളായിരുന്നില്ല. എന്നാൽ, സാമ്രാ ജ്യത്വത്തിന്റെ ഹിംസ്രമൃഗങ്ങൾക്കു മുമ്പിൽ, സ്വാതന്ത്ര്യാവേശംപൂണ്ട തന്റെ നാട്ടുകാർ എന്നും ഇരകളാവാൻ വിധിക്കപ്പെട്ടവരാണെന്ന് സ്വപ്ന ത്തിൽപോലും കരുതാനാവാത്ത ദേശാഭിമാനമായിരുന്നു അദ്ദേഹത്തി ന്റേത്.

ഭഗത്സിങ്ങിനെപ്പോലെ തന്നെ ധീരതയുടെ പര്യായമായിരുന്ന ആ സംഘത്തിലെ മറ്റുള്ളവരിൽനിന്ന് ഭഗത്സിങ്ങിനെ വ്യതിരിക്തനാക്കുന്ന സ്വഭാവസവിശേഷതകൾ സൂക്ഷ്മമായി ആവിഷ്കരിക്കാൻ ചരിത്രകാരനേക്കാൾ ഒരു ആഖ്യായികാകാരനോ, നാടകകൃത്തിനോ കഴിയുമെന്ന് തെളിയിക്കുവാനാവുക എന്നത് ഒരു വെല്ലുവിളിയേറ്റെടുക്കലാണ്. ആ

വെല്ലുവിളി പിരപ്പൻകോട് മുരളി ധീരമായി ഏറ്റെടുത്തതിന്റെ വിജയപരിണതിയാണീ നാടകമെന്ന് പറഞ്ഞാൽ അതിൽ അല്പവും അതിശയോക്തിയില്ല. ഈ നാടകത്തിൽ, ഭഗത്സിങ്ങും കൂട്ടുപ്രതികളും വിചാരണ ചെയ്യപ്പെടുന്ന രംഗങ്ങൾ തികഞ്ഞ ചരിത്രബോധത്തോടെയും സത്യസന്ധതയോടെയും വികാരതീവ്രതയോടെയും മുരളിക്ക് സൃഷ്ടിക്കാൻ കഴിഞ്ഞിരിക്കുന്നു. ഇന്ത്യൻ സ്വാതന്ത്ര്യ ബോധത്തെ വിചാരണ ചെയ്ത ബ്രിട്ടീഷ് ന്യായാസനത്തിന്റെ ഏകപക്ഷീയമായ ആ വിധിപ്രസ്താവത്തിനുശേഷം, അതിനോട് പ്രതികരിച്ചുകൊണ്ടുള്ള ഭഗത്സിങ്ങിന്റെ വാക്കുകൾ നാം എന്നുമോർക്കേണ്ടതാണ്.

"നിങ്ങൾ ഞങ്ങളെ തൂക്കിക്കൊല്ലാൻ വിധിച്ചിരിക്കുന്നു. ഞങ്ങൾ ചെയ്ത കുറ്റം ബ്രിട്ടീഷ് ഭരണകൂടത്തിനെതിരെ യുദ്ധം ചെയ്തു എന്നതാണ്. ഇത് ഞങ്ങളെക്കുറിച്ചുള്ള കോടതിയുടേയും ബ്രിട്ടീഷ് ഗവൺമെന്റിന്റേയും അതിർ കവിഞ്ഞ പ്രശംസയായി ഞങ്ങൾ സ്വീകരിക്കുന്നു. നാടുവാഴി ത്തവും മുതലാളിത്തവും സമൂഹത്തിലെ ഏതാനും ദിവസത്തെ വിരുന്നുകാരാണ്. അതില്ലാതാക്കാനുള്ള യുദ്ധത്തിൽക്കൂടി ഞങ്ങളേർപ്പെട്ടിരിക്കുന്നു. അതിനു ശിക്ഷവിധിച്ചു കണ്ടില്ല.... അത് വിനീതമായി ഓർമ്മപ്പെടുത്തുന്നു...."

ഈ വിനീതമായ ഓർമ്മപ്പെടുത്തലാണ്, ഇന്നും ഇന്ത്യാക്കാരായ നാം മറന്നുപോകാറുള്ളത്. നാടുവാഴിത്തത്തിന്റെയും മുതലാളിത്തത്തിന്റെയും ഏറ്റവും ഭീകരരൂപമായ സാമ്രാജ്യത്വത്തിനെതിരെയുള്ള സമരത്തിൽ നമുക്കിനിയും ഏറെ മുന്നോട്ടു പോകേണ്ടതുണ്ടെന്നിരിക്കെ, ഇന്നും പലവിധ കുതന്ത്രങ്ങളിലൂടെയും കുതികാൽവെട്ടുന്നവർ നമ്മുടെ രാഷ്ട്രീയരംഗത്ത് സജീവമാണ് - അവർക്കെതിരെ നിത്യ ജാഗരൂകത പാലിക്കാൻ ഭഗത്സിങ്ങിന്റെ ഈ ഓർമ്മപ്പെടുത്തലിന് നാം കാതോർക്കുക.

കറുത്തതൊപ്പിയിട്ട് കണ്ണിലിരുട്ട് നിറച്ച് മരണത്തിന്റെ മുന്നറിയിപ്പുനല്കിക്കൊണ്ട് മനുഷ്യനെ തൂക്കുമേടയിലേറ്റുന്ന "മാമൂലി"നെതിരെയും, ഭഗത്സിങ് പൊട്ടിത്തെറിക്കുന്നു:

"കൊണ്ടുപോകൂ, നിങ്ങളുടെ കറുത്ത തൊപ്പികൾ! മരണത്തെ ഭയക്കുന്നവരല്ല ഞങ്ങൾ. ഈ രാജ്യം, മനോഹരമായ ഈ രാജ്യം കണ്ടുകൊണ്ടുവേണം ഞങ്ങൾക്കു മരിക്കാൻ."

അങ്ങനെ കറുത്ത തുണികൊണ്ട് മുഖംമൂടിക്കെട്ടാനനുവദിക്കാതെ, സ്വന്തം ഭൂമിയും ആകാശവും കണ്ടുകൊണ്ട്, കൊലക്കയറിനെ ചുംബിച്ചു കൊണ്ട്, തൂക്കുമേടയിലേക്ക് നടന്നുകയറിയ ഭഗത്സിങ് ഇന്ത്യൻ വിപ്ലവത്തിന്റെ ശുക്രനക്ഷത്രമായിരുന്നു. ആ ചുണ്ടുകളിൽ നിന്നവസാനമായി ഉയർന്ന, ഒരു നിസ്തുല ധീരജന്മത്തിന്റെ അന്ത്യശ്വാസത്തിന്റെ ചൂട് കലർന്ന മുദ്രാവാക്യമാണ്, "ഇങ്കിലാബ് സിന്ദാബാദ്!" അതിന്റെ പവിത്രത കാത്തു സൂക്ഷിച്ചുകൊണ്ട് ഇന്ത്യൻ വിപ്ലവത്തെ പൂർത്തീകരിക്കാനും സാമ്യ ദർശനത്തിലധിഷ്ഠിതമായൊരു പുതിയ ജീവിതവ്യവസ്ഥ സൃഷ്ടിക്കാനും പ്രചോദകമാകുന്ന ഭഗത്സിങ്ങിന്റെ വീരേതിഹാസം

അതിന്റെ വിശദാംശങ്ങൾ വിടാതെ അവതരിപ്പിക്കുന്ന ഈ നാടകത്തിന് ഇന്ന് വളരെയധികം പ്രസക്തിയും പ്രാധാന്യവുമുണ്ട്. ഇത് നമ്മുടെ ബോധനവീകരണത്തിനും ബോധശുദ്ധീകരണത്തിനും ഉപകരിക്കുമെന്ന് തീർച്ച.

സഖാവ്
അവതാരിക

ഇ എം എസ് നമ്പൂതിരിപ്പാട്

ചരിത്രപുരുഷന്മാരുടെ ജീവിതകഥയെ ആസ്പദമാക്കി നോവലുകൾ, നാടകങ്ങൾ, പദ്യകൃതികൾ മുതലായവ നമ്മുടെ ഭാഷയിൽ ധാരാളം വന്നിട്ടുണ്ട്. എന്നാൽ അവയിൽ മിക്കതിന്റെയും കഥാപാത്രങ്ങളും നായകന്മാരും ഫ്യൂഡൽ-ബൂർഷ്വാവർഗ്ഗങ്ങളുടെ പ്രതിനിധികളാണ്. അടുത്തകാലത്ത് രൂപപ്പെട്ടിട്ടുള്ള തൊഴിലാളിവർഗ്ഗ വിപ്ലവ പ്രസ്ഥാനത്തിന്റെ സമുന്നത നേതാക്കളുടെ ജീവിതകഥയെ ആസ്പദമാക്കിക്കൊണ്ടുള്ള നോവലുകളും നാടകങ്ങളും പ്രായേണ വിരളമാണ്.

ഇതിൽനിന്നൊരു മാറ്റം വരാൻ തുടങ്ങിയിട്ടുണ്ടെന്നതിന്റെ തെളിവാണ് ഇവിടെ പ്രസിദ്ധീകരിക്കുന്ന *സഖാവ്* എന്ന നാടകം. കേരളത്തിലെ തൊഴിലാളിവർഗ്ഗ വിപ്ലവപ്രസ്ഥാനത്തിന്റെ അനിഷേദ്ധ്യനായ സ്ഥാപകനേതാവാണ് ഇതിലെ പ്രധാന കഥാപാത്രം. അദ്ദേഹത്തിനു ചുറ്റും വളർന്നുവന്ന മറ്റു ചരിത്രനായകന്മാരും ഉപപാത്രങ്ങളായി ഈ നാടകത്തിൽ നിറഞ്ഞുനില്ക്കുന്നു.

പുറമേ നിരവധി കല്പിത കഥാപാത്രങ്ങളും ഇതിലുണ്ട്. എന്നാൽ ഈ കല്പിത കഥാപാത്രങ്ങളിൽ തന്നെ പലരും യഥാർത്ഥത്തിൽ ജീവിക്കുകയും പ്രവർത്തിക്കുകയും ചെയ്തിരുന്ന മനുഷ്യരുടെ പ്രതിരൂപങ്ങളാണ്. അങ്ങനെ കല്പിതവും യഥാർത്ഥവുമായ ഒട്ടേറെ കഥാപാത്രങ്ങളെ അവതരിപ്പിച്ചുകൊണ്ടുള്ള ഈ നാടകം കേരളത്തിലെ വിപ്ലവ പ്രസ്ഥാനത്തിന്റെ യഥാർത്ഥ ചരിത്രമായി രൂപപ്പെട്ടിട്ടുണ്ട്.

ഇത് രംഗത്തവതരിപ്പിക്കുന്നതിനുമുമ്പ് നാടകത്തിന്റെ ലിഖിത രൂപം വായിക്കാനും അരങ്ങേറുന്നതിനു മുമ്പുള്ള പരീക്ഷണാവതരണം (റിഹേഴ്സൽ) കാണാനും എനിക്കവസരം ലഭിക്കുകയുണ്ടായി. രണ്ടിനെയും തുടർന്ന് എനിക്കുണ്ടായ അഭിപ്രായങ്ങളും നിർദ്ദേശങ്ങളും

ഗ്രന്ഥകർത്താവിനെ ഞാൻ അറിയിക്കുകയും ചെയ്തു. അതിൽപിന്നീടാണ് ആലപ്പുഴ വച്ചു നടന്ന പാർട്ടി സംസ്ഥാന സമ്മേളനത്തോടനുബന്ധിച്ച് ഈ നാടകം അരങ്ങേറിയപ്പോൾ അതെനിക്കു കാണാൻ കഴിഞ്ഞത്. തുടർന്ന് ഒട്ടേറെ സ്ഥലങ്ങളിൽ ഇത് അരങ്ങേറിയപ്പോൾ പതിനായിരക്കണക്കിനാളുകൾ ഇതു കണ്ടഭിനന്ദിക്കുകയുണ്ടായി.

ഈ നാടകത്തിന് ഇനിയും സഹോദരീസഹോദരന്മാരുണ്ടാകുമെന്നും അങ്ങനെ വിപ്ലവപ്രസ്ഥാനത്തെ ചിത്രീകരിക്കുന്ന ഒരു നാടകപ്രപഞ്ചം തന്നെ ഇവിടെ രൂപമെടുക്കുമെന്നും ഞാൻ ആശിക്കുന്നു.

തിരുവനന്തപുരം
1989 ജൂലൈ 3

ഇതൊരു വഴിത്തിരിവ്

പി ഗോവിന്ദപ്പിള്ള

പിരപ്പൻകോട് മുരളി എഴുതി പി കെ വേണുക്കുട്ടൻ നായർ സംവിധാനം ചെയ്ത കണ്ണൂർ "സംഘചേതന"യുടെ *സഖാവ്* എന്ന നാടകം മലയാള നാടകവേദിയുടെ ചരിത്രത്തിൽ ഒരു വഴിത്തിരിവിനെ കുറിച്ചേക്കും എന്ന് കരുതാൻ ഒന്നിലേറെ കാരണങ്ങളുണ്ട്. അവയിലൊന്നാണ് ഇതൊരു ജീവചരിത്രനാടകമാണ് എന്ന വസ്തുത. ഇന്ത്യയിലെ മറ്റു ഭാഷകളിലെ സ്ഥിതി എന്തെന്ന് അറിയില്ല. ഇംഗ്ലീഷ് തൊട്ടുള്ള പടിഞ്ഞാറൻ ഭാഷകളിലാകട്ടെ ജീവചരിത്ര നാടകങ്ങൾ ഗണ്യമായ ഒരു ശാഖയാണ്. ഫ്രഞ്ച് വിപ്ലവനേതാവായ ദാന്തെയെക്കുറിച്ചും അമേരിക്കൻ പ്രസിഡന്റും രക്തസാക്ഷിയുമായ എബ്രഹാം ലിങ്കനെക്കുറിച്ചും മറ്റുമുള്ള പല ജീവചരിത്രനാടകങ്ങളും പേരുകേട്ടവയാണ്. മലയാളത്തിലും ചിലതുണ്ടായിട്ടുണ്ട്. അവയിൽ പരാമർശയോഗ്യമായവ പൂജപ്പുര കൃഷ്ണൻനായരുടെ *സ്വദേശാഭിമാനിയുടെ നാടുകടത്തലും* (1960) കൈനിക്കര പദ്മനാഭപിള്ളയുടെ *സ്വാതിതിരുനാളും* (1967) ആണ്. ഇവയെക്കുറിച്ച് പ്രൊഫസർ ജി ശങ്കരപ്പിള്ള പറയുന്നു:

> ...(ഈ) രണ്ടു കൃതികളുടെയും പ്രാധാന്യം നല്ല നാടകകൃതികൾ എന്ന നിലയ്ക്കല്ല. മലയാള നാടകത്തിൽ ഇന്നും വികാസശേഷം പ്രാപിച്ചിട്ടില്ലാത്ത ഒരു ശാഖയാണ് ജീവചരിത്രനാടകങ്ങൾ. നമ്മുടെ നാടകരചനയ്ക്ക്-വേദിക്കും-എന്നും ആദർശമായിരുന്നിട്ടുള്ള പാശ്ചാത്യനാടകത്തിൽ വളരെയേറെ വളർന്നിട്ടുള്ള ഒരു ശാഖയുമാണത്. ചില നാടകങ്ങളിൽ മുഖ്യകഥാപാത്രങ്ങളുടെ രൂപഭാവശില്പങ്ങളിൽ പ്രശസ്ത വ്യക്തികളുടെ ചില നിഴലാട്ട

ങ്ങൾ വരുത്തുവാൻ മുമ്പും ഏതാനും നാടകകൃത്തുക്കൾ ശ്രമിച്ചിട്ടില്ലായ്കയില്ല. ചില ജീവിതങ്ങളിലെ മുഖ്യ സംഭവങ്ങൾ നാടകത്തിൽ ഭംഗ്യന്തരേണ ഉപപാദിക്കാനും യത്നിച്ചിട്ടുണ്ട്. പൊൻകുന്നം വർക്കി രചിച്ച *വഴിതുറന്നു* എന്ന നാടകത്തിലെ മുഖ്യകഥാപാത്രം യശ്ശശരീരനായ എം പി പോളാണെന്ന ധ്വനി രചനയിലും അവതരണത്തിലും മുന്തിനിന്നിരുന്നു. എന്നാൽ പൂർണ്ണമായ അർത്ഥത്തിൽ ഒരു ജീവചരിത്രനാടകം നമുക്കിന്നോളം ഉണ്ടായിട്ടില്ല. അതിലേക്കുള്ള വ്യക്തമായ ഒരു ചുവടുവയ്പ് എന്ന നിലയിൽ മാത്രമേ കൈനിക്കരയുടെയും പൂജപ്പുര കൃഷ്ണൻനായരുടെയും ഈ ശ്രമങ്ങളെ കണക്കാക്കാനാവൂ. കൃഷ്ണൻ നായർ മുഖ്യകഥാപാത്രമായി സ്വീകരിച്ചത് കേരളീയരെ സംബന്ധിച്ചിടത്തോളം ആരാദ്ധ്യനായ ഒരു വ്യക്തിയെയാണ്. പക്ഷേ, അദ്ദേഹത്തിന്, രചനാപരമായുണ്ടായിരുന്ന അപ്രാഗത്ഭ്യം ആ നാടകത്തെ പരാജയപ്പെടുത്തി. കൈനിക്കരയുടെ *സ്വാതിതിരുനാൾ* താരതമ്യേന ജീവചരിത്രനാടകത്തിന്റെ സ്വരൂപത്തോട് കൂടുതൽ അടുത്തു നില്ക്കുന്നു ...

... *മലയാള നാടക സാഹിത്യചരിത്രം*

ഇങ്ങനെ ജീവചരിത്രനാടകങ്ങളുടെ ഔപചാരികമായ തുടക്കം മലയാളത്തിൽ പതിറ്റാണ്ടുകൾക്ക് മുമ്പുതന്നെ കുറിച്ചു എന്നു പറയാമെങ്കിലും അതൊരു പ്രസ്ഥാനമായി വളർന്നില്ല എന്നു മാത്രമല്ല ഈ തുടക്ക കൃതികൾ തന്നെ വിപുലമായ തോതിൽ കേരളക്കരയിലാകെ പ്രദർശിപ്പിക്കുകയോ കേരളീയ പ്രേക്ഷകർക്കിടയിൽ അവ ആഴത്തിൽ പ്രതിഷ്ഠ നേടുകയോ ചെയ്തില്ല. ഇവയിൽ കൃതഹസ്തനായ കൈനിക്കരയുടെ കൃതി പോലും ചുരുക്കം ചില വേദികളിൽ അരങ്ങേറിയതിനപ്പുറം പ്രൊഫഷണൽ നിലവാരത്തിലേക്ക് ഉയർന്നില്ല. *സ്വാതിതിരുനാളി*ന്റേത് ഒന്നരനൂറ്റാണ്ട് മുമ്പത്തെ കഥയാണെങ്കിലും ചരിത്രവസ്തുതകളുടെ കുറവുകൊണ്ടും സ്വാതിയെ ചുറ്റിപ്പറ്റി ഉയർന്ന ഐതിഹ്യങ്ങളുടെ ബാഹുല്യംകൊണ്ടും ഇതിനകംതന്നെ ഒരു പുരാണകഥയുടെ പരിവേഷം നേടിയിരുന്നു. അതുകൊണ്ട് ലക്ഷണമൊത്ത ഒരു ജീവചരിത്ര നാടകം ആ കഥയിൽനിന്ന് വാർത്തെടുക്കുക എളുപ്പമായിരുന്നില്ല. സ്വാതിതിരുനാളിനെക്കുറിച്ച് മുരളി-വേണുക്കുട്ടൻ ദ്വന്ദ്വം *സഖാവി*നു തൊട്ടുമുൻപ് ആവിഷ്കരിച്ച നാടകശില്പത്തിലും ഐതിഹ്യപരത നല്കുന്ന അയഥാർത്ഥതയ്ക്ക് അതിന്റേതായ അവ്യക്തമാധുര്യം ഉണ്ടെങ്കിലും-അനുഭവപ്പെട്ടിരുന്നു. മുരളി-വേണുക്കുട്ടൻ ദ്വന്ദ്വം ഈ പ്രശ്നം കുറച്ചെങ്കിലും പരിഹരിച്ച് സ്വാതിപുരാണത്തെ ജീവചരിത്ര ശില്പത്തിലേക്ക് എത്തിച്ചത് കഥാപുരുഷന്റെ കാലത്തിനും ജീവിതത്തിനും പ്രസക്തമായ ചില സമകാലിക മൂല്യങ്ങൾ കല്പിച്ചുകൊണ്ടും മാനങ്ങൾ

കണ്ടെത്തിക്കൊണ്ടുമാണ്. നാടക രചനയിലെന്നപോലെ സംവിധാനത്തിലും അഭിനയത്തിലും അസാമാന്യ പ്രതിഭ പ്രകടിപ്പിച്ച കൈനിക്കരയ്ക്ക് സ്വാതിയുടെ ഈ സമകാലിക മൂല്യങ്ങളോ പ്രസക്തിയോ എത്തിപ്പിടിക്കാൻ കഴിയുമായിരുന്നില്ല.

*സഖാവി*ലെ കഥാനായകനായ സഖാവ് കൃഷ്ണപിള്ളയുടെ ജീവിതവും കർമ്മപഥങ്ങളും ഈ നാലു പതിറ്റാണ്ടിനകം തന്നെ ഒരു ഇതിഹാസകഥയുടെ മാനവും പരിവേഷവും നേടിയിട്ടുണ്ടെങ്കിലും അതിൽ ഐതിഹ്യങ്ങൾക്കോ മിത്തുകൾക്കോ സ്ഥാനമില്ല. അദ്ദേഹത്തിന്റെ കാലം സമകാലിക ചരിത്രത്തിന്റെ ഭാഗമാണ്. അദ്ദേഹത്തെ നേരിട്ട് അറിഞ്ഞവരും അദ്ദേഹത്തിന്റെ സഹപ്രവർത്തകരും ഇപ്പോഴും നമ്മോടൊപ്പമുണ്ട്. അദ്ദേഹം ബീജാവാപം ചെയ്യുകയും ഇപ്പോഴും നാൾതോറും വളർന്നുകൊണ്ടിരിക്കുകയും ചെയ്യുന്ന മഹാപ്രസ്ഥാനത്തിലൂടെ സഖാവിന്റെ സജീവസാന്നിദ്ധ്യം കേരളീയർക്ക് ഇപ്പോഴും അനുഭവപ്പെട്ടുകൊണ്ടിരിക്കുകയും ചെയ്യുന്നു. അതുകൊണ്ട് കഥയുടെ ഒഴുക്കിനോ നാടകീയതയുടെ പൊലിപ്പിനോ വേണ്ടി തങ്ങളുടെ ഭാവനയുടെ ചിറകുകൾ വിഹായസ്സിലേക്ക് വിടർത്തിവിടാൻ രചയിതാവിനോ സംവിധായകനോ സ്വാതന്ത്ര്യമുണ്ടായിരുന്നില്ല. നീക്കുപോക്കില്ലാത്ത ചരിത്രവസ്തുതകളുടെയും പ്രേക്ഷകർക്കു പോലും ഓർമ്മയുള്ള സംഭവങ്ങളുടെയും ഇന്നും ഊർജ്ജസ്വലമായി മുന്നേറുന്ന പ്രസ്ഥാനത്തിന്റെ സജീവസങ്കല്പനങ്ങളുടെയും നാലതിരുകൾക്ക് അകത്തു നിന്നുകൊണ്ട് വേണ്ടിവന്നു മുരളിയുടെ ശില്പചാതുരിയും വേണുക്കുട്ടന്റെ സംവിധാനപ്രതിഭയും പ്രകടിപ്പിക്കാൻ. ഇത് എല്ലാ അർത്ഥത്തിലും അവർക്കൊരു വെല്ലുവിളിയായിരുന്നു. ആ വെല്ലുവിളിയെ അവർ വിജയകരമായി നേരിട്ടുകൊണ്ടാണ് മലയാളത്തിലെ ഒന്നാമത്തെ ലക്ഷണമൊത്ത ജീവചരിത്രനാടകം അവതരിപ്പിച്ച മുരളി-വേണുക്കുട്ടൻ ദ്വന്ദ്വം ചരിത്രം സൃഷ്ടിച്ചിരിക്കുന്നത്.

എങ്ങനെയാണ് ഈ വെല്ലുവിളി വിജയകരമായി നേരിട്ടുകൊണ്ട് നൂറുകണക്കിന് അരങ്ങുകളിൽ അനേകായിരം കാണികളെ ആകർഷിക്കത്തക്കവിധം ഈ അപൂർവ്വനാടകശില്പം അവർ വാർത്തെടുത്തത് എന്ന ചോദ്യത്തിനുത്തരം പൂർണ്ണമായി ലഭിക്കാൻ നാടകസംബന്ധിയായ സെമിനാറുകളും ശില്പശാലകളും ഇനിയും നടക്കേണ്ടതുണ്ട്. ഈ ചെറിയ കുറിപ്പിൽ അവയെല്ലാം പൂർണ്ണമായി പരിശോധിച്ച് നിഗമനങ്ങളിലെത്താൻ കഴിയില്ല. എങ്കിലും *സഖാവി*ന്റെ അപൂർവ്വത വ്യക്തമാക്കുന്ന ചില വിശേഷതകൾ പരിശോധിക്കാം.

നാടകങ്ങളുടെ സ്ഥായിയായ ഭാവം സംഘട്ടനാത്മകതയാണ്. കഥാഗതി മുഴുവനും ഈ സംഘട്ടനത്തെ ലക്ഷ്യമാക്കി ഉച്ചകോടിയിലേക്ക് പടർന്നുകയറുകയും അവിടെ അത് ട്രാജഡിയിലായാലും കോമഡിയിലായാലും പരിഹൃതമാവുകയും ചെയ്യും. സംഘട്ടനമില്ലാത്ത

ആഖ്യാനപ്രധാനമായ നാടകങ്ങളേക്കാൾ വിരസവും വ്യർത്ഥവുമായ മറ്റൊരു കലാരൂപത്തെ സങ്കല്പിക്കാൻ വിഷമം. സി വി-ഇ വി മാരുടെ പ്രഹസനമാലകളിൽ പോലും സംഘർഷങ്ങളുടെ പിരിമുറുക്കം ദുർബ്ബലമായെങ്കിലും കണ്ടെത്താം. എന്നാൽ ആഖ്യാനപ്രധാനമായ *സഖാവിൽ* അത്തരമൊരു ക്ലൈമാക്സോ സംഘർഷമുഹൂർത്തമോ ഇല്ല. കൃഷ്ണപിള്ളയും അദ്ദേഹത്തിന്റെ തൊഴിലാളിവർഗ്ഗ പ്രസ്ഥാനവും നിരന്തരവും തീക്ഷ്ണവും ആയ ഒരു സംഘട്ടനത്തിനാണ് പ്രതിനിധീഭവിക്കുന്നത്- നിലവിലുള്ള സാമൂഹ്യ-രാഷ്ട്രീയ സംഘടനയോടും മൂല്യവ്യവസ്ഥയോടും ഉള്ള ജീവന്മരണ സംഘട്ടനം. എന്നാൽ ഈ സംഘട്ടനം നാടകത്തിന്റെ മൂർദ്ധന്യമായിട്ടല്ല അതിലുടനീളം പ്രസരിക്കുന്ന ചൈതന്യധാരയായിട്ടാണ് പ്രേക്ഷകരെ പിടിച്ചിരുത്തുന്നത്.

അങ്ങനെ മലയാളത്തിലെ ഒന്നാമത്തെ “ഡോക്യുമെന്ററിഡ്രാമ” അഥവാ ചുരുക്കത്തിൽ ഡോക്യു-ഡ്രാമ എന്ന പദവിയും *സഖാവ്* കരസ്ഥമാക്കുന്നു. സാധാരണഗതിയിൽ വിരസമായി പോകാവുന്ന സംഭവാഖ്യാനനാടകത്തെ ആവേശകരവും ധർമ്മപ്രബോധകവും ആയ ഒരു സുന്ദരകലാശില്പമാക്കി വാർത്തെടുത്തതിലാണ് മുരളിയുടെയും വേണുക്കുട്ടന്റെയും കലാനൈപുണിയും കൃതഹസ്തതയും പ്രകടമാകുന്നത്. പ്രേക്ഷകർക്ക് നേരിട്ട് അറിവുള്ളതും അവരിൽ ചിലരെങ്കിലും പങ്കെടുത്തിട്ടുള്ളതുമായ സംഭവങ്ങൾക്കു പുറമെ കൃഷ്ണപിള്ളയ്ക്കു ശേഷം അടുത്തകാലംവരെ ജീവിച്ചിരുന്നവരും ഇപ്പോഴും പ്രേക്ഷകരോടൊപ്പം ഊർജ്ജസ്വലരായി കർമ്മരംഗത്ത് നേതൃത്വം നല്കുന്നവരും അരങ്ങത്ത് ആകർഷകമായി അവതരിപ്പിക്കപ്പെടുക ആയാസകരമായ ഒരഭ്യാസമാണ്. അധികമാർക്കും അനുകരിക്കാൻ കഴിഞ്ഞില്ലെങ്കിലും ഈ മാതൃക പിന്തുടർന്നാൽ മലയാളനാടകവേദിക്ക് അഭൂതപൂർവ്വവും പ്രകാശമാനവുമായ പ്രസക്തി കൈവരും എന്നതിൽ സംശയമില്ല.

സാധാരണ നാടകശില്പങ്ങളിൽ ഒതുങ്ങാത്ത പ്രമേയങ്ങൾ എടുത്ത് കലാമൂല്യങ്ങളോടൊപ്പം ധാർമ്മികമൂല്യങ്ങളും സമന്വയിക്കുന്ന നാടകശില്പങ്ങൾ വാർത്തെടുക്കുന്നതിൽ മുരളി-വേണുക്കുട്ടൻ ദ്വന്ദ്വം പ്രാഗത്ഭ്യം പ്രകടിപ്പിക്കുന്നത് നടാടെയല്ല. *സഖാവി*നു തൊട്ടു മുൻപ് വന്ന *സ്വാതിതിരുനാളി*നെക്കുറിച്ച് നേരത്തെ പരാമർശിച്ചുവല്ലോ. സർക്കാർ പുരസ്കാരങ്ങളല്ല ഇത്തരം പ്രസ്ഥാനസ്ഥാപക സൃഷ്ടികളുടെ മേന്മയ്ക്ക് മാനദണ്ഡമെങ്കിലും *സ്വാതിതിരുനാളി*ന് 1988 ലെ ഏറ്റവും മെച്ചപ്പെട്ട നാടകമെന്ന നിലയിൽ സംസ്ഥാനപുരസ്കാരം ലഭിച്ചത് പ്രസ്താവ്യമാണ്. സംവിധാനത്തിന് പി കെ വേണുക്കുട്ടൻനായരും ഗാനരചനയ്ക്ക് പിരപ്പൻകോട് മുരളിയും സമ്മാനിതരായി. അടിയുറച്ച സാമൂഹിക-രാഷ്ട്രീയ പ്രതിജ്ഞാബദ്ധതയുള്ള ഇവരിരുവരും തെരുവുകളിലും പണിശാലാപടികളിലും വയലേലകളിലും കലാപ്രകടനങ്ങളും പ്രസംഗങ്ങളും ജാഥകളും കൊടിപിടിച്ച് നടത്തുന്നതിൽ ജീവിതസാഫ

ല്യം കണ്ടെത്തുന്നവരാണ്. മലയാളനാടകവേദിക്ക് അവിസ്മരണീയ നായ പി കെ വിക്രമൻ നായരും അനുജനായ പി കെ വേണുക്കുട്ടൻനായരും അഭ്യാസംകൊണ്ട് എഞ്ചിനീയർമാരാണ് എങ്കിലും വാസന കൊണ്ട് നാടകക്കാരായി. നടൻ, നാടകാചാര്യൻ, സംവിധായകൻ, സുവർണ്ണരേഖ തുടങ്ങിയ നാടകസമിതികളുടെ സ്ഥാപകനും പ്രവർത്തകനും എന്നീ വിവിധ നിലകളിൽ കഴിഞ്ഞ മൂന്നുനാല് പതിറ്റാണ്ടുകാലത്തെ മലയാളനാടകവേദിയുടെ വിവിധ ഗതിവിഗതികളിൽ പങ്കെടുത്ത് പ്രാമാണികത്വം നേടിയ വേണുക്കുട്ടൻനായരുടെ കലാജീവിതത്തിലും *സഖാവ്* ഒരു വഴിത്തിരിവ് തന്നെ. ഈ വഴിത്തിരിവിലേക്ക് നയിച്ച *സ്വാതിതിരുനാളിനു* പുറമെ ഇവയ്ക്ക് രണ്ടിനും തൊട്ടുമുൻപേ വന്ന 'സംഘശക്തി'യുടെ *മാറ്റുവിൻ ചട്ടങ്ങളെ* എന്ന നാടകശില്പം കൂടി പരാമർശിക്കേണ്ടതുണ്ട്. കുമാരനാശാന്റെ *ദുരവസ്ഥ*യെ അടിസ്ഥാനപ്പെടുത്തി "ഓപ്പറ-ബാലെ" ശൈലികൾ കൂടി സ്വാംശീകരിച്ച് ആവിഷ്കരിച്ച ഈ നാടകവും വേണുക്കുട്ടൻ നായർക്ക് ഒരു വെല്ലുവിളിയായിരുന്നു. ഈ മൂന്നിലും ചരിത്രാംശം മുന്നിട്ടുനില്ക്കുന്നു. പക്ഷേ, ആ ചരിത്രാംശങ്ങൾ സമകാലികസന്ദേശവും പ്രസക്തിയും ഉൾക്കൊള്ളുന്നവയാണെന്നു മാത്രം.

ഈ മൂന്നു സൃഷ്ടികളിലും ഇതെഴുതുമ്പോൾ അണിയറയിൽ അവർ ഒരുക്കിക്കൊണ്ടിരിക്കുന്ന *ഇന്ദുലേഖ*യിലും രചനകളും അതിനപ്പുറവും സംഭാവന ചെയ്ത പിരപ്പൻകോട് മുരളി അദ്ദേഹത്തിന്റെ തന്നെ ഭാഷയിൽ ആദ്യവും അവസാനവും ഒരു കമ്യൂണിസ്റ്റാണ്. വാസനാസിദ്ധമായ സാഹിത്യവും കവിതയും അദ്ദേഹത്തിന് തന്റെ കമ്യൂണിസ്റ്റ് ദൗത്യം പൂർത്തീകരിക്കാനുള്ള ഉപാധികളാണ്. രാഷ്ട്രീയ-ബഹുജന സംഘടനാരംഗങ്ങളിലും കവിത-ഗാനരചനയിലും പണ്ടേ പ്രാഗത്ഭ്യം തെളിയിച്ച മുരളി നാടകരംഗത്തേക്ക് കടന്നുവന്നിട്ട് അധികം നാളായില്ല. വേണുക്കുട്ടൻനായരെ നാടകരംഗത്ത് ഗുരുകല്പനായി കരുതുന്ന മുരളി ഗുരുഭൂതന് ഒരു ശിഷ്യൻ മാത്രമല്ല, സഹകാരിയും ചിലപ്പോൾ അതിനപ്പുറവും ആണ്. പുതുതായി താൻ കൈവച്ച രംഗത്ത് സ്വന്തമായ മുദ്ര പതിക്കാൻ ഇതിനകം തന്നെ മുരളിക്ക് കഴിഞ്ഞിരിക്കുന്നു.

അങ്ങനെ ഈ രണ്ടു കലാകാരന്മാരുടെ കലാജീവിതത്തിലെ വഴിത്തിരിവായിത്തീർന്ന ഈ മൂന്ന് നാടകങ്ങൾ മലയാളനാടകവേദിയുടെ ചരിത്രത്തിലും ഒരു വഴിത്തിരിവായി എന്ന് ആദ്യമേ സൂചിപ്പിച്ചുവല്ലോ. ഈ വഴിത്തിരിവ് കുറിച്ചത്, ഈ മൂന്നു നാടകങ്ങളുടെയും സർവ്വോപരി അവയിൽ അവസാനത്തേതായ *സഖാവിന്റേ*യും പ്രമേയങ്ങളിലെന്നപോലെ ആവിഷ്കാരത്തിലും പ്രകടമായ പുതുമ മാത്രമല്ല, മലയാള നാടകവേദിയുടെ കഴിഞ്ഞ ഒന്നുരണ്ടു പതിറ്റാണ്ടുകാലത്ത് നാമ്പെടുത്ത ഊഷരവും നിരർത്ഥകവും ആയ ചില പ്രവണതകളുടെ പശ്ചാത്തലത്തിൽ മുരളി-വേണു ദ്വന്ദ്വത്തിന്റെ അർത്ഥപൂർണ്ണമായ ഈ നാടക

യത്നം ഭാവിയുടെ വലിയ വാഗ്ദാനമായി തീർന്നിരിക്കുന്നു. മലയാള സാഹിത്യത്തിൽ അത്യന്താധുനികതയുടെ പേരിൽ സമൂഹധർമ്മനിരപേക്ഷത കൊടിയടയാളമായി ഉയർത്തി പല വൈകൃതങ്ങൾക്കും ജന്മം നല്കിയവർ തന്നെയാണ് നാടകവേദിയിലും അവയെല്ലാം ആവർത്തിച്ചത്. കമേർഷ്യൽ നാടകവേദിയുടെ കച്ചവടതാല്പര്യങ്ങളെ എതിർക്കുന്നു എന്നവകാശപ്പെട്ടുകൊണ്ട് 1967 ൽ പരേതനായ എം ഗോവിന്ദനും കൂട്ടരും ചേർന്ന് സംഘടിപ്പിച്ച നാടകക്കളരിയിൽ സി എൻ ശ്രീകണ്ഠൻനായർ, ജി അരവിന്ദൻ തുടങ്ങിയവരോടൊപ്പം വേണുക്കുട്ടൻനായരും പങ്കെടുത്തിരുന്നു. അന്നും തുടർന്നും നടന്ന കളരികളിൽ ഉരുത്തിരിഞ്ഞുവന്ന തനത് നാടകവേദി സങ്കല്പങ്ങളും മലയാളനാടകചരിത്രത്തെ തന്നെ അട്ടിമറിച്ചുകൊണ്ട് സി ജെ തോമസിനെ യുഗപ്രഭാവനാക്കാനുള്ള ശ്രമങ്ങളും, നാടോടിക്കലകളുടെ ചില അംശങ്ങൾ നാടകങ്ങളിൽ നെയ്തു ചേർത്താൽ അത്യാധുനിക നാടകം എന്ന അത്യത്ഭുതം സംഭവിക്കുമെന്നും മറ്റുമുള്ള പ്രചാരവേലകളും അത്യാധുനിക സാഹിത്യ ഫാഷനുകളോടൊപ്പം അസ്തംഗതമായിക്കൊണ്ടിരിക്കുന്ന ഒരു ഘട്ടത്തിലാണ് മുരളി-വേണു ദ്വന്ദ്വം ഈ പുതിയ പ്രഭാതത്തിന് കാഹളമൂതുന്നത്. ഇവരുടെ ഈ മൂന്നു സൃഷ്ടികൾക്ക് പൊതുവെയും *സഖാവിന്* സവിശേഷമായും ലഭിക്കുന്ന സാർവ്വത്രികമായ സ്വീകരണം മലയാളനാടകവേദിയിലും പ്രേക്ഷക പ്രതീക്ഷകളിലും കാറ്റ് മാറി വീശുന്നതായി സൂചിപ്പിക്കുന്നു. 1990 കളിലെ മലയാളനാടകവേദിയുടെ പുരോഗതിക്കുള്ള കൈവിളക്കായിത്തീരുമോ ഈ നവീനപ്രസ്ഥാനം?

ഇതിനകം അരങ്ങേറിക്കഴിഞ്ഞ മൂന്ന് നാടകങ്ങളും ഇപ്പോൾ അണിയറയിൽ രൂപം കൊണ്ടുകൊണ്ടിരിക്കുന്ന നാടകവും ആവിഷ്കാരശൈലിയിലും അടിസ്ഥാനപ്രമേയങ്ങളിലും ഒന്നിനൊന്ന് വ്യത്യസ്തമാണ്. ആ വ്യത്യസ്തത അവയോരോന്നിന്റെയും ശൈലിയിലും അടിസ്ഥാന പ്രമേയത്തിലും വ്യക്തമാണ്. വേണുക്കുട്ടൻ നായരും മുരളിയും ഇവയോരോന്നും ഓരോ പുതിയ പരീക്ഷണമായിട്ടാണ് കൈകാര്യം ചെയ്യുന്നത്. അവർ തങ്ങളുടെ മുൻകൃതികളെ അനുകരിക്കാൻ പിൻകൃതികളിൽ ശ്രമിക്കുന്നില്ല. ഇതൊക്കെ ശരിയാണെങ്കിലും ഇവയെല്ലാം കോർത്തിണക്കുന്ന ഒരു ചരടുണ്ട്-ചരിത്രപരത. ഈ കുറിപ്പിന്റെ തുടക്കത്തിൽ പറഞ്ഞുവച്ചതുപോലെ ഈ ചരിത്രപരതയും ജീവചരിത്രപരതയും മലയാളത്തിൽ നടാടെയാണെന്നതിൽ നമുക്ക് അവരെ അഭിനന്ദിക്കുകയും ചെയ്യാം. എന്നാൽ ഈ ചരടിൽത്തന്നെ-അത് എത്ര മനോഹരമായിരുന്നാലും-തങ്ങളുടെ കൃതികളെയെല്ലാം കോർക്കാൻ നവീകരണതല്പരരും പരീക്ഷണകുതുകികളും ആയ വേണുക്കുട്ടൻ നായരും പിരപ്പൻകോട് മുരളിയും മുതിരുകയില്ലെന്ന് വിശ്വസിക്കട്ടെ. അതിനർത്ഥം ഈ ശൈലിയിലുള്ള നാടകങ്ങൾ വേണ്ടത്രയായിയെന്നല്ല ഇനിയും അനേകം ചരിത്രസന്ധികളും ചരിത്രപുരുഷന്മാരും (വനിതക

ളും) മുരളി-വേണുദ്വന്ദ്വത്തിന്റെയും മറ്റു സമാനപ്രതിഭകളുടേയും കര സ്പർശത്തിനായി പ്രതീക്ഷയോടെ കാത്തിരിപ്പുണ്ട്. അവയെല്ലാം നമുക്ക് ഉണ്ടാകണം. പക്ഷേ, വൈവിദ്ധ്യമേറുന്ന പ്രമേയങ്ങൾക്കും ഇതിവൃത്തങ്ങൾക്കും അവതരണശൈലികൾക്കും ക്ഷമമായ നാടകമാധ്യമത്തെ ഏതെങ്കിലും വിജയകരമായ ഒരു പ്രസ്ഥാനത്തിൽ തളച്ചിടരുതെന്നേ-പ്രത്യേകിച്ചും മുരളിയും വേണുക്കുട്ടൻനായരും-അപേക്ഷയുള്ളൂ.

ചലച്ചിത്രകലാഭവൻ പ്രൊഫ. എൻ കൃഷ്ണപിള്ളദിനം 1989

സഖാവ് ഇ എം എസ്

ആമുഖം

ഒ എൻ വി

ഇന്നലെവരെ ശ്രദ്ധേയമായ ഒരു പ്രേക്ഷകാനുഭവം മാത്രമായിരുന്ന *സഖാവ് ഇ എം എസ്* എന്ന നാടകം ഒട്ടു വൈകിയാണെങ്കിലും ഒരു വായനാനുഭവം കൂടിയാവുന്ന അവസരത്തിൽ ഈ ആമുഖക്കുറിപ്പിലൂടെ അതുമായി ബന്ധപ്പെടാൻ കഴിഞ്ഞതിൽ എനിക്ക് ഏറെ സന്തോഷമുണ്ട്. അരങ്ങേറിയിട്ടധികനാളാവും മുമ്പുതന്നെ ഈ നാടകം കലവറയില്ലാത്ത അഭിനന്ദനത്തിനോടൊപ്പം കടുത്ത വിമർശനത്തിനും പാത്രമായിട്ടുണ്ട്. രണ്ടും സ്വാഭാവികമാണ്. കേരളത്തിന്റെ നവോത്ഥാനം സ്വാതന്ത്ര്യസമരം, സോഷ്യലിസ്റ്റ് ചിന്താഗതിയുടെയും കമ്യൂണിസ്റ്റ് പ്രസ്ഥാനത്തിന്റെയും വളർച്ച, സാമൂഹികവും സാംസ്കാരികവുമായ ഉദ്ബുദ്ധത തുടങ്ങിയവയോടെല്ലാം പ്രഗാഢമായ ബന്ധം പുലർത്തിയ നിരവധി കർമ്മമണ്ഡലങ്ങളിലൊപ്പം ശോഭിച്ച തിരഞ്ഞെടുപ്പിലൂടെ ഒരിന്ത്യൻ സംസ്ഥാനത്തിലെ പ്രഥമ കമ്യൂണിസ്റ്റ് മുഖ്യമന്ത്രിയായിത്തീർന്ന സഖാവ് ഇ എം എസ് നായകനായ ഒരു നാടകം കേരളീയർക്ക് അപൂർവ്വമായ ഒരു ദൃശ്യാനുഭവമായിത്തീർന്നത് സ്വാഭാവികംമാത്രം. മുതിർന്ന തലമുറയിൽപ്പെട്ട പലരിലും അത് ഗൃഹാതുരത്വമുണർത്തി പഴയ സ്വാതന്ത്ര്യസമരസേനാനികൾക്ക് അതൊരു ഓർമ്മപുതുക്കലായി; പുതുതലമുറയ്ക്ക് അത് തങ്ങളെ പോയകാലവുമായി ബന്ധിപ്പിക്കുന്ന തിളക്കമുള്ളൊരു കണ്ണിയായി; കഥാപുരുഷനെ സ്നേഹിക്കുകയും ആദരിക്കുകയും ചെയ്യുന്ന അനുയായികൾക്കാവട്ടെ അത് അതുല്യമായൊരാവേശമായി ഇവയെല്ലാം സ്വാഭാവികം മാത്രമാണ്. സത്യം കല്പിതകഥയേക്കാൾ വിചിത്രതരമെന്ന ചൊല്ല് അന്വർത്ഥം തന്നെയാണ്. ഇ എം എസിന്റെ ജീവിതത്തിലെ കൊച്ചുകൊച്ചു സംഭവങ്ങൾ പോലും സൂക്ഷ്മശ്രദ്ധയോടെ അവതരിപ്പിക്കുന്ന ഈ നാടകത്തിലെ പല മുഹൂർത്തങ്ങളും നമ്മെ വല്ലാതെ സ്പർശിക്കുന്നു. പ്രേക്ഷ

കരുടെ അഭിനന്ദനവും സ്വാഭാവികമാണ്. അത് നാടകത്തെ ശ്രദ്ധേയമാക്കുമ്പോൾ, ഒപ്പം വിമർശനങ്ങളും വിയോജനക്കുറിപ്പുകളും ഉണ്ടാവുക എന്നതും സ്വാഭാവികമായൊരു സാദ്ധ്യതയാണ്. പൂർവ്വമാതൃകകളില്ലാത്തതും, വ്യത്യസ്തതപുലർത്തുന്നതുമായ ഒരു കലാസൃഷ്ടി, വിശേഷിച്ചും നാടകം, വിമർശന വിധേയമായില്ലെങ്കിലേ അത്ഭുതത്തിനവകാശമുള്ളൂ.

1917 മുതൽ 1957 വരെയുള്ള നാലു പതിറ്റാണ്ടുകാലത്തെ ഇ എം എസിന്റെ കഥ, അതേകാലത്ത് കേരളത്തിലുണ്ടായ പരിവർത്തനങ്ങളുടെയും കഥയാണ്. പശ്ചാത്തലത്തിൽ ഈ നീണ്ടകാലമുണ്ട്. രംഗത്ത് ഇ എം എസിനൊപ്പം നിരവധി ബന്ധുക്കളും സുഹൃത്തുക്കളും അനുയായികളും അഭ്യുദയകാംക്ഷികളും, ശത്രുക്കൾപോലും ഉൾപ്പെടെ വലിയൊരു സമൂഹമുണ്ട്. അണിയറയ്ക്ക്പിന്നിൽ, ഭാരതത്തിലാകെ പേരുകേട്ട പലരുമുണ്ട്. രംഗത്തുവരുന്നവരെ മാത്രം. കണക്കാക്കിയാൽ അറുപതിൽപ്പരം കഥാപാത്രങ്ങളുണ്ട്. അവരാകട്ടെ, നാടകകൃത്തിന്റെ ഭാവനാസന്തതികളേക്കാളെത്രയോ അധികം ചരിത്രത്തിൽനിന്നു നേരേയിറങ്ങി വന്നവരാണ്. എന്തെങ്കിലുമൊരു പ്രശ്നത്തിൽമാത്രം ശ്രദ്ധകേന്ദ്രീകരിച്ചുകൊണ്ടുള്ള ഇതിവൃത്തമല്ല; കഥാപാത്രങ്ങളും സംഭാഷണങ്ങളും ഇത്രമാത്രമേ ആകാവൂ എന്ന നിലപാടുമില്ല; അതേസമയം പാട്ടും കൂത്തും കൊട്ടും കുരവയുമായി അവതരിപ്പിക്കുന്നതരം “ജനപ്രീതി” നാടകം അല്ലേയല്ല. കുമ്മാട്ടിയും കുരുത്തോലയുമൊക്കെയുള്ള തനതുനാടകവുമല്ല; പിന്നെ ഇതെന്ത് നാടകമാണ്? അതിന്റെ കൃത്തരം ഈ നാടകത്തിൽ നിന്നുതന്നെ കണ്ടെത്തുകയാണുത്തമം. പ്രഥിതങ്ങളായ നാടകലക്ഷണങ്ങൾക്ക് നിരക്കുന്ന തരത്തിലല്ലാ ഇതിന്റെ രചന നിർവ്വഹിച്ചിട്ടുള്ളത്. “ഉദയനകഥാകോവിദ ഗ്രാമവൃദ്ധന്മാർ” എവിടെയോയിരുന്ന് പാടിയും പറഞ്ഞും അവതരിപ്പിച്ച കഥകളിൽനിന്ന് പ്രശസ്ത സംസ്കൃത നാടകങ്ങളുണ്ടായി-*സ്വപ്നവാസവദത്ത*ത്തിന്റെ പിന്നിൽ ഒരു ജനസംസ്കൃതിയുടെയും നാട്യദർശനത്തിന്റെയും സർഗ്ഗപ്രതിഭയുടെയും സംയുക്തതേജസ്സാണുള്ളത്. ഓരോ നാടകകൃത്തും പൂർവ്വ സിദ്ധാന്തങ്ങളെ മാനിച്ചും സ്വച്ഛന്ദം വഴിമാറി സഞ്ചരിച്ചും, സ്വന്തം ശില്പം വാർത്തെടുക്കുകയായിരുന്നു. രചനയുടെ പിന്നിൽ ചിലപ്പോൾ സാഹിത്യബാഹ്യമായ പ്രേരണകളും പ്രചോദനവും ശക്തമായെന്നും വരാം. സ്വന്തം സാമൂഹിക ദൗത്യത്തിന്റെ നിർവ്വഹണത്തിന് വി ടി ഭട്ടതിരിപ്പാട് നാടകമെന്ന മാധ്യമത്തെ ഉപജീവിച്ചപ്പോൾ *അടുക്കളയിൽ നിന്നരങ്ങത്തേക്ക്* എന്ന ഒരു “ഇലക്കണ”ത്തിലുമൊതുങ്ങാത്ത നാടകമുണ്ടായി. ഒന്നാംതരം കവിയായ ഇടശ്ശേരി *കൂട്ടുകൃഷി* എഴുതിയപ്പോഴും തന്റെ കൃതി നാട്യശാസ്ത്രതത്ത്വാനുസാരിയാവുമോ എന്ന് വേവലാതിപ്പെട്ടില്ല. എന്നാൽ അതൊരു പവിത്രമായ ദൗത്യനിർവ്വഹണമായി. “ഇത് മറ്റൊന്നിന്റെ പകർപ്പ്” എന്നാരും പറയാനിടയാകാത്തവിധം തന്നെ! തോപ്പിൽ ഭാസിയുടെ *നിങ്ങളെന്നെ കമ്യൂണിസ്റ്റാക്കി* കണ്ടിട്ട് ഇതൊരു നാടകമാണോ? എന്ന് പലരും സന്ദേഹിക്കുകയുണ്ടായി. (ഇന്നും സന്ദേഹിക്കുന്നവരുണ്ട്) ആ സന്ദേഹത്തെ വെറും കമ്യൂണിസ്റ്റ് വിരുദ്ധ

രാഷ്ട്രീയത്തിന്റെ വികൃതികളിൽപ്പെടുത്തി കാണുകവയ്യ! സാധാരണ സംഗീതനാടകത്തെപ്പറ്റിയുള്ള പതിവുധാരണകളുമായി *നിങ്ങളെന്നെ കമ്യൂണിസ്റ്റാക്കി* പൊരുത്തപ്പെട്ടിരുന്നില്ല. ജീവിതത്തിൽനിന്ന് ചീന്തിയെടുത്ത കഥയുണ്ട്. സംഗീതമുണ്ട്. ഭാവ ദീപ്തിയുള്ള സന്ദർഭങ്ങളുണ്ട്. അവതരണഭംഗിയുണ്ട്. പക്ഷേ, വ്യത്യാസങ്ങളുമേറെ. രാഷ്ട്രീയ ചർച്ചകളുണ്ട്; കൊടുമ്പിരിക്കൊണ്ട് ദൈനംദിന പ്രശ്നങ്ങളുണ്ട്; മീറ്റിങ്ങും പ്രസംഗവും ജാഥയും കൊടിയുമൊക്കെയുണ്ട്. മദ്ധ്യതിരുവിതാംകൂറിലെ ഒരു ഗ്രാമം അപ്പാടെ അരങ്ങിൽ കണ്ട പ്രതീതിയുണ്ട്. എല്ലാം ഇഷ്ടപ്പെട്ടവർ പോലും ചോദിച്ചു. "എന്നാലും ഇത് നാടകമാണോ?" പലരും പറഞ്ഞ മറുപടികളും ഓർമ്മയുണ്ട്. അന്നും ഇന്നും എനിക്കു തോന്നിയത് ഇതാണ്. സകല മാധ്യമ മര്യാദകളെയും തട്ടിമാറ്റിക്കൊണ്ട് അധൃഷ്യമായി പാഞ്ഞൊഴുകുന്ന ജീവിതത്തെയാണ് നാമതിൽ കണ്ടത്.

സഖാവ് ഇ എം എസ് എന്ന നാടകത്തെപ്പറ്റിയുണ്ടായ സന്ദേഹങ്ങൾ മേല്പറഞ്ഞതിന്റെ തുടർച്ചയാണ്. നാടകം കാണുംമുമ്പ് അതെത്ര സമയമുണ്ടാവുമെന്ന് ഞാൻ മുരളിയോട് ചോദിച്ചു. "നാലു മണിക്കൂർ" എന്ന മറുപടി കേട്ടപ്പോൾ എനിക്കും ചോദിക്കാൻ തോന്നിയതാണ് "ഒരു മണിക്കൂറെങ്കിലും കുറച്ചുകൂടേ" പക്ഷേ, നാടകം കണ്ടപ്പോൾ നാലുമണിക്കൂർ പോയതറിഞ്ഞില്ല. സംഭവബഹുലമായ നാലുപതിറ്റാണ്ടുകളെ നാലു മണിക്കൂറിലൊതുക്കുന്നതിനു വേണം ആഖ്യാനത്തിലും സംപ്രേക്ഷേപണത്തിലുമുള്ള അപൂർവ്വപാടവം. ചിലതൊക്കെ അപ്പാടെ വിട്ടുകളഞ്ഞാൽ ഇനിയും ചുരുക്കിക്കൂടേ എന്നു ചോദിക്കാം. പക്ഷേ, ഞാൻ മനസ്സിലാക്കിയിടത്തോളം മുരളിയേറ്റെടുത്തത് അല്പം സാഹസികതയോടെ മാത്രം നിറവേറ്റാനാവുന്നൊരു ദൗത്യമാണ്. ഡോക്യുമെന്റേഷന്റെ സത്യസന്ധത കൈവെടിയാതെ തന്നെ, ഇ എം എസിന്റെ നിറവാർന്ന നാല്പതു വർഷത്തെ ജീവിതത്തെ നാടകവല്ക്കരിക്കുക എന്നതാണാ ദൗത്യം. അത് തൃപ്തികരമായി നിർവ്വഹിക്കുമ്പോൾ, കീഴ്വഴക്കങ്ങളെയോ, പൂർവ്വനിർണ്ണീതങ്ങളായ ലക്ഷണങ്ങളെയോ തൊഴുതുമാനിച്ചു നില്ക്കാനാവാത്ത അനിവാര്യമായൊരവസ്ഥയിൽ നാടകകൃത്ത് എത്തിച്ചേരുന്നു. പ്രവിശാലമായൊരു ക്യാൻവാസ് ആവശ്യപ്പെടുന്ന പ്രമേയത്തിനു മുന്നിൽ നിലക്കുമ്പോൾ ഭാവം രൂപത്തെ നിർണ്ണയിക്കുന്നു എന്ന തത്വത്തിനേ പ്രസക്തിയുള്ളൂ. ആർക്കിടെക്ചറിലൊരു തത്വമുണ്ട് "form follows function." ഇവിടെയത് നാടകത്തിനും ബാധകമാകുന്ന ഒരു സാമാന്യ കാലതത്വമായി മാറുന്നു. Function എന്നിടത്ത് ആവിഷ്കരിക്കാനുള്ളതെന്നോ പ്രമേയമെന്നോ മാറ്റിപ്പറയാമെന്നു മാത്രം.

ഈയവസരത്തിൽ, ഉണ്ണായിവാരിയരെപ്പറ്റി നാടകരചനയുടെ മർമ്മമറിഞ്ഞ മലയാളത്തിലെ ആദ്യത്തെ നാടകകൃത്തെന്ന് മുണ്ടശ്ശേരി മാസ്റ്റർ പറയാറുണ്ടായിരുന്നത് ഞാനോർക്കുന്നു. വാസ്തവത്തിൽ നളദമയന്തീചരിതം കാല്പനിക ഭംഗിയുള്ള ഒരു പ്രേമകഥമാത്രമല്ലേ?- എന്നാൽ, അത് നാലു ദിവസമായി പകുത്ത്, നാടകീയ മുഹൂർത്തങ്ങൾ ഇതളിതളായി

ഉന്മൂലനം ചെയ്ത് സുവിശദസുന്ദരമായി ആവിഷ്കരിച്ചപ്പോൾ തികച്ചും വ്യത്യസ്തമായ- അനന്വയഭംഗിയാർന്ന ഒരു ആട്ടക്കഥയായി!- അതു പോലെ ഒരു സ്കെച്ചിലോ, നഖചിത്രത്തിലോ, 'മിനിയേച്ചറിലോ' ഒതു ക്കാനാവാത്ത ഇ എം എസിന്റെ ജീവിതകഥ പകുത്ത് ക്രമാനുസൃതമായി ഓരോരോ കള്ളിയിൽ വരച്ചു കൂട്ടിച്ചേർത്ത്, സമഗ്രതയിൽ അതിബൃഹ ത്തായൊരു ചുമർചിത്രമായി മാറ്റുംപോലെയുള്ള ഒരു നാടകശില്പമാ ണിത്. ആ വ്യക്തിത്വത്തിൽ വന്ന് പരിവർത്തനോന്മുഖമായ വികാസപരി ണാമങ്ങൾ കൊച്ചുകൊച്ചു സംഭവങ്ങളിലൂടെ ഇതിലവതരിപ്പിക്കുന്നു. നേരം വെളുക്കുവോളം പാടിമുഴുമിപ്പിക്കുന്ന നാടൻ വീരഗാഥകളുടെ പൈതൃകം ഇതിനുണ്ട്. ഗാർഹികം., സാമൂഹികം, സാംസ്കാരികം, രാഷ്ട്രീയം തുടങ്ങി ജീവിതത്തിന്റെ എല്ലാ മേഖലകളിലും ഇ എം എസിനോട് ബന്ധപ്പെട്ട് പ്രശസ്തരും അപ്രശ്സതരുമായ നിരവധിപേർ ഇതിലെ കഥാപാത്രങ്ങ ളാണ്. സമശീർഷരായ സഹപ്രവർത്തകരെന്ന നിലയ്ക്ക് പി കൃഷ്ണപി ള്ളയും എ കെ ജിയും മറ്റുമുണ്ട്. അമ്മയായ 'വിഷ്ണുദത്ത'യും പത്നി യായി 'ആര്യ'യും മുതൽ കാര്യസ്ഥനായ രാമൻനായർ വരെ ഗാർഹിക വൃത്തത്തിലുണ്ട്. ഫാദർ പാലോക്കരനും പ്രൊഫ. എം പി പോളും പല സഹപാഠികളും കലാലയവൃത്തത്തിലുണ്ട്. വി ടിയെ പോലെയുള്ള സാമൂ ഹിക പ്രവർത്തകരുണ്ട്. പിന്നെ പാണനും പാട്ടിയും മുതൽ കെ പി എ സി ഗായകസംഘംവരെ ഓരോരോ കാലത്തിന്റെ അടയാളങ്ങളായിട്ടുണ്ട്. കഥ പറഞ്ഞു പോകുന്നതിനിടയിൽ, നാടകീയ സംഘർഷം മുറ്റി നില്ക്കുന്ന മുഹൂർത്തങ്ങൾ ഹൃദയസ്പർശിയായി ഇതൾവിരിയുന്നു. ജീവ സർവ്വസ്വമായിരുന്ന പ്രിയമാതാവിന്റെ ജഡം തൊടാൻ പാടില്ലെന്നും, സംസ്കാരകർമ്മങ്ങളിൽനിന്ന് ദൂരെ മാറി നില്ക്കണമെന്നു കുടുംബകാ രണവർ വിലക്ക് കല്പിക്കുന്ന, ആരെയും വേദനിപ്പിക്കുന്ന ആ രംഗം അവി സ്മരണീയമാണ്. സ്വന്തം വിശ്വാസപ്രമാണത്തിന്റെ തിടമ്പ് മാറോടടക്കി പ്പിടിച്ചുകൊണ്ട്, മണ്ണായ മണ്ണിലെല്ലാമുള്ള മനുഷ്യരായ മനുഷ്യരോടെല്ലാം സംസാരിച്ചതിന് മഹാനായ ഒരു മകന് അനുഭവിക്കേണ്ടിവന്ന ഭയാനക മായ ശിക്ഷ! ആ രംഗം വായിച്ചപ്പോൾ, സമാനമായൊരു ശിക്ഷ ആദി ശങ്കരനുമനുഭവിക്കേണ്ടി വന്നത് ഞാനോർത്തുപോയി. ഒന്നേ വ്യത്യാസ മുണ്ടായിരുന്നുള്ളൂ: ആദിശങ്കരന്റെ മാതാവിന്റെ ജഡം സാമാന്യമാംവിധം സംസ്കരിക്കുന്നതിന് 'ശുദ്ധവൃത്തികളെ'ന്ന് സ്വയമഭിമാനിച്ചവരുടെ നിസ്സ ഹകരണമുണ്ടായപ്പോൾ എല്ലാം മകന്റെ ചുമതലയായി! ഇവിടെ. ഇ എം എസിന് സ്വന്തം മാതാവിന് അന്ത്യാഞ്ജലിയർപ്പിക്കാൻ കഴിയാത്ത ധർമ്മ സങ്കടത്തിൽ നീറിനില്ക്കേണ്ടിവന്നു. ചിന്തോദ്ദീപകമായ സമാനതകളാ ണിവ!

മകൻ, ഭർത്താവ്, സഹോദരൻ, സഹപ്രവർത്തകൻ, സമാനഹൃദയ രുമായി ആത്മസംഘർഷത്തിന്റെ വേദനകളും ധർമ്മരോഷങ്ങളും പങ്കു വച്ച സാമൂഹിക പ്രവർത്തകൻ, നിശിത ബുദ്ധിയായ സൈദ്ധാന്തികൻ, നിസ്വവർഗ്ഗത്തിന്റെ മോചനത്തിനായി സ്വയം ഉഴിഞ്ഞുവച്ച് അഗ്നിപരീക്ഷ

കളെ വരിച്ചയാൾ, അകിഞ്ചനരായ മനുഷ്യർ കണ്ണിലെ കൃഷ്ണമണി പോലെ കാത്തുപോറ്റിയ സഖാവ്- ഈ നിലയിലെല്ലാം തേജോമയമായ ആ വ്യക്തിത്വത്തിന്റെ അനുക്രമ വികാസം ആവിഷ്കരിക്കുന്നതിന് ആവശ്യമായ വസ്തുതകളും സംഭവങ്ങളും ശ്രദ്ധാപൂർവ്വം അടുക്കിക്കെട്ടിയുയർത്തിയ ഒരു ഗോപുരശില്പം പോലെയുള്ള ഈ ബൃഹദ് നാടകം വായനയിലും ഒരു അപൂർവ്വാനുഭവമായിത്തീരുമെന്നും ഞാനാശിക്കുന്നു. ഇതാ മഞ്ഞുതുള്ളിയിലും ആ സൂര്യൻ ജ്വലിക്കുന്നു.

എ കെ ജി
വിപ്ലവത്തിന്റെ രക്തനക്ഷത്രം

ആമുഖം

കെ എൻ പണിക്കർ

കേരള ചരിത്രത്തിൽ പ്രക്ഷുബ്ധമായ ഒരു കാലഘട്ടമാണ് ഇരുപതാം നൂറ്റാണ്ട്. അധിനിവേശാധിപത്യത്തിൽനിന്ന് മോചനം നേടുന്നതിനുവേണ്ടി ജാതിമതഭേദമെന്യേ ജനങ്ങൾ രംഗത്തിറങ്ങിയ കാലഘട്ടം. ഒരു പുതിയ സമൂഹം കെട്ടിപ്പടുക്കാനുള്ള പ്രതിജ്ഞാബദ്ധത വ്യക്തി എന്നതിനേക്കാൾ സമൂഹത്തിന് പ്രാധാന്യം. സ്വാർത്ഥ ലാഭത്തെക്കുറിച്ച് ചിന്തിക്കാതെ രാഷ്ട്രത്തിനുവേണ്ടി ജീവിതം ഉഴിഞ്ഞുവെക്കാനുള്ള സന്നദ്ധത. ജനാധിപത്യ സംസ്കാരത്തിൽ വേരൂന്നിയ ഒരു രാഷ്ട്രീയ പരിപ്രേക്ഷ്യം. നവോത്ഥാനവും ദേശീയതയും ഇടതുപക്ഷ ചിന്തയുമൊക്കെ ഈ സാമൂഹ്യ രാഷ്ട്രീയ യാഥാർത്ഥ്യങ്ങളുമായി കെട്ടുപിണഞ്ഞു കിടക്കുന്നു; അവയെ പ്രതിഫലിപ്പിക്കുകയും രൂപപ്പെടുത്തുകയും ചെയ്യുന്നു.

ഈ പ്രവണതകൾ ഉൾക്കൊള്ളുകയും അവ പ്രതിനിധാനംചെയ്ത ആശയങ്ങളെ പ്രാവർത്തികമാക്കാൻ ശ്രമിക്കുകയും ചെയ്ത സാമൂഹ്യ സ്നേഹികളുടെ ഒരു വലിയ നിരതന്നെയുണ്ട്. പക്ഷേ, ഈ പ്രവണതകൾക്ക് ദിശാബോധം നല്കുകയും കാലാനുസൃതമായി സ്വാധീനിക്കുകയും ചെയ്തവരുടെ എണ്ണം ചുരുക്കമത്രെ. അവരുടെ മുൻപന്തിയിലാണ് എ കെ ജി എന്ന് സ്നേഹവായ്പോടെയും ആദരവോടെയും മലയാളികൾ സംബോധന ചെയ്യുന്ന ആയില്യത്ത് കുറ്റ്യേരി ഗോപാലൻ നമ്പ്യാർ.

സാമൂഹ്യാനാചാരങ്ങളെ തൂത്തെറിയുകയും ജന്മിനാടുവാഴിത്ത വ്യവസ്ഥയെ നാമാവശേഷമാക്കുകയും, കൊളോണിയൽ ഭരണത്തെ പൊരുതി തോല്പിക്കുകയും ചെയ്ത ഒരു കാലഘട്ടത്തിന്റെ ചരിത്രമാണ് എ കെ ജിയുടെ ജീവിതകഥ. കേരളസമൂഹം കടന്നുപോയ സാമൂഹ്യരാഷ്ട്രീയ സമരങ്ങളുടെ അന്തഃസത്ത സ്വാംശീകരിക്കുകയും അവയുടെ പ്രായോഗിക മണ്ഡലങ്ങളിൽ അർപ്പണബോധത്തോടെ പങ്കെടുക്കുകയും

ചെയ്ത ഒരു വ്യക്തിയുടെ സംഭവബഹുലമായ ജീവിതം. സാമൂഹ്യ അനാചാരങ്ങൾക്കെതിരായ സമരത്തിലൂടെ, ദേശീയ പ്രസ്ഥാനത്തിന്റെ വിവിധ തല പ്രക്ഷോഭങ്ങളിലൂടെ, കമ്യൂണിസ്റ്റ് പാർട്ടിയുടെ വിപ്ലവപ്രവർത്തനങ്ങളിലൂടെ ജനസാമാന്യത്തിന്റെ കണ്ണിലുണ്ണിയായിത്തീർന്ന ഒരു ജനകീയ നേതാവ്. ഈ മൂന്നു പ്രസ്ഥാനങ്ങളുടെയും മൗലികാശയങ്ങൾ ഇഴുകിച്ചേർന്നു കിടക്കുന്ന വ്യക്തിത്വം. നവോത്ഥാന മാനവികതയും ഗാന്ധിയൻ സമസൃഷ്ടി സ്നേഹവും മാർക്സിയൻ പുരോഗമന വാഞ്ഛയും ഈ വ്യക്തിത്വത്തിന്റെ ഭാഗമാണ്. കേരളത്തിലെ സാധാരണ ജനങ്ങളുമായി ഗാഢമായ ഒരു വൈകാരിക ബന്ധം സൃഷ്ടിക്കാൻ കഴിഞ്ഞത് ഈ ആശയ സമന്വയത്തിന്റെ ഫലമായാണ്. വാക്കിലും പ്രവൃത്തിയിലും നിറഞ്ഞു നില്ക്കുന്ന ആത്മാർത്ഥതയും, അനുകമ്പയും പ്രതിബദ്ധതയും എ കെ ജിയെ ജനപ്രിയനാക്കി. ഗുരുവായൂർ സത്യഗ്രഹത്തിലും പട്ടിണി ജാഥയിലും കർഷക സമരങ്ങളിലുമൊക്കെ ഈ പ്രവണതകൾ പ്രതിഫലിക്കുന്നു. എ കെ ജി എന്ന വ്യക്തിയും സമൂഹവും തമ്മിലുള്ള അവിഭാജ്യമായ ബന്ധത്തെ കലാത്മകമായി, സങ്കീർണ്ണമായി പരികല്പന ചെയ്യുകയാണ് അനുഗൃഹീത നാടകകൃത്തായ പിരപ്പൻകോട് മുരളി.

മലയാളികളുടെ അവബോധ രൂപീകരണത്തിന് സാമൂഹ്യ-രാഷ്ട്രീയ നാടകങ്ങൾ ചെലുത്തിയിട്ടുള്ള സ്വാധീനം അനിഷേധ്യമാണ്. *അടുക്കളയിൽ നിന്ന് അരങ്ങത്തേക്ക്, മറക്കുടയ്ക്കുള്ളിലെ മഹാനഗരം, ഋതുമതി* തുടങ്ങിയ സോദ്ദേശ്യ നാടകങ്ങൾ സാമൂഹ്യ പരിഷ്കരണത്തിന്റെ പ്രതീകങ്ങളായി മാറി. നമ്പൂതിരിമാരുടെ മാത്രമല്ല അഭ്യസ്തവിദ്യരായ മലയാളികളുടെയാകെ സാമൂഹ്യ അവബോധത്തെ അവ സാരമായി സ്പർശിച്ചു. ഒരർത്ഥത്തിൽ ഈ നാടകങ്ങളുടെ തുടർച്ചയായി രാഷ്ട്രീയ നാടകങ്ങളെ കാണാം. ഈ മേഖലയിലെ ആദ്യ കാൽവയ്പുകളായ കെ ദാമോദരന്റെ *രക്തപാനവും പാട്ടബാക്കി*യും രാഷ്ട്രീയ നാടകങ്ങളുടെ സാമൂഹ്യ സ്വാധീന സാദ്ധ്യതകളെ സൂചിപ്പിച്ചു. തുടർന്നുണ്ടായ *നിങ്ങളെന്നെ കമ്യൂണിസ്റ്റാക്കി*യും *നമ്മളൊന്നും* മറ്റു പല നാടകങ്ങളും പുരോഗമനാശയങ്ങളുടെ നാഴികക്കല്ലുകളായി മാറി. കേരളത്തിൽ കമ്യൂണിസ്റ്റ് പ്രസ്ഥാനത്തിന്റെ വളർച്ചയിൽ ഈ നാടകങ്ങൾ ചെലുത്തിയ സ്വാധീനം ചില്ലറയൊന്നുമല്ല. *നിങ്ങളെന്നെ കമ്യൂണിസ്റ്റാക്കി*യും *പാട്ടബാക്കി*യും അരങ്ങേറാത്ത ഗ്രാമങ്ങൾ വളരെയൊന്നും ഉണ്ടാകാനിടയില്ല. പ്രസംഗങ്ങളേക്കാളും ലഘുലേഖകളേക്കാളുമൊക്കെ പ്രചരണ പ്രാധാന്യം ഇവയ്ക്കുണ്ടായിരുന്നു എന്നു വേണം കരുതാൻ. കാരണം അഭ്യസ്തവിദ്യരിൽ മാത്രം അടങ്ങി നില്ക്കുന്നതായിരുന്നില്ല അവയുടെ സ്വാധീനം. കിട്ടുണ്ണിയുടെയും കുഞ്ഞിമാളുവിന്റേയും ഗോപാലന്റേയും മാലയുടെയും പരമുപിള്ളയുടെയുമൊക്കെ അനുഭവങ്ങൾ തങ്ങളുടെ ജീവിതവുമായി നേരിട്ടു ബന്ധപ്പെടുത്താൻ കർഷകർക്കും തൊഴിലാളികൾക്കും കഴിഞ്ഞു.

വർഗ്ഗ വൈരുദ്ധ്യവും വർഗ്ഗ സമരവുമായി ബന്ധപ്പെട്ട പ്രശ്നങ്ങളെ മലയാള സാഹിത്യത്തിലേക്ക് ആദ്യമായി കൊണ്ടുവന്നത് ഈ രാഷ്ട്രീയ

നാടകങ്ങളാണെന്ന് തോന്നുന്നു. ജന്മി നാടുവാഴിത്തത്തിൽ അധിഷ്ഠിതമായ ചൂഷണ വ്യവസ്ഥയെ ഈ നാടകങ്ങൾ തുറന്നുകാട്ടി. വർഗ്ഗബോധത്തിന്റെ വളർച്ചയിലേക്ക് അവ വെളിച്ചം വീശി. വർഗ്ഗസമരത്തിന്റെ രൂപരേഖയും ഈ നാടകങ്ങളിൽ പ്രത്യക്ഷമായി. എങ്കിലും വർഗ്ഗമൂല്യങ്ങൾ എങ്ങനെ വർഗ്ഗബോധത്തെയും വർഗ്ഗസമരങ്ങളെയും സ്വാധീനിക്കുന്നു എന്നത് ഈ നാടകങ്ങളുടെ പരികല്പനയിൽ പെട്ടതായി കാണുന്നില്ല. ഒരുപക്ഷേ, മലയാള സാഹിത്യത്തിൽ ഈ പ്രശ്നം ആദ്യമായി അവലോകന വിധേയമാകുന്നത് തകഴിയുടെ *തോട്ടിയുടെ മകനി*ലാണെന്നു തോന്നുന്നു. തകഴി നല്കുന്ന ഈ ഉൾക്കാഴ്ച അദ്ദേഹത്തിന്റെ പിൻഗാമികളുടെ സർഗ്ഗാത്മകതയുടെ ഭാഗമാകുന്നില്ല.

ഇരുപതോളം നാടകങ്ങളെഴുതി രംഗത്തവതരിപ്പിച്ച പിരപ്പൻകോട് മുരളിയുടെ കൃതികൾ *പാട്ടബാക്കി* തുടങ്ങിവച്ച രാഷ്ട്രീയ നാടകങ്ങളുടെ പാരമ്പര്യത്തിൽ ഊന്നി നില്ക്കുന്നു. എങ്കിലും അദ്ദേഹത്തിന്റെ ആഖ്യാന അവതരണരീതി തികച്ചും വ്യത്യസ്തവും പുതുമയുള്ളതുമാണ്. അദ്ദേഹത്തിന്റെ ബഹുഭൂരിപക്ഷം നാടകങ്ങളും പ്രമേയ കേന്ദ്രിതമല്ല; വ്യക്തി കേന്ദ്രിതമാണ്. അല്ലെങ്കിൽ വ്യക്തിയുടെ ജീവിതാനുഭവങ്ങളുമായി സാമൂഹ്യ പ്രമേയങ്ങളെ കോർത്തിണക്കി സമഗ്രമായ ഒരു കാഴ്ചപ്പാട് സൃഷ്ടിക്കുന്നവയാണ്. *സഖാവ്, പഴശ്ശിരാജ, വേലുത്തമ്പി, ഇ എം എസ്* എന്നിവ ഉദാഹരണങ്ങളാണ്. മലയാള സാഹിത്യത്തിൽ ഇതൊരു പുതിയ അനുഭവമാണ്.

മഹദ് വ്യക്തികളുടെ ജീവിതകഥയാണ് ചരിത്രം എന്നൊരു ധാരണയുണ്ട്. പ്രശസ്തരായ രാഷ്ട്രീയ നേതാക്കളുടെ ജീവിതത്തെ അടിസ്ഥാനമാക്കി രചിച്ച ഈ നാടകങ്ങൾ അത്തരമൊരു കാഴ്ചപ്പാട് ഉൾക്കൊള്ളുന്നുണ്ടോ? ആദർശവല്ക്കരണത്തിന്റെ മഹത്വവല്ക്കരണത്തിന്റെയും ലാഞ്ഛനകൾ അങ്ങിങ്ങായി കാണണമെങ്കിൽക്കൂടി വ്യക്തിയും സമൂഹവും തമ്മിലുള്ള ബന്ധത്തിലാണ് നാടകകൃത്ത് ശ്രദ്ധ കേന്ദ്രീകരിക്കുന്നത്. ഈ ബന്ധത്തിന്റെ സൂക്ഷ്മാംശങ്ങളിലേക്ക് കൂടുതൽ കടന്നുപോകാമായിരുന്നു എന്ന് പരാതിപ്പെടുന്നവരുണ്ടായേക്കാം. പക്ഷേ, ശ്രമകരമായ ഈ മേഖലയിൽ നാടകകൃത്ത് നടത്തിയ പരീക്ഷണം അഭിനന്ദനീയം തന്നെ. കാരണം പ്രശസ്തരായ രാഷ്ട്രീയ നായകന്മാരെ രംഗത്തവതരിപ്പിക്കാൻ വളറെയേറെ പരിമിതികൾ ഉണ്ട്. അവരുടെ സംഭവബഹുലമായ ജീവിതാനുഭവങ്ങളിൽനിന്ന് നാടകീയ സന്ദർഭങ്ങൾ തെരഞ്ഞെടുക്കുക എളുപ്പമുള്ള കാര്യമല്ല. രണ്ടാമതായി എല്ലാ സന്ദർഭങ്ങളും വായനക്കാർക്ക്, കാണികൾക്ക്, സുപരിചിതമായിരിക്കാനും ഇടയുണ്ട്. എ കെ ജിയുടെ ജീവിതം ഒരു തുറന്ന പുസ്തകമാണ്. അതിന്റെ എല്ലാ വിശദാംശങ്ങളും എ കെ ജി തന്നെ ആത്മകഥയിൽ വിവരിച്ചിട്ടുള്ളതുമാണ്. അവയിൽ നിന്ന് തെരഞ്ഞെടുത്ത അനുഭവങ്ങളുടെ രംഗാവിഷ്കരണത്തിന് കാണികളുടെ ജിജ്ഞാസയെ നിലനിർത്താനുള്ള കഴിവുണ്ടായേ തീരൂ. ആ കഴിവാണ് മുരളിയുടെ പരികല്പനയുടെയും ആവിഷ്കാരത്തിന്റെയും

ജീവൻ. അത് സാദ്ധ്യമാകുന്നത് രാഷ്ട്രീയ-സാമൂഹ്യ പരിവർത്തനങ്ങളുടെ ആശയധാരകളുമായി ജീവിതാനുഭവങ്ങളെ കൗശലപൂർവ്വം കോർത്തിടുന്നു എന്നതുകൊണ്ടാണ്. മുരളിയുടെ നാടകങ്ങളുടെ ശക്തിയും സൗന്ദര്യവും അവയോരോന്നിലും ഊടുംപാവുമായി പ്രത്യക്ഷപ്പെടുന്ന ആശയങ്ങളുടെ സ്വഭാവവും കെട്ടുറപ്പുമാണ്.

എ കെ ജി എന്ന നാടകം എ കെ ജിയുടെ ജീവിതാനുഭവങ്ങളിൽ നിന്ന് മെനഞ്ഞെടുത്തതാണെന്ന് എടുത്തുപറയേണ്ടതായ ആവശ്യമില്ല. പക്ഷേ, അത് എ കെ ജിയുടെ ജീവിതകഥയല്ല. കേരളത്തിൽ 20-ാം നൂറ്റാണ്ടിൽ ഉണ്ടായ സാമൂഹ്യ-രാഷ്ട്രീയ പരിവർത്തനങ്ങളുടെ പരിച്ഛേദമാണ്. നാടകം ആരംഭിക്കുന്നത് ജന്മി നാടുവാഴി വ്യവസ്ഥയുടെ ഒരു നഖചിത്രത്തോടെയാണ്. അവസാനിക്കുന്നത് അടിയന്തരാവസ്ഥയ്ക്ക് എതിരായ പ്രതിഷേധത്തോടെയും. ഈ കാലയളവിൽ കേരളത്തിൽ ഉണ്ടായ സാമൂഹ്യ-രാഷ്ട്രീയബോധ രൂപീകരണത്തിന്റെയും ബഹുമുഖസമരങ്ങളുടെയും ഒരു തെളിവുറ്റ ചിത്രമാണ് ഈ നാടകം. അവയെ സംവേദനക്ഷമമാക്കുന്നത് എ കെ ജിയുടെ അനുഭവങ്ങളിലൂടെയാണ് എന്ന് മാത്രം. അങ്ങനെ വ്യക്തിയുടെ ജീവിതം സമൂഹത്തിന്റെ ചരിത്രമായും സമൂഹത്തിന്റെ ചരിത്രം വ്യക്തിജീവിതവുമായി മാറുന്നു. ജീവിതത്തെയാകെ രാഷ്ട്രീയവുമായി ബന്ധപ്പെടുത്തിയ വ്യക്തിയാണ് എ കെ ജി. പ്രക്ഷോഭത്തിന്റെ ആദ്യാക്ഷരങ്ങൾ വിദ്യാലയത്തിൽനിന്നു തന്നെ ഉൾക്കൊണ്ട വ്യക്തി. അനുസരണം എന്നതിന് ഒരു പുതിയ ഭാഷ്യം രചിച്ച ബാലൻ. സാമൂഹ്യ അനാചാരങ്ങൾക്കെതിരായി ശബ്ദമുയർത്തിയ പ്രക്ഷോഭകാരി. പട്ടിണി ജാഥ നയിച്ച വിപ്ലവകാരി. തൊഴിലാളികളുടെയും കർഷകരുടെയും സമരങ്ങളുടെയും മുൻപന്തിയിൽ നിന്ന നേതാവ്. സ്വാതന്ത്ര്യലബ്ധിക്കുശേഷം രാഷ്ട്ര പുനഃനിർമ്മാണത്തിൽ ക്രിയാത്മകമായി, വിമർശനാത്മകമായി പങ്കുകൊണ്ട ദേശസ്നേഹി. ഇതൊരു വലിയ കാൻവാസാണ്. ജീവിതകഥയും ചരിത്രവും സമ്മേളിക്കുന്ന കാൻവാസ്. അതാണ് ഈ നാടകം. ജീവിതത്തിന്റെ വൈകാരിക മുഹൂർത്തങ്ങൾ നഷ്ടപ്പെടാതെ വരച്ചെടുത്ത ചിത്രം.

വളരെയേറെ സങ്കീർണ്ണമായ വർഗ്ഗ പരികല്പനകളിൽ പലപ്പോഴും യാന്ത്രികതയുടെ പരിവേഷം കാണാം. സാഹിത്യത്തിലും ചരിത്ര രചനയിലും പ്രത്യേകിച്ച് ആദ്യകാല രാഷ്ട്രീയ നാടകങ്ങളിൽ ഈ ദൗർബല്യം പ്രത്യക്ഷമാണ്. പ്രകടമായ വർഗ്ഗ സമരങ്ങൾ മാത്രമായി വർഗ്ഗബന്ധങ്ങളെ ചുരുക്കിക്കാണുന്നു അവയിൽ പലതും. വർഗ്ഗാവബോധത്തിന്റെ ചുരുളുകൾ അഴിക്കാൻ അവയ്ക്കു കഴിയാതെ പോയത് അതുകൊണ്ടാണ്. താത്വികമായ തിരിച്ചറിവുകളിൽ ഊന്നിയവയായിരിക്കണം സർഗ്ഗാത്മക കൃതികൾ എന്നല്ല വിവക്ഷ. എങ്കിലും കലാ സാഹിത്യ രൂപങ്ങൾക്ക് ഒരു ഉയർന്ന ധൈഷണികതലം അതിൽനിന്ന് മാത്രമേ ഉരുത്തിരിയുകയുള്ളൂ. വാസ്തവത്തിൽ ഈ നാടകത്തിന്റെ പ്രമേയം വർഗ്ഗബന്ധങ്ങളാണ്. വർഗ്ഗബന്ധങ്ങളുടെ മാറിക്കൊണ്ടിരിക്കുന്ന രൂപഭാവങ്ങളാണ്. വർഗ്ഗബന്ധങ്ങളിൽ അധിഷ്ഠിതമായ സമരങ്ങളുടെയും അവബോധത്തിന്റെയും ജീവിത

സ്പർശിയായ ആവിഷ്കാരം. ഈ സമീപനത്തിന്റെ മുദ്രയുള്ളതാണ് ഈ നാടകത്തിലെ ഓരോ രംഗവും. അത് സാദ്ധ്യമാക്കിയത് ഒരുപക്ഷേ, നാടകകൃത്തിന്റെ രാഷ്ട്രീയ പരിജ്ഞാനവും വർഗ്ഗ സമരാനുഭവങ്ങളുമാണെന്ന് ഊഹിക്കാവുന്നതാണ്.

ഈ ഗ്രന്ഥത്തിന് ആമുഖമെഴുതാൻ സന്ദർഭം തന്ന നാടകകൃത്തിനോട് ഞാൻ കടപ്പെട്ടിരിക്കുന്നു. ആധുനിക കേരള സമൂഹത്തെ രൂപപ്പെടുത്തിയ ഒരു നിർണ്ണായക കാലഘട്ടത്തിന്റെ ഗതിവിഗതികളിലേക്ക് ഓർമ്മ തിരിക്കാൻ ഒരവസരമായി ഇത്. അവയിൽനിന്ന് തികച്ചും വ്യത്യസ്തമായി ഹൈന്ദവ വലതുപക്ഷ പ്രതിലോമ പ്രവണതകൾ മലയാളികളുടെ മനസ്സിനെ സ്വാധീനിച്ചുകൊണ്ടിരിക്കുകയാണ് ഇന്ന്. സാംസ്കാരികമായ ഇടപെടലുകളും സർഗ്ഗാത്മകമായ പ്രതിരോധ പ്രവർത്തനങ്ങളും ഈ പ്രവണതകളെ ചെറുക്കുന്നതിന് ശക്തി നല്കുന്ന ആയുധങ്ങളാണ്. ഈ നാടകത്തെ അത്തരമൊരു ഇടപെടലായി ഞാൻ തിരിച്ചറിയുന്നു. അതിന്റെ രംഗാവിഷ്കരണം പുരോഗമനാത്മകമായ സാമൂഹ്യ-രാഷ്ട്രീയാവബോധത്തിന്റെ വളർച്ചയെ സഹായിക്കും എന്നതുകൊണ്ട് ഭൂതകാലത്തിന്റെ ഓർമ്മയായി അവശേഷിക്കാതെ ഭാവിയുടെ ആത്മവിശ്വാസമായിത്തീരട്ടെ ഈ നാടകം എന്നാശംസിക്കുന്നു.

നാടകവേദിയിലെ നായനാർ

ജി ബി മോഹൻനമ്പി

സ. ഇ കെ നായനാരുടെ സഫലമായ ജീവിതയാത്ര അവസാനിച്ചിട്ട് അധികനാളുകൾ കഴിഞ്ഞിട്ടില്ല. ഡൽഹിയിലെ മെഡിക്കൽ സയൻസ് ആശുപത്രിയിൽ പോകുന്നതിനുമുമ്പ് അദ്ദേഹം അവസാനമായി കേരളീയരോടു വിടവാങ്ങിയ ടെലിവിഷൻ ദൃശ്യങ്ങൾ നമ്മുടെയെല്ലാം മനസ്സിൽ ഇപ്പോഴും തെളിഞ്ഞുതന്നെയിരിക്കുന്നു. അവയ്ക്കു മങ്ങലേല്ക്കുന്ന പ്രശ്നമില്ല.

കമ്യൂണിസ്റ്റ് പ്രസ്ഥാനത്തിന്റെ ആരംഭം മുതൽ അതിന്റെ സജീവ പ്രവർത്തകനായി സംഭവബഹുലവും സാഹസികത നിറഞ്ഞതുമായ ജീവിതം നയിച്ച് മൂന്നു പ്രാവശ്യം മുഖ്യമന്ത്രിയായി ജനഹൃദയങ്ങളിൽ ചിരസ്ഥായിയായ സ്ഥാനം നേടിയെടുത്ത് ചരിത്രത്തിന്റെ ഭാഗമായ ഒരു വിപ്ലവകാരിയുടെ ജീവിതകഥ ഒരു നാടകത്തിന്റെ ചട്ടക്കൂടിനകത്ത് ആവിഷ്കരിക്കുക എന്ന ശ്രമകരമായ ദൗത്യം ശ്രീ. പിരപ്പൻകോട് മുരളി ഏറ്റെടുത്തിരിക്കുന്നു.

നോവലിന്റെയും ജീവചരിത്രകാരന്റെയോ ആഖ്യാനസ്വാതന്ത്ര്യം നാടകത്തിനില്ലല്ലോ. സ്വഭാവചിത്രീകരണവും സംഘർഷങ്ങളും ഇതിവൃത്തഗതിയും വ്യക്തമാക്കാൻ സംഭാഷണങ്ങളെയാണ് പ്രധാനമായും നാടകകൃത്ത് ആശ്രയിക്കുന്നത്. പഴയ നാടകങ്ങളിലെ സ്വാഗതവും ബർണാഡ്ഷായുടെ ദീർഘമായ വിശദീകരണങ്ങളും ഇപ്പോൾ സ്വീകാര്യമാവുകയില്ല. സുപരിചിതരായ വ്യക്തികളെ കഥാപാത്രങ്ങളായി അവതരിപ്പിക്കുമ്പോൾ ഭാവനയെ കടിഞ്ഞാണഴിച്ചുവിടാൻ നാടകകൃത്തിനു സ്വാതന്ത്ര്യമില്ല.

ജീവചരിത്രം വിഷയമാകുന്ന നാടകങ്ങളിൽ സംഭവപരമ്പരയിൽ നിന്നും സംഘടിതമായ ഒരു ഇതിവൃത്തം നിർമ്മിച്ചെടുക്കുക ക്ലേശകരമാണ്. ബർടോൾട് ബ്രെഹ്ത് ഗലീലിയോയെക്കുറിച്ചു നാടകമെഴുതിയപ്പോൾ

ആദി മദ്ധ്യാന്തങ്ങളോ ഐക്യത്രയമോ പാലിക്കാൻ കഴിഞ്ഞില്ല. എപ്പിസോഡു (സംഭവം) കളുടെ നിയന്ത്രിതമായ സംവിധാനത്തിൽക്കൂടി ഭദ്രമായ ശില്പഭംഗി സൃഷ്ടിക്കാൻ അദ്ദേഹത്തിനു കഴിഞ്ഞു.

നിയോക്ലാസിക് യുഗത്തിൽ അരിസ്റ്റോട്ടിലിന്റെ ക്രിയയുടെ ഏകാഗ്രത (ഐക്യം) എന്ന സിദ്ധാന്തത്തെ ദേശകാലൈക്യവുമായി ബന്ധപ്പെടുത്തി നിയമങ്ങൾ ആവിഷ്കരിക്കുകയുണ്ടായി. നാടകത്തിന്റെ കാലദൈർഘ്യവും അതിലെ ക്രിയയുടെ കാലദൈർഘ്യവും ഒന്നുതന്നെയാവണം എന്നും എല്ലാ രംഗങ്ങളും ഒരേ സ്ഥലത്തുതന്നെ അവതരിപ്പിക്കണം എന്നും ശഠിച്ച വിദ്വാന്മാർ അക്കാലത്തുണ്ടായിരുന്നു. പക്ഷേ, മൗലികപ്രതിഭയുടെ ഉടമകളായ നാടകകൃത്തുക്കൾ ഈ നിയമങ്ങളെ നിഷേധിക്കാൻ മടികാണിച്ചില്ല.

അന്തിമവിശകലനത്തിൽ ഒരു നാടകത്തിന്റെ വിജയം ആഘോഷിക്കേണ്ടത് നാടകശാലയിൽത്തന്നെയാണ്, വായനമുറിയിലല്ല. *ജനനായകനി*ലെ പത്തൊൻപതു ദൃശ്യങ്ങളിൽ കമ്യൂണിസ്റ്റ് പ്രസ്ഥാനത്തിന്റെ പ്രവർത്തനങ്ങളിൽ നേതൃത്വപരമായ പങ്കുവഹിച്ച ഇ കെ നായനാർ എന്ന വിപ്ലവകാരിയുടെ ബഹുമുഖമായ കഴിവുകളുടെ ശരിപ്പകർപ്പ് നമുക്ക് കാണാം. പൂർവ്വരംഗമെന്ന നിലയിൽ ഫ്യൂഡൽ നാടുവാഴികളുടെ വിടത്വത്തിന് ധീരമായി വിരാമം ഇട്ട ഒരു യുവതിയുടെ ചെറുത്തുനില്പ് ആവിഷ്കരിച്ചിട്ടുണ്ട്. നായനാർ എന്ന സ്ഥാനപ്പേരും ആ കുടുംബത്തിലെ അംഗങ്ങൾക്കു നാടുവാഴി പതിച്ചുകൊടുത്തു. ഈ തലമുറയിലെ നായനാർ അക്ഷരാർത്ഥത്തിൽതന്നെ ജനനായകനായി. സ്കൂൾ വിദ്യാർത്ഥിയായ നായനാരാണ് തുടക്കത്തിൽ പ്രത്യക്ഷപ്പെടുന്നത്. അനാചാരങ്ങളോടുള്ള വെറുപ്പ്, ബ്രിട്ടീഷ് ഭരണത്തോടുള്ള എതിർപ്പ്, കോൺഗ്രസിനോടുള്ള അനുഭാവം, തൊഴിലാളി കർഷക ജനവിഭാഗങ്ങളുടെ അവകാശസമരങ്ങളിലെ പങ്കാളിത്തം ഇവയെല്ലാം തന്നെ ആദ്യത്തെ ദൃശ്യങ്ങളിൽ ആവിഷ്കൃതമാകുന്നുണ്ട്. മറ്റുചില ദൃശ്യങ്ങളിൽ നായനാരുടെ ഒളിവുജീവിതത്തിലെ ഉദ്വേഗജനകമായ സന്ദർഭങ്ങൾ പ്രേക്ഷകരുടെ മുമ്പിൽ അത്യന്തം യഥാതഥമായ രീതിയിൽ ചിത്രീകരിക്കുന്നതുകാണാം.

ശ്രീഹർഷൻ വായനശാലയുടെ ഉദ്ഘാടനവും അതിന്റെ ആഭിമുഖ്യത്തിലുള്ള കൈയെഴുത്തു മാസികയുടെ പത്രാധിപത്യം നായനാരെ ഏല്പിക്കുന്നതും അർത്ഥവത്തായ ഒരു വിശദാംശമാണ്. ഈ നാടകത്തിലെ ചില രംഗങ്ങൾ, വായനശാലകളിൽ വച്ചു നടക്കുന്ന യോഗങ്ങളും ചർച്ചകളും അക്കാലത്തെ രാഷ്ട്രീയ പ്രവർത്തനങ്ങളുടെ ചിത്രം കാണിച്ചുതരുന്നു. നമ്മുടെ ജനങ്ങളുടെ അനൗപചാരിക വിദ്യാഭ്യാസ കേന്ദ്രങ്ങളായി വായനശാലകളെ വികസിപ്പിച്ചെടുക്കാൻ പൗരസമൂഹത്തിന്റെ ഇടപെടൽകൊണ്ടു സാധിച്ചിരുന്നു.

ഇ എം എസും കൃഷ്ണപിള്ളയും രാഷ്ട്രീയ വിദ്യാഭ്യാസത്തിന്റെയും പഠനത്തിന്റെയും പ്രശ്നങ്ങൾ ചർച്ച ചെയ്യുന്ന രംഗങ്ങളും ഇതിലുണ്ട്. നായനാരുടെ ഒളിവു ജീവിതത്തിലെ സംഭവങ്ങൾ, ഒളിവിൽ പോകാനിട

യായ സമരങ്ങൾ, കയ്യൂർ സംഭവത്തിലെ പ്രഹേളിക, കർഷക ഭവനത്തിൽ അമ്മയുമായുള്ള കൂടിക്കാഴ്ച മുതലായ രംഗങ്ങൾ അക്കാലത്തെ നായനാരുടെ രാഷ്ട്രീയവും വ്യക്തിപരവുമായ ജീവിതത്തിലെ വിഭിന്ന ഘട്ടങ്ങളെയെന്നപോലെ അദ്ദേഹത്തിന്റെ സ്വഭാവ വൈശിഷ്ട്യവും പ്രകടിപ്പിക്കുന്നതാക്കിത്തീർക്കുന്നതിൽ നാടകകൃത്ത് വിജയിച്ചിരിക്കുന്നു.

നായനാർ തിരുവനന്തപുരത്തു പ്രവർത്തനം തുടങ്ങുന്നത് *കേരള കൗമുദിയുടെ* പത്രാധിപ സമിധിയിൽ ചേർന്നുകൊണ്ടാണല്ലോ. 'തമ്പുരാട്ടിയുടെ തിരുവയറൊഴിഞ്ഞു' എന്ന വാർത്ത കറുത്ത ബോർഡറിൽ പത്രത്തിൽ കൊടുത്തതു അബദ്ധമായിപ്പോകുന്ന തിരിച്ചറിവുപോലെ നർമ്മം തുടിക്കുന്ന പല സന്ദർഭങ്ങളും സംഭാഷണങ്ങളും ഇതിലുണ്ട്. മലബാറിലെയും തെക്കൻ തിരുവിതാംകൂറിലെയും ദേശീയ ഭാഷാ ഭേദങ്ങൾ മാത്രമല്ല, മലബാറിലെ ഭാഷാ പ്രയോഗങ്ങളും നാടകത്തെ ഭാഷാ വിദ്യാർത്ഥികൾക്കു പ്രയോജനപ്രദമാക്കിത്തീർക്കുന്നു.

തിരുവിതംകൂറിലെയും മലബാറിലെയും വ്യത്യസ്ത ഭരണക്രമങ്ങളും അതിന്റെ ഫലമായി രണ്ടു പ്രദേശങ്ങളിലുമുള്ള ജനവിഭാഗങ്ങളുടെ അധികാരത്തോടുള്ള മനോഭാവത്തിന്റെ വ്യത്യാസങ്ങളും നായനാർ തന്നെ വിശദീകരിക്കുന്നതു കേൾക്കുക:

> മലബാറും തിരുവിതാംകൂറും രാഷ്ട്രീയമായും സാമ്പത്തികമായും അതായത് പൊളിറ്റിക്കലി ആന്റ് ഇക്കണോമിക്കലി ഡിഫ്രണ്ടാണ്. പീപ്പിൾസ് ക്യാരക്ടറിലും ഡിഫ്രൻസുണ്ട്. ജന്മിത്ത്വവും സാമ്രാജ്യത്ത്വവും ക്രൂരമായ മർദ്ദനമാണ് അവിടെ അഴിച്ചുവിട്ടുകൊണ്ടിരിക്കുന്നത്. ഇവിടെ സ്ഥിതി ഡിഫ്രണ്ടാണ്. രാജഭരണവും രാജാവിനോടു വിധേയിത്വമുള്ള ജനതയുമാണ് ഇവിടെ. അതുകൊണ്ട് മലബാറിലെപ്പോലെയുള്ള സ്ട്രോങ് സ്ട്രഗിൾസ് ഇവിടെ പ്രാവർത്തികമല്ല. അതുപോലെ ഫാർമേഴ്സിന്റെ ക്യാരക്ടറിലും അവിടെയും ഇവിടെയും തമ്മിൽ ഡിഫ്രൻസുണ്ട്. അവിടെ ബ്രിട്ടീഷ് ഭരണത്തിന് എതിരായാണു പോരാട്ടം. ഇവിടെ പൊന്നു തമ്പുരാന്റെ പേരു പറഞ്ഞാൽ ആൾ കുറയും. ഒരുരക്ഷ-ഇവിടത്തെ ദിവാനാണ്. സൂത്രശാലിയായ സർ സി പി... മലബാറിലെപ്പോലെ (ഇവിടെ) ഭരണാധികാരികളുടെ കടുത്ത നേരിട്ടുള്ള മർദ്ദനമില്ല. ദൈവത്തിന്റെ പ്രതിനിധിയായ രാജാവിനെ എതിർക്കുന്നതു ദൈവനിഷേധമാണെന്നുപോലും സാധാരണക്കാർക്കിടയിൽ അഭിപ്രായമുണ്ട്.

ഒരു ദൃശ്യത്തിൽ നായനാരും വി എസ് അച്യുതാനന്ദനും ആലപ്പുഴയിലെ ഒരു ഷെൽട്ടറിൽ സംസാരിച്ചുകൊണ്ടിരിക്കുന്നു. വയലാർ സമരത്തെക്കുറിച്ചുള്ള സൂചനയോടെ ആ രംഗം അവസാനിക്കുന്നു. ജീവിച്ചിരിക്കുന്നവരെ കഥാപാത്രങ്ങളാക്കുമ്പോൾ അഭിനേതാക്കൾക്കു പല വെല്ലു

വിളികളും നേരിടേണ്ടതായിട്ടുണ്ട്. യഥാർത്ഥ ജീവിതത്തിലെ വ്യക്തിയുടെ നടപ്പും ഇരിപ്പും ഭാഷണവും ശരീരഭാഷയും വിശ്വസനീയമായ രീതിയിൽ അനുകരിക്കുന്നതു എളുപ്പമല്ല. അനുകരണം മിമിക്രിയായിപ്പോകരുതല്ലോ. മാധ്യമങ്ങളിൽ പൊതുപ്രവർത്തകരെ വിമർശിക്കേണ്ടതു പൗരന്മാരുടെ ധർമ്മം തന്നെ പക്ഷേ, അവരെയെല്ലാം കോമാളികളായി ചിത്രീകരിക്കുന്നതും അതിനു പ്രേക്ഷകരുടെ പ്രോത്സാഹനം ലഭിക്കുന്നതും രാഷ്ട്രീയ പ്രവർത്തനത്തിന്റെ ഗൗരവവും അന്തസ്സും ഇടിച്ചുകളയുന്നതിന്റെ അടയാളമാണെന്നു തോന്നും.

പതിനെട്ടാമത്തെ ദൃശ്യം നായനാരും ശാരദടീച്ചറും തമ്മിലുള്ള വിവാഹമാണ്. കല്യാശ്ശേരിയിലെ വായനശാല തന്നെയാണ് അതിനു സാക്ഷ്യം വഹിക്കുന്നത്. നായനാർ 'ഫുൾക്കൈഷർട്ട്' ധരിച്ചിരിക്കുന്നു. (ഈ ഫുൾക്കൈ ഷർട്ട് കേരളത്തിൽ മാത്രമേ ഞാൻ കേട്ടിട്ടുള്ളൂ) അവിടെയും ചാത്തുണ്ണിമാസ്റ്ററും നായനാരും പ്രസംഗിക്കുന്നുണ്ട്. രാഷ്ട്രീയകഥാപാത്രങ്ങൾ കൂടുതലുള്ളതുകൊണ്ടായിരിക്കും പ്രസംഗങ്ങൾ പല ദൃശ്യങ്ങളിലുമുണ്ട്.

മിക്ക കോമഡികളും വിവാഹത്തിൽ കലാശിക്കും. ട്രാജഡികൾ പലതും വിവാഹശേഷമാണ് ആരംഭിക്കുന്നത്. പ്രേക്ഷകർക്ക് ജനനായകന്റെ വിവാഹശേഷമുള്ള രാഷ്ട്രീയ ജീവിതത്തിലെ വിജയപരാജയങ്ങൾ കൂടി രംഗവേദിയിൽ കാണാനുള്ള സ്വാഭാവികമായ ആകാംക്ഷയെ നാടകകൃത്ത് തൃപ്തിപ്പെടുത്താൻ തുനിഞ്ഞിട്ടില്ല. സമീപകാല രാഷ്ട്രീയത്തെക്കുറിച്ചുള്ള വിലയിരുത്തൽ ജീവിക്കുന്ന കഥാപാത്രങ്ങളെ അരങ്ങത്ത് അവതരിപ്പിക്കുന്നതുപോലെതന്നെ പ്രയാസമുള്ള കാര്യമാണ്. പഴയ സംഭവങ്ങളെയും മനുഷ്യരെയും കുറേയൊക്കെ വസ്തുനിഷ്ഠമായി കാണാൻ നമുക്കു കഴിയും. പക്ഷേ, വർത്തമാനകാല സംഭവങ്ങളെയും വ്യക്തികളെയും വിലയിരുത്തുമ്പോൾ വൈയക്തികമായ ഇഷ്ടാനിഷ്ടങ്ങളും മുൻവിധികളും ചില വക്രീകരണങ്ങൾക്കു കാരണമാകും. സൗന്ദര്യശാസ്ത്രജ്ഞന്മാർ പറയുന്ന Psychical distance- സാധാരണീകരണത്തിന്റെ ഒരുവശം - സാദ്ധ്യമല്ലാതെ വരും. രാഷ്ട്രീയ സംഭവങ്ങളെക്കുറിച്ചും ചരിത്രപുരുഷന്മാരെക്കുറിച്ചുമുള്ള ധാരണകളിൽ അഭിപ്രായ വ്യത്യാസം രൂക്ഷമായിത്തീർന്നാൽ നാടകശാലകൾ കലാപശാലകളായി മാറും. മതസ്ഥാപകന്മാരെക്കുറിച്ചുള്ള നാടകങ്ങളും ചിത്രങ്ങളും വിവാദങ്ങളും കലഹങ്ങളും ഉയർത്തിവിട്ട ചരിത്രം നമുക്കറിയാമല്ലോ. എങ്കിലും നായനാർ സമരനായകൻ മാത്രമല്ല, ഭരണനായകൻ കൂടി ആയിരുന്നു എന്ന സ്ഥിതിക്കു വിവാഹസീൻ കഴിഞ്ഞയുടൻ പയ്യാമ്പലത്തെ ചിതയോടെ നാടകം അവസാനിപ്പിക്കുമ്പോൾ ഇടയ്ക്കുള്ള ദീർഘവും സംഘർഷഭരിതവുമായ ഒരു കാലഘട്ടം തിരശ്ശീലയ്ക്കു പിന്നിലായിപ്പോകുന്നു. അത്രത്തോളം അപൂർണ്ണതാബോധം പ്രേക്ഷകനു ഉണ്ടാവുകയും ചെയ്യും.

ജീവചരിത്രത്തെ ആസ്പദമാക്കി വേലുത്തമ്പി ദളവ മുതൽ കുറേ നാടകങ്ങൾ മലയാളത്തിലുണ്ടായിട്ടുണ്ട്. വിദ്യാർത്ഥി ജീവിതം മുതൽ തന്നെ ജനകീയ വിപ്ലവപ്രസ്ഥാനത്തിൽ സജീവമായി പങ്കുകൊണ്ട് സാംസ്കാരിക മേഖലയിൽ നേതൃപദവിയിൽ തിളങ്ങുന്ന ശ്രീ. പിരപ്പൻകോട് മുരളിയുടെ കവിതകൾക്കും നാടകങ്ങൾക്കും വമ്പിച്ച ജനപ്രീതി നേടിയെടുക്കാൻ കഴിഞ്ഞിട്ടുണ്ട്. ഇലക്ട്രോണിക് മാധ്യമത്തിൽ കൂടി ജനനായകന് കൂടുതൽ ജനപ്രീതി നേടിയെടുക്കാൻ കഴിയുമെന്നതിൽ സംശയമില്ല. നാടകം അരങ്ങത്തു അവതരിപ്പിക്കുന്നതുവരെ സ്ക്രിപ്റ്റ് മാത്രമാണെന്നു പറയാറുണ്ട്. അഭിനേതാക്കളുടെ കഴിവും പ്രൊഡ്യൂസറുടെ കാഴ്ചപ്പാടും നാടകത്തിന്റെ രചനയെപ്പോലെതന്നെ നാടകത്തിന്റെ വിജയത്തിൽ നിർണ്ണായകമായ പങ്കുവഹിക്കുന്നു. ജനമദ്ധ്യത്തിൽ അശ്രാന്തം പ്രവർത്തനനിരതനായിരിക്കുന്ന പിരപ്പൻകോട് മുരളിക്ക് അവരുടെ പ്രതികരണങ്ങൾ മനസ്സിലാക്കാനും അതനുസരിച്ചു വേണ്ട പരിഷ്കാരങ്ങൾ വരുത്താനും കഴിയുമെന്ന വിശ്വാസത്തോടെ സഹൃദയരുടെയും പ്രേക്ഷകരുടെയും സമക്ഷം ഈ നാടകം സന്തോഷത്തോടും അഭിമാനത്തോടും അവതരിപ്പിച്ചുകൊള്ളുന്നു.

മലയപ്പുലയനും ഇ എം എസും

വി എസ് അച്യുതാനന്ദൻ

ഐക്യകേരളത്തിന്റെ ആദ്യമന്ത്രിസഭയുടെ അമ്പതാം വാർഷികത്തിന്റെ തലേദിവസം ഒരു നാടകം കാണാൻ അവസരം ലഭിച്ചു. സഖാവ് പിരപ്പൻകോട് മുരളി രചനയും സംവിധാനവും നിർവ്വഹിച്ച *മലയപ്പുലയനും ഇ എം എസും.* എന്ന നാടകം. സഖാവ് കൃഷ്ണപിള്ളയുടെ ഐതിഹാസികമായ രാഷ്ട്രീയജീവിതം. അതിലൂടെ കേരളത്തിലെ കമ്യൂണിസ്റ്റ് പ്രസ്ഥാനത്തിന്റെ ഉത്ഭവവും വളർച്ചയും ചിത്രീകരിച്ച *സഖാവ്* നാടകവും സഖാവ് മുരളി തന്നെയാണ് രചിച്ചത്. നൂറുകണക്കിന് വേദികളിൽ അവതരിപ്പിച്ച ആ നാടകം നമ്മുടെ നാടകരംഗത്ത് ഗുണപരമായ മാറ്റം വരുത്തുകയുണ്ടായി. ചെറുകാടിന്റെ *നമ്മളൊന്ന്,* തോപ്പിൽഭാസിയുടെ *നിങ്ങളെന്നെ കമ്യൂണിസ്റ്റാക്കി* തുടങ്ങിയ നാടകങ്ങൾ പതിറ്റാണ്ടുകൾക്കുമുമ്പ് നമ്മുടെ സമൂഹത്തിൽ ഉണ്ടാക്കിയ സ്വാധീനവും മാറ്റവും പരക്കെ അംഗീകരിക്കപ്പെട്ടതാണ്. കർഷക-തൊഴിലാളി പ്രസ്ഥാനത്തിന്റെ വളർച്ചയ്ക്ക് അത്തരം നാടകങ്ങൾ വലിയ പങ്ക് വഹിച്ചു. ആ നാടകങ്ങളുടെ തുടർച്ചയായി *സഖാവിനെയും മലയപ്പുലയനും ഇ എം എസും* പോലുള്ള നാടകങ്ങളെയും കാണാം.

ജന്മിത്തത്തിന്റെ കുടിലതകൾ നിലനില്ക്കുന്ന കാലഘട്ടത്തിൽ തുടങ്ങി ജന്മിത്തത്തിന്റെ മരണമണി മുഴങ്ങുന്ന ഘട്ടത്തിൽ അവസാനിക്കുന്ന കഥയാണ് *മലയപ്പുലയനും ഇ എം എസും* അവതരിപ്പിക്കുന്നത്. 1957 ൽ ഒന്നാം കമ്യൂണിസ്റ്റ് മന്ത്രിസഭ ഏത് പശ്ചാത്തലത്തിൽ, എങ്ങനെ അധികാരത്തിൽ വന്നു എന്ന് ഈ അമ്പതാം വാർഷികവേളയിൽ പുതു

തലമുറയ്ക്ക് കലാപരമായി അറിവ് നല്കാൻ പറ്റുന്ന പ്രമേയം. 1957 ൽ അഞ്ചിനെന്താ പ്രാധാന്യം. അതിനു മുമ്പും ശേഷവുമുള്ള മന്ത്രിസഭാ അധികാരാരോഹണത്തിന്റെയും ജൂബിലികൾ ആഘോഷിക്കേണ്ടതല്ലേ എന്ന് ചിലർ ഉച്ചത്തിൽ വിളിച്ചു ചോദിക്കുന്നുണ്ടല്ലോ? അതിനുള്ള മറുപടിയാണ് വാസ്തവത്തിൽ *മലയപ്പുലയനും ഇ എം എസും.* എന്ന നാടകത്തിൽ ആവിഷ്കരിക്കുന്നത്.

മഹാകവി ചങ്ങമ്പുഴയുടെ 'വാഴക്കുല' ജന്മിത്തവിരുദ്ധ സമരത്തിന് ഇന്ധനം പകർന്ന ഒരു കാവ്യമാണ്. 1936 ൽ എഴുതി പ്രസിദ്ധപ്പെടുത്തിയ ആ കവിത മുപ്പതുകളിലും നാല്പതുകളിലും മാത്രമല്ല തുടർന്നും പതിറ്റാണ്ടുകളോളം മലയാളികൾ ആവേശത്തോടെ പാടിനടന്നു. ഗ്രാമഗ്രാമാന്തരങ്ങളിൽ സംഗീത ശില്പമായും കഥാപ്രസംഗമായും അത് അവതരിപ്പിക്കപ്പെട്ടു.

'മലയപ്പുലയനാ മാടത്തിൻ മുറ്റത്ത്
മഴ വന്ന നാളൊരു വാഴനട്ടു
മനതാരിലാശകൾ പോലതിലോരോരോ
മരതകക്കൂമ്പു പൊടിച്ചുവന്നു
അരുമക്കിടാങ്ങളിലൊന്നായതിനെയു
മഴകിപ്പുലക്കള്ളിയോമനിച്ചു' എന്നും
'അവശന്മാരാർത്തന്മാരാലംബഹീനന്മാർ
അവരുടെ സങ്കടമാരറിയാൻ
അവരർദ്ധ നഗ്നന്മാരാതപമഗ്നന്മാ-
രവരുടെ പട്ടിണി എന്നു തീരാൻ
അവരാർദ്ര ചിത്തന്മാരപഹാസ പാത്രങ്ങ
ളവരുടെ ദുരിതങ്ങളെങ്ങൊടുങ്ങാൻ' എന്നും
'ഇതിനൊക്കെ പ്രതികാരം ചെയ്യാതടങ്ങുമോ
പതിതരേ നിങ്ങൾതൻ പിന്മുറക്കാർ?'

എന്നുമൊക്കെയുള്ള വരികൾ പതിനായിരക്കണക്കിന് മലയാളികളുടെ ചുണ്ടിൽ തത്തിക്കളിച്ച കാലം. മലയപ്പുലയന്റെയും അഴകിയുടെയും മക്കളുടെയും ദുഃഖജീവിതമോർത്ത് നൊമ്പരവും 'ഇതിനൊക്കെ പ്രതികാരം ചെയ്യാതടങ്ങുമോ' എന്ന ആഹ്വാനം കേട്ടുള്ള ദൃഢനിശ്ചയവും. കേരളത്തിൽ വർഗ്ഗബോധം ജനിപ്പിക്കുന്നതിൽ 'വാഴക്കുല' ചെറുതല്ലാത്ത പങ്ക് വഹിച്ചിട്ടുണ്ട്. 1936 ലാണ് ചങ്ങമ്പുഴ 'വാഴക്കുല' എഴുതുന്നത്. അന്ന് സംസ്ഥാനത്താകെ ജന്മിത്തവിരുദ്ധ പ്രസ്ഥാനം ആരംഭിച്ചു കഴിഞ്ഞിട്ടില്ല. ആ വർഷം മലബാറിൽ പ്രാദേശിക കർഷക സംഘം രൂപീകൃതമായി. കമ്യൂണിസ്റ്റ് പാർട്ടി 1937 ൽ രൂപവല്കൃതമായെങ്കിലും മൂന്നു കൊല്ലത്തിനുശേഷമാണ് പരസ്യപ്രവർത്തനം ആരംഭിക്കുന്നത്. 1940 ലാണ് കുട്ട

നാട്ടിൽ കർഷകത്തൊഴിലാളി പ്രസ്ഥാനം പിറവിയെടുക്കുന്നത്.

'വാഴക്കുല' എഴുതുമ്പോൾ ചങ്ങമ്പുഴ കണ്ട മലയപ്പുലയൻ വർഗ്ഗ ബോധമുള്ള തൊഴിലാളിയല്ല. ഉള്ളിൽ ജന്മിത്തത്തോട് അമർഷമുണ്ടെങ്കിലും അടിമയെന്ന നിലയിൽ ചൂഷണത്തിനും പീഡനത്തിനും വിധേയനാണയാൾ. 'വാഴവച്ച് വളർത്തിയവനല്ല കായയുടെ അവകാശി' എന്നതാണ് ജന്മിത്തകാലത്തെ പ്രശ്നം. കുല കൊത്തി ജന്മിയുടെ ബംഗ്ലാവിൽ കൊണ്ടു കൊടുക്കണം. കായമൂത്താൽ കുല കൊത്താം. അത് പഴുപ്പിച്ച് കുട്ടികൾക്ക് കൊടുക്കാം. അങ്ങനെ കുടിലിൽ ആനന്ദം എന്ന മോഹമാണ് മലയപ്പുലയനുണ്ടായത്. കുടുംബത്തിലാകെ ആശയും. കുല ജന്മിയുടെ ശ്രദ്ധയിൽപ്പെട്ടതോടെ എല്ലാം തീർന്നു. അത് കൊത്തി ബംഗ്ലാവിലെത്തിക്കാൻ ആജ്ഞ. "കല്പിച്ചു തമ്പിരാൻ.. ഒരു വാഴ വേറെ...." എന്ന് വിക്കിവിക്കിപ്പറഞ്ഞ് കുലയും കൊത്തി മലയൻ നടന്നു.

"മലയൻ നടന്നു, നടക്കുന്നു മാടത്തിൽ
അലയും മുറയും നിലവിളിയും..."

"പണമുള്ളോർ നിർമ്മിച്ച നീതിക്കിതിലൊന്നും പറയുവാനില്ലേ, ഞാൻ പിൻവലിച്ചു" എന്ന് പറഞ്ഞുകൊണ്ട് കവിത അവസാനിപ്പിക്കുകയാണ് ചങ്ങമ്പുഴ.

മലയപ്പുലയനും ഇ എം എസും' എന്ന നാടകത്തിന്റെ ആദ്യഭാഗത്ത് 'വാഴക്കുല'യിലെ പ്രമേയം നാടകത്തിനാവശ്യമായ ചില്ലറ വ്യത്യാസങ്ങളോടെ ആവിഷ്കരിച്ചിരിക്കുന്നു.

കുടികിടപ്പവകാശത്തിന്റെയും കൃഷിഭൂമി കൃഷിക്കാരന് സ്വന്തമാകേണ്ടതിന്റെയും ഒഴിപ്പിക്കൽ റദ്ദാക്കലിന്റെയും അനിവാര്യതയാണ് ഇവിടെ ഊന്നുന്നത്. പണമുള്ളോർ നിർമ്മിച്ച നീതി മാറണം. അതങ്ങനെ വെറുതെ മാറില്ല. മാറ്റണം. അതിന് നിരന്തരവും ശക്തവുമായ സമരം ആവശ്യമാണ്. അതിന് സംഘടന വേണം. വർഗ്ഗബോധമുണ്ടാകണം.

ചങ്ങമ്പുഴയുടെ 'വാഴക്കുല'യിലെ മലയപ്പുലയൻ വളരുകയാണ്. ജന്മി ആജ്ഞാപിച്ചപ്പോൾ കുല കൊത്തിക്കൊണ്ടു കൊടുക്കേണ്ടി വന്ന നിസ്സഹായാവസ്ഥയിൽനിന്ന്, അടിമാവസ്ഥയിൽനിന്ന് അയാൾക്ക് മാറ്റം വരുന്നു. കൂലിക്കൂടുതലിനു വേണ്ടി അയാൾ ആവശ്യപ്പെടുന്നു. പിന്നീടൊരു നാൾ തന്റെ ഭാര്യയായ അഴകിയെ ബലാല്ക്കാരം ചെയ്യാൻ മുതിരുന്ന ജന്മിയെ വെട്ടിക്കൊന്ന് ജയിലിൽ പോകുകയാണയാൾ. അടിമയാണെങ്കിലും അഭിമാനബോധമുതിർന്ന ഒരു നിമിഷത്തിലെ പ്രതികാരം. ജീവപര്യന്തം തടവ് കഴിഞ്ഞ് മലയൻ തിരിച്ചുവന്നപ്പോൾ അവരുടെ കുടിലിലേക്ക് ഇ എം എസ് എത്തുകയാണ്. ഐക്യകേരളത്തിന്റെ മുഖ്യമന്ത്രിയായ ഇ എം എസ്. വാഴക്കുലയിലെ മലയപ്പുലയനും കുടുംബവും രണ്ടു പതിറ്റാണ്ടു കഴിഞ്ഞ് 1957 ലെത്തുമ്പോഴേക്കും എന്തായി തീർന്നു എന്ന

താണ് നാടകത്തിന്റെ രണ്ടാം ഭാഗത്ത് ആവിഷ്കരിക്കപ്പെടുന്നത്.

'വാഴക്കുല'യിലെ കഥാഭാഗത്തിന്റെ അന്ത്യത്തിനുശേഷം മഹാകവി ചങ്ങമ്പുഴ നാടകത്തിൽ നേരിട്ട് പ്രത്യക്ഷപ്പെടുന്നുണ്ട്.

"അവശന്മാരാർത്തന്മാരാലംബഹീനന്മാര

വരുടെ സങ്കടമാരറിയാൻ" എന്ന ഗാനം പശ്ചാത്തലത്തിൽനിന്നും മുഴങ്ങുമ്പോൾ മെലിഞ്ഞുപൊക്കമുള്ള ഒരു യുവാവ് - മുണ്ടും ജുബ്ബയും സ്വർണ്ണഫ്രെയിമുള്ള കണ്ണടയും ധരിച്ച കവി പ്രത്യക്ഷപ്പെടുകയാണ്. കവിയെ ചോദ്യം ചെയ്തുകൊണ്ട് 'സാഹിത്യകുശല'നുമുണ്ട്. 'വാഴക്കുല'പോലുള്ള പോരാട്ടക്കവിതകൾ കവിതകളേയല്ല എന്നാക്ഷേപിക്കുകയാണ് 'സനാതനമൂല്യ'ങ്ങളുടെ വക്താവായ സാഹിത്യകുശലൻ. 'വാഴക്കുല' സാഹിത്യത്തിനു പറ്റിയ വിഷയമല്ലെന്ന സാഹിത്യകുശലന്റെ ആക്ഷേപം തള്ളിക്കളഞ്ഞുകൊണ്ട് മലയന്റെ മനസ്സിലെ തീപ്പൊരി വർഗ്ഗബോധമായി ആളിക്കത്തുമെന്നും അത് ജന്മിത്തത്തിന്റെ അടിവേരറുക്കുമെന്നും പ്രഖ്യാപിക്കുകയാണ് കവി.

താൻ നട്ടുവളർത്തിയ വാഴയുടെ കുല നിസ്സഹായനായി ജന്മിക്ക് കാഴ്ചവെക്കേണ്ടി വന്ന മലയൻ കൊയ്തതിനുള്ള കൂലി കറ്റയായി തരണമെന്നാവശ്യപ്പെടാൻ ധൈര്യം കാണിക്കുന്നു. പതിര് പോര, കറ്റ തന്നെ തന്നില്ലെങ്കിൽ കറ്റ കളത്തിൽ കൊണ്ടിടാൻ തയ്യാറല്ല. പക്ഷേ, ആ സമര പ്രഖ്യാപനത്തിൽ സഹതൊഴിലാളികൾ പങ്കാളികളാകുന്നില്ല. അവർക്ക് ഭയമാണ്. എന്നാൽ മലയനും കുടുംബവും ഉറച്ചുനിന്നു. ഗുണ്ടകളുടെ ആക്രമണവും ജന്മിയുടെ ബലാത്സംഗശ്രമവുമാണ് അതിന്റെ ഫലം. അതിനെതിരായ ചെറുത്തുനില്പിനിടയിലാണ് മലയന്റെ വെട്ടേറ്റ് ജന്മി മരിക്കുന്നത്.

ഇന്ത്യ സ്വതന്ത്രയാകുന്നതും അതേവരെ സാമ്രാജ്യത്വപക്ഷത്തായിരുന്ന ജന്മിപ്രവരന്മാരും അവരുടെ ശിങ്കിടികളും പുത്തൻ കോൺഗ്രസുകാരുമാകുന്നതാണ് പിന്നീട് നാം കാണുന്നത്. മലയപ്പുലയൻ ജയിലിലായതോടെ അവരുടെ കുടുംബം അനാഥമായില്ല. അവർ ആലപ്പുഴയിൽ ഒരു കുടിലിൽ താമസിക്കുന്നു. അഞ്ചുമക്കളിൽ ഇളയത് വസൂരി വന്ന് മരിച്ചു. മറ്റുള്ളവരിൽ മൂന്നുപേർ കമ്യൂണിസ്റ്റ് പാർട്ടിയുടെയും കർഷക തൊഴിലാളി യൂണിയന്റെയും പ്രവർത്തകർ, ഒരാൾ കോൺഗ്രസുകാരൻ കർഷക-കർഷകത്തൊഴിലാളി സംഘടനകളുടെയും മറ്റ് വർഗ്ഗ സംഘടനകളുടെയും സംഘാടനവും അവകാശ സമരങ്ങളും പൊലീസ് അതിക്രമവും ഒളിവിലെ രാഷ്ട്രീയ പ്രവർത്തനവുമെല്ലാം നാടകത്തിൽ ചെറിയ തോതിൽ അവതരിപ്പിക്കപ്പെടുന്നു.

ഇ എം എസിന്റെ നേതൃത്വത്തിലുള്ള കമ്യൂണിസ്റ്റ് മന്ത്രിസഭ അധികാരത്തിലെത്തിയതുമായി ബന്ധപ്പെട്ട കാര്യങ്ങളാണ് നാടകത്തിന്റെ അവ

സാനത്തെ രണ്ടു രംഗങ്ങളിൽ അവതരിപ്പിക്കുന്നത്. ആലപ്പുഴയിൽ മലയപ്പുലയന്റെ മകൻ തേവന്റെ വീട്ടിൽ മലയന്റെ കുടുംബസദസ്സാണ് അവസാനരംഗത്തിൽ ആദ്യം കാണുന്നത്. ജയിലിൽ നിന്നെത്തിയ മലയനെ എന്റെ സഖാവ് എന്നാണ് അഴകി അഭിസംബോധന ചെയ്യുന്നത്. മലയൻ പറയുന്നു. "എന്തൊരു മാറ്റാണ് എന്റെ മുമ്പിൽ... എനിക്കൊന്നും വിശ്വസിക്കാനാവുന്നില്ല. എൻ പെലയൻ എന്നു വിളിക്കാറുള്ള നീ... ഇന്ന് എന്നെ സഖാവെ എന്ന് വിളിക്കുന്നു."

ആ മാറ്റം മലയനും ഉൾക്കൊള്ളാനാകും. കാരണം അയാളും പുതിയൊരു മനുഷ്യനായാണ് തിരിച്ചുവന്നിരിക്കുന്നത്. ജയിലിലെ സമരാനുഭവങ്ങൾ, ക്ലാസുകൾ അതെല്ലാം ചേർന്ന് മലയപ്പുലയനെയും വർഗ്ഗബോധമുള്ള ഒരു പോരാളിയാക്കി മാറ്റി.

മലയപ്പുലയന്റെ വീട്ടിലേക്ക് മുഖ്യമന്ത്രി എത്തുന്നത് നാടകത്തിലെ വികാരനിർഭരമായ രംഗമാണ്. ഇ എം എസിനെ സ്വീകരിച്ചുകൊണ്ട് മലയൻ പറയുന്നു. ''സഖാവേ ഞാനാണ് ആ പഴയ മലയപ്പുലയൻ... അടിയാളനായ ഞാൻ ഒറ്റയാനായ ഞാൻ....ജയിലിൽ വച്ച് പുന്നപ്രവയലാർ സഖാക്കൾ എന്നെ വർഗ്ഗബോധമുള്ള തൊഴിലാളിയാക്കി." മലയനെ കെട്ടിപ്പിടിച്ചുകൊണ്ട് ഇ എം എസിന്റെ മറുപടി....

രണ്ടു പതിറ്റാണ്ടിനു മുമ്പ് നാടുവാഴിത്ത ചൂഷണത്തിനെതിരെ നിങ്ങൾ തുടങ്ങിവച്ച ഒറ്റയാൾ സമരം ഇന്ന് ഒരുജ്ജ്വല വർഗ്ഗസമരമായി ഉയർന്നിരിക്കുന്നു... നിങ്ങളെ സഹായിക്കാൻ മുന്നോട്ടുവന്ന ചങ്ങമ്പുഴ നിസ്സഹായനായി അന്നു പാടി.

"ഇതിനൊക്കെ പ്രതികാരം ചെയ്യാതടങ്ങുമോ
പതിതരേ നിങ്ങൾ തൻ പിന്മുറക്കാർ...?
അതേ, ആ പ്രതികാരമാണ് ഈ ഏപ്രിൽ അഞ്ച്...

തുടർന്ന് മുഖ്യമന്ത്രി ഇ എം എസ് പ്രഖ്യാപിക്കുകയാണ്. "ഇനി ഒരു മലയനും താൻ നട്ട വാഴയുടെ കുല ജന്മിക്ക് കാഴ്ചവെക്കേണ്ടി വരില്ല. കുടി ഒഴിപ്പിക്കാൻ ഇനി ഒരു ജന്മിയുടെയും കൈ ഉയരില്ല. ജന്മിക്ക് വേണ്ടി കുടിയാനെ തല്ലിക്കൊല്ലുന്ന പൊലീസും ഇനി ഈ നാട്ടിലുണ്ടാവില്ല..."

"ഈ നിമിഷത്തിനാണ് സഖാവേ കാത്തിരുന്നത്. ഇനി മരിച്ചാലും വേണ്ടില്ല." എന്ന മലയന്റെ ആവേശത്തോടെയുള്ള പ്രതികരണം ഒരാളുടേതല്ല. ഒരു ജനതയുടെയാകെ പ്രതികരണമാണ്. മികച്ച അഭിനയവും നൃത്തവും സംഗീതവും പാട്ടുകളും എല്ലാം ചേർന്ന് ഈ നാടകം ഹൃദ്യമായ ഒരനുഭവമാണ്. 'വാഴക്കുല'യിലെ വരികൾക്ക് പുറമെ പി ഭാസ്കരന്റെ 'വയലാർ ഗർജ്ജിക്കുന്നു' എന്ന കാവ്യത്തിലെ

"ഉയരും ഞാൻ നാടാകെ-
പ്പടരും പുത്തനുയിർനാട്ടിനേകിക്കൊണ്ടുയരും വീണ്ടും"

എന്ന ഭാഗവും നാടകത്തിൽ സാന്ദർഭികമായി അവതരിപ്പിച്ചത് ഉചിതമായി.

ഒന്നാം കമ്മ്യൂണിസ്റ്റ് മന്ത്രിസഭയുടെ സുവർണ്ണജൂബിലി ആഘോഷത്തിന് എന്ത് പ്രസക്തി എന്ന ചോദ്യത്തിനുള്ള ശക്തമായ മറുപടിയാണ് ഈ നാടകം.

www.ingramcontent.com/pod-product-compliance
Ingram Content Group UK Ltd.
Pitfield, Milton Keynes, MK11 3LW, UK
UKHW042139021026
15589UKWH00003B/940

9 789386 364234